ਦਸਮੇਸ਼ ਮਹਿਮਾ

ਅਰਥਾਤ

ਸੰਪੂਰਨ

ਭਾਈ ਨੰਦਲਾਲ ਜੀ

ਗ੍ਰੰਥਾਵਲੀ ਸੰਥਿਆ ਪੋਥੀ

ਅਤੇ ਸੁਖੈਨ ਵਿਆਖਿਆ

(ਬਾਰ੍ਹਾਂ ਗ੍ਰੰਥਾਂ ਦਾ ਸੰਗ੍ਰਹਿ)

ਏਸੇ ਕਲਮ ਤੋਂ ਛਪੀਆਂ ਪੁਸਤਕਾਂ :

੧) ਗੰਜ ਨਾਮਹ ਦਾ ਟੀਕਾ (ਭਾਈ ਨੰਦ ਲਾਲ ਜੀ)

੨) ਸ੍ਰੀ ਮਿਸਲ ਸ਼ਹੀਦਾਂ ਤਰਨਾ ਦਲ ਦਾ ਬੰਸਾਵਲੀ ਨਾਮਹ

੩) ਬ੍ਰਹਮ ਕਵਚ,ਭਗਉਤੀ ਅਸਤੋਤ੍ਰ ਦਾ ਟੀਕਾ

੪) ਪੰਥਕ ਸੰਪ੍ਰਦਾਈ ਗੁਰਬਾਣੀ ਉੱਚਾਰਣ ਬੋਧ

੫) ਕਾਵਿ ਪ੍ਰਕਾਸ਼ (ਰੂਪ ਦੀਪ ਪਿੰਗਲ ਦਾ ਟੀਕਾ)

੬) ਤਵਾਰੀਖ਼ ਨਿਹੰਗ ਸਿੰਘਾਂ (ਨਿਹੰਗ ਸਿੰਘਾਂ ਦਾ ਗੌਰਵਮਈ ਇਤਿਹਾਸ)

੭) ਸੰਖੇਪ ਜੀਵਨ ਗੁਰੂ ਨਾਨਕ ਦੇਵ ਜੀ

੮) ਬਾਬਾ ਸੁਧਾ ਸਿੰਘ ਜੀ ਦਾ ਸੰਖੇਪ ਜੀਵਨ

੯) ਵਿਚਾਰ ਮਾਲਾ ਦਾ ਸੰਪਰਦਾਈ ਬਾਲ ਬੋਧਨੀ ਸਟੀਕ

੧੦) ਖ਼ਾਲਸਾ ਪੰਥ ਪ੍ਰਕਾਸ਼ ਪਾਤਸ਼ਾਹੀ ੧੦ ਦਾ ਸੁਖੈਨ ਟੀਕਾ

ਦਸਮੇਸ਼ ਮਹਿਮਾ

ਅਰਥਾਤ

ਸੰਪੂਰਨ

ਭਾਈ ਨੰਦਲਾਲ ਜੀ
ਗ੍ਰੰਥਾਵਲੀ ਸੰਥਿਆ ਪੋਥੀ

ਅਤੇ ਸੁਖੈਨ ਵਿਆਖਿਆ

(ਬਾਰ੍ਹਾਂ ਗ੍ਰੰਥਾਂ ਦਾ ਸੰਗ੍ਰਹਿ)

ਟੀਕਾਕਾਰ ঃ

ਗਿਆਨੀ ਗੁਰਵਿੰਦਰ ਸਿੰਘ ਜੀ ਨੰਗਲੀ ਵਾਲੇ

ਭਾਈ ਨੰਦ ਲਾਲ ਜੀ ਗੁਰਮਤਿ ਵਿਦਿਆਲਾ

ਸ੍ਰੀ ਸਰਬਲੋਹ ਬੁੰਗਾ ਜਥਾ ਨੰਗਲੀ

ਪ੍ਰਕਾਸ਼ਕ :

ਸਿੰਘ ਸਾਹਿਬ ਜਥੇਦਾਰ ਬਾਬਾ ਗੱਜਣ ਸਿੰਘ ਜੀ

੧੫ਵੇਂ ਮੁੱਖੀ ਸ੍ਰੀ ਮਿਸਲ ਸ਼ਹੀਦਾਂ ਤਰਨਾ ਦਲ

ਸ੍ਰੀ ਬਾਬਾ ਬਕਾਲਾ ਸਾਹਿਬ

ISBN : 978-93-91954-21-5
ਪਹਿਲੀ ਐਡੀਸ਼ਨ ਸਤੰਬਰ 2022
ਭੇਟਾ : 600-00

ਪੁਸਤਕ ਮਿਲਣ ਦਾ ਪਤਾ:
ਭਾ: ਚਤਰ ਸਿੰਘ ਜੀਵਨ ਸਿੰਘ
ਬਜ਼ਾਰ ਮਾਈ ਸੇਵਾਂ, ਅੰਮ੍ਰਿਤਸਰ (ਇੰਡੀਆ)।
ਫੋਨ : (0183) 5011003, 2542346
E-mail : csjssales@hotmail.com
: csjspurchase@yahoo.com
Visit our Website : www.csjs.com
Follow us on:
www.facebook.com/csjsamritsar

ਲੇਖਕ ਦਾ ਪਤਾ:
ਗਿਆਨੀ ਗੁਰਵਿੰਦਰ ਸਿੰਘ ਜੀ ਨੰਗਲੀ ਵਾਲੇ
ਪ੍ਰਚਾਰਕ ਸ੍ਰੀ ਮਿਸਲ ਸ਼ਹੀਦਾਂ ਤਰਨਾ ਦਲ, ਸ੍ਰੀ ਬਾਬਾ ਬਕਾਲਾ
ਸੰਚਾਲਕ ਸ੍ਰੀ ਸਰਬਲੋਹ ਬੁੰਗਾ ਨੰਗਲੀ, ਨੇੜੇ ਮਹਿਤਾ ਚੌਂਕ, ਅੰਮ੍ਰਿਤਸਰ
ਮੋਬਾ. 99146-47591

(Printed and bound in India)

ਪ੍ਰਿੰਟਰ : ਸੀ.ਜੇ. ਪ੍ਰਿੰਟਰਜ਼, ਅੰਮ੍ਰਿਤਸਰ।

ਸਮਰਪਿਤ

ਦੇਗ ਤੇਗ ਦੇ ਧਨੀ ਸ੍ਰੀ ਮਿਸਲ ਸ਼ਹੀਦਾਂ ਦੇ ੧੨ਵੇਂ ਜਥੇਦਾਰ
ਸੱਚਖੰਡ ਵਾਸੀ ਸਿੰਘ ਸਾਹਿਬ ਜਥੇਦਾਰ ਬਾਬਾ ਬਿਸ਼ਨ ਸਿੰਘ ਜੀ
ਬਾਬੇ ਬਕਾਲੇ ਸਾਹਿਬ ਵਾਲੇ

ਅਤੇ

ਭਾਈ ਨੰਦ ਲਾਲ ਜੀ ਦੀ ਬਾਣੀ ਦੇ ਮਹਾਨ ਪ੍ਰੇਮੀ
ਨੇਮੀ ਆਦਿ ਕਾਲ ਤੋਂ ਲੈ ਕੇ ਹੁਣ ਤੱਕ ਦੇ
ਸਾਰੇ ਮਹਾਂਪੁਰਖਾਂ ਅਤੇ ਖਾਸ ਕਰਕੇ ਦਸਮ ਬਾਣੀ
ਤੇ ਦੀਵਾਨੇ ਗੋਯਾ ਦੇ ਮਹਾਨ ਪ੍ਰੇਮੀ
ਸੱਚਖੰਡ ਵਾਸੀ ਸੰਤ ਗਿਆਨੀ ਹਰਦੀਪ ਸਿੰਘ ਜੀ
ਹਜ਼ੂਰੀ ਟਕਸਾਲ

ਅਤੇ

ਗੁਰਮਤਿ ਗਿਆਨ ਦੇ ਮਹਾਨ ਬਿਬੇਕੀ
ਸੱਚਖੰਡ ਵਾਸੀ ਭਾਈ ਸਾਹਿਬ ਭਾਈ ਕੁਲਬੀਰ ਸਿੰਘ ਜੀ, ਟੋਰੋਂਟੋ

ਅਤੇ

ਗੁਰੂ ਘਰ ਦੇ ਮਹਾਨ ਪ੍ਰੇਮੀ, ਗਰੀਬਾਂ ਦੇ ਹਮਦਰਦ
ਸੱਚਖੰਡ ਵਾਸੀ ਸ੍ਰੀਮਾਨ ਸੰਤ ਬਾਬਾ ਜਸਵੰਤ ਸਿੰਘ ਜੀ,
ਨਾਨਕਸਰ ਸਮਰਾਲਾ ਚੌਕ, ਲੁਧਿਆਣਾ।

ਦੀ ਮਿੱਠੀ ਯਾਦ

ਨੂੰ

ਅਥ ਨੰਦਲਾਲ ਉਪਮਾ ਬਰਨਨੰ ॥ ਕਬਿੱਤ ॥

ਗਿਆਨ ਦਇਆ ਸਾਗਰ, ਅਗਾਧਿ ਗੁਨ ਆਗਰ,
ਸਕਲ ਬਿਧਿ ਨਾਗਰ, ਅਨਬੁਧੰ ਜਪਾਵਨੋ ॥
ਸੁਖ ਕੇ ਦਿਵੱਯਾ, ਦੁਖ ਦਾਰਿਦ ਹਰੱਯਾ,
ਮਹਾਂ ਅਪਦ ਟਰੱਯਾ, ਸਦ ਮੋਦ ਉਪਜਾਵਨੋ ॥
ਟਹਕਨਿ ਕਵਿ ਨੰਦਲਾਲ, ਤੀਨਲੋਕ ਪ੍ਰਤਿਪਾਲ
ਦੀਨ ਕੇ ਦਇਆਲ, ਮਨ ਚੇਤਿ ਭਾਵਨੋ ॥
ਹ੍ਵੈ ਗੋ ਨ ਦਾਉ ਐਸੋ, ਮਾਨਸ ਜਨਮ ਜੈਸੋ
ਅਛੈ ਕੋ ਅਗਾਧਿ, ਆਵਾਗੌਨ ਕੋ ਮਿਟਾਵਨੋ ॥

(ਅਮਰ ਕੋਸ਼ ਭਾਸ਼ਾ ਅਨੁਵਾਦ, ਕਵਿ ਟਹਿਕਨ)

ਤਤਕਰਾ

☬

ਅਥ ਨੰਗਲੀ-ਨਿਵਾਸੀ ਉਪਮਾ ਬਰਨਨੰ ॥ ਕਬਿੱਤ ॥
ਨੰਗਲੀ ਮੇਂ ਨੈਨੋ ਨੇ ਨਗੀਨਾ ਨਯਾਬ ਦੇਖਾ,
ਨਾਮ ਬ੍ਰਹਮ ਵਿੱਦਯਾ ਮੇਂ ਸੁਰਤੀ ਟਿਕਾਈ ਹੈ॥
'ਸਿੰਘ ਗੁਰਵਿੰਦਰ' ਜੀ ਮੇਘ ਸਮ ਸੰਤ ਬਡੋ,
ਜਿਨ੍ਹ ਬ੍ਰਹਮ ਵਿੱਦਜਾ ਕੀ ਬਰਖਾ ਬਰਖਾਈ ਹੈ॥
ਗਿਆਨ ਵਾਲੇ ਦੀਪਕ ਸੇ ਅੰਧ ਜਿਨ ਮੇਟ ਦਿਯਾ,
ਪੜਕੇ ਗੁਰਬਾਣੀ ਸ਼ੁੱਧ ਬੁੱਧੀ ਜੋ ਬਣਾਈ ਹੈ॥
'ਸਿੰਘ ਜਸਵਿੰਦਰ' ਵੀ ਨਮੋ ਨਮੋ ਕਰਦਾ ਏ,
ਸਾਧੂਆਂ ਨੇ ਝੋਲੀ ਖੈਰ ਵਿੱਦਯਾ ਦੀ ਪਾਈ ਹੈ॥ ੧॥

....

ਹੱਥ ਵਿੱਚ ਬਰਛੀ ਤੇ, ਲੱਕ ਕਿਰਪਾਨ ਸਜੀ,
ਨੰਗਲੀ 'ਚ ਬੁੰਗਾ ਰੂਰਾ, ਖਾਲਸੇ ਬਣਾਇਆ ਏ॥
ਰਹਿ ਪਰਵਾਰ ਵਿੱਚ, ਰਹਿਤ ਕਮਾਈ ਸਾਰੀ,
ਕਮਲ ਦੇ ਵਤ ਇਸ ਜਿੰਦ ਨੂੰ ਚਲਾਇਆ ਏ॥
ਜਾਪ ਜੀ ਅਜਪਾ ਚੱਲੇ, ਲਾਲਸਾ ਏ ਮਨ ਵਿੱਚ,
ਸੇਵਾ ਭਾਵ ਨਾਲ, ਮਾਣ ਮਨਹੁ ਚੁਕਾਇਆ ਏ॥
"ਸਿੰਘ ਜਸਵਿੰਦਰ" ਨੇ, ਇੱਥੇ ਹੀ ਕਲਮ ਰੋਕੀ,
ਜੀਵਨ ਜੀ ਆਪ ਦਾ, ਸੰਖੇਪ 'ਚ ਸੁਣਾਇਆ ਏ॥

(ਕ੍ਰਿਤ ਭਾਈ ਜਸਵਿੰਦਰ ਸਿੰਘ ਖਿਜਰਾਬਾਦ)

ਹਜ਼ੂਰੀ ਸੇਵਕ ਸੰਤ ਗਿਆਨੀ ਕਪੂਰ ਸਿੰਘ ਜੀ

ਮੌਜੂਦਾ ਮੁੱਖੀ ਦਮਦਮੀ ਟਕਸਾਲ ਭਿੰਡਰਾਂ

੧ੴ ਸ੍ਰੀ ਵਾਹਿਗੁਰੂ ਜੀ ਕੀ ਫਤਹਿ॥

ਸ਼੍ਰੋਮਣੀ ਤਰਨਾ ਦਲ ਮਿਸਲ ਬਾਬਾ ਦੀਪ ਸਿੰਘ ਜੀ ਸ਼ਹੀਦ

ਜਥੇਦਾਰ ਬਾਬਾ ਬਿਸ਼ਨ ਸਿੰਘ ਜੀ, ਜਥੇਦਾਰ ਬਾਬਾ ਕੀਰਤਨ ਸਿੰਘ ਜੀ, ਜਥੇਦਾਰ ਬਾਬਾ ਮੱਖਣ ਸਿੰਘ ਜੀ

ਮੌਜੂਦਾ ਜਥੇਦਾਰ ਸਿੰਘ ਸਾਹਿਬ ਬਾਬਾ ਗੱਜਣ ਸਿੰਘ ਜੀ।

ਹੈੱਡ ਕੁਆਰਟਰ: ਬਾਬਾ ਬਕਾਲਾ ਸਾਹਿਬ (ਅੰਮ੍ਰਿਤਸਰ)

ਸੰਦੇਸ਼

ਫ਼ਾਰਸੀ ਭਾਸ਼ਾ ਦਾ ਸਿੱਖ ਜਗਤ ਲਈ ਬਹੁਤ ਮਹੱਤਵ ਹੈ। ਸ੍ਰੀ ਗੁਰੂ ਗ੍ਰੰਥ ਸਾਹਿਬ ਜੀ ਵਿਚ ਵਰਤੇ ਫ਼ਾਰਸੀ ਭਾਸ਼ਾ ਦੇ ਸ਼ਬਦਾਂ ਦਾ ਪ੍ਰਭਾਵ ਪ੍ਰਤੱਖ ਅਤੇ ਪ੍ਰੋਖ ਰੂਪ ਵਿਚ ਨਜ਼ਰ ਆਉਂਦਾ ਹੈ। ਗੁਰਬਾਣੀ ਦਾ ਸ਼ੁੱਧ ਉੱਚਾਰਣ ਕਰਨ ਲਈ ਫ਼ਾਰਸੀ ਭਾਸ਼ਾ ਦੀ ਜਾਣਕਾਰੀ ਜ਼ਰੂਰੀ ਹੈ। ਸ੍ਰੀ ਗੁਰੂ ਗੋਬਿੰਦ ਸਿੰਘ ਜੀ ਆਪ ਫ਼ਾਰਸੀ ਦੇ ਮਹਾਨ ਵਿਦਵਾਨ ਸਨ। ਉਨ੍ਹਾਂ ਦਾ 'ਜ਼ਫ਼ਰਨਾਮਾ' ਫ਼ਾਰਸੀ ਭਾਸ਼ਾ ਵਿਚ ਇਕ ਮਹਾਨ ਸਾਹਿਤਕ ਰਚਨਾ ਹੈ। ਫਿਰ ਗੁਰੂ ਜੀ ਦਾ ਸਮੂਹ ਕਵੀਆਂ ਵਿੱਚੋਂ ਭਾਈ ਨੰਦ ਲਾਲ ਜੀ 'ਗੋਯਾ' ਨਾਲ ਪਿਆਰ ਦਰਸਾਉਂਦਾ ਹੈ ਕਿ ਉਹ ਫ਼ਾਰਸੀ ਦੇ ਇਸ ਮਹਾਨ ਕਵੀ ਨੂੰ ਅਤੇ ਉਨ੍ਹਾਂ ਦੀ ਰਚਨਾ ਨੂੰ ਕਿੰਨ੍ਹਾ ਸਤਿਕਾਰ ਦੇਂਦੇ ਸਨ। ਸ੍ਰੀ ਗੁਰੂ ਗੋਬਿੰਦ ਸਿੰਘ ਜੀ ਤੋਂ ਬਾਅਦ ਸਿੱਖ ਰਾਜ ਸਮੇਂ ਵੀ ਫ਼ਾਰਸੀ ਨੂੰ ਰਾਜਸੀ ਭਾਸ਼ਾ ਹੋਣ ਦਾ ਮਾਣ ਪ੍ਰਾਪਤ ਰਿਹਾ। ਸਿੱਖ ਇਤਿਹਾਸ ਦੀ ਬਹੁਤੀ ਜਾਣਕਾਰੀ ਵੀ ਫ਼ਾਰਸੀ ਭਾਸ਼ਾ ਦੀਆਂ ਕਿਤਾਬਾਂ ਵਿਚ ਹੀ ਉਪਲਬਧ ਹੈ।

ਅੱਜ ਸਿੱਖ ਫ਼ਾਰਸੀ ਭਾਸ਼ਾ ਨੂੰ ਭੁੱਲਦੇ ਜਾ ਰਹੇ ਹਨ। ਇਹ ਠੀਕ ਹੈ ਕਿ ਅਜੋਕੇ ਯੁੱਗ ਦੇ ਹਾਣੀ ਹੋਣ ਲਈ ਸਾਇੰਸ ਅਤੇ ਕੰਪਿਊਟਰ ਦੀ ਜਾਣਕਾਰੀ ਜ਼ਰੂਰੀ ਹੈ, ਪਰ ਆਪਣੇ ਵਿਰਸੇ ਅਤੇ ਅਤੀਤ ਨਾਲ ਜੁੜੇ ਰਹਿਣ ਲਈ ਸਾਨੂੰ ਫ਼ਾਰਸੀ ਭਾਸ਼ਾ ਤੋਂ ਕਦੀ ਵੀ ਮੂੰਹ ਨਹੀਂ ਮੋੜਨਾ ਚਾਹੀਦਾ।

ਫ਼ਾਰਸੀ ਲਫ਼ਜ਼ਾਂ ਦੀ ਨਾ-ਵਾਕਿਫ਼ੀ ਕਾਰਨ ਅੱਜਕੱਲ਼ ਅਸੀਂ ਧਾਰਮਿਕ ਦੁਨੀਆਂ ਦੇ ਮਹਾਨ ਸਾਹਿਤਕਾਰ,ਮਹਾਨ ਖੋਜੀ ਭਾਈ ਨੰਦਲਾਲ ਜੀ ਦਾ ਨਾਮ ਭੁਲਾ ਚੁੱਕੇ ਹਾਂ ਅਤੇ ਭਾਈ ਸਾਹਿਬ ਦੀ ਰਚਨਾਵਲੀ ਤੋਂ ਦੂਰ ਹੋ, ਪ੍ਰੇਮ ਮਾਰਗ ਤੋਂ ਘੁੱਥੇ ਤਰਕ-ਵਿਤਰਕ ਦੇ ਮਾਰਗ ਪਰ ਤੁਰ ਪਏ ਹਾਂ। ਭਾਈ ਨੰਦਲਾਲ ਸਾਹਿਬ ਜੀ ਪ੍ਰੇਮ ਦੀ ਮੂਰਤਿ ਨਹੀਂ, ਸਗੋਂ ਪ੍ਰੇਮ ਦਾ ਸਰੂਪ ਸਨ। ਭਾਈ ਨੰਦ ਲਾਲ ਜੀ ਦੀ ਰਚਨਾ ਸਿੱਖ-ਜਗਤ ਨੂੰ ਪ੍ਰੇਮ ਮਾਰਗ ਦਾ ਪਾਠ ਪੜ੍ਹਾਉਂਦੀ ਹੈ, ਇਸ ਲਈ ਉਨ੍ਹਾਂ ਦੀ ਰਚਨਾ ਤੋਂ ਬੇਮੁੱਖ ਨ ਹੋਈਏ ਐਸਾ ਵਿਚਾਰ ਮਨ 'ਚ ਵਸਾ ਕੇ ਸ੍ਰੀ ਮਿਸਲ ਸ਼ਹੀਦਾਂ ਤਰਨਾ ਦਲ ਦੇ ਮਹਾਨ ਪ੍ਰਚਾਰਕ, ਅਤੇ ਭਾਈ ਨੰਦਲਾਲ ਜੀ ਦੀ ਬਾਣੀ ਦੇ ਮਹਾਨ ਵਿਆਖਿਆਕਾਰ ਗਿਆਨੀ ਗੁਰਵਿੰਦਰ ਸਿੰਘ ਜੀ ਨੰਗਲੀ

ਵਾਲਿਆਂ ਨੇ ਭਾਈ ਸਾਹਿਬ ਦੀ ਸੰਪੂਰਨ ਗ੍ਰੰਥਾਵਲੀ ਨੂੰ ਇੱਕ ਜਿਲਦ 'ਚ ਛਾਪਣ ਦਾ ਯਤਨ ਕੀਤਾ ਹੈ।

ਭਾਈ ਨੰਦ ਲਾਲ ਜੀ ਦੀਆਂ ਸਾਰੀਆਂ ਰਚਨਾਵਾਂ ਸਿੱਖ ਸਿਧਾਂਤਾਂ ਨਾਲ ਪੂਰਾ ਮੇਲ ਖਾਂਦੀਆਂ ਹਨ। ਉਨ੍ਹਾਂ ਦੀਆਂ ਰਚਨਾਵਾਂ ਵਿਚ ਉਨ੍ਹਾਂ ਦੀ ਸਿੱਖ ਗੁਰੂਆਂ ਪ੍ਰਤੀ ਸ਼ਰਧਾ ਡੁੱਲ੍ਹ ਡੁੱਲ੍ਹ ਪੈਂਦੀ ਹੈ। ਭਾਈ ਨੰਦ ਲਾਲ ਜੀ ਦੀ ਰਚਨਾ ਸ੍ਰੀ ਗੁਰੂ ਗ੍ਰੰਥ ਸਾਹਿਬ ਜੀ ਦੀ ਵਿਚਾਰਧਾਰਾ ਦੇ ਕਰੀਬ ਕਰੀਬ ਹੈ। ਜਿਸ ਤਰ੍ਹਾਂ ਭਾਈ ਗੁਰਦਾਸ ਜੀ ਦੀ ਬਾਣੀ ਨੂੰ ਸ੍ਰੀ ਗੁਰੂ ਗ੍ਰੰਥ ਸਾਹਿਬ ਜੀ ਦੀ ਕੁੰਜੀ ਹੋਣ ਦਾ ਸਨਮਾਨ ਪ੍ਰਾਪਤ ਹੋਇਆ ਹੈ, ਇਸ ਤਰ੍ਹਾਂ ਭਾਈ ਨੰਦ ਲਾਲ ਜੀ 'ਗੋਯਾ' ਦੀਆਂ ਰਚਨਾਵਾਂ ਨੂੰ ਪੰਥ ਵਿੱਚ ਦਸਮ-ਬਾਣੀ ਦੀ ਕੁੰਜੀ ਹੋਣ ਦਾ ਸਨਮਾਨ ਪ੍ਰਾਪਤ ਹੋਇਆ ਹੈ।

ਗਿਆਨੀ ਗੁਰਵਿੰਦਰ ਸਿੰਘ ਜੀ ਨੰਗਲੀ ਨੇ ਜਿਥੇ ਭਾਈ ਨੰਦ ਲਾਲ ਜੀ ਦੀ ਰਚਨਾਵਲੀ ਦਾ ਬੋਧ ਸੰਪ੍ਰਦਾਈ ਗੁਣੀ-ਗਿਆਨੀਆਂ ਤੋਂ ਸੀਨੇ-ਬਸੀਨੇ ਪ੍ਰਾਪਤ ਕੀਤਾ। ਉੱਥੇ ਹੀ ਮੌਲਵੀ ਅਤੀਕ ਅਹਿਮਦ ਜੀ ਤੋਂ ਫ਼ਾਰਸੀ ਉੱਚਾਰਣ,ਲਫ਼ਜ਼ੀ ਅਰਥ, ਵਿਆਕਰਣਿਕ ਨਿਯਮ ਸਿੱਖ ਕੇ ਇਸ ਭਾਈ ਨੰਦਲਾਲ ਰਚਨਾਵਲੀ ਨੂੰ ਹੋਰ ਚਮਕਾਇਆ ਹੈ। ਵਿਸ਼ੇਸ਼ ਸੰਤ ਗਿਆਨੀ ਹਰਦੀਪ ਸਿੰਘ ਜੀ ਤੋਂ ਸੰਪ੍ਰਦਾਈ ਅਰਥ ਕਾਪੀਆਂ ਲੈ ਕੇ ਸੀਨੇ-ਬਸੀਨੇ ਅਰਥਾਂ ਦੀ ਪ੍ਰਣਾਲੀ ਅਤੇ ਨੰਦਲਾਲ ਬਾਣੀ ਨੂੰ ਅੱਗੇ ਪੜ੍ਹਾਉਣ ਦੀ ਪਰੰਪਰਾ ਨੂੰ ਸੁਰਜੀਤ ਕੀਤਾ ਹੈ।

ਗਿਆਨੀ ਗੁਰਵਿੰਦਰ ਸਿੰਘ ਜੀ ਨੰਗਲੀ ਨੇ ਇਹ ਛਪਵਾ ਕੇ ਸਿੱਖ ਸਮਾਜ ਦੇ ਪਾਠਕਾਂ ਦੀ ਸੇਵਾ ਕਰਨ ਦਾ ਮਹਾਨ ਉਪਰਾਲਾ ਕੀਤਾ ਹੈ। ਮੈਂ ਉਨ੍ਹਾਂ ਵੱਲੋਂ ਕੀਤੇ ਇਸ ਕਾਰਜ ਦਾ ਸਤਿਕਾਰ ਕਰਦਾ ਹਾਂ ਅਤੇ ਅਜਿਹੇ ਹੋਰ ਫ਼ਾਰਸੀ ਦੇ ਜਾਣਕਾਰ ਸੱਜਣਾਂ ਨੂੰ ਅਜਿਹੇ ਉਪਰਾਲੇ ਕਰਨ ਲਈ ਪ੍ਰੇਰਨਾ ਦੇਂਦਾ ਹਾਂ, ਤਾਂ ਕਿ ਅਸੀਂ ਆਪਣੇ ਅਤੀਤ ਅਤੇ ਵਿਰਸੇ ਨਾਲ ਜੁੜ ਕੇ ਜਨਮ ਸਫਲਾ ਕਰ ਸਕੀਏ।

ਔਰ ਮੈਂ ਸ੍ਰੀ ਮਿਸਲ ਸ਼ਹੀਦਾਂ ਤਰਨਾ ਦਲ ਬਾਬਾ ਬਕਾਲਾ ਸਾਹਿਬ ਵੱਲੋਂ ਭਾਈ ਨੰਦ ਲਾਲ ਸੰਪੂਰਨ ਗ੍ਰੰਥਾਵਲੀ ਨੂੰ ਛੁਪਾ ਕੇ ਇੰਜ ਮਹਿਸੂਸ ਕਰ ਰਿਹਾ ਹੈ ਕਿ ਤਰਨਾ ਦਲ ਦੇ ਪਹਿਲੇ ਜਥੇਦਾਰ ਬਾਬਾ ਦੀਪ ਸਿੰਘ ਦੀ ਸ਼ਹੀਦ ਵੀ ਭਾਈ ਨੰਦਲਾਲ ਜੀ ਬਾਣੀ ਕਰ ਕਮਲਾਂ ਨਾਲ ਲਿਖ ਕੇ ਸਿੱਖਾਂ 'ਚ ਵੰਡਦੇ ਰਹੇ, ਅੱਜ ਵੀ ੧੪ ਪੀੜ੍ਹੀਆਂ ਬਾਅਦ ਉਸ ਸੇਵਾ ਨੂੰ ਪੁਨਰ ਸੁਰਜੀਤ ਕਰ ਰਹੇ ਹਾਂ

ਸ੍ਰੀ ਗੁਰੂ ਗ੍ਰੰਥ ਸਾਹਿਬ ਜੀ ਵਿਚ ਪਰਮਾਤਮਾ ਦੀ ਭਗਤੀ (ਬੰਦਗੀ) 'ਤੇ ਜ਼ੋਰ ਦਿੱਤਾ ਗਿਆ ਹੈ ਤੇ ਭਾਈ ਨੰਦ ਲਾਲ ਜੀ ਫ਼ੁਰਮਾਉਂਦੇ ਹਨ:-

ਯਾਦਿ ਊ ਸਰਮਾਯਾਇ ਈਮਾਂ ਬਵਦ॥
ਹਰ ਗਦਾ ਅਜ਼ ਯਾਦਿ ਊ ਸੁਲਤਾਂ ਬਵਦ॥

ਅਤੇ ਗੁਰਸਿੱਖ :

ਰੋਜ਼ੋ ਸ਼ਬ ਦਰ ਬੰਦਗੀ ਬਾਸ਼ੰਦ ਸ਼ਾਦ॥
ਬੰਦਗੀ ਓ ਬੰਦਗੀ ਓ ਯਾਦੋ ਯਾਦ॥

(ਜ਼ਿੰਦਗੀਨਾਮਾ, ਸ਼ਿਅਰ ਨੰ: ੪੩ ਅਤੇ ੪੪)

ਮੇਰੀ ਅਕਾਲ ਪੁਖਰ ਅੱਗੇ ਬੇਨਤੀ ਹੈ ਕਿ ਗਿਆਨੀ ਗੁਰਵਿੰਦਰ ਸਿੰਘ ਜੀ ਨੰਗਲੀ ਵਾਲਿਆਂ ਨੂੰ ਸਿਹਤਯਾਬੀ ਅਤੇ ਉਤਸ਼ਾਹਜਨਕ ਕਾਰਜਸ਼ੈਲੀ ਦੀ ਬਖ਼ਸ਼ਿਸ਼ ਕਰਦੇ ਰਹਿਣ ਤਾਂ ਜੋ ਉਹ ਇਸੇ ਤਰ੍ਹਾਂ ਸਿੱਖ ਸਮਾਜ ਦੀ ਸੇਵਾ ਵਿਚ ਜੁੱਟੇ ਰਹਿਣ।

ਗੁਰੂ ਪੰਥ ਦਾ ਦਾਸ

ਜ. ਗੱਜਣ ਸਿੰਘ

ਸਿੰਘ ਸਾਹਿਬ ਜਥੇਦਾਰ ਗੱਜਣ ਸਿੰਘ ਜੀ
੧੫ਵੇਂ ਮੁੱਖੀ ਸ੍ਰੀ ਮਿਸਲ ਸ਼ਹੀਦਾਂ
ਤਰਨਾ ਦਲ ਸ੍ਰੀ ਬਾਬਾ ਬਕਾਲਾ ਸਾਹਿਬ।

☬

੧੦-੦੮-੨੦੨੨

ਸੰਦੇਸ਼

ਗੁਰੂ ਪੰਥ ਦੇ ਅਨਮੋਲ ਰਤਨ, ਗੁਰੂ ਪਿਆਰ ਵਿੱਚ ਸ਼ਰਸ਼ਾਰ ਰਿਦੇ ਵਾਲੇ ਭਾਈ ਨੰਦ ਲਾਲ ਜੀ ਜਿਨ੍ਹਾਂ ਦੀ ਰਚਨਾ ਨੂੰ ਸ੍ਰੀ ਗੁਰੂ ਗੋਬਿੰਦ ਸਿੰਘ ਜੀ ਮਹਾਰਾਜ ਨੇ ਸ੍ਰਵਣ ਕਰਕੇ, ਅਤਿ ਪ੍ਰਸੰਨ ਹੋ ਕੇ ਪ੍ਰਵਾਨ ਕੀਤਾ ਅਤੇ ਗੁਰੂ ਕਾਲ ਤੋਂ ਹੀ ਇਸ ਪ੍ਰੇਮ ਭਿੰਨੀ ਰਚਨਾ ਦਾ ਕੀਰਤਨ ਅਤੇ ਵਖਿਆਨ ਹੁੰਦਾ ਆ ਰਿਹਾ ਹੈ। ਇਨ੍ਹਾਂ ਸਾਰੀਆਂ ਬਾਰਾਂ ਰਚਨਾਵਾਂ ਨੂੰ ਸਿੱਖ ਪੰਥ ਦੇ ਉੱਘੇ ਵਿਦਵਾਨ ਭਾਈ ਗੁਰਵਿੰਦਰ ਸਿੰਘ ਜੀ ਨੰਗਲੀ ਨੇ ਇਕ ਜਿਲਦ ਵਿੱਚ ਇਕੱਤਰ ਕਰਕੇ ਤੇ ਸਭਨਾ ਦੇ ਸੁਖੈਨ ਅਰਥ ਕਰਕੇ ਇੱਕ ਸ਼ਲਾਘਾ ਭਰਪੂਰ ਕਾਰਜ ਕੀਤਾ ਹੈ। ਜਿਸ ਤੋਂ ਸਮੁੱਚੇ ਪੰਥ ਦੇ ਜਗਿਆਸੂਆਂ, ਵਿਦਿਆਰਥੀਆਂ ਅਤੇ ਵਿਦਵਾਨਾਂ ਨੂੰ ਲਾਭ ਪ੍ਰਾਪਤ ਹੋਵੇਗਾ।

ਗੁਰੂ ਸਾਹਿਬ ਜੀ ਭਾਈ ਗੁਰਵਿੰਦਰ ਸਿੰਘ ਜੀ ਨੂੰ ਚੜ੍ਹਦੀਕਲਾ ਦੇ ਸਹਿਤ ਹੋਰ ਸੇਵਾ ਕਰਨ ਦਾ ਬਲ ਬਖ਼ਸ਼ਣ।

ਸ਼ੁਭ ਇਛਾਵਾਂ ਸਹਿਤ,

ਗੁਰੂ ਪੰਥ ਦਾ ਦਾਸ
ਕੁਲਵੰਤ ਸਿੰਘ
(ਕੁਲਵੰਤ ਸਿੰਘ)
ਜੱਥੇਦਾਰ

॥ਅਕਾਲ ਸਹਾਇ॥

ਸਿੰਘ ਸਾਹਿਬ ਗਿਆਨੀ ਜਗਤਾਰ ਸਿੰਘ
ਹੈੱਡ ਗ੍ਰੰਥੀ
ਸੱਚਖੰਡ ਸ੍ਰੀ ਹਰਿਮੰਦਰ ਸਾਹਿਬ ਜੀ,
ਸ੍ਰੀ ਅੰਮ੍ਰਿਤਸਰ।

Singh Sahib Giani Jagtar Singh
Head Priest
Sachkhand Sri Harmandir Sahib Ji,
Sri Amritsar (Pb.) India.

Ref. No. ਸ਼ਪੈਸ਼ਲ

Dated ੧੦-੮-੨੦੨੨

ਸੰਦੇਸ਼

ਸਾਹਿਬੇ ਕਮਾਲ, ਪੰਥ ਦੇ ਵਾਲੀ, ਅੰਮ੍ਰਿਤ ਕੇ ਦਾਤੇ, ਸ਼ਮਸ਼ੇਰ ਬਹਾਦਰ, ਸਰਬੰਸ ਦਾਨੀ ਧੰਨ ਧੰਨ ਸਾਹਿਬ ਸ੍ਰੀ ਗੁਰੂ ਗੋਬਿੰਦ ਸਿੰਘ ਸਾਹਿਬ ਜੀ ਮਹਾਰਾਜ ਜੀ ਦੇ ਅਨਿੰਨ ਪਿਆਰੇ ਗੁਰਸਿੱਖ ਸਿਰਮੌਰ ਕਵੀ, ਫਾਰਸੀ, ਅਰਬੀ, ਬ੍ਰਿਜ ਭਾਸ਼ਾ, ਸੰਸਕ੍ਰਿਤ, ਹਿੰਦੀ, ਇਤਿਆਦਿਕ ਭਸ਼ਾਵਾਂ ਦੇ ਮਹਾਨ ਵਿਦਵਾਨ ਭਾਈ ਸਾਹਿਬ ਭਾਈ ਨੰਦ ਲਾਲ ਸਿੰਘ ਜੀ (ਗੋਯਾ) ਦੀ ਸੰਪੂਰਨ ਰਚਨਾ ਸ੍ਰੀ ਮਿਸਲ ਸ਼ਹੀਦਾਂ ਤਰਨਾ ਦਲ ਸ੍ਰੀ ਬਾਬਾ ਬਕਾਲਾ ਸਾਹਿਬ ਦੇ ੧੫ਵੇਂ ਜਥੇਦਾਰ ਸਿੰਘ ਸਾਹਿਬ ਜਥੇਦਾਰ ਬਾਬਾ ਗੱਜਣ ਸਿੰਘ ਜੀ ਦੀ ਸਦ-ਆਗਿਆ ਅਨੁਸਾਰ ਪੰਥ ਦੇ ਮਹਾਨ ਵਿਦਵਾਨ ਅਤੇ ਸ੍ਰੀ ਮਿਸਲ ਸ਼ਹੀਦਾਂ ਤਰਨਾ ਦਲ ਦੇ ਪ੍ਰਚਾਰਕ ਗਿਆਨੀ ਗੁਰਵਿੰਦਰ ਸਿੰਘ ਜੀ (ਭਾਈ ਨੰਦ ਲਾਲ ਸਿੰਘ ਜੀ ਗੁਰਮਤਿ ਵਿਦਿਆਲਾ ਸ੍ਰੀ ਸਰਬ ਲੋਹ ਬੁੰਗਾ,ਨੰਗਲੀ) ਵਾਲਿਆਂ ਨੇ ਇੱਕ ਜਿਲਦ (ਭਾਈ ਨੰਦ ਲਾਲ ਸਿੰਘ ਜੀ ਗ੍ਰੰਥਾਵਲੀ ਸੰਥਿਆ ਪੋਥੀ) ਵਿੱਚ ਇੱਕਤਰ ਕਰਨ ਦਾ ਸ਼ਲਾਘਾਯੋਗ ਉਪਰਾਲਾ ਕੀਤਾ ਹੈ | ਭਾਈ ਸਾਹਿਬ ਜੀ ਦੀ ਰਚਨਾ ਨੂੰ ਖਾਲਸਾ ਪੰਥ ਨੇ ਪ੍ਰਵਾਣਿਤ ਕੀਤਾ ਹੈ | ਸਿੱਖ ਰਹਿਤ ਮਰਿਯਾਦਾ ਅਨੁਸਾਰ ਭਾਈ ਨੰਦ ਲਾਲ ਸਿੰਘ ਜੀ ਦੀ ਰਚਨਾ ਸਮੁੱਚੇ ਗੁਰੂ ਘਰਾਂ ਵਿੱਚ ਪੜੀ ਅਤੇ ਗਾਇਨ ਕੀਤੀ ਜਾਂਦੀ ਹੈ | ਗਿਆਨੀ ਗੁਰਵਿੰਦਰ ਸਿੰਘ ਜੀ (ਨੰਗਲੀ) ਵਲੋਂ ਰਚਿਤ ਇਸ ਗ੍ਰੰਥਾਵਲੀ ਨੂੰ ਕਥਾਵਾਚਕ, ਵਿਦਵਾਨ-ਜਨ, ਵਿਦਿਆਰਥੀ, ਸਿਖਿਆਰਥੀ ਅਤੇ ਗੁਰੂ ਕੀ ਸੰਗਤ ਪੜ੍ਹ ਕੇ ਲਾਹਾ ਪ੍ਰਾਪਤ ਕਰ ਸਕਦੇ ਹਨ |

ਧੰਨ ਸਾਹਿਬ ਸ੍ਰੀ ਗੁਰੂ ਰਾਮਦਾਸ ਸਾਹਿਬ ਜੀ ਦੇ ਚਰਨਾਂ ਵਿੱਚ ਅਰਦਾਸ ਕਰਦਾ ਹਾਂ, ਕਿ ਸੱਚੇ ਪਾਤਸ਼ਾਹ ਜੀ ਗਿਆਨੀ ਗੁਰਵਿੰਦਰ ਸਿੰਘ ਜੀ (ਭਾਈ ਨੰਦ ਲਾਲ ਸਿੰਘ ਜੀ ਗੁਰਮਤਿ ਵਿਦਿਆਲਾ ਸ੍ਰੀ ਸਰਬ ਲੋਹ ਬੁੰਗਾ, ਨੰਗਲੀ) ਪਾਸੋਂ ਸਿਰ 'ਤੇ ਮਿਹਰ ਭਰਿਆ ਹੱਥ ਰੱਖ ਕੇ ਗੁਰੂ ਪੰਥ ਦੀਆਂ ਸੇਵਾਵਾਂ ਲੈਂਦੇ ਰਹਿਣ | ਦਾਸ ਸੱਚਖੰਡ ਸ੍ਰੀ ਹਰਿਮੰਦਰ ਸਾਹਿਬ ਜੀ ਵਲੋਂ ਬਹੁਤ ਬਹੁਤ ਵਧਾਈ ਦਿੰਦਾ ਹਾਂ |

ਗੁਰੂ ਪੰਥ ਦਾ ਦਾਸ,

ਗਿ: ਜਗਤਾਰ ਸਿੰਘ

ਸਿੰਘ ਸਾਹਿਬ ਗਿ: ਜਗਤਾਰ ਸਿੰਘ ਜੀ,
ਹੈੱਡ ਗ੍ਰੰਥੀ ਸੱਚਖੰਡ ਸ੍ਰੀ ਹਰਿਮੰਦਰ ਸਾਹਿਬ ਜੀ ।

ਫ: +91 183 253 3444, Ext. 433, ਫੈਕਸ +91 183 255 3919, ਮੋਬਾਇਲ : 98158-14397, 99144-24249 e-mail: info@sgpc.net, website: www.sgpc.net

ਭੂਮਿਕਾ

ਜਿਵੇਂ ਭਾਈ ਗੁਰਦਾਸ ਜੀ ਦੀ ਬਾਣੀ ਨੂੰ ਆਦਿ-ਬਾਣੀ ਦੀ ਕੁੰਜੀ ਕਹਿ ਕੇ ਪੰਥ 'ਚ ਸਨਮਾਨ ਦਿੱਤਾ ਜਾਂਦਾ ਹੈ, ਤਿਵੇਂ ਹੀ ਭਾਈ ਨੰਦਲਾਲ ਜੀ ਦੀ ਬਾਣੀ ਨੂੰ ਦਸਮ-ਬਾਣੀ ਦੀ ਕੁੰਜੀ ਕਹਿ ਕੇ ਸਨਮਾਨ ਦਿੰਦੇ ਹਨ। ਭਾਈ ਨੰਦਲਾਲ ਜੀ ਪ੍ਰੇਮ ਦੀ ਮੂਰਤੀ ਸਨ, ਜਿਨ੍ਹਾਂ ਦੇ ਗ੍ਰੰਥਾਂ 'ਚੋਂ ਪ੍ਰੇਮ ਉਛਲ-ਉਛਲ ਕੇ ਬਾਹਰ ਆਉਂਦਾ ਹੈ। ਭਾਈ ਸਾਹਿਬ ਦੀ ਰਚਨਾਵਲੀ ਪ੍ਰੇਮ ਦੀ ਕਿਆਰੀ ਵਤ ਹੈ, ਜਿਸ ਕਿਆਰੀ ਨੂੰ ਪੜ੍ਹ ਕੇ ਗੁਰਮੁਖਾਂ ਦੇ ਹਿਰਦੇ 'ਚ ਪ੍ਰੇਮ ਦਾ ਰੁੱਖ ਉਪਜਦਾ ਹੈ।

ਗੁਰੂ ਕਲਗੀਧਰ ਸੁਆਮੀ ਜੀ ਦੇ ਚਰਨਾਂ-ਕਵਲਾਂ ਨਾਲ ਜੇਕਰ ਪ੍ਰੀਤੀ ਕਰਨੀ ਸਿੱਖਣੀ ਹੋਵੇ, ਤਾਂ ਨੰਦਲਾਲ ਜੀ ਦੀ ਬਾਣੀ ਪੜ੍ਹ ਕੇ ਸਿੱਖੇ, ਕਿਉਂਕਿ ਪ੍ਰੇਮ ਕਰਨ ਦਾ ਸਿਖਰ (ਅਵਧੀ) ਭਾਈ ਨੰਦਲਾਲ ਜੀ ਨੇ ਸ੍ਵੈ ਗ੍ਰੰਥਾਂ 'ਚ ਦਰਸਾਇਆ ਹੈ। ਦਾਸ ਨੇ ਭਾਈ ਸਾਹਿਬ ਜੀ ਦੀਆਂ ੧੨ ਰਚਨਾਵਾਂ ਨੂੰ ਗੁਰੂ ਪੰਥ ਅਤੇ ਗੁਰੂ ਗ੍ਰੰਥ ਦੀ ਕਿਰਪਾ ਸਦਕਾ ਸੰਗ੍ਰਹਿ ਕੀਤਾ ਹੈ ਤਾਂ ਕਿ ਗੁਰ-ਸੰਗਤ ਦੇ ਮਨ 'ਚ ਪ੍ਰੇਮ ਦਾ ਬੂਟਾ ਹਰਾ ਹੋਸਕੇ। ਦਾਸ ਦੀ ਕੋਈ ਪਾਂਯਾਂ (ਸਮਰੱਥਾ) ਨਹੀਂ ਕਿ ਇਸ ਸੰਗ੍ਰਹਿ ਨੂੰ ਸੰਪੂਰਨ ਰੂਪ 'ਚ ਸ਼ੁੱਧ ਕਰਕੇ, ਆਪ ਸੰਗਤ ਦੀ ਦ੍ਰਿਸ਼ਟੀਗੋਚਰ ਕਰ ਸਕੇ, ਪਰ ਫੇਰ ਵੀ ਮੌਲਵੀ ਅਤੀਕ ਅਹਿਮਦ ਜੀ ਅਤੇ ਅਰਥ ਸੰਪ੍ਰਦਾ ਨੰਦਲਾਲ ਜੀ ਦੇ ੧੪ ਰਤਨਾਂ ਦੀ ਕਿਰਪਾ ਨਾਲ ਦਾਸ ਨੂੰ ਜਿੰਨੀ ਕੁ ਸੋਝੀ ਹੋਈ, ਉਸ ਸੋਝੀ ਨਾਲ ਦਾਸ ਨੇ ਮੂਲ ਪਾਠ ਦੀ ਦਰੁਸਤੀ, ਪਾਠਭੇਦਾਂ ਦੀ ਜਾਣਕਾਰੀ, ਵਿਸਰਾਮ, ਉਚਾਰਣ ਭੇਦ, ਫ਼ਾਰਸੀ ਵਿਆਕਰਣਕ ਨਿਯਮਾਂ ਦੀ ਜਾਣਕਾਰੀ ਇਸ ਸੰਗ੍ਰਹਿ 'ਚ ਦੇਣ ਦਾ ਯਤਨ ਕੀਤਾ ਹੈ।

ਇਸ ਮਹਾਨ ਕਾਰਜ 'ਚ ਜਿੱਥੇ ਸ੍ਰੀ ਮਿਸਲ ਸ਼ਹੀਦਾਂ ਤਰਨਾ ਦਲ ਦੇ ਮੌਜੂਦਾ ੧੫ਵੇਂ ਮੁਖੀ ਸਿੰਘ ਸਾਹਿਬ ਜਥੇਦਾਰ ਬਾਬਾ ਗੱਜਣ ਸਿੰਘ ਜੀ, ਬਾਬਾ ਅਵਤਾਰ ਸਿੰਘ ਜੀ ਦਲ ਬਾਬਾ ਬਿਧੀਚੰਦ, ਬਾਬਾ ਗੁਰਦੇਵ ਸਿੰਘ ਜੀ ਸ਼ਹੀਦੀ ਬਾਗ ਵਾਲੇ,ਸਿੰਘ ਸਾਹਿਬ ਜਥੇਦਾਰ ਬਾਬਾ ਕੁਲਵੰਤ ਸਿੰਘ ਜੀ ਸੱਚਖੰਡ ਸ੍ਰੀ ਹਜ਼ੂਰ ਸਾਹਿਬ, ਸ੍ਰੀਮਾਨ ੧੦੮ ਸੁਆਮੀ ਗਿਆਨਦੇਵ ਸਿੰਘ ਜੀ (ਨਿਰਮਲ ਪੰਚਾਇਤੀ ਅਖਾੜਾ ਦੇ ਸ੍ਰੀ ਮਹੰਤ), ਸੰਤ ਨਿਸ਼ਾਨ ਸਿੰਘ ਜੀ ਨਾਮਧਾਰੀ, ਸੰਤ ਗਿਆਨੀ ਸ਼ੇਰ ਸਿੰਘ ਜੀ ਅੰਬਾਲਾ, ਸੰਤ ਤੇਜਾ ਸਿੰਘ ਜੀ ਖੁੱਡਾ ਕੁਰਾਲਾ ਆਦਿਕਾਂ ਨੇ ਇਸ ਕਾਰਜ 'ਚ ਦਾਸ ਦੇ ਉੱਪਰ ਖ਼ਾਸ ਕਿਰਪਾ ਬਣਾਈ, ਉਥੇ ਹੀ ਇਸ ਕਾਰਜ 'ਚ ਗਿਆਨੀ ਮਹਿਤਾਬ ਸਿੰਘ ਜੀ ਭੰਬੋਈ, ਸੰਤ

ਦਰਸ਼ਨ ਸਿੰਘ ਜੀ ਬਨਾਰਸ, ਸੰਤ ਜਸਵਿੰਦਰ ਸਿੰਘ ਜੀ ਬਨਾਰਸ, ਗਿਆਨੀ ਜਸਵੀਰ ਸਿੰਘ ਕੋਹਾਲਾ, ਗਿਆਨੀ ਗਗਨਜੋਤ ਸਿੰਘ ਪਟਿਆਲਾ,ਗਿਆਨੀ ਦੀਪ ਸਿੰਘ ਪਾਉਂਟਾ ਸਾਹਿਬ ਵਾਲੇ, ਬੀਬੀ ਕਿਰਨਦੀਪ ਕੌਰ ਸੁਲਤਾਨਵਿੰਡ, ਗਿਆਨੀ ਗੁਰਜੰਟ ਸਿੰਘ ਜੀ ਪਟਿਆਲਾ, ਗਿਆਨੀ ਸੁੱਖਾ ਸਿੰਘ ਜੀ ਯੂ.ਕੇ. ਨੇ ਵਿਸ਼ੇਸ਼ ਸੁਝਾਅ ਦੇਣ ਅਤੇ ਪਰੂਫ ਰੀਡਿੰਗ ਕਰਨ 'ਚ ਖ਼ਾਸੀ ਮਦਦ ਕੀਤੀ ਹੈ।

ਬਹੁਤ ਖੁਸ਼ੀ ਦੀ ਗੱਲ ਇਹ ਹੈ ਕਿ ਜਦ ਦਾਸ ਇਸ ਸੰਗ੍ਰਹਿ ਨੂੰ ਸੰਪੂਰਨਤਾ ਦੇ ਪਾਸੇ ਵੱਲ ਲੈ ਕੇ ਜਾ ਰਿਹਾ ਸੀ ਤਾਂ ਭਾਈ ਨੰਦਲਾਲ ਸਾਹਿਬ ਜੀ ਦੀ ਅੰਸ-ਬੰਸ ਚੋਂ ੨੧ਵੀਂ ਪੀੜ੍ਹੀ ਦੇ ਵਾਰਿਸਾਂ ਨਾਲ ਮੇਲ ਹੋਇਆ ਅਤੇ ਉਹਨਾਂ ਨੇ ਭਾਈ ਸਾਹਿਬ ਜੀ ਦੀਆਂ ਰਚਨਾਵਾਂ ਨੂੰ ਪੰਥ ਵਿੱਚ ਪ੍ਰਚਾਰਨ 'ਤੇ ਬਹੁਤ ਅਸੀਸਾਂ ਦਿੱਤੀਆਂ। ਉਹਨਾਂ ਦੇ ਖਾਨਦਾਨ ਵਿੱਚ ਜੋ ਭਾਈ ਸਾਹਿਬ ਜੀ ਦੀ ਬੰਸ ਪ੍ਰਣਾਲੀ ਦਾ ਸਿਜਰਾ ਚੱਲਦਾ ਹੈ ਉਹ ਵੀ ਕਿਤਾਬਚੇ ਰੂਪ ਵਿੱਚ ਹਾਜ਼ਿਰ ਕੀਤਾ।

ਸੋ ਦਾਸ ਨੇ ਇਹ ਸੰਗ੍ਰਹਿ ਆਪਣੇ ਵਿੱਦਿਆ ਦਾਤੇ ਸੰਤ ਗਿ: ਹਰਦੀਪ ਸਿੰਘ ਜੀ ਹਜ਼ੂਰੀ ਟਕਸਾਲ ਦੀ ਮਿਹਨਤ ਨੂੰ ਅਮਰ ਕਰਨ ਅਤੇ ਉਨ੍ਹਾਂ ਦੀ ਅੰਤਿਮ ਇੱਛਾ ਨੂੰ ਪੂਰਿਆਂ ਕਰਨ ਲਈ, ਬਹੁਤ ਮਿਹਨਤ ਅਤੇ ਲਗਨ, ਸ਼ਿੱਦਤ ਨਾਲ ਕੀਤਾ ਹੈ। ਓੜਕ ਏਹੀ ਅਰਦਾਸ ਹੈ ਕਿ ਇਹ ਗ੍ਰੰਥ ਆਪ ਸੰਗਤ ਦੇ ਹਿਰਦੇ 'ਚ ਪ੍ਰੇਮ ਦਾ ਬੂਟਾ ਹਰਾ ਭਰਾ ਕਰੇ ਅਤੇ ਵਿੱਦਿਆ ਦਾਤੇ ਨੂੰ ਗੁਰੂ ਪਾਤਿਸ਼ਾਹ ਸ੍ਰੈ ਚਰਨਾਂ 'ਚ ਸਦਾ ਲਈ ਅਭੇਦਤਾ ਬਖਸ਼ ਕੇ ਨਿਹਾਲ ਕ੍ਰਿਤਾਰਥ ਕਰਨ।

ਦਾਸਨਿ ਦਾਸ :

ਸੰਤਰੇਨ ਗਿਆਨੀ ਗੁਰਵਿੰਦਰ ਸਿੰਘ

ਪ੍ਰਚਾਰਕ ਸ੍ਰੀ ਮਿਸਲ ਸ਼ਹੀਦਾਂ ਤਰਨਾ ਦਲ

ਸ੍ਰੀ ਬਾਬਾ ਬਕਾਲਾ ਸਾਹਿਬ

ਸੰਚਾਲਕ ਸ੍ਰੀ ਸਰਬਲੋਹ ਬੁੰਗਾ ਨੰਗਲੀ

ਟੀਕਾਕਾਰ ਬਾਰੇ

ਹੱਥਲੀ ਪੁਸਤਕ 'ਦਸ਼ਮੇਸ਼ ਮਹਿਮਾ' ਦੀ ਲਿਖਾਈ ਸਤਿਗੁਰੂ ਕਲਗੀਧਰ ਜੀ ਗੁਰੂ ਗੋਬਿੰਦ ਸਿੰਘ ਜੀ ਨੇ ਕ੍ਰਿਪਾ ਕਰਕੇ ਸਿੱਖ ਪੰਥ ਦੇ ਮਹਾਨ ਵਿਦਵਾਨ ਗਿਆਨੀ ਸੰਤ ਬਾਬਾ ਗੁਰਵਿੰਦਰ ਸਿੰਘ ਜੀ ਨੰਗਲੀ ਵਾਲਿਆਂ ਪਾਸੋਂ ਕਰਵਾਈ। ਬਾਬਾ ਗੁਰਵਿੰਦਰ ਸਿੰਘ ਜੀ ਨੂੰ ਇਸ ਗ੍ਰੰਥ ਲਿਖਣ ਲਈ ਭਾਵੇਂ ਬਹੁਤ ਸਾਰੇ ਵਿਦਿਆਰਥੀਆਂ, ਗੁਰੂਜਨਾਂ, ਵਿਦਵਾਨਜਨਾਂ ਨੇ ਪ੍ਰੇਰਿਤ ਕੀਤਾ, ਪਰ ਇਸ ਦੇ ਨਾਲ ਹੀ ਸ੍ਰੀ ਮਿਸਲ ਸ਼ਹੀਦਾਂ ਤਰਨਾ ਦਲ ਦੇ ੧੫ਵੇਂ ਜਥੇਦਾਰ ਸਿੰਘ ਸਾਹਿਬ ਜਥੇਦਾਰ ਬਾਬਾ ਗੱਜਣ ਸਿੰਘ ਜੀ ਅਤੇ ਸੰਤ ਗੁਰਦੇਵ ਸਿੰਘ ਜੀ ਗੁਰਦੁਆਰਾ ਸ਼ਹੀਦੀ ਬਾਗ ਵਾਲਿਆਂ ਦੀ ਬਖਸ਼ਿਸ਼ ਨਾਲ ਇਸ ਗ੍ਰੰਥ ਦੀ ਲਿਖਾਈ ਸੰਤ ਗਿ: ਗੁਰਵਿੰਦਰ ਸਿੰਘ ਜੀ ਨੇ ਪੂਰੀ ਕੀਤੀ ਹੈ।

ਟੀਕਾਕਾਰ ਦਾ ਨਗਰ

ਸੰਤ ਗਿਆਨੀ ਗੁਰਵਿੰਦਰ ਸਿੰਘ ਜੀ ਦਾ ਜਨਮ ਨੰਗਲੀ ਨਗਰ 'ਚ ਹੋਇਆ। ਇਸ ਨਗਰ ਬਾਰੇ ਪੁਰਾਤਨ ਬਜ਼ੁਰਗਾਂ ਦਾ ਅਨੁਭਵ ਹੈ ਕਿ ਇਸ ਇਲਾਕੇ 'ਚ ਗੁਰੂ ਨਾਨਕ ਦੇਵ ਜੀ ਸੁਭਾਗੀ ਚਰਨ ਪਏ, ਤਿਨ੍ਹਾਂ ਦੀ ਕਿਰਪਾ ਨਾਲ ਹੀ ਇਸ ਇਲਾਕੇ ਨੂੰ ਏਡੇ ਵੱਡੇ ਭਾਗ ਲੱਗੇ। ਜਿੱਥੇ ਬਾਬਾ ਬੁੱਢਾ ਜੀ ਦੇ ਵੰਸ਼ਜਾਂ ਨੇ ੧੨ ਪਿੰਡ ਰੰਧਾਵਿਆਂ ਗੁਰਸਿੱਖਾਂ ਦੇ ਵਸਾਏ ਅਤੇ ਗੁਰਸਿੱਖੀ ਦੇ ਪ੍ਰਚਾਰ ਪ੍ਰਸਾਰ ਕਰਨ 'ਚ ਮਹਾਨ ਹਿੱਸੇ ਪਾਏ ਹਨ। ਸਿੰਘ ਸਾਹਿਬ ਜਥੇਦਾਰ ਬਾਬਾ ਕਰਮ ਸਿੰਘ ਜੀ ੯੬ ਕਰੋੜੀ ਡੰਡਿਆਂ ਵਾਲੇ ਇਕ ਵਾਰ ਆਪਣੇ ਵਹੀਰ ਸਮੇਤ ਨੰਗਲੀ ਨਗਰ ਪਧਾਰੇ ਅਤੇ ਆਪ ਜੀ ਨੇ ਬਚਨ ਫ਼ਰਮਾਏ ਕਿ ਇਸ ਨਗਰ 'ਚ ਮੀਰੀ-ਪੀਰੀ ਦੇ ਮਾਲਿਕ ਸ੍ਰੀ ਗੁਰੂ ਹਰਿਗੋਬਿੰਦ ਸਾਹਿਬ ਜੀ ਦੇ ਵੀ ਚਰਨ ਪਏ ਹਨ। ਮਹਾਂਪੁਰਖਾਂ ਨੇ ਜਿਸ ਜਗ੍ਹਾ ਵੱਲ ਇਸ਼ਾਰਾ ਕੀਤਾ, ਉੱਥੇ ਇਕ ਬੇਰੀ ਸੀ, ਜਿਸ ਨੂੰ ਲੋਕ "ਗੁਰੂ ਕੀ ਬੇਰੀ" ਕਹਿੰਦੇ ਸਨ।

ਗੁਰੂ ਹਰਿਗੋਬਿੰਦ ਸਾਹਿਬ ਜੀ ਦਾ ਆਉਣਾ

ਮੀਰੀ-ਪੀਰੀ ਦੇ ਮਾਲਿਕ ਸਤਿਗੁਰੂ ਗੁਰੂ ਹਰਿਗੋਬਿੰਦ ਸਾਹਿਬ ਜੀ ਚੇਲੇਆਣੇ ਸਾਹਿਬ, ਬਾਬੇ ਜੱਸੇ ਨੂੰ ਚੇਲੇ ਦਾ ਵਰਦਾਨ ਦੇ ਕੇ ਇਧਰ ਨੰਗਲੀ ਨਗਰ ਵਾਲੇ ਪਾਸੇ ਨੂੰ ਜਦ ਆਏ ਤਾਂ ਉਸ ਸਮੇਂ ਇਸ ਇਲਾਕੇ 'ਚ ਕੋਈ ਅਬਾਦੀ ਨਹੀਂ ਸੀ, ਸਗੋਂ ਬੀਆਬਾਨ

ਇਲਾਕਾ, ਸੰਘਣੀਆਂ ਰੁੱਖਾਂ ਦੀਆਂ ਝੰਗਾਂ ਪਈਆਂ ਸਨ ਅਤੇ ਦੂਰ-ਦੂਰ ਤੱਕ ਪਸ਼ੂ ਚੁੱਗਦੇ ਸਨ। ਸੰਘਣੀਆਂ ਰੁੱਖਾਂ ਦੀਆਂ ਝੰਗਾਂ 'ਚ ਬੈਠ ਕੇ ਸਾਧੂ ਨਾਮ ਜਪਦੇ ਸਨ। ਜਿਨ੍ਹਾਂ ਤਲਾਬਾਂ ਦੇ ਨੇੜੇ ਬੈਠ ਕੇ ਸਾਧੂ ਨਾਮ ਜਪਦੇ ਸਨ, ਉਹ ਤਲਾਬ ਨਮੂਨੇ-ਮਾਤਰ ਅੱਜ ਵੀ ਹਾਜ਼ਿਰ ਹਨ ਜਿਵੇਂ ਬਾਬਾ ਤਾਲ, ਜੱਸੂਆਣਾ, ਕੋਟ ਵਾਲਾ ਖੂਹ।

ਛੇਵੇ ਪਾਤਿਸ਼ਾਹ ਦਾ ਬਾਬਾ ਬੁੱਢਾ ਜੀ ਨੂੰ ਵਰਦਾਨ

ਮੀਰੀ-ਪੀਰੀ ਦੇ ਮਾਲਿਕ ਗੁਰਦੇਵ ਪਾ ਹ ਜੀ ਨੇ ਇਸ ਸ਼ਾਂਤਿ ਇਲਾਕੇ ਨੂੰ ਵੇਖ ਕੇ ਏਥੇ ਬੇਰੀ ਦੀ ਲੱਕੜ ਗੱਡ ਕੇ ਆਪਣਾ ਗ਼ ਬੱਧਾ ਅਤੇ ਦੁਪਹਿਰਾ ਕੱਟਿਆ। ਉਹ ਲੱਕੜ ਦਾ ਕਿੱਲਾ, ਫਿਰ ਸਮੇਂ ਨਾਲ ਰੁੱਖ ਦਾ ਰੂਪ ਧਾਰਨ ਕਰ ਗਿਆ। ਏਥੋਂ ਅੱਗੇ ਪ੍ਰਸਥਾਨ ਕਰਨ ਵੇਲੇ ਛੇਵੇਂ ਪਾਤਿਸ਼ਾਹ ਨੇ ਫ਼ਰਮਾਇਆ ਏਹ ਤਪ ਕਰਨ ਵਾਲੀ, ਤਪੋ-ਭੂਮੀ ਹੈ। ਸਮੇਂ ਨਾਲ ਇਸ ਇਲਾਕੇ 'ਚ ਸੰਤਾਂ ਦਾ ਆਉਣਾ-ਜਾਣਾ ਤੇ ਸੰਤਾਂ ਦਾ ਗੜ੍ਹ ਹੋਵੇਗਾ ਅਤੇ ਬਾਬਾ ਬੁੱਢਾ ਜੀ ਨੂੰ ਮੁਖਾਤਿਬ ਕਰਕੇ ਵਰਦਾਨ ਰੂਪ 'ਚ ਬਚਨ ਕੀਤੇ ਕਿ ਆਪ ਜੀ ਦੀ ਰੰਧਾਵਿਆਂ ਦੀ ਕੁਲ ਏਥੇ ਵਧੇ ਫੁੱਲੇ। ਨਿਰਮਲੇ ਮਹਾਂਪੁਰਖ ਬਾਬਾ ਪਾਲ ਸਿੰਘ ਜੀ ਲੋਹੀਆਂ ਵਾਲਿਆਂ ਦੇ ਅਨੁਸਾਰ ਛੇਵੇਂ ਪਾਤਿਸ਼ਾਹ ਦੇ ਬਚਨਾਂ ਸਦਕਾ ਬਾਬਾ ਬੁੱਢਾ ਜੀ ਦੀ ਬੰਸ ਚੋਂ ਬਾਬਾ ਅਮਰਦਾਸ ਜੀ ਸਭ ਤੋਂ ਪਹਿਲੇ ਇਸ ਇਲਾਕੇ 'ਚ ਆਏ ਅਤੇ ਕੁਵਾਟਪਿੰਡ ਉੱਚੇ ਟਿੱਲੇ ਤੇ ਬਿਰਾਜਮਾਨ ਸਿੱਧਾਂ,ਨਾਥਾਂ ਦੇ ਨਾਲ ਗੋਸਟ ਕੀਤੀ ਅਤੇ ਉਨ੍ਹਾਂ ਨੂੰ ਗੁਰੂ-ਚਰਨਾਂ ਨਾਲ ਜੋੜਿਆ।

ਰੰਧਾਵਿਆਂ ਦੇ ੧੨ ਪਿੰਡ ਵੱਸਣੇ

ਬਾਬਾ ਅਮਰਦਾਸ ਜੀ ਤੋਂ ਰੰਧਾਵੇ ਇਸ ਇਲਾਕੇ 'ਚ ਏਨ੍ਹੇ ਵਧੇ-ਫੁੱਲੇ ਕਿ ਇਸ ਇਲਾਕੇ 'ਚ ਹੌਲੀ-ਹੌਲੀ ਰੰਧਾਵਿਆਂ ਦੇ ੧੨ ਪਿੰਡ ਬੱਝ ਗਏ। ਰੰਧਾਵੇ ਭਾਈਚਾਰੇ ਦੇ ਲੋਗ ਗੁਰੂ ਨਾਨਕ, ਸਿੱਧ ਸਾਹੂ ਦੇ ਟਿੱਲੇ, ਮਹਿਮਨ ਸਾਹਿਬ ਦੀ ਸਮਾਧ, ਬਾਬੇ ਬੁੱਢੇ ਦੇ ਦਰਬਾਰ ਦੀ ਖ਼ਾਸ ਕਰਕੇ ਪੂਜਾ ਕਰਦੇ ਹਨ। ਬਾਬਾ ਬੁੱਢਾ ਜੀ ਦਾ ਜਨਮ ਕੱਥੂ ਨੰਗਲ 'ਚ ਹੋਣ ਕਰੇ ਬਾਬੇ ਬੁੱਢੇ ਦੇ ਵੰਸ਼ਜ ਰੰਧਾਵੇ ਜਿੱਥੇ ਵੀ ਵੱਸਦੇ ਹਨ, ਉਹ ਆਪਣੇ ਪਿੰਡ ਦਾ ਨਾਮ ਰੱਖਣ ਸਮੇਂ, ਪਿੰਡ ਦੇ ਨਾਮ ਪਿੱਛੇ ਨੰਗਲ ਜ਼ਰੂਰ ਲਿਖਦੇ ਹਨ, ਜਿਵੇਂ ਕੈਰੋਂ ਨੰਗਲ, ਉਦੋ ਨੰਗਲ ਨਾਨਕ ਨੰਗਲ, ਰੰਗੜ ਨੰਗਲ ਆਦਿਕ। ਕਈ ਰੰਧਾਵਿਆਂ ਨੇ ਕੱਥੂ ਨੰਗਲ ਦੇ ਵਾਸੀ ਅਖਵਾਉਣ ਲਈ ਆਪਣੇ ਪਿੰਡਾਂ ਦਾ ਨਾਮ ਨੰਗਲੀ ਵੀ ਰੱਖੇ ਹਨ। ਨੰਗਲੀ ਭਾਵ ਜਿਸ ਦਾ ਕੱਥੂ ਨੰਗਲ ਨਾਲ ਸਬੰਧ ਹੋਵੇ, ਜਿਵੇਂ ਜੰਗਲੀ ਤੋਂ ਭਾਵ ਜਿਸ ਦਾ ਜੰਗਲ ਨਾਲ ਸਬੰਧ ਹੋਵੇ।

ਰੰਧਾਵਿਆਂ ਦਾ ਪਿਛੋਕੜ

ਪੁਰਾਨਿਕ ਕਥਾ ਹੈ ਕਿ ਬ੍ਰਹਮਾ ਦੇ ਦੋ ਪੁੱਤਰਾਂ ਚੋਂ ਅੱਤ੍ਰੀ ਦੇ ਘਰ ਸੋਮ ਅਤੇ ਸੋਮ ਦੇ ਚੰਦਰਮਾ ਪੈਦਾ ਹੋਏ, ਜਿਸ ਤੋਂ ਚੰਦ੍ਰਬੰਸੀ ਛੱਤ੍ਰੀ ਚੱਲੇ। ਚੰਦ੍ਰਬੰਸੀ ਛੱਤ੍ਰੀਆਂ ਨੇ ਕਈ ਸਦੀਆਂ ਤੱਕ ਰਾਜ ਕੀਤਾ। ਰਾਜੇ ਦੁਰਜੋਧਨ, ਯੁਧਿਸ਼ਟਰ ਤੋਂ ਲੈ ਕੇ ਪ੍ਰਿਥੀਚੰਦ ਤੱਕ ੨੧ ਰਾਜਿਆਂ ਨੇ ੪੪੨੦ ਵਰ੍ਹੇ ਰਾਜ ਕੀਤਾ। ਇਸ ਸਿਲਸਿਲੇ 'ਚ ਰਾਜਾ ਜੈਸਲਮੇਰ, ਹਿਮਹਿਲ, ਜੂੰਧਰ ਜੀ ਪਿਉ ਪੁੱਤ ਹੋਏ, ਜੂੰਧਰ ਦੇ ੨੧ ਪੁੱਤਰਾਂ ਚੋਂ ਰੰਧਾਵਾ ਜੀ ਹੋਏ, ਜਿਸ ਤੋਂ ਰੰਧਾਵਾ ਗੋਤ ਚਲੀ। ਇਹ ਰੰਧਾਵੇ ਕਿਸੇ ਸਮੇਂ ਬੀਕਾਨੇਰ ਦੇ ਤਾਂਮਕੋਟ ਤੋਂ ਉੱਠ ਕੇ ਬਿਆਸਾ ਅਤੇ ਰਾਵੀ ਦੇ ਵਿਚਕਾਰ ਬਟਾਲਾ ਪਿੰਡ ਵਸਾ ਕੇ ਵੱਸੇ। ਬਟਾਲਾ ਮੁਗਲਾਂ ਨੇ ਉਜਾੜ ਦਿੱਤਾ ਅਤੇ ਫਿਰ ਏਨ੍ਹਾਂ ਨੇ ੧੨੭੨ ਬਿਕਰਮੀ 'ਚ ਚਮੁੰਡਾ ਵਸਾਇਆ। ਜਿਸ ਨੂੰ ਅੱਜਕਲ੍ਹ ਚਮੁੰਡਾ ਦੇਵੀ ਕਹਿੰਦੇ ਹਨ। ਚਮੁੰਡਾ ਤੋਂ ਅੱਗੇ ਬਾਬੇ ਦੇ ਪੁੱਤ ਕੱਥੂ ਨੇ ਕੱਥੂਨੰਗਲ ਵਸਾਇਆ ਸੀ।

ਕੁਵਾਟਪਿੰਡ ਪਿੰਡ ਬੱਝਣਾ

ਸੋ ਬਾਬਾ ਅਮਰਦਾਸ ਜੀ ਦੇ ਉੱਚੇ ਟਿੱਲੇ ਉੱਪਰ ਆਟਾ ਪੀਹਣ ਵਾਲਾ ਘਰਾਟ ਲਗਾਇਆ ਸੀ, ਜੋ ਬਲਦਾਂ ਨਾਲ ਚੱਲਦਾ ਸੀ ਅਤੇ ਆਸ-ਪਾਸ ਦੇ ਰੰਧਾਵਿਆਂ ਦੇ ਪਿੰਡਾਂ ਨੂੰ ਆਟਾ ਏਥੋਂ ਜਾਂਦਾ ਸੀ ਤਾਂ ਇਸ ਪਿੰਡ ਦਾ ਨਾਮ ਘਰਾਟ ਪਿੰਡ ਤੋਂ ਹੌਲੀ-ਹੌਲੀ ਕੁਵਾਟਪਿੰਡ ਪ੍ਰਚੱਲਿਤ ਹੋ ਗਿਆ। ਕੋਹਾਟਪਿੰਡ ਦੇ ਬਿਲੁਕਲ ਪਾਸ ਹੀ ਰੰਧਾਵਿਆਂ ਦੇ ਦੋ ਪਿੰਡ ਨੰਗਲ ਅਤੇ ਨੰਗਲੀ ਵੱਸੇ। ੧੭੨੫ ਈ. ਦੇ ਆਪ-ਪਾਸ ਕੁਝ ਰੰਧਾਵੇ ਇਸ ਇਲਾਕੇ ਦਿਆਂ ਡ਼ੰਗਾਂ 'ਚ ਕੈਰੋਂ ਨੰਗਲ ਤੋਂ ਵੀ ਆ ਕੇ ਵੱਸੇ।

ਸਰਦਾਰ ਰਤਨ ਸਿੰਘ ਜੀ ਭੰਗੂ ਪ੍ਰਾਚੀਨ ਪੰਥ ਪ੍ਰਕਾਸ਼ 'ਚ ਲਿਖਦੇ ਹਨ ਕਿ ਬਾਬਾ ਤਾਰਾ ਸਿੰਘ ਜੀ ਵਾਂ ਵਾਲਿਆਂ ਦੀ ਸ਼ਹੀਦੀ ਤੋਂ ਬਾਅਦ ਲਾਹੌਰ ਦੇ ਸਰਦਾਰ ਨੇ ਜਿਸ ਸਮੇਂ ਸਿੰਘਾਂ ਉੱਪਰ ਬਹੁਤ ਤੰਜ ਕੱਸਿਆ, ਉਸ ਵੇਲੇ ਕੈਰੋਂ ਨੰਗਲ 'ਚ ਵੱਸਣ ਵਾਲੇ ਗੁਰੂ ਕੇ ਮਹਾਨ ਸਿਦਕੀ ਰੰਧਾਵੇ ਸਿੰਘਾਂ ਉੱਪਰ ਬਹੁਤ ਭਾਰੀ ਕਹਿਰ ਦੀ ਹਨੇਰੀ ਝੁੱਲੀ। ਭਾਈ ਸਾਹਿਬ ਜੀ ਲਿਖਦੇ ਹਨ ਕਿ ਚਮੁੰਡੇ ਪਿੰਡ ਦੇ ਨੇੜੇ ਕੈਰੋਂ ਨੰਗਲ ਪਿੰਡ ਹੈ। ਏਥੋਂ ਦੇ ਲੋਗ ਬੜੇ ਬਹਾਦਰ ਜੋਧੇ ਸਨ। ਨੰਗਲ ਲਫਜ਼, ਦੰਗਲ ਤੋਂ ਬਣਿਆ ਹੈ ਜਿਸ ਦਾ ਅਰਥ ਜੁੱਧ ਹੈ। ਇਸ ਪਿੰਡ 'ਚ ਹਮੇਸ਼ਾਂ ਜੁੱਧ ਦੀ ਹੀ ਗੱਲ ਚਲਦੀ ਸੀ। ਏਥੋਂ ਦੇ ਲੋਕ ਗੁਰੂ ਕਲਗੀਧਰ ਦੇ ਸਿੰਘ ਸੱਜੇ ਹੋਏ ਸਨ ਅਤੇ ਪੰਥ 'ਚ ਰਲਮਿਲ ਕੇ ਹਮੇਸ਼ਾਂ ਦੰਗੇ ਹੀ ਕਰਦੇ ਸਨ। ਗ਼ਰੀਬਾਂ ਦੀ ਇੱਜ਼ਤ ਦੇ ਰਾਖੇ ਬਣਨਾ ਅਤੇ ਜ਼ਾਲਿਮਾਂ ਨੂੰ ਮਾਰਨਾ ਏਨ੍ਹਾਂ ਦਾ ਪੇਸ਼ਾਵਰ ਕੰਮ ਸੀ।

ਯਥਾ :-

ਹੁਤਿ ਰੰਧਾਵੇ ਚਮੁੰਡੇ ਬਾਈ ਪਾਸ॥ ਮਧ ਇਕ ਕੈਰੋਂ ਨੰਗਲ ਭਾਸ॥
ਉਨ ਮਧ ਤੇ ਕੁਝ ਗੁਰ ਪੰਥ ਆਏ॥ਖੰਡੇ ਪਾਹੁਲ ਲਈ ਸਸਤ੍ਰ ਉਠਾਏ॥੩॥

ਜਿਮ ਸ੍ਰੀ ਸਤਿਗੁਰ ਆਗਜਾ ਦਈ॥ ਵਹੀ ਭਾਂਤਿ ਭਿਨ ਕਰਨੀ ਠਈ॥
ਰਲੇ ਪੰਥ ਗੁਰ ਕਰੇਂ ਦੰਗਾਹੀ॥ ਲਹੌਰੈ ਦਿੱਲੀ ਰਾਹੁ ਲੁਟ ਖਾਈ॥ ੪॥

ਏਨ੍ਹਾਂ ਦੰਗਲੀ ਰੰਧਾਵਿਆਂ ਦੀ ਖ਼ਬਰ ਲਾਹੌਰ ਦੇ ਹਾਕਿਮ ਕੋਲ ਪਹੁੰਚੀ ਅਤੇ ਉਸ ਨੇ ਏਨ੍ਹਾਂ ਨੰਗਲ ਵਾਲਿਆਂ ਰੰਧਾਵਿਆਂ ਨੂੰ ਨੱਥ ਪਾਉਣ ਲਈ ਵੱਡਾ ਯਤਨ ਕਰਨਾ ਪ੍ਰਾਰੰਭ ਕਰ ਦਿੱਤਾ।

ਯਥਾ :-

ਸੋਊ ਖਬਰ ਯਹਿ ਤੁਰਕਨ ਪਾਈ॥ ਆਏ ਮਾਰਨ ਉਨ ਕਰ ਧਾਈ॥ ੫॥

ਤੁਰਕਾਂ ਦਾ ਆਉਣਾ ਸੁਣ ਕੇ, ਸਿੰਘਾਂ ਨੇ ਸ੍ਵੈ ਬਚਾਅ ਲਈ ਸ਼ੰਭਾ, ਝੰਘਾਂ, ਜੰਗਲਾਂ-ਬੇਲਿਆਂ ਦੀ ਪਨਾਹ ਲੈਣੀ ਸ਼ੁਰੂ ਕਰ ਦਿੱਤੀ।

ਯਥਾ :-

ਸਿੰਘਨ ਪੈ ਗੜ ਨਹਿ ਹੁਤੋ, ਜਿਨ ਕੀ ਓਟ ਲੜਾਹਿ॥
ਉਠ ਨਠ ਰੋਹੀ ਮਧ ਛਿਪਹਿ, ਖੂਹਨ ਖੁੱਡਨ ਮਾਹਿ॥ ੬॥

ਐਸੇ ਬਿਖੜੇ ਸਮੇਂ ਦੇ ਹਾਲਤਾਂ 'ਚ ਕੁਵਾਟਵਿੰਡ ਦੇ ਆਸ-ਪਾਸ ਜੰਗਲੀ ਬੇਲਿਆਂ 'ਚ ਏਨ੍ਹਾਂ ਰੰਧਾਵਿਆਂ ਸਿੰਘਾਂ ਪਨਾਹ ਲੈ ਕੇ ਗੁਜ਼ਾਰਾ ਕੀਤਾ। ਅੱਜ ਵੀ ਇਸ ਇਲਾਕੇ 'ਚ ਨਿਸ਼ਾਨੀ ਵਜੋ ਪੁਰਾਤਨ ਅਸਥਾਨ ''ਸਿੰਘ ਬੇਲਾ'' ਹੈ। ਜਿੱਥੇ ਗਦਰੀ ਬਾਬੇ ਵੀ ਸਮੇ ਨਾਲ ਮੀਟਿੰਗਾਂ ਕਰਦੇ ਰਹੇ।

ਕਦੇ-ਕਦੇ ਰਾਤ ਨੂੰ ਸਿੰਘ ਆਪਣੇ ਪਰਿਵਾਰਾਂ ਕੋਲ ਜਾਂਦੇ। ਬਹੁਤਾ ਸਮਾਂ ਏਨ੍ਹਾਂ ਬੇਲਿਆਂ 'ਚ ਹੀ ਸਮਾਂ ਗੁਜ਼ਾਰਦੇ ਸਨ।

ਯਥਾ :-

ਹੁਤੇ ਵਤਨ ਮਧ ਸਾਕਿ ਮਿਤਿ, ਸਿੰਘ ਬਸੈਂ ਨਿਜ ਦੇਸ॥
ਤਿਹੀਂ ਗੁਜਾਰਾ ਸਿੰਘ ਕਰਹਿ, ਲੁਕ ਛਪ ਰਖ ਗੁਰ ਭੇਸ॥ ੧੨॥

ਜਦ ਏਹ ਸਿੰਘ ਤੁਰਕਾਂ ਦੇ ਕਾਬੂ ਨਾ ਆਉਂਦੇ ਦਿਸੇ ਤਾਂ ਕੈਰੋਂ ਨੰਗਲ ਦੇ ਕੋਲ ਵੱਸਦੇ ਪਿੰਡ ਸਜਾਦੇ ਦੇ ਹਿੰਦੂਆਂ ਨੇ ਤੁਰਕਾਂ ਅੱਗੇ ਪ੍ਰਸਤਾਵ ਰੱਖਿਆ ਕਿ ਜੇਕਰ ਸਿੰਘਾਂ ਦੀ ਜ਼ਮੀਨ ਤੁਸੀਂ ਸਾਡੇ ਨਾਮ ਕਰਦੇ ਹੋ ਤਾਂ ਅਸੀਂ ਮੁਖਬਰੀ ਕਰਕੇ ਸਿੰਘ ਫੜਾਵਾਂਗੇ ਅਤੇ ਸਿੰਘਾਂ ਦਾ ਇਸ ਇਲਾਕੇ ਚੋਂ ਗਰਭ ਛੇਦ ਹੀ ਕਰ ਦੇਵਾਂਗੇ।

ਯਥਾ:-

ਪਹਿਲੋਂ ਤੁਰਕਨ ਤੇ ਭੂਮ ਲਿਖਵਾਇ॥ ਗਰਭ ਛੇਦ ਇਨ ਦਯੇ ਕਰਵਾਇ॥੧੫॥

ਗੁਪਤ ਮੀਟਿੰਗ ਤੋਂ ਬਾਅਦ ਏਨ੍ਹਾਂ ਮੁਖਬਰੀਆਂ ਨੇ ਸਿੰਘ ਫੜਾਉਣੇ ਸ਼ੁਰੂ ਕਰ ਦਿੱਤੇ।

ਇਸ ਦੌਰ 'ਚ ਬਹੁਤ ਰੰਧਾਵੇ ਸਿੰਘ ਸ਼ਹੀਦ ਹੋਏ। ਰਤਨ ਸਿੰਘ ਜੀ ਲਿਖਦੇ ਹਨ ਕਿ ਇਸ ਮਹਾਂ ਸੰਗ੍ਰਾਮ 'ਚ ਕੈਰੋਂ ਨੰਗਲ ਦੇ ਚਾਰੇ ਪਾਸੇ ਦੂਰ ਦੁਰੇਡੇ ਤੱਕ ਛਾਪੇਮਾਰੀ ਕਰ ਕਰਕੇ ਸਿੰਘਾਂ ਨੂੰ ਨੂੰ ਕੋਹਿਆ ਗਿਆ। ਇਸ ਲਪੇਟ 'ਚ ਕੁਵਾਟਵਿੰਡ ਦੇ ਬੇਲਿਆਂ 'ਚ ਵੱਸਦੇ ਸਿੰਘ ਵੀ ਸ਼ਹੀਦ ਕੀਤੇ ਗਏ, ਜਿੰਨ੍ਹਾਂ ਦੀ ਯਾਦ 'ਚ ਅੱਜ ਵੀ ਸ਼ਹੀਦੀ ਅਸਥਾਨ **"ਬਾਬਾ ਤਾਲ ਸ਼ਹੀਦ ਸਿੰਘਾਂ"** ਕਾਇਮ ਹੈ। ਤਿਸ ਅਸਥਾਨ ਦੀ ਸੇਵਾ ਬਾਬਾ ਸਤਵਿੰਦਰ ਸਿੰਘ ਜੀ ਬਹੁਤ ਪ੍ਰੇਮ ਭਾਵ ਨਾਲ ਨਿਭਾ ਰਹੇ ਹਨ। ਬਾਬਾ ਸਤਵਿੰਦਰ ਸਿੰਘ ਜੀ ਨੂੰ ਫ਼ੌਜ 'ਚ ਨੌਕਰੀ ਕਰਦੇ ਸਮੇਂ ੧੯੭੩ ਈ. 'ਚ ਸ਼ਹੀਦਾਂ ਨੇ ਦਰਸ਼ਨ ਦੇ ਕੇ ਇਸ ਅਸਥਾਨ ਪ੍ਰਗਟ ਕਰਨ ਲਈ ਪ੍ਰੇਰਿਤ ਕੀਤਾ ਅਤੇ ਫਿਰ ਜਦ ਬਾਬਾ ਜੀ ਹੇਮਕੁੰਟ ਸਾਹਿਬ ਦੀ ਯਾਤਰਾ ਨੂੰ ਗਏ ਤਾਂ ਕਲਗੀਧਰ ਜੀ ਨੇ ਗੁਰ ਦਰਬਾਰ ਬਣਾਉਣ ਅਤੇ ਸਰੋਵਰ ਸਾਹਿਬ ਪੱਕਾ ਕਰਨ ਤਾ ਖਾਸ ਹੁਕਮ ਦਿੱਤਾ, ਤਦ ਤੋਂ ਲੈ ਕੇ ਹੁਣ ਤੱਕ ਸੁੰਦਰ ਦਰਬਾਰ, ਲੰਗਰ, ਸਰੋਵਰ ਸਾਹਿਬ ਬਣਾ ਕੇ ਬਾਬਾ ਜੀ ਸੇਵਾ ਕਰਵਾ ਰਹੇ ਹਨ।

ਯਥਾ:-

ਚੌਦਾ ਲੱਭੇ ਉਨ ਬਡਨ ਕੇ, ਸੋ ਪੁਰਸ ਦੀਨੇ ਕਾਟ॥
ਉਨ ਸਿੰਘਨ ਕੀ ਕੁਲ ਸਮਝ, ਔਰ ਦੀਏ ਕਟ ਕਾਟ॥ ੨੯॥

ਰਤਨ ਸਿੰਘ ਜੀ ਨੇ ਪੰਥ ਪ੍ਰਕਾਸ਼ 'ਚ ਲਿਖਿਆ ਹੈ ਕਿ ਜੋ ਇਸ ਕਤਲੋ-ਗਾਰਤ 'ਚ ਟੰਢਮੂਲ ਸਿੰਘ ਬਚੇ, ਉਨ੍ਹਾਂ ਤੋਂ ਹੀ ਅੱਗੇ ਮਾਝੇ 'ਚ ਰੰਧਾਵੇ ਸਿੰਘ ਥਾਂ-ਪਰ-ਥਾਂ ਤੇ ਵਧੇ ਫੁੱਲੇ। ਕੁਵਾਟਪਿੰਡ ਦੇ ਕੋਲ ਹੀ ਏਨ੍ਹਾਂ ਸਿੰਘਾਂ ਦੇ ਸ਼ਹੀਦੀ ਪਰਿਵਾਰਾਂ ਨੇ ਵੱਸਦੇ ਪਿੰਡ ਨੰਗਲੀ ਅਤੇ ਨੰਗਲ 'ਚ ਵਸੇਬਾ ਕੀਤਾ। ਜਿੰਨ੍ਹਾਂ ਪਰਿਵਾਰਾਂ 'ਚ ਗਿਆਨੀ ਗੁਰਵਿੰਦਰ ਸਿੰਘ ਜੀ ਰੰਧਾਵਾ ਦਾ ਜਨਮ ਹੋਇਆ ਹੈ।

ਛੇਵੇਂ ਪਾਤਿਸ਼ਾਹ ਦੇ ਅਨਿੰਨ ਸਿੱਖ ਬਾਬਾ ਜੱਸਾ ਜੀ ਨੇ ਜਦ ਬੁੱਚੜਾਂ ਨਾਲ ਯੁੱਧ ਕੀਤਾ ਤਾਂ ਉਹ ਜੁੱਧ ਵੀ ਨੰਗਲੀ ਪਿੰਡ ਦੇ ਸ਼ੰਭਾਂ ਚੋਂ ਪ੍ਰਾਰੰਭ ਹੋਯਾ, ਅੱਜ ਵੀ ਉਹ ਯਾਦਗਾਰੀ ਚਿੰਨ ਜੱਸੂਆਣਾ ਸੁਭਾਇਮਾਨ ਹੈ ਅਤੇ ਨਾਲ ਹੀ ਬਾਬਾ ਤਾਲ ਸ਼ਹੀਦੀ ਯਾਦਗਾਰ ਕਾਇਮ ਹੈ।

ਸੋ ਬਾਬਾ ਬੁੱਢਾ ਜੀ ਦੇ ਵੰਸ਼ਜ ਬਾਬਾ ਅਮਰਦਾਸ ਜੀ ਨੇ, ਜੋ ਰੰਧਾਵਿਆਂ ਦੇ ੧੨ ਪਿੰਡ ਵਸਾਏ। ਉਨ੍ਹਾਂ ਪਿੰਡਾਂ ਚੋਂ ਇਕ ਪਿੰਡ ਨੰਗਲੀ ਹੈ। ਇਸ ਨੰਗਲੀ ਪਿੰਡ 'ਚ ਧਾਰਮਿਕ ਅਸਥਾਨਾਂ ਤੋਂ ਇਲਾਵਾ ਬਹੁਤ ਸੰਤ ਮਹਾਂਪੁਰਖਾਂ ਦੀ ਚਰਨ-ਛੋਹ ਪ੍ਰਾਪਤ ਅਸਥਾਨ ਵੀ ਹਨ। ਸ਼੍ਰੋਮਣੀ ਮਿਸਲ ਸ਼ਹੀਦਾਂ, ਆਦੀ ਤਰਨਾ ਦਲ ਦੇ ੧੦ਵੇਂ ਜਾਨਸ਼ੀਨ ਬਾਬਾ ਗੁਰਮੁਖ ਸਿੰਘ ਜੀ ਤੋਂ ਲੈ ਕੇ ੧੫ਵੇਂ ਜਾਨਸ਼ੀਨ ਬਾਬਾ ਗੱਜਣ ਸਿੰਘ ਜੀ ਤੱਕ ਇਸ ਨਗਰ ਨੂੰ ਚਰਨ ਛੋਹ ਪ੍ਰਾਪਤ ਹੈ। ਉਥੇ ਹੀ ਦਮਦਮੀ ਟਕਸਾਲ ਦੇ ੧੨ਵੇਂ ਜਾਨਸ਼ੀਨ ਸੰਤ ਗਿਆਨੀ ਗੁਰਬਚਨ ਸਿੰਘ ਜੀ ਤੋਂ ਲੈ ਕੇ ਮੌਜੂਦਾ ਮਹਾਂਪੁਰਖਾਂ ਤੱਕ ਚਰਨ ਇਸ ਨਗਰ 'ਚ ਪਏ ਹਨ।

ਸਾਰਾ ਹੀ ਨਗਰ ਏਨ੍ਹਾਂ ਦੋਨਾਂ ਸੰਪ੍ਰਦਾਵਾਂ ਦਾ ਦਿਲੋਂ ਸਤਿਕਾਰ ਕਰਦਾ ਹੈ। ਇਸ ਨਗਰ 'ਚ ਗੁਰੂ ਕੀ ਬੇਰੀ, ਬਾਬਾ ਤਾਲ ਸ਼ਹੀਦ ਸਿੰਘਾਂ, ਬਾਬਾ ਗੁਰਦਿੱਤਾ ਜੀ ਦਾ ਯਾਦਗਰੀ ਅਸਥਾਨ, ਸ੍ਰੀ ਸਰਬਲੋਹ ਬੁੰਗਾ ਨੰਗਲੀ, ਬਾਬਾ ਨੰਦ ਸਿੰਘ ਜੀ ਦਾ ਅੰਗੀਠਾ ਅਸਥਾਨ, ਬਾਬਾ ਰਾਮ ਰੂਪ ਸਰੂਪ ਜੀ ਦਾ ਯਾਦਗਰੀ ਅਸਥਾਨ ਤੋਂ ਇਲਾਵਾ ਹੋਰ ਅਨੇਕਾਂ ਗੁਰੂ ਘਰ ਸੁਭਾਇਮਾਨ ਹਨ।

ਨੰਗਲੀ ਨਗਰ ਦੇ ਵਾਸੀਆਂ ਨੇ ਗੁਰੂ ਕਾਲ ਤੋਂ ਲੈ ਕੇ ਸਿੱਖ ਰਾਜ ਅਤੇ ਸਿੱਖ ਰਾਜ ਤੋਂ ਹੁਣ ਤੱਕ ਹਰੇਕ ਖੇਤਰ 'ਚ ਵੱਡਾ ਯੋਗਦਾਨ ਪਾਇਆ ਹੈ। ਇਸ ਨਗਰ 'ਚ ਬਹੁਤ ਸਾਰੇ ਅਧਿਆਤਮਕ ਵਿੱਦਿਆ 'ਚ ਨਿਪੁੰਨ ਮਹਾਂਪੁਰਖ ਹੋਏ ਹਨ। ਇਸ ਨਗਰ ਨੂੰ ਸੰਤ ਨਗਰੀ ਜਾਂ ਸੰਤਗੜ੍ਹ ਕਹਿ ਲਈਏ ਤਾਂ ਕੋਈ ਅਤਿਕਥਨੀ ਨਹੀਂ ਹੋਵੇਗੀ।

(੧) ਇਸ ਨਗਰ 'ਚ ਸੰਤ ਗਿਆਨੀ ਗੁਰਬਚਨ ਸਿੰਘ ਜੀ ਦੇ ਪਰਮ ਸ਼ਿਸ਼ ਗਿਆਨੀ ਮੇਵਾ ਸਿੰਘ ਜੀ ਹੋਏ ਹਨ, ਜਿਨ੍ਹਾਂ ਦਾ ਨਾਮ ਸੰਤਾਂ ਨੇ ਸ੍ਵੈ ਵਿਦਿਆਰਥੀਆਂ 'ਚ ਦੂਜੇ ਨੰਬਰ ਪਰ ਲਿਖਿਆ ਹੈ ਕਿ :

ਯਥਾ :-

ਮੇਵਾ ਸਿੰਘ ਜੀ ਗੁਰੂ ਪਿਆਰਾ॥ ਅਠੇ ਪਹਿਰ ਭਜਨ ਬਿਵਹਾਰਾ॥
ਸ੍ਰੀ ਜਪੁ ਪਾਠ ਰਾਤ ਦਿਨ ਗਾਈ॥ ਪ੍ਰੇਮ ਰੰਗ ਮੇ ਪੁਲਕਤ ਭਾਈ॥ ੧੫॥
ਨੰਗਲੀ ਪਿੰਡ ਦੂਜੋ ਹਿਤਕਾਰੀ॥ਰਹਿਤੋ ਸੰਗ ਮਨ ਤਨ ਕੋ ਵਾਰੀ॥

(੨) ਇਸ ਪਿੰਡ 'ਚ ਹੀ ਮਹਾਨ ਗੁਰਸਿੱਖ, ਪੂਰਨ ਬ੍ਰਹਮਬੇਤੇ ਬਾਬਾ ਨੰਦ ਸਿੰਘ ਜੀ ਹੋਏ ਹਨ, ਜੋ ਤਰਨਾ ਦਲ ਦੇ ੧੦ਵੇਂ ਜਾਨਸ਼ੀਨ ਬਾਬਾ ਗੁਰਮੁਖ ਸਿੰਘ ਜੀ ਤੋਂ ਸਿੰਘ ਸਜੇ ਸਨ।

(੩) ਬਾਬਾ ਹਰਨਾਮ ਸਿੰਘ ਜੀ ਅਤੇ ਤਿਨ੍ਹਾਂ ਦੇ ਸਪੁੱਤਰ ਪੂਰਨ ਗੁਰਸਿੱਖ, ਵਡ-ਬਿਬੇਕੀ ਮਹਾਂਪੁਰਖ ਬਾਬਾ ਅਮਰ ਸਿੰਘ ਜੀ ਪੰਥ ਪ੍ਰਸਿੱਧ ਰਾਗੀ ਇਸ ਪਿੰਡ ਦੇ ਵਸਨੀਕ ਹਨ, ਜੋ ਸੰਤ ਗਿਆਨੀ ਗੁਰਬਚਨ ਸਿੰਘ ਜੀ ਦੇ ਵਿਦਿਆਰਥੀ ਅਤੇ ਬਾਬਾ ਬਿਸ਼ਨ ਸਿੰਘ ਜੀ ਬਾਬੇ ਬਕਾਲੇ ਵਾਲਿਆਂ ਦੇ ਅਨਿੰਨ ਸਿੱਖ ਹਨ।

(੪) ਇਸ ਨਗਰ 'ਚ ਗੁਰੂ ਪਰ ਅਟੁੱਟ ਵਿਸ਼ਵਾਸ ਰੱਖਣ ਵਾਲੇ ਸੁਖਮਨੀ ਸਾਹਿਬ ਦੇ ਵੱਡੇ ਨੇਮੀ-ਪ੍ਰੇਮੀ ਬਾਬਾ ਅਮਰੀਕ ਸਿੰਘ ਜੀ ਹੋਏ ਹਨ, ਜਿਨ੍ਹਾਂ ਨੇ ੩੫ ਸਾਲ ਲਗਭਗ ਗੁਰੂ ਘਰ ਦੀ ਸੇਵਾ ਕੀਤੀ।

(੫) ਇਸ ਨਗਰ 'ਚ ਬਾਬਾ ਬੀਰ ਸਿੰਘ ਜੀ ਗੁਰੂ ਘਰ ਦੇ ਚੰਗੇ ਪ੍ਰੇਮੀ, ਵਡ-ਅਭਿਆਸੀ ਮਹਾਪੁਰਖ ਹਨ, ਜਿਨ੍ਹਾਂ ਨੇ ਆਪਣੇ ਖੇਤਾਂ 'ਚ ਗੁਰੂ-ਘਰ ਦੀ ਵੱਡੀ ਇਮਾਰਤ ਉਸਾਰੀ ਹੋਈ ਹੈ।

(੬) ਗਿਆਨੀ ਪਰਮਜੀਤ ਸਿੰਘ ਜੀ ਚੰਗੇ ਪ੍ਰਚਾਰਕ ਹਨ, ਪਿੰਡਾਂ-ਪਿੰਡਾਂ 'ਚ ਵਿਚਰ ਕੇ ਗੁਰਬਾਣੀ ਦੀ ਕਥਾ ਕਰਦੇ ਹਨ।

(੭) ਇਸ ਨਗਰ ਦੇ ਹੀ ਸਰਦਾਰ ਗੁਰਬਚਨ ਸਿੰਘ ਜੀ ਚੰਗੇ ਖਿਡਾਰੀ ਹੋਏ ਹਨ, ਜਿਨ੍ਹਾਂ ਨੇ ਡੈਕਾਥਲੋਨ ਵਿਚ 1962 ਏਸ਼ੀਆਈ ਖੇਡਾਂ ਵਿਚ ਸੋਨੇ ਦਾ ਤਗਮਾ ਜਿੱਤਿਆ ਅਤੇ 2005 'ਚ ਆਪ ਜੀ ਪਦਮ ਸ੍ਰੀ ਦਾ ਅਵਾਰਡ ਮਿਲਿਆ।

(੮) ਇਸ ਨਗਰ 'ਚ ਰਾਗੀ ਗੁਰਚਰਨ ਸਿੰਘ ਜੀ, ਗਿਆਨੀ ਗੁਰਮੁਖ ਸਿੰਘ ਜੀ, ਗਿਆਨੀ ਸੋਨਦੀਪ ਸਿੰਘ ਜੀ, ਰਾਗੀ ਸੁਖਜੀਤ ਸਿੰਘ ਜੀ, ਗ੍ਰੰਥੀ ਬਲਵਿੰਦਰ ਸਿੰਘ ਜੀ ਸ਼ਹੀਦ, ਭਾਈ ਸੁਰਜੀਤ ਸਿੰਘ ਜੀ ਸਤਿਕਾਰ ਕਮੇਟੀ, ਉੱਘੇ ਧਾਰਮਿਕ ਸੇਵਦਾਰ ਹਨ।

ਬਾਬਾ ਜੀ ਦਾ ਜਨਮ

ਬਾਬਾ ਗੁਰਵਿੰਦਰ ਸਿੰਘ ਜੀ ਦਾ ਜਨਮ ਨੰਗਲੀ ਨਗਰ ਵਿਖੇ ਸਰਦਾਰ ਕਸ਼ਮੀਰ ਸਿੰਘ ਦੇ ਘਰ ਮਾਤਾ ਨਰਿੰਦਰ ਕੌਰ ਦੀ ਕੁੱਖੋਂ ੮ ਚੇਤ ੧੯੯੦ ਵਿਚ ਹੋਇਆ। ਗਿਆਨੀ ਜੀ ਬਚਪਨ ਤੋਂ ਰੱਬੀ ਭਜਨ ਅਤੇ ਵਿੱਦਿਆ ਦੀ ਸੂਝ-ਬੂਝ ਰੱਖਣ ਵਾਲੇ ਮਹਾਂਪੁਰਖ ਹਨ। ਗਿਆਨੀ ਜੀ ਦੇ ਜਨਮ ਤੋਂ ਪਹਿਲਾਂ ਉਨ੍ਹਾਂ ਦੇ ਨਾਨਾ ਜੀ ਜਥੇਦਾਰ ਬਾਬਾ ਜੋਗਿੰਦਰ ਸਿੰਘ ਜੀ ਨਿਹੰਗ ਸਿੰਘ ਜੀ ਨੇ ਮਿਸਲ ਸ਼ਹੀਦਾਂ ਤਰਨਾ ਦਲ ਦੇ ੧੨ਵੇਂ ਜਥੇਦਾਰ ਸਚਖੰਡ ਵਾਸੀ ਬਾਬਾ ਬਿਸ਼ਨ ਸਿੰਘ ਜੀ ਪਾਸੋਂ ਅਰਦਾਸਾ ਕਰਵਾਇਆ ਜਿਸ ਕਰਕੇ ਗਿਆਨੀ ਜੀ ਦਾ ਜਨਮ ਹੋਇਆ।

ਵਿੱਦਿਆ

ਬਾਬਾ ਗੁਰਵਿੰਦਰ ਸਿੰਘ ਜੀ ਨੇ ਗੁਰਮਤਿ ਦੀ ਮੁੱਢਲੀ ਵਿੱਦਿਆ ਸਭ ਤੋਂ ਪਹਿਲਾਂ ਆਪਣੇ ਨਗਰ ਦੇ ਹੀ ਪੂਰਨ ਬਿਬੇਕੀ, ਸਤਿਗੁਰਾਂ 'ਤੇ ਦ੍ਰਿੜ੍ਹ ਨਿਸ਼ਚਾ ਅਤੇ ਭਰੋਸਾ ਰੱਖਣ ਵਾਲੇ ਮਹਾਨ ਸਿਦਕੀ ਗੁਰਸਿੱਖ ਬਾਬਾ ਅਮਰ ਸਿੰਘ ਜੀ ਦੇ ਪਾਸੋਂ ਪ੍ਰਾਪਤ ਕੀਤੀ ਤੇ ਫਿਰ ਦਮਦਮੀ ਟਕਸਾਲ ਜਥਾ ਭਿੰਡਰਾਂ ਮਹਿਤਾ ਦੇ ਮਹਾਨ ਉਸਤਾਦਾਂ, ਮੌਜੂਦਾ ਮਹਾਂਪੁਰਖਾਂ ਤੋਂ ਗੁਰਮਤਿ ਦੀ ਵਿੱਦਿਆ ਪ੍ਰਾਪਤ ਕੀਤੀ। ਗਿਆਨੀ ਜੀ ਨੇ ਜਥੇ ਵਿਚ ਰਹਿ ਕੇ ਆਦਿ ਸ੍ਰੀ ਗੁਰੂ ਗ੍ਰੰਥ ਸਾਹਿਬ ਜੀ, ਸ੍ਰੀ ਦਸਮ ਗ੍ਰੰਥ ਸਾਹਿਬ ਜੀ ਅਤੇ ਭਾਈ ਸਾਹਿਬ ਭਾਈ ਗੁਰਦਾਸ ਜੀ ਦੀਆਂ ਵਾਰਾਂ ਅਤੇ ਕਬਿੱਤ ਸਵੱਈਆ ਦੀ ਸੰਥਿਆ ਕੀਤੀ। ਗਿਆਨੀ ਜੀ ਨੇ ਜਥੇ ਵਿਚ ਰਹਿ ਕੇ ਸ੍ਰੀ ਗੁਰੂ ਨਾਨਕ ਪ੍ਰਕਾਸ਼, ਸੂਰਜ ਪ੍ਰਕਾਸ਼, ਸ੍ਰੀ ਗੁਰੂ ਪੰਥ ਪ੍ਰਕਾਸ਼, ਅਧਿਆਤਮ ਪ੍ਰਕਾਸ਼, ਵਿਚਾਰ ਮਾਲਾ, ਸਾਰਕੁਤਾਵਲੀ, ਭਾਵਰਸਾਮ੍ਰਿਤ, ਚਾਣਕੀਆ ਰਾਜਨੀਤੀ, ਪਿੰਗਲ ਇਤਿਆਦਕ ਗ੍ਰੰਥਾਂ ਦਾ ਅਧਿਐਨ ਕੀਤਾ। ਹਜ਼ੂਰੀ ਟਕਸਾਲ ਸੱਚਖੰਡ ਸ੍ਰੀ ਹਜ਼ੂਰ ਸਾਹਿਬ ਵਿਖੇ ਗਿਆਨੀ ਹਰਦੀਪ ਸਿੰਘ ਜੀ ਪਾਸੋਂ ਜ਼ਫ਼ਰਨਾਮਾ ਦੀ ਦੁਬਾਰਾ ਸੰਥਿਆ

ਕੀਤੀ ਅਤੇ ਸ੍ਰੀ ਸਰਬਲੋਹ ਪ੍ਰਕਾਸ਼ ਗ੍ਰੰਥ ਦੀ ਸੰਥਿਆ ਕੀਤੀ। ਨਿਰਮਲੇ ਸੰਤਾਂ ਵਿਚੋਂ ਸੰਤ ਤੇਜਾ ਸਿੰਘ ਜੀ ਖੁੱਡੇ ਵਾਲਿਆਂ, ਅਚਾਰੀਆ ਪੁਸ਼ਪਰਾਜ ਜੀ ਤੇ ਸੁਆਮੀ ਨਿਰਮਲ ਚੇਤਨ ਜੀ ਪਾਸੋਂ ਅਧਿਆਤਮ ਪ੍ਰਕਾਸ਼, ਵੈਰਾਗ ਸ਼ੱਤਕ, ਪ੍ਰਬੋਧ ਚੰਦਰਨਾਟਕ, ਵਿਚਾਰ ਚੰਦ੍ਰੋਦੈ, ਵੀਚਾਰ ਸਾਗਰ, ਆਦਿਕ ਅਤੇ ਸੰਸਕ੍ਰਿਤ ਦੀ ਮੁੱਢਲੀ ਵਿੱਦਿਆ ਦਾ ਅਧਿਐਨ ਕੀਤਾ।

ਮੌਲਵੀ ਅਤੀਕ ਅਹਮਦ ਸਾਹਿਬ ਜੀ ਪਾਸੋਂ ਗਿਆਨੀ ਜੀ ਨੇ ਫ਼ਾਰਸੀ ਦੀ ਵਿਆਕਰਣ ਅਤੇ ਭਾਈ ਸਾਹਿਬ ਭਾਈ ਨੰਦ ਲਾਲ ਜੀ ਦੀ ਸਾਰੀ ਬਾਣੀ ਦੇ ਅਰਥ, ਫਤਹਨਾਮਹ, ਜ਼ਫ਼ਰਨਾਮਹ ਅਤੇ ਸ੍ਰੀ ਸਰਬਲੋਹ ਪ੍ਰਕਾਸ਼ ਵਿਚ ਫ਼ਾਰਸੀ ਅਤੇ ਅਰਬੀ ਵਾਲੇ ਸ਼ਬਦਾਂ ਦੇ ਅਰਥ ਪੜ੍ਹੇ।

ਵਿੱਦਿਅਕ ਸੇਵਾ

ਇੰਜ ਗਿਆਨੀ ਜੀ ਨੇ ਗੁਣੀਜਨ ਮਹਾਂਪੁਰਸ਼ਾਂ ਪਾਸ ਰਹਿ ਕੇ ਉੱਚ ਦਰਜੇ ਦੀ ਵਿੱਦਿਆ ਹਾਸਿਲ ਕੀਤੀ ਅਤੇ ਹੁਣ ਸਮੁੱਚੇ ਪੰਥ ਵਿਚ ਗਿਆਨੀ ਜੀ ਗੁਰਮਤਿ ਦੀ ਵਿੱਦਿਆ ਪੜ੍ਹਾਉਣ ਦੇ ਨਾਲ-ਨਾਲ ਗੁਰਸਿੱਖੀ ਦਾ ਮਹਾਨ ਪ੍ਰਚਾਰ ਕਰ ਰਹੇ ਹਨ।

ਜਦ ਭਾਈ ਨੰਦ ਲਾਲ ਜੀ ਸ੍ਰੀ ਗੁਰੂ ਗੋਬਿੰਦ ਸਿੰਘ ਜੀ ਪਾਸ ਆਏ ਤਾਂ ਕਲਗੀਧਰ ਜੀ ਨੇ ਭਾਈ ਨੰਦ ਲਾਲ ਜੀ ਦੇ ਬੰਦਗੀਨਾਮਾ ਗ੍ਰੰਥ ਦਾ ਨਾਂਅ ਬਦਲ ਕੇ ਜ਼ਿੰਦਗੀਨਾਮਾ ਰੱਖ ਦਿੱਤਾ ਅਤੇ ਨਾਲ ਹੀ ਜ਼ਿੰਦਗੀਨਾਮਾ ਸਿੰਘਾਂ ਨੂੰ ਪੜ੍ਹਾਉਣ ਦਾ ਹੁਕਮ ਦਿੱਤਾ। ਭਾਈ ਸਾਹਿਬ ਭਾਈ ਨੰਦ ਲਾਲ ਜੀ ਸ੍ਰੀ ਗੁਰੂ ਗੋਬਿੰਦ ਸਿੰਘ ਜੀ ਤੋਂ ਬਖ਼ਸ਼ਿਸ਼ਾਂ ਪ੍ਰਾਪਤ ਕਰਕੇ ਸਿੰਘਾਂ ਨੂੰ ਫ਼ਾਰਸੀ ਪੜ੍ਹਾਉਣ ਦੀ ਸੇਵਾ ਕਰਦੇ ਰਹੇ। ਭਾਈ ਸਾਹਿਬ ਤੋਂ ਬਾਅਦ ਉਨ੍ਹਾਂ ਦੀ ਬਾਣੀ ਦੇ ਅਰਥ ਸੀਨਾ ਬਸੀਨਾ ਵਿਰਲੇ ਵਿਰਲੇ ਮਹਾਂਪੁਰਖ ਪੰਥ ਵਿਚ ਪੜ੍ਹਾਉਂਦੇ ਰਹੇ। ਜ਼ਿੰਦਗੀਨਾਮੇ ਦੇ ਟੀਕਾਕਾਰ ਸੰਤ ਖ਼ਾਲਸਾ ਸਰੂਪ ਸਿੰਘ ਜੀ ਲਿਖਦੇ ਹਨ ਕਿ ਭਾਈ ਸਾਹਿਬ ਭਾਈ ਨੰਦ ਲਾਲ ਜੀ ਤੋਂ ਵਿੱਦਿਆ ਪੜ੍ਹਾਉਣ ਦੀ ਇਕ ਸੰਪ੍ਰਦਾ ਵੀ ਚੱਲੀ।

ਅੱਜ ਕੱਲ੍ਹ ਉਸੇ ਪ੍ਰੰਪਰਾ ਨੂੰ ਜਾਰੀ ਰੱਖਦਿਆਂ ਸੰਤ ਗਿਆਨੀ ਗੁਰਵਿੰਦਰ ਸਿੰਘ ਜੀ ਨੰਗਲੀ ਵਾਲੇ, ਸ੍ਰੀ ਮਿਸਲ ਸ਼ਹੀਦਾਂ ਤਰਨਾ ਦਲ ਦੇ ਪੰਦਰਵੇਂ ਮੁੱਖੀ ਸਿੰਘ ਸਾਹਿਬ ਜਥੇਦਾਰ ਬਾਬਾ ਗੱਜਣ ਸਿੰਘ ਜੀ ਦੀ ਸਦਾ ਆਗਿਆ ਅਨੁਸਾਰ ਸਮਾਧਾ ਬਾਬਾ ਨੌਧ ਸਿੰਘ ਜੀ ਗੁਰਮਤਿ ਵਿਦਿਆਲੇ, ਮੀਰੀ-ਪੀਰੀ ਅਕੈਡਮੀ ਅਤੇ ਭਾਈ ਨੰਦ ਲਾਲ ਜੀ ਗੁਰਮਤਿ ਵਿੱਦਿਆਲਾ ਸ੍ਰੀ ਸਰਬਲੋਹ ਬੁੰਗਾ ਨੰਗਲੀ ਇਤਿਆਦਿਕ ਵਿਦਿਆਲਿਆਂ ਮਹਾਂ ਵਿੱਦਿਆਲਿਆਂ ਵਿਚ ਪੜ੍ਹਾ ਰਹੇ ਹਨ। ਗਿਆਨੀ ਜੀ ਭਾਈ ਨੰਦ ਲਾਲ ਜੀ ਦੀ ਬਾਣੀ ਦੇ ਨਾਲ ਆਦਿ ਸ੍ਰੀ ਗੁਰੂ ਗ੍ਰੰਥ ਸਾਹਿਬ ਜੀ ਦਸਮ ਬਾਣੀ, ਸ੍ਰੀ ਸਰਬਲੋਹ ਮਹਾਰਾਜ ਦੀ ਗੁਰਬਾਣੀ ਅਤੇ ਇਤਿਹਾਸਕ, ਵੇਦਾਂਤਿਕ, ਪਿੰਗਲ, ਵਿਆਕਰਣ ਆਦਿਕ ਦੇ ਗ੍ਰੰਥ ਵੀ ਪੜ੍ਹਾ ਰਹੇ ਹਨ। ਦਾਸ ਨੂੰ ਗਿਆਨੀ ਗੁਰਵਿੰਦਰ ਸਿੰਘ ਜੀ ਪਾਸੋਂ ਸ੍ਰੀ ਦਸਮ ਗ੍ਰੰਥ ਸਾਹਿਬ

ਜੀ ਅਤੇ ਸ੍ਰੀ ਸਰਬਲੋਹ ਪ੍ਰਕਾਸ਼ ਗ੍ਰੰਥ ਸਾਹਿਬ ਜੀ ਦੀ ਸੰਥਿਆ ਕਰਨ ਦਾ ਸੁਭਾਗ ਪ੍ਰਾਪਤ ਹੋਇਆ ਹੈ।

ਸੋ ਸਾਡੇ ਵਿੱਦਿਆ ਗੁਰਦੇਵ ਨੇ ਜੋ ਏਹ ਦਸਮੇਸ਼ ਮਹਿਮਾ ਦਾ ਵੱਡਾ ਕਾਰਜ ਕੀਤਾ ਹੈ, ਇਸ ਦਾ ਕੋਈ ਹੋਰ ਸਾਨੀ ਨਹੀਂ ਹੈ। ਪੰਥ 'ਚ ਲੰਮੇਰੀ ਮੰਗ ਸੀ ਕਿ ਭਾਈ ਸਾਹਿਬ ਦਾ ਸੰਪੂਰਨ ਜੀਵਨ ਅਤੇ ਸੰਪੂਰਨ ਰਚਨਾ ਨੂੰ ਕਲਮਬੰਦ ਕਰਕੇ ਛਾਪਿਆ ਜਾਵੇ। ਨਾਮਧਾਰੀ ਸੰਗਤ ਦੇ ਪ੍ਰਮੁੱਖ ਬਾਬਾ ਉਦੇ ਸਿੰਘ ਜੀ ਨੇ ਕਈ ਵਾਰ ਸ੍ਰੈ ਅਜੀਜ਼ ਸੰਤ ਨਿਸ਼ਾਨ ਸਿੰਘ ਜੀ ਨੂੰ ਇਸ ਕਾਰਜ ਲਈ ਪ੍ਰੇਰਿਤ ਕੀਤਾ ਅਤੇ ਸੰਤ ਨਿਸ਼ਾਨ ਸਿੰਘ ਜੀ ਨੇ ਅੱਗੇ ਦਾਸ ਤੇ ਬਾਬਾ ਜੀ ਨੂੰ ਇਸ ਕਾਰਜ ਲਈ ਬਿਨੈ ਬੇਨਤੀ ਕਰਦੇ ਰਹੇ। ਸੋ ਅੱਜ ਖੁਸ਼ੀ ਦੀ ਗੱਲ ਹੈ ਕਿ ਸਿੱਖ ਸੰਗਤ ਦੀ ਮੰਗ ਤੇ ਗੁਰੂ ਕਿਰਪਾ ਨਾਲ ਏਹ ਕਾਰਜ ਨੇਪਰੇ ਚੜ੍ਹਿਆ ਹੈ।

ਜੱਥਾ ਨੰਗਲੀ ਵਿੱਚੋਂ ਵਿੱਦਿਆ ਪੜ੍ਹਨ ਵਾਲੇ ਸਿੰਘਾਂ ਦੇ ਨਿਯਮ

੧. ਆਦਿ ਸ੍ਰੀ ਗੁਰੂ ਗ੍ਰੰਥ ਸਾਹਿਬ ਜੀ, ਸ੍ਰੀ ਗੁਰੂ ਦਸਮ ਗ੍ਰੰਥ ਸਾਹਿਬ ਜੀ ਅਤੇ ਸ੍ਰੀ ਸਰਬਲੋਹ ਗ੍ਰੰਥ ਸਾਹਿਬ ਜੀ ਦੀ ਬਾਣੀ ਉਪਰ ਇਕ ਸਮਾਨ ਸ਼ਰਧਾ ਰੱਖਦਾ ਹੋਵੇ।

੨. ਰੋਜ਼ਾਨਾ ਘੱਟੋ ਘੱਟ ੧੦ ਬਾਣੀਆਂ ਦਾ ਨੇਮੀ ਹੋਵੇ। ੭ ਬਾਣੀਆਂ ਨਿੱਤਨੇਮ ਅਤੇ ਤਿੰਨ ਬਾਣੀਆਂ (ਸ਼ਬਦ ਹਜ਼ਾਰੇ ਆਦਿ, ਦਸਮ ਅਤੇ ਆਰਤੀ)

੩. ਨਿੱਤਨੇਮ ਤੋਂ ਇਲਾਵਾ ਰੋਜ਼ਾਨਾ ਘੱਟੋ ਘੱਟ ਇਕ ਅਠੋਤ੍ਰੀ ਮਾਲਾ ਗੁਰਮੰਤ੍ਰ ਅਤੇ ਮੂਲਮੰਤ੍ਰ ਦੀ ਕਰੇ।

੪. ਭਾਈ ਗੁਰਦਾਸ ਸਾਹਿਬ ਅਤੇ ਭਾਈ ਨੰਦ ਲਾਲ ਜੀ ਦੀ ਬਾਣੀ ਨੂੰ ਗੁਰਬਾਣੀ ਦੀ ਕੁੰਜੀ ਜਾਣ ਕੇ ਸ਼ਰਧਾ ਕਰੇ।

੫. ਗੁਰ-ਇਤਿਹਾਸ ਉਪਰ ਸ਼ਰਧਾ ਰੱਖੇ।

੬. ਸਦਾ ਪੰਜ ਕੱਕਿਆਂ (ਕੇਸ ਸਮੇਤ ਕੇਸਕੀ, ਕੰਘਾ, ਕਛਿਹਰਾ, ਕੜਾ, ਕ੍ਰਿਪਾਨ) ਦਾ ਧਾਰਨੀ ਹੋਵੇ।

੭. ਰੋਜ਼ਾਨਾ ਦੀ ਸੰਥਿਆ ਘੱਟੋ ਘੱਟ ਪੰਜ ਵਾਰੀ ਪੜ੍ਹੇ ਅਤੇ ਵੱਧ ਤੋਂ ਵੱਧ ਪੰਝੀ ਵਾਰ ਪੜ੍ਹੇ।

੮ ਗੁਰ ਤਖ਼ਤਾਂ, ਗੁਰਧਾਮਾਂ ਅਤੇ ਸ਼ਹੀਦ ਗੰਜਾਂ ਦਾ ਆਪਣੇ ਮਨ ਵਿਚ ਸਤਿਕਾਰ ਰੱਖੇ।

੯. ਨਿਸ਼ਾਨ ਸਾਹਿਬ ਨੂੰ ਸਿੱਖੀ ਦਾ ਧ੍ਰਜ ਜਾਣ ਕੇ ਸਦਾ ਹੀ ਨਮਸ਼ਕਾਰ ਕਰੇ।

੧੦. ਅਕਾਲੀ ਗੁਰ ਮਰਯਾਦਾ ਨੂੰ ਭਾਵਨਾ ਨਾਲ ਮੰਨੇ ਅਤੇ ਆਪਣੀ ਜ਼ਿੰਦਗੀ ਵਿੱਚ ਧਾਰਨ ਕਰੇ।

੧੧. ਵਿੱਦਿਆ ਗੁਰੂ (ਉਸਤਾਦ) ਦਾ ਪੂਰਨ ਸਤਿਕਾਰ ਕਰੇ।

੧੨. ਦੂਸਰੇ ਮੱਤਾਂ ਦਾ ਸਤਿਕਾਰ ਕਰੇ ਅਤੇ ਦੂਜੇ ਮੱਤਾਂ ਦੇ ਗ੍ਰੰਥ ਵੀ ਪੜ੍ਹੇ।

੧੩. ਆਲਸੀ ਨਾ ਹੋਵੇ।

੧੪. ਕੁਕਰਮੀ ਨਾ ਹੋਵੇ।

੧੫. ਸਦਾ ਪੰਜ ਹਾਹਿਆਂ (ਹਜ਼ਾਮਤ, ਹੁੱਕਾ, ਹਲਾਲ, ਹਾਮ, ਹਿਨਾ) ਤੋਂ ਬਚ ਕੇ ਰਹੇ।

੧੬. ਪੜ੍ਹੀ ਹੋਈ ਵਿੱਦਿਆ ਨੂੰ ਅੱਗੇ ਵੰਡੇ।

ਬਾਬਾ ਜੀ ਦੇ ਪਾਸੋਂ ਵਿਦਿਆ ਪ੍ਰਾਪਤ ਕਰਨ ਵਾਲੇ ਕੁਝ ਵਿਦਿਆਰਥੀਆਂ ਦੇ ਨਾਮ

ਗਿਆਨੀ ਜੀ ਨੇ ਆਪਣੇ ਛੋਟੇ ਜਿਹੇ ਜੀਵਨ ਕਾਲ ਵਿਚ ਬਹੁਤ ਸਾਰੇ ਵਿਦਿਆਰਥੀ ਪੜ੍ਹਾਏ ਹਨ ਜਿਨ੍ਹਾਂ ਦੀ ਨਮੂਨੇ ਮਾਤਰ ਛੋਟੀ ਜਿਹੀ ਸੂਚੀ ਇਸ ਪ੍ਰਕਾਰ ਹੈ। ਉਸਤਾਦ ਗਿ: ਧਰਮ ਸਿੰਘ ਜੀ ਖਡੂਰ ਸਾਹਿਬ ਵਾਲੇ, ਗਿ: ਜਸਬੀਰ ਸਿੰਘ ਜੀ ਕੋਹਾਲਾ (ਲਿਖਾਰੀ), ਗਿ: ਬਲਕਾਰ ਸਿੰਘ ਜੀ ਮੜ੍ਹੀਆਵਾਲ ਵਾਲੇ,ਗਿਆਨੀ ਚਤੁਰ ਸਿੰਘ ਵਈਂਪੁਈ ਗਿ: ਪ੍ਰਭਜੋਤ ਸਿੰਘ ਜੀ ਘੱਗਾ, ਗਿ: ਗਰਜੰਟ ਸਿੰਘ ਬੈਂਕਾ, ਗਿ: ਜੋਬਨਜੀਤ ਸਿੰਘ ਜੀ ਧਰਦੇਓ, ਗਿ: ਦੀਪ ਸਿੰਘ ਪਾਉਂਟਾ ਸਾਹਿਬ, ਗਿ: ਜਗਮੋਹਨ ਸਿੰਘ ਡੇਰੀਵਾਲ ਗੜ੍ਹਵਈ, ਗਿ: ਬਲਜਿੰਦਰ ਸਿੰਘ ਸ਼ਾਹਕੋਟ, ਗਿ: ਸੁਖਜਿੰਦਰ ਸਿੰਘ ਸ਼ਾਹਕੋਟ, ਗਿ: ਗਗਨਦੀਪ ਸਿੰਘ ਰਾਜਪੁਰਾ, ਗਿ: ਜਗਤ ਗੁਰੂ ਸਿੰਘ ਜੀ ਮੀਰੀ ਪੀਰੀ ਅਕੈਡਮੀ ਓ।ਛ।।, ਗਿ: ਪ੍ਰੇਮਪਾਲ ਸਿੰਘ ਜੀ ਇਟਲੀ ਮੀਤ ਪ੍ਰਧਾਨ,ਭਾਈ ਪ੍ਰਿਤਪਾਲ ਸਿੰਘ ਜੀ (ਸਪੁੱਤਰ ਸਿੰਘ ਸਾਹਿਬ ਗਿਆਨੀ ਜਗਤਾਰ ਸਿੰਘ ਜੀ ਹੈੱਡ ਗ੍ਰੰਥੀ ਸ੍ਰੀ ਹਰਿਮੰਦਰ ਸਾਹਿਬ), ਭਾਈ ਗੁਰਪ੍ਰੀਤ ਸਿੰਘ ਹਜ਼ੂਰੀ ਸੇਵਕ, ਭਾਈ ਜਤਿੰਦਰ ਸਿੰਘ (ਪੰਜ ਪਿਆਰਾ ਸ੍ਰੀ ਅਕਾਲ ਤਖਤ ਸਾਹਿਬ) ਭਾਈ ਕੁਲਵੰਤ ਸਿੰਘ (ਪੰਜ ਪਿਆਰਾ ਸ੍ਰੀ ਅਕਾਲ ਤਖਤ ਸਾਹਿਬ), ਭਾਈ ਨਿਸ਼ਾਨ ਸਿੰਘ ਜੀ ਵਰਪਾਲ ਗ੍ਰੰਥੀ ਪਿਪਲੀ ਸਾਹਿਬ ਸ੍ਰੀ ਅੰਮ੍ਰਿਤਸਰ ਸਾਹਿਬ ਗਿ: ਕੁਲਜੀਤ ਸਿੰਘ ਜੀ ਰੰਗੜਵਾਲ, ਗਿ: ਗਗਨਦੀਪ ਸਿੰਘ ਜੀ ਰਾਜਪੁਰਾ, ਗਿ: ਸ਼ੇਰ ਸਿੰਘ ਜੀ ਸ਼ਹੀਦੀ ਬਾਗ, ਗਿ: ਬੀਰਬਲ ਸਿੰਘ ਜੀ ਸ਼ਹੀਦੀ ਬਾਗ, ਗਿ: ਬੇਅੰਤ ਸਿੰਘ ਜੀ ਮੁਕਤਸਰ ਸਾਹਿਬ, ਗਿ: ਬੂਟਾ ਸਿੰਘ ਜੀ ਯੂ.ਪੀ., ਗਿ: ਸੁਖਬੀਰ ਸਿੰਘ ਜੀ ਘੋਲੀਆ, ਗਿ: ਹਰੀ ਸਿੰਘ ਨਿੱਝਰ, ਗਿ: ਸੋਨਦੀਪ ਸਿੰਘ ਜੀ ਨੰਗਲੀ, ਗਿ: ਸਤਵਿੰਦਰ ਸਿੰਘ ਜੀ ਯੂ.ਪੀ., ਗਿ: ਕੁਲਦੀਪ ਸਿੰਘ ਜੀ ਢੁੱਡੀਕੇ (ਕਨੇਡਾ), ਗਿ: ਬਲਜੀਤ ਸਿੰਘ ਜੀ ਰਾਏਕੋਟ (ਅਮਰੀਕਾ), ਗਿ: ਬਲਦੀਪ ਸਿੰਘ ਜੀ (ਯੂ.ਕੇ.), ਗਿ: ਗੁਰਪਿੰਦਰ ਸਿੰਘ ਜੀ ਹਰਚੋਵਾਲ, ਗਿ: ਲਵਪ੍ਰੀਤ ਸਿੰਘ ਜੀ ਯੂ.ਪੀ.,ਗਿ: ਨਰਿੰਦਰ ਸਿੰਘ ਯੂ.ਪੀ., ਗਿ: ਦਵਿੰਦਰ ਸਿੰਘ ਜੀ ਯੂ.ਕੇ., ਸੰਤ ਗਿਆਨੀ ਸਿਮਰਨਜੀਤ ਸਿੰਘ ਕਿਲਾ ਮੇਘਾ, ਗਿ:

ਸੁਖਜਿੰਦਰ ਸਿੰਘ ਜੀ ਮੜ੍ਹੀਆਂਵਾਲ, ਗਿ: ਅਰਮਿੰਦਰ ਸਿੰਘ ਜੀ (ਸਪੁੱਤਰ ਗਿ: ਜਸਵੰਤ ਸਿੰਘ ਜੀ ਮੰਜੀ ਸਾਹਿਬ), ਗਿ: ਮੇਜਰ ਸਿੰਘ ਜੀ ਪਾਰੋਵਾਲ, ਗਿ: ਰਵਿੰਦਰ ਸਿੰਘ ਜੀ ਰਾਜਸਥਾਨ, ਗਿ: ਰਾਜਬੀਰ ਸਿੰਘ ਰਜੋਆ, ਗਿ: ਜੋਬਨਪ੍ਰੀਤ ਸਿੰਘ ਜੀ ਗਬਰੂ, ਗਿ: ਦੁਰਲੱਭ ਸਿੰਘ ਜੀ ਯੂ.ਪੀ., ਗਿ: ਪਰਮਜੀਤ ਸਿੰਘ ਨੰਗਲੀ, ਗਿ: ਜਤਿੰਦਰ ਸਿੰਘ ਧੂੰਦਾ, ਗਿ: ਗੁਰਵਿੰਦਰ ਸਿੰਘ ਧੂੰਦਾ, ਗਿ: ਮਹਿਤਾਬ ਸਿੰਘ ਤਲਵੰਡੀ ਦਸੌਂਦਾ ਸਿੰਘ, ਗਿ: ਹਰੀ ਸਿੰਘ ਨਿੱਝਰ, ਗਿ: ਗੁਰਪ੍ਰਤਾਪ ਸਿੰਘ ਜੀ, ਗਿ: ਜਰਨੈਲ ਸਿੰਘ ਹਰਿਆਣਾ, ਗਿ: ਹਰਦੀਪ ਸਿੰਘ ਜੀ ਰਾਜਸਥਾਨ, ਗਿ: ਦਵਿੰਦਰ ਸਿੰਘ ਜੀ ਬੰਡਾਲਾ, ਗਿ: ਸਰੂਪ ਸਿੰਘ ਜੀ, ਗਿ: ਮੇਜਰ ਸਿੰਘ ਜੀ, ਗਿ. ਜੋਬਨ ਸਿੰਘ, ਗਿ: ਗੁਰਪ੍ਰਤਾਪ ਸਿੰਘ ਜੀ, ਗਿ: ਗੁਰਦੀਪ ਸਿੰਘ ਜੀ ਦੇਗੀਆ, ਗਿ: ਜਸਪ੍ਰੀਤ ਸਿੰਘ ਜੀ ਉਸਤਾਦ, ਗਿ: ਵਰਿਆਮ ਸਿੰਘ, ਗਿ: ਪਰਸ਼ੋਤਮ ਸਿੰਘ ਜੀ, ਗਿ: ਖੜਕ ਸਿੰਘ ਮੜੀਆਂਵਾਲ, ਗਿ. ਜਸਪਾਲ ਸਿੰਘ ਸ਼ਹਿਨਸ਼ਾਹ, ਗਿ: ਤਰਲੋਚਨ ਸਿੰਘ ਜੀ ਕਪੂਰੇ (ਮੋਗਾ), ਗਿ. ਕੁਲਜੀਤ ਸਿੰਘ ਰੰਗੜ ਨੰਗਲ, ਗਿ. ਗਗਨਦੀਪ ਸਿੰਘ ਭੰਬੋਈ, ਗਿ: ਗਗਨਜੋਤ ਸਿੰਘ ਜੀ ਪਟਿਆਲਾ, ਗਿ: ਸੁਰਜੀਤ ਸਿੰਘ ਜੀ ਮੰਨਣ, ਗਿ: ਨਿਸ਼ਾਨ ਸਿੰਘ ਭਰਥ (ਤਰਨਾ ਦਲ),ਭਾਈ ਗੁਰਨੂਰ ਸਿੰਘ ਨੰਗਲੀ, ਭੁਝੰਗੀ ਅੰਮ੍ਰਿਤਪਾਲ ਸਿੰਘ ਪੰਡਿਤ, ਭੁਝੰਗੀ ਦਿਲਪ੍ਰੀਤ ਸਿੰਘ ਨੰਗਲੀ, ਭੁਝੰਗੀ ਜਸ਼ਨਪ੍ਰੀਤ ਸਿੰਘ ਚੀਨੀਆ,ਗਿ: ਹਰਮਨ ਸਿੰਘ ਬੇਸਕ ਸਿੱਖੀ ਵਾਲੇ, ਭਾਈ ਸੁਪ੍ਰੀਤ ਸਿੰਘ ਜੀ ਅਮਰੀਕਾ, ਗਿ: ਤਰਲੋਚਨ ਸਿੰਘ ਜਬੋਵਾਲ,ਭਾਈ ਯੁਵਰਾਜ ਸਿੰਘ ਨੰਗਲੀ, ਭਾਈ ਮਲਕਪ੍ਰੀਤ ਸਿੰਘ ਨੰਗਲੀ, ਭਾਈ ਜੋਬਨਪ੍ਰੀਤ ਸਿੰਘ ਕੋਹਾਟਵਿੰਡ, ਭਾਈ ਰਾਮ ਸਿੰਘ ਲੰਮਾ (ਕੋਹਾਟਵਿੰਡ), ਭਾਈ ਰਨ ਸਿੰਘ ਝਾੜੂ ਬਰਦਾਰ (ਰਜਧਾਨ), ਭਾਈ ਮਨਪ੍ਰੀਤ ਸਿੰਘ (ਰਜਧਾਨ), ਭਾਈ ਨਿਹਾਲ ਸਿੰਘ ਯੂ.ਪੀ., ਭਾਈ ਕਵਲਜੀਤ ਸਿੰਘ ਚੱਬਾ, ਗਿ: ਨਿਸ਼ਾਨ ਸਿੰਘ ਮੰਡਿਆਲਾ, ਭਾਈ ਅੰਮ੍ਰਿਤਪਾਲ ਸਿੰਘ ਮਲੇਸ਼ੀਆ, ਭਾਈ ਅਸ਼ਵਿੰਦਰ ਸਿੰਘ ਮਲੇਸ਼ੀਆ, ਭਾਈ ਜਸਵਿੰਦਰ ਸਿੰਘ ਜੀ ਮਲੇਸ਼ੀਆ, ਭਾਈ ਗੌਰਵ ਸਿੰਘ ਜੀ, ਨਿਹੰਗ ਸਿੰਘ ਪ੍ਰੇਮ ਸਿੰਘ ਸ੍ਰੀ ਦਮਦਮਾ ਸਾਹਿਬ ਭਾਈ ਨਿਸ਼ਾਨ ਸਿੰਘ ਜੀ ਮੱਲ੍ਹੀਆਂ, ਗਿ: ਮਨਜਿੰਦਰ ਸਿੰਘ ਜੀ ਲੋਹਗੜ੍ਹੀਆ, ਭਾਈ ਖੜਕ ਸਿੰਘ ਜੀ ਮਹਿਤਾ ਚੌਕ, ਭਾਈ ਅਕਾਸ਼ਦੀਪ ਸਿੰਘ ਅੰਮ੍ਰਿਤਸਰ, ਭਾਈ ਗੁਰਜੀਤ ਸਿੰਘ ਜੀ ਐਗਰੀਕਲਚਰ, ਭਾਈ ਹਰੀ ਸਿੰਘ ਮਹਿਤਾ ਚੌਕ, ਭਾਈ ਬਲਜੀਤ ਸਿੰਘ ਕੋਹਾੜਵਿੰਡ, ਭਾਈ ਵਰਿੰਦਰ ਸਿੰਘ ਭਲਾਈਪੁਰ, ਭਾਈ ਹਰਪ੍ਰੀਤ ਸਿੰਘ ਭਲਾਈਪੁਰ ਡੋਗਰਾਂ, ਗਿ: ਰਣਜੀਤ ਸਿੰਘ ਜੱਜ, ਭਾਈ ਸਾਹਿਬ ਸਿੰਘ ਬਟਾਲਾ, ਭਾਈ ਗੁਰਬੀਰ ਸਿੰਘ ਮੜ੍ਹੀਆਵਾਲ, ਭਾਈ ਸੁਮੇਰ ਸਿੰਘ ਜੀ ਕੈਲਾਖੁਰਦ, ਭਾਈ ਜੋਰਾਵਰ ਸਿੰਘ ਤਰਨਾ ਦਲ, ਭਾਈ ਕਸ਼ਮੀਰ ਸਿੰਘ ਜੀ, ਬਾਬਾ ਕਰਮ ਸਿੰਘ ਜੀ ਨਿਹੰਗ ਸਿੰਘ (ਕੋਟ ਈਸੇ ਖਾਂ), ਬਾਬਾ ਆਤਮਾ ਸਿੰਘ ਜੀ ਨਿਹੰਗ ਸਿੰਘ ਘੜਕਾ, ਬਾਬਾ ਹਰਜਿੰਦਰ ਸਿੰਘ ਜੀ ਮਹਾਂਕਾਲ ਭਰਥ, ਗਿ: ਰਿਪਨਦੀਪ ਸਿੰਘ

ਢਡਿਆਲਾ, ਗਿ: ਗਗਨਦੀਪ ਸਿੰਘ ਭੰਬੋਈ, ਗਿ: ਕੰਵਲਜੀਤ ਸਿੰਘ ਜੀ ਅਸਟ੍ਰੇਲੀਆ, ਗਿ: ਨਿਸ਼ਾਨ ਸਿੰਘ ਚੱਬਾ, ਗਿ: ਦੀਦਾਰ ਸਿੰਘ ਜੀ ਤਰਨਾ ਦਲ (ਬਾਬਾ ਬਕਾਲਾ ਸਾਹਿਬ), ਗਿ: ਕਿਰਨਵੀਰ ਸਿੰਘ ਜੀ ਨਿਊਜ਼ੀਲੈਂਡ, ਗਿ: ਕਿਰਨਵੀਰ ਸਿੰਘ ਅਸਟ੍ਰੇਲੀਆ, ਗਿ: ਜੁਗਰਾਜ ਸਿੰਘ ਜੀ ਗੁਰਮਤ ਵਿਦਿਆਲਾ ਕੈਰੋਂ, ਭਾਈ ਪਿਆਰਾ ਸਿੰਘ ਆਸਟ੍ਰੇਲੀਆ, ਗਿ: ਨਵਦੀਪ ਸਿੰਘ ਜੀ, ਗਿ: ਸੁੱਚਾ ਸਿੰਘ ਜੀ, ਗਿ: ਹਰਸ਼ਦੀਪ ਸਿੰਘ ਜੀ, ਗਿ: ਦਿਲਬਾਗ ਸਿੰਘ ਜੀ ਜਬਲੀਧਰ, ਗਿ: ਸੁਖਮਨ ਸਿੰਘ ਜੀ ਹਰਿਦੁਆਰ, ਗਿ: ਦਿਲਬਾਗ ਸਿੰਘ ਹਜ਼ੂਰ ਸਾਹਿਬ, ਸਕਾਲਰ ਮਨਿੰਦਰ ਸਿੰਘ ਜੀ ਪਟਿਆਲਾ ਪੀ.ਐਚ.ਡੀ ਨਿਹੰਗ ਸਿੰਘਾਂ, ਭਾਈ ਸ਼ੇਰ ਸਿੰਘ ਜੀ (ਗੜ੍ਹਵਈ ਬਾਬਾ ਗੱਜਣ ਸਿੰਘ ਜੀ), ਭਾਈ ਸਦਾ ਸਤ ਸਿਮਰਨ ਸਿੰਘ ਮੀਰੀ ਅਕੈਡਮੀ ਯੂ.ਐਸ.ਏ., ਭਾਈ ਹਿੰਮਤ ਸਿੰਘ ਮੀਰੀ ਪੀਰੀ ਅਕੈਡਮੀ, ਭਾਈ ਗੁਰਪ੍ਰਕਾਸ਼ ਸਿੰਘ ਜੀ ਮੀਰੀ ਪੀਰੀ ਅਕੈਡਮੀ ਯੂ.ਐਸ.ਏ, ਬੀਬੀ ਸ਼ਾਂਤੀ ਕੌਰ ਮੀਰੀ ਪੀਰੀ ਅਕੈਡਮੀ ਯੂ.ਐਸ.ਏ., ਭਾਈ ਜਸਵਿੰਦਰ ਸਿੰਘ ਭਿੰਡਰਾਂ (ਹਜ਼ੂਰੀ ਸੇਵਕ ਸੰਤ ਗਿ. ਕਪੂਰ ਸਿੰਘ ਜੀ ਮੌਜੂਦਾ ਮੁੱਖੀ ਸੰਪ੍ਰਦਾਇ ਭਿੰਡਰਾਂ) ਮੋਗਾ, ਬੀਬੀ ਕਿਰਨਦੀਪ ਕੌਰ ਸੁਲਤਾਨਵਿੰਡ, ਭਾਈ ਪਰਮ ਸਿੰਘ ਸ਼ੱਲੋ, ਭਾਈ ਬਲਜੀਤ ਸਿੰਘ (ਭਿੰਦਾ ਦਾਤਰ), ਭਾਈ ਜੀਵਨ ਸਿੰਘ ਮਾਸਟਰ, ਬੀਬੀ ਗਗਨਦੀਪ ਕੌਰ ਆਸਟ੍ਰੇਲੀਆ ਭਾਈ ਜਸਪਾਲ ਸਿੰਘ ਜੰਗੀ, ਭਾਈ ਹਰੀ ਸਿੰਘ ਟਕਾਪੁਰ, ਭਾਈ ਗੁਰਵਿੰਦਰ ਸਿੰਘ ਬਾਈ (ਦਲ ਬਾਬਾ ਬਿਧੀਚੰਦ), ਭੁਝੰਗੀ ਕਰਮ ਸਿੰਘ ਪਾਲਤੂ, ਭਾਈ ਬਹਾਦਰ ਸਿੰਘ ਲਾਂਗਰੀ, ਭਾਈ ਮਨਪ੍ਰੀਤ ਸਿੰਘ ਆਸਟ੍ਰੇਲੀਆ, ਭਾਈ ਅਵਤਾਰ ਸਿੰਘ ਆਸਟ੍ਰੇਲੀਆ,ਭਾਈ ਗਗਨਦੀਪ ਸਿੰਘ ਆਸਟ੍ਰੇਲੀਆ ਆਦਿਕ ਹਨ। ਇਨ੍ਹਾਂ ਉਪਰੋਕਤ ਵਿਦਿਆਰਥੀਆਂ ਵਿਚੋਂ ਕੁਝ ਥੋੜਾ ਅਤੇ ਕੁਝ ਬਹੁਤਾ ਗਿਆਨੀ ਜੀ ਤੋਂ ਪੜ੍ਹੇ ਹਨ।

ਸੋ ਅਸੀਂ ਅਰਦਾਸ ਕਰਦੇ ਹਾਂ ਕਿ ਗਿਆਨੀ ਜੀ ਏਸੇ ਪ੍ਰਕਾਰ ਹੀ ਵਿਦਿਆ ਵੰਡਦੇ ਹੋਏ ਗੁਰਸਿੱਖੀ ਦਾ ਪ੍ਰਚਾਰ ਕਰਦੇ ਰਹਿਣ।

ਦਾਸਨਿ ਦਾਸ

ਗੁਰਸ਼ਬਦ ਪ੍ਰਚਾਰ ਸੰਸਥਾ
ਗਿ. ਜਸਵੀਰ ਸਿੰਘ (ਕੋਹਾਲਾ)
ਜਲੰਧਰ

ੴ ਸਤਿਗੁਰ ਪ੍ਰਸਾਦਿ॥ ਸ੍ਰੀ ਵਾਹਿਗੁਰੂ ਜੀ ਕੀ ਫਤੇ॥

ਸ੍ਰੀ ਭਗਉਤੀ ਏ ਸਹਾਇ॥ ਤ੍ਵ ਪ੍ਰਸਾਦਿ॥ ਤ੍ਵ ਬਲਿ॥

ਅਥ ਮੁਰੀਦੇ ਕਲਗੀਧਰ

ਭਾਈ ਨੰਦਲਾਲ ਗੋਯਾ, ਇਲਮੇ ਆਕ਼ਿਲ ਕਾ,

ਕਲਾਮ ਸੰਗ੍ਰਹਿ, ਸੁਗਮ ਟੀਕਾ ਸਹਿਤ,

ਗੁਰ ਬਲ ਸੇ, ਗੁਰਤੌਮ ਹਰੀ

ਨੰਗਲੀ ਨਿਵਾਸੀ ਲਿਖਜਤੇ॥

ਦੋਹਰਾ॥

ਗੁਰੁ ਨਾਨਕ ਅੰਗਦ ਗੁਰੂ, ਅਮਰਦਾਸ ਪਗ ਬੰਦਿ॥
ਰਾਮਦਾਸ ਅਰਜੁਨ ਗੁਰੂ, ਬਰ ਸ੍ਰੀ ਹਰਿਗੋਬਿੰਦ॥ ੧॥
ਹਰੀਰਾਇ ਹਰਿਕ੍ਰਿਸਨ ਗੁਰੁ, ਤੇਗ ਬਹਾਦੁਰ ਚੰਦ॥
ਦਸਮੇਂ ਗੋਬਿੰਦ ਸਿੰਘ ਗੁਰੁ, ਨਮੋ ਚਰਨ ਅਰਬਿੰਦ॥ ੨॥
ਖਾਲਿਸੋ ਬੇਕੀਨਹ ਗੁਰੁ, ਗੁਰੂ ਗ੍ਰੰਥ ਜੀ ਜਾਨੁ॥
ਦ੍ਵਾਦਸ਼ਮੋ ਗੁਰਦੇਵ ਬਰ, ਨਮੋ ਨਮੋ ਕਰਿ ਮਾਨੁ॥ ੩॥
ਜੈਸਿ ਭਾਈ ਗੁਰਦਾਸ ਜੀ, ਭੱਲਜਨ ਕੇ ਸਿਰਮੌਰ॥
ਤੈਸੇ ਭਾਈ ਨੰਦਲਾਲ ਜੀ, ਖਤਰੇਟੇ ਕਵਿ ਮੌਰ॥ ੪॥

ਚੌਪਈ॥

ਗੁਰ ਦਸਮੇਸ਼ ਸਭਾ ਕੇ ਮਾਹੀ॥ ਕਹਜੋ ਬਚਨ ਖਾਲਸੇ ਪਾਹੀ॥
ਨੰਦਲਾਲ ਹੈ ਮੇਰੋ ਪਜਾਰੋ॥ ਬਾਨੀ ਯਾਂਕੀ, ਅੰਮ੍ਰਿਤ ਧਾਰੋ॥ ੫॥
ਗੁਰ ਬਾਨੀ ਜੈਸੇ ਅਘ ਹਰਨੀ॥ ਤੈਸੇ ਨੰਦਲਾਲ ਭੀ ਬਰਨੀ॥
ਜਸਿ ਮਹਾਤਮ ਗੁਰਬਾਨੀ ਮਾਨੋ॥ ਤਸਿ ਮਹਾਤਮ ਕਲਾਮ ਕੋ ਜਾਨੋ॥ ੬॥
ਜ਼ਿੰਦਗੀ ਨਾਮਾ ਜੁਊ ਬਨਾਯੋ॥ ਜ਼ਿੰਦਗੀ ਸਫਲੈ ਏਵ ਅਲਾਯੋ॥
ਗ਼ਜ਼ਲਾਂ ਪੜ੍ਹੈ ਉਪਜੈ ਵੈਰਾਗ॥ ਜੋਤਿ ਬਿਗਾਸ ਪੜ੍ਹਿ ਚਰਨਨਿ ਲਾਗ॥ ੭॥
ਰਹਿਤ ਬਹਿਤ ਜੋ ਹਮੈ ਬਤਾਈ॥ ਰਹਿਤਨਾਮੇ ਕੇ ਬੀਚ ਸੁ ਗਾਈ॥
ਦੰਡ ਤਨਖਾਹ, ਗੁਰ ਕੋ ਜੋਈ॥ ਤਨਖਾਹ ਨਾਮੈ ਬੀਚ ਪ੍ਰੋਈ॥ ੮॥
ਜਬਿ ਕਬਿ ਸੰਕਟ ਸਿਖ ਪਰਿ ਆਵੈ॥ ਸਰਧਾ ਪੂਰੇ ਗ੍ਰੰਥਿ ਕਮਾਵੈ॥
ਅਰਜ਼ੁਲ ਅਲਫ਼ਾਜ ਪੁਸਤਕ ਜੋਈ॥ ਪੜ੍ਹੈ ਪ੍ਰੀਤਿ ਅੱਲਾ ਮੈਂ ਪ੍ਰੋਈ॥ ੯॥

ਸਫਾ ਨਾਮਹ ਜੁ ਕੁਊ ਕਮਾਵੈ॥ ਜੀਤੈ ਜੰਗ ਅਰਿਨ ਕੋ ਘਾਵੈ॥
ਨਿਸ਼ਾਨੇ ਸਿੱਖੀ ਜੋ ਹਮ ਕਹੀ॥ ਰਹਿਤ ਬਹਿਤ ਸਿੱਖੀ ਕੀ ਸਹੀ॥ ੧੦॥
ਗੰਜ ਨਾਮਹ ਗੁਰੂ ਕੋ ਗੰਜ॥ ਪੜ੍ਹੈ ਸੁਨੈ ਨਹਿ ਉਪਜੈ ਰੰਜ॥
ਤੌਸੀਫੋ ਸਨਾ ਪੁਸਤਕ ਜੇਈ॥ ਪਠਤਿ ਸੁਨਤਿ ਮਹਾਤਮ ਲੇਈ॥ ੧੧॥
ਉਸਤਤਿ ਅੱਲਾ ਗੁਰ ਗੋਬਿੰਦ॥ ਕਹੀਯੋ ਨੰਦਲਾਲ ਨੈ ਬ੍ਰਿੰਦ॥
ਖ਼ਾਤਿਮਾ ਕੋ ਜੋਊ ਅਲਾਵੈ॥ ਅੰਤਕ ਤਿਸ ਕੈ ਨਿਕਟਿ ਨ ਆਵੈ॥ ੧੨॥

ਦੋਹਰਾ॥

ਇਤਨੀ ਮਹਿਮਾ ਗੁਰ ਕਹੀ, ਦੱਖਣ ਦੇਸ ਮਝਾਰ॥
ਪੜ੍ਹੈ ਸੁਨੈ ਜੋ ਪ੍ਰੀਤਿ ਕਰਿ, ਹੋਹਿ ਨਾ ਕਬਹਿ ਖ੍ਵਾਰ॥ ੧੩॥

ਚੌਪਈ॥

ਨੰਦਲਾਲ ਜਬਿ ਭੇਟ ਚੜ੍ਹਾਈ॥ ਜ਼ਿੰਦਗੀਨਾਮੋ ਗੁਰ ਬਤਲਾਈ॥
ਕਹਜੋ ਕਰੋ ਯਾਹੀ ਕੀ ਕੰਥਾ॥ ਮਨੀ ਸਿੰਘ ਕਰੈ ਤਬਿ ਸੰਥਾ॥ ੧੪॥
ਨੰਦਲਾਲ ਜੋ ਅਰਥ ਬਤਾਏ॥ ਮਨੀ ਸਿੰਘ ਚੀਨੇ ਸਮੁਦਾਏ॥
ਆਗੇ ਦਿਵਾਨ ਸਿੰਘ ਜੀ ਪੜੇ॥ ਗੁਰਦਜਾਲ ਸਿੰਘ ਜੀ ਤਾਂ ਤੇ ਜੜੇ॥ ੧੫॥
ਗੁਰਬਖਸ਼ ਸਿੰਘ ਤਿਨ ਤੇ ਭਏ॥ ਅਮਰ ਸਿੰਘ ਤਿਨ ਤੇ ਲਖਿ ਲਏ॥
ਰਾਮ ਸਿੰਘ ਜੀ ਬਡੋ ਗਜਾਨੀ॥ ਸਿੰਘ ਹਜੂਰਾ ਆਗੈ ਜਾਨੀ॥ ੧੬॥
ਹਰਿ ਬਖਸੀਸ ਦਸਮ ਕੇ ਪਜਾਰੇ॥ ਨੰਦਲਾਲ ਕੇ ਅਰਥ ਪ੍ਰਚਾਰੇ॥
ਸਿੰਘ ਸਰੂਪ ਭਏ ਹੈ ਆਗੇ॥ ਯਾਹੀ ਪ੍ਰਸਾਦਿ ਸੁ ਟੀਕਾ ਜਾਗੇ॥ ੧੭॥
ਸੋ ਟੀਕਾ ਸਿੰਘ ਰਣ ਸੁ ਪੇਖਾ॥ ਕਰਜੋ ਕਰਮ ਬਖਸੀਸ ਵਿਸੇਖਾ॥
ਦਯਾ ਸਿੰਘ ਨਿਹੰਗ ਬਡ ਗਯਾਨੀ॥ ਸਿੰਘ ਰਣ ਸੇ ਆਗੇ ਜਾਨੀ॥ ੧੮॥
ਸਿੰਘ ਕਰਤਾਰ, ਅੱਖਰ ਦਾਨੀ॥ ਇਲਮਿ ਫ਼ਾਰਸੀ ਮੁਰਸ਼ਿਦ ਮਾਨੀ॥ ੧੯॥
ਦਯਾ ਸਿੰਘ ਸੇ ਆਗੇ ਭਏ॥ ਸਿੰਘ ਹਰਦੀਪ, ਸੁ ਦੀਪ ਜਗਏ॥
ਅਰਥ ਪੋਥੀ ਜੋ ਥੀ ਭਾਈ॥ ਹਰਿ ਹਰਦੀਪ ਸੇ ਆਗੇ ਪਾਈ॥ ੨੦॥
ਸੰਤ ਸੂਰਤ ਬ੍ਰਹਮ ਕੇ ਬੇਤੇ॥ ਕਹਜੋ ਜਗਾਵੋ ਦੀਪਕ ਜੇਤੇ॥
ਤੇਤਿਕ ਬਰਸ ਗੁਰੂ ਕੇ ਲੇਖੇ॥ ਆਂਵਹਿ ਨ ਜਾਂਵਹਿਂ ਕਹੈ ਵਿਸੇਖੇ॥ ੨੧॥
ਮਾਨਿ ਬਚਨ ਮੈਂ, ਗੁਰ ਸੁ ਤਾਤਾ॥ ਗੋਯਾ ਕਲਾਮ ਲਿਖਣ ਮੈਂ ਰਾਤਾ॥
ਟੀਕਾ ਸੁਗਮ ਸੰਗ੍ਰਹਿ ਅਬਿ ਕਰੋਂ॥ ਆਗੇ ਨਿਆਰੇ ਨਿਆਰੇ ਰਰੋਂ॥ ੨੨॥

ਦੋਹਰਾ

ਹਰਿ ਹਰਦੀਪ ਪ੍ਰਸਾਦਿ ਮੈ, ਫ਼ਾਰਸੀ ਅਰਥ ਸੁ ਚੀਨ॥
ਅਤੀਕ਼ ਅਹਿਮਦ ਕ੍ਰਿਪਾ ਸੇ, ਗੋਯਾ ਪ੍ਰੇਮਰਸ ਲੀਨ॥ ੨੩॥
ਸੰਤ ਸਰੂਪ ਸਿੰਘ ਜੀ, ਟੀਕਾ ਜੋ ਅਵਦਾਤ॥
ਮੰਗਲ ਜੈਸੀ ਭਾਂਤਿ ਸੇ, ਲਿਖੋਂ ਤਾਹਿੰ ਚਮਕਾਤ॥ ੨੪॥

ਅਥ ਸੰਤ ਖਾਲਸਾ ਗਿਆਨੀ ਸਰੂਪ ਸਿੰਘ ਕੇ ਜ਼ਿੰਦਗੀਨਾਮੇ ਟੀਕੇ ਕੇ ਪ੍ਰਾਰੰਭਕ ਮੰਗਲ ਲਿਖਜਤੇ॥

ੴ ਸ੍ਰੀ ਵਾਹਿਗੁਰੂ ਜੀ ਕੀ ਫਤਹ॥

ਅਕਾਲ ਪੁਰਖੁ ਕੀ ਰੱਛਾ ਹਮਨੈ॥

ਸਰਬਲੋਹ ਕੀ ਰਛਿਆ ਹਮਨੈ॥

ਸਰਬ ਕਾਲ ਜੀ ਦੀ ਰਛਿਆ ਹਮਨੈ॥

ਸਰਬਲੋਹ ਜੀ ਦੀ ਸਦਾ ਰਛਿਆ ਹਮਨੈ॥ ੧॥

ਦੋਹਰਾ॥

ਪ੍ਰਿਥਮੇ ਇਸਟ ਉਪਾਸਜਕੋਂ ਪ੍ਰਣਵੋਂ ਹਿਤ ਚਿਤ ਲਾਇ॥
ਗੁਰੂ ਗੁਰੂ ਮੇਂ ਭੇਦ ਨਹਿ ਨਿਰਗੁਣ ਸਰਗੁਣ ਭਾਇ॥ ੧॥
ਅਲਪ ਬੁਧਿ ਤੇ ਭਿੰਨ ਭਿੰਨ ਸਭ ਕਵਿ ਕਹਤ ਸੁਨਾਇ॥
ਗੁਰੁ ਨਾਨਕ ਅੰਗਦ ਗੁਰੂ ਅਮਰਦਾਸ ਗੁਰ ਗਾਇ॥ ੨॥
ਰਾਮਦਾਸ ਅਰਜੁਨ ਗੁਰੂ ਹਰਿਗੋਬਿੰਦ ਗੁਰੁਦੇਵ॥
ਹਰੀਰਾਇ ਹਰਿਕ੍ਰਿਸਨ ਗੁਰੁ ਤੇਗ ਬਹਾਦੁਰ ਸੇਵ॥ ੩॥
ਕਲਗੀਧਰ ਗੋਬਿੰਦ ਸਿੰਘ ਦਸਵੋਂ ਗੁਰੁ ਸਿਰਤਾਜ॥
ਜਿਨ ਸਿਮਰਨ ਤੇ ਨਾਸ ਹੋਇ ਸਭ ਬਿਘਨਨ ਕਾ ਸਾਜ॥ ੪॥
ਪ੍ਰਸ਼ਨ॥ ਸੂਤ ਜਨ ਐਸੇ ਕਹਤ ਹੈ ਸਭਿ ਗ੍ਰੰਥਨ ਕੇ ਮਾਹਿ॥
ਦੁਸਟਨ ਕੇ ਸੰਘਾਰ ਹਿਤ ਬਿਸਨੁ ਵਤਾਰ ਧਰਾਇ॥
ਕ੍ਰਮ ਕ੍ਰਮ ਸੇ ਰਹੁ ਜੁਗਨ ਮੇ ਹੋਇ ਚੌਬੀਸ ਸ੍ਰੂਪ॥
ਜਿਨ ਮੇਂ ਮੁਖ ਹੋਇ ਭੂਪ ਦਸ ਚੌਦਸ ਕਰਿ ਕ੍ਰਿਤ ਲੂਪ॥ ੬॥
ਉਤ੍ਰ॥ ਸੁਨ ਬਿਯਾਸ ਕਰ ਕਹਤ ਹੋ ਗੁਰ ਘਰ ਕੇ ਸ੍ਰੇਸਟ ਦੇਵ॥
ਜੋ ਜੋ ਪ੍ਰਗਟੇ ਧਰਤ ਮਹਿ ਪ੍ਰਗਟ ਬਤਾਵੋ ਭੇਵ॥ ੭॥

ਜਿਨ ਕੋ ਸੁਨਹਿ ਬਿਚਾਰ ਕਰ ਨਿਸਚਾ ਦ੍ਰਿੜ੍ਹ ਹੋਇ ਜਾਇ॥
ਏਹੀ ਗੁਰੁ ਅਵਤਾਰ ਭੇ ਔਰ ਨ ਜਗ ਮੇਂ ਆਹਿ॥ ੮॥
ਮਹਾਂ ਬਿਸਨੁ ਪੁਕਾਰ ਸੁਨਿ ਪ੍ਰਗਟੇ ਨਾਨਕ ਰੂਪ॥
ਗੁਰੂ ਪਦ ਤੋ ਕੋ ਦੀਓ ਉਪਦੇਸੋ ਧਰ ਊਪ॥ ੯॥
ਦੁਤੀ ਸਰੂਪ ਬਾਲਾ ਭਯੋ ਜਗ ਮਿਰਜਾਦਾ ਭਾਇ॥
ਸੇਵਕ ਐਸਾ ਹੋਇ ਹੈ ਗੁਰੁ ਲੀਲਾ ਪ੍ਰਗਟਾਇ॥ ੧੦॥
ਤ੍ਰਿਤਿ ਸਰੂਪ ਬੁੱਢਾ ਭਯੋ ਅਚਰਜ ਮਤਿ ਜਿਸ ਗਾਇ॥
ਤਖਤ ਬਿਰਾਜੇ ਜੋ ਗੁਰੂ ਤਿਲਕਾਦਿ ਦੇ ਸਮਦਾਇ॥ ੧੧॥
ਚਤੁਰਥ ਰੂਪ ਅੰਗਦ ਗੁਰੂ ਗੁਰਸਿਖ ਰੀਤਿ ਚਲਾਇ॥
ਸਹੇ ਕਸਉਟੀ ਗੁਰੂ ਕੀ ਸਾਬਤ ਰਹੇ ਤਦਾਇ॥ ੧੨॥
ਵੈਸੇ ਹੀ ਪੰਚਮ ਸਰੂਪ ਅਮਰਦਾਸ ਗੁਰ ਹੋਇ॥
ਰਾਮਦਾਸ ਛਠਮ ਸਰੂਪ ਸਤਮੋ ਅਰਜੁਨ ਲੋਇ॥ ੧੩॥
ਲੇਖਕ ਪ੍ਰਗਟ ਕਰਨ ਹਿਤ ਅਠਮੋ ਧਾਰ ਸਰੂਪ॥
ਗੁਰਦਾਸ ਨਾਮ ਭਾਈ ਪਦੰ ਦੀਓ ਆਪ ਧਰ ਨੂਪ॥ ੧੪॥
ਹਰਿਗੋਬਿੰਦ ਨੌਮੋ ਸਰੂਪ ਦਸਵੇਂ ਬਾਬਾ ਛਾਇ॥
ਬੁਢਣ ਸਾਹ ਕੋ ਦੂਧ ਪੀਯ ਗਜਾਰਸ ਸ੍ਰੀ ਹਰਿਰਾਇ॥ ੧੫॥
ਹਰੀਕ੍ਰਿਸਨ ਬਾਰਸ ਭਯੋ ਅਚਰਜ ਸਕਤਿ ਦਿਖਾਇ॥
ਪੰਡਨ ਸੋ ਚਰਚਾ ਕਰੀ ਤੁਛ ਜੀਵਿਕ ਬੁਲਵਾਇ॥ ੧੬॥
ਤੇਗ ਬਹਾਦੁਰ ਤੇਰਮੋ ਸਾਕਾ ਬਡੋ ਕਰਾਇ॥
ਚੌਦਸ ਮੋ ਗੋਬਿੰਦ ਸਿੰਘ ਕਲਗੀਧਰ ਜਿਸ ਗਾਇ॥ ੧੭॥
ਦੁਸਟ ਤੇਜ ਕੋ ਖੈ ਨਮਿਤ ਪੰਥ ਖਾਲਸਾ ਸਾਜ॥
ਰਜੋ ਸਤੋ ਕਾ ਸਾਜ ਸਥ ਦੀਓ ਆਪਿ ਮਹਾਰਾਜ॥ ੧੮॥
ਸਾਹਿਬਜਾਦੇ ਚਾਰ ਭੇ ਅਜੀਤ ਸਿੰਘ ਜੁਝਾਰ॥
ਸਿੰਘ ਜੋਰਾਵਰ ਸਿੰਘ ਹਠੀ ਫਤੇ ਸਿੰਘ ਹਰਿਭਾਗ॥ ੧੯॥
ਦਸ ਅਰੁ ਆਠ ਬਰਨਨ ਕਰੈ ਆਗੇ ਸੁਨੋ ਸੁਜਾਨ॥
ਦਯਾ ਸਿੰਘ ਉਨੀਸਮੇ ਭੇਟਾ ਸੀਸ ਕਰਿ ਆਨ॥ ੨੦॥
ਧਰਮ ਸਿੰਘ ਜੋ ਬੀਸਮਾ ਸਿਖੀ ਸਥਿਤ ਕਰੀ॥
ਹਿੰਮਤ ਸਿੰਘ ਇਕੀ ਸੂਪ ਪ੍ਰਗਟਿਓ ਸਭ ਭਰੀ॥ ੨੧॥
ਬਾਇਸ ਮੋਹਕਮ ਸਿੰਘ ਜੀ ਸਥਿਕ ਗੁਰੁ ਵਾਕ॥

ਸਾਹਿਬ ਤੇਈਸ ਸੂਪ ਉਠਾ ਹੋਇ ਕਰ ਤਾਕ॥ ੨੨॥
ਚੌਬਿਸਾ ਨੰਦ ਲਾਲ ਸਿੰਘ ਭਾਈ ਜਾਕੋ ਭਾਖਿ॥
ਗੁਰੂ ਪਦ ਜਿਹ ਕੇ ਦੀਆ ਸਭ ਕੇ ਮਧ ਕਰ ਸਾਖਿ॥ ੨੩॥
ਮਹਾਂ ਬਿਸਨ ਭੇ ਜਸ ਬਿਧੀ ਧਰ ਸਰੂਪ ਗੁਰ ਰਾਇ॥
ਭਿੰਨ ਭਿੰਨ ਬਰਨਨ ਕਰੇ ਗੁਰ ਚਰਨਨ ਚਿਤ ਲਾਇ॥ ੨੪॥
ਮਹਾਂ ਬਿਸਨ ਚੁਬਿਸ ਸੂਪ ਐਸੇ ਜਗ ਹੋਇ ਆਇ॥
ਮੰਦ ਬੁਧੀ ਜੀਵੋਂ ਨਮਿਤ ਭਗਤਿ ਗਜਾਨ ਪ੍ਰਗਟਾਇ॥ ੨੫॥
ਆਪੋ ਅਪਨੀ ਬੁਧਿ ਕੇ ਸਭ ਹੀ ਭਾਵ ਦਿਖਾਇ॥
ਕੋਈ ਬੰਸ ਕੋ ਕਹਤ ਹੈ ਕੋਈ ਔਰ ਬਤਾਇ॥ ੨੬॥
ਚੌਬਿਨ ਮੈ ਸਤਿਗੁਰ ਸਰੂਪ ਤਖਤ ਬਿਰਾਜੇ ਜੋਇ॥
ਏਕ ਸੂੰਨ ਸੰਖਜਾ ਰਰੈਂ ਜਗ ਜਾਨੈ ਸਭ ਕੋਇ॥ ੨੭॥
ਚਾਰ ਦਸ ਜੋਇ ਔਰ ਹੈ ਸਿਖੀ ਭਾਵ ਧਰੇਹ॥
ਪ੍ਰੇਮ ਭਾਵ ਕੋ ਪ੍ਰਗਟਿ ਕਰਿ ਸੰਸਾ ਸਕਲ ਹਰੇਹ॥ ੨੮॥
ਚੌਬਿਸ ਮੈ ਬਾਣੀ ਰਚਿਤ ਦਸ ਰੂਪ ਹੈ੍ ਲੋਇ॥
ਆਦਿ ਸ੍ਰੀ ਗੁਰੂ ਗ੍ਰੰਥ ਜੀ ਸਾਹਿਬ ਪਦ ਦੀਆਂ ਜੋਇ॥ ੨੯॥
ਦੁਤਿ ਬਾਣੀ ਭਾਈ ਕਹੀ ਵਰ ਦਿਯ ਪੰਚਮ ਰੂਪ॥
ਜੋ ਚਿਤ ਲਾਇ ਪੜ੍ਹੇ ਸੁਨੈ ਪਾਵੈ ਮੋਖ ਅਨੂਪ॥ ੩੦॥
ਦਸਮ ਸ੍ਰੀ ਗੁਰੂ ਗ੍ਰੰਥ ਸੁਨ ਨਾਟਿਕ ਨਾਮ ਬਚਿਤ੍ਰ॥
ਗੋਇਯਾ ਪਦ ਬਾਣੀ ਰਚੀ ਫਾਰਸਿ ਭਾਖਾ ਚਿਤ੍ਰ॥ ੩੧॥
ਦਸਮ ਗੁਰੂ ਜੀ ਦੇਖਕੈ ਸਭ ਮੈ ਕਹਾ ਉਚਾਰ॥
ਭਾਈ ਬਾਣੀ ਗੁਰੁ ਤਲੈਂ ਪੜ ਸੁਨਿ ਕਰੈ ਪ੍ਰਚਾਰ॥ ੩੨॥
ਸੁਖੈਨ ਮੋਖ ਪ੍ਰਾਪਤਿ ਹੈ੍ ਗੁਰਬਾਣੀ ਕੇ ਭਾਇ॥
ਜਨਮ ਮਰਨ ਕੇ ਚਕਰ ਮੈ ਕਬੂੰ ਨ ਆਵੇ ਜਾਇ॥ ੩੩॥
ਭਾਈ ਜੀ ਕੇ ਚਰਨੋਂ ਪਰ ਨਮੋਂ ਕਰੋਂ ਕਰ ਜੋਰ॥
ਜਿਨ ਕੀ ਕ੍ਰਿਪਾ ਪਾਇ ਕੇ ਪੂਰਿ ਮਨੋਰਥ ਮੋਰ॥ ੩੪॥
ਸੰਪ੍ਰਦਾਇ ਸ੍ਰੋਮਨੀ ਮਨੀ ਸਿੰਘ ਜਿਹ ਨਾਮ॥
ਤਾਂਕੇ ਪਗ ਬੰਦਨ ਕਰੋ ਗੁਹਜ ਭਾਵ ਹੋਇ ਧਾਮ॥ ੩੫॥
ਵਿਦਿਆ ਦਾਤੇ ਗੁਰੂ ਕੋ ਨਮਸਕਾਰ ਕਰਿ ਭਾਇ॥
ਸਰਬ ਕਾਲ ਜਿਨ ਮਯਾ ਕਰ ਅਰਥ ਭਾਵ ਪ੍ਰਗਟਾਇ॥ ੩੬॥

ਅਥ ਜੀਵਨ ਚਰਿਤ੍ਰ
ਭਾਈ ਨੰਦਲਾਲ ਜੀ ਕਾ ਵਾਰਤਿਕ ਲਿਖਯਤੇ॥

ਭਾਈ ਸਾਹਿਬ ਭਾਈ ਨੰਦਲਾਲ ਜੀ ਦੇ ਪਿਤਾ ਜੀ ਛੱਜੂ ਰਾਮ ਆਂਗ੍ਰਿਸ਼ ਖੱਤਰੀ ਅਤੇ ਫ਼ਾਰਸੀ, ਸੰਸਕ੍ਰਿਤ ਦੇ ਚੰਗੇ ਵਿਦਵਾਨ ਸਨ। ਛੱਜੂ ਰਾਮ ਜੀ ਦਾ ਪਰਿਵਾਰ ਪੰਜਾਬ ਦੀ ਧਰਤੀ ਨਾਲ ਸੰਬੰਧਿਤ ਹੋਣ ਤੇ ਆਪ ਜੀ ਸਿੱਖ ਗੁਰੂਆਂ ਅਤੇ ਉਨ੍ਹਾਂ ਦੇ ਸਿਧਾਂਤਾਂ ਉੱਪਰ ਚੰਗਾ ਅਕੀਦਾ ਰੱਖਦੇ ਹਨ। ਮਹਾਨ ਕੋਸ਼ ਅਨੁਸਾਰ ਆਪ ਜੀ ੧੬੩੦ ਵਿੱਚ ਹਿੰਦੋਸਤਾਨੋਂ ਗ਼ਜ਼ਨੀ ਗਏ ਅਤੇ ਸ੍ਵੈ ਕਾਬਲੀਅਤ ਅਨੁਸਾਰ ਉੱਥੇ ਦੇ ਹਾਕਿਮ ਮੁਅੱਯੂ-ਦੀਨ ਦੇ ਮੀਰ-ਮੁਨਸ਼ੀ ਬਣ ਗਏ।

੧੬੩੯ ਈ 'ਚ ਜਦ ਦਾਰਾ ਸ਼ਿਕੋਹ ਕੰਧਾਰ ਦੀ ਮੁਹਿੰਮ ਉੱਪਰ ਆਏ ਤਾਂ ਆਪ ਜੀ ਦਾ ਨੇੜ ਦਾਰਾ-ਸ਼ਿਕੋਹ ਹੋਇਆ, ਉਹ ਆਪ ਜੀ ਤੋਂ ਅਕਸਰ ਉਪਨਿਸ਼ਦਾਂ, ਗੀਤਾ, ਪਾਕਿ-ਕੁਰਾਨ ਦੇ ਗੁੱਝੇ ਭੇਦ ਸੁਣਦਾ-ਸਮਝਦਾ ਰਹਿੰਦਾ ਸੀ ਅਤੇ ਆਪ ਜੀ ਦਾ ਚੰਗਾ ਸਤਿਕਾਰ ਰੱਖਦਾ ਸੀ।

ਭਾਈ ਨੰਦਲਾਲ ਜੀ ਦਾ ਜਨਮ

ਛੱਜੂ ਰਾਮ ਜੀ ਬੈਰਾਗੀ ਸੰਪ੍ਰਦਾ ਦੇ ਪੈਰੋਕਾਰ ਅਤੇ ਧਾਰਮਿਕ ਖ਼ਿਆਲਾਂ ਦੇ ਉੱਚ ਕੋਟੀ ਦੇ ਧਰਮਾਤਮਾ ਸਨ। ਆਪ ਜੀ ਦੀ ਆਯੂ ੫੦ ਬਰਸ ਦੇ ਲਗਭਗ ਪੁੱਜ ਗਈ, ਪਰੰਤੂ ਇਹਨਾਂ ਦਿਨਾਂ ਤੱਕ ਆਪ ਦੀ ਸੰਤਾਨ ਕੋਈ ਨਹੀਂ ਸੀ। ਜੋ ਸਾਲ ਦਾ ਬੱਚਾ ਹੁੰਦਾ, ਉਹ ਸਾਲ ਦੇ ਵਿੱਚ ਹੀ ਚੜ੍ਹਾਈ ਕਰ ਜਾਂਦਾ, ਜਿਸ ਤੋਂ ਇਕ ਤਾਂ ੫੦ ਬਰਸ ਦੀ ਆਯੂ ਹੋ ਜਾਣ ਤੋਂ:-

ਅਗਹੁ ਨੇੜਾ ਆਇਆ ਪਿਛਾ ਰਹਿਆ ਦੂਰਿ॥ ੯॥

(ਸਲੋਕ ਫਰੀਦ)

ਅੱਗਾ ਯਾਦ ਆ ਗਿਆ ਤੇ ਦੂਜਾ ਸੰਤਾਨ ਦੇ ਹੋ-ਹੋ ਕੇ ਮਰ ਜਾਣ ਦੇ ਦੁਖ ਨੇ ਇਹਨਾਂ ਦੀ ਤਬੀਅਤ ਵਿੱਚ ਪਰਿਵਰਤਨ ਲੈ ਆਂਦਾ ਤੇ ਇਹਨਾਂ ਦੇ ਖਿਆਲ ਕੁਝ ਭਗਤੀ ਭਾਵ ਵੱਲ ਝੁਕ ਗਏ ਅਤੇ ਆਖ਼ਿਰ ਗੁਰੂ ਨਾਨਕ ਦੇ ਚਰਨਾਂ 'ਚ ਸੇਵਕ ਬਣ ਕੇ ਸਦ ਅਰਦਾਸ ਕਰਨ ਲੱਗ ਪਏ। ਸੋ ਇਸ ਤਰ੍ਹਾਂ ਅਰਦਾਸ ਕਰਦੇ ਜਦ ਆਪ ਦੀ ਆਯੂ ੫੧ ਸਾਲਾਂ ਦੀ ਹੋਈ ਤਾਂ ਆਪ ਦੇ ਗ੍ਰਿਹ ਵਿਖੇ ਸੰਨ ੧੬੩੩ ਵਿੱਚ ਲੜਕਾ ਉਤਪੰਨ ਹੋਇਆ, ਜਿਸ ਦਾ ਨਾਮ 'ਨੰਦ ਲਾਲ' ਰੱਖਿਆ।

ਵਿੱਦਿਆ

ਸ਼ਹਿਰ ਗ਼ਜ਼ਨੀ ਪਠਾਣੀ ਇਲਾਕੇ ਦਾ ਸ਼ਹਿਰ ਹੈ; ਤੇ ਇਥੋਂ ਦੀ ਵਸੋਂ ਤੇ ਹ਼ਾਕਿਮ ਵੀ ਪਠਾਣ ਹੀ ਸਨ, ਜਿਸ ਤੋਂ ਇਸ ਦੇਸ਼ ਦੀ ਭਾਸ਼ਾ 'ਤੇ ਰਾਜ ਦਰਬਾਰ ਦੀ ਜ਼ਬਾਨ ਵੀ ਫ਼ਾਰਸੀ ਹੀ ਸੀ। ਇਸ ਲਈ ਦੀਵਾਨ ਛੱਜੂ ਰਾਜ ਜੀ ਨੇ ਆਪਣੇ ਸਪੁੱਤ੍ਰ ਨੰਦ ਲਾਲ ਨੂੰ, ਜਦ ਇਨ੍ਹਾਂ ਨੇ ਹੋਸ਼ ਸੰਭਾਲੀ, ਤਾਂ ਇਕ ਮੌਲਵੀ ਪਾਸ ਪੜ੍ਹਨੇ ਪਾਇਆ, ਜਿੱਥੇ ਇਨ੍ਹਾਂ ਫ਼ਾਰਸੀ ਤੇ ਅ਼ਰਬੀ ਦੀ ਖ਼ਾਸੀ ਲਿਆਕਤ (ਵਿੱਦਿਆ) ਪ੍ਰਾਪਤ ਕਰ ਲਈ ਜਿਹਾ ਕਿ ਸੂਰਜ ਪ੍ਰਕਾਸ਼ ਵਿੱਚ ਲਿਖਿਆ ਹੈ:-

ਨੰਦ ਲਾਲ ਨਿਤ ਮਕਤਬ ਜਾਇ॥ ਇ਼ਲਮ ਫ਼ਾਰਸੀ ਪਢਹਿ ਬਨਾਇ॥
ਤੀਛਨ ਬੁਧਿ ਪੁਨਹਿ ਅਭਜਾਸੇ॥ ਨਿਤਪ੍ਰਤਿ ਬਿਦਜਾ ਬਹੁਤ ਪ੍ਰਕਾਸ਼ੇ॥੧੫॥
ਬ੍ਰਿੰਦ ਕਿਤਾਬਨ ਕੋ ਪਢਿ ਗਇਓ॥ ਇ਼ਲਮ ਬਿਖੇ ਕਾਮਿਲ ਬਹੁ ਭਇਓ॥

(ਰੁਤ ੩, ਅੰਸੂ ੨੪)

ਤੇ ਮੁਸਲਮਾਨੀ ਮਤ ਦੀ ਕਾਫ਼ੀ ਵਾਕਫ਼ੀਅਤ ਹੋ ਗਈ, ਇਹ ਸੱਚ ਹੈ ਕਿ ਪੁਤ੍ਰ ਕਪੁਤ੍ਰ ਪੰਘੂੜਿਓਂ ਹੀ ਸਿਞਾਪ ਜਾਂਦੇ ਹਨ, ਨੰਦ ਲਾਲ ਦੇ ਥੋੜ੍ਹੀ ਆਯੂ ਵਿੱਚ ਹੀ ਅ਼ਰਬੀ ਤੇ ਫ਼ਾਰਸੀ ਦੇ ਪੰਡਿਤ ਹੋ ਜਾਣ ਤੇ ਛੱਜੂ ਰਾਮ ਆਪਣਿਆਂ ਕਪੜਿਆਂ ਵਿੱਚ ਨਹੀਂ ਸਮਾਂਵਦਾ ਸੀ, ਤੇ ਬੱਚੇ ਤੇ ਅਤਿ ਹੋਣਹਾਰ ਹੋ ਜਾਣ ਕਰਕੇ ਅਤਿ ਪ੍ਰਸੰਨ ਸੀ। ਨੰਦ ਲਾਲ ਜੀ ੧੨ ਵਰ੍ਹਿਆਂ ਦੀ ਉਮਰ ਤੱਕ ਚੰਗੀ ਫ਼ਾਰਸੀ-ਅ਼ਰਬੀ ਦੀ ਕਵਿਤਾ ਵੀ ਲਿਖਣ ਲੱਗ ਪਏ।

ਕੰਠੀ ਪਾਉਣਾ

ਦੀਵਾਨ ਛੱਜੂ ਰਾਮ ਜੀ ਬੈਰਾਗੀਆਂ ਦੇ ਚੇਲੇ ਸਨ, ਜਦ ਨੰਦ ਲਾਲ ਦੀ ਆਯੂ ੧੨ ਵਰ੍ਹਿਆਂ ਦੀ ਹੋਈ ਤਦ ਦੀਵਾਨ ਜੀ ਨੇ ਕੰਠੀ (ਜੋ ਬੈਰਾਗੀ ਮਤ ਦਾ ਚਿੰਨ੍ਹ ਹੈ) ਪਾਉਣ ਲਈ ਆਪਣੇ ਗੁਰੂ ਨੂੰ ਬੈਰਾਗੀ ਸਾਧੂਆਂ ਦੀ ਜਮਾਤ ਸਮੇਤ ਮੰਗਾਇਆ। ਗ੍ਰਿਹ ਵਿਖੇ ਕਿਸੇ ਗੱਲ ਦੀ ਕਮੀ ਨਹੀਂ ਸੀ, ਤੇ ਫਿਰ ਲੜਕਾ ਵੀ ਇਕੋ ਇਕ ਹੀ ਸੀ, ਜਿਸ ਤੋਂ ਆਪ ਨੇ ਇਸ ਰਸਮ ਨੂੰ ਬੜੀ ਹੀ ਧੂਮ-ਧਾਮ ਨਾਲ ਪੂਰਾ ਕਰਨ ਲਈ ਲੱਗਦੇ ਵਾਹ ਕੋਈ ਕਸਰ ਬਾਕੀ ਨਾ ਰੱਖੀ। ਗ਼ਰੀਬਾਂ ਨੂੰ ਅੰਨ ਬਸਤ੍ਰ ਦਿੱਤਾ ਗਿਆ, ਬੈਰਾਗ਼ੀ ਸੰਤਾਂ ਦੀ ਸੇਵਾ ਬੜੇ ਹੀ ਚਾਉ ਤੇ ਪ੍ਰੇਮ ਨਾਲ ਕੀਤੀ ਗਈ। ਨੀਅਤ ਦਿਨ ਤੇ ਜਦ ਨੰਦ ਲਾਲ ਜੀ ਦੇ ਗਲ ਵਿੱਚ ਕੰਠੀ ਪਾਉਣ ਲੱਗੇ ਤਦ ਬਾਲਿਕ ਨੰਦਲਾਲ ਜੀ ਨੇ ਪੁੱਛਿਆ:-

'ਇਹ ਕੰਠੀ ਮੇਰੇ ਗਲ ਵਿੱਚ ਕਿਉਂ ਪਾਉਂਦੇ ਹੋ?'

ਗੁਰੂ ਜੀ ਨੇ ਕਿਹਾ ਕਿ-ਬੇਟਾ! ਇਹ ਬੈਰਾਗੀ ਮਤ ਦਾ ਚਿੰਨ੍ਹ ਹੈ, ਤੇ ਇਸ ਸੰਪ੍ਰਦਾ ਦੇ ਹਰ ਇੱਕ ਮਨੁੱਖ ਨੂੰ ਇਹ ਧਾਰਨ ਕਰਨੀ ਚਾਹੀਦੀ ਹੈ, ਇਸ ਦਾ ਭਾਵ ਹੈ ਕਿ ਅੱਜ ਤੋਂ ਤੁਸਾਂ ਸਾਨੂੰ ਗੁਰੂ ਧਾਰਨ ਕਰ ਲਿਆ ਹੈ।

ਅੱਗੋਂ ਨੰਦਲਾਲ ਜੀ ਨੇ ਕਿਹਾ ਕਿ-ਜੋ ਕੰਠੀ ਪਾਉਣ ਦਾ ਮਤਲਬ ਗੁਰੂ ਧਾਰਨ ਕਰਨ ਦਾ ਹੈ, ਤਾਂ ਮੈਂ ਅਜੇ ਤੱਕ ਕੋਈ ਗੁਰੂ ਨਹੀਂ ਸੀ ਧਾਰਿਆ, ਤੇ ਨਾ ਹੀ ਤੁਸਾਂ ਹੁਣ ਤਕ ਮੈਨੂੰ ਕੋਈ ਅਜੇਹੀ ਸਿਖਜਾ ਦਿੱਤੀ ਹੈ ਜਿਸ ਤੋਂ ਮੈਂ ਤੁਹਾਨੂੰ ਗੁਰੂ ਮੰਨ ਸਕਾਂ, ਇਸ ਲਈ ਕ੍ਰਿਪਾ ਕਰਕੇ ਹਾਲੀ ਮੈਨੂੰ ਕੰਠੀ ਪਾਉਣ ਤੋਂ ਮਾਫ਼ ਕਰੋ, ਜਦ ਮੈਂ ਧਾਰਨ ਕਰ ਲਵਾਂਗਾ ਤਦ ਕੰਠੀ ਪਾ ਲਵਾਂਗਾ। ਅਤੇ ਕਹਿਣ ਲੱਗੇ:-

ਨੰਦ ਲਾਲ ਕਰ ਜੋਰਿ ਬਖਾਨਾ॥ ਇਸ ਕੰਠੀ ਤੇ ਅਨਦ ਨ ਜਾਨਾ॥ ੬॥
ਬਾਨੀ ਸੁੰਦਰ ਕੰਠੀ ਜੋਇ॥ ਮੋਰ ਗਰੇ ਪਹਿਰਾਵੋ ਸੋਇ॥
ਗੁਰ ਪਰਮੇਸੁਰ ਜਸ ਜਿਸੁ ਮਾਂਹੀ॥ ਬਰਨਨ ਕਰਤੇ ਤ੍ਰਿਪਤੌਂ ਨਾਂਹੀ॥ ੭॥
ਸਦਾ ਕੰਠ ਮੈਂ ਸੁੰਦਰ ਸੋਹੈ॥ ਪਠਨ ਸੁਨਨਿ ਤੇ ਜਨ ਮਨਿ ਮੋਹੈ॥

(ਸੂਰਜ ਪ੍ਰਕਾਸ਼, ਰੁਤ ੩-੨੪)

ਜਿਸ ਤੋਂ ਨੰਦ ਲਾਲ ਜੀ ਦੇ ਮਾਤਾ ਪਿਤਾ ਤੇ ਹੋਰ ਸਾਰੇ ਸਾਕ ਸਬੰਧੀ ਅਸਚਰਜ ਰਹਿ ਗਏ। ਦੀਵਾਨ ਛੱਜੂ ਰਾਮ ਜੀ ਗੁਰੂ ਦੇ ਮੂੰਹ ਵੱਲ ਤੇ ਗੁਰੂ ਦੀਵਾਨ ਦੇ ਮੂੰਹ ਵੱਲ ਲੱਗੇ ਬਿਟ-ਬਿਟ ਵੇਖਣ, ਪਰੰਤੂ ਕਿਸੇ ਨੂੰ ਕੋਈ ਗੱਲ ਨਾ ਆਹੁੜੇ, ਜਿਸ ਤੇ ਪਿਤਾ ਨੇ ਪੁੱਤਰ ਨੂੰ ਕਿਹਾ :-

ਬੇਟਾ! ਅਸੀਂ ਸ੍ਰੀ ਰਾਮਾਨੰਦ ਜੀ ਦੇ ਘਰ ਦੇ ਸੇਵਕ ਹਾਂ, ਸਾਨੂੰ ਹੁਕਮ ਹੈ ਕਿ ਇਹ ਕੰਠੀ ਜ਼ਰੂਰ ਗਲ ਵਿੱਚ ਪਾਈ ਜਾਏ, ਇਸ ਲਈ ਗੁਰੂ ਜੀ ਦਾ ਹੁਕਮ ਮੰਨ ਕੇ ਕੰਠੀ ਗਲ ਵਿੱਚ ਪੁਆ ਲਓ।

ਨੰਦ ਲਾਲ ਜੀ ਨੇ ਕਿਹਾ ਕਿ ਪਿਤਾ ਜੀ! ਮੈਂ ਆਪ ਦੀ ਆਗਜਾ ਹਰ ਵਕਤ ਪਾਲਣ ਨੂੰ ਤਿਆਰ ਹਾਂ, ਗੁਰੂ ਜੀ ਨੇ ਜੋ ਕੁਝ ਕੰਠੀ ਪਾਣ ਦੇ ਗੁਣ ਦੱਸੇ ਹਨ, ਉਹ ਇਹ ਹਨ ਕਿ ਕੰਠੀ ਪਾਣਾਂ ਗੁਰੂ ਧਾਰਨ ਕਰਨ ਦਾ ਚਿੰਨ੍ਹ ਹੈ, ਸੋ ਜਦ ਮੈਂ ਅਜੇ ਕੋਈ ਗੁਰੂ ਧਾਰਨ ਹੀ ਨਹੀਂ ਕੀਤਾ ਤਾਂ ਕੰਠੀ ਪਾਉਣ ਦੇ ਕੀ ਅਰਥ? ਜਦ ਕੋਈ ਮੈਨੂੰ ਐਸਾ ਸੱਜਣ ਪੁਰਸ਼ ਮਿਲ ਗਿਆ ਕਿ ਜਿਸ ਨੇ ਮੇਰੇ ਦਿਲ ਦੇ ਸੰਸੇ ਨਵਿਰਤ ਕਰ ਦਿੱਤੇ ਤੇ ਮੈਨੂੰ ਪਰਮਾਤਮਾ ਨੂੰ ਮਿਲਾ ਦਿੱਤਾ, ਤਦ ਮੈਂ ਇੱਕ ਨਹੀਂ ਸੌ ਕੰਠੀ ਵੀ, ਜਦ ਉਸ ਨੇ ਕਹੀ, ਪਾਉਣ ਨੂੰ ਤਿਆਰ ਹੋ ਜਾਵਾਂਗਾ। ਬਾਕੀ ਰਹੀ ਰਿਵਾਜ ਦੀ ਗੱਲ, ਸੋ ਇਹ ਠੀਕ ਨਹੀਂ, ਕਿਉਂਕਿ:-

ਲੀਕ ਲੀਕ ਗਾਡੀ ਚਲੇ, ਲੀਕੇ ਚਲੇ ਕਪੂਤ॥
ਤੀਨੋਂ ਲੀਕੇ ਨਾ ਚਲੇਂ, ਸੂਰਾ, ਸਿੰਘ, ਸਪੂਤ॥

ਸੋ ਆਪ ਹੁਣ ਇਸ ਗੱਲ ਤੇ ਬਹੁਤੀ ਵਾਰ ਜ਼ੋਰ ਨਾ ਦਿਓ।

ਜਦ ਪਿਤਾ ਨੇ ਬੇਟੇ ਵੱਲੋਂ ਅਜੇਹੀਆਂ ਗੱਲਾਂ ਸੁਣੀਆਂ ਤਾਂ ਨਿਰਾਸਤਾ ਜਿਹੀ ਵਿੱਚ ਪੈ ਗਿਆ। ਨੰਦ ਲਾਲ ਜੀ ਨੇ ਨਾਲ ਪੜ੍ਹਨ ਵਾਲੇ ਬਾਲਾਂ ਤੇ ਉਸ ਦੇ ਉਸਤਾਦ ਮੌਲਵੀ ਜੀ ਤੋਂ

ਵੀ ਇਸ ਨੂੰ ਅਜੇਹਾ ਕਰਨ ਲਈ ਅਖਵਾਇਆ, ਪ੍ਰੰਤੂ ਜਦ ਕਿਸੇ ਦੀ ਵੀ ਪੇਸ਼ ਨਾ ਗਈ ਤਾਂ ਅੰਤ ਨੂੰ ਇਹ ਆਖਿਆ ਕਿ ਅੱਛਾ ਵਿਆਹ ਦੇ ਸਮੇਂ ਕੰਠੀ ਪਾ ਲਈ ਜਾਵੇਗੀ ਅਤੇ ਬੈਰਾਗੀ ਸੰਤਾਂ ਨੇ ਨਾਲ ਹੀ ਬਚਨ ਕਰ ਦਿੱਤੇ ਕਿ ਇਹ ਕੋਈ ਬ੍ਰਹਮਬੇਤਾ ਮਹਾਂਪੁਰਖ ਹੀ ਹੈ :

ਯਥਾ : ਇਹੁ ਚੈਤੰਨ ਜਗਿਆਸੀ ਕੋਇ ॥ਹੋਇ ਅਧਿਕਾਰੀ ਲੇਵੈ ਸੋਇ ॥੧੦॥

(ਮਹਿਮਾ ਪ੍ਰਕਾਸ਼)

ਓੜਕ ਦੀਵਾਨ ਜੀ ਦੇ ਗੁਰੂ ਤੇ ਉਨ੍ਹਾਂ ਦੇ ਸਾਥੀ ਬੈਰਾਗੀ ਸੰਤ ਵਿਦਾ ਕਰ ਦਿੱਤੇ ਗਏ।

ਮਾਤਾ ਪਿਤਾ ਦਾ ਚਲਾਣਾ

ਜਦ ਨੰਦ ਲਾਲ ਜੀ ਦੀ ਆਯੂ ੧੭ ਸਾਲ ਦੀ ਹੋਈ ਤਾਂ ਆਪ ਜੀ ਦੀ ਮਾਤਾ ਚਲਾਣਾ ਕਰ ਗਈ, ਤੇ ਅਜੇ ਮਾਤਾ ਦੇ ਗੁਜ਼ਰ ਜਾਣ ਦੇ ਸਦਮੇਂ ਨੂੰ ਦੋ ਵਰ੍ਹੇ ਵੀ ਨਹੀਂ ਬੀਤੇ ਸਨ ਕਿ ਆਪ ਦੇ ਪਿਤਾ ਦੀਵਾਨ ਛੱਜੂਰਾਮ ਜੀ ਵੀ ੧੬੫੨-੫੩ 'ਚ ਚਲਾਣਾ ਕਰ ਗਏ, ਜਿਸ ਤੋਂ ਆਪ ਦੇ ਨਰਮ ਦਿਲ ਉੱਤੇ ਹੋਰ ਵੀ ਸੱਟ ਵੱਜੀ। ਪ੍ਰੰਤੂ ਸਿਰ ਉੱਤੇ ਨਾਨਕਿਆਂ ਦੇ ਹੱਥ ਰੱਖਣ ਤੇ ਨਵਾਬ ਦੇ ਦਿਲਾਸੇ ਨਾਲ ਆਪ ਦਾ ਦਿਲ ਪਰਚ ਗਿਆ। ੧੬੫੩ 'ਚ ਲਾਹੌਰ ਤੋਂ ਨਵਾਂ ਹਾਕਿਮ ਆ ਚੁੱਕਾ ਸੀ, ਜੋ ਆਪ ਜੀ ਦੀ ਕਾਬਲੀਅਤ ਤੋਂ ਨਾ ਵਾਕਿਫ਼ ਸੀ ਅਤੇ ਜਦ ਪਿਤਾ ਦੇ ਦਾਹ ਕਰਮ ਤੋਂ ਵਿਹਲੇ ਹੋਏ ਤਦ ਨਵਾਬ ਪਾਸ ਪਿਤਾ ਦੀ ਜਗ੍ਹਾ ਕੰਮ ਕਰਨ ਲਈ ਦਰਖ਼ਾਸਤ ਦਿੱਤੀ, ਪ੍ਰੰਤੂ ਨਵਾਬ ਜੀ ਨੇ ਇਹ ਕਹਿ ਕੇ ਕਿ ਤੁਹਾਡੇ ਪਿਤਾ ਪੁਰਾਣੇ ਨੌਕਰ ਤੇ ਬੜੇ ਤਜਰਬੇਕਾਰ ਸਨ, ਜਿਸ ਤੋਂ ਉਹ ਇਸ ਕੰਮ ਨੂੰ ਨਜਿੱਠਣ ਲਈ ਸਮਰਥ ਸੀ, ਪ੍ਰੰਤੂ ਤੁਸੀਂ ਅਜੇ ਨੌਜਵਾਨ ਹੋ, ਇਸ ਲਈ ਪਹਿਲਾਂ ਕਿਸੇ ਹੋਰ ਨਿੱਕੀ ਅਸਾਮੀ ਤੇ ਕੰਮ ਕਰੋ, ਜਦ ਆਪ ਨੂੰ ਤਜਰਬਾ ਹੋ ਜਾਵੇਗਾ, ਤਦ ਆਪ ਨੂੰ ਦੀਵਾਨ ਦੀ ਜਗ੍ਹਾ ਉੱਤੇ ਕੰਮ ਕਰਨ ਲਈ ਨੀਯਤ ਕਰ ਦਿੱਤਾ ਜਾਏਗਾ। ਨਵਾਬ ਦੇ ਇਸ ਉੱਤਰ ਪਰ ਆਪ ਨਿਰਾਸ਼ ਹੋ ਗਏ, ਔਰ ਉਸ ਦੇਸ਼ ਨੂੰ ਛੱਡ ਕੇ ਹਿੰਦੁਸਤਾਨ ਵੱਲ ਆਉਣ ਦੀ ਨੀਯਤ ਧਾਰ ਲਈ। ਸੋ ਆਪ ਨੇ ਚੁਪਚਾਪ ਜਿਤਨਾ ਬਾਹਰ ਲੈਣਾ ਦੇਣਾ ਸੀ, ਇਕੱਠਾ ਕਰ ਲਿਆ, ਤੇ ਹੋਰ ਜਾਇਦਾਦ ਵੇਚ ਵੱਟ ਕੇ ਆਪਣੇ ਪਿਤਾ ਦੇ ਇੱਕ ਮਿੱਤ੍ਰ ਨਾਲ, ਜੋ ਕਾਫ਼ਲਾ ਬਣਾ ਕੇ ਹਿੰਦ ਵਿੱਚ ਆਉਣ ਵਾਲਾ ਸੀ, ਤਿਆਰ ਹੋ ਗਏ, ਤੇ ਆਪਣਾ ਮਾਲ ਅਸਬਾਬ ਜੋ ਕੁਝ ਲਿਆ ਸਕੇ, ਖੱਚਰਾਂ ਉੱਤੇ ਲੱਦ ਕੇ ਕੂਚ ਕਰ ਦਿੱਤਾ।

ਮੁਲਤਾਨ ਵਾਸਾ ਕਰਨਾ

ਇਸ ਤਰ੍ਹਾਂ ਚਲਦੇ ਚਲਦੇ ਆਪ ਜਦ ਮੁਲਤਾਨ ਪੁੱਜੇ ਤਾਂ ਇਥੇ ਨਿਵਾਸ ਕਰਨ ਦਾ ਖਿਆਲ ਪੈਦਾ ਹੋ ਗਿਆ, ਜਿਸ ਕਰਕੇ ਕਾਫ਼ਲੇ ਵਾਲਿਆਂ ਤੋਂ ਛੁੱਟੀ ਲੈ ਇੱਥੇ ਹੀ ਮਕਾਨ ਕਿਰਾਏ ਤੇ ਲੈ ਲਿਆ। ਪ੍ਰੰਤੂ ਸ਼ਹਿਰ ਦੀ ਵੱਸੋਂ ਸੰਘਣੀ ਹੋਣ ਕਰਕੇ ਇਹਨਾਂ ਦਾ ਦਿਲ ਸ਼ਹਿਰ ਵਿੱਚ ਨਾ ਲੱਗਾ। ਇਕ ਦਿਨ ਦਿੱਲੀ ਦਰਵਾਜ਼ੇ ਵੱਲੋਂ ਹੋ ਕੇ ਆਪ ਜਦ ਬਾਹਰ ਸੈਰ

ਕਰਨ ਨੂੰ ਜਾ ਰਹੇ ਸਨ, ਤਾਂ ਇਧਰ ਖੁੱਲ੍ਹੀ ਥਾਉਂ ਤੇ ਖਤ੍ਰੀਆਂ ਦੇ ਘਰ ਵੇਖਕੇ ਇਹ ਜਗ੍ਹਾ ਮੁੱਲ ਲੈ ਲਈ ਤੇ ਮਕਾਨ ਆਦਿ ਤਿਆਰ ਕਰਵਾ ਲਏ। ਇਸੇ ਤਰ੍ਹਾਂ ਨਾਲ ਇਥੇ ਹੋਰ ਕਈ ਆਦਮੀਆਂ ਨੇ ਆ ਆ ਕੇ ਜਗ੍ਹਾ ਲੈ ਕੇ ਮਕਾਨ ਬਣਾਉਣੇ ਸ਼ੁਰੂ ਕਰ ਦਿੱਤੇ, ਜਿਸ ਤੋਂ ਇਹ ਜਗ੍ਹਾ ਵੀ ਸ਼ਹਿਰ ਦੀ ਸ਼ਕਲ ਵਿੱਚ ਆ ਗਈ, ਜਿਸਦਾ ਨਾਮ ਅੱਜ ਕਲ੍ਹ 'ਆਗ਼ਾਪੁਰ' ਕਰਕੇ ਪ੍ਰਗਟ ਹੈ।

'ਪ੍ਰੇਮ ਫੁਲਵਾੜੀ' ਦੇ ਕਰਤਾ ਜੀ ਦਾ ਕਥਨ ਹੈ ਕਿ ਨੰਦ ਲਾਲ ਜੀ ਨੇ ਇਸ ਜਗ੍ਹਾ ਦਾ ਨਾਮ ਆਪਣੇ ਆਗਮਨ ਦੇ ਕਾਰਨ 'ਆਗਮਨ ਪੁਰਾ' ਰੱਖਿਆ, ਇਹ ਨਾਮ ਪਿੱਛੋਂ ਵਿਗੜਦਾ ਵਿਗੜਦਾ 'ਆਗਮਨ ਪੁਰ' ਦੀ ਥਾਂਵੇਂ ਲੋਕਾਂ ਦੀ ਜ਼ਬਾਨ ਉੱਤੇ 'ਆਗ਼ਾਪੁਰਾ' ਚੜ੍ਹ ਗਿਆ, ਜਿਸ ਤੋਂ ਇਹ ਨਾਮ ਪ੍ਰਚੱਲਤ ਹੋ ਗਿਆ। ਅਸੀਂ ਨਹੀਂ ਕਹਿ ਸਕਦੇ ਜੋ 'ਪ੍ਰੇਮ ਫੁਲਵਾੜੀ' ਦੇ ਕਰਤਾ ਜੀ ਨੇ ਇਸ ਮਹੱਲੇ ਦੇ ਨਾਮ ਦਾ ਇਹ ਕਾਰਨ ਕਿਸੇ ਇਤਿਹਾਸਕ ਪ੍ਰਮਾਣ ਤੋਂ ਦਿੱਤਾ ਹੈ, ਜਾਂ ਆਪਣੀ ਸਮਝ ਤੋਂ ਉਹ ਇਸ ਨਤੀਜੇ ਤੇ ਪੁੱਜੇ ਹਨ? ਜੇ ਆਪ ਦਾ ਇਹ ਕਥਨ ਕਿਸੇ ਇਤਿਹਾਸਕ ਖੋਜ ਤੇ ਨਿਰਭਰ ਹੈ, ਜਿਸ ਦਾ ਜ਼ਿਕਰ ਆਪ ਨੇ ਕਿਧਰੇ ਨਹੀਂ ਕੀਤਾ, ਤਾਂ ਇਹ ਖੋਜ ਆਪ ਦੀ ਬੜੀ ਅਮੋਲਕ ਹੈ। ਪ੍ਰੰਤੂ ਜੇ ਉਨ੍ਹਾਂ ਨੇ ਆਪਣਾ ਹੀ ਕਿਆਸ ਪ੍ਰਗਟ ਕੀਤਾ ਹੈ ਤਾਂ ਹੋ ਸਕਦਾ ਹੈ ਕਿ ਭਾਈ ਨੰਦ ਲਾਲ ਜੀ ਦੇ ਇਸ ਪਿੰਡ ਦਾ ਨਾਮ 'ਆਗਾ ਪੁਰ' ਹੋਣ ਦਾ ਇਹ ਕਾਰਨ ਵੀ ਹੋਵੇ ਕਿ ਇਸ ਪਾਸੇ ਦੇ ਹਿੰਦੂ ਕਾਬਲ ਦੀ ਧਰਤੀ ਦੇ ਆਦਮੀਆਂ ਨੂੰ 'ਆਗਾ' 'ਆਗਾ' ਕਰਕੇ ਪੁਕਾਰਦੇ ਹਨ, ਚੂੰਕਿ ਭਾਈ ਨੰਦ ਲਾਲ ਜੀ ਵੀ ਕਾਬਲ ਦੀ ਧਰਤੀ ਦੇ ਰਹਿਣ ਵਾਲੇ ਸਨ, ਇਸ ਲਈ ਸੰਭਵ ਹੈ ਕਿ ਇਨ੍ਹਾਂ ਨੂੰ ਵੀ ਲੋਕ ਪਹਿਲੀਆਂ ਵਿੱਚ 'ਆਗ਼ਾ' ਸੱਦਦੇ ਹੋਣ ਤੇ ਇਸ ਤੋਂ ਇਨ੍ਹਾਂ ਦੇ ਮਹੱਲੇ ਦਾ ਨਾਮ 'ਆਗ਼ਾ ਪੁਰਾ' ਪੈ ਗਿਆ ਹੋਵੇ। ਕਈਆਂ ਦਾ ਇਹ ਖ਼ਿਆਲ ਵੀ ਹੈ ਕਿ ਆਪ ਜੀ ਕਾਬਲੀਅਤ ਦੇਖ ਕੇ ਆਪ ਜੀ ਨੂੰ ਲੋਕ ਆਕਾ (ਆਗਾ) ਕਹਿੰਦੇ ਸਨ, ਇਸ ਲਈ ਆਪ ਦੀ ਪੁਰੀ ਦਾ ਨਾਮ ਆਗਾਪੁਰ ਪੈ ਗਿਆ। ਬ-ਹਰ ਹਾਲ ਇਹ ਮਹੱਲਾ ਆਪ ਦੇ ਵੱਸਣ ਕਰਕੇ ਵੱਸਿਆ ਤੇ ਹੁਣ ਤਕ ਉਨ੍ਹਾਂ ਦੀ ਯਾਦਗਾਰ ਹੈ।

ਵਿਆਹ

ਨੰਦ ਲਾਲ ਜੀ ਨੂੰ ਜਦ ਇਥੇ ਰਹਿੰਦਿਆਂ ਕੁਝ ਸਮਾਂ ਗੁਜ਼ਰ ਗਿਆ ਤਾਂ ਇਨ੍ਹਾਂ ਦੇ ਮਹੱਲੇ ਵਿੱਚ ਇਕ ਖਤ੍ਰੀ ਨੇ ਇਹਨਾਂ ਨੂੰ ਗੁਣਵਾਨ, ਧਨਵਾਨ, ਵਿਦਜਾਵਾਨ, ਸੁੰਦਰ ਜਵਾਨ ਤੇ ਸ਼ੀਲ ਸੁਭਾਉ ਦਾ ਵੇਖ ਕੇ ਆਪਣੀ ਲੜਕੀ ਦਾ ਨਾਤਾ ੧੬੫੪ ਈ. 'ਚ ਇਨ੍ਹਾਂ ਨਾਲ ਕਰ ਦਿੱਤਾ, ਜਿਸ ਤੋਂ ਹੁਣ ਆਪ ਦਾ ਦਿਲ ਏਥੇ ਚੰਗੀ ਤਰ੍ਹਾਂ ਲੱਗ ਗਿਆ, ਤੇ ਆਪ ਦੀ ਸੁਪਤਨੀ ਦੇ ਸੁਘੜ ਤੇ ਸੁਚੱਜੇ ਹੋਣ ਦੇ ਕਾਰਨ ਨੰਦ ਲਾਲ ਜੀ ਆਪਣੇ ਆਪ ਨੂੰ ਬੜਾ ਹੀ ਸੁਭਾਗਾ ਸਮਝਣ ਲੱਗੇ। ਇਨ੍ਹਾਂ ਦੀ ਸੁਪਤਨੀ ਇੱਕ ਸਿੱਖ ਘਰਾਣੇ ਦੀ ਲੜਕੀ ਸੀ। ਨੰਦ ਲਾਲ ਜੀ ਗੁਰੂ ਨਾਨਕ ਸਾਹਿਬ ਜੀ ਦੇ ਪ੍ਰਸੰਗ ਤੇ ਗੁਰਾਂ ਦੀ ਪਵਿਤ੍ਰ ਬਾਣੀ ਆਪਣੀ

ਇਸਤ੍ਰੀ ਪਾਸੋਂ ਸੁਣ ਕੇ ਇਸ 'ਵਿਛੁੜੇ ਮੇਲਣ ਵਾਲੇ' ਤੇ 'ਦਰਗਾਹ ਦੇ ਬਸੀਠ' ਗੁਰੂ ਵਲ ਝੁਕ ਪਏ।

ਨੌਕਰ ਹੋ ਗਏ

ਜਿਸ ਸਮੇਂ ਦਾ ਅਸੀਂ ਜ਼ਿਕਰ ਕਰ ਰਹੇ ਹਾਂ ਉਨ੍ਹਾਂ ਦਿਨਾਂ ਵਿੱਚ ਮੁਲਤਾਨ ਕਾਬਲ ਦਾ ਇਕ ਸੂਬਾ ਸਮਝਿਆ ਜਾਂਦਾ ਸੀ। ਜਦ ਇਥੋਂ ਦੇ ਹਾਕਿਮ ਵੱਸਾਫ਼ ਖਾਂ ਨੇ ਨੰਦਲਾਲ ਜੀ ਦੇ ਗ਼ਜ਼ਨੀ ਤੋਂ ਆਉਣ ਦਾ ਸਮਾਚਾਰ ਸੁਣਿਆ ਤਾਂ ਮਿਲਣ ਲਈ ਸੱਦਾ ਭੇਜਿਆ ਤੇ ਮਿਲਣ ਪਰ ਇਨ੍ਹਾਂ ਦੀ ਵਿਦਵਤਾ, ਬੁੱਧੀਮਤਾ ਤੇ ਸਿਆਣਪ ਉੱਤੇ ਪ੍ਰਸੰਨ ਹੋ ਕੇ ਇਨ੍ਹਾਂ ਨੂੰ ਆਪਣਾ ਮੀਰ ਮੁਨਸ਼ੀ (ਦੀਵਾਨ) ਨੀਯਤ ਕਰ ਲਿਆ। ਆਪਣੀ ਮਿਹਨਤ, ਲਗਨ ਤੇ ਈਮਾਨਦਾਰੀ ਕਰਕੇ ਉਹ ਛੇਤੀ ਹੀ ਭੱਖਰ ਦੇ ਫ਼ੌਜਦਾਰ ਅਤੇ ਸੂਬੇਦਾਰ ਵੀ ਬਣ ਗਏ। ਇਸ ਗੱਲ ਦਾ ਜ਼ਿਕਰ ਭਾਈ ਸਾਹਿਬ ਨੇ ਆਪਣ ਪੁਸਤਕ 'ਦਸਤੂਰੁਲਇਨਸ਼ਾ' ਵਿੱਚ ਕੀਤਾ ਹੈ। ਭਾਈ ਸਾਹਿਬ ਨੇ ਆਪਣਾ ਸਬੰਧ ਔਰੰਗਜ਼ੇਬ ਦੇ ਪੁੱਤਰਾਂ-ਸ਼ਹਿਜ਼ਾਦਾਂ ਆਜ਼ਮ ਅਤੇ ਸ਼ਹਿਜ਼ਾਦਾ ਮੁਹੰਮਦ ਅਕਬਰ ਨਾਲ ਵੀ ਦੱਸਿਆ ਹੈ, ਜੋ ਇਸ ਗੱਲ ਦੀ ਪ੍ਰੋੜ੍ਹਤਾ ਕਰਦਾ ਹੈ ਕਿ ਨੰਦਲਾਲ ਜੀ ਜ਼ਰੂਰ ਹੀ ਬਹੁਤ ਉੱਚੀ ਪਦਵੀ ਤੇ ਮਾਅਮੂਰ ਰਹੇ ਹੋਣਗੇ। ਜਿਉਂ-ਜਿਉਂ ਸਮਾਂ ਬੀਤਦਾ ਗਿਆ ਉਹ ਹੋਰ ਨਾਮਣਾ ਖੱਟਦੇ ਗਏ ਜਿਸ ਸਦਕਾ ਉਹ ਦੀਨਾਪੁਰ, ਕਹਿਰੂੜ, ਫ਼ਤਿਹਪੁਰ ਤੇ ਪਰਗਣਾ, ਸਹੀਉਦੀਨਪੁਰਾ ਦੇ ਪ੍ਰਬੰਧਕ ਹੋ ਗਏ ਤੇ ਪਿੱਛੋਂ ਮੁਲਤਾਨ ਦੇ ਨਾਇਬ ਸੂਬੇਦਾਰ ਬਣ ਗਏ।

ਪੁਸਤਕ 'ਦਸਤੂਰਲਇਨਸ਼ਾ' ਤੋਂ ਪਤਾ ਚਲਦਾ ਹੈ ਕਿ ਦਰ੍ਹਾ ਸੁਲਤਾਨ ਸਰਵਰ ਦੇ ਦੁਆਲੇ ਪਹਾੜੀਆਂ ਵਿੱਚ 'ਸ਼ਾਹੂ' ਨਾਓਂ ਦੇ ਇੱਕ ਡਾਕੂ ਨੇ ੭੦੦੦ ਫ਼ੌਜ ਇਕੱਠੀ ਕੀਤੀ ਹੋਈ ਸੀ ਤੇ ਲੋਕ ਬਹੁਤ ਤੰਗ ਕੀਤੇ ਜਾ ਰਹੇ ਸਨ। ਉਸ ਦੇ ਟਾਕਰੇ ਲਈ ਭਾਈ ਸਾਹਿਬ ਨੇ ਚੜ੍ਹਾਈ ਕਰ ਦਿੱਤੀ। ਥੋੜ੍ਹੀ ਮੁੱਠਭੇੜ ਤੋਂ ਪਿੱਛੋਂ 'ਸ਼ਾਹੂ' ਗ੍ਰਿਫ਼ਤਾਰ ਕਰ ਲਿਆ ਅਤੇ ਭਾਈ ਸਾਹਿਬ ਦੀ ਬਹਾਦਰੀ ਦੀ ਬਾਦੌਲਤ ਲਗਭਗ ੩੦੦੦ ਧਾੜਵੀ ਲੁਟੇਰੇ ਮਾਰੇ ਗਏ ਅਤੇ ਰਹਿੰਦੇ ੪੦੦੦ ਨੂੰ ਕੈਦੀ ਬਣਾ ਲਿਆ ਤੇ ਹਰ ਪਾਸੇ ਮੁਕੰਮਲ ਅਮਨ ਕਾਇਮ ਹੋ ਗਿਆ। ਇਸ ਨਾਲ ਭਾਈ ਸਾਹਿਬ ਦੀ ਸੂਰਮਗਤੀ, ਬਹਾਦਰੀ ਦੀ ਹਰ ਪਾਸੇ ਧਾਂਕ ਬੈਠ ਗਈ ਅਤੇ ਆਪ ਜੀ ਲੋਕਾਂ ਦੇ ਹਰਮਨ ਪਿਆਰੇ ਬਣ ਗਏ।

ਸੰਤਾਨ

ਜਦ ਆਪ ਦੀ ਉਮਰ ੪੫ ਸਾਲ ਦੇ ਲਗਭਗ ਪੁੱਜੀ ਤਾਂ ਆਪ ਦੇ ਘਰ ਇੱਕ ਲੜਕਾ ਉਤਪੰਨ ਹੋਇਆ, ਜਿਸ ਦਾ ਨਾਮ 'ਲਖਪਤਰਾਇ' ਰੱਖਿਆ ਤੇ ਇਸ ਤੋਂ ਦੋ ਵਰ੍ਹੇ ਪਿਛੋਂ ਇਕ ਹੋਰ ਲੜਕਾ ਹੋਇਆ ਜਿਸ ਦਾ ਨਾਮ 'ਲੀਲਾ ਰਾਮ' ਰੱਖਿਆ। ਆਪ ਜੀ ਦੀ ਘਰਵਾਲੀ ਬੱਚਿਆਂ ਨੂੰ ਹਮੇਸ਼ਾਂ ਗੁਰੂ ਕੀ ਨਿਆਮਤ ਸਮਝ ਕੇ ਗੁਰੂ-ਘਰ ਦੀ ਸਿੱਖਿਆ

ਦਿੰਦੀ ਰਹਿੰਦੀ ਸੀ।

ਭੱਟ ਵਹੀਆਂ 'ਚ ਪੰਨਾ ਨੰਬਰ ੪੪ 'ਤੇ ਲਿਖਿਆ ਹੈ- ਇਕ ਵਾਰ ਭਾਈ ਨੰਦ ਲਾਲ ਜੀ ਆਪਣੀ ਘਰਵਾਲੀ ਦੇ ਪ੍ਰੇਰੇ ਹੋਏ ਇੱਕ ਵੇਰ ਬੈਸਾਖੀ ਨੂੰ ਗੁਰੂ ਹਰਿਰਾਇ ਸਾਹਿਬ ਦੇ ਦਰਸ਼ਨ ਨੂੰ ਬੈਸਾਖੀ ਦੇ ਗੁਰਪੁਰਬ ਉੱਪਰ ਸੱਲਕੋਟ (ਸਿਆਲਕੋਟ) ਆਪਣੇ ਦੋ ਬੱਚਿਆਂ ਸਮੇਤ ਆਏ ਸਨ।

ਉਦਾਸੀਨਤਾ ਅਤੇ ਅੰਮ੍ਰਿਤਸਰ ਦੀ ਯਾਤਰਾ

ਇਨ੍ਹਾਂ ਨੌਕਰੀ ਦੇ ਦਿਨਾਂ ਵਿੱਚ ਆਪ ਨੇ ਜਿਸ ਨੇਕ-ਨਿਯਤੀ, ਦਿਆਨਤਦਾਰੀ ਤੇ ਈਮਾਨਦਾਰੀ ਨਾਲ ਕੰਮ ਕੀਤਾ ਉਸ ਦਾ ਸਿੱਟਾ ਇਹ ਨਿਕਲਿਆ ਕਿ ਸਾਰੇ ਹੀ ਅਫ਼ਸਰ ਆਪ ਪਰ ਬੜੇ ਹੀ ਪ੍ਰਸੰਨ ਹੋ ਗਏ। ਪਰੰਤੂ ਇਨ੍ਹਾਂ ਦੇ ਏਹ ਗੁਣ ਤੇ ਕੀਰਤੀ, ਇਨ੍ਹਾਂ ਦੇ ਬਾਕੀ ਸਾਥੀ ਮੁਲਾਜ਼ਿਮ ਨਾਂ ਸਹਾਰ ਸਕੇ, ਤੇ ਇਨ੍ਹਾਂ ਨੂੰ ਅਫ਼ਸਰਾਂ ਦੇ ਬਹੁਤਾ ਮੂੰਹ ਚਿਤ ਲਗਾ ਵੇਖ ਕੇ ਅਕਾਰਨ ਵੈਰ ਕਰਨ ਲੱਗ ਪਏ, ਜਿਸ ਤੋਂ ਆਪ ਨੇ ਇਸ ਮਾਮਲੇ ਨੂੰ ਡੂੰਘੀ ਵਿਚਾਰ ਨਾਲ ਵਿਚਾਰਕੇ ਨੌਕਰੀ ਛੱਡ ਦਿੱਤੀ ਤੇ ਆਪ ਮੁਲਤਾਨ ਸ਼ਹਿਰ ਤੋਂ ਉਦਾਸ ਹੋ ਗਏ ਅਤੇ ਆਪ ਜੀ ੫੦ ਸਾਲ ਦੀ ਉਮਰ ਵਿੱਚ ਜਦ ਇਨ੍ਹਾਂ ਦਾ ਵੱਡਾ ਲੜਕਾ ਪੰਜ ਤੇ ਨਿੱਕਾ ਲੜਕਾ ਤਿੰਨ ਸਾਲ ਦਾ ਸੀ,ਇਨ੍ਹਾਂ ਨੂੰ ਘਰ ਹੀ ਛੱਡ ਕਰਕੇ ਮੁਲਤਾਨੋਂ ਟੁਰ ਪਏ। ਘਰਵਾਲੀ ਦੇ ਪ੍ਰੇਰੇ ਹੋਏ ਰਸਤੇ 'ਚ ਆਪ ਜੀ ਕਈ ਥਾਵਾਂ ਦੀ ਯਾਤਰਾ ਕਰਦੇ ਹੋਏ ਅੰਮ੍ਰਿਤਸਰ ਪੁੱਜੇ। ਏਥੇ ਆਪ ਜੀ ਨੇ ਗੁਰੂ ਰਾਮਦਾਸ ਜੀ ਪਾਵਨ ਅਸਥਾਨ ਅਤੇ ਹੋਰ ਗੁਰਧਾਮਾਂ ਦੇ ਦਰਸ਼ਨ ਕੀਤੇ। ਏਥੇ ਹੀ ਆਪ ਜੀ ਨੇ ਦੁੱਖ ਭੰਜਨੀ ਬੇਰੀ ਦੀ ਮਹਿਮਾ ਦੇਖ-ਸੁਣ ਕੇ ਅਨੁਭਵ ਕੀਤੀ। ਏਥੋਂ ਕੁਝ ਸਮੇਂ ਬਾਅਦ ਆਪ ਜੀ ਦਿੱਲੀ ਆਦਿਕ ਥਾਵਾਂ ਤੇ ਨੌਕਰੀ ਖੋਜਦੇ-ਖੋਜਦੇ ੧੬੮੭ ਈ. 'ਚ ਆਗਰੇ ਪਹੁੰਚ ਗਏ।

ਬਹਾਦਰ ਸ਼ਾਹ ਦੇ ਮੀਰ ਮੁਨਸ਼ੀ ਹੋ ਗਏ

ਆਗਰੇ ਉਨ੍ਹਾਂ ਦਿਨਾਂ ਵਿੱਚ ਔਰੰਗਜ਼ੇਬ ਦਾ ਵੱਡਾ ਲੜਕਾ 'ਬਹਾਦਰ ਸ਼ਾਹ' ਹਕੂਮਤ ਕਰਦਾ ਸੀ। ਇਸ ਦੀ ਕਚਿਹਰੀ ਵਿੱਚ ਇਕ ਦਿਨ ਜਾ ਨਿਕਲੇ ਤੇ ਸ੍ਵੈ-ਰਚਿਤ ਇਕ ਫ਼ਾਰਸੀ ਦਾ ਕਸੀਦਾ ਦਰਬਾਰ ਵਿੱਚ ਸੁਣਾਇਆ,ਜਿਸ ਨੂੰ ਸੁਣ ਕੇ ਬਹਾਦਰ ਸ਼ਾਹ ਚੱਕ੍ਰਿਤ ਰਹਿ ਗਿਆ,ਤੇ ਅਗਲੇ ਦਿਨ ਮਿਲਣ ਲਈ ਕਿਹਾ। ਜਦ ਦੂਜੇ ਦਿਨ ਮਿਲਣ ਤੇ ਗੱਲਬਾਤ ਹੋਈ, ਤਦ ਇਨ੍ਹਾਂ ਨੇ ਆਪਣਾ ਗ਼ਜ਼ਨੀ ਤੋਂ ਲੈ ਕੇ ਹੁਣ ਤੱਕ ਦਾ ਸਾਰਾ ਪ੍ਰਸੰਗ ਸੁਣਾਇਆ। ਬਹਾਦਰ ਸ਼ਾਹ ਨੇ ਮੀਰ ਮੁਨਸ਼ੀ ਦਾ ਪਦ ਗ੍ਰਹਿਣ ਕਰਨ ਲਈ ਪ੍ਰੇਰਿਤ ਕੀਤਾ, ਜਿਸ ਨੂੰ ਆਪ ਜੀ ਨੇ ਸ੍ਵੀਕਾਰ ਕਰ ਲਿਆ। ਨੰਦ ਲਾਲ ਜੀ ਆਪਣੀ ਸਿਆਣਪ ਤੇ ਚਤੁਰਤਾ ਨਾਲ ਸਾਰੇ ਮੁਨਸ਼ੀਆਂ ਤੋਂ ਵੱਖਰੇ ਭਾਸਣ ਲੱਗ ਪਏ ਤੇ ਇਨ੍ਹਾਂ ਨੂੰ ਚੋਟੀ ਦਾ ਆਦਮੀ ਸਮਝਿਆ ਜਾਣ ਲੱਗਾ। ਕੁਝ ਸਮਾਂ ਬੀਤਣ ਮਗਰੋਂ ਔਰੰਗਜ਼ੇਬ ਦੌਰਾ ਕਰਦਾ

ਹੋਇਆ ਇੱਕ ਵਾਰ ਆਗਰੇ ਪੁੱਜਾ। ਇੱਥੇ ਬਾਦਸ਼ਾਹ ਨੂੰ ਬਾਦਸ਼ਾਹੀ ਦਰਬਾਰੇ ਤੇ ਮਜ਼ਬੀ ਜਲਸੇ ਕਰਨ ਦਾ ਬਹੁਤ ਮੌਕਾ ਮਿਲਿਆ। ਇਕ ਦਿਨ ਏਥੇ ਔਰੰਗੇ ਨੇ ਮਜਲਸੇ ਉਲਮਾ-ਏ-ਦੀਨ ਬੁਲਾਈ। ਕੁਰਾਨ ਦੀ ਇਕ ਆਇਤ ਦਾ ਭਾਵ, ਜਿਸ ਦਾ ਮਤਲਬ ਇਸ ਦੀ ਸਮਝ ਵਿੱਚ ਨਹੀਂ ਆਉਂਦਾ ਸੀ, ਇਸ ਨੇ ਮੁਲਾਣਿਆਂ ਕੋਲੋਂ ਪੁੱਛਿਆ, ਪਰੰਤੂ ਕੋਈ ਉਸ ਦਾ ਠੋਸ ਉੱਤਰ ਨਾ ਦੇ ਸੱਕਿਆ। ਫੇਰ ਉਸ ਨੇ ਬਹਾਦਰ ਸ਼ਾਹ ਕੋਲੋਂ ਇਸ ਆਇਤ ਦਾ ਮਤਲਬ ਪੁੱਛਿਆ, ਪਰ ਉਹ ਵੀ ਇਸ ਦਾ ਜਵਾਬ ਉਸ ਵੇਲੇ ਕੋਈ ਤਸੱਲੀਬਖ਼ਸ਼ ਉੱਤਰ ਨਾ ਦੇ ਸੱਕਿਆ। ਫੇਰ ਬਾਦਸ਼ਾਹ ਨੇ ਇਕ ਸਪਤਾਹ ਸੋਚਣ ਲਈ ਬਹਾਦਰ ਸ਼ਾਹ ਨੂੰ ਮੋਹਲਤ ਦਿੱਤੀ। ਦੋ ਤਿੰਨ ਦਿਨ ਮਗਰੋਂ ਨੰਦ ਲਾਲ ਤੇ ਬਹਾਦਰ ਸ਼ਾਹ ਦੀ ਮੁਲਾਕਾਤ ਹੋਈ, ਤਦ ਨੰਦ ਲਾਲ ਨੇ ਬਹਾਦਰ ਸ਼ਾਹ ਦੇ ਚਿਹਰੇ ਤੇ ਉਦਾਸੀ ਵੇਖ ਕਾਰਨ ਪੁੱਛਿਆ, ਜਿਸ ਤੇ ਉਸ ਨੇ ਔਰੰਗਜ਼ੇਬ ਦੇ ਪ੍ਰਸ਼ਨ ਦਾ ਹਾਲ ਦੱਸਿਆ। ਨੰਦ ਲਾਲ ਜੀ ਨੇ, ਜੋ ਫ਼ਾਰਸੀ ਤੇ ਅ਼ਰਬੀ ਦੇ ਬੜੇ ਡੂੰਘੇ ਵਿਦਵਾਨ ਸਨ,ਇਸ ਆਇਤ ਦੇ ਅਰਥ ਇਸ ਖ਼ੂਬੀ ਨਾਲ ਸਮਝਾਏ ਕਿ ਬਹਾਦਰ ਸ਼ਾਹ ਦੰਗ ਰਹਿ ਗਿਆ ਤੇ ਜਦ ਉਸ ਨੇ ਆਪਣੇ ਪਿਤਾ ਔਰੰਗਜ਼ੇਬ ਨੂੰ ਜਾ ਕੇ ਇਸ ਆਇਤ ਦੀ ਵਿਆਖਿਆ ਸੁਣਾਈ, ਤਾਂ ਉਸ ਦੀ ਤਸੱਲੀ ਹੋ ਗਈ। ਤਾਂ ਔਰੰਗਜ਼ੇਬ, ਬਹਾਦਰ ਸ਼ਾਹ ਨੂੰ ਕਹਿਣ ਲੱਗਾ- ਬਹਾਦਰ ਸ਼ਾਹ! ਤੂੰ ਮੇਰਾ ਪੁੱਤਰ ਹੈਂ ਮੈਨੂੰ ਪਤਾ ਹੈ ਕਿ ਤੇਰੀ ਬੁੱਧੀ ਕਿੰਨੀ ਕੁ ਹੈ। ਇਹ ਅਰਥ ਤੇਰੇ ਕੀਤੇ ਹੋਏ ਨਹੀਂ ਹਨ। ਅੰਤ ਵਿੱਚ ਉਸ ਦੇ ਪੁੱਛਣ ਤੇ ਬਹਾਦਰ ਸ਼ਾਹ ਨੇ ਨੰਦ ਲਾਲ ਦਾ ਨਾਮ ਲਿਆ, ਜਿਸ ਤੋਂ ਉਸ ਨੇ ਦਰਬਾਰ ਵਿੱਚ ਇੰਨ੍ਹਾਂ ਨੂੰ ਹਾਜ਼ਿਰ ਹੋਣ ਦਾ ਹੁਕਮ ਦਿੱਤਾ।

ਸੰਪ੍ਰਦਾਈ ਟੀਕੇ ਵਿੱਚ ਐਸਾ ਵੀ ਲਿਖਿਆ ਹੈ ਕਿ ਰੂਮ ਦੇਸ਼ ਤੋਂ ਔਰੰਗਜ਼ੇਬ ਨੂੰ ਇਕ ਚਿੱਠੀ ਆਈ ਸੀ, ਜਿਸ ਦੇ ਅਰਥ ਭਾਈ ਨੰਦ ਲਾਲ ਜੀ ਨੇ ਬਹਾਦਰਸ਼ਾਹ ਨੂੰ ਸਿਖਾਏ ਅਤੇ ਬਹਾਦਸ਼ਾਹ ਨੇ ਔਰੰਗਜ਼ੇਬ ਨੂੰ ਸੁਣਾਏ ਸਨ।

ਔਰੰਗਜ਼ੇਬ ਕੋਲ ਪੁੱਜਣਾ

ਜਦ ਨੰਦ ਲਾਲ ਜੀ ਦਰਬਾਰ ਵਿੱਚ ਗਏ ਤਾਂ ਫਿਰ ਉਸੇ ਆਇਤ ਦੇ ਅਰਥ ਉਸ ਨੇ ਪੁੱਛੇ, ਜਦ ਇਨ੍ਹਾਂ ਨੇ ਅਰਥ ਕੀਤੇ ਤਾਂ ਔਰੰਗਜ਼ੇਬ ਇਨ੍ਹਾਂ ਦੇ ਖਿਆਲ ਦੀ ਉਚਤਾ ਤੇ ਵਿੱਦਜਾ ਦਾ ਬਲ ਵੇਖ 'ਮਰਹਬਾ' 'ਮਰਹਬਾ' ਕਰ ਉੱਠਿਆ,ਤੇ ਬਹਾਦਰ ਸ਼ਾਹ ਨੂੰ ਅੱਡ ਬੁਲਾ ਕੇ ਹੁਕਮ ਦਿੱਤਾ ਕਿ ਅਜੇਹਾ ਵਿੱਦਜਾਵਾਨ 'ਹਿੰਦੂ' ਨਹੀਂ ਰਹਿਣਾ ਚਾਹੀਦਾ। ਜਿਸ ਤਰ੍ਹਾਂ ਹੋ ਸਕੇ, ਇਸ ਨੂੰ ਮੁਸਲਮਾਨ ਕਰ ਲਿਆ ਜਾਵੇ।

ਆਗਰੇ ਦਾ ਛੱਡਣਾ

ਜਦ ਇਹ ਗੱਲ ਬਹਾਦਰ ਸ਼ਾਹ ਦੇ ਰਾਹੀਂ ਨੰਦ ਲਾਲ ਜੀ ਦੇ ਕੰਨਾਂ ਵਿੱਚ ਪੁੱਜੀ ਤਾਂ ਉਨ੍ਹਾਂ ਨੇ ਇਸ ਗੱਲ ਨੂੰ ਬਹੁਤ ਬੁਰਾ ਸਮਝਿਆ। ਮੌਲਵੀ ਗ਼ਿਆਸੂ-ਦੀਨ ਕਚਹਿਰੀ ਦਾ

ਦਰੋਗਾ, ਜੋ ਇਨ੍ਹਾਂ ਦਾ ਬੜਾ ਮੇਲੀ ਸੀ ਤੇ ਇਨ੍ਹਾਂ ਤੋਂ ਗੁਰੂ ਨਾਨਕ ਸਾਹਿਬ ਦੀ ਬਾਣੀ ਤੇ ਫ਼ਾਰਸੀ 'ਚ ਗੁੰਥਨ ਰੱਬੀ ਕਲਾਮ ਸੁਣ-ਸੁਣ ਕੇ ਇਨ੍ਹਾਂ ਨੂੰ ਪੀਰ ਮੰਨੀ ਬੈਠਾ ਸੀ, ਇਹ ਸੁਣ ਕੇ ਫ਼ਿਕਰ ਵਿੱਚ ਪੈ ਗਿਆ ਤੇ ਜਦ ਉਸ ਨੂੰ ਪਤਾ ਲੱਗਾ ਕਿ ਆਪ ਨੌਕਰੀ, ਧਨ, ਦੌਲਤ ਅਤੇ ਇੱਜ਼ਤ ਸਭ ਕੁਝ ਆਪਣੀ ਸਿੱਖੀ ਤੋਂ ਵਾਰਨ ਨੂੰ ਤਿਆਰ ਹਨ, ਤਾਂ ਉਸ ਦੇ ਦਿਲ ਨੂੰ ਹੋਰ ਵੀ ਚੋਭ ਵੱਜੀ। ਔਰੰਗਜ਼ੇਬ ਨੇ ਜਦ ਨੰਦਲਾਲ ਜੀ ਨੂੰ ਕੋਲ ਬੁਲਾ ਕੇ, ਲਾਲਚ ਅਤੇ ਤਾੜਨਾ ਦੇ ਕੇ ਮੁਸਲਮਾਨ ਬਣਨ ਲਈ ਜ਼ੋਰ ਦਿੱਤਾ। ਜਦ ਨੰਦਲਾਲ ਜੀ ਨੇ ਹਰ-ਹੀਲੇ ਮੁਸਲਮਾਨ ਬਣਨ ਤੋਂ ਇਨਕਾਰ ਕਰ ਦਿੱਤਾ ਤਾਂ ਔਰੰਗਜ਼ੇਬ ਨੇ ਨੰਦਲਾਲ ਜੀ ਨੂੰ ਜ਼ਬਰੀ ਮੁਸਲਮਾਨ ਬਣਨ ਦਾ ਹੁਕਮ ਦਿੱਤਾ ਕਿ ਜਾਂ ਮੁਸਲਮਾਨ ਬਣ ਜਾ, ਜਾਂ ਮਰਨ ਨੂੰ ਤਿਆਰ ਹੋ ਜਾ। ਭਾਈ ਸਾਹਿਬ ਜੀ ਵਿਦਵਾਨ ਸਨ ਤਾਂ ਭਾਈ ਸਾਹਿਬ ਜੀ ਨੇ ਔਰੰਗਜ਼ੇਬ ਦਾ ਧਿਆਨ ਭਟਕਾਉਣ ਲਈ ਇੱਕ ਹਫ਼ਤੇ ਦੀ ਮੁਹਲਤ ਮੰਗ ਲਈ। ਫੇਰ ਭਾਈ ਨੰਦਲਾਲ ਜੀ ਦੁਖੀ ਹੋ ਕੇ ਬਹਾਦਰ ਸ਼ਾਹ ਨੂੰ ਕਹਿਣ ਲੱਗੇ ਕਿ ਬਰਖ਼ੁਰਦਾਰ ! ਅੱਜ ਮੇਰੀ ਵਿੱਦਿਆ ਹੀ ਮੇਰੇ ਲਈ ਜ਼ਹਿਰ ਹੋ ਗਈ ਹੈ। ਬਹਾਦਰਸ਼ਾਹ ਨਾ ਮੈਂ ਕੁਰਾਨ ਦੇ ਅਰਥ ਕਰਦਾ ਅਤੇ ਨਾ ਹੀ ਮੇਰੇ ਤੇ ਮੁਸਲਮਾਨ ਬਣਨ ਦਾ ਫ਼ਤਵਾ ਜ਼ਾਰੀ ਹੁੰਦਾ। ਓੜਕ ਦੁਖੀ ਹੋ ਕੇ ਰੋ-ਰੋ ਕੇ ਕਹਿਣ ਲੱਗੇ ਕਿ ਐ ਬਹਾਦਰ ਸ਼ਾਹ ! ਤੇਰੇ ਪਿਤਾ ਜੀ ਨੇ ਮੈਨੂੰ ਮੁਸਲਮਾਨ ਬਣਨ ਦਾ ਹੁਕਮ ਦਿੱਤਾ ਹੈ ਪਰ ਮੈਂ ਆਪਣਾ ਧਰਮ ਛੱਡਣਾ ਨਹੀਂ ਚਾਹੁੰਦਾ। ਹੁਣ ਤੁਸੀਂ ਦੱਸੋ ਕਿ ਮੇਰਾ ਧਰਮ ਕਿਵੇਂ ਬਚੇਗਾ। ਬਹਾਦਸ਼ਾਹ ਭਾਈ ਨੰਦਲਾਲ ਜੀ ਤੇ ਸ਼ਰਧਾ ਰੱਖਦਾ ਸੀ ਕਿਉਂਕਿ ਭਾਈ ਨੰਦਲਾਲ ਜੀ ਬਹਾਦਰ ਸ਼ਾਹ ਦੇ ਉਸਤਾਦ ਅਤੇ ਚੰਗੇ ਮਿੱਤਰ ਸਨ। ਅਤੇ ਬਹਾਦਰ ਸ਼ਾਹ ਸੋਚ ਵਿਚਾਰਾ ਕਰਕੇ ਕਹਿਣ ਲੱਗਾ - ਕਿ ਆਪ ਜੀ ਜੇਕਰ ਆਪਣਾ ਧਰਮ ਬਰਕਰਾਰ ਰੱਖਣਾ ਚਾਹੁੰਦੇ ਹੋ ਤਾਂ ਆਪ ਜੀ ਗੁਰੂ ਗੋਬਿੰਦ ਸਿੰਘ ਜੀ ਦੀ ਸ਼ਰਨ ਵਿੱਚ ਸ੍ਰੀ ਅਨੰਦਪੁਰ ਸਾਹਿਬ ਚਲੇ ਜਾਓ ਕਿਉਂਕਿ ਮੇਰੇ ਅੱਬੂ ਦੇ ਸਭ ਥਾਂ ਹੱਥ ਉਪੜਦੇ ਹਨ, ਪਰ ਮੇਰੇ ਪਿਤਾ ਜੀ ਗੁਰੂ ਗੋਬਿੰਦ ਸਿੰਘ ਜੀ ਦੇ ਚਰਨ ਕਵਲਾਂ 'ਚ ਕੋਈ ਜ਼ੋਰ ਨਹੀਂ ਚੱਲਦਾ। ਇਸ ਤਰ੍ਹਾਂ ਵੀਚਾਰ ਕਰਕੇ ਮੌਲਵੀ ਜੀ ਗ਼ਿਆਸੂ-ਦੀਨ ਸਮੇਤ ਰਾਤ ਨੂੰ ਆਗਰੇ ਤੋਂ ਚੱਲਣ ਨੂੰ ਤਿਆਰ ਹੋ ਗਏ। ਬਹਾਦਰ ਸ਼ਾਹ, ਜੋ ਪਿਤਾ ਦੇ ਹੁਕਮ ਹੱਥੋਂ ਮਜਬੂਰ ਸੀ, ਬੜਾ ਦੁਖੀ ਹੋਇਆ ਤੇ ਉਸ ਨੇ ਖ਼ਾਹਿਸ਼ ਜ਼ਾਹਿਰ ਕੀਤੀ ਕਿ ਰਸਤੇ ਦੇ ਖਰਚ ਵਾਸਤੇ ਨੰਦ ਲਾਲ ਜੀ ਕੁਛ ਮਾਯਾ ਲੈ ਲੈਣ, ਪਰ ਇਨ੍ਹਾਂ ਨੇ ਨਾਂਹ ਹੀ ਕੀਤੀ ਤੇ ਬਾਕੀ ਆਯੂ ਪਰਮਾਰਥ ਵੱਲ ਲਗਾਉਣ ਲਈ ਗੁਰੂ ਜੀ ਦੇ ਚਰਨਾਂ ਵਿੱਚ ਹਾਜ਼ਿਰ ਹੋਣ ਦੀ ਨੀਤ ਧਾਰ ਆਗਰੇ ਤੋਂ ਚੱਲ ਪਏ। ਜਦ ਆਗਰਾ ਛੱਡਣ ਲੱਗੇ ਤਾਂ ਸੋਚਿਆ ਕਿ ਪਾਸ ਤਾਂ ਕੁਝ ਵੀ ਨਹੀਂ, ਗੁਰੂ ਜੀ ਦੇ ਪਾਸ ਅਨੰਦਪੁਰ ਪੁੱਜਕੇ ਭੇਟਾ ਕੀ ਰੱਖਾਂਗੇ?

ਗੁਰੂ ਨਾਨਕ ਦੇਵ ਜੀ ਦੇ ਅਗੰਮੀ ਦਰਸ਼ਨ

ਸੰਪ੍ਰਦਾਈ ਟੀਕੇ 'ਚ ਸੰਤ ਗਿਆਨੀ ਸਰੂਪ ਸਿੰਘ ਜੀ ਲਿਖਦੇ ਹਨ ਕਿ ਉਸੇ ਵੇਲੇ ਅਗੰਮੀ ਪਹਿਰੇ 'ਚ ਗੁਰੂ ਨਾਨਕ ਦੇਵ ਜੀ ਦੇ ਦਰਸ਼ਨ ਹੋਏ ਅਤੇ ਬਚਨ ਹੋਯਾ ਕਿ ਪਹਿਲੇ ਰਾਜਿਆਂ ਦੀ ਸਿਫਤ ਦੇ ਜੁਮਲੇ ਗਾਉਂਦਾ ਰਿਹਾ ਹੈ, ਹੁਣ ਸੰਤਾਂ ਦੇ ਜਸ ਦੇ ਸੋਹਲੇ ਗਾਂਅ,

ਔਰੰਗਾ ਤੇਰਾ ਵਾਲ ਵੀ ਛੇਦ ਨਹੀਂ ਸਕੇਗਾ ਤਾਂ ਨੰਦਲਾਲ ਜੀ ਅਨੰਦਪੁਰ ਦੀ ਤਰਫ਼ ਨੂੰ ਸਿਜਦਾ ਕਰਕੇ ਪਹਿਲਾ ਸ਼ੇਅਰ ਉਚਾਰਿਆਂ -

ਆਂ ਖ਼ੁਦਾਵੰਦਿ ਜ਼ਮੀਨੋ ਆਸਮਾਂ॥
ਜ਼ਿੰਦਗੀ ਬਖ਼ਸ਼ਿ ਵਜੂਦੇ ਇਨਸੋ ਜਾਂ॥

ਅਨੰਦਪੁਰ ਸਾਹਿਬ ਪੁੱਜਣਾ ਅਤੇ ਬੰਦਗੀਨਾਮਾ ਭੇਟ ਕਰਨਾ

ਗੁਰ ਦਰਸ਼ਨਾਂ ਤੋਂ ਬਾਅਦ ਆਪ ਜੀ ਨੇ ਸੋਚਿਆ ਕਿ, ਬਹੁਤ ਸਾਰੇ ਸ਼ੇਅਰਾਂ ਨੂੰ ਗ੍ਰੰਥ ਦਾ ਜਾਮਾ ਪਹਿਨਾ ਕਰਕੇ ਗੁਰੂ ਜੀ ਦੇ ਚਰਨਾਂ ਵਿੱਚ ਪੇਸ਼ ਕੀਤਾ ਜਾਏ ਅਤੇ ਸ੍ਰੀ ਅਨੰਦਪੁਰ ਸਾਹਿਬ ਪੁੱਜਣ ਤੱਕ ਭਾਈ ਸਾਹਿਬ ਜੀ ਨੇ ਬਹੁਤ ਸ਼ੇਅਰ ਲਿਖੇ ਅਤੇ ਭਾਈ ਸਾਹਿਬ ਨੇ ਇਸ ਸੰਗ੍ਰਹਿ ਦਾ ਨਾਮ ਬੰਦਗੀ ਨਾਮਾ ਰੱਖ ਕਰਕੇ ਹਜ਼ੂਰ ਦੇ ਅੱਗੇ ਵੈਸਾਖੀ ਦੇ ਪੁਰਬ ਪਰ ੧੯ ਮਾਰਚ ਸੰਨ ੧੬੮੨ ਵਿੱਚ ਪੇਸ਼ ਕੀਤਾ, ਗੁਰਦੇਵ ਨੇ ਕੁਝ ਸ਼ੇਅਰ ਪੜ੍ਹ ਕੇ, ਮੁਖੋਂ ਉਚਾਰਿਆ ਇਹ ਗ੍ਰੰਥ ਅਤੀ ਸੁੰਦਰ ਹੈ, ਪਰ ਨਾਮ ਠੀਕ ਨਹੀਂ ਰੱਖਿਆ ਤਾਂ ਨੰਦਲਾਲ ਜੀ ਨੇ ਕਿਹਾ ਕਿ ਸੁਆਮੀ ਜੀ! ਜੇਕਰ ਗ਼ਲਤ ਹੈ ਤਾਂ ਸੁਵਾਰ ਦਿਉ ਤਦ ਕਲਗੀਧਰ ਜੀ ਨੇ ਇਸ ਗ੍ਰੰਥ ਦਾ ਨਾਮ ਜ਼ਿੰਦਗੀ ਨਾਮਹ ਰੱਖਿਆ, ੪੯੮ ਨੰਬਰ ਸ਼ੇਅਰ

ਆਬਿ ਹੈਵਾਂ ਪੁਰ ਸ਼ੁਦਾ, ਚੂੰ ਜਾਮਿ-ਊ॥
ਬੰਦਗੀ ਨਾਮਾ ਸ਼ੁਦਾ; ਜ਼ਾਂ ਨਾਮਿ-ਊ॥

ਵਿੱਚ ਆਏ ਸ਼ਬਦ ਬੰਦਗੀ ਨਾਮਾ ਨੂੰ, ਆਪਣੇ ਕਰ-ਕੰਵਲਾਂ ਨਾਲ ਬਦਲ ਕਰਕੇ ਜ਼ਿੰਦਗੀ ਨਾਮਾ ਕਰ ਦਿੱਤਾ। ਜਿਹਾ ਕੁ ਭਾਈ ਸੰਤੋਖ ਸਿੰਘ ਜੀ ਵੀ ਸੂਰਜ ਪ੍ਰਕਾਸ਼ ਵਿੱਚ ਲਿਖਦੇ ਹਨ ਕਿ:-

ਨੰਦ ਲਾਲ ਨੇ ਭੇਟ ਚੜ੍ਹਾਈ॥ ਬੀਚ ਫ਼ਾਰਸੀ ਬੈਂਤ ਸੁਨਾਈ॥
ਸਤਿਗੁਰ ਸਿਫ਼ਤ ਬ੍ਰਹਮ ਕੋ ਗਜਾਨ॥ਜੁਗਤਿ ਉਕਤਿ ਬਹੁ ਰੀਤਿ ਬਖਾਨ॥੨॥
ਮਸਕਾਵਤ ਦਸਮੇਂ ਪਾਤਿਸ਼ਾਹੂ॥ ਕ੍ਰਿਪਾ ਕਰਤ ਬੂਝਤ ਭੇ ਤਾਹੂ॥
ਆਨਿਯੋਂ ਕਹਾਂ ਸੁਨਾਵਹੁ ਪਿਯਾਰੇ॥ ਕਜਾ ਇਸ ਪੋਥੀ ਬੀਚ ਉਚਾਰੇ॥ ੩॥
ਕਿਤਿਕ ਬੈਤ ਨੰਦ ਲਾਲ ਸੁਨਾਈ॥ ਕਰੇ ਮਾਯਨੇ ਨੀਕ ਬਨਾਈ॥
ਸੁਨਿ ਸ੍ਰੀ ਸਤਿਗੁਰ ਕ੍ਰਿਪਾ ਨਿਧਾਨ॥ ਬਹੁ ਪ੍ਰਸੰਨ ਹ੍ਵੈ ਕਰਤ ਬਖਾਨ॥ ੪॥
ਰਚਿਯੋ ਬੰਦਗੀ ਨਾਮਾ ਜੋਇ॥ ਅਹੈਂ ਜ਼ਿੰਦਗੀ ਨਾਮਾ ਸੋਇ॥
ਕਰਜੋ ਸਰਾਹਨ ਨੀਕੇ ਬਨਜੋ॥ ਪਠਤਿ ਸੁਨਤਿ ਹਿਤ ਦਾਯਕ ਭਨਯੋ॥ ੫॥

ਗੁਰਦੇਵ ਪਾਤਿਸ਼ਾਹ ਦੇ ਹਜ਼ੂਰ ਜ਼ਿੰਦਗੀਨਾਮੇ ਦੀ ਕਥਾ ਹੋਣੀ

ਗੁਰੂ ਕਲਗੀਧਰ ਜੀ ਨੇ ਆਪ ਜੀ ਦੀ ਰਚਨਾ ਨੂੰ ਜ਼ਿੰਦਗੀਨਾਮਾ ਨਾਮ ਦੇ ਕੇ ਬਚਨ ਕੀਤੇ ਕਿ ਇਹ ਗ੍ਰੰਥ ਜੋ ਪੜ੍ਹੇਗਾ ਉਹ ਆਪਣੇ ਜੀਵਨ ਨੂੰ ਸਫਲਿਆ ਕਰ ਲਏਗਾ।

ਯਥਾ : ਯਾ ਕੇ ਪਾਠ ਕਿਯੇ ਤੇ ਬਾਢੈ, ਸੁਨਹੁ ਜ਼ਿੰਦਗੀ ਸਭ ਕੀ॥
ਮਿਟੈ ਰਿੰਦਗੀ ਮਿਲੈ ਬੰਦਗੀ, ਸਿਖੀ ਸਾਰ ਸੁਲੱਭ ਕੀ॥

(ਗੁਰ ਪਦ ਪ੍ਰੇਮ ਪ੍ਰਕਾਸ਼, ਪੰਨਾ ੧੧੨

ਭਾਈ ਨੰਦਲਾਲ ਜੀ ਨੂੰ ਬਚਨ ਕੀਤੇ ਕਿ ਆਪ ਜੀ ਇਸ ਗ੍ਰੰਥ ਦੀ ਕਥਾ ਸੁਣਾਇਆ ਕਰੋ ਤਾਂ ਕਿ ਇਹ ਫ਼ਾਰਸੀ ਦਾ ਗ੍ਰੰਥ ਆਮ ਗੁਰਸਿੱਖਾਂ ਦੀ ਸਮਝ 'ਚ ਆ ਸਕੇ। ਭਾਈ ਨੰਦਲਾਲ ਜੀ ਗੁਰਦੇਵ ਦੀ ਹਜ਼ੂਰੀ 'ਚ ਨਿਤ ਜ਼ਿੰਦਗੀਨਾਮੇ ਦੀ ਕਥਾ ਕਰਦੇ ਅਤੇ ਕਲਗੀਧਰ ਜੀ ਆਪ ਜੀ ਨੂੰ ਨਿਵਾਜਦੇ। ਭਾਈ ਮਨੀ ਸਿੰਘ ਕਥਾ ਸੁਣ ਕੇ ਪੰਜਾਬੀ 'ਚ ਕ਼ਲਮਬੰਦ ਕਰਦੇ ਸਨ। ਆਪ ਜੀ ਦੀ ਵਿੱਦਿਆ ਵੇਖ ਕੇ ਗੁਰਦੇਵ ਪਾਤਿਸ਼ਾਹ ਨੇ ਆਪ ਜੀ ਨੂੰ ਦੀਵਾਨ ਦੀ ਪਦਵੀ ਦੇ ਕੇ ਨਿਹਾਲ ਕ੍ਰਿਤਾਰਥ ਕੀਤਾ। ਆਪ ਜੀ ਕਵੀਆਂ ਦੀ ਸਭਾ ਦੇ ਦੀਵਾਨ (ਵਜ਼ੀਰ) ਥਾਪੇ ਗਏ ਸਨ। ਗੁਰਦੇਵ ਪਾਤਿਸ਼ਾਹ ਜੀ ਨੇ ਆਪ ਜੀ ਪਰ ਬਹੁਤ ਖ਼ੁਸ਼ੀ ਕਰ, ਆਪ ਜੀ ਨੂੰ ਗੁਰਬਾਣੀ ਦੀ ਪੋਥੀ ਭੇਟ ਕੀਤੀ ਜੋ ਪੋਥੀ 1710 ਬਿਕ੍ਰਮੀ ਦੀ ਲਿਖਣੀ ਪ੍ਰਾਰੰਭ ਹੋਈ ਸੀ। ਇਸ ਪੋਥੀ ਸਾਹਿਬ ਦੇ ਪਿੱਛੇ ਭਾਈ ਸਾਹਿਬ ਜੀ ਨੇ ਕੁਝ ਗੁਰਬਾਣੀ ਦੇ ਸ਼ਬਦ ਲਿਖ ਆਪਣੇ ਹੱਥ ਸਫਲੇ ਕੀਤੇ ਹਨ। ਇਹ ਪੋਥੀ ਹੁਣ ਸ੍ਰੀ ਸਰਬਲੋਹ ਬੁੰਗਾ 'ਚ ਸੁਭਾਇਮਾਨ ਹੈ।

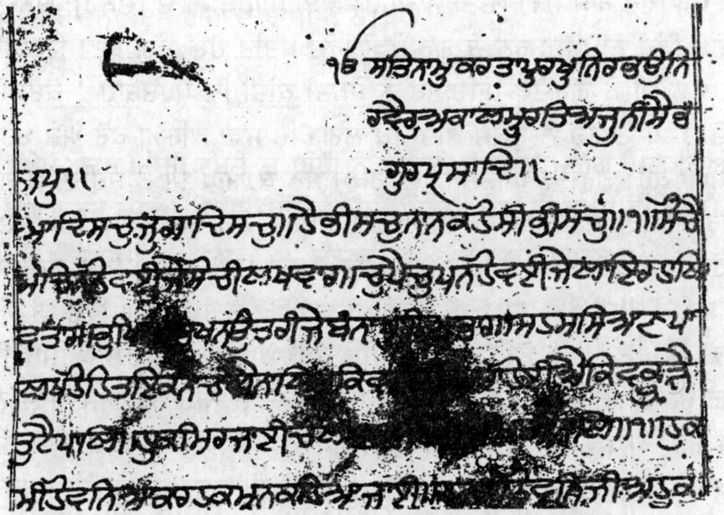
ੴ ਸਤਿਨਾਮੁ ਕਰਤਾ ਪੁਰਖੁ ਨਿਰਭਉ ਨਿਰਵੈਰੁ ਅਕਾਲ ਮੂਰਤਿ ਅਜੂਨੀ ਸੈਭੰ
ਗੁਰਪ੍ਰਸਾਦਿ॥
ਜਪੁ॥

ਨੰਦਲਾਲ ਜੀ ਨੂੰ ਪਦਵੀ

ਭਾਈ ਨੰਦਲਾਲ ਜੀ ਦੇ ਨਾਲ ਆਏ ਗਿਆਸੂਦੀਨ ਮੌਲਵੀ ਨੇ ਜਦ ਕਲਗੀਧਰ ਜੀ ਨੂੰ ਕਿਹਾ ਕਿ ਮੇਰਾ ਗੁਰੂ ਨੰਦਲਾਲ ਹੈ ਤਾਂ ਭਾਈ ਆਲਮ ਸਿੰਘ ਜੀ, ਮੌਲਵੀ ਨੂੰ ਗੱਜ ਕੇ ਕਹਿਣ ਲੱਗੇ ਕਿ ਅਨੰਦਪੁਰ ਸਾਹਿਬ 'ਚ ਤਾਂ ਇਕੋ ਗੁਰੂ ਕਲਗੀਧਰ ਹੀ ਹੈ। ਇਹ ਨੰਦਲਾਲ ਕਿੱਥੋਂ ਦਾ ਗੁਰੂ ਹੋਇਆ। ਗੁਰੂ ਕਲਗੀਧਰ ਜੀ ਨੇ ਸੁਣ ਕੇ ਫ਼ਰਮਾਇਆ ਕਿ ਅਸੀਂ ਤੁਹਾਡੇ ਗੁਰੂ ਹਾਂ। ਵਿੱਦਿਆ ਕਰਕੇ ਇਹ ਵੀ ਗਿਆਸੂਦੀਨ ਦੇ ਗੁਰੂ ਹੈਨ। ਅਸਾਂ ਇਸ ਨੂੰ ਗੁਰ ਪਦ ਦਿੱਤਾ ਹੈ।

ਯਥਾ :-

ਮੀਰ ਸਾਹੁ ਕਹੀ ਬਾਤ ਬਿਚਾਰ॥ ਆਲਮ ਸਿੰਘ ਸੁਨੋ ਅਧਿਕਾਰ॥
ਨੰਦਲਾਲ ਜੀ ਹਮ ਗੁਰ ਕੀਨਾ॥ ਤਿਹ ਪ੍ਰਤਾਪ ਸਤਿਗੁਰ ਕੋ ਚੀਨਾ॥

(ਮਹਿਮਾ ਪ੍ਰਕਾਸ਼)

ਤਥਾ :- ਆਲਮ ਸਿੰਘ ਕਾ ਹਟਕ ਪ੍ਰਬੀਨਾ॥ਨੰਦ ਲਾਲ ਕੋ ਗੁਰ ਪਦ ਦੀਨਾ॥

(ਸੂਰਜ ਪ੍ਰਕਾਸ਼)

ਸ਼ਹੀਦੀ ਬਾਗ ਲੰਗਰ

ਭਾਈ ਨੰਦ ਲਾਲ ਜੀ ਗੁਰੂ ਗੋਬਿੰਦ ਸਿੰਘ ਜੀ ਦੇ ਦਰਬਾਰੀ ਕਵੀਆਂ ਵਿਚੋਂ ਪ੍ਰਮੁੱਖ ਹੋਏ ਹਨ ਅਤੇ ਆਪ ਜੀ ਦੇ ਰਚੇ ਹੋਏ ਗ੍ਰੰਥਾਂ ਨੂੰ ਭਾਈ ਗੁਰਦਾਸ ਜੀ ਦੀਆਂ ਵਾਰਾਂ ਵਾਂਗ ਸਿੱਖ ਪੰਥ ਵਿੱਚ ਖ਼ਾਸ ਜਗ੍ਹਾ ਦਿੱਤੀ ਜਾਂਦੀ ਹੈ। ਭਾਈ ਸਾਹਿਬ ਜੀ ਦੇ ਦਿਨ ਸ੍ਰੀ ਅਨੰਦਪੁਰ ਸਾਹਿਬ ਵਿੱਚ ਨਾਮ ਸਿਮਰਨ ਤੇ ਗੁਰੂ ਸੇਵਾ ਵਿਚ ਬਤੀਤ ਹੋਣ ਲੱਗ ਪਏ। ਇਕ ਦਿਨ ਨੰਦਲਾਲ ਜੀ ਨੇ ਗੁਰਦੇਵ ਪਾਤਿਸ਼ਾਹ ਨੂੰ ਬੇਨਤੀ ਕੀਤੀ ਕਿ ਪਾਤਿਸ਼ਾਹ ! ਕੋਈ ਸੇਵਾ ਬਖ਼ਸ਼ੋ ਤਾਂ ਪਾਤਿਸ਼ਾਹ ਨੇ ਹੁਕਮ ਕੀਤਾ ਕਿ ਲੰਗਰ 'ਚ ਸੇਵਾ ਕਰਿਆ ਕਰੋ ਅਤੇ ਬਰਤਨ ਮਾਂਜਿਆ ਕਰੋ। ਗੁਰਦੇਵ ਪਾਤਿਸ਼ਾਹ ਦਾ ਹੁਕਮ ਮੰਨ ਕੇ ਆਪ ਜੀ ਨੇ ਸ਼ਹੀਦੀ ਬਾਗ 'ਚ ਲੰਗਰ ਦੀ ਸੇਵਾ ਕਰਨੀ ਅਰੰਭ ਦਿੱਤੀ। ਭਾਈ ਸਾਹਿਬ ਵਾਂਗ ਗੁਰ ਹੁਕਮਾਂ ਸੇ ਅਨੰਦਪੁਰ ਸਾਹਿਬ ਵਿੱਚ ਕਈ ਸਿੱਖਾਂ ਨੇ ਆਏ ਗਏ ਅਭਿਆਗਤਾਂ ਲਈ ਡੇਰਿਆਂ ਵਿੱਚ ਲੰਗਰ ਖੋਲ੍ਹੇ ਹੋਏ ਸਨ ਤੇ ਭਾਈ ਨੰਦ ਲਾਲ ਜੀ ਦੇ ਡੇਰੇ ਗੁਰਦੁਆਰਾ ਸ਼ਹੀਦੀ ਬਾਗ਼ ਵਿੱਚ ਵੀ ਲੰਗਰ ਚਲਦਾ ਸੀ। ਇੱਕ ਦਿਨ ਚੋਜੀ ਸਤਿਗੁਰੂ ਪਹਿਰ ਕੁ ਦਿਨ ਚੜ੍ਹੇ ਭੇਸ ਬਦਲ ਕੇ ਜਿੱਥੇ-ਜਿੱਥੇ ਲੰਗਰ ਚਲਦਾ ਸੀ ਉੱਥੇ-ਉੱਥੇ ਚਲੇ ਗਏ। ਪਰੰਤੂ ਕਿਸੇ ਨੇ ਕਿਹਾ ਕਿ ਅਜੇ ਦਾਲ ਨਹੀਂ ਬਣੀ ਅਤੇ ਕਿਸੇ ਨੇ ਕਿਹਾ ਅਜੇ ਆਟਾ ਨਹੀਂ ਗੁੱਧਾ ਹੋਇਆ, ਕਿਸੇ ਨੇ ਕਿਹਾ ਅਜੇ ਲੰਗਰ ਦਾ ਸਮਾਂ ਨਹੀਂ ਹੋਇਆ ਪਰੰਤੂ ਜਦ ਗੁਰੂ ਜੀ ਭਾਈ ਨੰਦਲਾਲ ਜੀ ਦੇ ਡੇਰੇ ਪਹੁੰਚੇ ਤਾਂ ਆਪ ਜੀ ਨੇ ਗੁੱਧਾ ਹੋਇਆ ਆਟਾ ਤੇ ਰਿੱਝੀ ਦਾਲ ਲਿਆ ਕੇ ਗੁਰੂ ਜੀ ਦੇ ਅੱਗੇ ਰੱਖ ਦਿੱਤੀ

ਤੇ ਕਹਿਣ ਲੱਗੇ ਐਸ ਵਕਤ ਤੇ ਏਹੀ ਕੁਝ ਹੀ ਹਾਜ਼ਿਰ ਹੈ। ਜਿਸ ਤੋਂ ਗੁਰੂ ਜੀ ਬਹੁਤ ਪ੍ਰਸੰਨ ਹੋਏ ਅਤੇ ਭਾਈ ਨੰਦਲਾਲ ਜੀ ਦੇ ਲੰਗਰ ਨੂੰ ਸਰਬੋਤਮ ਲੰਗਰ ਕਿਹਾ। ਇਹ ਲੰਗਰ ਹੁਣ ਵੀ ਗੁਰਦੁਆਰਾ ਸ਼ਹੀਦੀ ਬਾਗ਼ ਸ੍ਰੀ ਅਨੰਦਪੁਰ ਸਾਹਿਬ ਵਿਖੇ ਸੁਸ਼ੋਭਿਤ ਹੈ ਅਤੇ ਇਸ ਅਸਥਾਨ ਦੀ ਸੇਵਾ ਹੁਣ ਵਰਤਮਾਨ ਸਮੇਂ ਵਿੱਚ ਸ੍ਰੀ ਮਿਸਲ ਸ਼ਹੀਦਾਂ ਤਰਨਾ ਦਲ ਦੇ ਪੰਦਰਵੇਂ ਮੁਖੀ ਸਿੰਘ ਸਾਹਿਬ ਜਥੇਦਾਰ ਬਾਬਾ ਗੱਜਣ ਸਿੰਘ ਜੀ ਦੀ ਯੋਗ—ਅਗਵਾਈ 'ਚ ਮਹਾਨ ਵੈਰਾਗੀ ਔਰ ਤਿਆਗੀ ਕਰਣੀ ਕਮਾਈ ਵਿੱਚ ਪ੍ਰਪੱਕ ਸੰਤ ਗੁਰਦੇਵ ਸਿੰਘ ਜੀ, ਬਹੁਤ ਹੀ ਲਗਨ ਨਾਲ ਕਰਵਾ ਰਹੇ ਹਨ।

ਦਾਸ ਨੂੰ ਇਸ ਸਥਾਨ ਤੇ ਰਹਿਣ ਦਾ ਕੁਝ ਸਮਾਂ ਸੁਭਾਗ ਪ੍ਰਾਪਤ ਹੋਇਆ ਤਾਂ ਦਾਸ ਨੇ ਦੇਖਿਆ ਕਿ ਹੁਣ ਵੀ ਭਾਈ ਨੰਦਲਾਲ ਜੀ ਦੇ ਲੰਗਰ ਵਿੱਚੋਂ ਉਹੀ ਸਵਾਦ, ਰਸ ਆਂਵਦਾ ਹੈ ਜੋ ਭਾਈ ਸਾਹਿਬ ਜੀ ਦੇ ਵੇਲੇ ਲੰਗਰ ਖਾਣ ਤੇ ਸੁਵਾਦ ਆਂਵਦਾ ਸੀ ਕਿਉਂਕਿ ਕਲਗੀਧਰ ਜੀ ਨੇ ਭਾਈ ਸਾਹਿਬ ਜੀ ਨੂੰ ਵਰ ਦਿੱਤਾ ਸੀ ਕਿ ਆਪ ਦਾ ਲੰਗਰ ਸਦਾ ਹੀ ਚੱਲਦਾ ਰਹੇਗਾ ਅਤੇ ਇਸ ਵਿੱਚੋਂ ਸਦਾ ਹੀ ਸਰਬੋਤਮ ਰਸ, ਗੁਰਸਿੱਖਾਂ ਨੂੰ ਆਂਵਦਾ ਰਹੇਗਾ।

ਗੁਰਦੇਵ ਪਾਤਿਸ਼ਾਹ ਨਾਲ ਰੂਹਾਨੀ ਕਲਾਮ

ਗੁਰੂ ਕਲਗੀਧਰ ਦੇ ਨਾਲ ਇਕ ਵੇਰ ਨੰਦਲਾਲ ਜੀ ਸਤਲੁਜ ਦੇ ਕਿਨਾਰੇ ਸੈਰ ਕਰ ਰਹੇ ਸਨ ਤਾ ਕਲਗੀਧਰ ਜੀ ਨੇ ਦਰਿਆ 'ਚ ਇਕ ਪੱਥਰ ਸੁੱਟਿਆ ਅਤੇ ਉਹ ਪੱਥਰ ਪਾਣੀ 'ਚ ਡੁੱਬ ਗਿਆ। ਗੁਰਦੇਵ ਪਾਤਿਸ਼ਾਹ ਨੇ ਪੁੱਛਿਆ ਲਾਲ ਜੀ ! ਇਹ ਪੱਥਰ ਪਾਣੀ 'ਚ ਕਿਉਂ ਡੁੱਬ ਗਿਆ ਹੈ, ਆਪਣੇ ਅਨੁਭਵ ਨਾਲ ਦੱਸੋ, ਤਾਂ ਨੰਦਲਾਲ ਜੀ ਨੇ ਬੇਨਤੀ ਕੀਤੀ ਕਿ ਸਤਿਗੁਰੂ ਜੀ ! ਮੇਰੇ ਅਨੁਭਵ ਅਨੁਸਾਰ ਜੋ ਚੀਜ਼ ਆਪ ਜੀ ਦੇ ਹੱਥੋਂ ਛੁੱਟ ਜਾਂਦੀ ਹੈ, ਉਹ ਜ਼ਰੂਰ-ਬ-ਜ਼ਰੂਰ ਡੁੱਬਦੀ ਹੈ। ਭਾਵੇਂ ਇਹ ਪ੍ਰਤੱਖ ਦਰਿਆ ਹੋਵੇ ਜਾਂ ਭਵਜਲ ਸਾਗਰ ਹੋਵੇ।

ਇਕ ਵਾਰ ਕਲਗੀਧਰ ਜੀ ਨੇ ਫ਼ਰਮਾਇਆ, ਨੰਦਲਾਲ ਜੀ ! ਦੁਨੀਆਂ ਉੱਪਰ ਕਿਉਂ ਆਏ ਹੋ ਤਾਂ ਨੰਦਲਾਲ ਜੀ ਨੇ ਫ਼ਰਮਾਇਆ, ਐ ਕਲਗੀਧਰ ਜੀ ! ਤੁਹਾਡੇ ਪਿਆਰ ਦੀ ਸਿੱਕ ਮੈਨੂੰ ਇਸ ਜਸਮਾਨੀ ਸਰੀਰ 'ਚ ਖਿੱਚ ਲਿਆਈ ਹੈ। ਨਹੀਂ ਤਾਂ ਮੈਨੂੰ ਏਥੇ ਆਉਣ ਦੀ ਲੋੜ ਕੀ ਪਈ ਸੀ।

ਯਥਾ : ਹਵਾਇ ਬੰਦਗੀ ਆਵੁਰਦ ਦਰ ਵਜੂਦ ਮਰਾ॥
ਵਗਰਨਹ ਜ਼ੌਕਿ ਚੁਨੀਂ ਆਮਦਨ ਨਬੂਦ ਮਰਾ॥

ਇਕ ਵਾਰ ਕਲਗੀਧਰ ਜੀ ਨੇ ਨੰਦਲਾਲ ਜੀ ਨੂੰ ਪੁੱਛਿਆ ਕਿ ਨੰਦਲਾਲ ! ਜੇਕਰ ਜਸਮਾਨੀ ਨੇਤਰਾਂ ਨਾਲ ਖ਼ੁਦਾਇਆ ਦੇ ਦਰਸ਼ਨ ਕਰਨੇ ਹੋਣ ਤਾਂ ਕਿਵੇਂ ਹੋ ਸਕਦੇ ਹਨ। ਕਲਗੀਧਰ ਦੇ ਬਚਨ ਸੁਣ ਕੇ ਨੰਦਲਾਲ ਜੀ ਫ਼ਰਮਾਇਆ ਕਿ ਰੱਬ ਦੇ ਪਿਆਰੇ ਰੱਬ ਦਾ

ਹੀ ਰੂਪ ਹੁੰਦੇ ਹਨ। ਗੋਇਆ ਜੇਕਰ ਰੱਬ ਦੇ ਦਰਸ਼ਨ ਜਸਮਾਨੀ ਨੇਤਰਾਂ ਨਾਲ ਕਰਨੇ ਹਨ ਤਾਂ ਰੱਬ ਦੇ ਪਿਆਰਿਆਂ ਦੇ ਦਰਸ਼ਨ ਕਰ ਲੈ।

ਯਥਾ : ਗੋਯਾ ਅਗਰ ਈਂ ਚਸ਼ਮਿ ਤੁ ਮੁਸ਼ਤਾਕਿ ਅਸਤ
ਮਰਦਾਨਿ ਖ਼ੁਦਾ, ਖ਼ੁਦਾ ਨੁਮਾ ਅਸਤ॥

ਇਸ ਤਰ੍ਹਾਂ ਕਲਗੀਧਰ ਜੀ ਅਤੇ ਭਾਈ ਨੰਦਲਾਲ ਜੀ ਦੇ ਅਨੇਕਾਂ ਰੂਹਾਨੀ ਬਚਨ ਮਿਲਦੇ ਹਨ। ਵਿਸਥਾਰ ਦੇ ਭੈ ਕਰਕੇ ਏਥੇ ਅੰਕਿਤ ਨਹੀਂ ਕੀਤੇ ਹਨ।

ਅੰਮ੍ਰਿਤਪਾਨ ਕਰਨਾ

ਗੁਰਦੇਵ ਪਾਤਸ਼ਾਹ ਦੇ ਪਿਆਰ 'ਚ ਭਿੱਜੇ ਭਾਈ ਸਾਹਿਬ ਜੀ ਜਦ ਗੁਰਮਤਿ ਦੇ ਵਡ-ਬਿਬੇਕੀ ਹੋ ਗਏ ਤਾਂ ਆਪ ਜੀ ਨੇ ਕਲਗੀਧਰ ਜੀ ਨੂੰ ਬੇਨਤੀ ਕੀਤੀ ਕਿ ਮੈਨੂੰ ਵੀ ਅੰਮ੍ਰਿਤ ਦਾ ਪਿਆਲਾ ਬਖ਼ਸ਼ ਕੇ ਖ਼ਾਲਸਾ ਬਣਾਉ। ਗੁਰਦੇਵ ਪਾਤਿਸ਼ਾਹ ਨੇ ਫ਼ਰਮਾਇਆ ਨੰਦਲਾਲ ਜੀ! ਧਰਮ ਬਦਲਨ ਦੇ ਡਰ ਤੋਂ ਹੀ ਆਪ ਜੀ ਵਡ-ਅਹੁਦਾ ਮੀਰ ਮੁਨਸ਼ੀ ਦਾ ਤਿਆਗ ਕੇ ਆਏ ਹੋ, ਆਪ ਜੀ ਨੂੰ ਆਪ ਦਾ ਧਰਮ ਹੀ ਮੁਬਾਰਿਕ ਹੈ, ਪਰ ਨੰਦਲਾਲ ਜੀ ਦੇ ਬਾਰਬਾਰ ਜ਼ਿੱਦ ਕਰਨ ਤੇ ਕਲਗੀਧਰ ਜੀ ਨੇ ਆਪ ਜੀ ਨੂੰ ਅੰਮ੍ਰਿਤ ਦੀ ਦਾਤ ਬਖ਼ਸ਼ ਕੇ ਖ਼ਾਲਸਾ ਸਜਾਇਆ ਅਤੇ ਨਾਮ ਅਨੰਦ ਸਿੰਘ ਰੱਖ ਦਿੱਤਾ।

ਯਥਾ:- ਭਾਈ ਨੰਦਲਾਲ ਅੰਮ੍ਰਿਤ ਜਬ ਪਾਨ ਕੀਆ
ਅਨੰਦ ਸਿੰਘ ਭਯੋ ਸੁਧਾ ਨਾਮੁ ਏਹੁ ਰਖਾਇਆ॥

(ਗੁਰਮੁਖ ਪ੍ਰਕਾਸ਼ ਪੰਨਾ ੭੯)

ਭਾਈ ਰਾਮਕੁਇਰ ਵਾਂਗ ਆਪ ਜੀ ਦਾ ਨਾਮ ਨੰਦਲਾਲ ਹੀ ਪ੍ਰਚੱਲਿਤ ਰਿਹਾ, ਕਿਉਂਕਿ ਕਲਗੀਧਰ ਜੀ ਆਪ ਜੀ ਨੂੰ ਪ੍ਰੇਮ ਨਾਲ 'ਲਾਲ' ਜੀ ਕਹਿ ਕੇ ਬੁਲਾਉਂਦੇ ਸਨ।

ਗੁਰੂ ਨਜ਼ਰਾਂ 'ਚ ਥਾਂ

ਭਾਈ ਸਾਹਿਬ ਜੀ ਦੀ ਗੁਰੂ ਚਰਨਾਂ 'ਚ ਬਹੁਤ ਵੱਡੀ ਥਾਂ ਸੀ। ਗੁਰੂ ਕਲਗੀਧਰ ਜੀ ਵਿੱਦਿਆ ਦਰਬਾਰਾਂ 'ਚ ਆਪ ਜੀ ਨੂੰ ਵਿੱਦਿਆ ਦਾ ਦੇਵਤਾ ਮੰਨਦੇ ਸਨ। ਸੌ ਸਾਖੀ ਗ੍ਰੰਥ ਦੀ ਇਕਵੰਜਵੀਂ ਸਾਖੀ 'ਚ ਲਿਖਿਆ ਹੈ ਕਿ :

ਯਥਾ :

ਸੰਗਤ ਨੌ ਹੁਕਮ ਹੂਆ, ਹਮ ਸੇ ਜੋ ਪੂਛਨਾ ਹੈ, ਸੋ ਨੰਦਲਾਲ ਬਤਾਵੇਗਾ

ਭਾਵ ਇਹ ਹੈ ਕਿ ਕਲਗੀਧਰ ਜੀ ਵਿਦਵਾਨਾਂ ਦੀ ਸੰਗਤ 'ਚ ਭਾਈ ਸਾਹਿਬ ਜੀ ਨੂੰ ਆਪਣੇ ਵੱਲੋਂ ਵੱਡਾ ਮਾਣ ਬਖ਼ਸ਼ਦੇ ਸਨ।

ਅਨੰਦਪੁਰ ਸਾਹਿਬ ਤੋਂ ਮੁਲਤਾਨ

ਜਦ ੧੭੦੪ ਈਂ 'ਚ ਅਨੰਦਪੁਰ ਸਾਹਿਬ ਬਿਖੜਾ ਸਮਾਂ ਆਉਣ ਵਾਲਾ ਸੀ ਤਾਂ ਕਲਗੀਧਰ ਜੀ ਨੇ ਨੰਦਲਾਲ ਜੀ ਨੂੰ ਵਿਦਵਾਨ ਜਾਣ ਕੇ ਬਚਨ ਕੀਤੇ ਕਿ ਆਪ ਜੀ ਦਾ ਪਰਿਵਾਰ ਕਿੱਥੇ ਹੈ ਤਾਂ ਨੰਦਲਾਲ ਜੀ ਨੇ ਕਿਹਾ ਮੁਲਤਾਨ ਦੀ ਤੁਰਫ ਮੇਰਾ ਸਹੁਰਾ ਘਰ ਹੈ। ਫਿਰ ਕਲਗੀਧਰ ਜੀ ਨੇ ਤਾਗੀਦੀ ਹੁਕਮ ਕੀਤਾ ਕਿ ਆਪ ਜੀ ਸ੍ਰੀ ਅੰਮ੍ਰਿਤਸਰ ਸਾਹਿਬ ਦੇ ਦਰਸ਼ਨ ਕਰਕੇ ਮੁਲਤਾਨ ਪਰਿਵਾਰ ਚਲੇ ਜਾਉ, ਜਿੰਨਾ ਚਿਰ ਅਸੀਂ ਹੁਕਮ ਨ ਕਰੀਏ ਤਦ ਤੱਕ ਆਪ ਜੀ ਨੇ ਸਾਡੇ ਪਾਸ ਨਹੀਂ ਆਉਣਾ। ਭਾਈ ਸਾਹਿਬ ਜੀ ਨਾ ਚਾਹੁੰਦੇ ਹੋਏ ਸ੍ਰੀ ਅੰਮ੍ਰਿਤਸਰ ਸਾਹਿਬ ਦੇ ਦਰਸ਼ਨ ਕਰਕੇ ਮੁਲਤਾਨ ਆਪਣੇ ਪਰਿਵਾਰ ਕੋਲ ਪਧਾਰ ਗਏ। ਉੱਥੇ ਆਪ ਜੀ ਨੇ ਕਲਗੀਧਰ ਜੀ ਨੂੰ ਮਿਲਣ ਦੀ ਤੜਪ 'ਚ ਕਈ ਗ਼ਜ਼ਲਾਂ ਉਚਾਰੀਆਂ ਜਿਵੇਂ ਅਨੰਦੁਪਰ ਸਾਹਿਬ ਤੋਂ ਤੁਰਨ ਸਮੇਂ ਉਚਾਰਿਆ ਕਿ—

ਯਥਾ : ਬ ਹਰ ਕੁਜਾ ਕਿ ਰਵੀ, ਜਾਨਿ ਮਨ ਖ਼ੁਦਾ ਹਾਫ਼ਿਜ਼॥
ਬ ਬੁਰਦਾ ਏ ਦਿਲੋ ਈਮਾਨਿ ਮਨ, ਖ਼ੁਦਾ ਹਾਫ਼ਿਜ਼॥

ਭਾਵ ਕਿ ਐ ਮੇਰੀ ਜਾਨ ਤੂੰ ਜਿੱਥੇ ਵੀ ਜਾਵੇਂਗੀ, ਉੱਥੇ ਹੀ ਤੇਰਾ ਖ਼ੁਦਾ ਕਲਗੀਧਰ ਤੇਰੀ ਰੱਖਿਆ ਕਰੇਗਾ। ਮੇਰਾ ਦਿਲ ਤੋਂ ਈਮਾਨ ਤੂੰ ਲੁਟਾ ਲਿਆ ਹੈ। ਹੁਣ ਐ ਮੇਰੇ ਖ਼ੁਦਾ ਤੂੰ ਹੀ ਮੇਰੀ ਹਿਫ਼ਾਜ਼ਿਤ ਕਰੀਂ।

ਮੁਲਤਾਨ ਜਾ ਕੇ ਕਲਗੀਧਰ ਦੇ ਚਰਨਾਂ ਦੀ ਤੜਪ 'ਚ ਆਪ ਜੀ ਨੇ ਲਿਖਿਆ ਕਿ:

ਯਥਾ : ਦਿਲਿ ਮਨ ਦਰ ਫ਼ਰਾਕਿ ਯਾਰ ਬੁਸੋਖ਼ਤ॥
ਜਾਨਿ ਮਨ ਬਹਿਰਿ ਆਂ ਨਿਗਾਰ ਬੁਸੋਖ਼ਤ॥

ਭਾਵ ਕਿ ਮੇਰਾ ਦਿਲ ਮਹਬੂਬ ਕਲਗੀਧਰ ਦੀ ਜੁਦਾਈ 'ਚ ਸੜ ਕੇ ਰਾਖ ਹੋ ਗਿਆ ਹੈ। ਮੇਰੀ ਜਾਨ ਵੀ ਉਸ ਸੋਹਣੇ ਮੁੱਖੜੇ ਵਾਲੇ ਦੀ ਤੜਪ 'ਚ ਸੜ ਗਈ ਹੈ। ਮੁਲਤਾਨ 'ਚ ਦਬਿਸਤਾਨ ਮੁਜ਼ਾਹਬ ਅਨੁਸਾਰ ਧਰਮਸ਼ਾਲਾ ਉਸ ਸਮੇਂ ਕ਼ਾਇਮ ਹੋ ਚੁੱਕੀਆ ਸਨ। ਆਪ ਜੀ ਧਰਮਸ਼ਾਲਾ 'ਚ ਗੁਰਸਿੱਖੀ ਦਾ ਪ੍ਰਚਾਰ ਕਰਦੇ ਅਤੇ ਗੁਰੂ ਕਲਗੀਧਰ ਜੀ ਦੀ ਮਹਿਮਾ ਫ਼ਾਰਸੀ ਲਫ਼ਜ਼ਾਂ 'ਚ ਪ੍ਰੋਅ ਕੇ ਕਰਦੇ। ਮੁਲਤਾਨੀ ਗੁਰਸਿੱਖਾਂ ਨੂੰ ਦਸ ਗੁਰਦੇਵਾਂ ਨਾਮ ਦੀ ਮਾਲਾ ਸੁਣਾਉਂਦੇ, ਜੋ ਜੋਤਿ ਬਿਗਾਸ ਗ੍ਰੰਥ 'ਚ ਦਰਜ ਹੈ।

ਆਪ ਜੀ ਨੇ ਮੁਲਤਾਨ 'ਚ ਜੋਤਿ ਬਿਗਾਸ ਦਾ ਕੁਝ ਹਿੱਸਾ ਅਤੇ ਬਹੁਤ ਸਾਰੀਆਂ ਗ਼ਜ਼ਲਾਂ ਮੁਲਤਾਨ 'ਚ ਪ੍ਰਚਾਰ ਦੌਰੇ 'ਚ ਉਚਾਰੀਆਂ। ਸੰਪ੍ਰਦਾਈ ਗਿਆਨੀਆਂ ਦੇ ਖ਼ਿਆਲ ਮੁਤਾਬਿਕ ਭਾਈ ਸਾਹਿਬ ਜੀ ਨੇ ਗ਼ਜ਼ਲਾਂ ਦਾ ਕੁਝ ਹਿੱਸਾ ਅਨੰਦਪੁਰ ਸਾਹਿਬ ਅਤੇ ਕੁਝ ਹਿੱਸਾ ਮੁਲਤਾਨ ਵਿਛੋੜੇ ਦੇ ਦਰਦ 'ਚ ਉਚਾਰਿਆ ਹੈ ਅਤੇ ਜੋਤਿ ਬਿਗਾਸ ਅੱਧਾ ਮੁਲਤਾਨ

'ਚ ਉਚਾਰ ਕੇ ਭੋਗ ਸ੍ਰੀ ਦਮਦਮੇ ਸਾਹਿਬ ਪਾਇਆ ਹੈ।

ਦਮਦਮੇ ਸਾਹਿਬ ਵਾਪਸੀ

ਜਦ ਗੁਰੂ ਕਲਗੀਧਰ ਜੀ ਸ੍ਰੀ ਦਮਦਮੇ ਸਾਹਿਬ ਪਧਾਰੇ ਅਤੇ ਦਮਦਮੀ ਬੀੜ ਲਿਖਣ ਦੀ ਤਿਆਰੀ ਹੋਣੀ ਆਰੰਭ ਹੋਈ ਤਾਂ ਕਲਗੀਧਰ ਜੀ ਨੇ ਇੱਕ ਪੱਤਰ ਨੰਦਲਾਲ ਜੀ ਦੇ ਨਾਮ ਲਿਖ ਮੁਲਤਾਨ ਭੇਜਿਆ। ਆਪ ਜੀ ਗੁਰਦੇਵ ਪਾਤਿਸ਼ਾਹ ਦਾ ਸੁਨੇਹਾ ਸੁਣ ਕੇ ਜਗ-ਮਗਾ ਉੱਠੇ ਅਤੇ ਦਮਦਮਾ ਸਾਹਿਬ ਪਹੁੰਚ ਕੇ ਆਪ ਜੀ ਨੇ ਗੁਰਦੇਵ ਪਾਤਿਸ਼ਾਹ ਦੇ ਚਰਨਾਂ 'ਚ ਗ਼ਜ਼ਲਾਂ ਵਾਲਾ ਗ੍ਰੰਥ ਅਤੇ ਜੋਤਿ ਬਿਗਾਸ ਦੇ ਕੁਝ ਸ਼ੇਅਰ ਅਰਪਨ ਕੀਤੇ। ਕਲਗੀਧਰ ਜੀ ਨੰਦਲਾਲ ਦੀਆਂ ਗ਼ਜ਼ਲਾਂ ਪੜ੍ਹ ਕੇ ਬਹੁਤ ਪ੍ਰਸੰਨ ਹੋਏ ਅਤੇ ਇਕ ਰੁਬਾਈ ਉਚਾਰੀ ਤੇ ਹੁਕਮ ਕੀਤਾ ਕਿ ਗ਼ਜ਼ਲਾਂ ਦੇ ਭੋਗ ਪਰ ਰੁਬਾਈਆਂ ਉਚਾਰੋ। ਇਹ ਰੁਬਾਈ ਪਟਨਾ ਸਾਹਿਬ ਇੱਕ ਦਸਮ ਸਰੂਪ 'ਚ ਅੰਕਿਤ ਹੈ :

ਯਥਾ :- ਗਰ ਆਸ਼ਨਾਏ ਮਾ ਸ਼ਵੀ, ਅਜ਼ ਦੀਗਰਾਂ ਬਿਗਾਨਾ ਸ਼ਉ॥
ਗਰ ਮੁਬਤਲਾਏ ਮਾ ਸ਼ਵੀ, ਅਜ਼ ਖ਼੍ਰੇਸ਼ਤਨ ਦਿਵਾਨਾ ਸ਼ਉ॥

(ਸ੍ਰੀ ਮੁਖਵਾਕ ਪਾ: ੧੦)

ਇਸ ਰੁਬਾਈ ਨੂੰ ਸੁਣ ਕੇ ਨੰਦਲਾਲ ਜੀ ਰੁਬਾਈਆਂ ਤੇ ਅਬਿਆਤ ਉਚਾਰੇ ਅਤੇ ਗ਼ਜ਼ਲਾਂ ਵਾਲੇ ਗ੍ਰੰਥ ਦਾ ਭੋਗ ਪਾਇਆ ਸੀ। ਭਾਈ ਸਾਹਿਬ ਜੀ ਨੇ ਗ਼ਜ਼ਲਾਂ 'ਚ ਕਲਗੀਧਰ ਦੇ ਚਰਨਾਂ ਦਾ ਵਿਯੋਗ, ਤਖ਼ਤ ਪਰ ਸਜਿਆ ਦੀ ਮਹਿਮਾ, ਅਨੋਖਾ ਜੀਵਨ ਚਰਿਤ੍ਰ ਤੇ ਗੁਰਦੇਵ ਪਾਤਿਸ਼ਾਹ ਦੇ ਮਨੋ-ਵਿਗਿਆਨੀ ਵਲਵਲੇ ਅੰਕਿਤ ਕੀਤੇ ਹਨ। ਜੈਸੇ ਬਾਬਾ ਸੁਮੇਰ ਸਿੰਘ ਜੀ ਨੇ ਲਿਖਿਆ ਹੈ :

ਯਥਾ : ਕਬਹੂੰ ਮਨ ਮੰਦਰ ਮਹਾਰਾਜਾ॥ ਕਰਤਿ ਕੇਸ ਕੰਘਾ ਸੁਖ ਸਾਜਾ॥
ਚੰਦ ਮਰੀਚਿ ਬਗੀਚਿ ਦਰੀਚੀ॥ ਪ੍ਰਾਤ ਸਮੀਰ ਲਗਤ ਮਤਿ ਸੀਚੀ॥
ਨੰਦਲਾਲ ਲਖਿ ਛਬਿ ਹਰਖਾਨਾ॥ ਗੋਯਾ ਨਾਮ ਦਿਵਾਨ ਬਖਾਨਾ॥
ਦੋਹਰਾ॥ ਜਜੋਂ ਤਜੋਂ ਗੁਰਬਰ ਕੇ ਲਖੇ, ਚਰਿਤ ਰੀਝ ਰਿਝਵਾਰ॥
ਤਜੋਂ ਤਜੋਂ ਗਜ਼ਲ ਸੁ ਛੰਦ ਮੈ, ਕੀਨੋ ਗ੍ਰੰਥ ਤਿਆਰ॥ ੩॥

ਜਦ ਕਲਗੀਧਰ ਜੀ ਨੇ ਫਿਰ ੪੮ ਸਿੰਘਾਂ ਨੂੰ ਆਦਿ ਗੁਰਬਾਣੀ ਦੇ ਅਰਥ ਪੜ੍ਹਾਏ ਅਤੇ ਦਮਦਮੀ ਬੀੜ ਲਿਖਵਾਈ ਤਾਂ ਆਪ ਜੀ ੪੮ ਸਿੰਘਾਂ 'ਚ ਸ਼ਾਮਿਲ ਹੋ ਕੇ ਗੁਰਬਾਣੀ ਦੇ ਅਰਥ ਪੜ੍ਹਦੇ ਰਹੇ ਅਤੇ ਫ਼ਾਰਸੀ ਅ਼ਰਬੀ 'ਚ ਗੁਰ ਮਹਿਮਾ ਉਚਾਰਦੇ ਰਹੇ।

ਦੱਖਣ ਦਾ ਦੌਰਾ

ਜਦ ਗੁਰੂ ਕਲਗੀਧਰ ਜੀ ਨੇ ਦੱਖਣ ਨੂੰ ਤਿਆਰੀ ਕੀਤੀ ਤਦ ਆਪ ਜੀ ਪਰਿਵਾਰ

ਸਮੇਤ ਦੱਖਣ ਜਾਣ ਲਈ ਤਿਆਰ ਹੋ ਗਏ ਅਤੇ ਗੁਰ ਚਰਨਾਂ ਦਾ ਅਨੰਦ ਮਾਣਦੇ ਹੋਏ ਗੁਰਦੇਵ ਪਾਤਿਸ਼ਾਹ ਨਾਲ ਚੱਲ ਪਏ। ਜਦ ਗੁਰਦੇਵ ਪਾਤਿਸ਼ਾਹ ਨੇ ਬਹਾਦਰ ਸ਼ਾਹ ਨੂੰ ਹਿੰਦੋਸਤਾਨ ਦਾ ਰਾਜ-ਭਾਗ ਬਖ਼ਸ਼ਿਆ ਤਾਂ ਆਪ ਜੀ ਨੂੰ ਬਹਾਦਰ ਸ਼ਾਹ ਦੇ ਦਰਬਾਰ 'ਚ ਮੀਰ ਮੁਨਸ਼ੀ (ਵਿਦੇਸ਼ ਮੰਤਰੀ) ਦਾ ਅਹੁਦਾ ਬਖ਼ਸ਼ ਦਿੱਤਾ ਤਾਂ ਕਿ ਪਰਿਵਾਰ ਦਾ ਗੁਜ਼ਾਰਾ ਸੌਖਾ ਚੱਲ ਸਕੇ।

'ਪ੍ਰੇਮ ਫੁਲਵਾੜੀ' ਦੇ ਕਰਤੇ ਨੇ ਲਿਖਿਆ ਹੈ ਕਿ ਭਾਈ ਨੰਦਲਾਲ ਜੀ ਦੇ ਪਰਿਵਾਰ ਗੁਜ਼ਾਰੇ ਲਈ ਕਲਗੀਧਰ ਜੀ ਨੇ ਸ੍ਰੀ ਅਨੰਦਪੁਰ ਸਾਹਿਬ ਵੀ ਪ੍ਰਸਤਾਵ ਰੱਖਿਆ ਸੀ ਕਿ ਗੁਰੂ ਘਰੋਂ ਕਵਿਤਾ ਸੁਣਾ ਕੇ ਹੋਰ ਕਵੀਆਂ ਵਾਂਗ ਆਪ ਵੀ ਭੇਟਾ (ਇਨਾਮ) ਲਿਆ ਕਰੋ। ਪਰ ਆਪ ਜੀ ਨੇ ਕਿਹਾ ਸੀ, ਗੁਰੂ ਨਾਨਕ ਦੇਵ ਜੀ ਨੇ ਕਿਰਤ ਕਰਨ ਦਾ ਹੁਕਮ ਦਿੱਤਾ ਹੈ ਤਾਂ ਕਲਗੀਧਰ ਜੀ ਨੇ ਪਰਿਵਾਰ ਦੀ ਸੇਵਾ ਲਈ ਆਪ ਜੀ ਨੂੰ ਮੁਲਤਾਨ ਭੇਜ ਦਿੱਤਾ ਸੀ। ਫਿਰ ਸ੍ਰੀ ਦਮਦਮੇ ਸਾਹਿਬ ਵੀ ਪ੍ਰਸਤਾਵ ਰੱਖਿਆ ਪਰ ਆਪ ਜੀ ਨੇ ਮਨ੍ਹਾ ਕਰ ਦਿੱਤਾ। ਇਸ ਲਈ ਗੁਰੂ ਸਾਹਿਬ ਜੀ ਨੇ ਆਪ ਜੀ ਨੂੰ ਗੁਰੂ ਘਰ ਦਾ ਸੇਵਕ ਜਾਣ ਕੇ ਬਹਾਦਰ ਸ਼ਾਹ ਦੇ ਨੌਕਰ ਭਰਤੀ ਕਰਵਾ ਦਿੱਤਾ। ਆਪ ਜੀ ਨੇ ਬਹਾਦਰ ਸ਼ਾਹ ਦਾ ਰਾਜ-ਕਾਜ ਸੰਭਾਲਦਿਆਂ ਗੁਰੂ ਘਰ ਦੀ ਸਿਫ਼ਤ ਕਰਨੀ ਨਹੀਂ ਛੱਡੀ, ਸਗੋਂ ਅ਼ਰਬੀ ਦੇ ਭਰਮਾਰ ਲਫ਼ਜ਼ਾਂ ਨਾਲ ਭਰੀ "ਅਰਜ਼ੁਲ-ਅਲਫ਼ਾਜ਼" ਨਾਮ ਦੀ ਰਚਨਾ ਸੁਣਾ ਕੇ ਮੌਲਵੀਆਂ-ਮੁਲਾਣਿਆਂ ਦੇ ਮਨ 'ਚ ਦਸਮੇਸ਼-ਚਰਨਾਂ ਦੀ ਸ਼ਰਧਾ ਉਤਪੰਨ ਕਰਦੇ ਰਹੇ।

ਜ਼ਫ਼ਰਨਾਮੇ ਦਾ ਉਤਾਰਾ

ਕਬਿੱਤ ਭੇਦਾਵਲੀ ਗ੍ਰੰਥ 'ਚ ਸਫ਼ਾ ਨੰਬਰ = ੧੬੯ ਤੇ ਸੰਤ ਨਿਹਾਲ ਸਿੰਘ ਜੀ ਸੋਹਲਾਂ ਵਾਲਿਆਂ ਨੇ ਲਿਖਿਆ ਹੈ ਕਿ ਜਦ ਕਲਗੀਧਰ ਜੀ ਬਹਾਦਰਸ਼ਾਹ ਨੂੰ ਮਿਲੇ ਤਾਂ ਆਪ ਜੀ ਨੇ ਬਹਾਦਰਸ਼ਾਹ ਨੂੰ ਕਿਹਾ ਕਿ ਤੇਰੇ ਪਿਉ ਦੇ ਕਿਤਾਬ-ਖਾਨੇ 'ਚ ਸਾਡੀ ਬਾਣੀ ਹੈ। ਆਪਣੇ ਪਿਉ ਦਾ ਕਿਤਾਬ-ਖਾਨਾ ਦਿਖਾ ਤਾਂ ਕਲਗੀਧਰ ਜੀ ਕਿਤਾਬ-ਖਾਨੇ ਚੋਂ ਨੌਵੇਂ ਗੁਰਦੇਵ ਦੀ ਗੁਰਬਾਣੀ ਅਤੇ ਜ਼ਫ਼ਰਨਾਮੇ ਦੀਆਂ ਹਕਾਇਤਾਂ ਪਾਸ ਖੜੇ ਨੰਦਲਾਲ ਜੀ ਨੂੰ ਬਖ਼ਸ਼ੀਆਂ ਅਤੇ ਫ਼ਰਮਾਇਆ ਕਿ ਜ਼ਫਰਨਾਮੇ ਦੀਆਂ ਅੱਗੇ-ਪਿੱਛੇ ਹੋਈਆਂ ਹਕੈਤਾਂ ਨੂੰ ਤਰਤੀਬ 'ਚ ਕਰਕੇ ਇਸ ਦੇ ਉਤਾਰੇ ਅੱਗੇ ਕਰੋ ਤਾਂ ਨੰਦਲਾਲ ਜੀ ਨੇ ਜ਼ਫ਼ਰਨਾਮੇ ਦਾ ਪਿਆਰੇ ਦਯਾ ਸਿੰਘ ਜੀ ਤੋਂ ਬਾਅਦ ਸਭ ਤੋਂ ਪਹਿਲਾ ਉਤਾਰਾ ਕੀਤਾ ਅਤੇ ਕਲਗੀਧਰ ਜੀ ਦੇ ਚਰਨਾਂ 'ਚ ਭੇਟਾ ਕਰਕੇ ਗੁਰਾਂ ਦੀ ਖੁਸ਼ੀ-ਪ੍ਰਸੰਨਤਾ ਪ੍ਰਾਪਤ ਕੀਤੀ। ਫਿਰ ਭਾਈ ਸਾਹਿਬ ਵਾਲੇ ਉਤਾਰੇ ਤੋਂ ਅੱਗੇ ਭਾਈ ਮਨੀ ਸਿੰਘ, ਬਾਬਾ ਦੀਪ ਸਿੰਘ ਜੀ ਆਦਿਕ ਨੇ ਉਤਾਰੇ ਕੀਤੇ ਸਨ।

ਹਜ਼ੂਰ ਸਾਹਿਬ ਗੁਰਦੇਵ ਦੇ ਦਰਸ਼ਨ

ਬਹਾਦਰ ਸ਼ਾਹ ਵੱਲੋਂ ਬਿਨੈ-ਪੱਤਰ ਅਤੇ ਸੌਗਾਤਾਂ ਲੈ ਕੇ ਅਕਸਰ ਕਲਗੀਧਰ ਦੇ ਦਰਬਾਰ 'ਚ ਜਾਂਦੇ। ਇਕ ਵਾਰ ਆਪ ਜੀ ਗੁਰਦੇਵ ਦੇ ਦਰਸ਼ਨਾਂ ਨੂੰ ਅਬਿਚਲ ਨਗਰ ਹਜ਼ੂਰ ਸਾਹਿਬ ਔਰੰਗਾਬਾਦ ਤੋਂ ਗਏ ਤਾਂ ਗੁਰਦੇਵ ਪਾਤਿਸ਼ਾਹ ਜੀ ਸਰਬਲੋਹ ਦਰਬਾਰ ਲਿਖਵਾ ਰਹੇ ਸਨ ਤਾਂ ਨੰਦਲਾਲ ਜੀ ਨੇ ਗੁਰਦੇਵ ਪਾਤਿਸ਼ਾਹ ਨੂੰ ਬਿਨੈ ਕੀਤੀ ਕਿ ਮੈਨੂੰ ਕੁਝ ਫ਼ਾਰਸੀ ਲਫ਼ਜ਼ਾਂ 'ਚ ਅਰਜ਼- ਬੇਨਤੀ ਕਰਨ ਦਾ ਢੰਗ-ਤਰੀਕਾ ਦੱਸੋਂ ਤਾਂ ਗੁਰਦੇਵ ਪਾਤਿਸ਼ਾਹ ਨੇ ਉਚਾਰਿਆ, ਜੋ ਸਰਬਲੋਹ ਦਰਬਾਰ 'ਚ ਦਰਜ ਹੈ।

ਯਥਾ : ਮਨ ਕਮਤਰੀਨ ਗੁਨਹਗਾਰ ਹੇਚ ਮਦਹ੍ਕਾਰਾ॥

ਗੁਰੂ ਕਲਗੀਧਰ ਜੀ ਤੋਂ ਸਰਬਲੋਹ ਦਰਬਾਰ ਦੀ ਬਾਣੀ ਦਾ ਪਾਠ ਅਤੇ ਦਸਮ ਦਰਬਾਰ ਦੇ ਅਰਥ ਅਕਸਰ ਹੀ ਆਪ ਸੁਣਦੇ। ਇਸ ਸਮੇਂ ਇਕ ਰੋਜ਼ ਕਲਗੀਧਰ ਜੀ ਨੇ ਨੰਦਲਾਲ ਜੀ ਨੂੰ ਹੁਕਮ ਦਿੱਤਾ ਕਿ ਤੁਸੀਂ ਆਪਣੀ ਗ੍ਰੰਥਾਵਲੀ ਪਿਆਰੇ ਦਯਾ ਸਿੰਘ ਜੀ ਨੂੰ ਦੇ ਦਿਓ ਤਾਂ ਕਲਗੀਧਰ ਜੀ ਨੇ ਪਿਆਰੇ ਦਯਾ ਸਿੰਘ ਜੀ ਨੂੰ ਆਗਿਆ ਕੀਤੀ ਕਿ ਆਪ ਜੀ ਨੰਦਲਾਲ ਜੀ ਦੀ ਬਾਣੀ ਦੀ ਕਥਾ ਖਾਲਸੇ ਪੰਥ ਨੂੰ ਸੁਣਾ ਕੇ ਨਿਹਾਲ ਕ੍ਰਿਤਾਰਥ ਕਰੋ।

ਯਥਾ: ਭਾਈ ਨੰਦਲਾਲ ਬਾਣੀ ਅਰਥ ਭੀ ਪੜ੍ਹੇ ਸਿੰਘਾਂ,
ਭਾਈ ਦਯਾ ਸਿੰਘ ਦਿੰਦੇ ਸਭ ਕੋ ਪੜ੍ਹਾਇਆ॥

ਇੰਜ ਕਲਗੀਧਰ ਜੀ ਨੇ ਦੂਜੀ ਵਾਰ ਭਾਈ ਨੰਦਲਾਲ ਜੀ ਦੀ ਬਾਣੀ ਦੀ ਕਥਾ ਅਬਿਚਲ ਨਗਰ ਨੰਦੇੜ ਵਿਖੇ ਕਰਵਾਈ। ਏਥੇ ਹੀ ਭਾਈ ਸਾਹਿਬ ਦੇ ਪੁੱਛਣ ਪਰ, ਕਲਗੀਧਰ ਜੀ ਨੇ ਗੁਰੂ ਗ੍ਰੰਥ ਸਾਹਿਬ ਜੀ ਦੇ ਵੱਖ-ਵੱਖ ਸ਼ਬਦਾਂ ਦੇ ਜਪੁ ਪ੍ਰਯੋਗ ਅਤੇ ਮਹਾਤਮ ਦੱਸੇ, ਜੋ ਭਾਈ ਸਾਹਿਬ ਜੀ ਦੀ ਸ਼ਰਧਾ ਪੂਰਨ ਪੋਥੀ ਪ੍ਰਚੱਲਿਤ ਹੈ। ਇਸ ਪੋਥੀ ਦਾ ਇੱਕ ਹੱਥਲਿਖਤ ਉਤਾਰਾ ਸ੍ਰੀ ਸਰਬਲੋਹ ਬੁੰਗਾ ਨੰਗਲੀ ਵਿਖੇ ਵਿਦਜਮਾਨ ਹੈ।

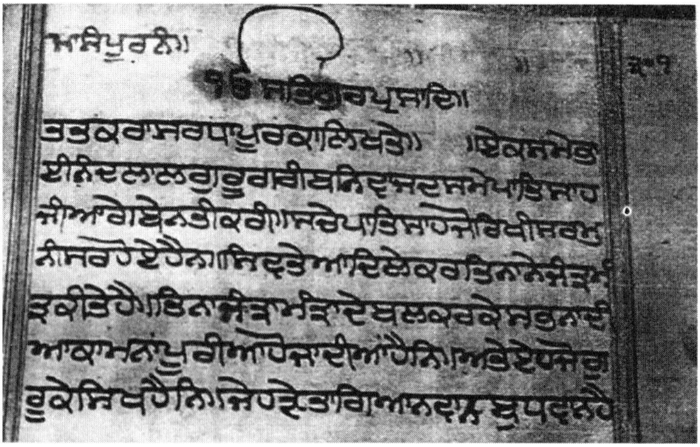
ਅਸਿਪੂਰਨਿ॥
ੴ ਸਤਿਗੁਰ ਪ੍ਰਸਾਦਿ॥

ਬਹਾਦਰ ਸ਼ਾਹ ਦੇ ਨਾਲ ਦਿੱਲੀ

ਜਦ ਕਲਗੀਧਰ ਜੀ ਦੇਹ ਦਾ ਓਹਲਾ ਕਰ ਗਏ ਤਾਂ ਆਪ ਜੀ ਨੇ ਬਹੁਤ ਦੁੱਖ ਪ੍ਰਗਟ ਕੀਤਾ ਅਤੇ ਫਿਰ ਕਈ ਵਿਛੋੜੇ ਦੇ ਸ਼ੇਅਰ ਉਚਾਰੇ। ਕੁਝ ਵਿਦਵਾਨਾਂ ਦਾ ਵਿਚਾਰ ਹੈ ਕਿ ਤਿੰਨ ਕੁ ਗ਼ਜ਼ਲਾਂ ਜੋ ਪ੍ਰਿੰਸੀਪਲ ਹਰਿਭਜਨ ਸਿੰਘ ਨੇ ਵਿਰਲੇ-ਵਿਹਲੇ ਖਰੜਿਆਂ ਚੋਂ ਲੱਭੀਆਂ ਹਨ ਅਤੇ ੬੩ ਗ਼ਜ਼ਲਾਂ ਪੂਰੀਆਂ ਕੀਤੀਆਂ ਹਨ। ਇਹ ਗ਼ਜ਼ਲਾਂ ਨੰਦਲਾਲ ਜੀ ਨੇ ਕਲਗੀਧਰ ਜੀ ਦੇ ਦੇਹ ਓਹਲੇ ਤੋਂ ਬਾਅਦ ਉਚਾਰੀਆਂ ਹਨ। ਜਿਨ੍ਹਾਂ 'ਚ ਵਿਛੋੜਾ ਕੁੱਟ-ਕੁੱਟ ਕੇ ਭਰਿਆ ਹੈ ਅਤੇ ਬਾਅਦ 'ਚ ਉਚਾਰੀਆਂ ਹੋਣ ਦੇ ਕਾਰਨ ਦੁਰਲਭ ਹਨ।

ਕਲਗੀਧਰ ਜੀ ਦੇ ਹੁੰਦਿਆਂ ਅਤੇ ਵਿਛੋੜੇ ਪਿੱਛੋਂ ਵੀ ਆਪ ਜੀ ਰਾਜ-ਪਾਟ ਦਾ ਕਾਜ ਬਾ-ਹੋਸ਼ ਸੰਭਾਲਦੇ ਰਹੇ, ਜੈਸਾ ਕਿ ਅਮਰ ਨਾਮੇ 'ਚ ਢਾਡੀ ਨੱਥ ਮੱਲ ਜੀ ਲਿਖਦੇ ਹਨ ਕਿ-

ਯਥਾ: ਜ਼ਿ ਵੁਜ਼ਰਾਇ ਸੁਲਤ਼ਾਨ, ਬੁਦਹ ਨੰਦਲਾਲ॥
ਸ਼ੁਦਾ ਹਮ-ਰਹਿ, ਸ਼ਾਹਿ ਵਾਲਾ ਕਮਾਲ॥

ਭਾਵ ਹੈ ਕਿ ਬਹਾਦਰ ਸ਼ਾਹ ਦਾ ਵਜ਼ੀਰ ਨੰਦਲਾਲ, ਰਾਜੇ ਦਾ ਹਮਸਫਰ ਅਤੇ ਉੱਚ ਬੁੱਧੀ ਵਾਲਾ, ਕਮਾਲ ਦਾ ਰਾਜ-ਪਾਟ ਸੰਭਾਲਦੇ ਸਨ। ਭਾਈ ਨੰਦਲਾਲ ਜੀ ਦੀ ਯੋਗ ਕਾਰ-ਗੁਜ਼ਾਰੀ ਨੇ ਬਹਾਦਰ ਸ਼ਾਹ ਦੇ ਰਾਜ-ਪਾਟ ਨੂੰ ਬੁਲੰਦੀਆਂ ਤੱਕ ਪਹੁੰਚਾ ਦਿੱਤਾ। ਬਹਾਦਰ ਸ਼ਾਹ ਦੇ ਨਾਲ ਹੀ ਫ਼ੌਜੀ-ਦਸਤਿਆਂ ਦੀ ਅਗਵਾਈ ਕਰਦਿਆਂ ਆਪ ਜੀ ਦਿੱਲੀ ਆ ਗਏ। ਗੁਰੂ ਕਲਗੀਧਰ ਜੀ ਦੇ ਮਹਿਲ ਅਤੇ ਭਾਈ ਮਨੀ ਸਿੰਘ ਜੀ ਦਾ ਦਿੱਲੀ ਮੁਕਾਮ ਵੇਖ ਕੇ ਆਪ ਜੀ ਬੜ੍ਹੇ ਖੁਸ਼ ਹੋਏ ਅਤੇ ਗੁਰਦੇਵ ਪਾਤਿਸ਼ਾਹ ਦੇ ਮਹਿਲਾਂ ਤੇ ਭਾਈ ਮਨੀ ਸਿੰਘ ਜੀ ਦੇ ਰਹਿਣ ਯੋਗ ਚੰਗਾ ਪ੍ਰਬੰਧ ਵੀ ਆਪ ਜੀ ਨੇ ਕਰਵਾਇਆ। ਜਦ ਮਾਤਾ ਜੀ ਦੇ ਆਦੇਸ਼ਾਂ ਨਾਲ ਭਾਈ ਮਨੀ ਸਿੰਘ ਸ੍ਰੀ ਹਰਿਮੰਦਰ ਸਾਹਿਬ (ਅੰਮ੍ਰਿਤਸਰ ਸਾਹਿਬ) ਵਿਖੇ ਆ ਗਏ, ਤਦ ਪਿੱਛੋਂ ਮਾਤਾ ਜੀ ਦੇ ਚਰਨ-ਸੇਵਕ (ਹਜ਼ੂਰੀ ਸੇਵਕ) ਦੀ ਡਿਊਟੀ ਭਾਈ ਨੰਦਲਾਲ ਜੀ ਨੇ ਆਪ ਸੰਭਾਲ ਲਈ। ਮਾਤਾ ਜੀ ਦੇ ਹਰੇਕ ਹੁਕਮ ਨੂੰ ਆਪ ਜੀ ਗੁਰਦੇਵ ਪਾਤਿਸ਼ਾਹ ਦਾ ਹੁਕਮ ਸਮਝਦੇ ਸਨ। ਜਿਵੇਂ ਬਹਾਦਰ ਸ਼ਾਹ ਦੀ ਬਿਨੈ-ਬੇਨਤੀ ਗੁਰਦੇਵ ਪਾਤਿਸ਼ਾਹ ਤੱਕ ਅਤੇ ਕਲਗੀਧਰ ਜੀ ਦਾ ਹੁਕਮ ਬਹਾਦਰਸ਼ਾਹ ਤੱਕ ਪਹੁੰਚਾਉਣ ਦਾ ਕੰਮ ਆਪ ਜੀ ਇਕ ਵਿਚੋਲਾ ਬਣ ਕੇ ਕਰਦੇ ਸਨ, ਇੰਜ ਹੀ ਆਪ ਜੀ ਮਾਤਾ ਸੁੰਦਰੀ ਅਤੇ ਬਹਾਦਰਸ਼ਾਹ (ਸਰਕਾਰ) ਦੇ ਵਿਚਕਾਰ ਵਿਚੋਲੇ ਦਾ ਕੰਮ ਕਰਦੇ ਰਹੇ।

ਫ਼ੱਰੁਖ਼ਸੀਅਰ ਦਾ ਰਾਜ

ਬਹਾਦਰਸ਼ਾਹ ਦੀ ਮੌਤ ਤੋਂ ਬਾਅਦ ਫ਼ੱਰੁਖ਼ਸੀਅਰ ਜਦ ਰਾਜ-ਤਖ਼ਤੇ ਤੇ ਬੈਠ ਗਿਆ ਤਾਂ ਭਾਈ ਨੰਦਲਾਲ ਜੀ ਪਹਿਲੇ ਦੀ ਤਰ੍ਹਾਂ ਮੀਰ ਮੁਨਸ਼ੀ ਅਹੁਦੇ ਉੱਪਰ ਕੰਮ ਕਰਦੇ ਰਹੇ।

ਗੁਰੂ ਕੇ ਖ਼ਾਲਸੇ 'ਚ ਜਦ ਬਟਾਲੇ ਦੀ ਧਰਤੀ ਉੱਪਰ ਬਾਦ-ਬਿਬਾਦ ਹੋਇਆ ਕਿ ਸ੍ਰੀ ਅਕਾਲ ਤਖ਼ਤ ਦੀ ਤਾਬਿਆ 'ਚ ਬੈਠਣਾ ਜਾਂ ਲਾਹੌਰ ਦੇ ਤਖ਼ਤ ਵੱਲ ਰਵੱਈਆ ਕਰ ਲਿਆ ਅਤੇ ਤੱਤ ਖ਼ਾਲਸਾ ਸ੍ਰੀ ਅੰਮ੍ਰਿਤਸਰ ਆ ਕੇ ਬੈਠ ਗਿਆ।

ਤੱਤ ਖ਼ਾਲਸੇ ਦਾ ਮੰਤਵ ਸੀ ਕਿ ਗੁਰੂ ਗੋਬਿੰਦ ਸਿੰਘ ਜੀ ਦੇ ਬਚਨ ਸਨ ਕਿ ਸਰਹੰਦ ਆਦਿਕ ਫਤੇ ਕਰ, ਛੇਵੇਂ ਗੁਰਦੇਵ ਦੇ ਅਕਾਲ ਤਖ਼ਤ ਦੀ ਤਾਬਿਆ ਸਦਾ ਰਹਿਣਾ ਹੈ ਅਤੇ ਬੰਦਈ ਖ਼ਾਲਸੇ ਦਾ ਮੰਤਵ ਸੀ ਕਿ ਲਾਹੌਰ ਦੇ ਤਖ਼ਤ ਉੱਪਰ ਜੇਕਰ ਕਾਬਜ਼ ਹੋ ਗਏ ਤਾਂ ਕਾਬਲ ਕੰਧਾਰ ਤੱਕ ਖ਼ਾਲਸੇ ਰਾਜ ਦਾ ਡੰਕਾ ਵਜੇਗਾ। ਦੋਨਾਂ ਦੇ ਮੰਤਵ ਆਪੋ-ਆਪਣੇ ਥਾਂ ਠੀਕ ਸਨ, ਪਰ ਵਿਵਾਦ ਏਨ੍ਹਾ ਵਧਿਆ ਕਿ ਖ਼ਾਲਸੇ ਦੇ ਦੋ ਜਥੇ ਹੋ ਗਏ, ਤੱਤ ਖਾਲਸਾ ਤੇ ਬੰਦਈ ਖਾਲਸਾ।

ਇਸ ਕਥਾ ਨੂੰ ਰਤਨ ਸਿੰਘ ਜੀ ਭੰਗੂ ਨੇ ਪ੍ਰਾਚੀਨ ਪੰਥ ਪ੍ਰਕਾਸ਼ 'ਚ ਇੰਜ ਲਿਖਿਆ ਹੈ ਕਿ ਜਦ ਫ਼ੱਰੁਖਸੀਅਰ ਬਾਦਸ਼ਾਹ ਤਖ਼ਤ ਉੱਪਰ ਬੈਠਾ ਤਾਂ ਚੁਗਲਾਂ ਨੇ ਉਸ ਨੂੰ ਕਿਹਾ ਕਿ ਤੇਰੇ ਨਾਮ ਦਾ ਸਿੱਕਾ ਬਾਈ ਸੂਬਿਆ 'ਚ ਚੱਲਦਾ ਹੈ ਪਰ ਗੁਰੂ ਕੇ ਬੰਦੇ ਨੇ ਲਾਹੌਰ ਪੰਜਾਬ 'ਚ ਬਹੁਤ ਉਤਪਾਤ ਉਠਾ ਰੱਖਿਆ ਹੈ।

ਯਥਾ : ਫ਼ੱਰੁਖ਼ਸੀਅਰ ਜਬ ਤਖਤੇ ਬਹਿਯੋ॥ ਚੁਗਲਨ ਆਨ ਉਸੇ ਯੌਂ ਕਹਿਯੋ॥
ਗੁਰੂ ਬੰਦੈ ਕਰ ਰਖੀ ਖੁਆਰੀ॥ ਔਰ ਪਾਤਿਸ਼ਾਹੀ ਸੁਖ ਹੈ ਸਾਰੀ॥ ੨॥

ਤਾਂ ਫ਼ੱਰੁਖਸੀਅਰ ਨੇ ਅੱਗੋਂ ਚੁਗਲਾਂ ਨੂੰ ਕਿਹਾ ਕਿ ਮੇਰਾ ਦਾਦਾ ਬਹਾਦਰਸ਼ਾਹ ਮੈਨੂੰ ਦੱਸ ਗਿਆ ਹੈ ਕਿ ਗੁਰੂ ਨਾਨਕ ਦਾ ਘਰ ਬਹਤੁ ਵੱਡਾ ਹੈ, ਸਾਨੂੰ ਰਾਜ ਭਾਗ ਏਨ੍ਹਾਂ ਤੋਂ ਹੀ ਮਿਲਿਆ ਹੈ।

ਯਥਾ : ਫ਼ੱਰੁਖਸੀਅਰ ਉਨ ਆਖਿਆ, ਹਮ ਦਾਦਾ ਗਯੋ ਸਮਝਾਇ॥
ਗੁਰ ਨਾਨਕ ਕੋ ਘਰ ਜੋਊ, ਤਿਨ ਸੋਂ ਤੂੰ ਨ ਬਿਗਰਾਇ॥ ੬॥

ਫਿਰ ਜਦ ਬੰਦੇ ਬਹਾਦਰ ਦੇ ਬਾਰੇ ਚੁਗਲਾਂ ਨੇ ਬਹੁਤ ਚੁਗਲੀਆਂ ਲਗਾਉਣੀਆਂ ਸ਼ੁਰੂ ਕੀਤੀਆਂ ਤਾਂ ਫ਼ੱਰੁਖਸੀਅਰ ਨੇ ਨੰਦਲਾਲ ਜੀ ਨੂੰ ਕੋਲ ਸੱਦ ਕੇ ਮਾਤਾ ਜੀ ਦੀ ਤ਼ਰਫ਼ ਭੇਜਿਆ ਕਿ ਆਪ ਜੀ ਬੰਦੇ ਬਹਾਦਰ ਨੂੰ ਸਮਝਾਉ ਕਿ ਹੁਣ ਤੁਸੀਂ ਗੁਰ ਸ਼ਹਿਜ਼ਾਦਿਆਂ ਦਾ ਬਦਲਾ ਲੈ ਲਿਆ, ਹੁਣ ਅਮਨ-ਅਮਾਨ ਨਾਲ ਪੰਜਾਬ ਦੇਸ਼ 'ਚ ਵੱਸੋ।

ਯਥਾ : ਤਬ ਭਾਈ ਨੰਦ ਲਾਲ ਬੁਲਾਯੋ॥ ਤੌ ਪਾਤਿਸ਼ਾਹੈ ਯੌ ਸਮਝਾਯੋ॥
ਤੁਮ ਜਾਯੋ ਮਾਤਾ ਜੀ ਪਾਸ॥ ਹਾਥ ਜੋੜ ਯੌ ਕਰੇ ਅਰਦਾਸ॥ ੮॥
ਬੰਦੈ ਤੁਮਰੋ ਸਭ ਕੰਮ ਕੀਯੋ॥ ਸਾਹਿਬਜ਼ਾਦਨ ਬਦਲਾ ਲੀਯੋ॥
ਪਰਬਤੀਅਨ ਕੌ ਦਈ ਸਜਾਇ॥ ਉਨ ਕੀਨੋ ਸੋਊ ਲੀਨੋ ਪਾਇ॥ ੯॥

ਅਬ ਹਮ ਪਾਸ ਉਸ ਲੇਹੁ ਬੁਲਾਇ॥ ਉਸ ਕੀ ਗੁਜਰ ਉਸ ਦੇਵੈਂ ਲਾਇ॥
ਨਾਲੇ ਆਵੈ ਪਰਬਤੀ ਚੱਲ॥ ਉਨਕੀ ਤੁਮ ਸਿਉਂ ਦਗਵੋਂ ਗੱਲ॥ ੧੦॥

ਭਾਈ ਨੰਦਲਾਲ ਜੀ ਨੇ ਮਾਤਾ ਜੀ ਨੂੰ ਜਦ ਫੱਰੁਖ਼ਸੀਅਰ ਦੀ ਐਸੀ ਬਿਨੈ ਬੇਨਤੀ ਕੀਤੀ ਤਾਂ ਮਾਤਾ ਜੀ ਨੇ ਫ਼ਰਮਾਇਆ ਨੰਦਲਾਲ ਮੈਂ ਤਾਂ ਪਹਿਲਾਂ ਹੀ ਕਈ ਵਾਰ ਬੰਦੇ ਨੂੰ ਕਿਹਾ ਕਿ ਗੁਰਾਂ ਦੇ ਬਚਨਾਂ ਅਨੁਸਾਰ ਸਰਹੰਦ ਆਦਿਕ ਪਹਾੜੀ ਇਲਾਕਾ ਫਤੇ ਹੋ ਚੁੱਕਾ ਹੈ, ਪਰ ਉਸ ਦੇ ਇਰਾਦੇ ਹੁਣ ਲਾਹੌਰ ਦੇ ਤਖ਼ਤੇ ਪਰ ਕਾਬਜ਼ ਹੋਣ ਦੇ ਹਨ। ਭਾਈ ਨੰਦਲਾਲ ਜੀ ਨੂੰ ਬਾਬੇ ਬੰਦੇ ਬਹਾਦਰ ਦਾ ਐਸਾ ਰਵੱਈਆ ਮਾਤਾ ਜੀ ਦੇ ਪ੍ਰਤੀ ਚੰਗਾ ਨ ਲੱਗਾ ਤਾਂ ਨੰਦਲਾਲ ਜੀ ਨੇ ਬੇਨਤੀ ਕੀਤੀ ਕਿ ਗੁਰਦੇਵ ਪਾਤਿਸ਼ਾਹ ਤੋਂ ਬਾਅਦ ਸਭ ਸੰਗਤਾਂ ਪਰ ਆਪ ਜੀ ਦਾ ਹੁਕਮ ਚਲਦਾ ਹੈ , ਆਪ ਸਭ ਨੂੰ ਕਰਾਮਾਤ ਦੇਣ ਅਤੇ ਲੈਣ 'ਚ ਸਮਰੱਥ ਹੋ। ਸਭ ਖਾਲਸਾ ਆਪ ਦੇ ਹੁਕਮ 'ਚ ਹੈ। ਆਪ ਜੀ ਬੰਦੇ ਬਹਾਦਰ ਨੂੰ ਬੀਰ ਰਸ 'ਚ ਬਚਨ ਕਰ ਦਿਉ ਕਿ ਜੇਕਰ ਤੂੰ ਸਾਡਾ ਬਚਨ ਨ ਮੰਨੇ ਤਾਂ ਤੇਰੀ ਸ਼ਕਤੀ ਫੁਰੇ ਹੀ ਨਾ। ਭਾਈ ਸਾਹਿਬ ਜੀ ਦਾ ਮੰਤਵ ਸੀ ਕਿ ਬਾਬਾ ਬੰਦਾ ਬਹਾਦਰ ਜੀ ਮਾਤਾ ਜੀ ਦੇ ਕੋਪ ਭਰੇ ਬਚਨ ਸੁਣ ਕੇ ਡਰ ਜਾਣਗੇ ਅਤੇ ਅਕਾਲ ਤਖ਼ਤ ਗੁਰ ਤਾਬਿਆ 'ਚ ਬੈਠ ਜਾਣਗੇ।

ਯਥਾ :-

ਤਬ ਨੰਦਲਾਲ ਸੁਨਤ ਯੌ ਭਾਖੀ॥ ਮੰਨੈ ਨ ਮੰਨੈ ਤੁਮ ਬਨੇ ਹੈ ਆਖੀ॥
ਮੰਨੈ ਨਾਹੀਂ ਜੋ ਤੁਮਰੀ ਬਾਤ॥ ਨਿਕਸ ਜਾਇ ਤਿਸ ਕੀ ਕਰਾਮਾਤ॥ ੧੩॥

ਭਾਈ ਸਾਹਿਬ ਨੇ ਮਨ 'ਚ ਇਹ ਖ਼ਿਆਲ ਵੀ ਕੀਤਾ ਕਿ ਜੇਕਰ ਮਾਤਾ ਜੀ ਨੇ ਬੰਦੇ ਨੂੰ ਤਾਗੀਦ-ਪੱਤਰ ਲਿਖਿਆ ਤਾਂ ਫ਼ੱਰੁਖ਼ਸੀਅਰ ਦੇ ਦਿਲ ਦਿਮਾਗ਼ ਉੱਪਰ ਚੁਗ਼ਲਾਂ ਦਾ ਪ੍ਰਭਾਵ ਅਤੇ ਜ਼ੋਰ ਹੈ, ਕਿਤੇ ਉਹ ਗੁੱਸਾ ਕਰਕੇ ਮਾਤਾ ਜੀ ਨੂੰ ਦੁੱਖ ਦੇਣ ਦਾ ਮਨਸੂਬਾ ਨਾ ਬਣਾ ਲਵੇ।

ਯਥਾ : ਜੌ ਨ ਲਿਖੋ ਤਉ ਸ਼ਾਹਿ ਰਿਸਾਵੈ॥ ਵਹੁ ਜਾਨਹਿ ਇਨ ਸੱਦਜੋ ਆਵੈ॥

ਬੰਦੇ ਬਹਾਦਰ ਨੂੰ ਚਿੱਠੀ ਭੇਜਣੀ

ਭਾਈ ਨੰਦਲਾਲ ਜੀ ਦੇ ਬਚਨ ਮੰਨ ਕੇ ਮਾਤਾ ਜੀ ਨੇ ਕਿਹਾ ਕਿ ਬੰਦੇ ਬਹਾਦੁਰ ਦੇ ਨਾਂ ਖ਼ਤ ਲਿਖ ਕੇ ਉੱਪਰ ਗੁਰੂ ਸਾਹਿਬ ਦੀ ਮੁਹਰ ਲਾ ਕੇ ਅਤੇ ਬੰਦੇ ਵੱਲ ਭੇਜ ਦਿਉ।

ਤੌ ਮਾਤਾ ਨੰਦ ਲਾਲਹ ਭਾਖੀ॥ ਲਿਖ ਭੇਜੋ ਹਮ ਨਾਂਵਹਿ ਰਾਖੀ॥ ੧੫॥
ਮਾਤਾ ਕਹਿਓ ਅਬ ਤੂੰ ਲਿਖ ਦੇਹਿ॥ ਮੁਹਰ ਗੁਰੂ ਕੀ ਤੂੰ ਲਾ ਦੇਹਿ॥
ਤਜੌਂ ਹੀ ਕੀਨ ਭਾਈ ਨੰਦ ਲਾਲ॥ ਜੋ ਪਾਤਿਸ਼ਾਹੀ ਹੁਤੋ ਸਵਾਲ॥ ੧੬॥

ਜਦਾ ਮਾਤਾ ਜੀ ਵੱਲੋਂ ਖ਼ਤ ਬੰਦੇ ਬਹਾਦਰ ਕੋਲ ਪਹੁੰਚਿਆ ਤਾਂ ਬਾਬੇ ਬੰਦੇ ਬਹਾਦਰ

ਨੇ ਮਾਤਾ ਜੀ ਦੇ ਬਾਰ-ਬਾਰ ਖ਼ਤ ਆਉਣ ਤੋਂ ਖਿੱਝ ਕੇ ਬਚਨ ਕੀਤੇ ਕਿ ਮਾਤਾ ਜੀ ਔਰਤਾਂ ਵਾਲੀਆਂ ਗੱਲਾਂ ਕਰਦੇ ਹਨ। ਮਾਤਾ ਜੀ ਰਾਜ-ਪਾਟ ਦੀ ਗੱਲ ਕੀ ਜਾਣਦੇ ਹਨ? ਅਤੇ ਲਿਖ ਅੱਗੋਂ ਜਵਾਬ ਭੇਜ ਦਿੱਤਾ ਕਿ—

ਯਥਾ :- ਬੰਦੈ ਚਿੱਠਾ ਸੁਨਿ ਕਹਿਯੋ, ਕਿਆ ਤਿਰੀਆ ਕੀ ਬਾਤ॥
ਹਮ ਤੁਰਕਨ ਕੌ ਹਥ ਲਗੈ, ਛਡੈ ਨ ਹਮਰੀ ਜਾਤ॥

ਭਾਈ ਨੰਦਲਾਲ ਜੀ ਬਾਬੇ ਬੰਦੇ ਬਹਾਦਰ ਦੇ ਇਹ ਜਵਾਬ ਸੁਣ ਕੇ ਬਹੁਤ ਨਿਰਾਸ਼ ਹੋ ਗਏ। ਜਦ ਮਾਤਾ ਜੀ ਨੂੰ ਇਹ ਗੱਲ ਪਤਾ ਲੱਗੀ ਤਾਂ ਮਾਤਾ ਜੀ ਨੇ ਨਾ-ਚਾਹੁੰਦਿਆਂ ਹੋਇਆਂ ਦੁਖੀ ਹੋ ਕੇ ਭਾਈ ਨੰਦਲਾਲ ਜੀ ਨੂੰ ਕਿਹਾ ਕਿ ਬੰਦੇ ਬਹਾਦਰ ਨੂੰ ਇੱਕ ਵਾਰ ਫੇਰ ਚਿੱਠੀ ਰਾਹੀਂ ਸਮਝਾਉ ਕਿ ਜੇਕਰ ਤੁਸੀਂ ਅਮਨ-ਅਮਨ ਦੇ ਰਾਹੇ ਟੁਰ ਕੇ ਸ੍ਰੀ ਅਕਾਲ ਤਖ਼ਤ ਸਾਹਿਬ ਨ ਸਜੇ ਤਾਂ ਤੁਹਾਡੀ ਸ਼ਕਤੀ ਖ਼ਤਮ ਹੋ ਜਾਵੇਗੀ ਤਾਂ ਭਾਈ ਨੰਦਲਾਲ ਜੀ ਨੇ ਦੁਬਾਰਾ ਫੇਰ ਚਿੱਠੀ ਲਿਖ ਕੇ ਸਮਝਾਉਣ ਦਾ ਯਤਨ ਕੀਤਾ ਪਰ ਬਾਬਾ ਬੰਦਾ ਬਹਾਦਰ ਜੀ ਜਦ ਨ ਸਮਝੇ ਤਾਂ ਹੋਣੀ ਦਾ ਭਾਣਾ ਵਰਤਿਆ। ਬਾਬੇ ਬੰਦੇ ਬਹਾਦੁਰ 'ਚੋਂ ਗੁਰ ਘਰ ਦੀ ਸ਼ਕਤੀ ਗੁਪਤ ਹੋ ਗਈ ਅਤੇ ਖ਼ਾਲਸਾ ਪੰਥ ਜੁਦਾ ਹੋ ਗਿਆ।

ਫ਼ੱਰੁਖ਼ਸੀਅਰ ਨੇ ਫਿਰ ਜਦ ਬੰਦਈ ਖ਼ਾਲਸੇ ਵੱਲ ਟੇਡਾ ਰਵੱਈਆ ਅਪਣਾਇਆ ਤਾਂ ਭਾਈ ਨੰਦਲਾਲ ਜੀ ਨੇ ਆਪਣੇ ਰਾਜਸੀ ਅਹੁਦੇ ਤੋਂ ਨਿਰਾਸ਼ ਹੋ ਕੇ ਅਸਤੀਫ਼ਾ ਦੇ ਦਿੱਤਾ ਅਤੇ ਫਿਰ ਕੁਝ ਸਮਾਂ ਮਾਤਾ ਸੁੰਦਰੀ ਜੀ ਦੀ ਤਾਬਿਆ 'ਚ ਦਿੱਲੀ ਰਹੇ। ਓੜਕ ਆਪ ਜੀ, ਮਾਤਾ ਜੀ ਦੀ ਆਗਿਆ ਅਨੁਸਾਰ ਮੁਲਤਾਨ ਪਧਾਰ ਗਏ। ਮੁਲਤਾਨ ਜਾ ਕੇ ਆਪ ਜੀ ਨੇ ਆਪਣਾ ਆਖ਼ਿਰੀ ਸਮਾਂ ਜਨ-ਸਧਾਰਨ ਤੇ ਗੁਰ ਸੰਗਤ ਦੀ ਸੇਵਾ 'ਚ ਗੁਰਸਿੱਖੀ ਦਾ ਡਾਢਾ ਪ੍ਰਚਾਰ-ਪ੍ਰਸਾਰ ਕੀਤਾ। ਭਾਈ ਸਾਹਿਬ ਜੀ ਨੇ ਧਰਮਸ਼ਾਲਾ 'ਚ ਇਕ ਗੁਰਮਤਿ ਵਿਦਿਆਲਾ ਵੀ ਕ਼ਾਇਮ ਕੀਤਾ। ਓੜਕ ਆਪ ਜੀ ਗੁਰਮਤਿ ਦਾ ਵੱਡਾ ਪ੍ਰਚਾਰ ਕਰਦੇ ਹੋਏ, ਪ੍ਰੇਮ ਦੇ ਪਾਂਧੀ ਬਣ ੧੭੧੪ ਈਂ ਦੇ ਕਰੀਬ ਸਚਖੰਡ ਜਾ ਸਮਾਏ। ਲਾਲਾ ਪਰਮਾਨੰਦ ਜੀ ਅਨੁਸਾਰ ਆਪ ਜੀ ਦਾ ਕ਼ਾਇਮ ਕੀਤਾ ਹੋਇਆ ਮਹਾਂ-ਵਿਦਿਆਲਾ ੧੯੪੯ ਈਂ ਤੱਕ ਮੁਲਤਾਨ 'ਚ ਕਾਇਮ ਰਿਹਾ। ੨੦ਵੀਂ ਸਦੀ ਦੇ ਸ਼ੁਰੂਆਤ ਤੱਕ ਉਹ ਬਿਰਧ ਵੀ ਮੌਜੂਦ ਸਨ ਜੋ ਭਾਈ ਸਾਹਿਬ ਦੇ ਵਿਦਿਆਲੇ ਦੀ ਡਿੱਗੀ ਇਮਾਰਤ ਨੂੰ ਸਿਜਦਾ ਕਰਕੇ ਅੱਗੇ ਗੁਜ਼ਰਦੇ ਸਨ।

ਨੰਦਲਾਲ ਜੀ ਦੀ ਖ਼ਾਨਦਾਨੀ ਬੰਸ ਪ੍ਰਣਾਲੀ

ਸੋ ਡਾਕਟਰ ਗੰਡਾ ਸਿੰਘ ਜੀ ਨੇ ਭਾਈ ਸਾਹਿਬ ਜੀ ਦੇ ਖ਼ਾਨਦਾਨ ਦਾ ਬੰਸਾਵਲੀ ਨਾਮਹ ਇੰਜ ਲਿਖਿਆ ਹੈ :-

ਭਾਈ ਸਾਹਿਬ ਦਾ ਵਿਆਹ ਮੁਲਤਾਨ ਵਿਚ ਹੋਇਆ ਸੀ। ਆਪ ਦੇ ਦੋ ਸਪੁੱਤਰ ਸਨ, ਲਖਪਤ ਰਾਏ (ਜਨਮ ਸੰਨ ੧੬੭੩ ਈ.) ਅਤੇ ਲੀਲਾ ਰਾਮ (ਜਨਮ ਸੰਨ

੧੬੭੫ ਈ.)। ਇਹ ਦੋਵੇਂ ਭਾਈ ਸਾਹਿਬ ਦੀ ਜ਼ਿੰਦਗੀ ਵਿਚ ਹੀ ਵਿੱਦਿਆ ਸੰਪੂਰਨ ਕਰਕੇ ਚੰਗੀਆਂ ਪਦਵੀਆਂ 'ਤੇ ਲੱਗ ਗਏ ਸਨ ਅਤੇ ਉਨ੍ਹਾਂ ਦੇ ਵਿਆਹ ਕਾਜ ਵੀ ਹੋ ਗਏ ਸਨ। ਭਾਈ ਲਖਪਤ ਰਾਏ ਬਿਨਾਂ ਸੰਤਾਨ ਹੀ ਸੁਰਗਵਾਸ ਹੋ ਗਏ ਸਨ ਅਤੇ ਦੂਜੇ ਭਾਈ ਲੀਲਾ ਰਾਮ ਦੇ ਪੁੱਤਰ ਸਰਦਾਰ ਨੌਨਿੱਧ ਸਿੰਘ ਮੁਲਤਾਨ ਵਿਚ ਫੌਜੀ ਅਫ਼ਸਰ ਸਨ। ਉਨ੍ਹਾਂ ਦੇ ਪੁੱਤਰ ਮੁਨਸ਼ੀ ਪਰਸ ਰਾਮ ਨਵਾਬ ਮੁਜ਼ੱਫਰ ਖ਼ਾਨ ਸੂਬੇਦਾਰ ਮੁਲਤਾਨ ਦੇ ਦਰਬਾਰੀ ਰੁਕਨ ਸਨ, ਪਿਛੋਂ ਰਿਆਸਤ ਬਹਾਵਲਪੁਰ ਦੇ ਨਵਾਬ ਸਾਦਿਕ ਮੁਹੰਮਦ ਖ਼ਾਨ ਸਾਨੀ (ਦੂਸਰੇ) ਦੇ ਸਮੇਂ ਸੀਤਪੁਰ ਵਿਚ ਉਹ ਉਚ ਪਦਵੀ 'ਤੇ ਨਿਯੁਕਤ ਰਹੇ। ਆਪ ਦੇ ਤਿੰਨ ਪੁੱਤਰ ਸਨ: ਲਾਲਾ ਨੇਭਰਾਜ, ਸਰਦਾਰ ਚੇਲਾ ਸਿੰਘ ਅਤੇ ਲਾਲਾ ਕਰਮ ਚੰਦ।

ਲਾਲਾ ਨੇਭਰਾਜ ਨਵਾਬ ਮੁਹੰਮਦ ਬਹਾਵਲ ਖ਼ਾਨ ਸਾਲਿਸ (ਤੀਸਰੇ) ਦੇ ਸਮੇਂ ਫੌਜ ਵਿਚ ਸੂਬੇਦਾਰ ਰਹੇ। ਸੰਨ ੧੮੪੮ ਈ. ਵਿਚ ਮੁਲਤਾਨ ਦੀ ਜੰਗ ਵਿਚ ਉਹ ਵੀ ਕਪਤਾਨ ਖ਼ੁਸ਼ੀ ਰਾਮ ਅਤੇ ਕਪਤਾਨ ਜਾਵਾ ਰਾਮ ਦੀ ਕਮਾਨ ਵਿਚ ਸ਼ਾਮਲ ਸਨ। ਨਵਾਬ ਫ਼ਤਿਹ ਖ਼ਾਨ ਦੀ ਮੌਤ ਪਿਛੋਂ ਉਹ ੧੮੬੩ ਈ. ਵਿਚ ਮੁਲਤਾਨ ਆ ਗਏ ਅਤੇ ਪਿਛੋਂ ਭਾਈ ਮੇਘਰਾਜ ਦੇ ਨਾਲ ਕਸ਼ਮੀਰ ਦੀ ਯਾਤ੍ਰਾ ਉਪਰੰਤ ਆਪਣੇ ਅੰਤਮ ਦਿਨ ਰੱਬ ਦੀ ਯਾਦ ਵਿਚ ਬਿਤਾ ਕੇ ਮੁਲਤਾਨ ਵਿਚ ਹੀ ਸਵਰਗਵਾਸ ਹੋ ਗਏ। ਲਾਲਾ ਭੂਪਤ ਰਾਏ ਦੇ ਸਪੁੱਤਰ ਲਾਲਾ ਸ਼ਾਮਦਾਸ ਤਹਿਸੀਲਦਾਰੀ ਦੀ ਪਦਵੀ ਉਪਰ ਗੁਰਦਾਸਪੁਰ ਵਿੱਚ ਸਨ ਕਿ ਜਦ ੧੯੪੨ ਈ. ਵਿੱਚ ਆਪਣੀ ਭਤੀਜੀ ਦੇ ਵਿਆਹ ਵਿੱਚ ਆਏ ਐਨ ਸ਼ਾਦੀ ਵਾਲੇ ਦਿਨ ਕੌਲੁੰਜ ਦੀ ਬੀਮਾਰੀ ਕਾਰਣ ਕਾਲਵੱਸ ਹੋ ਗਏ।

ਲਾਲਾ ਸ਼ਾਮਦਾਸ ਦੇ ਦੂਜੇ ਭਰਾ ਲਾਲਾ ਭਗਵਾਨ ਦਾਸ ਦਾ ਜਨਮ ੧੮੭੪ ਈ. ਵਿਚ ਹੋਇਆ। ਉਹ ਵਿੱਦਿਆ ਪ੍ਰਾਪਤੀ ਪਿਛੋਂ ਮੁਲਤਾਨ ਦੇ ਜ਼ਿਲ੍ਹਾ ਦਫ਼ਤਰ ਵਿਚ ਪਹਿਲਾਂ ਰੀਡਰ ਅਤੇ ਫੇਰ ਕਾਰਜਕਾਰੀ ਜ਼ਿਲ੍ਹਾ ਸੁਪਰਿੰਟੈਂਡੇਂਟ ਦੇ ਪਦ 'ਤੇ ਨਿਯੁਕਤ ਰਹੇ ਅਤੇ ੧੯੨੦ ਵਿਚ ਇਕ ਮਹੀਨਾ ਬੀਮਾਰ ਰਹਿ ਕੇ ਸੁਰਗਵਾਸ ਹੋ ਗਏ। ਆਪ ਦੇ ਦੋ ਪੁੱਤਰ ਸਨ, ਵਾਸਦੇਵ ਸਿੰਘ ਅਤੇ ਇੰਦ੍ਰਜੀਤ ਸਿੰਘ ਜਿਨ੍ਹਾਂ ਦੀ ਜ਼ਮੀਨ ਮੁਲਤਾਨ ਅਤੇ ਮੁਜ਼ੱਫਰਗੜ੍ਹ ਦੇ ਜ਼ਿਲ੍ਹੇ ਵਿਚ ਸੀ ਅਤੇ ਮੁਲਤਾਨ ਅਤੇ ਲਾਇਲਪੁਰ ਵਿਚ ਰਿਹਾਇਸ਼ੀ ਜਾਇਦਾਦ ਦੀ ਕਾਫੀ ਆਮਦਨ ਸੀ।

ਲਾਲਾ ਭੂਪਤ ਰਾਏ ਦੇ ਤੀਜੇ ਪੁੱਤ੍ਰ ਅਤੇ ਲਾਲਾ ਸ਼ਾਮਦਾਸ ਅਤੇ ਭਗਵਾਨ ਦਾਸ ਦੇ ਭਰਾ ਲਾਲਾ ਮੁਰਲੀ ਧਰ ਵਿਉਪਾਰੀ ਸਨ। ਆਪ ਦਾ ਵੱਡਾ ਲੜਕਾ ਗੁਰਦਿਆਲ ਛੋਟੀ ਉਮਰੇ ਹੀ ਗੁਜ਼ਰ ਗਿਆ ਅਤੇ ਦੂਜਾ ਲੜਕਾ ਬ੍ਰਹਮਦਾਸ ਆਪ ਦੇ ਨਾਲ ਵਿਉਪਾਰ ਵਿਚ ਸ਼ਾਮਲ ਰਿਹਾ।

ਭਾਈ ਪਰਸ ਰਾਮ ਦੇ ਦੂਜੇ ਪੁੱਤ੍ਰ ਸਰਦਾਰ ਚੇਲਾ ਸਿੰਘ ਬਹਾਵਲਪੁਰ ਦੀ ਫੌਜ ਵਿਚ ਸੂਬੇਦਾਰ ਸਨ। ਅੰਤ ਇਕ ਵਾਰੀ ਨਵਾਬ ਮੁਹੰਮਦ ਬਹਾਵਲ ਖ਼ਾਨ ਤੀਸਰੇ ਦੇ ਨਾਲ ਕਿਸੇ

ਸਫ਼ਰ ਵਿਚ ਗਏ ਤਾਂ ਰਾਹ ਭੁੱਲ ਜਾਣ ਕਾਰਣ ਉਨ੍ਹਾਂ ਦਾ ਕੋਈ ਪਤਾ ਨਹੀਂ ਲੱਗਾ। ਭਾਈ ਪਰਸ ਰਾਮ ਦੇ ਤੀਜੇ ਪੁੱਤਰ ਕਪਤਾਨ ਕਰਮ ਚੰਦ ਨੇ ਬਹਾਵਲਪੁਰ ਦਰਬਾਰ ਵਿਚ ਖਾਸਾ ਮਾਣ ਪ੍ਰਾਪਤ ਕੀਤਾ। ਆਪ ਦਾ ਜਨਮ ੧੮੧੬ ਈ. ਵਿਚ ਹੋਇਆ। ਆਪ ਅਰਬੀ, ਫ਼ਾਰਸੀ, ਸੰਸਕ੍ਰਿਤ ਦੇ ਉੱਘੇ ਵਿਦਵਾਨ ਸਨ। ਬਹਾਵਲਪੁਰੀ ਫੌਜਾਂ ਦੇ ਮੁਖੀ ਕੁਮੇਦਾਨ ਕਪਤਾਨ ਪ੍ਰੇਮ ਰਾਮ ੧੮੩੨ ਵਿਚ ਉਨ੍ਹਾਂ ਨੂੰ ਨਵਾਬ ਬਹਾਵਲ ਖ਼ਾਂ ਤੀਸਰੇ ਦੇ ਰਾਜ ਸਮੇਂ ਬਹਾਵਲ ਪੁਰ ਲੈ ਗਏ ਜਿਥੇ ਪਹਿਲਾਂ ਆਪ ਖਾਨਵਾਹ ਦੇ ਕਾਰਦਾਰ ਨਿਯੁਕਤ ਹੋਏ ਅਤੇ ਫੇਰ ਫੌਜ ਵਿਚ ਸੂਬੇਦਾਰ ਬਣ ਗਏ। ੧੮੪੬ ਈ. ਵਿਚ ਆਪ ਨੂੰ ਲੰਮੇ ਦੇਸ (ਲਹਿੰਦੇ ਇਲਾਕੇ) ਦਾ ਕਾਰਦਾਰ, ਗਵਰਨਰ ਬਣਾ ਦਿੱਤਾ ਗਿਆ। ਉਨ੍ਹਾਂ ਦਿਨਾਂ ਵਿਚ ਕਾਰਦਾਰ ਦੀ ਪਦਵੀ ਬੜੀ ਉੱਚੀ ਸਮਝੀ ਜਾਂਦੀ ਸੀ। ਉਸ ਦੀ ਕਮਾਨ ਹੇਠ ਪੈਦਲ ਅਤੇ ਘੋੜਸਵਾਰਾਂ ਦੀ ਕਾਫ਼ੀ ਫੌਜ ਹੁੰਦੀ ਸੀ ਅਤੇ ਹਰ ਵਿਭਾਗ ਵਿਚ ਉਸ ਦੇ ਪੂਰਨ ਅਧਿਕਾਰ ਹੁੰਦੇ ਸਨ। ੧੮੪੮ ਈ. ਵਿਚ ਆਪ ਕਪਤਾਨ ਖ਼ੁਸ਼ੀ ਰਾਮ ਅਤੇ ਕਪਤਾਨ ਜਾਵਾ ਰਾਮ ਦੇ ਨਾਲ ਨਵਾਬ ਬਹਾਵਲਪੁਰ ਵਲੋਂ ਮੁਲਤਾਨ ਦੀ ਜੰਗ ਵਿਚ ਦੀਵਾਨ ਮੂਲ ਰਾਜ ਦੇ ਵਿਰੁਧ ਸ਼ਾਮਲ ਹੋਏ ਅਤੇ ਦਸੰਬਰ ੧੮੪੯ ਈ. ਵਿਚ ਜਦ ਨਵਾਬ ਸਾਹਿਬ ਹਿੰਦੁਸਤਾਨ ਦੇ ਗਵਰਨਰ-ਜਨਰਲ ਲਾਰਡ ਡਲਹੌਜੀ ਨੂੰ ਮਿਲਣ ਲਈ ਗਏ ਤਾਂ ਆਪ ਨਵਾਬ ਸਾਹਿਬ ਦੇ ਨਾਲ ਸਨ। ੧੮੫੨ ਈ. ਵਿਚ ਨਵਾਬ ਮੁਹੰਮਦ ਖ਼ਾਂ ਤੀਸਰੇ ਦੀ ਮੌਤ ਪਿਛੋਂ ੯ ਅਕਤੂਬਰ ੧੮੫੨ ਨੂੰ ਸਆਦਤ ਯਾਰ ਖ਼ਾਂ ਗੱਦੀ 'ਤੇ ਬੈਠੇ, ਤਾਂ ਕਰਮ ਚੰਦ ਉਸ ਵੇਲੇ ਸਾਹਿਬਜ਼ਾਦਾ ਫ਼ਤਿਹ ਖ਼ਾਨ ਦੇ ਹਮਾਇਤੀਆਂ ਵਿਚੋਂ ਸਨ, ਜਿਹੜਾ ਚਾਰ ਮਹੀਨੇ ਪਿਛੋਂ ੨੨ ਫਰਵਰੀ ੧੮੫੩ ਨੂੰ ਗੱਦੀ 'ਤੇ ਬਿਰਾਜਮਾਨ ਹੋਇਆ। ਉਸ ਸਮੇਂ ਆਪ ਪੂਰਬੀ ਇਲਾਕੇ ਦੇ ਗਵਰਨਰ ਨਿਯੁਕਤ ਹੋਏ। ੧੮੫੭ ਈ. ਵਿਚ ਗ਼ਦਰ ਦੇ ਮੌਕੇ ਆਪ ਨੂੰ ਸਮੇਤ ਬਹਾਵਲਪੁਰ ਦੀ ਫੌਜ ਦੇ ਸਰਸੇ ਦੇ ਇਲਾਕੇ ਵਿਚ ਅਮਨ ਸ਼ਾਂਤੀ ਸਥਾਪਤ ਕਰਨ ਲਈ ਭੇਜਿਆ ਗਿਆ, ਜਿੱਥੋਂ ਦੀ ਤਸੱਲੀ ਭਰੀ ਸੇਵਾ ਬਦਲੇ ਆਪ ਨੂੰ ਸਿਰੋਪਾ ਬਖਸ਼ਿਆ ਗਿਆ। ੧੩ ਅਕਤੂਬਰ, ੧੮੫੮ ਈ. ਨੂੰ ਨਵਾਬ ਫ਼ਤਿਹ ਖ਼ਾਨ ਦੀ ਮ੍ਰਿਤੂ ਪਿਛੋਂ ਚੌਥੇ ਨਵਾਬ ਬਹਾਵਲ ਖ਼ਾਨ ਦੇ ਰਾਜ ਸਮੇਂ ਜਦ ਉਥੇ ਬਦਅਮਨੀ ਫੈਲ ਗਈ ਤਾਂ ਆਪ ਮੁਲਤਾਨ ਆ ਗਏ ਅਤੇ ਪੀਰ ਮਹਿਮੂਦ, ਹਬੀਬੀਆ, ਸਿਆਲ ਅਤੇ ਬਾਕਰਾਬਾਦ ਪਿੰਡਾਂ ਵਿਚ ਜ਼ਮੀਨ ਮੁੱਲ ਲੈ ਕੇ ਜ਼ਿਮੀਦਾਰੀ ਦਾ ਕੰਮ ਸ਼ੁਰੂ ਕਰ ਦਿੱਤਾ। ਚੌਥੇ ਨਵਾਬ ਬਹਾਵਲ ਖ਼ਾਂ ਦੀ ਮੌਤ ਪਿਛੋਂ ੧੮੬੬ ਵਿਚ ਜਦ ਰਿਆਸਤ ਦੇ ਪ੍ਰਬੰਧ ਲਈ ਅੰਗਰੇਜ਼ਾਂ ਨੇ ਉਥੇ ਆਪਣੀ ਏਜੰਸੀ ਸਥਾਪਤ ਕਰ ਦਿੱਤੀ ਤਾਂ ਆਪ ਨੂੰ ਫੇਰ ਬਹਾਵਲਪੁਰ ਵਿਚ ਪਹਿਲਾਂ ਕਾਰਦਾਰ ਪੂਰਬੀ ਭਾਗ ਅਤੇ ਪਿਛੋਂ ਪੁਲਿਸ ਕਪਤਾਨੀ ਦੀ ਪਦਵੀ ਪੁਰ ਨਿਯੁਕਤ ਕਰ ਦਿੱਤਾ ਗਿਆ। ਕੁਝ ਚਿਰ ਪਿਛੋਂ ਆਪ ਰਿਆਸਤ ਬੀਕਾਨੇਰ ਵਿਚ ਬਹਾਵਲਪੁਰ ਰਾਜ ਵਲੋਂ ਵਕੀਲ ਸਥਾਪਤ ਕੀਤੇ ਗਏ। ਇਥੇ ਬੀਕਾਨੇਰ ਵਿਚ ਕਰਮ ਚੰਦ ਜੀ ਨੂੰ ਸੰਸਕ੍ਰਿਤ ਦੇ ਅਧਿਐਨ ਦਾ ਇਕ ਚੰਗਾ ਅਵਸਰ ਮਿਲ ਗਿਆ। ਨਵਾਬ ਸਾਹਿਬ ਮੁਹੰਮਦ ਖ਼ਾਨ ਚੌਥੇ ਦੇ

ਰਾਜ ਤਿਲਕ ਤੋਂ ਇਕ ਸਾਲ ਪਹਿਲਾਂ ੧੮੭੮ ਈ. ਵਿਚ ਆਪ ਬੀਕਾਨੇਰ ਤੋਂ ਵਾਪਸ ਬਹਾਵਲਪੁਰ ਆ ਗਏ ਅਤੇ ਮੋਦੀਖਾਨੇ ਦੇ ਉਚ-ਅਧਿਕਾਰੀ ਨਿਯੁਕਤ ਕੀਤੇ ਗਏ। ਉਸ ਵੇਲੇ ਨਵਾਬ ਸਾਹਿਬ ਦੀ ਡਿਉਢੀ ਦੀ ਸਰਦਾਰੀ ਦਾ ਕੰਮ ਵੀ ਆਪ ਦੇ ਜ਼ਿੰਮੇ ਸੀ। ੧੮੮੪ ਈ. ਵਿਚ ਪੈਨਸ਼ਨ ਪ੍ਰਾਪਤ ਕਰਨ ਉਪਰੰਤ ੧੮੮੫ ਈ. ਵਿਚ ਆਪ ਸੁਰਗਵਾਸ ਹੋ ਗਏ। ਆਪ ਦੇ ਦੋ ਪੁੱਤਰ ਸਨ, ਲਾਲਾ ਲਾਲ ਚੰਦ ਅਤੇ ਲਾਲਾ ਮੋਹਨ ਲਾਲ।

ਲਾਲ ਚੰਦ ਦਾ ਜਨਮ ੧੮੪੬ ਈ. ਵਿਚ ਡੇਰਾ ਮੁਬਾਰਕ ਅਹਿਮਦਪੁਰ ਵਿਚ ਹੋਇਆ। ਉਨ੍ਹਾਂ ਨੂੰ ਬਚਪਨ ਤੋਂ ਹੀ ਫੌਜੀ ਸਿੱਖਿਆ ਦਾ ਸ਼ੌਕ ਸੀ, ਇਸ ਲਈ ਉਹ ਚੌਦਾਂ ਸਾਲਾਂ ਦੀ ਅਵਸਥਾ ਵਿਚ ਹੀ ਨਵਾਬ ਬਹਾਵਲਪੁਰ ਦੀ ਨਜ਼ਰੀਂ ਚੜ੍ਹ ਗਏ ਅਤੇ ਸਵਾਰਾਂ ਵਿਚ ਜਮਾਂਦਾਰ ਨਿਯੁਕਤ ਕਰ ਦਿੱਤੇ ਗਏ। ਜਦੋਂ ਆਪ ਦੇ ਪਿਤਾ ਨੌਕਰੀ ਛੱਡ ਕੇ ਜ਼ਿਮੀਂਦਾਰੀ ਤੇ ਚਲੇ ਗਏ ਤਾਂ ਆਪ ਵੀ ਨਾਲ ਹੀ ਉਥੇ ਤੁਰ ਗਏ ਅਤੇ ਅੰਗਰੇਜ਼ੀ ਸਰਕਾਰ ਵਲੋਂ ਜਦ ਉਥੇ ਏਜੰਸੀ ਕਾਇਮ ਹੋਈ ਤਾਂ ਲਾਲਾ ਲਾਲ ਚੰਦ ਨੂੰ ਨਾਜ਼ਰ ਏਜੰਸੀ ਮੁਕੱਰਰ ਕੀਤਾ ਗਿਆ। ਪਿੱਛੋਂ ਆਪ ਏਜੰਸੀ ਦੇ ਸੁਪਰਿੰਟੈਂਡੈਂਟ ਅਤੇ ਸੁਪਰਿੰਟੈਂਡੈਂਟ ਤੋਸ਼ਾਖ਼ਾਨਾ ਵੀ ਰਹੇ ਅਤੇ ਫੇਰ ਮੀਰ ਮੁਨਸ਼ੀ ਸਰਕਾਰ ਅਤੇ ਨਵਾਬ ਸਾਹਿਬ ਦੇ ਖਾਸ ਖ਼ਰਚਾਂ ਦੇ ਮੁਹਤਮਿਮ ਬਣ ਗਏ। ੧੮੯੪ ਈ. ਵਿਚ ਆਪ ਵਾਈਸ-ਰਾਇ ਹਿੰਦ ਦੀ ਮੁਲਾਕਾਤ ਲਈ ਕਲਕੱਤਾ ਗਏ ਤਾਂ ਬੀਮਾਰ ਹੋ ਗਏ ਅਤੇ ਫਰਵਰੀ ੧੮੯੪ ਵਿਚ ਵਾਪਸ ਆ ਕੇ ਕਾਲਵੱਸ ਹੋ ਗਏ। ਆਪ ਦੇ ਦੋ ਪੁੱਤਰ ਸਨ, ਇਕ ਸੀ ਪ੍ਰਭਦਿਆਲ, ਜਿਹੜਾ ਅਠਾਰਾਂ ਸਾਲ ਦੀ ਆਯੂ ਵਿਚ ਹੀ ਰੱਬ ਨੂੰ ਪਿਆਰਾ ਹੋ ਗਿਆ ਅਤੇ ਦੂਜਾ ਸੀ ਲਾਲਾ ਵੀਰ ਭਾਨ।

ਲਾਲਾ ਮੋਹਨ ਲਾਲ ਦਾ ਜਨਮ ੧੮੬੪ ਈ. ਨੂੰ ਮੁਲਤਾਨ ਵਿਚ ਹੋਇਆ। ਕੁਝ ਚਿਰ ਮਿਸ਼ਨ ਸਕੂਲ ਬਹਾਵਲਪੁਰ ਵਿਚ ਵਿੱਦਿਆ ਪ੍ਰਾਪਤ ਕੀਤੀ ਅਤੇ ਮੁਨਸ਼ੀ-ਫ਼ਾਜ਼ਲ ਪਾਸ ਕਰ ਕੇ ਜਦ ਉਹ ਤਹਿਸੀਲਦਾਰੀ ਦੀ ਪ੍ਰੀਖਿਆ ਦੀ ਤਿਆਰੀ ਕਰ ਰਹੇ ਸਨ ਤਾਂ ਆਪਣੇ ਪਿਤਾ ਦੀ ਇੱਛਾ ਅਨੁਸਾਰ ਆਪ ਰਿਆਸਤ ਬਹਾਵਲਪੁਰ ਵਿਚ ਨੌਕਰ ਹੋ ਗਏ। ਮਾਰਚ ੧੮੮੫ ਵਿਚ ਇਨਚਾਰਜ ਨੂਰ-ਮਹਿਲ, ਜੂਨ ੧੮੯੦ ਈ. ਵਿਚ ਨਾਇਬ ਸੁਪਰਿੰਟੈਂਡੈਂਟ ਅਤੇ ਮਾਰਚ ੧੮੯੪ ਈ. ਵਿਚ ਸੁਪਰਿੰਟੈਂਡੈਂਟ ਤੋਸ਼ਾਖ਼ਾਨਾ ਨਿਯੁਕਤ ਹੋਏ। ਮਈ ੧੯੦੪ ਈ. ਵਿਚ ਨਾਇਬ ਮਸ਼ੀਰ ਤਫ਼ਰੀਆਤ ਅਤੇ ਮਾਰਚ ੧੯੧੩ ਈ. ਵਿਚ ਘਰੋਗੀ ਵਜ਼ੀਰ ਥਾਪੇ ਗਏ। ਜੁਲਾਈ ੧੯੧੪ ਈ. ਵਿਚ ਆਪ ਫ਼ਾਲਜ ਨਾਲ ਬੀਮਾਰ ਹੋ ਗਏ ਅਤੇ ਛੇ ਮਹੀਨੇ ਦੀ ਛੁੱਟੀ ਪਿਛੋਂ ਜਨਵਰੀ ੧੯੧੫ ਈ. ਵਿਚ ਆਪ ਨੂੰ ਪੈਨਸ਼ਨ ਮਿਲ ਗਈ ਅਤੇ ਉੱਚ ਸੇਵਾ ਬਦਲੇ ਛੇ ਸੌ ਰੁਪਏ ਨਕਦ ਅਤੇ ਪੰਜ ਸੌ ਬਿਘਾ ਜ਼ਮੀਨ ਇਨਾਮ ਵਜੋਂ ਦਿੱਤੇ ਗਏ। ਪਰ ਆਪ ਛੇਤੀ ਹੀ ੨੧ ਅਪ੍ਰੈਲ ੧੯੧੫ ਨੂੰ ਕਾਲਵੱਸ ਹੋ ਗਏ। ਆਪ ਦਾ ਇਕ ਪੁੱਤਰ ਰਾਮ ਨਾਰਾਇਣ ਸੀ।

ਲਾਲਾ ਵੀਰ ਭਾਨ, ਸਪੁੱਤਰ ਲਾਲਾ ਲਾਲ ਚੰਦ ਦਾ ਜਨਮ ੧੮੭੩ ਈ. ਵਿਚ ਹੋਇਆ। ਆਪ ਵਿੱਦਿਆ ਪ੍ਰਾਪਤੀ ਪਿੱਛੋਂ ਦਰੋਗਾ ਜੇਲ੍ਹ ਨਿਯੁਕਤ ਕੀਤੇ ਗਏ ਅਤੇ ਆਪਣੇ ਤਾਇਆ ਲਾਲਾ ਮੋਹਨ ਲਾਲ ਦੇ ਪੈਰਾਂ ਪਿੱਛੇ ਚਲਦੇ ਹੋਏ ਤਰੱਕੀ ਕਰਦੇ ਗਏ ਅਤੇ ਜੂਨ ੧੮੯੦ ਈ. ਵਿਚ ਇੰਨਚਾਰਜ ਨੂਰ-ਮਹਿਲ, ਮਾਰਚ ੧੮੯੪ ਈ. ਨਾਇਬ ਸੁਪਰਿੰਟੈਂਡੈਂਟ ਅਤੇ ੧੯੦੦ ਵਿਚ ਸੁਪਰਿੰਟੈਂਡੈਂਟ ਤੋਸ਼ਾਖ਼ਾਨਾ ਮੁਕੱਰਰ ਹੋਏ। ੧੯੧੮ ਈ. ਵਿਚ ਪੈਨਸ਼ਨ ਪਾ ਗਏ। ਨਵਾਬ ਮੁਹੰਮਦ ਬਹਾਵਲ ਖ਼ਾਨ ਦੀ ਆਪ ਤੇ ਵੱਡੀ ਮਿਹਰ ਦ੍ਰਿਸ਼ਟੀ ਸੀ ਇਸ ਲਈ ਇਹ ਦੌਰੇ ਤੇ ਵੀ ਨਵਾਬ ਸਾਹਿਬ ਦੇ ਨਾਲ ਹੀ ਰਹਿੰਦੇ ਸਨ। ਹੱਜ 'ਤੇ ਜਾਣ ਲੱਗਿਆਂ ਵੀ ਨਵਾਬ ਸਾਹਿਬ ਉਨ੍ਹਾਂ ਨੂੰ ਆਪਣੇ ਨਾਲ ਲੈ ਜਾਣਾ ਚਾਹੁੰਦੇ ਸਨ, ਪਰ ਗਵਰਨਰ ਪੰਜਾਬ ਦੇ ਨਾਲ ਜਾਣੋਂ ਰੋਕ ਦਿੱਤਾ ਕਿ ਕਿਧਰੇ ਇਨ੍ਹਾਂ ਦੇ ਗ਼ੈਰ-ਮੁਸਲਮਾਨ ਹੋਣ ਕਰਕੇ ਮੱਕੇ ਵਿਚ ਇਨ੍ਹਾਂ ਦੀ ਜਾਨ ਖ਼ਤਰੇ ਵਿਚ ਨਾ ਪੈ ਜਾਵੇ। ਆਪ ਦੇ ਤਿੰਨ ਪੁੱਤਰ ਹੋਏ : ਸਰਦਾਰ ਅਮਰ ਸਿੰਘ (ਜਨਮ ੧੮੯੫), ਸਰਦਾਰ ਜਵਾਹਰ ਸਿੰਘ (ਜਨਮ ੧੯੦੧) ਅਤੇ ਸਰਦਾਰ ਰਤਨ ਸਿੰਘ (ਜਨਮ ੧੯੦੩ ਈ.)।

ਲਾਲਾ ਰਾਮ ਨਰਾਇਣ, ਸਪੁੱਤਰ ਲਾਲਾ ਮੋਹਨ ਲਾਲ, ੧੮੮੫ ਈ. ਵਿਚ ਜਨਮੇ। ਉਨ੍ਹਾਂ ਦੀ ਮਾਤਾ ੧੨ ਦਿਨ ਪਿਛੋਂ ਹੀ ਕਾਲਵੱਸ ਹੋ ਗਈ, ਇਸ ਲਈ ਉਨ੍ਹਾਂ ਦੀ ਪਾਲਨਾ ਪੋਸਨਾ ਉਨ੍ਹਾਂ ਦੇ ਚਾਚਾ ਲਾਲਾ ਲਾਲ ਚੰਦ ਨੇ ਕੀਤੀ। ਕੁਝ ਚਿਰ ਤਾਂ ਆਪ ਜ਼ਿਲ੍ਹਾ ਮੁਲਤਾਨ ਦੇ ਅੰਗਰੇਜ਼ੀ ਦਫ਼ਤਰ ਵਿਚ ਨੌਕਰ ਰਹੇ ਅਤੇ ਜ਼ਿਮੀਦਾਰੀ ਦਾ ਪ੍ਰਬੰਧ ਕਰਦੇ ਰਹੇ। ੧੯੧੧ ਵਿਚ ਆਪ ਆਪਣੇ ਚਚੇਰੇ ਭਰਾ ਲਾਲਾ ਵੀਰ ਭਾਨ ਤੋਂ ਅੱਡ ਹੋ ਗਏ। ਇਧਰ ਉਨ੍ਹਾਂ ਦੇ ਪਿਤਾ ਲਾਲਾ ਮੋਹਨ ਲਾਲ ਨਾਇਬ ਮਸ਼ੀਰ ਤਫ਼ਰੀਆਤ, ਬਹਾਵਲਪੁਰ, ਦੀ ਬੀਮਾਰੀ ਲੰਮੀ ਪੈ ਗਈ, ਇਸ ਲਈ ਆਪ ਮੁਲਤਾਨ ਵਾਲੀ ਨੌਕਰੀ ਛੱਡ ਕੇ ਸਤੰਬਰ ੧੯੧੧ ਵਿਚ ਬਹਾਵਲਪੁਰ ਵਿਚ ਨੂਰ-ਮਹਿਲ ਦੇ ਲਾਇਬਰੇਰੀਅਨ ਮੁਕੱਰਰ ਹੋ ਗਏ। ੧੯੧੭ ਵਿਚ ਆਪ ਇੰਨਚਾਰਜ ਨੂਰ-ਮਹਿਲ ਹੋ ਗਏ ਅਤੇ ੧੯੧੯ ਵਿਚ ਰਿਆਸਤ ਵਲੋਂ ਫ਼ੀਰੋਜ਼ਪੁਰ ਵਿਚ ਵਕੀਲ ਨੀਯਤ ਹੋਏ ਪਿਛੋਂ ਆਪ ਮੁਲਤਾਨ ਤਬੀਦਲ ਹੋ ਗਏ, ਜਿਥੋਂ ਫੇਰ ਫ਼ੀਰੋਜ਼ਪੁਰ ਪਰਤ ਆਏ। ਆਪ ਦਾ ਪਹਿਲਾ ਪੁੱਤਰ ਮਦਨ-ਮੋਹਨ ਸਿੰਘ ੧੯੧੬ ਵਿਚ ਮੁਲਤਾਨ ਅਤੇ ਦੂਜਾ ਜਗਤ-ਮੋਹਨ ਸਿੰਘ ਦਸੰਬਰ ੧੯੨੧ ਵਿਚ ਬਹਾਵਲਪੁਰ ਪੈਦਾ ਹੋਇਆ। ਪਿਛੋਂ ਦੋ ਲੜਕੇ ਨੌ-ਨਿਹਾਲ ਸਿੰਘ (੧੯੨੬) ਅਤੇ ਹਰੀ-ਕ੍ਰਿਪਾਲ ਸਿੰਘ (੧੯੨੭) ਹੋਰ ਹੋਏ। ਸਰਦਾਰ ਮਦਨ-ਮੋਹਨ ਸਿੰਘ ਦੇ ਘਰ ਇਕ ਲੜਕਾ ੧੯੪੦ ਈ. ਵਿਚ ਪ੍ਰੀਤਪਾਲ ਸਿੰਘ ਪੈਦਾ ਹੋਇਆ।

ਸਰਦਾਰ ਅਮਰ ਸਿੰਘ ਸਪੁੱਤਰ ਲਾਲਾ ਵੀਰ ਪਾਨ ੧੮੯੫ ਈ. ਵਿਚ ਮੁਲਤਾਨ ਵਿਚ ਜਨਮੇ। ਇੰਪੀਰੀਅਲ ਸਰਵਿਸ ਕੈਮਲ ਕੌਰ ਅਤੇ ਦੂਜੀ ਫੌਜੀ ਸਿੱਖਿਆ ਉਪਰੰਤ ਆਪ ਨੇ ਪੁਲਿਸ ਸਕੂਲ ਫ਼ਿਲੌਰ ਵਿਚ ਸਿੱਖਿਆ ਲਈ ਅਤੇ ਰਿਆਸਤ ਬਹਾਵਲਪੁਰ ਵਿਚ

ਸਾਰਜੈਂਟ ਪੁਲਿਸ (ਵਰਗ ਪਹਿਲਾ) ਦੇ ਪਦ 'ਤੇ ਨੌਕਰੀ ਸ਼ੁਰੂ ਕੀਤੀ। ਹੌਲੀ-ਹੌਲੀ ਆਪ ਤਰੱਕੀ ਕਰਦੇ ਗਏ। ਉਨ੍ਹਾਂ ਦਾ ਇਕ ਪੁੱਤਰ ਹਰੀ ਸਿੰਘ ੧੯੧੨ ਵਿਚ ਮੁਲਤਾਨ ਵਿਚ ਜਨਮਿਆ ਜੋ ਅੱਜ ਕੱਲ ਇੰਨਸਪੈਕਟਰ ਪੁਲਿਸ ਹੈ। ਇਸ ਦੇ ਘਰ ਇਕ ਲੜਕੀ ਅਤੇ ਪੰਜ ਲੜਕੇ ਹਨ।

ਸਰਦਾਰ ਅਮਰ ਸਿੰਘ ਦਾ ਛੋਟਾ ਭਰਾ ਜਵਾਹਰ ਸਿੰਘ ੧੯੦੧ ਵਿਚ ਮੁਲਤਾਨ ਵਿਚ ਪੈਦਾ ਹੋਇਆ। ਬਹਾਵਲਪੁਰ ਵਿੱਦਿਆ ਖ਼ਤਮ ਕਰਨ ਪਿਛੋਂ ਉਹ ਲਾਹੌਰ ਪੜ੍ਹਿਆ ਅਤੇ ਫੇਰ ਫੌਜੀ ਸਿੱਖਿਆ ਪ੍ਰਾਪਤ ਕੀਤੀ। ਪਹਿਲੀ ਵੱਡੀ ਜੰਗ ਵਿਚ ਕੈਮਲ ਕੋਰ ਦੀ ਡਬਲ ਕੰਪਨੀ ਵਿਚ ਕੋਤ-ਦਫੇਦਾਰ ਹੋਇਆ ਅਤੇ ਜਦੋਂ ਇਹ ਕੰਪਨੀ ਟੁੱਟ ਗਈ ਤਾਂ ਰਿਆਸਤ ਬਹਾਵਲਪੁਰ ਦੇ ਮਹਿਕਮਾ ਚੀਫ਼ ਕੋਰਟ ਵਿਚ ਨੌਕਰ ਹੋ ਗਿਆ।

੧੯੪੭ ਵਿਚ ਪਾਕਿਸਤਾਨ ਬਣਨ ਸਮੇਂ ਇਸ ਖ਼ਾਨਦਾਨ ਦੇ ਲੋਕ ਫਸਾਦਾਂ ਅਤੇ ਆਬਾਦੀ ਦੇ ਤਬਾਦਲੇ ਕਾਰਣ ਭਾਰਤ ਵਿਚ ਆ ਕੇ ਇਧਰ ਉਧਰ ਖਿੰਡ ਪੁੰਡ ਗਏ। ਇਸ ਲਈ ਜੋ ਕੁਝ ਮਸਾਲਾ ਮਿਲ ਸਕਿਆ ਹੈ, ਉਸੇ ਨਾਲ ਹੀ ਸੰਤੋਖ ਕਰਨਾ ਪਿਆ ਹੈ।

☬

ਨੰਦਲਾਲ ਜੀ ਦੀ ਬਾਣੀ ਦੀ ਅਰਥ ਪ੍ਰਣਾਲੀ

ਸੰਪ੍ਰਦਾ ਸੰਸਕ੍ਰਿਤ ਦੇ ਪ੍ਰਦਾ ਸ਼ਬਦ ਤੋਂ ਬਣਿਆ ਹੈ, ਜਿਸ ਦੇ ਅਰਥ ਹਨ ਕਿ ਦੇਣਾ। ਸੰ=ਭਲੀ ਪ੍ਰਕਾਰ ਪਰੰਪਰਾ ਤੋਂ ਉਪਦੇਸ਼ ਅਥਵਾ ਵਿੱਦਿਆ ਪ੍ਰਦਾ=ਦੇਣ ਦੀ ਚਲੀ ਆਉਂਦੀ ਰੀਤੀ ਨੂੰ ਸੰਪ੍ਰਦਾ ਕਹਿੰਦੇ ਹਨ।

ਗੁਰਬਾਣੀ ਦੇ ਅਰਥਾਂ ਨੂੰ ਪ੍ਰਚਾਰਣ ਹਿਤ ਸੰਪ੍ਰਦਾਈ ਵਿਦਵਾਨਾਂ ਦਾ ਵੱਡਾ ਯੋਗਦਾਨ ਹੈ। ਸੰਪ੍ਰਦਾਈ ਵਿਦਵਾਨਾਂ ਦੇ ਆਦੀ ਮਹਾਂਪੁਰਖ ਭਾਈ ਸਾਹਿਬ ਭਾਈ ਮਨੀ ਸਿੰਘ ਜੀ ਹੋਏ ਹਨ। ਜਿਨ੍ਹਾਂ ਤੋਂ ਅੱਗੇ ਗੁਰਬਾਣੀ ਦੇ ਅਰਥ ਪੜ੍ਹਾਉਣ ਦੀਆਂ ਕਈ ਪ੍ਰਣਾਲੀਆਂ ਜਗਤ ਜ਼ਾਹਿਰ ਹਨ।

ਸੰਪ੍ਰਦਾ ਪ੍ਰਣਾਲੀ ਦੀ ਉਤਪਤੀ ਹਿਤ, ਸੰਪ੍ਰਦਾਈ ਵਿਦਵਾਨਾਂ ਦੇ ਕਈ ਤਰ੍ਹਾਂ ਦੇ ਵਿਚਾਰ ਹਨ। ਟਕਸਾਲੀ ਵਿਦਵਾਨਾਂ ਮਹਾਂਪੁਰਖਾਂ ਅਨੁਸਾਰ ਸ੍ਰੀ ਅਨੰਦਪੁਰ ਸਾਹਿਬ ਇਕ ਸਿੱਖ ਨੇ ***"ਕਰਤੇ ਕੀ ਮਿਤਿ ਕਰਤਾ ਜਾਣੈ ਕੈ ਜਾਣੈ ਗੁਰ ਸੂਰਾ॥"*** ਤੁਕ 'ਚ 'ਕੈ' ਦੀ ਥਾਂ 'ਕੇ' ਪਾਠ ਕੀਤਾ ਤਾਂ ਕਲਗੀਧਰ ਜੀ ਨੇ ਕੇ-ਕੈ ਦਾ ਅਰਥ ਸਮਝਾਉਂਦੇ ਸਮੇਂ ਸਿੱਖ ਨੂੰ ਖਾਸ ਤਾੜਨਾ ਕੀਤੀ ਅਤੇ ਸ਼ੁੱਧ ਲਗਾਂ-ਮਾਤਰਾ ਸਮੇਤ ਗੁਰਬਾਣੀ ਪੜ੍ਹਨ ਦਾ ਉਪਦੇਸ਼ ਦਿੱਤਾ। ਸਿੱਖ ਨੇ ਅੱਗੋਂ ਕਲਗੀਧਰ ਜੀ ਨੂੰ ਬੇਨਤੀ ਕੀਤੀ ਕਿ ਆਪ ਜੀ ਗੁਰਬਾਣੀ ਦੇ ਅਰਥ ਪੜ੍ਹਾਉ ਤਾਂ ਕਿ ਅਸੀਂ ਗੁਰਬਾਣੀ ਵਿਚਾਰ ਕੇ, ਸ਼ੁੱਧ ਪੜ੍ਹ ਸਕੀਏ ਤਾਂ ਗੁਰਾਂ ਕਿਹਾ ਕਿ ਜਦ ਜੰਗਾਂ ਤੋਂ ਵਿਹਲੇ ਹੋਵਾਂਗੇ ਤਾਂ ਗੁਰਬਾਣੀ ਦੇ ਸ਼ੁੱਧ ਅਰਥ ਪੜ੍ਹਾਵਾਂਗੇ।

ਜਦ ਗੁਰੂ ਕਲਗੀਧਰ ਜੀ ਦਮਦਮੇ ਪਹੁੰਚੇ ਤਾਂ ਸਿੱਖਾਂ ਦੀ ਬੇਨਤੀ ਮੰਨ ਕੇ ਆਪ ਜੀ ਨੇ ਗੁਰਬਾਣੀ ਦੀ ਦਮਦਮੀ ਬੀੜ ਕੰਠੋਂ ਉਚਾਰ ਕੇ ਭਾਈ ਮਨੀ ਸਿੰਘ ਜੀ ਨੂੰ ਲਿਖਵਾਈ ਅਤੇ 48 ਸਿੰਘਾਂ ਨੂੰ ਆਦਿ ਗੁਰਬਾਣੀ ਦੇ ਸੰਪੂਰਨ ਅਰਥ ਪੜ੍ਹਾਏ। ਜਿਨ੍ਹਾਂ 48 ਸਿੰਘਾਂ 'ਚੋਂ ਭਾਈ ਮਨੀ ਸਿੰਘ ਅਤੇ ਬਾਬਾ ਦੀਪ ਸਿੰਘ ਜੀ ਨੂੰ ਅੱਗੇ ਗੁਰਬਾਣੀ ਦੇ ਅਰਥ ਪੜ੍ਹਾਉਣ ਦਾ ਵਰਦਾਨ ਦਿੱਤਾ ਅਤੇ ਮੁੱਖੋਂ ਫਰਮਾਇਆ ਤੁਹਾਡਾ ਤਨ ਗੁਰਬਾਣੀ ਦੇ ਅਰਥ ਕਰਦਾ ਹੋਇਆ ਸ਼ਹਾਦਤ ਦੇ ਪਦ ਨੂੰ ਪ੍ਰਾਪਤ ਹੋਵੇਗਾ। ਭਾਈ ਮਨੀ ਸਿੰਘ ਜੀ ਤੇ ਬਾਬਾ ਦੀਪ ਸਿੰਘ ਜੀ ਤੋਂ ਅੱਗੇ ਇੰਜ ਸੰਪ੍ਰਦਾਈ ਅਰਥ ਪ੍ਰਣਾਲੀ ਚੱਲੀ।

ਗੁਰ ਪਦ ਪ੍ਰੇਮ ਪ੍ਰਕਾਸ਼ ਦੇ ਕਰਤਾ ਬਾਬਾ ਸੁਮੇਰ ਸਿੰਘ ਜੀ ਲਿਖਦੇ ਹਨ ਕਿ ਇਕ ਵਾਰ ਕਲਗੀਧਰ ਜੀ ਨੂੰ ਭਾਈ ਮਨੀ ਸਿੰਘ ਜੀ ਨੇ ਬੇਨਤੀ ਕੀਤੀ ਕਿ ਸਤਿਗੁਰੂ ਜੀ ! ਗੁਰਬਾਣੀ ਦੇ ਅਰਥ ਸਾਡੀ ਸਮਝ ਤੋਂ ਬਾਹਰੇ ਹਨ। ਆਪ ਜੀ ਸਾਨੂੰ ਗੁਰਬਾਣੀ ਦੇ ਅਰਥ ਪੜ੍ਹਾਉ ਤਾਂ ਸਤਿਗੁਰਾਂ ਨੇ ਆਦਿ-ਗੁਰਬਾਣੀ ਦੇ ਅਰਥ ਪੜ੍ਹਾਏ, ਫਿਰ ਭਾਈ ਮਨੀ ਸਿੰਘ ਤੋਂ ਭਾਈ ਗੁਰਬਖਸ਼ ਸਿੰਘ ਤੋਂ ਭਾਈ ਅਮਰ ਸਿੰਘ ਤੋਂ ਭਾਈ ਰਾਮ ਸਿੰਘ ਤੋਂ ਮੇਰੇ ਪਿਤਾ ਅਤੇ

ਅੱਗੇ ਮੈਂ ਸੁਮੇਰ ਸਿੰਘ ਸੰਪ੍ਰਦਾਈ ਅਰਥ ਪੜ੍ਹਿਆ ਹਾਂ।

ਸਾਖੀ॥ ੧੩੨॥ ਮਨੀ ਸਿੰਘ ਕਰ ਜੋਰਿ ਕੇ ਇਕ ਦਿਨ ਆਗੇ ਆਇ॥
ਬੋਲਯੋ ਦੀਨ ਦਯਾਲ ਪ੍ਰਭੁ ਇਮਿ ਮਮ ਬਿਨਯ ਸਹਾਇ॥ ੧॥
ਗੁਰੂ ਗ੍ਰੰਥ ਸਾਹਿਬ ਸੁਮਤਿ ਅਰਥ ਪ੍ਰਗਟ ਨਹਿ ਹੋਤ॥
ਬਿਨ ਸੰਪ੍ਰਦਾ ਪ੍ਰਚਾਰ ਕੇ ਮਹਾਰਾਜ ਸੁਖ ਸੇਤ॥ ੨॥
ਚੌ:॥ ਤਾਤੇ ਸਾਹਿਬ ਅਰਥ ਪਢਾਵੈ॥ ਜਾਤੇ ਹਮ ਸਭਿ ਸਿਖ ਸੁਖ ਪਾਵੈ॥
ਬੀੜ ਜੁ ਕਰੀ ਪ੍ਰਿਥਮ ਹਮ ਮਨ ਕੀ॥ਭਯੋ ਸ੍ਰਾਪ ਮਾਨਿਯੋ ਜੁਇ ਧਨ ਕੀ॥੩॥
ਸਿਖੀ ਸਾਸਨ ਨਿਬਹੈ ਤੇਰੀ॥ ਸ੍ਰੀ ਮੁਖ ਕਰਿਯੋ ਬਚਨ ਤਿਹਿ ਬੇਰੀ॥
ਤਾਤੇ ਅਰਥ ਪ੍ਰਭ ਅਰਥ ਅਪਾਰਾ॥ ਗੁਰੂ ਗ੍ਰੰਥ ਕੋ ਕਹਿਓ ਬਿਚਾਰਾ॥ ੪॥
ਸਤਗੁਰੁ ਸਾਦਰ ਤਿਹਿ ਸਨਮਾਨੀ॥ ਦਯਾ ਸਿੰਘ ਢਿਗ ਪਠਿਯੋ ਪ੍ਰਮਾਨੀ॥
ਦਯਾ ਸਿੰਘ ਕਹਹਿ ਹਮ ਸੁ ਪਢਾਯੋ॥ ਤਾਸੋ ਪਢਤਿ ਤੂ ਨਾਥ ਬਤਾਯੋ॥
ਮਨੀ ਸਿੰਘ ਸੁਨਿ ਮਨ ਸਵਧਾਨੀ॥ ਦਯਾ ਸਿੰਘ ਪਦ ਬੰਦੇ ਗਿਯਾਨੀ॥
ਸ੍ਰੀ ਗੁਰਦਾਸ ਵਾਰ ਸੁ ਕਬਿਤਾ॥ ਅਰਥ ਅਨੂਪਮ ਬਿਚਿਤ੍ਰਾ॥ ੬॥
ਨੰਦਲਾਲ ਕੇ ਦੋਊ ਗ੍ਰੰਥ॥ ਦਸਮ ਪੁਰਖ ਲੀਲਾ ਕੇ ਪੰਥ॥
ਦੋਊ ਗ੍ਰੰਥ ਅਰਥ ਸਿਖਾਏ॥ ਨਾਟਕ ਅਰਥ ਆਪ ਬਤਲਾਏ॥ ੭॥
ਤਬ ਤੇ ਅਬ ਲੌਂ ਗੁਰਮੁਖ ਪਯਾਰੇ॥ ਸੀਖਤ ਅਰਥ ਕਰਤਿ ਹਿਤ ਧਾਰੇ॥
ਬਧੀ ਅਧਿਕ ਟਕਸਾਲ ਸੁਹਾਨੀ॥ਮਨੀ ਸਿੰਘ ਭਏ ਤਿਨ ਕੇ ਗਿਯਾਨੀ॥੮॥
ਪੁਨ ਗੁਰਬਕਸ਼ ਸਿੰਘ ਜੀ ਭਏ॥ ਅਮਰ ਸਿੰਘ ਤਿਨ ਤੇ ਪਢਿ ਲਏ॥
ਤਿਨ ਤੇ ਭਏ ਅਧਿਕ ਸੁਖਦਾਨੀ॥ਸਭ ਮਹਿ ਮੁਖਜ ਰਾਮ ਸਿੰਘ ਗਿਯਾਨੀ॥੯॥
ਤਿਨ ਤੇ ਮਮ ਪਿਤ ਅਰਥ ਸੁ ਸੀਖੇ॥ ਅਰੁ ਸੁ ਜਥਾਰਥ ਕਰ ਚਿਤ ਲੀਖੇ॥
ਮਨੀ ਸਿੰਘ ਜੀ ਪਰਉਪਕਾਰੀ॥ ਜਗ ਮਹਿ ਅਰਥ ਰੀਤ ਬਿਸਾਰੀ॥ ੧੦॥
ਦੋ:॥ ਅਜਹੂੰ ਸ੍ਰੀ ਗੁਰੂ ਪੰਥ ਮੈ ਅਗਨਤਿ ਗਿਯਾਨੀ ਜਾਨ॥ ੧॥
ਕਥਤਿ ਸੁਨਤਿ ਗੁਰਵਰ ਕਥਾ ਕਰਤ ਸੁ ਕਲਿਮਲ ਹਾਨ॥ ੧੧॥

ਦਸਮ ਗੁਰੂ ਗ੍ਰੰਥ ਸਾਹਿਬ ਜੀ ਦੇ ਪ੍ਰਯਾਇ ਪੋਥੀ 'ਚ ਸਫਾ ਨੰਬਰ 2 'ਤੇ ਲਿਖਿਆ ਹੈ ਕਿ ਦਸਮ ਗੁਰਬਾਣੀ ਦੇ ਅਰਥ ਗੁਰੂ ਕਲਗੀਧਰ ਜੀ ਨੇ ਅਬਿਚਲ ਨਗਰ ਨੰਦੇੜ ਵਿਖੇ ਪੜ੍ਹਾਏ, ਉਸ ਸਮੇਂ ਤੋਂ ਲੈ ਕੇ ਸੰਤ ਗਿਆਨੀ ਬਖ਼ਸ਼ੀਸ਼ ਸਿੰਘ ਜੀ ਤੱਕ ਜੋ ਅਰਥ ਆਏ, ਉਹ ਅਸੀਂ (ਠਾਕੁਰ ਸਿੰਘ ਜੀ ਭੱਲੇ) ਲਿਖਦੇ ਪਏ ਹਾਂ।

ਇੰਜ ਹੀ ਆਦਿ ਸ੍ਰੀ ਗੁਰੂ ਗ੍ਰੰਥ ਸਾਹਿਬ ਜੀ ਦੇ ਪ੍ਰਯਾਇ ਵਾਲੀ ਪੋਥੀ 'ਚ ਸਫਾ ਨੰ: 3 'ਤੇ ਕਲਗੀਧਰ ਜੀ ਤੋਂ ਚਲੇ ਆ ਰਹੇ ਅਰਥਕਾਰਾਂ ਦੇ ਨਾਮ ਇਸ ਪ੍ਰਕਾਰ ਲਿਖੇ ਮਿਲਦੇ ਹਨ।

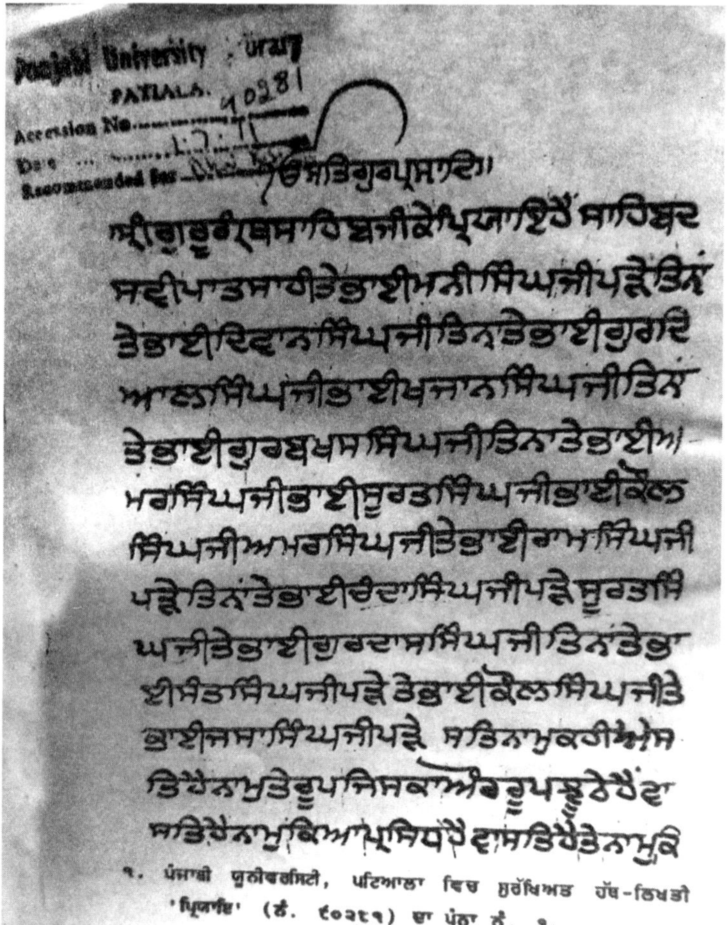

ੴਸਤਿਗੁਰਪ੍ਰਸਾਦਿ।
ਸ੍ਰੀਗੁਰੂਗ੍ਰੰਥਸਾਹਿਬਜੀਕੇਪ੍ਰਯਾਇਇਤੈਂਸਾਹਿਬਦ
ਸਵੀਪਾਤਸਾਹੀਤੇਭਾਈਮਨੀਸਿੰਘਜੀਪੜ੍ਹੇਤਿਨੰ
ਤੇਭਾਈਦਿਵਾਨਸਿੰਘਜੀਤਿਨ੍ਹਤੇਭਾਈਗੁਰਦਿ
ਆਲਸਿੰਘਜੀਭਾਈਖਜਾਨਸਿੰਘਜੀਤਿਨੰ
ਤੇਭਾਈਗੁਰਬਖਸਸਿੰਘਜੀਤਿਨਾਤੇਭਾਈਅ
ਮਰਸਿੰਘਜੀਭਾਈਸੂਰਤਸਿੰਘਜੀਭਾਈਕੌਲ
ਸਿੰਘਜੀਅਮਰਸਿੰਘਜੀਤੇਭਾਈਰਾਮਸਿੰਘਜੀ
ਪੜ੍ਹੇਤਿਨੰਤੇਭਾਈਚੰਦਾਸਿੰਘਜੀਪੜ੍ਹੇਸੂਰਤਸਿ
ਘਜੀਤੇਭਾਈਗੁਰਦਾਸਸਿੰਘਜੀਤਿਨੰਤੇਭਾ
ਈਸੰਤਾਸਿੰਘਜੀਪੜ੍ਹੇਤੇਭਾਈਕੌਲਸਿੰਘਜੀਤੇ
ਭਾਈਜਸਾਸਿੰਘਜੀਪੜ੍ਹੇ ਸਤਿਨਾਮੁਕਹੀਐਸ
ਤਿਹੰਨਾਮੁਤੇਰੂਪਜਿਸਕਾਐਰੂਪਸੂਨੇਹੈਂਵਾ
ਸਤਿਹੈਨਾਮੁਕਿਆਪ੍ਰਸਿਧਹੈਵਾਸਤਿਹੈਤੇਨਾਮੁਕਿ

੧. ਪੰਜਾਬੀ ਯੂਨੀਵਰਸਿਟੀ, ਪਟਿਆਲਾ ਵਿਚ ਸੁਰੱਖਿਅਤ ਹੱਥ-ਲਿਖਤੀ 'ਪ੍ਰਿਯਾਇ' (ਨੰ. ੯੦੨੮੧) ਦਾ ਪੰਨਾ ਨੰ. ੧.
— ਡਾ. [illegible]

ਸੰਤ ਗਿਆਨੀ ਗੁਰਬਚਨ ਸਿੰਘ ਜੀ ਨੇ ਵੀ ਗੁਰਮੁਖ ਪ੍ਰਕਾਸ਼ ਗ੍ਰੰਥ 'ਚ ਸਫਾ ਨੰ: 607 'ਤੇ ਕਲਗੀਧਰ ਜੀ ਤੋਂ ਲੈ ਕੇ ਸੰਤ ਗਿਆਨੀ ਸੁੰਦਰ ਸਿੰਘ ਜੀ ਖਾਲਸਾ ਤੱਕ ਦੀ ਗੁਰਬਾਣੀ ਅਰਥ ਪ੍ਰਣਾਲੀ ਦਾ ਜ਼ਿਕਰ ਦਿੱਤਾ ਹੈ, ਸੋ ਇਸ ਪ੍ਰਕਾਰ ਹੈ :

ਚੌਪਈ

ਗੁਰ ਨਾਨਕ ਦਸਮੇਸ਼ ਮਨਾਈ। ਸੰਪ੍ਰਦਾ ਕੇ ਨਾਮ ਸੁਨਾਈ।
ਪ੍ਰਿਥਮ ਸ੍ਰੀ ਗੁਰ ਦਸਮ ਪਿਆਰੇ। ਅਠਤਾਲੀ ਸਿੰਘ ਪੜ੍ਹੇ ਸੁਚਾਰੇ॥ ੧੫੭॥
ਸ੍ਰੀ ਦਮਦਮੇਂ ਗੁਰਾਂ ਪੜ੍ਹਾਇਆ। ਸ੍ਰੀ ਗੁਰੂ ਗ੍ਰੰਥ ਜੀ ਨਾਲ ਲਿਖਾਇਆ।
ਸ੍ਰੀ ਹਜ਼ੂਰ ਨੈ ਹੁਕਮ ਸੁ ਕੀਨਾ। ਸ੍ਰੀ ਹਰਿਮੰਦਰ ਗ੍ਰੰਥ ਚੀਨਾ॥ ੧੫੮॥
ਮਨੀ ਸਿੰਘ ਜੀ ਅਗੇ ਪੜ੍ਹਾਯੋ। ਗੁਰ ਸੰਪ੍ਰਦਾ ਅਰਥ ਚਲਾਯੋ।
ਦੀਵਾਨ ਸਿੰਘ ਤੇ ਸਿੰਘ ਸੋ ਆਦਿ। ਗੁਰਦਿਆਲ ਸਿੰਘ ਰਾਖੀ ਮ੍ਰਜਾਦਿ॥੧੫੯॥
ਭਾਈ ਖਜਾਨ ਸਿੰਘ ਜੀਉ ਥੀਉ। ਗੁਰਬਖਸ਼ ਸਿੰਘ ਜੀ ਭਲਾ ਪੜ੍ਹੀਉ।
ਅਮਰ ਸਿੰਘ ਤੋਂ ਸੂਰਤ ਹਰੀ। ਕੌਲ ਸਿੰਘ ਜੀ ਅੰਮ੍ਰਿਤਸਰੀ॥ ੧੬੦॥
ਅੰਮ੍ਰਿਤ ਸਿੰਘ ਰਾਮ ਸਿੰਘ ਪੂਰਾ। ਚੰਦਾ ਸਿੰਘ ਗਿਆਨੀ ਰੂਰਾ।
ਸ੍ਵਰਣ ਸਿੰਘ ਤੇ ਸਿੰਘ ਗੁਰਦਾਸ। ਸੰਤ ਸਿੰਘ ਜੀ ਗਿਯਾਨੀ ਰਾਸ॥ ੧੬੧॥
ਸ੍ਰੀ ਪ੍ਰਦਮੁਨ ਸਿੰਘ ਜੀ ਭਾਈ। ਬ੍ਰਹਮ ਵਿਦਿਆ ਮੇਂ ਲਿਵ ਲਾਈ।
ਭਾਈ ਜਸਵੰਤ ਸਿੰਘ ਜੀ ਨਾਮੂ। ਤਾਂਤੇ ਪੜੇ ਸਿੰਘ ਹਰਿਨਾਮੂ॥ ੧੬੨॥
ਸੰਤ ਬਿਸ਼ਨ ਸਿੰਘ ਮੁਰਾਲੇ ਵਾਸੀ। ਬ੍ਰਹਮ ਵਿਦਿਆ ਤੇ ਭਏ ਅਬਿਨਾਸੀ।
ਤਿਨ੍ਹ ਕੀ ਸੇਵਾ ਨਿਸਦਿਨ ਕੀਤੀ। ਗੁਰ ਪ੍ਰਸਾਦੀ ਵਿਦਿਆ ਲੀਤੀ॥੧੬੩॥
ਆਪਾ ਮੇਟਿ ਲਿਵ ਨਾਮ ਪ੍ਰੇਮਾ। ਸੰਤ ਸੁੰਦਰ ਸਿੰਘ ਦਾਤੇ ਖੇਮਾ।
ਗੁਰ ਦਸਮੇਸ਼ ਸੰਪ੍ਰਦਾ ਮਾਹੀ। ਗੁਰ ਚਾਲੀ ਗੁਰ ਸਿੱਖ ਚਲਾਹੀ॥ ੧੬੪॥

ਇਨ੍ਹਾਂ ਪ੍ਰਣਾਲੀਆਂ ਤੋਂ ਇਲਾਵਾ ਸਤੋ ਗਲੀ ਵਾਲਿਆਂ ਨੇ ਵੀ ਅਰਥ ਪ੍ਰਣਾਲੀ ਲਿਖੀ ਹੈ, ਫਿਰ ਕਬਿੱਤ ਭੇਦਾਵਲੀ ਗ੍ਰੰਥ ਦੇ ਕਰਤਾ ਸੰਤ ਨਿਹਾਲ ਸਿੰਘ ਜੀ ਸੋਹਲਾਂ ਵਾਲੇ ਸਫਾ ਨੰਬਰ ਲਿਖਦੇ ਹਨ ਕਿ ਕਲਗੀਧਰ ਜੀ ਦੇ ਸਮੇਂ ਤੋਂ ਪਿਆਰੇ ਦਯਾ ਸਿੰਘ ਜੀ, ਪਿਆਰੇ ਧਰਮ ਸਿੰਘ ਜੀ, ਭਾਈ ਮਨੀ ਸਿੰਘ ਗੁਰਬਾਣੀ ਦੇ ਤਿੰਨ ਉਘੇ ਵਿਆਖਿਆਕਾਰ ਹੋਏ ਅਤੇ ਅੱਗੇ ਤਿੰਨਾਂ ਤੋਂ ਵੱਖੋ-ਵੱਖਰੀਆਂ ਤਿੰਨ ਗੁਰਬਾਣੀ ਅਰਥ ਪ੍ਰਣਾਲੀਆਂ ਚੱਲੀਆਂ, ਜਿਨ੍ਹਾਂ ਪ੍ਰਣਾਲੀਆਂ ਦਾ ਜ਼ਿਕਰ ਕਬਿੱਤ ਭੇਦਾਵਲੀ ਗ੍ਰੰਥ 'ਚ ਖ਼ਾਸ-ਰੂਪ ਕਰ ਕੇ ਲਿਖਿਆ ਮਿਲਦਾ ਹੈ।

ਏਨ੍ਹਾਂ ਸਭ ਪ੍ਰਣਾਲੀਆਂ ਦਾ ਮੂਲ ਗੁਰੂ ਕਲਗੀਧਰ ਜੀ ਸੁਆਮੀ ਹਨ। ਏਨ੍ਹਾਂ ਪ੍ਰਣਾਲੀਆਂ ਨੇ ਆਪੋ-ਆਪਣੇ ਸਮੇਂ 'ਚ ਜਿੱਥੇ ਗੁਰਬਾਣੀ ਅਰਥਾਂ ਦਾ ਚੰਗਾ ਪ੍ਰਚਾਰ-ਪ੍ਰਸਾਰ ਕੀਤਾ, ਉਥੇ ਹੀ ਗੁਰਸਿੱਖੀ ਰਹੁ-ਰੀਤੀ ਨੂੰ ਵੀ ਪੰਥ 'ਚ ਚੰਗਾ ਜਗਮਗਾਇਆ। ਏਨ੍ਹਾਂ ਪ੍ਰਣਾਲੀਆਂ 'ਚੋਂ ਸੰਤ ਗਿਆਨੀ ਗੁਰਬਚਨ ਸਿੰਘ ਜੀ ਖਾਲਸਾ ਭਿੰਡਰਾਂਵਾਲੇ ਸੂਰਜ ਵਾਂਗ

ਚਮਕੇ ਅਤੇ ਵਿੱਦਿਆ ਮਾਰਤੰਡ ਅਖਵਾਏ। ਆਪ ਜੀ ਨੇ ਗੁਰਬਾਣੀ ਅਰਥਾਂ ਦੇ ਨਾਲ-ਨਾਲ ਖਾਲਸਾ ਰਹੁ-ਰੀਤੀ ਦਾ ਵੀ ਚੰਗਾ ਪ੍ਰਚਾਰ-ਪ੍ਰਸਾਰ ਕੀਤਾ ਅਤੇ ਅਨੇਕਾਂ ਗੁਰਧਾਮਾਂ ਦੀ ਯਾਤਰਾ ਕਰਦੇ ਸਮੇਂ ਖੰਡੇ ਦੀ ਪਾਹੁਲ ਥਾਂ-ਪਰ-ਥਾਂ ਜੀਵਾਂ ਨੂੰ ਬਖ਼ਸ਼ ਕੇ ਨਿਹਾਲ ਕ੍ਰਿਤਾਰਥ ਕੀਤਾ।

ਗੁਰਬਾਣੀ-ਅਰਥ ਪ੍ਰਣਾਲੀਆਂ ਵਾਂਗ ਭਾਈ ਨੰਦ ਲਾਲ ਸਾਹਿਬ ਜੀ ਦੀ ਬਾਣੀ ਦੇ ਵਿਆਖਿਆਕਾਰਾਂ ਦੀ ਵੀ ਇਕ ਪ੍ਰਣਾਲੀ ਕਾਇਮ ਹੋਈ, ਜਿਸ ਦਾ ਜ਼ਿਕਰ ਬਾਬਾ ਸੁਮੇਰ ਸਿੰਘ ਜੀ ਪਟਨੇ ਸਾਹਿਬ ਵਾਲਿਆਂ ਅਤੇ ਸੰਤ ਗਿਆਨੀ ਸਰੂਪ ਸਿੰਘ ਜੀ ਖ਼ਾਲਸਾ ਨੇ ਜ਼ਿੰਦਗੀਨਾਮਹ ਗ੍ਰੰਥ ਦੇ ਪੰਨਾ ਨੰਬਰ= 6 'ਤੇ ਵੀ ਜ਼ਿਕਰ ਕੀਤਾ ਹੈ।

ਭਾਵ ਹੋਇ ਧਾਮ॥੩੫॥ਵਿਦਿਆ ਦਾਤੇ ਗੁਰੂ ਕੋ ਨਮਸਕਾਰ [illegible]
ਸਰਬ ਕਾਲ ਜਿਨ ਮਯਾ ਕਰ ਅਰਥ ਭਾਵ ਪ੍ਰਗਟਾਇ ॥੩੬॥ [illegible]
ਕੋ ਪੜਨੇ ਪੜਾਨੇ ਕੀ ਸੰਪ੍ਰਦਾਇ ਜੈਸੇ ਚਲੀ ਹੈ ਸੋ ਕ੍ਰਮ ੨ ਸੇ ਲਿਖਤੇ ਹੈਂ [illegible]
ਭਾਈ ਨੰਦ ਲਾਲ ਸਿੰਘ ਜੀ ਤੇ ਭਾਈ ਮਨੀ ਸਿੰਘ ਜੀ ਪੜੇ ਦਸਮ ਗੁਰੂ
ਜੀ ਕੀ ਆਗਯਾ ਅਨੁਸਾਰ ॥ ਤਿਨਾ ਤੇ ਭਾਈ ਦਿਵਾਨ ਸਿੰਘ ਜੀ ਪੜੇ
ਤਿਨਾ ਤੇ ਭਾਈ ਗੁਰਦਿਆਲ ਸਿੰਘ ਜੀ ਪੜੇ ਤਿਨਾਂ ਤੇ [illegible]
ਜੀ ਪੜੇ ਤਿਨਾਂ ਤੇ ਭਾਈ ਅਮਰ ਸਿੰਘ ਜੀ ਪੜੇ ਤਿਨਾਂ ਤੇ ਭਾਈ ਰਾਮ ਸਿੰਘ ਜੀ
ਪੜੇ ਤਿਨਾਂ ਤੇ ਭਾਈ ਹਜੂਰਾ ਸਿੰਘ ਜੀ ਚੰਡੇ ਬੂੰਗੇ ਕੇ ਮਹੰਤ ਪੜੇ ਤਿਨਾਂ ਤੇ
ਭਾਈ ਬਖਸੀਸ ਸਿੰਘ ਜੀ ਗਯਾਨੀ ਪੜੇ ਤਿਨਾ ਤੇ ਸਰੂਪ ਸਿੰਘ ਪੜੇ ॥
ਅਬ ਟੀਕਾ ਕੋ ਰਚਿਤ ਹੋ ਸਬ ਸੰਗਤਿ ਕੇ ਕਾਜਾ ॥ ਜੈਸੇ ਗੁਰਮੁਖ ਤੇ ਸੁਨਾ
ਅਰਥ ਭਾਵ ਪਦ ਸਾਜਾ ॥੧॥ ਨਿਰਣਾ ਪਦ ਕੋ ਕਰੋਂ ਜਸ ਉਚਾਰਾ ਕਵਿ
[illegible] ਕਿਨ ੨ ਧਰੋਂ ਬਨਾਇ ॥ ਅਬ ਗ੍ਰੰਥ ਕਰਤਾ

ਬਾਬਾ ਸੁਮੇਰ ਸਿੰਘ ਜੀ ਨੇ ਗੁਰ-ਪਦ ਪ੍ਰੇਮ ਪ੍ਰਕਾਸ਼ ਦੇ ਗ੍ਰੰਥ ਦੇ ਪੰਨਾ ਨੰਬਰ 118 ਉੱਪਰ ਲਿਖਿਆ ਹੈ ਕਿ ਜਦ ਭਾਈ ਨੰਦਲਾਲ ਜੀ ਦੇ ਬੰਦਗੀਨਾਮੇ ਗ੍ਰੰਥ ਨੂੰ ਜ਼ਿੰਦਗੀਨਾਮੇ ਦਾ ਵਰਦਾਨ ਦਿੱਤਾ ਤਾਂ ਕਲਗੀਧਰ ਜੀ ਨੇ ਫ਼ਰਮਾਇਆ ਕਿ ਨੰਦਲਾਲ ਜੀ ! ਆਪ ਜੀ ਰਚਨਾ ਬਹੁਤ ਮਨੋਹਰ ਅਤੇ ਰੱਬੀ ਰਾਹ ਦਿਖਾਉਣ ਵਾਲੀ ਹੈ। ਆਪ ਜੀ ਦੀ ਰਚਨਾ ਪੜ੍ਹਣ ਦਾ ਮਹਾਤਮ, ਮੇਰੀ ਬਾਣੀ ਪੜ੍ਹਨ ਦੇ ਤੁੱਲ ਹੈ। ਫ਼ਾਰਸੀ ਅੱਖਰ ਹੋਣ ਕਰਕੇ, ਗੁਰਸਿੱਖਾਂ ਨੂੰ ਏਹ ਛੇਤੀ ਸਮਝ ਨਹੀਂ ਆਉਣਗੇ, ਇਸ ਲਈ ਆਪ ਜੀ ਏਹ ਗ੍ਰੰਥ ਅਰਥਾਂ ਸਹਿਤ ਪੜ੍ਹਾਉ ਅਤੇ ਭਾਸ਼ਾ 'ਚ ਇਸ ਦਾ ਟੀਕਾ ਰਚ ਕੇ ਗੁਰਸਿੱਖਾਂ ਦੇ ਭਲੇ ਹਿਤ ਪੰਥ 'ਚ ਪ੍ਰਚੱਲਿਤ ਕਰੋ।

ਯਥਾ :-

ਨਾਮ ਜ਼ਿੰਦਗੀ ਨਾਮੋ ਅਨੂਪਮ, ਗ੍ਰੰਥ ਦੇਖਿ ਮਨ ਆਈ॥
ਯਾਂ ਕੀ ਭਾਖਾ ਕਰਹੁ, ਹੋਇ ਤੌਂ ਸਿਖਜਨ ਕੋ ਸੁਖਦਾਈ॥ ੨੨॥
ਪਾਠ ਮਹਾਤਮ ਜਦਪਿ ਬਰਾਬਰ, ਪੈ ਨ ਸਮਝ ਤਿਹਿ ਹਿਆਵੈ॥
ਜਬ ਲੌ ਪਢੈ ਪਾਰਸੀ ਨਾਹਿਨ, ਸੀਨ ਕਾਫ ਕਿਮਿ ਗਾਵੈ॥
ਯਾ ਤੇ ਬਸਤ ਛੰਦ ਬੀਚ ਮੈਂ, ਬਿਰਚਿਯੋ ਬੁਧਿ ਬਲ ਲਾਈ॥
ਪ੍ਰੇਮ ਸੁਧਾ ਕਰ ਨਾਮ ਧਰਿਯੋ ਤਿਹਿ, ਗੁਰ ਬਰ ਅਨੰਦ ਕਰਾਈ॥ ੨੩॥

ਗੁਰਾਂ ਦਾ ਹੁਕਮ ਪਾ ਕੇ ਭਾਈ ਨੰਦਲਾਲ ਜੀ ਹਰ ਰੋਜ਼ ਜ਼ਿੰਦਗੀਨਾਮੇ ਦੀ ਕਥਾ ਗੁਰੂ ਹਜ਼ੂਰੀ 'ਚ ਕਰਦੇ ਅਤੇ ਅਨੇਕਾਂ ਵਿਦਿਆਰਥੀ, ਗੁਨੀ-ਜਨ, ਪ੍ਰੇਮੀ ਗੁਰੂ ਕੇ ਸਿੱਖ ਭਾਈ ਸਾਹਿਬ ਜੀ ਦੀ ਰਸਨਾ ਤੋਂ ਕਥਾ ਸੁਣਦੇ। ਕਠਨ-ਅਰਥ (ਪ੍ਰਜਾਇ) ਭਾਈ ਸਾਹਿਬ ਜੀ ਤੋਂ ਪੁੱਛ-ਪੁੱਛ ਕੇ ਲਿਖਦੇ ਅਤੇ ਬ੍ਰਿਜ ਬੋਲੀ ਦੀ ਕਵਿਤਾ 'ਚ ਜ਼ਿੰਦਗੀਨਾਮੇ ਦਾ ਅਨੁਵਾਦ ਕਰਦੇ ਰਹਿੰਦੇ ਸਨ।

ਪ੍ਰਤਿ ਪਦ ਕੋ ਲਖਾ ਅਤਿ ਅਨੂਪਮ, ਗੁਰ ਸਿੱਖਨ ਹਿਤ ਕੀਨੋ॥
ਪੂਛਿ ਪੂਛਿ ਅਰਥ ਪਾਰਸੀ, ਕੰਠ ਤੇ ਜੋ ਚਿਤ ਚੀਨੋ॥
ਸੋ ਲਿਖਤ ਬੇਤੇ ਬਿਸਵ ਹ੍ਵੈ ਹੈ, ਹੇਰਹੁ ਤਾਹਿ ਮੰਗਾਈ॥
ਸੁਨਤ ਸੁਮੇਰ ਸਿੰਘ ਸਭ ਗੁਰਮੁਖ ਰੀਝਹੁਗੇ ਸਚ ਪਾਈ॥ ੨੪॥

ਗੁਨੀ-ਜਨ ਵਿਦਵਾਨਾਂ ਦੇ ਭਾਸ਼ਾ 'ਚ ਲਿਖੇ ਕਵਿਤਾ-ਰੂਪ ਟੀਕੇ ਬਹੁਤ ਦੇਖਣ ਨੂੰ ਮਿਲਦੇ ਹਨ। ਕਈ ਹੱਥ ਲਿਖਤ ਐਸੇ ਟੀਕੇ ਸ੍ਰੀ ਸਰਬਲੋਹ ਬੁੰਗਾ ਨੰਗਲੀ ਵਿਖੇ ਵੀ ਵਿਦਮਾਨ ਹਨ।

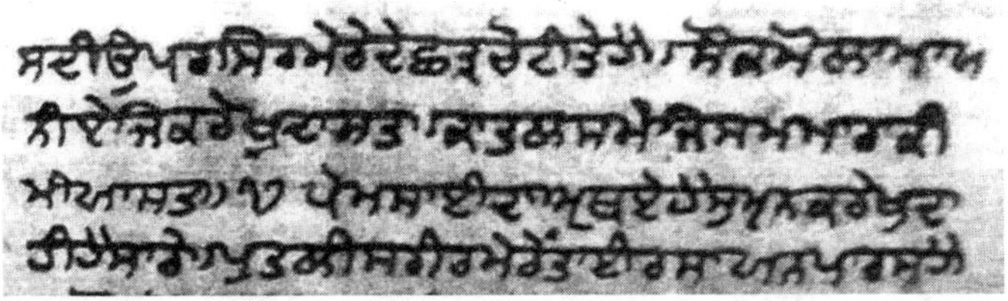

ਭਾਈ ਸਾਹਿਬ ਦੀ ਰਚਨਾ ਤੋਂ ਪ੍ਰਭਾਵਿਤ ਹੋ ਕੇ ਬਾਬਾ ਦੀਪ ਸਿੰਘ ਜੀ ਨੇ ੧੭੦੨ ਈ. ਦੇ ਕਰੀਬ ਜ਼ਿੰਦਗੀਨਾਮੇ ਦਾ ਪਾਠ ਫ਼ਾਰਸੀ ਅੱਖਰਾਂ ਤੋਂ ਗੁਰਮੁਖੀ ਅੱਖਰਾਂ 'ਚ ਕੀਤਾ, ਉਸ ਦਾ ਇਕ ਉਤਾਰਾ ਸ੍ਰੀ ਸਰਬਲੋਹ ਬੁੰਗਾ ਨੰਗਲੀ ਵਿਖੇ ਵੀ ਵਿਦਮਾਨ ਹੈ।

ਭਾਈ ਨੰਦਲਾਲ ਜੀ ਦੀ ਰਸਨਾ ਤੋਂ ਵਿਸ਼ੇਸ਼ ਕਰਕੇ ਭਾਈ ਮਨੀ ਸਿੰਘ ਜੀ ਅਤੇ ਪਿਆਰੇ ਭਾਈ ਦਯਾ ਸਿੰਘ ਜੀ ਨੇ ਅਰਥ ਸੁਣੇ। ਏਹ ਦੋਨੋਂ ਗੁਰੂ ਕੇ ਸਿੱਖ ਭਾਈ ਸਾਹਿਬ ਜੀ ਦੀ ਕਲਾਮ ਦੇ ਐਸੇ ਆਸ਼ਿਕ ਬਣੇ ਕਿ ਜਦ-ਜਦ ਵੀ ਭਾਈ ਸਾਹਿਬ ਜੀ ਨੇ ਦਸਮੇਸ਼-ਮਹਿਮਾ ਉੱਚਾਰਣ ਕੀਤੀ, ਤਦ-ਤਦ ਏਨ੍ਹਾਂ ਗੁਰੂ ਕਿਆਂ ਗੁਰਸਿੱਖਾਂ ਨੇ ਉਸ ਰਚਨਾ ਦੇ ਅਰਥ ਭਾਈ ਸਾਹਿਬ ਜੀ ਤੋਂ ਸੁਣੇ।

ਗੁਰੂ ਕਲਗੀਧਰ ਜੀ ਦੀ ਆਗਿਆ ਨਾਲ ਏਹ ਦੋਨੋਂ ਗੁਰੂ ਕੇ ਗੁਰਸਿੱਖ ਗੁਰਬਾਣੀ-ਅਰਥਾਂ ਦੇ ਨਾਲ, ਭਾਈ ਸਾਹਿਬ ਜੀ ਦੀ ਬਾਣੀ ਦੇ ਅਰਥ ਵੀ ਪੜ੍ਹਾਉਂਦੇ ਰਹੇ। ਗੁਰਮੁਖ ਪ੍ਰਕਾਸ਼ ਗ੍ਰੰਥ 'ਚ ਪੰਨਾ ਨੰਬਰ=100 'ਤੇ ਸੰਤ ਗਿਆਨੀ ਗੁਰਬਚਨ ਸਿੰਘ ਜੀ ਨੇ ਲਿਖਿਆ ਹੈ ਕਿ ਜਦੋਂ ਗੁਰੂ ਕਲਗੀਧਰ ਜੀ ਨੇ ਅਬਿਚਲ ਨਗਰ ਹਜ਼ੂਰ ਸਾਹਿਬ ਵਿਖੇ ਦਸਮ ਬਾਣੀ ਦੇ ਅਰਥ ਪੜ੍ਹਾਏ ਤਾਂ ਉਸ ਸਮੇਂ ਗੁਰੂ ਕਲਗੀਧਰ ਜੀ ਦੀ ਆਗਿਆ ਅਨੁਸਾਰ ਪਿਆਰੇ ਭਾਈ ਦਯਾ ਸਿੰਘ ਜੀ ਨੇ ਭਾਈ ਨੰਦਲਾਲ ਸਾਹਿਬ ਜੀ ਦੀ ਬਾਣੀ ਦੇ ਅਰਥ ਵੀ ਪੜ੍ਹਾਏ।

ਯਥਾ :-

ਦਸਮ ਇਹ ਬੀੜ ਲਿਖੀ ਅਰਥ ਪੜ੍ਹਾਏ ਗੁਰਾ,
ਫੋਟਕ ਕਬਿੱਤ, ਲੱਖੀ ਜੰਗਲ ਮਾਝ ਗਾਇਆ॥
ਸੁਖਮਨਾ ਉਚਾਰਾ ਪ੍ਰਭੁ ਮਾਲਕੌਂਸ ਵਾਰ ਰਚੀ,
ਅਗਮ ਅਪਾਰ ਬਾਣੀ ਗੁਰੂ ਫ਼ਰਮਾਇਆ॥
ਅਰਥਾਂ ਕੋ ਭੋਗ ਪਾਇ ਬਹੁ ਪ੍ਰਸ਼ਾਦਿ ਵੰਡੇ,
ਜਯ ਜਯ ਕਾਰ ਹੋਵੈ ਗੁਰੂ ਸੁਖਦਾਇਆ॥

ਭਾਈ ਨੰਦ ਲਾਲ ਬਾਣੀ ਅਰਥ ਭੀ ਪੜ੍ਹੇ ਸਿੰਘਾਂ,
ਭਾਈ ਦਯਾ ਸਿੰਘ ਦਿੰਦੇ ਸਭ ਕੋ ਪੜ੍ਹਾਇਆ॥ ੧੨੨॥

ਭਾਈ ਮਨੀ ਸਿੰਘ ਜੀ ਨੇ ਸ੍ਵੈ-ਜੀਵਨ ਕਾਲ 'ਚ ਜਿੱਥੇ ਆਦਿ, ਦਸਮ-ਬਾਣੀ ਦੇ ਅਰਥਾਂ ਦਾ ਭਾਰੀ ਪ੍ਰਚਾਰ ਕੀਤਾ, ਉਥੇ ਹੀ ਭਾਈ ਨੰਦਲਾਲ ਸਾਹਿਬ ਜੀ ਦੀ ਬਾਣੀ ਦੇ ਅਰਥਾਂ ਦੀ ਪ੍ਰਣਾਲੀ ਨੂੰ ਵੀ ਸੀਨੇ-ਬਸੀਨੇ ਜ਼ਾਰੀ ਰੱਖਿਆ। ਸੰਤ ਖ਼ਾਲਸਾ ਸਰੂਪ ਸਿੰਘ ਗਿਆਨੀ ਜੀ ਨੇ ਜ਼ਿੰਦਗੀਨਾਮੇ ਦੇ ਸੰਪ੍ਰਦਾਈ ਟੀਕੇ ਦੇ ਪੰਨਾ ਨੰਬਰ 6 ਉੱਪਰ ਭਾਈ ਸਾਹਿਬ ਦੀ ਬਾਣੀ ਦੇ ਵਿਆਖਿਆਕਾਰ ਸਦ-ਪੁਰਖਾਂ ਦੀ ਪ੍ਰਣਾਲੀ ਲਿਖੀ ਹੈ, ਜੋ ਇਸ ਪ੍ਰਕਾਰ ਹੈ।

ਯਥਾ :-

ਭਾਈ ਨੰਦਲਾਲ ਜੀ ਤੇ ਭਾਈ ਸਿੰਘ ਜੀ ਪੜ੍ਹੇ,
ਦਸਮ ਗੁਰੂ ਜੀ ਕੀ ਆਗਜਾ ਅਨੁਸਾਰ॥
ਤਿਨ੍ਹਾਂ ਤੇ ਭਾਈ ਦੀਵਾਨ ਸਿੰਘ ਜੀ ਪੜ੍ਹੇ,
ਤਿਨ੍ਹਾਂ ਤੇ ਭਾਈ ਗੁਰਦਿਆਲ ਸਿੰਘ ਜੀ ਪੜ੍ਹੇ,
ਤਿਨ੍ਹਾਂ ਭਾਈ ਤੇ ਗੁਰਬਖਸ਼ ਸਿੰਘ ਜੀ ਪੜ੍ਹੇ,
ਤਿਨ੍ਹਾਂ ਤੇ ਭਾਈ ਅਮਰ ਸਿੰਘ ਜੀ ਪੜ੍ਹੇ,
ਤਿਨ੍ਹਾਂ ਤੇ ਭਾਈ ਰਾਮ ਸਿੰਘ ਜੀ ਪੜ੍ਹੇ,
ਤਿਨ੍ਹਾਂ ਤੇ ਭਾਈ ਹਜ਼ੂਰਾ ਸਿੰਘ ਜੀ,
ਝੰਡੇ ਬੁੰਗੇ ਕੇ ਮਹੰਤ ਪੜ੍ਹੇ,
ਤਿਨ੍ਹਾਂ ਤੇ ਭਾਈ ਬਖ਼ਸ਼ੀਸ਼ ਸਿੰਘ ਜੀ ਪੜ੍ਹੇ,
ਤਿਨ੍ਹਾਂ ਤੇ ਸਰੂਪ ਸਿੰਘ ਜੀ ਪੜ੍ਹੇ।

ਸੋ ਹੁਣ ਅਸੀਂ ਭਾਈ ਨੰਦਲਾਲ ਜੀ ਦੀ ਬਾਣੀ ਦੇ ਵਿਆਖਿਆਕਾਰਾਂ ਦੇ ਜੀਵਨ ਉੱਪਰ ਸੰਖੇਪ-ਝਾਤ ਮਾਰਦੇ ਹਾਂ :

(1) ਭਾਈ ਸਾਹਿਬ ਭਾਈ ਨੰਦਲਾਲ ਸਾਹਿਬ ਜੀ

ਭਾਈ ਸਾਹਿਬ ਜੀ ਨੇ ਸ੍ਵੈ ਜੀਵਨ ਕਾਲ 'ਚ ਅਨੇਕਾਂ ਫ਼ਾਰਸੀ ਸ਼ੇਅਰਾਂ ਵਿਚ ਦਸਮੇਸ਼ ਮਹਿਮਾ ਕੀਤੀ ਅਤੇ ਕਲਗੀਧਰ ਸੁਆਮੀ ਜੀ ਦੀ ਆਗਿਆ ਪਾ ਕੇ ਆਪ ਜੀ ਸ੍ਵੈ ਬਾਣੀ ਦੇ ਆਪ ਹੀ ਵੱਡੇ ਵਿਆਖਿਆਕਾਰ ਹੋਏ, ਆਪ ਜੀ ਦੀ ਬਾਣੀ ਦੇ ਅਰਥਾਂ ਦੀ ਸੰਪ੍ਰਦਾ ਅੱਗੇ ਚਲਾਉਣ ਵਾਲੇ ਭਾਈ ਮਨੀ ਸਿੰਘ ਜੀ, ਬਾਬਾ ਦੀਪ ਸਿੰਘ ਜੀ, ਪਿਆਰੇ ਦਯਾ ਸਿੰਘ ਜੀ ਪ੍ਰਮੁੱਖ ਹੋਏ ਹਨ।

(2) ਭਾਈ ਸਾਹਿਬ ਭਾਈ ਮਨੀ ਸਿੰਘ ਸਾਹਿਬ ਜੀ

ਭਾਈ ਨੰਦਲਾਲ ਜੀ ਤੋਂ ਬਾਅਦ, ਭਾਈ ਮਨੀ ਸਿੰਘ ਜੀ ਨੇ ਭਾਈ ਸਾਹਿਬ ਜੀ ਤੋਂ ਸੁਣੇ ਅਰਥਾਂ ਦਾ ਬਾ-ਖ਼ੂਬੀ ਢੰਗ ਨਾਲ ਪ੍ਰਚਾਰ ਕੀਤਾ। ਜਿਵੇਂ ਗੁਰੂ ਕੇ ਸਿੱਖ ਆਦਿ-ਗੁਰਬਾਣੀ ਦੀ ਕੁੰਜੀ ਭਾਈ ਗੁਰਦਾਸ ਜੀ ਦੀ ਰਚਨਾ ਅਤੇ ਦਸਮ-ਬਾਣੀ ਦੀ ਕੁੰਜੀ ਭਾਈ ਨੰਦਲਾਲ ਦੀ ਰਚਨਾ ਨੂੰ ਮੰਨਦੇ ਹਨ ਤਿਵੇਂ ਹੀ ਆਪ ਜੀ ਆਦਿ-ਦਸਮ ਦਰਬਾਰ ਦੇ ਅਰਥ ਪੜ੍ਹਾਉਣ ਤੋਂ ਪਹਿਲੇ ਆਪ ਜੀ ਭਾਈ ਗੁਰਦਾਸ ਜੀ ਅਤੇ ਭਾਈ ਨੰਦਲਾਲ ਜੀ ਦੀ ਬਾਣੀ ਦੇ ਅਰਥ ਪੜ੍ਹਾਉਂਦੇ ਸਨ। ਗੁਰਬਾਣੀ ਅਰਥ ਪ੍ਰਣਾਲੀਆਂ ਦੇ ਆਪ ਜੀ ਆਦੀ ਮਹਾਂਪੁਰਖ ਹੋਏ ਹਨ। ਸਭ ਅਰਥ ਪ੍ਰਣਾਲੀਆਂ ਆਪ ਜੀ ਤੋਂ ਅੱਗੇ ਚਲਦੀਆਂ ਹਨ। ਭਾਈ ਮਨੀ ਸਿੰਘ ਜੀ ਨੇ ਸ੍ਵੈ ਜੀਵਨ ਕਾਲ 'ਚ ਗੁਰਬਾਣੀ ਅਤੇ ਨੰਦਲਾਲ ਬਾਣੀ ਦੇ ਮੂਲ ਪਾਠ, ਟੀਕੇ ਅਤੇ ਪ੍ਰਯਾਂਵਾਂ ਦੇ ਕਈ ਉਤਾਰੇ ਕਰਵਾਏ।

(3) ਭਾਈ ਸਾਹਿਬ ਭਾਈ ਦਿਵਾਨ ਸਿੰਘ ਸਾਹਿਬ ਜੀ

ਭਾਈ ਮਨੀ ਸਿੰਘ ਜੀ ਦੇ ਪ੍ਰਮੁੱਖ ਸ਼ਿਸ਼ ਭਾਈ ਦਿਵਾਨ ਸਿੰਘ ਜੀ ਹੋਏ, ਆਪ ਜੀ ਨੇ ਭਾਈ ਮਨੀ ਸਿੰਘ ਜੀ ਤੋਂ ਗੁਰਬਾਣੀ ਦੇ ਅਰਥਾਂ ਦੇ ਨਾਲ-ਨਾਲ ਭਾਈ ਸਾਹਿਬ ਜੀ ਦੀ ਬਾਣੀ ਦੇ ਅਰਥ ਵੀ ਪੜ੍ਹੇ ਅਤੇ ਸ੍ਵੈ ਜੀਵਨ ਕਾਲ 'ਚ ਅਨੇਕਾਂ ਨੂੰ ਭਾਈ ਨੰਦਲਾਲ ਜੀ ਦਾ ਰੂਹਾਨੀ ਕਲਾਮ ਪੜ੍ਹਾ ਕੇ, ਦਸਮੇਸ਼ ਪਿਤਾ ਜੀ ਦਾ ਪ੍ਰੇਮੀ ਬਣਾਇਆ। ਸੰਤ ਗਿਆਨੀ ਗੁਰਬਚਨ ਸਿੰਘ ਜੀ ਨੇ ਆਪ ਜੀ ਮਹਿਮਾ 'ਚ ਲਿਖਿਆ ਹੈ ਕਿ :

ਯਥਾ :-

ਮਨੀ ਸਿੰਘ ਜੀ ਅਗੇ ਪੜ੍ਹਾਯੋ॥ ਗੁਰ ਸੰਪ੍ਰਦਾ ਅਰਥ ਚਲਾਯੋ॥
ਦੀਵਾਨ ਸਿੰਘ ਤੇ ਸਿੰਘ ਸੋ ਆਦਿ॥ ਗੁਰਦਿਆਲ ਸਿੰਘ ਰਾਖੀ ਮ੍ਰਯਾਦਿ॥

(ਗੁਰਮੁਖ ਪ੍ਰਕਾਸ਼ ਪੰਨਾ ੬੦੭)

(4) ਭਾਈ ਸਾਹਿਬ ਭਾਈ ਗੁਰਦਿਆਲ ਸਿੰਘ ਸਾਹਿਬ ਜੀ

ਭਾਈ ਮਨੀ ਸਿੰਘ ਜੀ ਦੇ ਸ਼ਿਸ਼ ਭਾਈ ਗੁਰਦਿਆਲ ਸਿੰਘ ਜੀ ਹੋਏ, ਆਪ ਜੀ ਨੇ ਭਾਈ ਨੰਦਲਾਲ ਸਾਹਿਬ ਜੀ ਦਾ ਰੂਹਾਨੀ ਕਲਾਮ ਭਾਈ ਦੀਵਾਨ ਸਿੰਘ ਜੀ ਤੋਂ ਪੜ੍ਹਿਆ ਅਤੇ ਅੱਗੇ ਆਪਣੇ ਸਮੇਂ 'ਚ ਆਪ ਜੀ ਭਾਈ ਨੰਦਲਾਲ ਜੀ ਦੀ ਬਾਣੀ ਦੇ ਤਕੜੇ ਵਿਆਖਿਆਕਾਰ ਰਹੇ। ਆਪ ਜੀ ਨੇ ਭਾਈ ਨੰਦਲਾਲ ਜੀ ਦੀ ਬਾਣੀ ਦੇ ਗੁਰਮੁਖੀ ਲਿੱਪੀ 'ਚ ਤਰਜ਼ਮੇ ਕਰਵਾਉਣ ਲਈ ਬਹੁਤ ਵੱਡੇ-ਵੱਡੇ ਉਪਰਾਲੇ ਕੀਤੇ। ਆਪ ਜੀ ਦੁਆਰਾ ਗੁਰਮੁਖੀ-ਲਿੱਪੀ 'ਚ ਭਾਈ ਨੰਦਲਾਲ ਜੀ ਦੀ ਬਾਣੀ ਦਾ ਕੀਤਾ ਇਕ ਸੰਚਾ, ਸ੍ਰੀ ਸਰਬਲੋਹ ਬੁੰਗਾ ਨੰਗਲੀ ਵਿਖੇ ਵੀ ਸੁਭਾਇਮਾਨ ਹੈ। ਭਾਈ ਮਨੀ ਸਿੰਘ ਜੀ ਦੀ ਸ਼ਹੀਦੀ

ਤੋਂ ਬਾਅਦ ਬਿਖੜੇ ਸਮੇਂ 'ਚ ਏਨ੍ਹਾਂ ਸਦ-ਪੁਰਖਾਂ ਨੇ ਗੁਪਤ ਰੂਪ 'ਚ ਵੀ ਗੁਰਸਿੱਖੀ ਦਾ ਬਹੁਤ ਪ੍ਰਚਾਰ ਕੀਤਾ।

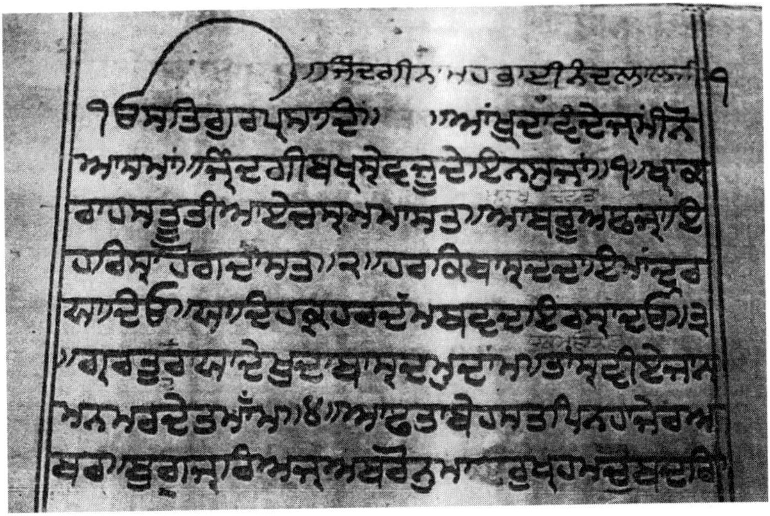
ਜਿੰਦਗੀਨਾਮਹ ਭਾਈ ਨੰਦਲਾਲ ਜੀ ੧

੧ੴ ਸਤਿਗੁਰਪ੍ਰਸਾਦਿ

(5) ਭਾਈ ਸਾਹਿਬ
ਭਾਈ ਗੁਰਬਖਸ਼ ਸਿੰਘ ਸਾਹਿਬ ਜੀ (ਗਿਆਨੀ)

ਭਾਈ ਮਨੀ ਸਿੰਘ ਜੀ ਦੇ ਪ੍ਰਮੁੱਖ ਵਿਦਿਆਰਥੀਆਂ 'ਚੋਂ ਭਾਈ ਗੁਰਬਖਸ਼ ਸਿੰਘ ਜੀ ਹੋਏ, ਭਾਈ ਮਨੀ ਸਿੰਘ ਜੀ ਦੀ ਸ਼ਹੀਦੀ ਤੋਂ ਬਾਅਦ ਲਗਭਗ ਕਈ ਸਾਲ ਸ੍ਰੀ ਹਰਿਮੰਦਰ ਸਾਹਿਬ ਜੀ ਤੋਂ ਆਏ ਮੁਖਵਾਕ ਦੀ ਕਥਾ ਬੰਦ ਰਹੀ, ਪਰ ਸੁਹਾਵਨਾ ਮੌਕਾ ਜਾਣ ਕੇ ਭਾਈ ਦੀਵਾਨ ਸਿੰਘ ਜੀ ਅਤੇ ਭਾਈ ਗੁਰਦਿਆਲ ਸਿੰਘ ਜੀ ਤੋਂ ਬਾਅਦ ਭਾਈ ਗੁਰਬਖਸ਼ ਸਿੰਘ ਜੀ ਨੇ ਗੁਰਬਾਣੀ ਦੀ ਕਥਾ ਦੁਬਾਰਾ ਪ੍ਰਾਰੰਭ ਕਰ ਦਿੱਤੀ। ਆਪ ਜੀ ਨੇ ਗੁਰਬਾਣੀ ਦੇ ਅਰਥ ਭਾਈ ਮਨੀ ਸਿੰਘ ਜੀ ਤੋਂ ਪੜ੍ਹੇ ਸਨ। ਭਾਈ ਮਨੀ ਸਿੰਘ ਜੀ ਦੀ ਸ਼ਹਾਦਤ ਤੋਂ ਬਾਅਦ ਆਪ ਜੀ ਭਾਈ ਦੀਵਾਨ ਸਿੰਘ, ਭਾਈ ਗੁਰਦਿਆਲ ਸਿੰਘ ਜੀ ਤੋਂ ਬਿਖੜੇ ਸਮੇਂ 'ਚ ਭਾਈ ਨੰਦਲਾਲ ਜੀ, ਭਾਈ ਗੁਰਦਾਸ ਜੀ ਦੀ ਰਚਨਾਵਲੀ ਪੜ੍ਹਦੇ ਰਹੇ। ਭਾਈ ਮਨੀ ਸਿੰਘ ਜੀ ਤੋਂ ਬਾਅਦ ਭਾਈ ਗੁਰਬਖਸ਼ ਸਿੰਘ ਜੀ ਨੇ ਅੰਮ੍ਰਿਤਸਰ ਸਾਹਿਬ 'ਚ ਗੁਰਬਾਣੀ ਅਰਥਾਂ ਦਾ ਭਾਰੀ ਪ੍ਰਚਾਰ ਕੀਤਾ ਤਾਂ ਹੀ ਬਾਬਾ ਸੁਮੇਰ ਸਿੰਘ ਜੀ ਨੇ ਗੁਰ ਪਦ ਪ੍ਰੇਮ ਪ੍ਰਕਾਸ਼ 'ਚ ਲਿਖਿਆ ਹੈ ਕਿ :

ਬੱਧੀ ਅਧਿਕ ਟਕਸਾਲ ਸੁਹਾਨੀ॥ ਮਨੀ ਸਿੰਘ ਭਏ ਤਿਨ ਕੇ ਗਜਾਨੀ॥
ਪੁਨ ਗੁਰਬਖਸ ਸਿੰਘ ਜੀ ਭਏ॥ ਅਮਰ ਸਿੰਘ ਤਿਨ ਤੇ ਪੜ੍ਹ ਲਏ॥

(ਪੰਨਾ ਨੰਬਰ ੨੮੦)

ਸੰਪ੍ਰਦਾਇ ਪ੍ਰਮੁੱਖ ਗਿਆਨੀ 'ਚੋਂ ਭਾਈ ਅਮਰ ਸਿੰਘ ਜੀ ਅਤੇ ਸੰਤ ਗਿਆਨੀ ਸੂਰਤ ਸਿੰਘ ਜੀ ਏਨ੍ਹਾਂ ਦੇ ਪ੍ਰਮੁੱਖ ਵਿਦਿਆਰਥੀ ਹੋਏ ਹਨ। ਕਵੀ ਮੇਘਰਾਜ ਸਿੰਘ ਜੀ ਨੇ ਭਾਈ ਸਾਹਿਬ ਚੰਦ੍ਰਕਾ 'ਚ ਲਿਖਿਆ ਹੈ ਕਿ :

ਯਥਾ : ਸ਼੍ਰੀ ਗੁਰਬਖਸ਼ ਮ੍ਰਿਗੇਸ਼ ਕੋ, ਉਰ ਸਿੰਧਾਰਥ ਨੀਰ।
ਸ਼੍ਰੀ ਮਤਿ ਸੂਰਤ ਸਿੰਘ ਸਸਿ, ਉਮਗਜੋ ਨਿਰਖਿ ਗੰਭੀਰ॥ ੭॥
ਸ਼੍ਰੀ ਮਤਿ ਸੂਰਤ ਸਿੰਘ ਜੀ, ਤਿਨ ਸੌਂ ਪ੍ਰੇਮ ਬਢਾਇ।
ਆਦਿ ਗ੍ਰੰਥ ਕੇ ਅਰਥ ਸਭ, ਪਢੇ ਹਿਯੇ ਹੁਲਸਾਇ॥ ੮॥
ਸ਼੍ਰੀ ਗੁਰੁ ਗੋਬਿੰਦ ਸਿੰਘ ਕੋ, ਸ਼੍ਰੀ ਮੁਖਵਾਕ ਸੁ ਏਹ,
ਆਦਿ ਗ੍ਰੰਥ ਕੇ ਅਰਥ ਜਗ, ਪ੍ਰਗਟ ਕਰੋ ਕਹਿ ਨੇਹ॥ ੯॥

ਸੰਤ ਨਿਹਾਲ ਸਿੰਘ ਜੀ ਸੋਹਲਾ ਵਾਲਿਆਂ ਨੇ ਵੀ ਕਬਿੱਤ ਭੇਦਾਵਲੀ ਗ੍ਰੰਥ ਦੇ ਪੰਨਾ ਨੰਬਰ=4 ਉਪਰ ਲਿਖਿਆ ਹੈ ਕਿ :

ਯਥਾ :-

ਮਨੀ ਸਿੰਘ ਜੀ ਕ੍ਰਿਪਾ ਕਰਿ, ਸੁਚ ਸੇਵਕ ਨਿਜ ਜਾਨਿ॥
ਸ਼੍ਰੀ ਗੁਰਬਖਸ਼ ਮ੍ਰਿਗੇਸ਼ ਕੌਂ, ਅਰਥ ਪਢਾਏ ਮਾਨ॥ ੪੧॥
ਤਿਨ ਤੇ ਸੂਰਤ ਸਿੰਘ ਜੀ, ਪਢੇ ਪ੍ਰੀਤਿ ਅਤਿ ਧਾਰ॥
ਗਜਾਨੀ ਸੰਗਜਾ ਜਗਤ ਮੈਂ, ਵਿਦਤ ਭਈ ਸੁ ਅਪਾਰ॥ ੪੨॥

ਆਪ ਜੀ ਨੇ ਸ੍ਵੈ ਜੀਵਨ ਕਾਲ 'ਚ ਅੰਮ੍ਰਿਤ ਗੁਰਬਾਣੀ ਦੇ ਨਾਲ ਜਿੱਥੇ ਭਾਈ ਨੰਦਲਾਲ ਜੀ ਦੀ ਬਾਣੀ ਪੜ੍ਹਾਈ, ਉਥੇ ਹੀ ਆਪ ਜੀ ਨੇ ਭਾਈ ਨੰਦਲਾਲ ਦੀਆਂ ਗ਼ਜ਼ਲਾਂ ਦਾ ਪ੍ਰਿਯਾਵਾਂ ਸਹਿਤ ਇਕ ਸੰਚਾ ਵੀ ਲਿਖਵਾਇਆ, ਜਿਸ ਦਾ ਇਕ ਉਤਾਰਾ ਸ੍ਰੀ ਸਰਬਲੋਹ ਬੁੰਗਾ ਵਿਖੇ ਸੁਭਾਇਮਾਨ ਹੈ।

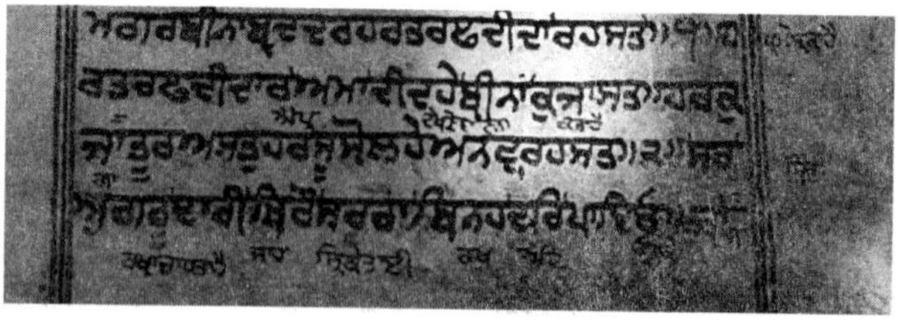

(6) ਭਾਈ ਸਾਹਿਬ ਭਾਈ ਅਮਰ ਸਿੰਘ ਸਾਹਿਬ ਜੀ

ਗਿਆਨੀ ਗੁਰਬਖਸ਼ ਸਿੰਘ ਜੀ ਤੋਂ ਬਾਅਦ ਗਿਆਨੀ ਅਮਰ ਸਿੰਘ ਜੀ ਭਾਈ ਨੰਦਲਾਲ ਜੀ ਦੀ ਬਾਣੀ ਦੇ ਚੰਗੇ ਵਿਆਖਿਆਕਾਰ ਮਹਾਂਪੁਰਖ ਹੋਏ ਹਨ। ਕਬਿੱਤ ਭੇਦਾਵਲੀ ਗ੍ਰੰਥ ਦੇ ਕਰਤਾ ਪੰਡਿਤ ਨਿਹਾਲ ਸਿੰਘ ਸੋਹਲਾਂ ਵਾਲਿਆਂ ਅਨੁਸਾਰ ਗਿਆਨੀ ਅਮਰ ਸਿੰਘ ਜੀ ਨੇ ਗੁਰਬਾਣੀ ਦੇ ਅਰਥ ਗਿਆਨੀ ਦੇਵਾ ਸਿੰਘ ਜੀ ਦੇ ਸ਼ਿਸ਼ ਭਾਈ ਕੁਇਰ ਸਿੰਘ ਜੀ ਤੋਂ ਪੜ੍ਹੇ ਅਤੇ ਭਾਈ ਨੰਦਲਾਲ ਜੀ ਦੀ ਰਚਨਾਵਲੀ ਗਿਆਨੀ ਗੁਰਬਖਸ਼ ਸਿੰਘ ਜੀ ਤੋਂ ਪੜ੍ਹੇ ਹੋਏ ਸਨ। ਭਾਈ ਅਮਰ ਸਿੰਘ ਜੀ ਬ੍ਰਹਮਣ ਜਾਤੀ ਦੇ ਸਨ। ਆਪ ਜੀ ਦੇ ਪਿਤਾ ਦਾ ਨਾਮ ਮਹੰਤ ਦੀਨਾ ਸਿੰਘ ਸੀ। ਆਪ ਜੀ ਸ੍ਰੀ ਹਰਿਮੰਦਰ ਸਾਹਿਬ ਵਿਖੇ ਗੁਰਬਾਣੀ ਦੀ ਕਥਾ ਕਰਦੇ ਸਨ ਅਤੇ ਗੁ: ਮੰਜੀ ਸਾਹਿਬ ਵਿਖੇ ਦਸਮ ਦਰਬਾਰ ਅਤੇ ਭਾਈ ਨੰਦਲਾਲ ਜੀ ਦੀ ਬਾਣੀ ਦੇ ਅਰਥ ਪੜ੍ਹਾਇਆ ਕਰਦੇ ਸਨ।

ਕਬਿੱਤ ਭੇਦਾਵਲੀ 'ਚ ਇਹ ਵੀ ਲਿਖਿਆ ਹੈ ਕਿ ਆਪ ਜੀ ਇਕ ਪਹਿਰ ਰਾਤ ਗੁਜ਼ਰੀ ਭਾਵ ਨੌਂ ਕੁ ਵਜੇ ਵੀ ਇਕ ਗੁਰਬਾਣੀ ਦੀ ਕਥਾ ਕਰਿਆ ਕਰਦੇ ਸਨ ਅਤੇ ਕਿਰਤੀ ਗੁਰਸਿੱਖ ਆਪ ਜੀ ਦੀ ਰਸਨਾ ਤੋਂ ਕਥਾ ਸੁਣ ਕੇ ਅਨੰਦ ਮਾਣਿਆ ਕਰਦੇ ਸਨ। ਕਥਾ ਤੋਂ ਬਾਅਦ ਆਪ ਜੀ ਸ੍ਰੀ ਹਰਿਮੰਦਰ ਸਾਹਿਬ ਦੀਆਂ ਪ੍ਰਕਰਮਾਂ 'ਚ ਲਘੁ-ਚੌਂਕੀ ਵੀ ਸਜਾਇਆ ਕਰਦੇ ਸਨ।

ਯਥਾ :-

ਅਮਰ ਸਿੰਘ ਜੀ ਸੁਧਾਸਰ ਹਰਿਮੰਦਰ ਗੁਰੁ ਗ੍ਰੰਥ॥
ਕਥਾ ਸੁ ਕਰਿ ਪ੍ਰੇਮੀਨ ਕੋ ਕਹਜੋ ਮੁਕਤਿ ਕੋ ਪੰਥ॥ ੫੧॥
ਜਾਤਿ ਰਾਤਿ ਜਾਮਿਕ ਸੁ ਜਬ ਪ੍ਰੇਮੀ ਕਿਰਤੀ ਆਏ॥
ਹਰਿਮੰਦਰ ਮੈ ਸੁਨਿ ਲੀਨ ਪਰਮਪਦ ਪਾਏ॥ ੫੨॥
ਤਬ ਜੋ ਲਘੁ ਚੌਕੀ ਚਢਤਿ ਬਡੀ ਪ੍ਰਕਰਮਾ ਲਜਾਇ॥
ਪਢਿ ਪਢਿ ਦ੍ਵਾਰੇ ਦਰਸ਼ਨੀ ਭੋਗ ਤਹਾਂ ਹੀ ਪਾਇ॥ ੫੩॥

(7) ਭਾਈ ਸਾਹਿਬ ਭਾਈ ਰਾਮ ਸਿੰਘ ਜੀ (ਗਿਆਨੀ)

ਭਾਈ ਸਾਹਿਬ ਭਾਈ ਅਮਰ ਸਿੰਘ ਜੀ ਦੇ ਭੈਣ ਦੇ ਸਪੁੱਤਰ ਗਿਆਨੀ ਰਾਮ ਸਿੰਘ ਜੀ ਹੋਏ ਹਨ। ਜਿੱਥੇ ਗਿਆਨੀ ਰਾਮ ਸਿੰਘ ਜੀ ਆਦਿ-ਦਸਮ ਦਰਬਾਰ ਦੇ ਚੰਗੇ ਵਿਦਵਾਨ ਸਨ ਉਥੇ ਹੀ ਆਪ ਜੀ ਸਰਬਲੋਹ ਦਰਬਾਰ ਦੇ ਵੀ ਚੰਗੇ ਪ੍ਰੇਮੀ-ਨੇਮੀ ਸਨ। ਆਪ ਜੀ ਨੂੰ ਸ੍ਰੀ ਹਰਿਮੰਦਰ ਸਾਹਿਬ ਦੇ ਗਾਦੀ ਨਸ਼ੀਨ ਗਿਆਨੀ ਜਾਣ ਕੇ ਮਹਾਰਾਜਾ ਰਣਜੀਤ ਸਿੰਘ ਆਪ ਜੀ ਦਾ ਸਦਾ ਤਾਬਿਆਦਾਰ ਰਹਿੰਦਾ ਸੀ।

ਯਥਾ :-

ਅਮਰ ਸਿੰਘ ਘਰ ਗਯਾਨੀ ਭਏ ਜਗ ਮੈਂ ਵਿਦਤ ਮਹਾਨ॥
ਤਾਂ ਕੀ ਭਗਨੀ ਕੇ ਜੋ ਸੁਤ ਰਾਮ ਸਿੰਘ ਜੀ ਜਾਨ॥ ੫੪॥
ਰਾਮ ਸਿੰਘ ਗਯਾਨੀ ਪ੍ਰਤੀ ਸਭ ਬਿਧਿ ਪੂਰਨ ਜਾਨ॥
ਨ੍ਰਿਪ ਰਣਜੀਤ ਮ੍ਰਿਗੇਸ਼ ਅਤਿ ਸੇਵਾ ਕਰੀ ਪਛਾਨ॥ ੫੫॥

(ਕਬਿੱਤ ਭੇਦਾਵਲੀ ਪੱਤਰਾ ਨੰਬਰ=੪)

ਕਬਿੱਤ ਭੇਦਾਵਲੀ ਦੇ ਕਰਤਾ ਨਿਹਾਲ ਸਿੰਘ ਜੀ ਲਿਖਦੇ ਹਨ ਕਿ ਜਦ ਆਪ ਜੀ ਅੰਮ੍ਰਿਤਸਰ ਸਾਹਿਬ ਕਥਾ ਕਰਦੇ ਸਨ ਤਾਂ ਮੈਂ ਆਪ ਜੀ ਦੀ ਸ਼ਰਨ 'ਚ ਰਹਿ ਕੇ, ਆਪ ਜੀ ਪਾਸੋਂ ਵਿੱਦਿਆ ਦਾ ਦਾਨ ਪ੍ਰਾਪਤ ਕਰਦਾ ਰਿਹਾ ਹਾਂ :

ਯਥਾ :-

ਅੰਮ੍ਰਿਤਸਰ ਹਰਿਮੰਦਰੇ ਕਥਾ ਕਰੀ ਬਹੁ ਕਾਲ॥
ਕਹਿਤ ਨਿਹਾਲ ਮ੍ਰਿਗਿੰਦ ਹਮ ਸੁਨਿ ਸੁਨਿ ਭਏ ਨਿਹਾਲ॥੫੬॥
ਗੁਰ ਦਰਬਾਰਨ ਮੈਂ ਗਯਾਨ ਜੀ ਕੀ ਗਾਦੀ ਦ੍ਵੈ ਜੋ ਮਹਾਨ॥
ਇਕ ਸ੍ਰੀ ਗਿਆਨੀ ਹੁਤੇ ਰਾਮ ਸਿੰਘ ਜੀ ਜਾਨੁ॥ ੫੭॥

ਬਾਬਾ ਸੁਮੇਰ ਸਿੰਘ ਜੀ ਪਟਨਾ ਸਾਹਿਬ ਵਾਲੇ ਲਿਖਦੇ ਹਨ ਕਿ ਮੇਰੇ ਪਿਤਾ ਜੀ ਨੇ ਗਿਆਨੀ ਰਾਮ ਸਿੰਘ ਜੀ ਤੋਂ ਵਿੱਦਿਆ ਪ੍ਰਾਪਤ ਕੀਤੀ ਅਤੇ ਅੱਗੇ ਉਨ੍ਹਾਂ ਤੋਂ ਮੈਂ ਬ੍ਰਹਮ-ਵਿੱਦਿਆ ਦਾ ਦਾਨ ਪ੍ਰਾਪਤ ਕੀਤਾ।

ਯਥਾ :-

ਤਿਨ ਤੇਂ ਭਏ ਅਧਿਕ ਸੁਖਦਾਨੀ॥
ਸਭ ਮਹਿ ਮੁਖਜ ਰਾਮ ਸਿੰਘ ਗਯਾਨੀ॥ ੯॥
ਤਿਨ ਤੇ ਮਮ ਪਿਤ ਅਰਥ ਜੁ ਸੀਖੇ॥
ਅਰੁ ਸੁ ਜਥਾਰਥ ਕਰਿ ਚਿਤ ਲੀਖੇ॥

(ਗੁਰ ਪਦ ਪ੍ਰੇਮ ਪ੍ਰਕਾਸ਼ ਪੰਨਾ ੨੮੦)

ਗਿਆਨੀ ਰਾਮ ਸਿੰਘ ਜੀ ਨੇ ਸ੍ਵੈ ਜੀਵਨ ਕਾਲ 'ਚ ਜਿੱਥੇ ਆਦਿ ਗੁਰਬਾਣੀ ਦੇ ਜਿੱਥੇ ਚੰਗੇ ਗਿਆਨੀ ਤਿਆਰ ਕੀਤੇ, ਉਥੇ ਹੀ ਆਪ ਜੀ ਨੇ ਭਾਈ ਨੰਦਲਾਲ ਜੀ ਦੇ ਜ਼ਿੰਦਗੀਨਾਮੇ ਅਤੇ ਹੋਰ ਰਚਨਾਵਾਂ ਦੇ ਸੰਪ੍ਰਦਾਈ ਅਰਥ ਵੀ ਕਲਮਬੱਧ ਕਰਵਾਏ ਜਿਨ੍ਹਾਂ ਅਰਥਾਂ ਦੇ ਅੱਗੇ ਗਿਆਨੀ ਹਜ਼ੂਰਾ ਸਿੰਘ ਜੀ ਝੰਡੇ ਬੁੰਗੇ ਵਾਲਿਆਂ ਨੇ ਉਤਾਰੇ ਕਰ ਲਏ।

ਸੰਤ ਗਿਆਨੀ ਰਾਮ ਸਿੰਘ ਜੀ ਦੇ ਪ੍ਰਮੁੱਖ ਵਿਦਿਆਰਥੀ ਸੰਤ ਨਿਹਾਲ ਸਿੰਘ ਜੀ

ਸੋਹਲਾਂ ਵਾਲੇ, ਸੰਤ ਗਿਆਨੀ ਹਜ਼ੂਰਾ ਸਿੰਘ ਝੰਡੇ ਬੁੰਗੇ ਵਾਲੇ, ਗਿਆਨੀ ਹਰਿਭਜਨ ਸਿੰਘ ਅੰਮ੍ਰਿਤਸਰ ਵਾਲੇ, ਗਿਆਨੀ ਝੰਡਾ ਸਿੰਘ ਅੰਮ੍ਰਿਤਸਰ ਵਾਸੀ, ਗਿਆਨੀ ਰਾਇ ਸਿੰਘ ਜੰਗੀ ਰਾਣੇ ਵਾਲੇ, ਗਿਆਨੀ ਧਿਆਨ ਸਿੰਘ ਜੀ ਸੇਖਵਾਂ ਵਾਲੇ। ਏਹ ਗਿਆਨੀ ਫਰੀਦਕੋਟ ਵਾਲੇ ਟੀਕੇ ਦੀ ਰਚਨਾ ਵੇਲੇ ਵੀ ਗਿਆਨੀ ਬਦਨ ਸਿੰਘ ਜੀ ਦੇ ਨਾਲ ਹਾਜ਼ਿਰ ਰਹੇ।

ਯਥਾ :-

ਭਾਈ ਰਾਮ ਸਿੰਘ ਜੀ ਗਿਯਾਨੀ ਸ੍ਰੀ ਅੰਮ੍ਰਿਤਸਰ ਵਾਰੇ॥
ਜਿਨ ਕੀ ਕਥਾ ਰਸੀਲੀ ਅਤਿ ਹੀ ਸੁਘਰ ਧਾਰਨੇ ਧਾਰੇ॥
ਪੁਨ ਅੰਮ੍ਰਿਤਸਰ ਬਾਸੀ ਭਾਈ ਝੰਡਾ ਸਿੰਘ ਜੀ ਗਿਆਨੀ॥
ਸਭਾ ਚਤ੍ਰ ਅਤਿ ਇਲਮ ਫਾਰਸੀ ਪ੍ਰਕ੍ਰਿਤ ਪ੍ਰਸੰਸਤ ਮਾਨੀ॥ ੭੭॥
ਭਾਈ ਰਾਇ ਸਿੰਘ ਜੀ ਗਿਆਨੀ ਜੰਗ ਰਾਣੇ ਵਾਰੇ॥
ਸੰਪ੍ਰਦਾਇ ਕੇ ਅਰਥ ਅਨੂਪਮ ਭਲੀ ਭਾਂਤਿ ਨਿਰਧਾਰੇ॥
ਪੂਰਬ ਪ੍ਰਕ੍ਰਮ ਭਲੇ ਲਗਾਵਹ ਸਪਤ ਅੰਗ ਮਹਿ ਸਭਹੀ॥
ਭਾਈ ਰਾਮ ਸਿੰਘ ਸਾਹਿਬ ਤੇ ਪਢਿ ਆਏ ਮਨ ਅਬ ਹੀ॥ ੭੮॥
ਪੁਨ ਸ੍ਰੀ ਧਿਆਨ ਸਿੰਘ ਜੀ ਗਿਆਨੀ ਸੇਖਵ ਗ੍ਰਾਮ ਨਿਵਾਸੀ॥
ਜਿਨ ਕਾ ਧਜਾਨ ਅਰਥ ਮੇਂ ਨਿਤਪ੍ਰਤਿ ਔਰ ਨ ਧਿਆਨ ਪ੍ਰਕਾਸੀ॥

(8) ਭਾਈ ਸਾਹਿਬ ਗਿਆਨੀ ਹਜ਼ੂਰਾ ਸਿੰਘ ਜੀ ਝੰਡੇ ਬੁੰਗੇ ਵਾਲੇ

ਸ੍ਰੀ ਅਕਾਲ ਤਖ਼ਤ ਸਾਹਿਬ ਜੀ ਦੇ ਸਨਮੁੱਖ ਨਿਸ਼ਾਨ ਹੇਠ ਇਕ ਬੁੰਗਾ ਸੀ, ਜਿਸ ਨੂੰ ਝੰਡਾ ਬੁੰਗਾ ਕਹਿੰਦੇ ਸਨ। ਮਹਾਨ ਕੋਸ਼ ਅਨੁਸਾਰ ਕਾਰ ਸੇਵਾ ਵਾਲਿਆਂ ਨੇ ਇਸ ਬੁੰਗੇ ਦੀ ਨਵੇਂ ਸਿਰਿਉਂ ਉਸਾਰੀ 1923 ਵਿਚ ਕਰਵਾਈ ਹੈ। ਇਸ ਪੁਰਾਤਨ ਬੁੰਗੇ ਦੇ ਗੱਦੀ ਨਸ਼ੀਨ ਗਿਆਨੀ, ਗਿਆਨੀ ਹਜ਼ੂਰਾ ਸਿੰਘ ਜੀ ਸਨ। ਆਪ ਜੀ ਦਸਮ ਅਤੇ ਸਰਬਲੋਹ ਦਰਬਾਰ ਦੇ ਨਾਲ-ਨਾਲ ਫ਼ਾਰਸੀ-ਅਰਬੀ ਦੇ ਉੱਘੇ ਵਿਦਵਾਨ ਸਨ। ਜਿੱਥੇ ਆਪ ਜੀ ਦਰਬਾਰ ਸਾਹਿਬ ਦੀਆਂ ਪ੍ਰਕਰਮਾਂ 'ਚ ਆਦਿ ਦੀ ਕਥਾ ਕਰਿਆ ਕਰਦੇ ਸਨ, ਉਥੇ ਹੀ ਆਪ ਜੀ ਬਾਬਾ ਗੁਰਬਖਸ਼ ਸਿੰਘ ਨਿਹੰਗ ਸਿੰਘ ਜੀ ਦੇ ਅਸਥਾਨ ਉੱਪਰ ਦਸਮ-ਸਰਬਲੋਹ ਬਾਣੀ ਦੇ ਅਰਥ ਪੜ੍ਹਾਇਆ ਕਰਦੇ ਸਨ। ਦੁਪਹਿਰ ਵੇਲੇ ਆਪ ਜੀ ਦਰਬਾਰ ਸਾਹਿਬ ਦੀਆਂ ਪ੍ਰਕਰਮਾਂ 'ਚ ਭਾਈ ਨੰਦਲਾਲ ਸਾਹਿਬ ਜੀ ਦੇ ਰੂਹਾਨੀ ਕਲਾਮ ਦੀ ਕਥਾ ਬੜੇ ਪ੍ਰੇਮ ਭਰੇ ਸ਼ਬਦਾਂ ਰਾਹੀਂ ਸੁਣਾਇਆ ਕਰਦੇ ਸਨ।

ਆਪ ਜੀ ਸ੍ਰੀ ਅਕਾਲ ਤਖ਼ਤ ਸਾਹਿਬ ਅਤੇ ਝੰਡੇ ਬੁੰਗੇ ਵਾਲੇ ਅਸਥਾਨ 'ਤੇ ਦੁਸਹਿਰਾ

ਮਹਾਤਮ ਦਾ ਪਾਠ ਕਰਵਾਇਆ ਕਰਦੇ ਸਨ। ਆਪ ਜੀ ਨੇ ਗਿਆਨੀ ਰਾਮ ਸਿੰਘ ਜੀ ਦੇ ਪਾਸੋਂ ਭਾਈ ਨੰਦਲਾਲ ਜੀ ਦੀ ਬਾਣੀ ਦੇ ਪ੍ਰਾਪਤ ਅਰਥਾਂ ਨੂੰ ਹੋਰ ਜਗਮਗਾ ਕੇ ਲਿਖਵਾਇਆ ਅਤੇ ਨਾਲ ਹੀ ਸ੍ਰੈ ਜੀਵਨ 'ਚ ਸਰਬਲੋਹ-ਬਾਣੀ ਦੇ ਫ਼ਾਰਸੀ-ਅਰਬੀ ਵਾਲੇ ਸ਼ਬਦਾਂ ਦੇ ਪ੍ਰਯਾਇ ਗਿਆਨੀ ਬਖਸ਼ੀਸ਼ ਸਿੰਘ ਜੀ ਨੂੰ ਲਿਖਵਾਏ। ਓੜਕ ਦੀ ਗੱਲ ਇਹ ਹੈ ਆਪ ਜੀ ਨੇ ਜ਼ਫ਼ਰਨਾਮੇ ਦੇ ਸੰਪ੍ਰਦਾਈ ਦਾ ਅਰਥਾਂ ਦਾ ਟੀਕਾ ਵੀ ਲਿਖਵਾਇਆ, ਜਿਸ ਦਾ ਇਕ ਉਤਾਰਾ ਸਰਬਲੋਹ ਬੁੰਗਾ ਨੰਗਲੀ ਵਿਖੇ ਵੀ ਸੁਭਾਇਮਾਨ ਹੈ।

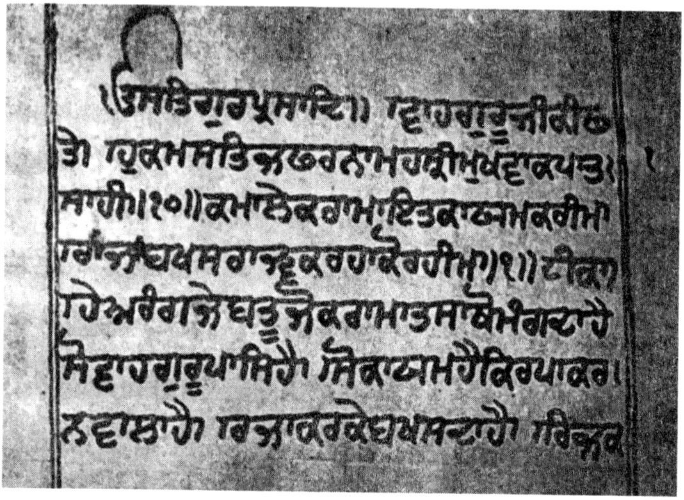

ਆਪ ਜੀ ਨੇ ਜ਼ਫ਼ਰਨਾਮੇ ਅਤੇ ਭਾਈ ਨੰਦਲਾਲ ਗ੍ਰੰਥਾਵਲੀ 'ਚ ਆਏ ਲਫ਼ਜ਼ਾਂ ਦਾ ਇੱਕ ਛੋਟਾ ਜਿਹਾ ਕੋਸ਼ ਵੀ ਤਿਆਰ ਕਰਵਾਇਆ। ਜਿਸ ਲਿਖਤੀ ਫ਼ਾਰਸੀ-ਪੰਜਾਬੀ ਕੋਸ਼ 'ਚ ਫ਼ਾਰਸੀ ਕ੍ਰਿਆਵਾਚੀ ਲਫ਼ਜ਼ਾਂ ਦੇ ਅਰਥ ਕਲਮਬੰਦ ਕੀਤੇ ਹਨ। ਇਸ ਕੋਸ਼ ਦਾ ਇੱਕ ਉਤਾਰਾ ਸਰਬਲੋਹ ਬੁੰਗਾ ਨੰਗਲੀ 'ਚ ਸੁਭਾਇਮਾਨ ਹੈ।

ਦਸਮ-ਸਰਬਲੋਹ ਅਤੇ ਭਾਈ ਨੰਦਲਾਲ ਸਾਹਿਬ ਜੀ ਦੀ ਬਾਣੀ ਦੇ ਅਰਥ ਕਰਨ ਵਿਚ ਆਪ ਜੀ ਦਾ ਪੂਰੇ ਅੰਮ੍ਰਿਤਸਰ ਵਿਚ ਕੋਈ ਸਾਨੀ ਨਹੀਂ ਸੀ।

(9) ਸੰਤ ਗਿਆਨੀ ਬਖਸ਼ੀਸ਼ ਸਿੰਘ ਜੀ

(ਕਰਤਾ ਸ੍ਰੀ ਦਸਮ ਬਾਣੀ ਪ੍ਰਿਯਾ)

ਸੰਪ੍ਰਦਾਈ ਗਿਆਨੀਆਂ 'ਚੋਂ ਦਸਮ ਬਾਣੀ ਦੇ ਅਰਥ ਪੜ੍ਹਾਉਣ-ਸਿਖਾਉਣ 'ਚ ਆਪ ਜੀ ਵਿੱਦਿਆ ਦੇ ਮਾਰਤੰਡ ਸਨ। ਆਪ ਜੀ ਨੇ ਦਸਮ-ਬਾਣੀ ਦੇ ਨਾਲ-ਨਾਲ ਸਰਬਲੋਹ ਦਰਬਾਰ ਦੇ ਪ੍ਰਯਾਇ ਵੀ ਲਿਖਵਾਏ। ਸੰਤ ਗਿਆਨੀ ਕਰਤਾਰ ਸਿੰਘ ਜੀ (ਮੋਟਾ ਅੱਖਰ) ਅਨੁਸਾਰ ਹਰਨਾਮ ਦਾਸ ਜੀ ਉਦਾਸੀ ਨੇ ਉਹ ਪ੍ਰਯਾਇ ਅਧਾਰ ਬਣਾ ਕੇ ਹੀ ਅੱਗੇ ਹੋਰ ਪ੍ਰਯਾਵਾਂ 'ਚ ਵਾਧਾ ਕੀਤਾ ਸੀ। ਆਪ ਜੀ ਨੇ ਜਪੁ ਜੀ ਸਾਹਿਬ ਜੀ ਦੇ ਅਰਥਾਂ ਦਾ ਵੀ ਅਦਭੁਤ ਟੀਕਾ ਲਿਖਿਆ। ਆਪ ਜੀ ਭਾਈ ਨੰਦਲਾਲ ਜੀ ਦੀ ਬਾਣੀ ਪੜ੍ਹਾਉਣ 'ਚ ਅਦਭੁਤ ਮੁਹਾਰਤ ਰੱਖਦੇ ਸਨ। ਆਪ ਜੀ ਨੇ ਸ੍ਵੈ-ਜੀਵਨ ਕਾਲ 'ਚ ਭਾਈ ਨੰਦਲਾਲ ਜੀ ਦਾ ਸੰਪੂਰਨ ਕਲਾਮ, ਜ਼ਫ਼ਰਨਾਮੇ ਦੀਆਂ ਹਿਕਾਇਤਾਂ ਦੇ ਅਰਥ ਕਈ ਗੁਰਸਿੱਖਾਂ ਨੂੰ ਪੜ੍ਹਾਏ ਅਤੇ ਸੰਪ੍ਰਦਾਈ ਆਭਾ ਮੰਡਲ 'ਚ ਫ਼ਾਰਸੀ ਦੇ ਮਹਾਨ ਵਿਦਵਾਨ ਅਖਵਾਏ। ਆਪ ਜੀ ਨੇ ਪੜ੍ਹਾਉਣ ਦੇ ਨਾਲ-ਨਾਲ ਜ਼ਫ਼ਰਨਾਮੇ ਦੇ ਅਰਥ ਕਲਮਬੰਧ ਵੀ ਕਰਵਾਏ, ਜਿਸ ਦੇ ਕਈ ਉਤਾਰੇ ਦੇਖਣ ਨੂੰ ਮਿਲਦੇ ਹਨ। ਭਾਈ ਨੰਦਲਾਲ ਜੀ ਦੀ ਬਾਣੀ ਦੇ ਅਦਭੁਤ ਸੰਪ੍ਰਦਾਈ ਅਰਥ ਆਪ ਜੀ ਨੇ ਸੰਤ ਗਿਆਨੀ ਸਰੂਪ ਜੀ ਖਾਲਸਾ ਨੂੰ ਪੜ੍ਹਾਏ, ਜੋ ਬਾਅਦ 'ਚ ਛਾਪੇ ਰਾਹੀਂ ਪ੍ਰਕਾਸ਼ਿਤ ਹੋਏ ਅਤੇ ਕਈਆਂ ਲਈ ਚਾਨਣ ਦਾ ਮੁਨਾਰਾ ਬਣੇ।

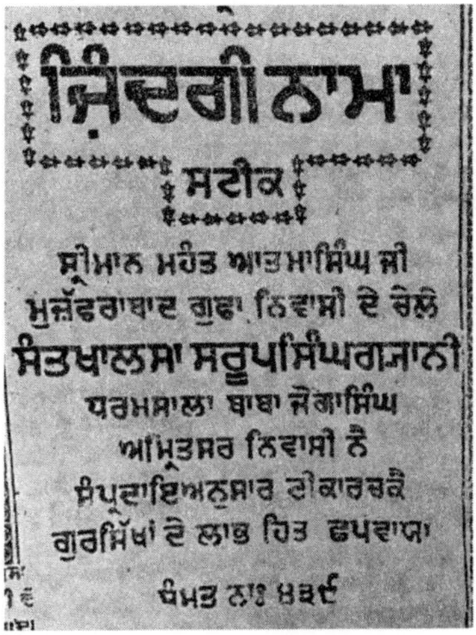
ਜ਼ਿੰਦਗੀ ਨਾਮਾ
ਸਟੀਕ
ਸ੍ਰੀਮਾਨ ਮਹੰਤ ਆਤਮਾ ਸਿੰਘ ਜੀ
ਮੁਜ਼ੱਫਰਾਬਾਦ ਗੁਫਾ ਨਿਵਾਸੀ ਦੇ ਚੇਲੇ
ਸੰਤ ਖਾਲਸਾ ਸਰੂਪ ਸਿੰਘ ਗਿਆਨੀ
ਧਰਮਸਾਲਾ ਬਾਬਾ ਜੋਗਾ ਸਿੰਘ
ਅੰਮ੍ਰਿਤਸਰ ਨਿਵਾਸੀ ਨੇ
ਸੰਪ੍ਰਦਾਇ ਅਨੁਸਾਰ ਟੀਕਾ ਕਰਕੇ
ਗੁਰਸਿੱਖਾਂ ਦੇ ਲਾਭ ਹਿਤ ਛਪਵਾਯਾ

ਆਪ ਜੀ ਦਾ ਜਨਮ ਜ਼ਿਲ੍ਹਾ ਸਿਆਲਕੋਟ ਦੇ ਪਿੰਡ ਮੇਲੋਵਾਲ 'ਚ ਪਿਤਾ ਨਿਹਾਲ ਸਿੰਘ ਜੀ ਆਹਲੂਵਾਲੀਏ ਦੇ ਗ੍ਰਿਹ ਬਿ: ਸੰਮਤ ੧੯੯੦ ਵਿਖੇ ਹੋਇਆ, ਆਪ ਜੀ ਦੇ ਪਿਤਾ, ਬਾਬਾ ਬੀਰ ਸਿੰਘ ਜੀ ਦੇ ਸਤਸੰਗੀ ਸਨ, ਇਸ ਲਈ ਘਰ ਦਾ ਧਾਰਮਿਕ ਵਾਤਾਵਰਨ ਹੋਣ ਕਰਕੇ, ਛੋਟੀ ਉਮਰ ਵਿਚ ਹੀ ਗੁਰਬਾਣੀ ਦਾ ਪਾਠ ਕਰਨਾ ਸਿੱਖ ਗਏ, ਜਦ ਕੁਛ ਸਿਆਣੀ ਉਮਰ ਦੇ ਹੋਏ, ਤਾਂ ਆਪ ਜੀ ਤੇ ਆਪ ਜੀ ਦੇ ਭ੍ਰਾਤਾ ਪ੍ਰਤਾਪ ਸਿੰਘ ਜੀ, ਦੋਵੇਂ ਹੀ ਵੈਰਾਗਵਾਨ ਹੋ ਕੇ, ਘਰੋਂ ਸ੍ਰੀ ਅੰਮ੍ਰਿਤਸਰ ਆ ਗਏ ਅਤੇ ਕਿਸੇ ਮਹਾਂਪੁਰਖ ਦੀ ਖੋਜ ਕਰਦਿਆਂ, ਬਾਬਾ ਹੀਰਾ ਸਿੰਘ ਜੀ ਦੀ, ਸੰਗਤ ਪ੍ਰਾਪਤ ਹੋ ਗਈ, ਉਨ੍ਹਾਂ ਤੋਂ, ਸੰਤ ਮਾਰਗ ਦਾ ਉਪਦੇਸ਼ ਲੈ ਕੇ, ਬੰਦਗੀ ਕਰਨ ਲੱਗ ਪਏ ਅਤੇ ਨਾਲ ਹੀ ਗੁਰਬਾਣੀ ਦੀ ਡੂੰਘੀ ਵਿਚਾਰ ਨਾਲ, ਪੜ੍ਹਨ ਦਾ ਸ਼ੌਕ ਜਾਗ ਪਿਆ, ਤਦ ਆਪ ਜੀ ਨੇ ਅਤੇ ਸੰਤ ਭਗਵਾਨ ਸਿੰਘ ਜੀ ਨੇ, ਇਕੱਠਿਆਂ ਹੀ, ਪਹਿਲੀ ਵਾਰ, ਗਿਆਨੀ ਚੰਦਾ ਸਿੰਘ ਜੀ ਪਾਸੋਂ, ਗੁਰੂ ਗ੍ਰੰਥ ਸਾਹਿਬ ਜੀ ਦੇ, ਸੰਪ੍ਰਦਾਈ ਅਰਥ ਪੜ੍ਹੇ, ਅਤੇ ਫੇਰ ਦੂਜੀ ਵਾਰ, ਗਿਆਨੀ ਸੰਤ ਸਿੰਘ ਜੀ ਪਾਸੋਂ ਗੁਰਬਾਣੀ ਦੇ ਸੰਪ੍ਰਦਾਈ ਅਰਥ ਪੜ੍ਹੇ, ਫੇਰ ਦੋਨਾਂ ਨੇ ਇਕੱਠਿਆਂ ਹੀ ਮਿਲ ਕੇ, ਝੰਡੇ ਬੁੰਗੇ ਵਾਲੇ, ਸੰਤ ਹਜ਼ੂਰਾ ਸਿੰਘ ਜੀ ਪਾਸੋਂ, ਦਸਮ ਗ੍ਰੰਥ ਸਾਹਿਬ ਜੀ ਦੇ ਸੰਪ੍ਰਦਾਈ ਅਰਥ ਪੜ੍ਹੇ ਅਤੇ ਫੇਰ ਗੁਰੂ ਘਰ ਦਾ ਇਤਿਹਾਸ, ਤੇ ਵੇਦਾਂਤ ਆਦਿ ਦੇ ਗ੍ਰੰਥ ਪੜ੍ਹੇ ਅਤੇ ਹੋਰ ਬਹੁਤ ਸਾਰੇ ਗ੍ਰੰਥ, ਸੰਤਾਂ ਵਿਦਵਾਨਾਂ ਤੋਂ ਪਰਸਪਰ ਪੜ੍ਹ ਸੁਣ ਕੇ ਵਿੱਦਵਾਨ ਹੋ ਗਏ।

ਸੰਤ ਗਿਆਨੀ ਭਗਵਾਨ ਸਿੰਘ ਜੀ ਤੇ ਸੰਤ ਗਿਆਨੀ ਬਖਸ਼ੀਸ਼ ਸਿੰਘ ਜੀ, ਇਨ੍ਹਾਂ ਦੋਨਾਂ ਨੇ ਇਕੱਠਿਆਂ ਹੀ ਵਿੱਦਿਆ ਪੜ੍ਹੀ ਸੀ ਅਤੇ ਆਪਸ ਵਿਚ ਪ੍ਰੇਮ ਵੀ ਬੜਾ ਸੀ, ਇਕ ਦਿਨ ਦੋਵੇਂ ਮਹਾਂਪੁਰਖ, ਦਰਬਾਰ ਸਾਹਿਬ ਜੀ ਦੇ, ਸਰੋਵਰ ਦੇ ਕਿਨਾਰੇ ਬੈਠੇ ਹੋਏ ਸਨ, ਤਦ ਸੰਤ ਭਗਵਾਨ ਸਿੰਘ ਜੀ ਨੇ ਕਿਹਾ-ਕਿ ਹੇ ਭ੍ਰਾਤਾ ਬਖਸ਼ੀਸ਼ ਸਿੰਘ ਜੀ ! ਆਪ ਜੀ ਦੀ ਬੁੱਧੀ ਬੜੀ ਤੇਜ਼ ਹੈ ਅਤੇ ਪੜ੍ਹਾਉਣ ਦਾ ਤਰੀਕਾ ਵੀ, ਆਪ ਜੀ ਨੂੰ ਬਹੁਤ ਚੰਗਾ ਆਉਂਦਾ ਹੈ, -ਇਸ ਲਈ ਮੈਂ ਇਕ ਤੁਹਾਡੇ ਪਾਸ ਬੇਨਤੀ ਕਰਦਾ ਹਾਂ-ਕਿ ਜੇਕਰ ਆਪ ਜੀ ਵੀ, ਦੋਨਾਂ ਗੁਰੂ ਗ੍ਰੰਥ ਸਾਹਿਬਾਂ ਦੀ ਸੰਥਿਆ ਤੇ ਅਰਥ ਪੜ੍ਹਾਉਣ ਲੱਗ ਪਏ, ਤਾਂ ਮੇਰੇ ਪਾਸ ਤਾਂ ਕੋਈ ਵਿਰਲਾ ਹੀ ਪੜ੍ਹਨ ਵਾਲਾ ਆਵੇਗਾ। ਇਸ ਲਈ ਇਕ ਬਚਨ ਦਿਓ, ਕਿ ਆਪ ਜੀ ਕੇਵਲ ਦਸਮ ਗੁਰੂ ਗ੍ਰੰਥ ਸਾਹਿਬ ਜੀ ਸਰਬਲੋਹ ਦਰਬਾਰ, ਭਾਈ ਨੰਦਲਾਲ ਜੀ ਦੀ ਬਾਣੀ ਦੀ ਗ੍ਰੰਥਾਵਲੀ ਦੇ ਸੰਪ੍ਰਦਾਈ ਅਰਥ ਪੜ੍ਹਾਉ ਅਤੇ ਮੈਂ ਕੇਵਲ ਗੁਰੂ ਗ੍ਰੰਥ ਸਾਹਿਬ ਜੀ ਦੇ ਸੰਪ੍ਰਦਾਈ ਅਰਥ ਪੜ੍ਹਾਵਾਂਗਾ-ਤਦ ਸੰਤ ਬਖਸ਼ੀਸ਼ ਸਿੰਘ ਜੀ ਨੇ ਕਿਹਾ, ਇਸੇ ਤਰ੍ਹਾਂ ਹੀ ਕਰ ਲੈਂਦੇ ਹਾਂ, ਇਸ ਨਾਲ ਕੀ ਫ਼ਰਕ ਪੈਂਦਾ ਹੈ।

ਤਦ ਤੋਂ ਦੋਨਾਂ ਨੇ ਵੱਖੋ-ਵੱਖ ਜਗ੍ਹਾ ਵਿਚ ਰਹਿ ਕੇ ਸੰਪ੍ਰਦਾਈ ਅਰਥ ਪੜ੍ਹਾਉਣੇ ਸ਼ੁਰੂ ਕਰ ਦਿੱਤੇ, ਸੰਤ ਭਗਵਾਨ ਸਿੰਘ ਜੀ ਤਾਂ, ਆਪਣੇ ਡੇਰੇ ਵਿਚ ਹੀ ਗੁਰੂ ਗ੍ਰੰਥ ਸਾਹਿਬ ਦੇ

ਸੰਪ੍ਰਦਾਈ ਅਰਥ ਪੜ੍ਹਾਉਂਦੇ ਰਹੇ ਅਤੇ ਸੰਤ ਬਖਸ਼ੀਸ਼ ਸਿੰਘ ਜੀ, ਘੇ ਮੰਡੀ ਵਿਚ, ਇਕ ਠਾਕੁਰ ਦੁਆਰੇ ਦੀ ਕੋਠੜੀ ਵਿਚ ਰਹਿੰਦੇ ਸਨ, ਉਥੇ ਹੀ ਉਨ੍ਹਾਂ ਨੇ ਦਸਮ ਗ੍ਰੰਥ ਦੇ ਸੰਪ੍ਰਦਾਈ ਅਰਥ ਪੜ੍ਹਾਉਣੇ ਸ਼ੁਰੂ ਕਰ ਦਿੱਤੇ, ਓਥੇ ਹੀ ਰਹਿ ਕੇ, ਦਸਮ ਗ੍ਰੰਥ ਦੇ ਪ੍ਰਿਆ ਅਤੇ ਜਪੁ ਜੀ ਸਾਹਿਬ ਜੀ ਦਾ ਟੀਕਾ ਵੀ ਲਿਖਿਆ, ਜੋ ਕਿ ਓਦੋਂ ਹੀ ਛਪ ਗਏ ਸਨ। ਆਪ ਜੀ ਨੇ ਜ਼ਿੰਦਗੀਨਾਮੇ ਦਾ ਸੰਪ੍ਰਦਾਈ ਟੀਕਾ ਵੀ ਲਿਖਿਆ ਜੋ ਆਪ ਜੀ ਦੇ ਵਿਦਿਆਰਥੀ ਸੰਤ ਗਿਆਨੀ ਸਰੂਪ ਸਿੰਘ ਜੀ ਖਾਲਸਾ ਨੇ ਛਪਵਾਇਆ ਸੀ। ਆਪ ਜੀ ਪਾਸੋਂ, ਗੁਰੂ ਗ੍ਰੰਥ ਸਾਹਿਬ ਜੀ ਦੀ ਬਾਣੀ ਦਾ, ਕੋਈ ਅਰਥ ਪੁੱਛਦਾ, ਤਾਂ ਵਿਚੋਂ ਵਿਚੋਂ ਦੱਸ ਦਿੰਦੇ ਸਨ ਅਤੇ ਕਿਸੇ ਕਿਸੇ ਬਾਣੀ ਦੇ ਅਰਥ ਵੀ ਪੜ੍ਹਾ ਦਿਆ ਕਰਦੇ ਸੀ, ਜਿਵੇਂ ਭਗਤ ਬਾਣੀ ਅਰਥਾਂ ਸਮੇਤ ਪੜ੍ਹਾ ਦਿੰਦੇ ਸਨ, ਪਰ ਪੂਰੇ ਗੁਰੂ ਗ੍ਰੰਥ ਸਾਹਿਬ ਦੇ ਅਰਥ ਨਹੀਂ ਸਨ ਪੜ੍ਹਾਉਂਦੇ, ਕਿਉਂਕਿ ਸੰਤ ਭਗਵਾਨ ਸਿੰਘ ਜੀ ਨੂੰ, ਨਾ ਪੜ੍ਹਾਉਣ ਦਾ ਬਚਨ ਦੇ ਚੁੱਕੇ ਸਨ, ਉਸ ਨੂੰ ਸਾਰੀ ਉਮਰ ਨਿਬਾਹਿਆ-ਇਸੇ ਤਰ੍ਹਾਂ ਹੀ, ਸੰਤ ਭਗਵਾਨ ਸਿੰਘ ਨੇ ਵੀ ਬਚਨ ਨੂੰ ਨਿਬਾਹਿਆ, ਕਿਉਂਕਿ ਜਦ ਸੱਤੋ ਗਲੀ ਵਾਲੇ, ਸੰਤ ਅਮੀਰ ਸਿੰਘ ਜੀ ਨੇ ਸੰਤ ਭਗਵਾਨ ਸਿੰਘ ਜੀ ਪਾਸੋਂ, ਗੁਰੂ ਗ੍ਰੰਥ ਸਾਹਿਬ ਜੀ ਦੇ ਕਈ ਸਾਲ ਲਾ ਕੇ, ਸੰਪ੍ਰਦਾਈ ਅਰਥ ਚੰਗੀ ਤਰ੍ਹਾਂ ਪੜ੍ਹ ਲਏ ਅਤੇ ਹੋਰ ਗ੍ਰੰਥ ਵੀ ਪੜ੍ਹ ਹੈ, ਤਦ ਸੰਤ ਭਗਵਾਨ ਸਿੰਘ ਜੀ ਨੇ ਕਿਹਾ, ਕਿ ਹੇ ਸੰਤ ਅਮੀਰ ਸਿੰਘ ਜੀ, ਤੁਸੀਂ ਹੁਣ ਦਸਮ ਗ੍ਰੰਥ ਦੇ, ਸੰਪ੍ਰਦਾਈ ਅਰਥ, ਸੰਤ ਗਿਆਨੀ ਬਖਸ਼ੀਸ਼ ਸਿੰਘ ਜੀ ਪਾਸੋਂ ਪੜ੍ਹੋ, ਅਸੀਂ ਦਸਮ ਗ੍ਰੰਥ ਦੇ ਅਰਥ ਨਹੀਂ ਪੜ੍ਹਾਉਣੇ, ਕਿਉਂਕਿ ਸਾਡਾ ਦੋਨਾਂ ਦਾ ਆਪਸ ਵਿਚ, ਬਚਨ ਹੋ ਚੁੱਕਾ ਹੈ, ਇਸ ਲਈ ਗਿਆਨੀ ਅਮੀਰ ਸਿੰਘ ਜੀ ਨੇ ਛੇ ਸਾਲ ਤਕ, ਸੰਤ ਬਖਸ਼ੀਸ਼ ਸਿੰਘ ਪਾਸੋਂ ਦਸਮ ਗ੍ਰੰਥ ਦੇ ਸੰਪ੍ਰਦਾਈ ਅਰਥ ਪੜ੍ਹੇ ਅਤੇ ਇਸੇ ਮਹਾਂਪੁਰਖ, ਗਿਆਨੀ ਅਮੀਰ ਸਿੰਘ ਜੀ ਨੇ ਦੋਨਾਂ ਗੁਰੂ ਗ੍ਰੰਥ ਸਾਹਿਬਾਂ ਦੇ ਸੰਪ੍ਰਦਾਈ ਅਰਥ, ਸੱਠ ਸਾਲ ਤੱਕ ਸੰਗਤਾਂ ਨੂੰ ਪੜ੍ਹਾਏ।

ਅਤੇ ਸੰਤ ਗਿਆਨੀ ਬਖਸ਼ੀਸ਼ ਸਿੰਘ ਜੀ ਨੇ ੪੦ ਸਾਲ ਤਕ ਦਸਮ ਗ੍ਰੰਥ ਦੇ, ਸੰਪ੍ਰਦਾਈ ਅਰਥ ਸੰਗਤਾਂ ਨੂੰ ਪੜ੍ਹਾਏ, ਦਿਨ ਦੇ ਇਕ ਵਜੇ ਦਸਮ ਬਾਣੀ ਦੇ ਸੰਪ੍ਰਦਾਈ ਅਰਥ ਸੁਣਾਇਆ ਕਰਦੇ ਸਨ ਅਤੇ ਹਰ ਵਿਦਿਆਰਥੀ ਨੂੰ ਬੜੇ ਪ੍ਰੇਮ ਨਾਲ, ਮਿਠੀ ਬਾਣੀ ਨਾਲ, ਯਥਾ ਯੋਗ ਅਰਥਾਂ ਸਮੇਤ ਸੰਥਿਆ ਕਰਾਉਂਦੇ ਸਨ ਅਤੇ ਹਰ ਵਿਦਿਆਰਥੀ ਨੂੰ ਆਓ ਮਹਾਂਪੁਰਖੋ ਦੇ ਸੰਬੋਧਨ ਨਾਲ ਬੁਲਾਉਂਦੇ ਸਨ ਅਤੇ ਯਥਾ ਸ਼ਕਤ, ਬਸਤ੍ਰ, ਸਾਬਣ ਆਦਿ ਵਿਦਿਆਰਥੀਆਂ ਨੂੰ ਦਿੰਦੇ ਰਹਿੰਦੇ ਸਨ ਅਤੇ ਵਿਦਿਆਰਥੀਆਂ ਨੂੰ ਪੜ੍ਹਾਉਣ ਵੇਲੇ, ਅੱਕਣਾ ਥੱਕਣਾ ਜਾਣਦੇ ਹੀ ਨਹੀਂ ਸਨ। ਵਿਦਿਆਰਥੀ ਜਿੰਨੀ ਵਾਰ ਵੀ ਪੁੱਛੇ, ਦੱਸਣ ਲੱਗਿਆਂ ਅੱਕਦੇ ਨਹੀਂ ਸਨ ਅਤੇ ਫੇਰ ਆਪ ਜੀ ਗਿਆਨੀ ਪਣੇ ਦਾ ਜ਼ਰਾ ਵੀ ਮਾਣ ਨਹੀਂ ਸਨ ਰੱਖਦੇ ਅਤੇ ਅਤੀ ਸੰਤੋਖ ਵਾਲਾ ਸੁਭਾਵ ਸੀ, ਕਿਸੇ ਪਾਸੋਂ ਵੀ, ਕਿਸੇ ਪ੍ਰਕਾਰ ਦੀ ਯਾਚਨਾ ਨਹੀਂ ਸੀ ਕਰਦੇ, ਸੁਬ੍ਹਾ ਹਮੇਸ਼ਾ ਹੀ ਦੋ ਵਜੇ ਉਠ ਕੇ ਇਸ਼ਨਾਨ

ਆਦਿ ਕ੍ਰਿਆ ਕਰਕੇ, ਭਜਨ ਕਰਨਾ ਆਦਿ ਨਿਯਮ ਸੀ। ਆਪ ਜੀ ਨੇ ਪੂਰੇ ਚਾਲੀ ਸਾਲ, ਨਿਰਵਿਘਨ ਦਸਮ ਗ੍ਰੰਥ ਦੇ ਸੰਪ੍ਰਦਾਈ ਅਰਥਾਂ ਨੂੰ ਪੜ੍ਹਾਇਆ-ਦਸਮ ਗ੍ਰੰਥ ਦੀ ਪੜ੍ਹਾਈ ਤੋਂ ਬਾਅਦ, ਵਿਦਿਆਰਥੀਆਂ ਨੂੰ ਵਿਚਾਰ ਸਾਗਰ, ਮੋਖਸ਼ ਪੰਥ, ਹਕੈਤਾਂ, ਗ਼ਜ਼ਲਾਂ, ਜ਼ਿੰਦਗੀਨਾਮਾ ਅਤੇ ਭਗਤ ਬਾਣੀ, ਅਰਥਾਂ ਸਮੇਤ ਪੜ੍ਹਾਉਂਦੇ ਸਨ। ਆਪ ਜੀ ਪਾਸੋਂ ਦਸਮ ਗ੍ਰੰਥ ਪੜ੍ਹ ਕੇ, ਜੋ 'ਵਰੋਸਾਇ' ਉਨ੍ਹਾਂ ਦੇ ਕੁਛਕ ਨਾਮਾ ਦਾ ਵਰਨਣ ਕਰਦਾ ਹਾਂ।

(੧) ਸੱਤੋ ਗਲੀ ਵਾਲੇ, ਸ੍ਰੀ ਮਾਨ ਪਰਮਪੂਜ ਗਿਆਨੀ ਅਮੀਰ ਸਿੰਘ ਜੀ (੨) ਸ੍ਰੀਮਾਨ ਜੋਧ ਸਿੰਘ ਜੀ, ਖਾਲਸਾ ਕਾਲਜ, ਦਸਮ ਤੇ ਆਦਿ ਦੇ ਟੀਕਾ ਕਰਤਾ (੨) ਸ੍ਰੀ ਮਾਨ ਬਾਬਾ ਹਰਨਾਮ ਸਿੰਘ ਜੀ ਬੇਦੀ (੩) ਡੇਰਾ ਅੰਤਰਜਾਮੀ ਦੇ ਮਹੰਤ, ਬਾਬਾ ਠਾਕਰ ਸਿੰਘ ਜੀ, ਦਸਮ ਗ੍ਰੰਥ ਦਾ ਟੀਕਾ ਕਰਤਾ (੪) ਗਿਆਨੀ ਰਾਮ ਸਿੰਘ ਜੀ ਸੂਰਮੇ ਹਜ਼ੂਰ ਸਾਹਿਬ ਵਾਲੇ, (੪) ਸੰਤ ਗਿਆਨੀ ਬਿਸ਼ਨ ਸਿੰਘ ਜੀ ਮੁਰਾਲੇ ਵਾਲੇ (੬) ਸ੍ਰੀਮਾਨ ਬਿਸ਼ਨ ਸਿੰਘ ਜੀ, ਖਾਲਸਾ ਕਾਲਜ, ਦਸਮ ਤੇ ਆਦਿ ਦੇ ਟੀਕਾ ਕਰਤਾ (੬) ਸ੍ਰੀ ਮਾਨ ਮਹੰਤ ਹਾਕਮ ਸਿੰਘ ਜੀ ਡੇਰਾ ਮਿਸ਼ਰਾ ਸਿੰਘ ਜੀ (੭) ਸ੍ਰੀ ਮਾਨ ਸੰਤ ਸਰੂਪ ਸਿੰਘ ਜੀ ਖਾਲਸਾ (੯) ਸ੍ਰੀਮਾਨ ਗਿਆਨੀ ਸਰੋਵਰ ਸਿੰਘ ਜੀ (੧੦) ਸ੍ਰੀਮਾਨ ਜਵਾਹਰ ਸਿੰਘ ਜੀ ਮਿੱਠੇ ਟਿਵਾਣੇ ਵਾਲੇ (੧੧) - ਸ੍ਰੀ ਮਾਨ ਗਿਆਨੀ ਕ੍ਰਿਪਾਲ ਸਿੰਘ ਜੀ, ਚਮਕੌਰ ਸਾਹਿਬ ਤਾੜੀ ਸਾਹਿਬ ਗੁਰਦੁਆਰੇ ਦੇ ਸੇਵਾਦਾਰ, (੧੨) ਸੰਤ ਖਾਲਸਾ ਗਿਆਨੀ ਸਰੂਪ ਸਿੰਘ ਜੀ (ਜ਼ਿੰਦਗੀਨਾਮੇ ਦੇ ਟੀਕੇ ਵਾਲੇ) (੧੩) ਸੰਤ ਬਾਬਾ ਰਣ ਸਿੰਘ ਜੀ ਅਕਾਲੀ (੧੪) ਹਰਨਾਮ ਦਾਸ ਜੀ ਉਦਾਸੀ, ਇਹ ਪ੍ਰਮੁੱਖ ਮਹਾਂਪੁਰਖਾਂ ਦੇ ਹੀ ਕੇਵਲ ਨਾਮ ਲਿਖੇ ਹਨ, ਉਸ ਤਰ੍ਹਾਂ ਤਾਂ ਹਜ਼ਾਰਾਂ ਹੀ ਸਰਦਾਰਾਂ ਨੇ, ਤੇ ਸੰਤਾਂ ਨੇ ਉਨ੍ਹਾਂ ਪਾਸੋਂ ਵਿੱਦਿਆ ਪੜ੍ਹੀ ਤੇ ਵਿਦਵਾਨ ਹੋ ਗਏ, ਉਨ੍ਹਾਂ ਸਭਨਾਂ ਦਾ ਲਿਖਣਾ ਮੁਸ਼ਕਲਿ ਹੈ।

ਪਹਿਲਾਂ ਆਪ ਜੀ, ਘੇ ਮੰਡੀ ਰਿਹਾ ਕਰਦੇ ਸਨ, ਫੇਰ ਸੰਤ ਪ੍ਰਤਾਪ ਸਿੰਘ ਜੀ ਦੀ ਪ੍ਰੇਰਨਾ ਨਾਲ, ਸੰਮਤ ੧੯੬੪ ਬਿਕਰਮੀ ਵਿਚ ਬਾਬਾ ਸਾਹਿਬ ਦੇ ਚੌਕ ਵਿਚ, ਜਗ੍ਹਾ ਖਰੀਦ ਕੇ ਡੇਰਾ ਬਣਾ ਲਿਆ ਅਤੇ ਇਥੇ ਹੀ, ਸੰਤ ਪ੍ਰਤਾਪ ਸਿੰਘ ਜੀ ਨੂੰ ਅਤੇ ਆਪ ਜੀ ਨੇ ਆਪਣੇ ਮਾਲੂਵਾਲ ਵਾਲੇ, ਗੁਰ ਭਾਈ ਖੜਗ ਸਿੰਘ ਜੀ ਨੂੰ ਵੀ, ਆਪਣੇ ਪਾਸ ਸੱਦ ਲਿਆ। ਇਸ ਤਰ੍ਹਾਂ ਇਹ ਅਸਥਾਨ ਬਣਾ ਕੇ, ਇਥੇ ਹੀ ਸ੍ਰੀ ਦਸਮ ਗ੍ਰੰਥ ਸਾਹਿਬ ਜੀ ਅਤੇ ਗ੍ਰੰਥਾਂ ਦੀ ਕਥਾ ਕਰਦੇ ਰਹੇ ਅਤੇ ਅਨੇਕਾਂ ਵਿਦਿਆਰਥੀਆਂ ਨੂੰ ਲਗਾਤਾਰ ੪੦ ਸਾਲ ਤਕ, ਦਸਮ ਗ੍ਰੰਥ ਦੀ ਸੰਪ੍ਰਦਾਈ ਅਰਥਾਂ ਦੀ ਕਥਾ ਕਰਦਿਆਂ ਹੋਇਆਂ, ਸੰਮਤ ੧੯੭੦ ਬਿਕਰਮੀ ਦੇ, ਦੋ ਫੱਗਣ, ਵਦੀ ਤੀਜ ਨੂੰ, ਬ੍ਰਹਮ ਲੀਨ ਹੋ ਗਏ।

(10) ਸੰਤ ਖ਼ਾਲਸਾ ਗਿਆਨੀ ਸਰੂਪ ਸਿੰਘ ਜੀ

ਗਿਆਨੀ ਸਰੂਪ ਸਿੰਘ ਜੀ ਸ੍ਰੀਮਾਨ ਸੰਤ ਆਤਮਾ ਸਿੰਘ ਜੀ ਮੁਜ਼ੱਫਰਾਬਾਦ ਗੁਫਾ

ਨਿਵਾਸੀ ਦੇ ਚਾਟੜੇ ਸਨ। ਆਪ ਜੀ ਬਾਬਾ ਜੋਗਾ ਸਿੰਘ ਜੀ ਦੀ ਧਰਮਸ਼ਾਲਾ 'ਚ ਸ੍ਰੀ ਅੰਮ੍ਰਿਤਸਰ ਹੀ ਵਾਸਾ ਰੱਖਦੇ ਸਨ। ਆਪ ਜੀ ਨੇ ਸੰਤ ਗਿਆਨੀ ਬਖਸ਼ੀਸ਼ ਸਿੰਘ ਜੀ ਦੇ ਪਾਸੋਂ ਆਦਿ ਦਸਮ ਸਰਬਲੋਹ ਦਰਬਾਰ ਦੇ ਅਰਥ ਪੜ੍ਹੇ ਸਨ। ਉਥੇ ਹੀ ਭਾਈ ਨੰਦਲਾਲ ਗ੍ਰੰਥਾਵਲੀ ਵੀ ਆਪ ਜੀ ਨੇ ਗਿਆਨੀ ਬਖਸ਼ੀਸ਼ ਸਿੰਘ ਜੀ ਦੇ ਪਾਸੋਂ ਹੀ ਪੜ੍ਹੇ, ਆਪ ਜੀ ਨੇ ਸੰਤ ਗਿਆਨੀ ਰਾਮ ਸਿੰਘ ਜੀ ਨੇ ਜੋ ਜ਼ਿੰਦਗੀਨਾਮੇ ਦੇ ਅਰਥ ਕਲਮਬੱਧ ਕਰਵਾਏ ਸਨ ਉਹ ਅਰਥ ਸੰਤ ਗਿਆਨੀ ਬਖਸ਼ੀਸ਼ ਸਿੰਘ ਦੇ ਪਾਸੋਂ ਪ੍ਰਾਪਤ ਕਰਕੇ ਸੰਪ੍ਰਦਾਈ ਟੀਕਾ ਨਾਨਕਸ਼ਾਹੀ ਸੰਮਤ 439 (1908 ਈ.) ਵਿਚ ਛਪਾ ਦਿੱਤੇ। ਸੰਤ ਗਿਆਨੀ ਬਖਸ਼ੀਸ਼ ਸਿੰਘ ਜੀ ਨੇ ਗਿਆਨੀ ਸਰੂਪ ਸਿੰਘ ਜੀ ਨੂੰ ਆਪਣਾ ਹੋਣਹਾਰ ਵਿਦਿਆਰਥੀ ਜਾਣ ਕੇ ਬਹੁਤ ਪਿਆਰ ਬਖ਼ਸ਼ਿਆ ਅਤੇ ਹੋਰ ਵਿਦਿਆਰਥੀਆਂ ਨੂੰ ਇਸ ਟੀਕੇ ਤੋਂ ਸੰਥਿਆ ਕਰਨ ਲਈ ਪ੍ਰੇਰਨਾ ਦਿੱਤੀ। ਸੰਥਾ ਦੌਰਾਨ ਏਹੀ ਟੀਕਾ ਸਾਰੇ ਸੰਪ੍ਰਦਾਈ ਵਿਦਵਾਨ ਵਰਤਦੇ ਅਤੇ ਸੰਤ ਗਿਆਨੀ ਬਖਸ਼ੀਸ਼ ਸਿੰਘ ਜੀ ਤੋਂ ਪਦ ਅਰਥ ਸੁਣ-ਸੁਣ ਇਸ ਟੀਕੇ ਉੱਪਰ ਹੀ ਦਰਜ਼ ਕਰ ਲਿਆ ਕਰਦੇ ਸਨ। ਸੰਤ ਰਣ ਸਿੰਘ ਜੀ ਨੇ ਵੀ ਇਸ ਟੀਕੇ ਤੋਂ ਹੀ ਸੰਤ ਗਿਆਨੀ ਬਖਸ਼ੀਸ਼ ਸਿੰਘ ਜੀ ਪਾਸੋਂ ਸੰਥਿਆ ਕੀਤੀ ਸੀ ਅਤੇ ਹੋਰ ਰਹੱਸਮਈ ਕਠਨ ਅਰਥ ਇਸ ਛਪੇ ਹੋਏ ਟੀਕੇ ਉੱਪਰ ਹੀ ਦਰਜ ਕੀਤੇ ਸਨ। ਸੰਤ ਗਿਆਨੀ ਸਰੂਪ ਸਿੰਘ ਜੀ ਪਹਿਲੋਂ ਪਹਿਲ ਨਿਰਮਲੇ ਭੇਖ 'ਚ ਰਹਿੰਦੇ ਸਨ। ਫਿਰ ਬਾਅਦ 'ਚ ਆਪ ਜੀ ਅੰਮ੍ਰਿਤ ਛਕ ਕੇ ਸਿੰਘ ਸਜ ਗਏ ਅਤੇ ਆਪਣੇ ਨਾਲ ਸੰਤ ਖਾਲਸਾ ਲਗਾਉਣਾ ਸ਼ੁਰੂ ਕਰ ਦਿੱਤਾ ਸੀ। ਆਪ ਜੀ ਪੇਂਟਿੰਗ ਦੇ ਬਹੁਤ ਸ਼ੌਕੀਨ ਸਨ। ਆਪ ਜੀ ਦੁਆਰਾ ਬਣਾਈਆਂ ਗਈਆਂ ਤਸਵੀਰਾਂ ਅੱਜ ਵੀ ਬਾਬਾ ਜੋਗਾ ਸਿੰਘ ਜੀ ਦੀ ਧਰਮਸ਼ਾਲਾ ਵਿਖੇ ਮੌਜੂਦ ਹਨ।

(11) ਸੰਤ ਬਾਬਾ ਰਣ ਸਿੰਘ ਜੀ ਅਕਾਲੀ

ਸੰਤ ਬਾਬਾ ਰਣ ਸਿੰਘ ਜੀ ਦਾ ਜਨਮ ਜੈਤੋ ਨੇੜੇ, ਪਿੰਡ ਕਰੀਰ ਵਾਲੀ ਵਿਚ ਹੋਇਆ, ਜਦ ਇਹ ਅਜੇ ਛੇ ਸੱਤ ਦਿਨ ਦੇ ਹੀ ਹੋਏ ਸਨ, ਤਦ ਪਿੰਡ ਵਿਚ ਉੱਚ ਹਸਤੀ ਦੇ ਮਾਲਕ, ਇਕ ਸੰਨਿਆਸੀ ਮਹਾਤਮਾ ਰਹਿੰਦੇ ਸਨ, ਓਹ ਘਰ ਵਿਚ ਆਏ ਅਤੇ ਬੱਚੇ ਦੀ ਦਾਦੀ ਨੂੰ ਕਹਿ ਕੇ, ਬੱਚੇ ਨੂੰ ਅੰਦਰੋਂ ਮੰਗਵਾ ਕੇ, ਆਪਣੇ ਹੱਥ ਵਿਚ ਚੁੱਕ ਕੇ ਕੇ ਕਿਹਾ ਕਿ ਹੇ ਮਾਈ ! ਇਹ ਤੇਰਾ ਪੋਤਰਾ ਤਾਂ, ਸਾਡਾ ਹੀ ਹੈ, ਇਸ ਦੇ ਮਸਤਕ ਦੀ ਰੇਖਾ ਗ੍ਰਹਸਤੀਆਂ ਵਾਲੀ ਨਹੀਂ ਹੈ, ਇਸ ਨੇ ਤਾਂ ਸੰਤਾਂ ਸਾਧਾਂ ਦਾ ਹੀ ਸੰਗ ਕਰਨਾ ਹੈ।

ਜਦ ਇਹ ਪੰਦਰਾਂ ਸੋਲਾਂ ਸਾਲ ਦੇ ਹੋਏ, ਤਦ ਸੰਮਤ ੧੯੬੫ ਵਿਚ, ਘਰੋਂ ਉਪ੍ਰਾਮ ਹੋ ਕੇ ਧਾਰਮਿਕ ਵਿਦਿਆ ਪੜ੍ਹਨ ਲਈ ਅੰਮ੍ਰਿਤਸਰ ਨੂੰ ਤੁਰ ਪਏ ਅਤੇ ਕਿਸੇ ਨੂੰ ਪੁੱਛਿਆ ਕਿ ਅੰਮ੍ਰਿਤਸਰ ਵਿਚ ਧਾਰਮਿਕ ਵਿਦਿਆ ਪੜ੍ਹਨ ਲਈ ਕੇਹੜੀ ਚੰਗੀ ਜਗ੍ਹਾ ਹੈ, ਤਾਂ ਉਸ ਨੇ ਕਿਹਾ, ਓਥੇ ਤੂੰ ਠਾਕਰਾਂ ਦੇ ਡੇਰੇ ਚਲਾ ਜਾਈਂ, ਪਰ ਅੰਮ੍ਰਿਤਸਰ ਪਹੁੰਚ ਕੇ ਇਸ਼ਨਾਨ

ਆਦਿ ਕਰਕੇ ਠਾਕੁਰਾਂ ਦਾ ਡੇਰਾ ਤਾਂ ਭੁੱਲ ਗਏ, ਪੁੱਛ ਪੁੱਛ ਲਿਆ ਕਿ ਠਾਕਰਦੁਆਰਾ ਕਿੱਥੇ ਹੈ, ਤਾਂ ਦੱਸਣ ਵਾਲੇ ਨੇ ਕਿਹਾ ਓਹੁ ਤਾਂ ਘੇ ਮੰਡੀ ਵਿੱਚ ਹੈ, ਤਾਂ ਆਪ ਜੀ ਪੁੱਛਦੇ ਪੁਛਾਂਦੇ ਓਥੇ ਚਲੇ ਗਏ ਅਤੇ ਕੁਦਰਤੀ ਮਹਾਂਪੁਰਸ਼ ਸੰਤ ਬਖਸ਼ੀਸ਼ ਸਿੰਘ ਜੀ, ਠਾਕੁਰਦੁਆਰੇ ਦੇ ਇਕ ਕਮਰੇ ਵਿੱਚ ਰਹਿੰਦੇ ਸਨ, ਓਥੇ ਹੀ ਬੈਠੇ ਹਕੈਤਾਂ ਦੀ ਸੰਥਿਆ ਕਰਾ ਰਹੇ ਸਨ ਜਦ ਉਨ੍ਹਾਂ ਨੂੰ ਨਮਸ਼ਕਾਰ ਕਰਕੇ ਬੈਠ ਗਏ, ਤਦ ਮਹਾਂਪੁਰਖਾਂ ਨੇ, ਆ ਬਈ ਮਹਾਂਪੁਰਖਾ ! ਰਾਜ਼ੀ ਖੁਸ਼ੀ ਹੈਂ, ਕੋਈ ਜਲ ਪਾਣੀ ਦੀ ਸੇਵਾ ਦੱਸ, ਜੇ ਪਿਆਸ ਲੱਗੀ ਹੈ ਤਾਂ ਸਰਦਾਈ ਬਣਾ ਦੇਈਏ, ਇਤਨੇ ਕੁ ਮਹਾਂਪੁਰਖਾਂ ਦੇ ਬਚਨ ਸੁਣ ਕੇ ਸੰਤ ਬਾਬਾ ਰਣ ਸਿੰਘ ਜੀ ਕਹਿੰਦੇ ਹੁੰਦੇ ਸਨ, ਕਿ ਮੇਰੀ ਬੇਵਾਕਫੀ ਅਤੇ ਪ੍ਰਦੇਸ਼ ਦੀ ਬੇਚੈਨੀ ਝਟਪਟ ਮਿੱਟ ਗਈ, ਕਿਉਂਕਿ ਹਾਲਾਂਕਿ ਮੇਰੀ ਅਵਸਥਾ ਛੋਟੀ ਸੀ ਅਤੇ ਰਹਿਣੀ ਬਹਿਣੀ ਵੀ ਜੱਟਾਂ ਵਾਲੀ ਸੀ, ਪਰ ਮਹਾਂਪੁਰਸ਼ਾਂ ਨੇ ਬੈਠਣ ਸਾਰ ਇਸ ਤਰ੍ਹਾਂ ਪੁੱਛਿਆ ਜਿਵੇਂ ਕਿ ਮੈਂ ਪਹਿਲਾਂ ਹੀ ਵਾਕਫ ਹੁੰਦਾ ਹਾਂ।

ਫੇਰ ਪਾਸ ਬਿਠਾ ਕੇ ਪੁੱਛਿਆ ਕਿਉਂ ਬਈ ਮਹਾਂਪੁਰਖਾ ! ਤੂੰ ਕਿੱਥੇ ਕੁ ਆਇਆ ਹੈਂ ਅਤੇ ਏਥੇ ਕਿਸ ਤਰ੍ਹਾਂ ਦਰਸ਼ਨ ਦਿੱਤੇ ਨੇ, ਮੈਂ ਕਿਹਾ ਮਹਾਰਾਜ ਜੀ ! ਮੈਂ ਮਾਲਵੇ ਦੇਸ਼ ਵਿੱਚੋਂ ਧਾਰਮਿਕ ਵਿੱਦਿਆ ਪੜ੍ਹਨ ਲਈ ਆਇਆ ਹਾਂ, ਮਹਾਂਪੁਰਖਾਂ ਨੇ ਕਿਹਾ- ਕੋਈ ਮੰਦ ਕਰਮ, ਚੋਰੀ ਯਾਰੀ, ਯਾ ਖ਼ੂਨ ਖਰਾਬਾ ਕਰਕੇ ਤਾਂ ਨਹੀਂ ਆਇਆ? ਮੈਂ ਕਿਹਾ, ਏਹੋ ਜਿਹਾ ਕੋਈ ਵੀ ਆਦਮੀ, ਮੇਰੇ ਪਿੰਡ ਵਿਚ ਨਹੀਂ ਹੈ, ਫੇਰ ਕਿਹਾ, ਤੂੰ ਘਰਦਿਆਂ ਨਾਲ ਲੜਭਿੜ ਕੇ ਤਾਂ ਨਹੀਂ ਆਇਆ?-ਤੂੰ ਘਰੋਂ ਆਉਣ ਦੀ ਸਾਰੀ ਸਹੀ ਗੱਲ ਦੱਸੇਂਗਾ, ਤਾਂ ਤੂੰ ਸਾਡੇ ਪਾਸੋਂ ਪੜ੍ਹ ਸਕੇਂਗਾ, ਨਹੀਂ ਤਾਂ ਕਿਸੇ ਹੋਰ ਜਗ੍ਹਾ ਚਲਿਆ ਜਾ, ਮੈਂ ਕਿਹਾ, ਮੇਰੇ ਘਰ ਦਾ ਧਾਰਮਿਕ ਵਾਤਾਵਰਨ ਹੈ, ਮੈਂ ਤਾਂ ਸਿਰਫ ਧਾਰਮਿਕ ਵਿੱਦਿਆ ਹੀ ਪੜ੍ਹਨ ਆਇਆ ਹਾਂ-ਫੇਰ ਬਹੁਤ ਸਾਰੇ ਬਚਨ ਕਰਨ ਤੋਂ ਬਾਅਦ ਕਹਿਣ ਲੱਗੇ, ਬਈ ਗੁਰਮੁਖਾ ! ਆਪਣੇ ਦਿਲ ਵਿਚ ਵਿਚਾਰ ਕੇ ਦੇਖ ਲੈ, ਜੇਕਰ ਵਿਸ਼ੈ ਰਸਾਂ ਤੋਂ, ਮਨ ਨੂੰ ਮੋੜ ਕੇ, ਭਜਨ ਤੇ ਸੇਵਾ ਵਿਚ ਲਾ ਸਕਦਾ ਹੈ ਤਾਂ ਠੀਕ ਹੈ, ਨਹੀਂ ਤਾਂ ਆਪਣੇ ਘਰ ਨੂੰ ਚਲਿਆ ਜਾ।

ਮੈਂ ਕਿਹਾ, ਮਹਾਰਾਜ ਜੀ ! ਮੈਂ ਤਾਂ ਆਪ ਜੀ ਦੀ ਸ਼ਰਨ ਵਿਚ ਆ ਗਿਆ ਹਾਂ, ਆਪ ਜੀ ਮੇਰੇ 'ਤੇ ਕ੍ਰਿਪਾ ਕਰੋ, ਮੈਨੂੰ ਤਾਂ ਹੋਰ ਕੁੱਛ ਨਹੀਂ ਸੁੱਝਦਾ, ਤਾਂ ਸੰਤਾਂ ਨੇ ਕਿਹਾ, ਅੱਛਾ ਪ੍ਰਮੇਸ਼ੁਰ ਤੇਰੇ 'ਤੇ ਕ੍ਰਿਪਾ ਕਰੇ, ਮਨ ਨੂੰ ਪਵਿੱਤ੍ਰ ਬਣਾ ਕੇ ਰਹਿਣਾ, ਜਦ ਸੇਵਾ ਕਰਦਿਆਂ ਕੁਛ ਸਮਾਂ ਬੀਤ ਗਿਆ, ਤਦ ਦਸਮ ਸਰਬਲੋਹ ਬਾਣੀ ਦੇ ਸੰਪ੍ਰਦਾਈ ਅਰਥ ਅਤੇ ਭਾਈ ਨੰਦਲਾਲ ਜੀ ਦੀ ਸੰਪੂਰਨ ਬਾਣੀ ਤੇ ਵਿਚਾਰ ਸਾਗਰ, ਮੋਖਸ਼ ਪੰਥ, ਆਦਿ ਵੇਦਾਂਤ ਦੇ ਗ੍ਰੰਥ ਅਤੇ ਹੋਰ ਵੀ ਬਹੁਤ ਸਾਰੀ ਵਿੱਦਿਆ, ਪੜ੍ਹਾਈ ਤੇ ਆਪਣੇ ਚਰਨਾਂ ਦੀ ਸੇਵਾ ਵਿਚ ਰੱਖਿਆ ਉਨ੍ਹਾਂ ਦੇ ਚਰਨਾਂ ਵਿਚ ਰਹਿੰਦਿਆਂ ਅਨੇਕ ਤਰ੍ਹਾਂ ਦੇ ਲਾਭ ਹੋਇ, ਮਨ

ਨਿਸ਼ਚਿੰਤ ਰਹਿਣ ਲੱਗ ਪਿਆ ਭਜਨ ਵਿਚ ਚਿਤ ਲੱਗ ਗਿਆ, ਮਨ ਅਤੀ ਸੰਤੋਸ਼ੀ ਬਣ ਗਿਆ- ਸੰਤ ਬਾਬਾ ਰਣ ਸਿੰਘ ਅਤੀਅੰਤ ਠੰਢੇ ਸੁਭਾਵ ਵਾਲੇ ਸਨ, ਕਦੇ ਵੀ ਉਨ੍ਹਾਂ ਨੂੰ ਗੁੱਸਾ ਨਹੀਂ ਸੀ ਆਉਂਦਾ, -ਸਵੇਰ ਵੇਲੇ ਗਜਾ ਆਉਂਦੀ ਸੀ ਰਾਤ ਨੂੰ ਲੰਗਰ ਪਕਦਾ ਸੀ, ਜਿਤਨਾ ਚਿਰ ਬਾਬਾ ਜੀ ਦਾ ਸਰੀਰ ਰਿਹਾ ਲੰਗਰ ਇਸੇ ਤਰ੍ਹਾਂ ਚਲਦਾ ਰਿਹਾ, ਡੇਰੇ ਵਿਚ ਅਨੇਕਾਂ ਨੇ ਰਹਿ ਕੇ ਵਿੱਦਿਆ ਪੜ੍ਹੀ, ਤੇ ਪੜ੍ਹ ਕੇ ਚਲੇ ਗਏ, ਸਰੀਰ ਦੇ ਅੰਤ ਸਮੇਂ, ਪਿੰਡ ਕਰੀਰ ਵਾਲੀ ਵਿਚ ਜਾ ਕੇ ਗੁਰਪੁਰੀ ਸਿਧਾਰ ਗਏ।

ਆਪ ਜੀ ਸੰਤ ਗਿਆਨੀ ਗੁਰਬਚਨ ਸਿੰਘ ਜੀ ਖਾਲਸਾ ਭਿੰਡਰਾਂਵਾਲਿਆਂ ਦੇ ਜੱਥੇ 'ਚ ਵੀ ਕੁਝ ਸਮਾਂ ਰਹੇ। ਸੰਤ ਕਰਤਾਰ ਸਿੰਘ ਜੀ ਕੰਗ ਸਾਬੂ ਵਾਲੇ ਜਾਪੁ ਸਾਹਿਬ ਦੇ ਟੀਕੇ 'ਚ ਪੰਨਾ ਨੰਬਰ 10 ਉੱਪਰ ਲਿਖਦੇ ਹਨ ਕਿ ਆਪ ਜੀ ਸ਼ਾਸਤ੍ਰਕਾਰੀ ਦੇ ਨਾਲ-ਨਾਲ ਸ਼ਸਤ੍ਰ ਵਿੱਦਿਆ 'ਚ ਵੀ ਨਿਪੁੰਨ ਮਹਾਂਬਲੀ ਜੋਧੇ ਸਨ। ਆਪ ਜੀ ਨੇ ਸੰਤਾਂ ਦੇ ਜਥੇ 'ਚ ਜਿੱਥੇ ਸਿੰਘਾਂ ਨੂੰ ਸ਼ਸਤ੍ਰ ਵਿੱਦਿਆ ਸਿਖਾਈ, ਉਥੇ ਹੀ ਆਪ ਜੀ ਨੇ ਸਿੰਘਾਂ ਨੂੰ ਭਾਈ ਨੰਦਲਾਲ ਬਾਣੀ ਦੇ ਸੰਪ੍ਰਦਾਈ ਅਰਥ ਅਤੇ ਦਸਮ ਬਾਣੀ ਦੇ ਗੂੜ ਰਹੱਸਯ ਵੀ ਦਰਸਾਏ। ਆਪ ਜੀ ਸਿੰਘਾਂ ਨੂੰ ਜਦ ਗੁਰਬਾਣੀ ਅਥਵਾ ਭਾਈ ਸਾਹਿਬ ਜੀ ਦੀ ਬਾਣੀ ਦੇ ਅਰਥ ਪੜ੍ਹਾਉਂਦੇ, ਤਦ ਸੰਤ ਗਿਆਨੀ ਗੁਰਬਚਨ ਸਿੰਘ ਜੀ ਕਦੇ-ਕਦੇ ਕੋਲ ਬੈਠ ਕੇ ਸੁਣਦੇ ਅਤੇ ਆਪ ਜੀ ਉੱਪਰ ਬਹੁਤ ਪ੍ਰਸੰਨਤਾ ਕਰਿਆ ਕਰਦੇ ਸਨ। ਜਥੇ 'ਚ ਆਪ ਜੀ ਤੋਂ ਵਿੱਦਿਆ ਪੜ੍ਹਨ ਵਾਲੇ ਬਾਬਾ ਦਯਾ ਸਿੰਘ ਜੀ (ਨਿਹੰਗ ਸਿੰਘ) ਅਤੇ ਗਿਆਨੀ ਮੁਖਤਿਆਰ ਸਿੰਘ ਜੀ ਸਾਰੰਗ ਪ੍ਰਮੁੱਖ ਸਨ। ਸੰਤ ਗਿਆਨੀ ਗੁਰਬਚਨ ਸਿੰਘ ਜੀ ਨੇ 'ਗੁਰਮੁਖ ਪ੍ਰਕਾਸ਼ ਗ੍ਰੰਥ' 'ਚ ਆਪ ਜੀ ਮਹਿਮਾ ਲਿਖੀ ਹੈ ਕਿ :

ਦੋਹਿਰਾ :

ਰਣਜੀਤ ਸਿੰਘ ਕੀ ਫੌਜ ਮੇਂ, ਰਹੇਂ ਬੀਰ ਮ੍ਰਿਗੇਸ਼।
ਬਾਈ ਸੌ ਅਸਵਾਰ ਸਦ, ਚੜ੍ਹਤੇ ਨਾਲ ਹਮੇਸ਼॥ ੨੩੨॥
ਉਸ ਕੀ ਸੰਪ੍ਰਦਾਇ ਵਿਖੇ, ਪ੍ਰਗਟੇ ਖੜਗਹਰਿ ਨਾਮ।
ਰਹਿ ਸ੍ਰੀ ਅੰਮ੍ਰਿਤਸਰ ਵਿਖੇ, ਸਦਾ ਭਜਨ ਸੌਂ ਕਾਮ॥ ੨੩੩॥
ਮਾਲੂਵਾਲਾ ਪਿੰਡ ਜੋ, ਸੰਤਨ ਕੀਨ ਵਖਾਨ।
ਉੱਨੀ ਸੌ ਚੌਸਠ ਹੁਤੋ, ਸੰਮਤ ਬਿਕ੍ਰਮਿ ਜਾਨ॥ ੨੩੪॥
ਬਾਬੇ ਸਾਹਿਬ ਚੌਂਕ ਵਿਚ, ਡੇਰਾ ਕੀਨ ਅਬਾਦ।
ਕਥਾ ਕੀਰਤਿ ਜੁਗ ਕਾਲ ਹੈ, ਸਭ ਕੋ ਮਿਲੇ ਪ੍ਰਸਾਦਿ॥ ੨੩੫॥
ਆਯੂ ਅੱਸੀ ਬਰਸ ਕੀ, ਕੀਨੀ ਭਜਨ ਬਤੀਤ।
ਪਰਉਪਕਾਰੀ ਸੰਤ ਜੀ, ਹਿਰਦਾ ਹਿਮ ਸਮ ਸੀਤ॥ ੨੩੬॥

ਚੌਪਈ

ਸਿੰਘ ਬਖਸ਼ੀਸ਼ ਬਖਸ਼ਸ਼ ਕੋ ਪਾਈ। ਆਦਿ, ਦਸਮ ਕੀ ਕਥਾ ਪੜ੍ਹਾਈ।
ਮਿਠ ਬੋਲੇ ਬਾਣੀ ਕੇ ਨੇਮੀ। ਹਰਿ ਦਮ ਚਹੇਂ ਸਰਬ ਕੀ ਖੇਮੀ॥ ੨੩੭॥
ਅੱਸੀ ਬਰਸ ਤੱਕ ਕਰ ਉਪਕਾਰ। ਸੁਖ ਸੇ ਪਹੁੰਚੇ ਹਰਿ ਕੋ ਦੁਆਰ।
ਰਣ ਸਰਦੂਲ ਕੀਨ ਰਣ ਭਾਰੀ। ਕਾਮ ਕ੍ਰੋਧ ਕੋ ਦੀਨ ਪਛਾਰੀ॥ ੨੩੮॥
ਸੰਗਤਾਂ ਸੰਗ ਅਤਿਸੈ ਹਿਤ ਕਰਦੇ। ਈਠੇ ਬਚਨ ਪਰੇਮੀ ਹਰਦੇ।
'ਹੀਰਿਆਂ ਦਾ ਹਾਰ' ਰਚਿਆ ਜਿਨ ਗੂੰਥ। ਤਨ ਮਨ ਸੇ ਸੇਵਾ ਕਰੇਂ ਪੰਥ॥੨੩੯॥
ਪਰਉਪਕਾਰੀ ਹੈਂ ਜਗ ਧੰਨ। ਕੀਰਤਨ ਸੁਣੇ ਨਾਮ ਕੋ ਮੰਨ।
ਐਸੇ ਪੁਰਖ ਸੁ ਦੁਰਲਭ ਜਾਨੋ। ਕੀਨੇ ਉਪਕਾਰ ਭਵ ਆਨੋ॥ ੨੪੦॥
ਨਗਰ ਕਰੀਰ ਵਾਲ ਕੇ ਭਾਈ। 'ਗੁਰ ਬਚਨ ਹਰੀ' ਕੋ ਦੀਨ ਬਡਾਈ।
ਲੰਗਰ ਚਲਦਾ ਪ੍ਰੇਮੀ ਰਹਿੰਦੇ। ਹਰਿ ਦਮ ਨਾਮ ਹਰੀ ਦਾ ਕਹਿੰਦੇ।
ਸਭ ਸੰਤਨ ਕੋ ਬੰਦਨ ਮੇਰੀ। ਭੂਲ ਬਖਸ਼ੀਏ ਜਹਿ ਲਹੁ ਹੇਰੀ॥ ੨੪੧॥

(ਪੰਨਾ ੬੩੯)

ਆਪ ਜੀ ਦਾ ਕਾਫੀ ਚੰਗਾ ਸਬੰਧ ਮਾਲੂਵਾਲ ਵਾਲੇ ਸੰਤਾਂ ਦੀ ਸੰਪ੍ਰਦਾ ਨਾਲ ਰਿਹਾ ਹੈ। ਆਪ ਜੀ ਸ੍ਰੀ ਅੰਮ੍ਰਿਤਸਰ ਸਾਹਿਬ ਵਿੱਦਿਆ ਵੰਡਦੇ ਰਹੇ ਅਤੇ ਲੰਗਰ ਚਲਾਉਂਦੇ ਰਹੇ, ਜਿੱਥੇ ਆਪ ਜੀ ਦੇ ਪਾਸ ਸੰਤ ਕਰਤਾਰ ਸਿੰਘ ਜੀ ਕੰਗ ਸਾਬੂ ਵਾਲੇ ਵੀ ਵਿੱਦਿਆ ਪੜ੍ਹਦੇ ਰਹੇ ਹਨ।

(12) ਸੰਤ ਬਾਬਾ ਦਇਆ ਸਿੰਘ ਜੀ (ਨਿਹੰਗ ਸਿੰਘ)

ਬਾਬਾ ਦਯਾ ਸਿੰਘ ਜੀ ਦਾ ਜਨਮ ੧੯੧੬ ਈ. ਦੇ ਕਰੀਬ ਰਾਵਲਪਿੰਡੀ ਪਕਿਸਤਾਨ 'ਚ ਹੋਇਆ। ਆਪ ਜੀ ਦੇ ਜਨਮ ਦੀ ਅਰਦਾਸ ਬਾਬਾ ਨਿਧਾਨ ਸਿੰਘ ਜੀ ਲੰਗਰ ਸਾਹਿਬ ਵਾਲਿਆਂ ਦੇ ਬਚਨਾਂ ਸਦਕਾ ਹੋਈ ਸੀ। ਬਾਬਾ ਨਿਧਾਨ ਸਿੰਘ ਜੀ ਨੇ ਬਾਬਾ ਜੀ ਦੇ ਮਾਤਾ-ਪਿਤਾ ਨੂੰ ਛੇ ਪੁੱਤਰਾਂ ਦਾ ਵਰਦਾਨ ਦੇ ਕੇ ਕਿਹਾ ਸੱਤਵਾਂ ਸਾਡਾ ਹੋਵੇਗਾ।

ਬਾਬਾ ਜੀ ਦੇ ਬਚਨਾਂ ਦੇ ਪ੍ਰਤਾਪ ਨਾਲ ਆਪ ਜੀ ਜਨਮ ਤੋਂ ਬ੍ਰਹਮ-ਸਿੱਧ ਮਹਾਪੁਰਖ ਸਨ ਅਤੇ ੮ ਜਮਾਤਾਂ ਉਰਦੂ, ਫ਼ਾਰਸੀ ਦੀਆਂ ਪਾਸ ਕਰਕੇ ਆਪ ਜੀ ਹਜ਼ੂਰ ਸਾਹਿਬ ਚਲੇ ਗਏ ਅਤੇ ਮਾਤਾ ਜੀ ਦੇ ਅਸਥਾਨ ਪਰ ਟੇਲਰ ਦੀ ਸੇਵਾ ਕਰਨੀ ਪ੍ਰਾਰੰਭ ਕਰ ਦਿੱਤੀ। ਏਥੇ ਆਪ ਜੀ ਸਿੰਘਾਂ ਦੇ ਕਛਹਿਰੇ ਸੀਊਣ ਦੀ ਸੇਵਾ ਕਰਦੇ ਅਤੇ ਨਾਮ ਜਪਦੇ। ਏਥੇ ਆਪ ਜੀ ਨੂੰ ਇੱਕ ਸਿੰਘ ਨੇ ਅਗੰਮੀ ਬਚਨ ਕੀਤੇ ਕਿ ਦਯਾ ਸਿੰਘਾਂ ਸੇਵਾ ਜਿੰਨੀ ਮਰਜ਼ੀ ਕਰ ਲੈ, ਪਰ

ਜਿੰਨਾ ਚਿਰ ਗੁਰਬਾਣੀ ਸੰਥਿਆ ਨਾ ਕੀਤੀ, ਉਨਾਂ ਚਿਰ ਆਤਮਿਕ ਜੀਵਨ ਦੀ ਸੋਝੀ ਪ੍ਰਾਪਤ ਨਹੀਂ ਹੋਵੇਗੀ।

ਬਾਬਾ ਜੀ ਦੇ ਮਨ ਪਰ, ਉਸ ਨਿਹੰਗ ਸਿੰਘ ਦੇ ਬਚਲ ਦਾ ਬਹੁਤ ਗਹਿਰਾ ਪ੍ਰਭਾਵ ਪਿਆ ਅਤੇ ਆਪ ਜੀ ਉਸ ਨਿਹੰਗ ਸਿੰਘ ਨੂੰ ਨਾਲ ਲੈ ਕੇ ਸੰਤ ਗਿਆਨ ਗੁਰਬਚਨ ਸਿੰਘ ਜੀ ਦੇ ਜਥੇ 'ਚ ਭਿੰਡਰੀਂ ਆ ਕੇ ਭਰਤੀ ਹੋ ਗਏ। ਮਾਤਾ ਜੀ ਦੇ ਅਸਥਾਨ ਤੋਂ ਆਏ ਜਾਣ ਕੇ ਸੰਤਾਂ ਨੇ ਬਹੁਤ ਖ਼ੁਸ਼ੀ ਕੀਤੀ ਅਤੇ ਟੇਲਰ ਹੋਣ ਦਾ ਪਤਾ ਲੱਗਣ ਤੇ ਸੰਤਾਂ ਨੇ ਆਪ ਜੀ ਦੀ ਡਿਊਟੀ ਚੰਦੋਆ ਸਾਹਿਬ ਬਣਾਉਣ ਦੀ ਲਗਾ ਦਿੱਤੀ। ਬਾਬਾ ਜੀ ਨੇ ਨੀਲੇ ਅਤੇ ਪੀਲੇ ਰੰਗ ਦਾ ਬਹੁਤ ਸੁੰਦਰ ਪੱਟੀਦਾਰ ਚੰਦੋਆ ਬਣਾਇਆ। ਸੰਤਾਂ ਨੇ ਚੰਦੋਆ ਦੇਖ ਕੇ ਬਹੁਤ ਪ੍ਰਸੰਨਤਾ ਕੀਤੀ ਅਤੇ ਜਥੇ ਦੇ ਸਿੰਘਾਂ ਦੇ ਚੋਲੇ, ਕਛਹਿਰੇ ਸੀਉਣ ਦੀ ਪੱਕੀ ਡਿਊਟੀ ਲਗਾ ਦਿੱਤੀ। ਆਪ ਜੀ ਨੇ ਜਥੇ ਚੋਂ ਆਦਿ, ਦਸਮ ਦੀ ਸੰਥਾ ਕਥਾ ਅਤੇ ਇਤਿਹਾਸ ਦੀ ਕਥਾ ਬਹੁਤ ਮਨ ਲਾ ਕੇ ਸਿਖਣੀ ਪ੍ਰਾਰੰਭ ਕਰ ਦਿੱਤੀ। ਜਥੇ 'ਚ ਹੀ ਹਾਜ਼ਿਰ ਬਾਬਾ ਰਣ ਸਿੰਘ ਜੀ ਤੋਂ ਆਪ ਜੀ ਦਸਮ ਦੀ ਕਥਾ ਬੜੇ ਗਹੁ ਨਾਲ ਸੁਣਦੇ ਵਿਚਾਰਦੇ ਅਤੇ ਭਾਈ ਨੰਦਲਾਲ ਜੀ ਦੀ ਬਾਣੀ ਦੇ ਗੁਹਜ ਸੰਪ੍ਰਦਾਈ ਅਰਥ ਪੜ੍ਹਦੇ। ਲਗਭਗ ੩੦ ਸਾਲ ਆਪ ਜੀ ਜਥੇ 'ਚ ਸੇਵਾ ਕਰਦੇ ਹੋਏ ਓੜਕ ਮਾਤਾ ਜੀ ਦੇ ਅਸਥਾਨ ਪਰ ਹਜ਼ੂਰ ਸਾਹਿਬ ਚਲੇ ਗਏ। ਉੱਥੇ ਆਪ ਜੀ ਨੇ ਜਦ ਬਾਬਾ ਮਿੱਤ ਸਿੰਘ ਜੀ ਦੇ ਦਰਸ਼ਨ ਕੀਤੇ ਤਾਂ ਬਾਬਾ ਜੀ ਨੇ ਆਪ ਜੀ ਉੱਪਰ ਬਹੁਤ ਖ਼ੁਸ਼ੀ ਕੀਤੀ। ਫਿਰ ਦੁਬਾਰਾ ਦਸਮ-ਸਰਬਲੋਹ ਦਰਬਾਰ ਦੀ ਸੰਥਾ ਆਪ ਜੀ ਬਾਬਾ ਮਿੱਤ ਸਿੰਘ ਜੀ ਤੋਂ ਕਰਨੀ ਪ੍ਰਾਰੰਭ ਕਰ ਦਿੱਤੀ। ਕੁਝ ਕੁ ਸਮੇਂ 'ਚ ਹੀ ਆਪ ਜੀ ਨੇ ਦੋਨੋਂ ਸੰਥਾ ਦਾ ਭੋਗ ਉੱਥੇ ਪਾ ਦਿੱਤਾ।

ਬਾਬਾ ਮਿੱਤ ਸਿੰਘ ਜੀ ਦੀ ਸਦ-ਰੁਚੀ ਨੂੰ ਦੇਖ ਅਤੇ ਬਾਬਾ ਜੀ ਦੀ ਆਗਿਆ ਪਾ ਕੇ ਆਪ ਜੀ ਨੇ ਭਾਈ ਨੰਦਲਾਲ ਸਾਹਿਬ ਦੀਆਂ ਸਾਰੀਆਂ ਗ਼ਜ਼ਲਾਂ ਦਾ ਪਾਠ ਅਰਥਾਂ ਸਮੇਤ ਚੇਤੇ ਕਰ ਲਿਆ ਅਤੇ ਜ਼ਿੰਦਗੀਨਾਮੇ, ਜ਼ਫ਼ਰਨਾਮੇ ਆਦਿਕ ਦਾ ਚੰਗਾ ਅਭਿਆਸ ਕਰ ਕੇ ਫ਼ਾਰਸੀ ਰਚਨਾਵਾਂ ਦੇ ਆਲਮ ਫ਼ਾਜ਼ਿਲ ਵਿਦਵਾਨ ਬਣ ਗਏ।

ਏਸੇ ਸਮੇਂ ਦੌਰਾਨ ਬਾਬਾ ਸਿੰਘਾ ਸਿੰਘ ਜੀ ੯੬ ਕਰੋੜੀ ਨੇ ਦਸਮ ਦਰਬਾਰ ਦੀ ਸੰਥਾ ਆਪ ਜੀ ਤੋਂ ਪੜ੍ਹੀ ਅਤੇ ਕਥਾ ਦਾ ਵੱਡਾ ਗਿਆਨ ਪ੍ਰਾਪਤ ਕੀਤਾ। ਜਦ ਆਪ ਜੀ ਮਾਤਾ ਜੀ ਦੇ ਅਸਥਾਨ ਪਰ ਗੁਰ ਸੇਵਾ 'ਚ ਤਤਪਰ ਸਨ, ਤਦ ਬਾਬਾ ਚੇਤ ਸਿੰਘ ਜੀ ੯੬ ਕਰੋੜੀ ਮਾਤਾ ਜੀ ਦੇ ਅਸਥਾਨ ਪਰ ਜਾ ਪੁੱਜੇ ਅਤੇ ਪੰਥ ਦਾ ਹੀਰਾ ਜਾਣ ਕੇ ਆਪ ਜੀ ਨੂੰ ਫਰਲੇ ਦੀ ਬਖ਼ਸ਼ਿਸ਼ ਕਰ ਦਿੱਤੀ।

ਓੜਕ ਆਪ ਜੀ ਹਜ਼ੂਰ ਸਾਹਿਬ ਤੋਂ ਸ੍ਰੀ ਅਨੰਦਪੁਰ ਸਾਹਿਬ ਆ ਗਏ। ਏਥੇ ਆਪ ਜੀ ਗੁਰੂ ਕੇ ਬਾਗ 'ਚ ਆਸਨ ਰੱਖਦੇ ਸਨ। ਏਥੋਂ ਆਪ ਜੀ ਨੂੰ ਸਰਸਿਲ ਨਗਰ (ਜਰਗ

ਨੇੜੇ) ਦੀ ਸੰਗਤ ਸੈ੍ਰ ਨਗਰ 'ਚ ਲੈ ਕੇ ਗਈ। ਏਥੇ ਹੀ ਆਪ ਜੀ ਨੇ ਦਸਮ ਦਰਬਾਰ ਦੇ ਪ੍ਰਯਾਇ ਅਤੇ ਕਠਨ ਪਾਠਾਂ ਦੀ ਪੋਥੀ ਤਿਆਰ ਕੀਤੀ ਅਤੇ ਭਾਈ ਨੰਦਲਾਲ ਜੀ ਦੀ ਬਾਣੀ ਦੇ ਗੁਹਜ ਅਰਥ ਅਤੇ ਕੁਝ ਉਥਾਨਕਾ ਵੀ ਲਿਖੀਆਂ।

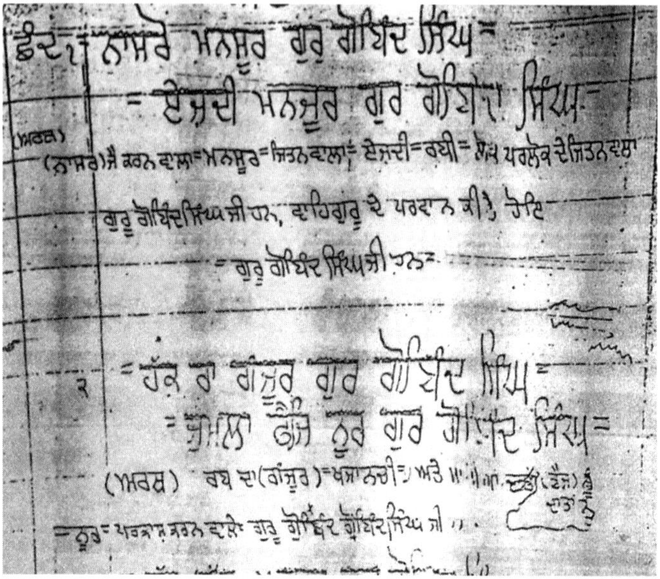
ਛੰਦ ੧ ਨਾਸਰੋ ਮਨਸੂਰ ਗੁਰੂ ਗੋਬਿੰਦ ਸਿੰਘ =
= ਏਜ਼ਦੀ ਮਨਜ਼ੂਰ ਗੁਰ ਗੋਬਿੰਦ ਸਿੰਘ =
(ਅਰਥ) (ਨਾਸਰੋ)=ਸੈ ਕਰਨ ਵਾਲਾ=ਮਨਸੂਰ=ਜਿਤਨ ਵਾਲਾ= ਏਜ਼ਦੀ=ਰਬੀ= ਲੋਕ ਪਰਲੋਕ ਦੇ ਜਿਤਨ ਵਾਲਾ
ਗੁਰੂ ਗੋਬਿੰਦ ਸਿੰਘ ਜੀ ਹਨ, ਵਾਹਿਗੁਰੂ ਦੇ ਪਰਵਾਨ ਕੀਤੇ ਹੋਏ
= ਗੁਰੂ ਗੋਬਿੰਦ ਸਿੰਘ ਜੀ ਹਨ =
੨ = ਹੱਕ ਰਾ ਗੰਜੂਰ ਗੁਰ ਗੋਬਿੰਦ ਸਿੰਘ =
= ਜੁਮਲਾ ਫ਼ੈਜ਼ੇ ਨੂਰ ਗੁਰ ਗੋਬਿੰਦ ਸਿੰਘ =
(ਅਰਥ) ਰਬ ਦਾ (ਗੰਜੂਰ)=ਖਜ਼ਾਨਚੀ= ਅਤੇ [illegible]
=ਨੂਰ= ਪਰਕਾਸ਼ ਕਰਨ ਵਾਲੇ ਗੁਰੂ ਗੋਬਿੰਦ ਸਿੰਘ ਜੀ

ਆਪ ਜੀ ਦੇ ਪਰਮ ਸ਼ਿਸ਼ ਬਾਬਾ ਕਰਤਾਰ ਸਿੰਘ ਜੀ ਮੋਟਾਂ ਅੱਖਰ ਨੇ ਆਪ ਜੀ ਦੇ ਏਨ੍ਹਾਂ ਗੁਹਜ ਅਰਥਾਂ ਦੇ ੫, ੭ ਕਾਪੀਆਂ ਉੱਪਰ ਉਤਾਰੇ ਕੀਤੇ ਸਨ। ਇਸੇ ਨਗਰ 'ਚ ਆਪ ਜੀ ਨੇ ਬਾਬਾ ਹਰਦੇਵ ਸਿੰਘ ਜੀ ਨੂੰ ਆਪਣਾ ਪੁੱਤਰ ਬਣਾ ਕੇ ਪਾਲਿਆ ਜੋ ਅੱਜ ਚਮਕੌਰ ਸਾਹਿਬ ਪਿਆਰੇ ਸਾਹਿਬ ਸਿੰਘ ਜੀ ਦੇ ਅਸਥਾਨ ਪਰ ਸੇਵਾ ਕਰ ਰਹੇ ਹਨ।

ਇੰਜ ਗੁਰਸਿੱਖੀ ਦਾ ਪ੍ਰਚਾਰ ਕਰਦੇ ਹੋਏ, ਅਨੇਕਾਂ ਵਿਦਿਆਰਥੀਆਂ ਨੂੰ ਵਿੱਦਿਆ ਦਾ ਦਾਨ ਦਿੰਦੇ ਹੋਏ ਆਪ ਜੀ ਦਿੱਲੀ ਵਿਖੇ ੨੦ ਜੂਨ ੨੦੧੧ ਨੂੰ ਸ਼ਾਮ ੫ ਵਜੇ ਦੇ ਕਰੀਬ ਸਚਖੰਡ ਜਾ ਬਿਰਾਜੇ ਸਨ। ਸੰਪ੍ਰਦਾਇ ਭਿੰਡਰਾਂ 'ਚ ਆਪ ਜੀ ਦਸਮ ਬਾਣੀ ਦੇ ਵੱਡੇ ਵਿਦਵਾਨ ਮੰਨੇ ਜਾਂਦੇ ਸਨ ਅਤੇ ਦਸਮ ਦੀ ਸੰਥਾ ਭਾਵੇਂ ਵਿਦਿਆਰਥੀ ਕਿਤਿਓਂ ਵੀ ਕਰੇ,ਆਪ ਜ਼ਫ਼ਰਨਾਮਾ ਆਪ ਜੀ ਨੂੰ ਸੁਣਾ ਕੇ ਸਿੰਘ ਆਪਣੇ ਆਪ ਨੂੰ ਦਸਮ ਦਰਬਾਰ ਦੇ ਪਾਠੀ ਸਮਝਦੇ ਸਨ। ਆਪ ਜੀ ਭਾਈ ਨੰਦਲਾਲ ਜੀ ਦੀ ਬਾਣੀ ਦੇ ਮਹਾਲ ਪ੍ਰੇਮੀ ਸਨ। ਪੁਰਾਣੇ ਸਿੰਘਾਂ ਅਤੇ ਬਾਬਾ ਹਰਦੇਵ ਸਿੰਘ ਜੀ ਤੋਂ ਸੁਣਿਆ ਹੈ ਕਿ ਆਪ ਜੀ ਨੂੰ ਭਾਈ ਨੰਦਲਾਲ ਜੀ ਦੀਆਂ ਸਾਰੀਆਂ ਗ਼ਜ਼ਲਾਂ ਜ਼ਬਾਨੀ ਯਾਦ ਸਨ। ਆਪ ਜੀ ਦੇ ਪਰਮ ਸ਼ਿਸ਼

ਸੰਤ ਗਿਆਨੀ ਕਰਤਾਰ ਸਿੰਘ ਜੀ ਮੋਟਾਂ ਅੱਖਰ ਜੀ ਨੇ ਦਸਮ ਪ੍ਰਯਾਵਾਂ 'ਚ ਆਪ ਜੀ ਬਾਰੇ ਲਿਖਿਆ ਹੈ ਕਿ

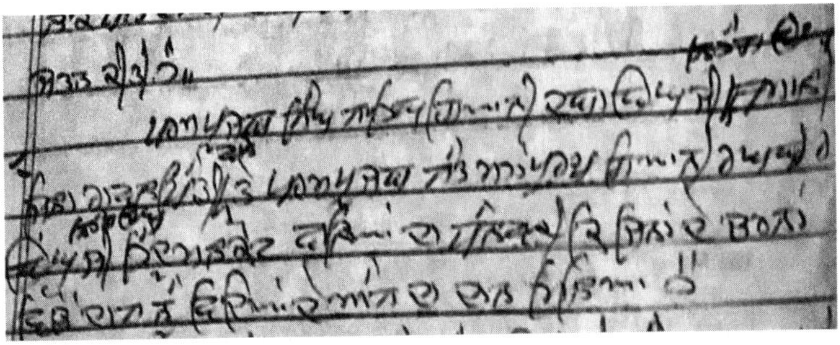

ਯਥਾ:- ਪਰਮ ਪੂਜਜ ਸਿੰਘ ਸਾਹਿਬ ਗਿਆਨੀ ਦਯਾ ਸਿੰਘ ਜੀ ਨਿਹੰਗ ਸਿੰਘ ਜ਼ਿਲ੍ਹਾ ਰਾਵਲਪਿੰਡੀ ਵਾਤੇ ਤੇ ਪਰਮ ਪੂਜਜ ਸੰਤ ਮਹਾਂਪੁਰਖ ਗਿਆਨ ਰਘੁਬੀਰ ਸਿੰਘ ਜੀ ਨਿਹੰਗ ਸਿੰਘ ਹਿੰਦੂ ਮਲਕੋਟ ਵਾਲਿਆਂ ਦਾ ਧੰਨਵਾਦੀ ਹਾਂ ਕਿ ਜਿਨ੍ਹਾਂ ਦੇ ਚਰਨਾਂ ਵਿਚੋਂ ਦਾਸ ਨੂੰ ਵਿੱਦਿਆ ਦੇ ਅੰਸ਼ ਦਾ ਦਾਨ ਮਿਲਿਆ।

(13) ਸੰਤ ਗਿਆਨੀ ਕਰਤਾਰ ਸਿੰਘ ਜੀ (ਮੋਟਾ ਅੱਖਰ ਜੀ)

ਆਪ ਜੀ ਦਾ ਜਨਮ 1920 ਦੇ ਕਰੀਬ ਪਾਕਿਸਤਾਨ ਰਾਵਲਪਿੰਡੀ ਦੇ ਨੇੜੇ ਪਿੰਡ ਸੁੱਖੋ 'ਚ ਮਾਤਾ ਵੀਰਾਂਵਾਲੀ ਦੀ ਕੁੱਖੋਂ ਪਿਤਾ ਲਾਲ ਸਿੰਘ ਕੇ ਗ੍ਰਹਿ ਹੋਇਆ। ਆਪ ਜੀ ਚਾਰ ਭਰਾਵਾਂ ਇਕਬਾਲ ਸਿੰਘ, ਦਰਸ਼ਨ ਸਿੰਘ, ਹੁਕਮ ਸਿੰਘ, ਚਰਨਜੀਤ ਸਿੰਘ ਅਤੇ ਤਿੰਨ ਭੈਣਾਂ ਉੱਤਮ ਕੌਰ, ਸਤਨਾਮ ਕੌਰ ਤੇ ਹਰਜੀਤ ਕੌਰ ਦੇ ਭਰਾ ਸਨ।

ਬਚਪਨ ਤੋਂ ਹੀ ਆਪ ਜੀ ਸ਼ਾਂਤ ਸੁਭਾਵ ਦੇ ਮਾਲਿਕ ਅਤੇ ਸੰਤ ਸੇਵੀ ਮਹਾਂਪੁਰਖ ਸਨ। ਆਪ ਜੀ ਬਚਪਨ 'ਚ ਹੀ ਕਾਲੀ ਕੰਬਲੀ ਵਾਲੇ ਮਹਾਂਪੁਰਖਾਂ ਦੀ ਸੰਗਤ ਕਰਦੇ ਅਤੇ ਬਾਹਰ ਖੇਤਾਂ 'ਚ ਸਰੋਵਰ ਦੇ ਕਿਨਾਰੇ ਅਤੇ ਕਦੇ ਖੁੱਡਾਂ 'ਚ ਬੈਠ ਕੇ ਤੱਪ ਕਰਦੇ ਸਨ। 1947 ਦੇਸ਼ ਦੀ ਵੰਡ ਸਮੇਂ ਆਪ ਜੀ 10 ਜਮਾਤਾਂ ਪਾਸ ਕਰ ਚੁੱਕੇ ਸਨ ਅਤੇ ਦੇਸ਼ ਦੀ ਵੰਡ ਤੋਂ ਬਾਅਦ ਆਪ ਜੀ ਆਪਣੇ ਪਰਿਵਾਰ ਦੇ ਨਾਲ ਗੁਰਾਇਆ ਨੇੜੇ ਪਿੰਡ ਡੱਲੇਵਾਲ ਆ ਵੱਸੇ। ਆਪ ਜੀ ਨੇ ਲੁਧਿਆਣੇ ਤੋਂ ਡਬਲ ਐਮ.ਏ. ਤੱਕ ਦੀ ਪੜ੍ਹਾਈ ਕੀਤੀ। ਆਪ ਸਿਟੀ ਐਂਡ ਗਿਲਜ਼ ਆਫ਼ ਲੰਦਨ ਇਨਸੀਟਿਊਟ 'ਚੋਂ ਫਸਟ ਆਏ ਅਤੇ ਜਵਾਹਰ ਲਾਲ ਨਹਿਰੂ ਨੇ ਆਪ ਜੀ ਨੂੰ 500 ਰੁਪਏ ਵਜੀਫਾ ਦੇ ਕੇ ਸਨਮਾਨਿਤ ਕੀਤਾ।

ਸਮੇਂ ਨਾਲ ਬਾਬਾ ਜੀ ਦੇ ਵਿਵਾਹ ਦੀ ਤਿਆਰੀ ਮਾਪਿਆਂ ਨੇ ਸ਼ੁਰੂ ਕਰ ਦਿੱਤੀ, ਪਰ ਆਪ ਜੀ ਨੇ ਵਿਵਾਹ ਤੋਂ ਮਨ੍ਹਾਂ ਕਰ ਦਿੱਤਾ ਅਤੇ ਰੋਜ਼ਗਾਰ ਲੱਭਦੇ-ਲੱਭਦੇ ਬੰਬੇ ਪਹੁੰਚ ਗਏ। ਉਥੇ ਆਪ ਜੀ ਦੀ ਕਾਬਲੀਅਤ ਨੂੰ ਦੇਖ ਇਕ ਬੱਸ ਕੰਪਨੀ "ਉਬਰਾਏ ਕਨਟੀ ਬੱਸ ਸਰਵਿਸ" 'ਚ ਮੈਨੇਜਰ ਰੱਖ ਲਿਆ ਗਿਆ। ਆਪ ਜੀ ਦੀ ਇਮਾਨਦਾਰੀ ਦੇ ਪ੍ਰਤਾਪ ਨਾਲ ਬੱਸ ਕੰਪਨੀ ਜੋ ਘਾਟੇ 'ਚ ਜਾ ਰਹੀ ਸੀ, ਉਹ ਕੁਝ ਸਟੈਂਡ ਹੋ ਗਈ।

ਇਕ ਸਾਲ ਬਾਅਦ ਜਦ ਬੱਸਾਂ 'ਚ ਬਹੁਤਾ ਫਾਇਦਾ ਨਾ ਵੇਖ, ਬੱਸ ਕੰਪਨੀ ਮਾਲਿਕ ਨੇ ਬੱਸ ਕੰਪਨੀ ਬੰਦ ਕਰਨ ਦਾ ਫੈਸਲਾ ਕੀਤਾ ਤਾਂ ਮਾਲਿਕਾਂ ਨੇ ਇਕ ਮੀਟਿੰਗ 'ਚ ਕੰਪਨੀ ਬੰਦ ਕਰਨ ਦਾ ਐਲਾਨ ਕਰ ਦਿੱਤਾ ਤਾਂ ਬਾਬਾ ਜੀ ਨੇ ਅਨੇਕਾਂ ਲੋਗ ਬੇਰੁਜ਼ਗਾਰ ਹੁੰਦੇ ਵੇਖ ਕੇ ਮਾਲਿਕਾਂ ਨੂੰ ਕਿਹਾ ਕਿ ਇਕ ਸਾਲ ਦੀ ਹੋਰ ਮੁਹਲਤ ਦਿਉ, ਤੁਹਾਡੀ ਕੰਪਨੀ ਨਫ਼ੇ 'ਚ ਜਾਵੇਗੀ। ਬਾਬਾ ਜੀ ਨੇ ਇਕ ਸਾਲ ਦੀ ਮੁਹਲਤ ਲੈ ਕੇ ਡਰਾਇਵਰਾਂ, ਕਨਾਕਟਰਾਂ ਦੀ ਤਨਖਾਹ 70 ਤੋਂ 90 ਅਤੇ 55 ਤੋਂ 75 ਕਰ ਦਿੱਤੀ। ਇੰਜ ਹੋਰ ਤਨਖਾਹ 'ਚ ਵਾਧੇ ਕਰ ਦਿੱਤੇ ਅਤੇ ਨਾਲ ਹੀ ਸਭ ਨੂੰ ਤਾਗੀਦ ਕੀਤੀ ਕਿ ਸਮੇਂ ਨਾਲ ਤੁਹਾਡੀਆਂ ਤਨਖਾਹਾਂ 'ਚ ਵਾਧੇ ਕੀਤੇ ਜਾਣਗੇ, ਤੁਸੀਂ ਇਮਾਨਦਾਰੀ ਨਾਲ ਕੰਮ ਕਰਨਾ ਹੈ। ਇੰਜ ਸਾਲ 'ਚ ਹੀ 6-7 ਬੱਸਾਂ ਦਾ ਹੋਰ ਕੰਪਨੀ 'ਚ ਵਾਧਾ ਕਰ ਦਿੱਤਾ। ਕੰਪਨੀ ਮਾਲਿਕ ਬਾਬਾ ਜੀ ਦੀ ਯੋਗ-ਕਾਰਗੁਜ਼ਾਰੀ ਪਰ ਬਹੁਤ ਖ਼ੁਸ਼ ਸੀ। ਪਰ ਮਾਲਿਕ ਦਾ ਪੁੱਤਰ ਬਾਬਾ ਜੀ ਨੂੰ ਹਮੇਸ਼ਾਂ ਨੌਕਰ-ਭਾਵ ਰੱਖ ਦੇਖਦਾ ਸੀ। ਬਾਬਾ ਜੀ ਨੂੰ ਇਹ ਰਵੱਈਆ ਪਸੰਦ ਨਹੀਂ ਸੀ ਅਤੇ ਇਕ ਦਿਨ ਕਿਸੇ ਗੱਲ ਤੋਂ ਨਿਰਾਸ਼ ਹੋ ਕੇ ਬਾਬਾ ਜੀ ਸਭ ਕੁਝ ਉਥੇ ਹੀ ਛੱਡ ਕੇ,ਹਜ਼ੂਰ ਸਾਹਿਬ ਪਹੁੰਚ ਗਏ।

ਬਾਬਾ ਜੀ ਸੰਸਾਰ ਤੋਂ ਏਨੇ ਨਿਰਲੇਪ ਹੋ ਗਏ ਕਿ ਆਪ ਜੀ ਨੇ ਬੰਬੇ ਤੋਂ ਵਾਧੂ ਕੱਪੜੇ, ਪੈਸੇ ਅਤੇ ਹੋਰ ਕੋਈ ਸਮੱਗਰੀ ਵੀ ਆਪਣੇ ਨਾਲ ਨਾ ਲਈ, ਸਗੋਂ ਗਾਰਡ ਵਾਲੇ ਡੱਬੇ 'ਚ ਬੈਠ ਕੇ ਹਜ਼ੂਰ ਸਾਹਿਬ ਪਹੁੰਚ ਗਏ ਸਨ। ਹਜ਼ੂਰ ਸਾਹਿਬ ਪਹੁੰਚ ਕੇ ਆਪ ਜੀ ਨੇ ਬਾਬਾ ਨਿਧਾਨ ਸਿੰਘ ਜੀ ਦੇ ਸਰਬਲੋਹ ਬੁੰਗੇ 'ਚ ਗੁਰਬਾਣੀ ਦੀ ਮਨੋਹਰ ਕਥਾ ਕਰਨੀ ਸ਼ੁਰੂ ਕਰ ਦਿੱਤੀ, ਜਿਸ ਤੋਂ ਹਜ਼ੂਰ ਸਿੰਘ ਬਹੁਤ ਪ੍ਰਭਾਵਿਤ ਹੋਏ। ਇਸ ਦੌਰਾਨ ਹੀ ਆਪ ਜੀ ਦਾ ਮੇਲ ਬਾਬਾ ਮਿੱਤ ਸਿੰਘ ਜੀ ਦੇ ਨਾਲ ਮਾਤਾ ਸਾਹਿਬ ਦੇਵਾਂ ਦੇ ਅਸਥਾਨ ਪਰ ਹੋ ਗਿਆ। ਆਪ ਜੀ ਬਾਬਾ ਮਿੱਤ ਸਿੰਘ ਜੀ ਦੇ ਚਰਨਾਂ-ਕਮਲਾਂ ਦੇ ਮੁਰੀਦ ਹੋ ਗਏ ਅਤੇ ਬਾਬਾ ਜੀ ਦੇ ਪਾਸ ਹੀ ਆਪ ਜੀ ਅਕਾਲੀ ਬਾਣਾ ਧਾਰਨ ਕੀਤਾ ਅਤੇ ਆਦਿ,ਦਸਮ,ਸਰਬਲੋਹ ਦਰਬਾਰ ਦੀ ਸੰਥਿਆ ਕੀਤੀ ਅਤੇ ਏਥੋਂ ਫਿਰ ਆਪ ਜੀ ਸੰਤ ਗਿਆਨੀ ਗੁਰਬਚਨ ਸਿੰਘ ਜੀ ਦੇ ਜੱਥੇ ਭਿੰਡਰਾਂ 'ਚ ਵਿੱਦਿਆ ਹਾਸਿਲ ਕਰਨ ਲਈ ਭਰਤੀ ਹੋ ਗਏ। ਏਥੇ ਹੀ ਆਪ ਜੀ ਸੰਤਾਂ ਅਤੇ ਬਾਬਾ ਰਣ ਸਿੰਘ ਤੋਂ ਵਿੱਦਿਆ ਪੜ੍ਹਦੇ ਰਹੇ। ਏਥੇ ਹੀ ਆਪ ਜੀ ਬਾਬਾ ਦਯਾ ਸਿੰਘ ਜੀ ਦੇ ਸੰਗੀ ਬਣ ਇਕੱਠੇ ਵਿਦਿਆ ਦਾ ਅਭਿਆਸ ਕਰਦੇ ਸਨ। ਸੰਤਾਂ ਦੇ ਜੱਥੇ 'ਚੋਂ ਗੁਰਮਤਿ ਦੀ

ਹੋਰ ਵਿੱਦਿਆ 'ਚ ਨਿਪੁੰਨ ਹੋ ਕੇ ਆਪ ਜੀ ਜੱਥੇ ਨਾਲ ਫੇਰ ਹਜ਼ੂਰ ਸਾਹਿਬ ਚਲੇ ਗਏ ਅਤੇ ਬੰਦਾਘਾਟ ਵਾਲੇ ਅਸਥਾਨ ਉੱਪਰ ਕਥਾ ਕਰਨ ਲੱਗ ਪਏ। ਇੱਥੇ ਆਪ ਜੀ ਨੇ ਅਨੇਕਾਂ ਆਦਿ, ਦਸਮ, ਸਰਬਲੋਹ ਦਰਬਾਰ ਦੇ ਗ੍ਰੰਥੀ ਤਿਆਰ ਕੀਤੇ ਅਤੇ ਅਨੇਕਾਂ ਨੂੰ ਭਾਈ ਨੰਦਲਾਲ ਦੀ ਬਾਣੀ ਅਤੇ ਭਾਈ ਗੁਰਦਾਸ ਦੀ ਬਾਣੀ ਦੀ ਰੋਸ਼ਨੀ ਨਾਲ ਕਥਾਕਾਰ ਬਣਾਇਆ। ਬੰਦਾਘਾਟ ਦੀ ਸ਼ਾਂਤ ਤਪੋ-ਮਈ ਭੂਮੀ ਜਾਣ ਕੇ ਆਪ ਜੀ ਨੇ ਏਥੇ ਜ਼ਫ਼ਰਨਾਮੇ ਦਾ ਖ਼ਾਸ ਅਭਿਆਸ ਕੀਤਾ, ਜਿਸ ਦੇ ਫਲਸਰੂਪ ਜੀ ਉਮਰ ਪ੍ਰਯੰਤ ਜ਼ਫ਼ਰਨਾਮੇ ਦਾ ਨਿਤਨੇਮ ਕਰਦੇ ਰਹੇ। ਆਪ ਜੀ ਮਾਤਾ ਜੀ ਅਤੇ ਸਰਬਲੋਹ ਬੁੰਗੇ ਹਰ ਰੋਜ਼ ਗੇੜਾ ਮਾਰਿਆ ਕਰਦੇ ਸਨ। ਏਥੇ ਹੀ ਇਕ ਲੈੱਸ-ਨੈਸ-ਕੁਵਾਟਰ-ਮਾਸਟਰ ਮਿਲਟਿਰੀ ਦਾ ਵੱਡਾ ਅਫ਼ਸਰ ਹਰ ਰੋਜ਼ ਸ਼ਹੀਦੀ ਦੇਗ ਛਕਣ ਆਇਆ ਕਰਦਾ ਸੀ। ਬਾਬਾ ਜੀ ਦਾ ਮੇਲ ਇਸ ਅਫ਼ਸਰ ਨਾਲ ਹਰ ਰੋਜ਼ ਹੁੰਦਾ ਸੀ। ਹੌਲੀ-ਹੌਲੀ ਇਹ ਅਫ਼ਸਰ ਬਾਬਾ ਜੀ ਦੇ ਚਰਨਾਂ ਦਾ ਮੁਰੀਦ ਹੋ ਗਿਆ।

ਚਾਈਨਾ ਦੀ ਲੜਾਈ ਜਿੱਤਣ ਸਮੇਂ ਬਾਬਾ ਜੀ ਕਿਰਪਾ ਨਾਲ ਮਿਲਟਿਰੀ ਅਫ਼ਸਰਾਂ ਨੂੰ ਅਸ਼ੋਕ ਚੱਕਰ ਦੇ ਨਾਲ ਸਨਮਾਨਿਤ ਕੀਤਾ ਅਤੇ ਇਸ ਅਫ਼ਸਰ ਦਾ ਰੈਂਕ ਵੱਡਾ ਕਰ ਦਿੱਤਾ ਅਤੇ ਉਹ ਪਠਾਨਕੋਟ ਆ ਗਿਆ ਤੇ ਉਹ ਅਫ਼ਸਰ ਬਾਬਾ ਜੀ ਨੂੰ ਵੀ ਨਾਲ ਹੀ ਪਠਾਨਕੋਟ ਲੈ ਆਇਆ। ਏਥੇ ਵੀ ਆਪ ਜੀ ਨੇ ਕਈਆਂ ਨੂੰ ਗੁਰਮਤਿ ਦੇ ਰਸਤੇ ਉੱਪਰ ਤੋਰਿਆ। ਪਠਾਨਕੋਟ ਤੋਂ ਫਿਰ ਆਪ ਜੀ ਫੌਜੀ ਅਫ਼ਸਰ ਨਾਲ ਸ੍ਰੀਨਗਰ ਚਲੇ ਗਏ। ਏਥੇ ਵੀ ਆਪ ਜੀ ਦੀ ਗੁਰਮਤਿ-ਉਸਾਰੂ ਸੋਚ ਵੇਖ ਕੇ ਕਈਆਂ ਨੇ ਅੰਮ੍ਰਿਤਪਾਨ ਕੀਤਾ। ਏਥੇ ਹੀ ਆਪ ਜੀ ਬਿਮਾਰ ਪੈ ਗਏ ਅਤੇ ਹਸਪਤਾਲ 'ਚ ਕੁਝ ਸਮਾਂ ਜ਼ੇਰਿ-ਇਲਾਜ ਰਹੇ। ਓੜਕ ਜਦ ਸਿਹਤਯਾਬੀ ਪ੍ਰਾਪਤ ਕੀਤੀ ਤਾਂ ਆਪ ਜੀ ਨਿਹੰਗ ਸਿੰਘ ਜਥੇਦਾਰ ਦੇ ਨਾਲ ਅਕਾਲੀ ਫੂਲਾ ਸਿੰਘ ਦੇ ਬੁਰਜ ਆ ਗਏ। ਏਥੇ ਆਪ ਜੀ ਦਾ ਅਚਾਨਕ ਬਾਬਾ ਦਯਾ ਸਿੰਘ ਨਾਲ ਪੁਨਰ ਮੇਲ ਦਰਬਾਰ ਸਾਹਿਬ ਵਿਖੇ ਹੋ ਗਿਆ ਅਤੇ ਆਪ ਜੀ ਨੇ ਆਪਣੇ ਵਿੱਦਿਆ ਦਾਤੇ ਬਾਬਾ ਦਯਾ ਸਿੰਘ ਜੀ ਦੇ ਲਿਖੇ ਦਸਮ ਬਾਣੀ ਦੇ ਪ੍ਰਯਾਇ ਅਤੇ ਨੰਦਲਾਲ ਦੀ ਬਾਣੀ ਦੇ ਸੰਪ੍ਰਦਾਈ ਅਰਥ ਪ੍ਰਾਪਤ ਕਰ ਲਏ ਅਤੇ ਝੰਡੇਰ ਪਿੰਡ ਚਲੇ ਗਏ।

ਓੜਕ ਆਪ ਜੀ ਗੋਇੰਦਵਾਲ ਝੰਡੇਰ ਪਿੰਡ 'ਚ ਦੇ ਖੇਤਾਂ 'ਚ ਕੁਟੀਆ ਬਣਾ ਕੇ ਜੀਵਨ ਬਿਤੀਤ ਕਰਨ ਲੱਗ ਪਏ ਅਤੇ ਨਾਲ-ਨਾਲ ਬਾਬਾ ਦਯਾ ਸਿੰਘ ਜੀ ਦੀ ਲਿਖਤ ਦੇ ਉਤਾਰੇ ਸ੍ਵੈ ਸਮਝ ਨਾਲ ਕਰਕੇ ਸ਼ੁਰੂ ਕਰ ਦਿੱਤੇ ਸਨ। ਆਪ ਜੀ ਨੇ ਦਸਮ ਬਾਣੀ ਦਰਪਨ ਅਤੇ ਸ਼ਬਦਾਰਥਾਂ ਦੇ ਸਮੇਤ, ਭਾਈ ਨੰਦਲਾਲ ਗ੍ਰੰਥਾਵਲੀ ਦੇ ਪ੍ਰਯਾਇ ਅਤੇ ਗੁਹਜ ਅਰਥ ਤੇ ਉਥਾਨਕਾਵਾਂ ਦੀ ਪੋਥੀ ਲਿਖੀ। ਏਥੇ ਹੀ ਆਪ ਜੀ ਤੋਂ ਮਹੰਤ ਤ੍ਰਿਲੋਚਨ ਸਿੰਘ ਜੀ ਅਤੇ ਗਿਆਨੀ ਜਗਜੀਤ ਸਿੰਘ ਜੀ ਜੱਜ, ਗਿ: ਧਰਮ ਸਿੰਘ ਜੀ ਖਡੂਰ ਸਾਹਿਬ ਆਦਿਕ ਨੇ ਦਸਮ, ਸਰਬਲੋਹ ਦਰਬਾਰ ਦੀ ਸੰਥਿਆ ਹਾਸਿਲ ਕੀਤੀ। ਫਿਰ ਆਪ ਜੀ ਬਾਬਾ ਦਯਾ

ਸਿੰਘ ਜੀ ਸੁਰ ਸਿੰਘ ਵਾਲਿਆਂ ਦੇ ਹੁਕਮ ਅਨੁਸਾਰ ਕੁਝ ਸਮਾਂ ਸੁਰ ਸਿੰਘ ਚਲੇ ਗਏ। ਉਥੇ ਆਪ ਜੀ ਨੇ ਬਾਬਾ ਅਵਤਾਰ ਸਿੰਘ ਜੀ ਸੁਰ ਸਿੰਘ ਵਾਲਿਆਂ ਨੂੰ ਦਸਮ ਦਰਬਾਰ ਅਤੇ ਗੁਰ ਇਤਿਹਾਸ ਪੜ੍ਹਾਇਆ। ਤਰਨਾ ਦਲ ਬਾਬਾ ਬਕਾਲਾ ਸਾਹਿਬ 'ਚ ਵੀ ਆਪ ਜੀ ਕੁਝ ਸਮਾਂ ਰਹੇ ਅਤੇ ਮੌਜੂਦਾ ਮੁਖੀ ਬਾਬਾ ਗੱਜਣ ਸਿੰਘ ਜੀ ਨੂੰ ਦਸਮ ਦਰਬਾਰ ਪੜ੍ਹਾ ਕੇ, ਹਰ ਰੋਜ਼ ਜ਼ਫ਼ਰਨਾਮੇ ਦਾ ਨੇਮ ਕਰਨ ਦਾ ਉਪਦੇਸ਼ ਦਿੱਤਾ, ਜੋ ਮਹਾਂਪੁਰਖ ਅੱਜ ਤੱਕ ਨਿਭਾ ਰਹੇ ਹਨ। ਸੰਪ੍ਰਦਾਵਾਂ, ਟਕਸਾਲਾਂ ਅਤੇ ਨਿਹੰਗ ਸਿੰਘਾਂ ਦੇ ਦਲਾਂ ਪੰਥਾਂ 'ਚ ਬਾਬਾ ਜੀ ਦੁਆਰਾ ਕਰਵਾਈ ਜ਼ਫ਼ਰਨਾਮੇ ਦੀ ਸੰਥਿਆ ਲੋਹਾ ਮੰਨੀ ਜਾਂਦੀ ਸੀ,ਕਿਉਂਕਿ ਆਪ ਜੀ ਸੰਪ੍ਰਦਾਈ ਬੋਧ ਦੇ ਨਾਲ 10 ਜਮਾਤਾਂ ਉਰਦੂ, ਫ਼ਾਰਸੀ ਪੜ੍ਹੇ ਹੋਏ ਸਨ।

ਆਪ ਜੀ ਇਕ ਵਾਰ ਹਜ਼ੂਰ ਸਾਹਿਬ ਦੀ ਯਾਤਰਾ ਨੂੰ ਗਏ ਅਤੇ ਉਥੇ ਬਾਬਾ ਸੋਹਣ ਸਿੰਘ ਜੀ ਬੰਦੇਘਾਟ ਵਾਲਿਆਂ ਨੇ ਆਪ ਜੀ ਦਾ ਮੇਲ ਸ੍ਰੀਮਾਨ ਸੰਤ ਗਿਆਨੀ ਹਰਦੀਪ ਸਿੰਘ ਜੀ ਹਜ਼ੂਰੀ ਟਕਸਾਲ ਵਾਲਿਆਂ ਨਾਲ ਕਰਵਾ ਦਿੱਤਾ। ਆਪ ਜੀ ਨੇ ਸੰਤ ਗਿਆਨੀ ਹਰਦੀਪ ਸਿੰਘ ਜੀ ਨੂੰ ਸੱਚਖੰਡ ਸਾਹਿਬ ਦੇ ਹੈੱਡ ਗ੍ਰੰਥੀ ਅਤੇ ਪੁਰਾਤਨ ਲਿਖਤਾਂ ਦੇ ਖੋਜੀ ਵਿਦਵਾਨ ਜਾਣ ਕੇ ਭਾਈ ਨੰਦਲਾਲ ਜੀ ਦੀ ਬਾਣੀ ਦੇ ਸੰਪ੍ਰਦਾਈ ਅਰਥਾਂ, ਗੂੜ ਰਹੱਸਾਂ ਦੀ ਲਿਖੀ ਕਾਪੀ ਸੰਤ ਗਿਆਨੀ ਹਰਦੀਪ ਸਿੰਘ ਜੀ ਨੂੰ ਦੇ ਦਿੱਤੀ ਅਤੇ ਅੱਗੇ ਆਦਿ, ਦਸਮ, ਸਰਬਲੋਹ ਦਰਬਾਰ ਦੇ ਨਾਲ ਨੰਦਲਾਲ ਦੀ ਬਾਣੀ ਪੜ੍ਹਾਉਣ ਦੀ ਤਾਗੀਦ ਕਰ, ਮੁੜ ਪੰਜਾਬ ਡੇਂਡੇਰ ਆ ਬਿਰਾਜ ਗਏ।

ਆਪ ਜੀ ਵੱਡ-ਨਿਤਨੇਮੀ ਅਤੇ ਚੰਗੇ ਗੁਰ ਸ਼ਬਦ ਦੇ ਅਭਿਆਸੀ ਸਨ। ਆਪ ਜੀ ਪੜ੍ਹਨ ਦਾ ਵੱਡਾ ਸ਼ੌਕ ਰੱਖਦੇ ਸਨ। ਹਰ ਰੋਜ਼ ਆਪ ਜੀ 6-7 ਘੰਟੇ ਗ੍ਰੰਥ ਪੜ੍ਹਨ 'ਚ ਬਿਤੀਤ ਕਰਦੇ ਸਨ। ਸੰਸਾਰੀ ਲੋਕਾਂ ਦੇ ਮੇਲ-ਜੋਲ ਤੋਂ ਨਿਰਲੇਪ ਰਹਿੰਦੇ ਸਨ। ਆਪ ਜੀ ਬਾਕੀ ਸਮਾਂ ਪ੍ਰਭੂ ਭਗਤੀ 'ਚ ਬਿਤੀਤ ਕਰਦੇ ਸਨ। ਅਖ਼ੀਰ ਆਪ ਜੀ ਪੰਥ 'ਚ ਮਹਾਨ ਵਿੱਦਿਆ ਵੰਡਦੇ ਹੋਏ, ਸੱਚਖੰਡ ਜਾ ਬਿਰਾਜੇ।

(14) ਸੰਤ ਗਿਆਨੀ ਹਰਦੀਪ ਸਿੰਘ ਜੀ ਹਜ਼ੂਰੀ ਟਕਸਾਲ ਵਾਲੇ

ਆਪ ਜੀ ਦਾ ਜਨਮ ਪਿੰਡ ਘੁਵਾੜ ਕੇ ਜ਼ਿਲ੍ਹਾ ਤਰਨਤਾਰਨ ਵਿੱਚ, ਪਿਤਾ ਬਾਬਾ ਬੂਟਾ ਸਿੰਘ ਜੀ ਦੇ ਗ੍ਰਹਿ ਵਿਖੇ, ਮਾਤਾ ਸੁਰਜੀਤ ਕੌਰ ਦੀ ਕੁੱਖ ਤੋਂ ਹੋਇਆ। ਆਪ ਜੀ ਦੇ ਜਨਮ ਤੋਂ ਪਹਿਲਾਂ ਸ. ਬੂਟਾ ਸਿੰਘ ਦੇ ਗ੍ਰਹਿ ਵਿਖੇ ਤਿੰਨ ਭੁਜੰਗੀਆਂ ਨੇ ਜਨਮ ਲਿਆ, ਪਰ ਜਨਮ ਤੋਂ ਕੁਝ ਸਮੇਂ ਬਾਅਦ ਹੀ ਤਿੰਨੇ ਬੱਚੇ ਅਕਾਲ ਚਲਾਣਾ ਕਰ ਗਏ। ਆਪ ਦੇ ਪਿਤਾ ਜੀ ਬਹੁਤ ਸੰਤ ਸੁਭਾਅ ਦੇ ਮਾਲਿਕ ਸਨ। ਆਪ ਦੇ ਜਨਮ ਤੋਂ ਕੁਝ ਸਮਾਂ ਪਹਿਲਾਂ ਆਪ ਜੀ ਦੇ ਮਾਤਾ ਪਿਤਾ ਬ੍ਰਹਮ ਗਿਆਨੀ ਸੰਤ ਬਾਬਾ ਜੱਸਾ ਸਿੰਘ ਜੀ ਨਿਹੰਗ ਸਿੰਘ (ਝਾੜ

ਸਾਹਿਬ) ਵਾਲਿਆਂ ਕੋਲ ਗਏ ਅਤੇ ਉਨ੍ਹਾਂ ਅੱਗੇ ਅਰਜ਼ ਕੀਤੀ ਅਤੇ ਆਪਣੇ ਪਹਿਲੇ ਤਿੰਨ ਬੱਚਿਆਂ ਦੀ ਵਾਰਤਾ ਸੁਣਾਈ ਤਾਂ ਸੰਤ ਬਾਬਾ ਜੱਸਾ ਸਿੰਘ ਜੀ ਨੇ ਬਚਨ ਕੀਤਾ ਕਿ ਜੋ ਭੁਝੰਗੀ ਹੁਣ ਜਨਮ ਲਏਗਾ ਉਸ ਨੂੰ ਸੰਤ ਮਾਰਗ ਦੇ ਧਾਰਨੀ ਬਣਾਇਓ। ਇਹ ਭੁਝੰਗੀ ਤੁਹਾਡਾ ਨਾਮ ਬਹੁਤ ਰੋਸ਼ਨ ਕਰੇਗਾ। ਇਸ ਤਰ੍ਹਾਂ ਆਪ ਜੀ ਦਾ ਜਨਮ ਬ੍ਰਹਮ ਗਿਆਨੀ ਸੰਤ ਬਾਬਾ ਜੱਸਾ ਸਿੰਘ ਜੀ ਝਾੜ ਸਾਹਿਬ ਵਾਲਿਆਂ ਦੇ ਬਚਨਾਂ ਨਾਲ ਹੋਇਆ।

ਆਪ ਜੀ ਦਾ ਸੁਭਾਅ ਛੋਟੀ ਉਮਰ 'ਚ ਆਮ ਬੱਚਿਆਂ ਵਾਂਗ ਨਹੀਂ ਸੀ। ਆਪ ਜੀ ਬਹੁਤ ਧਾਰਮਿਕ ਖ਼ਿਆਲਾਂ ਦੇ ਮਾਲਿਕ ਸਨ। 13 ਕੁ ਵਰ੍ਹਿਆਂ ਦੀ ਉਮਰ ਵਿਚ ਆਪ ਜੀ ਨੇ ਸ੍ਰੀ ਗੁਰੂ ਗ੍ਰੰਥ ਸਾਹਿਬ ਜੀ ਦੀ ਸੰਥਿਆ ਸੰਤ ਬਾਬਾ ਜੱਸਾ ਸਿੰਘ ਜੀ ਤੋਂ ਪ੍ਰਾਪਤ ਕਰਕੇ ਸ਼ੁੱਧ ਅਖੰਡ ਪਾਠੀ ਬਣ ਗਏ। ਜੁਆਨੀ ਉਮਰ ਵਿਚ ਆਪ ਜੀ ਦਾ ਅਨੰਦ ਕਾਰਜ ਬੀਬੀ ਪ੍ਰੀਤਮ ਕੌਰ ਜੀ ਮਾਨੋਚਾਹਲ ਨਾਲ ਹੋਇਆ। ਸਤਿਗੁਰਾਂ ਨੇ ਕ੍ਰਿਪਾ ਕਰਕੇ ਆਪ ਜੀ ਗ੍ਰਿਹ ਵਿਖੇ ਤਿੰਨ ਭੁਝੰਗਣਾਂ—1. ਬੀਬੀ ਅੰਮ੍ਰਿਤ ਕੌਰ 2. ਬੀਬੀ ਹਰਜਿੰਦਰ ਕੌਰ 3. ਬੀਬੀ ਇੰਦਰਜੀਤ ਕੌਰ ਅਤੇ ਇਕ ਭੁਝੰਗੀ ਭਾਈ ਕਾਬਲ ਸਿੰਘ ਦੀ ਦਾਤ ਬਖ਼ਸ਼ੀ। ਉਸ ਸਮੇਂ ਸਿੱਖ ਕੌਮ ਦੇ ਮਹਾਨ ਜੋਧੇ ਦਮਦਮੀ ਟਕਸਾਲ ਦੇ 13ਵੇਂ ਜੱਥੇਦਾਰ ਸੰਤ ਬਾਬਾ ਕਰਤਾਰ ਸਿੰਘ ਜੀ ਸਿੱਖੀ ਦਾ ਪ੍ਰਚਾਰ ਕਰ ਰਹੇ ਸਨ। ਉਨ੍ਹਾਂ ਦੀ ਸ਼ਖ਼ਸ਼ੀਅਤ ਤੋਂ ਪ੍ਰਭਾਵਤ ਹੋ ਕੇ ਆਪ ਜੀ ਜੱਥੇ ਵਿਚ ਪੱਕੇ ਤੌਰ 'ਤੇ ਭਰਤੀ ਹੋ ਗਏ। ਤੀਖਣ ਬੁੱਧੀ ਹੋਣ ਕਰਕੇ ਬਹੁਤੇ ਥੋੜ੍ਹੇ ਸਮੇਂ ਵਿਚ ਹੀ ਆਪ ਨੇ ਸੰਤ ਬਾਬਾ ਕਰਤਾਰ ਸਿੰਘ ਜੀ ਪਾਸੋਂ ਗੁਰਬਾਣੀ ਦੇ ਗੁੱਝੇ ਭੇਦ ਸਮਝੇ ਅਤੇ ਵਿਦਾਂਤ ਦੇ ਗ੍ਰੰਥਾਂ ਦੀ ਵਿੱਦਿਆ ਪ੍ਰਾਪਤ ਕਰਕੇ ਚੰਗੇ ਕਥਾਵਾਚਕ ਬਣ ਗਏ। ਸੰਤਾਂ ਤੋਂ ਆਗਿਆ ਲੈ ਕੇ ਵਾਪਸ ਆਪਣੇ ਨਗਰ ਆ ਗਏ। ਸੰਤ ਬਾਬਾ ਕਰਤਾਰ ਸਿੰਘ ਜੀ ਨੇ ਬਚਨ ਕੀਤਾ ਕਿ ਸਿੰਘਾ ! ਸਿੱਖੀ ਦਾ ਪ੍ਰਚਾਰ ਤਕੜੇ ਹੋ ਕੇ ਕਰਨਾ ਹੈ। ਆਪ ਜੀ ਨੇ ਉਦਾਸੀ ਸੰਤਾਂ ਪਾਸੋਂ ਵੈਦਿਕ ਗ੍ਰੰਥ ਵੀ ਪੜ੍ਹੇ। ਜਿੱਥੇ ਆਪ ਚੰਗੇ ਗਿਆਨੀ ਸਿੰਘ ਸਨ ਉਥੇ ਨਾਲ ਹੀ ਚੰਗੇ ਵੈਦ ਵੀ ਸਨ।

ਜੱਥੇ ਵਿਚ ਰਹਿਣ ਵਾਲੇ ਬਾਬਾ ਨੱਥਾ ਸਿੰਘ ਜੀ ਨੇ ਆਪ ਜੀ ਨੂੰ ਪਿੰਡ ਸਾਂਦਰੇ ਗ੍ਰੰਥੀ ਦੀ ਡਿਊਟੀ ਦੀ ਸੇਵਾ ਵਿਚ ਲਾ ਦਿੱਤਾ। ਪਿੰਡ ਸਾਂਦਰੇ ਦੇ ਵਸਨੀਕਾਂ ਦਾ ਸੁਭਾਅ ਬਹੁਤ ਸਖ਼ਤ ਸੀ। ਇਸ ਅਸਥਾਨ 'ਤੇ ਕਦੇ ਕੋਈ ਗ੍ਰੰਥੀ 4-5 ਮਹੀਨੇ ਤੋਂ ਜ਼ਿਆਦਾ ਸਮਾਂ ਨਹੀਂ ਸੀ ਰਹਿੰਦਾ। ਪਰ ਆਪ ਜੀ ਦੇ ਮਿੱਠ-ਬੋਲੜੇ ਸੁਭਾਅ ਅਤੇ ਬੰਦਗੀ ਨੇ ਇਸ ਨਗਰ ਦੇ ਵਸਨੀਕਾਂ ਦਾ ਦਿਲ ਜਿੱਤ ਲਿਆ। ਇੱਥੇ ਹੀ ਇਕ ਝਿੜੀ ਵਿਚ ਆਪ ਨੇ ਕਈ ਲੱਖ ਮੂਲ ਮੰਤ੍ਰ ਦਾ ਅਭਿਆਸ ਅਤੇ ਗੁਰਬਾਣੀ ਦਾ ਵਿਸ਼ੇਸ਼ ਜਾਪ ਕੀਤਾ।

ਇਕ ਸਮੇਂ ਸੰਤ ਬਾਬਾ ਕਰਤਾਰ ਸਿੰਘ ਜੀ ਖਾਲਸਾ ਤਖ਼ਤ ਸੱਚਖੰਡ ਸ੍ਰੀ ਹਜ਼ੂਰ ਅਬਿਚਲ ਨਗਰ ਸਾਹਿਬ ਵਿਖੇ ਦਰਸ਼ਨ ਕਰਨ ਆਏ ਤਾਂ ਆਪ ਜੀ ਸਮੇਤ ਪਰਿਵਾਰ ਦਰਸ਼ਨ ਕਰਨ ਵਾਸਤੇ ਆਏ। ਉਸ ਸਮੇਂ ਸੰਤਾਂ ਤੋਂ ਅਸ਼ੀਰਵਾਦ ਪ੍ਰਾਪਤ ਕਰਕੇ ਆਪ ਜੀ

ਨੇ ਪਹਿਲੀ ਵਾਰ ਤਖ਼ਤ ਸਾਹਿਬ 'ਤੇ ਤਿੰਨ ਦਿਨ ਕਥਾ ਦੀ ਹਾਜ਼ਰੀ ਭਰੀ। ਉਸ ਸਮੇਂ ਪ੍ਰਬੰਧਕੀ ਬੋਰਡ ਦੇ ਪ੍ਰਧਾਨ ਸ. ਰਲਾ ਸਿੰਘ ਜੀ ਨੇ ਸੰਤਾਂ ਨੂੰ ਬੇਨਤੀ ਕੀਤੀ ਇਹ ਸਿੰਘ ਸਾਨੂੰ ਕਥਾ ਵਾਸਤੇ ਦੇ ਦਿਉ। ਕੁਝ ਪਰਿਵਾਰਕ ਜ਼ੁੰਮੇਵਾਰੀਆਂ ਕਰਕੇ ਆਪ ਜੀ ਸੰਤਾਂ ਦੇ ਨਾਲ ਵਾਪਸ ਪੰਜਾਬ ਆ ਗਏ। ਇਕ ਕਾਰ ਦੁਰਘਟਨਾ ਵਿਚ ਸੰਤ ਬਾਬਾ ਕਰਤਾਰ ਸਿੰਘ ਜੀ ਸੱਚਖੰਡ ਪਿਆਨਾ ਕਰ ਗਏ। ਉਹਨਾਂ ਤੋਂ ਬਾਅਦ ਜੱਥੇਦਾਰੀ ਦੀ ਦਸਤਾਰ ਸੰਤ ਗਿਆਨੀ ਜਰਨੈਲ ਸਿੰਘ ਖਾਲਸਾ ਨੂੰ ਬਖ਼ਸ਼ਿਸ਼ ਹੋਈ। 1978 ਵਿਚ ਸੰਤ ਬਾਬਾ ਜਰਨੈਲ ਸਿੰਘ ਜੀ ਖ਼ਾਲਸਾ ਤਖ਼ਤ ਸੱਚਖੰਡ ਸ੍ਰੀ ਹਜ਼ੂਰ ਸਾਹਿਬ ਦਰਸ਼ਨ ਕਰਨ ਗਏ ਤਾਂ ਪ੍ਰਬੰਧਕ ਬੋਰਡ ਨੇ ਗਿ: ਹਰਦੀਪ ਸਿੰਘ ਜੀ ਦੀ ਕਥਾ ਦੀ ਡਿਊਟੀ ਵਾਸਤੇ ਸੰਤਾਂ ਨੂੰ ਬੇਨਤੀ ਕੀਤੀ। ਪ੍ਰਬੰਧਕਾਂ ਦੀ ਬੇਨਤੀ ਨੂੰ ਮੰਨਦਿਆਂ ਹੋਇਆਂ ਸੰਤ ਗਿ: ਜਰਨੈਲ ਸਿੰਘ ਜੀ ਖ਼ਾਲਸਾ ਨੇ ਗਿ: ਹਰਦੀਪ ਸਿੰਘ ਜੀ ਨੂੰ ਤਖ਼ਤ ਸਾਹਿਬ 'ਤੇ ਕਥਾ ਦੀ ਡਿਊਟੀ 'ਤੇ ਲਵਾ ਦਿੱਤਾ। ਆਪ ਜੀ ਦਾ ਸੁਭਾਅ ਮਿੱਠ-ਬੋਲੜਾ ਹੋਣ ਕਰਕੇ ਆਪ ਜੀ ਬਹੁਤ ਜਲਦੀ ਹੀ ਤਖ਼ਤ ਸਾਹਿਬ ਦੇ ਮੁੱਖ ਗ੍ਰੰਥੀ ਅਤੇ ਕਥਾਵਾਚਕ ਬਣ ਗਏ।

ਗੁਰਮਤਿ ਦਾ ਪ੍ਰਚਾਰ ਕਰਨ ਲਈ ਆਪ ਜੀ ਨੇ ਹਜ਼ੂਰ ਸਾਹਿਬ ਇਕ ਟਕਸਾਲ ਸਥਾਪਿਤ ਕੀਤੀ ਜਿਸ ਦਾ ਨਾਮ ਹਜ਼ੂਰੀ ਟਕਸਾਲ ਰੱਖਿਆ। ਟਕਸਾਲ ਵਿਚ ਆਪ ਜੀ ਆਦਿ ਗੁਰੂ ਗ੍ਰੰਥ ਸਾਹਿਬ ਜੀ, ਦਸਮ ਦਰਬਾਰ, ਇਤਿਹਾਸਕ ਅਤੇ ਵੇਦਾਂਤ ਦੇ ਗ੍ਰੰਥ ਦੀ ਸੰਥਿਆ ਕਰਵਾਇਆ ਕਰਦੇ ਸਨ। ਇਥੇ ਹੀ ਆਪ ਜੀ ਦਾ ਮੇਲ ਨਿਰਮਲ ਸੰਪ੍ਰਦਾ ਦੇ ਮਹਾਨ ਮਹਾਂਪੁਰਸ਼ ਸੰਤ ਗਿ: ਜਗਜੀਤ ਸਿੰਘ ਜੀ ਨਾਲ ਹੋਇਆ। ਸੰਤ ਗਿ: ਜਗਜੀਤ ਸਿੰਘ ਜੀ ਨੇ ਆਪਣੇ ਜੀਵਨ ਕਾਲ ਵਿਚ ਜਿੱਥੇ ਉੱਚ-ਕੋਟੀ ਦੀ ਵਿੱਦਿਆ ਹਾਸਲ ਕੀਤੀ ਉਥੇ ਨਾਲ-ਨਾਲ ਸ੍ਰੀ ਦਸਮ ਗ੍ਰੰਥ ਸਾਹਿਬ ਜੀ ਦੇ 101 ਸਹਿਜ ਪਾਠ ਵੀਚਾਰ ਕੀਤੇ ਸਨ। ਸੰਤ ਗਿ: ਜਗਜੀਤ ਸਿੰਘ ਜੀ ਹਜ਼ੂਰੀ ਟਕਸਾਲ ਵਿਚ ਰਹਿ ਕੇ ਸਿੰਘਾਂ ਨੂੰ ਦਸਮ ਬਾਣੀ ਦੀ ਸੰਥਿਆ ਕਰਾਉਂਦੇ।

ਇਕ ਵਾਰੀ ਸੰਤ ਗਿ: ਕਰਤਾਰ ਸਿੰਘ ਜੀ (ਮੋਟਾ ਅੱਖਰ) ਸੱਚਖੰਡ ਸ੍ਰੀ ਹਜ਼ੂਰ ਸਾਹਿਬ ਯਾਤਰਾ ਕਰਨ ਲਈ ਗਏ ਤਾਂ ਉਹਨਾਂ ਨੇ ਆਪਣਾ ਆਸਣ ਸੰਤ ਬਾਬਾ ਸੋਹਣ ਸਿੰਘ ਜੀ ਗੁ. ਬੰਦਾਘਾਟ ਵਾਲਿਆਂ ਕੋਲ ਰੱਖਿਆ। ਸੰਤ ਬਾਬਾ ਸੋਹਣ ਸਿੰਘ ਜੀ ਦਾ ਗਿ: ਹਰਦੀਪ ਸਿੰਘ ਜੀ ਨਾਲ ਦਿਲੀ ਸਨੇਹ ਸੀ। ਸੰਤ ਗਿ: ਕਰਤਾਰ ਸਿੰਘ ਜੀ (ਮੋਟਾ ਅੱਖਰ) ਜੀ ਸੰਤ ਬਾਬਾ ਸੋਹਣ ਸਿੰਘ ਜੀ ਗੁ. ਬੰਦਾਘਾਟ ਵਾਲਿਆਂ ਨੂੰ ਨਾਲ ਲੈ ਕੇ ਗਿ: ਹਰਦੀਪ ਸਿੰਘ ਨੂੰ ਹਜ਼ੂਰੀ ਟਕਸਾਲ ਵਿਚ ਵਿਸ਼ੇਸ਼ ਤੌਰ 'ਤੇ ਮਿਲੇ ਅਤੇ ਗਿ: ਹਰਦੀਪ ਸਿੰਘ ਨੂੰ ਭਾਈ ਨੰਦਲਾਲ ਜੀ ਦੀ ਬਾਣੀ ਦੇ ਗੁੱਝੇ ਭੇਦ ਸਮਝਾਏ ਅਤੇ ਆਪਣੀਆਂ ਕਾਪੀਆਂ ਜਿਨ੍ਹਾਂ ਉਪਰ ਭਾਈ ਨੰਦਲਾਲ ਜੀ ਦੀ ਬਾਣੀ ਦੇ ਪ੍ਰਯਾਇ ਲਿਖੇ ਸਨ ਉਹ ਕਾਪੀ ਗਿ: ਹਰਦੀਪ ਸਿੰਘ ਜੀ ਨੂੰ ਬਖ਼ਸ਼ਿਸ਼ ਕਰ ਦਿੱਤੀਆਂ।

ਗਿਆਨੀ ਜੀ ਨੇ, ਉਸ ਕਾਪੀ ਤੋਂ ਪ੍ਰੇਰਨਾ ਲੈ ਕੇ ਭਾਈ ਸਾਹਿਬ ਜੀ ਦੀ ਬਾਣੀ ਦਾ ਇੱਕ ਸੰਗ੍ਰਹਿ ਕੀਤਾ, ਜਿਸ ਨੂੰ ਆਪ ਜੀ ਦਸਮੇਸ਼ ਮਹਿਮਾ ਕਹਿ ਕੇ ਸਤਿਕਾਰ ਦਿੰਦੇ ਰਹੇ। ਇਸ ਸੰਗ੍ਰਹਿ ਦੀ ਸੁਧਾਈ ਆਪ ਜੀ ਨੇ ਗਿਆਨੀ ਜਗਜੀਤ ਸਿੰਘ ਜੀ ਦੀਆਂ ਪੋਥੀਆਂ ਅਤੇ ਬਾਬਾ ਕਰਤਾਰ ਸਿੰਘ ਜੀ ਮੋਟਾ ਅੱਖਰ ਦੀ ਕਾਪੀ ਅਨੁਸਾਰ ਕੀਤੀ ਸੀ।

ਤਖ਼ਤ ਸਾਹਿਬ ਵੱਲੋਂ ਛਪੇ ਲੜੀਵਾਰ ਗ੍ਰੰਥ ਸਾਹਿਬ ਜੀ ਦੇ ਭਾਗਾਂ ਨੂੰ ਪਦ ਛੇਦ ਕਰਨ ਦੀ ਸੇਵਾ ਵੀ ਗਿ: ਹਰਦੀਪ ਸਿੰਘ ਜੀ ਵੱਲੋਂ ਕੀਤੀ ਗਈ। ਸੰਨ 2017 ਵਿਚ ਪੰਜਾਬ ਦੀ ਪ੍ਰਚਾਰ ਫੇਰ ਦੌਰਾਨ ਗਿ: ਹਰਦੀਪ ਸਿੰਘ ਜੀ ਨੇ ਗੁ: ਕਿਲ੍ਹਾ ਸਾਹਿਬ ਭੈਲ ਵਿਖੇ ਆਪਣੇ ਵਿਦਿਆਰਥੀਆਂ ਨਾਲ ਵਿਸ਼ੇਸ਼ ਮੀਟਿੰਗ ਕੀਤੀ, ਜਿਸ ਵਿਚ ਪਦ ਛੇਦ ਕੀਤੇ ਭਾਗਾਂ ਨੂੰ ਭਾਈ ਮਨੀ ਸਿੰਘ ਜੀ ਵਾਲੀ ਬੀੜ, ਬਾਬਾ ਦੀਪ ਸਿੰਘ ਜੀ ਵਾਲੀ ਬੀੜ, ਪਟਨਾ ਮਿਸਲ ਵਾਲੀ ਬੀੜ, ਬਾਬਾ ਸੁੱਖਾ ਸਿੰਘ ਜੀ ਵਾਲੀ ਬੀੜ ਅਤੇ ਕੁਝ ਹੋਰ ਪ੍ਰਮਾਣਨੀਕ ਬੀੜਾਂ ਨਾ ਮਿਲਾ ਕੇ ਸੁਧਾਈ ਦੀ ਵਿਚਾਰ ਕੀਤੀ ਅਤੇ ਆਪਣੇ ਖਾਸ ਵਿਦਿਆਰਥੀਆਂ ਵਿਚੋਂ ਸੰਤ ਗਿ: ਦਰਸ਼ਨ ਸਿੰਘ ਜੀ ਸ਼ਾਸਤ੍ਰੀ, ਗਿ: ਜਸਵੀਰ ਸਿੰਘ ਜੀ ਕੋਹਾਲਾ, ਗਿ: ਗੁਰਜੰਟ ਸਿੰਘ ਜੀ ਪਟਿਆਲਾ ਅਤੇ ਦਾਸ ਦੀ ਡਿਊਟੀ ਲਾਈ।

ਸੰਨ 2020-21 ਵਿੱਚ ਪੰਜਾਬ ਦੀ ਪ੍ਰਚਾਰ ਫੇਰੀ ਦੌਰਾਨ ਗਿ: ਹਰਦੀਪ ਸਿੰਘ ਜੀ ਨੇ ਜੋ ਭਾਈ ਨੰਦਲਾਲ ਜੀ ਬਾਣੀ ਦੇ ਕੁਝ ਲਿਖਤੀ ਖਰੜੇ, ਕੁਝ ਸੰਪ੍ਰਦਾਈ ਟੀਕੇ ਤੇ ਬਾਬਾ ਮੋਟਾ ਅੱਖਰ ਜੀ ਦੀ ਲਿਖੀ ਸੰਪ੍ਰਦਾਈ ਅਰਥਾਂ ਵਾਲੀ ਕਾਪੀ ਦਾਸ ਨੂੰ ਬਖਸ਼ੀ।

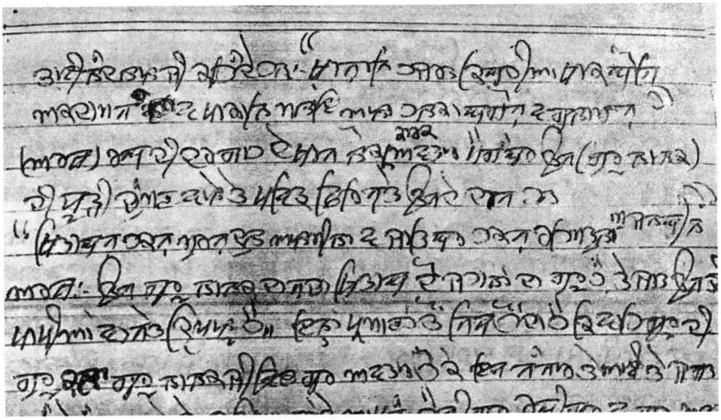

ਸੰਤ ਗਿਆਨੀ ਕਰਤਾਰ ਸਿੰਘ ਜੀ ਮੋਟਾ ਅੱਖਰ (ਨਿਹੰਗ ਸਿੰਘ)

ਦੀ ਲਿਖਤ ਦਾ ਨਮੂਨਾ

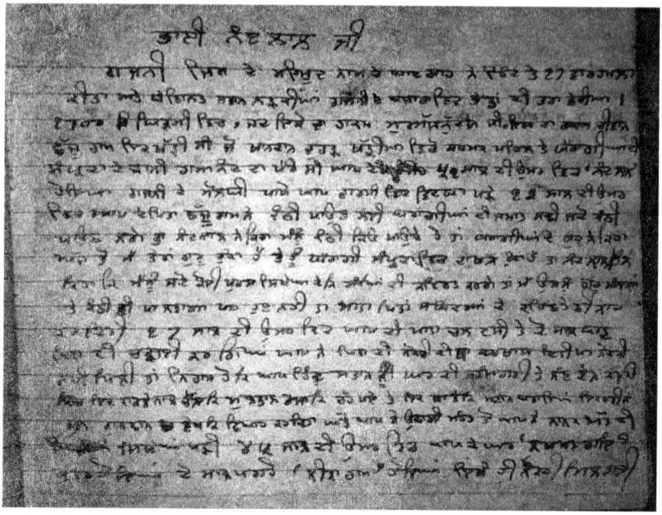

ਭਾਈ ਨੰਦਲਾਲ ਜੀ

ਸੰਤ ਗਿਆਨੀ ਹਰਦੀਪ ਸਿੰਘ ਜੀ, ਹਜ਼ੂਰੀ ਟਕਸਾਲ ਵਾਲਿਆਂ ਦੀ ਲਿਖਤ ਦਾ ਨਮੂਨਾ

ਅਤੇ ਭਾਈ ਨੰਦਲਾਲ ਜੀ ਦੀ ਬਾਣੀ ਦਾ ਪ੍ਰਚਾਰ ਕਰਨ ਲਈ ਖ਼ਾਸ ਉਪਦੇਸ਼ ਕੀਤਾ। ਗਿ: ਹਰਦੀਪ ਸਿੰਘ ਜੀ ਨੇ ਜ਼ਫ਼ਰਨਾਮਹ ਦੇ ਪਾਠਾਂ ਦੀ ਸੁਧਾਈ ਕਰਕੇ ਫ਼ਾਰਸੀ ਭਾਸ਼ਾ ਤੇ ਸੰਪ੍ਰਦਾਈ ਅਰਥਾਂ ਨੂੰ ਮੇਲ ਕੇ, ਸੁੰਦਰ ਟੀਕਾ ਕਰਨ ਦੀ ਪ੍ਰੇਰਨਾ ਦਾਸ ਨੂੰ ਕੀਤੀ ਅਤੇ ਨਾਲ ਹੀ ਜੋ ਦਾਸ ਨੇ ਅਰਥ ਮੌਲਵੀ ਅਤੀਕ਼ ਅਹਿਮਦ ਜੀ ਤੋਂ ਪੜ੍ਹੇ ਸਨ, ਉਨ੍ਹਾਂ ਅਰਥਾਂ ਨੂੰ ਸੰਪ੍ਰਦਾਈ ਕਾਪੀਆਂ ਨਾਲ ਮੇਲ ਕੇ, ਸੰਪ੍ਰਦਾਈ ਭਾਈ ਨੰਦਲਾਲ ਬਾਣੀ ਦਾ ਸੰਗ੍ਰਹਿ ਛਾਪਣ ਲਈ ਉਤਸ਼ਾਹਿਤ ਕੀਤਾ। ਕੁਝ ਸਮੇਂ ਬਾਅਦ ਆਪ ਵਾਪਸ ਹਜ਼ੂਰ ਸਾਹਿਬ ਚਲੇ ਗਏ। ਉਥੇ ਪਹੁੰਚ ਕੇ ਆਪ ਜੀ ਦਾ ਸਰੀਰ ਕੁਝ ਰੋਗ ਗ੍ਰਸਤ ਹੋ ਗਿਆ। ਇਲਾਜ ਲਈ ਪੰਜਾਬ ਆਏ ਪਰ ਮਿਤੀ 2-10-21 ਨੂੰ ਅੰਮ੍ਰਿਤ ਵੇਲੇ ਆਪ ਪ੍ਰਲੋਕ ਗਮਨ ਕਰ ਗਏ।

ਆਪ ਜੀ ਨੇ ਆਪਣੇ ਜੀਵਨ ਕਾਲ ਵਿਚ ਸੈਂਕੜੇ ਵਿਦਿਆਰਥੀਆਂ ਨੂੰ ਵਿੱਦਿਆ ਦਾ ਦਾਨ ਦਿੱਤਾ। ਉਹਨਾਂ ਦੇ ਵਿਦਿਆਰਥੀਆਂ ਚੋਂ ਕੁਝ ਕੁ ਵਿਦਿਆਰਥੀਆਂ ਦੇ ਨਾਮ ਇਸ ਪ੍ਰਕਾਰ ਹਨ, ਜੋ ਸਿੱਖ ਪੰਥ ਦੀ ਸੇਵਾ ਵਿਚ ਜੁਟੇ ਹਨ ਉਹਨਾਂ ਦਾ ਵੇਰਵਾ :-

(1) ਸਿੰਘ ਸਾਹਿਬ ਸੰਤ ਬਾਬਾ ਕੁਲਵੰਤ ਸਿੰਘ
(ਜੱਥੇਦਾਰ ਤਖ਼ਤ ਸ੍ਰੀ ਸੱਚਖੰਡ ਸ੍ਰੀ ਹਜ਼ੂਰ ਸਾਹਿਬ)

(2) ਸਿੰਘ ਸਾਹਿਬ ਬਾਬਾ ਰਾਮ ਸਿੰਘ ਜੀ (ਧੂਪੀਏ)

(3) ਸੰਤ ਦਰਸ਼ਨ ਸਿੰਘ ਜੀ ਸ਼ਾਸਤ੍ਰੀ

(4) ਸੰਤ ਜਸਵਿੰਦਰ ਸਿੰਘ ਜੀ ਸ਼ਾਸਤ੍ਰੀ (ਕੁਠਾਰੀ)

(5) ਗਿਆਨੀ ਕਾਬਲ ਸਿੰਘ ਜੀ (ਦਸਮ ਬਾਣੀ ਦੀ ਰਿਕਾਰਡਿੰਗ ਵਾਲੇ)

(6) ਸੰਤ ਸਤਨਾਮ ਸਿੰਘ ਜੀ ਸ਼ਾਸਤ੍ਰੀ (ਮਹੰਤ ਨਿਰਮਲ ਕੁਟੀਆ ਚਾਹਲ ਕਲਾ)

(7) ਗਿ: ਗਗਨਦੀਪ ਸਿੰਘ ਜੀ
(ਕਥਾਵਾਚਕ ਤਖ਼ਤ ਸ੍ਰੀ ਹਰਿਮੰਦਰ ਸਾਹਿਬ ਜੀ ਪਟਨਾ ਸਾਹਿਬ)

(8) ਗਿ: ਖੇਮ ਸਿੰਘ ਜੀ (ਲੱਡੂ ਸਿੰਘ) (ਕਥਾਵਾਚਕ ਗੁ: ਬੰਦਾਘਾਟ ਹਜ਼ੂਰ ਸਾਹਿਬ)

(9) ਗਿ: ਜਸਵੀਰ ਸਿੰਘ ਕੋਹਾਲਾ (ਗੁਰਸ਼ਬਦ ਪ੍ਰਚਾਰ ਸੰਸਥਾ ਕੋਹਾਲਾ)

(10) ਗਿ: ਗੁਰਜੰਟ ਸਿੰਘ ਜੀ (ਪੁਰਾਤਨ ਸਾਹਿਤ ਸੰਭਾਲ ਪਟਿਆਲਾ)

(11) ਭਾਈ ਕਮਲਪਾਲ ਸਿੰਘ ਖਲੀ

ਆਪ ਜੀ ਦੇ ਦੁਸਹਿਰੇ ਉੱਪਰ ਸਿੰਘ ਸਾਹਿਬ ਬਾਬਾ ਕੁਲਵੰਤ ਸਿੰਘ ਜੀ ਨੇ ਬਹੁਤ ਭਾਵ-ਪੂਰਵਕ ਬੋਲ ਕਹੇ ਕਿ

ਯਥਾ:- ਗਿਆਨੀ ਹਰਦੀਪ ਸਿੰਘ ਜੀ ਵਿਦਿਆ ਗੁਰੂ,ਵਿਦਿਆ ਦਾਤੇ,ਸੰਤ, ਮਹਾਪੁਰਖ, ਜੋ ਵੀ ਕਹਿ ਲਈਏ, ਉਹ ਓਹੀ ਸਨ। ਅੱਜ ਦਾਸ ਜੋ ਕੁਝ ਵੀ ਹੈ, ਸਭ ਗਿਆਨੀ ਜੀ ਦੀ ਕਿਰਪਾ ਕਰਕੇ ਹੀ ਹੈ। ਮੇਰੀ ਹਾਲਤ ਤੇ ਐਸੀ ਸੀ ਕਿ **ਹਮ ਰੁਲਤੇ ਫਿਰਤੇ ਕੋਈ ਬਾਤ ਨਾ ਪੂਛਤਾ॥** ਗਿਆਨੀ ਜੀ ਨੇ ਮੈਨੂੰ ਹੀਰੇ ਵਾਂਗ ਤਰਾਸ਼ ਕੇ ਤਖ਼ਤ ਸਾਹਿਬ ਤੇ ਗੁਰ ਚਰਨਾਂ 'ਚ ਲਾਇਆ ਹੈ। ਮੈਂ ਆਪਣੇ ਵਿਦਿਆ ਗੁਰੂ ਦੇ ਇਹਸਾਨ ਦਾ ਮੁੱਲ ਕਦੇ ਵੀ ਤਾਰ ਨਹੀਂ ਸਕਦਾ।

ਸਾਡੇ 'ਚ ਸ਼ਦੀਦ ਅਹਿਸਾਸ ਕਿਉਂ ਪੈਦਾ ਹੋਇਆ, ਆਖ਼ਿਰ ਸਾਨੂੰ ਇਸ ਗ੍ਰੰਥ ਦੀ ਜ਼ਰੂਰਤ ਕਿਉਂ ਮਹਿਸੂਸ ਹੋਈ :-

ਜਦ ਦਾਸ ਨੇ ਸੰਤ ਗਿਆਨੀ ਹਰਦੀਪ ਸਿੰਘ ਜੀ ਦੇ ਪਾਸੋਂ ਸ੍ਰੀ ਸਰਬਲੋਹ ਪ੍ਰਕਾਸ਼ ਗ੍ਰੰਥ ਸਾਹਿਬ ਦੀ ਸੰਥਿਆ ਕੀਤੀ ਤਾਂ ਜ਼ਫ਼ਰਨਾਮੇ ਦੀ ਸੰਥਿਆ ਕਰਵਾਉਂਦੇ ਸਮੇਂ ਸੰਤਾਂ ਨੇ ਬਚਨ ਕੀਤਾ ਕਿ ਜੇਕਰ ਕਿਸੇ ਮੌਲਵੀ ਕੋਲੋਂ ਫ਼ਾਰਸੀ ਰਚਨਾਵਾਂ ਪੜ੍ਹੀਆਂ ਜਾਣ ਤਾਂ ਜ਼ਫ਼ਰਨਾਮੇ, ਜ਼ਿੰਦਗੀਨਾਮੇ ਆਦਿਕ ਰਚਨਾਵਾਂ ਦਾ ਉੱਚਾਰਣ ਅਸਲ 'ਚ ਸ਼ੁੱਧ ਹੋ ਸਕਦਾ ਹੈ। ਮਹਾਂਪੁਰਖਾਂ ਦਾ ਇਹ ਬਚਨ ਦਾਸ ਦੇ ਮਨ 'ਚ ਘਰ ਕਰ ਗਿਆ।

ਫਿਰ ਸਮੇਂ ਦੇ ਨਾਲ ਦਾਸ ਨੇ ਜਦ ਗ਼ਜ਼ਲਾਂ ਦੇ ਟੀਕੇ ਪੜ੍ਹੇ ਤਾਂ ਅਰਥਾਂ,ਪਾਠਭੇਦਾਂ ਦੇ ਝੰਭੇਲੇ ਨੇ ਦਾਸ ਨੂੰ ਉਲਝਾ ਕੇ ਰੱਖ ਦਿੱਤਾ ਅਤੇ ਸੰਤ ਗਿਆਨੀ ਹਰਦੀਪ ਸਿੰਘ ਜੀ ਦੇ ਬਚਨਾਂ ਨੂੰ ਸੰਭਾਲਦਿਆਂ ਦਾਸ ਨੇ ਚੰਗੇ ਮੌਲਵੀ ਉਸਤਾਦ ਦੀ ਭਾਲ ਕਰਨੀ ਸ਼ੁਰੂ ਕਰ ਦਿੱਤੀ। ਓੜਕ ਲਭਦਿਆਂ-ਲਭਦਿਆਂ ਦਾਸ ਦਾ ਮਿਲਾਪ ਮੌਲਵੀ ਅਤੀਕ਼ ਅਹਿਮਦ

ਸਾਹਿਬ ਜੀ ਨਾਲ ਹੋ ਗਿਆ। ਆਪ ਜੀ ੭੦-੮੦ ਸਾਲ ਦੇ ਬਜ਼ੁਰਗ ਸਨ ਅਤੇ ਅ਼ਰਬੀ ਫ਼ਾਰਸੀ ਭਾਸ਼ਾ ਦੇ ਚੰਗੇ ਆਲਮ ਫ਼ਾਜ਼ਿਲ ਵਿਦਵਾਨ ਸਨ। ਆਪ ਜੀ ਸੁਭਾਵ ਕਰਕੇ ਨਿਰਮਲ, ਸ਼ਾਂਤ ਅਤੇ ਧਰਮ ਨਿਰਪੱਖ ਫਕੀਰ ਲੋਕ ਸਨ। ਵਿੱਦਿਆ ਵੰਡਣ 'ਚ ਭਾਰੀ ਉਤਸ਼ਾਹ ਰੱਖਣ ਵਾਲੇ ਹੋਣ ਤੇ, ਆਪ ਜੀ ਨੇ ਦਾਸ ਨੂੰ ਭਾਈ ਨੰਦਲਾਲ ਜੀ ਗ੍ਰੰਥਾਵਲੀ, ਜ਼ਫ਼ਰਨਾਮਾ ਇਤਿਆਦਿਕ ਸਾਰੀਆਂ ਫ਼ਾਰਸੀ ਰਚਨਾਵਾਂ ਬੜੇ ਗੁਹ ਨਾਲ ਪੜ੍ਹਾਈਆਂ ਅਤੇ ਉੱਚਾਰਣ,ਅਰਥ, ਗੁਹਜ-ਭਾਵ ਸਮਝਾਏ।

ਤਿਨ੍ਹਾਂ ਦੀ ਬਦੌਲਤ ਦਾਸ ਨੇ ਜੁਲਾਈ ੨੦੧੨ 'ਚ ਗੰਜ ਨਾਮਹ ਦਾ ਸੰਪ੍ਰਦਾਈ ਟੀਕਾ ਛਪਵਾ ਕੇ ਪੰਥ ਦੇ ਹਾਜ਼ਿਰ ਕੀਤਾ। ਇਹ ਟੀਕਾ ਦੇਖ ਕੇ ਸੰਤ ਗਿਆਨੀ ਹਰਦੀਪ ਸਿੰਘ ਜੀ ਨੇ ਦਾਸ ਪਰ ਬਹੁਤ ਖ਼ੁਸ਼ੀ ਕੀਤੀ ਅਤੇ ਸੰਪੂਰਨ ਨੰਦਲਾਲ ਗ੍ਰੰਥਾਵਲੀ, ਜ਼ਫ਼ਰਨਾਮਹ ਦਾ ਟੀਕਾ, ਅਮਰ ਨਾਮਾ, ਫ਼ਤੇ ਨਾਮਹ ਆਦਿਕ ਫ਼ਾਰਸੀ ਰਚਨਾਵਾਂ ਦੀ ਲਗ-ਮਾਤਰ ਠੀਕ ਕਰ ਕੇ ਛਪਵਾਉਣ ਲਈ ਪ੍ਰੇਰਿਤ ਕੀਤਾ ਅਤੇ ਨਾਲ ਹੀ ਭਾਈ ਨੰਦਲਾਲ ਜੀ ਗ੍ਰੰਥਾਵਲੀ ਦਾ ਤਿਆਰ ਕੀਤਾ ਇੱਕ ਖਰੜਾ ਦਾਸ ਨੂੰ ਬਖ਼ਸ਼ਿਸ਼ ਕੀਤਾ ਕਿ ਇਸ ਦੀ ਸੁਧਾਈ ਕਰੋ।

ਮਹਾਂਪੁਰਖਾਂ ਦੀ ਆਗਿਆ ਅਨੁਸਾਰ ਦਾਸ ਨੇ ਭਾਈ ਨੰਦਲਾਲ ਦੀ ਬਾਣੀ ਦੇ ਸੰਗ੍ਰਹਿ ਦੀ ਸੁਧਾਈ ਕਰਨੀ ਪ੍ਰਾਰੰਭ ਕਰ ਦਿੱਤੀ। ਸੁਧਾਈ ਦੌਰਾਨ ਪਾਠਭੇਦਾਂ ਦੇ ਝੰਮੇਲੇ ਚੋਂ ਨਿਕਲਣ ਲਈ ਦਾਸ ਨੇ ਫ਼ਾਰਸੀ ਵਿਆਕਰਣ ਅਤੇ ਅਰੂਜ਼ ਦੀ ਪਹਿਲਾਂ ਚੰਗੀ ਸਮਝ ਬਣਾਈ ਅਤੇ ਫਿਰ ਗਿਆਨੀ ਮਹਾਂ ਸਿੰਘ ਜੀ ਦਾ ਫ਼ਾਰਸੀ ਸੰਚਾ, ਡ. ਗੰਡਾ ਸਿੰਘ ਜੀ ਦਾ ਪੰਜਾਬੀ ਅਤੇ ਫ਼ਾਰਸੀ ਸੰਚਾ,ਪ੍ਰੇਮ ਫੁਲਵਾੜੀ, ਗ਼ਜ਼ਲਾਂ ਸਟੀਕ ਪੰ. ਨਰੈਣ ਸਿੰਘ, ਪ੍ਰਿ. ਹਰਭਜਨ ਸਿੰਘ, ਪ੍ਰੋ. ਗੰਗਾ ਸਿੰਘ, ਜ਼ਿੰਦਗੀਨਾਮਾ ਸਟੀਕ ਗਿਆਨੀ ਮਹਾ ਸਿੰਘ, ਗੰਜਨਾਮਹ ਸਟੀਕ ਭਾਈ ਵੀਰ ਸਿੰਘ, ਹੱਥ ਲਿਖਤ ਪੋਥੀ ਸੰਤ ਗਿਆਨੀ ਗੁਰਦਿਆਲ ਸਿੰਘ ਜੀ,ਜ਼ਿੰਦਗੀਨਾਮਹ ਸੰਪ੍ਰਦਾਈ ਟੀਕਾ ਸੰਤ ਗਿਆਨੀ ਸਰੂਪ ਸਿੰਘ ਜੀ ਖਾਲਸਾ, ਹੱਥ ਲਿਖਤ ਪੋਥੀ ਸਰਬਲੋਹ ਬੁੰਗਾ ਨੰਗਲੀ, ਹੱਥ ਲਿਖਤ ਪ੍ਰਯਾਵਾਂ ਵਾਲੀ ਪੋਥੀ, ਹੱਥਲਿਖਤ ਬਾਬਾ ਦੀਪ ਸਿੰਘ ਜੀ ਸ਼ਹੀਦ ਵਾਲੀ, ਜ਼ਿੰਦਗੀਨਾਮਾ ਮਾਸਟਰ ਜਸਵੰਤ ਸਿੰਘ, ਜ਼ਿੰਦਗੀਨਾਮਾ ਡ. ਸੋਹਨ ਸਿੰਘ ਗਲਹੋਤ੍ਰਾ, ਜੋਤਿ ਬਿਕਾਸ ਸਟੀਕ ਮੇਘਰਾਜ, ਗੰਜਨਾਮਹ ਸਟੀਕ ਸਰਦਾਰ ਕਰਮ ਸਿੰਘ, ਤਨਖਾਹ ਨਾਮਹ ਸਟੀਕ ਬਾਬਾ ਸੁਮੇਰ ਸਿੰਘ ਹੱਥਲਿਖਤ, ਗ਼ਜ਼ਲਾਂ ਟੀਕਾ ਗੋਬਿੰਦ ਦਾਸ ਉਦਾਸੀ, ਤਨਖਾਹਨਾਮਹ ਰਹਿਤਨਾਮਹ ਹੱਥਲਿਖਤ ਖਰੜਾ ਭਾਸ਼ਾ ਵਿਭਾਗ ਇਤਿਆਦਿਕ ਗ੍ਰੰਥਾਂ ਨੂੰ ਦੇਖ ਕੇ ਮੌਲਵੀ ਅਤੀਕ ਅਹਿਮਦ ਜੀ ਦੇ ਸੁਧਾਏ ਖਰੜੇ ਨਾਲ ਮੁਲਾਂਕਣ ਕੀਤਾ। ਇਸ ਕਾਰਜ ਨੂੰ ਕਰਦੇ ਸਮੇਂ ਦਾਸ ਨੂੰ ਗਿ. ਜੋਗਿੰਦਰ ਸਿੰਘ ਜੀ ਮਹਿਤਾ ਦਾ ਲਿਖਿਆ ਇੱਕ ਫਾਰਸੀ ਵਿਆਕਰਣ ਦਾ ਕਿਤਾਬਚਾ ਹਾਜ਼ਿਰ ਹੋਇਆ, ਜੋ ਦਾਸ ਲਈ ਇਸ ਕਾਰਨ 'ਚ ਬਹੁਤ ਸਹਾਈ ਹੋਇਆ।

ਓੜਕ ਸੰਤ ਗਿਆਨੀ ਹਰਦੀਪ ਸਿੰਘ ਜੀ ਨੇ ਗਿਆਨੀ ਜਗਜੀਤ ਸਿੰਘ ਜੀ (ਛਟਾਂਕੀ ਜੀ) ਦੁਆਰਾ ਸੋਧਿਆ ਖਰੜਾ ਜੋ ਦਾਸ ਨੂੰ ਬਖਸ਼ਿਆ ਸੀ, ਉਸ ਨਾਲ ਮੁਲਾਂਕਣ ਕਰਕੇ ਇੱਕ ਖਾਸ ਖਰੜਾ ਤਿਆਰ ਕੀਤਾ ਗਿਆ, ਜਿਸ 'ਚ ਸੁੱਧ ਮੂਲ ਪਾਠ, ਪਾਠਭੇਦ, ਉੱਚਾਰਣ, ਖ਼ਾਸ ਨੋਟ ਅਤੇ ਸੰਖੇਪ ਅਰਥ ਹਰੇਕ ਸ਼ਿਅਰ ਦਾ ਪ੍ਰੋਇਆ ਹੋਇਆ ਸੀ।

ਫਿਰ ਜਦ ਗਿਆਨੀ ਹਰਦੀਪ ਸਿੰਘ ਜੀ ਹਜ਼ੂਰ ਸਾਹਿਬ ਤੋਂ ਨਾਨਕਸਰ ਤ੍ਰਿਪੜੀ ਕੁਟੀਆ ਪਟਿਆਲਾ ਵਿਖੇ ਗੁਰਮਤਿ ਪ੍ਰਚਾਰ ਕਰਨ ਆਏ ਤਾਂ ਆਪ ਜੀ ਨੇ ਸਰਬਲੋਹ ਬੁੰਗਾ ਨੰਗਲੀ ਵਿਖੇ ਚਰਨ ਪਾਏ ਤੇ ਖਰੜਾ ਵੇਖ ਕੇ ਬਹੁਤ ਖੁਸ਼ੀ ਕੀਤੀ ਅਤੇ ਅਚਾਨਕ ਬਚਨ ਕੀਤਾ ਕਿ ਹੁਣ ਮੇਰੇ ਮਨ ਦੇ ਬੋਝ ਸਾਰੇ ਉਤਰ ਗਏ ਹਨ। ਕਲਗੀਧਰ ਜੀ ਮੇਰੇ ਸੁਪਨੇ ਤੁਹਾਡੇ ਰਾਹੀਂ ਪੂਰਿਆਂ ਕਰਨਗੇ।

ਕੁਝ ਸਮੇਂ ਬਾਅਦ ਕਹਿਣ ਲੱਗੇ, ਮੈਂ ਤੁਹਾਡੇ ਲਈ ਹਜ਼ੂਰ ਸਾਹਿਬੋਂ ਬਖ਼ਸ਼ਿਸ਼ ਲੈ ਕੇ ਆਇਆ ਹਾਂ ਤਾਂ ਉਸ ਸਮੇਂ ਮੇਰੀ ਹੈਰਾਨੀ ਦੀ ਹੱਦ ਹੀ ਨ ਰਹੀ ਜਦ ਸੰਤ ਗਿਆਨੀ ਮਹਾਪੁਰਖਾਂ ਨੇ ਮੈਨੂੰ ਨੰਦਲਾਲ ਜੀ ਦੀ ਬਾਣੀ ਦੇ ਅਰਥਾਂ ਦੀ ਸੰਪ੍ਰਦਾਈ ਕਾਪੀ ਸੰਤ ਗਿਆਨੀ ਕਰਤਾਰ ਸਿੰਘ ਦੀ ਮੋਟਾ ਅੱਖਰ ਵਾਲੀ ਹਾਜ਼ਿਰ ਕਰ ਦਿੱਤੀ ਅਤੇ ਨਾਲ ਹੀ ਨੰਦਲਾਲ ਬਾਣੀ ਦੇ ਅਨੇਕਾਂ ਦੁਰਲੱਭ ਟੀਕੇ ਬਖ਼ਸ਼ਿਸ਼ ਕਰ ਦਿੱਤੇ। ਓੜਕ ਹੁਕਮ ਕੀਤਾ ਕਿ ਹੁਣ ਨੰਦਲਾਲ ਬਾਣੀ ਦੇ ਇਸ ਖਰੜੇ ਨੂੰ ਇਨ੍ਹਾਂ ਸੰਪ੍ਰਦਾਈ ਅਰਥਾਂ ਵਾਲੀ ਕਾਪੀ ਨਾਲ ਵੀ ਮਿਲਾਉ ਅਤੇ ਛਪਵਾ ਕੇ ਗੁਰ-ਸੰਗਤ ਦੇ ਹਾਜ਼ਿਰ ਕਰੋ। ਸੋ ਆਖਿਰ ਦਾਸ ਨੇ ਗਿਆਨੀ ਜੀ ਦਾ ਹੁਕਮ ਮੰਨ ਕੇ, ਭਾਈ ਸਾਹਿਬ ਜੀ ਬਾਣੀ ਛਪਵਾਉਣ ਵੱਲ ਖਾਸ ਧਿਆਨ ਕਰ ਦਿੱਤਾ। ਮੌਲਵੀ ਅਤੀਕ਼ ਅਹਿਮਦ ਅਤੇ ਭਾਈ ਨੰਦਲਾਲ ਜੀ ਦੀ ਵਿਆਖਿਆ ਪ੍ਰਣਾਲੀ ਦੇ ੧੪ ਰਤਨਾਂ ਤੋਂ ਦਾਸ ਨੂੰ ਸੀਨੇ-ਬਸੀਨੇ ਜੋ ਕੁਝ ਪ੍ਰਾਪਤ ਹੋਇਆ, ਉਹ ਸਾਰਾ ਦਾਸ ਨੇ ਕਲਮਬੰਦ ਕਰ ਕੇ ਆਪ ਸੰਗਤ ਦੇ ਦ੍ਰਿਸ਼ਟੀ-ਗੋਚਰ ਕਰਨ ਦਾ ਯਤਨ ਕੀਤਾ ਹੈ। ਕਲਗੀਧਰ ਜੀ ਦੀ ਵਿਸ਼ੇਸ਼ ਕਿਰਪਾ ਨਾਲ ਸੀਨੇ ਬਸੀਨੇ ਮਹਾਪੁਰਖਾਂ ਦੀਆਂ ਲਿਖਤਾਂ, ਟੀਕਾ, ਕੋਸ਼, ਗੁਰਬਾਣੀ ਖਰੜੇ, ਅਰਥਾਂ ਦੀਆਂ ਕਾਪੀਆਂ ਦਾਸ ਨੂੰ ਗਾਹੇ ਬਗਾਹੇ ਪ੍ਰਾਪਤ ਹੋਈਆਂ ਤਾਂ ਹੀ ਇਹ ਸਾਗਰ ਜਿਹੇ ਵੱਡੇ ਕਾਰਜ ਨੂੰ ਸੰਪੂਰਨ ਕਰਨ 'ਚ ਦਾਸ ਸਮਰੱਥ ਹੋ ਸਕਿਆ ਹੈ। ਦਾਸ ਦੀ ਕੋਈ ਪਾਂਯਾਂ ਨਹੀਂ, ਜੋ ਦਾਸ ਏਡੇ ਵੱਡੇ ਸਾਹਿਤ ਦੇ ਕੰਮ ਕਰ ਸਕੇ,ਇਹ ਤਾਂ ਮਹਾਂਪੁਰਖਾਂ,ਵਿਦਵਾਨਾਂ ਦੀਆਂ ਲਿਖਤਾਂ ਦਾ ਹੀ ਸਭ ਬਲ ਹੈ।

ਜਿਵੇਂ ਭਾਈ ਨੰਦਲਾਲ ਸਾਹਿਬ ਜੀ ਦੀ ਬਾਣੀ ਨੂੰ ਲਿਖ ਕੇ ਸ਼ਹੀਦ ਬਾਬਾ ਦੀਪ ਸਿੰਘ ਜੀ ਪ੍ਰਚਾਰਦੇ ਰਹੇ, ਉਂਜ ਹੀ ਅੱਜ ਵੀ ਬਾਬਾ ਦੀਪ ਸਿੰਘ ਜੀ ਦੀ ਗੱਦੀ ਦੇ ੧੫ਵੇਂ ਜਾ-ਨਸ਼ੀਨ ਸਿੰਘ ਸਾਹਿਬ ਜਥੇਦਾਰ ਬਾਬਾ ਗੱਜਣ ਸਿੰਘ ਜੀ ਨੇ ਇਸ ਵੱਡੇ ਕਾਰਜ ਦੇ

ਸੰਗ੍ਰਹਿ ਕਰਨ 'ਚ ਅਤੇ ਇਸ ਖਰੜੇ ਨੂੰ ਛਪਵਾਉਣ 'ਚ ਵੱਡੇ ਹਿੱਸੇ ਪਾਏ ਹਨ। ਮੈਂ ਸਮਝਦਾ ਹਾਂ ਕਿ ਭਾਈ ਨੰਦਲਾਲ ਸਾਹਿਬ ਜੀ ਦੀ ਬਾਣੀ ਛਪਵਾ ਕੇ ਭਾਈ ਸਾਹਿਬ ਅਤੇ ਭਾਈ ਸਾਹਿਬ ਦੀ ਬਾਣੀ ਦੇ ਪ੍ਰਚਾਰਕ ਸੱਚਖੰਡਵਾਸੀ ਮਹਾਂਪੁਰਖਾਂ ਦੇ ਬਾਬਾ ਗੱਜਣ ਸਿੰਘ ਜੀ ਨੇ ਜਿੱਥੇ ਆਪ ਵੱਡੇ ਖੁਸ਼ੇ ਪ੍ਰਾਪਤ ਕੀਤੇ ਹਨ, ਉੱਥੇ ਹੀ ਦਾਸ ਨੂੰ ਵੀ ਇਹ ਸੁਨਹਿਰੀ ਸੁਭਾਗੀ ਵੇਲਾ ਬਖਸ਼ਿਆ ਹੈ,ਜੋ ਦਾਸ ਨੇ ਸਭ ਮਹਾਂਪੁਰਖਾਂ ਦੀਆਂ ਲਿਖਤਾਂ ਨੂੰ ਇਕੱਤ੍ਰ ਕਰ, ਉਨ੍ਹਾਂ ਦੇ ਛੁਪੇ ਖਜ਼ਾਨੇ ਨੂੰ ਪ੍ਰਗਟ ਕਰਕੇ ਉਨ੍ਹਾਂ ਦੀ ਖ਼ੁਸ਼ੀ-ਪ੍ਰਸੰਨਤਾ ਲਈ ਹੈ ਅਤੇ ਨਾਲ ਆਪ ਸੰਗਤਾਂ ਦੇ ਦ੍ਰਿਸਟੀ ਗੋਚਰ ਕਰ, ਆਪ ਜੀ ਦੀ ਸਾਂਝ ਭਾਈ ਨੰਦ ਲਾਲ ਨਾਲ ਬਣਾ ਕੇ, ਆਪ ਦੀ ਵੀ ਵੱਡੀ ਪ੍ਰਸੰਨਤਾ ਪ੍ਰਾਪਤ ਕੀਤੀ ਹੈ।

ਇਸ ਕਾਰਜ 'ਚ ਜਿੱਥੇ ਦਾਸ ਦੇ ਗੁਰਭਾਈ ਸੰਤ ਗਿਆਨੀ ਮਹਿਤਾਬ ਸਿੰਘ ਜੀ ਭੰਬੋਈ ਵਾਲਿਆਂ ਨੇ ਵਿਸ਼ੇਸ਼ ਸਹਿਯੋਗ ਦਿੱਤਾ, ਉੱਥੇ ਹੀ ਸੰਤ ਨਿਸ਼ਾਨ ਸਿੰਘ ਜੀ ਨਾਮਧਾਰੀ, ਸੰਤ ਦਰਸ਼ਨ ਸਿੰਘ ਜੀ ਸ਼ਾਸਤ੍ਰੀ ਬਨਾਰਸ, ਸੰਤ ਜਸਵਿੰਦਰ ਸਿੰਘ ਜੀ ਸ਼ਾਸਤ੍ਰੀ ਬਨਾਰਸ, ਗਿਆਨੀ ਜਸਵੀਰ ਸਿੰਘ ਜੀ ਕੋਹਾਲਾ, ਗਿਆਨੀ ਦੀਪ ਸਿੰਘ ਜੀ ਪਉਂਟਾ ਸਾਹਿਬ ਵਾਲੇ, ਗਿਆਨੀ ਗੁਰਜੰਟ ਸਿੰਘ ਪਟਿਆਲਾ, ਗਿਆਨੀ ਗਗਨਜੋਤ ਸਿੰਘ ਵਿਦਿਆਰਥੀ ਜਥਾ ਨੰਗਲੀ, ਸੰਤ ਨਿਸ਼ਾਨ ਸਿੰਘ ਨਾਮਧਾਰੀ, ਬੀਬੀ ਕਿਰਨਬੀਰ ਕੌਰ ਸੁਲਤਾਨਵਿੰਡ ਵਿਦਿਆਰਥੀ ਜਥਾ ਨੰਗਲੀ, ਭਾਈ ਬਲਜੀਤ ਸਿੰਘ ਮੀਰਾਸੀ, ਭਾਈ ਖਲੀ ਸਿੰਘ ਬਕਵੈੜ, ਭਾਈ ਜੋਰਾਵਰ ਸਿੰਘ ਤਰਨਾ ਦਲ ਬਾਬਾ ਬਕਾਲਾ ਸਾਹਿਬ, ਭਾਈ ਨਿਸ਼ਾਨ ਸਿੰਘ ਭਰਥ, ਭਾਈ ਚਤੁਰ ਸਿੰਘ ਕਵੀਸ਼ਰ, ਭਾਈ ਜਸਪਾਲ ਸਿੰਘ ਜੰਗੀ ਆਦਿਕ ਗੁਰੂ ਕੇ ਸਿੱਖਾਂ ਨੇ ਮੋਢੇ ਨਾਲ ਮੋਢਾ ਜੋੜ ਕੇ ਸਹਿਯੋਗ ਬਖਸ਼ਿਆ ਹੈ। ਭਾਈ ਸਾਹਿਬ ਜੀ ਦੀ ਇਹ ਗ੍ਰੰਥਾਵਲੀ ਗੁਰੂ ਘਰ ਦੇ ਮਹਾਨ ਪ੍ਰੇਮੀ-ਨੇਮੀ ਪੂਰਨ ਗੁਰਸਿੱਖ, ਸਿੰਘ ਸਾਹਿਬਾਨ,ਬਾਬਾ ਬਿਸ਼ਨ ਸਿੰਘ ਜੀ ਬਾਬੇ ਬਕਾਲੇ ਸਾਹਿਬ, ਸੰਤ ਗਿਆਨੀ ਹਰਦੀਪ ਸਿੰਘ ਜੀ ਹਜ਼ੂਰੀ ਟਕਸਾਲ ਤੇ ਬਾਬਾ ਜਸਵੰਤ ਸਿੰਘ ਜੀ ਸਮਰਾਲਾ ਚੌਂਕ ਵਾਲੇ ਤੇ ਭਾਈ ਕੁਲਬੀਰ ਸਿੰਘ ਟਰੋਂਟੋ ਵਾਲਿਆਂ ਨੂੰ ਸਮਰਪਿਤ ਕੀਤੀ ਹੈ। ਭਾਈ ਕੁਲਬੀਰ ਸਿੰਘ ਜੀ ਮਹਾਨ ਗੁਰੂ ਕੇ ਪ੍ਰੇਮੀ ਸਿੱਖ ਹੋਏ ਹਨ।

ਭਾਈ ਕੁਲਬੀਰ ਸਿੰਘ ਜੀ ਸਿੱਖ ਕੌਮ ਦੇ ਮਹਾਨ ਵਿਦਵਾਨ ਅਤੇ ਭਜਨ ਬੰਦਗੀ ਕਰਨ ਵਾਲੇ ਗੁਰਮੁਖ ਸਨ। ਭਾਈ ਸਾਹਿਬ ਜੀ ਦਾ ਨਿਜੀ ਜੀਵਨ ਨਾਮ ਅਭਿਆਸ ਕਮਾਈਆਂ ਅਤੇ ਗੁਰਬਾਣੀ ਦੇ ਪਾਠ ਕੀਰਤਨ ਨਾਲ ਭਰਪੂਰ ਸੀ। ਉਹਨਾਂ ਦੇ ਪੰਥਕ ਜੀਵਨ ਦੀ ਝਲਕ ੨੦੦੪ ਵਿਚ ਪ੍ਰੋਫੈਸਰ ਘੱਗੇ ਨਾਲ ਨਾਮ ਸਿਮਰਨ ਅਤੇ ਸਿੱਖ ਇਤਿਹਾਸ ਸੰਬੰਧੀ ਹੋਈ ਵਿਚਾਰ ਚਰਚਾ ਅਤੇ ਉਹਨਾਂ ਵੱਲੋਂ ਸ਼ੁਰੂ ਕੀਤੇ ਯੂ.ਟਿਊਬ ਚੈਨਲ ਗੁਰਮਤਿ ਬਿਬੇਕ ਦੀਆਂ ਵੀਡੀਓਜ਼ ਦੇਖ ਕੇ ਮਿਲਦੀ ਹੈ। ਸਿੱਖੀ ਵਿਚ ਨਾਸਤਿਕਤਾ ਦੇ ਵਧ ਰਹੇ ਪ੍ਰਭਾਵ ਨੂੰ ਠਲ੍ਹ ਪਾਉਣ ਲਈ ਉਹਨਾਂ ਨੇ ਸਿੱਖ ਰਹਿਤ ਮਰਿਆਦਾ ਵਿਚ ਪ੍ਰਪੱਕ

ਪ੍ਰਚਾਰਕਾਂ ਦੀ ਟੀਮ ਤਿਆਰ ਕਰਕੇ ਗੁਰਮਤਿ ਬਿਬੇਕ ਚੈਨਲ ਰਾਹੀਂ ਸਿੱਖੀ ਦਾ ਪ੍ਰਚਾਰ ਕਰਵਾਇਆ। ਭਾਈ ਸਾਹਿਬ ਜੀ ਨੇ ਆਪਣਾ ਸਾਰਾ ਜੀਵਨ ਹਰਿ ਸੇਵਾ ਅਤੇ ਪੰਥਕ ਸੇਵਾ ਕਰਦਿਆਂ ਬਤੀਤ ਕੀਤਾ।

ਭਾਈ ਸਾਹਿਬ ਜੀ ਨੂੰ ਗੁਰਮੁਖੀ, ਇੰਗਲਿਸ਼, ਹਿੰਦੀ, ਸੰਸਕ੍ਰਿਤ, ਅਰਬੀ, ਉਰਦੂ ਅਤੇ ਬ੍ਰਜ ਭਾਸ਼ਾ ਦਾ ਗਿਆਨ ਪ੍ਰਾਪਤ ਸੀ। ਉਹਨਾਂ ਨੇ ਫਾਰਸੀ ਦੀ ਸਿਖਲਾਈ ਵੀ ਪ੍ਰਾਪਤ ਕੀਤੀ ਸੀ। ਕੀਰਤਨ ਸਮਾਗਮਾਂ ਵਿਚ ਭਾਈ ਨੰਦ ਲਾਲ ਜੀ ਦੀਆਂ ਗਜ਼ਲਾਂ ਸੁਣ ਕੇ ਉਹ ਬਿਸਮਾਦ ਵਿਚ ਆ ਕੇ ਵਾਹ ਵਾਹ ਕਰ ਉਠਦੇ ਸਨ। ਇਸੇ ਤਰ੍ਹਾਂ ਸ੍ਰੀ ਦਸਮੇਸ਼ ਪਿਤਾ ਗੁਰੂ ਗੋਬਿੰਦ ਸਿੰਘ ਜੀ ਵਲੋਂ ਰਚਿਤ ਜ਼ਫ਼ਰਨਾਮਾ ਸੁਣ ਕੇ ਉਹ ਬੈਰਾਗ ਨਾਲ ਭਰ ਜਾਂਦੇ ਸਨ। ਗੁਰਬਾਣੀ ਵਿਆਕਰਣ ਵਿਚ ਉਹਨਾਂ ਨੂੰ ਉਚ ਦਰਜੇ ਦੀ ਮੁਹਾਰਤ ਪ੍ਰਾਪਤ ਸੀ। ਪੂਰਬਲੇ ਜਨਮਾਂ ਵਿਚ ਪ੍ਰਾਪਤ ਕੀਤੇ ਗਿਆਨ ਅਤੇ ਨਾਮ ਗੁਰਮੰਤਰ ਦੀ ਗੌਝ ਕਲਾ ਵਰਤਣ ਕਰਕੇ , ਉਹਨਾਂ ਨੂੰ ਸੁਤੇ ਸਿਧ ਹੀ ਗੁਰਬਾਣੀ ਦੇ ਡੂੰਘੇ ਅਰਥ ਵਿਚਾਰ ਸਫੁਰਨ ਹੁੰਦੇ ਸਨ। ਉਹਨਾਂ ਨੇ ੪੦੦੦ ਤੋਂ ਵਧ ਕਿਤਾਬਾਂ ਪੜ੍ਹੀਆਂ। ਵੇਦ, ਪੁਰਾਣ ਅਤੇ ਸ਼ਾਸਤਰਾਂ ਦੇ ਨਾਲ ਨਾਲ ਕਤੇਬ ਅਤੇ ਬਾਈਬਲ ਦਾ ਵੀ ਉਹਨਾਂ ਨੇ ਅਧਿਐਨ ਕੀਤਾ। ਆਨ ਮੱਤਾਂ ਦੀਆਂ ਆਤਮਿਕ ਅਵਸਥਾਵਾਂ ਦਾ ਵੀ ਉਹਨਾਂ ਨੂੰ ਕਾਫੀ ਗਿਆਨ ਸੀ। ਗੁਰਮਤਿ ਧਰਮ ਦੀ ਫਿਲਾਸਫੀ ਬਾਕੀ ਧਰਮਾਂ ਨਾਲੋਂ ਕਿਸ ਤਰੀਕੇ ਨਾਲ ਵੱਖਰੀ ਅਤੇ ਸ੍ਰੇਸ਼ਟ ਹੈ ਇਸ ਗੱਲ ਦਾ ਵੀ ਭਾਈ ਸਾਹਿਬ ਜੀ ਨੇ ਪੂਰਾ ਅਧਿਐਨ ਕੀਤਾ ਹੋਇਆ ਸੀ।

ਭਾਈ ਸਾਹਿਬ ਜੀ ਨੇ ਆਪਣੇ ਜੀਵਨ ਵਿਚ ਪਰਉਪਕਾਰ ਦਾ ਗੁਣ ਵੀ ਖੂਬ ਕਮਾਇਆ। ਉਹਨਾਂ ਨੇ ਪੰਜਾਬ ਦੇ ਰਹਿਤਵਾਨ ਗੁਰਸਿੱਖਾਂ ਲਈ ਬਿਬੇਕ ਦੇ ਪਹਿਰੇ ਵਾਲਾ ਦੁੱਧ ਮੁਹੱਈਆ ਕਰਵਾਉਣ ਲਈ ਸੇਵਾ ਸ਼ੁਰੂ ਕੀਤੀ ਜੋ ਅੱਜ ਵੀ ਚੜ੍ਹਦੀ ਕਲਾ ਨਾਲ ਜਾਰੀ ਹੈ। ਮਧ ਪ੍ਰਦੇਸ਼ ਵਿਚ ਲੋੜਵੰਦ ਸਿੱਖਾਂ ਦੀ ਮਾਲੀ ਤੌਰ 'ਤੇ ਮਦਦ ਕਰਨੀ, ਪੰਜਾਬ ਦੇ ਵੱਖ ਵੱਖ ਇਲਾਕਿਆਂ ਵਿਚ ਲੋੜਵੰਦਾਂ ਦੀ ਸਹਾਇਤਾ ਕਰਨੀ, ਗਰੀਬ ਬੱਚਿਆਂ ਲਈ ਬਿਬੇਕਗੜ੍ਹ, ਨਸਰਾਲੀ ਵਿਖੇ ਗੁਰਬਾਣੀ ਸੰਥਿਆ, ਕੀਰਤਨ ਕਲਾਸਾਂ ਅਤੇ ਦੁਨਿਆਵੀ ਪੜ੍ਹਾਈ ਦੀਆਂ ਮੁਫਤ ਕਲਾਸਾਂ ਸ਼ੁਰੂ ਕਰਨੀਆਂ ਅਤੇ ਲੋੜਵੰਦਾਂ ਲਈ ਭਵਿੱਖ ਦੇ ਪ੍ਰੋਜੈਕਟ ਉਲੀਕਣੇ ਆਦਿ ਤੋਂ ਭਾਈ ਸਾਹਿਬ ਦੇ ਪਰਉਪਕਾਰੀ ਅਤੇ ਲੁਕਾਈ ਦੇ ਦੁੱਖ ਹਰਨ ਵਾਲੇ ਸੁਭਾਅ ਦਾ ਪਤਾ ਲੱਗਦਾ ਹੈ।

ਭਾਈ ਸਾਹਿਬ ਜੀ ਸਦਾ ਇਸ ਗੱਲ 'ਤੇ ਜ਼ੋਰ ਦਿੰਦੇ ਸਨ ਕਿ ਸਿੱਖ ਦਾ ਜੀਵਨ ਮਨੋਰਥ ਪ੍ਰਭੂ ਪ੍ਰਾਪਤੀ ਹੈ। ਸਾਰਾ ਜੀਵਨ ਇਸ ਮਨੋਰਥ ਨੂੰ ਮੁਖ ਰਖਦਿਆਂ ਬਤੀਤ ਕਰਨਾ ਚਾਹੀਦਾ ਹੈ। ਉਹਨਾਂ ਦੇ ਮਨ ਵਿਚ ਅਕਾਲ ਪੁਰਖ ਦੇ ਅਕਾਲੀ ਦਰਸ਼ਨਾਂ ਦੀ ਤੀਬਰ ਪਿਆਸ ਰਹਿੰਦੀ ਸੀ ਜਿਸ ਕਾਰਨ ਉਹ ਨਾਮ ਅਤੇ ਗੁਰਬਾਣੀ ਦੇ ਸਮਾਗਮ ਲਗਾਤਾਰ ਕਰਦੇ ਰਹਿੰਦੇ ਸਨ। ਗੁਰੂ ਸਾਹਿਬਾਨ ਦੇ ਗੁਰਪੁਰਬਾਂ ਤੇ ਆਪਣੇ ਸੰਗੀ ਸਾਥੀਆਂ ਨਾਲ

ਮਿਲ ਕੇ ਨਾਮ, ਗੁਰਬਾਣੀ ਅਤੇ ਕੀਰਤਨ ਦੇ ਖ਼ੂਬ ਰੰਗ ਮਾਣਦੇ ਸਨ। ਭਾਈ ਸਾਹਿਬ ਜੀ ਪੰਜ ਗ੍ਰੰਥੀ ਅਤੇ ਸ੍ਰੀ ਦਸਮ ਗ੍ਰੰਥ ਦੀਆਂ ਅਨੇਕਾਂ ਬਾਣੀਆਂ ਦੇ ਪੱਕੇ ਨਿਤਨੇਮੀ ਸਨ। ਜੀਵਨ ਦੇ ਅਖੀਰਲੇ ਪੜਾਅ ਵਿਚ ਕੁਝ ਸਮੇਂ ਤੋਂ ਅਠ ਪਹਿਰੀ ਪ੍ਰਸ਼ਾਦਾ ਹੀ ਛਕਿਆ ਕਰਦੇ ਸਨ ਅਤੇ ਉਹ ਵੀ ਉਸੇ ਦਿਨ ਪੀਸੇ ਹੋਏ ਆਟੇ ਦਾ ਤਿਆਰ ਕੀਤਾ ਪ੍ਰਸ਼ਾਦਾ ਹੀ ਛਕਦੇ ਸਨ। ਸ੍ਰੀ ਗੁਰੂ ਗ੍ਰੰਥ ਸਾਹਿਬ ਜੀ ਦੇ ਘਟੋ ਘੱਟ ੫੦ ਅੰਗਤਾਂ ਦਾ ਨਿਤਾਪ੍ਰਤ ਪਾਠ ਕਰਦੇ ਸਨ। ਪਿਛਲੇ ਕੁਛ ਸਮੇਂ ਤੋਂ ਉਹ ਰੋਜ਼ ਨੇਮ ਨਾਲ ਲਖ ਵਾਰ ਤੋਂ ਵਧ ਗੁਰਮੰਤ੍ਰ ਦਾ ਜਾਪ ਕਰਦੇ ਸਨ ਅਤੇ ਕੇਵਲ ੩ ਕੁ ਘੰਟੇ ਹੀ ਸੌਂਦੇ ਸਨ। ਭਾਈ ਸਾਹਿਬ ਆਪਣੀ ਨਿਜੀ ਭਗਤੀ ਜ਼ਿਆਦਾਤਰ ਤਾਂ ਗੁਪਤ ਹੀ ਰੱਖਦੇ ਸਨ। ਗੁਰਮਤਿ ਪ੍ਰਚਾਰ ਦੀ ਸਾਰੀ ਸੇਵਾ ਕਰਦੇ ਹੋਏ ਵੀ ਕਦੇ ਆਪਣਾ ਨਾਮ ਅੱਗੇ ਨਹੀਂ ਸਨ ਆਉਣ ਦਿੰਦੇ ਅਤੇ ਸੰਸਥਾ ਦੇ ਨਾਮ ਹੇਠ ਹੀ ਸਭ ਕੁਛ ਛਾਪਦੇ ਸਨ ਅਤੇ ਹੋਰ ਗੁਰਸਿੱਖਾਂ ਨੂੰ ਸਿੱਖਿਆ ਦੇ ਕੇ ਉਹਨਾਂ ਤੋਂ ਪ੍ਰਚਾਰ ਕਰਵਾਉਂਦੇ ਸਨ।

ਭਾਈ ਸਾਹਿਬ ਜੀ ਪੰਥਕ ਜਥੇਬੰਦੀਆਂ ਵਿਚ ਵਧ ਰਹੀ ਖਿੱਚੋਤਾਣ ਦਾ ਵਿਰੋਧ ਕਰਿਆ ਕਰਦੇ ਸਨ। ਉਹ ਪੰਥਕ ਏਕਤਾ ਦੇ ਬਹੁਤ ਵੱਡੇ ਮੁੱਦਈ ਸਨ ਅਤੇ ਨਿਜੀ ਤੌਰ 'ਤੇ ਗੁਰਸਿੱਖਾਂ ਨਾਲ ਵੈਰ ਵਿਰੋਧ ਨਹੀਂ ਰੱਖਦੇ ਸਨ। ਹਰ ਇਕ ਸਿੱਖ ਜਥੇਬੰਦੀ ਦਾ ਪੂਰਾ ਸਤਿਕਾਰ ਕਰਦੇ ਸਨ ਅਤੇ ਪਰਸਪਰ ਪਿਆਰ ਰੱਖਦੇ ਸਨ। "ਸਾਝ ਕਰੀਜੈ ਗੁਣਹ ਕੇਰੀ ਛੋਡਿ ਅਵਗਣ ਚਲੀਐ ॥" ਵਾਲਾ ਹੁਕਮ ਉਹਨਾਂ ਨੇ ਜੀਵਨ ਭਰ ਖ਼ੂਬ ਕਮਾਇਆ ਅਤੇ ਬਾਕੀਆਂ ਨੂੰ ਵੀ ਇਹ ਕਮਾਉਣ ਦਾ ਉਪਦੇਸ਼ ਦਿੱਤਾ।

☬

ਫ਼ਾਰਸੀ ਵਿਆਕਰਣ ਨਿਯਮ

ਗੁਰਮੁਖੀ ਲਿੱਪੀ ਦੇ 35 ਅੱਖਰਾਂ ਵਾਂਗ ਫ਼ਾਰਸੀ ਲਿੱਪੀ ਦੇ 32 ਅੱਖਰ ਹੁੰਦੇ ਹਨ। ਉਰਦੂ-ਫ਼ਾਰਸੀ 'ਚ ਦੋ ਕੱਕੇ, ਦੋ ਤੱਤੇ, ਦੋ ਹਾਹੇ, ਦੋ ਐੜੇ, ਦੋ ਗੱਗੇ ਅੱਖਰ ਹੁੰਦੇ ਹਨ ਅਤੇ ਇਸ ਤੋਂ ਇਲਾਵਾ ਜੱਜੇ ਅਤੇ ਸੱਸੇ ਅੱਖਰ ਦੇ ਵੱਖ-ਵੱਖ ਰੂਪ ਹੁੰਦੇ ਹਨ।

ਅਲਿਫ਼ ਤੇ ਐ਼ਨ ਦੋ ਐੜੇ, ਕਾਫ਼ ਤੇ ਕ਼ੋਆਫ਼ ਦੋ ਕੱਕੇ ਤੇ ਅਤੇ ਤ਼ੋਇ ਦੋ ਤੱਤੇ ਅਤੇ ਹੇ, ਹਮਜ਼ਾ ਅਤੇ ਹ਼ੇ ਤਿੰਨ ਹਾਹੇ, ਗਾਫ਼ ਅਤੇ ਗ਼ੈਨ ਦੋ ਗੱਗੇ ਅੱਖਰ ਹੁੰਦੇ ਹਨ। ਸੀਨ, ਸ਼ੀਨ, ਸੇ, ਸੁਆਦ ਆਦਿਕ ਸੱਸੇ ਅਤੇ ਜੀਮ, ਜ਼ਾਲ, ਜ਼ੁਆਦ, ਜ਼ੋਏ ਆਦਿਕ ਜੱਜੇ ਹੁੰਦੇ ਹਨ।

ਏਨ੍ਹਾਂ ਦੋਹਰੇ ਅੱਖਰਾਂ ਨੂੰ ਨਿਖੇੜਣ ਲਈ ਬਾਬਾ ਦੀਪ ਸਿੰਘ ਜੀ ਸ਼ਹੀਦ ਨੇ ਜ਼ਫ਼ਰਨਾਮੇ ਅਤੇ ਭਾਈ ਨੰਦਲਾਲ ਰਚਨਾਵਲੀ ਦਾ ਲਿੱਪੀ-ਅੰਤਰ (ਤਰਜ਼ਮਾ) ਕਰਦੇ ਸਮੇਂ ਪੈਰ ਬਿੰਦੀ ਵਾਲੇ ਅੱਖਰ ਪੈਂਤੀ ਅੱਖਰੀ ਤੋਂ ਇਲਾਵਾ ਪ੍ਰਗਟ ਕੀਤੇ ਸਨ। ਉ਼, ਅ਼, ੲ਼, ਸ਼, ਹ਼, ਕ਼, ਖ਼, ਗ਼, ਜ਼, ਤ਼, ਫ਼ ਏਨ੍ਹਾਂ ਅੱਖਰਾਂ ਦੀ ਗਿਣਤੀ ਗਿਆਰ੍ਹਾਂ ਦੇ ਕਰੀਬ ਹੈ। ਆਮ ਪੰਜਾਬੀ ਬੋਲੀ 'ਚ ਲ਼ਲ਼ਾ ਅੱਖਰ ਵੀ ਬਿੰਦੀ ਵਾਲਾ ਉੱਚਾਰਣ ਹੁੰਦਾ ਹੈ। ਮਹਾਨਕੋਸ਼ਕਾਰ ਨੇ ਫ਼ਾਰਸੀ ਲਿੱਪੀ ਦੇ ਸੱਸਿਆਂ ਅਤੇ ਜੱਜਿਆਂ ਦੀ ਪੰਜਾਬੀ 'ਚ ਵੱਖਰੀ ਹੋਂਦ ਕਾਇਮ ਕਰਨ ਲਈ ਵੱਖੋ-ਵੱਖਰੇ ਸੰਕੇਤ ਵੀ ਬਣਾ ਕੇ ਦਰਸਾਏ ਹਨ।

ਪੈਰ ਬਿੰਦੀ ਸਹਿਤ ਅਤੇ ਪੈਰ ਬਿੰਦੀ ਰਹਿਤ ਅੱਖਰ ਜਿੱਥੇ ਉੱਚਾਰਣ 'ਚ ਵੱਖਰਾ ਥਾਂ ਰੱਖਦੇ ਹਨ, ਉਥੇ ਹੀ ਅਰਥ 'ਚ ਬਹੁਤ ਫ਼ਰਕ਼ ਪਾ ਦਿੰਦੇ ਹਨ। ਜਿਵੇਂ ਭਾਈ ਗੁਰਦਾਸ ਜੀ ਨੇ ਲਿਖਿਆ ਹੈ ਕਿ :

ਯਥਾ : ਇਕਤੁ ਨੁਕਤੈ ਹੋਇ ਜਾਇ, ਮਹਰਮੁ ਮੁਜਰਮ ਖੈਰ ਖੁਆਰੀ॥

ਉਰਦੂ-ਫ਼ਾਰਸੀ ਲਿੱਪੀ 'ਚ ਜੇਕਰ ਹੇ ਦੇ ਪੇਟ 'ਚ ਬਿੰਦੀ ਲੱਗ ਜਾਏ ਤਾਂ ਜੀਮ ਬਣ ਜਾਂਦਾ ਹੈ। ਇਸ ਤਰ੍ਹਾਂ ਮਹਰਮ ਤੋਂ ਮੁਜਰਮ ਲਫ਼ਜ਼ ਇਕ ਨੁਕਤੇ (ਬਿੰਦੀ) ਦੇ ਲਿਖਣ ਤੋਂ ਹੀ ਹੋ ਜਾਂਦਾ ਹੈ। ਸੋ ਕਹਿਣ ਤੋਂ ਭਾਵ ਹੈ ਕਿ ਇਕ ਬਿੰਦੀ ਅਰਥ 'ਚ ਬਹੁਤ ਫ਼ਰਕ਼ ਪਾ ਦਿੰਦੀ ਹੈ ਜਿਵੇਂ :

ਬਿੰਦੀ ਰਹਿਤ ਲਫ਼ਜ਼	ਅਰਥ	ਬਿੰਦੀ ਸਹਿਤ ਲਫ਼ਜ਼	ਅਰਥ
ਜਾਂ	ਜਾਨ	ਜ਼ਾਂ	ਉਸ ਤੋਂ
ਅਲਮ	ਦੁੱਖ	ਅ਼ਲਮ	ਝੰਡਾ
ਗਰੀਬ	ਬਿੱਲੀ	ਗ਼ਰੀਬ	ਕਮਜ਼ੋਰ
ਖ਼ਸਮ	ਵੈਰੀ	ਖ਼ਸ਼ਮ	ਗੁੱਸਾ
ਸਰਫ਼ੋ	ਬੱਚਤ	ਸ਼ਰਫ਼ੋ	ਵਡਿਆਈ
ਤਾਜ	ਬਾਦਿਸ਼ਾਹੀ ਟੋਪੀ	ਤਾਜ਼	ਹਮਲਾ
ਅਜਲ	ਮੌਤ	ਅਜ਼ਲ	ਹਮੇਸ਼ਾਂ
ਕਦਰ	ਆਰਾ	ਕ਼ਦਰ	ਸਤਿਕਾਰ
ਖੁਦਾ	ਖੋਦਨਾ	ਖ਼ੁਦਾ	ਰੱਬ

ਫ਼ਾਰਸੀ ਵਿੱਦਿਵਾਨਾਂ ਅਨੁਸਾਰ ਆਮ ਹਾਹੇ ਦਾ ਉੱਚਾਰਣ ਕਵਰਗ ਵਾਂਗ ਗਲੇ 'ਚੋਂ ਹੁੰਦਾ ਹੈ ਅਤੇ ਹ਼ਾਹੇ (ਬਿੰਦੀ ਵਾਲੇ ਹਾਹੇ) ਦਾ ਉੱਚਾਰਣ ਖ਼ੱਖ਼ੇ (ਬਿੰਦੀ ਵਾਲੇ ਖ਼ੱਖ਼ੇ) ਵਾਂਗ ਹੁੰਦਾ ਹੈ। ਅਭਿਆਸ ਲਈ ਹ਼ੇ-ਖ਼ੇ,ਖ਼ੇ-ਹ਼ੇ ਦਾ ਅਭਿਆਸ ਕਰਵਾਉਂਦੇ ਹਨ।

ਗ਼ੱਗ਼ੇ ਵਾਂਗ ਐ਼ੜੇ ਦਾ ਉੱਚਾਰਣ ਹੁੰਦਾ ਹੈ। ਅਭਿਆਸ ਲਈ ਅ਼ਈਨ - ਗ਼ਈਨ, ਗ਼ਈਨ - ਅ਼ਈਨ ਦਾ ਅਭਿਆਸ ਕਰਵਾਉਂਦੇ ਹਨ। ਫ਼ਾਰਸੀ - ਉਰਦੂ ਦੇ ਇੱਕ ਅੱਖਰ ਅ਼ਈਨ (ਐ਼ਨ) ਤੋਂ ਹੀ ੳ਼, ਅ਼, ੲ਼ ਤਿੰਨ ਅੱਖਰ ਜ਼ਬਰ, ਪੇਸ਼-ਵਾਉ, ਜ਼ੇਰ, ਲਗਾ ਕੇ ਉਪਜਦੇ ਹਨ। ਇਸ ਲਈ ੳ਼, ਅ਼, ੲ਼ ਤਿੰਨਾਂ ਦਾ ਉੱਚਾਰਣ ਗ਼ਗ਼ੇ ਦਾ ਬਰਾਬਰ ਗਲ਼ੇ 'ਚੋਂ ਹੁੰਦਾ ਹੈ।

ਤ਼ੱਤ਼ੇ ਦਾ ਉੱਚਾਰਣ ਆਮ ਤੱਤੇ ਤੋਂ ਥੋੜ੍ਹਾ ਕੱਸ ਕੇ ਹੁੰਦਾ ਹੈ ਅਤੇ ਕ਼ਕ਼ੇ ਦਾ ਉੱਚਾਰਣ ਖ਼ੱਖ਼ੇ, ਗ਼ੱਗ਼ੇ ਵਾਂਗ ਖਰਵੇ ਗਲ਼ੇ 'ਚੋਂ ਹੁੰਦਾ ਹੈ। ਫ਼ਫ਼ੇ ਦਾ ਉੱਚਾਰਣ ਆਮ ਫੱਫੇ ਤੋ ਪੋਲਾ ਹੁੰਦਾ ਹੈ।

ਕੱਕੇ ਤੇ ਕ਼ੱਕ਼ੇ ਦੀ ਧੁਨੀ ਦਾ ਫ਼ਰਕ ਉਰਦੂ ਦੇ ਵਿਦਵਾਨ Q ਤੇ K ਦੀ ਧੁਨੀ ਬਰਾਬਰ ਵੀ ਜ਼ਾਹਿਰ ਕਰਦੇ ਹਨ। ਮੇਰੇ ਸਤਿਕਾਰਯੋਗ ਉਸਤਾਦ ਮੌਲਵੀ ਅਤ਼ੀਕ਼ ਅਹਮਦ ਸਾਹਿਬ ਜੀ ਪੜ੍ਹਾਉਂਦੇ ਸਮੇਂ ਫ਼ਰਮਾਇਆ ਕਰਦੇ ਸਨ ਕਿ ਜਿਸ ਤਰੀਕੇ ਦੇ ਨਾਲ ਦੁੱਧ ਜਾਗ ਲਾਉਣ ਤੇ ਦਹੀਂ ਬਣ ਕੇ ਗਾੜ੍ਹਾ ਹੋ ਜਾਂਦਾ ਹੈ, ਏਸੇ ਤਰ੍ਹਾਂ ਹੀ ੳ਼, ਅ਼, ੲ਼, ਹ਼, ਕ਼, ਤ਼ ਆਦਿਕ ਅੱਖਰ ਦੀ ਧੁਨੀ, ਆਮ ਧੁਨੀ ਤੋਂ ਗਾੜੀ ਹੋ ਜਾਂਦੀ ਹੈ। ਸੋ ਜ਼ਾਹਿਰ ਹੈ ਕਿ

(ੳ) ਕ਼ੱਕ਼ੇ ਦੀ ਅਵਾਜ਼ ਖ਼ਾਸ ਗਲੇ 'ਚੋਂ ਆਉਂਦੀ ਹੈ।

(ਅ) ਐ਼ਨ (ੳ਼, ਅ਼, ੲ਼) ਦੀ ਅਵਾਜ਼ ਗ਼ੈਨ (ਗ਼ੱਗ਼ੇ) ਦੇ ਬਰਾਬਰ ਗਲ਼ੇ 'ਚੋਂ ਆਉਂਦੀ ਹੈ।

(ੲ) ਹ਼ੇ (ਹ਼ਾਹ਼ੇ) ਦੀ ਅਵਾਜ਼ ਗਲੇ ਚੋਂ ਉਪਜਦੀ ਹੈ।

(ਸ) ਜ਼ (ਜ਼ੱਜ਼ੇ) ਦੀ ਅਵਾਜ਼ ਦੰਦਾਂ ਦੇ ਪੀੜ ਨਾਲ ਜੀਭ ਲੱਗਣ ਤੇ ਆਉਂਦੀ ਹੈ।

(ਹ) ਤ਼ੱਤ਼ਾ ਦੀ ਅਵਾਜ਼ ਆਮ ਤੱਤੇ ਤੋਂ ਕੱਸ ਕੇ ਆਉਂਦੀ ਹੈ।

(ਕ) ਫ਼ੱਫ਼ੇ ਦੀ ਅਵਾਜ਼ ਬੁੱਲ੍ਹਾਂ 'ਚੋਂ ਨਿਕਲਦੀ ਹੈ।

ਕੁਝ ਖ਼ਾਸ ਨੁਕਤੇ

ਭਾਈ ਨੰਦਲਾਲ ਜੀ ਦੀ ਬਾਣੀ ਦੀ ਸੰਥਿਆ ਕਰਦੇ ਸਮੇਂ ਮੌਲਵੀ ਅਤੀਕ਼ ਅਹਿਮਦ ਜੀ ਅਤੇ ਫ਼ਾਰਸੀ ਵਿਆਕਰਣ ਦੀ ਪੁਸਤਕ ਤੇ ਗਿ. ਜੋਗਿੰਦਰ ਸਿੰਘ ਜੀ ਦੇ ਲਿਖੇ ਫ਼ਾਰਸੀ ਕਵਿਤਾ ਦੇ ਨਿਯਮਾਂ, ਬਾਬਾ ਕਰਤਾਰ ਸਿੰਘ ਜੀ (ਮੋਟਾ ਅੱਖਰ ਜੀ) ਵੱਲੋਂ ਲਿਖੇ ਭਾਈ ਨੰਦਲਾਲ-ਬਾਣੀ ਦੇ ਪ੍ਰਯਾਵਾਂ ਤੋਂ, ਜੋ ਦਾਸ ਨੇ ਖ਼ਾਸ ਨੁਕਤੇ ਜਾਣੇ ਉਹ ਫ਼ਾਰਸੀ ਵਿਆਕਰਣ ਦੇ_ਕਤੇ ਦਾਸ ਸ੍ਵੈ ਅਨੁਭਵ ਅਨੁਸਾਰ ਇਥੇ ਦਰਜ ਕਰ ਰਿਹਾ ਹਾਂ।

(1) ਫ਼ਾਰਸੀ ਬੋਲੀ 'ਚ ਆਖ਼ਿਰੀ ਹਾਹਾ ਮੁਕਤਾ, ਕੰਨਾ, ਲਾਂਵ, ਦੁਲਾਵਾਂ ਵਾਂਗ ਬੋਲਦਾ ਹੈ। ਜਿਵੇਂ ਗਸ਼ਤਹ ਨੂੰ ਗਸ਼ਤਹ, ਗਸ਼ਤਾ, ਗਸ਼ਤੇ, ਗਸ਼ਤੈ ਵਾਂਗ ਪੜ੍ਹਦੇ ਹਨ। ਫ਼ਾਰਸੀ ਵਿਆਕਰਣ ਅਨੁਸਾਰ ਕਿਤੇ ਹਾਹਾ ਮੁਕਤਾ ਰੂਪ, ਕਿਤੇ ਚਾਲ ਮੁਤਾਬਿਕ ਕੰਨਾ ਰੂਪ, ਕਿਤੇ ਇਜ਼ਾਫ਼ਤ ਲਾਂਵ ਰੂਪ ਅਤੇ ਕਿਤੇ ਖੇਤਰੀ ਬੋਲੀ ਦੁਲਾਂਵ ਰੂਪ ਬੋਲਦੇ ਹਨ। ਸੰਪ੍ਰਦਾਈ ਵਿਦਵਾਨ ਆਖ਼ਿਰੀ ਹਾਹੇ ਦਾ ਉੱਚਾਰਣ ਦੁਲਾਵਾਂ ਰੂਪ 'ਚ ਕਰਦੇ ਹਨ। ਜਿਵੇਂ ਹਮਹ ਨੂੰ ਹਮੈ ਜਾਂ ਹਮਹਿ ਵਾਂਗ ਪੜ੍ਹਦੇ ਹਨ।

(2) ਫ਼ਾਰਸੀ ਵਿਆਕਰਣ 'ਚ ਅਸਤ ਦਾ ਸੱਸਾ ਅੱਧਾ ਪੜ੍ਹਦੇ ਹਨ ਤਾਂ ਹੀ ਪ੍ਰਿੰਸੀਪਲ ਹਰਭਜਨ ਸਿੰਘ ਜੀ ਆਦਿਕ ਨੇ ਅਸਤ ਨੂੰ ਅਸ੍ਤ ਕਰਕੇ ਹੀ ਛਾਪਿਆ ਹੈ।

(3) ਫ਼ਾਰਸੀ ਕਵਿਤਾ 'ਚ "ਚਿਹ" ਨੂੰ "ਚਿ" ਕਰਕੇ ਵੀ ਲਿਖਦੇ ਹਨ ਤਾਂ ਕਿ ਸ਼ਿਅਰ ਦਾ ਵਜ਼ਨ ਦਰੁਸਤ ਰਹੇ। ਪ੍ਰਿੰਸੀਪਲ ਹਰਭਜਨ ਸਿੰਘ ਜੀ ਆਦਿਕ ਨੇ ਚਿਹ ਦੇ ਹਾਹੇ ਨੂੰ ਵਿਸਰਗਾਂ ਰੂਪ ਚਿਃ ਵੀ ਲਿਖਿਆ ਹੈ ਭਾਵ ਇਹ ਹੈ ਕਿ ਮੂਲ ਸ਼ਬਦ ਚਿਹ ਜਾਂ ਚਿਃ ਹੈ ਅਤੇ ਪੜ੍ਹਨਾ "ਚਿ" ਹੀ ਹੈ।

(4) ਫ਼ਾਰਸੀ ਅਤੇ ਉਰਦੂ ਵਿੱਚ ਕਈ ਵਾਰ ਕੰਨੇ ਦੀ ਜਗ੍ਹਾ ਤੇ ਅ਼ ਲਿਖ ਦਿੱਤਾ ਜਾਂਦਾ ਹੈ ਜਿਵੇਂ - ਅਅ਼ਜ਼ਮ=ਆ਼ਜ਼ਮ ਏਸੇ ਤਰ੍ਹਾਂ ਜਿਵੇਂ - ਮਅ਼ਮੂਰ=ਮਾਮੂਰ ਜਿਵੇਂ - ਰੁਬਅ਼ ਨੂੰ ਰੁਬਾ, ਤਿੱਸਅ਼ ਨੂੰ ਤਿੱਸਾ। ਕਈ ਵਿਦਵਾਨ ਰੁਬਅ਼ ਤਿਸਅ਼ ਆਦਿਕ ਦੇ ਐੜੇ ਨੂੰ ਰੁੱਬਅ਼ ਤਿੱਸਅ਼ ਇੰਝ ਲਫ਼ਜ਼ ਨੂੰ ਕੱਸ ਕਰਕੇ ਵੀ ਬੋਲ ਦਿੰਦੇ ਹਨ।

(5) ਫ਼ਾਰਸੀ ਅ਼ਰਬੀ ਭਾਸ਼ਾ ਵਿੱਚ ਜਿਹੜੀਆਂ ਬਿੰਦੀਆਂ ਅੱਖਰਾਂ ਦੇ ਉੱਪਰ ਲੱਗੀਆਂ ਹੁੰਦੀਆਂ ਹਨ ਜਿਵੇਂ - ਅਜ਼ਾਂ, ਅਜ਼ੀਂ, ਨਾਜ਼ਨੀਂ ਇਨ੍ਹਾਂ ਬਿੰਦੀਆਂ ਨੂੰ ਵੀ ਬੋਲਣ

ਦਾ ਤਰੀਕਾ ਵੱਖਰਾ-ਵੱਖਰਾ ਹੀ ਹੁੰਦਾ ਹੈ ਜਿੱਥੇ ਬਿੰਦੀ ਵਿੱਚੋਂ ਨੰਨਾ ਨਿਕਲਦਾ ਹੋਵੇ ਉਥੇ ਬਿੰਦੀ ਨੂੰ ਲੰਮਕਾ ਕੇ ਬੋਲਿਆ ਜਾਵੇ। (ਭਾਵ) ਬਿੰਦੀ ਵਿੱਚੋਂ ਅੱਧਾ ਨੰਨਾ ਬੋਲਿਆ ਜਾਵੇਗਾ। ਜਿੱਥੇ ਬਿੰਦੀ ਵਿੱਚੋਂ ਈਂ (ਜਾਂ) ਆਂ ਨਿਕਲਦਾ ਹੋਵੇ ਉਥੇ ਲਫ਼ਜ਼ ਨੂੰ ਇਕੱਠਾ ਬੋਲਿਆ ਜਾਵੇਗਾ। ਜਿਵੇਂ (1) ਅਜ਼ੀਂ=(ਅਜ਼+ਈਂ) (2) ਅਜ਼ਾਂ=(ਅਜ਼+ਆਂ) (3) ਨਾਜ਼ਨੀਂ=ਨਾਜ਼ਨੀਨ। ਜੇਕਰ ਜਿੱਥੇ ਬਿੰਦੀ ਤੋਂ, ਈਂ (ਜ਼ਾਂ) ਆਂ ਨਿਕਲਦਾ ਹੋਵੇ ਉਸ ਅੱਖਰ ਨੂੰ ਲੰਮਕਾਅ ਕੇ ਬੋਲ ਦਈਏ ਤਾਂ ਅਰਥ ਦਾ ਅਨਰਥ ਹੋ ਜਾਂਦਾ ਹੈ ਜਿਵੇ - ਅਜ਼ਾਂ ਇਸ ਲਫ਼ਜ਼ ਨੂੰ ਜੇਕਰ ਇਕੱਠਾ ਬੋਲੀਏ ਤਾਂ ਅਰਥ=(ਅਜ਼+ਆਂ) "ਉਸ ਤੋਂ" ਬਣਦਾ ਹੈ ਅਤੇ ਜੇਕਰ ਲੰਮਕਾ ਕੇ ਬੋਲ ਦਈਏ ਤਾਂ ਅਰਥ=ਅਜ਼ਾਨ="ਬਾਂਗ" ਬਣ ਜਾਵੇਗਾ ਜੋ ਮੁਸਲਮ ਭਾਈਚਾਰਾ ਨਿਮਾਜ਼ ਪੜ੍ਹਨ ਵੇਲੇ ਦਿੰਦਾ ਹੈ। ਏਸ ਤਰ੍ਹਾਂ ਬਹੁਤ ਸਾਰੇ ਅੱਖਰਾਂ ਨਾਲ ਬਹੁਤ ਸਾਰੇ ਅਰਥਾਂ ਵਿਚ ਫ਼ਰਕ ਪੈ ਜਾਂਦਾ ਹੈ।

(6) ਫ਼ਾਰਸੀ, ਅ਼ਰਬੀ ਵਿਚ ਸ਼ਿਅਰ ਦੇ ਵਜ਼ਨ ਮੁਤਾਬਿਕ ਕਈ ਅੱਖਰਾਂ ਨੂੰ ਗੁਪਤ ਕਰਕੇ ਬੋਲਿਆ ਜਾਂਦਾ ਹੈ ਜਿਵੇਂ : ਅੰਗਰੇਜ਼ ਕਈ ਅੱਖਰਾਂ ਨੂੰ ਸਾਈਲੈਂਟ ਕਰਕੇ ਬੋਲਦੇ ਹਨ। ਇਸ ਤਰ੍ਹਾਂ ਫ਼ਾਰਸੀ, ਅ਼ਰਬੀ ਵਿੱਚ ਵੀ ਕਈ ਅੱਖਰ ਸਾਈਲੈਂਟ ਹੁੰਦੇ ਹਨ ਜਿਵੇਂ - (1) ਦਰਆਮਦ ਲਿਖਤੀ ਵਿਚ ਆਵੇਗਾ ਪਰ ਬੋਲਿਆ ਦਰਾਮਦ ਜਾਵੇਗਾ (2) ਬਰਆਮਦ=ਬਰਾਮਦ (3) ਜ਼ਬਰਅਸਤ=ਜ਼ਬਰਦਸਤ (4) ਖ਼੍ਵਾਹਰੀ= ਖ਼ਾਹਰੀ ਬੋਲਿਆ ਜਾਵੇਗਾ। ਇਵੇਂ ਹੋਰ ਵੀ ਕਈ ਲਫ਼ਜ਼ ਹਨ ਜੋ ਸਾਈਲੈਂਟ ਹੁੰਦੇ ਹਨ।

(7) ਫ਼ਾਰਸੀ, ਅ਼ਰਬੀ ਵਿਚ ਕਈ ਅੱਖਰ ਵਾਧੂ ਵੀ ਹੁੰਦੇ ਹਨ ਜੋ ਬੋਲੇ ਤੇ ਜਾਂਦੇ ਹਨ ਪਰ ਉਨ੍ਹਾਂ ਦਾ ਕੋਈ ਖ਼ਾਸ ਅਰਥ ਨਹੀਂ ਹੁੰਦਾ। ਵਿਦਵਾਨਾਂ ਨੇ ਉਨ੍ਹਾਂ ਅੱਖਰਾਂ ਨੂੰ ਕ੍ਰਿਆ ਵਿਸ਼ੇਸ਼ਨ ਦਾ ਨਾਮ ਦਿੱਤਾ ਹੈ (ਭਾਵ) ਜੋ ਕ੍ਰਿਆ ਦੀ ਵਿਸ਼ੇਸ਼ਤਾ ਪ੍ਰਗਟ ਕਰਦੇ ਹਨ ਉਨ੍ਹਾਂ ਅੱਖਰਾਂ ਦੀ ਗਿਣਤੀ ਇਸ ਪ੍ਰਕਾਰ ਹੈ : (1) ਬਰ (2) ਅਲ (3) ਉਲ (4) ਮੇ (5) ਬ (6) ਮਰ (7) ਤਵਾਨ ਇਤਿਆਦਿਕ। ਕਿਤੇ ਕਿਤੇ ਅੱਖਰ ਆਪਦਾ ਅਨੋਖਾ ਅਰਥ ਪ੍ਰਗਟ ਕਰ, ਫ਼ਾਰਸੀ ਵਿਆਕਰਣ ਅਨੁਸਾਰ ਆਪਣੀ ਵੱਖਰੀ ਹੋਂਦ ਵੀ ਪ੍ਰਗਟ ਕਰਦੇ ਹਨ।

(8) ਫ਼ਾਰਸੀ ਅ਼ਰਬੀ ਦੇ ਲਫ਼ਜ਼ਾਂ ਵਿੱਚ ਹੁਣ ਵਾਲੇ ਫ਼ਾਰਸੀ ਦੇ ਵਿਦਵਾਨਾਂ ਨੇ ਕਈ ਤਬਦੀਲੀਆਂ ਕਰ ਦਿੱਤੀਆਂ ਹਨ ਜਿਵੇਂ : (1) ਪੁਰਾਣਾ ਲਫ਼ਜ਼ ਗੇਤੀ ਸੀ ਹੁਣ ਨਵੇਂ ਵਿਦਵਾਨਾਂ ਨੇ ਲਫ਼ਜ਼ ਗੀਤੀ ਕਰ ਦਿੱਤਾ ਹੈ (2) ਦੋਸਤ ਤੋਂ ਦੂਸਤ (3) ਰੋਜ਼ ਤੋਂ ਰੂਜ਼ ਇਸ ਤਰ੍ਹਾਂ ਬਹੁਤ ਸਾਰੇ ਲਫ਼ਜ਼ਾਂ ਵਿੱਚ ਤਬਦੀਲੀਆਂ ਹੋਈਆਂ ਹਨ।

(9) ਫ਼ਾਰਸੀ ਵਿਚ ਪਿਛਲੇ ਅੱਖਰ ਨੂੰ ਲੱਗੀ ਹੋਈ ਇਜ਼ਾਫਤ ਸਿਹਾਰੀ ਦੇ ਰੂਪ 'ਚ ਬੋਲੀ ਜਾਂਦੀ ਹੈ ਜਿਵੇਂ= ਨਾਮਿ-ਊ (2) ਖ਼ਾਕਿ-ਪਾਏ (3) ਅਫ਼ਰੋਜ਼ਿ-ਇ਼ਲਮੇ ਆਦਿਕ।

''ਨਾਮਿ'' ਦੇ ਮੰਮੇ ਅੱਖਰ ਵਾਲੀ ਸਿਹਾਰੀ ਅਤੇ ''ਖ਼ਾਕਿ'' ਦੇ ਕ਼ੱਕ਼ੇ ਅੱਖਰ ਵਾਲੀ ਸਿਹਾਰੀ ਅਤੇ ''ਅਫ਼ਰੋਜ਼ਿ'' ਦੇ ਜ਼ੱਜ਼ੇ ਅੱਖਰ ਵਾਲੀ ਸਿਹਾਰੀ ਬੋਲੀ ਜਾਵੇਗੀ ਇਵੇਂ ਹੀ ਹੋਰ ਵੀ ਲਫ਼ਜ਼ ਹਨ। ਕਈ ਵਿਦਵਾਨ ਸਿਹਾਰੀ ਨੂੰ ਲਾਂਵ ਦੇ ਨਾਲ ਵੀ ਲਿਖ ਦਿੰਦੇ ਹਨ ਤਾਂ ਕਿ ਫ਼ਾਰਸੀ ਤੋਂ ਅਨਜਾਣ ਵਿਦਵਾਨ ਵੀ ਉਸ ਸਿਹਾਰੀ ਦਾ ਉੱਚਾਰਣ ਕਰ ਲੈਣ। ਜਿਵੇਂ ਨਾਮਿ ਨੂੰ ਨਾਮੇ (2) ਖ਼ਾਕਿ ਨੂੰ ਖ਼ਾਕੇ ਇਤਿਆਦਿਕ। ਇਸ ਸਿਹਾਰੀ ਦੇ ਬੋਲਣ ਦਾ ਅਰਥ ਇਹ ਹੁੰਦਾ ਹੈ ਕਿ ਇਨ੍ਹਾਂ ਦੋਨਾਂ ਲਫ਼ਜ਼ਾਂ ਦਾ ਆਪਸੀ ਸਬੰਧ ਹੈ ਜਿਵੇਂ - ਨਾਮਿ - ਊ (ਭਾਵ) ਨਾਮ ਤੇ ਊ ਦਾ ਆਪਸੀ ਸਬੰਧ ਹੈ। ਛੰਦ ਦਿਵਾਕਰ 'ਚ ਭਾਈ ਕਾਨ੍ਹ ਸਿੰਘ ਨਾਭਾ ਨੇ ਇਜ਼ਾਫ਼ਤ ਦਾ ਉੱਚਾਰਣ ਲਾਂਵ ਤੋਂ ਘੱਟ ਅਤੇ ਸਿਹਾਰੀ ਤੋਂ ਵਧੀਕ ਲਿਖਿਆ ਹੈ।

(10) ਫ਼ਾਰਸੀ ਅ਼ਰਬੀ ਵਿੱਚ ਵਿਚਕਾਰਲੇ ਅੱਖਰ ਨੂੰ ਲੱਗੀ ਸਿਹਾਰੀ, ਅਰਥ ਵਿੱਚ ਬਹੁਤ ਫ਼ਰਕ ਪਾ ਦਿੰਦੀ ਹੈ। ਜਿਵੇਂ : ਦਾਨਸ਼ ਦਾ ਅਰਥ=(ਦਾਨ+ਅਸ਼) ਉਹ ਸਿਆਣਾ ਹੁੰਦਾ ਹੈ ਅਤੇ ਦਾਨਿਸ਼ ਦਾ ਅਰਥ ਬੁੱਧੀ ਹੁੰਦਾ ਹੈ। (2) ਤਾਬਸ਼ ਦਾ ਅਰਥ=(ਤਾਬ+ਅਸ਼) ਉਸ ਦੀ ਚਮਕ ਅਤੇ ਤਾਬਿਸ਼ ਦਾ ਅਰਥ=(ਸਿਰਫ਼) ਚਮਕ ਹੁੰਦਾ ਹੈ। ਇੰਝ ਹੋਰ ਵੀ ਬਹੁਤ ਲਫ਼ਜ਼ ਹਨ।

(11) ਫ਼ਾਰਸੀ ਅ਼ਰਬੀ ਵਿੱਚ ਦੋ ਰਾਰਿਆਂ ਦੀ ਜਗ੍ਹਾ ਤਸ਼ਦੀਦ (˜) ਲਗਾ ਦਿੱਤੀ ਜਾਂਦੀ ਹੈ। ਗੁਰਮੁਖੀ ਵਿੱਚ ਫ਼ਾਰਸੀ ਅ਼ਰਬੀ ਦੇ ਲਫ਼ਜ਼ਾਂ ਵਿੱਚ, ਦੋ ਰਾਰੇ ਨਹੀਂ ਲਿਖਦੇ ਜਾਂਦੇ, ਬਲਕਿ ਰਾਰੇ ਅੱਖਰ ਤੋਂ ਪਹਿਲੇ ਅੱਖਰ ਪਰ ਅੱਧਕ ਲਗਾ ਦਿੱਤੀ ਜਾਂਦੀ ਹੈ, ਜਿਵੇਂ : ਮੁਕਰਰਮ ਨੂੰ ਮੁਕੱਰਮ ਅਤੇ ਫ਼ਰਰੇ ਨੂੰ ਫ਼ੱਰੇ ਲਿਖ ਦਿੱਤਾ ਜਾਂਦਾ ਹੈ। ਭਾਵੇਂ ਰਾਰਾ ਸਾਫ਼ ਨਹੀਂ ਲਿਖਿਆ ਜਾਂਦਾ, ਅੱਧਕ ਰੂਪ ਵਿੱਚ ਹੀ ਲਿਖਿਆ ਜਾਂਦਾ ਹੈ। ਤਾਂ ਵੀ ਉਚਾਰਨ ਵਿੱਚ ਮੁਕੱਰਮ ਨੂੰ ਮਕ਼ਰਰਮ ਅਤੇ ਫ਼ੱਰੇ ਨੂੰ ਫ਼ਰਰੇ ਹੀ ਬੋਲਿਆ ਜਾਵੇਗਾ।

(12) ਜਿਵੇਂ : ਆਮ ਬੋਲੀ 'ਚ ਨਾਂਵ ਦੀ ਜਗ੍ਹਾ ਪੜਨਾਂਵ ਮੈਂ, ਤੂੰ, ਓਹ ਆਦਿਕ ਵਰਤੇ ਜਾਂਦੇ ਹਨ ਇੰਜ ਹੀ ਫ਼ਾਰਸੀ ਬੋਲੀ 'ਚ ਮੈਂ ਦੀ ਥਾਂ ਮਨ, ਤੂੰ ਦੀ ਥਾਂ ਤੁ ਜਾਂ ਤੋ ਅਤੇ ਓਹ ਦੀ ਥਾਂ ਊ ਜਾਂ ਓ ਪੜਨਾਂਵ ਵਰਤਦੇ ਹਨ। ਫ਼ਾਰਸੀ ਬੋਲੀ 'ਚ ਕ੍ਰਿਆਵਾਚੀ ਲਫ਼ਜ਼ਾਂ ਦੇ ਪਿੱਛੇ ਵੀ ਪੜਨਾਂਵੀ ਸ਼ਬਦ ਆਉਂਦੇ ਹਨ, ਜਿਵੇਂ :

ਪ੍ਰਥਮ ਪੁਰਸ਼ ਦੇ ਪਿੱਛੇ ਅਮ (ਮ)

ਦੁਤੀਯ ਪੁਰਸ਼ ਦੇ ਪਿੱਛੇ ਈ (ੀ)

ਅਨਜ ਪੁਰਸ਼ ਦੇ ਪਿੱਛੇ ਅਦ (ਦ)

ਲਿਖਦੇ ਹਨ। ਉਦਾਹਰਣ ਤੌਰ 'ਤੇ ''ਕੁਨ'' ਦਾ ਅਰਥ ''ਕਰ'' ਹੈ, ਪਰ ਇਸ ਦੇ ਪਿੱਛੇ ਪੜਨਾਂਵ ਲੱਗਣ ਦੇ ਨਾਲ ਅਜੇਹੇ ਅਰਥ ਬਦਲਦੇ ਹਨ।

ਕੁਨ + ਅਮ =ਕੁਨਮ =ਮੈਂ ਕਰਦਾ ਹਾਂ

ਕੁਨ + ਈ =ਕੁਨੀ =ਤੂੰ ਕਰ

ਕੁਨ + ਦ =ਕੁਨਦ =ਓਹ ਕਰਦਾ ਹੈ।

ਇੰਜ ਹੀ ਬਹੁਵਚਨ ਦੇ ਵੇਲੇ ਏਮ, ਏਦ, ਅੰਦ ਕ੍ਰਿਆਵਾਚੀ ਲਫ਼ਜ਼ ਦੇ ਪਿੱਛੇ ਪੜਨਾਂਵੀ ਲਫ਼ਜ਼ ਜੁੜਦੇ ਹਨ। ਉਦਾਹਰਣ ਤੌਰ 'ਤੇ ਜਿਵੇਂ : ਕੁਨ ਦੇ ਪਿੱਛੇ ਏਮ, ਏਦ, ਅੰਦ ਲਗਾਉਣ ਤੇ :

ਕੁਨ + ਏਮ = ਕੁਨੇਮ = ਅਸੀਂ ਕਰਦੇ ਹਾਂ

ਕੁਨ + ਏਦ = ਕੁਨੇਦ = ਤੁਸੀਂ ਕਰਦੇ ਹੋ

ਕੁਨ + ਅੰਦ = ਕੁਨੰਦ = ਓਹ ਕਰਦੇ ਹਨ।

ਕੁਝ ਸੰਪ੍ਰਦਾਈ ਕੁਨਦ ਨੂੰ ਕੁਨੱਦ ਕਰਕੇ ਬੋਲਦੇ ਹਨ, ਪਰ ਕੁਨੰਦ ਅਥਵਾ ਕੁਨੱਦ ਬਹੁਵਚਨ ਲਈ ਵਰਤਿਆ ਜਾਂਦਾ ਹੈ। ਇਸ ਲਈ ਕੁਨਦ ਪੋਲਾ ਉੱਚਾਰਣਾਂ ਦਰੁਸਤ ਹੈ।

ਇੰਜ ਹੀ ਹੋਰ ਉਦਾਹਰਣਾਂ ਪੇਸ਼ ਹਨ :

ਸ਼ਵਮ = ਮੈਂ ਹੋਇਆ ਹਾਂ	**ਸ਼ਵੇਮ = ਅਸੀਂ ਹੋਏ ਹਾਂ**
ਸ਼ਵੀ = ਤੂੰ ਹੋ	**ਸ਼ਵੇਦ = ਤੁਸੀਂ ਹੋ**
ਸ਼ਵਦ = ਓਹ ਹੁੰਦਾ ਹੈ	**ਸ਼ਵੰਦ = ਓਹ ਹੋਏ ਹਨ।**

ਨਿਯਮ ਦੀ ਪ੍ਰੋੜਤਾ ਲਈ ਇੱਕ ਉਦਾਹਰਣ ਹੋਰ ਪੇਸ਼ ਹੈ

ਰਫ਼ਤਮ = ਮੈਂ ਚਲਦਾ ਹਾਂ	**ਰਫ਼ਤੇਮ = ਅਸੀਂ ਚੱਲੇ ਹਾਂ**
ਰਫ਼ਤੀ = ਤੂੰ ਚੱਲ	**ਰਫ਼ਤੇਦ = ਤੁਸੀਂ ਚੱਲੇ ਹੋ**
ਰਫ਼ਤਦ = ਓਹ ਚੱਲਿਆ ਹੈ	**ਰਫ਼ਤੰਦ = ਓਹ ਚੱਲੇ ਹਨ।**

(13) ਫ਼ਾਰਸੀ ਵਿਆਕਰਣ 'ਚ ਕੁਨਦ ਅਰਥਾਤ ਕ੍ਰਿਆ ਦੇ ਪਿੱਛੇ ਲੱਗੇ ਦੱਦੇ ਅੱਖਰ ਦਾ ਅਰਥ ਇਸ ਪ੍ਰਕਾਰ ਵੀ ਕਿਤੇ-ਕਿਤੇ ਆਉਂਦਾ ਹੈ ਕਿ ਕ੍ਰਿਆਵਾਚੀ ਸ਼ਬਦ ਨੂੰ ਵਰਤਮਾਨ ਬਣਾਉਣ ਲਈ ਵੀ ਕ੍ਰਿਆਵਾਚੀ ਸ਼ਬਦ ਦੇ ਪਿੱਛੇ ''ਦੱਦਾ'' ਅੱਖਰ ਲਿਖ ਦਿੰਦੇ ਹਨ।

ਭੂਤਕਾਲ ਕ੍ਰਿਆ	**ਵਰਤਮਾਨ ਕ੍ਰਿਆ**
ਊ ਕੁਨ = ਉਸ ਨੇ ਕੀਤਾ ਸੀ	**ਊ ਕੁਨਦ = ਉਸ ਨੇ ਕੀਤਾ ਹੈ**
ਊ ਆ = ਉਹ ਆਯਾ ਸੀ	**ਊ ਆਯਦ = ਉਹ ਆਯਾ ਹੈ**
ਊ ਰਫ਼ਤ = ਉਹ ਗਿਆ ਸੀ	**ਊ ਰਫ਼ਤਦ = ਉਹ ਗਿਆ ਹੈ।**

(14) ਫ਼ਾਰਸੀ ਵਿਆਕਰਣ 'ਚ ਕ੍ਰਿਆਵਾਚੀ ਲਫ਼ਜ਼ਾਂ ਦੇ ਪਿੱਛ ਕੁਝ ਹੋਰ ਪੜਨਾਂਵ ਲੱਗਦੇ ਹਨ, ਜਿਨ੍ਹਾਂ ਦਾ ਵੇਰਵਾ ਕੁਝ ਇਸ ਪ੍ਰਕਾਰ ਹੈ :

ਇਕਵਚਨ	**ਬਹੁਵਚਨ**
ਕਿਤਾਬਮ = ਮੇਰੀ ਕਿਤਾਬ	**ਕਿਤਾਬੇਮਾਨ = ਸਾਡੀ ਕਿਤਾਬ**
ਕਿਤਾਬਤ = ਤੇਰੀ ਕਿਤਾਬ	**ਕਿਤਾਬੇ ਤਾਨ = ਤੁਹਾਡੀ ਕਿਤਾਬ**
ਕਿਤਾਬਸ਼ = ਉਸ ਦੀ ਕਿਤਾਬ	**ਕਿਤਾਬੇ ਸ਼ਾਨ = ਉਨ੍ਹਾਂ ਦੀ ਕਿਤਾਬ**

(15) ਜਿਵੇਂ ਪਿੱਛੇ ਦੱਸਿਆ ਹੈ ਕਿ ਫ਼ਾਰਸੀ ਕਵਿਤਾ 'ਚ ਕੁਝ ਲਫ਼ਜ਼ ਪਦਪੂਰਤੀ ਲਈ ਵਰਤੇ ਜਾਂਦੇ ਹਨ,ਜਿਵੇਂ : ਅਜ਼, ਜ਼ਿ, ਦਰ, ਬਰ, ਬ, ਆਦਿਕ। ਕਈ ਥਾਂਈ ਏਨ੍ਹਾਂ ਦੇ ਕੁਝ ਖ਼ਾਸ ਅਰਥ ਹਨ ਅਤੇ ਕਈ ਥਾਈਂ ਇਹ ਪਦ-ਪੂਰਤੀ ਲਈ ਕਵਿਤਾ 'ਚ ਆਉਂਦੇ ਹਨ। ਫ਼ਾਰਸੀ ਕਵਿਤਾ 'ਚ ਬੱਬੇ ਲਫ਼ਜ਼ ਦੀ ਵਰਤੋਂ ਵਿਸ਼ੇਸ਼ ਢੰਗ ਨਾਲ ਕੀਤੀ ਜਾਂਦੀ ਹੈ।

(ੳ) ਜੇਕਰ ਬੱਬੇ ਅੱਖਰ ਤੋਂ ਅੱਗੇ ਸਿਹਾਰੀ ਵਾਲਾ ਲਫ਼ਜ਼ ਆਵੇ ਤਾਂ ਓਹ ਸਿਆਰੀ ਬੱਬੇ ਅੱਖਰ ਨੂੰ ਲੱਗ ਜਾਂਦੀ ਹੈ।

ਬ + ਸ਼ਿਕਨ = ਬਿਸ਼ਕਨ

ਬ + ਸਿਤਾਬ = ਬਿਸ਼ਤਾਬ

ਬ + ਨਿਸ਼ਸਤਹ = ਬਿਨਸ਼ਸਤਹ

(ਅ) ਜੇਕਰ ਬੱਬੇ ਅੱਖਰ ਤੋਂ ਅੱਗੇ ਕੰਨੇ ਤੋਂ ਸ਼ੁਰੂ ਹੋਣ ਵਾਲਾ ਲਫ਼ਜ਼ ਆਵੇ ਤਾਂ ਵੀ ਬੱਬੇ ਨੂੰ ਸਿਹਾਰੀ ਲੱਗ ਜਾਂਦੀ ਹੈ।

ਬ + ਆਵੁਰਦ = ਬਿਆਵੁਰਦ

(ੲ) ਕਈ ਵਾਰ ਬੱਬੇ ਅੱਖਰ ਤੋਂ ਅੱਗੇ ਅਲਿਫ਼ (ਐੜੇ) ਤੋਂ ਸ਼ੁਰੂ ਹੋਣ ਵਾਲਾ ਲਫ਼ਜ਼ ਆਵੇ ਤਾਂ ਵੀ ਬੱਬੇ ਨੂੰ ਸਿਹਾਰੀ ਲੱਗ ਜਾਂਦੀ ਹੈ।

ਬ = ਅਫ਼ਤਦ = ਬਿਅਫ਼ਤਦ

(ਸ) ਕਈ ਵਾਰ ਬੱਬੇ ਅੱਖਰ ਤੋਂ ਅੱਗੇ ਔਂਕੜ, ਦੁਲੈਂਕੜੇ, ਹੋੜੇ ਤੋਂ ਸ਼ੁਰੂ ਹੋਣ ਵਾਲਾ ਲਫ਼ਜ਼ ਆ ਜਾਵੇ ਤਾਂ ਬੱਬੇ ਨੂੰ ਔਕੜ ਲੱਗ ਜਾਂਦੀ ਹੈ।

ਬ + ਗੁਜ਼ਰ = ਬੁਗਜ਼ਰ

ਬ + ਕੁਨ = ਬੁਕਨ

ਬ + ਉਫ਼ਤਦ = ਬੁ ਉਫ਼ਤਦ

ਬ + ਗੁਜ਼ਸ਼ਤ = ਬੁ ਗਜ਼ਸ਼ਤ

ਬ + ਗੋ = ਬੁਗੋ

ਐਸੇ ਫ਼ਾਰਸੀ ਨਿਯਮ ਅਜੋਕੀ ਫ਼ਾਰਸੀ ਕਵਿਤਾ 'ਚ ਪੂਰੇ-ਪੂਰੇ ਮਿਲਦੇ ਹਨ, ਪਰ ਜ਼ਫ਼ਰਨਾਮੇ, ਜ਼ਿੰਦਗੀਨਾਮੇ 'ਚ ਇਹ ਨਿਯਮ ਪੂਰੇ-ਪੂਰੇ ਨਹੀਂ ਮਿਲਦੇ। ਕਈ ਥਾਂਵਾਂ 'ਤੇ ਬੁਗੋਯਦ ਨੂੰ ਬਿਗੋਯਦ ਤੇ ਬੁਗੋ ਨੂੰ ਬਿਗੋ ਅਤੇ ਬੁਕੁਨ ਨੂੰ ਬਿਕੁਨ ਕਰਕੇ ਲਿਖਿਆ ਹੈ। ਅਸੀਂ ਪੁਰਾਤਨ ਖਰੜਿਆਂ, ਬੀੜਾਂ ਤੋਂ ਦੇਖ ਕੇ ਬਹੁਤ ਥਾਂਈ ਲਫ਼ਜ਼ਾਂ ਦੀ ਦਰੁਸਤੀ ਕੀਤੀ ਹੈ, ਪਰ ਸਭ ਥਾਂਵਾਂ ਉੱਪਰ ਨਹੀਂ ਕਰ ਸਕੇ।

ਫ਼ਾਰਸੀ ਭਾਸ਼ਾ ਵਿਗਿਆਨੀਆਂ ਦਾ ਇਹ ਵੀ ਖ਼ਿਆਲ ਹੈ ਕਿ ਇਹ ਨਿਯਮ ਹੌਲੀ-ਹੌਲੀ ਵਿਕਸਿਤ ਹੋਏ ਹਨ। ਭਾਈ ਨੰਦਲਾਲ ਦੇ ਕਲਾਮ ਅਤੇ ਜ਼ਫ਼ਰਨਾਮੇ ਦੇ ਰਚਨਾ-ਕਾਲ ਸਮੇਂ ਇਹ ਅਜੇ ਜਨਮ ਹੀ ਰਹੇ ਸਨ ਤਾਂ ਜ਼ਫ਼ਰਨਾਮੇ 'ਚ ਏਹ ਨਿਯਮ ਪੂਰਨ ਰੂਪ 'ਚ ਗੁਰਸਿੱਖਾਂ ਵੱਲੋਂ ਉਤਾਰਿਆ 'ਚ ਨਹੀਂ ਲਿਖੇ ਗਏ।

(16) ਫ਼ਾਰਸੀ ਦੀਆਂ ਮੂਲ ਰਚਨਾਵਾਂ 'ਚ ਲਗਾਂ-ਮਾਤਰਾ ਲਈ ਵਰਤੇ ਜਾਂਦੇ ਜ਼ਬਰ, ਜ਼ੇਰ, ਪੇਸ਼, ਤਸ਼ਦੀਦ ਆਦਿਕ ਵੀ ਵਰਤੋਂ ਬਹੁਤ ਘੱਟ ਮਿਲਦੀ ਹੈ। ਫ਼ਾਰਸੀ ਦੇ ਸਿਆਣੇ-ਵਿਦਵਾਨ ਅੱਖਰ ਵੇਖ ਕੇ ਆਪੋ-ਆਪਣੇ ਅੰਦਾਜ਼ ਨਾਲ ਉੱਚਾਰਣ ਕਰ ਲੈਂਦੇ ਸਨ। ਉਦਾਹਰਣ ਤੌਰ 'ਤੇ ਅਲਿਫ਼ ਵਾਓ ਦਾ ਉੱਚਾਰਣ ਕੁਝ ਫ਼ਾਰਸੀ ਵਿਦਵਾਨ ਓ ਕਰਦੇ ਹਨ ਅਤੇ ਕੁਝ ਵਿਦਵਾਨ ਇਸ ਨੂੰ ਅਲਿਫ਼ ਵਾਓ ਪੇਸ਼ ਦਾ ਰੂਪ ਮੰਨ ਕੇ ਊ ਉਚਾਰ ਦਿੰਦੇ ਹਨ। ਇਸੇ ਤਰ੍ਹਾਂ ਇਸਫੰਦਯਾਰ, ਅਸਫੰਦਯਾਰ ਇੱਕ ਹੀ ਲਫ਼ਜ਼ ਦੇ ਦੋ ਰੂਪ ਮਿਲਦੇ ਹਨ।

ਫ਼ਾਰਸੀ ਵਾਂਗ ਅੰਗਰੇਜ਼ੀ 'ਚ ਵੀ ਬਹੁਤਾਤ ਲਫ਼ਜ਼ਾਂ 'ਚ ਇਸੇ ਤਰ੍ਹਾਂ ਹੀ ਇੱਕ ਹੀ ਲਫ਼ਜ਼ ਤੇ ਦੋ-ਦੋ ਉੱਚਾਰਣ ਮਿਲਦੇ ਹਨ ਉਦਾਹਰਣ ਤੌਰ 'ਤੇ ਕੁਝ ਪੇਸ਼ ਹਨ :

ਮੂਲ ਸ਼ਬਦ	**ਅਮਰੀਕਾ**	**ਇੰਗਲੈਂਡ**
Photography	**ਫੋਟਾਗ੍ਰਫ਼ੀ**	**ਫੋਟੋਗ੍ਰਾਫੀ**
Aluminum	**ਅਲੂਮੀਨਮ**	**ਐਲੂਮੀਨੀਅਮ**
Calendar	**ਕੈਲੇਡਰ**	**ਕਲੰਡਰ**
Herb	**ਅਰਬ**	**ਹਰਬ**
Tomato	**ਟਮੀਟੋ**	**ਟਮਾਟੋ**

ਜ਼ਫ਼ਰਨਾਮੇ,ਜ਼ਿੰਦਗੀਨਾਮੇ ਆਦਿਕ ਫ਼ਾਰਸੀ ਰਚਨਾਵਾਂ ਦੇ ਹੱਥ-ਲਿਖਤ ਖਰੜਿਆਂ 'ਚ ਐਸਾ ਉੱਚਾਰਣ-ਚੱਕਰਵਿਊ ਬਹੁਤ ਮਿਲਦਾ ਹੈ ਜਿਸ ਨੂੰ ਵੇਖ ਕੇ ਫ਼ਾਰਸੀ ਲਿੱਪੀ ਤੋਂ ਅਨਜਾਣ ਵਿਦਵਾਨ ਭ੍ਰਮ-ਜਾਲ 'ਚ ਗ੍ਰਸਤ ਹੋ ਜਾਂਦੇ ਹਨ। ਉਦਾਹਰਣ ਤੌਰ 'ਤੇ ਕੁਝ ਲਿਖਤੀ ਖਰੜਿਆਂ 'ਚ ਓ ਅਤੇ ਕੁਝ ਚ ਊ। ਇਸੇ ਤਰ੍ਹਾਂ ਕੁਝ ਖਰੜਿਆਂ 'ਚ ਅਫ਼ਤਦ ਅਤੇ ਕੁਝ ਖਰੜਿਆਂ ਤੇ ਛਾਪੇ ਦਿਆਂ ਟੀਕਿਆਂ, ਕੋਸ਼ਾਂ 'ਚ ਉਫ਼ਤਦ ਮਿਲਦਾ ਹੈ।

ਜਿੱਥੇ ਐਸੀ ਉੱਚਾਰਣ ਦੀ ਗੁੱਝਲ ਬਣਦੀ ਦੇਖੀ ਜਾਵੇ, ਉਥੇ ਗੁਰੂ ਗ੍ਰੰਥ ਸਾਹਿਬ 'ਚ ਲਿਖੇ ਗੁਰਮੁਖੀ ਲਿੱਪੀ 'ਚ ਫ਼ਾਰਸੀ ਸ਼ਬਦਾਂ ਦੀ ਉਚਾਰਣ ਪ੍ਰਣਾਲੀ ਨੂੰ ਚੁਣ ਲੈਣਾ ਚਾਹੀਦਾ ਹੈ, ਜਿਵੇਂ : ਤਿਲੰਗ ਰਾਗ 'ਚ :

ਯਥਾ : ਆਖਿਰ ਬਿਅਫਤਮ ਕਸ ਨ ਦਾਰਦ ਚੂੰ ਸ਼ਵਦ ਤਕਬੀਰ॥

ਤੁਕ ਆਉਂਦੀ ਹੈ। ਇਸ ਤੁਕ 'ਚ ਪ੍ਰਥਮ ਪੁਰਖ ਲਈ ਵਰਤੇ ਗਏ ਲਫ਼ਜ਼ ਬਿਅਫਤਮ ਨੂੰ ਵੇਖ ਕੇ ਜ਼ਫ਼ਰਨਾਮੇ 'ਚ ਅੰਕਿਤ ਤੁਕ :

ਯਥਾ : ਕਸੇ ਪੁਸ਼ਤ ਅਫ਼ਤਦ ਪਸੇ ਸ਼ੇਰਿ ਨਰ॥

'ਚ ਅੰਨਜ ਪੁਰਖ ਲਈ ਵਰਤੇ ਲਫ਼ਜ਼ ਦਾ ਉੱਚਾਰਣ ਅਫ਼ਤਦ ਕਰ ਲੈਣਾ ਚਾਹੀਦਾ ਹੈ। ਅਫ਼ਤਦ ਦੇ ਉਲਟ ਨਵੀਨ ਟੀਕਾਕਾਰਾਂ ਅਤੇ ਮਹਾਨਕੋਸ਼, ਫ਼ਾਰਸੀ ਕੋਸ਼ਕਾਰਾਂ ਨੇ ਉਫ਼ਤਦ ਉੱਚਾਰਣ ਸ਼ੁੱਧ ਮੰਨਿਆ ਹੈ, ਪਰੰਤੂ ਇਹ ਉੱਚਾਰਣ ਆਦਿ-ਗੁਰਬਾਣੀ ਦੇ ਅਨਕੂਲ ਹੀ ਨਹੀਂ, ਸਗੋਂ ਉੱਚਾਰਣ ਪੱਖ ਤੋਂ ਆਦਿ-ਗੁਰਬਾਦੀ ਦਾ ਘੋਰ ਅਨਾਦਰ ਹੈ। ਜਿੱਥੇ ਅਸੀਂ ਹੋਰ ਗ੍ਰੰਥਾਂ ਦੇ ਸਿਧਾਂਤ ਨੂੰ ਗੁਰੂ ਗ੍ਰੰਥ ਸਾਹਿਬ ਦੇ ਸਿਧਾਂਤ ਦੀ ਰੋਸ਼ਨੀ 'ਚ ਅਸੀਂ ਵਿਚਾਰਦੇ ਹਾਂ, ਉਥੇ ਹੀ ਸਾਨੂੰ ਉੱਚਾਰਣ ਵੀ ਆਦਿ-ਗੁਰਬਾਣੀ ਦੀ ਰੋਸ਼ਨੀ 'ਚ ਹੀ ਕਰਨਾ ਚਾਹੀਦਾ ਹੈ।

ਸੋ ਉਪਰੋਕਤ ਆਦਿ-ਗੁਰਬਾਣੀ ਦੀ ਤੁਕ 'ਚ ਵਰਤੇ ਗਏ ਆਖਿਰ ਬਿਅਫਤਮ ਤੋਂ ਸੇਧ ਲੈ ਕੇ ਜ਼ਫ਼ਰਨਾਮੇ 'ਚ ਇਸ ਤੁਕ :

ਯਥਾ : ਹਮ ਆਖ਼ਿਰ ਗੁਰੇਜ਼ਦ ਬਜਾਏ ਮੁਸਾਫ਼॥

'ਚ ਹਮ ਆਖ਼ਿਰ ਉਚਾਰਣ ਕਰਨਾ ਚਾਹੀਦਾ ਹੈ, ਨਾ ਕਿ ਹਮ ਆਖ਼ਰ।

(17) ਏਨ੍ਹਾਂ ਲਫ਼ਜ਼ਾਂ ਵਾਂਗ ਨੰਦਲਾਲ ਗ੍ਰੰਥਾਵਲੀ 'ਚ ਡਾ: ਗੰਡਾ ਸਿੰਘ ਜੀ ਨੇ ਮੇ ਨੂੰ ਮੀ, ਗੇਤੀ ਨੂੰ ਗੀਤੀ ਆਦਿਕ ਉਚਾਰਣ ਲਾਂਵ ਦੀ ਜਗ੍ਹਾ ਬਿਹਾਰੀ ਲਿਖ ਦਿੱਤੀ ਹੈ। ਫ਼ਾਰਸੀ ਵਿਦਵਾਨਾਂ ਦੀ ਇਕ ਉਚਾਰਣ ਪੱਧਤੀ ਅਨੁਸਾਰ ਭਾਵੇਂ ਇਹ ਦਰੁਸਤ ਹੈ, ਪਰ ਆਦਿ-ਗੁਰਬਾਣੀ 'ਚ ਫ਼ਾਰਸੀ ਸ਼ਬਦਾਂ 'ਚ ਵਰਤੀ ਗਈ ਫ਼ਾਰਸੀ ਉਚਾਰਣ-ਪੱਧਤੀ ਅਨੁਸਾਰ ਲਾਂਵ ਦਰੁਸਤ ਹੈ।

ਯਥਾ : ਮੇ ਰਵਦਿ ਬਾਦਿਸਾਹਾ ਅਫਜੂ ਖੁਦਾਇ॥

ਇੰਜ ਹੀ ਇਜ਼ਾਫਤ ਨੂੰ ਗੁਰਮੁਖੀ ਲਿਖਾਰੀਆਂ ਲਾਂਵ ਨਾਲ ਵੀ ਲਿਖਿਆ ਹੈ ਅਤੇ ਸਿਹਾਰੀ ਨਾਲ ਵੀ। ਇਜ਼ਾਫ਼ਤ ਦਾ ਰੂਪ ਗੁਰਮੁਖੀ 'ਚ ਲਿਖਣ ਲੱਗਿਆਂ ਵੀ ਆਦਿ-ਗੁਰਬਾਣੀ ਦੀ ਰੋਸ਼ਨੀ ਲੈ ਲੈਣੀ ਚਾਹੀਦੀ ਹੈ।

ਯਥਾ : ਯਕ ਅਰਜ ਗੁਫ਼ਤਮ ਪੇਸਿ ਤੋ, ਦਰ ਗੋਸ ਕੁਨ ਕਰਤਾਰ॥

ਉਪਰੋਕਤ 'ਚ ਪੇਸਿ-ਤੋ ਲਫ਼ਜ਼ 'ਚ ਪੇਸ ਅਤੇ ਤੋ ਨੂੰ ਜੋੜਨ ਵਾਸਤੇ ਸੱਸੇ ਨੂੰ ਸਿਹਾਰੀ ਇਜ਼ਾਫਤ ਰੂਪ ਲਿਖਿਆ ਹੈ।

ਜ਼ਿੰਦਗੀਨਾਮਹ

ਉਥਾਨਕਾ :- ਜਦ ਗੁਰੂ ਕਲਗੀਧਰ ਜੀ ਦੇ ਪਾਸ ਭਾਈ ਨੰਦਲਾਲ ਜੀ ਆਏ ਤਾਂ ਭਾਈ ਸਾਹਿਬ ਜੀ ਨੇ ਗੁਰਾਂ ਦੇ ਚਰਨਾਂ 'ਚ 497 ਸ਼ਿਅਰਾਂ ਦੀ ਭੇਟ ਅਰਪਨ ਕੀਤੀ, ਗੁਰੂ ਜੀ ਸ਼ਿਅਰਾਂ ਦੇ ਸੰਗ੍ਰਹਿ ਨੂੰ ਪੜ੍ਹ ਕੇ ਬਹੁਤ ਪ੍ਰਸੰਨ ਹੋਏ ਅਤੇ ਬੰਦਗੀਨਾਮੇ ਤੋਂ ਨਾਮ ਜ਼ਿੰਦਗੀਨਾਮਹ ਕਰ ਦਿੱਤਾ ਅਤੇ ਅਗੰਮੀ ਬਚਨ ਕੀਤੇ ਕਿ ਹੇ ਨੰਦਲਾਲ! ਇਹ ਜ਼ਿੰਦਗੀਨਾਮਾ ਜੋ ਪੜ੍ਹੇਗਾ, ਤਿਸਦੀ ਜ਼ਿੰਦਗੀ ਸਫਲੀ ਹੋਵੇਗੀ। ਇਸ ਨੂੰ ਪੜ੍ਹਨ ਦਾ ਮਹਾਤਮ ਗੁਰਬਾਨੀ ਤੁਲ ਹੈ। ਤੁਸੀਂ ਗੁਰ ਦੀਵਾਨ 'ਚ ਇਸ ਦੀ ਕਥਾ ਕਰੋ ਅਤੇ ਭਾਈ ਮਨੀ ਸਿੰਘ ਜੀ ਨੂੰ ਹੁਕਮ ਕੀਤਾ, ਤੁਸੀਂ ਇਸ ਦੀ ਸੁਖੈਨ ਵਿਆਖਿਆ ਲਿਖੋ ਤਾਂ ਕਿ ਜਿਸ ਨੂੰ ਪੜ੍ਹ ਕੇ ਸਿੰਘ ਆਪਣਾ ਜਨਮ ਸਫਲਾ ਕਰ ਸਕਣ। ਭਾਈ ਸਾਹਿਬ ਨੇ ਅਖ਼ੀਰਲੇ ੧੩ ਸ਼ਿਅਰ ਉਚਾਰ ਕੇ 510 ਸ਼ਿਅਰਾਂ ਦੀ ਰਚਨਾ ਪੂਰੀ ਕਰ, ਜ਼ਿੰਦਗੀਨਾਮੇ ਦੀ ਕਥਾ ਕਰਨੀ ਪ੍ਰਾਰੰਭ ਕਰ ਦਿੱਤੀ ਅਤੇ ਭਾਈ ਮਨੀ ਸਿੰਘ ਜੀ ਨੇ ਲਿਖਣੀ ਦਾ ਕਾਰਜ ਨਾਲ ਹੀ ਸ਼ੁਰੂ ਕਰ ਦਿੱਤਾ, ਜੋ ਅਰਥ ਭਾਈ ਸਾਹਿਬ ਜੀ ਨੇ ਸੁਣਾਏ, ਉਹ ਅਰਥ ਸੀਨੇ-ਬ-ਸੀਨੇ ਸਮੇਂ-ਸਮੇਂ ਤੇ ਮਹਾਂਪੁਰਖਾਂ ਵੱਲੋਂ ਜਗਤ-ਜ਼ਾਹਿਰ ਕੀਤੇ ਗਏ ਹਨ।

ੴ ਸਤਿਗੁਰ ਪ੍ਰਸਾਦਿ॥

ਜ਼ਿੰਦਗੀ ਨਾਮਹ ਭਾਈ ਨੰਦ ਲਾਲ ਜੀ ਕਾ॥

ਆਂ ਖ਼ੁਦਾਵੰਦਿ, ਜ਼ਮੀਨੋ ਆਸਮਾਂ॥
ਜ਼ਿੰਦਗੀ ਬਖ਼ਸ਼ਿ, ਵਜੂਦਿ ਇਨਸੋ ਜਾਂ॥ ੧॥

ਸੰਖੇਪ ਅਰਥ : ਉਹ ਗੁਰੂ ਗੋਬਿੰਦ ਸਿੰਘ ਜੀ ਧਰਤੀ ਅਤੇ ਆਕਾਸ਼ ਦਾ ਮਾਲਿਕ ਹੈ। ਜਿਸ ਨੇ ਮੈਨੂੰ ਜ਼ਿੰਦਗੀ ਬਖ਼ਸ਼ੀ ਹੈ ਅਤੇ ਮੇਰੇ ਇਨਸਾਨੀ ਵਜੂਦ 'ਚ ਜਾਨ ਪਾਈ ਹੈ।

ਖ਼ਾਕਿ ਰਾਹਸ਼, ਤੂਤੀਯਾਇ ਚਸ਼ਮਿ ਮਾਸਤ॥
ਆਬਰੂ ਅਫ਼ਜ਼ਾਇ, ਹਰ ਸ਼ਾਹੋ ਗਦਾਸਤ॥ ੨॥

ਸੰਖੇਪ ਅਰਥ : ਉਸ ਦੇ ਮੁਕਾਮ ਅਨੰਦਪੁਰ ਦੇ ਰਾਹ ਦੀ ਧੂੜ ਸਾਡੇ ਲੋਇਣਾਂ ਲਈ ਸੁਰਮਾ ਹੈ।

ਉਹ ਸੁਰਮਾ ਹਰ ਰਾਉ ਅਤੇ ਰੰਕ ਦੀ ਇੱਜ਼ਤ ਵਧਾਉਣ ਵਾਲਾ ਹੈ।

ਹਰ ਕਿ ਬਾਸ਼ਦ, ਦਾਯਮਾ ਦਰ ਯਾਦਿ ਊ॥
ਯਾਦਿ ਹੱਕ਼ ਹਰ ਦਮ, ਬਵਦ ਇਰਸ਼ਾਦਿ ਊ॥ ੩॥

ਸੰਖੇਪ ਅਰਥ : ਜੋ ਜੀਵ ਸਦੀਵ ਉਸ ਗੁਰੂ ਕਲਗੀਵਾਲੇ ਦੇ ਸਿਮਰਨ ਵਿਚ ਰਹਿੰਦਾ ਹੈ। ਸਵਾਸ ਸਵਾਸ ਸੱਚ ਦਾ ਸਿਮਰਨ ਹੀ ਉਸਦਾ ਮਹਾਪੁਰਖਾਂ ਨੂੰ ਉਪਦੇਸ਼ ਹੁੰਦਾ ਹੈ।

ਗਰ ਤੂ, ਦਰ ਯਾਦਿ ਖ਼ੁਦਾ, ਬਾਸ਼ੀ ਮੁਦਾਮ॥
ਤਾਂ ਸ਼ਵੀ ਐ ਜਾਨਿਮਨ, ਮਰਦਿ ਤਮਾਮ॥ ੪॥

ਸੰਖੇਪ ਅਰਥ : ਜੇ ਤੂੰ ਹਮੇਸ਼ਾ ਉਸ ਪ੍ਰਭੂ-ਸਿਮਰਨ ਵਿਚ ਟਿਕ ਜਾਏਂ। ਤਾਂ ਤੂੰ ਵੀ ਹੇ ਮੇਰੇ ਪਿਆਰੇ! ਪੂਰਨ ਪੁਰਸ਼ ਹੋ ਨਿਬੜੇਂਗਾ।

ਆਫ਼ਤਾਬੇ ਹਸਤ, ਪਿਨਹਾਂ ਜ਼ੇਰਿ ਅਬਰ॥
***ਬੁਗਜ਼ਰ ਅਜ਼ ਅਬਰੋ, ਨੁਮਾ ਰੁਖ਼ ਹਮਚੁ ਬਦਰ॥ ੫॥**

ਨੋਟ :- *ਫ਼ਾਰਸੀ ਵਿਆਕਰਣ ਅਨੁਸਾਰ ਪਾਠ ਕਰਨ ਵੇਲੇ ਬੁ-ਗਜ਼ਰ ਅਤੇ ਅਰਥ ਵੇਲੇ ਬਗੁਜ਼ਰ ਬਣੇਗਾ।

ਸੰਖੇਪ ਅਰਥ : ਇਕ ਸੂਰਜ ਬੱਦਲ ਹੇਠ ਛੁਪਿਆ ਹੈ। ਬੱਦਲ ਤੋਂ ਅਗਾਂਹ ਲੰਘ ਜਾ ਅਤੇ ਪੂਰਨ ਚੰਦਰਮਾ ਜਿਹਾ ਚਿਹਰਾ ਵੇਖ।

ਪ੍ਰਸ਼ਨ : ਕਿਹੜਾ ਸੂਰਜ ਕਿਹੜੇ ਬੱਦਲ ਹੇਠ ਛੁਪਿਆ ਹੈ? ਤਾਂ ਉੱਤਰ ਦਿੰਦੇ ਹਨ।

ਈਂ ਤਨਤ ਅਬਰੇਸਤ, ਦਰ ਵੈ ਆਫ਼ਤਾਬ॥
ਯਾਦਿ ਹੱਕ਼ ਮੇ ਦਾਂ, ਹਮੀਂ ਬਾਸ਼ਦ [1]ਜਵਾਬ॥ ੬॥

ਪਾਠਭੇਦ : [1]ਜਵਾਬ ਦੀ ਸਵਾਬ ਵੀ ਪਾਠੰਤ੍ਰ ਮਿਲਦਾ ਹੈ।

ਸੰਖੇਪ ਅਰਥ : ਇਹ ਤੇਰਾ ਤਨ ਇਕ ਬੱਦਲ ਹੈ। ਉਸ ਵਿਚ ਸੂਰਜ ਪ੍ਰਭੂ-ਸਿਮਰਨ ਨੂੰ ਜਾਣ, ਇਹੋ ਹੀ ਉਪਰਲੇ ਸਵਾਲ ਦਾ ਜਵਾਬ ਹੈ।

ਹਰ ਕਿ ਵਾਕ਼ਿਫ਼ ਸ਼ੁਦ, ਅਜ਼ ਅਸਰਾਰਿ ਖ਼ੁਦਾ॥
ਹਰ ਨਫ਼ਸ ਜੁਜ਼ ਹ਼ਕ਼, ਨ ਦਾਰਦ ਮੁੱਦਆ॥ ੭॥

ਸੰਖੇਪ ਅਰਥ : ਜੋ ਵੀ ਰੱਬੀ ਭੇਤਾਂ ਦਾ ਜਾਣੂ ਹੋ ਗਿਆ। ਹਰਦਮ ਸੱਚੇ ਰੱਬ ਤੋਂ ਬਿਨਾ ਉਹ ਸਾਹ ਨਹੀਂ ਲੈਂਦਾ।

(ਸਾਧਸੰਗਤ ਮਹਿਮਾ)

ਹ਼ਕ਼ ਚਿ ਬਾਸ਼ਦ, ਯਾਦਿ ਆਂ ਯਜ਼ਦਾਨਿ ਪਾਕ॥
ਕੈ ਬਿਦਾਨਦ ਕ਼ਦਰਿ ਊ, ਹਰ ਮੁਸ਼ਤਿ ਖ਼ਾਕ॥ ੮॥

ਸੰਖੇਪ ਅਰਥ : ਸੱਚ ਕੀ ਹੈ? ਪਵਿੱਤਰ ਪਰਮਾਤਮਾ ਦਾ ਸਿਮਰਨ। ਹਰ ਮਿੱਟੀ ਦੀ ਮੁੱਠ (ਸਾਧਾਰਨ ਮਨੁੱਖ) ਉਸਦੀ ਕਦਰ ਕਦ ਜਾਣ ਸਕਦਾ ਹੈ?

ਸੁਹਬਤਿ ਨੇਕਾਂ, ਅਗਰ ਬਾਸ਼ਦ ਨਸੀਬ॥
ਦੌਲਤਿ ਜਾਵੇਦ, ਯਾਬੀ ਐ ਹਬੀਬ॥ ੯॥

ਸੰਖੇਪ ਅਰਥ : ਭਲੇ ਪੁਰਸ਼ਾਂ ਦੀ ਸੰਗਤ ਜੇ ਤੈਨੂੰ ਪ੍ਰਾਪਤ ਹੋ ਜਾਏ।
ਤਾਂ ਤੂੰ ਅਬਿਨਾਸ਼ੀ ਧੰਨ ਪਾ ਲਵੇਂਗਾ, ਹੇ ਦੋਸਤ!

ਦੌਲਤਿ ਅੰਦਰ ਖ਼ਿਦਮਤਿ, ਮਰਦਾਨਿ ਊਸਤ॥
ਹਰ ਗਦਾ ਓ ਬਾਦਸ਼ਾਹ, ਕੁਰਬਾਨਿ ਊਸਤ॥ ੧੦॥

ਸੰਖੇਪ ਅਰਥ : ਸਦੈਵੀ ਦੌਲਤ ਉਸ ਦੇ ਜਨਾਂ ਦੀ ਸੇਵਾ ਵਿਚ ਹੈ।
ਹਰੇਕ ਮੰਗਤਾਂ ਅਤੇ ਬਾਦਸ਼ਾਹ ਉਸ ਤੋਂ ਕੁਰਬਾਨ ਹੁੰਦਾ ਹੈ।

(ਅਨੰਦਪੁਰ ਦੀਆਂ ਗਲੀਆਂ ਦੀ ਮਹਿਮਾਂ)

ਖ਼ੂਇ ਸ਼ਾਂ ਗੀਰ, ਐ ਬਿਰਾਦਰ, ਖ਼ੂਇ ਸ਼ਾਂ॥
ਦਾਯਮਾ ਮੇ ਗਰਦ, ਗਿਰਦਿ ਕੂਇ ਸ਼ਾਂ॥ ੧੧॥

ਸੰਖੇਪ ਅਰਥ : ਉਨ੍ਹਾਂ ਦਾ ਸੁਭਾ ਧਾਰਨ ਕਰ, ਹੇ ਭਾਈ! ਉਨ੍ਹਾਂ ਦਾ ਤੌਰ ਤਰੀਕਾ ਅਪਨਾ।
ਸਦੀਵ ਉਨ੍ਹਾਂ ਦੀ ਗਲੀ ਦੇ ਦੁਆਲੇ ਚੱਕਰ ਲਗਾ।

ਹਰ ਕਿ ਗਿਰਦਿ ਕੂਇ ਸ਼ਾਂ, ਗਰਦੀਦ ਯਾਫ਼ਤ॥
ਦਰ ਦੋ ਆ਼ਲਮ ਹਮਚੁ, ਮਿਹਰੋ ਬਦਰ ਤਾਫ਼ਤ॥ ੧੨॥

ਸੰਖੇਪ ਅਰਥ : ਜਿਸ ਕਿਸੇ ਨੇ ਉਨ੍ਹਾਂ ਦੀ ਗਲੀ ਦੀ ਪਰਕਰਮਾ ਕਰ ਲਈ।
ਦੋਹਾਂ ਜਹਾਨਾਂ ਵਿਚ (ਉਹ) ਸੂਰਜ ਅਤੇ ਚੰਦਰਮਾ ਵਾਂਗ ਰੌਸ਼ਨ ਹੋ ਗਿਆ।

(ਸਿਮਰਨ ਦੀ ਮਹਿਮਾ)

ਦੌਲਤਿ ਜਾਵੇਦ, ਬਾਸ਼ਦ ਬੰਦਗੀ॥
ਬੰਦਗੀ ਕੁਨ ਬੰਦਗੀ, ਕੁਨ ਬੰਦਗੀ॥ ੧੩॥

ਸੰਖੇਪ ਅਰਥ : ਸਦੀਵੀ ਧਨ ਭਗਤੀ ਹੀ ਹੁੰਦੀ ਹੈ।
(ਸੋ) ਭਗਤੀ ਕਰ, ਭਜਨ ਕਰ, ਇਬਾਦਤ ਕਰ।

ਦਰ ਲਿਬਾਸਿ ਬੰਦਗੀ, ਸ਼ਾਹੀ ਤੁਰਾਸਤ॥
ਦੌਲਤੇ; ਅਜ਼ ਮਾਹ ਤਾ ਮਾਹੀ, ਤੁਰਾਸਤ॥ ੧੪॥

ਸੰਖੇਪ ਅਰਥ : ਭਗਤੀ ਦੇ ਭੇਸ ਵਿਚ ਤੇਰੀ ਬਾਦਸ਼ਾਹੀ ਹੈ।
ਚੰਨ (ਆਕਾਸ਼) ਤੋਂ ਮੱਛੀ (ਪਾਤਾਲ) ਤਕ ਦੀ ਦੁਨਿਆਵੀ ਸੰਪਤੀ ਤੇਰੀ ਹੀ ਹੈ।

ਹਰ ਕਿਹ ਗ਼ਾਫ਼ਿਲ ਸ਼ੁਦ ਅਜ਼ੂ, ਨਾਦਾਂ ਬਵਦ॥

ਗਰ ਗਦਾ ਬਾਸ਼ਦ, ਵਗਰ ਸੁਲਤ਼ਾਂ ਬਵਦ॥ ੧੫॥

ਸੰਖੇਪ ਅਰਥ : ਜੋ ਕੋਈ ਉਸ ਤੋਂ ਅਵੇਸਲਾ ਹੁੰਦਾ ਹੈ; ਉਹ ਮੂਰਖ ਹੈ। ਭਾਵੇਂ (ਉਹ) ਮੰਗਤਾ ਹੋਵੇ ਅਤੇ ਭਾਵੇਂ (ਉਹ) ਬਾਦਸ਼ਾਹ ਹੋਵੇ।

(ਰੱਬੀ ਪ੍ਰੇਮ)

ਸ਼ੌਕਿ, ਮੌਲਾ, ਅਜ਼ ਹਮਾ ਬਾਲਾਤਰਸਤ॥

ਸਾਯਾਇ ਊ, ਬਰ ਸਰਿ ਮਾ, *ਅਫ਼ਸਰਸਤ॥ ੧੬॥

ਉੱਚਾਰਣ : *ਅਫ਼-ਸਰੱਸਤ ਇਕੱਠਾ ਬੋਲੋ।

ਸੰਖੇਪ ਅਰਥ : ਸੁਆਮੀ ਦਾ ਚਾਅ ਸਭ ਕਾਸੇ ਤੋਂ ਉਚੇਰਾ ਹੈ। ਉਸਦੀ ਛਾਇਆ ਸਾਡੇ ਸਿਰਾਂ ਪੁਰ ਤਾਜ ਹੈ।

ਸ਼ੌਕਿ ਮੌਲਾ ਮਾਅ਼ਨੀਏ, ਜ਼ਿਕਰਿ ਖ਼ੁਦਾਸਤ॥

ਕਾਂ ਤ਼ਲਿਸਮਿ, *ਜਿਸਮਿ ਮਾਰਾ ਕੀਮੀਆਸਤ॥ ੧੭॥

ਪਾਠਭੇਦ : *ਚਸ਼ਮਿ ਪਾਠ ਵੀ ਹੈ।

ਸੰਖੇਪ ਅਰਥ : ਸੁਆਮੀ ਦੇ ਚਾਉਂ ਤੋਂ ਭਾਵ ਪ੍ਰਭੂ ਦਾ ਜਾਪ ਕਰਨਾ ਹੈ। ਕਿ ਇਹ ਜਾਦੂ ਸਾਡੇ ਸਰੀਰ ਲਈ (ਇਕ) ਰਸਾਇਣ ਹੈ।

ਸ਼ੌਕਿ ਮੌਲਾ, ਜ਼ਿੰਦਗੀਇ ਜਾਨਿ ਮਾਸਤ॥

ਜ਼ਿਕਰਿ ਊ, ਸਰਮਾਯਾਇ ਈਮਾਨਿ ਮਾਸਤ॥ ੧੮॥

ਸੰਖੇਪ ਅਰਥ : ਪ੍ਰਭੂ ਮਿਲਣੇ ਦੀ ਚਾਹ ਹੀ ਸਾਡੀ ਆਤਮਾ ਦਾ ਜੀਵਨ ਹੈ, ਉਸਦਾ ਭਜਨ ਹੀ ਸਾਡੇ ਧਰਮ ਦੀ ਰਾਸ-ਪੂੰਜੀ ਹੈ।

(ਗੁਰੂ ਘਰ 'ਚ ਸੰਗਰਾਂਦ ਮੱਸਿਆ ਦੀ ਥਾਂ)

ਰੋਜ਼ਿ ਜੁੰਮਅ਼ਾ, ਮੋਮਨਾਨਿ ਪਾਕਬਾਜ਼॥

ਗਿਰਦ ਮੇ ਆਇੰਦ, ਅਜ਼ ਬਹਿਰਿ ਨਮਾਜ਼॥ ੧੯॥

ਸੰਖੇਪ ਅਰਥ : ਸ਼ੁਕਰਵਾਰ ਵਾਲੇ ਦਿਨ ਸੱਚੇ ਮੁਸਲਮਾਨ। ਨਿਮਾਜ਼ (ਪ੍ਰਾਰਥਨਾ) ਦੀ ਖ਼ਾਤਰ ਮਸਜਿਦ 'ਚ ਇਕੱਠੇ ਹੁੰਦੇ ਹਨ।

ਹਮਚੁਨਾਂ; ਦਰ ਮਜ਼ਹਬਿ ਮਾ, ਸਾਧੁਸੰਗ॥

ਕਜ਼ ਮੁਹੱਬਤ ਬਾ-ਖ਼ੁਦਾ; ਦਾਰੰਦ ਰੰਗ॥ ੨੦॥

ਸੰਖੇਪ ਅਰਥ : ਇਸੇ ਤਰ੍ਹਾਂ ਸਾਡੇ ਧਰਮ ਵਿਚ ਸਾਧਸੰਗਤ ਹੈ।

(ਗੁਰਮੁਖ) ਉਸਦੇ ਪ੍ਰੇਮ ਤੋਂ ਪਰਮੇਸ਼ਰ ਨਾਲ ਅਨੰਦ ਮਾਣਦੇ ਹਨ।

ਗਿਰਦ ਮੇ ਆਇੰਦ, ਦਰ ਮਾਹੇ ਦੋ ਬਾਰ॥
ਬਹਿਰਿ ਜ਼ਿਕਰਿ ਖ਼ਾਸਾਇ, ਪਰਵਰਦਿਗਾਰ॥ ੨੧॥

ਸੰਖੇਪ ਅਰਥ : ਇਕ ਮਹੀਨੇ ਵਿਚ ਦੋ ਵਾਰ ਗੁਰਦਆਰੇ ਗੁਰਸਿੱਖ ਆਉਂਦੇ ਹਨ। ਪਾਲਨਹਾਰ ਦੇ ਖ਼ਾਸ ਜ਼ਿਕਰ=ਸਿਮਰਨ ਵਾਸਤੇ ਆਉਂਦੇ ਹਨ।

ਨੋਟ : ਗੋਯਾ ਜੀ ਨੇ ਆਪਣੇ ਤਜਰਬੇ ਵਿਚ ਆਏ ਗੁਰੂ ਘਰ 'ਚ ਵਿਸ਼ੇਸ਼ ਸਤਿਸੰਗ ਸਮਾਗਮਾਂ (ਇਕੱਠਾਂ) ਦਾ ਜ਼ਿਕਰ ਕੀਤਾ ਹੈ। ਸਮੇਂ ਤੇ ਸਥਾਨ ਅਨੁਸਾਰ ਇਹ ਸਮਾਗਮ ਘੱਟ ਵੱਧ ਵੀ ਹੋ ਸਕਦੇ ਹਨ। ਗੁਰੂ ਆਸ਼ਾ ਸਦੀਵੀ ਸਿਮਰਨ ਦਾ ਹੈ। ਇਹ ਦੋ ਦਿਨ ਸੰਗਰਾਂਦ 'ਤੇ ਮੱਸਿਆ ਤੇ ਪੂਰਨਮਾਸ਼ੀ ਦੇ ਹੋ ਸਕਦੇ ਹਨ। ਇਹ ਇਕੱਠ ਆਪਸੀ ਮੇਲ-ਜੋਲ ਲਈ ਹਨ।

(ਸਾਧਸੰਗਤ ਦੀ ਮਹਿਮਾ)

ਆਂ ਹਜੂਮੇ ਖ਼ੁਸ਼, ਕਿ ਬਹਿਰਿ ਬੰਦਗੀਸਤ॥
ਆਂ ਹਜੂਮੇ ਖ਼ੁਸ਼, ਕਿ ਮਹਜ਼ਿ ਜ਼ਿੰਦਗੀਸਤ॥ ੨੨॥

ਸੰਖੇਪ ਅਰਥ : ਉਹ ਸੰਗਤ ਚੰਗੀ ਹੈ,ਜੋ ਭਗਤੀ ਲਈ ਹੈ।

ਉਹ ਸੰਗਤ ਚੰਗੀ ਹੈ, ਜੋ ਕੇਵਲ ਉੱਚੇ ਜੀਵਨ ਲਈ ਹੈ।

ਨੋਟ :- ਪ੍ਰਿੰਸੀਪਲ ਗੰਡਾ ਸਿੰਘ ਜੀ ਨੇ ਇਹ ਪਾਠਭੇਦ ਉਪਰੋਕਤ ਸ਼ੇਅਰ ਦਾ ਵੀ ਦਿੱਤਾ ਹੈ।

ਆਂ ਹਜੂਮਿ ਖ਼ੁਸ਼, ਕਿ ਅਜ਼ ਬਹਿਰਿ ਖ਼ੁਦਾਸਤ॥
ਆਂ ਹਜੂਮਿ ਖ਼ੁਸ, ਕਿ ਅਜ਼ ਦਫ਼ਾਇ ਬਲਾਸਤ॥ ੨੨॥

ਆਂ ਹਜੂਮੇ ਖ਼ੁਸ਼, ਕਿ ਬਹਿਰਿ ਯਾਦਿ ਊਸਤ॥
ਆਂ ਹਜੂਮੇ ਖ਼ੁਸ਼, ਕਿ ਹੱਕ਼ ਬੁਨਿਆਦਿ ਊਸਤ॥ ੨੩॥

ਸੰਖੇਪ ਅਰਥ : ਉਹ ਇਕੱਠ ਚੰਗਾ ਹੈ, ਜੋ ਉਸਦੀ ਯਾਦ ਲਈ ਹੈ।

ਉਹ ਇਕੱਠ ਚੰਗਾ,ਸੱਚ ਜਿਸ ਦੀ ਬੁਨਿਆਦ ਹੈ।

(ਕੁਸੰਗਤ ਦੀ ਮਨਾਹੀ)

ਆਂ ਹਜੂਮੇ ਬਦ, ਕਿ ਸ਼ੈਤ਼ਾਨੀ ਬਵਦ॥
ਆਕ਼ਿਬਤ ਅਜ਼ ਵੈ, ਪਸ਼ੇਮਾਨੀ ਬਵਦ॥ ੨੪॥

ਉੱਚਾਰਨ : ਆ਼ਾ - ਕ੍ਰਿਬਤ ਇੱਕਤਾ ਬੋਲੋ

ਸੰਖੇਪ ਅਰਥ : ਉਹ ਇੱਕਠ ਬੁਰਾ, ਜਿਥੇ ਸਾਕਤਪੁਣਾ ਵਰਤੇ।

ਅੰਤ ਉਸ ਤੋਂ ਪਛੋਤਾਵਾ ਹੀ ਪੱਲੇ ਪੈਂਦਾ ਹੈ। (ਦੋਨੋਂ ਜਹਾਨ ਰੱਬ ਦੇ ਸਾਹਮਣੇ ਤੁੱਛ)

ਈਂ ਜਹਾਨੋ, ਆਂ ਜਹਾਂ, ਅਫ਼ਸਾਨਾ ਏਸਤ॥

ਈਨੋ ਆਂ ਅਜ਼ ਖ਼ਿਰਮਨਸ਼[1] ਯਕ ਦਾਨਾ[2] ਏਸਤ॥੨੫॥

ਖਾਸ ਨੋਟ :- [1]ਖ਼ਿਰਮ-ਨਸ਼ ਅਤੇ [2]ਦਾਨਾ ਪੋਲਾ ਬੋਲੋ ਅਤੇ ਪ੍ਰਿੰਸੀਪਲ ਗੰਡਾ ਸਿੰਘ ਜੀ, ਸੰਪ੍ਰਦਾਈ ਟੀਕੇ ਅਤੇ ਗਿਆਨੀ ਮਹਾਂ ਸਿੰਘ ਜੀ ਦੇ ਫ਼ਾਰਸੀ ਖਰੜੇ 'ਚ ਅਖ਼ੀਰੀਲੀ ਤੁਕ ਦਾ ਪਾਠ ਇੰਜ ਵੀ ਛਪਿਆ ਹੈ।

ਈਂ ਵ ਆਂ ਅਜ਼ ਖ਼ੋਸ਼ਹ ਅਸ਼, ਯਕ ਦਾਨਾ ਏਸਤ॥

(ਹੱਥਲਿਖਤ 'ਚ ਪਾਠਭੇਦ)

ਸੰਖੇਪ ਅਰਥ : ਇਹ ਜਹਾਨ ਤੇ ਉਹ ਜਹਾਨ ਇਕ ਝੂਠੀ ਕਹਾਣੀ (ਨਾਸ਼ਮਾਨ) ਹਨ।

ਇਹ ਤੇ ਉਹ ਉਸਦੇ ਖਲਵਾੜੇ ਵਿੱਚੋਂ ਇਕ ਦਾਣਾ ਹਨ।

ਈਂ ਜਹਾਨੋ, ਆਂ ਜਹਾਂ, ਫ਼ਰਮਾਨਿ [1]ਹੱਕ਼॥

ਔਲੀਆ ਓ ਅੰਬੀਆ, ਕੁਰਬਾਨਿ [2]ਹੱਕ਼॥ ੨੬॥

ਪਾਠੰਤ੍ਰ : ਭਾਈ ਮਹਾਂ ਸਿੰਘ ਦੇ ਖਰੜੇ ਅਤੇ ਸੰਪ੍ਰਦਾਈ ਟੀਕੇ 'ਚ ਕੁਰਬਾਨਿ [1]ਹ਼ਕ਼ ਤੇ ਹੈ਼ਰਾਨਿ [2]ਹ਼ਕ਼ ਇੰਜ ਅੰਤਿਕਾ ਪਾਠਭੇਦ ਨਾਲ ਮੇਲੀ ਹੈ।

ਸੰਖੇਪ ਅਰਥ : ਇਹ ਜਹਾਨ ਤੇ ਉਹ ਜਹਾਨ ਰੱਬ ਦੇ ਹੁਕਮ ਵਿਚ ਹਨ।

ਵਲੀ (ਰੱਬ ਦੇ ਨੇੜੇ ਹੋਏ ਮਹਾਂਪੁਰਸ਼) ਅਤੇ ਨਬੀ (ਪੈਗ਼ੰਬਰ) ਰੱਬ ਤੋਂ ਕੁਰਬਾਨ ਹਨ।

ਹਰਕਿ ਦਰ ਯਾਦਿ ਖ਼ੁਦਾ, ਦਾਇਮ ਬਵਦ॥

ਬਾ ਖ਼ੁਦਾ ਕ਼ਾਇਮ ਬਵਦ, ਕ਼ਾਇਮ ਬਵਦ॥ ੨੭॥

ਸੰਖੇਪ ਅਰਥ : ਜੋ ਪ੍ਰਾਣੀ ਪ੍ਰਭੂ ਸਿਮਰਨ ਵਿਚ ਪ੍ਰਪੱਕ ਹੋ ਜਾਂਦਾ ਹੈ।

ਜਦ ਪ੍ਰਭੂ ਪੱਕਾ ਕਾਇਮ ਰਹਿੰਦਾ ਹੈ ਤਾਂ ਉਹ ਖ਼ੁਦਾ ਦੇ ਬਾ=ਨਾਲ ਰਹਿਣ ਵਾਲੇ ਵੀ ਕਾਇਮ ਹੀ ਹੋ ਜਾਂਦੇ ਹਨ।

ਈਂ ਦੋ ਆ਼ਲਮ ਜ਼ੱਰਾਇ, ਅਜ਼ ਨੂਰਿ ਊਸਤ॥

ਮਿਹਰੋ ਮਾਹ ਮਸ਼ਅ਼ਲ ਕਸ਼ਿ, ਮਜ਼ਦੂਰਿ ਊਸਤ॥ ੨੮॥

ਸੰਖੇਪ ਅਰਥ : ਇਹ ਦੋਵੇਂ ਦੁਨੀਆ ਉਸ ਦੇ ਨੂਰ ਦੇ ਕਿਣਕੇ ਹਨ।

ਸੂਰਜ ਅਤੇ ਚੰਨ ਉਸ ਦੀਆਂ ਮਸ਼ਾਲਾਂ ਨੂੰ ਚੁੱਕਣ ਵਾਲੇ ਮਜ਼ਦੂਰ ਹਨ।

(ਨਾਮ ਤੋਂ ਬਿਨਾਂ ਦੁਨੀਆਂ ਦੀ ਪ੍ਰਾਪਤੀ)

ਹਾਸਿਲ ਦੁਨਿਯਾ ਹਮੀਂ, ਦਰਦਿ-ਸਰਸਤ॥
ਹਰਕਿ ਗ਼ਾਫ਼ਿਲ ਸ਼ੁਦ, ਜ਼ਿ ਹੱਕ਼, ਗਾਓ ਖ਼ਰਸਤ॥ ੨੯॥

ਸੰਖੇਪ ਅਰਥ : ਇਹ ਦੁਨੀਆ (ਧਨ) ਦੀ ਪ੍ਰਾਪਤੀ ਨਿਰੀ ਸਿਰ ਦੀ ਦਰਦ ਹੈ। ਜੋ ਕੋਈ ਸੱਚ (ਨਾਮ) ਤੋਂ ਅਵੇਸਲਾ ਹੁੰਦਾ ਹੈ, ਉਹ ਢੱਗਾ ਹੈ, ਉਹ ਗਧਾ ਹੈ।

ਗ਼ਫ਼ਲਤ ਅਜ਼ ਵੈ, ਯੱਕ ਜ਼ਮਾਂ, ਸਦ ਮਰਗ ਦਾਂ॥
ਜ਼ਿੰਦਗੀ ਯਾਦਸਤ, ਨਿਜ਼ਦਿ *ਆਰਿਫ਼ਾਂ॥ ੩੦॥

ਪਾਠਭੇਦ : *ਆਰਿਫ਼ਾਂ ਦੀ ਥਾਂ ਤੇ ਆਕਿਲਾਂ ਪਾਠਭੇਦ ਵੀ ਹੈ।

ਸੰਖੇਪ ਅਰਥ : ਉਸ ਵੱਲੋਂ ਇਕ ਘੜੀ ਦਾ ਆਲਸ ਸੌ ਮੌਤਾਂ ਜਾਣੋ।

ਜੀਵਨ ਤਾਂ ਦਾਨਿਆਂ ਲਈ ਸਿਮਰਨ ਹੀ ਹੈ।

ਹਰ ਦਮੇ ਕੂ, ਬੁਗਜ਼ਰਦ ਦਰ ਯਾਦਿ ਊ॥
ਬਾ-ਖ਼ੁਦਾ, ਕ਼ਾਇਮ ਬਵਦ, ਬੁਨਿਯਾਦਿ ਊ॥ ੩੧॥

ਉੱਚਾਰਨ : ਫ਼ਾਰਸੀ ਵਿਆਕਰਣ ਅਨੁਸਾਰ ਬੁ-ਗਜ਼-ਰਦ ਬੋਲੋ ਅਤੇ ਅਰਥ ਵੇਲੇ ਬ-ਗੁਜ਼-ਰਦ ਬਣੇਗਾ।

ਫ਼ਾਰਸੀ ਵਿਆਕਰਣ ਅਨੁਸਾਰ ਵਰਤਮਾਨ ਤੇ ਭਵਿੱਖਕਾਲ ਵੇਲੇ ਗੁਜ਼-ਰਦ ਬੋਲਿਆ ਜਾਂਦਾ ਹੈ ਅਤੇ ਭੂਤਕਾਲ ਵੇਲੇ ਗੁ ਜ਼ਰਦ ਬੋਲਿਆ ਜਾਂਦਾ ਹੈ।

ਸੰਖੇਪ ਅਰਥ : ਹਰ ਉਹ ਸੁਆਸ ਜੋ ਉਸਦੇ ਸਿਮਰਨ ਵਿਚ ਗੁਜ਼ਰਦਾ ਹੈ। ਉਸ ਨਾਲ ਪ੍ਰਭੂ ਦਾ ਸੰਗ ਮਿਲਦਾ ਹੈ ਅਤੇ ਨਾਮ ਜੱਪਣ ਵਾਲੇ ਦੀ ਨੀਂਹ ਸੰਸਾਰ 'ਚ ਹਮੇਸ਼ਾਂ ਲਈ ਕ਼ਾਇਮ ਹੋ ਜਾਂਦੀ ਹੈ।

(ਸਿਰ ਰੱਬੀ ਸਿਜਦੇ ਲਈ ਹੈ)

ਹਰ ਸਰੇ ਕੂ, ਸਿਜਦਾਇ ਸੁਬਹ਼ਾਨ ਕਰਦ॥
ਹ਼ੱਕ਼ ਮਰੂਰਾ, ਸਾਹ਼ਿਬਿ ਈਮਾਨ ਕਰਦ॥ ੩੨॥

ਸੰਖੇਪ ਅਰਥ : ਜੋ ਉਹ ਸਿਰ ਪਵਿੱਤਰ ਖ਼ੁਦਾ ਨੂੰ ਸਿਜਦਾ ਕਰਦਾ ਹੈ। ਸੱਚਾ ਸਾਂਈ ਮਰ=ਨਿਸਚੇ ਕਰਕੇ ਊ=ਉਸ ਰਾ=ਨੂੰ ਧਰਮ ਦਾ ਮਾਲਿਕ ਬਣਾ ਦੇਣਾ ਕਰਦਾ ਹੈ।

ਸਰ ਬਰਾਇ ਸਿਜਦਾ, ਪੈਦਾ ਕਰਦਹ ਅੰਦ॥
ਦਰਦਿ ਹਰ ਸਰ ਰਾ, ਮੁਦਾਵਾ ਕਰਦਹ ਅੰਦ॥ ੩੩॥

ਸੰਖੇਪ ਅਰਥ : ਸਿਰ ਸਿਜਦੇ ਵਾਸਤੇ (ਹੀ) ਪੈਦਾ ਕੀਤਾ ਗਿਆ ਹੈ।
ਹਰੇਕ ਸਿਰ ਦੀ ਪੀੜ ਲਈ, ਇਹੋ ਰੱਬੀ ਸਿਜਦਾ ਇਲਾਜ ਪੈਦਾ ਕੀਤਾ ਗਿਆ ਹੈ।

ਪਸ ਤੁਰਾ ਬਾਇਦ, ਕੁਨੀ ਹਰਦਮ ਸਜੂਦ॥
ਗ਼ਾਫ਼ਿਲ ਅਜ਼ ਵੈ ਯਕ ਜ਼ਮਾਂ, ਆਰਿਫ਼ ਨਬੂਦ॥ ੩੪॥

ਸੰਖੇਪ ਅਰਥ : ਤਾਂ ਤੇ ਤੈਨੂੰ ਚਾਹੀਦਾ ਹੈ ਕਿ ਨਿਮਖ ਨਿਮਖ ਨਮਸਕਾਰ ਕਰ।
ਜੋ ਉਸ ਤੋਂ ਇੱਕ ਪਲ ਵੀ ਗ਼ਾਫ਼ਿਲ ਹੁੰਦਾ ਹੈ, ਉਹ ਮੁੱਢ ਤੋਂ ਗਿਆਨੀ ਨਹੀਂ ਸੀ, ਐਸਾ ਜਾਣੋ।

(ਗੋਯਾ ਦੀ ਨਜ਼ਰ 'ਚ ਮੂਰਖ)

ਹਰ ਕਿ ਆਕ਼ਿਲ ਸ਼ੁਦ, ਚਿਰਾ ਗ਼ਾਫ਼ਿਲ ਬਵਦ॥
ਹਰ ਕਿ ਗ਼ਾਫ਼ਿਲ ਗਸ਼ਤ, ਜਾਹਿਲ ਬਵਦ॥ ੩੫॥

ਸੰਖੇਪ ਅਰਥ : ਜੋ ਕਿ ਅਕਲਮੰਦ ਹੋ ਗਿਆ ਹੋਵੇ,ਉਹ ਬੇਪਰਵਾਹ ਕਿਵੇਂ ਹੋ ਸਕਦਾ ਹੈ?
ਜੋ ਕੋਈ ਰੱਬ ਤੋਂ ਵੀ ਅਵੇਸਲਾ ਹੋਇਆ ਹੈ, ਉਹ ਉੱਲੜ (ਮੂਰਖ) ਹੁੰਦਾ ਹੈ।

ਮਰਦਿ ਆਰਿਫ਼ ਫ਼ਾਰਿਗ਼, ਅਜ਼ ਚੂਨੋ ਚਿਰਾਸਤ
ਹ਼ਾਸਿਲਿ ਉਮਰਸ਼, ਹਮੀਂ ਯਾਦਿ ਖ਼ੁਦਾਸਤ॥ ੩੬॥

ਸੰਖੇਪ ਅਰਥ : ਗਿਆਨਵਾਨ ਪੁਰਸ਼ ਸੰਸਾਰੀ ਝੰਝਟਾਂ ਤੋਂ ਫ਼ਾਰਿਗ ਹੋ ਕੇ ਰਹਿੰਦੇ ਹਨ, ਉਹ ਕਿਸੇ ਨਾਲ ਚੂਨੋ=ਐਸਾ ਵੈਸਾ ਭਾਵ ਤਰਕ-ਵਿਤਰਕ ਕਿਵੇਂ ਕਰ ਸਕਦੇ ਹਨ।
ਉਸਦੇ ਜੀਵਨ ਦੀ ਪ੍ਰਾਪਤੀ ਇਹੀ ਰੱਬ ਦੀ ਯਾਦ ਹੀ ਹੁੰਦੀ ਹੈ।

(ਗੋਯਾ ਦੀ ਨਜ਼ਰ 'ਚ ਧਰਮੀ)

ਸਾਹ਼ਿਬਿ ਈਮਾਂ, ਹਮਾਂ ਬਾਸ਼ਦ ਹਮਾਂ॥
ਕੂ ਨ ਬਾਸ਼ਦ ਗ਼ਾਫ਼ਿਲ, ਅਜ਼ ਵੈ ਯੱਕ ਜ਼ਮਾਂ*॥ ੩੭॥

***ਪਾਠਭੇਦ : ਜ਼ਮਾਂ ਦੀ ਥਾਂ ਤੇ ਦਮਾਂ ਪਾਠਭੇਦ ਵੀ ਹੈ।**

ਸੰਖੇਪ ਅਰਥ : ਧਰਮ ਈਮਾਨ ਦਾ ਮਾਲਿਕ ਓਹੀ ਹੁੰਦਾ ਹੈ ਓਹੀ।
ਜੋ ਇਕ ਖਿਨ (ਵੀ) ਉਸ ਵੱਲੋਂ ਅਵੇਸਲਾ ਨਾ ਹੋਵੇ।

(ਨੰਦ ਲਾਲ ਦੀ ਨਜ਼ਰ 'ਚ ਝੂਠਾ)

ਕੁਫ਼ਰ ਬਾਸ਼ਦ; ਅਜ਼ ਖ਼ੁਦਾ ਗ਼ਾਫ਼ਿਲ ਸ਼ੁਦਨ॥
ਬਰ ਲਿਬਾਸਿ ਦੁਨਿਯਵੀ, ਮਾਇਲ ਸ਼ੁਦਨ॥ ੩੮॥

ਸੰਖੇਪ ਅਰਥ : ਉਹ ਝੂਠਾ ਹੁੰਦਾ ਹੈ, ਜੋ ਰੱਬੀ ਯਾਦ ਤੋਂ ਗਾਫ਼ਿਲ ਹੋਇਆ ਹੋਵੇ। ਅਤੇ ਮਾਯਾਵੀ ਵੇਸ 'ਤੇ ਲੁਭਾਇਮਾਨ ਹੋਇਆ ਹੋਵੇ।

ਚੀਸਤ, ਦੁਨੀਆ ਵ* ਲਿਬਾਸਿ ਦੁਨਿਯਵੀ॥
ਅਜ਼ ਖ਼ੁਦਾ ਗ਼ਾਫ਼ਿਲ ਸ਼ੁਦਨ, ਐ ਮੌਲਵੀ॥ ੩੯॥

***ਪਾਠਭੇਦ : ਵ ਦੀ ਥਾਂ ਤੇ ਓ/ਈਂ ਪਾਠਭੇਦ ਵੀ ਹੈ।**

ਸੰਖੇਪ ਅਰਥ : ਹੇ ਮੌਲਾ ਵਾਲੇ! ਦੁਨੀਆ ਅਤੇ ਦੁਨਿਆਵੀ ਵੇਸ ਕੀ ਹੈ? ਰੱਬ ਤੋਂ ਬੇਮੁੱਖ (ਅਵੇਸਲੇ) ਹੋਣਾ।

ਈਂ ਲਿਬਾਸਿ ਦੁਨਿਯਵੀ, ਫ਼ਾਨੀ ਬਵਦ॥
ਬਰ ਖ਼ੁਦਾਵੰਦੀਸ਼, ਅਰਜ਼ਾਨੀ ਬਵਦ॥ ੪੦॥

ਸੰਖੇਪ ਅਰਥ : ਇਹ ਮਾਯਾਵੀ ਵੇਸ (ਰੰਗ ਰਸ) ਨਾਸ਼ਵਾਨ ਹੈ। ਇਸ (ਮਾਇਆ) ਦੀ ਪਕੜ ਵਿਚ ਹੌਲਾਪਨ ਹੈ।

ਦੀਨੋ ਦੁਨੀਆ ਬੰਦਾਇ, ਫ਼ਰਮਾਨਿ ਊ॥
ਈਂ ਵ ਆਂ ਸ਼ਰਮਿੰਦਾਇ, ਇਹ਼ਸਾਨਿ ਊ॥ ੪੧॥

ਸੰਖੇਪ ਅਰਥ : ਦੀਨ ਅਤੇ ਦੁਨੀਆ ਉਸਦੇ ਹੁਕਮ ਮੰਨਣ ਵਾਲੇ ਸੇਵਕ ਹਨ। ਇਹ ਤੇ ਉਹ ਉਸ ਦੇ ਅਹਿਸਾਨ ਤੋਂ ਸ਼ਰਮਿੰਦੇ ਹਨ।

ਪ੍ਰਸ਼ਨ :- ਕਿਸ ਅਹਿਸਾਨ ਤੋਂ ਸ਼ਰਮਿੰਦੇ ਹਨ? ਤਾਂ ਅੱਗੇ ਉੱਤਰ ਦਿੰਦੇ ਹਨ:-

ਚੀਸਤ ਇਹ਼ਸਾਂ? ਸੁਹ਼ਬਤਿ ਮਰਦਾਨਿ ਹ਼ੱਕ਼॥
ਆਂ ਕਿ ਮੇ ਖ਼੍ਵਾਨੰਦ, ਅਜ਼ ਇਸ਼ਕ਼ਸ਼ ਸਬਕ਼॥ ੪੨॥

ਸੰਖੇਪ ਅਰਥ : ਅਹਿਸਾਨ ਕੀ ਹੈ? ਰੱਬ ਦੇ ਭਗਤਾਂ ਦੀ ਸੰਗਤਿ। ਜੋ ਉਸਦੇ ਪ੍ਰੇਮ ਦਾ ਪਾਠ ਹੀ ਪੜ੍ਹਦੇ ਰਹਿੰਦੇ ਹਨ।

(ਰੱਬੀ ਸਿਮਰਨ ਦੀ ਮਹਿਮਾ)

ਯਾਦਿ ਊ, ਸਰਮਾਯਾਇ ਈਮਾਂ ਬਵਦ॥
ਹਰ ਗਦਾ ਅਜ਼ ਯਾਦਿ ਊ, ਸੁਲਤ਼ਾਂ ਬਵਦ॥ ੪੩॥

ਸੰਖੇਪ ਅਰਥ : ਉਸਦਾ ਸਿਮਰਨ ਧਰਮ ਦੀ ਪੂੰਜੀ ਹੈ। ਹਰ ਮੰਗਤਾ ਉਸਦੀ ਸਿਮਰਤੀ ਰਾਹੀਂ ਪਾਤਿਸ਼ਾਹ ਹੋ ਨਿਬੜਦਾ ਹੈ।

ਰੋਜ਼ੋਸ਼ਬ ਦਰ ਬੰਦਗੀ, ਬਾਸ਼ੰਦ ਸ਼ਾਦ॥
ਬੰਦਗੀ ਓ ਬੰਦਗੀ, ਓ ਯਾਦੋ ਯਾਦ॥ ੪੪॥

ਸੰਖੇਪ ਅਰਥ : (ਰੱਬ ਦੇ ਭਗਤ) ਦਿਨ ਰਾਤ ਭਗਤੀ ਵਿਚ ਖ਼ੁਸ਼ ਰਹਿੰਦੇ ਹਨ। ਭਗਤੀ ਅਤੇ ਭਜਨ ਅਥਵਾ ਸਿਮਰਨ ਹੀ ਸਿਮਰਨ ਵਿਚ ਮਗਨ ਰਹਿੰਦੇ ਹਨ)।

(ਪਾਤਿਸ਼ਾਹੀ ਅਤੇ ਫਕੀਰੀ ਕੀ ਹੈ?)

ਚੀਸਤ, ਸੁਲਤ਼ਾਨੀ ਵ ਦਰਵੇਸ਼ੀ ਬਿਦਾਂ॥
ਯਾਦਿ ਆਂ ਜਾ, ਆਫ਼ਰੀਨਿ ਇਨਸੋ ਜਾਂ॥ ੪੫॥

ਸੰਖੇਪ ਅਰਥ : ਪਾਤਸ਼ਾਹੀ ਅਤੇ ਦਰਵੇਸ਼ੀ ਕੀ ਹੈ,ਜਾਣ ਲੈ। ਮਨੁੱਖਾਂ ਅਤੇ ਰੂਹਾਂ (ਦੇਵਤਿਆਂ) ਦੇ ਪੈਦਾ ਕਰਨ ਵਾਲੇ ਉਸ ਰੱਬ ਦੀ ਜਾ = ਜਗਾ (ਸਚਖੰਡ) ਦਾ ਸਿਮਰਨ ਹੀ ਹੈ।

ਯਾਦਿ ਊ, ਗਰ ਮੂਨਿਸਿ ਜਾਨਤ, ਬਵਦ॥
ਹਰ ਦੋ ਆ਼ਲਮ, ਜ਼ੇਰਿ ਫ਼ਰਮਾਨਤ ਬਵਦ॥ ੪੬॥

ਸੰਖੇਪ ਅਰਥ : ਉਸਦਾ ਸਿਮਰਨ ਜੇ ਤੇਰੀ ਜਾਨ ਦਾ ਜਾਨੀ (ਪਿਆਰਾ) ਬਣ ਜਾਏ। (ਤਾਂ) ਦੋਵੇਂ ਜਹਾਨ ਤੇਰੀ ਆਗਿਆ ਦੇ ਅਧੀਨ ਹੋ ਜਾਣਗੇ।

(ਬਜ਼ੁਰਗੀ ਕਿਵੇਂ ਮਿਲਦੀ ਹੈ)

ਬਸ ਬਜ਼ੁਰਗੀ ਹਸਤ, ਅੰਦਰ ਯਾਦਿ ਊ॥
ਯਾਦਿ ਊ ਕੁਨ, ਯਾਦਿ ਊ ਕੁਨ, ਯਾਦਿ ਊ॥ ੪੭॥

ਸੰਖੇਪ ਅਰਥ : ਉਸ ਦੇ ਸਿਮਰਨ ਵਿਚ ਬਹੁਤ ਬਜ਼ੁਰਗੀ = ਵਡਿਆਈ ਹੈ। ਉਸ ਦਾ ਸਿਮਰਨ ਕਰ, ਕਰੀ ਜਾ, ਕਰੀ ਹੀ ਜਾ।

ਗਰ ਬਜ਼ੁਰਗੀ ਬਾਇਦਤ, ਕੁਨ ਬੰਦਗੀ॥
ਵਰਨਹ ਆਖ਼ਿਰ, ਮੇ-ਕਸ਼ੀ ਸ਼ਰਮਿੰਦਗੀ॥ ੪੮॥

ਸੰਖੇਪ ਅਰਥ : ਜੇ ਤੈਨੂੰ ਵਡਿਆਈ ਚਾਹੀਦੀ ਹੈ ਤਾਂ ਇਬਾਦਤ ਕਰ। ਨਹੀਂ ਤਾਂ ਅਖ਼ੀਰ ਤੈਨੂੰ ਸ਼ਰਮਿੰਦਗੀ ਉਠਾਉਣੀ ਪਏਗੀ।

ਸ਼ਰਮ ਕੁਨਹਾ, ਸ਼ਰਮ ਕੁਨਹਾ, ਸ਼ਰਮ ਕੁਨ॥
ਈਂ ਦਿਲਿ, ਚੂੰ ਸੰਗਿ ਖ਼ੁਦ ਰਾ, ਨਰਮ ਕੁਨ॥ ੪੯॥

ਸੰਖੇਪ ਅਰਥ : ਸ਼ਰਮ ਕਰ, ਖ਼ਬਰਦਾਰ ਹੋ ਸ਼ਰਮ ਕਰ, ਹੁਸ਼ਿਆਰ ਹੋ ਸ਼ਰਮ ਕਰ। ਇਸ ਆਪਣੇ ਪੱਥਰ ਵਰਗੇ ਦਿਲ ਨੂੰ ਨਰਮ ਕਰ।

ਮਾਅਨੀਏ ਨਰਮੀ, ਗ਼ਰੀਬੀ ਆਮਦਹ॥
ਦਰਦਿ ਹਰ ਕਸ ਰਾ, ਤ਼ਬੀਬੀ ਆਮਦਹ॥ ੫੦॥

ਸੰਖੇਪ ਅਰਥ : ਨਰਮੀ ਦਾ ਭਾਵ ਗ਼ਰੀਬੀ=ਮਿੱਠੀ ਨਿਮਰਤਾ ਹੈ।
(ਇਹੋ ਹੀ) ਹਰ ਕਿਸੇ ਦੀ ਬਿਮਾਰੀ ਦੀ ਸੋਹਣੀ ਔਸ਼ਧੀ, ਉਪਾਈ ਗਈ ਹੈ।

(ਹਉਮੈ ਦਾ ਪ੍ਰਕਰਣ)

ਹੱਕ਼ ਪ੍ਰਸਤਾਂ, ਖ਼ੁਦ-ਪ੍ਰਸਤੀ, ਚੂੰ ਕੁਨੰਦ॥
ਸਰ-ਬੁਲੰਦਾਂ, ਮੈਲਿ ਪ੍ਰਸਤੀ, ਚੂੰ ਕੁਨੰਦ॥ ੫੧॥

ਸੰਖੇਪ ਅਰਥ : ਰੱਬ਼ ਦੇ ਪੁਜਾਰੀ ਹਉਮੈ-ਅਹੰਕਾਰ ਕਿਵੇਂ ਕਰ ਸਕਦੇ ਹਨ।
ਸਿਰ ਉੱਚਾ ਰੱਖਣ ਵਾਲੇ, ਕੁੱਬਾ ਲੱਕ ਚੂੰ=ਕਿਵੇਂ ਕਰ ਸਕਦੇ ਹਨ।

ਖ਼ੁਦ-ਪ੍ਰਸਤੀ, ਕ਼ਤਰਾਇ ਨਾਪਾਕਿ ਤੂ॥
ਆਂ ਕਿ ਜਾ ਕਰਦਹ, ਬ-ਮੁਸ਼ਤਿ ਖ਼ਾਕਿ ਤੂ॥ ੫੨॥

ਸੰਖੇਪ ਅਰਥ : ਐ ਖ਼ੁਦ ਪ੍ਰਸਤੀ=ਹੰਕਾਰ ਕਰਨ ਵਾਲੇ,ਤੂੰ ਆਪਣੇ ਬਾਪ ਦਾ ਨਾਪਾਕ=ਗੰਦਾ ਕਤਰਾ ਹੈਂ ਭਾਵ ਪਿਤਾ ਦੇ ਵੀਰਯ ਦਾ ਗੰਦਾ ਤੁਪਕਾ ਹੈਂ, ਐਸੀ ਤੇਰੀ ਹਸਤੀ ਹੈ।

ਫਿਰ ਗੰਦੇ ਕ਼ਤਰੇ! ਤੈਨੂੰ ਰੱਬ ਨੇ ਤੇਰੀ ਮਾਂ ਦੀ ਆਂ = ਉਸ ਗੰਦੀ ਜਾ = ਜਗ੍ਹਾ 'ਚ ਪੈਦਾ ਕਰਦਹ = ਕੀਤਾ ਹੈ, ਜਿਸ ਬਾਰੇ ਲਿਖਿਆ ਹੈ ਕਿ ਮੁਖ ਤਲੈ ਪੈਰ ਉਪਰੈ ਵਸੰਦੜੋ ਕੁਹਥੜੈ ਥਾਇ॥ ਅਤੇ ਫਿਰ ਤੂੰ ਮੁੱਠ ਭਰ ਮਿੱਟੀ ਜਿੰਨਾ ਹੈਂ।

ਖ਼ੁਦ-ਪ੍ਰਸਤੀ, ਖ਼ਾਸਾਇ ਨਾਦਾਂ ਬਵਦ॥
ਹੱਕ਼ ਪ੍ਰਸਤੀ, ਮਾਇਆਇ ਈਮਾਂ ਬਵਦ॥ ੫੩॥

ਸੰਖੇਪ ਅਰਥ : ਹਉਮੈ ਵਿਚ ਵਿਚਰਨਾ ਵਾਲਾ ਖ਼ਾਸ ਮੂਰਖ ਹੁੰਦਾ ਹੈ।
ਰੱਬ ਦੀ ਪੂਜਾ ਧਰਮ ਦੀ ਰਾਸ-ਪੂੰਜੀ ਹੁੰਦੀ ਹੈ।

ਜਿਸਮਿ ਤੂ; ਅਜ਼ ਬਾਦੋ, ਖ਼ਾਕੋ, ਆਤਿਸ਼ਸਤ॥
ਕ਼ਤਰਾਇ ਆਬੀ ਜ਼ਿ, ਨੂਰਿ ਜ਼ਾਤਿਸ਼ਸਤ॥ ੫੪॥

ਸੰਖੇਪ ਅਰਥ : ਤੇਰਾ ਸਰੀਰ ਹਵਾ ਅਤੇ ਮਿੱਟੀ ਅਤੇ ਅਗਨੀ ਤੋਂ ਹੈ।
ਤੂੰ ਪਾਣੀ ਦੀ ਇਕ ਬੂੰਦ (ਤੋਂ) ਹੈਂ, ਅਤੇ ਤੇਰੇ 'ਚ ਜੋਤਿ ਓਸ ਸੁਆਮੀ ਦੀ ਹੈ।

ਖ਼ਾਨਾਅ਼ਤ ਅਜ਼ ਨੂਰਿ ਹੱਕ਼, ਰੌਸ਼ਨ ਸ਼ੁਦਹ॥
ਯਕ ਗੁਲੇ ਬੂਦੀ, ਕਨੂੰ ਗੁਲਸ਼ਨ ਸ਼ੁਦਹ॥ ੫੫॥

ਸੰਖੇਪ ਅਰਥ : ਤੇਰਾ ਘਰ (ਸਰੀਰ) ਹਰੀ ਦੀ ਜੋਤਿ ਨਾਲ ਰੌਸ਼ਨ ਹੋਇਆ ਹੈ, ਤੂੰ ਇਕ ਫੁੱਲ ਸੀ,ਹੁਣ ਇਕ ਫੁਲਵਾੜੀ ਬਣ ਗਿਆ ਹੈਂ।

ਪਸ, ਦਰੂਨਿ ਗੁਲਸ਼ਨਿ ਖ਼ੁਦ, ਸੈਰ ਕੁਨ॥
ਹਮ ਚੁ ਮੁਰਗ਼ਿ ਕੁ਼ਦਸ, ਦਰ ਵੈ ਤੈ਼ਰ ਕੁਨ॥ ੫੬॥

ਸੰਖੇਪ ਅਰਥ : ਸੋ ਆਪਣੇ ਬਾਗ਼ ਅੰਦਰ ਸੈਰ ਕਰ।
ਪੁਨੀਤ ਪੰਛੀ ਵਾਂਗ ਉਸ ਵਿਚ ਉਡਾਰੀ ਮਾਰ। ਵਾ :- ਤੈਰਣ ਰੂਪ ਉਡਾਰੀ ਮਾਰ।

ਸਦ ਹਜ਼ਾਰਾਂ ਖ਼ੁਲਦ, ਅੰਦਰ ਗੋਸ਼ਾ-ਅਸ਼॥
ਹਰ ਦੋ ਆ਼ਲਮ, ਦਾਨਾਇ ਅਜ਼ ਖ਼ੋਸ਼ਾ-ਅਸ਼॥ ੫੭॥

ਸੰਖੇਪ ਅਰਥ : ਉਸ ਦੇ ਕੋਨੇ 'ਚ ਲੱਖਾਂ ਬੈਕੁੰਠ ਹਨ।
ਦੋਵੇਂ ਲੋਕ ਉਸ ਦੇ ਗੁੱਛੇ ਦੇ ਦਾਣੇ ਹਨ।

ਕੂ਼ਤਿ ਆਂ, ਮੁਰਗ਼ਿ ਮੁਕ਼ੱਦਸ, ਯਾਦਿ ਊ॥
ਯਾਦਿ ਊਹਾ, ਯਾਦਿ ਊਹਾ, ਯਾਦਿ ਊ॥ ੫੮॥

ਸੰਖੇਪ ਅਰਥ : ਉਸ ਪਾਵਨ ਪੰਛੀ ਦਾ ਚੋਗਾ, ਉਸ ਦਾ ਸਿਮਰਨ ਹੈ।
ਉਸ ਦਾ ਸਿਮਰਨ ਹੈ, ਉਸਦਾ ਸਿਮਰਨ ਹੈ, ਸਿਮਰਨ ਹੈ ਉਸਦਾ।

ਹਰਕਸੇ ਕੂ, ਮਾਇਲਿ ਯਾਦਿ ਖ਼ੁਦਾਸਤ॥
ਖ਼ਾਕਿ ਰਾਹਸ਼, ਤੂਤੀਆਇ ਚਸ਼ਮਿ ਮਾਸਤ॥ ੫੯॥

ਸੰਖੇਪ ਅਰਥ : ਹਰ ਪੁਰਸ਼, ਜੋ ਪ੍ਰਭੂ-ਸਿਮਰਨ ਵੱਲ ਮੋਹਿਤ ਹੈ।
ਉਸ ਦੇ ਰਾਹ ਦੀ ਧੂੜ ਸਾਡੀਆਂ ਅੱਖਾਂ ਦਾ ਸੁਰਮਾ ਹੈ।

(ਰੱਬ ਦਾ ਨਾਮ ਹਰੇਕ ਮੁਸ਼ਕਿਲ ਦਾ ਹੱਲ ਹੈ)

ਗਰ ਤੁਰਾ, ਯਾਦਿ ਖ਼ੁਦਾ, ਹ਼ਾਸਿਲ ਸ਼ਵਦ॥
ਹੱ਼ਲਿ ਹਰ ਮੁਸ਼ਕਿਲ ਤੁਰਾ, ਐ ਦਿਲ ਸ਼ਵਦ॥ ੬੦॥

ਸੰਖੇਪ ਅਰਥ : ਜੇ ਤੈਨੂੰ ਪ੍ਰਭੂ-ਸਿਮਰਨ ਪ੍ਰਾਪਤ ਹੋ ਜਾਏ।
ਹੇ ਦਿਲ ਤੇਰੀ ਹਰ ਮੁਸ਼ਕਲ ਦਾ ਹੱਲ ਹੋ ਜਾਏਗਾ।

ਹੱ਼ਲਿ ਹਰ ਮੁਸ਼ਕਿ਼ਲ, ਹਮੀਂ ਯਾਦਿ ਖ਼ੁਦਾਸਤ॥
ਹਰ ਕਿ ਯਾਦਿ ਹੱ਼ਕ਼ ਕੁਨਦ, ਜ਼ਾਤਿ ਖ਼ੁਦਾਸਤ॥ ੬੧॥

ਸੰਖੇਪ ਅਰਥ : ਹਰ ਮੁਸ਼ਕਿਲ ਦਾ ਹੱਲ ਇਹੀ ਪ੍ਰਭੂ ਦਾ ਸਿਮਰਨ ਹੈ।
ਜੋ ਕੋਈ ਪ੍ਰਭੂ-ਸਿਮਰਨ ਕਰਦਾ ਹੈ, ਉਹ ਪ੍ਰਭੂ-ਰੂਪ ਹੋ ਜਾਂਦਾ ਹੈ।

ਦਰ ਹਕ਼ੀਕ਼ਤ, ਗ਼ੈਰਿ ਹੱਕ਼, ਮਨਜ਼ੂਰ ਨੇਸਤ॥
***ਕੀਸਤ, ਆਂ ਜਾਨ, ਕੂ ਸਰਾਪਾ ਨੂਰ ਨੇਸਤ॥ ੬੨॥**

ਪਾਠਭੇਦ :- *ਕੀਸਤ, ਐ ਜਾਂ

ਸੰਖੇਪ ਅਰਥ : ਅਸਲ ਵਿਚ ਰੱਬ ਤੋਂ ਬਿਨਾਂ (ਕੁਝ ਵੀ) ਪ੍ਰਵਾਨ ਨਹੀਂ। ਕਿਹੜਾ ਹੈ ਉਹ ਜੀਵ, ਜੋ ਸਿਰ ਤੋਂ ਪੈਰ ਤਕ ਰੱਬੀ ਨੂਰ ਨਹੀਂ।

ਕ਼ਤਰਾਇ ਨੂਰੀ, ਸਰਾਪਾ ਨੂਰ ਬਾਸ਼॥
ਬੁ ਗੁਜ਼ਰ ਅਜ਼ ਗ਼ਮ, ਦਾਇਮ ਮਸਰੂਰ ਬਾਸ਼॥ ੬੩॥

ਸੰਖੇਪ ਅਰਥ : ਤੂੰ ਨੂਰ-ਸਾਗਰ ਦੀ ਇਕ ਬੂੰਦ ਹੈਂ, ਸਿਰ ਤੋਂ ਪੈਰਾਂ ਤਕ ਨੂਰ ਹੋ ਜਾ। ਚਿੰਤਾ ਤੋਂ ਅਗਾਂਹ ਲੰਘ, ਸਦੀਵ ਪ੍ਰਸੰਨ ਹੋ।

ਤਾ ਬ ਕੈ, ਦਰ ਬੰਦਿ ਗ਼ਮ, ਬਾਸ਼ੀ ਮੁਦਾਮ॥
ਬੁ ਗੁਜ਼ਰ ਅਜ਼ ਗ਼ਮ, ਯਾਦਿ ਹੱਕ਼ ਕੁਨੁ, ਅਸਲਾਮ॥ ੬੪॥

ਸੰਖੇਪ ਅਰਥ : ਕਦੋਂ ਤਕ ਤੂੰ ਗ਼ਮ ਦੀ ਸਦੀਵੀ ਬੰਦੀ ਵਿਚ ਰਹੇਂਗਾ। ਗ਼ਮ ਤੋਂ ਅਗਾਂਹ ਲੰਘ, ਪ੍ਰਭੂ ਸਿਮਰਨ ਕਰ ਅਤੇ ਸਲਾਮਤ ਰਹੁ।

(ਖ਼ੁਸ਼ੀ-ਗ਼ਮੀ ਕੀ ਹੈ)

ਗ਼ਮ ਚਿਹ ਬਾਸ਼ਦ, ਗ਼ਫ਼ਲਤ ਅਜ਼ ਯਾਦਿ ਖ਼ੁਦਾ॥
ਚੀਸਤ ਸ਼ਾਦੀ, ਯਾਦਿ ਆਂ, ਬੇ-ਮੁੰਤਹਾ॥ ੬੫॥

ਸੰਖੇਪ ਅਰਥ : ਗ਼ਮ ਕੀ ਹੈ? ਪ੍ਰਭੂ-ਸਿਮਰਨ ਵੱਲੋਂ ਅਣਗਹਿਲੀ। ਸ਼ਾਦੀ (ਖ਼ੁਸ਼ੀ) ਕੀ ਹੈ? ਉਸ ਅਪਾਰ (ਪ੍ਰਭੂ) ਦਾ ਸਿਮਰਨ।

(ਅਪਾਰ ਦੀ ਪ੍ਰਭਾਸ਼ਾ)

ਮਾਅ਼ਨੀਇ ਬੇ-ਮੁੰਤਹਾ, ਦਾਨੀ ਕਿ ਚੀਸਤ॥
ਆਂ ਕਿ ਊ ਨਾਇਦ, ਬਕ਼ੈਦਿ ਮਰਗੋ ਜ਼ੀਸਤ॥ ੬੬॥

ਸੰਖੇਪ ਅਰਥ : ਤੂੰ ਜਾਣਦਾ ਹੈਂ? ਕਿ ਅਪਾਰ ਦੇ ਕੀ ਅਰਥ ਹਨ? ਉਹ ਜੋ ਮਰਨ-ਜਨਮ ਦੀ ਕੈਦ ਵਿਚ ਨਹੀਂ ਆਉਂਦਾ, ਉਹ ਅਪਾਰ ਹੈ।

ਦਰ ਸਰਿ, ਹਰ ਮਰਦੋ ਜ਼ਨ, ਸੌਦਾਇ ਊਸਤ॥
ਦਰ ਦੋ ਆ਼ਲਮ, ਸ਼ੋਰਿਸ਼ੋ ਗ਼ੋਗ਼ਾਇ ਊਸਤ॥ ੬੭॥

ਸੰਖੇਪ ਅਰਥ : ਹਰ ਪੁਰਸ਼ ਤੇ ਇਸਤਰੀ ਦੇ ਸਿਰ ਵਿਚ ਉਸ ਦੀ ਹੀ ਲਗਨ ਹੈ।
ਦੋਹਾਂ ਜਹਾਨਾਂ ਵਿਚ ਉਸੇ ਦਾ ਹੀ ਰੌਲਾ-ਰੱਪਾ ਹੈ।

ਮੰਜ਼ਿਲਿ ਊ, ਬਰ ਜ਼ੁਬਾਨਿ ਔਲੀਆਸਤ॥
ਰੋਜ਼ੋ ਸ਼ਬ *ਕਾਂਦਰ, ਦਿਲਸ਼ ਯਾਦਿ ਖ਼ੁਦਾਸਤ॥ ੬੮॥

*ਉੱਚਾਰਣ :-ਕਾਂ-ਦਰ ਬੋਲੋ

ਸੰਖੇਪ ਅਰਥ : ਉਸ ਦਾ ਟਿਕਾਣਾ ਵਲੀਆਂ (ਰੱਬੀ ਨੇੜਤਾ ਰੱਖਣ ਵਾਲਿਆਂ) ਦੀ ਰਸਨਾ ਤੇ ਹੈ।
ਦਿਨ ਰਾਤ ਉਨ੍ਹਾਂ ਦੇ ਦਿਲ ਵਿਚ ਪ੍ਰਭੂ ਦਾ ਸਿਮਰਨ ਚਲਦਾ ਹੈ।

ਚਸ਼ਮਿ ਸ਼ਾਂ, ਬਰ ਗ਼ੈਰ ਹਰਗਿਜ਼ ਵਾ ਨਸ਼ੁਦ॥
ਕ਼ਤਰਾਇ ਸ਼ਾਂ, ਜੁਜ਼ ਸੂਇ ਦਰਿਯਾ ਨਸ਼ੁਦ॥ ੬੯॥

ਸੰਖੇਪ ਅਰਥ : ਉਨ੍ਹਾਂ ਦੀ ਅੱਖ ਗ਼ੈਰ ਉਪਰ ਹਰਗਿਜ਼ ਨਹੀਂ ਖੁੱਲ੍ਹਦੀ।
ਉਨ੍ਹਾਂ ਦੀ ਬੂੰਦ ਦਰਿਆ ਬਿਨਾਂ ਹੋਰ ਪਾਸੇ ਨਹੀਂ ਜਾਂਦੀ।

(ਰੱਬ ਦੇ ਪਿਆਰਿਆਂ ਦੇ ਸੇਵਕ ਪਾਤਿਸ਼ਾਹ ਹੁੰਦੇ ਹਨ)

ਬੰਦਾਇ ਊ, ਸਾਹਿਬਿ ਹਰ ਦੋ *ਸਰਾ॥
ਕੂ ਨ ਬੀਨਦ, ਗ਼ੈਰ ਨਕ਼ਸ਼ਿ ਕਿਬਰੀਆ॥ ੭੦॥

(ਉੱਚਾਰਣ :- *ਸਰਾਂ ਬੋਲੋ)

ਸੰਖੇਪ ਅਰਥ : ਉਸ ਦਾ ਸੇਵਕ ਦੋਹਾਂ ਜਹਾਨਾਂ ਦਾ ਮਾਲਿਕ ਹੈ।
ਕਿਉਂਕਿ ਉਹ ਅਕਾਲ ਮੂਰਤਿ ਬਿਨਾਂ ਹੋਰ ਕੁਝ ਨਹੀਂ ਦੇਖਦਾ।

ਈਂ ਜਹਾਨੋ, ਆਂ ਜਹਾਂ, ਫ਼ਾਨੀ ਬਵਦ॥
ਗ਼ੈਰਿ ਯਾਦਸ਼, ਜੁਮਲਹ ਨਾਦਾਨੀ ਬਵਦ॥ ੭੧॥

ਸੰਖੇਪ ਅਰਥ : ਇਹ ਲੋਕ ਅਤੇ ਉਹ ਲੋਕ (ਪ੍ਰਲੋਕ) ਨਾਸਮਾਨ ਹਨ।
ਉਸ ਦੇ ਸਿਮਰਨ ਬਿਨਾਂ ਸਭ ਕੁਝ ਅਗਿਆਨਤਾ ਹੈ।

ਯਾਦ ਕੁਨਹਾ, ਤਾ ਤਵਾਨੀ ਯਾਦ ਕੁਨ॥
ਖ਼ਾਨਾ ਰਾ, ਅਜ਼ ਯਾਦਿ ਹੱਕ਼, ਆਬਾਦ ਕੁਨ॥ ੭੨॥

ਸੰਖੇਪ ਅਰਥ : ਸਿਮਰਨ ਕਰ, ਖ਼ਬਰਦਾਰ! ਜਿਥੋਂ ਤਕ ਤੈਥੋਂ ਹੋ ਸਕੇ, ਸਿਮਰਨ ਕਰ।
(ਹਿਰਦੇ ਰੂਪੀ) ਘਰ ਨੂੰ ਪ੍ਰਭੂ ਸਿਮਰਨ ਰਾਹੀਂ ਵਸਦਾ-ਰਸਦਾ ਕਰ ਲੈ।

(ਦਿਲ ਰੱਬ ਦਾ ਘਰ)

ਈਂ ਦਿਲਿ ਤੂ, ਖ਼ਾਨਾਇ ਹੱਕ਼, ਬੂਦਾ ਅਸਤ॥
ਮਨ ਚਿਹ ਗੋਇਮ, ਹੱਕ਼ ਚੁਨੀਂ ਫ਼ਰਮੂਦਾ ਅਸਤ॥ ੭੩॥

ਸੰਖੇਪ ਅਰਥ : ਇਹ ਤੇਰਾ ਹਿਰਦਾ ਰੱਬ ਦਾ ਘਰ ਬਣਿਆ ਹੈ।
ਮੈਂ ਕੀ ਕਹਾਂ? ਰੱਬ ਨੇ ਐਸਾ ਫ਼ਰਮਾਇਆ ਹੈ।

ਸ਼ਾਹਿ ਬਾ ਤੂ, ਹਮਨਸ਼ੀਨੋ ਹਮਜ਼ਬਾਂ॥
ਤੂ ਬ-ਸੂਇ ਹਰਕਸੇ, ਨਾਕਿਸ ਦਵਾਂ॥ ੭੪॥

ਸੰਖੇਪ ਅਰਥ : ਦੁਨੀਆਂ ਦਾ ਮਾਲਿਕ ਰੱਬ ਤੇਰੇ ਨਾਲ ਹੈ, ਤੇਰੇ ਨਾਲ ਬੈਠਦਾ ਭੀ ਹੈ ਅਤੇ ਤੇਰੇ ਨਾਲ ਜ਼ਬਾਨ-ਗੋਈ ਵੀ ਕਰਦਾ ਹੈ।
ਹੇ ਨਾਲਾਇਕ! ਤੂੰ ਹਰ ਜਣੇ-ਖਣੇ ਵੱਲ ਨਠਿਆ ਫਿਰਦਾ ਹੈ।

ਵਾਇ ਤੂ, ਬਰ ਜਾਨਿ ਤੂ, ਅਹ਼ਵਾਲਿ ਤੂ॥
ਵਾਇ, ਬਰ ਈਂ ਗ਼ਫਲਤੋ, ਅਫ਼ਆ਼ਲਿ ਤੂ॥ ੭੫॥

ਸੰਖੇਪ ਅਰਥ : ਤੇਰੇ ਤੇ ਅਫ਼ਸੋਸ ਹੈ। ਤੇਰੀ ਹਯਾਤ (ਜ਼ਿੰਦਗੀ) ਤੇ, ਤੇਰੇ ਹਾਲਾਤ ਤੇ।
ਅਫ਼ਸੋਸ ਹੈ ਇਸ ਲਾਪ੍ਰਵਾਹੀ ਅਤੇ ਤੇਰੀ ਕਾਰਵਾਈ (ਕੰਮਾਂ) ਉੱਤੇ।

(ਸਭ ਸੰਸਾਰ ਰੱਬ ਦਾ ਹੀ ਰੂਪ ਹੈ)

ਹਰਕਸੇ ਕੂ, ਤ਼ਾਲਿਬਿ ਦੀਦਾਰ ਸ਼ੁਦ॥
ਪੇਸ਼ਿ ਚਸ਼ਮਸ਼, ਜੁਮਲਹ ਨਕ਼ਸ਼ਿ ਯਾਰ ਸ਼ੁਦ॥ ੭੬॥

ਸੰਖੇਪ ਅਰਥ : ਜਿਹੜਾ ਕੋਈ ਦਰਸ਼ਨਾਂ ਦਾ ਚਾਹਵਾਨ ਹੋ ਗਿਆ।
ਉਸ ਦੀਆਂ ਅੱਖਾਂ ਦੇ ਸਾਹਮਣੇ ਸਭ (ਸੰਸਾਰ) ਯਾਰ ਦਾ ਚਿੱਤਰ ਹੀ ਹੋ ਗਿਆ।

ਦਰਮਿਆਨਿ ਨਕ਼ਸ਼, ਨੱਕ਼ਾਸ਼ ਅਸਤੋ ਬਸ
ਈਂ ਸੁਖ਼ਨ ਰਾ, ਦਰ ਨਯਾਬਦ ਬੁਲ-ਹਵਸ॥ ੭੭॥

ਸੰਖੇਪ ਅਰਥ : ਚਿੱਤਰਾਂ ਵਿਚਕਾਰ ਸਿਰਫ਼ ਚਿੱਤਰਕਾਰ ਹੀ ਹੈ।
ਇਸ ਗੱਲ ਦੀ ਸੂਝ-ਬੂਝ ਤ੍ਰਿਸ਼ਨਾਲੂ ਨੂੰ ਪ੍ਰਾਪਤ ਨਹੀਂ।

ਗਰ ਤੂ ਮੇ ਖ਼੍ਵਾਨੀ, ਜ਼ਿ ਇਸ਼ਕ਼ਿ ਹੱਕ਼ ਸਬਕ਼॥
ਯਾਦਿ ਹੱਕ਼ ਕੁਨ, ਯਾਦਿ ਹੱਕ਼ ਕੁਨ, ਯਾਦਿ ਹੱਕ਼॥ ੭੮॥

ਸੰਖੇਪ ਅਰਥ : ਜੇ ਤੂੰ ਪਰਮਾਤਮਾ ਦੇ ਪ੍ਰੇਮ ਦਾ ਪਾਠ ਪੜ੍ਹਨਾ ਹੈ।

ਤਾਂ ਪ੍ਰਭੂ-ਸਿਮਰਨ ਕਰ, ਪ੍ਰਭੂ ਸਿਮਰੀ ਜਾ, ਪ੍ਰਭੂ ਜਪੀ ਜਾ।

ਐ ਬਿਰਾਦਰ ਯਾਦਿ ਹੱਕ਼, ਦਾਨੀ ਕਿ ਚੀਸਤ॥
ਅੰਦਰੂਨਿ ਜੁਮਲਹ ਦਿਲਹਾ, ਜਾਇ ਕੀਸਤ॥ ੭੯॥

ਸੰਖੇਪ ਅਰਥ : ਹੇ ਭਰਾਵਾ! ਪ੍ਰਭੂ ਦਾ ਸਿਮਰਨ ਤੂੰ ਜਾਣਦਾ ਹੈਂ ਕਿ ਕੀ ਹੈ? (ਅਤੇ) ਸਾਰੇ ਦਿਲਾਂ ਵਿਚ ਟਿਕਾਣਾ ਕਿਸ ਦਾ ਹੈ?

ਚੂੰ ਦਰੂਨਿ ਜੁਮਲਹ, ਦਿਲਹਾ ਜਾਏ ਊਸਤ॥
ਖ਼ਾਨਾਇ ਦਿਲ, ਮੰਜ਼ਿਲੋ ਮਾਵਾਇ ਊਸਤ॥ ੮੦॥

ਸੰਖੇਪ ਅਰਥ : ਜਦ ਸਾਰੇ ਦਿਲਾਂ ਵਿਚ ਉਸਦਾ ਟਿਕਾਣਾ ਹੈ। ਦਿਲ ਦਾ ਘਰ ਉਸਦੇ ਉਤਾਰੇ ਅਤੇ ਆਰਾਮ ਦੀ ਥਾਂ ਹੈ।

(ਸਭ ਦਾ ਸਤਿਕਾਰ ਹੀ ਪ੍ਰਭੂ ਸਿਮਰਨ ਹੈ)

ਚੂੰ ਬਿਦਾਨਿਸਤੀ, ਕਿ ਦਰ ਦਿਲਹਾ ਖ਼ੁਦਾਸਤ॥
ਪਸ ਤੁਰਾ ਆਦਾਬਿ਼, ਹਰ ਦਿਲ ਮੁੱਦਆ਼ਸਤ॥ ੮੧॥

ਸੰਖੇਪ ਅਰਥ : ਜਦ ਤੂੰ ਜਾਣ ਲਿਆ ਕਿ ਦਿੱਲਾਂ ਵਿਚ ਰੱਬ ਹੈ। ਤਾਂ ਤੇ ਹਰ ਦਿਲ ਦਾ ਸਤਿਕਾਰ ਤੇਰਾ ਮਨੋਰਥ ਚਾਹੀਏ।

ਯਾਦਿ ਹੱਕ਼ ਈਨਸਤੋ, ਦੀਗਰ ਯਾਦ ਨੇਸਤ॥
ਹਰ ਕਿਰਾ, ਈਂ ਗ਼ਮ ਨ ਬਾਸ਼ਦ, ਸ਼ਾਦ ਨੇਸਤ॥ ੮੨॥

ਸੰਖੇਪ ਅਰਥ : ਪ੍ਰਭੂ-ਸਿਮਰਨ ਇਹੀ ਹੈ, (ਇਸ ਬਿਨਾਂ) ਦੂਜਾ ਸਿਮਰਨ ਨਹੀਂ। ਜਿਸ ਕਿਸੇ ਨੂੰ ਇਹ ਫ਼ਿਕਰ ਨਹੀਂ, ਉਹ ਖੁਸ਼ ਨਹੀਂ।

ਜ਼ਿੰਦਗੀਇ ਆ਼ਰਿਫ਼ਾਂ, ਯਾਦਿ ਖ਼ੁਦਾਸਤ॥
ਅਜ਼ ਖ਼ੁਦਾ ਦੂਰਸਤ, ਹਰ ਕੂ ਖ਼ੁਦਨੁਮਾਸਤ॥ ੮੩॥

ਪਾਠਭੇਦ :- ਹਰ ਕੂ ਦੀ ਥਾਂ ਹਰ ਕਸ ਪਾਠੰਤ੍ਰ ਵੀ ਹੈ।

ਸੰਖੇਪ ਅਰਥ : ਗਿਆਨਾਵਾਨਾਂ ਦੀ ਜੀਵਨੀ ਰੱਬ ਦਾ ਸਿਮਰਨ ਹ। ਜੋ ਸ਼ਖਸ (ਮਨੁੱਖ) ਆਪਾ-ਜਤਾਊ ਹੈ, ਰੱਬ ਤੋਂ ਦੂਰ ਹੈ।

ਚੀਸਤ ਗੋਯਾ, ਮੁਸ਼ਤਿ ਖ਼ਾਕਿ, ਬੇਸ਼ ਨੇਸਤ॥
ਆਂ ਹਮ, ਅੰਦਰ ਇਖ਼ਤਿਆਰਿ ਖ਼੍ਵੇਸ਼, ਨੇਸਤ॥ ੮੪॥

ਸੰਖੇਪ ਅਰਥ - ਬੋਲਣ (ਕਹਿਣ) ਵਾਲਾ ਕੀ ਹੈ,ਮਿੱਟੀ ਦੀ ਮੁੱਠ, ਵੱਧ ਨਹੀਂ।

ਉਹ ਭੀ ਆਪਣੇ ਵੱਸ ਵਿਚ ਨਹੀਂ।

(ਇਸਲਾਮੀ ੭੨ ਕੌਮਾਂ ਤੋਂ ਖਾਲਸਾ ਮੁਕਤ ਪੰਥ ਉੱਚਾ)

ਹੱਕ਼ ਕਿ, ਹਫ਼ਤਾਦੋ ਦੋ ਮਿੱਲਤ, ਆਫ਼ਰੀਦ॥
ਫ਼ਿਰਕ਼ਾਇ ਨਾਜੀ, ਅਜ਼ੀਂਹਾ ਬਰਗੁਜ਼ੀਦ॥ ੮੫॥

ਸੰਖੇਪ ਅਰਥ - ਰੱਬ ਨੇ ਜੋ ਬਹੱਤਰ ਕੌਮਾਂ ਪੈਦਾ ਕੀਤੀਆਂ।
ਮੁਕਤ ਪੰਥ ਇਨ੍ਹਾਂ ਵਿੱਚੋਂ ਉੱਚਾ ਚੁੱਕਿਆ ਹੈ।

ਫ਼ਿਰਕ਼ਾਇ ਨਾਜੀ, ਬਿਦਾਂ ਬੇ-ਇਸ਼ਤਬਾਹ॥
ਹਸਤ, ਹਫ਼ਤਾਦੋ ਦੋ ਮਿੱਲਤ ਰਾ, ਪਨਾਹ॥ ੮੬॥

ਸੰਖੇਪ ਅਰਥ - ਮੁਕਤ ਪੰਥ ਬਾਰੇ ਬਿਨਾਂ ਸ਼ੱਕ (ਇਹ) ਜਾਣ ਲੈ।
ਕਿ ਬਹੱਤਰ ਕੌਮਾਂ ਨੂੰ ਇਹ ਪੰਥ ਪਨਾਹ ਦੇਣ ਵਾਲਾ ਹੈ ਵਾ :- ਇਸਲਾਮੀ ਬਹੱਤਰ ਕੌਮਾਂ ਤੋਂ ਸਤਾਏ ਮਜ਼ਲੂਮਾਂ ਨੂੰ ਇਹ ਪਨਾਹ ਦੇਣ ਵਾਲਾ ਹੈ।

ਮਰਦੁਮਾਨਸ਼, ਹਰ ਯਕੇ ਪਾਕੀਜ਼ਹ ਤਰ॥
ਖ਼ੂਬ-ਰੂ ਓ, ਖ਼ੂਬ-ਖ਼ੂ ਓ ਖ਼ੁਸ਼-ਸੀਅਰ॥ ੮੭॥

ਸੰਖੇਪ ਅਰਥ - ਇਸ (ਪੰਥ) ਦਾ ਹਰ ਇਕ ਪੁਰਸ਼ ਵੱਧ ਪਵਿੱਤਰ।
ਸੋਹਣੇ ਚਿਹਰੇ ਸੁਹਣੇ ਸੁਭਾ ਤੇ ਸੋਹਣੀਆਂ ਆਦਤਾਂ ਵਾਲਾ ਹੈ।

ਪੇਸ਼ਿ ਸ਼ਾਂ, ਜੁਜ਼ ਯਾਦਿ ਹੱਕ਼, ਮਨਜ਼ੂਰ ਨੇਸਤ॥
ਗ਼ੈਰ ਹ਼ਰਫ਼ਿ ਬੰਦਗੀ, ਦਸਤੂਰ ਨੇਸਤ॥ ੮੮॥

ਸੰਖੇਪ ਅਰਥ - ਉਨ੍ਹਾਂ ਨੂੰ ਪ੍ਰਭੂ-ਸਿਮਰਨ ਬਿਨਾਂ (ਕੁਝ ਵੀ) ਮਨਜ਼ੂਰ (ਪਸੰਦ) ਨਹੀਂ।
ਬੰਦਗੀ ਬਿਨਾਂ ਦੂਜੀ ਬਾਤ (ਉਨ੍ਹਾਂ ਦਾ) ਦਸਤੂਰ ਨਹੀਂ।

ਮੇਚਿਕਦ ਅਜ਼ ਹ਼ਰਫ਼ਿ ਸ਼ਾਂ, ਕੰਦੋ ਨਬਾਤ॥
ਬਾਰਦ, ਅਜ਼ ਹਰ ਮੂਇ ਸ਼ਾਂ, ਆਬਿ-ਹ਼ਯਾਤ॥ ੮੯॥

ਸੰਖੇਪ ਅਰਥ - ਉਨ੍ਹਾਂ ਦੀਆਂ ਗੱਲਾਂ ਵਿੱਚੋ ਖੰਡ ਅਤੇ ਮਿਸਰੀ ਟਪਕਦੀ ਹੈ।
ਉਨ੍ਹਾਂ ਦੇ ਹਰ ਰੋਮ ਵਿੱਚੋਂ ਅੰਮ੍ਰਿਤ ਵਰਸਦਾ ਹੈ।

ਫ਼ਾਰਿਗ਼ਅੰਦ ਅਜ਼ ਬੁਗ਼ਜ਼ੋ ਕੀਨਹ ਓ ਜ਼ਿ ਹਸਦ॥
ਬਰ ਨਮੇ-ਆਇੰਦ, ਅਜ਼ ਏਸ਼ਾਂ ਫ਼ਿਅ਼ਲਿ ਬਦ॥ ੯੦॥

ਸੰਖੇਪ ਅਰਥ - (ਉਹ) ਈਰਖਾ, ਵੈਰ-ਵਿਰੋਧ ਅਤੇ ਸਾੜੇ ਤੋਂ ਮੁਕਤ ਹੁੰਦੇ ਹਨ।

ਉਨ੍ਹਾਂ ਤੋਂ ਮਾੜੇ ਕੰਮ ਹੋ ਹੀ ਨਹੀਂ ਸਕਦੇ।

ਹਰਕਸੇ ਰਾ, ਇੱਜ਼ਤੋ ਹੁਰਮਤ ਕੁਨੰਦ॥
ਮੁਫ਼ਲਿਸੇ ਰਾ, ਸਾਹਿਬਿ ਦੌਲਤ ਕੁਨੰਦ॥ ੯੧॥

ਸੰਖੇਪ ਅਰਥ – (ਉਹ) ਹਰ ਪ੍ਰਾਣੀ ਦਾ ਇੱਜ਼ਤੋ ਅਤੇ ਮਾਨ ਕਰਦੇ ਹਨ। ਇਕ ਕੰਗਾਲ ਨੂੰ ਓਹ ਮਾਲੋਮਾਲ ਕਰ ਦਿੰਦੇ ਹਨ।

ਮੁਰਦਾ ਰਾ, ਆਬਿ-ਹੈਵਾਂ ਮੇ ਦਿਹੰਦ॥
ਹਰ ਦਿਲੇ, ਪਜ਼ਮੁਰਦਾ ਰਾ, ਜਾਂ ਮੇ ਦਿਹੰਦ॥ ੯੨॥

ਸੰਖੇਪ ਅਰਥ – ਮਰੇ ਹੋਏ ਨੂੰ ਜੀਵਨ-ਜਲ (ਅੰਮ੍ਰਿਤ) ਦੇ ਦਿੰਦੇ ਹਨ। ਹਰ ਮੁਰਝਾਏ ਹੋਏ ਮਨ ਨੂੰ ਜਾਨ, ਹਯਾਤ (ਚੜ੍ਹਦੀ ਕਲਾ) ਦੇ ਦਿੰਦੇ ਹਨ।

ਸਬਜ਼ ਮੇ ਸਾਜ਼ੰਦ, ਚੋਬਿ ਖ਼ੁਸ਼ਕ ਰਾ॥
ਬੂਏ ਮੇ ਬਖ਼ਸ਼ੰਦ, *ਰਗਿ ਬੇਮੁਸ਼ਕ ਰਾ॥ ੯੩॥

*ਪਾਠਭੇਦ :- ਰਗਿ ਦੀ ਥਾਂ ਰੰਗਿ ਪਾਠ ਵੀ ਹੈ

ਸੰਖੇਪ ਅਰਥ – ਸੁੱਕੀ ਲੱਕੜ ਨੂੰ ਹਰੀ-ਭਰੀ ਬਣਾ ਦਿੰਦੇ ਹਨ। ਸੁਗੰਧਹੀਣ ਰਗ (ਸ਼ਾਖ) ਨੂੰ ਸੁਗੰਧੀ ਬਖ਼ਸ਼ ਦਿੰਦੇ ਹਨ।

ਜੁਮਲਹ *ਅਸ਼ਰਾਫ਼ਅੰਦ, ਦਰ ਜ਼ਾਤੋ ਸਿਫ਼ਾਤ॥
ਤ਼ਾਲਿਬਿ ਜ਼ਾਤ ਅੰਦ, ਖ਼ੁਦ ਹਮ ਐਨਿ ਜ਼ਾਤ॥ ੯੪॥

*ਪਾਠਭੇਦ :- ਅਸ਼ਰਾਫੰਦ

ਸੰਖੇਪ ਅਰਥ – ਰੂਹ ਅਤੇ ਗੁਣਾਂ ਅੰਦਰ (ਵਿਚ) ਸਾਰੇ ਭਲੇ ਪੁਰਸ਼ ਹਨ। ਰਾਮ-ਰੂਪ ਹੁੰਦੇ ਹੋਏ ਵੀ ਰਾਮ ਦੇ ਚਾਹਵਾਨ ਹਨ।

ਖ਼ੂਇ ਸ਼ਾਂ, ਇਲਮੋ ਅਦਬ ਰਾ, ਮੁਜ਼ਹਿਰਸਤ॥
ਰੂਇ ਸ਼ਾਂ, ਰੌਸ਼ਨ ਜ਼ਿ ਮਿਹਰਿ, ਅਨਵਰਸਤ॥ ੯੫॥

(ਉੱਚਾਰਣ :- ਅਨ-ਵਰੱਸਤ ਬੋਲੋ)

ਸੰਖੇਪ ਅਰਥ – ਉਨ੍ਹਾਂ ਦਾ ਸੁਭਾਅ ਇਲਮ ਅਤੇ ਅਦਬ ਨੂੰ ਪ੍ਰਗਟ ਕਰਨਹਾਰਾ ਹੈ। ਉਨ੍ਹਾਂ ਦਾ ਮੂੰਹ-ਮੱਥਾ ਚਮਕਦੇ-ਦਮਕਦੇ ਸੂਰਜ ਤੋਂ ਵੱਧ ਪ੍ਰਕਾਸ਼ਮਾਨ ਹੈ।

ਮਿੱਲਤਿ ਸ਼ਾਂ, ਕ਼ੌਮਿ ਮਿਸਕੀਨਾਂ ਬਵਦ॥
ਹਰ ਦੋ ਆ਼ਲਮ, ਸ਼ਾਇਕ਼ਿ ਈਨਾਂ ਬਵਦ॥ ੯੬॥

ਸੰਖੇਪ ਅਰਥ – ਉਨ੍ਹਾਂ ਦਾ ਪੰਥ ਮਸਕੀਨਾਂ (ਨਿਮਾਣਿਆਂ) ਦੀ ਕੌਮ ਹੈ।

(ਪਰ) ਦੋਨੋਂ ਹੀ ਜਹਾਨ ਇਨ੍ਹਾਂ ਦੇ ਮੁਸ਼ਤਾਕ ਚਾਹੁਣ ਵਾਲੇ ਹਨ।

ਕੌਮਿ ਮਿਸਕੀਂ, ਕੌਮਿ ਮਰਦਾਨਿ ਖ਼ੁਦਾਸਤ॥
ਈਂ ਹਮਹ ਫ਼ਾਨੀ, ਵ *ਊ ਦਾਇਮ ਬਕ਼ਾਸਤ॥ ੯੭॥

*ਪਾਠ-ਭੇਦ - ਆਂ

ਸੰਖੇਪ ਅਰਥ - ਮਸਕੀਨਾਂ ਦੀ ਕੌਮ ਰੱਬੀ ਪਿਆਰਿਆਂ ਦੀ ਕੌਮ ਹੈ। ਇਹ ਸਭ ਕੁਝ ਨਾਸ਼ਮਾਨ ਹੈ **ਅਤੇ** ਉਹ ਸਦੀਵ ਕਾਇਮ ਹੈ।

(ਰੱਬੀ ਪਿਆਰਿਆਂ ਦੀ ਸੰਗਤ)

ਸੁਹ਼ਬਤਿ ਸ਼ਾਂ, ਖ਼ਾਕਿ ਰਾ, ਅਕਸੀਰ ਕਰਦ॥
ਲੁਤ਼ਫ਼ਿ ਸ਼ਾਂ, ਬਰ ਹਰ ਦਿਲੇ, ਤਾਸੀਰ ਕਰਦ॥ ੯੮॥

ਸੰਖੇਪ ਅਰਥ - ਉਨ੍ਹਾਂ ਦੀ ਸੰਗਤ ਨੇ ਮਿੱਟੀ ਨੂੰ ਰਸਾਇਣ ਬਣਾ ਦਿੱਤਾ ਹੈ। ਉਨ੍ਹਾਂ ਦੀ ਕ੍ਰਿਪਾ ਨੇ ਹਰੇਕ ਦਿਲ 'ਤੇ ਅਸਰ ਕੀਤਾ ਹੈ।

ਹਰਕਿ ਬਾ ਏਸ਼ਾਂ, ਨਸ਼ੀਨਦ ਯੱਕ ਦਮੇ॥
ਰੋਜ਼ਿ ਫ਼ਰਦਹ ਰਾ, ਕੁਜਾ ਦਾਰਦ ਗ਼ਮੇ॥ ੯੯॥

ਸੰਖੇਪ ਅਰਥ - ਜੋ ਕੋਈ ਉਨ੍ਹਾਂ ਕੋਲ ਇਕ ਵਾਰ, ਇਕ ਪਲ ਵੀ ਬੈਠ ਜਾਂਦਾ ਹੈ। ਉਹ ਕਿਆਮਤ ਦੇ ਦਿਨ ਦੀ ਕਦ ਚਿੰਤਾ ਆਪਣੇ ਮਨ 'ਚ ਰੱਖਦਾ ਹੈ? ਭਾਵ ਨਹੀਂ ਕਰਦਾ।

ਆਂ ਚਿਹ ਦਰ, ਸਦ-ਸਾਲਾ, ਉਮਰਸ਼ ਨਿ-ਯਾਫ਼ਤ॥
ਸੁਹ਼ਬਤਿ ਸ਼ਾਂ, ਹਮਚੁ ਖ਼ੁਰਸ਼ੈਦਸ਼ ਬਿਤਾਫ਼ਤ॥ ੧੦੦॥

ਸੰਖੇਪ ਅਰਥ - ਜੋ ਕਿ ਸੈਂਕੜੇ ਸਾਲਾਂ ਦੀ ਉਮਰ ਵਿਚ ਨਾ ਪਾਇਆ ਗਿਆ। ਉਨ੍ਹਾਂ ਦੀ ਸੰਗਤ ਨੇ ਸੂਰਜ **ਵਤ** ਚਮਕਾ ਦੇ ਦਿੱਤਾ ਹੈ।

ਮਾ ਕਿ, ਅਜ਼ ਇਹ਼ਸਾਨਿ ਸ਼ਾਂ, ਸ਼ਰਮਿੰਦਾਏਮ॥
ਬੰਦਾਇ, ਇਹ਼ਸਾਨਿ ਸ਼ਾ ਰਾ, ਬੰਦਾਏਮ॥ ੧੦੧॥

ਸੰਖੇਪ ਅਰਥ - ਅਸੀਂ ਜੋ ਉਨ੍ਹਾਂ **ਦੇ** ਉਪਕਾਰ ਤੋਂ ਉਨ੍ਹਾਂ ਦੇ ਰਿਣੀ ਹਾਂ। ਉਨ੍ਹਾਂ ਦੇ ਉਪਕਾਰ **ਦੇ** ਬੱਝੇ ਹੋਏ ਉਨ੍ਹਾਂ ਦੇ ਦਾਸ ਹਾਂ।

ਸਦ ਹਜ਼ਾਰਾਂ, ਹਮਚੂ ਮਨ ਕੁਰਬਾਨਿ ਸ਼ਾਂ॥
ਹਰ ਚਿ, ਗੋਇਮ ਕਮ ਬਵਦ, ਦਰ ਸ਼ਾਨਿ ਸ਼ਾਂ॥ ੧੦੨॥

ਸੰਖੇਪ ਅਰਥ - ਮੇਰੇ ਜਿਹੇ ਲੱਖਾਂ ਉਨ੍ਹਾਂ ਤੋਂ ਕੁਰਬਾਨ ਹਨ।

ਉਨ੍ਹਾਂ ਦੀ ਸ਼ਾਨ ਵਿਚ ਜੋ ਕੁਝ ਵੀ ਮੈਂ ਕਹਾਂ ਘੱਟ ਹੋਵੇਗਾ।

ਸ਼ਾਨਿ ਸ਼ਾਂ, ਬੇਰੂੰ ਬਵਦ, ਅਜ਼ ਗੁਫ਼ਤਗੂ॥
ਜਾਮਾਇ ਸ਼ਾਂ ਪਾਕ, ਮਸਤ ਅਜ਼ ਸ਼ੁਸਤੋਸ਼ੂ॥ ੧੦੩॥

ਸੰਖੇਪ ਅਰਥ - ਉਨ੍ਹਾਂ ਦੀ ਮਹਿਮਾ ਵਰਨਣ ਤੋਂ ਬਾਹਰੀ ਹੈ।

ਉਨ੍ਹਾਂ ਦਾ ਚੋਲਾ ਪਾਕ ਹੈ, ਧੋਣ-ਧੁਲਾਈ ਮ=ਨ ਕਰਨ ਤੋਂ ਭਾਵ ਧੋਣ-ਧੁਲਾਈ ਤੋਂ ਬਿਨਾ ਹੀ ਅਸਤ = ਹੈ।

(ਅੰਤ ਨੂੰ ਨਾਮ ਸਿਮਰਨ ਹੀ ਕੰਮ ਆਵੇਗਾ)

ਦਾਂ ਯਕੀਂ, ਤਾ ਚੰਦ, ਈਂ ਦੁਨੀਆ ਬਵਦ॥
ਆਖ਼ਿਰਿਸ਼ ਕਾਰਿ ਤੂ, ਬਾ ਮੌਲਾ ਬਵਦ॥ ੧੦੪॥

ਸੰਖੇਪ ਅਰਥ - ਨਿਸ਼ਚੇ ਕਰਕੇ ਜਾਣ, ਇਹ ਦੁਨੀਆ ਕਦ ਤਕ ਰਹੇਗੀ (ਭਾਵ ਨਾਸ ਹੋ ਜਾਏਗੀ)।

ਅੰਤ ਤੇਰਾ ਵਾਹ ਪਰਮੇਸ਼ਰ ਨਾਲ ਪੈਣਾ ਹੈ।

ਪਸ ਜ਼ਿ ਅੱਵਲ ਕੁਨ, ਹ਼ਦੀਸਿ ਸ਼ਾਹਿ ਰਾ॥
ਪੈਰਵੀ ਕੁਨ ਹ਼ਾਦੀਏ, ਈਂ ਰਾਹਿ ਰਾ॥ ੧੦੫॥

ਸੰਖੇਪ ਅਰਥ - ਤਾਂ ਤੇ ਮੁੱਢ ਤੋਂ ਪਾਤਸ਼ਾਹ ਦੀ ਕਥਾ-ਕਹਾਣੀ ਯਾਦ ਕਰ।

ਇਸ ਰਾਹ ਵਿਖਾਣ ਵਾਲੇ ਦੇ ਮਗਰ ਤੁਰੀ ਜਾ।

ਤਾਂ ਤੂ ਹਮ ਯਾਬੀ, ਮੁਰਾਦਿ ਉਮਰ ਰਾ॥
ਲਜ਼ਤੇ ਯਾਬੀ, ਜ਼ਿ *ਸ਼ੌਕ਼ਿ ਕਿਬਰੀਆ॥ ੧੦੬॥

*ਪਾਠਭੇਦ :- ਯਾਦਿ ਕਿਬਰੀਆ

ਸੰਖੇਪ ਅਰਥ - ਤਾਂ ਜੁ ਤੈਨੂੰ ਭੀ ਜੀਵਨ ਦੀ ਮੁਰਾਦ ਮਿਲ ਜਾਏ।

ਪ੍ਰਭੂ ਪ੍ਰੇਮ ਦੇ ਸੁਆਦ ਨੂੰ ਪ੍ਰਾਪਤ ਕਰ ਲਵੇਂ।

(ਮੂਰਖ ਵੀ ਸਿਮਰਨ ਨਾਲ ਸਿਆਣੇ ਹੋ ਜਾਂਦੇ ਹਨ)

ਜਾਹਿਲ ਆਂ-ਜਾ, ਸਾਹ਼ਿਬਿ-ਦਿਲ ਮੇ ਸ਼ਵਦ॥
ਗ਼ਰਕ਼ਿ ਦਰਿਯਾਓ, ਬ-ਸਾਹ਼ਿਲ ਮੇ ਸ਼ਵਦ॥ ੧੦੭॥

ਸੰਖੇਪ ਅਰਥ - ਮੂਰਖ ਉਸ ਜਗ੍ਹਾ ਦਿਲ ਦਾ ਮਾਲਕ ਹੋ ਜਾਂਦਾ ਹੈ।

(ਪਾਪਾਂ ਦੇ) ਦਰਿਆ ਵਿਚ ਡੁੱਬਿਆ ਕੰਢੇ ਲੱਗ ਜਾਂਦਾ ਹੈ।

ਨਾਕਸ ਆਂ-ਜਾ, ਆਰਿਫ਼ਿ ਕਾਮਿਲ ਬਵਦ॥
ਯਾਦਿ ਮੌਲਾ, ਹਰ ਕਿਰਾ ਹ਼ਾਸਿਲ ਸ਼ਵਦ॥ ੧੦੮॥

ਸੰਖੇਪ ਅਰਥ - ਨਾਲਾਇਕ ਉਸ ਥਾਂ ਪੂਰਨ ਗਿਆਨਵੰਤ ਹੋ ਜਾਂਦਾ ਹੈ।
(ਪਰ) ਮਾਲਕ ਦਾ ਸਿਮਰਨ ਜਿਸ ਨੂੰ ਕਿ ਪ੍ਰਾਪਤ ਹੋ ਜਾਏ।

ਈਂ ਅਦਬ ਤਾਜਸਤ, ਬਰ ਅਫ਼ਰਾਕਿ ਕਸ॥
ਆਂ ਕਿ ਗ਼ਾਫ਼ਿਲ ਨੇਸਤ, ਅਜ਼ ਹ਼ੱਕ਼ ਯਕ ਨਫ਼ਸ॥ ੧੦੯॥

ਸੰਖੇਪ ਅਰਥ - ਇਹ ਅਦਬ ਉਸ ਮਨੁੱਖ ਦੇ ਸਿਰ 'ਤੇ ਤਾਜ ਹੈ।
ਜੋ ਕਿ ਰੱਬ ਵੱਲੋਂ ਇਕ ਸੁਆਸ (ਲਈ ਵੀ) ਅਵੇਸਲਾ ਨਹੀਂ ਹੈ,

ਹਰਕਸੇ ਰਾ ਨੇਸਤ, ਈਂ ਦੌਲਤ ਨਸੀਬ॥
ਦਰਦਿ ਸ਼ਾਂਰਾ ਨੇਸਤ, ਗ਼ੈਰ ਅਜ਼ ਹ਼ੱਕ਼ ਤ਼ਬੀਬ॥ ੧੧੦॥

ਸੰਖੇਪ ਅਰਥ : (ਪਰ) ਹਰ ਮਨੁੱਖ ਨੂੰ ਇਹ ਧਨ ਨਸੀਬ ਨਹੀਂ ਹੁੰਦੀ।
ਉਨ੍ਹਾਂ ਦੀ ਪੀੜਾ ਦਾ ਰੱਬ ਬਿਨਾਂ ਕੋਈ ਹਕੀਮ ਨਹੀਂ ਹੈ।

ਦਾਰੂਇ ਹਰ ਦਰਦ ਰਾ, ਯਾਦਿ ਖ਼ੁਦਾਸਤ॥
ਜ਼ਾਂ ਕਿ ਦਰ ਹਰ ਹ਼ਾਲਿ ਹ਼ੱਕ਼ ਦਾਰਦ, ਰਵਾਸਤ॥ ੧੧੧॥

ਸੰਖੇਪ ਅਰਥ : ਹਰ ਦੁੱਖ ਦਾਰੂ ਪ੍ਰਭੂ ਦਾ ਸਿਮਰਨ ਹੈ।
ਇਸ ਕਰਕੇ ਉਹ ਰੱਬ ਜਿਸ ਹਾਲ ਵਿੱਚ ਰੱਖੇ, (ਸਿਮਰਨ ਵਾਲਿਆਂ ਲਈ) ਉਹੀ ਠੀਕ ਹੈ।

(ਪੂਰਾ ਸਤਿਗੁਰੂ)

ਮੁਰਸ਼ਿਦਿ ਕਾਮਿਲ ਹਮਹ ਰਾ ਆਰਜ਼ੂਸਤ॥
ਗ਼ੈਰਿ ਮੁਰਸ਼ਿਦ, ਕਸ ਨ ਯਾਬਦ, ਰਹ ਬ-ਦੋਸਤ॥ ੧੧੨॥

ਸੰਖੇਪ ਅਰਥ - ਪੂਰਨ ਗੁਰੂ (ਦੀ ਪ੍ਰਾਪਤੀ) ਸਭ ਦੀ ਇੱਛਾ ਹੈ।
ਗੁਰੂ ਬਿਨਾਂ ਮਨੁੱਖ ਮਿੱਤਰ (ਰੱਬ) ਦੀ ਰਾਹ ਨਹੀਂ ਪਾ ਸਕਦਾ।

ਰਾਹ-ਰਵਾਂ ਰਾ, ਰਾਹ ਬਿਸੀਆਰ ਆਮਦਹ॥
***ਕਾਰਵਾਂ ਰਾ ਰਾਹ, ਦਰਕਾਰ ਆਮਦਹ॥ ੧੧੩॥**

*ਪਾਠਭੇਦ :- ਕਾਰਿ ਰਵਾਂ ਪਾਠ ਵੀ ਹੈ।

ਸੰਖੇਪ ਅਰਥ - ਰਾਹੀਆਂ ਲਈ ਬਥੇਰੇ ਰਾਹ ਹਨ।
(ਪਰ) (ਗੁਰਮੁੱਖਾਂ ਦੇ) ਕਾਫ਼ਲੇ ਨੂੰ ਗਾਡੀ ਰਾਹ ਹੀ ਲੋੜੀਂਦਾ ਹੈ।

ਦਮ-ਬ-ਦਮ ਦਰ, ਜ਼ਿਕਰਿ ਮੌਲਾ ਹ਼ਾਜ਼ਿਰ ਅੰਦ॥
ਖ਼੍ਵੇਸ਼ ਮਨਜ਼ੂਰੋ ਖ਼ੁਦਾ ਰਾ, ਨਾਜ਼ਿਰ ਅੰਦ॥ ੧੧੪॥

ਸੰਖੇਪ ਅਰਥ – (ਗਾਡੀ ਰਾਹ ਵਾਲੇ) ਸੁਆਸ ਸੁਆਸ ਸੁਆਮੀ ਦੇ ਸਿਮਰਨ ਵਿਚ ਸਾਵਧਾਨ ਰਹਿੰਦੇ ਹਨ।

ਆਪ ਉਹ ਪਰਵਾਨ ਅਤੇ ਪਰਮੇਸ਼ਰ ਨੂੰ ਹਾਜ਼ਿਰ ਨਾਜ਼ਿਰ ਸਮਝਣ ਵਾਲੇ ਦਰਸ਼ਕ ਹਨ।

ਮੁਰਸ਼ਿਦਿ ਕਾਮਿਲ ਹਮਾਂ, ਬਾਸ਼ਦ ਹਮਾਂ॥
ਕਜ਼ ਕਲਾਮਸ਼ ਬੂਇ ਹ਼ੱਕ਼, ਆਇਦ *ਅ਼ਯਾਂ॥ ੧੧੫॥

ਉੱਚਾਰਣ :- *ਅੱਇਆਂ ਬੋਲੋ।

ਸੰਖੇਪ ਅਰਥ – ਪੂਰਾ ਗੁਰੂ ਉਹੀ ਹੁੰਦਾ ਹੈ ਉਹੀ।

ਕਿ ਜਿਸ ਦੀ ਬਾਣੀ ਤੋਂ ਰੱਬ ਦੀ ਸੁਗੰਧੀ ਸਪੱਸ਼ਟ ਆਉਂਦੀ ਹੋਵੇ।

ਹਰ ਕਿ ਆਇਦ, ਪੇਸ਼ਿ ਸ਼ਾਂ, ਚੂੰ *ਜ਼ੱਰਾ ਵਾਰ॥
ਜ਼ੂਦ ਗਰਦਦ, ਹਮਚੂ ਮਿਹਰਿ, ਨੂਰ ਬਾਰ॥ ੧੧੬॥

*ਉੱਚਾਰਣ :- ਜ਼ੁਰਾ ਵਾਂਗ ਬੋਲੋ

ਸੰਖੇਪ ਅਰਥ – ਜੋ ਕੋਈ ਉਨ੍ਹਾਂ ਕੋਲ ਜੇ ਕਣ ਵਾਂਗ ਆਉਂਦਾ ਹੈ।

ਛੇਤੀ ਹੀ ਚਾਨਣ ਵਰ੍ਹਾਉਣ ਵਾਲੇ ਸੂਰਜ ਵਾਂਗ ਹੋ ਜਾਂਦਾ ਹੈ।

ਜ਼ਿੰਦਗੀ ਈਂਸਤ, ਬੇ-ਚੂਨੋ *ਚਿਰਾ॥
ਬ਼ੁਗੁਜ਼ਰਦ ਈਂ ਉਮਰ, ਦਰ ਯਾਦਿ ਖ਼ੁਦਾ॥ ੧੧੭॥

*ਪਾਠਭੇਦ :- ਚਰਾ

ਸੰਖੇਪ ਅਰਥ – ਜੀਵਨ ਇਹ ਹੈ ਕਿ ਬਿਨਾਂ ਹੀਲੇ-ਹੁਜਤ।

ਇਹ ਆਰਜਾ ਰੱਬ ਦੇ ਸਿਮਰਨ 'ਚ ਬਤੀਤ ਹੋਵੇ।

(ਹਉਮੈ ਕਰਨਾ ਮੂਰਖਾਂ ਦਾ ਕੰਮ)

ਖ਼ੁਦ-ਪ੍ਰਸਤੀ, ਕਾਰਿ ਨਾਦਾਂ ਆਮਦਹ॥
ਹ਼ੱਕ਼-ਪ੍ਰਸਤੀ, ਜ਼ਾਦਿ ਈਮਾਂ ਆਮਦਹ॥ ੧੧੮॥

ਸੰਖੇਪ ਅਰਥ – ਆਪੇ ਦੀ ਪੂਜਾ (ਹਉਮੈ ਵਿਚ ਵਿਚਰਨਾ) ਮੂਰਖ ਦਾ ਕੰਮ ਹੈ।
ਹ਼ਕ਼ ਪ੍ਰਸਤੀ = ਰੱਬ ਦੀ ਪੂਜਾ ਧਰਮੀ ਜ਼ਾਦ=ਪੁੱਤਰਾਂ ਦੇ ਹਿੱਸੇ ਆਯਾ ਹੈ ਵਾ :- ਰੱਬ ਦੀ ਪੂਜਾ ਪਰਮਾਰਥ ਦਾ ਜ਼ਾਦਿ = ਖਰਚਾ ਤੋਸ਼ਾ ਹੈ।

ਹਰ ਦਮੇ ਗ਼ਫ਼ਲਤ, ਬਵਦ ਮਰਗਿ ਅਜ਼ੀਮ॥
ਹੱਕ਼ ਨਿਗਾਹ ਦਾਰਦ, ਜ਼ਿ ਸ਼ੈਤ਼ਾਨਿ ਰਜੀਮ॥ ੧੧੯॥

ਸੰਖੇਪ ਅਰਥ - ਹਰ ਇਕ ਸੁਆਸ ਦਾ ਅਵੇਸਲਾਪਨ ਵੱਡੀ ਮੌਤ ਹੈ।
ਰੱਬ ਇਸ ਦੁਰਕਾਰੇ ਸ਼ੈਤਾਨ ਤੋਂ ਰੱਖਿਆ ਕਰੇ।

(ਗੁਰਮੁਖਾਂ ਦਾ ਹੱਟ)

ਆਂ ਕਿ ਰੋਜ਼ੋਸ਼ਬ, ਬ-ਯਾਦਸ਼ ਮੁਬਤਲਾਸਤ॥
ਈਂ ਮਤ਼ਾਅ਼, ਅੰਦਰ ਦੁਕਾਨਿ ਔਲੀਆਸਤ॥ ੧੨੦॥

ਸੰਖੇਪ ਅਰਥ - ਉਹ ਜੋ ਦਿਨ ਰਾਤ ਉਸ (ਪ੍ਰਭੂ) ਦੇ ਸਿਮਰਨ ਸੰਗ ਮਗਨ ਹੈ।
ਇਹੋ ਰਾਸ-ਪੂੰਜੀ ਗੁਰਮੁਖਾਂ ਦੇ ਹੱਟ (ਹਿਰਦੇ) ਅੰਦਰ ਹੈ।

*ਕਿਹਤਰੀਨਿ, ਬੰਦਾਇ, ਦਰਗਾਹਿ ਸ਼ਾਂ॥
ਬਿਹਤਰ ਅਸਤ, ਅਜ਼ +ਮਿਹਤਰੀਨਿ ਜਹਾਂ॥ ੧੨੧॥

ਪਾਠਭੇਦ :- *ਕਮਤਰੀਨਿ ਅਤੇ +ਬਾਦਸ਼ਾਹਾਨਿ ਪਾਠਂਤ੍ਰ ਵੀ ਹੈ।

ਸੰਖੇਪ ਅਰਥ - ਉਨ੍ਹਾਂ ਦੀ ਦਰਗਾਹ ਦਾ ਸਭ ਤੋਂ ਨੀਵਾਂ ਸੇਵਕ।
ਸੰਸਾਰ ਦੇ ਬਾਦਸ਼ਾਹਾਂ ਨਾਲੋਂ ਚੰਗਾ ਹੈ।

ਬਸ ਬਜ਼ੁਰਗਾਨੰਦ ਕੂਫ਼ਿਦਾਇ ਰਾਹਿ ਸ਼ਾਂ॥
ਸੁਰਮਾਇ ਚਸ਼ਮਮ, ਜ਼ਿ ਖ਼ਾਕਿ *ਰਾਹਿ ਸ਼ਾਂ॥ ੧੨੨॥

ਪਾਠਭੇਦ :- ਪਾਇ

ਸੰਖੇਪ ਅਰਥ - ਬਹੁਤ ਮਹਾਂਪੁਰਸ਼ ਜੋ ਉਨ੍ਹਾਂ ਦੇ ਰਾਹ 'ਤੇ ਕੁਰਬਾਨ ਹਨ।
ਉਨ੍ਹਾਂ ਦੇ ਰਾਹ ਦੀ ਧੂੜ ਮੇਰੀਆਂ ਅੱਖਾਂ ਦਾ ਸੁਰਮਾ ਹੈ।

ਹਮਚੁਨੀਂ, ਪਿੰਦਾਰ ਖ਼ੁਦ ਰਾ, ਐ ਅਜ਼ੀਜ਼॥
ਤਾਂ ਸ਼ਵੀ, ਐ ਜਾਨਿ-ਮਨ, ਮਰਦਿ ਤਮੀਜ਼॥ ੧੨੩॥

ਸੰਖੇਪ ਅਰਥ : ਇਸ ਤਰ੍ਹਾਂ ਹੀ ਆਪਣੇ ਆਪ ਨੂੰ ਜਾਣ, ਹੇ ਪਿਆਰੇ।
ਤਾਂ ਜੋ ਹੇ ਮੇਰੀ ਜਾਨ! ਤੂੰ ਬਿਬੇਕ ਬੁੱਧੀ ਵਾਲਾ ਮਨੁੱਖ ਬਣ ਜਾਏਂ।

(ਨੰਦਲਾਲ ਜੀ ਵੱਲੋਂ ਗਿਆਸੁੱਦੀਨ ਨੂੰ ਖ਼ਾਸ ਉਪਦੇਸ਼)

ਸਾਹਿਬਾਂ ਰਾ ਬੰਦਹ, ਬਿਸੀਆਰ ਆਮਦਹ॥
ਬੰਦਹ ਰਾ, ਬਾ-ਬੰਦਗੀ ਕਾਰ ਆਮਦਹ॥ ੧੨੪॥

ਸੰਖੇਪ ਅਰਥ : ਸਾਹਿਬਾਂ ਪਾਸ ਸੇਵਕ ਤਾਂ ਬਹੁਤ ਹਨ।
(ਪਰ) ਸੇਵਕ ਨੰਦਲਾਲ ਨੂੰ ਤਾਂ ਬੰਦਗੀ ਨਾਲ ਹੀ ਕੰਮ ਹੈ।

ਪਸ ਤੁਰਾ ਬਾਇਦ, ਕਿ ਖ਼ਿਦਮਤਗਾਰਿ ਸ਼ਾਂ॥
ਬਾਸ਼ੀ ਵ ਹਰਗਿਜ਼, ਨਬਾਸ਼ੀ *ਯਾਰਿ ਸ਼ਾਂ॥ ੧੨੫॥

ਪਾਠਭੇਦ :- *ਬਾਰਿ।

ਸੰਖੇਪ ਅਰਥ – ਇਸ ਲਈ ਤੈਨੂੰ ਚਾਹੀਦਾ ਹੈ ਕਿ ਉਨ੍ਹਾਂ ਦਾ ਸੇਵਕ ਬਣੀਂ।
ਅਤੇ ਕਦੇ ਵੀ ਉਨ੍ਹਾਂ ਦਾ ਯਾਰ ਨਾ ਬਣੀਂ, ਭਾਵ ਉਨ੍ਹਾਂ ਦੀ ਬਰਾਬਰੀ ਨਾ ਕਰੀਂ।

ਗਰਚਿਹ ਯਾਰੀਦਿਹ, ਨ ਗ਼ੈਰ, ਅਜ਼ ਸਾਲਿਕੇਸਤ॥
ਲੇਕਿ ਦਰ ਗੁਫ਼ਤਨ ਚੁਨੀਂ, ਐਬੇ ਬਸੇਸਤ॥ ੧੨੬॥

ਸੰਖੇਪ ਅਰਥ – ਭਾਵੇਂ ਸਹਾਇਤਾ ਦੇਣ ਵਾਲਾ ਸਾਲਿਕ-ਸਲੂਕ ਵਾਲੇ ਵਾ:- ਪ੍ਰਭੂ ਦੇ ਰਾਹ ਚੱਲਣ ਵਾਲੇ ਸਤਿਗੁਰਾਂ ਤੋਂ ਬਿਨਾਂ ਕੋਈ ਸ਼ਖਸ ਨਹੀਂ।
ਪਰੰਤੂ ਉਨ੍ਹਾਂ ਨੂੰ ਐਸਾ (ਯਾਰ) ਕਹਿਣ ਵਿਚ ਭਾਰੀ ਦੋਸ਼ ਹੈ।

ਜ਼ੱਰਾ ਰਾ ਦੀਦਮ, ਕਿ *ਖ਼ੁਰਸ਼ੈਦਿ ਜਹਾਂ॥
ਸ਼ੁਦ ਜ਼ਿ ਫ਼ੈਜ਼ਿ ਸੁਹ਼ਬਤਿ, ਸਾਹ਼ਿਬਿ ਦਿਲਾਂ॥ ੧੨੭॥

ਉੱਚਾਰਣ :- ਜ਼ੁਰਾ ਬੋਲੇ

ਸੰਖੇਪ ਅਰਥ – ਕਣ ਨੂੰ ਮੈਂ ਵੇਖਿਆ ਜੋ ਜਹਾਨ ਦਾ ਸੂਰਜ ਬਣਿਆ।
ਬਣਿਆ ਹੈ ਦਿਲਾਂ ਦੇ ਮਾਲਿਕ ਦੀ ਸੰਗਤ ਦੀ ਕਿਰਪਾ ਨਾਲ।

+ਕੀਸਤ ਸਾਹ਼ਿਬਿ-ਦਿਲ, ਕਿ ਹ਼ੱਕ਼ *ਬਿਸ਼ਨਾਸ਼ਦਸ਼॥
ਕਜ਼ ਲਕ਼ਾਇਸ਼, ਸ਼ੌਕ਼ਿ ਹ਼ੱਕ਼, ਮੇ-ਬਾਰਦਸ਼॥ ੧੨੮॥

ਪਾਠਭੇਦ :- +ਕਰਮ

ਸੰਖੇਪ ਅਰਥ – ਸਾਹਿਬ-ਦਿਲ ਕੌਣ ਹੈ? ਜੋ ਰੱਬ ਨੂੰ ਹੀ ਪਛਾਣਦਾ ਹੈ।
ਉਸ ਦੇ ਚਿਹਰੇ ਤੋਂ ਰੱਬ ਦਾ ਸ਼ੌਕ ਹੀ ਟਪਕਦਾ ਹੈ।

ਸੁਹ਼ਬਤਿ ਸ਼ਾਂ, ਸ਼ੌਕ਼ਿ ਹ਼ਕ਼, ਸਬਕ਼ ਬਖ਼ਸ਼ਦ ਤੁਰਾ॥
ਅਜ਼ ਕਿਤਾਬਿ ਹ਼ਕ਼, ਸਬਕ਼ ਬਖ਼ਸ਼ਦ ਤੁਰਾ॥ ੧੨੯॥

ਸੰਖੇਪ ਅਰਥ – ਉਨ੍ਹਾਂ ਦੀ ਸੰਗਤ ਤੈਨੂੰ ਰੱਬ ਦਾ ਸ਼ੌਕ ਬਖ਼ਸ਼ੇਗੀ।
ਰੱਬ ਦੇ ਗ੍ਰੰਥ (ਗੁਰੂ ਗ੍ਰੰਥ ਸਾਹਿਬ) ਤੋਂ ਪਾਠ ਪੜ੍ਹਾਏਗੀ।

(ਗੁਰਮੁਖਾਂ ਦੀ ਮਹਿਮਾ)

***ਜ਼ੱਰਾ ਰਾ, ਖ਼ੁਰਸ਼ੈਦਿ ਅਨਵਰ ਮੇ-ਕੁਨੰਦ॥**
ਖ਼ਾਕਿ ਰਾ ਅਜ਼ ਹੱਕ਼, ਮੁਨੱਵਰ ਮੇ-ਕੁਨੰਦ॥ ੧੩੦॥

ਉੱਚਾਰਣ :- *ਜ਼ੂਰਾ ਬੋਲੋ

ਸੰਖੇਪ ਅਰਥ – (ਉਹ) ਜ਼ੱਰੇ ਨੂੰ ਨਿਰਾ ਨੂਰਾਨੀ ਮਾਰਤੰਡ (ਸੂਰਜ) ਕਰ ਦਿੰਦੇ ਹਨ। ਮਿੱਟੀ ਨੂੰ ਰੱਬ ਦੇ ਨਾਮ ਰਾਹੀਂ ਚਮਕੀਲਾ ਬਣਾ ਦਿੰਦੇ ਹਨ।

+<u>ਜਿਸਮਿ ਸ਼ਾਂ</u> ਖ਼ਾਕੀ, ਵ ਦਰ ਵੈ ਨੂਰਿ ਹੱਕ਼॥
ਅੰਦਰੂਨਸ਼ ਚਾਰਿ ਸੂ, ਵ ਨੁਹ ਤ਼ਬਕ਼॥ ੧੩੧॥

ਪਾਠਭੇਦ :- +੧. ਚਸ਼ਮਿ ਤੂ ੨. ਜਿਸਮਿ ਈਂ ੩. ਜਿਸਮਿ ਆਂ

ਸੰਖੇਪ ਅਰਥ – ਉਨ੍ਹਾਂ ਦਾ ਸਰੀਰ ਤਾਂ ਮਿੱਟੀ ਦਾ ਹੈ ਅਤੇ ਵਿੱਚ ਨੂਰ ਰੱਬ ਦਾ ਹੈ। ਜੋ ਉਹ ਚਾਰੇ ਤਰਫਾਂ ਅਤੇ ਨੌਂ ਖੰਡਾਂ 'ਚ ਵਿੱਦਮਾਨ ਹੈ।

***ਖਿਦਮਤਿ ਸ਼ਾਂ, ਬੰਦਗੀਇ ਹੱਕ਼ ਬਵਦ॥**
ਕਾਂ ਕ਼ਬੂਲਿ ਕ਼ਾਦਿਰਿ ਮੁਤ਼ਲਕ਼ ਬਵਦ॥ ੧੩੨॥

ਪਾਠਭੇਦ : *ਖਿਜ਼ਮਤੇ

ਸੰਖੇਪ ਅਰਥ – ਉਨ੍ਹਾਂ ਦੀ ਸੇਵਾ ਰੱਬ ਦੀ ਬੰਦਗੀ ਹੈ, ਕਿਉਂਕਿ ਉਹ ਜੋ ਪੂਰਨ ਸ਼ਕਤੀਮਾਨ ਨੂੰ ਪ੍ਰਵਾਨ ਹੈ।

ਬੰਦਗੀ ਕੁਨ ਆਂ, ਕਿ ਊ ਬਾਸ਼ਦ ਕ਼ਬੂਲ॥
ਕ਼ਦਰਿ ਊਰਾ, ਕੈ ਬਿਦਾਨਦ ਹਰ ਜ਼ਹੂਲ॥ ੧੩੩॥

ਸੰਖੇਪ ਅਰਥ – ਉਨ੍ਹਾਂ ਦੀ ਸੇਵਾ ਕਰ ਜੋ ਉਨ੍ਹਾਂ ਦੇ ਦਰ ਪਰ ਕ਼ਬੂਲ ਹੁੰਦੀ ਹੈ। ਉਸ ਦੀ ਕਦਰ ਹਰ ਮੂਰਖ ਉੱਜਡ ਕਿਵੇਂ ਜਾਣ ਸਕਦਾ ਹੈ?

ਹਸਤ ਕਾਰੇ ਰੋਜ਼ੋਸ਼ਬ, ਦਰ ਯਾਦਿ ਊ॥
ਯਕ ਨਫ਼ਸ ਖ਼ਾਲੀ, ਨਮੇ ਬਾਸ਼ਦ ਅਜ਼ੂ॥ ੧੩੪॥

ਸੰਖੇਪ ਅਰਥ : ਦਿਨ ਰਾਤ ਉਸ ਦੇ ਸਿਮਰਨ ਵਿਚ ਰਹਿਣਾ (ਗੁਰਮੁਖਾਂ) ਉਨ੍ਹਾਂ ਦਾ ਕੰਮ ਹੈ। (ਉਨ੍ਹਾਂ ਦਾ) ਇਕ ਸੁਆਸ ਉਸ (ਸਿਮਰਨ) ਤੋਂ ਵਿਰਲਾ ਨਹੀਂ ਹੁੰਦਾ।

ਚਸ਼ਮਿ ਸ਼ਾਂ ਰੌਸ਼ਨ, ਜ਼ਿ ਦੀਦਾਰਿ ਅੱਲਾਹ॥
ਦਰ ਲਿਬਾਸਿ, ਅੰਦਰ ਗਦਾ, ੳ ਬਾਦਿਸ਼ਾਹ॥ ੧੩੫॥

ਸੰਖੇਪ ਅਰਥ – ਉਨ੍ਹਾਂ ਦੇ ਨੇਤਰ ਅੱਲ੍ਹਾ ਦੇ ਦਰਸ਼ਨਾਂ ਨਾਲ ਰੌਸ਼ਨ ਹਨ।

ਉਹ ਫ਼ਕੀਰੀ ਭੇਸ ਵਿਚ ਪਰ ਉਹ ਬਾਦਸ਼ਾਹ ਹਨ।

(ਸੱਚੀ ਪਾਤਿਸ਼ਾਹੀ)

ਬਾਦਿਸ਼ਾਹੀ ਆਂ, ਕਿ ਊ ਦਾਇਮ ਬਵਦ॥
ਹਮਚੂ ਜ਼ਾਤਿ, *ਪਾਕਿ ਹੱਕ਼ ਕ਼ਾਇਮ ਬਵਦ॥ ੧੩੬॥

ਪਾਠਭੇਦ : ਪਾਕਿਸ਼ ਹੈ।

ਸੰਖੇਪ ਅਰਥ – (ਸੱਚੀ) ਬਾਦਸ਼ਾਹੀ ਉਹ ਹੈ ਜੋ ਸਦੀਵ ਰਹੇ।
ਰੱਬ ਦੀ ਪਵਿੱਤਰ ਜਾਤ ਵਾਂਗ ਟਿਕੀ ਰਹੇ।

ਰਸਮਿ ਸ਼ਾਂ, ਆਈਨਿ ਦਰਵੇਸ਼ੀ ਬਵਦ॥
+ਬਾ ਖ਼ੁਦਾ, ਓ ਬਾ ਹਮਹ, ਖ਼੍ਵੇਸ਼ੀ ਬਵਦ॥ ੧੩੭॥

ਪਾਠੰਤ੍ਰ – +ਅਜ਼

ਸੰਖੇਪ ਅਰਥ – ਉਸ ਬਾਦਸ਼ਾਹੀ ਦੀ ਰੀਤੀ, ਫਕੀਰੀ ਦਾ ਕਾਨੂੰਨ ਹੁੰਦੀ ਹੈ।
(ਉਸ ਬਾਦਸ਼ਾਹੀ ਦੀ) ਰੱਬ ਨਾਲ ਅਤੇ ਸਭ ਨਾਲ ਅਪਣੱਤ੍ਵ ਹੁੰਦੀ ਹੈ।

ਹਰ ਗਦਾ ਰਾ, ਇਜ਼ੋ ਜਾਹੇ ਮੇ ਦਿਹੰਦ॥
ਦੌਲਤੇ ਬੇ-ਇਸ਼ਤਬਾਹੇ, ਮੇ ਦਿਹੰਦ॥ ੧੩੮॥

ਸੰਖੇਪ ਅਰਥ – ਉਸ ਬਾਦਿਸ਼ਾਹੀ ਦੇ ਰਾਜੇ ਹਰ ਭਿਖਾਰੀ ਨੂੰ ਮਾਨ ਅਤੇ ਮਰਤੱਬਾ ਦੇ ਦਿੰਦੇ ਹਨ।
ਉਹ (ਸੱਚਾ) ਧਨ ਦਿੰਦੇ ਹਨ, ਜਿਸ ਬਾਰੇ ਕੋਈ ਸ਼ੱਕ ਸੰਸਾ ਨਹੀਂ ਹੈ।

ਨਾਕਿਸਾਂ ਰਾ, ਦਰ ਨਜ਼ਰ +ਆ਼ਰਿਫ਼ ਕੁਨੰਦ
ਬੇ-ਦਿਲਾਂ ਰਾ, ਸਾਹ਼ਿਬਿ-ਦਿਲ ਮੇ ਕੁਨੰਦ॥ ੧੩੯॥

ਪਾਠਭੇਦ :- +ਕਾਮਿਲ

ਸੰਖੇਪ ਅਰਥ – ਨਾਲਾਇਕਾਂ ਨੂੰ ਨਦਰ ਰਾਹੀਂ ਪੂਰਾ-ਸੂਰਾ ਕਰ ਦਿੰਦੇ ਹਨ।
ਬੁਝੇ ਦਿਲਾਂ ਨੂੰ ਬੂਝ-ਸੂਝ (ਰੌਸ਼ਨ-ਦਿਲ) ਵਾਲੇ ਕਰ ਦਿੰਦੇ ਹਨ।

ਖ਼ੁਦ-ਪ੍ਰਸਤੀ, ਅਜ਼ ਮਿਆਂ ਬਰਦਾਸ਼ਤੰਦ॥
ਤੁਖ਼ਮਿ ਹੱਕ਼, ਦਰ ਕਿਸ਼ਤਿ ਦਿਲਹਾ ਕਾਸ਼ਤੰਦ॥ ੧੪੦॥

ਸੰਖੇਪ ਅਰਥ – ਆਪ-ਭਾਵ ਅੰਦਰ (ਹਿਰਦੇ) ਤੋਂ ਉਠਾ ਦਿੰਦੇ ਹਨ।
ਸੱਚ ਨਾਮ ਦਾ ਬੀਜ ਦਿਲਾਂ ਦੇ ਖੇਤ ਵਿੱਚ ਬੀਜ ਦਿੰਦੇ ਹਨ।

ਖ਼੍ਵੇਸ਼ਤਨ ਰਾ, ਹੇਚ ਮੇ ਦਾਨੰਦ ਸ਼ਾਂ॥
ਹਰਫ਼ਿ ਹੱਕ਼ ਰਾ, ਰੋਜ਼ੋ ਸ਼ਬ ਖ਼੍ਵਾਨੰਦ ਸਾਂ॥ ੧੪੧॥

ਸੰਖੇਪ ਅਰਥ : ਆਪ ਨੂੰ ਉਹ ਤੁੱਛ ਜਾਣਦੇ ਹਨ।
ਸੱਚ ਦਾ ਅੱਖਰ ਦਿਨ ਰਾਤ ਵਖਾਣਦੇ (ਪੜ੍ਹਦੇ) ਹਨ।

ਤਾ ਕੁਜਾ, ਔਸਾਫ਼ਿ ਮਰਦਾਨਿ ਖ਼ੁਦਾਸਤ॥
ਅਜ਼ ਹਜ਼ਾਰਾਂ, ਗਰ ਯਕੇ ਗੋਇਮ, ਰਵਾਸਤ॥ ੧੪੨॥

ਸੰਖੇਪ ਅਰਥ – ਕਿਥੋਂ ਤਕ ਪ੍ਰਭੂ-ਪੁਰਸ਼ਾਂ ਦੇ ਗੁਣ ਹਨ।
ਹਜ਼ਾਰਾਂ 'ਚੋਂ ਜੇ ਇਕ ਹੀ ਕਹਿ ਸਕਾਂ, ਇਹੀ ਠੀਕ ਹੈ।

ਹਮਚੁਨੀਂ ਮਰਦੁਮ ਬਜੋ, ਕਿ ਆਂ ਕੀਸਤੰਦ॥
ਦੀਗਰਾਂ ਮੁਰਦੰਦ, ਵ ਈਹਾਂ ਜ਼ੀਸਤੰਦ॥ ੧੪੩॥

ਸੰਖੇਪ ਅਰਥ : ਅਜਿਹੇ ਪੁਰਸ਼ਾਂ ਨੂੰ ਢੂੰਢ, ਕਿ ਉਹ ਕੀ ਹਨ?
ਦੂਜੇ ਮੋਏ ਹਨ ਅਤੇ ਇਹੀ ਜੀਂਦੇ ਹਨ।

(ਜੀਵਨ ਦਾ ਲਾਸਾਨੀ ਅਰਥ)

ਜ਼ੀਸਤਨ ਰਾ ਮਾਅ਼ਨੀਇ, ਦਾਨੀ ਕਿਹ ਚੀਸਤ॥
***ਐ ਖ਼ੁਸ਼ਾ ਉਮਰੇ, ਕਿ ਦਰ ਯਾਦਸ਼ ਬਾਜ਼ੀਸ਼ਤ॥ ੧੪੪॥**

ਪਾਠਭੇਦ :- *ਆਂ

ਸੰਖੇਪ ਅਰਥ – ਜੀਊਣ ਦਾ ਅਰਥ, ਕੀ ਤੂ ਜਾਣਦਾ ਹੈ ਕਿ ਕੀ ਹੈ?
ਓਏ, ਆਂ=ਉਹੀ ਅਉਧ ਉਤਮ ਹੈ, ਜੋ ਕਿ ਉਸਦੇ ਸਿਮਰਨ 'ਚ ਜੀਵੀ ਗਈ।

ਮਰਦਿ ਆ਼ਰਿਫ਼, ਜ਼ਿੰਦਾ ਅਜ਼ ਇਰਫ਼ਾਨਿ ਊਸਤ॥
ਨਿਅ਼ਮਤਿ ਹਰ ਦੋ ਜਹਾਂ, ਦਰ ਖ਼ਾਨਾਇ ਊਸਤ॥ ੧੪੫॥

ਸੰਖੇਪ ਅਰਥ – ਗਿਆਨਵਾਨ ਪੁਰਸ਼ ਉਸ (ਪ੍ਰਭੂ) ਦੇ ਗਿਆਨ ਕਰਕੇ ਜੀਊਂਦਾ ਹੈ।
ਦੋਨਾਂ ਹੀ ਜਹਾਨਾਂ ਦੇ ਸੁੱਖ ਉਸ ਦੇ ਘਰ ਵਿਚ ਹਨ।

ਮਾਅ਼ਨੀਇ ਈਂ ਜ਼ਿੰਦਗੀ, ਯਾਦਿ ਖ਼ੁਦਾਸਤ॥
ਕਜ਼ ਤੁਫ਼ੈਲਸ਼, ਜ਼ਿੰਦਹ ਜਾਨਿ ਔਲੀਆਸਤ॥ ੧੪੬॥

ਸੰਖੇਪ ਅਰਥ – ਇਸ ਜੀਵਨ ਦਾ ਅਰਥ ਹੀ ਰੱਬ ਦਾ ਸਿਮਰਨ ਹੈ।
ਇਸੇ (ਸਿਮਰਨ) ਦੀ ਬਰਕਤ ਨਾਲ ਪ੍ਰਭੂ-ਪਿਆਰਿਆਂ ਦੀ ਜਾਨ ਕਾਇਮ ਹੈ।

ਜ਼ਿਕਰਿ ਊ, ਬਰ ਹਰ ਜ਼ਬਾਂ ਗੋਯਾ ਸ਼ੁਦਹ॥
ਹਰ ਦੋ ਆ਼ਲਮ, ਰਾਹਿ ਹੱਕ਼, ਜੋਯਾ ਸ਼ੁਦਹ॥ ੧੪੭॥

ਸੰਖੇਪ ਅਰਥ : ਉਸਦਾ ਜ਼ਿਕਰ ਹਰ ਜੀਭਾਂ 'ਤੇ ਹੋ ਰਿਹਾ ਹੈ।
ਦੋਵੇਂ ਜਹਾਨ ਰੱਬ ਦੇ ਰਾਹ ਦੇ ਢੂੰਡਾਊ ਹੋ ਰਹੇ ਹਨ।

ਜੁਮਲਹ ਮੇ-ਖ਼੍ਵਾਨੰਦ, ਜ਼ਿਕਰਿ ਜ਼ੁਲ ਜਲਾਲ॥
ਐ ਜ਼ਹੇ ਕ਼ੀਲੋ, ਜ਼ਹੇ ਫ਼ਰਖ਼ੰਦਾ ਕ਼ਾਲ॥ ੧੪੮॥

ਸੰਖੇਪ ਅਰਥ : ਸਾਰੇ (ਉਸ) ਜਲਾਲ ਵਾਲੇ (ਰੱਬ) ਦੀਆਂ ਗੱਲਾਂ-ਬਾਤਾਂ ਪੜ੍ਹਦੇ ਹਨ।
ਹੇ ਮਿੱਤਰ! ਓ ਧੰਨ ਹਨ ਉਹ ਬੋਲ ਅਤੇ ਮੁਬਾਰਕ ਹੈ ਗੋਸ਼ਟੀ ਜੋ ਰੱਬ ਲਈ ਹੈ।

ਕ਼ੀਲੋ ਕ਼ਾਲ, ਗਰ ਬਰਾਇ ਹੱਕ਼ ਬਵਦ॥
ਅਜ਼ ਬਰਾਇ, ਕ਼ਾਦਿਰਿ ਮੁਤ਼ਲਕ਼ ਬਵਦ॥ ੧੪੯॥

ਸੰਖੇਪ ਅਰਥ : ਗੱਲ-ਬਾਤ ਅਤੇ ਗੋਸ਼ਟੀ ਜੇ ਸੱਚ ਬਾਰੇ ਹੋਵੇ।
(ਤਾਂ ਉਹ) ਪੂਰਨ ਸ਼ਕਤੀਮਾਨ ਦੇ ਬਾਰੇ ਹੀ ਹੋਵੇਗੀ।

ਯਾਫ਼ਤ ਈਂ ਸਰਮਾਯਾਇ, ਉ਼ਮਰਿ ਨਜੀਬ॥
ਹਸਤ ਅੰਦਰ ਸੁਹ਼ਬਤਿ, ਏਸ਼ਾਂ ਨਸੀਬ॥ ੧੫੦॥

ਸੰਖੇਪ ਅਰਥ : ਸੁਹਾਵੀ ਉਮਰ ਦਾ ਇਹ ਧਨ।
ਇਨ੍ਹਾਂ (ਸਿੱਖਾਂ-ਸੰਤਾਂ) ਦੀ ਸੰਗਤ ਵਿੱਚੋਂ ਪ੍ਰਾਪਤ ਹੁੰਦਾ ਹੈ।

ਆਂ ਰਵਾ ਬਾਸ਼ਦ, ਦਿਗਰ ਮਨਜ਼ੂਰ ਨੇਸਤ
ਗ਼ੈਰਿ ਹ਼ਰਫ਼ਿ ਰਾਸਤੀ, ਦਸਤੂਰ ਨੇਸਤ॥ ੧੫੧॥

ਸੰਖੇਪ ਅਰਥ : ਉਹੋ (ਧਨ) ਉਚਿਤ ਹੈ, ਹੋਰ ਕੁਝ ਪ੍ਰਵਾਨ ਨਹੀਂ ਹੈ।
ਸੱਚ ਬਿਨਾਂ ਹੋਰ ਅੱਖਰ ਕਹਿਣੇ (ਉਨ੍ਹਾਂ ਦਾ) ਰਿਵਾਜ ਨਹੀਂ ਹੈ।

(ਸਾਧੁਸੰਗਤਿ ਦੀ ਮਹਿਮਾ)

ਸਾਧੁਸੰਗਤਿ ਨਾਮਿ-ਸ਼ਾਂ, ਦਰ ਹਿੰਦਵੀਸਤ
ਈਂ ਹਮਹ ਤਾਰੀਫ਼ਿ-ਸ਼ਾਂ, ਐ ਮੌਲਵੀਸਤ॥ ੧੫੨॥

ਸੰਖੇਪ ਅਰਥ - ਹਿੰਦੀ ਵਿੱਚ ਉਨ੍ਹਾਂ ਦਾ ਨਾਮ ਸਾਧ ਸੰਗਤ ਹੈ।
ਹੇ ਗਿਆਸੁੱਦੀਨ ਮੌਲਵੀ ਇਹ ਸਾਰੀ ਉਨ੍ਹਾਂ ਦੀ ਸ਼ਲਾਘਾ ਹੈ।

ਸੁਹ੍ਬਤਿ ਏਸ਼ਾਂ, ਬਵਦ ਲੁਤ਼ਫ਼ਿ ਖ਼ੁਦਾ॥
ਤਾਂ *ਨਸੀਬਿ ਕਸ ਸ਼ਵਦ, ਈਂ ਰੂ-ਨੁਮਾ॥ ੧੫੩॥

ਪਾਠਭੇਦ : *ਨਸੀਹਤਿ

ਸੰਖੇਪ ਅਰਥ - ਉਨ੍ਹਾਂ ਦੀ ਸੰਗਤਿ ਪਰਮਾਤਮਾ ਦੀ ਕਿਰਪਾ ਹੁੰਦੀ ਹੈ। ਜਦੋਂ ਜੀਵ ਦੇ ਭਾਗ (ਉਦੇ) ਹੁੰਦੇ ਹਨ, ਇਹ ਮਿਲ ਪੈਂਦੀ ਹੈ।

ਹਰ ਕਸੇ, ਈਂ ਦੌਲਤਿ ਜਾਵੇਦ ਯਾਫ਼ਤ॥
ਜ਼ਿੰਦਗੀਏ ਉਮਰ ਰਾ, ਉਮੀਦ ਯਾਫ਼ਤ॥ ੧੫੪॥

ਸੰਖੇਪ ਅਰਥ - ਜਿਸ ਕਿਸੇ ਨੂੰ ਇਹ ਅਬਿਨਾਸ਼ੀ ਧਨ ਮਿਲ ਗਿਆ। ਆਯੂ ਦੀ ਸਫਲਤਾ ਦੀ ਆਸ ਹੋ ਗਈ।

ਈਂ ਹਮਹ ਫ਼ਾਨੀ, ਵ ਆਂ ਬਾਕ਼ੀ ਬਿਦਾਂ॥
ਜਾਮਿ ਇਸ਼ਕ਼ਿ ਪਾਕ ਰਾ, ਸਾਕ਼ੀ ਬਿਦਾਂ॥ ੧੫੫॥

ਸੰਖੇਪ ਅਰਥ - ਇਹ ਸਭ ਕੁਝ ਨਾਸ਼ਮਾਨ ਅਤੇ ਉਹ ਅਬਿਨਾਸ਼ੀ ਜਾਣ। ਪਵਿੱਤਰ ਪ੍ਰੇਮ ਦੇ ਪਿਆਲੇ ਦਾ ਪੀਆਉਣ ਵਾਲਾ (ਸਤਿਗੁਰੂ) ਅਪਨਾ (ਧਾਰਨ ਕਰ)।

ਹਰਚਿ ਹਸਤ, ਅਜ਼ ਸੁਹ੍ਬਤਿ ਏਸ਼ਾਂ ਬਵਦ॥
ਕਜ਼ ਤੁਫ਼ੈਲਸ਼, ਜੁਮਲਹ *ਆਬਾਦਾਂ ਸ਼ਵਦ॥ ੧੫੬॥

ਉੱਚਾਰਣ :- ਆ-ਬਾ-ਦਾਂ ਲੰਮਕਾਅ ਕੇ ਬੋਲੋ

ਸੰਖੇਪ ਅਰਥ - ਜੋ ਕੁਝ ਹੈ, ਉਨ੍ਹਾਂ ਦੀ ਸੰਗਤ ਤੋਂ ਮਿਲਦਾ ਹੈ। ਉਨ੍ਹਾਂ ਦੀ ਬਰਕਤ ਨਾਲ ਹੀ ਸਾਰੇ ਵਸਦੇ-ਰਸਦੇ ਪਏ ਹਨ।

ਈਂ ਹਮਹ ਆਬਾਦੀ, ਅਜ਼ [1]ਯਾਦਿ ਖ਼ੁਦਾਸਤ॥
ਗ਼ਫ਼ਲਤ ਅਜ਼ ਵੈ ਯੱਕ ਨਫ਼ਸ, ਮਰਗੋ [2]ਜ਼ਫ਼ਾਸਤ॥ ੧੫੭॥

ਪਾਠਭੇਦ :- [1]ਜ਼ਾਤਿ, [2]ਖ਼ਤਾਸਤ

ਸੰਖੇਪ ਅਰਥ - ਇਹ ਸਾਰੀ ਆਬਾਦੀ ਪ੍ਰਭੂ ਦੇ ਸਿਮਰਨ ਕਾਰਨ ਹੈ। ਉਸ ਵੱਲੋਂ ਇਕ ਸੁਆਸ ਦੀ ਅਣਗਹਿਲੀ ਵੀ ਮੌਤ ਹੈ ਅਤੇ ਜ਼ੁਲਮ ਹੈ।

ਸੁਹ੍ਬਤਿ ਸ਼ਾਂ, ਹ੍ਾਸਿਲਿ ਈਂ ਜ਼ਿੰਦਗੀਸਤ॥
+ਜ਼ਿੰਦਗੀ ਈਂ ਜ਼ਿੰਦਗੀ, ਈਂ ਬੰਦਗੀਸਤ॥ ੧੫੮॥

ਪਾਠਭੇਦ :- +ਵਰਨਹ ਬਾਰੇ ਜ਼ਿੰਦਗੀ ਸ਼ਰਮਿੰਦਗੀਸਤ।

ਸੰਖੇਪ ਅਰਥ - ਉਨ੍ਹਾਂ ਦੀ ਸੰਗਤ ਹੀ ਇਸ ਜੀਵਨ ਦਾ ਲਾਹਾ ਹੈ।

ਜੀਵਨਾ ਇਹ ਜੀਵਨ ਹੈ, ਇਹ ਬੰਦਗੀ ਹੈ।

ਗਰ ਤੂ ਮੇਖ਼੍ਵਾਹੀ, ਕਿ ਮਰਦਿ ਹੱਕ਼ ਸ਼ਵੀ॥
***ਆਰਿਫ਼ਿ ਊ, ਕਾਮਿਲਿ ਮੁਤ਼ਲਕ਼ ਸ਼ਵੀ॥ ੧੫੯॥**

ਪਾਠਭੇਦ :- *ਵਾਸਿਲੇ ਆਂ ਕਾਂਦਰੇ ਮੁਤ਼ਲਕ਼ ਸ਼ਵੀ।

ਸੰਖੇਪ ਅਰਥ – ਜੇ ਤੂੰ ਚਾਹੁੰਦਾ ਹੈ ਕਿ ਰੱਬ ਦਾ ਬੰਦਾ ਬਹਾਦਰ ਬਣੇ।
ਉਸ ਪੂਰਨ ਸਮਰੱਥ ਦੇ ਘਰ ਦਾ ਤੂੰ ਗਿਆਨੀ ਹੋ।

ਸੁਹ਼ਬਤਿ ਸ਼ਾਂ, ਕੀਮੀਆ ਬਾਸ਼ਦ ਤੁਰਾ॥
ਤਾਂ ਚਿਹ ਮੇਖ਼੍ਵਾਹੀ, ਰਵਾ ਬਾਸ਼ਦ ਤੁਰਾ॥ ੧੬੦॥

ਸੰਖੇਪ ਅਰਥ – ਉਨ੍ਹਾਂ ਦੀ ਸੰਗਤ ਤੇਰੇ ਲਈ ਰਸਾਇਣ ਹੋਵੇਗੀ।
ਤਾਂ ਜੋ ਤੂੰ ਚਾਹੇਂ ਉਹੋ ਤੇਰੇ ਲਈ ਉਚਿਤ ਹੋਵੇਗਾ।

ਈਂ ਹਮਹ *ਕੂ ਸਾਹ਼ਿਬਿ ਜਾਂ ਆਮਦੰਦ॥
ਅਜ਼ ਬਰਾਇ ਸੁਹ਼ਬਤਿ ਸ਼ਾਂ, ਆਮਦੰਦ ੧੬੧॥

ਪਾਠਭੇਦ :- *ਕਾਂ

ਸੰਖੇਪ ਅਰਥ : ਇਹ ਸਾਰੇ ਜਿਹੜੇ ਜਾਨਦਾਰ ਜੀ ਤੇ-ਜੀਵਾਂ ਦੇ ਰਾਜੇ ਧਰਤੀ ਤੇ ਆਏ ਹਨ।
ਉਨ੍ਹਾਂ ਦੀ ਸੰਗਤ ਦੇ ਵਾਸਤੇ ਆਏ ਹਨ।

ਜ਼ਿੰਦਗੀਇ ਸ਼ਾਂ, ਜ਼ਿ ਫ਼ੈਜ਼ਿ ਸੁਹ਼ਬਤੱਸਤ॥
ਸੁਹ਼ਬਤਿ ਸ਼ਾਂ, ਆਇਤਿ ਪੁਰ ਰਹ਼ਮਤੱਸਤ॥ ੧੬੨॥

ਸੰਖੇਪ ਅਰਥ – ਉਨ੍ਹਾਂ ਦਾ ਜੀਵਨ ਸੰਗਤ ਦੇ ਸਦਕੇ ਹੀ ਹੈ। ਉਨ੍ਹਾਂ ਦੀ ਸੰਗਤ ਇਕ ਮਿਹਰ- ਨਾਲ ਭਰੀ ਹੋਈ ਕੁਰਾਨ ਦੀ ਆਇਤ ਹੈ ਵਾ:- ਮਿਹਰਮਈ ਕਰਾਮਤਾ ਹੈ।

ਹਰਕਸੇ ਰਾ, ਸੁਹ਼ਬਤਿ ਸ਼ਾਂ ਬਾਇਦਸ਼॥
ਤਾਂ ਜ਼ਿ ਦਿਲ, ਅ਼ਕ਼ਦਿ ਗੁਹਰ, ਬੁਕਸ਼ਾਇਦਸ਼॥ ੧੬੩॥

ਸੰਖੇਪ ਅਰਥ – ਹਰ ਕਿਸੇ ਨੂੰ ਉਨ੍ਹਾਂ ਦੀ ਸੰਗਤ ਚਾਹੀਦੀ ਹੈ।
ਤਾਂ ਕਿ ਦਿਲ ਵਿੱਚੋਂ ਮੋਤੀਆਂ ਦੀ ਗੰਢ ਉਹ ਖੋਲ੍ਹ ਸਕੇ।

(ਅੰਦਰੂਨੀ ਰੱਬੀ ਖ਼ਜ਼ਾਨਾ)

ਸਾਹ਼ਿਬਿ ਗੰਜੀਨਾ-ਈ, ਐ ਬੇ-ਖ਼ਬਰ॥
ਲੇਕਿ ਜ਼ਾਂ ਗੰਜੇ ਤੁਰਾ, ਨਬਵਦ ਖ਼ਬਰ॥ ੧੬੪॥

ਸੰਖੇਪ ਅਰਥ - ਹੇ ਬੇ-ਸਮਝ! ਤੂੰ ਇਕ ਖ਼ਜ਼ਾਨੇ ਦਾ ਮਾਲਿਕ ਹੈਂ।
ਪਰੰਤੂ ਉਸ ਖ਼ਜ਼ਾਨੇ ਦੀ ਤੈਨੂੰ ਸੋਝੀ ਨਹੀਂ ਹੈ।

ਕੈ ਅਜ਼ਾਂ ਗੰਜੇ, ਬਿ-ਯਾਬੀ ਇਤ੍ਲਾਅ਼॥
ਅੰਦਰੂਨਿ ਕੁਫ਼ਲ, ਚੂੰ ਬਾਸ਼ਦ ਮਤ੍ਾਅ਼॥ ੧੬੫॥

ਸੰਖੇਪ ਅਰਥ - ਤੈਨੂੰ ਉਸ ਖ਼ਜ਼ਾਨੇ ਦਾ ਪਤਾ ਕਿਵੇਂ ਲੱਗ ਸਕਦਾ ਹੈ?
ਜਦੋਂ ਕਿ ਹਿਰਦੇ ਰੂਪ ਵਾਲੇ 'ਚ ਨਾਮ ਰੂਪ ਪੂੰਜੀ ਦੀ ਕੁੰਜੀ ਹੋਵੇ।

ਪਸ ਤੁਰਾ ਲਾਜ਼ਿਮ, ਬਵਦ ਜੋਈ ਕ਼ਲੀਦ॥
ਤਾਂ ਬ-ਦੀਨੀ, ਗੰਜਿ ਖ਼ੁਫ਼ੀਅਹ ਰਾ ਪਦੀਦ॥ ੧੬੬॥

ਸੰਖੇਪ ਅਰਥ - ਇਸ ਲਈ ਜ਼ਰੂਰੀ ਹੈ, ਤੂੰ ਕੁੰਜੀ ਦੀ ਤਲਾਸ਼ ਕਰੇਂ,
ਤਾਂ ਕਿ ਤੂੰ ਗੁਪਤ ਖ਼ਜ਼ਾਨੇ ਨੂੰ ਪਰਤੱਖ ਦੇਖ ਲਵੇਂ।

(ਖ਼ਜ਼ਾਨੇ ਦੀ ਕੁੰਜੀ ਸਿਮਰਨ)

ਕੁਫ਼ਲਿ ਬੁਕਸ਼ਾ, ਅਜ਼ ਕ਼ਲੀਦਿ ਨਾਮਿ ਹੱਕ਼॥
ਅਜ਼, ਕਿਤਾਬਿ ਗੰਜਿ ਮਖ਼ਫ਼ੀ, ਖ਼੍ਵਾਂ ਸਬਕ਼॥ ੧੬੭॥

ਸੰਖੇਪ ਅਰਥ - ਪ੍ਰਭੂ ਦੇ ਨਾਮ ਦੀ ਕੁੰਜੀ ਨਾਲ ਹਿਰਦੇ ਰੂਪ ਤਾਲਾ (ਜੰਦਰਾ) ਖੋਲ੍ਹ ਲੈ।
ਲੁਕੇ ਹੋਏ ਖ਼ਜ਼ਾਨੇ ਦੇ ਗ੍ਰੰਥ ਵਿੱਚੋਂ ਪਾਠ ਪੜ੍ਹਿਆ ਕਰ।

ਈਂ ਕ਼ਲੀਦਿ-ਨਾਮ, ਪੇਸ਼ਿ ਸ਼ਾਂ ਬਵਦ॥
ਮਰਹਮਿ, ਦਿਲਹਾਇ ਰੇਸ਼ੋ, ਜਾਂ ਬਵਦ॥ ੧੬੮॥

ਸੰਖੇਪ ਅਰਥ - ਇਹ ਨਾਮ ਰੂਪੀ ਕੁੰਜੀ ਉਨ੍ਹਾਂ ਦੇ ਸਾਹਮਣੇ ਹੁੰਦੀ ਹੈ।
(ਇਹ ਕੁੰਜੀ) ਫਟੜ ਦਿਲਾਂ ਅਤੇ ਰੂਹ ਲਈ (ਸੁਖਦਾਈ) ਮਲ੍ਹਮ ਹੈ।

ਚੂੰ ਕਸੇ ਰਾ, ਈਂ ਕ਼ਲੀਦ, ਆਇਦ ਬਦਸਤ॥
ਸਾਹ਼ਿਬਿ ਗੰਜੀਨਹ *ਬਾਸ਼ਦ, ਹਰ ਕਿ ਹਸਤ॥ ੧੬੯॥

ਪਾਠਭੇਦ :- *ਗਰਦਦ

ਸੰਖੇਪ ਅਰਥ - ਜਦ ਕਿਸੇ ਦੇ ਇਹ ਕੁੰਜੀ ਹੱਥ ਵਿੱਚ ਆ ਜਾਏ।
(ਉਹ) ਖ਼ਜ਼ਾਨੇ ਦਾ ਮਾਲਕ ਬਣ ਜਾਂਦਾ ਹੈ, (ਚਾਹੇ) ਉਹ ਜੋ ਕੁਝ ਵੀ ਹੈ, ਭਾਵੇਂ ਰਾਜਾ ਭਾਵੇਂ ਕੰਗਾਲ।

ਗੰਜ ਰਾ, ਚੂੰ ਯਾਫ਼ਤਹ, ਜੋਯਾਇ ਗੰਜ॥
ਗਸ਼ਤ ਫਾਰਿਗ਼, ਅਜ਼ ਹਮਹ ਤਸ਼ਵੀਸ਼ੋ ਰੰਜ॥ ੧੭੦॥

ਸੰਖੇਪ ਅਰਥ – (ਜਦ) ਖ਼ਜ਼ਾਨੇ ਨੂੰ ਖ਼ਜ਼ਾਨਾ ਢੂੰਡਣ ਵਾਲੇ ਨੇ ਪਾ ਲਿਆ।
ਤਾਂ ਉਹ ਸਾਰੀ ਪਰੇਸ਼ਾਨੀ ਅਤੇ ਚਿੰਤਾ ਤੋਂ ਮੁਕਤ ਹੋ ਗਿਆ।

(ਅਨੰਦਪੁਰ ਦੇ ਰਾਹੀ ਦੀ ਮਹਿਮਾ)

ਆਂ ਹਮਜ਼, ਮਰਦਾਨਿ ਹੱਕ਼ ਸ਼ੁਦ, ਐ ਸ਼ਫੀਕ਼॥
ਜ਼ਾਂ ਕਿ ਰਾਹੇ ਯਾਫ਼ਤ, ਦਰ ਕੂਇ ਰਫ਼ੀਕ਼॥ ੧੭੧॥

ਸੰਖੇਪ ਅਰਥ – ਹੇ ਮਿਹਰਬਾਨ! ਉਹ ਵੀ ਰੱਬ ਦੇ ਪਿਆਰਿਆਂ ਵਿਚ ਹੋ ਗਿਆ।
ਉਹ ਜਿਸ ਨੂੰ ਕਿ ਸਭ ਦੇ ਰੱਖਿਅਕ ਗੁਰੂ ਗੋਬਿੰਦ ਸਿੰਘ ਜੀ ਦੀ ਅਨੰਦਪੁਰ ਨੂੰ ਜਾਂਦੀ ਗਲੀ ਦਾ ਰਾਹ ਪ੍ਰਾਪਤ ਹੋ ਗਿਆ।

ਸੁਹ਼ਬਤਿ ਸ਼ਾਂ, ਜ਼ੱਰਾ ਰਾ, ਚੂੰ ਮਾਹ ਕਰਦ॥
ਹਰ ਗਦਾ ਰਾ, ਸੁਹ਼ਬਤਿ ਸ਼ਾਂ, ਸ਼ਾਹ ਕਰਦ॥ ੧੭੨॥

ਸੰਖੇਪ ਅਰਥ – ਉਨ੍ਹਾਂ ਦੀ ਸੰਗਤ ਨੇ ਜ਼ੱਰੇ ਨੂੰ ਚੰਨ ਵਾਂਗ ਕਰ (ਚਮਕਾ) ਦਿੱਤਾ।
ਹਰ ਭਿੱਖ-ਮੰਗੇ ਨੂੰ ਉਨ੍ਹਾਂ ਦੀ ਸੰਗਤ ਨੇ ਬਾਦਸ਼ਾਹ ਬਣਾ ਦਿੱਤਾ।

ਰਹ਼ਮਤਿ ਹੱਕ਼ ਬਾਦ, ਬਰ ਔਜ਼ਾਇ ਸ਼ਾਂ॥
ਬਰ *ਪਿਦਰ, ਬਰ ਮਾਦਰੋ, ਅਬਨਾਇ ਸ਼ਾਂ॥ ੧੭੩॥

***ਪਾਠਭੇਦ** :- ਪਦਰੁ ਪਾਠ ਵੀ ਹੈ।

ਸੰਖੇਪ ਅਰਥ – ਨੰਦ ਲਾਲ ਜੀ ਕਹਿੰਦੇ ਹਨ ਕਿ ਮੈਂ ਅਰਦਾਸ ਕਰਦਾ ਹਾਂ ਕਿ ਉਨ੍ਹਾਂ ਸੰਤਾਂ 'ਤੇ ਰੱਬੀ ਰਹਿਮਤ ਹੋਵੇ (ਵਸਦੀ ਰਹੇ)।
ਉਨ੍ਹਾਂ ਦੇ ਵਰਤੋਂ-ਵਿਹਾਰ ਤੇ ਵਾ:- ਜੀਵਨ ਚਰਿੱਤਰ ਤੇ ਉਨ੍ਹਾਂ ਦੇ ਪਿਤਾ, ਉਨ੍ਹਾਂ ਦੀ ਜਨਨੀ ਅਤੇ ਸੰਤਾਨ ਉੱਤੇ।

ਹਰਕਿ ਸ਼ਾਂ ਰਾ ਦੀਦਹ, ਹੱਕ਼ ਰਾ ਦੀਦਾ ਅਸਤ॥
ਖ਼ੁਸ਼ ਗੁਲ, ਅਜ਼ ਬਾਗ਼ਿ ਮੁਹੱਬਤ, ਚੀਦਾ ਅਸਤ॥ ੧੭੪॥

ਸੰਖੇਪ ਅਰਥ – ਜਿਸ ਨੇ ਉਨ੍ਹਾਂ ਦੇ ਦਰਸ਼ਨ ਕਰ ਲਏ,(ਜਾਣੋ) ਉਸ ਨੇ ਰੱਬ ਦੇ ਦਰਸ਼ਨ ਕਰ ਲਏ।
ਮਾਨਹੁ ਸੋਹਣਾ ਫੁੱਲ,ਪ੍ਰੇਮ ਦੇ ਉਪਬਨ (ਬਾਗ਼) ਵਿੱਚੋਂ ਉਸ ਨੇ ਚੁਣ ਲਿਆ ਹੈ।

(ਰੱਬੀ ਪਿਆਰਿਆਂ ਦਾ ਦਰਸ਼ਨ, ਰੱਬ ਦਾ ਦਰਸ਼ਨ)

ਗੁਲ, ਜ਼ਿ ਬਾਗ਼ਿ +ਮਾਅ਼ਰਫਤ, ਬਰ-ਚੀਦਨਸਤ॥
ਦੀਦਨਿ ਏਸ਼ਾਂ, ਖ਼ੁਦਾ ਰਾ, ਦੀਦਨਸਤ॥ ੧੭੫॥

ਉੱਚਾਰਣ : ਮਾਰਫ਼ਤ ਵਾਂਞ ਮੰਮਾ ਭਾਰਾ ਕਰਕੇ ਬੋਲੋ।

ਸੰਖੇਪ ਅਰਥ - (ਉਨ੍ਹਾਂ ਦੇ ਦਰਸ਼ਨ) ਬ੍ਰਹਮ ਗਿਆਨ ਦੇ ਬਾਗ਼ 'ਚੋਂ ਫੁੱਲ ਚੁਣ ਲੈਣਾ ਹੈ। ਉਨ੍ਹਾਂ ਦਾ ਦੀਦਾਰ ਰੱਬ ਦਾ ਦਰਸ਼ਨ ਹੈ।

ਮੁਸ਼ਕਿਲ ਆਮਦ, ਦੀਦਨਿ ਹੱਕ਼ ਰਾ *ਬਿਆਂ॥
ਮੇਦਿਹਦ ਈਂ ਜੁਮਲਹ ਰਾ, ਕ਼ੁਦਰਤਿ *ਨਿਸ਼ਾਂ॥ ੧੭੬॥

ਉਚਾਰਣ : ਬਿਆਂ ਨਿਸ਼ਾਂ ਲੰਮਕਾ ਕੇ ਬੋਲੋ।

ਸੰਖੇਪ ਅਰਥ - ਰੱਬ ਦੇ ਦਰਸ਼ਨਾਂ ਦਾ ਵਰਣਨਚ ਕਰਨਾ ਕਠਿਨ ਹੈ, ਇਹ ਸਭ ਕੁਝ ਦਾ (ਉਸਦੀ) ਕੁਦਰਤ ਹੀ ਪਤਾ ਦਿੰਦੀ ਹੈ।

ਅਜ਼ ਤੁਫ਼ੈਲਿ ਸ਼ਾਂ, ਖ਼ੁਦਾ ਰਾ ਦੀਦਾ-ਅਮ॥
***ਗੁਲ ਜ਼ਿ ਬਾਗ਼ਿ ਮਾਅ਼ਰਫ਼ਤ, ਬਰ-ਚੀਦਾ-ਅਮ॥ ੧੭੭॥**

ਪਾਠਭੇਦ : *ਦੀਦਹਮ ਵ ਦੀਦਹਅਮ ਵ ਦੀਦਹਅਮ॥

ਸੰਖੇਪ ਅਰਥ - ਉਨ੍ਹਾਂ ਦੀ ਕਿਰਪਾ ਨਾਲ ਮੈਂ ਰੱਬ ਨੂੰ ਵੇਖਿਆ ਹੈ। ਇਸ ਤਰ੍ਹਾਂ ਮਾਨੋ ਮੈਂ ਵੀ ਬ੍ਰਹਮ ਗਿਆਨ ਦੇ ਬਾਗ਼ ਚੋਂ ਫੁੱਲ ਚੁਣ ਲਿਆ ਹੈ।

ਦੀਦਨਿ ਹੱਕ਼, ਮਾਅ਼ਨੀਏ ਦਾਰਦ ਸ਼ਰੀਫ਼॥
ਮਨ ਨਿਅਮ, ਈਂ ਜੁਮਲਹ ਆਂ ਜ਼ਾਤਿ ਲਤੀਫ਼॥ ੧੭੮॥

ਸੰਖੇਪ ਅਰਥ - ਰੱਬ ਦਾ ਦੇਖਣਾ ਇਕ ਮਹਾਨ, ਭਲਾ ਮਾਇਨੇ (ਅਰਥ) ਰੱਖਦਾ ਹੈ। ਮੈਂ ਨਹੀਂ ਹਾਂ, ਇਹ ਸਭ ਉਸਦੀ ਸੂਖਮ ਹਸਤੀ ਹੈ।

ਹਰ ਕਿ ਊ, ਦਾਨਿਸਤ ਈਂ ਹਰਫ਼ਿ ਤਮਾਮ॥
ਯਾਫ਼ਤ ਊ, ਆਂ ਗੰਜਿ ਮਖ਼ਫ਼ੀ ਰਾ, ਮੁਕ਼ਾਮ॥ ੧੭੯॥

ਸੰਖੇਪ ਅਰਥ - ਹਰ ਉਹ ਸ਼ਖਸ ਜਿਸ ਨੇ ਕਿ ਇਹ ਪੂਰਨ ਅੱਖਰ ਜਾਣ ਲਿਆ। ਉਸ ਨੂੰ ਉਸ ਲੁਕੇ ਖ਼ਜ਼ਾਨੇ ਦਾ ਟਿਕਾਣਾ ਮਿਲ ਗਿਆ।

ਮਾਅ਼ਨੀਏ ਹੱਕ਼, ਸੂਰਤੇ ਦਾਰਦ ਨਿਕੂਸਤ॥
ਸੂਰਤਿ ਹੱਕ਼, ਸੂਰਤਿ ਮਰਦਾਨਿ ਊਸਤ॥ ੧੮੦॥

ਸੰਖੇਪ ਅਰਥ - ਸੱਚ (ਪਰਮੇਸ਼ਰ) ਦਾ ਭਾਵ ਇਕ ਸੁੰਦਰ ਸਰੂਪ ਰੱਖਦਾ ਹੈ,

ਪਰਮੇਸ਼ਰ ਦਾ ਸਰੂਪ ਉਸ ਦੇ ਪਿਆਰਿਆਂ ਦਾ ਸਰੂਪ ਹੈ।

ਖ਼ਲਵਤਿ ਏਸ਼ਾਂ ਬਵਦ, ਦਰ ਅੰਜੁਮਨ॥
ਵਸਫ਼ਿ ਏਸ਼ਾਂ, ਬਰ ਜ਼ਬਾਨਿ ਮਰਦੋ ਜ਼ਨ॥ ੧੮੧॥

ਸੰਖੇਪ ਅਰਥ : ਸੰਗਤਿ ਵਿਚ ਵੀ ਉਨ੍ਹਾਂ ਦੀ ਇਕਾਂਤ ਬਿਰਤੀ ਹੁੰਦੀ ਹੈ। (ਹਰ) ਪੁਰਸ਼ ਅਤੇ ਇਸਤਰੀ ਦੀ ਜੀਭਾ 'ਤੇ ਉਨ੍ਹਾਂ ਦਾ ਜਸ ਹੁੰਦਾ ਹੈ।

(ਰੱਬੀ ਪ੍ਰੇਮ ਦੀ ਮਹਿਮਾ)

ਜ਼ੀਂ ਖ਼ਬਰ ਵਾਕਿਫ਼, ਕਸੇ ਬਾਸ਼ਦ ਕਿ ਊ॥
ਦਾਰਦ, ਅਜ਼ ਸ਼ੌਕਿ਼ ਮੁਹੱਬਤ, ਗੁਫ਼ਤਗੂ॥ ੧੮੨॥

ਸੰਖੇਪ ਅਰਥ : ਜਿਹੜਾ ਕੋਈ ਉਹ, ਇਸ ਖ਼ਬਰ ਤੋਂ ਵਾਕਿਫ਼ ਹੁੰਦਾ ਹੈ। ਉਹੀ ਰੱਬੀ ਮੁਹੱਬਤ ਦੇ ਚਾਅ ਨਾਲ ਗੱਲਬਾਤ (ਵਾਕਿਫੀ) ਰੱਖਦਾ ਹੈ।

ਸ਼ੌਕਿ਼ ਮੌਲਾ-ਅਸ਼, ਗਿਰੇਬਾਂਗੀਰ ਸ਼ੁਦ॥
ਨਾਕਿਸ਼ੇ ਹਮ; ਸਾਹਿਬਿ ਤਦਬੀਰ ਸ਼ੁਦ॥ ੧੮੩॥

ਉੱਚਾਰਣ : ਗਿਰੇ-ਬਾਂ-ਗੀਰ ਬੋਲੋ।

ਸੰਖੇਪ ਅਰਥ : ਮਾਲਕ ਦੇ ਪ੍ਰੇਮ ਨੇ ਜਿਸ ਦਾ ਸਾਥ ਦਿੱਤਾ, ਉਹ ਇਕ ਨਿਗੂਣਾ ਵੀ ਉਚ ਸੋਝੀ ਦਾ ਸਾਈਂ ਬਣ ਗਿਆ।

ਸ਼ੌਕਿ਼ ਮੌਲਾਯਤ, ਚੂੰ ਬਾਸ਼ਦ ਦਸਤਗੀਰ॥
ਜ਼ੱਰਾ ਗਰਦਦ, ਰਸ਼ਕਿ ਖ਼ੁਰਸ਼ੈਦ ਮੁਨੀਰ॥ ੧੮੪॥

ਸੰਖੇਪ ਅਰਥ : ਮਾਲਿਕ ਦਾ ਪ੍ਰੇਮ ਜਦੋਂ ਤੇਰਾ ਸਹਾਈ ਹੁੰਦਾ ਹੋਵੇਗਾ। (ਤਦੋਂ) ਕਣ ਵੀ ਚਮਕਦੇ ਸੂਰਜ ਨੂੰ ਮਾਤ ਪਾ ਦੇਵੇਗਾ।

ਬਸਕਿ, ਹੱਕ਼ ਮੇ ਬਾਰਦ, ਅਜ਼ ਗੁਫ਼ਤਾਰਿ ਸ਼ਾਂ॥
ਦੀਦਹ ਹਾ ਰੌਸ਼ਨ ਸ਼ੁਦਾ, ਅਜ਼ ਦੀਦਾਰਿ ਸ਼ਾਂ॥ ੧੮੫॥

ਸੰਖੇਪ ਅਰਥ : ਉਨ੍ਹਾਂ ਦੇ ਬੋਲਾਂ ਵਿੱਚੋਂ ਸੱਚ ਹੀ ਬਰਸਦਾ ਹੈ, ਉਨ੍ਹਾਂ ਦੇ ਦੀਦਾਰ ਤੋਂ ਅੱਖਾਂ ਪ੍ਰਕਾਸ਼ਮਾਨ ਹੋ ਜਾਂਦੀਆਂ ਹਨ।

(ਸੰਸਾਰੀ ਭੇਖ 'ਚ ਵੀ ਗੁਰਮੁਖ ਅੰਦਰੋਂ ਨਿਰੰਕਾਰੀ ਹੁੰਦੇ)

ਰੋਜ਼ੋ-ਸ਼ਬ ਬਾਸ਼ੰਦ, ਦਰ ਜ਼ਿਕਰੇ +ਮੁਦਾਮ॥
ਦਰ ਲਿਬਾਸਿ ਦੁਨਿਯਵੀ, ਮਰਦਿ ਤਮਾਮ॥ ੧੮੬॥

ਪਾਠਭੇਦ : ਖ਼ੁਦਾਮ ਦੂਜਾ ਪਾਠ ਹੈ, ਅਰਥ ਨੌਕਰ ਹੈ।

ਸੰਖੇਪ ਅਰਥ : ਦਿਨ ਰਾਤ ਉਹ ਸਦਾ ਸਿਮਰਨ ਕਰਦੇ ਹਨ।

ਸੰਸਾਰ ਭੇਖ 'ਚ ਵੀ ਉਹ ਪੂਰੇ ਪੁਰਖ ਹਨ।

ਬਾ ਹਮਹ, ਅਜ਼ ਜੁਮਲਹ, ਆਜ਼ਾਦੰਦ ਸ਼ਾਂ॥
ਦਰ ਹਮਹ ਹ਼ਾਲ ਅਜ਼, ਖ਼ੁਦਾ ਸ਼ਾਦੰਦ ਸ਼ਾਂ॥ ੧੮੭॥

ਸੰਖੇਪ ਅਰਥ : ਸਭ ਦੇ ਨਾਲ ਹੁੰਦੇ ਹੋਏ, ਉਹ ਸਭ ਤੋਂ ਅਜ਼ਾਦ ਹੁੰਦੇ ਹਨ।

ਸਭ ਹਾਲਤਾਂ 'ਚ ਉਹ ਰੱਬ ਨਾਲ ਰਹਿੰਦੇ ਹਨ ਤੇ ਪ੍ਰਸੰਨ ਰਹਿੰਦੇ ਹਨ।

ਦਰ ਲਿਬਾਸਿ ਦੁਨਿਯਵੀ, ਵ ਰਸਮਿ ਦੀਂ॥
ਹਮਚੂ ਏਸ਼ਾਂ, ਸਾਨੀਏ ਦੀਗਰ ਮਬੀਂ॥ ੧੮੮॥

ਸੰਖੇਪ ਅਰਥ : (ਉਹ) ਸੰਸਾਰੀ ਪਹਿਰਾਵੇ ਵਿਚ ਹੁੰਦੇ ਹਨ,ਅਤੇ ਧਰਮ ਵਾਲੀ ਰੀਤ ਰੱਖਦੇ ਹਨ।

ਉਨ੍ਹਾਂ ਵਰਗਾ ਹੋਰ ਦੂਜਾ ਕੋਈ ਨਾ ਵੇਖ।

ਹਮਚੁਨਾਂ, ਦਰ ਯਾਦਿ ਹ਼ੱਕ਼, ਦਾਰੰਦ ਦਸਤ॥
ਹ਼ੱਕ਼-ਸ਼ਨਾਸੋ ਹ਼ੱਕ਼-ਪਸੰਦੋ, ਹ਼ੱਕ਼-ਪ੍ਰਸਤ॥ ੧੮੯॥

ਸੰਖੇਪ ਅਰਥ : ਉਹ ਐਸੇ ਸੰਤ ਜਨ ਹਮੇਸ਼ਾਂ ਰੱਬ ਦੀ ਯਾਤ ਨੂੰ ਹਿਰਦੇ ਰੂਪ ਹੱਥਾਂ 'ਚ ਰੱਖਦੇ ਹਨ।

(ਕਿ ਉਹ) ਪ੍ਰਭੂ ਨੂੰ ਹੀ ਜਾਣਦੇ-ਪਛਾਣਦੇ ਅਤੇ ਪ੍ਰਭੂ ਨੂੰ ਹੀ ਪਸੰਦ ਕਰਦੇ ਅਤੇ ਪ੍ਰਭੂ ਨੂੰ ਹੀ ਪੂਜਦੇ ਹਨ।

ਦਰ ਲਿਬਾਸਿ ਦੁਨਿਯਵੀ, ਸਰ ਤਾ ਕ਼ਦਮ॥
ਬੀਨੀ ਨ, ਗ਼ਾਫ਼ਿਲ ਨ-ਬੀਨੀ, ਨੀਮ ਦਮ॥ ੧੯੦॥

ਸੰਖੇਪ ਅਰਥ : ਤੂੰ (ਉਨ੍ਹਾਂ ਨੂੰ) ਸਿਰ ਤੋਂ ਪੈਰਾਂ ਤਕ ਸੰਸਾਰੀ ਪਹਿਰਾਵੇ ਵਿਚ ਵੇਖੇਂਗਾ ਨਹੀਂ ਵੇਖੇਂਗਾ, ਬੇਪਰਵਾਹ ਨਹੀਂ ਵੇਖੇਂਗਾ ਤੂੰ ਉਨ੍ਹਾਂ ਨੂੰ ਅੱਧਾ ਦਮ ਵੀ।

ਆਂ ਖ਼ੁਦਾਇ ਪਾਕ, ਸ਼ਾਂ-ਰਾ ਪਾਕ ਕਰਦ
ਗਰਚਿਹ ਜਿਸਮਿ ਸ਼ਾਂ, ਜ਼ਿ-ਮੁਸ਼ਤਿ ਖ਼ਾਕ ਕਰਦ॥ ੧੯੧॥

ਸੰਖੇਪ ਅਰਥ : (ਉਸ) ਪਾਵਨ ਪ੍ਰਭੂ ਨੇ, ਉਨ੍ਹਾਂ ਨੂੰ ਪਾਕ-ਪਵਿੱਤਰ ਕਰ ਦਿੱਤਾ ਹੈ। ਭਾਵੇਂ ਉਨ੍ਹਾਂ ਦਾ ਸਰੀਰ ਮੁੱਠੀ ਭਰ ਮਿੱਟੀ ਤੋਂ ਬਣਿਆ,

ਈਂ ਵਜੂਦਿ ਖ਼ਾਕ, ਪਾਕਜ਼ ਯਾਦਿ ਊਸਤ॥
ਜ਼ਾਂਕਿ ਏਸ਼ਾਂ ਮੁਜ਼ਹਰਿ, ਬੁਨਿਆਦਿ ਊਸਤ॥ ੧੯੨॥

ਸੰਖੇਪ ਅਰਥ : ਇਹ ਮਿੱਟੀ ਦਾ ਸਰੀਰ ਉਸਦੇ ਸਿਮਰਨ ਨਾਲ ਪਾਕ-ਪਵਿੱਤਰ ਹੁੰਦਾ ਹੈ,
ਇਸ ਕਾਰਨ ਉਹ ਉਸ (ਪ੍ਰਭੂ) ਦੀ ਹਸਤੀ, ਬੁਨਿਆਦ ਨੂੰ ਪ੍ਰਗਟ ਕਰਨ ਵਾਲੇ ਹਨ।

(ਸੰਤਾਂ ਦੀ ਮਰਿਆਦਾ ਸਭ ਦਾ ਦਿਲ ਖ਼ੁਸ਼ ਕਰਦੀ ਹੈ)

ਰਸਮਿ ਸ਼ਾਂ, ਆਈਨਿ ਦਿਲਦਾਰੀ ਬਵਦ॥
ਦਰ ਹਮਾ ਹ਼ਾਲ, ਅਜ਼ ਖ਼ੁਦਾ ਯਾਰੀ ਬਵਦ॥ ੧੯੩॥

ਸੰਖੇਪ ਅਰਥ : ਉਨ੍ਹਾਂ ਦੀ ਮਰਿਆਦਾ ਦਿਲਾਂ ਦੀ ਖ਼ੁਸ਼ੀ ਲੈਣ ਵਾਲਾ ਕਾਨੂੰਨ ਹੈ।
(ਉਨ੍ਹਾਂ ਦੀ) ਸਭ ਹਾਲਤਾਂ ਵਿਚ ਪ੍ਰਭੂ ਨਾਲ ਪ੍ਰੀਤ ਹੁੰਦੀ ਹੈ।

ਹਰਕਸੇ ਰਾ, ਕੈ ਨਸੀਬ; ਈਂ ਦੌਲਤਸਤ॥
ਦੌਲਤਿ ਜਾਵੇਦ, ਅੰਦਰ ਸੁਹ਼ਬਤਸਤ॥ ੧੯੪॥

ਸੰਖੇਪ ਅਰਥ : ਹਰ ਮਨੁੱਖ ਨੂੰ ਇਹ ਧਨ ਕਿਵੇਂ ਮਿਲ ਸਕਦਾ ਹੈ,
(ਇਹ) ਅਬਿਆਸ਼ੀ ਧਨ (ਉਨ੍ਹਾਂ ਗੁਰਮੁਖਾਂ ਦੀ) ਸੰਗਤ ਵਿਚ ਹੈ।

ਈਂ ਹਮਹ ਅਜ਼, ਸੁਹ਼ਬਤਿ ਮਰਦਾਨਿ ਊਸਤ॥
ਦੌਲਤਿ ਹਰ ਦੋ ਜਹਾਂ, ਦਰ +ਖ਼੍ਵਾਨਿ ਊਸਤ॥ ੧੯੫॥

ਪਾਠਭੇਦ : +ਸ਼ਾਨਿ

ਸੰਖੇਪ ਅਰਥ - ਇਹ ਸਭ ਉਸ ਰੱਬ ਦੇ ਪਿਆਰਿਆਂ ਦੀ ਸੰਗਤ ਤੋਂ ਹੈ।
ਦੋਹਾਂ ਹੀ ਜਹਾਨਾਂ ਦਾ ਧਨ ਉਸ ਦੇ ਦਸਤਰ ਖਾਨ ਦੇ ਭੋਰਿਆਂ 'ਚ ਹੈ ਵਾ:- ਉਸ ਦੀ ਵਡਿਆਈ 'ਚ ਹੈ।

ਸੁਹ਼ਬਤਿ ਸ਼ਾਂ, ਨਫ਼ਅ਼ਾ ਬਿਸੀਆਰ ਆਵੁਰਦ॥
ਨਖ਼ਲਿ ਜਿਸਮਿ ਖ਼ਾਕ, ਹ਼ੱਕ਼ ਬਾਰ ਆਵੁਰਦ॥ ੧੯੬॥

ਉੱਚਾਰਣ : ਆ-ਵੁ-ਰਦ ਬੋਲੋ।

ਸੰਖੇਪ ਅਰਥ - ਉਨ੍ਹਾਂ ਦੀ ਸੰਗਤ ਬਹੁਤ ਲਾਭ ਲਿਆਉਂਦੀ ਹੈ,
ਮਿੱਟੀ ਦੇ ਸਰੀਰ ਦੇ ਰੁੱਖ ਨੂੰ, ਸੱਚੇ ਨਾਮ ਦਾ ਫਲ ਫਲਾਉਂਦੀ ਹੈ।

ਹਮਚੁਨੀਂ ਸੁਹ਼ਬਤ, ਕੁਜਾ [1]ਬਾਜ਼ ਆਇਦਤ॥
ਕਜ਼, ਬਰਾਏ ਮਰਦਮੇ, [2]ਮੇ-ਸ਼ਾਇਦਤ॥ ੧੯੭॥

***ਪਾਠਭੇਦ** - [1]ਦਸਤ ਆਇਦਸ਼,[2]ਬਾਇਦਸ਼

ਸੰਖੇਪ ਅਰਥ - ਐਸੀ ਸੰਗਤ ਫਿਰ ਤੇਰੇ ਲਈ ਕਦ ਆਵੇਗੀ।

ਜੋ ਮਰਦਾਨਗੀ ਲਈ ਤੈਨੂੰ ਯੋਗ ਬਣਾਉਂਦੀ ਹੈ।

(ਰੱਬੀ ਮਰਦਾਨਗੀ ਦੇ ਅਰਥ)

ਮਰਦਮੀ ਯਾਅ਼ਨੀ, ਬਾਹੱਕ਼ ਪੈਵਸਤਨਸਤ॥
ਗ਼ੈਰਿ ਜ਼ਿਕਰਸ਼, ਅਜ਼ ਹਮਾ ਵਾ ਰਸਤਨਸਤ॥ ੧੯੮॥

ਉੱਚਾਰਣ : ਪੈਵੱਸ-ਤਨੱਸਤ ਬੋਲੋ।

ਸੰਖੇਪ ਅਰਥ – ਮਰਦਾਨਗੀ ਦਾ ਅਰਥ ਪ੍ਰਭੂ ਨਾਲ ਜੁੜ ਜਾਣਾ ਹੈ,
ਉਸ ਦੇ ਸਿਮਰਨ ਤੋਂ ਬਿਨਾਂ, ਸਭ ਕੁਝ ਤੋਂ ਬੇਪ੍ਰਵਾਹ ਹੋ ਜਾਣਾ ਹੈ।

ਚੂੰ ਦਿਲਿ ਬੰਦਾ, ਬਜ਼ਿਕਰਸ਼ ਰਾਹਿ ਯਾਫ਼ਤ॥
ਹ਼ਾਸਿਲਿ ਉਮਰੋ, ਦਿਲਿ ਆਗਾਹਿ ਯਾਫ਼ਤ॥ ੧੯੯॥

ਸੰਖੇਪ ਅਰਥ – ਜਦੋਂ ਬੰਦੇ ਦੇ ਦਿਲ ਨੂੰ ਉਸਦੇ ਸਿਮਰਨ ਵੱਲ ਦਾ ਰਾਹ ਮਿਲ ਗਿਆ,
ਮਾਨੋ (ਉਸ ਨੂੰ) ਜੀਵਨ ਦਾ ਲਾਹਾ ਅਤੇ ਜਾਣਕਾਰ ਮਨ ਮਿਲ ਗਿਆ।

ਕਾਰਸ਼, ਅਜ਼ ਗਰਦੂਨਿ ਗਰਦਾਂ, ਦਰ ਗੁਜ਼ਸਤ॥
ਬਰ ਸਰਿ ਦੁਨੀਆ, ਚੂੰ ਮਰਦਾਂ ਦਰ ਗੁਜ਼ਸਤ॥ ੨੦੦॥

ਸੰਖੇਪ ਅਰਥ – ਕੰਮ ਦੇ ਗਰਦੂਨਿ ਗਰਦਾਂ=ਧੂੜ ਘੱਟੇ ਤੋਂ ਓਹ ਅੱਗੇ ਗੁਜ਼ਰ ਗਿਆ ਭਾਵ ਮੁਕਤ ਹੋ ਗਿਆ।
ਦੁਨੀਆ ਰੂਪ ਸਾਗਰ ਦੇ ਸਿਰ ਉੱਪਰੋਂ ਉਹ ਬਹਾਦਰਾਂ ਵਾਂਗ ਗੁਜ਼ਰ ਗਿਆ ਭਾਵ ਉਸ ਦਾ ਪਾਰ ਉਤਾਰ ਹੋ ਗਿਆ।

ਈਂ ਜਹਾਨੋ, ਆਂ ਜਹਾਂ, ਤਹ਼ਿਸੀਂ ਕੁਨੰਦ॥
ਆਂ ਕਿ ਦਿਲ, ਅਜ਼ ਜ਼ਿਕਰਿ ਹ਼ੱਕ਼, ਰੰਗੀਂ ਕੁਨੰਦ॥ ੨੦੧॥

ਸੰਖੇਪ ਅਰਥ : ਇਹ ਲੋਕ ਅਤੇ ਉਹ ਪਰਲੋਕ (ਦੋਵੇਂ ਜਹਾਨ) ਉਨ੍ਹਾਂ ਦੀ ਉਪਮਾ ਕਰਦੇ ਹਨ,
ਜੋ ਕਿ ਦਿਲ ਨੂੰ ਪਰਮੇਸ਼ਰ ਦੇ ਸਿਮਰਨ ਨਾਲ ਰੰਗਲਾ ਕਰ ਲੈਂਦੇ ਹਨ।

(ਨਾਮ ਦੀ ਮਹਿਮਾ)

ਦਰ ਵਜੂਦਸ਼, ਆਫ਼ਤਾਬੇ ਤਾਫ਼ਤਾ॥
ਨਾਮਿ ਹ਼ੱਕ਼, ਦਰ ਸੁਹ਼ਬਤਿ ਸ਼ਾਂ ਯਾਫ਼ਤਾ॥ ੨੦੨॥

ਸੰਖੇਪ ਅਰਥ : ਉਸ ਦੇ ਸਰੀਰ ਵਿਚ ਇਕ ਸੂਰਜ ਚਮਕ ਪਿਆ,

(ਜਿਸ ਨੇ) ਪ੍ਰਭੂ ਦਾ ਨਾਮ ਉਨ੍ਹਾਂ ਦੀ ਸੰਗਤ 'ਚੋਂ ਪਾ ਲਿਆ।

ਨਾਮਿ ਹੱਕ਼ ਅਜ਼, ਬਸਕਿ ਰੋਜ਼ੋ ਸ਼ਬ ਗਿਫ਼ਤ॥
ਦਸਤਿ ਊਰਾ, ਜ਼ਿਕਰਿ ਮੌਲਾ ਬਰ-ਗਿਫ਼ਤ॥ ੨੦੩॥

ਸੰਖੇਪ ਅਰਥ : (ਜਿਸ ਨੇ) ਪ੍ਰਭੂ ਦਾ ਨਾਮ ਦਿਨ ਰਾਤ ਦੱਬ ਕੇ ਫੜ ਲਿਆ (ਜਪਿਆ)।

ਅੱਗੇ ਸਾਈਂ ਦੇ ਸਿਮਰਨ ਨੇ ਉਸਦਾ ਹੱਥ ਪਕੜ ਲਿਆ।

ਜ਼ਿਕਰਿ ਮੌਲਾ, ਆਂ ਕਿ ਯਾਰੀ ਦਾਦ ਸ਼ੁਦ॥
[1]ਖ਼ਾਨਾਇ ਵੀਰਾਂ, ਜ਼ਿ ਹ਼ਕ਼, ਆਬਾਦ ਸ਼ੁਦ॥ ੨੦੪॥

ਉੱਚਾਰਣ : ਵੀਰਾਨ ਵਾਂਗ ਬੋਲੋ।

ਪਾਠਭੇਦ : [1]ਖ਼ਾਨਹੇ ਵੈ ਰਾਜ਼ਿ ਹ਼ਕ਼ ਆਬਾਦ ਸ਼ੁਦ॥

ਸੰਖੇਪ ਅਰਥ : ਸਾਈਂ ਦਾ ਸਿਮਰਨ ਜਿਸ ਦਾ ਵੀ ਸਹਾਈ ਹੋ ਗਿਆ,

(ਉਸਦਾ) ਉਜੜਿਆ ਘਰ ਪ੍ਰਭੂ ਰਾਹੀਂ ਵਸਦਾ-ਰਸਦਾ ਹੋ ਗਿਆ।

ਜ਼ਿਕਰਿ ਮੌਲਾ, ਦੌਲਤੇ ਬਾਸ਼ਦ ਅਜ਼ੀਮ॥
ਕੈ ਬਦਸਤ ਆਇਦ, ਜ਼ਿ ਗੰਜੋ ਮਾਲੋ ਸੀਮ॥ ੨੦੫॥

ਸੰਖੇਪ ਅਰਥ : ਸਾਈਂ ਦਾ ਸਿਮਰਨ ਇਕ ਮਹਾਨ ਧਨ ਹੈ,

ਇਹ ਮਾਲ-ਮਤੇ ਅਤੇ ਚਾਂਦੀ ਦੇ ਖ਼ਜ਼ਾਨਿਆਂ ਨਾਲ ਕਿਵੇਂ ਮਿਲ ਸਕਦਾ ਹੈ?

ਹਰ +ਕਿਹ ਹ਼ੱਕ਼ ਰਾ ਖ਼੍ਵਾਸਤ, ਹ਼ੱਕ਼ ਊਰਾ ਬਖ਼੍ਵਾਸਤ॥
ਸ਼ੌਕ਼ਿ ਮੌਲਾ, ਬਿਹਤਰੀਨਿ ਕੀਮੀਆਸਤ॥ ੨੦੬॥

ਪਾਠਭੇਦ : +ਕਿਰਾ ਪਾਠ ਵੀ ਹੈ।

ਸੰਖੇਪ ਅਰਥ : ਜਿਸ ਨੇ ਰੱਬ ਨੂੰ ਚਾਹਿਆ, ਰੱਬ ਨੇ ਵੀ ਅੱਗੋਂ ਉਸ ਨੂੰ ਚਾਹਿਆ,

ਇਸ ਲਈ ਸਾਈਂ ਦਾ ਪ੍ਰੇਮ ਸਭ ਤੋਂ ਵਧੀਆ ਰਸਾਇਣ ਹੈ।

ਗੌਹਰਿ ਮਕ਼ਸੂਦਿ, +ਤਨ ਯਾਦਿ ਖ਼ੁਦਾਸਤ॥
ਲੇਕਿਨ ਊ, ਅੰਦਰ ਜ਼ਬਾਨਿ, ਔਲੀਆਸਤ॥ ੨੦੭॥

ਪਾਠਭੇਦ : +ਈਂ

ਸੰਖੇਪ ਅਰਥ : ਸਰੀਰ ਦੇ ਮਨੋਰਥ ਦਾ ਜੌਹਰ ਪ੍ਰਭੂ ਦਾ ਸਿਮਰਨ ਹੈ,

ਪਰੰਤੂ ਉਹ ਗੁਰਮੁਖਿ ਸੰਤਾਂ ਦੀ ਰਸਨਾ ਵਿਚ ਹੈ।

(ਬਾਦਿਸ਼ਾਹੀ ਤੋਂ ਫ਼ਕੀਰੀ ਚੰਗੀ)

ਪਾਰਸਾਈ ਬਿਹ, ਕਿ ਬਹਿਰਿ ਹੱਕ਼ ਬਵਦ॥
ਬਾਦਿਸ਼ਾਹੀ ਚੀਸਤ, ਕਾਂ ਨਾਹੱਕ਼ ਬਵਦ॥ ੨੦੮॥

ਨੋਟ : ਪਾਰਸਾਈ ਦਾ ਅਰਥ ਫ਼ਕੀਰੀ ਹੈ, ਕਿਉਂਕਿ ਕਿ ਪਾਰਸ ਈਰਾਨ ਦੇਸ਼ ਨੂੰ ਕਹਿੰਦੇ ਹਨ ਅਤੇ ਈਰਾਨ, ਮੁਲਤਾਨ ਫ਼ਕੀਰਾਂ ਦਾ ਪ੍ਰਧਾਨ ਦੇਸ਼ ਰਿਹਾ ਹੈ।

ਸੰਖੇਪ ਅਰਥ : ਫ਼ਕੀਰੀ ਚੰਗੀ ਹੈ,ਜੋ ਪਰਮੇਸ਼ਰ ਲਈ ਹੁੰਦੀ ਹੈ,

ਬਾਦਸ਼ਾਹੀ ਕੀ ਹੈ, ਜੋ ਸੱਚ ਤੋਂ ਬਿਨਾਂ ਵਿਅਰਥ ਹੋਵੇ।

ਹਰ ਦੋ ਮੁਸ਼ਤਾਕ਼ *ਕ਼ੰਦ, ਰਿੰਦੋ ਪਾਰਸਾ॥
ਤਾ ਕਿਹ ਰਾ ਖ਼੍ਵਾਹਦ, ਖ਼ੁਦਾਇ ਕਿਬਰੀਆ॥ ੨੦੯॥

ਪਦਅਰਥ : *ਕ਼ੰਦ = ਮਿਸਰੀ,ਪਰਮਾਨੰਦ ਰੂਪ ਮਿਸਰੀ।

ਪਾਠਭੇਦ :- ਕ਼ੰਦ ਦੀ ਅੰਦ ਪਾਠ ਵੀ ਹੈ।

ਅਤੀ ਸੰਖੇਪ ਅਰਥ : ਪਰਮਾਨੰਦ ਰੂਪ ਮਿਸਰੀ ਨੂੰ ਰਿੰਦ=ਗਿਆਨੀ ਅਤੇ ਪਾਰਸਾ=ਫੱਕਰ ਦੋਨੋਂ ਹੀ ਮੁਸ਼ਤਾਕ਼ - ਚਾਹੁੰਦੇ ਹਨ।

ਤਾਂ ਹੁਣ ਦੇਖੋ! ਉਹ ਖ਼ੁਦਾਇ ਕਿਬਰੀਆ (ਰੱਬ) ਕਿਹ ਰਾ=ਕਿਸਨੂੰ ਖ਼੍ਵਾਹਦ=ਚਾਹੁੰਦਾ ਹੈ। (ਬੰਦਾ ਕੌਣ ਹੈ?)

ਬੰਦਹ ਤਾ ਬਾਸ਼ਦ, ਬਰਾਇ ਬੰਦਗੀਸਤ॥
ਗ਼ੈਰ ਹ਼ਰਫ਼ਿ ਹੱਕ਼, ਹਮਹ ਸ਼ਰਮਿੰਦਗੀਸਤ॥ ੨੧੦॥

ਸੰਖੇਪ ਅਰਥ : ਬੰਦਾ ਤਾਂ ਹੀ ਹੈ, (ਜੇ) ਉਹ ਬੰਦਗੀ ਵਾਸਤੇ ਤਿਆਰ-ਬਰ-ਤਿਆਰ ਹੈ। ਪ੍ਰਭੂ ਬਿਨਾਂ ਦੂਜੇ ਬੋਲ ਨਿਰੀ ਸ਼ਰਮਿੰਦਗੀ ਹੀ ਹੈ।

ਲੇਕਿ ਦਰ ਜ਼ਾਹਿਰ, ਕਸੇ ਬਾਸ਼ਦ ਦਰੁਸਤ॥
ਆਂ ਕਿ ਆਰਦ, ਮੁਰਸ਼ਿਦਿ ਕਾਮਿਲ ਬਦਸਤ॥ ੨੧੧॥

ਸੰਖੇਪ ਅਰਥ : ਪਰੰਤੂ ਪਰਤੱਖ ਵਿਚ ਉਹ ਮਨੁੱਖ ਸਹੀ ਹੈ।

ਜੋ ਕਿ ਉਸ ਪੂਰੇ ਗੁਰੂ ਦਾ ਉਪਦੇਸ਼ ਰਿਦੇ ਰੂਪ ਹੱਥ 'ਚ ਲਿਆਉਂਦਾ ਹੈ ਭਾਵ ਧਾਰਨ ਕਰਦਾ ਹੈ।

ਦੀਨੋ ਦੁਨਿਯਾ, ਹਰ ਦੋ [1]ਫ਼ਰਮਾਂਦਾਰਿ ਊ॥
ਹਰ ਦੋ ਆ਼ਲਮ, ਸ਼ਾਇਕ਼ਿ ਦੀਦਾਰਿ ਊ॥ ੨੧੨॥

ਉਚਾਰਣ : [1]ਫ਼ਰ-ਮਾਂ-ਦਾਰਿ ਮੰਮੇ ਦੀ ਬਿੰਦੀ ਚੋਂ ਅੱਧਾ ਨੰਨਾ ਬੋਲੋ।

ਸੰਖੇਪ ਅਰਥ : ਦੀਨ ਅਤੇ ਦੁਨੀਆ ਦੋਵੇਂ ਉਸ (ਪ੍ਰਭੂ) ਦੇ ਆਗਿਆਕਾਰੀ ਹਨ। ਦੋਵੇ ਜਹਾਨ ਉਸ ਦੇ ਦਰਸ਼ਨ ਦੇ ਚਾਹਵਾਨ ਹਨ।

ਹਰ ਕਿਰਾ ਉਲਫ਼ਤ, ਜ਼ਿ ਨਾਮਿ ਹੱਕ਼ ਬਵਦ॥
ਦਰ ਹਕ਼ੀਕ਼ਤ, ਆ਼ਰਿਫ਼ਿ ਮੁਤ਼ਲਕ਼ ਬਵਦ॥ ੨੧੩॥

ਸੰਖੇਪ ਅਰਥ : ਜਿਸ ਕਿਸੇ ਦਾ ਪ੍ਰੇਮ ਪ੍ਰਭੂ - ਸਿਮਰਨ ਦੇ ਨਾਲ ਹੋ ਜਾਂਦਾ ਹੈ। ਅਸਲ 'ਚ ਉਹੀ ਗਿਆਨੀ ਹੁੰਦਾ ਹੈ।

ਯਾਦਿ ਹਕ਼ ਰਾ, ਤ਼ਾਲਿਬਿ ਊ ਮੇ ਕੁਨੰਦ॥
ਆ਼ਰਿਫ਼ਿ ਹਕ਼, ਜੁਮਲਹ ਨੇਕੋ ਮੇ ਕੁਨੰਦ॥ ੨੧੪॥

ਸੰਖੇਪ ਅਰਥ : ਪ੍ਰਭੂ ਦਾ ਸਿਮਰਨ ਉਸ ਦੇ ਇੱਛਕ ਹੀ ਕਰਦੇ ਹਨ। ਪ੍ਰਭੂ ਨੂੰ ਪਛਾਣਨ ਵਾਲੇ ਸਭ ਭਲਾ ਹੀ ਕਰਦੇ ਹਨ।

ਹੱਕ਼ ਹਮਾਂ ਬਾਸ਼ਦ, ਕਿ ਬਾਸ਼ੀ ਬੰਦਾਇ॥
ਬੇ-ਅਦਬ ਦਾਇਮ, ਜ਼ਿ ਹੱਕ਼ ਸ਼ਰਮਿੰਦਾਇ॥ ੨੧੫॥

ਸੰਖੇਪ ਅਰਥ : ਜਾਇਜ਼ ਇਹੀ ਹੈ ਕਿ ਤੂੰ ਸੇਵਕ (ਚਾਕਰ) ਬਣਿਆ ਰਹੇਂ। ਜਿਹੜੀ ਤੇਰੇ ਵੱਲੋਂ ਰੱਬ ਦੀ ਬੇਅਦਬੀ ਹੋਵੇ, ਉਸ ਨੂੰ ਲੈ ਕੇ ਸਦਾ ਹੀ ਸ਼ਰਮਸਾਰ ਹੁੰਦਾ ਰਹੇ।

ਉ਼ਮਰ ਆਂ ਬਾਸ਼ਦ, ਕਿ ਊ ਦਰ ਯਾਦ ਰਫ਼ਤ॥
ਉ਼ਮਰ ਨਬੂਦ ਮਾ, ਕਿ ਬਰਬਾਦ ਰਫ਼ਤ॥ ੨੧੬॥

ਪਾਠਭੇਦ : ਮਾਂ ਦੀ ਥਾਂ ਆਂ/ਊ ਪਾਠਭੇਦ ਵੀ ਹੈ।

ਸੰਖੇਪ ਅਰਥ : ਅਉਧ ਉਹੀ ਹੈ ਕਿ ਉਹ ਸਿਮਰਨ ਵਿਚ ਬੀਤੇ। ਉਹ ਸਾਡੀ ਆਰਜਾ ਨਹੀਂ ਸੀ,ਜਿਹੜੀ ਕਿ ਵਿਅਰਥ ਚਲੀ ਗਈ।

ਬੰਦਾ ਪੈਦਾ ਸ਼ੁਦ, ਬਰਾਏ ਬੰਦਗੀ॥
ਖ਼ੁਸ਼ ਇ਼ਲਾਜੇ ਹਸਤ, ਬਹਿਰਿ ਜ਼ਿੰਦਗੀ॥ ੨੧੭॥

ਸੰਖੇਪ ਅਰਥ : ਮਨੁੱਖ ਇਬਾਦਤ (ਭਗਤੀ) ਦੀ ਖ਼ਾਤਰ ਪੈਦਾ ਹੋਇਆ ਹੈ, (ਇਹੋ ਹੀ) ਜੀਵਨ ਵਾਸਤੇ ਇਕ ਉੱਤਮ ਇਲਾਜ ਹੈ।

ਐ ਖ਼ੁਸ਼ਾ ਚਸ਼ਮੇ, ਕਿ ਦੀਦਹ ਰੂਇ ਊ[1]॥
[2]ਬੰਦਗੀਅਸ਼ ਜੁਮਲਹ, ਮਕ਼ਬੂਲੋ ਨਿਕੂ॥ ੨੧੮॥

ਪਾਠਭੇਦ : ਦੋਸਤ[1], [2]ਮਰਦੁਮਿ ਚਸ਼ਮਿ,ਦੋ ਆ਼ਲਮ ਸੂਇ ਓਸਤ। (ਪ੍ਰਿ. ਗੰਡਾ

ਸਿੰਘ ਅਨੁਸਾਰ ਏਹ ਵੀ ਪਾਠਭੇਦ ਹੈ)

ਸੰਖੇਪ ਅਰਥ : ਓਏ, ਉਹ ਅੱਖਾਂ ਧੰਨ ਹਨ,ਜਿਨ੍ਹਾਂ ਨੇ ਉਸ (ਪ੍ਰਭੂ) ਦਾ ਮੁੱਖ ਤੱਕ ਲਿਆ ਹੈ,

ਉਸ (ਮਨੁੱਖ) ਦੇ ਸਾਰੇ ਜਪ-ਤਪ ਪ੍ਰਵਾਨ ਅਤੇ ਭਲੇ ਹੋ ਗਏ। ਵਾ : ਚੰਗੀ ਤਰ੍ਹਾਂ ਪ੍ਰਵਾਨ ਚੜ੍ਹ ਗਏ ਹਨ।

ਈਂ ਜਹਾਨੋ ਆਂ ਜਹਾਂ, ਅਜ਼ ਹੱਕ਼ ਪੁਰਸਤ॥
+ਲੇਕਿ ਮਰਦਿ ਹੱਕ਼ ਬ-ਆ਼ਲਮ ਕਮਤਰਸਤ॥ ੨੧੯॥

+**ਪਾਠੰਤ੍ਰ** = ਲੇਕਿ ਆਂ ਮਰਦਿ ਬ ਆ਼ਲਮ ਕਮਤਰਸਤ॥

ਸੰਖੇਪ ਅਰਥ : ਇਹ ਲੋਕ ਅਤੇ ਉਹ ਲੋਕ (ਪਰਲੋਕ) ਸੱਚ-ਨਾਮ ਨਾਲ ਭਰਪੂਰ ਹਨ। ਪਰੰਤੂ ਰੱਬ ਦੇ ਦਲੇਰ, ਸ਼ੇਰ (ਸਿੰਘ) ਸੰਸਾਰ ਵਿਚ ਵਿਰਲੇ ਹੀ ਹਨ।

(ਇਕ ਰੰਗ ਦੀ ਮਹਿਮਾ)

ਹਰਕਸੇ ਕੂ, ਬਾਖ਼ੁਦਾ ਹਮਰੰਗ ਸ਼ੁਦ॥
ਵਸਫ਼ਿ ਊ, ਦਰ ਮੁਲਕਿ ਰੂਮੋ, ਜ਼ੰਗ ਸ਼ੁਦ॥ ੨੨੦॥

ਸੰਖੇਪ ਅਰਥ : ਜੋ ਜੀਵ ਪ੍ਰਭੂ ਨਾਲ ਇਕ ਰੂਪ ਹੋ ਗਿਆ,

ਉਸ ਦਾ ਜਸ ਰੂਮ ਅਤੇ ਹਬਸ਼ ਦੇਸ਼ ਵਿਚ (ਭਾਵ ਸਭ ਧਰਤੀ 'ਤੇ) ਫੈਲ ਗਿਆ।

ਮਾਅ਼ਨੀਇ ਯਕਰੰਗੀ ਆਮਦ, ਸ਼ੌਕਿ਼ ਹੱਕ਼
ਬੰਦਾ ਰਾ ਆਰਾਮ ਅੰਦਰ, ਜ਼ੌਕਿ਼ ਹੱਕ਼॥ ੨੨੧॥

ਸੰਖੇਪ ਅਰਥ : ਇਕ ਰੰਗ 'ਚ ਰੰਗੇ ਜਾਣ ਦਾ ਅਰਥ, ਫ਼ਕੀਰੀ ਕੋਸ਼ 'ਚ ਰੱਬੀ ਪ੍ਰੇਮ ਲਿਖਿਆ ਆਇਆ ਹੈ।

ਇਸ ਲਈ ਬੰਦੇ ਨੂੰ ਆਰਾਮ=ਸੁੱਖ ਦੇ ਦਿਨਾਂ 'ਚ ਵੀ ਪ੍ਰਭੂ ਦਾ ਸ਼ੌਕ ਰੱਖਣਾ ਚਾਹੀਦਾ ਹੈ।

ਊ ਬਰੰਗਿ, ਸਾਹ਼ਿਬੀ, ਬਾ ਇੱਜ਼ੋ ਜਾਹ॥
ਮਾ ਬਰੰਗਿ ਬੰਦਗੀ, ਅੰਦਰ ਪਨਾਹ॥ ੨੨੨॥

ਸੰਖੇਪ ਅਰਥ : ਉਹ ਔਰੰਗੇ ਵਰਗੇ ਬਾਦਸ਼ਾਹ (ਸਾਹਿਬੀ) ਮਾਲਕੀ ਦੇ ਰੰਗ ਵਿਚ ਮਾਨ ਤੇ ਮਰਤਬੇ ਸਹਿਤ ਹੈ।

ਅਸੀਂ ਕਲਗੀਧਰ ਜੀ ਦੇ ਸੇਵਕ ਬੰਦਗੀ ਦੇ ਰੰਗ 'ਚ ਉਸ ਦੀ ਪਨਾਹ ਵਿੱਚ ਹਾਂ।

ਊ ਬਰੰਗਿ-ਸਾਹਿਬੀ, [1]ਫ਼ਰਮਾਂ-ਰਵਾ॥
ਮਾ ਬਰੰਗਿ ਬੰਦਗੀ, ਨਿਜ਼ਦਸ਼ ਗਦਾ॥ ੨੨੩॥

ਉੱਚਾਰਣ : [1]ਫ਼ਰ-ਮਾਂ ਬੋਲੋ

ਸੰਖੇਪ ਅਰਥ : ਉਹ (ਪ੍ਰਭੂ) ਮਾਲਕੀ ਦੇ ਰੰਗ ਵਿਚ ਹਾਕਿਮ ਹੈਨ।
ਅਸੀਂ ਬੰਦਗੀ ਦੇ ਰੰਗ ਵਿਚ ਉਸ ਪਾਸ ਭਿਖਾਰੀ ਹਾਂ।

ਊ ਬਰੰਗਿ ਸਾਹਿਬੀ, ਦਾਰਦ ਨਜ਼ਰ॥
ਬੰਦਾ ਰਾ ਅਜ਼ ਬੰਦਗੀ, ਬਾਸ਼ਦ ਖ਼ਬਰ॥ ੨੨੪॥

ਸੰਖੇਪ ਅਰਥ : ਉਹ ਮਾਲਕੀ ਦੇ ਰੰਗ ਵਿਚ ਸਭ ਉੱਪਰ ਗੁਮਾਨੀ ਨਦਰ (ਧਿਆਨ) ਰੱਖਦਾ ਹੈ,
ਪਰ ਨੰਦਲਾਲ ਨੂੰ ਕਲਗੀਧਰ ਦੇ ਦਰ ਪਰ,ਸੇਵਾ ਨਾਲ ਹੀ ਸੋਝੀ ਪੈਂਦੀ ਹੈ।

ਉਮਰਹਾ ਜੋਯਾਇ, ਈਂ ਦੌਲਤ ਸ਼ੁਦੰਦ॥
ਸਾਲਹਾ ਮੁਸ਼ਤਾਕਿ, ਈਂ ਸੁਹਬਤ ਸ਼ੁਦੰਦ॥ ੨੨੫॥

ਸੰਖੇਪ ਅਰਥ : (ਅਨੇਕਾਂ) ਉਮਰਾਂ ਭਰ ਇਸ ਧਨ ਦੇ ਢੂੰਡਾਊ ਰਹੇ।
ਸਾਲਾਂ ਬੱਧੀ ਇਸ ਸੰਗਤ ਦੇ ਚਾਹਕ ਰਹੇ।

ਤਾ ਕਸੇ ਰਾ, ਜ਼ੱਰਹ ਜ਼ਾਂ ਬਾਸ਼ਦ ਨਸੀਬ॥
ਕਾਂ ਬਖ਼ੂਬੀ ਗਸ਼ਤ, ਖ਼ੁਰਸ਼ੈਦਿ ਨਜੀਬ॥ ੨੨੬॥

ਪਾਠਭੇਦ :- ਤਾ ਕਸੇ ਦੀ ਥਾਂ ਹਰ ਕਸੇ ਵੀ ਹੈ।

ਸੰਖੇਪ ਅਰਥ : ਤਾਂ ਕਿਤੇ ਕਿਸੇ ਜਨ ਨੂੰ ਉਸ (ਧਨ) ਵਿੱਚੋਂ (ਕਿਨਕਾ) ਤਿਲ ਕੁ ਮਿਲ ਗਿਆ।
ਉਹ ਸਹਿਜ ਸੇਤੀ ਸਤਿਕਾਰਯੋਗ ਸੂਰਜ ਬਣ ਗਿਆ।

(ਗ਼ੈਰ ਦੇ ਲਾਸਾਨੀ ਅਰਥ)

ਗ਼ੈਰਿ ਊ ਯਾਅ਼ਨੀ, ਜ਼ਿ ਹੱਕੇ, ਗ਼ਫ਼ਲਤ ਬਵਦ॥
ਯਾਦਿ ਊ, ਸਰਮਾਯਾਇ ਦੌਲਤ ਬਵਦ॥ ੨੨੭॥

ਸੰਖੇਪ ਅਰਥ : ਉਸ ਤੋਂ ਗ਼ੈਰ ਦਾ ਅਰਥ ਰੱਬੀ ਨਾਮ ਤੋਂ ਅਵੇਸਲਾ ਹੋਣਾ ਹੁੰਦਾ ਹੈ।
ਉਸ ਦਾ ਸਿਮਰਨ ਭਾਗਾਂ ਵਾਲਿਆਂ ਦੀ ਸੰਪਤੀ ਹੈ।

ਦੀਦਨਿ ਊ, ਤਾਂ ਮੁਯੱਸਰ ਮੇ-ਸ਼ਵਦ॥
ਸੁਹਬਤਿ ਮਰਦਾਂ, ਤਅ਼ੱਸੁਰ ਮੇ-ਸ਼ਵਦ॥ ੨੨੮॥

ਸੰਖੇਪ ਅਰਥ : ਉਸ (ਰੱਬ) ਦਾ ਦਰਸ਼ਨ ਤਾਂ ਪ੍ਰਾਪਤ ਹੁੰਦਾ ਹੈ,
ਪੂਰਨ ਪੁਰਖਾਂ ਦੀ ਸੰਗਤ (ਜਦੋਂ) ਪ੍ਰਭਾਵਤ ਕਰੇ।

ਹ਼ਰਫ਼ਿ ਹ਼ੱਕ਼ ਦਰ ਦਿਲ, ਅਗਰ ਮਾਵਾ ਕੁਨਦ॥
ਦਰ *ਬੁਨਿ ਹਰ ਮੂਇ ਊ, ਹ਼ੱਕ਼ ਜਾ ਕੁਨਦ॥ ੨੨੯॥

ਪਾਠਭੇਦ : *ਤਨੇ

ਸੰਖੇਪ ਅਰਥ : ਓਹ ਸੱਚ ਦਾ ਅੱਖਰ ਜੇ ਦਿਲ 'ਚ ਟਿਕਾਣਾ ਕਰਦਾ ਹੈ,
ਉਸ ਦੇ ਹਰ ਰੋਮ ਦੀ ਜੜ੍ਹ ਵਿਚ ਪ੍ਰਭੂ ਆ ਵਸੇਗਾ।

ਹਰ ਕਿ ਖ਼ੁਦ ਰਾ, ਸੂਇ ਹ਼ੱਕ਼ ਮੇ-ਆਰਦਸ਼॥
ਅਜ਼ ਰੁਖ਼ਿ ਊ, ਨੂਰਿ-ਹ਼ੱਕ਼ ਮੇ-ਬਾਰਦਸ਼॥ ੨੩੦॥

ਸੰਖੇਪ ਅਰਥ : ਜੋ ਕੋਈ ਆਪਣੇ ਆਪ ਨੂੰ ਰੱਬ ਵੱਲ ਲਿਆਉਂਦਾ ਹੈ,
ਉਸ ਦੇ ਚਿਹਰੇ ਤੋਂ ਰੱਬ ਦਾ ਨੂਰ ਵਰਸਦਾ ਹੈ।

ਈਂ ਹਮਹ, ਫ਼ੈਜ਼ ਅਜ਼ ਤੁਫ਼ੈਲਿ[1] ਸੁਹ਼ਬਤੱਸਤ॥
ਸੁਹ਼ਬਤਿ ਮਰਦਾਨਿ ਹ਼ੱਕ, ਖ਼ੁਸ਼ *ਦੌਲਤਸਤ[2]॥ ੨੩੧॥

ਪਾਠਭੇਦ - [1]ਅਜ਼ ਫ਼ਜ਼ਲੋ ਫ਼ੈਜ਼ਿ,[2]ਅਨਵਰ ਅਸਤ॥

ਸੰਖੇਪ ਅਰਥ : ਇਹ ਸਭ ਪ੍ਰਤਾਪ ਸਤਸੰਗਤਿ ਦੀ ਕਿਰਪਾ ਹੈ,
ਰੱਬ ਦੇ ਪਿਆਰਿਆਂ ਦੀ ਸੰਗਤ ਚੰਗੀ ਦੌਲਤ ਹੈ।

ਹੇਚ ਕਸ, ਅਜ਼ ਹ਼ਾਲਿ ਸ਼ਾਂ ਆਗਾਹ ਨੇਸਤ॥
ਹਰ ਕਿਹ ਓ ਮਿਹ ਰਾ, [1]ਦਰਾਂਜਾ ਗਾਹ ਨੇਸਤ॥ ੨੩੨॥

ਉੱਚਾਰਣ : [1]ਦਰਾਂ-ਜਾ ਬੋਲੋ

ਪਾਠਭੇਦ : ਗਾਹ ਦੀ ਜਗ੍ਹਾ ਰਾਹ ਪਾਠ ਵੀ ਹੈ।

ਸੰਖੇਪ ਅਰਥ : ਕੋਈ ਮਨੁੱਖ ਉਨ੍ਹਾਂ ਦੀ ਅਵਸਥਾ ਤੋਂ ਜਾਣੂ ਨਹੀਂ ਹੈ।
ਹਰੇਕ ਕਿਹ=ਛੋਟੇ ਅਤੇ ਮਿਹ=ਵੱਡੇ ਦੀ ਗਾਹ=ਕਦੇ ਵੀ ਉਸ ਦੇ ਦਰ=ਦਰਵਾਜ਼ੇ ਦੀ ਦਹਿਲੀਜ਼ ਵਾਲੀ ਜਗ੍ਹਾ 'ਤੇ ਪਹੁੰਚ ਨਹੀਂ ਬਣੀ ਹੈ।

ਦਰ ਨਜ਼ਰ ਆਇੰਦ, ਚੂੰ ਜ਼ਾਤਿ ਅੱਲਾਹ॥
ਦਰ ਹ਼ਕ਼ੀਕ਼ਤ, ਹਰ ਦੋ [1]ਆ਼ਲਮ ਰਾ ਪਨਾਹ॥ ੨੩੩॥

ਪਾਠ ਭੇਦ : [1]ਆਯੇਮ ਪਾਠ ਵੀ ਹੈ।

ਸੰਖੇਪ ਅਰਥ : ਗਹਿਰਾਈ ਨਾਲ ਦੇਖਣ 'ਚ ਆਉਂਦਾ ਹੈ ਉਹ ਅਲਹ ਦੀ ਜ਼ਾਤ

ਵਰਗੇ ਹਨ।

ਅਸਲ ਵਿਚ ਦੋਹਾਂ ਜਹਾਨਾਂ ਲਈ ਆਸਰਾ ਹਨ।

ਦਰ ਕਸਬ ਬਾਸ਼ੰਦ, ਆਜ਼ਾਦ ਅਜ਼ ਕਸਬ॥

ਉਮਰ ਗੁਜ਼ਾਰੰਦ, ਅੰਦਰ ਯਾਦਿ ਰੱਬ॥ ੨੩੪॥

ਸੰਖੇਪ ਅਰਥ : ਕੰਮ ਧੰਦੇ ਵਿਚ ਹੁੰਦੇ ਹੋਏ ਧੰਦੇ ਤੋਂ ਨਿਰਲੇਪ (ਆਜ਼ਾਦ) ਹੁੰਦੇ ਹਨ। ਉਮਰ ਰੱਬ ਦੇ ਸਿਮਰਨ ਵਿਚ ਗੁਜ਼ਾਰਦੇ ਹਨ।

ਖ਼ੇਸ਼ ਰਾ, ਚੂੰ ਮੋਰ, ਬਿ-ਸ਼ਨਾਸੰਦ[1] ਸ਼ਾਂ॥

ਦਰ ਹਕ਼ੀਕ਼ਤ, ਬਿਹਤਰ ਅਜ਼ ਪੀਲਿ ਦਮਾਂ॥ ੨੩੫॥

ਪਾਠਭੇਦ : [1]ਬਿ-ਸ਼ੁਮਾਰੰਦਾ।

ਸੰਖੇਪ ਅਰਥ : ਆਪਣੇ ਆਪ ਨੂੰ ਚੀਂਟੀ ਸਮਾਨ ਪਛਾਣਦੇ ਹਨ ਵਾ:- ਗਿਣਦੇ ਹਨ। ਅਸਲ ਵਿਚ ਉਹ ਸ਼ਕਤੀਸ਼ਾਲੀ ਭੜਕਨ ਵਾਲੇ ਹਾਥੀ ਤੋਂ ਬਲਵਾਨ ਹੁੰਦੇ ਹਨ।

ਹਰਕਿ ਮੇ-ਬੀਨੀ, ਹਮਹ ਹੈਰਾਨਿ ਸ਼ਾਂ॥

ਸ਼ਾਨਿ ਸ਼ਾਂ, [1]ਬਿਹਤਰ ਬਵਦ, ਅਜ਼ ਇਮਤਿਹਾਂ॥ ੨੩੬॥

ਪਾਠਭੇਦ : [1]ਬਰਤਰ ਪਾਠ ਵੀ ਹੈ।

ਸੰਖੇਪ ਅਰਥ : ਜੋ ਕੁਝ ਹੁਣ ਤੂੰ ਦੇਖਦਾ ਹੈਂ, ਸਭ ਉਨ੍ਹਾਂ ਸਦਪੁਰਖਾਂ ਤੇ ਹੈਰਾਨ ਹਨ। ਉਨ੍ਹਾਂ ਦੀ ਵਡਿਆਈ ਪਰਮ ਪੁਰਖ ਦੇ ਇਮਤਿਹਾਨ ਤੋਂ ਵੀ ਉਚੇਰੀ ਹੈ।

ਸੁਹਬਤਿ ਮਰਦਾਨਿ ਹੱਕ਼, ਬਾਸ਼ਦ ਕਰਮ॥

ਦੌਲਤੇ ਕਾਂ ਰਾ, ਨ-ਬਾਸ਼ਦ ਹੇਚ ਗ਼ਮ॥ ੨੩੭॥

ਸੰਖੇਪ ਅਰਥ : ਰੱਬ ਦੇ ਪਿਆਰਿਆਂ ਦੀ ਸੰਗਤ ਬਖ਼ਸ਼ਿਸ਼ ਰੂਪ ਹੁੰਦੀ ਹੈ। ਉਸ ਬਖ਼ਸ਼ਿਸ਼ ਰੂਪ ਦੌਲਤ ਨੂੰ ਕੋਈ ਵੀ ਗ਼ਮ ਨਹੀਂ ਹੁੰਦਾ।

***ਖ਼ੁਦ ਬਜ਼ੁਰਗੋ, ਹਰਕਸੇ ਬਾ ਸ਼ਾਂ ਨਿਸ਼ਸਤ॥**

ਊ ਬਜ਼ੁਰਗੀ ਯਾਫ਼ਤ, ਤਾਂ ਹਰ ਜਾ ਕਿ ਹਸਤ+॥ ੨੩੮॥

ਪਾਠਭੇਦ :- *ਖ਼ੁਰਦੋ

ਅੰਨਵੈ :+ਤਾਂ ਕਿ ਹਰ ਜਾ ਹਸਤ॥

ਤਾਂ ਹੀ ਉਨ੍ਹਾਂ ਨੇ ਹਰੇਕ ਜਗ੍ਹਾ ਵਡਿਆਈ ਪਾਈ ਹੈ।

ਸੰਖੇਪ ਅਰਥ : (ਉਹ) ਆਪ ਤਾਂ ਮਹਾਨ ਹਨ ਅਤੇ ਜੋ ਪ੍ਰਾਣੀ ਉਨ੍ਹਾਂ ਦੀ ਸੰਗਤ ਵਿਚ ਬੈਠਿਆ।

ਤਾਂ ਉਸ ਨੇ ਵੀ ਜੋ ਹਰੇਕ ਜਗ੍ਹਾ ਵਡਿਆਈ ਪ੍ਰਾਪਤ ਕਰ ਲਈ।

ਹਰਕਸੇ ਕੂ, ਖ਼ੇਸ਼ ਰਾ, ਬਿਸ਼ਨਾਖ਼ਤਹ॥
ਦਰ ਤ਼ਰੀਕ਼ਿ, ਬੰਦਗੀ ਪਰਦਾਖ਼ਤਹ॥ ੨੩੯॥

ਸੰਖੇਪ ਅਰਥ : ਜਿਸ ਪੁਰਖ ਨੇ ਆਪੇ ਨੂੰ ਪਛਾਣ ਲਿਆ,
ਉਹ ਭਗਤੀ ਦੇ ਰਾਹ 'ਚ ਰੁਝ ਗਿਆ।

ਈਂ ਜ਼ਮੀਨੋ ਆਸਮਾਂ, ਪੁਰ ਅਜ਼ ਖ਼ੁਦਾਸਤ॥
ਆ਼ਲਮੇ ਹਰ ਸੂ ਦਵਾਂ, ਕਾਂ ਸ਼ਹ ਕੁਜਾਸਤ॥ ੨੪੦॥

ਸੰਖੇਪ ਅਰਥ : ਇਹ ਧਰਤੀ ਤੇ ਆਕਾਸ਼ ਪ੍ਰਭੂ ਨਾਲ ਭਰਪੂਰ ਹਨ।
(ਪਰ) ਸੰਸਾਰ ਹਰ ਪਾਸੇ ਭੱਜਾ ਫਿਰਦਾ ਹੈ ਕਿ ਉਹ ਪ੍ਰਭੂ ਕਿਥੇ ਹੈ।

ਦੀਦਹ ਬਰ ਦੀਦਾਰਿ ਹ਼ੱਕ਼ ਗਰ ਮੁਬਤਲਾਸਤ॥
ਹਰਚਿਹ ਮੇ ਬੀਨੀ; ਬਚਸ਼ਮਤ, ਹ਼ਕ਼-ਨੁਮਾਸਤ॥ ੨੪੧॥

ਸੰਖੇਪ ਅਰਥ : ਅੱਖਾਂ ਰੱਬ ਦੇ ਦਰਸ਼ਨਾਂ ਨਾਲ ਜੇ ਤੁੱਲ ਜਾਣ,
ਜੋ ਕੁਝ ਤੂੰ ਦੇਖੇਂਗਾ, ਉਹ ਤੇਰੀਆਂ ਅੱਖਾਂ ਨੂੰ ਰੱਬ-ਵਿਖਾਊ ਹੋਵੇਗਾ।

ਹਰਕਿ ਸ਼ਾਂ ਰਾ ਦੀਦ, ਹ਼ਕ਼ ਰਾ ਦੀਦਹ ਅਸਤ॥
ਊ ਤ਼ਰੀਕ਼ਿ ਬੰਦਗੀ, ਫ਼ਹਮੀਦਹ ਅਸਤ॥ ੨੪੨॥

ਸੰਖੇਪ ਅਰਥ : ਜਿਸ ਕਿਸੇ ਨੇ ਉਨ੍ਹਾਂ (ਗੁਰਮੁਖਾਂ) ਨੂੰ ਵੇਖ ਲਿਆ (ਉਸ ਨੇ) ਰੱਬ ਨੂੰ ਹੀ ਵੇਖ ਲਿਆ ਹੈ,
ਮਾਨੋ ਉਸ ਨੇ ਇਬਾਦਤ (ਭਗਤੀ) ਦਾ ਤਰੀਕਾ ਸਮਝ ਲਿਆ ਹੈ।

ਤ਼ਰਜ਼ਿ ਯਕ-ਰੰਗੀਂ, ਅਜਬ ਰੰਗ ਆਰਦਸ਼॥
ਕਜ਼ ਬਦਨ, ਨੂਰਿ ਖ਼ੁਦਾ, ਮੇ-ਬਾਰਦਸ਼॥ ੨੪੩॥

ਸੰਖੇਪ ਅਰਥ : ਇਕ ਦੀ ਪ੍ਰੀਤ-ਰੀਤਿ ਉਸ (ਸਤ ਸੰਗਤਿ ਕਰਨ ਵਾਲੇ) ਤੇ ਅਜ਼ਬ ਰੰਗ ਲਿਆਉਂਦੀ ਹੈ,
ਇਸ (ਪ੍ਰੀਤ) ਦੇ ਵਜੂਦ ਵਿੱਚੋਂ ਪ੍ਰਭੂ ਦਾ ਪ੍ਰਕਾਸ਼ ਵਰਸਦਾ ਹੈ।

(ਸੇਵਕ ਦਾ ਕਰਮ-ਧਰਮ)

ਊ ਬਰੰਗਿ ਸਾਹ਼ਿਬੀ, ਈਂ ਹਸਤੋ ਬੂਦ॥
ਬੰਦਗੀ ਦਾਇਮ, ਬ-ਆਦਾਬੇ ਸਜੂਦ॥ ੨੪੪॥

ਸੰਖੇਪ ਅਰਥ : ਉਹ ਰੱਬ ਪ੍ਰੇਮ ਦਾ ਮਾਲਿਕ ਹੈ ਅਤੇ ਇਹ ਪ੍ਰੇਮ ਦੀ ਹਸਤੀ ਵੀ ਉਸੇ

ਦੀ ਹਸਤੀ ਸੀ।

ਸੇਵਕੀ ਸਦਾ ਮੱਥਾ ਟੇਕ ਕੇ ਅਦਬ ਕਰਨ ਨਾਲ ਕਾਇਮ ਰਹਿੰਦੀ ਹੈ।

ਊ ਬਰੰਗਿ ਸਾਹਿਬੀ, ਇਰਸ਼ਾਦਿ ਊ॥
ਬੰਦਗੀ, ਸਰ ਤਾ ਕ਼ਦਮ, ਬੁਨਿਯਾਦਿ ਊ॥ ੨੪੫॥

ਸੰਖੇਪ ਅਰਥ : ਉਹ ਪ੍ਰੇਮ ਦਾ ਮਾਲਿਕ ਹੈ, ਉਸ ਦਾ ਹੁਕਮ ਹੈ।
ਸਿਰ ਤੋਂ ਪੈਰਾਂ ਤੱਕ ਬੰਦਗੀ, ਇਹੋ ਉਸ ਦੀ ਨੀਂਹ ਹੈ।

+ਸਾਹਿਬੀ ਬਾ ਸਾਹਿਬਾਂ, ਜ਼ੇਬਦ ਮੁਦਾਮ॥
ਬੰਦਹ ਰਾ ਦਰ ਬੰਦਗੀ, ਬਾਸ਼ਦ ਕ਼ਿਯਾਮ॥ ੨੪੬॥

ਪਾਠਭੇਦ :- ਸਾਹਿਬੇ

ਸੰਖੇਪ ਅਰਥ : ਹਕੂਮਤ (ਮਾਲਕੀ) ਹਾਕਮਾਂ ਨਾਲ ਹੀ ਹਮੇਸ਼ਾ ਸੋਭਦੀ ਹੈ,
ਬੰਦੇ ਨੂੰ ਹਮੇਸ਼ਾ ਬੰਦਗੀ 'ਚ ਹੀ ਟਿਕਾਉ ਆਉਂਦਾ ਹੈ।

ਸਾਹਿਬਾਂ ਰਾ ਸਾਹਿਬੀ, ਬਾਸ਼ਦ ਸ਼ਿਆ਼ਰ॥
ਬੰਦਾ ਰਾ ਦਰ ਬੰਦਗੀ, ਫ਼ਸਲਿ ਬਹਾਰ॥ ੨੪੭॥

ਸੰਖੇਪ ਅਰਥ : ਹਾਕਿਮਾਂ ਦਾ ਸੁਭਾਵ ਹੁਕਮ ਦੇਣ ਦਾ ਹੁੰਦਾ ਹੈ।
ਪਰ ਸੇਵਕ ਨੂੰ ਸੇਵਾ ਵਿਚ ਬਸੰਤ ਦੀ ਰੁੱਤ ਹੈ।

ਸਾਹਿਬਾਂ ਰਾ ਸਾਹਿਬੀ, ਦਾਇਮ ਬਵਦ॥
ਬੰਦਹ ਹਮ ਦਰ ਬੰਦਗੀ, ਕ਼ਾਇਮ ਬਵਦ॥ ੨੪੮॥

ਸੰਖੇਪ ਅਰਥ : ਸਾਹਿਬਾਂ ਦੀ ਪਾਤਸ਼ਾਹੀ ਸਦੀਵੀ ਹੁੰਦੀ ਹੈ,
ਸੇਵਕ ਵੀ ਸੇਵਾ (ਭਗਤੀ) ਵਿਚ ਕਾਇਮ ਹੋ (ਖਲੋ) ਜਾਂਦਾ ਹੈ।

(ਝੂਠਾ ਅਤੇ ਸੱਚਾ ਧਨ)

ਅਜ਼ ਬਰਾਇ ਆਂ, ਕਿ ਤੂ ਸਰ-ਗਸ਼ਤਾਈ॥
ਅਜ਼ ਪਏ ਦੁਨੀਆ, ਜ਼ਿ ਹੱਕ਼ ਬਰ-ਗਸ਼ਤਾਈ॥ ੨੪੯॥

ਸੰਖੇਪ ਅਰਥ : ਉਸ (ਮਾਇਆ) ਦੀ ਖ਼ਾਤਰ ਤੂੰ ਜੁ ਭਟਕ ਗਿਆ ਹੈ,
ਮਾਇਆ ਦੇ ਵਾਸਤੇ ਤੂੰ ਪ੍ਰਭੂ ਤੋਂ ਬੇਮੁਖ ਹੋ ਗਿਆ ਹੈ।

ਦੌਲਤਿ ਗੇਤੀ, ਨ ਬਾਸ਼ਦ ਪਾਇਦਾਰ॥
ਯੱਕ ਨਫ਼ਸ *ਖ਼ੁਦ ਰਾ, ਬਸੂਇ ਹੱਕ਼ ਬਿਆਰ॥ ੨੫੦॥

ਪਾਠੰਤ੍ਰ= *ਦਿਲ

ਸੰਖੇਪ ਅਰਥ : ਧਰਤੀ ਦਾ ਧਨ ਸਦੀਵੀ ਨਹੀਂ ਹੁੰਦਾ,
ਇਕ ਛਿਨ ਆਪਣੇ ਆਪ ਨੂੰ ਰੱਬ ਵੱਲ ਲਿਆ।

ਚੂੰ ਦਿਲਿ ਤੂ ਮਾਇਲਿ, ਯਾਦਿ ਖ਼ੁਦਾਸਤ॥
ਆਂ ਖ਼ੁਦਾਇ ਪਾਕ, ਕੈ ਅਜ਼ ਤੂ ਜੁਦਾਸਤ॥ ੨੫੧॥

ਸੰਖੇਪ ਅਰਥ : ਜਦੋਂ ਤੇਰਾ ਦਿਲ ਹਰਿ ਭਜਨ ਵੱਲ ਰੁਚਿਤ ਹੋ ਜਾਏਗਾ।
ਤਾਂ ਉਹ ਪਾਕ (ਪਵਿੱਤਰ) ਪਰਮੇਸ਼ਰ ਕਦ ਤੇਰੇ ਤੋਂ ਅੱਡ ਹੈ।

ਗਰ ਤੂ ਗ਼ਾਫ਼ਿਲ ਬਾਸ਼ੀ, ਅਜ਼ ਫ਼ਿਕਰਿ ਬੁਲੰਦ॥
ਤੂ ਕੁਜਾ ਓ ਆਂ ਕੁਜਾ, ਐ ਹੋਸ਼ਮੰਦ॥ ੨੫੨॥

ਸੰਖੇਪ ਅਰਥ : ਜੇ ਤੂੰ ਉੱਚ ਧਿਆਨ (ਸਿਮਰਨ) ਵੱਲੋਂ ਗ਼ਾਫ਼ਿਲ (ਬੇ-ਪ੍ਰਵਾਹ) ਹੋ ਜਾਏਂਗਾ,
ਤਾਂ ਹੇ ਹੋਸ਼ਵੰਤ। ਤੂੰ ਕਿਥੇ ਤੇ ਉਹ ਕਿਥੇ? ਭਾਵ ਤੂੰ ਰੱਬ ਤੋਂ ਦੂਰ ਹੋ ਜਾਏਂਗਾ।
ਨੋਟ : ਹੱਥ ਲਿਖਤਾਂ ਅਤੇ ਸੰਪ੍ਰਦਾਈ ਟੀਕੇ, ਫ਼ਾਰਸੀ ਦੇ ਮੂਲ ਪਾਠ 'ਚ ਏਹ ਇਕ ਸ਼ੇਅਰ ਵਧੀਕ ਹੈ, ਜੋ ਦਰੁਸਤ ਜਾਪਦਾ ਹੈ।

(ਰੱਬੀ ਯਾਦ ਦੀ ਮਹਿਮਾ)

ਯਾਦਿ ਓ, ਬੁਨਿਯਾਦਿ ਉਮਰੇ ਜਾਵਿਦਾਂ॥
ਯਾਦਿ ਓ, ਸਰਮਾਯਾਏ ਸਾਹ਼ਿਬਿ ਦਿਲਾਂ॥

ਸੰਖੇਪ ਅਰਥ : ਉਸ ਦੀ ਯਾਦ, ਸਦੈਵੀ ਉਮਰ ਦੀ ਜੜ੍ਹ ਹੈ।
ਉਸ ਦੀ ਯਾਦ, ਦਿਲਾਂ ਦੇ ਮਾਲਿਕ ਸੰਤਾਂ ਦਾ ਸਰਮਾਇਆ ਹੁੰਦੀ ਹੈ।

ਯਾਦਿ ਊ, ਦਰਦਿ ਦੋ ਆ਼ਲਮ ਰਾ ਦਵਾਸਤ॥
ਯਾਦਿ ਊ, ਹਰ ਗੁੰਮਸ਼ੁਦਾ ਰਾ, ਰਹਨੁਮਾਸਤ॥ ੨੫੩॥

ਸੰਖੇਪ ਅਰਥ : ਉਸ ਦਾ ਸਿਮਰਨ ਦੋਹਾਂ ਦੁਨੀਆ ਦੇ ਦੁਖਾਂ ਦਾ ਦਾਰੂ ਹੈ,
ਉਸ ਦਾ ਸਿਮਰਨ ਹਰ ਭੁੱਲੇ-ਭਟਕੇ ਦਾ ਆਗੂ ਹੈ।

ਯਾਦਿ ਊ, ਈਂ ਜੁਮਲਹ ਰਾ ਲਾਜ਼ਿਮ ਬਵਦ॥
ਹਰਕਿ ਗ਼ਾਫ਼ਿਲ ਸ਼ੁਦ, ਅਜ਼ੋ ਮੁਲਜ਼ਮ ਸ਼ਵਦ॥ ੨੫੪॥

ਸੰਖੇਪ ਅਰਥ : ਉਸ ਦੀ ਯਾਦਿ ਏਨ੍ਹਾਂ ਸਭ ਦੇ ਲਈ ਜ਼ਰੂਰੀ ਹੈ।
ਜੋ ਸਿਮਰਨ ਤੋਂ ਗ਼ਾਫ਼ਿਲ ਹੋਇਆ, ਉਹ ਦੋਸ਼ੀ ਹੁੰਦਾ ਹੈ।

ਯਾ ਇਲਾਹੀ, ਬੰਦਹ ਰਾ ਤੌਫ਼ੀਕ਼ ਦਿਹ॥
ਤਾਂ ਬ-ਯਾਦਤ ਬੁਗੁਜ਼ਰਦ, ਈਂ ਉਮਰ ਬਿਹ॥ ੨੫੫॥

ਸੰਖੇਪ ਅਰਥ : ਹੇ ਹਰੀ! ਸੇਵਕ ਨੂੰ ਹਿੰਮਤ-ਹੌਸਲਾ ਪ੍ਰਦਾਨ ਕਰ ਤਾਂ ਜੁ ਤੇਰੇ ਸਿਮਰਨ ਨਾਲ ਇਹ ਆਰਜਾ ਅੱਛੀ ਬਤੀਤ ਹੋਵੇ।

ਉਮਰ ਆਂ ਬਾਸ਼ਦ, ਕਿ ਦਰ ਯਾਦਿ ਖ਼ੁਦਾ॥
ਬੁਗੁਜ਼ਰਦ ਦੀਗਰ, ਨ-ਬਾਸ਼ਦ ਮੁੱਦਆ॥ ੨੫੬॥

ਸੰਖੇਪ ਅਰਥ : (ਅੱਛੀ) ਆਰਜਾ ਉਹੀ ਹੁੰਦੀ ਹੈ, ਜੋ ਰੱਬ ਦੇ ਸਿਮਰਨ ਵਿਚ ਬਤੀਤੇ, ਦੂਜੇ ਨਾਲ ਨਾ ਗੁਜ਼ਰੇ ਅਤੇ ਨਾ ਹੀ ਹੋ ਮੁੱਦਾ ਮਨੋਰਥ ਹੋਵੇ।

ਮੁੱਦਆਏ ਬਿਹਤਰ, ਅਜ਼ ਜੁਜ਼ ਯਾਦਿ ਨੇਸਤ॥
ਗ਼ੈਰਿ ਯਾਦਸ਼ਈਂ ਦਿਲਿ ਮਾ, ਸ਼ਾਦ ਨੇਸਤ॥ ੨੫੭॥

ਸੰਖੇਪ ਅਰਥ : ਸਿਮਰਨ ਤੋਂ ਵਧੇਰੇ ਵਧੀਆ ਕੋਈ ਮਨੋਰਥ ਨਹੀਂ, ਉਸਦੇ ਸਿਮਰਨ ਬਿਨਾਂ ਸਾਡਾ ਦਿਲ ਖ਼ੁਸ਼ ਨਹੀਂ ਹੁੰਦਾ ਹੈ।

ਸ਼ਾਦੀਇ ਦਾਇਮ ਬਵਦ, ਯਾਦਿ ਖ਼ੁਦਾ॥
ਐ ਜ਼ਹੇ, ਦੌਲਤ ਕਿ ਬਾਸ਼ਦ ਰਹਨੁਮਾ॥ ੨੫੮॥

ਸੰਖੇਪ ਅਰਥ : ਪ੍ਰਭੂ ਦਾ ਸਿਮਰਨ ਸਦੀਵੀ ਅਨੰਦ ਹੈ, ਓ ਧੰਨ ਹੈ ਉਹ ਧਨ, ਜੋ ਰਾਹ-ਦਰਸਾਉ ਹੈ।

(ਗੁਰਮੁਖਾਂ ਦੀ ਮਹਿਮਾ)

ਗਰਚਿ ਹੱਕ਼, ਦਰ ਜੁਮਲਾਇ ਦਿਲਹਾ ਬਵਦ॥
ਲੇਕਿ ਆਰਿਫ਼, ਸਾਹਿਬਿ ਈਮਾਂ ਬਵਦ॥ ੨੫੯॥

ਸੰਖੇਪ ਅਰਥ : ਭਾਵੇਂ ਰੱਬ ਸਾਰਿਆਂ ਦੇ ਹਿਰਦਿਆਂ ਵਿਚ ਵਿਆਪਕ ਹੈ, ਪਰੰਤੂ ਗਿਆਨਵਾਨਾਂ ਦਾ ਹੀ ਧਰਮ ਰੱਬ ਨੂੰ ਪਿਆਰਾ ਹੁੰਦਾ ਹੈ।

ਚਸ਼ਮਿ [1]ਆਰਿਫ਼, ਕ਼ਾਬਿਲੇ[2] ਦੀਦਾਰਹਸਤ॥
ਮਰਦਿ ਆਰਿਫ਼, ਵਾਕ਼ਿਫ਼ਿ ਅਸਰਾਰਹਸਤ॥ ੨੬੦॥

+ਪਾਠੰਤ੍ਰ=ਆਕਿਲ[1], [2]ਮਾਇਲਿ

ਸੰਖੇਪ ਅਰਥ : ਗਿਆਨਵਾਨ ਦੀ ਅੱਖ ਹੀ ਦਰਸ਼ਨਾਂ ਦੇ ਲਾਇਕ ਹੈ, ਗਿਆਨਵਾਨ ਪੁਰਸ਼ ਹੀ (ਰੱਬੀ) ਭੇਤਾਂ ਦਾ ਜਾਣੂ ਹੁੰਦਾ ਹੈ।

ਸੁਹਬਤਿ ਮਰਦਾਨਿ ਹੱਕ਼ ਰਾ, ਦੋਸਤ ਦਾਰ॥
ਤਾਂ ਤੋ ਹਮ ਗਰਦੀ, ਜ਼ਿ ਮਨਸਬ ਪਾਇਦਾਰ॥ ੨੬੧॥

ਪਾਠਭੇਦ : ਯਮਨਸ਼ ਰਸਤਗਾਰ

ਸੰਖੇਪ ਅਰਥ : ਰੱਬ ਦੇ ਪਿਆਰਿਆਂ ਦੀ ਸੰਗਤ ਨੂੰ ਮਿੱਤਰ ਬਣਾ ਕੇ ਰੱਖ, (ਸੰਗਤ ਦਾ ਪ੍ਰੇਮੀ ਬਣ)

ਤਾਂ ਜੁ ਤੂੰ ਵੀ ਉਸ (ਸੰਗਤ) ਦੀ ਬਰਕਤ ਨਾਲ ਮਨਸਬਦਾਰਾਂ 'ਚ ਪੈਰ ਰੱਖਣ ਵਾਲਾ ਹੋ ਜਾਵੇ।

ਹਰ ਚਿਹਹਸਤ, ਅਜ਼ ਸੁਹ਼ਬਤਿ ਏਸ਼ਾਂ ਬਵਦ॥
ਜ਼ਾਂ ਕਿ ਜਿਸਮੋ ਜਾਂ, ਸਰਾਪਾ ਜਾਂ ਬਵਦ॥ ੨੬੨॥

ਸੰਖੇਪ ਅਰਥ : ਜੋ ਕੁਝ ਹੈ, ਉਨ੍ਹਾਂ ਦੀ ਸੰਗਤ ਤੋਂ ਹੁੰਦਾ ਹੈ, (ਸੰਗਤ ਦੀ ਬਰਕਤ ਨਾਲ ਹੈ)।

ਕਿਉਂ ਜੋ ਉਨ੍ਹਾਂ ਦਾ ਸਰੀਰ ਅਤੇ ਮਨ ਭਾਵ ਕਿ ਸਿਰ ਤੋਂ ਲੈ ਕੇ ਪੈਰਾਂ ਤੱਕ ਸਭ ਜਾਨ ਮਾਲ ਸਹਿਤ ਪਰੀ ਪੂਰਨ ਬ੍ਰਹਮ ਰੂਪ ਹੋ ਜਾਂਦੇ ਹਨ।

ਮੁਰਦੁਮਾਨਿ ਦੀਦਹ, ਰੌਸ਼ਨ ਸ਼ੁਦ ਅਜ਼ੋ॥
ਜਿਸਮਿ ਖਾਕੀ ਜੁਮਲਹ[1], ਗੁਲਸ਼ਨ ਸ਼ੁਦ ਅਜ਼ੋ॥ ੨੬੩॥

ਪਾਠਭੇਦ : [1]ਖ਼ਾਕਿ ਜਿਸਮੇ ਜੁਮਲਹ (ਪਾਠਭੇਦ)

ਸੰਖੇਪ ਅਰਥ : ਅੱਖਾਂ ਦੀਆਂ ਪੁਤਲੀਆਂ ਉਸ (ਸੰਗਤ) ਕਾਰਨ ਲਿਸ਼ਕ ਪਈਆਂ, ਖ਼ਾਕੀ ਸਰੀਰ ਸਾਰਾ ਉਸ ਕਾਰਨ ਹੀ ਬਾਗ਼ ਬਣ ਗਿਆ।

(ਸਾਧੁਸੰਗਤ ਦੀ ਮਹਿਮਾ)

ਐ ਜ਼ਹੇ ਸੁਹ਼ਬਤ, ਕਿ ਖ਼ਾਕਿ ਅਕਸੀਰ ਕਰਦ॥
ਨਾਕਿਸੇ ਰਾ, ਸਾਹ਼ਿਬਿ ਤਦਬੀਰ ਕਰਦ॥ ੨੬੪॥

ਸੰਖੇਪ ਅਰਥ : ਉਹ ਸੰਗਤ ਧੰਨ ਹੈ, ਜਿਸ ਨੇ ਮਿੱਟੀ ਰਸਾਇਣ ਬਣਾ ਦਿੱਤੀ, ਨਾਚੀਜ਼ ਨੂੰ ਸੂਝ-ਬੂਝ ਵਾਲਾ ਬਣਾ ਦਿੱਤਾ।

ਗੌਹਰੋ ਲਾਲੋ ਜਵਾਹਰ, ਪੇਸ਼ਿ ਸ਼ਾਂ॥
ਹਰ ਦਮੇ ਕੂ, ਬੁਗਜ਼ਰਦ ਦਰ ਯਾਦਿ ਆਂ॥ ੨੬੫॥

ਉੱਚਾਰਣ :- ਫ਼ਾਰਸੀ ਵਿਆਕਰਨ ਅਨੁਸਾਰ ਵਰਮਕਾਨ ਕਾਲ ਅਤੇ ਭਵਿੱਖ ਕਾਲ ਲਈ ਗੁਜ਼-ਰਦ ਪੜ੍ਹਦੇ ਹਨ ਅਤੇ ਭੂਤਕਾਲ ਲਈ ਗੁ-ਜ਼ਰਦ ਪੜ੍ਹਦੇ ਹਨ, ਸੰਪ੍ਰਦਾਈ ਆਮ ਵਿਦਵਾਨ ਸਭ ਥਾਂਵਾਂ 'ਤੇ ਗੁ-ਜ਼ਰਦ ਹੀ ਪੜ੍ਹ ਦਿੰਦੇ ਹਨ।

ਸੰਖੇਪ ਅਰਥ : ਉਨ੍ਹਾਂ (ਸੰਗਤ ਕਰਨ ਵਾਲਿਆਂ) ਵਾਸਤੇ ਮੋਤੀ ਅਤੇ ਲਾਲ ਅਥਵਾ ਜਵਾਹਰ ਹੈ ।

ਉਹ ਸੁਆਸ, ਜੋ ਉਸ (ਰੱਬ) ਦੇ ਸਿਮਰਨ ਵਿਚ ਬਤੀਤੇ। (ਸੋ ਸਿਮਰਨ ਬਿਨਾਂ ਸਾਸ ਬਿਤਾਣੇ ਲਾਲ,ਜਵਾਹਰਗਾਂ ਨੂੰ ਘੱਟੇ ਰੋਲਣਾ ਹੈ)

ਈਂ ਜਵਾਹਰਹਾ, ਹਮਹ ਫ਼ਾਨੀ ਬਵਦ॥
ਯਾਦਿ ਹੱਕ਼, ਬਰ ਬੰਦਹ ਅਰਜ਼ਾਨੀ ਬਵਦ॥ ੨੬੬॥

ਸੰਖੇਪ ਅਰਥ : ਇਹ ਜਵਾਹਰ (ਆਦਿ) ਸਾਰੇ ਨਾਸ਼ਮਾਨ ਹਨ,
ਪ੍ਰਭੂ ਸਿਮਰਨ ਸੇਵਕ ਲਈ ਬਖ਼ਸ਼ਿਸ਼ ਰੂਪ ਹੁੰਦਾ ਹੈ।

ਰਸਮਿ ਮਰਦਾਨਿ ਖ਼ੁਦਾ, ਦਾਨੀ ਕਿ ਚੀਸਤ॥
ਫ਼ਾਰਿਗ਼ੰਦ, ਅਜ਼ ਕ਼ੈਦਹਾਇ, ਮਰਗੋ ਜ਼ੀਸਤ॥ ੨੬੭॥

ਸੰਖੇਪ ਅਰਥ : ਖ਼ੁਦਾਈ ਬੰਦਿਆਂ ਦਾ ਤੌਰ-ਤਰੀਕਾ ਕੀ ਤੂੰ ਜਾਣਦਾ ਹੈਂ, ਕੀ ਹੈ?
(ਉਹ) ਮਰਨ ਜੀਵਨ ਦੀਆਂ ਫ਼ਾਹੀਆਂ ਤੋਂ ਮੁਕਤ ਹੁੰਦੇ ਹਨ।

(ਗੁਰਮੁੱਖਾਂ ਦੇ ਝੰਡੇ ਝੂਲਦੇ ਹਨ।

ਯਕ ਨਫ਼ਸ, ਬੇ ਯਾਦਿ ਊ[1], ਨ-ਗੁਜ਼ਾਸ਼ਤੰਦ॥
ਖ਼ੁਸ਼ ਅ਼ਲਮ, ਬਰ ਨਹੁ ਤਬਕ਼, ਅਫ਼ਰਾਸ਼ਤੰਦ॥ ੨੬੮॥

ਪਾਠਭੇਦ : [1]ਹੱਕ਼

ਸੰਖੇਪ ਅਰਥ : ਇਕ ਸਵਾਸ ਵੀ ਪ੍ਰਭੂ-ਸਿਮਰਨ ਤੋਂ ਬਿਨਾਂ ਨਹੀਂ ਗੁਜ਼ਾਰਦੇ।
ਤਾਂ ਉਨ੍ਹਾਂ ਦੇ ਨਾਮ ਦਾ ਸੁਹਾਵਣਾ ਨਿਸ਼ਾਨ (ਝੰਡਾ) ਨੌਵਾਂ ਤਬਕਾ ਪੁਰ ਝੂਲਦਾ ਹੈ।

ਖ਼ੈਰਖ਼੍ਵਾਹਿ, ਜੁਮਲਾਇ ਪੈਦਾਇਸ਼ ਅੰਦ॥
ਜ਼ੇਬ ਬਖਸ਼ਿ, ਈਂ ਹਮਹ ਆਰਾਇਸ਼ ਅੰਦ॥ ੨੬੯॥

ਸੰਖੇਪ ਅਰਥ : ਸਾਰੀ ਸ੍ਰਿਸ਼ਟੀ ਦਾ (ਉਹ) ਭਲਾ ਮੰਗਦੇ ਹਨ,
ਇਸ ਸਾਰੇ ਸੁਹੱਪਣ ਨੂੰ ਸੁੰਦਰਤਾ ਪ੍ਰਦਾਨ ਕਰਨ ਵਾਲੇ ਹਨ।

ਨਾਮਿ ਹੱਕ਼, ਮਰਦਾਨਿ ਹੱਕ਼ ਰਾ, ਜ਼ੇਵਰਸਤ॥
***ਚਸ਼ਮਿ ਸ਼ਾਂ, ਅਜ਼ ਨੂਰਿ ਹੱਕ਼, ਪਰ ਗੌਹਰ ਅਸਤ॥ ੨੭੦॥**

ਪਾਠਭੇਦ : ਜਿਸਿਮਿ

ਸੰਖੇਪ ਅਰਥ : ਪ੍ਰਭੂ ਨਾਮ ਹੀ ਪ੍ਰਭੂ-ਪੁਰਖਾਂ ਦਾ ਗਹਿਣਾ ਹੈ,
ਉਨ੍ਹਾਂ ਦੇ ਨੈਣ ਰੱਬੀ ਨੂਰ ਨਾਲ ਭਰਪੂਰ ਹੁੰਦੇ ਹਨ।

ਹ਼ਰਫ਼ਿ ਸ਼ਾਂ, ਤਾਅ਼ਲੀਮਿ ਉ਼ਮਰਿ ਜਾਵਿਦਾਂ॥
ਯਾਦਿ ਹੱਕ਼ ਦਾਰੰਦ, ਦਾਇਮ ਬਰ ਜ਼ਬਾਂ॥ ੨੭੧॥

ਸੰਖੇਪ ਅਰਥ : ਉਨ੍ਹਾਂ ਦੇ ਬੋਲ ਸਦੀਵੀ ਜੀਵਨ ਦੀ ਸਿੱਖਿਆ ਹਨ,
ਪ੍ਰਭੂ ਸਿਮਰਨ ਸਦੀਵ ਹੀ (ਉਹ) ਰਸਨਾ ਪੁਰ (ਜ਼ਾਰੀ) ਰਖਦੇ ਹਨ।

ਹਰਚਿਹ ਮੇ ਗੋਇੰਦ, ਇਰਸ਼ਾਦਸਤੋ ਬਸ॥
ਬਰ ਨਮੇ ਆਰੰਦ, ਗ਼ੈਰ ਅਜ਼ ਹੱਕ਼ ਨਫ਼ਸ॥ ੨੭੨॥

ਉੱਚਾਰਣ : ਇਰ-ਸ਼ਾ-ਦਸਤੋ ਬੋਲੋ।

ਸੰਖੇਪ ਅਰਥ : ਜੋ ਕੁਝ ਉਹ ਬੋਲਦੇ ਹਨ, ਉਹੀ ਹੁਕਮ ਅਤੇ ਬਿਲਕੁਲ ਸਹੀ ਹੈ,
ਸੱਚ ਨਾਮ ਤੋਂ ਬਿਨਾਂ ਉਹ (ਇਕ) ਸਾਹ ਵੀ ਨਹੀਂ ਲੈਂਦੇ।

ਈਂ ਹਮਹ ਮੁਸ਼ਤਾਕਿ਼, ਦੀਦਾਰਿ ਖ਼ੁਦਾਸਤ॥
ਬੋਸਤਾਨਿ ਦਹਰ, ਗੁਲਜ਼ਾਰਿ ਖ਼ੁਦਾਸਤ॥ ੨੭੩॥

ਸੰਖੇਪ ਅਰਥ : ਇਹ ਸਾਰਾ (ਜਗਤ) ਰੱਬ ਦੇ ਦਰਸ਼ਨਾਂ ਦਾ ਚਾਹਵਾਨ ਹੈ,
ਜਗਤ ਵਾਲਾ ਸੁਗੰਧੀ-ਸਥਾਨ ਰੱਬ ਦੀ ਫੁਲਵਾੜੀ ਹੈ।

(ਸੰਤਸੰਗੀ ਦਾ ਮੇਲ ਹੁਮਾਯੂੰ ਨਾਲੋਂ ਵੀ ਚੰਗਾ)

ਹਰਕਿ ਬਾ-ਮਰਦਾਨਿ ਹੱਕ਼, ਸ਼ੁਦ ਆ-ਸ਼ਨਾ॥
ਸਾਇਆਇ ਊ, ਬਿਹਤਰ ਅਜ਼ ਬਾਲਿ ਹੁਮਾ॥ ੨੭੪॥

ਪਾਠਭੇਦ : +ਸ਼ਨਾ-ਪਹਿਚਾਨ ਆ-ਜਮਾਂ ਹੈ, ਭਾਵ ਬਹੁਤੀ ਪਹਿਚਾਨ ਵਾਲਾ ਰਿਸ਼ਤੇਦਾਰ

ਸੰਖੇਪ ਅਰਥ : ਜਿਸ ਦਾ ਕਿ ਰੱਬ ਦੇ ਭਗਤਾਂ ਨਾਲ ਮੇਲ-ਜੋਲ ਹੋ ਗਿਆ,
ਉਸ ਦਾ ਪਰਛਾਵਾਂ ਹੁਮਾ (ਜਿਸ ਦੇ ਪਰਛਾਵੇਂ ਨਾਲ ਰਾਜ-ਭਾਗ ਪ੍ਰਾਪਤ ਹੋ ਜਾਂਦਾ ਹੈ) ਦੇ ਖੰਭਾਂ ਤੋਂ ਬਰਤਰ ਹੈ।

ਯਾਦਿ ਹੱਕ਼ ਯਾਅ਼ਨੀ, ਜ਼ਿ ਖ਼ੁਦ ਬੁਗ਼ਜ਼ਸ਼ਤਨਸਤ॥
ਅਜ਼ ਖ਼ਿਆਲਿ ਗ਼ੈਰਿ ਹੱਕ਼, ਵਾਰਸਤਨਸਤ॥ ੨੭੫॥

ਉੱਚਾਰਣ : ਬੁ-ਗ-ਜ਼ਸ਼ਤ-ਨਸਤ ਅਤੇ ਵਾ-ਰਸਤ-ਨਸਤ ਇਕੱਠਾ ਬੋਲੋ।

ਸੰਖੇਪ ਅਰਥ : ਪ੍ਰਭੂ ਦੇ ਸਿਮਰਨ ਦਾ ਭਾਵ ਆਪੇ ਤੋਂ ਉਤਾਂਹ ਉਠ ਜਾਣਾ ਹੈ, ਪ੍ਰਭੂ ਬਿਨਾਂ ਦੂਜੇ ਧਿਆਨ ਤੋਂ ਮੁਕਤ ਹੋ ਜਾਣਾ ਹੈ।

(ਮੁਕਤੀ ਦਾ ਅਰਥ)

ਰਸਤਗੀ ਅਜ਼ ਖ਼ੇਸ਼ਤਨ, ਵਾਰਸਤਗੀਸਤ॥
ਬਾ ਖ਼ੁਦਾਇ, ਖ਼ੇਸ਼ਤਨ; ਦਿਲਬਸਤਗੀਸਤ॥ ੨੭੬॥

ਸੰਖੇਪ ਅਰਥ : (ਹਉਮੈ) ਅਪਣੱਤ ਤੋਂ ਛੁਟਕਾਰਾ ਹੀ ਮੁਕਤੀ ਹੈ।
ਆਪਣੇ ਸਾਈਂ ਸਿਉਂ ਦਿਲ ਜੋੜਨਾ (ਮੁਕਤੀ) ਹੈ।

ਹਰਕਸੇ ਕੂ, ਬਾ ਖ਼ੁਦਾ, ਦਿਲ ਬਸਤ ਹਸਤ ॥
ਊ ਜ਼ਿ ਚਰਖ਼ਿ ਨੁਹ ਤਬਕ਼, ਬਰ ਜਸਤ ਹਸਤ ॥ ੨੭੭ ॥

ਸੰਖੇਪ ਅਰਥ : ਜਿਸ ਜੀਵ ਨੇ ਕਿ ਸਾਈ ਸੰਗ ਦਿਲ ਬੰਨ੍ਹ (ਜੋੜ) ਲਿਆ ਹੈ।
ਉਹ ਨੌਂ ਪਰਤਾਂ ਵਾਲੇ ਅਸਮਾਨ ਤੋਂ ਪਾਰ ਪੈ ਗਿਆ ਹੈ।

ਸੁਹ਼ਬਤਿ, ਦਿਲ-ਬਸਤਗਾਨਿ ਬਾ ਖ਼ੁਦਾ ॥
ਕੈ ਮੁਯੱਸਰ ਆਇਦਤ, ਈਂ ਕੀਮੀਆ ॥ ੨੭੮ ॥

ਸੰਖੇਪ ਅਰਥ : ਸਾਹਿਬ ਸੇਤੀ ਦਿਲ-ਜੁੜਿਆਂ ਦੀ ਸੰਗਤ ਵਾਲੀ।
ਇਹ ਰਸਾਇਣ ਤੇਰੇ ਹਿਰਦੇ ਰਸਾਇਣ ਘਰ ਵਿਚ ਕਦ ਆਵੇ?

ਦੀਨੋ ਦੁਨੀਆ, ਹਰ ਦੋ ਹ਼ੈਰਾਂ-ਮਾਂਦਹ ਅੰਦ ॥
ਬਸ ਜ਼ਿ ਹ਼ੈਰਾਨੀ, ਪਰੇਸ਼ਾਂ-ਮਾਂਦਹ ਅੰਦ ॥ ੨੭੯ ॥

ਸੰਖੇਪ ਅਰਥ : ਦੀਨ ਅਤੇ ਦੁਨੀਆ (ਵਾਲੇ) ਦੋਵੇਂ ਹੀ ਹੈਰਾਨ ਹੋ ਰਹੇ ਹਨ।
ਅਤਿ ਦੀ ਹੈਰਾਨੀ ਕਾਰਨ ਪਰੇਸ਼ਾਨ ਹੋ ਰਹੇ ਹਨ।

ਹਰ ਕਿਰਾ, ਈਂ ਆਰਜ਼ੂਏ ਪਾਕ ਹਸਤ ॥
***ਮੁਰਸ਼ਿਦਿ ਊ, ਸਾਹ਼ਿਬਿ ਇਦਰਾਕ ਹਸਤ ॥ ੨੮੦ ॥**

ਪਾਠਭੇਦ : *ਕਾਮਿਲੇ ਪਾਠ ਵੀ ਹੈ।

ਸੰਖੇਪ ਅਰਥ : ਜਿਸ ਕਿਸੇ ਨੂੰ ਇਹ ਪਵਿੱਤਰ ਚਾਹ ਹੈ।
ਉਨ੍ਹਾਂ ਦਾ ਮੁਰਸ਼ਿਦ ਸੁੱਧ-ਬੁੱਧ ਦਾ ਮਾਲਿਕ ਹੈ।

ਵਾਸਿਲਾਨਿ-ਹ਼ੱਕ਼, ਤੁਰਾ ਵਾਸਿਲ ਕੁਨੰਦ ॥
ਦੌਲਤਿ ਜਾਵੇਦ ਰਾ, ਹ਼ਾਸਿਲ ਕੁਨੰਦ ॥ ੨੮੧ ॥

ਸੰਖੇਪ ਅਰਥ : ਰੱਬ ਦੇ ਮੇਲੀ ਤੇਰਾ (ਉਸ ਨਾਲ) ਮਿਲਾਪ ਕਰਾ ਦੇਣਗੇ।
(ਉਹ) ਸਦੀਵੀ ਸੰਪਤੀ ਨੂੰ ਪ੍ਰਾਪਤ ਕਰਦੇ (ਕਰਾਉਂਦੇ) ਹਨ।

ਦੌਲਤਿ ਜਾਵੇਦ, ਪੇਸ਼ਿ ਆ਼ਰਿਫ਼ਸਤ ॥
ਈਂ *ਸੁਖ਼ਨ ਮਸ਼ਹੂਰ, ਬਸ ਮੁੱਤਆ਼ਰਿਫ਼ਸਤ ॥ ੨੮੨ ॥

ਪਾਠਭੇਦ : *ਹ਼ਰਫ਼ ਪਾਠ ਵੀ ਹੈ।

ਸੰਖੇਪ ਅਰਥ : ਸਦੀਵੀ ਧਨ ਗਿਆਨਵਾਨਾਂ ਕੋਲ ਹੈ।
ਇਹ ਗੱਲ ਮਸ਼ਹੂਰ (ਤੇ) ਬਿਲਕੁਲ ਜਾਣੀ-ਪਛਾਣੀ ਹੈ।

ਆਰਿਫ਼ਾਨੋ ਕਾਮਿਲਾਨੋ, ਵਾਸਿਲਾਂ॥
ਨਾਮਿ ਊ ਦਾਰੰਦ, ਦਾਇਮ ਬਰ ਜ਼ਬਾਂ॥ ੨੮੩॥

ਸੰਖੇਪ ਅਰਥ : ਗਿਆਨਵਾਨ ਅਤੇ ਪੂਰੇ-ਸੂਰੇ ਅਤੇ ਰੱਬ ਦੇ ਮਿਲਾਪ।
ਉਸ (ਪ੍ਰਭੂ) ਦਾ ਨਾਮ ਸਦੀਵ ਰਸਨਾ ਪੁਰ (ਟਿਕਾਈ) ਰੱਖਦੇ ਸਨ।

ਬੰਦਗੀਇ ਸ਼ਾਂ ਬਵਦ, ਜ਼ਿਕਰਿ ਖ਼ੁਦਾ॥
ਦੌਲਤਿ ਜਾਵੇਦ ਬਾਸ਼ਦ, ਹੱਕ਼-ਨੁਮਾ॥ ੨੮੪॥

ਸੰਖੇਪ ਅਰਥ : ਹਰੀ ਦਾ ਭਜਨ ਉਨ੍ਹਾਂ ਦੀ ਸੇਵਕੀ (ਸੇਵਾ, ਬੰਦਗੀ) ਹੁੰਦੀ ਹੈ,
(ਇਹ ਹਰਿ ਭਜਨ ਰੂਪੀ) ਸਦੀਵੀ ਦੌਲਤ ਪ੍ਰਭੂ ਨੂੰ ਪ੍ਰਗਟ ਕਰਨ ਹਾਰੀ ਹੁੰਦੀ ਹੈ।

ਚੂੰ ਨੁਮਾਇਦ, ਦੌਲਤਿ ਜਾਵੇਦ ਰੂ॥
ਤੂ ਜ਼ਿ ਹੱਕ਼ ਬਾਸ਼ੀ, ਵ ਹੱਕ਼ ਬਾਸ਼ਦ ਜ਼ਿ ਤੂ॥ ੨੮੫॥

ਸੰਖੇਪ ਅਰਥ : ਜਦ ਸਦੀਵੀ ਦੌਲਤ ਚਿਹਰਾ ਵਖਾਏਗੀ।
ਤੂੰ ਰੱਬ ਦਾ ਅਤੇ ਰੱਬ ਤੇਰਾ ਹੋ ਜਾਏਗਾ।

(ਵਿਛੋੜੇ ਦਾ ਕੰਡਾ)

ਦਰ ਦਿਲਤ ਗਰ, +ਪਰਤਵੇ ਹੱਕ਼ ਬਰਫ਼ਿਕੰਦ॥
ਖ਼ਾਰਿ ਹਿਜ਼ਰਤ ਰਾ, ਜ਼ਿ ਪਾਇ ਦਿਲ ਬਿਕੰਦ॥ ੨੮੬॥

ਸੰਖੇਪ ਅਰਥ : ਤੇਰੇ ਦਿਲ 'ਤੇ ਜੇ ਰੱਬ ਦਾ ਪਰਛਾਵਾਂ ਪੈ ਜਾਏ।
ਤੇਰੇ ਵਿਛੋੜੇ ਦਾ ਕੰਡਾ ਦਿਲ ਦੇ ਪੈਰ 'ਚ ਮਿਸਰੀ ਵਾਂਗ ਮਿੱਠਾ ਹੋ ਜਾਏਗਾ ਭਾਵ ਸੁੱਖ ਹਰਾ ਬਣ ਜਾਏਗਾ।

ਨੋਟ : +ਪਰਤਵੇ ਦੀ ਜਗ੍ਹਾ ਤੇ ਹੱਥਲਿਖਤ 'ਚ ਪਰਸਤੋ ਪਾਠ ਵੀ ਹੈ।

ਖ਼ਾਰਿ ਹਿਜ਼ਰ, ਅਜ਼ ਪਾਇ ਦਿਲ, ਚੂੰ ਦੂਰ ਸ਼ੁਦ॥
ਖ਼ਾਨਾਇ ਦਿਲ, ਅਜ਼ ਖ਼ੁਦਾ, ਮਅ਼ਮੂਰ ਸ਼ੁਦ॥ ੨੮੭॥

ਸੰਖੇਪ ਅਰਥ : ਵਿਛੋੜੇ ਦਾ ਕੰਡਾ ਜਦ ਦਿਲ ਦੇ ਪੈਰ 'ਚੋਂ ਨਿਕਲ ਗਿਆ,
ਦਿਲ ਦਾ ਘਰ ਰੱਬ ਰਾਹੀਂ ਵਸਦਾ-ਰਸਦਾ ਹੋ ਗਿਆ।

(ਜੀਵ ਰੂਪੀ ਬੂੰਦ ਅਤੇ ਖ਼ੁਦਾ ਰੂਪ ਸਮੁੰਦਰ ਦਾ ਮੇਲ)

ਹਮਚੂ ਕ਼ਤਰਹ ਕੂ, ਬਦਰਿਯਾ ਦਰ-ਫ਼ਿਤਾਦ॥
ਐਨ ਦਰਿਯਾ ਗਸ਼ਤੋ, ਵਸਲਸ਼ ਦਸਤ ਦਾਦ॥੨੮੮॥

ਸੰਖੇਪ ਅਰਥ : ਉਸ ਬੂੰਦ ਵਾਂਗ ਜੋ ਦਰਿਆ ਵਿਚ ਜਾ ਪਈ,
ਬਿਲਕੁਲ ਦਰਿਆ ਹੋ ਗਈ ਅਤੇ ਮਿਲਾਪ ਉਸ ਨੂੰ ਪ੍ਰਾਪਤ ਹੋ ਗਿਆ।

ਕ਼ਤਰਾਇ ਚੂੰ ਸ਼ੁਦ, ਬ-ਦਰਿਯਾ ਆਸ਼ਨਾ॥
ਬਾਅ਼ਦ ਅਜ਼ਾਂ, ਤਫ਼ਰੀਕ਼, ਨਾਤਵਾਂ ਸ਼ੁਦ ਜ਼ਿ ਜਾ॥੨੮੯॥

ਸੰਖੇਪ ਅਰਥ : ਬੂੰਦ ਜਦ ਦਰਿਆ ਵਿਚ ਰਲ ਗਈ,
ਉਸ ਪਿੱਛੋਂ ਉਸ ਮਕਾਮ ਤੋਂ ਅੱਡ ਨਹੀਂ ਹੋ ਸਕਦੀ।

ਕ਼ਤਰਾਇ ਚੂੰ, ਜਾਨਿਬਿ ਦਰਿਯਾ ਸ਼ਿਤਾਫ਼ਤ॥
ਅਜ਼ *ਰਹਿ ਤਫ਼ਰੀਕ਼, ਖ਼ੁਦ ਰਾ ਕ਼ਤਰਹ ਯਾਫ਼ਤ॥੨੯੦॥

ਪਾਠਭੇਦ : *ਰਾਹੇ ਪਾਠ ਵੀ ਹੈ।

ਸੰਖੇਪ ਅਰਥ : ਬੂੰਦ ਜਦ ਦਰਿਆ ਵੱਲ ਦੌੜ ਪਈ,
ਅੱਡ ਹੋਣ ਦੀ ਹਾਲਤ ਵਿਚ ਆਪਣੇ ਆਪ ਨੂੰ ਬੂੰਦ ਹੀ ਬਿੰਦਿਆ (ਜਾਣਿਆ, ਪਾਇਆ)।

ਕ਼ਤਰਹ ਰਾ, ਈਂ ਦੌਲਤੇ, ਚੂੰ ਦਸਤ ਦਾਦ॥
ਕ਼ਤਰਹ ਸ਼ੁਦ, ਅੰਦਰ ਹ਼ਕ਼ੀਕ਼ਤ਼, ਬਾ-ਮੁਰਾਦ॥ ੨੯੧॥

ਸੰਖੇਪ ਅਰਥ : ਬੂੰਦ ਨੂੰ ਇਹ ਦੌਲਤ (ਮੇਲ ਵਾਲੀ) ਜਦ ਸਹਾਈ ਹੋਈ,
ਬੂੰਦ ਅਸਲ ਵਿਚ ਮੁਰਾਦ ਪ੍ਰਾਪਤੀ ਵਾਲੀ ਹੋ ਗਈ।

ਗੁਫ਼ਤ, ਮਨ ਯੱਕ ਕ਼ਤਰਾਇ ਆਬ ਬੂਦਹ-ਅਮ॥
***ਪਹਨਿ ਦਰਿਯਾ ਰਾ, ਚੁਨਾਂ ਪੈਮੂਦਹ-ਅਮ॥ ੨੯੨॥**

ਪਦ ਅਰਥ : ਪਹਨਿ=ਚੌੜਾ, ਵਿਸ਼ਾਲਤਾ

ਸੰਖੇਪ ਅਰਥ : (ਬੂੰਦ) ਕਹਿਣ ਲੱਗੀ ਮੈਂ ਇਕ ਪਾਣੀ ਦੀ ਬੂੰਦ ਹੁੰਦੀ ਸਾਂ।
(ਹੁਣ) ਦਰਿਆ ਦੀ ਵਿਸ਼ਾਲਤਾ ਨੂੰ ਮੈਂ ਕਿਵੇਂ ਮਿਣ ਲਿਆ (ਮੈਨੂੰ ਪਤਾ ਹੀ ਨਹੀਂ ਲੱਗਾ)।

ਗਰ ਮਰਾ *ਦਰ ਬਾਜ਼, ਰਾਹਿ ਲੁਤ਼ਫ਼ਿ ਖ਼ੇਸ਼॥
ਵਾਸਿਲਿ ਖ਼ੁਦ ਕਰਦ, ਅਜ਼ ਅੰਦਾਜ਼ਹ ਬੇਸ਼॥ ੨੯੩॥

ਪਾਠਭੇਦ : ਦਰ ਬਾਜ਼ ਦੀ ਥਾਂ ਦਰੀਯਾ ਵੀ ਹੈ।

ਸੰਖੇਪ ਅਰਥ : ਜੇ ਮੈਨੂੰ ਆਪਣੀ ਮਿਹਰਬਾਨੀ ਰਾਹੀਂ ਮੁੜ ਕੇ ਆਪਣੇ ਨਾਲ ਮਿਲਾ ਲਿਆ, ਤਾਂ (ਮੈਨੂੰ) ਅੰਦਾਜ਼ੇ ਤੋਂ ਵਧੀਕ ਉਚਿਆ ਦਿੱਤਾ।

***ਹਮ ਚੂ ਮੌਜ, ਅਜ਼ ਪਹਨਿ ਦਰਿਯਾ, ਰੂ ਨਮੂਦ॥**
ਮੌਜ ਗਸ਼ਤੋ; ਕਰਦ, ਦਰਿਯਾ ਰਾ, ਸਜੂਦ॥ ੨੯੪॥

ਨੋਟ :- ਉਪਰੋਕਤ ਸ਼ੇਅਰ ਦਾ ਪਾਠਭੇਦ ਇੰਜ ਵੀ ਹੈ।

***ਕ਼ਤਰਾ ਚੂੰ ਦਰ ਪੈਹਨਿ ਦਰੀਆ ਰੂ ਨਮੂਦ॥**
ਮੌਜ ਗਸ਼ਤੋ ਕਰਦ, ਦਰੀਯਾ ਰਾ ਸਜੂਦ॥

ਸੰਖੇਪ ਅਰਥ : (ਬੂੰਦ) ਦਰੀਆਉ ਦੀ ਵਿਸ਼ਾਲਤਾ ਵਿੱਚੋਂ ਉਮੰਗ ਵਾਂਗ ਉਠੀ, ਲਹਿਰ ਬਣ ਗਈ ਅਤੇ ਦਰੀਆਉ ਨੂੰ ਨਮਸਕਾਰ ਕਰਨ ਲੱਗੀ।

ਨੋਟ : ਮੌਜ ਦਾ ਉਲਥਾ ਪਹਿਲੇ ਉਮੰਗ ਅਤੇ ਫਿਰ ਲਹਿਰ ਨਾਲ ਕੀਤਾ ਗਿਆ ਹੈ।

ਹਮਚੁਨਾਂ ਹਰ ਬੰਦਹ ਕੂ, ਵਾਸਿਲਸਤ॥
ਦਰ ਤ਼ਰੀਕਿ਼ ਬੰਦਗੀ, ਬਸ ਕਾਮਿਲਸਤ॥ ੨੯੫॥

ਸੰਖੇਪ ਅਰਥ : ਇਸੇ ਤਰ੍ਹਾਂ ਉਹ ਬੰਦਾ ਜਿਹੜਾ ਮਿਲਿਆ ਹੋਇਆ ਹੈ (ਰੱਬ ਨਾਲ) ਭਗਤੀ ਦੇ ਮਾਗਰ ਵਿਚ ਨਿਰਸੰਦੇਹ ਮੁਕੰਮਲ ਹੈ।

ਮੌਜੋ ਦਰਿਯਾ ਗਰਚਿ, ਦਰ ਮਾਅ਼ਨੀ ਯਕੇਸਤ॥
***ਲੇਕਿ ਅੰਦਰ <u>ਈਨੋ ਆਂ</u>, ਫ਼ਰਕੇ ਬਸੇਸਤ॥ ੨੯੬॥**

ਪਾਠਭੇਦ : ਲੇਕਿ ਦੀ ਥਾਂ ਬਾਜ਼ ਅਤੇ "ਈਨੋ ਆਂ" ਦੀ ਥਾਂ "ਈਂ ਵ ਆਂ" ਵੀ ਹੈ।

ਲਹਿਰ ਅਤੇ ਦਰਿਆ ਭਾਵੇਂ ਅਸਲ 'ਚ ਇਕ ਰੂਪ ਹਨ, ਪਰੰਤੂ ਇਸ ਤੇ ਉਸ 'ਚ ਬਹੁਤ ਫ਼ਰਕ ਹੈ।

ਮਨ ਯਕੇ ਮੌਜਮ, ਤੂ ਬਹਿਰਿ *ਬੇਕਿਰਾਂ॥
ਫ਼ਰਕ ਬਾਸ਼ਦ, ਅਜ਼ ਜ਼ਮੀਨੋ ਆਸਮਾਂ॥ ੨੯੭॥

ਪਦ ਅਰਥ : ਬੇਕਿਰਾਂ= *ਕਰੀਬੀ ਤੋਂ ਬਿਨਾ, ਅਪਾਰ।

ਮੈਂ ਇਕ ਲਹਿਰ ਹਾਂ, ਤੂੰ ਅਪਾਰ ਸਾਗਰ ਹੈਂ।

ਧਰਤੀ ਤੋਂ ਅਕਾਸ਼ ਤੱਕ ਦਾ ਫ਼ਰਕ ਹੈ।

ਮਨ ਨਿਅਮ, ਈਂ ਜੁਮਲਹ ਅਜ਼ ਅਲਤ਼ਾਫ਼ਿ ਤੂ॥
ਮਨ ਯਕੇ ਮੌਜਮ, ਜ਼ਿ ਤ਼ਬਅ਼ਏ ਸਾਫ਼ਿ ਤੂ॥ ੨੯੮॥

ਉੱਚਾਰਣ : ਤ਼ੱਬਾ-ਏ ਕੰਨਾ ਦੱਬ ਕੇ ਬੋਲੋ।

ਸੰਖੇਪ ਅਰਥ : ਮੈਂ ਕੁਝ ਨਹੀਂ ਹਾਂ, ਇਹ ਸਭ ਤੇਰੀਆਂ ਮਿਹਰਬਾਨੀਆਂ ਕਰਕੇ (ਹੈ)।

ਮੈਂ (ਤੇਰੀ) ਇਕ ਲਹਿਰ ਬਣ ਗਿਆ ਹਾਂ ਤਾਂ ਤੇਰੇ ਸੋਹਣੇ ਸੁਭਾ ਕਰ ਕੇ।

ਬਾ ਬਜ਼ੁਰਗਾਂ ਸੁਹਬਤੇ, ਮੇ ਬਾਇਦਤ॥
ਅਜ਼ ਹਮਹ ਅੱਵਲ, ਹਮੀਂ ਮੇ ਸ਼ਾਇਦਤ॥ ੨੯੯॥

ਸੰਖੇਪ ਅਰਥ : ਬਜ਼ੁਰਗਾਂ ਨਾਲ ਮੇਲ-ਮਿਲਾਪ ਤੈਨੂੰ ਰੱਖਣਾ ਚਾਹੀਦਾ ਹੈ।
ਸਭ ਤੋਂ ਪਹਿਲਾਂ ਇਹੀ ਤੇਰੇ ਲਾਇਕ ਹੈ।

ਕਾਦਿਰਿ+ ਮੁਤ਼ਲਿਕ਼, ਬ-ਕ਼ੁਦਰਤ ਜ਼ਾਹਿਰਸਤ॥
ਦਰਮਿਆਨਿ ਕ਼ੁਦਰਤ ਖ਼ੁਦ, ਕ਼ਾਦਿਰਸਤ॥ ੩੦੦॥

ਪਾਠੰਤ੍ਰ : +ਕਾਂ ਦਰਿ

ਸੰਖੇਪ ਅਰਥ : ਸੁਤੰਤਰ ਸ਼ਕਤੀਸ਼ਰ ਪਰਕਿਰਤੀ ਨਾਲ ਪ੍ਰਗਟ ਹੈ।
ਪਰਕਿਰਤੀ ਅੰਦਰ ਆਪ ਪਰਮੇਸ਼ਰ ਹੈ।

(ਕ਼ਾਦਿਰ ਅਤੇ ਕ਼ੁਦਰਤ)

ਕ਼ਾਦਿਰੋ ਕ਼ੁਦਰਤ, ਬਾਹਮ ਆਮੇਖ਼ਤੰਦ॥
ਆਂ ਮਤ਼ਾਇ, ਗ਼ੈਰਿ ਹ਼ੱਕ਼ ਰਾ, ਰੇਖ਼ਤੰਦ॥ ੩੦੧॥

ਸੰਖੇਪ ਅਰਥ : ਪਰਮੇਸ਼ਰ ਅਤੇ ਪਰਕਿਰਤੀ ਇੰਜ ਪਰਸਪਰ ਮਿਲੇ ਹੋਏ ਹਨ।
(ਕਿ) ਉਹ ਪਰਮਾਤਮਾ ਬਿਨਾਂ ਹੋਰ ਪੂੰਜੀ ਪਰੇ ਵਗਾ ਮਾਰਦੇ ਹਨ।

ਪਸ ਤੁਰਾ ਹਮ ਬਾਇਦ, ਐ ਯਾਰਿ ਅਜ਼ੀਜ਼॥
ਹ਼ਕ਼ ਕੁਦਾਮ, ਵ ਤੂ ਕੁਦਾਮੀ, ਕੁਨ ਤਮੀਜ਼॥ ੩੦੨॥

ਸੰਖੇਪ ਅਰਥ : ਇਸ ਲਈ ਤੈਨੂੰ ਵੀ ਚਾਹੀਦਾ ਹੈ।
ਹੇ ਪਿਆਰੇ ਮਿੱਤਰ! ਪਛਾਣ ਕਰੇਂ (ਕਿ) ਰੱਬ ਕੌਣ ਹੈ ਅਤੇ ਤੂੰ ਕੌਣ ਹੈਂ?

ਗਰ ਤੁ ਵਾਸਿਲ ਗਸ਼ਤਹਈ, ਦਰ ਜ਼ਾਤਿ ਓ॥
ਗ਼ੈਰ ਹ਼ਰਫ਼ਿ ਬੰਦਗੀ, ਦੀਗਰ ਮਗੋ॥ ੩੦੩॥

ਸੰਖੇਪ ਅਰਥ : ਜੇ ਤੂੰ ਉਸ (ਰੱਬ) ਦੀ ਜ਼ਾਤ ਵਿਚ ਪਹੁੰਚ (ਰਸਾਈ) ਪਾ ਲਈ ਹੈ।
(ਤਾਂ) ਬੰਦਗੀ ਬਿਨਾਂ ਦੂਜਾ ਬਚਨ ਨਾ ਬੋਲ।

ਈਂ ਹਮਹ, ਅਜ਼ ਦੌਲਤਿ, ਈਂ ਬੰਦਗੀਸਤ॥
ਜ਼ਿੰਦਗੀ-ਬੇਬੰਦਗੀ, ਸ਼ਰਮਿੰਦਗੀਸਤ॥ ੩੦੪॥

ਸੰਖੇਪ ਅਰਥ : ਇਹ ਸਭ (ਰਸਾਈ) ਇਸ ਬੰਦਗੀ ਦੀ ਬਦੌਲਤ ਹੈ।
ਬੰਦਗੀ ਬਿਨਾਂ ਜ਼ਿੰਦਗੀ ਸ਼ਰਮਿੰਦਗੀ ਹੈ।

(ਰੱਬ ਨੇ ਬੰਦਗੀ ਸਰਬੋਤਮ ਕਹੀ ਹੈ)

ਹੱਕ਼ ਤਆ਼ਲਾ, ਬੰਦਗੀ ਫ਼ਰਮੂਦਹ ਅਸਤ॥
+ਹਰਕਸੇ ਕੂ ਬੰਦਾ ਸ਼ੁਦ, ਆਸੂਦਹ ਅਸਤ॥ ੩੦੫॥

ਪਾਠਭੇਦ : ਬੰਦਹ ਅੰਦਰਿ ਬੰਦਗੀ, ਆਸੂਦਹ ਅਸਤ।

ਸੰਖੇਪ ਅਰਥ : ਸਰਬ-ਉੱਚ ਪ੍ਰਭੂ ਨੇ ਬੰਦਗੀ (ਸੇਵਾ) ਹੀ ਫ਼ਰਮਾਈ ਹੈ। ਹਰ ਪੁਰਸ਼ ਜੋ ਸੇਵਕ (ਬੰਦਾ) ਹੋ ਗਿਆ, (ਉਹ ਹੀ) ਖ਼ੁਸ਼ਹਾਲ ਹੈ।

(ਕਿੱਸੇ-ਏ-ਮਨਸੂਰ)

ਚੂੰ ਅਨਲਹੱਕ਼, ਬਰ ਜ਼ਬਾਂ ਇਜ਼ਹਾਰ ਕਰਦ॥
ਸ਼ਰਹਿ ਆਂ ਮਨਸੂਰ ਰਾ, ਬਰਦਾਰ ਕਰਦ॥ ੩੦੬॥

ਪਦਅਰਥ :- ਸਰ੍ਹਾ;-ਏ-ਆਂ = ਉਸ ਧਾਰਮਿਕ ਸਰ੍ਹਾ ਨੇ।

ਸੰਖੇਪ ਅਰਥ : ਜਦ ਜ਼ਬਾਨ 'ਤੇ ਪ੍ਰਗਟ ਕੀਤਾ, ਮੈਂ ਰੱਬ ਹਾਂ। ਧਾਰਮਿਕ-ਵਿਧਾਨ (ਸ਼ਰ੍ਹਾ) ਨੇ ਉਸ ਮਨਸੂਰ ਨੂੰ ਸੂਲੀ 'ਤੇ ਚੜ੍ਹਾ ਦਿੱਤਾ।

ਮਸਤੀਇ ਹੱਕ਼ ਮਾਅ਼ਨੀਇ, ਹੁਸ਼ਿਆਰੀ ਅਸਤ॥
ਆ਼ਰਿਫ਼ਾਂ ਰਾ ਖ਼੍ਵਾਬ, ਹਮ ਬੇਦਾਰੀ ਅਸਤ॥ ੩੦੭॥

ਸੰਖੇਪ ਅਰਥ : ਨਾਮ ਦੀ ਮਸਤੀ ਦਾ ਭਾਵ ਸਾਵਧਾਨਤਾ ਹੈ। ਗਿਆਨਵਾਨਾਂ ਦੀ ਨੀਂਦ ਵੀ ਜਾਗਰਣ ਹੈ।

(ਰੱਬ ਦੇ ਘਰ ਅਦਬ ਰੱਖਣ ਵਾਲੇ ਪ੍ਰਵਾਨੀਕ ਹਨ)

ਦਰ ਹਕ਼ੀਕ਼ਤ, ਬੇ-ਅਦਬ ਯਾਬਦ ਸਜ਼ਾ॥
ਚੂੰ ਅਦਬ ਆਮਦ, ਹਮਹ ਰਾ ਰਹਨੁਮਾ॥ ੩੦੮॥

.**ਸੰਖੇਪ ਅਰਥ :** ਅਸਲ ਵਿਚ ਬੇ-ਅਦਬ (ਹੰਕਾਰੀ) ਹੀ ਸਜ਼ਾ ਪਾਉਂਦਾ ਹੈ। ਜਦ ਕਿ ਅਦਬ (ਨਿਮਰਤਾ) ਹੀ ਸਾਰਿਆਂ ਦਾ ਪਥ-ਪ੍ਰਦਰਸ਼ਕ ਹੈ।

ਗਰ ਤੁ, ਸਰ ਤਾ ਪਾ, ਹਮਹ ਹੱਕ਼ ਗਸ਼ਤਾਈ॥
ਵਾਸਿਲਿ, ਬੇਚੂਨਿ ਮੁਤ਼ਲਕ਼, ਗਸ਼ਤਾਈ॥ ੩੦੯॥

ਸੰਖੇਪ ਅਰਥ : ਜੇ ਤੂੰ ਸਿਰ ਤੋਂ ਪੈਰਾਂ ਤੱਕ ਪੂਰਨ ਸੱਚ-ਸਰੂਪ ਹੋ ਜਾਏਂ। ਅਦੁੱਤੀ ਆਜ਼ਾਦ (ਪ੍ਰਭੂ) ਦਾ ਮੇਲੀ ਹੋ ਜਾਏ।

ਬਾਜ਼, ਰਾਹਿ ਬੰਦਗੀ, ਦਰਪੇਸ਼+ ਗੀਰ॥
ਬੰਦਾਇ ਊ ਬਾਸ਼, ਵ ਰਾਹਿ ਖ਼੍ਰੇਸ਼ ਗੀਰ॥ ੩੧੦॥

ਪਾਠਭੇਦ : ਦਰਖ਼੍ਰੇਸ਼ ਪਾਠ ਵੀ ਹੈ।

ਸੰਖੇਪ ਅਰਥ : ਫਿਰ ਵੀ ਬੰਦਗੀ (ਸੇਵਕੀ) ਦਾ ਰਾਹ ਪਕੜ (ਰੱਖ)।

ਉਸ ਦਾ ਸੇਵਕ (ਬੰਦਾ) ਬਣਿਆ ਰਹੁ ਆਪਣਾ ਰਾਹਾ (ਸੇਵਕੀਂ ਦਾ) ਫੜੀ ਰੱਖ।

ਦਰ ਹਮਹ ਹ਼ਾਲਤ[1], ਖ਼ੁਦਾ ਹ਼ਾਜ਼ਿਰ ਬੁਬੀਂ॥
ਹ਼ਾਜ਼ਿਰੋ ਮਨਜ਼ੂਰ[2], ਹਮ ਨਾਜ਼ਿਰ ਬੁਬੀਂ॥ ੩੧੧॥

ਪਾਠੰਤ੍ਰ = ਕ਼ਾਲਿਬ[1] [2]ਨਾਜ਼ਿਰ

ਸੰਖੇਪ ਅਰਥ : ਸਾਰਿਆਂ ਵਿਚ ਰੱਬ ਨੂੰ ਮੌਜੂਦ ਵੇਖ।

ਮੌਜੂਦ (ਵੇਖ) ਅਤੇ ਪ੍ਰਵਾਨ ਕਰ ਅਤੇ ਦਰਸ਼ਕ ਭੀ ਸਮਝ।

ਦਰ ਰਹਿ ਹ਼ੱਕ਼, ਜੁਜ਼ ਅਦਬ, ਤਾਅ਼ਲੀਮ ਨੇਸਤ॥
ਤ਼ਾਲਿਬਿ ਊਰਾ, ਬਜੁਜ਼ ਤਸਲੀਮ ਨੇਸਤ॥ ੩੧੨॥

ਸੰਖੇਪ ਅਰਥ : ਰੱਬ ਦੇ ਰਾਹ ਵਿਚ ਅਦਬ (ਭੈ-ਭਾਵਨੀ) ਬਿਨਾਂ ਕੋਈ ਸਿੱਖਿਆ ਨਹੀਂ।

ਉਸ (ਰੱਬ) ਦੇ ਢੂੰਡਾਊ ਨੂੰ ਹੁਕਮ ਪ੍ਰਵਾਨ ਕਰਨ ਬਿਨਾਂ (ਕੋਈ ਚਾਰਾ) ਨਹੀਂ।

ਤ਼ਾਲਿਬਾਨਿ ਹ਼ੱਕ਼, ਹਮੇਸ਼ਹ ਬਾ ਅਦਬ॥
ਬਾ-ਅਦਬ ਬਾਸ਼ੰਦ, +ਅੰਦਰ ਯਾਦਿ ਰੱਬ॥ ੩੧੩॥

ਪਾਠੰਤ੍ਰ = +ਦਾਇਮ ਬਾ ਅਦਬ।

ਸੰਖੇਪ ਅਰਥ : ਸਾਈਂ ਦੇ ਜੋ ਲੋੜਨਹਾਰ ਹਨ,ਉਹਨਾਂ ਦੀ ਰਹਿਣੀ ਸਦਾ ਅਦਬ ਵਾਲੀ ਹੈ।

ਉਹ ਇਸ ਅਦਬ ਨੂੰ ਅੰਦਰ ਵਸਾ ਕੇ ਕਰਤਾਰ ਸਿਰਜਨਹਾਰ ਦਾ ਸਿਮਰਨ ਚਿੰਤਨ ਕਰਦੇ ਹਨ।

ਬੇਅਦਬ ਰਾ, ਕੈ ਜ਼ਿ ਹ਼ਾਲਿ[1] ਸ਼ਾਂ ਖ਼ਬਰ॥
ਬੇਅਦਬ ਅਜ਼ ਹ਼ੱਕ਼, ਹਮੇਸ਼ਾ +ਬੇ-ਬਸਰ[2]॥ ੩੧੪॥

ਪਾਠਭੇਦ : ਰਾਹਿ[2], ਬੇ-ਖ਼ਬਰ[2]

ਸੰਖੇਪ ਅਰਥ : ਬੇ-ਅਦਬ (ਭੈ-ਭਾਵਨੀ ਰਹਿਤ) ਹਨ, ਉਹਨਾਂ ਨੂੰ ਉਕਤ ਅਦਬ ਵਾਲੇ ਰੱਬੀ ਬੰਦਿਆਂ ਦੇ ਹਾਲ ਦੀ ਕੀ ਸਾਰ?

ਬੇ-ਅਦਬ ਸੱਚੇ (ਸਾਈਂ) ਦੀ ਪਛਾਣ ਵੱਲੋਂ ਸਦਾ ਦ੍ਰਿਸ਼ਟਿ-ਹੀਣ ਹੀ ਰਹਿੰਦੇ ਹਨ।

ਬੇ-ਅਦਬ ਹਰਗਿਜ਼, ਬ-ਹੱਕ਼ ਰਾਹੇ ਨਿਯਾਫ਼ਤ॥
ਰਾਹਿ ਹੱਕ਼ ਰਾ, ਹੇਚ ਗ਼ੁਮਰਾਹੇ, ਨਿਯਾਫ਼ਤ॥ ੩੧੫॥

ਸੰਖੇਪ ਅਰਥ : ਬੇ-ਅਦਬ ਨੂੰ ਕਦੇ ਭੀ ਸੱਚੇ ਸਾਹਿਬ ਦਾ ਸੱਚਾ ਮਾਰਗ ਨਹੀਂ ਮਿਲਦਾ। ਮਾਰਗ ਤੋਂ ਘੁਥੇ ਕਿਸੇ ਪ੍ਰਾਣੀ ਦੀ ਪਹੁੰਚ ਸੱਚੇ ਸਾਈਂ ਦੇ ਰਾਹ ਤਾਈਂ ਨਹੀਂ ਹੋ ਸਕਦੀ।

ਹ਼ਾਦੀਏ, ਰਾਹਿ ਖ਼ੁਦਾ, ਆਮਦ ਬਾਅਦਬ॥
ਬੇ-ਅਦਬ ਖ਼ਾਲੀਸਤ, ਅਜ਼ ਅਲਤ਼ਾਫ਼ਿ ਰੱਬ॥ ੩੧੬॥

ਸੰਖੇਪ ਅਰਥ : ਇਸ ਸੱਚੇ ਮਾਰਗ ਦਾ (ਰੱਬ ਦੀ ਦਰਗਾਹ ਤਾਈਂ ਤੋੜ ਪੁਚਾਵਣ-ਹਾਰਾ) ਆਗੂ (ਰਾਹਬਰ) ਇਹ ਅਦਬ ਹੈ।

ਜੋ ਬੇ-ਅਦਬ ਹੈ, ਉਹ ਰੱਬ ਦੀਆਂ ਰਹਿਮਤਾਂ ਤੋਂ ਖ਼ਾਲੀ ਰਹਿੰਦਾ ਹੈ।

ਬੇਅਦਬ ਰਾਹਿ ਖ਼ੁਦਾ, ਕੈ ਦਾਨਦਸ਼॥
ਹਰਕਿਰਾ, ਕ਼ਹਿਰਿ ਖ਼ੁਦਾ ਮੇ ਰਾਨਦਸ਼॥ ੩੧੭॥

ਸੰਖੇਪ ਅਰਥ : ਬੇ-ਅਦਬ ਪੁਰਸ਼ ਪਰਮਾਤਮਾ ਦੇ ਪਾਉਣ ਦੇ ਤਰੀਕੇ ਨੂੰ ਕਦ ਜਾਣ ਸਕਦਾ ਹੈ? (ਅਰਥਾਤ ਕਦੇ ਨਹੀਂ ਜਾਣ ਸਕਦਾ),

ਜਿਸ ਨੂੰ ਕਿ ਉਸ ਦੇ ਕਹਿਰ ਨੇ ਪਛਾੜ ਲਤਾੜ ਛਡਿਆ ਹੋਵੇ।

ਦਰ ਪਨਾਹਿ ਸਾਇਆਇ, ਮਰਦਾਨਿ ਹੱਕ਼॥
ਗਰ ਰਵੀ, ਆਂ ਜਾ, ਅਦਬ ਯਾਬੀ ਸਬਕ਼॥ ੩੧੮॥

ਸੰਖੇਪ ਅਰਥ : ਜੇ ਤੂੰ ਪਰਮੇਸ਼ਰ ਦੇ ਪਿਆਰਿਆਂ ਗੁਰਮੁਖ ਜਨਾਂ ਦੀ ਸੰਗਤ ਦੇ ਪਰਛਾਵੇਂ (ਪ੍ਰਭਾਵ) ਤਲੇ ਜਾ ਕੇ ਵਾਸਾ ਪਾਵੇਂ

ਤਾਂ ਉਥੇ ਤੈਨੂੰ ਇਸ ਅਦਬ ਦੀ ਸੰਥਾ ਮਿਲੇਗੀ।

ਬੇਅਦਬ *ਆਂ ਜਾ, ਅਦਬ ਆਮੋਜ਼ ਸ਼ੁਦ॥
ਈਂ ਚਰਾਗ਼ਿ ਗੁਲ, ਜਹਾਂ ਅਫ਼ਰੋਜ਼ ਸ਼ੁਦ॥ ੩੧੯॥

ਪਾਠਂਤ੍ਰ : *ਈਂਜਾ ਪਾਠਭੇਦ ਵੀ ਹੈ।

ਸੰਖੇਪ ਅਰਥ : ਉਥੇ ਜਾ ਕੇ ਬੇਅਦਬ (ਭਾਵਨੀ-ਹੀਣ) ਪੁਰਸ਼ ਭੀ ਅਦਬਾਂ ਦਾ ਸਿੱਖਿਅਕ (ਭੈ-ਭਾਵਨੀ ਵਾਲਾ) ਬਣ ਜਾਂਦਾ ਹੈ।

ਇਹ ਬੁਝਿਆ ਦੀਵਾ ਫੇਰ ਸਾਰੇ ਜਹਾਨ ਵਿਚ ਉਜਾਲਾ ਕਰਨ ਵਾਲਾ ਹੋ ਜਾਂਦਾ ਹੈ।

ਐ ਖ਼ੁਦਾ, ਹਰ ਬੇ-ਅਦਬ ਰਾ, ਦਿਹ ਅਦਬ॥
ਤਾਂ ਗੁਜ਼ਾਰਦ, ਉਮਰ ਰਾ, ਦਰ ਯਾਦਿ ਰੱਬ॥ ੩੨੦॥

ਸੰਖੇਪ ਅਰਥ : ਹੇ ਅਕਾਲ ਪੁਰਖ ਪਰਮਾਤਮਾ! ਹਰੇਕ ਬੇਅਦਬ ਪੁਰਸ਼ ਨੂੰ ਅਦਬ ਦਾਨ ਦੇਹ,

ਤਾਂ ਜੁ ਉਹ ਆਪਣੀ ਸਾਰੀ ਆਯੂ ਤੇਰੀ ਭਾਉ-ਭਗਤੀ (ਸਿਮਰਨ) ਅੰਦਰਿ ਬਤੀਤ ਕਰੇ।

ਗਰ ਬਿਯਾਬੀ, ਲੱਜ਼ਤੇ ਅਜ਼ ਯਾਦਿ ਊ॥
ਜ਼ਿੰਦਹ ਬਾਸ਼ੀ ਦਾਇਮਾ, ਐ ਨੇਕ-ਖ਼ੂ॥ ੩੨੧॥

ਸੰਖੇਪ ਅਰਥ : ਜੇ ਤੂੰ ਉਸ (ਰੱਬ) ਦੇ ਸਿਮਰਨ ਦਾ ਸੁਆਦ ਪ੍ਰਾਪਤ ਕਰ ਲਵੇਂ,

ਹੇ ਭਲੇ ਸੁਭਾ ਵਾਲੇ ! ਤੂੰ ਸਦੀਵ ਜੀਵਤ ਰਹੇਂ।

(ਰੱਬੀ ਸ਼ੌਕ)

ਈਂ ਵਜੂਦਿ ਖ਼ਾਕ ਰਾ, ਕ਼ਾਇਮ ਮੁਦਾਂ[1]॥
ਕ਼ਾਇਮ ਆਮਦ, ਸ਼ੌਕਿ, ਊ ਦਰ ਹਿਰਜ਼ਿ ਜਾਂ[2]॥ ੩੨੨॥

ਪਾਠਭੇਦ : [1]ਬਦਾਂ, [2]ਦਰ ਹਿਰਜ਼ਿ ਜਾਂ ਦੀ ਥਾਂ 'ਤੇ 'ਈਂ ਹਰਜ਼ ਮਾ' ਤੇ 'ਦਰ ਹਰ ਜਮਾਂ' ਪਾਠਭੇਦ ਵੀ ਹੈ।

ਸੰਖੇਪ ਅਰਥ : ਇਹ ਮਿੱਟੀ ਦੇ ਘਟ ਨੂੰ ਥਿਰਮੁ=ਨਾ ਦਾਂ=ਜਾਣ।

(ਪਰ) ਥਿਰ ਰਹੇਗਾ ਰੂਹ ਦੇ ਕਿਲ੍ਹੇ ਵਿਚ (ਰਚਾਇਆ) ਉਸ (ਰੱਬ) ਦਾ ਰੰਗ (ਪਿਆਰ)।

ਸ਼ੌਕਿ਼ ਮੌਲਾ, ਜ਼ਿੰਦਗੀਏ ਜਾਂ ਬਵਦ॥
ਯਾਦਿ ਊ, ਸਰਮਾਯਾਇ ਈਮਾਂ ਬਵਦ॥ ੩੨੩॥

ਸੰਖੇਪ ਅਰਥ : ਸਾਈਂ ਦਾ ਸਨੇਹ ਰੂਹ ਦੀ ਜ਼ਿੰਦਗੀ ਹੈ।

ਉਸ ਦਾ ਸਿਮਰਨ ਧਰਮ ਦੀ ਪੂੰਜੀ ਹੈ।

ਸ਼ੌਕਿ਼ ਊ, ਦਰ ਹਰ ਦਿਲੇ, ਕੈ ਜਾ ਕੁਨਦ॥
ਦਰ ਵਜੂਦਿ ਖ਼ਾਕ, ਕੈ ਮਾਵਾ ਕੁਨਦ॥ ੩੨੪॥

ਸੰਖੇਪ ਅਰਥ : ਉਸ (ਰੱਬ) ਦਾ ਨੇਹ ਹਰ ਹੀਅਰੇ ਵਿਚ ਕਿਵੇਂ ਘਰ ਕਰ ਸਕਦਾ ਹੈ।

(ਹਰ) ਮਿੱਟੀ ਦੇ ਸਰੀਰ ਵਿਚ ਕਿਵੇਂ ਟਿੱਕ ਸਕਦਾ ਹੈ।

ਸ਼ੌਕਿ਼ ਮੌਲਾ, *ਮਰ ਤੁਰਾ, ਚੂੰ ਦਸਤ ਦਾਦ॥
ਦੌਲਤਿ ਦਾਇਮ, ਬਦਸਤਤ ਦਰ-ਫਿਤਾਦ॥ ੩੨੫॥

ਪਾਠਭੇਦ : ਗਰ।

ਸੰਖੇਪ ਅਰਥ : ਰੱਬੀ ਸ਼ੌਕ ਨੇ ਜਦ ਤੈਨੂੰ ਮਰ=ਖਾਸ ਦਸਤ ਦਾਤ=ਮਦਦ ਦਿੱਤੀ।

ਤਾਂ ਸਦੈਵੀ ਦੌਲਤ ਤੇਰੇ ਹੱਥ 'ਚ ਆ ਡਿੱਗੀ ਭਾਵ ਹੱਥ 'ਚ ਆ ਗਈ।

ਖ਼ਾਕਿ ਰਾਹਸ਼, ਸੁਰਮਾਇ *ਚਸ਼ਮਿ ਤਰੱਸਤ॥
ਆਰਿਫ਼ਾਂ ਰਾ ਬਿਹਜ਼, ਤਾਜੋ ਅਫ਼ਸਰੱਸਤ॥ ੩੨੬॥

ਪਾਠਭੇਦ : *ਚਸ਼ਮਿ ਸਰੱਸਤ,

ਸੰਖੇਪ ਅਰਥ : ਉਸਦੇ ਰਾਹ ਦੀ ਧੂੜ ਦਿਮਾਗ਼ੀ ਦੀਦਿਆਂ ਲਈ ਸੁਰਮਾ ਹੈ। ਗਿਆਨਵਾਨਾਂ ਨੂੰ ਤਾਜ ਨੇ ਤਖ਼ਤ ਨਾਲੋਂ ਚੰਗੀ ਹੈ।

ਦੌਲਤਿ ਦੁਨੀਆ, *ਨਬਾਸ਼ਦ ਪਾਇਦਾਰ॥
ਦਰ, ਤ਼ਰੀਕ਼ਿ, ਆਰਿਫ਼ਾਨਿ ਹ਼ੱਕ਼, ਗੁਜ਼ਾਰ॥ ੩੨੭॥

ਪਾਠਭੇਦ : *ਬਵਦ ਦਾ ਪਾਠ ਵੀ ਹੈ।

ਸੰਖੇਪ ਅਰਥ : ਸੰਸਾਰੀ ਦੌਲਤ ਪਾਇਦਾਰ ਨਹੀਂ ਹੁੰਦੀ।

ਤਰੀਕੇ ਨਾਲ ਗਿਆਨੀ ਪੁਰਖ ਇਸ ਦੌਲਤ ਨਾਲ ਗੁਜ਼ਾਰਾ ਚਲਾਉਂਦੇ ਹਨ।

ਯਾਦਿ ਊ, ਲਾਜ਼ਿਮਿ ਬਵਦ ਦਾਇਮ ਤੁਰਾ॥
ਜ਼ਿਕਰਿ ਊ ਕ਼ਾਇਮ, ਕੁਨਦ ਕ਼ਾਇਮ ਤੁਰਾ॥ ੩੨੮॥

ਸੰਖੇਪ ਅਰਥ : ਇਸ ਲਈ ਉਸ (ਰੱਬ) ਦੀ ਚਿਤਵਨੀ ਹਮੇਸ਼ਾ ਤੇਰੇ ਲਈ ਜ਼ਰੂਰੀ ਹੈ। ਉਸ ਦਾ ਸਿਮਰਨ ਤੈਨੂੰ ਪੂਰੀ ਤਰ੍ਹਾਂ ਪੱਕਿਆਂ ਕਰ ਦੇਵੇਗਾ।

ਆਰਿਫ਼ਾਂ ਦਾਰੰਦ, ਬਾ[1] ਇਰਫ਼ਾਨਿ ਖ਼੍ਵੇਸ਼॥
ਹ਼ਾਸਿਲਿ ਇਰਫ਼ਾਂ, ਦਰੂਨਿ ਜਾਨਿ ਖ਼੍ਵੇਸ਼॥ ੩੨੯॥

ਪਾਠਭੇਦ : [1]ਅਜ਼

ਸੰਖੇਪ ਅਰਥ : ਗਿਆਨਵਾਨ ਆਪੇ ਦੀ ਪਛਾਨ ਨਾਲ।

ਆਪਦੀ ਜਾਨ ਵਿਚ ਗਿਆਨ ਦਾ ਲਾਭ ਰੱਖਦੇ ਹਨ।

ਮਸਨਦਿ ਸ਼ੌਕ਼ਿ ਇਲਾਹੀ, ਬੇਜ਼ਵਾਲ॥
ਵਰਨਹ ਬੀਨੀ, +ਹਰ ਕਮਾਲੇ ਰਾ ਜ਼ਵਾਲ॥ ੩੩੦॥

+ਪਾਠੰਤ੍ਰ = ਪੁਰ ਜ਼ਵਾਲੇ ਹਰ ਕਮਾਲ

ਸੰਖੇਪ ਅਰਥ : ਅੱਲ੍ਹਾ ਦੇ ਸ਼ੌਕ ਦੀ ਗੱਦੀ ਨਾਸ਼ ਰਹਿਤ ਹੈ।

ਨਹੀਂ ਤਾਂ ਤੂੰ ਦੇਖ ! ਹਰੇਕ ਪੂਰਨ ਦਾ ਪ੍ਰਤਾਪ ਜ਼ਵਾਲ=ਨਾਸਮਾਨ ਹੈ।

ਪਰ ਅੱਲ੍ਹਾ ਅਬਿਨਾਸੀ ਹੈ।

ਬੇ-ਜ਼ਵਾਲ ਆਮਦ, ਕਮਾਲਿ ਜ਼ੌਕ਼ਿ ਹ਼ੱਕ਼॥
ਤਾਂ ਕਿਹ ਯਾਬਦ, ਜ਼ੱਰਾਇ ਅਜ਼ ਸ਼ੌਕ਼ਿ ਹ਼ੱਕ਼॥ ੩੩੧॥

ਸੰਖੇਪ ਅਰਥ : ਪਤਨ ਰਹਿਤ ਪੂਰਨਤਾ ਰੱਬੀ ਪ੍ਰੇਮ ਦੇ ਹੱਥ ਆਈ ਹੈ।
ਤਾਂ ਜੁ (ਮਾਮੂਲੀ) ਸਾਧਾਰਣ ਮਨੁੱਖ ਪ੍ਰਭੂ-ਪ੍ਰੇਮ ਦਾ ਕਿਣਕਾ ਪ੍ਰਾਪਤ ਕਰ ਲਏ।

ਹਰਕਸੇ ਕੂ ਯਾਫ਼ਤ, ਊ ਜਾਵੇਦ ਸ਼ੁਦ॥
ਦਰ ਹ਼ਕ਼ੀਕ਼ਤ਼, ਸਾਹ਼ਿਬਿ ਉਮੀਦ ਸ਼ੁਦ॥ ੩੩੨॥

ਸੰਖੇਪ ਅਰਥ : ਜਿਸ ਪੁਰਸ਼ ਨੂੰ ਕਿ ਇਹ (ਪ੍ਰੇਮ ਦਾ ਕਿਣਕਾ) ਮਿਲ ਗਿਆ।
ਉਹ ਅਮਰ ਹੋ ਗਿਆ,ਅਸਲ ਵਿਚ (ਉਹੀ) ਆਸਾਵੰਤ ਹੋ ਗਿਆ।

ਚੂੰ ਉਮੀਦਸ਼, ਸੂਰਤਿ ਹ਼ਾਸਿਲ ਗ੍ਰਿਫ਼ਤ॥
ਜ਼ੱਰਾਇ ਅਜ਼ ਸ਼ੌਕ਼, ਦਰ ਦਿਲ ਜਾ ਗ੍ਰਿਫ਼ਤ॥ ੩੩੩॥

ਸੰਖੇਪ ਅਰਥ : ਜਦ ਉਸ ਦੀ ਆਸ ਨੇ ਪ੍ਰਾਪਤੀ ਦੀ ਸ਼ਕਲ ਪਕੜੀ, (ਭਾਵ ਆਸ ਪੂਰਨ ਹੋਈ)
ਪ੍ਰੇਮ ਦੀ ਕਣੀ (ਕਿਣਕੇ) ਨੇ ਦਿਲ ਵਿਚ ਥਾਂ ਬਣਾ ਲਈ।

ਆਬਿ ਹ਼ੈਵਾਂ ਮੇਚਿਕਦ, ਅਜ਼ ਮੂਇ ਊ॥
ਜ਼ਿੰਦਹ ਮੇ ਗਰਦਦ, ਜਹਾਂ ਅਜ਼ ਬੂਇ ਊ॥ ੩੩੪॥

ਸੰਖੇਪ ਅਰਥ : ਉਸ ਦੇ ਰੋਮ ਰੋਮ ਵਿੱਚੋਂ ਅੰਮ੍ਰਿਤ ਟਪਕਦਾ ਹੈ।
ਉਸ ਦੀ ਸੁਗੰਧੀ ਤੋਂ ਸੰਸਾਰ ਸਜੀਵਤ ਹੋ ਉਠਦਾ ਹੈ।

(ਸੰਸਾਰੀ ਲਿਬਾਸ 'ਚ ਗੁਰਮੁਖ ਨਿਰਲੇਪ)

ਐ ਜ਼ਹੇ ਇਨਸਾਂ, ਕਿ ਹ਼ੱਕ਼ ਰਾ ਯਾਫ਼ਤਹ॥
ਰੂ ਜ਼ਿ ਯਾਦਿ ਗ਼ੈਰਿ, ਹ਼ੱਕ਼ ਬਰਤਾਫ਼ਤਹ॥ ੩੩੫॥

ਸੰਖੇਪ ਅਰਥ : ਓ! ਉਹ ਪੁਰਸ਼ ਧੰਨ ਹੈ, ਜਿਸ ਨੇ ਰੱਬ ਪ੍ਰਾਪਤ ਕਰ ਲਿਆ।
ਰੱਬ ਤੋਂ ਬਿਨਾਂ ਹੋਰ ਦੇ ਧਿਆਨ ਵੱਲੋਂ ਮੂੰਹ ਮੋੜ ਲਿਆ।

ਦਰ ਲਿਬਾਸਿ ਦੁਨਿਯਵੀ, ਫ਼ਾਰਿਗ਼ ਅਜ਼ਾਂ॥
ਹਮਚੂ, *ਜਾਤਸ਼ +ਆਸ਼ਿਕਾਰਾ ਵ ਨਿਹਾਂ॥ ੩੩੬॥

ਪਾਠੰਤ੍ਰ : +ਆਸ਼ਿਕਾਂ ਰਾ ਊ ਨਿਹਾਂ

ਸੰਖੇਪ ਅਰਥ : ਸੰਸਾਰੀ ਭੇਸ ਵਿਚ (ਪਰ) ਉਸ (ਸੰਸਾਰ) ਤੋਂ ਨਿਰਲੇਪ ਹੁੰਦਾ ਹੈ।
ਉਸ ਦੀ ਜਾਤ ਸਾਹਿਬ ਵਾਂਗ (ਉਹ) ਪ੍ਰਗਟ ਅਤੇ ਛੁਪੀ ਰਹਿੰਦੀ ਹੈ।

ਜ਼ਾਹਿਰਸ਼, ਦਰ ਕ਼ੈਦਿ, ਮੁਸ਼ਤਿ ਖ਼ਾਕਹਸਤ॥
ਬਾਤ਼ਿਨਿ ਊ, ਬਾ ਖ਼ੁਦਾਇ ਪਾਕਹਸਤ॥ ੩੩੭॥

ਸੰਖੇਪ ਅਰਥ : ਉਸਦਾ ਦਿਸਦਾ ਸਰੂਪ ਮਿੱਟੀ ਦੀ ਮੁੱਠੀ ਦੀ ਕੈਦ ਵਿਚ ਹੈ।
ਉਸਦਾ ਅੰਦਰ (ਹਿਰਦਾ) ਪਾਵਨ ਪਰਮੇਸ਼ਰ ਨਾਲ ਰਹਿੰਦਾ ਹੈ।

ਜ਼ਾਹਿਰ ਅੰਦਰ, ਮਾਇਲਿ ਫਰਜ਼ੰਦੋ ਜ਼ਨ॥
ਦਰ ਹਕ਼ੀਕ਼ਤ, ਬਾ ਖ਼ੁਦਾਇ ਖ਼ੇਸ਼ਤਨ॥ ੩੩੮॥

ਸੰਖੇਪ ਅਰਥ : ਦਿੱਸਦਾ ਉਹ ਪੁੱਤਰ ਅਤੇ ਪਤਨੀ ਵਿਚ ਰੁਚਿਤ ਹੈ।
(ਪਰ) ਅਸਲ ਵਿਚ ਆਪਣੇ ਪ੍ਰਭੂ ਨਾਲ ਹੀ (ਜੁੜਿਆ) ਰਹਿੰਦਾ ਹੈ।

ਜ਼ਾਹਿਰ ਅੰਦਰ, ਮਾਇਲਿ ਹਿਰਸੋ ਹਵਾ
ਬਾਤ਼ਿਨ ਊ, ਪਾਕ ਅਜ਼ ਯਾਦਿ ਖ਼ੁਦਾ॥ ੩੩੯॥

ਸੰਖੇਪ ਅਰਥ : ਬਾਹਰਲਾ ਸਰੂਪ ਤਾਂ ਲੋਭ ਲਾਲਚਾ ਅਤੇ ਕਾਮਨਾਵਾਂ ਵਿਚ ਰੁਚਿਤ ਹੈ।
(ਪਰ) ਉਸ ਦਾ ਅੰਦਰ ਪ੍ਰਭੂ ਸਿਮਰਨ ਰਾਹੀਂ ਨਿਰਮਲ ਹੈ।

ਜ਼ਾਹਿਰ ਅੰਦਰ, ਮਾਇਲਿ ਅਸਪੋ ਸ਼ੁਤਰ
ਬਾਤ਼ਿਨਸ਼ ਫ਼ਾਰਿਗ਼, ਜ਼ਿ ਕ਼ੈਦਿ ਸ਼ੋਰੋ ਸ਼ਰ॥ ੩੪੦॥

ਸੰਖੇਪ ਅਰਥ : ਬਾਹਰਲਾ ਸਰੂਪ ਘੋੜਿਆਂ ਊਠਾਂ ਵਿਚ ਰਚਿਆ ਹੈ।
ਉਸਦਾ ਅੰਦਰ (ਹਿਰਦਾ) ਮਸ਼ਹੂਰੀ ਅਤੇ ਮੰਦਪੁਣੇ ਦੇ ਬੰਧਨਾਂ ਤੋਂ ਮੁਕਤ ਹੈ।

ਜ਼ਾਹਿਰ ਅੰਦਰ, ਮਾਇਲਿ ਸੀਮੋ ਜ਼ਰਸਤ॥
ਬਾਤ਼ਿਨ ਅੰਦਰ, ਸਾਹ਼ਿਬਿ ਬਹ਼ਰੋ ਬਰਸਤ਼॥ ੩੪੧॥

ਸੰਖੇਪ ਅਰਥ – ਬਾਹਰਲਾ ਤਾਂ ਚਾਂਦੀ ਸੋਨੇ ਸੇਤੀ ਰਚਿਆ ਮਿਚਿਆ ਹੈ।
ਅੰਦਰਲਾ (ਉਸਦਾ) ਜਲ ਥਲ ਦੇ ਸਾਈਂ ਸੇਤੀ ਜੁੜਿਆ ਹੈ।

ਰਫ਼ਤਹ ਰਫ਼ਤਹ, ਬਾਤ਼ਿਨਸ਼ [1]ਜ਼ਾਹਿਰ ਸ਼ੁਦਹ॥
ਦਰ ਹਕ਼ੀਕ਼ਤ਼, ਤ਼ਬਲਾਇ ਅੰਬਰ ਸ਼ੁਦਹ॥ ੩੪੨॥

ਪਾਠਭੇਦ :– [1]ਮੁਜ਼ਹਰਿ

ਸੰਖੇਪ ਅਰਥ : ਸਹਿਜੇ ਸਹਿਜੇ ਉਸਦਾ ਅੰਦਰ ਪ੍ਰਗਟ ਹੋ ਗਿਆ,
ਅਸਲ ਵਿਚ ਉਹ ਅੰਬਰ ਧਾਤ ਦਾ ਤਬਲਾ ਹੋਇਆ ਹੈ, ਜੋ ਬਾਹਰੋਂ ਲਿਬਾਸ ਵਾਲਾ ਅਤੇ ਅੰਦਰੋਂ ਖਾਲੀ। ਵਾ:- ਅਸਲ 'ਚ ਉਹ ਅੰਬਰਗਾਂ :- ਸਗੰਧੀਦਾਰ ਤਬਲਾ ਹੈ ਜੋ ਬਾਹਰੋਂ ਬੰਦ ਅਤ ਅੰਦਰੋਂ ਸੁਗੰਧੀ ਵਾਲਾ ਹੈ।

ਜ਼ਾਹਿਰੋ ਬਾਤ਼ਿਨ, ਸ਼ੁਦਹ ਯਕਸਾਨਿ ਊ॥
ਹਰ ਦੋ ਆ਼ਲਮ, ਬੰਦਾਇ ਫ਼ਰਮਾਨਿ ਊ॥ ੩੪੩॥

ਸੰਖੇਪ ਅਰਥ : ਸਮੇਂ ਨਾਲ ਉਸ ਦਾ ਅੰਦਰ ਤੇ ਬਾਹਰ ਇੱਕੋ ਜਹੇ ਹੋ ਜਾਂਦੇ ਹਨ,
ਦੋਵੇਂ ਹੀ ਜਹਾਨ ਉਸਦੇ ਫ਼ਰਮਾਂਬਰਦਾਰ ਸੇਵਕ ਹੋ ਜਾਂਦੇ ਹਨ।

ਹਮ ਬਦਿਲ ਯਾਦਿ ਖ਼ੁਦਾ, ਵ ਬਰ ਜ਼ਬਾਂ॥
ਈਂ ਜ਼ਬਾਨਸ਼, ਦਿਲ ਸ਼ੁਦਹ ਦਿਲ ਸ਼ੁਦ ਜ਼ਬਾਂ॥ ੩੪੪॥

ਸੰਖੇਪ ਅਰਥ : ਚਿੱਤ ਨਾਲ ਵੀ ਪ੍ਰਭੂ ਦਾ ਸਿਮਰਨ ਅਤੇ ਜ਼ੁਬਾਨ 'ਤੇ ਵੀ (ਸਿਮਰਨ) ਚਲਦਾ ਹੈ।
ਉਸਦੀ ਇਹ ਰਸਨਾ ਰਿਦਾ, ਰਿਦਾ ਰਸਨਾ ਹੋ ਜਾਂਦਾ ਹੈ।

(ਸੇਵਕ ਅਤੇ ਸੁਆਮੀ)

ਵਾਸਿਲਾਨਿ ਹੱਕ਼, ਚੁਨੀਂ ਫ਼ਰਮੂਦਹਅੰਦ॥
***ਬੰਦਾਹਾ ਦਰ ਬੰਦਗੀ, ਆਸੂਦਹਅੰਦ॥ ੩੪੫॥**

ਪਾਠਂਤ੍ਰ : *ਬੰਦਹ ਰਾ

ਸੰਖੇਪ ਅਰਥ : ਪਰਮੇਸ਼ਰ ਨਾਲ ਇਕ-ਮਿਕ ਹੋਏ ਇਉਂ ਫ਼ਰਮਾਉਂਦੇ ਹਨ,
ਸੇਵਕ ਤਾਂ ਸੇਵਾ-ਭਗਤੀ ਵਿਚ ਹੀ ਸੁਖੀ ਹੁੰਦੇ ਹਨ।

ਸਾਹਿਬੀ ਬਾਸ਼ਦ, ਮੁਸੱਲਿਮ ਸ਼ਾਹਿ ਰਾ॥
ਕੁ਼ਰਨਿਸ਼ਿ ਮਨ, ਸਾਲਿਕਿ਼ ਈਂ ਰਾਹਿ ਰਾ॥ ੩੪੬॥

ਸੰਖੇਪ ਅਰਥ : ਮਾਲਕੀ ਤਾਂ ਸੰਪੂਰਨ ਸ਼ਹਿਨਸ਼ਾਹ ਦੀ ਹੈ,
ਮੇਰੀ ਬੰਦਨਾ ਇਸ ਰਾਹ ਦੇ ਪਾਂਧੀ ਨੂੰ ਹੈ।

ਸਾਲਿਕਿ ਈਂ ਰਹ, ਬ-ਮੰਜ਼ਿਲ ਰਾਹਿ ਯਾਫ਼ਤ॥
ਹਾਸਿਲਿ ਉਮਰੋ ਦਿਲੇ, ਆਗਾਹਿ ਯਾਫ਼ਤ॥ ੩੪੭॥

ਸੰਖੇਪ ਅਰਥ : ਇਸ ਰਸਤੇ ਦੇ ਪਾਂਧੀ ਨੂੰ ਟਿਕਾਣੇ ਵੱਲ ਦਾ ਮਾਰਗ ਮਿਲ ਗਿਆ,
ਜੀਵਨ ਦਾ ਲਾਭ ਅਤੇ ਹੋਸ਼-ਹਵਾਸ ਵਾਲਾ ਹਿਰਦਾ ਉਸ ਨੂੰ ਪ੍ਰਾਪਤ ਹੋ ਗਿਆ।

ਬੰਦਾਹਾ ਰਾ, ਬੰਦਗੀ ਦਰਕਾਰਹਸਤ॥
ਜਾਮਿ ਸ਼ੌਕਿ਼ ਬੰਦਗੀ, ਸਰਸ਼ਾਰਹਸਤ॥ ੩੪੮॥

ਸੰਖੇਪ ਅਰਥ : ਬੰਦਿਆਂ ਨੂੰ ਬੰਦਗੀ ਬਹੁਤ ਲੋੜੀਂਦੀ ਹੈ।
ਉਨ੍ਹਾਂ ਰਿਦੇ 'ਚਬੰਦਗੀ ਦੀ ਚਾਹ ਦਾ ਪਿਆਲਾ ਭਰਪੂਰ ਰਹਿੰਦਾ ਹੈ।

ਸਾਹਿਬੀ ਜ਼ੇਬਦ, ਖ਼ੁਦਾਇ ਪਾਕ ਰਾ॥
ਆਂ ਕਿ ਜ਼ੀਨਤ ਦਾਦ, ਮੁਸ਼ਤਿ ਖ਼ਾਕ ਰਾ॥ ੩੪੯॥

ਸੰਖੇਪ ਅਰਥ : ਪਾਤਿਸ਼ਾਹੀ ਪਾਵਨ ਪਰਮਾਤਮਾ ਨੂੰ ਹੀ ਪੁਗਦੀ ਹੈ।

ਜਿਸ ਨੇ ਕਿ ਮਿੱਟੀ ਦੀ ਮੁੱਠ (ਮਨੁੱਖ) ਨੂੰ ਸਵਾਰ ਸ਼ਿੰਗਾਰ ਦਿੱਤਾ।

ਮੁਸ਼ਤਿ ਖ਼ਾਕਅਜ਼, ਯਾਦਿ ਹੱਕ਼ *ਰੌਨਕ ਗ੍ਰਿਫ਼ਤ
ਬਸਕਿ, ਦਰ ਦਿਲ, ਸ਼ੌਕ਼ਿ ਯਾਦਿ ਹੱਕ਼ ਗ੍ਰਿਫ਼ਤ॥ ੩੫੦॥

ਪਾਠੰਤ੍ਰ : *ਰੌਸ਼ਨ ਪਾਠ ਵੀ ਹੈ।

ਸੰਖੇਪ ਅਰਥ : ਮਿੱਟੀ ਦੀ ਮੁੱਠੀ (ਮਨੁੱਖਾ ਦੇਹੀ) ਰੱਬੀ ਸਿਮਰਨ ਨਾਲ ਚਮਕ-ਦਮਕ ਉਠੀ।

ਕਿਉਂ ਜੁ ਦਿਲ ਵਿਚ ਅਥਾਹ ਚਾਅ ਰੱਬੀ ਸਿਮਰਨ ਦਾ ਆਇ ਵਸਿਆ ਹੈ।

ਸ਼ੌਕ਼ ਅਜ਼ ਯਾਦਿ ਹੱਕ਼ਸ਼, ਮੁਮਤਾਜ਼ ਕਰਦ॥
ਸਰ-ਫਰਾਜ਼ੋ ਸਾਹਿ਼ਬਿ, *ਹਰ ਰਾਜ਼ ਕਰਦ॥ ੩੫੧॥

ਪਾਠਭੇਦ : *ਇਦਰਾਕ

ਸੰਖੇਪ ਅਰਥ : ਪ੍ਰਭੂ ਸਿਮਰਨ ਦੇ ਚਾਉ ਉਮਾਹ ਨੇ ਉਸ ਮਨੁੱਖ ਨੂੰ ਮਾਨਯੋਗ (ਪੂਜ) ਬਣਾ ਦਿੱਤਾ।

ਪ੍ਰਤਿਸ਼ਠ ਅਤੇ ਹਰ ਭੇਤ ਦਾ ਜਾਣੂੰ ਕਰ ਦਿੱਤਾ।

(ਕ਼ਾਦਿਰ-ਕੁ਼ਦਰਤ ਧੰਨ ਹਨ)

ਐ ਜ਼ਹੇ ਕ਼ਾਦਿਰ, ਕਿ ਅਜ਼ ਕ਼ਤਰਾਇ ਆਬ॥
ਖ਼ਾਕ ਰਾ, ਰੌਸ਼ਨ ਕੁਨਦ, ਚੂੰ ਆਫ਼ਤਾਬ॥ ੩੫੨॥

ਸੰਖੇਪ ਅਰਥ : ਧੰਨ ਹੈ ਸਿਰਜਨਹਾਰ, ਜੋ ਕਿ ਪਾਣੀ ਦੀ ਬੂੰਦ ਤੋਂ।

ਬਣੀ ਮਿੱਟੀ ਨੂੰ ਸੂਰਜ ਵੱਤ ਰੌਸ਼ਨ ਕਰ ਦਿੰਦਾ ਹੈ।

ਐ ਜ਼ਹੇ ਖ਼ਾਕੇ, ਕਿ ਨੂਰ-ਅਫ਼ਰੋਜ਼ ਸ਼ੁਦ॥
ਈਂ ਸਆ਼ਦਤਹਾ, ਨਸੀਬਿ ਅੰਦੋਜ਼ ਸ਼ੁਦ॥ ੩੫੩॥

ਸੰਖੇਪ ਅਰਥ : ਓਏ ਵਾਹ ਵਾਹ ਹੈ ਉਹ ਮਿੱਟੀ, ਜੋ ਚਮਕ-ਦਮਕ ਰੌਸ਼ਨ-ਕਰਨਹਾਰ ਭਈ।

ਜਿਸ ਤੋਂ ਇਹ ਪ੍ਰਾਪਤ ਕਰਨ ਯੋਗ ਬਖ਼ਸ਼ਿਸ਼ਾਂ ਪ੍ਰਾਪਤ ਹੋਈਆਂ ਹਨ।

ਐ ਜ਼ਹੇ ਕੁ਼ਦਰਤ, ਕਿ ਹੱਕ਼ ਬਾਰ ਆਵੁਰਦ॥
ਮੁਸ਼ਤਿ ਖ਼ਾਕਿ ਰਾ, ਬ-ਗੁਫ਼ਤਾਰ ਆਵੁਰਦ॥ ੩੫੪॥

ਉੱਚਾਰਣ : ਫ਼ਾਰਸੀ ਵਿਆਕਰਣ ਅਨੁਸਾਰ ਆ-ਵੁ-ਰਦ ਬੋਲੋ।

ਸੰਖੇਪ ਅਰਥ : ਓ ਬਲਹਾਰੇ (ਉਸ) ਕੁਦਰਤ ਤੋਂ ਜੋ ਪ੍ਰਭੂ-ਪ੍ਰਾਪਤੀ ਦਾ ਫਲ ਲਿਆਈ। ਮਿੱਟੀ ਦੀ ਮੁੱਠ (ਮਨੁੱਖੀ ਸਰੀਰ) ਨੂੰ ਬੋਲਣ-ਬਲ 'ਚ ਲਿਆਈ ਹੈ।

(ਧੰਨਤਾ ਯੋਗ ਇੰਦ੍ਰੇ)

ਹ਼ਾਸਿਲਿ ਈਂ ਜ਼ਿੰਦਗੀ, ਯਾਦਿ ਖ਼ੁਦਾਸਤ॥
ਐ ਜ਼ਹੇ *ਚਸ਼ਮਸ਼, ਕਿ ਬਰ ਹ਼ੱਕ਼ ਮੁਬਤ਼ਲਾਸਤ॥ ੩੫੫॥

ਸੰਖੇਪ ਅਰਥ : ਇਸ ਜੀਵਨ ਦਾ ਲਾਭ ਪ੍ਰਭੂ ਦਾ ਸਿਮਰਨ ਹੀ ਹੈ। ਓ ਧੰਨ ਹੈ ਉਹ ਅੱਜ ਜੋ ਪਰਮੇਸ਼ਰ ਪੁਰ ਹੀ ਟਿਕੀ ਹੋਈ ਹੈ।

ਐ ਜ਼ਹੇ ਦਿਲ, [1]ਕੰਦਰਸ਼ ਸ਼ੌਕ਼ਸ਼ ਬਵਦ॥
ਦਰ ਹ਼ਕ਼ੀਕ਼ਤ਼, ਸਾਹ਼ਿਬਿ ਜ਼ੌਕਸ਼ ਬਵਦ॥ ੩੫੬॥

ਪਾਠਭੇਦ : [1]ਕਿ ਅੰਦਰਸ਼

ਸੰਖੇਪ ਅਰਥ : ਓ ਸੁਭਾਗਾ ਹੈ ਉਹ ਹਿਰਦਾ, ਜਿਸ ਦੇ ਅੰਦਰ ਉਸ (ਰੱਬ) ਦਾ ਚਾਉ ਹੈ। ਹਕੀਕਤ (ਅਸਲੀਅਤ) ਵਿਚ ਉਸ ਦੇ ਸਰੂਰ ਦਾ ਸਾਈਂ (ਧਾਰਨੀ) ਹੁੰਦਾ ਹੈ।

ਆਂ ਜ਼ਹੇ ਸਰ, ਕੂ ਬਰਾਹਸ਼ ਦਰ ਸਜੂਦ॥
ਹਮ ਚੂ *ਚੌਗਾਨੇ, ਗੋ ਸ਼ੌਕ਼ਸ਼, ਦਰ ਰਬੂਦ॥ ੩੫੭॥

ਸੰਖੇਪ ਅਰਥ : ਹੇ ਵੀਰ! ਧੰਨ ਹੈ ਉਹ ਸਿਰ ਜਿਸ ਨੇ ਉਸ ਦੇ ਰਾਹ 'ਤੇ ਸਿਜਦਾ (ਨਮਸਕਾਰ) ਕੀਤਾ।

ਪੋਲੋ ਖੇਤ ਵਾਂਗ ਉਸ (ਪ੍ਰਭੂ) ਦੇ ਪ੍ਰੇਮ ਦੀ ਗੇਂਦ ਨੂੰ ਲੈ ਨਿਕਲਿਆ ਹੈ।

ਐ ਜ਼ਹੇ ਦਸਤੇ, ਕਿ ਵਸਫ਼ਿ ਊ ਨਵਿਸ਼ਤ॥
***ਐ ਜ਼ਹੇ ਪਾਏ, ਕੂ ਦਰ ਕੂਇਸ਼ ਗੁਜ਼ਸ਼ਤ॥ ੩੫੮॥**

ਪਾਠੰਤ੍ਰ : *ਆਂ ਜ਼ਹੇ ਪਾਏ ਰਹੇ ਕੂਇਅਸ਼ ਗਰਿਫ਼ਤ

ਸੰਖੇਪ ਅਰਥ : ਉਹ ਹੱਥ ਧੰਨ, ਜਿਨ੍ਹਾਂ ਨੇ ਕਿ ਉਸ (ਪ੍ਰਭੂ) ਦੀ ਸਿਫ਼ਤਿ-ਸਾਲਾਹ ਲਿਖੀ। ਉਹ ਪੈਰ ਧੰਨ,ਜੋ ਉਸ ਦੇ ਕੂਚੇ ਵਿਚ ਵਿਚਰੇ।

ਆਂ ਜ਼ਬਾਨੇ ਬਿਹ, ਕਿ ਜ਼ਿਕਰਿ ਊ ਕੁਨਦ॥
ਖ਼ਾਤ਼ਿਰੇ ਆਂ ਬਿਹ, ਕਿ ਫ਼ਿਕਰਿ ਊ ਕੁਨਦ॥ ੩੫੯॥

ਸੰਖੇਪ ਅਰਥ : ਉਹ ਜੀਭਾਂ ਭਲੀ ਹੈ, ਜੋ ਉਸਦਾ ਜਾਪ ਕਰਦੀ ਹੈ। ਹਿਰਦਾ ਉਹੀ ਹੱਛਾ ਹੈ, ਜੋ ਉਸਦੀ ਸੋਚ ਵਿਚਾਰ ਕਰਦਾ ਹੈ।

ਦਰ ਹਮਹ ਉਜ਼ਵੇ, ਕਿ ਊ ਅੰਦਰ ਤਨਸਤ॥
ਸ਼ੌਕਿ਼ ਊ, ਅੰਦਰ ਸਰਿ, ਮਰਦੋ ਜ਼ਨਸਤ॥ ੩੬੦॥

ਸੰਖੇਪ ਅਰਥ : ਸਾਰੇ ਅੰਗਾਂ ਵਿਚ ਬਲਕਿ ਉਹ (ਸਮੁੱਚੇ) ਸਰੀਰ ਵਿਚ ਉਹ ਵੱਸਦਾ ਹੈ।
ਉਸ ਦਾ ਪ੍ਰੇਮ ਹਰ ਨਰ ਨਾਰੀ ਦੇ ਸਿਰ 'ਚ ਸਮਾਇਆ ਹੈ।

ਆਰਜ਼ੂਏ ਜੁਮਲਹ, ਸੂਇ ਊ ਬਵਦ॥
ਸ਼ੌਕਿ਼ ਊ ਆਗ਼ੁਸ਼ਤਾ, ਦਰ ਹਰ ਮੂ ਬਵਦ॥ ੩੬੧॥

ਸੰਖੇਪ ਅਰਥ : ਸਭ ਦੀਆਂ ਇੱਛਾਂ ਉਸੇ ਵੱਲ ਲਗੀਆਂ ਹਨ।
ਉਸਦਾ ਸ਼ੌਕ ਹਰ ਰੋਮ ਵਿਚ ਘਰ ਕਰੀ ਬੈਠਾ ਹੈ।

ਗਰ ਤੂ ਖ਼੍ਵਾਹੀ, ਸਾਹਿ਼ਬਿ ਇਰਫ਼ਾਂ ਸ਼ਵੀ॥
ਜਾਂ ਬ-ਜਾਨਾਂ ਦਿਹ, ਕਿ ਤਾਂ ਜਾਨਾਂ ਸ਼ਵੀ॥ ੩੬੨॥

ਸੰਖੇਪ ਅਰਥ : ਜੇ ਤੂੰ ਚਾਹੁੰਦਾ ਹੈਂ ਕਿ ਗਿਆਨ-ਵਾਨ ਹੋ ਜਾਏਂ।
ਪ੍ਰਾਣ-ਜਾਨ ਪ੍ਰੀਤਮ ਨੂੰ ਅਰਪ ਤਾਂ ਜੁ ਪ੍ਰੀਤਮ-ਰੂਪ ਹੋ ਜਾਏਂ।

ਹਰ-ਚਿਹ ਦਾਰੀ ਕੁਨ, ਹਮਹ ਕ਼ੁਰਬਾਨਿ ਊ॥
ਰੇਜ਼ਾ-ਚੀਨੀ ਕੁਨ, ਜ਼ਿ ਦਸਤਰ-ਖ਼ਾਨਿ ਊ[1]॥ ੩੬੩॥

ਪਾਠਭੇਦ : [1]ਦਮੇ ਅਜ਼ ਖ਼ਾਨਿ ਊ

ਸੰਖੇਪ ਅਰਥ : ਜੋ ਕੁਝ ਤੂੰ ਰੱਖਦਾ ਹੈਂ, ਸਭ ਉਸ ਤੋਂ ਕ਼ੁਰਬਾਨ ਕਰ ਦੇ।
ਉਸ ਦੇ ਦਸਤਰਖ਼ਾਨ ਤੋਂ ਸਦਾ ਹੀ ਭੂਰ ਚੂਰ ਚੁੱਕ ਕੇ ਖਾਹ।

ਸ਼ੌਕਿ਼ ਇਰਫ਼ਾਨਸ਼, ਅਗਰ ਕਾਮਿਲ ਬਵਦ॥
ਗੌਹਰਿ ਮਕਸੂਦਿ, ਤੂ ਹ਼ਾਸਿਲ ਸ਼ਵਦ॥ ੩੬੪॥

ਪਾਠਭੇਦ : ਇਸ ਸ਼ੇਅਰ ਦਾ ਪਾਠਭੇਦ ਇੰਜ ਵੀ ਮਿਲਦਾ ਹੈ।

ਗੌਹਰੋ ਮਕਸੂਦ ਤੋ ਹ਼ਾਸਿਲ ਸਵਦ॥
ਨਾਕਿਸਿ ਅੰਦਰ ਸੁਹ਼ਬਤੇ ਕਾਮਿਲ ਬਵਦ॥

ਸੰਖੇਪ ਅਰਥ : ਉਸ (ਪ੍ਰਭੂ) ਦੇ ਗਿਆਨ ਦਾ ਸ਼ੌਕ ਜੇ ਪੂਰਾ ਹੋਵੇ।
ਤੇਰਾ ਮੰਤਵੀ ਮੋਤੀ ਤੈਨੂੰ ਪ੍ਰਾਪਤ ਹੋ ਜਾਏ।

***ਤੂ ਹਮਅਜ਼, ਈਂ ਉਮਰ, ਬਿਯਾਬੀ ਬਹਿਰਾਇ॥**
ਮਿਹਿਰਿ ਇਰਫ਼ਾਨਸ਼ ਚੂ ਬਖ਼ਸ਼ਦ ਜ਼ੱਰਾਇ॥ ੩੬੫॥

*ਤਾਂ ਪਾਠ ਵੀ ਹੈ।

ਸੰਖੇਪ ਅਰਥ : ਤੂੰ ਭੀ ਇਸ ਜੀਵਨ ਤੋਂ ਲਾਭ ਲੈ ਲਵੇਂ।
ਉਸਦੇ ਗਿਆਨ ਦਾ ਸੂਰਜ ਜਦ ਜ਼ਰਾ ਕੁ ਬਖ਼ਸ਼ਿਸ਼ ਕਰ ਦੇਵੇ।

ਨਾਮਿ ਤੂ, ਅੰਦਰ ਜਹਾਂ, ਗਰਦਦ ਬੁਲੰਦ॥
ਸ਼ੌਕਿ ਇਰਫ਼ਾਨਤ, ਕੁਨਦ ਬਸ *ਅਰਜਮੰਦ॥ ੩੬੬॥

ਸੰਖੇਪ ਅਰਥ : ਤੇਰਾ ਨਾਂ ਸੰਸਾਰ ਵਿਚ ਉੱਚਾ ਹੋ ਜਾਏਗਾ।
ਤੇਰੀ ਮਾਰਫ਼ਤ ਦੀ ਮੁਹੱਬਤ (ਤੈਨੂੰ) ਸਭ ਦਾ ਹਰਮਨ-ਪਿਆਰਾ ਬਣਾ ਦੇਵੇਗੀ।

(ਦਿਲ ਦਾ ਤਾਲਾ ਅਤੇ ਪ੍ਰੇਮ ਦੀ ਚਾਬੀ)

ਸ਼ੌਕਿ ਇਰਫ਼ਾਨਸ਼, ਕਸੇ ਰਾ, ਦਸਤ ਦਾਦ॥
ਕਜ਼ ਕਲੀਦਸ਼, ਕੁਫਲਿ ਦਿਲਹਾ ਰਾ, ਕੁਸ਼ਾਦ॥ ੩੬੭॥

ਪਾਠਭੇਦ :- "ਕੁਲਫ਼ਿ= ਦਿਲ ਰਾ ਵਾ ਕੁਸ਼ਾਦ"

ਸੰਖੇਪ ਅਰਥ : ਉਸ (ਪ੍ਰਭੂ) ਦੇ ਗਿਆਨ ਦੇ ਪ੍ਰੇਮ ਨੇ ਜਿਸ ਦਾ ਸਾਥ ਦਿੱਤਾ।
ਉਸ (ਪ੍ਰੇਮ ਰੂਪੀ) ਕੁੰਜੀ ਨਾਲ ਦਿਲਾਂ ਦੇ ਜੰਦਰੇ ਖੋਲ੍ਹ ਲੀਤੇ।

ਕੁਫ਼ਲ ਰਾ ਬੁਕਸ਼ਾ, ਵ ਮਾਲਿ ਬੇਕਿਰਾਂ॥
ਦਰ ਕਫ਼ਿ ਖ਼ੁਦ ਆਰ, ਅਜ਼ ਗੰਜਿ ਨਿਹਾਂ॥ ੩੬੮॥

ਸੰਖੇਪ ਅਰਥ : ਤਾਲੇ ਨੂੰ ਖੋਲ੍ਹ ਅਤੇ ਬੇਅੰਤ ਧਨ ਨੂੰ।
ਛੁਪੇ ਖ਼ਜ਼ਾਨੇ ਤੋਂ ਆਪਣੇ ਹੱਥ 'ਚ ਲਿਆ।

[1]ਕਾਂਦਰਾਂ ਲਾਲੋ ਗੁਹਰ, ਬਿਸੀਆਰ ਹਸਤ॥
ਅਜ਼ ਮੜਾਇ, *ਲੂਲੂਏ ਸ਼ਹਵਾਰਹਸਤ॥ ੩੬੯॥

ਪਾਠਭੇਦ :- [1]ਕੰਦਰਾਂ [2]"ਲੂਲੂ-ਏ" ਭਾਰਾ ਬੋਲੋ।

ਸੰਖੇਪ ਅਰਥ : ਉਸ (ਖ਼ਜ਼ਾਨੇ) ਦੇ ਅੰਦਰ ਬਹੁਤ ਲਾਲ ਅਤੇ ਮੋਤੀ ਹਨ।
ਇਹ ਸ਼ਾਹਾਂ ਦੇ ਮੋਤੀਆਂ ਦੇ ਮਾਲ-ਮਤੇ ਯੋਗ ਹਨ।

ਹਰਚਿਹ ਮੇ ਖ਼੍ਵਾਹੀ, ਜ਼ਿ ਗੰਜਿ ਬੇਸ਼ੁਮਾਰ॥
ਆਇਦਤ ਦਰ ਦਸਤ, ਐ ਆਲੀ ਤਬਾਰ॥ ੩੭੦॥

ਸੰਖੇਪ ਅਰਥ : ਜੋ ਕੁਛ ਵੀ ਤੂੰ ਚਾਹੇਂਗਾ, ਇਸ ਭਰੇ ਭੰਡਾਰੇ ਤੋਂ।
ਹੇ ਉੱਚ ਮਰਤਬੇ ਵਾਲੇ ! ਤੈਨੂੰ ਮਿਲ ਜਾਏਗਾ।

ਪਸ ਬਖ਼੍ਵਾਨੀ, ਸਾਹ਼ਿਬਾਨਿ ਸ਼ੌਕ਼ ਰਾ॥

ਤਾਂ ਜ਼ਿ ਸ਼ਾਂ ਹ਼ਾਸਿਲ ਕੁਨੀ, ਈਂ ਜ਼ੌਕ਼ ਰਾ॥ ੩੭੧॥

ਸੰਖੇਪ ਅਰਥ : ਤਾਂ ਤੇ ਤੂੰ ਬੁਲਾ ਚਾਉ ਦੇ ਸਾਈਆਂ ਨੂੰ।

ਤਾਂ ਜੁ ਉਨ੍ਹਾਂ ਰਾਹੀਂ ਇਹ (ਨਾਮ) ਰਸ ਨੂੰ ਪ੍ਰਾਪਤ ਕਰ ਲਵੇਂ।

ਜ਼ੌਕ਼ੋ ਸ਼ੌਕ਼ਿ ਹ਼ੱਕ਼, ਅਗਰ ਬਾਸ਼ਦ ਤੁਰਾ॥

ਫ਼ੈਜ਼ਿ ਈਂ ਸੁਹ਼ਬਤ, ਅਸਰ ਬਖ਼ਸ਼ਦ ਤੁਰਾ॥ ੩੭੨॥

ਸੰਖੇਪ ਅਰਥ : ਨਾਮ ਰਸ ਅਤੇ ਪ੍ਰੇਮ ਜੇ ਤੈਨੂੰ ਲੋੜੀਂਦਾ ਹੈ।

ਤਾਂ ਇਸ ਸੰਗਤ ਦੀ ਸਖਾਵਤ ਤੈਨੂੰ ਜ਼ਰੂਰ ਅਸਰ ਕਰੇਗੀ।

(ਕਲਗੀਧਰ ਜੀ ਦੇ ਬਿਬੇਕੀ)

ਗਰਚਿਹ ਦਰ ਦਿਲਹਾ, ਨਬਾਸ਼ਦ ਜੁਜ਼ ਖ਼ੁਦਾ॥

ਆ'ਰਿਫ਼ਾਂ ਰਾ ਮੰਜ਼ਿਲੇ, ਬਾਸ਼ਦ *ਊਲਾ॥ ੩੭੩॥

ਪਾਠੰਤ੍ਰ :- *ਅੱਲਾ ਪਾਠ ਵੀ ਹੈ।

ਸੰਖੇਪ ਅਰਥ : ਭਾਵੇਂ (ਸਾਰੇ) ਦਿਲਾਂ ਵਿਚ ਰੱਬ ਤੋਂ ਬਿਨਾਂ ਹੋਰ ਨਹੀਂ ਹੁੰਦਾ।

(ਪਰ) ਬਿਬੇਕੀਆਂ ਦਾ ਅਸਥਾਨ ਉੱਚਾ ਹੁੰਦਾ ਹੈ।

ਗ਼ੈਰ ਆ'ਰਿਫ਼ ਵਾਕ਼ਿਫ਼ਿ, ਈਂ ਹ਼ਾਲ ਨੇਸਤ॥

ਆ'ਰਿਫ਼ਾਂ ਰਾ ਗ਼ੈਰ, ਜ਼ਿਕਰਸ਼ ਕ਼ਾਲ ਨੇਸਤ॥ ੩੭੪॥

ਸੰਖੇਪ ਅਰਥ : ਬਿਬੇਕੀ ਬਿਨਾਂ ਇਸ ਹਾਲ ਦਾ ਹੋਰ ਕੋਈ ਜਾਣੂੰ ਨਹੀਂ।

ਬਿਬੇਕੀਆਂ ਦਾ, ਬਿਨਾਂ ਉਸ ਦੇ ਸਿਮਰਨ ਦੇ (ਕੋਈ) ਬੋਲ ਨਹੀਂ ਹੁੰਦਾ।

(ਨਾਮਧਾਰੀਕ ਰਾਜ ਛੱਡ ਜਾਂਦੇ ਹਨ)

ਬਾਦਿਸ਼ਾਹਾਂ ਸਲਤ਼ਨਤ, ਬੁ-ਗੁਜ਼ਾਸ਼ਤੰਦ॥

ਚੂੰ ਗਦਾਯਾਂ, ਕੂ ਬ ਕੂ ਬਿਸ਼ਤਾਫ਼ਤੰਦ॥ ੩੭੫॥

ਸੰਖੇਪ ਅਰਥ : ਨਾਮ ਜਪਣ ਵਾਸਤੇ ਬਾਦਸ਼ਾਹਾਂ ਨੇ ਆਪਣੇ ਰਾਜ-ਭਾਗ ਤਿਆਗ ਦਿੱਤੇ।

ਭਿਖਾਰੀਆਂ ਵਾਂਗ ਗਲੀਓਂ ਗਲੀ ਭਜੇ ਫਿਰੇ।

ਹਰਚਿ, ਸ਼ਾਂ ਅੰਦਰ ਖ਼ਿਲਾਫ਼ਤ, ਦਾਸ਼ਤੰਦ॥

ਜੁਮਲਹ ਰਾ, ਯੱਕਬਾਰਗੀ ਬੁਗਜ਼ਾਸ਼ਤੰਦ॥ ੩੭੬॥

ਸੰਖੇਪ ਅਰਥ : ਜੋ ਕੁਝ ਉਹ ਬਾਦਸ਼ਾਹੀ ਅੰਦਰ ਰੱਖਦੇ ਸਨ।

ਸਭ ਕੁਝ ਨੂੰ ਯਕਦਮ ਤਿਆਗ ਦਿੱਤਾ।

ਅਜ਼ ਬਰਾਇ ਆਂ, ਕਿ ਯਾਦਿ ਊ ਕੁਨੰਦ॥
ਅਜ਼ ਮੁਕ਼ਾਫ਼ਾਤਿ, ਦੋ ਆ਼ਲਮ ਦਰ ਰਹੰਦ॥ ੩੭੭॥

ਸੰਖੇਪ ਅਰਥ : ਉਹ ਇਸ ਵਾਸਤੇ ਕਿ ਉਸ (ਰੱਬ) ਦੀ ਯਾਦ ਕਰ ਸਕਣ।
ਦੋਹਾਂ ਜਹਾਨਾਂ ਦੇ ਬਦਲੇ (ਤਿਆਗ) ਤੋਂ ਮਗਰੋਂ ਹੋ ਜਾਣ।

ਅਜ਼ ਬਰਾਇ ਆਂ, ਕਿ ਹ਼ੱਕ਼ ਹ਼ਾਸਿਲ ਕੁਨੰਦ॥
ਪੈਰਵੀਇ, ਆ਼ਰਿਫ਼ਿ ਕਾਮਿਲ ਕੁਨੰਦ॥ ੩੭੮॥

ਸੰਖੇਪ ਅਰਥ : ਉਹ ਇਸ ਲਈ ਕਿ (ਰੱਬ) ਸੱਚ ਪ੍ਰਾਪਤ ਕਰ ਲੈਣ।
ਪੂਰਨ ਗਿਆਨਵਾਨ ਦੀ ਪੈਰਵੀ ਕਰ ਸਕਣ।

ਵਾਕ਼ਿਫ਼ਿ ਈਂ ਰਾਹ, ਅਗਰ ਦਸਤ ਆਮਦੇ॥
ਮਕ਼ਸਦਸ਼ ਦਰ, ਸਲਤ਼ਨਤ ਦਸਤ ਆਮਦੇ॥ ੩੭੯॥

ਸੰਖੇਪ ਅਰਥ : (ਪਰੰਤੂ) ਇਸ ਮਾਰਗ ਦਾ ਜਾਣੂੰ ਜੇ ਉਨ੍ਹਾਂ ਨੂੰ ਮਿਲ ਜਾਂਦਾ।
ਉਨ੍ਹਾਂ ਦਾ ਮਨੋਰਥ ਰਾਜ ਵਿਚ (ਰਹਿੰਦਿਆਂ) ਪੂਰਾ ਹੋ ਜਾਂਦਾ।

ਜੁਮਲਹ ਲਸ਼ਕਰ, ਤ਼ਾਲਿਬਾਨਿ ਹ਼ੱਕ਼ ਸ਼ੁਦੇ॥
ਦਰ ਹ਼ਕ਼ੀਕ਼ਤ਼, ਆ਼ਰਿਫ਼ਿ ਮੁਤ਼ਲਕ ਸ਼ੁਦੇ ॥ ੩੮੦॥

ਸੰਖੇਪ ਅਰਥ : (ਉਨ੍ਹਾਂ ਦੇ) ਸਾਰੇ ਸੈਨਿਕ ਸੱਚ (ਨਾਮ) ਦੇ ਅਭਿਲਾਸ਼ੀ ਹੋ ਜਾਂਦੇ,
ਸਹੀ ਅਰਥਾਂ ਵਿਚ ਪੂਰਨ ਪ੍ਰਭੂ ਦੇ ਗਿਆਨਵਾਨ ਹੋ ਜਾਂਦੇ।

ਸਾਲਿਕਿ ਈਂ ਰਾਹਿ, ਅਗਰ ਦਰਯਾਫ਼ਤੇ॥
ਦਿਲ ਅਜ਼ੀਂ ਸ਼ਾਹੀ, ਕੁਜਾ *ਬਰਤਾਫ਼ਤੇ॥ ੩੮੧॥

ਪਾਠਭੇਦ : *ਬਰਦਾਸ਼ਤੇ ਪਾਠ ਵੀ ਹੈ।

ਸੰਖੇਪ ਅਰਥ : ਪਰਮਾਰਥ ਦੇ ਰਾਹ ਦਾ ਪਾਂਧੀ ਜੇ ਮਿਲ ਜਾਂਦਾ।
(ਉਨ੍ਹਾਂ ਦੇ) ਮਨ ਇਸ ਪਾਤਸ਼ਾਹੀ ਤੋਂ ਕਿਉਂ ਮੂੰਹ ਮੋੜਦੇ?

ਤੁਖ਼ਮਿ ਹ਼ੱਕ਼, ਦਰ *ਮਜ਼ਰਏ਼ ਦਿਲ ਕਾਸ਼ਤੇ॥
ਤਾਂ ਗ਼ੁਬਾਰਿ ਦਿਲ ਜ਼ਿ, ਦਿਲ ਬਰਦਾਸ਼ਤੇ॥ ੩੮੨॥

ਸੰਖੇਪ ਅਰਥ : ਸੱਚ (ਨਾਮ) ਦਾ ਬੀਜ ਹਿਰਦੇ ਦੇ ਖੇਤ ਵਿਚ ਬੋ ਲੈਂਦੇ।
ਤਾਂ ਜੁ ਮਨ ਦੀ ਮੈਲ ਮਨ ਤੋਂ ਉਠਾ ਲੈਂਦੇ।

ਬਰ-ਸਰਿ, ਤਖ਼ਤੋ ਨਗੀਂ, ਕ਼ਾਇਮ ਬੁਦੇ॥
ਜ਼ਿਕਰਿ ਮੌਲਾ, ਗਰ ਬਦਿਲ *ਦਾਇਮ ਸ਼ੁਦੇ॥ ੩੮੩॥

ਪਾਠਾਂਤ੍ਰ : ਕ਼ਾਇਮ

ਸੰਖੇਪ ਅਰਥ : (ਉਹ) ਸਿੰਘਾਸਣ ਅਤੇ ਸੰਪਦਾ (ਜਵਾਹਰ, ਨਗੀਨਿਆਂ) ਦੇ ਸਿਰ 'ਤੇ ਟਿਕੇ ਹੀ ਰਹਿੰਦੇ।

ਸਾਈਂ ਦਾ ਸਿਮਰਨ ਜੇ ਸੁਚੇਤ ਹੋ ਕੇ (ਬ-ਦਿਲ) ਸਦੀਵੀ ਕਰ ਲੈਂਦੇ।

ਬੂਇ ਹੱਕ਼ ਮੇ ਆਇਦ, ਜ਼ਿ ਹਰ ਮੂਇ ਸ਼ਾਂ॥
ਜ਼ਿੰਦਾ ਮੇ ਸ਼ੁਦ, ਹਰਕਸੇ ਅਜ਼ ਬੂਇ ਸ਼ਾਂ॥ ੩੮੪॥

ਸੰਖੇਪ ਅਰਥ : ਉਨ੍ਹਾਂ ਦੇ ਹਰ ਰੋਮ ਵਿੱਚੋਂ ਸੱਚ (ਨਾਮ) ਦੀ ਸੁਗੰਧੀ ਆਉਂਦੀ।

ਹਰ ਪ੍ਰਾਣੀ ਉਨ੍ਹਾਂ ਦੀ ਸੁਗੰਧੀ ਤੋਂ ਜੀ ਉਠਦਾ।

ਨਾਮਿ ਹੱਕ਼ ਬੇਰੂੰ ਨਬੂਦ, ਅਜ਼ ਜਿਸਮਿ ਸ਼ਾਂ॥
ਮੁਰਸ਼ਿਦਿ ਕਾਮਿਲ, ਅਗਰ ਦਾਦੇ ਨਿਸ਼ਾਂ॥ ੩੮੫॥

ਉਲਥਾ : ਰੱਬ ਦਾ ਨਾਂ ਉਨ੍ਹਾਂ (ਬਾਦਸ਼ਾਹਾਂ) ਦੇ ਸਰੀਰ ਤੋਂ ਬਾਹਰ ਨਹੀਂ ਸੀ।

(ਪਰ) ਪੂਰਾ ਗੁਰੂ ਜੇ (ਉਨ੍ਹਾਂ ਨੂੰ) ਪਤਾ ਦੇ ਦਿੰਦਾ।

ਆਬਿ ਹੈਵਾਂ, ਅੰਦਰੂਨਿ ਖ਼ਾਨਹ ਅਸਤ॥
ਲੇਕਿ ਬੇ-ਹ਼ਾਦੀ ਜਹਾਂ, ਬੇਗਾਨਹ ਅਸਤ॥ ੩੮੬॥

ਸੰਖੇਪ ਅਰਥ : ਜੀਵਨ-ਜਲ (ਅੰਮ੍ਰਿਤ) ਘਰ ਵਿਚ ਹੀ ਹੈ।

ਪਰੰਤੂ ਨਿਗੁਰਾ ਸੰਸਾਰ ਇਸ ਗੱਲ ਤੋਂ ਅਨਜਾਣ ਹੈ।

ਚੂੰ ਜ਼ਿ ਸ਼ਹਰਗ ਹਸਤ, ਸ਼ਹ ਨਜ਼ਦੀਕਤਰ॥
ਚੂੰ ਬ-ਸਹਿ਼ਰਾ ਮੇ-ਰਵੀ, ਐ ਬੇ-ਖ਼ਬਰ॥ ੩੮੭॥

ਸੰਖੇਪ ਅਰਥ : ਜਦ ਸ਼ਹਿਨਸ਼ਾਹ ਸਾਹ ਰਗ ਤੋਂ ਵੀ ਨੇੜੇ ਹੈ।

ਤੂੰ ਕਿਸ ਲਈ ਹੇ ਅਨਜਾਣ! ਵੀਰਾਨੇ (ਬਨ) ਵਿਚ ਜਾ ਰਿਹਾ ਹੈ।

ਵਾਕ਼ਿਫਿ ਈਂ ਰਹਿ, ਅਜ਼ਾਂ ਮੇ ਬਾਇਦਤ॥
ਤਾਂ ਤੁਰਾ ਰਾਹਿ ਖ਼ੁਦਾ, ਬੁਨਮਾਇਦਤ॥

ਨੋਟ :- (ਹੱਥ ਲਿਖਤ 'ਚ ਇਹ ਸ਼ੇਅਰ ੩੮੮ ਤੋਂ ਪਹਿਲਾਂ ਵਧੀਕ ਹੈ।)

ਸੰਖੇਪ ਅਰਥ : ਇਸ ਲਈ ਇਸ ਰੱਬੀ ਦੀ ਪ੍ਰਾਪਤੀ ਦੇ ਰਾਹ ਨੂੰ, ਤੈਨੂੰ ਉਨ੍ਹਾਂ ਸਦ-ਪੁਰਖਾਂ ਤੋਂ ਪ੍ਰਾਪਤ ਕਰਨਾ ਚਾਹੀਦਾ ਹੈ।

ਤਾਂ ਤੂੰ ਫਿਰ ਰੱਬੀ ਰਾਹ ਵਿਖਾਉਣ ਵਾਲਾ ਆਗੂ ਬਣ ਜਾਏਂਗਾ।

ਵਾਕਿਫ਼ਿ ਈਂ ਰਹਿ, ਚੂ ਗਰਦਦ ਰਹਨੁਮਾ॥
ਖ਼ਿਲਵਤੇ ਦਰ ਅੰਜੁਮਨ, ਬਾਸ਼ਦ ਤੁਰਾ॥ ੩੮੮॥

ਸੰਖੇਪ ਅਰਥ : ਇਸ ਰਾਹ ਦਾ ਜਾਣੂ ਜੇ ਆਗੂ ਬਣ ਜਾਏ।

ਇਕੱਠ (ਭੀੜ) ਵਿਚ ਵੀ ਤੈਨੂੰ ਇਕਾਂਤ ਬਣੀ ਰਹੇ।

ਵਾਕਿਫ਼ਿ ਈਂ ਰਾਹਿ, ਅਗਰ ਆਰੀ ਬਦਸਤ॥
ਅੰਦਰੂੰ ਯਾਬੀ, ਮੜਾਇ ਹਰ ਚਿਹ ਹਸਤ॥ ੩੮੯॥

ਸੰਖੇਪ ਅਰਥ : ਇਸ ਰਸਤੇ ਦਾ ਜਾਣੂ (ਗੁਰੂ) ਜੇ ਤੂੰ ਪਾ ਲਵੇਂ।

(ਪਾਉਣ ਜੋਗ) ਪੂੰਜੀ ਜੋ ਵੀ ਹੈ, ਤੂੰ ਅੰਦਰੋਂ ਪਾ ਲਵੇਂ।

ਆਰਿਫ਼ਿ ਕਾਮਿਲ, ਤੁਰਾ ਕਾਮਿਲ ਕੁਨਦ॥
ਹਰ ਚਿਹ ਮੇ-ਖ਼੍ਵਾਹੀ, ਤੁਰਾ ਹਾਸਿਲ ਕੁਨਦ॥ ੩੯੦॥

ਸੰਖੇਪ ਅਰਥ : ਪੂਰਨ ਗਿਆਨਵਾਨ ਹੀ ਤੈਨੂੰ ਪੂਰਨ ਬਣਾ ਸਕਦਾ ਹੈ।

ਜੋ ਕੁਝ ਵੀ ਤੂੰ ਚਾਹੇਂ ਤੈਨੂੰ ਪ੍ਰਾਪਤ ਕਰਾ ਸਕਦਾ ਹੈ।

ਰਾਸਤੀ ਈਂਸਤ, ਰਾਹਿ ਹੱਕ਼ ਬਿਗੀਰ॥
ਤਾਂ ਤੂ ਹਮਗਰਦੀ, ਚੂ ਖ਼ੁਰਸ਼ੀਦਿ ਮੁਨੀਰ॥ ੩੯੧॥

ਸੰਖੇਪ ਅਰਥ : ਸੱਚੀ ਸਿਖਸ਼ਾ ਇਹ ਹੈ (ਕਿ) ਰੱਬ ਦਾ ਰਾਹ ਫੜ।

ਤਾਂ ਜੁ ਤੂੰ ਵੀ ਰੌਸ਼ਨ ਮਾਰਤੰਡ (ਸੂਰਜ) ਵਾਂਗ ਹੋ ਜਾਏਂ।

ਹਕ਼ ਦਰੂਨਿ ਦਿਲ, ਕਿ ਦਿਲਦਾਰੀ ਕੁਨਦ॥
ਮੁਰਸ਼ਿਦਿ ਕਾਮਿਲ, ਨਮੂ* ਯਾਰੀ ਦਿਹਦ॥ ੩੯੨॥

ਪਾਠੰਤ੍ਰ : *ਤੁਰਾ ਪਾਠ ਵੀ ਹੈ।

ਸੰਖੇਪ ਅਰਥ : (ਤਾਂ ਇੰਜ ਲੱਗਦਾ ਹੈ ਕਿ) ਰੱਬ ਦਿਲ ਵਿਚ ਹੀ ਹੈ, ਜੋ ਕਿ ਦਿਲਾਸਾ ਦੇਣ ਲੱਗ ਪੈਂਦਾ ਹੈ।

ਜਦ ਪੂਰਾ ਗੁਰੂ ਰੱਬੀ ਰਾਹ ਵਿਖਾਉਣ ਲਈ ਯਾਰੀ ਦਿੰਦਾ ਹੈ।

(ਪੂਰੇ ਗੁਰਦੇਵ ਦੀ ਮਹਿਮਾ)

ਮੁਰਸ਼ਿਦਿ ਕਾਮਿਲ, ਕਸੇ ਰਾ ਦਸਤ ਦਾਦ॥
ਤਾਜਿ ਇਰਫ਼ਾਂ ਰਾ, ਬ-ਫ਼ਰਕਿ਼ ਊ ਨਿਹਾਦ॥ ੩੯੩॥

ਸੰਖੇਪ ਅਰਥ : ਪੂਰਨ ਸਤਿਗੁਰੂ ਜਿਸ ਪੁਰਖ ਨੂੰ ਸਹਾਈ ਹੋਏ।
ਗਿਆਨ ਦੇ ਮੁਕਟ ਨੂੰ ਉਸ ਦੇ ਸੀਸ 'ਤੇ ਸਜਾ ਦਿੱਤਾ।

ਮਹ਼ਰਮਿ ਹ਼ੱਕ਼, ਮੁਰਸ਼ਿਦਿ ਕਾਮਿਲ ਕੁਨਦ॥
ਦੌਲਤਿ ਜਾਵੇਦ ਰਾ, ਹ਼ਾਸਿਲ ਕੁਨਦ॥ ੩੯੪॥

ਸੰਖੇਪ ਅਰਥ : ਰੱਬ ਦਾ ਭੇਤੀ ਪੂਰਾ ਸਤਿਗੁਰੂ ਬਣਾ ਦਿੰਦਾ ਹੈ।
ਸਦੀਵੀ ਧਨ ਦੀ ਪ੍ਰਾਪਤੀ (ਉਹੋ) ਕਰਵਾਉਂਦਾ ਹੈ।

ਹਰ ਦੋ ਆ਼ਲਮ, ਬੰਦਾਇ *ਇਹ਼ਸਾਨਿ ਊ॥
ਈਂ ਜਹਾਨੋ, ਆਂ ਜਹਾਂ, ਕੁਰਬਾਨਿ ਊ॥ ੩੯੫॥

ਪਾਠਾਂਤ੍ਰ : *ਫ਼ਰਮਾਨਿ ਪਾਠ ਵੀ ਹੈ।

ਸੰਖੇਪ ਅਰਥ : ਦੋਵੇਂ ਜਹਾਨ ਉਸ (ਗੁਰੂ) ਦੇ ਉਪਕਾਰ ਦੇ ਬੱਧੇ ਉਸਦੇ ਸੇਵਕ ਹਨ।
ਇਹ ਜਹਾਨ ਅਤੇ ਅਗਲਾ ਜਹਾਨ ਉਸ ਤੋਂ ਕੁਰਬਾਨ ਜਾਂਦੇ ਹਨ।

***ਮਾਅ਼ਨੀਇ ਇਹ਼ਸਾਨ, ਇ਼ਰਫ਼ਾਨਿ ਖ਼ੁਦਾਸਤ॥**
ਆ਼ਰਿਫ਼ਾਂ ਰਾ, ਦੌਲਤਿ ਖ਼ੁਸ਼, ਰੂ ਨੁਮਾਸਤ॥ ੩੯੬॥

ਪਾਠਾਂਤ੍ਰ : *ਗਰ ਚਿਹ ਅਸਤ ਅਜ਼ ਦੌਲਤੇ ਯਾਦੇ ਖ਼ੁਦਾਸਤ॥

ਸੰਖੇਪ ਅਰਥ : ਉਪਕਾਰ ਦਾ ਭਾਵ ਰੱਬੀ-ਗਿਆਨ ਹੈ।
ਗਿਆਨਵਾਨਾਂ ਨੂੰ ਰੱਬੀ ਮੁੱਖੜਾ ਦੇਖਣ ਰੂਪ ਸ੍ਰੇਸ਼ਟ ਸੰਪਦਾ ਪ੍ਰਾਪਤ ਹੁੰਦੀ ਹੈ।

ਤਾਂ, ਖ਼ੁਦਾਇ ਖ਼ੇਸ਼ਤਨ, ਬਿਸ਼ਨਾਖ਼ਤਸ਼॥
ਨਕ਼ਦਿ ਉਮਰਿ ਜਾਵਿਦਾਂ, ਦਰ-ਯਾਫ਼ਤਸ਼॥ ੩੯੭॥

ਸੰਖੇਪ ਅਰਥ : ਜਦ ਕਿਸੇ ਨੇ ਆਪਣਾ ਸਾਈਂ ਸਿਞਾਣ ਲਿਆ।
(ਉਦੋਂ) ਸਦੀਵੀ ਜੀਵਨ ਦੀ ਪੂੰਜੀ ਉਸ ਨੇ ਪਾ ਲੀਤੀ।

(ਖ਼ੁਦਾ ਦਾ ਮੱਕਾ; ਹਿਰਦਾ)

ਊ ਦਰੂਨਿ ਦਿਲ, ਤੂ ਬੇਰੂੰ ਮੇ-ਰਵੀ॥
ਊ ਬਖ਼ਾਨਾ, ਤੂ ਬਹੱਜ ਚੂੰ ਮੇ-ਰਵੀ॥ ੩੯੮॥

ਸੰਖੇਪ ਅਰਥ : ਉਹ ਤਾਂ ਹਿਰਦੇ ਵਿਚ ਹੈ, ਤੂੰ ਬਾਹਰ ਜਾਂਦਾ ਹੈ।
ਉਹ ਤਾਂ ਘਰ ਵਿਚ ਹੈ, ਤੂੰ ਹੱਜ (ਮੱਕੇ ਦੀ ਯਾਤਰਾ) ਕਿਸ ਲਈ ਜਾਂਦਾ ਹੈ।

ਊਸਤ, ਅਜ਼ ਹਰ ਮੂਇ ਤੂ, ਚੂੰ ਆਸ਼ਕਾਰ॥
ਤੂ ਕੁਜਾ ਬੇਰੂੰ ਰਵੀ, ਬਹਿਰਿ ਸ਼ਿਕਾਰ॥ ੩੯੯॥

ਸੰਖੇਪ ਅਰਥ : ਉਹ ਤਾਂ ਮੇਰੇ ਰੋਮ ਰੋਮ ਤੋਂ ਜਦ ਪ੍ਰਗਟ ਹੋ ਰਿਹਾ ਹੈ।
ਤੂੰ ਸ਼ਿਕਾਰ ਲਈ ਭਾਵ ਉਸ ਨੂੰ ਪਾਉਣ ਲਈ ਬਾਹਰ ਕਿਥੇ ਜਾਂਦਾ ਹੈ?

ਅੰਦਰੂਨਿ ਖ਼ਾਨਾਅ਼ਤ, ਨੂਰਿ ਅੱਲਾਹ॥
ਤਾਫ਼ਤ, ਚੂੰ ਬਰ ਆਸਮਾਂ, ਰਖ਼ਸ਼ਿੰਦਹ ਮਾਹ॥ ੪੦੦॥

ਸੰਖੇਪ ਅਰਥ : ਤੇਰੇ ਘਰ (ਘਟ) ਵਿਚ ਅਲਹ ਦਾ ਨੂਰ ਚਮਕ ਰਿਹਾ ਹੈ।
ਜਿਵੇਂ ਆਕਾਸ਼ 'ਤੇ ਚਮਕਦਾ ਚੰਦਰਮਾ ਹੈ।

ਅੰਦਰੂਨਿ ਚਸ਼ਮਿ ਤੂ, ਬੀਨਾ ਸ਼ੁਦਹ॥
ਬਰ ਜ਼ਬਾਨਤ, ਹੁਕਮਿ ਹੱਕ਼ ਗੋਯਾ ਸ਼ੁਦਹ॥ ੪੦੧॥

ਸੰਖੇਪ ਅਰਥ : ਤੇਰੀਆਂ ਅੱਖਾਂ ਵਿੱਚੋਂ ਦੇਖਣਹਾਰ ਹੋ ਰਿਹਾ ਹੈ।
ਤੇਰੀ ਰਸਨਾ ਤੇ ਰੱਬੀ ਰਜ਼ਾ ਬੁਲਾਰਾ ਬਣ ਰਹੀ ਹੈ।

ਈਂ ਵਜੂਦਤ ਰੌਸ਼ਨ, ਅਜ਼ ਨੂਰਿ ਹੱਕ਼ ਅਸਤ॥
ਰੌਸ਼ਨ ਅਜ਼ ਨੂਰਿ ਖ਼ੁਦਾਇ, ਮੁਤ਼ਲਕ਼ ਅਸਤ॥ ੪੦੨॥

ਸੰਖੇਪ ਅਰਥ : ਇਹ ਤੇਰਾ ਸਰੀਰ ਸਾਈਂ ਬਖ਼ਸ਼ੇ ਪ੍ਰਕਾਸ਼ ਤੋਂ ਲਿਸ਼ਕਦਾ ਹੈ।
ਚਮਕ-ਦਮਕ ਸਮਰੱਥ ਸਾਈਂ ਦੇ ਨੂਰ ਤੋਂ ਹੀ ਹੈ।

ਲੇਕਿ ਵਾਕ਼ਿਫ਼ ਨੇਸਤੀ, ਅਜ਼ ਹ਼ਾਲਿ ਖ਼੍ਵੇਸ਼॥
ਰੋਜ਼ੋ ਸ਼ਬ ਹ਼ੈਰਾਨੀ, ਅਜ਼ ਅਫ਼ਆ਼ਲਿ ਖ਼੍ਵੇਸ਼॥ ੪੦੩॥

ਸੰਖੇਪ ਅਰਥ : ਪਰੰਤੂ ਆਪਣੇ ਹੀ ਹਾਲ ਤੋਂ ਤੂੰ ਜਾਣੂ ਨਹੀਂ।
ਦਿਨ-ਰਾਤ ਆਪਣੇ ਕਰਤੱਬਾਂ ਤੋਂ ਤੂੰ ਹੈਰਾਨ ਹੈਂ।

ਮੁਰਸ਼ਿਦਿ ਕਾਮਿਲ, ਤੁਰਾ ਮਹ਼ਰਮ ਕੁਨਦ॥
ਦਰਦਿ ਰੇਸ਼ਿ ਹਿਜ਼ਰ ਰਾ, ਮਰਹਮ ਕੁਨਦ॥ ੪੦੪॥

ਸੰਖੇਪ ਅਰਥ : ਪੂਰਾ ਗੁਰੂ ਤੈਨੂੰ ਭੇਤੀ ਬਣਾਉਂਦਾ ਹੈ।
ਵਿਛੋੜੇ ਦੇ ਜ਼ਖ਼ਮ ਦੀ ਪੀੜਾ ਪੁਰ ਮਲ੍ਹਮ-ਪਟੀ ਕਰਦਾ ਹੈ।

ਤਾਂ ਤੂ, ਹਮ ਅਜ਼ ਵਾਸਿਲਾਨਿ ਊ, ਸ਼ਵੀ॥
ਸਾਹ਼ਿਬਿ ਦਿਲ ਗਰਦੀ, ਵ [1]ਖ਼ੁਸ਼ਖ਼ੂ ਸ਼ਵੀ॥ ੪੦੫॥

ਪਾਠਭੇਦ :- [1]ਖ਼ੁਸ਼ਬੂ

ਸੰਖੇਪ ਅਰਥ : ਤਾਂ ਕਿ ਤੂ ਵੀ ਉਸ (ਸਾਈਂ) ਤਾਈਂ ਪਹੁੰਚਿਆਂ ਵਿੱਚੋਂ ਹੋ ਜਾਵੇਂ।
ਮਨ ਦਾ ਮਾਲਕ ਬਣ ਜਾਏਂ ਅਤੇ ਸੋਹਣੇ ਸੁਭਾ ਵਾਲਾ ਹੋ ਜਾਏਂ।

ਅਜ਼ ਬਰਾਇ ਆਂ, ਕਿ ਸਰ-ਗਰਦਾਂ ਸ਼ਵੀ॥
ਉਮਰਹਾ ਅੰਦਰ, ਤਲਬ ਹੈਰਾ ਸ਼ਵੀ॥ ੪੦੬॥

ਸੰਖੇਪ ਅਰਥ : ਉਹ ਜਿਸ ਲਈ ਕਿ ਤੂੰ ਹੈਰਾਨ-ਪਰੇਸ਼ਾਨ ਹੋ ਰਿਹਾ ਹੈਂ।

ਕਈ ਜਨਮ (ਜਿਸਦੀ) ਤਲਾਸ਼ ਵਿਚ ਤਰਲੋ-ਮੱਛੀ ਹੁੰਦਾ ਆ ਰਿਹਾ ਹੈਂ।

ਤੂ ਚਿਹ ਬਾਸ਼ੀ, ਆਲਮੇ ਹੈਰਾਨਿ ਊ॥
ਅਰਸ਼ੋ ਕੁਰਸੀ ਜੁਮਲਹ, ਸਰ-ਗਰਦਾਨਿ ਊ॥ ੪੦੭॥

ਸੰਖੇਪ ਅਰਥ : ਤੂੰ ਕੀ ਹੈਂ, ਕੁਲ ਆਲਮ ਉਸ ਉੱਤੇ ਹੈਰਾਨ ਹੈ।

ਉਪਰਲੇ ਅਕਾਸ਼ ਅਤੇ ਖੰਡਾਂ ਵਾਲੇ ਸਾਰੇ ਉਸ ਲਈ ਭਮੱਤਰੇ ਪਏ ਹਨ, ਭਾਵ ਚਕ੍ਰਿਤ ਹੋ ਰਹੇ ਹਨ।

ਚਰਖ਼ ਮੇ ਗਰਦਦ, ਬਗਿਰਦਿ ਆਂ ਕਿ ਊ॥
ਦਾਰਦ, ਅਜ਼ ਸ਼ੌਕਿ ਖ਼ੁਦਾ, ਫ਼ਰਖ਼ੰਦਹ ਖ਼ੂ॥ ੪੦੮॥

ਸੰਖੇਪ ਅਰਥ : ਆਸਮਾਨ ਉਸ ਦੇ ਉਦਾਲੇ ਇਸ ਲਈ ਘੁੰਮਦਾ (ਪ੍ਰਕਰਮਾ ਕਰਦਾ) ਹੈ।

ਕਿ ਜੋ ਪ੍ਰਭੂ ਦੇ ਪ੍ਰੇਮ ਵਿਚ ਪ੍ਰਸੰਨ ਸੁਭਾ ਰੱਖਦਾ ਹੈ।

ਜੁਮਲਹ ਹੈਰਾਨੰਦ, ਸਰ-ਗਰਦਾਨਿ ਊ॥
ਚੂੰ ਗਦਾ ਜੋਇੰਦ, ਊਰਾ ਕੂ-ਬ-ਕੂ॥ ੪੦੯॥

ਸੰਖੇਪ ਅਰਥ : ਸਾਰੇ ਉਸ (ਪ੍ਰਭੂ) ਲਈ ਹੈਰਾਨ-ਪਰੇਸ਼ਾਨ ਹਨ।

ਫ਼ਕੀਰ ਵਾਂਗ ਗਲੀਓਂ ਗਲੀ ਉਸ ਨੂੰ ਢੂੰਢਦੇ ਫਿਰਦੇ ਹਨ।

ਬਾਦਿਸ਼ਾਹਿ ਹਰ ਦੋ ਆਲਮ, ਦਰ ਦਿਲਸਤ॥
***ਲੇਕਿਨ, ਈਂ ਆਗਸ਼ਤਾਇ, ਆਬੋ ਗਿੱਲਸਤ॥ ੪੧੦॥**

ਪਾਠੰਤ੍ਰ : ਲੇਕਿ ਆਂ ਵਾ-ਰਸਤਹ ਅਜ਼ ਆਬੋ ਗਿਲਅਸਤ॥ (ਹੱਥ ਲਿਖਤ 'ਚ ਪਾਠਭੇਦ)

ਸੰਖੇਪ ਅਰਥ : ਦੋਹਾਂ ਹੀ ਜਹਾਨਾਂ ਦਾ ਬਾਦਸ਼ਾਹ ਦਿਲ ਵਿਚ ਹੈ।

ਪਰੰਤੂ ਇਹ (ਦੇਹੀ) ਪਾਣੀ ਅਤੇ ਚਿਕੜ 'ਚ ਲਥ-ਪੱਥ ਹੋਈ ਪਈ ਹੈ।

ਦਰ ਦਿਲਿ ਤੂ, ਨਕ਼ਸ਼ਿ ਹੱਕ਼, ਚੂੰ ਨਕ਼ਸ਼ ਬਸਤ॥
ਜੁਮਲਹ [1]ਨਕ਼ਸ਼ਿ ਸ਼ੌਕ਼ ਸ਼ੁਦ, ਐ ਹੱਕ਼-ਪ੍ਰਸਤ॥ ੪੧੧॥

ਪਾਠਭੇਦ :- [1]ਨਫ਼ਸਿ ਸਉਕ਼।

ਸੰਖੇਪ ਅਰਥ : ਤੇਰੇ ਦਿਲ ਵਿਚ ਰੱਬ ਦੀ ਮੂਰਤ ਨੇ ਜਦ ਸੂਰਤ ਬਣਾ ਲਈ।

ਹੇ ਰੱਬ ਦੇ ਪੁਜਾਰੀ ! (ਤੇਰੇ ਲਈ) ਸਭ ਕੁਝ ਚਾਉ ਦੀ ਮੂਰਤੀ ਹੋ ਨਿਬੜਿਆ।

ਨਕ਼ਸ਼ਿ ਹੱਕ਼ ਯਾਅ਼ਨੀ, ਨਿਸ਼ਾਨਿ ਨਾਮਿ ਹੱਕ਼॥

ਆਬਿ ਹੈਵਾਂ ਰਾ ਬਨੋਸ਼, ਅਜ਼ ਜਾਮਿ ਹੱਕ਼॥ ੪੧੨॥

ਸੰਖੇਪ ਅਰਥ : ਰੱਬ ਦੀ ਮੂਰਤ ਤੋਂ ਭਾਵ ਰੱਬ ਦੇ ਨਾਮ ਦਾ ਨਿਸ਼ਾਨ ਹੈ।
ਜੀਵਨ ਦੇ ਜਲ ਭਾਵ ਅੰਮ੍ਰਿਤ ਨੂੰ ਰੱਬੀ ਨਾਮ ਦੇ ਪਿਆਲੇ ਤੋਂ ਪੀਂਦਾ ਰਹਿ।

ਆਂ ਕਿ ਊਰਾ ਜੁਸਤਮ, ਅਜ਼ ਹਰ ਖ਼ਾਨਾਇ॥

ਯਾਫ਼ਤਮ ਨਾਗਾਹ, ਦਰ ਕਾਸ਼ਾਨਾਇ॥ ੪੧੩॥

ਸੰਖੇਪ ਅਰਥ : ਉਹ ਜਿਸ ਨੂੰ ਕਿ ਮੈਂ ਹਰ ਘਰ ਵਿੱਚੋਂ ਢੂੰਡਦਾ ਰਿਹਾ।
ਮੈਂ ਅਚਾਨਕ ਹੀ (ਆਪਣੇ) ਆਲ੍ਹਣੇ ਵਿਚ ਹੀ ਪਾ ਲਿਆ।

ਈਂ ਤੁਫ਼ੈਲਿ, ਮੁਰਸ਼ਿਦਿ ਕਾਮਿਲ ਬਵਦ॥

ਹਰ ਚਿਹ ਮੇ ਖ਼੍ਵਾਹੀ, ਅਜ਼ੋ ਹ਼ਾਸਿਲ ਸ਼ਵਦ॥ ੪੧੪॥

ਸੰਖੇਪ ਅਰਥ : ਇਹ ਪ੍ਰਾਪਤੀ ਪੂਰੇ ਸਤਿਗੁਰੂ ਦੀ ਕਿਰਪਾ ਨਾਲ ਹੁੰਦੀ ਹੈ।
ਜੋ ਕੁਝ ਤੂੰ ਚਾਹੁੰਦਾ ਹੈਂ ਉਸ ਤੋਂ ਪ੍ਰਾਪਤ ਹੋ ਜਾਂਦਾ ਹੈ।

ਈਂ ਮੁਰਾਦਿ ਦਿਲ, ਕਸੇ ਬੇ-ਆਂ ਨ ਯਾਫ਼ਤ॥

ਹਰ ਗਦਾਏ, ਦੌਲਤਿ ਸੁਲਤ਼ਾਂ, ਨ ਯਾਫ਼ਤ॥ ੪੧੫॥

ਸੰਖੇਪ ਅਰਥ : ਇਹ ਦਿਲੀ ਮੁਰਾਦ ਕਿਸੇ ਨੂੰ ਬਿਨਾਂ ਉਸ (ਗੁਰੂ) ਤੋਂ ਨਹੀਂ ਮਿਲੀ।
ਹਰ ਮੰਗਤੇ ਨੂੰ ਸੁਲਤਾਨਾਂ ਵਾਲਾ ਧਨ ਨਹੀਂ ਲੱਭਾ।

(ਨਿਗੁਰੇ ਦਾ ਨਾਉ ਬੁਰਾ)

ਨਾਮੇ-ਬੇਮੁਰਸ਼ਿਦ ਮਿਆਵਰ, ਬਰ ਜ਼ਬਾਂ॥

ਮੁਰਸ਼ਿਦਿ ਕਾਮਿਲ ਦਿਹਦ, ਅਜ਼ ਹ਼ੱਕ਼ ਨਿਸ਼ਾਂ॥ ੪੧੬॥

ਸੰਖੇਪ ਅਰਥ : ਨਿਗੁਰੇ ਦਾ ਨਾਂ ਜੀਭ 'ਤੇ ਨਾ ਲਿਆ।
ਪੂਰਾ ਗੁਰੂ ਘਰ ਹੀ ਪ੍ਰਭੂ ਦਾ ਪਤਾ ਦੇਂਦਾ ਹੈ।

(ਪੂਰੇ ਗੁਰਦੇਵ ਦੀ ਮਹਿਮਾ)

ਮੁਰਸ਼ਿਦਿ ਹਰ ਚੀਜ਼, ਮੇ ਬਾਸ਼ਦ ਬਸੇ॥

ਮੁਰਸ਼ਿਦਿ ਕਾਮਿਲ, ਕੁਜਾ ਯਾਬਦ ਕਸੇ॥ ੪੧੭॥

ਸੰਖੇਪ ਅਰਥ : ਹਰ ਕੰਮ ਦੇ ਗੁਰੂ ਬਥੇਰੇ ਹੁੰਦੇ ਹਨ।

(ਪਰ) ਪੂਰਾ ਗੁਰੂ ਕਿਥੇ ਕਿਸੇ ਨੂੰ ਮਿਲਦਾ ਹੈ?

ਆਂ ਖ਼ੁਦਾਇ ਪਾਕ, ਦਿਲ ਗਾ ਕਾਮ ਦਾਦ॥
ਈਂ ਦਿਲਿ *ਸਰਗਸ਼ਤਾ ਗਾ, ਆਰਾਮ ਦਾਦ॥ ੪੧੮॥

ਪਾਠੰਤ੍ਰ : *ਬਿਸ਼ਿਕਸ਼ਤਾ।

ਪਦ ਅਰਥ : ਸਰ-ਗਸ਼ਤਾ=ਸਿਰ ਫਿਰੇ, ਬਿਸ਼ਿਕਸ਼ਤਾ=ਟੁੱਟੇ ਹੋਏ।

ਸੰਖੇਪ ਅਰਥ : ਉਸ ਪਾਕ ਪਰਵਰਦਗਾਰ ਨੇ ਮਨ ਦੀ ਕਾਮਨਾ ਪੂਰੀ ਕਰ ਦਿੱਤੀ, ਇਸ ਭੁੱਲੇ ਭਟਕੇ ਮਨ ਨੂੰ ਟਿਕਾਉ ਬਖ਼ਸ਼ ਦਿੱਤਾ।

ਹ਼ਾਸਿਲਿ ਹ਼ੱਕ਼, ਮੁਰਸ਼ਿਦਿ ਕਾਮਿਲ ਬਵਦ॥
ਜ਼ਾਂ, ਕਿ ਊ ਆਰਾਮਿ, ਜਾਨੋ ਦਿਲ ਬਵਦ॥ ੪੧੯॥

ਸੰਖੇਪ ਅਰਥ : ਪੂਰਾ ਸਤਿਗੁਰੂ ਪ੍ਰਭੂ ਦੀ ਪ੍ਰਾਪਤੀ ਕਰਵਾ ਦਿੰਦਾ ਹੈ। ਇਸ ਕਰਕੇ ਕਿ ਉਸ ਰਾਹੀਂ ਆਤਮਾ ਅਤੇ ਮਨ ਦਾ ਟਿਕਾਉ ਹੁੰਦਾ ਹੈ।

[1]ਅੱਵਲਨ, ਐ ਦਿਲ, ਫ਼ਨਾਇ ਖ਼੍ਵੇਸ਼ ਸ਼ੌ॥
ਤਾਂ ਬਿਯਾਬੀ, ਰਾਹਿ ਹ਼ੱਕ਼, ਦਰ ਕੂਇ ਓ॥ ੪੨੦॥

ਪਾਠਭੇਦ :- [1]ਅਵੱਲੀਂ।

ਸੰਖੇਪ ਅਰਥ : ਪਹਿਲਾਂ ਤਾਂ ਹੇ ਮਨਾ ! ਆਪੇ ਦਾ ਨਾਸ਼ ਕਰਦੇ। ਤਾਂ ਤੈਨੂੰ ਉਸਦੀ ਗਲੀ ਵਿਚ ਰੱਬੀ ਵਾਟ ਮਿਲੇਗੀ।

ਵਾਕ਼ਿਫ਼ੇ ਅਜ਼, ਮੁਰਸ਼ਿਦਿ ਕਾਮਿਲ ਸ਼ਵੀ॥
ਬੇ ਤਕੱਲੁਫ਼ ਸਾਹ਼ਿਬਿ, *ਈਂ ਦਿਲ ਸ਼ਵੀ॥ ੪੨੧॥

ਪਾਠੰਤ੍ਰ : *ਦਿਲ ਮੇ।

ਸੰਖੇਪ ਅਰਥ : ਪੂਰਨ ਗੁਰੂ ਰਾਹੀਂ ਜੇ ਤੂੰ (ਵਾਹਿਗੁਰੂ ਦਾ) ਵਾਕਿਫ ਹੋ ਜਾਏਂ। ਤਾਂ ਸੱਚਮੁੱਚ ਹੀ ਤੂੰ ਇਸ ਮਨ ਦਾ ਮਾਲਿਕ ਬਣ ਜਾਏਂਗਾ।

ਹਰ ਕਿ ਊ ਖ਼ੁਦ ਰਾ; ਫ਼ਨਾਇ *ਊ ਨ ਕਰਦ॥
ਹ਼ੱਕ਼ ਮਰਊਰਾ, ਸਾਹ਼ਿਬਿ ਇ਼ਰਫ਼ਾਂ ਨ ਕਰਦ॥ ੪੨੨॥

ਪਾਠੰਤ੍ਰ : *ਆਂ।

ਸੰਖੇਪ ਅਰਥ : ਉਹ ਜਿਸ ਨੇ ਕਿ ਆਪੇ ਨੂੰ ਉਸ ਤੋਂ ਕੁਰਬਾਨ ਨਹੀਂ ਕੀਤਾ। ਰੱਬ ਨੇ ਵੀ ਉਸ ਨੂੰ ਖ਼ਾਸ (ਪੂਰਾ) ਗਿਆਨਵਾਨ ਨਹੀਂ ਕੀਤਾ।

ਹਰ ਚਿਹ ਹਸਤ, ਆਂ ਅੰਦਰੂਨਿ ਖ਼ਾਨਾ ਅਸਤ॥
ਸੈਰ ਕੁਨ, ਦਰ ਕਿਸ਼ਤਿ ਦਿਲ, ਈਂ [1]ਦਾਨਾ ਹਸਤ॥੪੨੩॥

ਪਾਠਭੇਦ :- [1]ਪੋਲਾ ਬੋਲੋ।

ਸੰਖੇਪ ਅਰਥ : ਜੋ ਕੁਝ ਹੈ ਉਹ ਘਰ ਵਿਚ ਹੀ ਹੈ।

ਦਿਲ ਦੀ ਖੇਤੀ ਵਿਚ ਸੈਰ ਕਰ, ਇਹੀ ਗਿਆਨ ਬੀਜ ਹੈ।

ਮੁਰਸ਼ਿਦਿ ਕਾਮਿਲ, ਚੂ ਬਾਸ਼ਦ ਰਹਨੁਮਾ॥
ਬਾ ਖ਼ੁਦਾਇ ਖ਼ੇਸ਼, ਗਰਦੀ ਆਸ਼ਨਾ॥ ੪੨੪॥

ਸੰਖੇਪ ਅਰਥ : ਪੂਰਾ ਸਤਿਗੁਰੂ ਜਦ ਰਾਹ ਵਿਖਾਊ ਬਣੇ।

ਆਪਣੇ ਪ੍ਰਭੂ ਨਾਲ ਤੂੰ ਆਸ਼ਨਾ ਹੋ ਜਾਏਂਗਾ।

ਗਰ ਦਿਲਿ ਤੂ, ਜਾਨਿਬਿ ਹ਼ਕ਼ ਆਰਦਤ॥
ਅਜ਼ *ਬੁਨਿ ਹਰ ਮੂਏ, ਹ਼ੱਕ਼ ਮੇ ਬਾਰਦਤ॥ ੪੨੫॥

ਪਾਠਭੇਦ : ਤਨੇ।

ਸੰਖੇਪ ਅਰਥ : ਜੇ (ਗੁਰੂ) ਤੇਰਾ ਮਨ ਰੱਬ ਵੱਲ ਲੈ ਆਵੇ।

ਤੇਰੇ ਹਰ ਰੋਮ ਦੀ ਜੜ੍ਹ ਤੋਂ ਨਾਮ ਵਰਸਨ ਲੱਗ ਜਾਵੇ।

ਹਮ ਦਰੀਂ ਦੁਨੀਆ, ਬਿ-ਯਾਬੀ ਕਾਮ ਰਾ॥
ਖ਼ਾਕ ਬਰ ਸਰ ਕੁਨ, ਗ਼ਮਿ *ਅੱਯਾਮ ਰਾ॥ ੪੨੬॥

ਉੱਚਾਰਣ : *ਅੱਈਆਮ ਬੋਲੇ

ਸੰਖੇਪ ਅਰਥ : ਨਾਲ ਹੀ ਇਸ ਦੁਨੀਆ ਵਿਚ ਆਪਣੀ ਇੱਛਾ ਪ੍ਰਾਪਤ ਕਰ ਲਵੇਂ।

ਸਮੇਂ ਦੇ ਸੰਤਾਪਾਂ ਦੇ ਸਿਰ ਪੁਰ ਸੁਆਹ ਪਾ ਦੇਣਾ ਕਰ।

ਬੇਰੂੰ ਅਜ਼ ਜਿਸਮਿ ਤੁ, ਨਬਵਦ ਹੇਚ ਚੀਜ਼॥
ਯਕ ਦਮੇ, ਹਮ ਖ਼ੇਸਤਨ ਰਾ, ਕੁਨ ਤਮੀਜ਼॥ ੪੨੭॥

ਸੰਖੇਪ ਅਰਥ : ਤੇਰੇ ਤਨ ਤੋਂ ਬਾਹਰ ਕੋਈ ਚੀਜ਼ ਨਹੀਂ ਹੈ।

ਇਕ ਛਿਨ ਲਈ ਆਪੇ ਦੀ ਭੀ ਪਛਾਣ ਕਰ।

ਤਾਂ ਬਿਯਾਬੀ, ਈਂ ਸਆ਼ਦਤ ਰਾ, ਮੁਦਾਮ॥
ਗਰ ਬਿਦਾਨੀ, ਹ਼ੱਕ਼ ਕੁਦਾਮੋ, ਮਨ ਕੁਦਾਮ॥ ੪੨੮॥

ਸੰਖੇਪ ਅਰਥ : ਤਾਂ ਤੂੰ ਇਹ ਸੁਭਾਗ ਨੂੰ ਸਦੀਵ ਪ੍ਰਾਪਤ ਕਰ ਲਵੇਂ।

ਜੇ ਜਾਣ ਲਵੇਂ ਰੱਬ ਕੀ ਹੈ ਤੇ ਮੈਂ ਕੀ ਹਾਂ।

ਮਨ ਚਿਹ, [1]ਜ਼ੱਰਾ ਮੁਸ਼ਤੇ, ਅਜ਼ ਖ਼ਾਕਿ ਗ਼ਰੀਬ॥
ਈਂ ਹਮਹ ਦੌਲਤ, ਜ਼ਿ ਮੁਰਸ਼ਿਦ ਸ਼ੁਦ ਨਸੀਬ॥ ੪੨੯॥

ਉਚਾਰਣ :- [1]ਜ਼ੁਰਾ ਵਾਂਗ ਬੋਲੋ।

ਸੰਖੇਪ ਅਰਥ : ਮੈਂ ਕੌਣ ਕੀ ਹਾਂ? ਨਿਮਾਣੀ ਮਿੱਟੀ ਦੀ ਇਕ ਮੁੱਠ।
ਇਹ ਸਾਰੀ ਪੂੰਜੀ ਗੁਰੂ ਤੋ ਪ੍ਰਾਪਤ ਹੋਈ।

(ਪੂਰੇ ਗੁਰਦੇਵ ਦੀ ਮਹਿਮਾ)

ਐ ਜ਼ਹੇ ਮੁਰਸ਼ਿਦ, ਕਿ ਨਾਮਿ ਪਾਕ ਰਾ॥
ਅਜ਼ ਕਰਮ ਬਖ਼ਸ਼ੀਦ, ਮੁਸ਼ਤਿ ਖ਼ਾਕ ਰਾ॥ ੪੩੦॥

ਸੰਖੇਪ ਅਰਥ : ਹੇ ਭਾਈ! ਧੰਨ ਹੈ ਸਤਿਗੁਰੂ,ਕਿਉਂ ਜੋ ਪਾਵਨ ਨਾਮ ਨੂੰ ਕ੍ਰਿਪਾ ਰਾਹੀਂ ਮੁੱਠੀ ਭਰ ਮਿੱਟੀ ਤਾਈਂ ਬਖ਼ਸ਼ ਦਿੱਤਾ।

ਐ ਜ਼ਹੇ ਮੁਰਸ਼ਿਦ, ਚੂ ਮਾ ਤੀਰਹ ਦਿਲਾਂ॥
ਕਰਦ ਰੌਸ਼ਨ, ਦਰ ਜ਼ਮੀਨੋ ਆਸਮਾਂ॥ ੪੩੧॥

ਸੰਖੇਪ ਅਰਥ : ਧੰਨ ਹੈ ਸਤਿਗੁਰੂ,ਸਾਡੇ ਵਰਗੇ ਅੰਨ੍ਹੇ ਮਨ ਵਾਲਿਆਂ ਨੂੰ ਧਰਤੀ ਅਤੇ ਆਸਮਾਨ ਵਿਚ ਪ੍ਰਸਿੱਧ ਕਰ ਦਿੱਤਾ।

ਐ ਜ਼ਹੇ ਮੁਰਸ਼ਿਦ, ਕਿ ਦਿਲ ਰਾ ਸ਼ੌਕ਼ ਦਾਦ॥
ਐ ਜ਼ਹੇ ਮੁਰਸ਼ਿਦ, ਕਿ ਬੰਦਿ ਦਿਲ ਕੁਸ਼ਾਦ॥ ੪੩੨॥

ਸੰਖੇਪ ਅਰਥ : ਧੰਨ ਹੈ ਸਤਿਗੁਰ, ਕਿਉਂ ਜੁ ਮਨ ਨੂੰ (ਉਸ ਨੇ) ਉਮਾਹ ਦਿੱਤਾ।
ਧੰਨ ਹੈ ਸਤਿਗੁਰੂ ਕਿਉਂ ਜੁ ਮਨ ਦੇ ਬੰਧਨ (ਉਸ ਨੇ) ਖੋਲ੍ਹ ਦਿੱਤੇ।

ਐ ਜ਼ਹੇ ਮੁਰਸ਼ਿਦ, ਕਿ ਬਾ ਹੱਕ਼ ਆਸ਼ਨਾ॥
ਕਰਦ ਫ਼ਾਰਿਗ਼, ਅਜ਼ ਗ਼ਮਿ ਰੰਜੋ ਬਲਾ॥ ੪੩੩॥

ਸੰਖੇਪ ਅਰਥ : ਧੰਨ ਹੈ ਸਤਿਗੁਰੂ,ਕਿਉਂ ਜੁ ਰੱਬ ਨਾਲ ਜਾਣੂ ਕਰਾ ਕੇ ਕਲ-ਕਲੇਸ਼ ਦੀ ਚਿੰਤਾ ਤੋਂ ਛੁਟਕਾਰਾ ਦਿੱਤਾ।

ਐ ਜ਼ਹੇ ਮੁਰਸ਼ਿਦ, ਕਿ ਉਮਰਿ ਜਾਵਿਦਾਂ॥
ਬਖ਼ਸ਼ਦ ਅਜ਼, ਨਾਮਿ ਖ਼ੁਦਾਇ ਬੇ-ਨਿਸ਼ਾਂ॥ ੪੩੪॥

ਸੰਖੇਪ ਅਰਥ : ਧੰਨ ਸਤਿਗੁਰੂ, ਕਿਉਂ ਜੁ (ਉਹ) ਸਦੀਵੀ ਜੀਵਨ।
ਰੂਪ-ਰੇਖ ਤੋਂ ਨਿਆਰੇ ਰੱਬ ਦੇ ਨਾਮ ਰਾਹੀਂ ਬਖ਼ਸ਼ਦਾ ਹੈ।

ਐ ਜ਼ਹੇ ਮੁਰਸ਼ਿਦ, ਕਿ ਊ ਅਜ਼ ਕ਼ਤਰਾ ਆਬ॥
ਕਰਦ ਰੌਸ਼ਨ, ਹਮਚੂ ਮਾਹੋ ਆਫ਼ਤਾਬ॥ ੪੩੫॥

ਸੰਖੇਪ ਅਰਥ : ਧੰਨ ਹੈ ਸਤਿਗੁਰੂ, ਕਿਉਂ ਜੁ ਬਿੰਦ ਕੁ ਬੂੰਦ (ਤੋਂ ਬਣੇ ਬੰਦੇ) ਨੂੰ। ਚੰਨ ਅਤੇ ਸੂਰਜ ਵਾਂਗ ਰੌਸ਼ਨ ਕਰ ਦਿੱਤਾ।

ਐ ਜ਼ਹੇ ਮੁਰਸ਼ਿਦ, ਜ਼ਹੇ ਇਹ਼ਸਾਨਿ ਊ॥
ਸਦ ਹਜ਼ਾਰਾਂ, ਹਮਚੂ ਮਨ, ਕੁਰਬਾਨਿ ਊ॥ ੪੩੬॥

ਸੰਖੇਪ ਅਰਥ : ਧੰਨ ਸਤਿਗੁਰੂ, ਧੰਨ ਹੈ ਉਸਦਾ ਉਪਕਾਰ।
ਮੇਰੇ ਜਹੇ ਲੱਖਾਂ ਉਸ ਤੋਂ ਕੁਰਬਾਨ ਹਨ।

ਦਰ ਜ਼ਮੀਨੋ ਆਸਮਾਂ, ਨਾਮਸ਼ ਬਵਦ॥
ਹਰ ਮੁਰੀਦੇ, ਸਾਹ਼ਿਬਿ ਕਾਮਸ਼ ਬਵਦ॥ ੪੩੭॥

ਸੰਖੇਪ ਅਰਥ : ਧਰਨ (ਧਰਤੀ) ਅਤੇ ਗਗਨ ਵਿਚ ਉਸ (ਗੁਰੂ) ਦਾ ਨਾਮ ਚੱਲ ਰਿਹਾ ਹੈ।
ਹਰ ਸਿੱਖ ਆਪਣੀ ਕਾਮਨਾ ਦੀ ਪੂਰਤੀ (ਗੁਰੂ ਤੋਂ) ਕਰ ਲੈਂਦਾ ਹੈ।

ਹਰ ਕਿ ਖ਼ੁਸ਼ ਬਾਸ਼ਦ, ਜ਼ਿ ਗੁਫ਼ਤੋਗੂਇ ਊ॥
ਹ਼ੱਕ਼ ਹਮੇਸ਼ਹ ਬਾਸ਼ਦ, ਊਰਾ ਰੂ-ਬ-ਰੂ॥ ੪੩੮॥

ਸੰਖੇਪ ਅਰਥ : ਜੋ ਵੀ ਉਸ ਦੇ ਬਚਨ-ਬਿਲਾਸ ਤੋਂ ਪ੍ਰਸੰਨ ਹੁੰਦਾ ਹੈ।
ਹਰੀ ਹਮੇਸ਼ਾ ਉਸ ਨੂੰ ਸਾਹਮਣੇ ਹੁੰਦਾ ਹੈ।

ਹ਼ੱਕ਼ ਹਮੇਸ਼ਹ ਬਾਸ਼ਦ, ਊਰਾ ਦਰ ਹਜ਼ੂਰ॥
ਜ਼ਿਕਰਿ ਊ *ਬਾਸ਼ਦ, ਮਰਊਰਾ ਦਰ ਸਦੂਰ॥ ੪੩੯॥

ਪਾਠੰਤ੍ਰ : *ਦਾਇਮ, ਮਰਾ ਬਾਸ਼ਦ ਜ਼ਰੂਰ।

ਉੱਚਾਰਣ :- ਫ਼ਾਰਸੀ ਵਿਦਵਾਨ ਮਰਊਰਾ ਨੂੰ ਮਰੂਰਾ ਵਾਂਗ ਵੀ ਪੜ੍ਹ ਲੈਂਦੇ ਹਨ।

ਸੰਖੇਪ ਅਰਥ : ਹਰੀ ਹਮੇਸ਼ਾ ਉਸ ਦੇ ਹਾਜ਼ਿਰ ਨਾਜ਼ਿਰ ਹੁੰਦਾ ਹੈ।
ਪਰੰਤੂ ਉਸ ਦਾ ਸਿਮਰਨ ਉਸ ਨੇ ਉਰਧਾਰੀ ਰੱਖਣਾ ਹੈ।

ਗਰ ਹਜ਼ੂਰੀ ਬਾ-ਖ਼ੁਦਾ, ਬਾਇਦ ਬ-ਤੋ॥
ਦਰ ਹਜ਼ੂਰਿ, ਮੁਰਸ਼ਿਦਿ ਕਾਮਿਲ ਬਿਰੌ॥ ੪੪੦॥

ਸੰਖੇਪ ਅਰਥ : ਜੇ ਤੈਨੂੰ ਰੱਬ ਦੀ ਸਨਮੁਖਤਾ ਚਾਹੀਦੀ ਹੈ।
ਪੂਰਨ ਸਤਿਗੁਰੂ ਦੇ ਸਨਮੁਖ ਰੌ= ਰਵਾਨਾ ਹੋ ਭਾਵ ਚਲਾ ਜਾ।

(ਰੱਬੀ ਰੂਪ ਦਾ ਅਰਥ)

ਸੂਰਤਿ ਹੱਕ਼, ਮੁਰਸ਼ਿਦਿ ਕਾਮਿਲ ਬਵਦ॥
ਦੀਦਨਸ਼ ਆਰਾਮਿ, ਜਾਨੋ ਦਿਲ ਬਵਦ॥ ੪੪੧॥

ਸੰਖੇਪ ਅਰਥ : ਪੂਰਨ ਸਤਿਗੁਰੂ ਰੱਬ ਦਾ ਹੀ ਰੂਪ ਹੁੰਦਾ ਹੈ।
ਉਸਦਾ ਦਰਸ਼ਨ ਆਤਮਾ ਅਤੇ ਅੰਦਰਲੇ (ਮਨ) ਨੂੰ ਠੰਢ ਠਾਰ (ਸੁਖਚੈਨ) ਬਖ਼ਸ਼ਦਾ ਹੈ।

ਸੂਰਤਿ ਹੱਕ਼ ਮਾਅ਼ਨੀ, ਮੁਰਸ਼ਿਦ ਬਵਦ॥
ਹਰ ਕਿ, ਬਰ-ਗਰਦਦ, ਅਜ਼ੋ ਮੁਰੱਤਦ ਬਵਦ॥ ੪੪੨॥

ਸੰਖੇਪ ਅਰਥ : ਰੱਬ ਦੇ ਰੂਪ ਦਾ ਮਤਲਬ ਪੂਰਨ ਸਤਿਗੁਰੂ ਹੁੰਦਾ ਹੈ।
ਜੋ ਉਸ ਤੋਂ ਮੂੰਹ ਫੇਰਦਾ ਹੈ, ਉਹ ਬੇਮੁੱਖ ਹੈ ਹੁੰਦਾ ਹੈ।

ਮੁਰਸ਼ਿਦਿ ਕਾਮਿਲ, ਬਗ਼ੈਰ ਅਜ਼ ਹੱਕ਼ ਨਗੁਫ਼ਤ॥
***ਦੁੱਰਿ ਈਂ ਮਾਅ਼ਨੀ, ਬਗ਼ੈਰ ਅਜ਼ ਆਂ ਨ ਸੁਫ਼ਤ॥ ੪੪੩॥**

ਪਾਠੰਤ੍ਰ : *ਈਂ ਦੁੱਰਿ ਮਾਅ਼ਨੀ ਬ ਸਿਲਕਿ ਦਿਲ ਬ ਸੁਫ਼ਤ।

ਸੰਖੇਪ ਅਰਥ : ਪੂਰਨ ਸਤਿਗੁਰੂ ਉਹ, ਜਿਸ ਨੇ ਬ੍ਰਹਮ ਤੋਂ ਬਿਨਾਂ ਕੁਝ ਨਹੀਂ ਕਿਹਾ।
ਇਹ ਅਧਿਆਤਮਕ ਮੋਤੀ ਉਸ ਤੋਂ ਬਿਨਾਂ ਕਿਸੇ ਨੇ ਨਹੀਂ ਪਰੋਏ।

ਤਾਂ ਕੁਜਾ *ਹਾ ਸ਼ੁਕਰਿ, ਇਹ਼ਸਾਨਸ਼ ਕੁਨਮ॥
ਹਰ ਚਿਹ ਆਇਦ, ਬਰ ਜ਼ਬਾਂ ਈਂ ਮੁਗ਼ਤਨਮ॥ ੪੪੪॥

ਨੋਟ : ਚਾਲ ਪੂਰੀ ਕਰਨ ਲਈ 'ਹਾ' ਪੁਰਾਤਨ ਲਿਖਤਾਂ 'ਚ ਹੈ।

ਸੰਖੇਪ ਅਰਥ : ਕਿਥੋਂ ਤਕ ਉਸ ਦੇ ਉਪਕਾਰ ਦਾ ਸ਼ੁਕਰਾਨਾ ਮੈਂ ਕਰ ਸਕਦਾ ਹਾਂ?
ਜੋ ਕੁਝ ਰਸਨਾ 'ਤੇ ਆਉਂਦਾ ਹੈ, ਇਹੀ ਬਖ਼ਸ਼ਿਸ਼ ਹੈ।

ਅਜ਼ ਗ਼ਿਲਾਜ਼ਤ ਦਿਲ, ਖ਼ੁਦਾ ਚੂੰ [1]ਪਾਕ ਕਰਦ॥
ਮੁਰਸ਼ਿਦਿ ਕਾਮਿਲ, ਬ-ਈਂ [2]ਇਦਰਾਕ ਕਰਦ॥ ੪੪੫॥

ਪਾਠਭੇਦ :- [1]ਸਾਫ [2]ਅਲਤਾਫ਼।

ਸੰਖੇਪ ਅਰਥ : ਗੰਦ-ਮੰਦ ਤੋਂ ਮਨ ਮੌਲਾ ਨੇ ਕਿਉਂਕਿ ਮੁਕਤ ਕਰ ਦਿੱਤਾ।
ਕਿਉਂਕਿ ਪੂਰਨ ਸਤਿਗੁਰੂ ਨੇ ਇਸ ਤਾਈਂ ਬਿਬੇਕ ਬਖ਼ਸ਼ ਦਿੱਤਾ।

ਵਰਨਹ, ਈਂ ਰਾਹਿ ਖ਼ੁਦਾ, ਕੈ ਦਾਨਦੇ॥
ਅਜ਼ ਕਿਤਾਬਿ ਹੱਕ਼, ਸਬਕ਼ ਕੈ ਖ਼ਾਨਦੇ॥ ੪੪੬॥

ਸੰਖੇਪ ਅਰਥ : ਨਹੀਂ ਤਾਂ ਇਹ ਰੱਬ ਦਾ ਰਾਹ ਕਦ ਜਾਣਦਾ?

ਸਾਹਿਬ ਦੇ ਬਣਾਏ ਹੋਏ ਸੱਚੇ ਗ੍ਰੰਥ ਗੁਰੂ ਗ੍ਰੰਥ ਤੋਂ ਪਾਠ ਕਦ ਕਰ ਸਕਦਾ?

ਈਂ ਹਮਹ, ਚੂੰ ਅਜ਼ ਤੁਫ਼ੈਲਿ ਮੁਰਸ਼ਿਦਸਤ॥
ਹਰ ਕਿਹ ਮੁਰਸ਼ਿਦ ਰਾ, ਨ-ਦਾਨਦ *ਮੁਰੱਤਦਸਤ॥ ੪੪੭॥

ਪਾਠੰਤ੍ਰ : *ਖਰਤਰ।

ਸੰਖੇਪ ਅਰਥ : ਇਹ ਸਭ ਕੁਝ ਜਦ ਗੁਰ ਪਰਸਾਦ ਤੋਂ ਮਿਲਦਾ ਹੈ।
ਜੋ ਕੋਈ ਗੁਰੂ ਨੂੰ ਨਹੀਂ ਜਾਣਦਾ, ਉਹ ਮਨਮੁਖ ਹੈ।

ਮੁਰਸ਼ਿਦਿ ਕਾਮਿਲ, ਇਲਾਜਿ ਦਿਲ ਕੁਨਦ॥
ਕਾਮਿ ਦਿਲ ਅੰਦਰ ਦਿਲਤ, ਹਾਸਿਲ ਕੁਨਦ॥ ੪੪੮॥

ਸੰਖੇਪ ਅਰਥ : ਪੂਰਨ ਸਤਿਗੁਰੂ ਮਨ ਦਾ ਇਲਾਜ ਕਰਦੇ ਹਨ।
ਮਨ ਦੀ ਮੁਰਾਦ ਤੇਰੇ ਮਨ ਮਾਹਿ ਹੀ ਮਿਲਾ ਦਿੰਦਾ ਹੈ।

***ਨਬਜ਼ਿ ਦਿਲ, ਚੂੰ ਮੁਰਸ਼ਿਦਿ ਕਾਮਿਲ ਸ਼ਨਾਖ਼ਤ॥**
ਜ਼ਿੰਦਗੀਇ ਉਮਰ ਰਾ, ਹਾਸਿਲ ਬਿਯਾਫ਼ਤ॥ ੪੪੯॥

ਪਾਠੰਤ੍ਰ : *ਚਸ਼ਮਿ (ਪਾਠਭੇਦ)

ਸੰਖੇਪ ਅਰਥ : ਦਿਲ ਦੀ ਨਬਜ਼ ਜਦ ਪੂਰੇ ਸਤਿਗੁਰੂ ਨੇ ਪਛਾਣੀ।
ਤਾਂ ਸਾਰੀ ਉਮਰ ਦੇ ਜੀਣ ਦਾ ਲਾਭ ਮਿਲ ਗਿਆ।

ਜ਼ਿੰਦਗੀਇ ਉਮਰ, ਹਾਸਿਲ ਮੇਸ਼ਵਦ॥
ਅਜ਼ ਤੁਫ਼ੈਲਸ਼, ਸਾਹਿਬਿ ਦਿਲ ਮੇ ਸ਼ਵਦ॥ ੪੫੦॥

ਸੰਖੇਪ ਅਰਥ : ਉਸ ਦੀ ਕਿਰਪਾ ਨਾਲ ਉਮਰ ਨੂੰ ਅਮਰ ਜੀਵਨ ਮਿਲਦਾ ਹੈ।
(ਅਤੇ) ਮਨ ਦੇ ਮਾਲਿਕ ਹੋ ਜਾਈਦਾ ਹੈ।

ਅਜ਼ ਬਰਾਇ ਆਂ, ਕਿ ਈਂ ਪੈਦਾ ਸ਼ੁਦਹ॥
ਦਰ ਫ਼ਿਰਾਕ਼ਸ਼, ਵਾਲਾ ਓ ਸ਼ੈਦਾ ਸ਼ੁਦਹ॥ ੪੫੧॥

ਸੰਖੇਪ ਅਰਥ : ਜਿਸ ਦੀ ਖ਼ਾਤਰ ਕਿ ਇਹ (ਮਨੁੱਖ) ਪੈਦਾ ਹੋਇਆ ਹੈ।
ਉਸ ਦੇ ਵਿਛੋੜੇ ਵਿਚ ਹੈਰਾਨ-ਪਰੇਸ਼ਾਨ ਅਤੇ ਬਉਰਾ ਹੋਇਆ ਫਿਰਦਾ ਹੈ।

(ਸੱਚ ਦਾ ਹੱਟ)

***ਈਂ ਮਤਾਅ਼, ਅੰਦਰ ਦੁਕਾਨਿ ਹੱਕ਼ ਬਵਦ॥**
ਮੁਰਸ਼ਿਦਿ ਕਾਮਿਲ, ਨਿਸ਼ਾਨਿ ਹੱਕ਼ ਬਵਦ॥ ੪੫੨॥

ਪਾਠੰਤ੍ਰ : *ਆਂ ਪਾਠ ਵੀ ਹੈ।

ਸੰਖੇਪ ਅਰਥ : ਇਹ ਸੌਦਾ ਸੱਚ ਦੇ ਹੱਟ ਵਿਚ ਹੁੰਦਾ ਹੈ।
ਪੂਰਨ ਸਤਿਗੁਰੂ ਰੱਬ ਦੀ ਨਿਸ਼ਾਨੀ ਹੁੰਦਾ ਹੈ।

(ਪੂਰਨ ਗੁਰਦੇਵ ਦੀ ਮਹਿਮਾ)

ਮੁਰਸ਼ਿਦਿ ਕਾਮਿਲ, ਦਿਹਦ ਪਾਕੀ ਤੁਰਾ॥
ਮੇ ਕਸ਼ਦ, ਅਜ਼ ਚਾਹਿ ਗ਼ਮਨਾਕੀ, ਤੁਰਾ॥ ੪੫੩॥

ਸੰਖੇਪ ਅਰਥ : ਪੂਰਨ ਗੁਰੂ ਤੈਨੂੰ ਪਵਿੱਤਰਤਾ ਪ੍ਰਦਾਨ ਕਰਦਾ ਹੈ।
ਤੈਨੂੰ ਚਿੰਤਾ ਦੇ ਖੂਹ ਤੋਂ ਧੂਹ ਕੇ ਕੱਢ ਲੈਂਦਾ ਹੈ।

ਮੁਰਸ਼ਿਦਿ ਕਾਮਿਲ, ਇ਼ਲਾਜਿ ਦਿਲ ਕੁਨਦ॥
ਈਂ ਮੁਰਾਦਿ ਦਿਲ, ਬਦਿਲ ਹ਼ਾਸਿਲ ਕੁਨਦ॥ ੪੫੪॥

ਸੰਖੇਪ ਅਰਥ : ਪੂਰਾ ਗੁਰੂ ਮਨ ਦਾ ਦਾਰੂ ਕਰਦਾ ਹੈ।
ਇਹ ਮਨ ਦੀ ਮੁਰਾਦ ਮਨ 'ਚੋਂ ਮਿਲ ਜਾਂਦੀ ਹੈ।

ਸੁਹਬਤਿ ਆ਼ਰਿਫ਼, ਅਜਬ ਦੌਲਤ ਬਵਦ॥
ਈਂ ਹਮਹ ਮੌਕੂਫ਼, ਬਰ ਸੁਹ਼ਬਤ ਬਵਦ॥ ੪੫੫॥

ਸੰਖੇਪ ਅਰਥ : ਬ੍ਰਹਮ-ਗਿਆਨੀ ਦੀ ਸੰਗਤ ਅਸਚਰਜ ਦੌਲਤ ਹੁੰਦੀ ਹੈ।
ਇਹ ਸਭ ਕੁਝ ਸੰਗਤ ਪੁਰ ਆਸ਼੍ਰਿਤ ਹੈ।

ਐ ਅ਼ਜੀਜ਼ਿ ਮਨ, ਸ਼ਨੌ ਅਜ਼ ਮਨ ਸੁਖ਼ਨ॥
ਤਾਂ ਬਿਯਾਬੀ, ਰਾਹ ਅੰਦਰ ਜਾਨੋ ਤਨ॥ ੪੫੬॥

ਸੰਖੇਪ ਅਰਥ : ਹੇ ਮੇਰੇ ਪਿਆਰੇ! ਮੇਰੇ ਪਾਸੋਂ ਬਾਤ ਸੁਣ।
ਤਾਂ ਜੁ ਰੂਹ ਅਤੇ ਸਰੀਰ ਅੰਦਰਲੀ ਰਹੁ-ਰੀਤ ਮਿਲ ਜਾਵੀ।

ਤ਼ਾਲਿਬਿ, ਮਰਦਾਨਿ ਹ਼ੱਕ਼ ਰਾ, ਦੋਸਤਦਾਰ॥
ਗ਼ੈਰ ਜ਼ਿਕਰਸ਼, ਬਰ ਜ਼ਬਾਂ ਹ਼ਰਫ਼ੇ *ਮਿਯਾਰ॥ ੪੫੭॥

ਉੱਚਾਰਣ : *ਮਿਆਰ ਬੋ:।

ਸੰਖੇਪ ਅਰਥ : ਭਗਵਾਨ ਦੇ ਭਗਤਾਂ ਦੀ ਭਾਲ ਕਰਨ ਵਾਲੇ ਨੂੰ ਸੱਜਣ ਬਣਾ।
ਉਸ (ਰੱਬ) ਦੇ ਸਿਮਰਨ ਬਿਨਾਂ ਕੋਈ ਸ਼ਬਦ ਜੀਭ 'ਤੇ ਨਾ ਲਿਆ।

(ਰੱਬ ਦੇ ਪਿਆਰਿਆਂ ਦੀ ਖੇਹ ਬਣ ਜਾ)

ਖ਼ਾਕ ਸ਼ੌ, ਮਰਦਾਨਿ ਹੱਕ਼ ਰਾ, ਖ਼ਾਕ ਬਾਸ਼॥
ਨੇ, ਪਏ ਦੁਨੀਆਇ ਦੂੰ, ਗ਼ਮਨਾਕ ਬਾਸ਼॥ ੪੫੮॥

ਸੰਖੇਪ ਅਰਥ : ਖੇਹ ਬਣ ਜਾ, ਭਗਵਾਨ ਦੇ (ਭਗਤਾਂ) ਸੂਰਿਆਂ ਦੀ ਧੂੜੀ ਹੋ ਜਾ। ਗਈ ਗੁਜ਼ਰੀ ਦੁਨੀਆ ਵਾਸਤੇ ਗ਼ਮਗੀਨ (ਚਿੰਤਾਤੁਰ) ਨਾ ਹੋ।

(ਰੱਬ ਦੀ ਪ੍ਰੀਤੀ)

ਗਰ ਤੂ ਖ਼ਾਨੀ, ਨੁਸਖ਼ਾ ਅਜ਼ ਸ਼ਾਨਿ ਇਸ਼ਕ਼॥
ਮੇਸ਼ਵੀ, ਸਰ ਦਫ਼ਤਰਿ, ਦੀਵਾਨਿ ਇਸ਼ਕ਼॥ ੪੫੯॥

ਸੰਖੇਪ ਅਰਥ : ਜੇ ਤੂੰ ਪ੍ਰੀਤ ਦੀ ਸ਼ਾਨ ਵਾਲੀ ਪੁਸਤਕ ਪੜ੍ਹ ਲਵੇਂ। ਤੂੰ ਪ੍ਰੇਮ ਦੇ ਦਰਬਾਰ ਦਾ ਮੁਖੀ (ਸਰਦਾਰ) ਬਣ ਜਾਏਂਗਾ।

(ਰੱਬ ਦਾ ਪਿਆਰ ਰੱਬ ਹੀ ਕਰ ਦਿੰਦਾ)

ਇਸ਼ਕਿ ਮੌਲਾ, ਮਰਤੁਰਾ ਮੌਲਾ ਕੁਨਦ॥
ਦਰ ਦੋ ਆ਼ਲਮ, ਮਿਹਤਰੋ ਔਲਾ ਕੁਨਦ॥ ੪੬੦॥

ਸੰਖੇਪ ਅਰਥ : ਸਾਈਂ ਦੀ ਪ੍ਰੀਤ, ਪਰੰਤੂ ਤੈਨੂੰ ਸਾਂਈ ਹੀ ਬਣਾ ਦਏਗੀ। ਦੋਹਾਂ ਜਹਾਨਾਂ ਵਿਚ ਵੱਡਾ ਤੇ ਸ਼੍ਰੋਮਣੀ ਬਣਾ ਦਏਗੀ।

ਯਾ ਇਲਾਹੀ, ਈਂ ਦਿਲਮ ਰਾ, ਸ਼ੌਕ਼ ਦਿਹ॥
ਲੱਜ਼ਤੇ ਅਜ਼, ਸ਼ੌਕਿ਼ ਖ਼ਾਸੋ ਜ਼ੌਕ਼ ਦਿਹ॥ ੪੬੧॥

ਸੰਖੇਪ ਅਰਥ : ਹੇ ਵਾਹਿਗੁਰੂ! ਮੇਰੇ ਇਸ ਮਨ ਨੂੰ ਉਮਾਹ ਬਖ਼ਸ਼। ਵਿਸ਼ੇਸ਼ ਉਮਾਹ ਤੋਂ ਸੁਆਦ ਅਤੇ ਸਰੂਰ ਬਖ਼ਸ਼।

ਤਾਂ ਬਿ-ਯਾਦਤ, ਬੁਗਜ਼ਰਦ ਰੋਜ਼ੋ ਸ਼ਬਮ॥
ਦਿਹ, ਰਹਾਈ ਬੰਦਹ ਰਾ, ਅਜ਼ [1]ਬੰਦਿ ਗ਼ਮ॥ ੪੬੨॥

ਪਾਠਾਂਤ੍ਰ : [1]ਕ਼ੈਦਿ ਪਾਠ ਵੀ ਹੈ।

ਸੰਖੇਪ ਅਰਥ : ਤਾਂ ਕਿ ਤੇਰੀ ਯਾਦ ਵਿਚ ਮੇਰਾ ਦਿਨ ਰਾਤ ਬਤੀਤ ਹੋਵੇ। ਦਾਸ ਨੂੰ ਚਿੰਤਾ ਦੀ ਕੈਦ ਤੋਂ ਛੁਟਕਾਰਾ ਬਖ਼ਸ਼।

ਦੌਲਤੇ ਆਂ ਦਿਹ, ਕਿ ਬਾਸ਼ਦ ਪਾਇਦਾਰ॥
ਸੁਹਬਤੇ ਆਂ ਦਿਹ, ਕਿ ਬਾਸ਼ਦ *ਗ਼ਮ-ਗੁਜ਼ਾਰ॥ ੪੬੩॥

ਪਾਠੰਤ੍ਰ : *ਗ਼ਮ-ਗੁਸਾਰ।

ਸੰਖੇਪ ਅਰਥ : ਧਨ ਉਹ ਦੇ, ਜੋ ਸ਼ਕਤੀਵਰ (ਕਾਇਮ ਰਹਿਣ ਵਾਲਾ) ਹੋਵੇ। ਸੰਗਤ ਉਹ ਦੇਹ ਜੋ ਚਿੰਤਾ ਹਰਨਹਾਰ ਹੋਵੇ।

[1]ਨੀਅਤੇ ਆਂ ਦਿਹ, ਕਿ ਬਾਸ਼ਦ ਹੱਕ਼ ਗੁਜ਼ਾਰ॥
ਹਿੰਮਤੇ ਆਂ ਦਿਹ, ਕਿ [2]ਬਾਸ਼ਦ ਜਾਂ ਨਿਸਾਰ॥ ੪੬੪॥

ਪਾਠਭੇਦ :- [1]ਮਿੰਨਤਿ [2]ਸਾਜ਼ਦ।

ਸੰਖੇਪ ਅਰਥ : ਇਰਾਦਾ ਐਸਾ ਅਤਾ ਕਰ ਜੋ ਨਿਆਂਕਾਰ ਹੋਵੇ। ਹਿੰਮਤ ਉਹ ਬਖ਼ਸ਼ ਜੋ ਜਾਨ ਵਾਰਨ ਵਾਲੀ ਹੋਵੇ।

ਹਰ ਚਿਹ, ਦਾਰਦ ਦਰ ਰਹਤ, ਕੁਰਬਾਂ ਕੁਨਦ॥
ਜਾਨੋ ਦਿਲ ਕੁਰਬਾਂ, ਰਹਿ ਸੁਬਹ਼ਾਂ ਕੁਨਦ॥ ੪੬੫॥

ਸੰਖੇਪ ਅਰਥ : ਜੋ ਕੁਝ (ਪਾਸ) ਰੱਖਦਾ ਹੈ, ਤੇਰੇ ਰਾਹ ਵਿਚ ਕੁਰਬਾਨ ਕਰ ਦਏ। ਤਨ ਮਨ ਵਿਸਮਾਦੀ (ਰੰਗੀਲੇ ਰਾਮ) ਦੇ ਰਾਹ 'ਤੇ ਵਿਛਾ ਦਏ।

(ਕਲਗੀਧਰ ਦੇ ਅੱਗੇ ਅਰਦਾਸ)

ਦੀਦਹ-ਅਮ ਰਾ, ਲੱਜ਼ਤਿ ਦੀਦਾਰ ਬਖ਼ਸ਼॥
ਸੀਨਹ-ਅਮ ਰਾ, ਮਖ਼ਜ਼ਨਿ ਅਸਰਾਰ ਬਖ਼ਸ਼॥ ੪੬੬॥

ਸੰਖੇਪ ਅਰਥ : ਮੇਰੇ ਦੀਦਿਆਂ ਨੂੰ ਦੀਦਾਰ ਦਾ ਸੁਆਦ ਦਾਨ ਕਰ ਦੇ। ਮੇਰੀ ਛਾਤੀ ਵਿਚ ਭੇਦਾਂ ਦਾ ਭੰਡਾਰ ਭਰ ਦੇ।

ਈਂ ਦਿਲਿ ਬਿਰਿਯਾਨਿ, ਮਾਰਾ ਸ਼ੌਕ਼ ਦਿਹ॥
ਦਰ *ਗਲੂਏਮ ਬੰਦਗੀ ਰਾ, ਤੌਕ਼ ਦਿਹ॥ ੪੬੭॥

*ਪਾਠੰਤ੍ਰ = ਗੁਲੂਯਮ

ਸੰਖੇਪ ਅਰਥ : ਸਾਡੇ ਇਸ ਸੜੇ-ਭੁਜੇ ਦਿਲ ਨੂੰ ਸ਼ੌਕ ਲਾ ਦੇ। ਸਾਡੇ ਗਲੇ ਵਿਚ ਬੰਦਗੀ ਦਾ ਪੱਟਾ ਪਹਿਨਾ ਦੇ।

ਹਿਜ਼ਰਿ ਮਾਰਾ, ਆਰਜ਼ੂਇ ਵਸਲ ਬਖ਼ਸ਼॥
ਈਂ ਖ਼ਿਜ਼ਾਨਿ ਜਿਸਮਿ ਮਾ ਰਾ, *ਫ਼ਸਲਿ ਬਖ਼ਸ਼॥ ੪੬੮॥

ਪਾਠੰਤ੍ਰ : ਫ਼ਜ਼ਲਿ

ਪਦ ਅਰਥ : *ਫ਼ਸਲਿ=ਰੁੱਤ ਭਾਵ ਬਸੰਤ ਦੀ ਰੁੱਤ।

ਸੰਖੇਪ ਅਰਥ : ਸਾਡੇ ਵਿਛੋੜੇ ਨੂੰ ਮਿਲਾਪ ਦੀ ਲਾਲਸਾ (ਬਖ਼ਸ਼) ਲਾ।

ਸਾਡੇ ਸਰੀਰ ਦੀ ਇਸ ਪੱਛਝੜ ਪੁਰ ਫ਼ਸਲ = ਖੇਤੀ ਦੀ ਬਹਾਰ ਬਖ਼ਸ਼ ਵਾ:- ਮਿਹਰ (ਬਖ਼ਸ਼ਸ਼) ਵਰਸਾ।

ਹਰ ਸਰਿ *ਮੂਅਮ, ਜ਼ਬਾਂ ਕੁਨ ਅਜ਼ ਕਰਮ॥
ਤਾਂ ਬਿਗੋਇਮ, ਵਸਫ਼ਿ ਹੱਕ਼ ਰਾ, ਦਮ-ਬ-ਦਮ॥ ੪੬੯॥

ਪਾਠੰਤ੍ਰ : *ਮੂਏਮ ਪਾਠ ਵੀ ਹੈ।

ਸੰਖੇਪ ਅਰਥ : ਮੇਰੇ ਰੋਮਾਂ (ਵਾਲਾਂ) ਦੇ ਹਰ ਕਿਸੇ ਨੂੰ ਕਿਰਪਾ ਕਰ ਕੇ ਜੀਭ ਬਣਾ ਦੇ। ਤਾਂ ਜੁ ਪ੍ਰਭੂ ਦੇ ਜਸ ਨੂੰ ਸੁਆਸ ਸੁਆਸ ਉਚਰਦਾ ਰਹਾਂ।

ਵਸਫ਼ਿ ਹੱਕ਼ ਬੇਰੂੰ ਬਵਦ, ਅਜ਼ ਗੁਫ਼ਤਗੂ॥
ਈਂ ਹ਼ਦੀਸਿ ਸ਼ਾਹਿ ਬਾਸ਼ਦ, *ਕੂ-ਬ-ਕੂ॥ ੪੭੦॥

ਪਾਠੰਤ੍ਰ : *ਗੋ ਮਗੋ ਪਾਠ ਵੀ ਹੈ।

ਸੰਖੇਪ ਅਰਥ : ਪ੍ਰਭੂ ਦਾ ਜਸ ਕਹਿਣ ਕਥਨ ਤੋਂ ਬਾਹਰ ਹੈ।

ਪਾਤਸ਼ਾਹ ਦੀ ਇਹ ਕਥਾ ਗਲੀਓਂ ਗਲੀ ਚਲੀ ਹੋਈ ਹੈ (ਹੋ ਰਹੀ ਹੈ, ਭਾਵ ਪ੍ਰਗਟ ਹੈ)।

ਮਾਅ਼ਨੀਇ ਈਂ *ਕੂ-ਬ-ਕੂ, ਦਾਨੀ ਕਿ ਚੀਸਤ॥
ਹ਼ਮਦ ਗੋ, ਦੀਗਰ ਮਗੋ, ਈਂਸਤ ਜ਼ੀਸਤ॥ ੪੭੧॥

ਪਾਠੰਤ੍ਰ : *ਗੋ ਮਗੋ ਪਾਠ ਵੀ ਹੈ।

ਸੰਖੇਪ ਅਰਥ : ਇਸ ਗਲੀਓਂ ਗਲੀ ਦਾ ਭਾਵ ਕੀ ਤੂੰ ਜਾਣਦਾ ਹੈ ਕਿ ਕੀ ਹੈ। ਰੱਬ ਦਾ ਜਸ ਕਹਿਣਾ,ਰੱਬ ਦੇ ਜਸ ਤੋਂ ਇਲਾਵਾ ਹੋਰ ਕੁਝ ਨ ਕਹਿਣਾ ਏਹੀ ਅਸਲੀ ਜ਼ਿੰਦਗੀ ਅਤੇ ਗਲੀਓਂ ਗਲੀ ਫਿਰਨਾ ਹੈ।

ਜ਼ੀਸਤਨ ਦਰ ਬੰਦਗੀ, [1]ਔਲਾ ਬਵਦ॥
ਗਰਚਿਹ ਸਰ ਤਾ ਪਾ, ਹਮਹ ਮੌਲਾ ਬਵਦ॥ ੪੭੨॥

ਪਾਠਭੇਦ :- [1]ਊਲਾ।

ਸੰਖੇਪ ਅਰਥ : (ਮਨੁੱਖ ਦਾ) ਜੀਵਨ ਬੰਦਗੀ ਵਿਚ ਹੀ ਉੱਤਮ ਹੁੰਦਾ ਹੈ। ਭਾਵੇਂ ਸਿਰ ਤੋਂ ਪੈਰਾਂ ਤਕ ਰੱਬ ਰੂਪ ਹੋ ਜਾਏ।

ਗਰ ਦਿਹਦ ਤੌਫ਼ੀਕ਼, ਫਜ਼ਲਿ ਜ਼ੁਲਜਲਾਲ॥
ਬੰਦਹ ਰਾ ਅਜ਼ ਬੰਦਗੀ, *ਬਾਸ਼ਦ ਕਮਾਲ॥ ੪੭੩॥

ਪਾਠੰਤ੍ਰ=ਬਖ਼ਸ਼ਦ

ਸੰਖੇਪ ਅਰਥ : ਜੇ ਭਾਰੀ ਭੁਜਾਨ ਵਾਲੇ ਦੀ ਕਿਰਪਾ ਹਿੰਮਤ ਹੌਸਲਾ ਦਏ।
ਤਾਂ ਬੰਦੇ ਦੀ ਬੰਦਗੀ ਰਾਹੀਂ ਪੂਰਨਤਾ ਹੋ ਜਾਂਦੀ ਹੈ।

ਬੰਦਗੀ *ਬਾਸ਼ਦ, ਕਮਾਲਿ ਬੰਦਗੀ॥
ਬੰਦਗੀ ਬਾਸ਼ਦ, ਨਿਸ਼ਾਨਿ ਜ਼ਿੰਦਗੀ॥ ੪੭੪॥

*ਪਾਠੰਤ੍ਰ = ਬਖ਼ਸ਼ਦ।

ਸੰਖੇਪ ਅਰਥ : ਬੰਦਗੀ (ਸਿਮਰਨ-ਸੇਵਾ) ਦੀ ਸੰਪੂਰਨਤਾ ਆਤਮ-ਸਮਰਪਣ ਵਿਚ ਹੁੰਦੀ ਹੈ।

ਬੰਦਗੀ ਹੀ ਜੀਵਨ ਦੀ ਨਿਸ਼ਾਨੀ ਹੁੰਦੀ ਹੈ।

ਜ਼ਿੰਦਗੀਇ ਬੰਦਾ ਰਾ, ਈਂ ਬੰਦਗੀਸਤ॥
ਬੰਦਗੀਇ ਹੱਕ਼, ਕਿ ਐਨਿ ਜ਼ਿੰਦਗੀਸਤ॥ ੪੭੫॥

ਸੰਖੇਪ ਅਰਥ : ਬੰਦੇ ਦੀ ਜ਼ਿੰਦਗੀ ਲਈ ਇਹ ਬੰਦਗੀ ਹੀ ਹੈ।
ਰੱਬ ਦੀ ਬੰਦਗੀ ਹੀ, ਕਿਉਂਕਿ ਬਿਲਕੁਲ ਸਹੀ ਜ਼ਿੰਦਗੀ ਹੈ।

ਗਰ ਨਿਸ਼ਾਨਿ ਜ਼ਿੰਦਗੀ, ਮੇ ਬਾਇਦਤ॥
ਬੰਦਗੀਇ ਹੱਕ਼, ਤੁਰਾ ਮੇ-ਸ਼ਾਇਦਤ॥ ੪੭੬॥

ਸੰਖੇਪ ਅਰਥ : ਜੇ ਤੈਨੂੰ ਜ਼ਿੰਦਗੀ ਦੀ ਨਿਸ਼ਾਨੀ ਚਾਹੀਦੀ ਹੈ।
(ਤਾਂ) ਤੈਨੂੰ ਭਗਵਾਨ ਦੀ ਭਗਤੀ ਕਰਨੀ ਯੋਗ ਹੈ।

(ਸਾਹਿਬੀ ਛੱਡ, ਸੇਵਕ ਬਣ)

ਤਾ ਤਵਾਨੀ ਬੰਦਹ ਸ਼ੌ, ਸਾਹਿ਼ਬ ਮਬਾਸ਼॥
ਬੰਦਹ ਰਾ ਜੁਜ਼ ਬੰਦਗੀ, ਨ-*ਬਾਸ਼ਦ ਤਲਾਸ਼॥ ੪੭੭॥

ਪਾਠੰਤ੍ਰ = ਬਵਦ।

ਸੰਖੇਪ ਅਰਥ : ਜਿਥੋਂ ਤਕ ਤੈਥੋਂ ਹੋ ਸਕੇ ਸੇਵਕ ਹੋਇਆ ਰਹੁ, ਸੁਆਮੀ ਨਾ ਬਣ।
ਸੇਵਕ ਨੂੰ ਸੇਵਾ ਦੇ ਸਿਵਾ ਹੋਰ ਭਾਲ ਨਹੀਂ ਹੁੰਦੀ।

ਈਂ ਵਜੂਦਿ ਖ਼ਾਕ, ਪਾਕ ਅਜ਼ ਬੰਦਗੀਸਤ॥
*ਗੁਫ਼ਤਗੂਹਾਇ ਦਿਗਰ, ਸ਼ਰਮਿੰਦਗੀਸਤ॥ ੪੭੮॥

ਉੱਚਾਰਣ : [1]ਗੁਫ਼ਤ-ਗੂ-ਹਾ-ਇ ਬੋਲੋ।

ਸੰਖੇਪ ਅਰਥ : ਇਹ ਮਿੱਟੀ ਦਾ ਸਰੀਰ ਸਿਮਰਨ-ਸੇਵਾ (ਬੰਦਗੀ) ਸੰਗਿ ਪਵਿੱਤਰ ਪਾਵਨ ਹੁੰਦਾ ਹੈ।

ਹੋਰ ਗੱਲਾਂ-ਬਾਤਾਂ (ਵਿਚ) ਸ਼ਰਮਿੰਦਗੀ ਹੈ।

ਬੰਦਗੀ ਕੁਨ, ਜ਼ਾਂ ਕਿ ਊ, ਬਾਸ਼ਦ ਕ਼ਬੂਲ॥
ਬੁਗਜ਼ਰ, ਅਜ਼ ਖ਼ੁਦ-ਬੀਨੀ, ੳ ਤ਼ਰਜ਼ਿ ਜਹੂਲ॥ ੪੭੯॥

ਸੰਖੇਪ ਅਰਥ : ਸਿਮਰਨ-ਸੇਵਾ (ਬੰਦਗੀ) ਕਰ, ਕਿਉਂਕਿ ਉਹ ਪ੍ਰਵਾਨ ਪੈਂਦੀ ਹੈ। ਮਨਮੁਖੀ ਅਤੇ ਮੂਰਖੀ ਮਰਿਆਦਾ ਤਿਆਗ ਕਰ ਦੇ।

ਦਰ ਦਿਲਿ, ਸਾਹ਼ਿਬਿਦਿਲਾਂ, *ਆਇਦ ਪਸੰਦ॥
ਰੁਤਬਾਅ਼ਤ ਗਰਦਦ, ਅਜ਼ਾਂ ਹਰਦਮ ਬੁਲੰਦ॥ ੪੮੦॥

ਪਾਠੰਤ੍ਰ = ਆਮਦ

ਸੰਖੇਪ ਅਰਥ : ਦਿਲਾਂ ਦੇ ਮਾਲਕਾਂ ਨੂੰ (ਇਹ ਬੰਦਗੀ) ਚੰਗੀ ਲਗਦੀ ਹੈ।

ਤੇਰੀ ਪਦਵੀ ਇਸੇ ਨਾਲ ਪਲੋ ਪਲੀ ਉਚੇਰੀ ਹੋਈ ਜਾਂਦੀ ਹੈ।

ਮੁਰਸ਼ਿਦਿ ਕਾਮਿਲ, ਕਿ ਊ ਇਰਸ਼ਾਦ ਕਰਦ॥
ਈਂ ਦਿਲਤ, ਅਜ਼ ਯਾਦਿ ਹ਼ੱਕ਼, ਆਬਾਦ ਕਰਦ॥ ੪੮੧॥

ਸੰਖੇਪ ਅਰਥ : ਪੂਰਨ ਸਤਿਗੁਰੂ ਉਹ ਕਿ ਜਿਸ ਨੇ ਹਿਦਾਇਤ ਕੀਤੀ (ਸਹੀ ਰਾਹੇ ਪਾਇਆ)।

ਤੇਰੇ ਇਸ ਦਿਲ ਨੂੰ ਪ੍ਰਭੂ ਦੀ ਯਾਦ (ਸਿਮਰਨ) ਨਾਲ ਆਬਾਦ ਕਰ ਦਿੱਤਾ।

***ਈਂ ਹਮਹ ਇਰਸ਼ਾਦ, ਦਰ ਦਿਲ ਨਕ਼ਸ਼-ਬੰਦ॥**
ਤਾਂ ਸ਼ਵੀ, ਦਰ ਹਰ ਦੋ ਆ਼ਲਮ, ਸਰ ਬੁਲੰਦ॥ ੪੮੨॥

ਪਾਠਭੇਦ : *ਆਂ ਪਾਠ ਵੀ ਹੈ।

ਸੰਖੇਪ ਅਰਥ : ਇਸ ਮੁਕੰਮਲ ਹਿਦਾਇਤ ਨੂੰ ਹਿਰਦੇ ਵਿਚ ਦ੍ਰਿੜ੍ਹ ਕਰ ਲੈ (ਪੱਕੀ ਤਰ੍ਹਾਂ ਉਕਰ ਲੈ, ਮੂਰਤੀਮਾਨ ਕਰ ਲੈ)।

ਤਾਂ ਜੁ ਦੋਹਾਂ ਜਹਾਨਾਂ ਵਿਚ ਉਚੀਆਂ ਸ਼ਾਨਾਂ ਵਾਲਾ ਹੋ ਜਾਵੇਂ।

ਈਂ ਵਜੂਦਿ ਮਿਸ ਤੁਰਾ, ਸਾਜ਼ਦ ਤਿਲਾ॥
ਈਂ ਤਿਲਾ ਮਾਅ਼ਲੂਮ, ਅਜ਼ ਯਾਦਿ ਖ਼ੁਦਾ॥ ੪੮੩॥

ਸੰਖੇਪ ਅਰਥ : ਇਸ ਤੇਰੇ ਤਾਂਬੇ ਵਰਗੇ ਤਨ ਨੂੰ ਕੰਚਨ (ਸੋਨਾ) ਕਰ ਦਏਗਾ

(ਬਣਾ ਦਏਗਾ)।

ਇਹ ਕੰਚਨ ਪ੍ਰਭੂ ਦੇ ਸਿਮਰਨ ਨਾਲ ਹੀ ਸਪੱਸ਼ਟ (ਸਹੀ) ਹੁੰਦਾ ਹੈ।

ਆਂ ਤਿਲਾ ਫ਼ਾਨੀ, ਵ ਸਦ ਮੌਜਿ ਬਲਾ॥
ਈਂ ਤਿਲਾ ਬਾਕ਼ੀ, ਚੂ ਜ਼ਾਤਿ ਕਿਬਰੀਆ॥ ੪੮੪॥

ਸੰਖੇਪ ਅਰਥ : ਉਹ ਸੋਨਾ ਨਾਸ਼ਮਾਨ ਅਤੇ ਸੈਂਕੜੇ ਆਫ਼ਤਾਂ ਦੀ ਲਹਿਰ ਭਾਵ ਕਾਰਨ ਹੈ।

(ਪਰ) ਇਹ ਸੋਨਾ ਅਲਹ ਦੀ ਜ਼ਾਤ ਵਾਂਗ ਸਦੀਵੀ ਹੈ।

ਦੌਲਤ ਅੰਦਰ, ਖ਼ਾਕਿ ਪਾਇ ਮੁਕ਼ਬਲਾਂ॥
ਦੌਲਤੇ ਕਾਂ ਰਾ, ਨ *ਮੇਆਯਦ ਜ਼ਿਆਂ॥ ੪੮੫॥

ਪਾਠੰਤ੍ਰ : *ਬਾਸ਼ਦ ਅ਼ਯਾਂ।

ਸੰਖੇਪ ਅਰਥ : ਮਾਇਆ ਪ੍ਰਵਾਨ ਪਇਆਂ ਦੇ ਚਰਨਾਂ ਦੀ ਧੂੜੀ ਵਿਚ ਹੈ।

ਇਹ ਐਸੀ ਮਾਇਆ ਹੈ, ਜਿਸ ਨੂੰ ਕਦੇ ਘਾਟ ਨਹੀਂ ਵਾਪਰਦੀ।

ਆ਼ਕਿ਼ਬਤ ਦੀਦੀ, ਖ਼ਿਜ਼ਾਂ ੧ਆਵੁਰਦ ਬਾਰ॥
ਵਰਨਹ ਦਰ ਦੁਨੀਆ, ਹਮਹ ਫ਼ਸਲਿ ਬਹਾਰ॥ ੪੮੬॥

ਉੱਚਾਰਣ :- ੧ਅ-ਵੁ-ਰਦ ਬੋਲੋ।

ਸੰਖੇਪ ਅਰਥ : ਅਖ਼ੀਰ, ਤੂੰ ਵੇਖਿਆ (ਮਾਇਆ) ਪਤਝੜ ਦਾ ਫਲ ਲੈ ਆਈ। (ਭਾਵ ਹਰ ਪੈਦਾ ਹੋਇਆ ਪਦਾਰਥ ਦਾ ਅੰਤ ਨੂੰ ਅੰਤ ਹੋ ਜਾਂਦਾ ਹੈ)।

ਨਹੀਂ ਤਾਂ ਦੁਨੀਆ ਵਿਚ ਸਾਰੇ ਬਸੰਤ ਦੀ ਰੁੱਤ ਹੈ।

ਪਾਠੰਤ੍ਰ : **ਵਰਨਹ ਦਰ ਦੁਨੀਆ ਹਮਹ ਫ਼ਸਲੇ ਬਹਾਰ॥**
ਆ਼ਕਿ਼ਬਤ ਦੀਦੀ ਖ਼ਿਜ਼ਾਂ ਐ ਯਾਰ ਗਾਰ॥

ਈਂ ਬਹਾਰਿ, ਤਾਜ਼ਾ ਬਾਸ਼ਦ, ਤਾਂ ਅਬਦ॥
ਯਾ ਇਲਾਹੀ, ਦੂਰ ਦਾਰ, ਅਜ਼ ਚਸ਼ਮਿ ਬਦ॥ ੪੮੭॥

ਸੰਖੇਪ ਅਰਥ : ਇਹ ਬਸੰਤ ਜੁਗਾਂਤਰਾਂ ਤਾਈਂ ਹਰੀ ਭਰੀ ਰਹਿੰਦੀ ਹੈ।

ਹੇ ਅਨੰਤ (ਇਸ ਨੂੰ) ਬੁਰੀ ਨਜ਼ਰ ਤੋਂ ਪਰੇ ਰੱਖ।

(ਗੁਰ ਧੂੜੀ ਦਾ ਕ੍ਰਿਸ਼ਮਾ)

ਹਰ ਕਿ, ਖ਼ਾਕਿ ਪਾਇ ਸ਼ਾਂ-ਰਾ, ਸੁਰਮਾ ਯਾਫ਼ਤ॥
ਬਰ ਰੁਖ਼ਸ਼ ਤਹਕ਼ੀਕ਼, ਨੂਰਿ *ਮਿਹਰ ਤਾਫ਼ਤ॥ ੪੮੮॥

ਪਾਠੰਤ੍ਰ : *ਬਦਰ ਪਾਠ ਵੀ ਹੈ।

ਸੰਖੇਪ ਅਰਥ : ਜਿਸ ਕਿਸੇ ਨੂੰ ਉਨ੍ਹਾਂ (ਭਗਤਾਂ) ਦੇ ਚਰਨਾਂ ਦੀ ਧੂੜ ਦਾ ਸੁਰਮਾ ਮਿਲ ਗਿਆ।

ਸੱਚ ਜਾਣ ਉਸ ਦੇ ਮੁਖ, ਮਸਤਕ 'ਤੇ ਸੂਰਜ ਦਾ ਨੂਰ ਚਮਕਣ ਲੱਗ ਪਿਆ।

ਆਰਿਫ਼ਿ ਅੱਲਾਹ, ਦਰ ਦੁਨੀਆ ਬਵਦ॥
ਦਰ ਹ਼ਕ਼ੀਕ਼ਤ, ਤ਼ਾਲਿਬਿ ਮੌਲਾ ਬਵਦ॥ ੪੮੯॥

ਸੰਖੇਪ ਅਰਥ : ਅਨੰਤ ਦਾ ਜਾਣੂ ਦੁਨੀਆ ਵਿਚ ਹੀ ਰਹਿੰਦਾ ਹੈ।

ਪਰ ਅਸਲ ਵਿਚ ਪ੍ਰਭੂ ਦਾ ਹੀ ਇੱਛਕ ਹੁੰਦਾ ਹੈ।

ਜ਼ਿਕਰਿ ਮੌਲਾ, ਦਮ-ਬ-ਦਮ ਦਰ, ਜਾਨਿ ਊ॥
ਆਇਤਿ ਨਾਮਿ ਖ਼ੁਦਾ, ਦਰ ਸ਼ਾਨਿ ਊ॥ ੪੯੦॥

ਸੰਖੇਪ ਅਰਥ : ਪ੍ਰਭੂ ਦਾ ਸਿਮਰਨ ਸਵਾਸ ਸਵਾਸ ਉਸ ਦੀ ਆਤਮਾ ਵਿਚ ਚਲਦਾ ਹੈ।

ਰੱਬ ਦੇ ਨਾਮ ਦੀ ਤੁਕ ਉਸੇ ਦੀ ਸ਼ਾਨ ਵਿਚ (ਉਚਰਦਾ ਰਹਿੰਦਾ ਹੈ)।

ਹਰ ਨਫ਼ਸ ਦਾਰੰਦ, ਦਿਲ ਰਾ ਸੂਇ ਹ਼ੱਕ਼॥
ਸ਼ੁਦ ਮੁਅ਼ੱਤ਼ਰ, ਮਗ਼ਜ਼ਿ ਸ਼ਾਂ, ਅਜ਼ ਬੂਇ ਹ਼ੱਕ਼॥ ੪੯੧॥

ਸੰਖੇਪ ਅਰਥ : ਹਰ ਸਾਸ ਦਿਲ ਨੂੰ ਦਾਤੇ ਦੀ ਦਿਸ਼ਾ ਵੱਲ ਲਾਈ ਰੱਖਦੇ ਹਨ।

ਉਨ੍ਹਾਂ ਦਾ ਦਿਮਾਗ਼ ਪ੍ਰਭੂ ਦੀ ਸੋਅ (ਸੁਗੰਧੀ) ਨਾਲ ਸੁਗੰਧਿਤ ਹੋ ਗਿਆ ਹੈ।

ਹਰ ਦਮੇ ਕੂ ਬਾ-ਖ਼ੁਦਾ, ਵਾਸਿਲ ਬਵਦ॥
ਹ਼ਾਸਿਲਿ ਈਂ ਉਮਰ ਰਾ, *ਹ਼ਾਸਿਲ ਬਵਦ॥ ੪੯੨॥

ਪਾਠੰਤ੍ਰ : *ਫ਼ਾਜ਼ਿਲ ਪਾਠ ਵੀ ਹੈ।

ਸੰਖੇਪ ਅਰਥ : ਹਰ ਸਾਹ ਸੇਤੀ ਕਿ ਜੋ ਪਾਤਸ਼ਾਹ ਨਾਲ ਸੁਮੇਲੀ (ਜੁੜਿਆ) ਹੁੰਦਾ ਹੈ।

(ਉਸ ਨੂੰ) ਇਸ ਜੀਵਨ ਦਾ ਲਾਹਾ ਮਿਲ ਗਿਆ ਹੁੰਦਾ ਹੈ।

ਹ਼ਾਸਿਲਿ ਈਂ ਉਮਰ, ਪੇਸ਼ਿ *ਮੁਰਸ਼ਿਦਸਤ॥
ਨਾਮਿ ਹ਼ੱਕ਼, ਚੂੰ ਬਰ ਜ਼ਬਾਨਸ਼, ਵਾਰਿਦਸਤ॥ ੪੯੩॥

ਪਾਠੰਤ੍ਰ : *ਆਰਿਫ਼ ਪਾਠ ਵੀ ਹੈ।

ਸੰਖੇਪ ਅਰਥ : ਇਸ ਜੀਵਨ ਦਾ ਲਾਭ ਸਤਿਗੁਰੂ ਪਾਸ ਹੈ।

ਪ੍ਰਭੂ ਦਾ ਨਾਮ ਉਸਦੀ ਰਸਨਾ ਉਪਰ ਵੱਸਦਾ ਹੈ।

(ਪੂਰਾ ਗੁਰਦੇਵ ਰੱਬ ਦਾ ਰੂਪ)

ਮੁਰਸ਼ਿਦਿ ਕਾਮਿਲ, ਬਵਦ ਦੀਦਾਰਿ ਹੱਕ਼॥
ਗਰ[1] ਜ਼ਬਾਨਸ਼, ਬਸ਼ੁਨਵੀ ਗੁਫ਼ਤਾਰਿ[2] ਹੱਕ਼॥ ੪੯੪॥

ਪਾਠੰਤ੍ਰ : ਕਜ਼[1], ਅਸਰਾਰਿ[2]।

ਸੰਖੇਪ ਅਰਥ : ਤੇਰੇ ਲਈ ਪੂਰਾ ਸਤਿਗੁਰੂ ਰੱਬ ਦਾ ਹੀ ਦੀਦਾਰ ਹੁੰਦਾ ਹੈ।
ਜੇਕਰ ਉਸ ਦੀ ਰਸਨਾ ਤੋਂ ਤੂੰ ਰੱਬ ਦੇ ਭੇਦ ਸੁਣਦਾ ਹੈ।

ਸੂਰਤਿ ਹੱਕ਼, ਮੁਰਸ਼ਿਦਿ ਕਾਮਿਲ ਬਵਦ॥
ਨਕ਼ਸ਼ਿ ਊ ਦਾਇਮ, ਦਰੂਨਿ ਦਿਲ ਬਵਦ॥ ੪੯੫॥

ਸੰਖੇਪ ਅਰਥ : ਪੂਰਾ ਸਤਿਗੁਰੂ ਰੱਬ ਦਾ ਰੂਪ ਹੁੰਦਾ ਹੈ।
ਉਸ ਦੀ (ਰੱਬ ਦੀ) ਮੂਰਤ ਸਦੀਵ ਉਸ ਦੇ (ਗੁਰੂ ਦੇ) ਅੰਤਰੀਵ ਵਸਦੀ ਹੈ।

ਨਕ਼ਸ਼ਿ ਊ, ਚੂੰ *ਦਰ ਦਿਲਿ ਕਸ, ਜਾ ਕੁਨਦ॥
ਹਰਫ਼ਿ ਹੱਕ਼, ਅੰਦਰ ਦਿਲਸ਼ ਮਾਵਾ ਕੁਨਦ॥ ੪੯੬॥

*ਪਾਠੰਤ੍ਰ = ਕਸ ਦਰੂੰਨੇ।

ਸੰਖੇਪ ਅਰਥ : ਉਸਦੀ (ਗੁਰੂ ਦੀ) ਮੂਰਤ ਜਦ ਕਿਸੇ ਦੇ ਦਿਲ ਵਿਚ ਥਾਂ ਬਣਾ ਲੈਂਦੀ ਹੈ।
(ਇੱਕੋ) ਅਕਾਲ ਦਾ ਅੱਖਰ ਉਸਦੇ ਹਿਰਦੇ ਵਿਚ ਟਿਕਾਣਾ ਕਰ ਲੈਂਦਾ ਹੈ।

ਖ਼ਾਸਤਮ ਤਰਤੀਬਿ, ਈਂ ਦੁੱਰਿ [1]ਦਾਨਹ ਰਾ॥
ਕਿ ਆਸ਼ਨਾ ਸਾਜ਼ਦ, ਦਿਲਿ ਬੇਗਾਨਹ ਰਾ॥ ੪੯੭॥

ਉੱਚਾਰਣ :- [1]ਪੋਲਾ ਬੋਲੋ।

ਸੰਖੇਪ ਅਰਥ : ਮੈਂ ਚਾਹਿਆ,ਇਨ੍ਹਾਂ ਮੋਤੀਆਂ ਦੇ ਮਣਕਿਆਂ ਨੂੰ ਤਰਤੀਬ ਦੇ ਦਿਆਂ।
ਤਾਂ ਕਿ ਇਹ ਅਗਿਆਤ ਦਿਲਾਂ ਨੂੰ (ਪਰਮੇਸ਼ਰ ਦਾ ਜਾਣੂ) ਪ੍ਰੇਮੀ ਬਣਾ ਦਏ।

ਆਬਿ ਹੈਵਾਂ ਪੁਰ ਸ਼ੁਦਹ, ਚੂੰ ਜਾਮਿ ਊ॥
ਜ਼ਿੰਦਗੀ ਨਾਮਾ ਸ਼ੁਦਹ, ਜ਼ਾਂ ਨਾਮਿ ਊ॥ ੪੯੮॥

ਸੰਖੇਪ ਅਰਥ : ਜਦ ਅੰਮ੍ਰਿਤ-ਜਲ ਨਾਲ ਇਹ (ਮਹਾਂ-ਕਾਵਿ ਰੂਪ) ਪਿਆਲਾ ਭਰਪੂਰ ਹੋ ਗਿਆ।
'ਜ਼ਿੰਦਗੀ ਨਾਮਾ' ਇਸੇ ਕਾਰਨ ਉਸ ਦਾ ਨਾਮ (ਮਸ਼ਹੂਰ) ਹੋ ਗਿਆ।

ਕਜ਼ ਤਕੱਲੁਮ, ਬੂਇ ਇਰਫ਼ਾਂ ਆਇਦਸ਼॥

ਵਜ਼ ਦਿਲਿ ਆਲਮ, ਗਿਰਹ ਬੁਕਸ਼ਾਇਦਸ਼॥ ੪੯੯॥

ਸੰਖੇਪ ਅਰਥ : ਇਸ ਦੇ ਬੋਲਾਂ ਤੋਂ ਸੰਸਾਰ ਨੂੰ ਰੱਬੀ ਗਿਆਨ ਦੀ ਸੁਗੰਧੀ ਆਏਗੀ।

ਅਤੇ ਜਿਸ ਤੋਂ ਸੰਸਾਰ ਦੇ ਮਨ ਦੀ ਗੰਢ ਖੁੱਲ੍ਹੇਗੀ।

ਹਰ ਕਿ ਖ਼ਾਨਦ, ਅਜ਼ ਰਹਿ ਲੁਤਫ਼ੋ ਕਰਮ॥

ਗਰਦਦਸ਼, ਦਰ ਰਾਜਹਿ ਇਰਫ਼ਾਂ, *ਮੁਹ਼ਤਰਮ॥ ੫੦੦॥

ਉੱਚਾਰਣ : *ਮੁਹ਼ਤਰੱਮ ਬੋ:।

ਉਲਥਾ : ਜਿਹੜਾ ਕੋਈ (ਰੱਬੀ) ਮਿਹਰ ਅਤੇ ਕਿਰਪਾ ਰਾਹੀਂ ਇਸ ਨੂੰ ਪੜ੍ਹੇਗਾ।

ਉਹ ਰੱਬੀ ਗਿਆਨ ਦੇ ਮਾਰਗ ਵਿਚ ਮਾਨਯੋਗ ਹੋ ਜਾਏਗਾ।

ਹਸਤ ਜ਼ਿਕਰਿ, ਆਰਿਫ਼ਾਨਿ ਪਾਕ ਰਾ॥

ਆਂ ਕਿ ਊ, ਰੌਸ਼ਨ ਕੁਨਦ, ਇਦਰਾਕ ਰਾ॥ ੫੦੧॥

ਸੰਖੇਪ ਅਰਥ : (ਇਸ ਮਹਾਂ ਕਾਵਿ ਵਿਚ) ਪਵਿੱਤਰ ਰੱਬੀ ਗਿਆਨਵਾਨਾਂ ਦਾ ਵਰਨਣ ਹੈ।

ਜਿਹੜਾ ਕਿ ਬਿਬੇਕ ਬੁੱਧੀ ਨੂੰ ਰੌਸ਼ਨ ਕਰ ਦਿੰਦਾ ਹੈ।

ਨੇਸਤ ਦਰ ਵੈ ਮੁੰਦਰਿਜ, ਐ *ਬਾ-ਖ਼ਬਰ॥

ਗ਼ੈਰ ਹ਼ਰਫ਼ਿ ਬੰਦਗੀ, ਹ਼ਰਫ਼ਿ ਦਿਗਰ॥ ੫੦੨॥

ਪਾਠੰਤ੍ਰ : *ਬੇਖ਼ਬਰ (ਪਾਠਭੇਦ)

ਸੰਖੇਪ ਅਰਥ : ਹੇ ਹੋਸ਼ਵੰਦ! ਇਸ ਵਿਚ ਅੰਕਿਤ ਹੀ ਨਹੀਂ ਹੈ।

ਬੰਦਗੀ ਬਿਨਾਂ ਦੂਜਾ ਅੱਖਰ ਜਾਂ ਦੂਜੀ ਬਾਤ।

ਯਾਦਿ ਹ਼ਕ਼, ਸਰਮਾਯਾ-ਇ ਰੌਸ਼ਨ-ਦਿਲੀਸਤ॥

ਗ਼ੈਰ ਯਾਦਿ ਹ਼ੱਕ਼, ਹਮਹ ਬੇ-ਹ਼ਾਸਿਲੀਸਤ॥ ੫੦੩॥

ਸੰਖੇਪ ਅਰਥ : ਪ੍ਰਭੂ ਦਾ ਸਿਮਰਨ ਰੌਸ਼ਨ ਦਿਲ (ਦਿਲ-ਸਾਬਤੀ) ਦੀ ਪੂੰਜੀ ਹੈ।

ਪ੍ਰਭੂ ਸਿਮਰਨ ਤੋਂ ਬਿਨਾਂ ਸਭ ਕੁਝ ਵਿਅਰਥ ਹੈ।

ਹ਼ਰਫ਼ਿ ਦੀਗਰ ਨੇਸਤ, ਗ਼ੈਰ ਅਜ਼ ਯਾਦਿ ਹ਼ੱਕ਼॥

ਯਾਦਿ ਹ਼ੱਕ਼ਹਾ, ਯਾਦਿ ਹ਼ੱਕ਼ਹਾ, ਯਾਦਿ ਹ਼ੱਕ਼॥ ੫੦੪॥

ਸੰਖੇਪ ਅਰਥ : ਰੱਬ ਦੇ ਸਿਮਰਨ ਦੇ ਸਿਵਾ ਦੂਜਾ ਅੱਖਰ (ਬਚਨ) ਹੀ ਨਹੀਂ ਹੈ।
(ਇਸ ਵਿਚ ਹੈ) ਪ੍ਰਭੂ ਦਾ ਸਿਮਰਨ, ਹਾਂ ਪ੍ਰਭੂ ਸਿਮਰਨ, ਕੇਵਲ ਪ੍ਰਭੂ ਸਿਮਰਨ।

(ਨੰਦਲਾਲ ਜੀ ਵੱਲੋਂ ਅਰਦਾਸ)

ਯਾ ਇਲਾਹੀ, ਹਰ ਦਿਲਿ ਪਜ਼ਮੁਰਦਹ ਰਾ॥
ਸਬਜ਼ ਕੁਨ, ਹਰ ਖ਼ਾਤਿਰਿ ਅਫ਼ਸੁਰਦਹ ਰਾ॥ ੫੦੫॥

ਸੰਖੇਪ ਅਰਥ : ਹੇ ਖ਼ੁਦਾ! ਹਰ ਮੁਰਝਏ (ਮਨੂਰ) ਮਨ ਨੂੰ (ਅਤੇ) ਦੁਖਿਤ ਦਿਲ ਨੂੰ ਹਰਾ-ਭਰਾ ਕਰ ਦੇ।

ਯਾ ਇਲਾਹੀ, ਯਾਵਰੀ ਕੁਨ ਬੰਦਹ ਰਾ॥
ਸੁਰਖ਼ਰੂ ਕੁਨ, ਹਰ ਦਿਲਿ ਸ਼ਰਮਿੰਦਹ ਰਾ॥ ੫੦੬॥

ਸੰਖੇਪ ਅਰਥ : ਹੇ ਖ਼ੁਦਾ! ਦਾਸ ਦੀ ਸਹਾਇਤਾ ਕਰ।

ਹਰ ਸ਼ਰਮਿੰਦੇ ਦਿਲ ਨੂੰ ਪ੍ਰਸੰਨ (ਸੁਰਖ਼ਰੂ) ਕਰ ਦੇ।

ਦਰ ਦਿਲਿ ਗੋਯਾ, ਹਵਾਇ ਸ਼ੌਕਿ ਬਖ਼ਸ਼
ਬਰ ਜ਼ਬਾਨਸ਼, ¹ਜ਼ੱਰਾ-ਇ ਅਜ਼ ਜ਼ੌਕਿ ਬਖ਼ਸ਼॥ ੫੦੭॥

ਉੱਚਾਰਣ :- ¹ਜ਼ੁਰ੍ਰਾ-ਇ ਬੋਲੋ।

ਸੰਖੇਪ ਅਰਥ : 'ਗੋਯਾ' ਦੇ ਦਿਲ ਵਿਚ ਚਾਉ ਦੀ ਚਾਹ ਬਖ਼ਸ਼।

ਉਸ ਦੀ ਜੀਭ ਤੇ (ਨੂੰ) ਸੁਆਦ (ਨਾਮ ਰਸ) ਦਾ ਇਕ ਕਿਣਕਾ ਹੀ ਬਖ਼ਸ਼ ਦੇ।

ਤਾਂ ਨ ਬਾਸ਼ਦ, ਵਰਦਿ ਆਂ, ਜੁਜ਼ ਯਾਦਿ ਹੱਕ਼॥
ਤਾਂ ਨ ਖ਼੍ਵਾਨਦ, ਗ਼ੈਰਿ ਹੱਕ਼ ਦੀਗਰ ਸਬਕ਼॥ ੫੦੮॥

ਸੰਖੇਪ ਅਰਥ : ਤਾਂ ਜੁ ਰੱਬ ਦੇ ਸਿਮਰਨ ਬਿਨਾਂ (ਕੁਝ ਵੀ) ਉਸ ਦਾ ਸਦੀਵੀ ਸੁਭਾ ਨਾ ਬਣੇ।

ਤਾਂ ਜੁ ਨਾਮ ਬਿਨਾਂ ਹੋਰ ਪਾਠ ਹੀ ਨਾ ਪੜ੍ਹੇ।

ਤਾਂ ਨ ਗੀਰਦ, ਗ਼ੈਰ ਨਾਮਿ ਜ਼ਿਕਰਿ ਹੱਕ਼॥
ਤਾਂ ਨ ਗੋਇਦ, ਹਰਫ਼ਿ ਗ਼ੈਰ ਅਜ਼ ਫ਼ਿਕਰਿ ਹੱਕ਼॥ ੫੦੯॥

ਸੰਖੇਪ ਅਰਥ : ਤਾਂ ਜੁ ਪ੍ਰਭੂ ਦੇ ਸਿਮਰਨ ਬਿਨਾਂ ਦੂਜਾ ਨਾਂ ਹੀ ਨਾ ਲਵੇ।

ਤਾਂ ਜੁ ਰੱਬ ਦੇ ਧਿਆਨ ਤੋਂ ਵਿਰਵਾ ਕੋਈ ਬੋਲ ਹੀ ਨਾ ਬੋਲੇ।

ਦੀਦਹ, ਅਜ਼ ਦੀਦਾਰਿ-*ਹੱਕ਼, ਪੁਰਨੂਰ ਕੁਨ॥

ਗ਼ੈਰ ਹੱਕ਼ ਅਜ਼, ਖ਼ਾਤ਼ਿਰੇ ਦਿਲ ਦੂਰ ਕੁਨ॥ ੫੧੦॥

*ਪਾਠੰਤ੍ਰ : ਖ਼ੁਦ

ਸੰਖੇਪ ਅਰਥ : ਨੇਤ੍ਰ ਹਰੀ ਨਾਮ ਦੇ ਦੀਦਾਰ ਨਾਲ ਪ੍ਰਕਾਸ਼ ਭਰਪੂਰ ਕਰ ਦੇ। ਸੱਚ-ਨਾਮ ਤੋਂ ਬਿਨਾਂ ਰੁਚੀ ਅਤੇ ਰਿਦੇ ਤੋਂ ਦੂਰ ਕਰ ਦੇ।

ਨੰਦਲਾਲੇ ਜ਼ਿੰਦਗੀਨਾਮਹ ਤਮਾਮ ਸ਼ੁਦ॥

ੴ

ਦੀਵਾਨੇ ਗੋਯਾ ਗ਼ਜ਼ਲਾਂ

ਉਥਾਨਕਾ :- ਗੁਰੂ ਕਲਗੀਧਰ ਜੀ ਦੀ ਪਾਵਨ ਹਜ਼ੂਰੀ 'ਚ ਜਦ ਦੀਵਾਨ ਸਜਦਾ ਤਾਂ ਕਲਗੀਧਰ ਜੀ ਅਕਸਰ ਭਾਈ ਨੰਦਲਾਲ ਜੀ ਕੋਈ ਨਾ ਕੋਈ ਸਵਾਲ ਕਰਦੇ ਤਾਂ ਨੰਦਲਾਲ ਜੀ ਨਿਮਰਤਾਪੂਰਵਕ ਉਸ ਦਾ ਜਵਾਬ ਫ਼ਾਰਸੀ ਅਰੂਜ਼ ਦੇ ਗ਼ਜ਼ਲ ਛੰਦ 'ਚ ਦਿੰਦੇ। ਕਲਗੀਧਰ ਜੀ ਨੰਦਲਾਲ ਜੀ ਨੂੰ ਜਵਾਬ ਦਿੰਦੇ ਦੇਖ ਦੇ ਕਹਿੰਦੇ ਕਿ ਦੀਵਾਨ ਗੋਯਾ ਦਾ ਸੱਜ ਰਿਹਾ ਹੈ। ਭਾਵ ਇਹ ਕਿ ਨੰਦਲਾਲ ਜੀ ਦੀਵਾਨ ਲਗਾ ਕੇ ਸੁਣਾ ਰਹੇ ਹਨ। ਭਾਈ ਸਾਹਿਬ ਜੀ ਦੀਆਂ ੬੩ ਦੇ ਲਗਭਗ ਗ਼ਜ਼ਲਾਂ ਅਤੇ ਕੁਝ ਰੁਬਾਈਆਂ ਅਤੇ ਅਬਿਆਤਾਂ (ਬੈਂਤ) ਹਨ। ਇਸ ਸੰਗ੍ਰਹਿ ਨੂੰ "ਦੀਵਾਨੇ ਗੋਯਾ ਗ਼ਜ਼ਲਾਂ" ਕਹਿੰਦੇ ਹਨ। ਇਸ ਸੰਗ੍ਰਹਿ 'ਚ ਕਲਗੀਧਰ ਦੇ ਪ੍ਰਸ਼ਨਾਂ ਦੇ ਉੱਤਰ, ਕਲਗੀਧਰ ਦੇ ਮੁੱਖੜੇ ਦੀ ਤਾਰੀਫ਼, ਕਲਗੀਧਰ ਜੀ ਦੇ ਮਨੋ-ਵਿਗਿਆਨਿਕ ਖ਼ਿਆਲ ਅਤੇ ਅਨੰਦਪੁਰ ਸਾਹਿਬ ਆਦਿਕ ਦੀ ਤਾਰੀਫ਼ ਭਾਈ ਸਾਹਿਬ ਨੇ ਗੁੰਥਨ ਕੀਤੀ ਹੈ। ਇਸ ਰਚਨਾ; ਦਾ ਬਹੁਤਾ ਹਿੱਸਾ ਸ੍ਰੀ ਅਨੰਦਪੁਰ ਸਾਹਿਬ ਤੇ ਕੁਝ ਹਿੱਸਾ ਮੁਲਤਾਨ ਅਤੇ ਸੰਪੂਰਨਤਾ ਦਾ ਟਿੱਕਾ ਸ੍ਰੀ ਦਮਦਮੇ ਸਾਹਿਬ ਪ੍ਰਾਪਤ ਹੋਇਆ ਹੈ। ੫੨ ਕਵੀਆਂ ਵੱਲੋਂ ਗੁਰੂ ਕੇ ਦੀਵਾਨ = ਪ੍ਰਧਾਨ ਕਵੀ ਹੋਣ ਤੇ ਵੀ ਭਾਈ ਸਾਹਿਬ ਜੀ ਨੂੰ ਦੀਵਾਨੇ ਗੋਯਾ ਕਹਿੰਦੇ ਹਨ।

ੴ ਸਤਿਗੁਰ ਪ੍ਰਸਾਦਿ॥ ਸ੍ਰੀ ਵਾਹਿਗੁਰੂ ਜੀ ਕੀ ਫ਼ਤੇ॥

ਤਸ਼ਨੀਫ਼ਿ ਨੰਦਲਾਲ, ਦੀਵਾਨਿ ਗੋਯਾ॥ ਗ਼ਜ਼ਲਾਂ॥

ਸੰਖੇਪ ਅਰਥ :- ਨੰਦਲਾਲ ਜੀ ਦੀ ਤਸ਼ਨੀਫ = ਕਵਿਤਾ ਜਿਸ ਨੂੰ ਕਲਗੀਧਰ ਜੀ ਦੀਵਾਨੇ ਗੋਯਾ ਦਾ ਖ਼ਿਤਾਬ ਬਖ਼ਸ਼ਦੇ ਰਹੇ।

(ਦੁਨੀਆਂ ਤੇ ਸਫ਼ਲ ਜੀਵਨ)

ਉਥਾਨਕਾ :- ਗੁਰੂ ਕਲਗੀਧਰ ਜੀ ਨੇ ਪੁੱਛਿਆ ਕਿ ਨੰਦਲਾਲ! ਏਹ ਦੁਨੀਆ ਪਰ ਕਿਉਂ ਆਏ ਹੋ ਤਾਂ ਨੰਦਲਾਲ ਜੀ ਨੇ ਬੇਨਤੀ ਰੂਪ 'ਚ ਫੁਰਮਾਇਆ :

ਗਜ਼ਲ ੧ ॥

ਹਵਾਇ ਬੰਦਗੀ, ਆਵੁਰਦ ਦਰ ਵਜੂਦ ਮਰਾ॥
ਵਗਰਨਹ ਜ਼ੌਕਿ਼ ਚੁਨੀਂ, ਆਮਦਨ ਨਬੂਦ ਮਰਾ॥ ੧ ॥

ਉੱਚਾਰਣ : ਆ-ਵੁਰਦ ਬੋਲੋ।

ਸੰਖੇਪ ਅਰਥ : ਭਜਨ ਬੰਦਗੀ ਦੀ ਇੱਛਾ ਨੇ ਮੈਨੂੰ ਹੋਂਦ ਵਿੱਚ ਲਿਆਂਦਾ,
ਨਹੀਂ ਤਾਂ ਮੈਨੂੰ ਇਸ ਤਰ੍ਹਾਂ ਆਉਣ ਦਾ ਕੋਈ ਸ਼ੌਕ ਨਹੀਂ ਸੀ।

ਖ਼ੁਸ਼ ਅਸਤ[1] ਉਮਰ, ਕਿਹ ਦਰ ਯਾਦਿ ਬੁਗਜ਼ਰਦ॥
ਵਰਨਹ ਚਿ ਹ਼ਾਸਿਲ ਅਸਤ, ਅਜ਼ੀਂ ਗੁੰਬਜ਼ਿ[2] ਕਬੂਦ ਮਰਾ॥ ੨ ॥

ਉੱਚਾਰਣ : ਬੁ-ਗਜ਼-ਰਦ ਬੋਲੋ

ਪਾਠਭੇਦ : [1]ਬਵਦ [2]ਗੁੰਬਦਿ

ਸੰਖੇਪ ਅਰਥ : ਕਿੰਨੀ ਚੰਗੀ ਹੈ ਉਹ ਆਯੂ, ਜਿਹੜੀ ਉਸ ਦੀ ਯਾਦ ਵਿਚ ਗੁਜ਼ਰੇ,
ਨਹੀਂ ਤਾਂ ਭਲਾ ਮੈਨੂੰ ਇਸ ਨੀਲੇ ਗੁੰਬਦ (ਆਸਮਾਨ, ਦੁਨੀਆਂ) ਤੋਂ ਕੀ ਫ਼ਾਇਦਾ?

ਦਰ ਆਂ[1] ਜ਼ਮਾਂ, ਕਿ ਨਿਆਈ ਯਾਦ[2] ਮੇ-ਮੀਰਮ॥
ਬਗ਼ੈਰ ਯਾਦਿ ਤੋ, ਜ਼ੀਂ ਜ਼ੀਸਤਨ, ਚਿਹ ਸੂਦ ਮਰਾ॥ ੩ ॥

ਪਾਠਭੇਦ : [1]ਦਰਾਂ ੨. ਬ-ਯਾਦ

ਸੰਖੇਪ ਅਰਥ : ਜਦੋਂ ਯਾਦ ਨਹੀਂ ਆਉਂਦਾ, ਤਾਂ ਮੈਂ ਮਰ-ਮਰ ਜਾਂਦਾ ਹਾਂ,
ਤੇਰੀ ਯਾਦ ਬਿਨਾਂ ਮੈਨੂੰ ਜੀਉਣ ਦਾ ਭਲਾ ਕੀ ਫ਼ਾਇਦਾ।

ਫ਼ਿਦਾਸਤ, ਜਾਨੋ ਦਿਲਿ ਮਨ, ਬ-ਖ਼ਾਕਿ ਮਕ਼ੱਦਮਿ ਪਾਕ॥
ਹਰ ਆਂ[1] ਕਸੇ, ਕਿਹ ਬ-ਸੂਇ ਤੋ, ਰਹਿ ਨਮੂਦ ਮਰਾ॥ ੪ ॥

ਪਾਠਭੇਦ : [1]ਹਰਾਂ

ਸੰਖੇਪ ਅਰਥ : ਮੇਰੀ ਜਾਨ ਅਤੇ ਦਿਲ ਉਸ ਪਵਿੱਤਰ ਪੁਰਖ ਦੇ ਚਰਨਾਂ ਦੀ ਧੂੜ ਤੋਂ
ਕੁਰਬਾਨ ਹਨ,
ਜਿਸ ਨੇ ਕਿ ਮੈਨੂੰ ਤੇਰਾ ਰਾਹ ਵਿਖਾਇਆ।

ਨਬੂਦ ਹੇਚ ਨਿਸ਼ਾਂਹਾ, ਜ਼ਿ ਆਸਮਾਨੋ ਜ਼ਮੀਂ॥
ਕਿ ਸ਼ੌਕਿ਼ ਰੂਇ ਤੋ, ਆਵੁਰਦ ਦਰ ਵਜੂਦ[1] ਮਰਾ॥ ੫ ॥

ਪਾਠਭੇਦ : ਸਜੂਦ[1]

ਉੱਚਾਰਣ : ਆ-ਵੁਰਦ ਬੋਲੋ

ਸੰਖੇਪ ਅਰਥ : ਉਸ ਵੇਲੇ ਤਾਂ ਆਸਮਾਨ ਅਤੇ ਜ਼ਮੀਨ ਤੱਕ ਦਾ ਨਾਮ ਨਿਸ਼ਾਨ ਨਹੀਂ ਸੀ,

ਜਦੋਂ ਕਿ ਤੇਰੇ ਦੀਦਾਰ ਦੇ ਸ਼ੌਕ ਨੇ ਮੈਨੂੰ ਮਨੁੱਖੀ ਸਰੀਰ ਵਾ : ਤੇਰੇ ਚਰਨਾਂ ਤੇ ਸਿਜਦਾ ਕਰਨ 'ਚ ਲੈ ਆਂਦਾ।

ਬਗ਼ੈਰ ਯਾਦਿ ਤੋ, ਗੋਯਾ; ਨ ਮੇ-ਤਵਾਨਮ ਜ਼ੀਸਤ॥
ਬਸੂਇ ਦੋਸਤ, ਰਹਾਈ ਦਿਹੰਦ, ਜ਼ੂਦ ਮਰਾ॥ ੬ ॥ ੧ ॥

ਸੰਖੇਪ ਅਰਥ : ਐ ਗੋਯਾ ! ਮੈਂ ਤੇਰੀ ਯਾਦ ਬਿਨਾਂ ਜਿਊ ਨਹੀਂ ਸਕਦਾ।

ਮੈਨੂੰ ਮੇਰੇ ਸੱਜਣ ਵੱਲ ਜਾਣ ਲਈ,ਐ ਮੇਰੇ ਵਿਕਾਰਾਂ ਰੂਪ ਸਾਥੀਉ, ਹੁਣ ਮੈਨੂੰ ਛੇਤੀ ਖਲਾਸੀ ਦਿਉ।

(ਕਲਗੀਧਰ ਦੇ ਕੇਸਾਂ ਦੀ ਮਹਿਮਾ)

ਉਥਾਨਕਾ : ਪਿਆਰੇ ਦਯਾ ਸਿੰਘ ਜੀ ਨੇ ਪੁੱਛਿਆ ਕਿ ਨੰਦਲਾਲ ਜੀ! ਤੁਹਾਡੀ ਨਿਗ੍ਹਾ 'ਚ ਕਲਗੀਧਰ ਜੀ ਦੇ ਕੇਸਾਂ ਦਾ ਕਿੰਨਾ ਕੁ ਮੁੱਲ ਹੈ ਤਾਂ ਫ਼ਰਮਾਇਆ :

ਗ਼ਜ਼ਲ ੨ ॥

ਦੀਨੋ ਦੁਨੀਆ, ਦਰ ਕਮੰਦਿ, ਆਂ ਪਰੀ ਰੁਖ਼ਸਾਰਿ ਮਾ॥
ਹਰ ਦੋ ਆ਼ਲਮ ਕ਼ੀਮਤਿ, ਯੱਕ ਤਾਰਿ ਮੂਇ ਯਾਰਿ ਮਾ॥ ੧ ॥

ਸੰਖੇਪ ਅਰਥ : ਦੀਨ ਅਤੇ ਦੁਨੀਆਂ ਸਾਡੇ ਉਸ ਪਰੀ-ਚਿਹਰਾ ਦੋਸਤ ਦੀ ਫਾਹੀ ਵਿਚ ਹਨ।

ਦੋਵੇਂ ਜਹਾਨ ਸਾਡੇ ਯਾਰ ਦੇ ਇਕ ਵਾਲ ਦੇ ਮੁੱਲ ਬਰਾਬਰ ਹਨ।

ਮਾ ਨ ਮੇ-ਆਰੇਮ, ਤਾਬਿ ਗ਼ਮਜ਼ਾਇ ਮਿਜ਼ਗਾਨਿ[੧] ਊ॥
ਯੱਕ ਨਿਗਾਹਿ ਜਾਂ-ਫਿਜ਼ਾਇਸ਼, ਬਸ ਬਵਦ ਦਰਕਾਰਿ ਮਾ॥ ੨ ॥

ਪਾਠਭੇਦ : ਮਸਤਾਨਿ[੧]

ਸੰਖੇਪ ਅਰਥ : ਅਸੀਂ ਉਸ ਸੱਜਨ ਦੀ ਇਕ ਭੀ ਟੇਢੀ ਨਜ਼ਰ ਦੀ ਤਾਬ ਨਹੀਂ ਝੱਲ ਸਕਦੇ,

ਉਸ ਦੀ ਇੱਕੋ ਨਿਗਾਹ, ਜਿਹੜੀ ਉਮਰਾਂ ਵਧਾ ਦੇਂਦੀ ਹੈ, ਸਾਨੂੰ ਬਥੇਰੀ ਹੈ।

ਗਾਹੇ ਸੂਫ਼ੀ ਗਾਹੇ ਜ਼ਾਹਿਦ, ਗਹਿ ਕ਼ਲੰਦਰ ਮੇ ਸ਼ਵਦ ॥
ਰੰਗਹਾਇ ਮੁਖ਼ਤਲਿਫ਼, ਦਾਰਦ ਬੁੱਤਿ ਅੱਯਾਰਿ[੧] ਮਾ॥ ੩ ॥

ਉਚਾਰਨ : [1]ਅੱਈਆਰਿ ਵਾਂਗ ਬੋਲੋ

ਸੰਖੇਪ ਅਰਥ : ਕਦੀ ਤਾਂ ਉਹ ਸੂਫ਼ੀ ਬਣ ਜਾਂਦਾ ਹੈ, ਕਦੀ ਭਜਨ ਬੰਦਗੀ ਵਾਲਾ ਅਤੇ ਕਦੀ ਮਸਤ ਕਲੰਦਰ,

ਸਾਡਾ ਚਾਲਾਕ ਪਿਆਰਾ ਨਾਨਾ ਰੰਗਾਂ ਦਾ ਮਾਲਿਕ ਹੈ।

ਕ਼ਦਰਿ ਲਾਅ਼ਲਿ ਊ, ਬਜੁਜ਼ ਆਸ਼ਿਕ਼, ਨਾ ਦਾਨਦ ਹੇਚਕਸ॥
ਕ਼ੀਮਤਿ ਯਾਕ਼ੂਤ ਦਾਨਦ, ਚਸ਼ਮਿ ਗੌਹਰਬਾਰਿ ਮਾ॥ ੪॥

ਸੰਖੇਪ ਅਰਥ : ਉਸ ਦੇ ਲਾਲਾਂ (ਵਰਗੇ ਹੋਠਾਂ) ਦੀ ਭਲਾ ਕਦਰ ਬਿਨਾਂ ਪ੍ਰੇਮੀ ਦੇ ਕੌਣ ਜਾਣੇ?

ਯਾਕੂਤ ਦੀ ਕੀਮਤ ਸਾਡੀ ਮੋਤੀ ਵਸਾਉਣ ਵਾਲੀ ਅੱਖ ਹੀ ਜਾਣਦੀ ਹੈ।

ਹਰ ਨਫ਼ਸ, ਗੋਯਾ ਬ-ਯਾਦਿ, ਨਰਗਿਸਿ ਮਖ਼ਮੂਰਿ ਊ॥
ਬਾਦਾਹਾਇ ਸ਼ੌਕ਼ ਮੇ-ਨੋਸ਼ਦ, ਦਿਲਿ ਹੁਸ਼ਿਆਰਿ ਮਾ॥ ੫॥ ੨॥

ਉੱਚਾਰਨ : ਨਫ਼ਸ ਦਾ ਆਮ ਉੱਚਾਰਣ ਕਰੋ। ਫ਼ਾਰਸੀ ਵਿਦਵਾਨ ਜਿੱਥੇ ਸਵਾਸਾਂ ਦੀ ਗੱਲ ਹੋਵੇ, ਉਥੇ ਆਮ ਉੱਚਾਰਣ ਅਤੇ ਜਿੱਥੇ ਵਜੂਦ ਦੀ ਗੱਲ ਹੋਵੇ, ਉਥੇ ਛੇਤੀ ਨਾਲ ਅੱਧੇ ਫ਼ੱਫ਼ੇ ਦਾ ਉੱਚਾਰਣ ਕਰਦੇ ਹਨ।

ਸੰਖੇਪ ਅਰਥ : ਹਰ ਛਿਨ ਤੇ ਹਰ ਪਲ ਗੋਯਾ ਸਾਡਾ ਹੁਸ਼ਿਆਰ ਦਿਲ

ਉਸ ਪਿਆਰੇ ਦੀ ਮਸਤ ਨਰਗਸੀ ਅੱਖ ਦੀ ਯਾਦ ਵਿਚ ਪਿਆਰ ਦਾ ਨਸ਼ਾ ਪੀਂਦਾ ਹੈ।

(ਪਿਆਰ ਦੀ ਸ਼ਰਾਬ)

ਉਥਾਨਕਾ : ਵਿਚਾਰ-ਗੋਸ਼ਟੀ ਕਰਦੇ ਸਮੇਂ ਪਿਆਰ ਨੂੰ ਸ਼ਰਾਬ ਦੇ ਅਲੰਕਾਰ 'ਚ ਉਚਾਰਿਆ ਹੈ।

ਗ਼ਜ਼ਲ ੩॥

ਬਿਦਿਹ ਸਾਕ਼ੀ, ਮਰਾ ਯੱਕ [1]ਜਾਮ, ਜ਼ਾਂ ਰੰਗੀਨੀਇ ਦਿਲਹਾ॥
ਬਚਸ਼ਮਿ[2] ਪਾਕ-ਬੀਂ, ਆਸਾਂ ਕੁਨਮ, ਈਂ ਜੁਮਲਹ ਮੁਸ਼ਕਿਲਹਾ॥੧॥

ਪਾਠਭੇਦ : [1]ਜਾਮਿ ਜਾਂ, ੨. ਜਾਮਿ

ਉੱਚਾਰਣ : ਫ਼ਾਰਸੀ ਅਤੇ ਸੰਪ੍ਰਦਾਈ ਵਿਦਵਾਨ ਬਿਦਿਹ ਇਕੱਠਾ ਹੀ ਬੋਲਦੇ ਹਨ। ਵਾਸਤਵ 'ਚ ਬ+ਦਿਹ ਦੋ ਲਫ਼ਜ਼ ਬਿਦਿਹ ਬਣਦੇ ਹਨ, ਇਸ ਲਈ ਨਿਯਮ ਅਨੁਸਾਰ ਬੱਬੇ ਨੂੰ ਸਿਹਾਰੀ ਬਿਦਹ ਬੋਲਦੀ ਹੈ ਅਤੇ ਕੁਝ ਵਿਦਵਾਨ ਬਿਦਿਹ ਦੋਨੋ ਸਿਹਾਰੀਆਂ ਨਾਲ ਵੀ ਉੱਚਾਰਣ ਕਰ ਲੈਂਦੇ ਹਨ।

ਸੰਖੇਪ ਅਰਥ : ਐ ਸਾਕੀ ! ਦਿਲਾਂ ਨੂੰ ਰੰਗ ਦੇਣ ਵਾਲੇ ਨਸ਼ੇ 'ਚੋਂ ਪ੍ਰੇਮ ਪਿਆਲਾ ਬਖ਼ਸ਼, ਉਸ ਤੋਂ ਮੈਂ ਦਿਲ ਨੂੰ ਬਹੁਤਾ ਰੰਗ 'ਚ ਕਰਾਂਗਾ। ਵਾ : ਜਾਨ ਵਧਾਉਣ ਵਾਲਾ ਪਿਆਲਾ ਬਖ਼ਸ਼, ਉਸ ਤੋਂ ਮੈਂ ਆਪਣੇ ਦਿਲ ਨੂੰ ਵਧਾਵਾਂਗਾ।

ਕਿ ਮੈਂ ਉਸ ਰੱਬ ਨੂੰ ਵੇਖਣ ਵਾਲੀ ਅੱਖ ਨਾਲ ਸਾਰੀਆਂ ਮੁਸ਼ਕਲਾਂ ਹੱਲ ਕਰ ਲਵਾਂ।

ਮਰਾ ਦਰ ਮੰਜ਼ਿਲਿ ਜਾਨਾਂ, ਹਮਹ ਐਸ਼ੋ ਹਮਹ ਸ਼ਾਦੀ ॥
ਜਰਸ ਬੇਹੂਦਹ ਮੇ-ਨਾਲਦ, ਕੁਜਾ ਬੰਦੇਮ ਮਹ਼ਮਿਲਹਾ ॥੨॥

ਸੰਖੇਪ ਅਰਥ : ਮੈਨੂੰ ਤਾਂ ਉਸ ਮਿੱਤ੍ਰ ਪਿਆਰੇ ਦੀ ਮੰਜ਼ਿਲ ਵੱਲ ਵਧਦਿਆਂ ਸਦਾ ਆਨੰਦ ਹੀ ਆਨੰਦ ਹੈ।

ਡਾਚੀ ਗਲ ਪਈ ਟੱਲੀ ਐਵੇਂ ਪਈ ਵਜਦੀ ਹੈ, ਅਸੀਂ ਕਦੋਂ ਅੱਟਕਣ ਵਾਲੇ ਹਾਂ?

ਖ਼ੁਦਾ ਹ਼ਾਜ਼ਿਰ ਬਵਦ ਦਾਇਮ, ਬਿਬੀਂ ਦੀਦਾਰਿ ਪਾਕਸ਼ ਰਾ॥
ਨਾ ਗਿਰਦਾਬੇ ਦਰੋ ਹਾਇਲ, ਨਾ ਦਰਿਆਓ, ਨਾ ਸਾਹਿਲਹਾ॥੩॥

ਸੰਖੇਪ ਅਰਥ : ਰੱਬ ਤਾਂ ਸਦਾ ਹਾਜ਼ਰ ਨਾਜ਼ਰ ਹੈ। ਤੂੰ ਉਸ ਦੇ ਪਵਿੱਤਰ ਦੀਦਾਰੇ ਕਰ!

ਨਾ ਕੋਈ ਭੰਵਰ ਰਾਹ ਵਿਚ ਰੁਕਾਵਟ ਹੈ ਤੇ ਨਾ ਕੋਈ ਦਰਿਆ ਜਾਂ ਕੱਢਾ।

ਚਿਰਾ ਬੇਹੂਦਹ ਮੇ ਗਰਦੀ, ਬ-ਸਹਿਰਾਂ ਓ ਬ-ਦਸ਼ਤ, ਐ ਦਿਲ॥
ਚੂੰ ਆਂ ਸੁਲਤ਼ਾਨਿ ਖ਼ੂਬਾਂ, ਕਰਦਹ ਅੰਦਰ ਦੀਦਹ ਮੰਜ਼ਿਲਹਾ॥੪॥

ਸੰਖੇਪ ਅਰਥ : ਤੂੰ ਕਿਉਂ ਪਿਆ ਜੰਗਲਾਂ ਜੂਹਾਂ ਵਿਚ ਮਾਰਾ ਮਾਰਾ ਫਿਰਦਾ ਹੈਂ।

ਜਦ ਕਿ ਉਸ ਸੋਹਣਿਆਂ ਦੇ ਸੁਲਤਾਨ ਨੇ ਤੇਰੀਆਂ ਅੱਖਾਂ ਵਿਚ ਆਪਣਾ ਡੇਰਾ ਬਣਾ ਰੱਖਿਆ ਹੈ।

ਚੂੰ ਗ਼ੈਰ ਅਜ਼ ਜ਼ਾਤਿ-ਪਾਕਿਸ਼ ਨੇਸਤ, ਦਰ ਹਰ ਜਾ ਕਿ ਮੇ-ਬੀਨਮ
ਬੁਗੋ ਗੋਯਾ, ਕੁਜਾ ਬੁ ਗੁਜ਼ਾਰਮ, ਈਂ ਦੁਨੀਆ ਓ ਅਹਲਿਲ ਹਾ॥੫॥੩॥

ਖ਼ਾਸ ਨੋਟ : ਫ਼ਾਰਸੀ ਦਾ ਅਸਲੀ ਲਫ਼ਜ਼ ਅਹਲੂ ਹੈ, ਹੱਥ ਲਿਖਤ 'ਚ ਅਹਲੀ ਹਾ ਪਾਠਭੇਦ ਵੀ ਹੈ।

ਸੰਖੇਪ ਅਰਥ : ਉਸ ਵਾਹਿਗੁਰੂ ਤੋਂ ਬਿਨਾਂ ਜਿੱਧਰ ਵੀ ਮੈਂ ਵੇਖਦਾ ਹਾਂ ਜਦ ਕੁਝ ਨਜ਼ਰ ਨਹੀਂ ਆਉਂਦਾ,

ਤਾਂ ਗੋਯਾ, ਤੂੰ ਹੀ ਦੱਸ, ਭਲਾ ਮੈਂ ਇਸ ਦੁਨੀਆਂ ਅਤੇ ਘਰ ਬਾਰ ਨੂੰ ਕਿਵੇਂ ਤੇ ਕਿੱਥੇ ਛੱਡਾਂ?

(ਪਿਆਰ ਦੀ ਸ਼ਰਾਬ)

ਉਥਾਨਕਾ : ਆਗਰੇ ਤੋਂ ਮਿਲਣ ਆਏ ਆਪਣੇ ਦੋਸਤਾਂ ਨੂੰ ਦੱਸਦੇ ਪਏ ਹਨ ਕਿ ਔਰੰਗੇ ਦੇ ਦਰਬਾਰ 'ਚ ਸ਼ਰਾਬ ਦੇ ਦੌਰ ਚੱਲਦੇ ਸਨ, ਮੁਜਰੇ ਲੱਗਦੇ ਸਨ। ਪਰ ਏਥੇ ਪ੍ਰੇਮ ਦੀ ਸ਼ਰਾਬ ਚੱਲਦੀ ਹੈ। ਏਥੇ ਹਰੇਕ ਕੋਈ ਇੱਕ ਦੂਜੇ ਨੂੰ ਕਹਿੰਦਾ ਹੈ ਕਿ ਮੈਨੂੰ ਹੇ ਦੇਗ਼ੀਏ ਪ੍ਰੇਮ ਦੇ ਪਿਆਲੇ 'ਚ ਰੰਗੀਨ ਨਾਮ ਦੀ ਸ਼ਰਾਬ ਭਰ ਕੇ ਦੇਹ।

ਗ਼ਜ਼ਲ ੪ ॥

ਬਿਆ ਐ ਸਾਕ਼ੀਇ ਰੰਗੀਨ, ਜ਼ਿ ਮੈ ਪੁਰ ਕੁਨ ਅੱਯਾਗ* ਈਂਜਾ॥
ਨਸ਼ਾਇ ਲਾਅ੍ਲਿ ਮੈ-ਗੂਨਤ, ਜ਼ਿ ਹੱਕ਼ ਬਖ਼ਸ਼ਦ ਸੁਰਾਗ਼ ਈਂਜਾ॥੧॥

ਉੱਚਾਰਣ : *ਅੱਈਆਗ਼ ਬੋਲੋ

ਸੰਖੇਪ ਅਰਥ : ਐ ਦੇਗ਼ੀਏ! ਇਥੇ ਪਿਆਲੇ ਨੂੰ ਰੰਗੀਨ ਸ਼ਰਾਬ ਨਾਲ ਭਰ ਦੇ, ਲਾਲ ਰੰਗ ਦੀ ਸ਼ਰਾਬ ਦਾ ਨਸ਼ਾ ਇਥੇ ਉਸ ਰੱਬ ਦੀ ਸੂਹ ਬਖ਼ਸ਼ਦਾ ਹੈ।

ਅਨਲ-ਹੱਕ਼ ਅਜ਼ ਲਬਿ ਮਨਸੂਰ, ਹਮਚੂੰ[1] ਸ਼ੀਸ਼ਾ ਕੁਲਕੁਲ ਕਰਦ॥
[3]ਕਿਹ ਆਰਦ ਤਾਬਿ ਈਂ [2]ਸਹਬਾ, ਕੁਜਾ ਜਾਮਿ ਦਿਮਾਗ਼ ਈਂਜਾ॥੨॥

ਪਾਠਭੇਦ : [1]ਲਿਖਤੀ ਬੀੜਾਂ 'ਚ ਗਰਚੂੰ ਪਾਠ ਵੀ ਆਯਾ ਹੈ, ਪਰ ਵਾਂਗ ਦੇ ਅਰਥ 'ਚ ਹਮਚੂੰ ਪਾਠ ਹੀ ਸ਼ੁੱਧ ਹੈ ੨. ਸਾਹਿਬਾ/ਬਾਰੇ ੩. ਨ ਆਰਦ।

ਸੰਖੇਪ ਅਰਥ : ਜੇਕਰ ਸੁਰਾਹੀ ਵਰਗੇ ਮਨਸੂਰ ਦੇ ਮੂੰਹ ਨਿਕਲੇ 'ਅਨੱਲਹੱਕ' ਵਾਂਗ ਕਿਧਰੇ ਕੁਲ ਕੁਲ ਦੀ ਅਵਾਜ਼ ਪੈਦਾ ਕਰੇ,

ਤਾਂ ਕੌਣ ਅਜਿਹੀ ਪ੍ਰਭਾਤੀ ਸ਼ਰਾਬ ਦੇ ਨਸ਼ੇ ਦੀ ਤਾਬ ਲਿਆਵੇਗਾ? ਅਤੇ ਕਿਥੇ ਹੈ ਅਜਿਹਾ ਦਿਮਾਗ਼ ਦਾ ਪਿਆਲਾ?

ਜਹਾਂ ਤਾਰੀਕ ਸ਼ੁਦ; ਜਾਨਾਂ, ਬਰ ਅਫ਼ਰੋਜ਼ਈ ਕ਼ੱਦਿ ਰਾਅ੍ਨਾ॥
ਨੁਮਾ ਰੁਖ਼ਸਾਰਾਇ ਤਾਬਾਂ[1]; ਕਿ ਮੇ-ਬਾਇਦ ਚਰਾਗ਼ ਈਂ ਜਾ॥੩॥

ਪਾਠਭੇਦ : ਰੁਖ਼ਸਾਰਿ[1] ਮਹਿਤਾਬਾਂ

ਸੰਖੇਪ ਅਰਥ : ਜਹਾਨ ਵਿਚ ਤਾਂ ਅੰਨ੍ਹੇਰਾ ਹੈ। ਐ ਪਿਆਰੇ ! ਤੂੰ ਆਪਣੀ ਸੁੰਦਰਤਾ ਨੂੰ ਹੋਰ ਚਮਕਾ ਅਤੇ

ਆਪਣਾ ਮੁਖੜਾ ਖੂਬ ਦਰਸਾ, ਕਿਉਂ ਜੋ ਇੱਥੇ ਦੀਵੇ ਦੀ ਲੋੜ ਹੈ।

ਬਈਂ ਯਕ-ਦਮ ਕਿ ਯਾਦ ਆਈ[1], ਤਵਾਂ ਉਮਰੇ ਬਸਰ ਬੁਰਦਨ॥
ਅਗਰ ਯਕਦਮ ਕਸੇ ਯਾਬਦ, ਬਸ਼ੌਕਿ਼ ਹੱਕ਼ ਫ਼ਰਾਗ਼ ਈਂਜਾ॥੪॥

ਪਾਠਂਤ੍ਰ : [1]ਆਇਦ

ਸੰਖੇਪ ਅਰਥ : ਉਸ ਇਕ ਛਿਨ ਪਲ ਨਾਲ, ਜਦਕਿ ਉਸ ਦੀ ਯਾਦ ਆਵੇ, ਸਾਰੀ ਉਮਰਾ ਕੱਟੀ ਜਾ ਸਕਦੀ ਹੈ,

ਜੇ ਕਿਸੇ ਕੋਲ ਰੱਬ ਦੇ ਸ਼ੌਕ ਲਈ ਅਜਿਹੇ ਇਕ ਛਿਨ ਪਲ ਦੀ ਵਿਹਲ ਤਾਂ ਹੋਵੇ।

ਦੋ ਚਸ਼ਮਿ ਮਨ, ਕਿ ਦਰਿਯਾਇ ਅਜ਼ੀਮੁੱਸ਼ਾਂ[1] ਬਵਦ ਗੋਯਾ ॥

[2]ਜ਼ਿ ਹਰ ਅਸ਼ਕਮ, ਬਵਦ ਸ਼ਾਦਾਬੀਇ ਸਦ ਬਾਗ਼ ਬਾਗ਼, ਈਂ ਜਾ ॥੫ ॥੪ ॥

ਨੋਟ : [1]ਫ਼ਾਰਸੀ ਵਿਦਵਾਨ ਅਜ਼ੀਮੁਲਸ਼ਾਂ ਲਿਖਦੇ ਹਨ, ਪਰ ਪੜ੍ਹਦੇ ਅ਼ਜ਼ੀਮੁੱਸ਼ਾਂ ਹਨ ਤੇ ਅਰਥ ਕਰਦੇ ਹਨ ਕਿ ਅ਼ਜ਼ੀਮ=ਵੱਡੀ ਸ਼ਾਨ=ਸ਼ੋਭਾ ਵਾਲੇ

[2]ਜ਼ਿ ਦੀ ਥਾਂ ਕਿ ਪਾਠਭੇਦ ਵੀ ਹੈ।

ਸੰਖੇਪ ਅਰਥ : ਮੇਰੀਆਂ ਦੋਵੇਂ ਅੱਖਾਂ, ਗੋਯਾ, ਇਕ ਵੱਡੀ ਨਦੀ ਹਨ,

ਮੇਰੇ ਹਰ ਅੱਥਰੂ ਨਾਲ ਸੈਂਕੜੇ ਬਾਗ਼ ਹਰੇ ਭਰੇ ਹੋ ਜਾਂਦੇ ਹਨ।

(ਰੱਬੀ ਭਗਤੀ ਲਈ ਅਦਬ ਜ਼ਰੂਰੀ)

ਉਥਾਨਕਾ : ਅਨੰਦਪੁਰ ਸਾਹਿਬ ਲੰਗਰ 'ਚ ਸੇਵਾ ਕਰਦੇ ਪਏ ਗੁਰਸਿੱਖਾਂ ਨੂੰ ਇਹ ਅਦਬ ਦਾ ਉਪਦੇਸ਼ ਦਿੰਦੇ ਪਏ ਹਨ।

ਗ਼ਜ਼ਲ ੫ ॥

ਰਹਿ-ਰਸਾਨਿ, ਰਾਹਿ ਹੱਕ਼, ਆਮਦ ਅਦਬ ॥
ਹਮ ਬਦਿਲ[1] ਯਾਦਿ ਖ਼ੁਦਾ, ਓ ਹਮ ਬਲਬ ॥ ੧ ॥

ਪਾਠਂਤ੍ਰ : [1]ਬਾ ਦਿਲ

ਸੰਖੇਪ ਅਰਥ : ਰੱਬ ਦੇ ਰਸਤੇ ਟੁਰਨ ਵਾਲੇ ਪਾਂਧੀਆਂ ਲਈ ਅਦਬ ਮਾਰਗ ਆਇਆ ਹੈ

ਉਨ੍ਹਾਂ ਦੇ ਦਿਲ 'ਚ ਰਬ ਦੀ ਯਾਦ ਹੋਵੇ ਅਤੇ ਉਨ੍ਹਾਂ ਦੇ ਬੁਲ੍ਹਾਂ ਪਰ ਵੀ ਉਸ ਦਾ ਸਿਮਰਨ। ਏਹ ਸਭ ਜ਼ਰੂਰੀ ਹੈ।

ਹਰ ਕੁਜਾ ਦੀਦੇਮ, ਅਨਵਾਰਿ ਖ਼ੁਦਾ ॥
ਬਸਕਿ ਅਜ਼ ਸੁਹ਼ਬਤਿ ਬਜ਼ੁਰਗਾਂ, ਸ਼ੁਦ ਜਜ਼ਬ ॥ ੨ ॥

ਸੰਖੇਪ ਅਰਥ : ਅਸਾਂ ਹਰ ਥਾਂ ਰੱਬ ਦੇ ਨੂਰ ਨੂੰ ਮਹਾਂਪੁਰਖਾਂ ਦੀ ਸੰਗਤ ਵਿਚ ਜਜ਼ਬ ਹੁੰਦਿਆਂ ਵੇਖਿਆ।

ਚਸ਼ਮਿ-ਮਾ, ਗ਼ੈਰ ਅਜ਼ ਜਮਾਲਸ਼, ਵਾ ਨ ਸ਼ੁਦ॥
ਜ਼ਾਂ ਕਿ, ਜੁਮਲਹ ਖ਼ਲਕ਼ ਰਾ, ਦੀਦੇਮ ਰੱਬ[1]॥ ੩॥

ਪਾਠਂਤ੍ਰ : [1]ਹੱਥ ਲਿਖਤ 'ਚ ਦੀਦਮ ਕਿਜ਼ਬ ਪਾਠ ਵੀ ਹੈ।

ਸੰਖੇਪ ਅਰਥ : ਸਾਡੀ ਅੱਖ ਉਸ ਦੇ ਜਮਾਲ ਤੋਂ ਬਿਨਾਂ ਅਸਲੋਂ ਨਾ ਖੁੱਲ੍ਹੀ, ਕਿਉਂ ਜੋ ਅਸਾਂ ਸਾਰੀ ਖ਼ਲਕਤ ਵਿਚ ਰੱਬ ਨੂੰ ਵੇਖਿਆ ਵਾ : ਕਿਉਂਕਿ ਅਸੀ ਉਸ ਦੇ ਨੂਰ ਤੋਂ ਬਿਨਾਂ ਸਭ ਦੁਨੀਆ 'ਚ ਕਿਜ਼ਬ = ਝੂਠ ਵੇਖਿਆ ਹੈ।

ਖ਼ਾਕਿ ਕ਼ਦਮਸ਼, ਰੌਸ਼ਨੀਇ ਦਿਲ ਕੁਨਦ॥
ਗਰ ਤੁਰਾ, ਬਾ-ਸਾਲਿਕ਼ਾਂ, ਬਾਸ਼ਦ ਨਸਬ[1]॥ ੪॥

ਪਾਠਂਤ੍ਰ : [1]ਸਬੱਬ

ਸੰਖੇਪ ਅਰਥ : ਉਸ ਦੇ ਚਰਨਾਂ ਦੀ ਧੂੜ ਦਿਲ ਨੂੰ ਚਾਨਣ ਕਰ ਦਿੰਦੀ ਹੈ, ਜੇ ਤੇਰਾ ਇਹ ਰਾਹ ਤੇ ਚਲਣ ਵਾਲਿਆਂ ਨਾਲ ਸੰਬੰਧ ਹੋਵੇ।

ਕੀਸਤ ਗੋਯਾ; ਕੁ ਮੁਰਾਦਿ ਦਿਲ ਨ ਯਾਫ਼ਤ ॥
ਹਰਕਸੇ ਬਾ-ਨਫ਼ਸਿ ਖ਼ੁਦ, ਕਰਦਹ ਗ਼ਜ਼ਬ॥ ੫॥ ੫॥

ਸੰਖੇਪ ਅਰਥ : ਉਹ ਕੌਣ ਹੈ, ਗੋਯਾ, ਜਿਸ ਦੇ ਦਿਲ ਦੀ ਮੁਰਾਦ ਪੂਰੀ ਨਹੀਂ ਹੋਈ, ਜਿਸ ਕਿਸੇ ਨੇ ਭੀ ਆਪਣੇ ਮਨ (ਹਉਮੈ) ਨੂੰ ਮਾਰ ਲਿਆ ਹੋਵੇ।

(ਕਲਗੀਧਰ ਹਾਜ਼ਿਰ ਨਾਜ਼ਿਰ ਹੈ)

ਉਥਾਨਕਾ : ਗੁਰੂ ਘਰ 'ਚ ਲੰਗਰਾਂ ਦੀ ਸੇਵਾ ਕਰ, ਜਦ ਨੰਦਲਾਲ ਜੀ ਨੂੰ ਜ਼ਰਰੇ-ਜ਼ਰਰੇ 'ਚ ਕਲਗੀਧਰ ਦਾ ਦੀਦਾਰ ਹੋਣ ਲੱਗ ਪਿਆ ਤਾਂ ਵਿਸਮਾਦੀ ਰੰਗ 'ਚ ਏਹ ਗ਼ਜ਼ਲ ਉਚਾਰੀ ਹੈ।

ਗ਼ਜ਼ਲ ੬॥

ਦਿਲ ਅਗਰ ਦਾਨਾ ਬਵਦ, ਅੰਦਰ ਕਿਨਾਰਸ਼ ਯਾਰਹਸ੍ਤ॥
ਚਸ਼ਮ ਗਰ ਬੀਨਾ ਬਵਦ, ਦਰ ਹਰ ਤ਼ਰਫ਼ ਦੀਦਾਰ ਹਸ੍ਤ॥ ੧॥

ਸੰਖੇਪ ਅਰਥ : ਜੇ ਦਿਲ ਸਮਝ ਵਾਲਾ ਹੋਵੇ, ਤਾਂ ਸੱਜਣ ਉਸ ਦੀ ਗਲਵਕੜੀ ਵਿਚ ਹੈ !

ਅਤੇ ਅੱਖ ਜੇਕਰ ਵੇਖਣ ਵਾਲੀ ਹੋਵੇ ਤਾਂ ਹਰ ਪਾਸੇ ਦੀਦਾਰ ਹੀ ਦੀਦਾਰ ਹੈ !

ਹਰ ਤ਼ਰਫ਼ ਦੀਦਾਰ; ਅੱਮਾ ਦੀਦਾਇ ਬੀਨਾ ਕੁਜਾਸਤ॥
ਹਰ ਤ਼ਰਫ਼ ਤੂਰ ਅਸਤ, ਹਰ ਸੂ ਸ਼ੋਅ਼ਲਾਏ ਅਨਵਾਰ ਹਸਤ॥ ੨॥

ਪਾਠੰਤ੍ਰ : [1]ਕੁਜਾ

ਸੰਖੇਪ ਅਰਥ : ਹਰ ਪਾਸੇ ਦੀਦਾਰੇ ਹਨ, ਪ੍ਰੰਤੂ ਵੇਖਣ ਵਾਲੀ ਅੱਖ ਕਿਥੇ ਹੈ?
ਹਰ ਤਰਫ਼ ਤੂਰ ਦੀ ਪਹਾੜੀ ਹੈ, ਹਰ ਪਾਸੇ ਨੂਰ ਦਾ ਭਾਂਬੜ ਹੈ।

ਸਰ ਅਗਰ ਦਾਰੀ; ਬਿਰੌ ਸਰ ਰਾ ਬਿਨਿਹ ਦਰਿ ਪਾਇ ਊ॥
ਜਾਂ ਅਗਰ ਦਾਰੀ, ਨਿਸਾਰਸ਼ ਕੁਨ, ਅਗਰ ਦਰਕਾਰ ਹਸਤ॥ ੩॥

ਪਾਠੰਤ੍ਰ : [1]ਬਰਿ

ਸੰਖੇਪ ਅਰਥ : ਜੇ ਤੇਰੇ ਕੋਲ ਸਿਰ ਹੈ, ਤਾਂ ਜਾ, ਜਾ ਕੇ ਸਿਰ ਨੂੰ ਉਸ ਦੇ ਚਰਨਾਂ 'ਤੇ ਧਰ ਦੇ,

ਅਤੇ ਜੇ ਤੇਰੇ ਪਾਸ ਜਾਨ ਹੈ ਅਤੇ ਤੈਨੂੰ ਲੋੜੀਂਦੀ ਹੈ, ਤਾਂ ਇਸ ਨੂੰ (ਉਸ ਤੋਂ) ਕੁਰਬਾਨ ਕਰ ਦੇ।

ਦਸਤ ਅਗਰ ਦਾਰੀ; ਬਿਰੌ ਦਾਮਾਨਿ ਜਾਨਾਂ ਰਾ ਬਿਗੀਰ॥
ਸੂਏ ਊ ਮੇ ਰੌ, ਅਗਰ ਪਾ ਰਾ, ਸਰਿ ਰਫ਼ਤਾਰ ਹਸਤ॥ ੪॥

ਸੰਖੇਪ ਅਰਥ : ਜੇ ਤੇਰੇ ਪਾਸ ਹੱਥ ਹੈ, ਤਾਂ ਜਾ, ਮਿੱਤ੍ਰ ਪਿਆਰੇ ਦਾ ਪੱਲਾ ਫੜ ਲੈ,
ਅਤੇ ਜੇ ਤੇਰੇ ਪੈਰਾਂ ਵਿਚ ਟੁਰਨ ਦੀ ਤਾਂਘ ਹੈ, ਤਾਂ ਉਸ ਸੱਜਨ ਵੱਲ ਨੂੰ ਟੁਰ।

ਗ਼ੋਸ਼ ਗਰ ਸ਼ੁਨਵਾ ਬਵਦ, ਜੁਜ਼ ਨਾਮਿ ਹੱਕ਼ ਕੈ ਬੁਸ਼ਨਵਦ[1]॥
[1]ਗਰ ਜ਼ਬਾਂ ਗੋਯਾ ਬਵਦ, ਦਰ ਹਰ ਸੁਖ਼ਨ ਅਸਰਾਰ ਹਸਤ॥ ੫॥

ਪਾਠੰਤ੍ਰ : ਵਰ[1]

ਉੱਚਾਰਣ : [1]ਬੁ-ਸ਼ਨ-ਵਦ ਬੋਲੋ

ਸੰਖੇਪ ਅਰਥ : ਕੰਨ ਜੇਕਰ ਸੁਣਨ ਵਾਲੇ ਹੋਣ ਤਾਂ ਰੱਬ ਦੇ ਨਾਮ ਬਿਨਾਂ ਕਦ ਕੁਝ ਹੋਰ ਸੁਣਦੇ ਹਨ?

ਅਤੇ ਜੇਕਰ ਜੀਭਾ ਬੋਲਣ ਵਾਲੀ ਹੋਵੇ ਤਾਂ ਗੱਲ ਗੱਲ ਵਿਚ ਗੁਝੀ ਰਮਜ਼ ਹੋਵੇਗੀ।

ਬ੍ਰਾਹਮਨਿ ਮੁਸ਼ਤਾਕ਼ਿ ਬੁੱਤ, ਜ਼ਾਹਿਦ ਫ਼ਿਦਾਇ ਖ਼ਾਨਕ਼ਾਹ॥
ਹਰ ਕੁ ਜਾ, ਜਾਮਿ ਮੁਹੱਬਤ, ਦੀਦਾਅਮ ਸਰਸ਼ਾਰ ਹਸਤ॥ ੬॥

ਸੰਖੇਪ ਅਰਥ : ਬ੍ਰਾਹਮਣ ਆਪਣੀ ਮੂਰਤੀ ਦਾ ਸ਼ਰਧਾਲੂ ਹੈ ਅਤੇ ਮੋਮਨ ਖ਼ਾਨਕਾਹ ਦਾ।
ਮੈਂ ਜਿੱਥੇ ਵੀ ਪ੍ਰੇਮ ਪਿਆਲਾ ਡਿੱਠਾ ਹੈ ਮਸਤ ਹੋ ਗਿਆ ਹਾਂ।

ਬੇ-ਅਦਬ ਪਾ ਰਾ ਮ ਨਿਹ ਮਨਸੂਰਵਸ਼, ਦਰ ਰਾਹਿ ਇਸ਼ਕ਼॥
ਰਹ-ਰਵਿ, ਈਂ ਰਾਹਿ ਰਾ, ਅੱਵਲ ਕ਼ਦਮ ਬਰ ਦਾਰ ਹਸਤ॥ ੭॥

ਸੰਖੇਪ ਅਰਥ : ਬੇਅਦਬੀ ਨਾਲ ਮਨਸੂਰ ਵਾਂਗ ਪ੍ਰੀਤ ਦੀ ਰਾਹ ਉਤੇ ਕਦਮ ਨਾ ਰੱਖੀਂ। ਇਸ ਰਾਹ 'ਤੇ ਚਲਣ ਵਾਲੇ ਪਾਂਧੀ ਦਾ ਪਹਿਲਾ ਕਦਮ ਤਾਂ ਸੂਲੀ ਉਤੇ ਹੁੰਦਾ ਹੈ।

ਹਰ ਚਿ ਦਾਰੀ ਦਰ ਬਿਸਾਤਿ ਖ਼ੁਦ, ਨਿਸਾਰਿ ਯਾਰ ਕੁਨ॥

ਗਰ ਤੁਰਾ ਮਾਨਿੰਦਿ ਗੋਯਾ, ਤੁੱਬਅ੍-ਇ[1] ਗੌਹਰਬਾਰ ਹਸਤ॥੮॥੬॥

ਉੱਚਾਰਣ : [1]ਤੁੱਬਾ ਵਾਂਗ ਬੋਲੋ

ਸੰਖੇਪ ਅਰਥ : ਜੇ ਤੇਰੀ ਤਬੀਅਤ ਗੋਯਾ ਵਾਂਗ ਮੋਤੀ ਵਰ੍ਹਾਉਣਾ ਵਾਲੀ ਹੈ, ਤਾਂ ਵੀ ਜੋ ਕੁਝ ਤੇਰੇ ਕੋਲ ਹੈ, ਆਪਣੇ ਸੱਜਨ ਤੋਂ ਵਾਰ ਦੇ।

(ਤੇਰੀ ਗਲੀ ਦੇ ਮੰਗਤੇ ਬਾਦਿਸ਼ਾਹੀ ਨੂੰ ਠੋਕਰਾ ਮਾਰਦੇ ਹਨ)

ਉਥਾਨਕਾ : ਅਨੰਦਪੁਰ ਸਾਹਿਬ ਦੀਆਂ ਗਲੀਆਂ 'ਚ ਇੱਕ ਕਲਗੀਧਰ ਜੀ ਦੀ ਕਿਰਪਾ ਦਾ ਪਾਤਰ ਮੰਗਤਾ ਵੇਖਿਆ ਤਾਂ ਨੰਦਲਾਲ ਜੀ ਨੇ ਫ਼ਰਮਾਇਆ :

ਗ਼ਜ਼ਲ ੭॥

ਗਦਾਇ ਕੂਇ ਤੁਰਾ, ਮੈਲਿ ਬਾਦਿਸ਼ਾਹੀ ਨੇਸਤ॥

ਹਵਾਇ ਸਲਤ੍ਰਨਤੋ, ਜੌਕਿ[1] ਕਜਕੁਲਾਹੀ ਨੇਸਤ॥ ੧॥

ਪਾਠਭੇਦ : [1]ਸ਼ੌਕਿ

ਸੰਖੇਪ ਅਰਥ : ਤੇਰੀ ਗਲੀ ਦੇ ਮੰਗਤੇ ਨੂੰ ਬਾਦਸ਼ਾਹੀ ਦੀ ਇੱਛਾ ਨਹੀਂ। ਉਸ ਨੂੰ ਨਾ ਤਾਂ ਰਾਜ ਦੀ ਚਾਹ ਹੈ, ਨਾ ਹੀ ਬਾਦਸ਼ਾਹੀ ਟੇਢੀ ਟੋਪੀ ਦੀ।

[1]ਹਰ ਆਂ ਕਿ, ਮੁਮਲਿਕਤਿ ਦਿਲ ਗ੍ਰਿਫ਼ਤ, ਸੁਲਤ੍ਰਾਂ ਸ਼ੁਦ॥

ਕਸੇ ਕਿ ਯਾਫ਼ਤ ਤੁਰਾ, ਹਮਚੁ ਓ ਸਿਪਾਹੀ ਨੇਸਤ॥ ੨॥

ਪਾਠਭੇਦ : [1]ਹਰਾਂ

ਸੰਖੇਪ ਅਰਥ : ਜਿਸ ਕਿਸੇ ਨੇ ਦਿਲ ਦਾ ਮੁਲਤ ਜਿੱਤ ਲਿਆ, ਸਮਝੋ, ਉਹ ਸੁਲਤਾਨ ਹੋ ਗਿਆ।

ਜਿਸ ਕਿਸੇ ਨੇ ਤੈਨੂੰ ਲੱਭ ਲਿਆ, ਸਮਝੋ, ਉਸ ਵਰਗਾ ਹੋਰ ਕੋਈ ਸਿਪਾਹੀ ਨਹੀਂ।

ਗਦਾਇ [1]ਦਰਗਹਿ ਤੋ, ਬਾਦਿਸ਼ਾਹਿ ਹਰ ਦੋ ਸਰਾਂਸਤ॥

ਅਸੀਰਿ ਖ਼ਤਿ ਤੁਰਾ, ਹਾਜਤਿ ਰਹਾਈ[2] ਨੇਸਤ॥ ੩॥

ਪਾਠਭੇਦ : [1]ਕੂਇ ਤੋ ੨. ਗਵਾਹੀ

ਸੰਖੇਪ ਅਰਥ : ਤੇਰੀ ਦਰਗਾਹ ਵਾ ਗਲੀ ਦਾ ਭਿਖ-ਮੰਗਾ ਦੋਹਾਂ ਜਹਾਨਾਂ ਦਾ ਬਾਦਸ਼ਾਹ ਹੈ।

ਤੇਰੇ ਫੁਟਦੇ ਵਾਲਾਂ ਦੇ ਕੈਦੀ ਨੂੰ ਲੋੜ ਛੁਟਕਾਰੇ ਵਾ ਕਿਸੇ ਗਵਾਹੀ ਦੀ ਨਹੀਂ।

ਕੁਦਾਮ ਦੀਦਹ, ਕਿ ਦਰ ਵੈ ਸਵਾਦਿ ਨੂਰਿ ਤੂ ਨੇਸਤ॥
ਕੁਦਾਮ ਸੀਨਹ, ਕਿ ਊ ਮਖ਼ਜ਼ਨਿ ਇਲਾਹੀ ਨੇਸਤ॥ ੪॥

ਸੰਖੇਪ ਅਰਥ : ਕਿਹੜੀ ਹੈ ਉਹ ਅੱਖ, ਜਿਸ ਵਿਚ ਤੇਰੇ ਨੂਰ ਦੀ ਚਮਕ ਨਹੀਂ? ਕਿਹੜੀ ਹੈ ਉਹ ਛਾਤੀ, ਜਿਸ ਵਿਚ ਰੱਬੀ ਖ਼ਜ਼ਾਨੇ ਨਹੀਂ।

ਫ਼ਿਦਾਇ ਊ ਸ਼ੌ, ਵ ਉਜ਼ਰੇ ਮਖ਼੍ਵਾਹ, ਐ ਗੋਯਾ॥
ਕਿ ਦਰ ਤ਼ਰੀਕ਼ਤਿ-ਮਾ, ਜਾਇ ਉਜ਼ਰ ਖ਼੍ਵਾਹੀ ਨੇਸਤ॥ ੫॥ ੭॥

ਸੰਖੇਪ ਅਰਥ : ਉਸ ਤੋਂ ਕੁਰਬਾਨ ਹੋ ਜਾ, ਇਸ ਵਿਚ ਹੀਲ ਹੁੱਜਤ ਨਾ ਕਰ, ਐ ਗੋਯਾ! ਕਿਉਂ ਜੋ ਸਾਡੀ ਰੀਤ ਵਿਚ ਹੀਲ ਹੁੱਜਤ ਦੀ ਕੋਈ ਥਾਂ ਨਹੀਂ।

(ਵਿਛੋੜੇ ਦਾ ਦੁੱਖ)

ਉਥਾਨਕਾ : ਕਲਗੀਧਰ ਜੀ ਇਕ ਵਾਰ ਨੰਦਲਾਲ ਨੂੰ ਅੱਖੋਂ ਪਰੋਖਾ ਕਰਕੇ ਅੱਗੇ ਗੁਜ਼ਰ ਗਏ ਤਾਂ ਨੰਦਲਾਲ ਨੇ ਉੱਚਾਰਿਆ

ਗ਼ਜ਼ਲ ੮॥

ਅਜ਼ ਪੇਸ਼ਿ ਚਸ਼ਮ, ਆਂ ਬੁਤਿ ਨਾਂ-ਮਿਹਰਬਾਂ ਗੁਜ਼ਸਤ॥
ਜਾਨਾਂ ਗੁਜ਼ਸ਼ਤ, ਤਾ ਜ਼ਿ ਰਹੇ [1]ਦੀਦਹ, ਜਾਂ ਗੁਜ਼ਸ਼ਤ॥ ੧॥

ਪਾਠਭੇਦ : [1]ਦੀਦਾ-ਇ ਜਾਨਾਂ

ਸੰਖੇਪ ਅਰਥ : ਅੱਖਾਂ ਅੱਗੋਂ ਉਹ ਨਾ-ਮਿਹਰਬਾਨ ਪਿਆਰਾ ਲੰਘ ਗਿਆ, ਪਿਆਰਾ ਲੰਘਿਆ ਕਿ ਅੱਖਾਂ ਰਾਹੀਂ ਜਾਨ ਲੰਘ ਗਈ।

ਪ੍ਰਸ਼ਨ : ਕਿਸੇ ਪੁੱਛਿਆ! ਅਸਮਾਨ ਨੀਲਾ ਕਿਉਂ ਹੈ? ਤਾਂ ਉੱਤਰ ਦਿੰਦੇ ਹਨ।

ਰੰਗਸ਼ ਕਬੂਦ ਕਰਦ, ਵ [1]ਦਿਲਸ਼ ਪੁਰ ਸ਼ਰਾਰਹ ਸਾਖ਼ਤ॥
ਅਜ਼ ਬਸਕਿ ਦੂਦਿ, [2]ਆਹਿ ਮਨ, ਅਜ਼ ਆਸਮਾਂ ਗੁਜ਼ਸ਼ਤ॥ ੨॥

ਪਾਠਭੇਦ : [1]ਦਿਲ ਪੁਰ ੨. ਸ਼ੋਲਹਅਮ

ਸੰਖੇਪ ਅਰਥ : ਮੇਰੀਆਂ ਆਹਾਂ ਦਾ ਧੂੰਆਂ ਇੰਨਾ ਜ਼ਿਆਦਾ ਆਸਮਾਨ ਤੋਂ ਲੰਘ ਗਿਆ, ਕਿ ਉਸ ਨੇ ਆਸਮਾਨ ਦਾ ਰੰਗ ਨੀਲਾ ਕਰ ਦਿੱਤਾ ਅਤੇ ਉਸ ਦਾ ਦਿਲ ਸਾੜ ਦਿੱਤਾ।

ਮਾ ਰਾ ਬਾ-ਯਕ ਇਸ਼ਾਰਾਇ ਅਬਰੂ, ਸ਼ਹੀਦ ਕਰਦ॥
ਅਕਨੂੰ ਇ਼ਲਾਜ ਨੇਸਤ, ਕਿ ਤੀਰ ਅਜ਼ ਕਮਾਂ ਗੁਜ਼ਸ਼ਤ॥ ੩॥

ਸੰਖੇਪ ਅਰਥ : ਉਸ ਨੇ ਸਾਨੂੰ ਆਪਣੀਆਂ ਭਵਾਂ ਦੇ ਇਕੋ ਇਸ਼ਾਰੇ ਨਾਲ ਸ਼ਹੀਦ ਕਰ ਦਿੱਤਾ।

ਪਰ ਹੁਣ ਕੋਈ ਇਲਾਜ ਨਹੀਂ ਜਦ ਕਿ ਤੀਰ ਕਮਾਨ ਤੋਂ ਨਿਕਲ ਗਿਆ।

ਯੱਕ ਦਮ ਬ-ਖ਼੍ਰੇਸ਼ ਰਾਹਿ; ਨਾ ਬੁਰਦਮ, ਕਿ ਕੀਸਤਮ॥

ਐ ਵਾਇ, ਨਕ਼ਦਿ ਜ਼ਿੰਦਗੀਅਮ, ਰਾਇਗਾਂ ਗੁਜ਼ਸ਼ਤ॥ ੪॥

ਸੰਖੇਪ ਅਰਥ : ਮੈਂ ਇਕ ਪਲ ਲਈ ਵੀ ਆਪਣੇ ਨਿੱਜ ਸਰੂਪ ਨੂੰ ਨਾ ਪਾ ਸਕਿਆ—ਨਾ ਜਾਣ ਸਕਿਆ ਕਿ ਮੈਂ ਕੌਣ ਹਾਂ?

ਅਫ਼ਸੋਸ ! ਮੇਰੀ ਜ਼ਿੰਦਗੀ ਦੀ ਰਾਸ ਸਭ ਐਵੇਂ ਹੀ ਚੱਲੀ ਗਈ।

ਹਰਗਿਜ਼ ਬ-ਸੈਰਿ ਰੋਜ਼ਾਇ ਰਿਜ਼ਵਾਂ, ਨ ਮੇ ਰਵਦ॥

ਗੋਯਾ ਕਸੇ ਕਿ ਜਾਨਿਬਿ, ਕੂਇ ਬੁੱਤਾਂ ਗੁਜ਼ਸ਼ਤ॥ ੫॥ ੮॥

ਸੰਖੇਪ ਅਰਥ : ਗੋਯਾ ! ਜੇ ਇਕ ਵਾਰ ਵੀ ਕੋਈ ਪਿਆਰੇ ਦੀ ਗਲੀ ਵੱਲੋਂ ਲੰਘ ਗਿਆ, ਉਹ ਮੁੜ ਕਦੀ ਬਹਿਸ਼ਤ ਦੇ ਬਾਗ਼ ਦੀ ਸੈਰ ਲਈ ਨਹੀਂ ਜਾਂਦਾ।

(ਕਲਗੀਧਰ ਦੇ ਚਿਹਰੇ ਦੀ ਮਹਿਮਾ ਚੰਦ, ਸੂਰਜ ਤੋਂ ਨਿਆਰੀ)

ਉਥਾਨਕਾ : ਇੱਕ ਕਵੀ ਨੇ ਕਲਗੀਧਰ ਦੇ ਚਿਹਰੇ ਦੀ ਤੁਲਨਾ ਚੰਦ੍ਰ ਸੂਰਜ ਨਾਲ ਦਿੱਤੀ ਤਾਂ ਸੁਣ ਕੇ ਭਾਈ ਸਾਹਿਬ ਜੀ ਨੇ ਕਲਗੀਧਰ ਜੀ ਦੇ ਸਨਮੁਖ, ਗੁਰਦੇਵ ਪਾਤਿਸ਼ਾਹ ਨੂੰ ਸੰਬੋਧਨ ਕਰਕੇ ਉੱਤਰ ਰੂਪ ਗ਼ਜ਼ਲ ਉਚਾਰੀ ਹੈ।

ਗ਼ਜ਼ਲ ੯॥

ਬਦਰ, [1]ਦਰ ਪੇਸ਼ਿ ਰੁਖ਼ਤ, ਸ਼ਰਮਿੰਦਹ ਅਸਤ॥

ਬਲਕਿ, ਖ਼ੁਰਸ਼ੀਦਿ[2] ਜਹਾਂ; ਹਮ ਬੰਦਹ ਅਸਤ॥ ੧॥

ਪਾਠੰਤ੍ਰ : [1]ਪੇਸ਼ਿ ਰੂਇ ਤੋ, ੨. ਫ਼ਾਰਸੀ ਭਾਸ਼ਾ ਅਨੁਸਾਰ ਸੁੱਧ ਲਫ਼ਜ਼ ਖ਼ੁਰਸ਼ੀਦਿ ਹੈ, ਇਸ ਨੂੰ ਖ਼ੁਰਸ਼ੈਦਿ ਕਰਕੇ ਵੀ ਲਿਖ ਪੜ੍ਹ ਲੈਂਦੇ ਹਨ।

ਸੰਖੇਪ ਅਰਥ : ਤੇਰੇ ਮੁਖੜੇ ਦੇ ਸਾਮ੍ਹਣੇ ਚੰਨ ਵੀ ਸ਼ਰਮਿੰਦਾ ਹੈ।

ਨਹੀਂ, ਸਗੋਂ ਜਹਾਨ ਦਾ ਸੂਰਜ ਵੀ ਤੇਰਾ ਗੁਲਾਮ ਹੈ।

ਚਸ਼ਮਿ ਮਾ, ਹਰਗਿਜ਼ ਬਗ਼ੈਰ ਅਜ਼ ਹੱਕ਼, ਨ ਦੀਦ॥

ਐ ਖ਼ੁਸ਼ਾ ਚਸ਼ਮੇ, ਕਿ ਹੱਕ਼ ਬੀਨਿੰਦਹ ਅਸਤ॥ ੨॥

ਸੰਖੇਪ ਅਰਥ : ਸਾਡੀ ਅੱਖ ਨੇ ਸਿਵਾਇ ਰੱਬ ਦੇ ਕਿਸੇ ਨੂੰ ਨਹੀਂ ਵੇਖਿਆ।

ਵਾਹ! ਕਿੰਨੀ ਸੁਭਾਗੀ ਹੈ ਉਹ ਅੱਖ ਜਿਹੜੀ ਕਿ ਰੱਬ ਨੂੰ ਵੇਖਣ ਵਾਲੀ ਹੈ।

ਮਾ ਨ ਮੇ - ਲਾਫ਼ੇਮ, ਅਜ਼ ਜ਼ੁਹਦੋ ਰਿਆ॥

ਗਰ ਗੁਨਾਹਗਾਰੇਮ, ਹੱਕ਼ ਬਖ਼ਸ਼ਿੰਦਹ ਅਸਤ॥ ੩॥

ਸੰਖੇਪ ਅਰਥ : ਅਸਾਂ ਕਦੀ ਆਪਦੀ ਭਗਤੀ ਅਤੇ ਪਾਖੰਡ ਦੀ ਡੀਂਗ ਨਹੀਂ ਮਾਰਦੇ, ਜੇ ਕਰ ਅਸੀਂ ਗੁਨਹਿਗਾਰ ਹਾਂ, ਤਾਂ ਰੱਬ ਬਖ਼ਸ਼ਣਹਾਰ ਹੈ।

ਦੀਗਰੇ ਰਾ, ਅਜ਼ ਕੁਜਾ, ਆਰੇਮ ਮਾ॥
ਸ਼ੋਰ ਦਰ ਆ'ਲਮ, ਯਕੇ ਅਫ਼ਗੰਦਹ[1] ਅਸਤ॥ ੪॥

ਪਾਠਭੇਦ : [1]ਅਫ਼ਕੰਦਹ

ਸੰਖੇਪ ਅਰਥ : ਕਿਸੇ ਦੂਜੇ ਨੂੰ ਅਸੀਂ ਹੋਰ ਕਿਥੋਂ ਲਿਆਈਏ?
ਇੱਕ ਦਾ ਹੀ ਇਸ ਦੁਨੀਆ ਵਿਚ ਬਥੇਰਾ ਰੌਲਾ ਪਿਆ ਹੋਇਆ ਹੈ।

ਹ਼ਰਫ਼ਿ ਗ਼ੈਰ, ਅਜ਼ ਹ਼ੱਕ਼ ਨਿਆਇਦ ਹੇਚਗਾਹ॥
ਬਰ ਲਬਿ ਗੋਯਾ, ਕਿ ਹ਼ੱਕ਼ ਬਖ਼ਸ਼ਿੰਦਹ ਅਸਤ॥ ੫॥

ਸੰਖੇਪ ਅਰਥ : ਰੱਬ ਤੋਂ ਸਿਵਾਇ ਦੂਜਾ ਹਰਫ਼ ਕਦੀ ਵੀ
ਗੋਯਾ ਦੇ ਬੁੱਲ੍ਹਾਂ 'ਤੇ ਨਹੀਂ ਆਉਂਦਾ,ਕਿਉਂ ਜੋ ਰੱਬ ਬਖ਼ਸ਼ਣਹਾਰ ਹੈ।

(ਕਲਗੀਧਰ ਦੀ ਹਜ਼ੂਰੀ 'ਚ ਖ਼ੁਦਾ ਦੀ ਹੀ ਕਥਾ ਹੁੰਦੀ ਹੈ)

ਉਥਾਨਕਾ : ਆਗਰੇ ਤੋਂ ਮਿਲਣ ਆਏ ਆਪਣੇ ਦੋਸਤਾਂ ਨੂੰ ਦੱਸਦੇ ਪਏ ਹਨ ਕਿ ਦੁਨੀਆਂ ਦੇ ਬਾਦਿਸ਼ਾਹਾਂ ਦੇ ਦਰਬਾਰਾਂ 'ਚ ਉਨ੍ਹਾਂ ਦੀ ਉਪਮਾ ਦੇ ਕਸੀਦੇ ਪੜ੍ਹੇ ਜਾਂਦੇ ਹਨ, ਵਖਿਆਨ ਹੁੰਦੇ ਹਨ, ਪਰ ਕਲਗੀਧਰ ਦੇ ਦਰਬਾਰ 'ਚ ਖ਼ੁਦਾ ਦੇ ਨਾਮ ਦੇ ਕਸੀਦੇ ਪੜ੍ਹੇ ਜਾਂਦੇ ਹਨ ਅਤੇ ਖ਼ੁਦਾ ਦੀ ਮਹਿਮਾ ਦੇ ਹੀ ਵਖਿਆਨ ਸੁਣਾਏ ਜਾਂਦੇ ਹਨ।

ਗਜ਼ਲ ੧੦॥

ਦਰਮਿਆਨਿ ਬਜ਼ਮਿ ਮਾ, ਜੁਜ਼ ਕਿੱਸਾਇ [1]ਜਾਨਾਨਾ ਨੇਸਤ॥
ਬੇ-ਹ਼ਿਜਾਬਾ[2] ਅੰਦਰੀਂ ਮਜਲਿਸ, ਕਿ ਕਸ ਬੇਗਾਨਾ ਨੇਸਤ॥ ੧॥

ਉੱਚਾਰਣ : [1]ਜਾ-ਨਾਨਾ ਬੋਲੋ ੨. (ਬੇ+ਹ਼ਿਜਾਬ+ਆ) ਅਰਥ ਵੇਲੇ

ਸੰਖੇਪ ਅਰਥ : ਸਾਡੀ ਮਹਿਫ਼ਲ ਵਿਚ ਤਾਂ ਬਿਨਾ ਪ੍ਰੀਤਮ ਦੇ ਹੋਰ ਕਿਸੇ ਦੀ ਕਥਾ ਕਹਾਣੀ ਨਹੀਂ ਹੁੰਦੀ।

ਬਿਨਾਂ (ਸ਼ੱਕ ਦੇ) ਪਰਦੇ ਤੇ ਅੰਦਰ ਲੰਘ ਆ, ਇਸ ਸੰਗਤ ਵਿਚ ਕੋਈ ਓਪਰਾ ਨਹੀਂ।

[1]ਬੁ-ਗਜ਼ਰ ਅਜ਼ ਬੇਗਾਨਗੀਹਾ, ਓ ਬਖ਼ੁਦ ਸ਼ਉ ਆਸ਼ਨਾ॥
ਹਰ-ਕਿ ਬਾ-ਖ਼ੁਦ ਆਸ਼ਨਾ ਸ਼ੁਦ, ਅਜ਼ ਖ਼ੁਦਾ ਬੇਗਾਨਹ ਨੇਸਤ॥ ੨॥

ਪਾਠੰਤ੍ਰ : [1]ਬੁ-ਗਜ਼ਰ ਅਜ਼ ਬੇਗਾਨਗੀ, ਵ ਸ਼ੌ ਬ ਖ਼ੁਦ ਤੋ ਆਸ਼ਨਾ॥

ਸੰਖੇਪ ਅਰਥ : ਤਾਤ ਪਰਾਈ ਛੱਡ ਦੇ ਅਤੇ ਆਪਣੇ ਆਪ ਨੂੰ ਜਾਣ,
ਜੋ ਭੀ ਆਪਣੇ ਆਪ ਨੂੰ ਜਾਣ ਲੈਂਦਾ ਹੈ, ਉਹ ਰੱਬ ਤੋਂ ਉਪਰਾ ਨਹੀਂ ਹੈ।

ਸ਼ੌਕਿ ਮੌਲਾ ਹਰ ਕਿਰਾ ਬਾਸ਼ਦ, ਹਮਾਂ ਸਾਹਿਬ-ਦਿਲਸਤ॥
ਕਾਰਿ ਹਰ ਦਾਨਾ ਨਾ ਬਾਸ਼ਦ, ਕਾਰਿ ਹਰ ਦੀਵਾਨਹ ਨੇਸਤ॥ ੩ ॥

ਸੰਖੇਪ ਅਰਥ : ਜਿਸ ਕਿਸੇ ਨੂੰ ਰੱਬ ਦੀ ਚਾਹ ਹੈ, ਉਹੀ ਦਿਲ ਦਾ ਸਾਹਿਬ ਹੈ!
ਇਹ ਕੰਮ ਨਾ ਹਰ ਕਿਸੇ ਚਾਤਰ ਦਾ ਹੈ, ਅਤੇ ਨਾ ਹੀ ਹਰ ਕਿਸੇ ਦੀਵਾਨੇ ਦਾ।

ਨਾਸਿਹਾ, ਤਾ ਚੰਦ ਗੋਈ, ਕਿੱਸਾਹਾਇ ਵਾਅਜ਼ੋ ਪੰਦ॥
ਬਜ਼ਮਿ ਮਸਤਾਂ ਅਸਤ [1]ਜਾਇ, ਕਿੱਸਾ ਓ ਅਫ਼ਸਾਨਾ ਨੇਸਤ॥ ੪ ॥

ਪਾਠਭੇਦ : [1]ਮਸਤਾਨਸਤ ਈਂ ਜਾ

ਸੰਖੇਪ ਅਰਥ : ਹੇ ਨਸੀਹਤ ਕਰਨ ਵਾਲੇ, ਤੂੰ ਕਦ ਤਕ ਨਸੀਹਤਾਂ ਦੇ ਕਿੱਸੇ ਸੁਣਾਉਂਦਾ ਰਹੇਂਗਾ?
ਇਹ ਤਾਂ ਮਸਤ ਰਿੰਦਾਂ ਦੀ ਮਜਲਿਸ ਹੈ, ਕੋਈ ਕਿੱਸੇ ਕਹਾਣੀਆਂ ਦੀ ਥਾਂ ਨਹੀਂ।

ਈਂ ਮਤ਼ਾਇ ਹ਼ੱਕ਼, ਬ-ਪੇਸ਼ਿ ਸਾਹ਼ਿਬਾਨਿ-ਦਿਲ ਬਵਦ॥
ਚੂੰ ਬ-ਸ਼ਹ਼ਰਾ ਮੇ ਰਵੀ, ਦਰ ਗੋਸ਼ਾਇ ਵੀਰਾਨਹ ਨੇਸਤ॥ ੫ ॥

ਸੰਖੇਪ ਅਰਥ : ਇਹ ਰੱਬੀ ਖ਼ਜ਼ਾਨਾ ਦਿਲਾਂ ਦਿਆਂ ਮਾਲਕਾਂ ਕੋਲ ਹੁੰਦਾ ਹੈ।
ਤੂੰ ਬੀਆਬਾਨਾਂ ਵਿਚ ਕਿਉਂ ਜਾਂਦਾ ਹੈ? ਉਹ ਉਜਾੜ ਦੇ ਖੂੰਜਿਆਂ ਵਿਚ ਨਹੀਂ।

ਈਂ ਮਤ਼ਾਇ ਸ਼ੌਕਿ਼ ਰਾ, ਅਜ਼ ਆ਼ਸ਼ਿਕਾਨਿ ਹ਼ੱਕ਼ ਬਖ਼੍ਵਾਹ॥
ਜ਼ਾਂ ਕਿ ਦਰ ਜ਼ਾਨਸ਼, ਬ-ਜੁਜ਼ ਨਕ਼ਸ਼ਿ ਰੁਖ਼ਿ ਜਾਨਾਨਹ, ਨੇਸਤ॥ ੬ ॥ ॥੧੦॥

ਸੰਖੇਪ ਅਰਥ : ਇਸ ਸ਼ੌਕ ਦੇ ਖ਼ਜ਼ਾਨੇ ਨੂੰ ਰੱਬ ਦੇ ਪਿਆਰਿਆਂ ਪਾਸੋਂ ਮੰਗ।
ਕਿਉਂ ਜੋ ਉਨ੍ਹਾਂ ਦੀ ਜਾਨ ਵਿਚ ਸਿਵਾਇ ਪਿਆਰੇ (ਵਾਹਿਗੁਰੂ) ਦੇ ਮੁਖੜੇ ਦੇ ਨਕਸ਼ਾਂ ਦੇ ਹੋਰ ਕੁਝ ਵੀ ਨਹੀਂ।

ਚੰਦ ਮੇ-ਗੋਈ ਤੁ ਐ ਗੋਯਾ, ਖ਼ਮੁਸ਼[1] ਸ਼ੌ ਜ਼ੀਂ ਸੁਖ਼ਨ॥
ਸ਼ੌਕਿ਼ ਮੌਲਾ ਮੁਨਹ਼ਸਿਰ, ਬਰ ਕਾਅ਼ਬਾ-ਓ ਬੁੱਤਖ਼ਾਨਾ ਨੇਸਤ॥

ਪਾਠਭੇਦ : [1]ਖ਼ਮੋਸ਼

ਸੰਖੇਪ ਅਰਥ : ਕਦ ਤਕ ਤੂੰ ਇਸ ਤਰ੍ਹਾਂ ਕਹਿੰਦਾ ਰਹੇਂਗਾ, ਐ ਗੋਯਾ ! ਅਜਿਹੀਆਂ ਗੱਲਾਂ ਤੋਂ ਚੁੱਪ ਧਾਰ।
ਰੱਬ ਦੇ ਸ਼ੌਕ ਦਾ ਆਧਾਰ ਕਾਅਬੇ ਜਾਂ ਮੰਦਰ ਤੇ ਨਹੀਂ ਹੈ।

(ਕਲਗੀਧਰ ਦੀ ਨਜ਼ਰੇ ਕਰਮ ਦੋ ਜਹਾਨਾਂ ਦੀ ਬਾਦਿਸ਼ਾਹੀ ਬਖ਼ਸ਼ਦੀ ਹੈ)

ਉਥਾਨਕਾ :- ਵਿਚਾਰ ਗੋਸ਼ਟੀ ਦੌਰਾਨ ਕਲਗੀਧਰ ਦੀ ਨਜ਼ਰੇ ਕਰਮ ਦੀ ਮਹਿਮਾ ਕਰਦੇ ਪਏ ਹਨ।

ਗਜ਼ਲ ੧੧ ॥

ਦਿਲ ਅਗਰ ਦਰ ਹਲਕ਼ਾਇ, ਜ਼ੁਲਫ਼ਿ ਦੁਤਾਂ, ਖ਼੍ਵਾਹਦ ਗੁਜ਼ਸ਼ਤ ॥
ਅਜ਼ ਖ਼ੁਤਨ, ਵਜ਼ ਚੀਨ ਓ ਮਾਚੀਨ ਓ ਖ਼ੁਤਾ, ਖ਼੍ਵਾਹਦ ਗੁਜ਼ਸ਼ਤ ॥ ੧ ॥

ਸੰਖੇਪ ਅਰਥ : ਜੇਕਰ (ਮੇਰਾ) ਦਿਲ ਉਸ ਦੀ ਦੋਹਰੀ ਜ਼ੁਲਫ਼ ਦੇ ਫੰਧੇ 'ਚੋਂ ਲੰਘ ਜਾਵੇਗਾ, ਤਾਂ ਸਮਝੋ, ਉਹ ਖੁਤਨ, ਚੀਨ, ਮਾਚੀਨ ਅਤੇ ਖ਼ਤਾਈ ਦੇਸ਼ਾਂ 'ਚੋਂ ਲੰਘ ਜਾਵੇਗਾ।

[1]ਬਾਦਿਸ਼ਾਹੀ ਹਰ ਦੋ ਆ਼ਲਮ, ਯੱਕ ਨਿਗਾਹਿ ਰੂਇ ਤੂ ॥
ਸਾਇਆਇ ਜ਼ੁਲਫ਼ਿ ਤੋ, ਅਜ਼ ਬਾਲਿ ਹੁਮਾ, ਖ਼੍ਵਾਹਦ ਗੁਜ਼ਸ਼ਤ ॥ ੨ ॥

ਪਾਠਂਤ੍ਰ : [1]ਬਾਦਿਸ਼ਾਹੀਏ ਦੋ ਆ਼ਲਮ

ਸੰਖੇਪ ਅਰਥ : ਤੇਰੇ ਮੁਖੜੇ ਦੀ ਇਕ ਨਜ਼ਰ ਦੋ ਜਹਾਨਾਂ ਦੀ ਬਾਦਿਸ਼ਾਹੀ ਹੈ, ਤੇਰੀ ਜ਼ੁਲਫ਼ ਦਾ ਸਾਯਾ ਵਾਲਾ ਮਹਾਂਪੁਰਖ ਹੁਮਾ ਦੇ ਪਰਾਂ ਤੋਂ ਵੀ ਪਰ੍ਹਾਂ ਲੰਘ ਜਾਵੇਗਾ।

ਈਂ ਬਿਸਾਤਿ ਉ਼ਮਰ ਰਾ ਦਰਯਾਬ, ਕੀਂ ਬਾਦਿ ਸਬਾ ॥
ਅਜ਼ ਕੁਜਾ ਆਮਦ ਨ-ਦਾਨਮ, ਵਜ਼ ਕੁਜਾ ਖ਼੍ਵਾਹਦ ਗੁਜ਼ਸ਼ਤ ॥ ੩ ॥

ਸੰਖੇਪ ਅਰਥ : ਉਮਰ ਦੀ ਇਸ ਵਿਸ਼ਾਲ ਪੂੰਜੀ ਨੂੰ ਪਾਉਣ ਦਾ ਜਤਨ ਕਰ, ਕਿਉਂ ਜੋ ਇਸ ਸਵੇਰ ਦੀ ਹਵਾ ਦਾ। ਮੈਨੂੰ ਕੁਝ ਪਤਾ ਨਹੀਂ ਕਿ ਇਹ ਕਿਧਰੋਂ ਆਈ ਤੇ ਕਿਧਰੋਂ ਲੰਘੇਗੀ।

ਬਾਦਸ਼ਾਹੀਇ ਈਂ[1] ਜਹਾਂ, ਜੁਜ਼ ਸ਼ੋਰੋ ਗ਼ੌਗਾ ਬੇਸ਼ ਨੇਸਤ ॥
ਪੇਸ਼ਿ ਦਰਵੇਸ਼ੇ ਕਿ ਊ, ਅਜ਼ ਮੁੱਦਆ਼ ਖ਼੍ਵਾਹਦ ਗੁਜ਼ਸ਼ਤ ॥ ੪ ॥

ਪਾਠਭੇਦ : [1]ਦੁ

ਸੰਖੇਪ ਅਰਥ : ਇਸ ਜਹਾਨ ਦੀ ਬਾਦਸ਼ਾਹੀ ਰੌਲੇ ਰੱਪੇ ਤੋਂ ਵੱਧ ਹੋਰ ਕੁਝ ਵੀ ਨਹੀਂ। ਉਸ ਦਰਵੇਸ਼ ਦੀਆਂ ਨਜ਼ਰਾਂ ਵਿਚ, ਜਿਸ ਦੀ ਨਿਜੀ ਕੋਈ ਗਰਜ਼ ਨਹੀਂ।

ਪ੍ਰਸ਼ਨ : ਕਿਸੇ ਨੇ ਨੰਦਲਾਲ ਜੀ ਨੂੰ ਇਸ ਸੰਸਾਰ 'ਚ ਸਮੇਂ ਦੇ ਗੁਜ਼ਰਨ ਬਾਰੇ ਪੁੱਛਿਆ? ਤਾਂ ਆਪ ਜੀ ਨੇ ਫ਼ਰਮਾਇਆ :

ਪ੍ਰਸ਼ਨ : ਕਿਸੇ ਨੇ ਨੰਦਲਾਲ ਜੀ ਨੂੰ ਇਸ ਸੰਸਾਰ 'ਚ ਸਮੇਂ ਦੇ ਗੁਜ਼ਰਨ ਬਾਰੇ ਪੁੱਛਿਆ, ਤਾਂ ਆਪ ਜੀ ਨੇ ਫਰਮਾਇਆ :-

ਅਜ਼ ਗੁਜ਼ਸ਼ਤਨ-ਹਾ, ਚਿਹ ਮੇ ਪੁਰਸੀ, ਦਰੀਂ ਦਹਰਿ ਖ਼ਰਾਬ॥
ਬਾਦਿਸ਼ਾਹ ਖ਼੍ਵਾਹਦ ਗੁਜ਼ਸ਼ਤੋ, ਹਮ ਗਦਾ ਖ਼੍ਵਾਹਦ ਗੁਜ਼ਸ਼ਤ॥ ੫॥

ਸੰਖੇਪ ਅਰਥ : ਇਸ ਉਜਾੜ ਦੇਸ ਵਿਚ ਗੁਜ਼ਰਨ ਬਾਰੇ ਤੂੰ ਕੀ ਪੁੱਛਦਾ ਹੈ?
(ਇਥੋਂ) ਬਾਦਸ਼ਾਹ ਨੇ ਵੀ ਗ਼ੁਜ਼ਰ ਜਾਣਾ ਹੈ ਅਤੇ ਫ਼ਕੀਰ ਨੇ ਵੀ ਗਜ਼ਰ ਜਾਣਾ ਹੈ।

ਸ਼ਿਅਰਿ ਗੋਯਾ, ਜ਼ਿੰਦਗੀ-ਬਖ਼ਸ਼ ਅਸਤ, ਚੂੰ ਆਬਿ-ਹਯਾਤ॥
ਬਲਕਿ ਦਰ ਪਾਕੀਜ਼ਗੀ, ਜ਼ਿ ਆਬਿ[1] ਬਕ਼ਾ ਖ਼੍ਵਾਹਦ ਗੁਜ਼ਸਤ॥੬॥੧੧॥

ਪਾਠਭੇਦ : [1]ਹੱਥਲਿਖਤ 'ਚ ਆਬਿ ਦੀ ਥਾਂ ਜਾਬੇ ਪਾਠ ਵੀ ਹੈ।

ਸੰਖੇਪ ਅਰਥ : ਗੋਯਾ ਦੇ ਸ਼ਿਅਰ ਵਾ : ਹੇ ਨੰਦਲਾਲ! ਕਲਗੀਧਰ ਦੀ ਬਾਣੀ ਦੇ ਸ਼ਿਅਰ=ਛੰਦ ਅੰਮ੍ਰਿਤ ਵਾਂਗ ਜ਼ਿੰਦਗੀ ਬਖ਼ਸ਼ਣ ਵਾਲੇ ਹਨ,
ਸਗੋਂ, ਪਵਿਤਰਤਾ ਵਿਚ ਤਾਂ ਇਹ ਅਮਰ-ਜੀਵਨ ਦੇ ਪਾਣੀ ਤੋਂ ਵੀ ਅਸਰ ਰੱਖਦੇ ਹਨ।

(ਕਲਗੀਧਰ ਦੀ ਗਲੀ 'ਚ ਕਿਵੇਂ ਜਾ ਸਕਦਾ ਹੈ)

ਉਥਾਨਕਾ : ਜਦ ਕਲਗੀਧਰ ਜੀ ਨੇ ਸ੍ਵੈ ਪ੍ਰਕਾਸ਼ ਦਿਹਾੜਾ ਅਨੰਦਪੁਰ ਸਾਹਿਬ ਮਨਾਇਆ ਅਤੇ ਰਾਤ ਦੇ ਸਮੇਂ ਪੂਰਬਲੇ ਜਨਮ ਦੀ ਕਥਾ ਸੁਣਾਈ ਉਸ ਪੁਰਬ ਤੇ ਜਾਣ ਦਾ ਸੱਦਾ ਦੇਣ ਲਈ ਭਾਈ ਨੰਦਲਾਲ ਜੀ ਨੇ ਇਹ ਗ਼ਜ਼ਲ ਉਚਾਰੀ ਸੀ।

ਗ਼ਜ਼ਲ ੧੨॥

[1]ਇਮ-ਸ਼ਬ ਬ-ਤਮਾਸ਼ਾਇ, ਰੁਖ਼ਿ ਯਾਰ ਤਵਾਂ ਰਫ਼ਤ॥
ਸੂਇ ਬੁਤਿ ਆਸ਼ਿਕ-ਕੁਸ਼ਿ ਅੱਯਾਰ ਤਵਾਂ ਰਫ਼ਤ॥੧॥

ਪਾਠਭੇਦ : [1]ਦਿਲ ਇਮ ਸ਼ਬ

ਸੰਖੇਪ ਅਰਥ : ਅੱਜ ਰਾਤ ਨੂੰ ਉਸ ਸੱਜਣ ਦੇ ਮੁਖੜੇ ਦੇ ਦੀਦਾਰ ਲਈ ਉਹ ਜਾ ਸਕਦਾ ਹੈ।
ਉਹ ਉਸ ਚਲਾਕ ਅਤੇ ਪ੍ਰੇਮੀਆਂ ਦੇ ਘਾਤਕ ਦੀ ਤਰਫ਼ ਓਹ ਸਿੱਖ ਜਾ ਸਕਦਾ ਹੈ (ਜਿਸ ਨੇ ਗੁਰਦੇਵ ਨੂੰ ਸਿਰ ਦੇਣਾ ਹੈ)।

ਦਰ ਕੂਚਾਇ ਇਸ਼ਕ਼, ਗਰ-ਚਿ ਮੁਹਾਂਲਸਤ ਰਸੀਦਨ॥
ਮਨਸੂਰ ਸਿਫ਼ਤ ਬਰ ਕ਼ਦੀਮਿ ਦਾਰ ਤਵਾਂ ਰਫ਼ਤ॥ ੨॥

ਸੰਖੇਪ ਅਰਥ : ਭਾਵੇਂ ਪ੍ਰੀਤ ਦੀ ਗਲੀ ਵਿੱਚ ਪੁਜਣਾ ਔਖਾ ਹੈ,

ਪਰੰਤੂ ਮਨਸੂਰ ਵਾਂਞ ਸੂਲੀ ਉਤੇ ਕਦਮ ਧਰ ਕੇ ਉਹ ਪੁੱਜ ਸਕਦਾ ਹੈ।

ਐ ਦਿਲ, ਬਸੂਇ ਮਦਰਸਹ, ਗਰ ਮੈਲ ਨ ਦਾਰੀ॥
ਬਾਰੇ, ਬ-ਸੂਇ ਖ਼ਾਨਾਇ ਖ਼ੁੱਮਾਰ, ਤਵਾਂ ਰਫ਼ਤ॥ ੩॥

ਸੰਖੇਪ ਅਰਥ : ਹੇ ਦਿਲ! ਜੇਕਰ ਤੂੰ ਮਦਰੱਸੇ ਜਾਣ ਦੀ ਰੁੱਚੀ ਨਹੀਂ ਰੱਖਦਾ, (ਤਾਂ ਨਾ ਸਹੀ, ਘੱਟੋ ਘੱਟ) ਤੂੰ ਨਸ਼ੇ-ਖ਼ਾਨੇ ਵਲ ਤਾਂ ਜਾ ਸਕਦਾ ਹੈਂ।

ਚੂੰ [1]ਖ਼ਾਤਿਰਮ, ਅਜ਼ ਅਜ਼ਕਿ ਤੋ, ਸ਼ੁਦ ਰਸ਼ਕਿ ਗੁਲਿਸਤਾਂ॥
ਬੇਹੂਦਾ ਚਿਰਾ ਜਾਨਿਬਿ ਗੁਲਜ਼ਾਰ ਤਵਾਂ ਰਫ਼ਤ॥ ੪॥

ਪਾਠਭੇਦ : [1]ਦਾਮਨਮ

ਸੰਖੇਪ ਅਰਥ : ਜਦ ਮੇਰੇ ਦਿਲ ਨੇ ਸੰਸਾਰ ਰੂਪ ਬਗੀਚੇ ਨੂੰ ਵੇਖ ਕੇ, ਤੇਰੀ ਪ੍ਰਾਪਤੀ ਲਈ ਅੱਖਰੂ ਸੁੱਟ ਦਿੱਤੇ ਅਤੇ ਸੰਸਾਰ ਰੂਪ ਬਗੀਚੇ ਨਾਲ ਈਰਖਾ ਕਰਨ ਵਾਲਾ ਹੋ ਗਿਆ।

ਤਾਂ ਫਿਰ ਬੇਅਰਥ ਮੇਰਾ ਦਿਲ ਬਗੀਚੇ ਵੱਲ ਕਿਉਂ ਜਾ ਸਕੇਗਾ।

ਐ ਦਿਲ ਚੁ ਸ਼ੁਦੀ ਵਾਕਿਫ਼, ਅਸਰਾਰਿ ਇਲਾਹੀ॥
ਦਰ ਸੀਨਹ-ਇ, ਆਂ ਮਖ਼ਜ਼ਨਿ ਅਸਰਾਰ ਤਵਾਂ ਰਫ਼ਤ॥ ੫॥

ਸੰਖੇਪ ਅਰਥ : ਹੇ ਦਿਲ! ਜਦ ਤੂੰ ਵਾਹਿਗੁਰੂ ਦੇ ਭੇਤਾਂ ਤੋਂ ਜਾਣੂ ਹੋ ਗਿਆ। ਤਾਂ ਘੇਰੇ ਸੀਨੇ 'ਚ ਉਹ ਭੇਤਾਂ ਦਾ ਭੰਡਾਰਾ ਵੱਸ ਜਾਏਗਾ।

ਸਦ ਰੋਜ਼ਾਇ ਰਿਜ਼ਵਾਂਨਸਤ, ਚੂ ਦਰ ਖ਼ਾਨਾ ਸ਼ੁਗੁਫ਼ਤਹ॥
ਗੋਯਾ ਬ-ਚਿਹ ਸੂਇ, ਦਰੋ ਦੀਵਾਰ, ਤਵਾਂ ਰਫ਼ਤ॥੬॥੧੨॥

ਸੰਖੇਪ ਅਰਥ : ਜਦ ਘਰ ਵਿੱਚ ਹੀ ਜੱਨਤ ਦੇ ਸੈਂਕੜੇ ਬਾਗ਼ ਖਿੜੇ ਹੋਏ ਹੋਣ, ਤਾਂ, ਗੋਯਾ! ਇਨ੍ਹਾਂ ਹੋਰ ਇਮਾਰਤਾਂ ਵੱਲ ਕੋਈ ਕਿਵੇਂ ਜਾ ਸਕਦਾ ਹੈ।

(ਕਲਗੀਧਰ ਦੀ ਪ੍ਰੀਤੀ- ਕਥਾ ਤੋਂ ਬਿਨਾ ਹੋਰ ਚੰਗਾ ਨਹੀਂ ਲੱਗਦਾ)

ਉਥਾਨਕਾ : ਕਲਗੀਧਰ ਜੀ ਦੇ ਮੁੱਖੋ ਬਚਿਤ੍ਰ ਨਾਟਕ ਦੀ ਕਥਾ ਸੁਣਨ ਤੋਂ ਬਾਅਦ ਨੰਦਲਾਲ ਜੀ ਸ੍ਵੈ ਅਨੁਭਵ ਉਚਾਰਦੇ ਹਨ।

ਗ਼ਜ਼ਲ ੧੩॥

ਦੀਦੀ, ਆਖ਼ਿਰ, ਤ਼ਾਲਿਬਿ ਮੌਲਾ, ਰਹਿ ਮੌਲਾ ਗ੍ਰਿਫ਼ਤ॥
ਹ਼ਾਸਿਲਿ ਉ਼ਮਰਿ ਗਿਰਾਮੀ ਰਾ, ਅਜ਼ੀਂ ਦੁਨੀਆ ਗ੍ਰਿਫ਼ਤ॥੧॥

ਸੰਖੇਪ ਅਰਥ : ਤੂੰ ਅਖੀਰ ਵੇਖ ਲਿਆ ਕਿ ਉਸ ਰੱਬ ਦੇ ਢੂੰਡਾਊ ਨੇ ਰੱਬ ਦਾ ਹੀ ਰਾਹ ਫੜਿਆ।

(ਸਮਝੋ) ਇਸ ਬਹੁ-ਮੁਲੀ ਆਯੂ ਦਾ ਨਫ਼ਾ ਉਸ ਨੇ ਪਰਾਪਤ ਕਰ ਲਿਆ।

ਹੇਚਕਸ ਬੇਰੂੰ ਨ ਬਾਸ਼ਦ, ਅਜ਼ ਸਵਾਦਿ ਜ਼ੁਲਫ਼ਿ ਤੋ॥
ਈਂ ਦਿਲਿ ਦੀਵਾਨਹ-ਅਮ, ਆਖ਼ਿਰ ਹਮੀਂ ਸੌਦਾ ਗ੍ਰਿਫ਼ਤ॥ ੨॥

ਸੰਖੇਪ ਅਰਥ : ਕੋਈ ਬੰਦਾ ਵੀ ਤੇਰੀ ਜ਼ੁਲਫ ਦੇ ਘੇਰੇ ਤੋਂ ਬਾਹਰ ਨਹੀਂ।

ਮੇਰੇ ਵੀ ਦੀਵਾਨੇ ਦਿਲ ਨੂੰ ਏਹੀ ਸੁਦਾ ਹੋ ਗਿਆ ਹੈ।

ਗ਼ੈਰਿ ਆਂ ਸਰਵਿ ਰਵਾਂ, ਹਰਗਿਜ਼ ਨਿਆਇਦ[1] ਦਰ ਨਜ਼ਰ॥
ਤਾਂ ਕ਼ੱਦਿ ਰਾਅ਼ਨਾਇ ਓ, ਦਰ ਦੀਦਾਇ-ਮਾ, ਜਾ-ਗ੍ਰਿਫ਼ਤ॥ ੩॥

ਪਾਠਰੂੰ : [1]ਨ ਯਾਬਦ

ਸੰਖੇਪ ਅਰਥ : ਤਦ ਤੋਂ ਉਸ ਫਿਰਦੇ ਸਰੂ ਤੋਂ ਸਿਵਾਇ ਸਾਡੀਆਂ ਨਿਗਾਹਾਂ ਵਿਚ ਕੋਈ ਹੋਰ ਨਹੀਂ ਜਚਦਾ।

ਜਦ ਦੀ ਉਸ ਦੇ ਸੁੰਦਰ ਕੱਦ ਨੇ ਸਾਡੀਆਂ ਅੱਖਾਂ ਵਿੱਚ ਥਾਂ ਬਣਾਈ ਹੈ।

ਅਜ਼ ਨਿਦਾਏ ਨਾਕ਼ਾਇ ਲੈਲਾ[1], ਦਿਲ ਸ਼ੋਰੀਦਹ ਅਮ॥
ਹਮਚੂੰ ਮਜਨੂੰ ਮਸਤ ਗਸ਼ਤੋ, ਰਹਿ ਸੂਇ ਸਹ਼ਰਾ ਗ੍ਰਿਫ਼ਤ॥ ੪॥

ਪਾਠੰਤ੍ਰ : [1]ਲੈਲੀ

ਸੰਖੇਪ ਅਰਥ : ਲੈਲਾ ਦੀ ਊਠਣੀ ਦੇ ਗੱਲ ਪਈ ਟੱਲੀ ਦੀ ਆਵਾਜ਼ ਸੁਣ ਕੇ ਮੇਰਾ ਦਿਲ ਸੁਦਾਈ ਹੋ ਗਿਆ,ਵਾ : ਸਾਧਸੰਗਤ ਰੂਪ ਲੈਲਾ ਦੀ ਚੌਂਕੀ ਰੂਪ ਡਾਚ ਤੋਂ ਗੁਰ ਸ਼ਬਦ ਰੂਪ ਟੱਲੀ ਦੀ ਅਵਾਜ਼ ਸੁਣ ਕੇ ਮੇਰਾ ਮਨ ਸੌਦਾਈ ਹੋ ਗਿਆ ਹੈ।

ਉਹ ਮਜਨੂੰ ਵਾਂਗ ਮਸਤ ਹੋ ਗਿਆ ਅਤੇ ਜੰਗਲ ਬੀਆਬਾਨ ਨੂੰ ਨਿਕਲ ਗਿਆ।

ਖ਼ੁਸ਼ ਨ ਮੇ-ਆਇਦ ਮਰਾ, ਹ਼ਰਫ਼ੇ[1] ਬਗ਼ੈਰ ਅਜ਼ ਯਾਦਿ ਹ਼ੱਕ਼॥
ਤਾਂ ਹ਼ਦੀਸਿ ਇਸ਼ਕ਼ਿ[2] ਊ, ਅੰਦਰ ਦਿਲਮ ਮਾਵਾ ਗ੍ਰਿਫ਼ਤ॥ ੫॥

ਪਾਠੰਤ੍ਰ : [1]ਚੀਜ਼ੇ/ਗਾਹੇ ੨. ਸ਼ੌਕ਼ਿ

ਸੰਖੇਪ ਅਰਥ : ਮੈਨੂੰ ਸਿਵਾਇ ਉਸ ਸੱਚੀ ਯਾਦ ਤੋਂ ਹੋਰ ਕੁਝ ਚੰਗਾ ਨਹੀਂ ਲੱਗਦਾ।

ਜਦੋਂ ਤੋਂ ਉਸ ਦੀ ਪ੍ਰੀਤ ਕਥਾ ਮੇਰੇ ਦਿਲ ਵਿਚ ਆ ਟਿਕੀ ਹੈ,

ਤਾਂ ਬਿਆਈ ਯਕ ਨਫ਼ਸ, ਬਹਿਰਿ ਨਿਆਜ਼ਿ[1] ਖ਼ਿਦਮਤਤ॥
ਚਸ਼ਮਿ ਗੌਹਰ-ਬਾਰਿ ਮਾ, ਖ਼ੁਸ਼ ਲੂਲੂਏ ਲਾਲਾ ਗ੍ਰਿਫ਼ਤ॥ ੬॥

ਪਾਠਭੇਦ : [1]ਨਿਸਾਰਿ

ਸੰਖੇਪ ਅਰਥ : (ਅੰਨਵੈ) ਸਾਡੀ ਮੋਤੀ-ਵਰਸਾਉਣ ਵਾਲੀ ਅੱਖ ਨੇ ਪੋਸਤ ਦੇ ਫੁੱਲ ਵਰਗੇ ਆਬਦਾਰ ਮੋਤੀ ਰੱਖ ਲਏ।

ਤਾਂ ਜੋ ਤੂੰ ਛਿਨ ਲਈ ਆਵੇਂ, ਅਤੇ ਉਹ ਤੇਰੇ ਅੱਗੇ ਭੇਟ ਕੀਤੇ ਜਾਣ ਵਾ : ਤੇਰੇ ਸਿਰ ਤੋਂ ਵਾਰ ਕੇ ਸੁੱਟੇ ਜਾਣ।

ਮੇ ਬਰਾਇਦ ਜਾਨਿ ਮਨ, ਇਮ ਰੋਜ਼ ਅਜ਼ ਰਾਹਿ ਦੋ ਚਸ਼ਮ॥
ਨੌਬਤਿ ਦੀਦਾਰਿ ਊ, ਤਾਂ ਵਾਅ਼ਦਾਇ ਫ਼ਰਦਹ ਗ੍ਰਿਫ਼ਤ॥ ੭॥

ਸੰਖੇਪ ਅਰਥ : ਅਜ ਮੇਰੀ ਜਾਨ ਦੋਵਾਂ ਅੱਖਾਂ ਰਾਹੀਂ ਬਾਹਰ ਆ ਰਹੀ ਹੈ,
ਪਰ ਉਸ ਦੇ ਦੀਦਾਰ ਦੀ ਵਾਰੀ ਤਾਂ ਕਿਆਮਤ ਦੇ ਦਿਨ ਤੇ ਜਾ ਪਈ।

ਗ਼ੈਰਿ ਹ਼ਮਦਿ ਹ਼ੱਕ਼ ਨਿਆਇਦ, ਬਰ ਜ਼ਬਾਨਮ ਹੇਚਗਾਹ॥
ਹ਼ਾਸਿਲਿ ਈਂ ਊ਼ਮਰ ਰਾ, ਆਖ਼ਿਰ ਦਿਲਿ ਗੋਯਾ ਗ੍ਰਿਫ਼ਤ॥੮॥੧੩॥

ਸੰਖੇਪ ਅਰਥ : ਮੇਰੀ ਜੀਭ ਉਪਰ ਰੱਬ ਦੀ ਸਿਫ਼ਤ ਤੋਂ ਬਿਨਾਂ ਕਦੇ ਹੋਰ ਕੋਈ ਚੀਜ਼ ਨਹੀਂ ਆਉਂਦੀ।

ਅਖ਼ੀਰ ਗੋਯਾ ਦੇ ਦਿਲ ਨੇ ਇਸ ਉਮਰ ਦਾ ਨਫ਼ਾ ਖੱਟ ਲਿਆ।

(ਵਿਛੋੜੇ ਦੀ ਪੀੜਾ)

ਉਥਾਨਕਾ : ਏਹ ਗ਼ਜ਼ਲ ਮੁਲਤਾਨ 'ਚ ਕਲਗੀਧਰ ਦੇ ਵਿਛੋੜੇ 'ਚ ਉਚਾਰੀ ਗਈ ਹੈ।

ਗ਼ਜ਼ਲ ੧੪॥

ਦਿਲਿ ਮਨ, ਦਰ ਫ਼ਿਰਾਕ਼ਿ ਯਾਰ ਬੁਸੋਖ਼ਤ॥
ਜਾਨਿ ਮਨ, ਬਹਿਰਿ ਆਂ ਨਿਗਾਰ ਬਸੋਖ਼ਤ॥੧॥

ਸੰਖੇਪ ਅਰਥ : ਮੇਰਾ ਦਿਲ ਸੱਜਣ ਦੀ ਬ੍ਰਿਹਾ ਵਿੱਚ ਸੜ ਗਿਆ।
ਮੇਰੀ ਜਾਨ ਉਸ ਸੋਹਣੇ (ਸਾਈਂ) ਲਈ ਸੜ ਮੋਈ।

ਆਂ ਚੁਨਾਂ ਸੋਖ਼ਤਮ, ਅਜ਼ਾਂ ਆਤਿਸ਼॥
ਹਰ ਕਿ ਬੁਸ਼ੁਨੀਦ, ਚੂੰ ਚਿਨਾਰ ਬੁਸੋਖ਼ਤ॥ ੨॥

ਸੰਖੇਪ ਅਰਥ : ਉਸ ਅੱਗ ਨਾਲ ਮੈਂ ਅਜਿਹਾ ਸੜਿਆ ਹਾਂ,
ਕਿ ਜਿਸ ਕਿਸੇ ਨੇ ਵੀ ਸੁਣਿਆ, ਉਹ ਵੀ ਚਨਾਰ ਵਾਂਗ ਸੜ ਗਿਆ।

ਮਨ ਨ ਤਨਹਾ ਬੁਸੋਖ਼ਤਮ, ਦਰ[1] ਇਸ਼ਕ॥
ਹਮਹ ਆ਼ਲਮ, ਅਜ਼ੀਂ ਸ਼ਰਾਰ ਬੁਸੋਖ਼ਤ॥ ੩॥

ਪਾਠਭੇਦ : [1]ਅਜ਼

ਸੰਖੇਪ ਅਰਥ : ਮੈਂ ਇਕੱਲਾ ਹੀ ਪ੍ਰੀਤ ਦੀ ਅੱਗ ਵਿੱਚ ਨਹੀਂ ਸੜਿਆ, ਸਾਰਾ ਸਿੱਖ ਜਹਾਨ ਹੀ ਇਸ ਚਿੰਗਾੜੀ ਨਾਲ ਸੜ ਹੋਇਆ ਹੈ।

ਸੋਖ਼ਤਨ[1], ਦਰ ਫ਼ਿਰਾਕਿ਼ ਆਤਿਸ਼ਿ ਯਾਰ॥
ਹਮਚੁਨੀਂ, ਕੀਮੀਆ ਬਕਾਰ[2] ਬੁਸੋਖ਼ਤ॥ ੪॥

ਪਾਠਭੇਦ : [1]ਸੋਖ਼ਤਮ [2]ਨਿਗਾਰ

ਸੰਖੇਪ ਅਰਥ : ਸੱਜਣ ਦੇ ਬ੍ਰਿਹਾ ਦੀ ਅੱਗ ਵਿੱਚ ਸੜਨਾ। ਕੀਮੀਆ ਵਾਂਙ ਕਿਸੇ ਸਫ਼ਲ ਪਰਯੋਜਨ ਲਈ ਸੜਨਾ ਹੈ।

ਆਫ਼ਰੀਂ ਬਾਦ, ਬਰ ਦਿਲਿ ਗੋਯਾ॥
ਕਿ, ਬ-ਉਮੀਦ ਰੂਇ ਯਾਰ ਬੁਸੋਖ਼ਤ॥ ੫॥ ੧੪॥

ਸੰਖੇਪ ਅਰਥ : ਗੋਯਾ ਦੇ ਦਿਲ ਨੂੰ ਸ਼ਾਬਾਸ਼ ਹੋਵੇ। ਜਿਹੜਾ ਕਿ ਸੱਜਣ ਦੇ ਮੁੱਖੜੇ ਦੀ ਆਸ ਵਿੱਚ ਹੀ ਸੜ ਗਿਆ।

(ਕਲਗੀਧਰ ਚੇਤੇ ਆਵੇ ਤਾਂ ਸੁਆਸ ਸਫਲੇ)

ਉਥਾਨਕਾ : ਏਹ ਗ਼ਜ਼ਲ ਵੀ ਮੁਲਤਾਨ 'ਚ ਵਿਛੋੜੇ ਦੇ ਗ਼ਮ 'ਚ ਉਚਾਰੀ ਹੈ।

ਗ਼ਜ਼ਲ ੧੫॥

ਅਜ਼ ਦੋ ਚਸ਼ਮਿ [1]ਮਸਤ ਸ਼ੁਅਲਾ; ਅਲਗ਼ਿਆਸ॥
ਅਜ਼ ਲਬੋ ਦਹਨਿ ਸ਼ੱਕਰਖ਼ਾ, ਅਲ-ਗ਼ਿਆਸ॥ ੧॥

ਪਾਠਭੇਦ : [1]ਮਸਤੋ ਸ਼ੈਦਾ

ਸੰਖੇਪ ਅਰਥ : ਉਸ ਦੀਆਂ ਦੋ ਮਸਤ ਅਤੇ ਸੁਦਾਈ ਅੱਖਾਂ ਤੋਂ ਕੋਈ ਬਚਾਏ, ਦੋਹਾਈ ਰੱਬ ਦੀ।
ਉਸ ਦੇ ਮਿਸਰੀ ਚੱਬਣ ਵਾਲੇ ਮੂੰਹ ਅਤੇ ਹੋਠਾਂ ਤੋਂ ਕੋਈ ਬਚਾਏ, ਦੋਹਾਈ ਰੱਬ ਦੀ।

ਵਾਏ ਬਰ ਨਫ਼ਸੇ, ਕਿ ਬੇਹੂਦਹ ਗੁਜ਼ਸ਼ਤ॥
ਅਲਗ਼ਿਆਸ ਅਜ਼ ਗ਼ਫ਼ਲਤਿ ਮਾ, ਅਲਗ਼ਿਆਸ॥ ੨॥

ਸੰਖੇਪ ਅਰਥ : ਅਫਸੋਸ ਹੈ ਉਸ ਛਿਨ ਪਲ ਦਾ, ਜਿਹੜਾ ਅਕਾਰਥ ਚਲਾ ਗਿਆ, ਦੋਹਾਈ ਹੈ ਸਾਡੀ ਅਣਗਹਿਲੀ ਤੇ, ਅਫ਼ਸੋਸ ਹੈ ਸਾਡੀ ਗ਼ਫ਼ਲਤ ਤੇ।

ਅਜ਼ ਨਿਜ਼ਾਇ਼ ਕੁਫ਼ਰੋ ਦੀਂ, ਦਿਲ ਬਰਹਮ ਅਸਤ॥
ਬਰ ਦਰਿ ਦਰਗਾਹਿ ਮੌਲਾ, ਅਲਗ਼ਿਆਸ॥ ੩॥

ਸੰਖੇਪ ਅਰਥ : ਕੁਫਰ ਅਤੇ ਦੀਨ ਦੇ ਝਗੜੇ ਤੋਂ ਦਿਲ ਪਰੇਸ਼ਾਨ ਹੈ।
ਰੱਬ ਦੀ ਦਰਗਾਹ ਦੇ ਦਰਵਾਜ਼ੇ ਪਰ ਕੋਈ ਬਚਾਏ, ਦੋਹਾਈ ਰੱਬ ਦੀ।

ਲੋਲੀਆਨਿ ਸੋਖ਼, ਆ'ਲਮ ਦਿਲੇ[1] ਰਬੂਦ॥
ਮੇ ਕੁਨਮ ਅਜ਼ ਦਸਤਿ ਆਂਹਾ, ਅਲਗ਼ਿਆਸ॥ ੪॥

ਪਾਠਭੇਦ : [1]ਦਰ

ਸੰਖੇਪ ਅਰਥ : ਚੰਚਲ ਇਸਤ੍ਰੀ ਮਾਯਾ ਨੇ ਸੰਸਾਰ ਦਾ ਦਿਲ ਲੁੱਟ ਲਿਆ ਹੈ। ਵਾ : ਚੰਚਲ ਅਤੇ ਸੋਖ਼ = ਵਿਛੋੜੇ ਦੀ ਅੱਗ 'ਚ ਸਾੜਨ ਵਾਲੇ ਗੁਰਦੇਵ ਨੇ ਸੰਸਾਰ ਦਾ ਦਿਲ ਲੁੱਟ ਲਿਆ ਹੈ।

ਮੈਂ ਉਨ੍ਹਾਂ ਦੇ ਹੱਥੋਂ ਹੀ ਦੁਹਾਈ ਦੇ ਰਿਹਾ ਹਾਂ- ਕੋਈ ਬਚਾਏ।

ਕੈ; ਜ਼ਿ ਦਸਤਿ ਖ਼ੰਜਰਿ ਮਿਜ਼ਗਾਨਿ ਊ॥
ਮੇ-ਸ਼ਵਦ ਖ਼ਾਮੋਸ਼ ਗੋਯਾ, ਅਲਗ਼ਿਆਸ॥ ੫॥ ੧੫॥

ਸੰਖੇਪ ਅਰਥ : ਉਸ ਦੀਆਂ ਪਲਕਾਂ ਦੇ ਖ਼ੰਜਰ ਹੱਥੋਂ
ਗੋਯਾ ਕਿਵੇਂ ਚੁੱਪ ਰਹਿ ਸਕਦਾ ਹੈ? ਦੁਹਾਈ ਹੈ—ਕੋਈ ਬਚਾਏ।

(ਪਿਆਰੇ ਕਲਗੀਧਰ ਦੀ ਸੰਗਤ ਲੋਚਦੇ ਹਨ)

ਉਥਾਨਕਾ : ਏਹ ਗ਼ਜ਼ਲ ਵੀ ਮੁਲਤਾਨ 'ਚ ਜਾ ਕੇ, ਵਿਛੋੜੇ ਦੀ ਪੀੜਾ ਸਹਿਤ ਉਚਾਰੀ ਹੈ।

ਗ਼ਜ਼ਲ ੧੬॥

ਮਸਤ ਰਾ, ਬਾ-ਜਾਮਿ ਰੰਗੀਂ, ਇਹਤਿਆਜ॥
ਤਿਸ਼ਨਹ ਰਾ, ਬ-ਆਬਿ ਸ਼ੀਰੀਂ, ਇਹਤਿਆਜ॥ ੧॥

ਸੰਖੇਪ ਅਰਥ : ਇਕ ਮਸਤ ਨੂੰ ਤਾਂ ਲਾਲ ਰੰਗ ਦੇ ਜਾਮ ਭਾਵ **ਪ੍ਰੇਮ** ਪਿਆਲੇ ਨਾਲ ਗ਼ਰਜ਼ ਹੈ।
ਅਤੇ ਇਕ ਤਿਹਾਏ ਨੂੰ ਠੰਡੇ ਮਿੱਠੇ ਪਾਣੀ ਦੀ ਲੋੜ ਹੈ।

ਸੁਹ਼ਬਤਿ ਮਰਦਾਨਿ-ਹ਼ੱਕ਼, ਬਸ ਅਨਵਰੱਸਤ॥
[1]ਤਾਲਿਬਾਂ ਰਾ, ਹਸਤ ਚੰਦੀਂ, ਇਹਤਿਆਜ॥ ੨॥

ਪਾਠਭੇਦ : [1]ਮੇ ਕੁਨਮ ਬਸ ਦੀ ਦੀਦਨਸ਼ ਰਾ ਇਹਤਿਆਜ

ਸੰਖੇਪ ਅਰਥ : ਰੱਬ ਦੇ ਭਗਤਾਂ ਦੀ ਸੰਗਤ ਨੂਰ ਨਾਲ ਭਰੀ ਪਈ ਹੈ।
ਰੱਬ ਦੇ ਢੂੰਡਾਊਆਂ ਨੂੰ ਬਸ ਇਸੇ ਦੀ ਹੀ ਲੋੜ ਹੈ।

[1]ਅਜ਼ ਤਬੱਸੁਮ ਕਰਦਾਈ, ਗੁਲਸ਼ਨ ਜਹਾਂ॥
ਹਰ ਕਿ ਦੀਦਸ਼, ਕੈ ਬ-ਗੁਲਚੀਂ, ਇਹਤਿਆਜ॥ ੩ ॥

ਪਾਠਭੇਦ : [1]ਅਜ਼ ਤਬੱਸੁਮੇ ਤੋ, ਚੁ ਗੁਲਜ਼ਾਰੇ ਸ਼ੁਗੁਫ਼ਤ॥

ਸੰਖੇਪ ਅਰਥ : ਤੂੰ ਆਪਣੀ ਮੁਸਕਾਨ ਨਾਲ ਜਹਾਨ ਨੂੰ ਬਾਗ਼ ਬਣਾ ਦਿੱਤਾ ਹੈ। ਜਿਸ ਨੇ ਉਸ ਨੂੰ ਵੇਖ ਲਿਆ, ਉਸ ਨੂੰ ਮਾਲੀ ਦੀ ਕੀ ਲੋੜ ਹੈ?

ਯਕ ਨਿਗਾਹਿ ਲੁਤ਼ਫ਼ਿ ਤੋ ਦਿਲ ਮੇ-ਬੁਰਦ॥
ਬਾਜ਼ ਮੇ-ਦਾਰਮ, ਅਜ਼ਾਂ ਈਂ, ਇਹਤਿਆਜ॥ ੪ ॥

ਸੰਖੇਪ ਅਰਥ : ਤੇਰੀ ਇਕ ਮੁਹੱਬਤ ਭਰੀ ਨਿਗਾਹ ਦਿਲ ਲੈ ਉਡਦੀ ਹੈ, ਪਰ ਫਿਰ ਵੀ ਮੈਨੂੰ ਉਸੇ ਦੀ ਲੋੜ ਹੈ।

ਨੇਸਤ ਗੋਯਾ ਗ਼ੈਰਿ ਤੋ, ਦਰ ਦੋ ਜਹਾਂ॥
[1]ਬਾ ਤੋ ਦਾਰਮ, ਅਜ਼ ਦਿਲੋ ਦੀਂ, ਇਹਤਿਆਜ॥ ੫ ॥ ੧੬ ॥

ਪਾਠਭੇਦ : [1]ਮੇ ਕੁਨਮ ਮਰ ਖ਼ਾਕਿ ਓਰਾ ਇਹਤਿਆਜ॥

ਸੰਖੇਪ ਅਰਥ : ਗੋਯਾ! ਤੇਰੇ ਬਿਨਾਂ ਦੋਹਾਂ ਜਹਾਨਾਂ ਵਿਚ ਹੋਰ ਕੋਈ ਨਹੀਂ। ਮੈਨੂੰ ਤਾਂ ਦਿਲ ਅਤੇ ਦੀਨ ਦੀ ਕੇਵਲ ਤੇਰੇ ਲਈ ਲੋੜ ਹੈ।

(ਕਲਗੀਧਰ ਦੇ ਅੰਮ੍ਰਿਤ ਵੇਲੇ ਦੇ ਦਰਸ਼ਨ ਦੀ ਮਹਿਮਾ)

ਉਥਾਨਕਾ : ਅਨੰਦਪੁਰ ਸਾਹਿਬ, ਅੰਮ੍ਰਿਤ ਵੇਲੇ ਜਦ ਦਰਬਾਰ 'ਚ ਗੁਰਦੇਵ ਪਾਤਿਸ਼ਾਹ ਨੇ ਦਰਸ਼ਨ ਬਖ਼ਸ਼ੇ ਤਾਂ ਨੰਦਲਾਲ ਜੀ ਨੇ ਮਹਿਮਾ ਉਚਾਰੀ ਹੈ।

ਗ਼ਜ਼ਲ ੧੭ ॥

ਐ ਜ਼ੁਲਫ਼ਿ ਅੰਬਰੀਨਿ ਤੋ, ਗੋਯਾ ਨਿਕ਼ਾਬਿ ਸੁਬਹ਼॥
ਪਿਨਹਾਂ ਚੁ ਜ਼ੇਰਿ ਅਬਰਿ ਸਿਆਹ, ਆਫ਼ਤਾਬਿ ਸੁਬਹ਼॥ ੧ ॥

ਸੰਖੇਪ ਅਰਥ : ਤੇਰੀ ਇਹ ਅੰਬਰ ਵਰਗੀ ਕਾਲੀ ਜ਼ੁਲਫ਼ ਮਾਨੋ ਸਵੇਰ ਦਾ ਬੁਰਕਾ ਹੈ। ਜਿਵੇਂ ਕਿਧਰੇ ਸਵੇਰ ਦਾ ਸੂਰਜ ਕਾਲੇ ਬੱਦਲ ਹੇਠ ਲੁਕ ਗਿਆ ਹੈ।

ਬੇਰੂੰ ਬਰਾਇਦ ਆਂ ਮਹਿ ਮਨ, ਚੂੰ ਜ਼ਿ ਖ਼੍ਵਾਬਿ ਸੁਬਹ਼॥
ਸਦ ਤ਼ਾਅ਼ਨਾ ਮੇ-ਜ਼ਨਦ, ਬ-ਰੁਖ਼ਿ ਆਫ਼ਤਾਬਿ ਸੁਬਹ਼॥ ੨ ॥

ਸੰਖੇਪ ਅਰਥ : ਜਦ ਮੇਰਾ ਚੰਨ ਸਵੇਰ ਦੀ ਨੀਂਦਰ ਤੋਂ ਉਠ ਕੇ ਬਾਹਰ ਦਰਬਾਰ 'ਚ ਆਇਆ।

ਤਾਂ ਮਾਨੋ ਸਵੇਰ ਦੇ ਸੂਰਜ ਦੇ ਮੁਖੜੇ ਨੂੰ ਉਸ ਸੌ ਲਾਅਨਤਾਂ ਪਾਈਆਂ।

ਬਾ-ਦੀਦਹ[1] ਖ਼੍ਵਾਬਨਾਕ, ਚੋ ਬੇਰੂੰ ਬਰ-ਆਮਦੀ॥
ਸ਼ਰਮਿੰਦਾ ਗਸ਼ਤ ਅਜ਼ ਰੁਖ਼ਿ ਤੋ, ਆਫ਼ਤਾਬਿ ਸੁਬਹ਼॥ ੩॥

ਪਾਠਭੇਦ : [1]ਬਾ ਚਸ਼ਮਿ

ਸੰਖੇਪ ਅਰਥ : ਜਦ ਤੂੰ ਉਨੀਂਦੀਆਂ ਅੱਖਾਂ ਨਾਲ ਬਾਹਰ ਆਇਆ।

ਤਾਂ ਤੇਰੇ ਮੁਖੜੇ ਨੂੰ ਵੇਖ ਕੇ ਸਵੇਰ ਦਾ ਸੂਰਜ ਸ਼ਰਮਿੰਦਾ ਹੋ ਗਿਆ।

ਅਜ਼ ਮਕ਼ੱਦਮਿ ਸ਼ਰੀਫ਼, ਜਹਾਂ-ਰਾ ਦਿਹਦ ਫ਼ਰੋਗ਼॥
ਚੋ ਬਰ-ਕਸ਼ਦ ਨਿਕ਼ਾਬ, ਜ਼ਿ ਰੁਖ਼ਿ ਆਫ਼ਤਾਬਿ ਸੁਬਹ਼॥ ੪॥

ਸੰਖੇਪ ਅਰਥ : (ਅੰਨਵੈ) ਜਦ ਸਵੇਰ ਦਾ ਸੂਰਜ ਆਪਣੇ ਮੁਖੜੇ ਤੋਂ ਬੁਰਕਾ ਲਾਹੁੰਦਾ ਹੈ।

ਆਪਣੀ ਸੁਭਾਗੀ ਆਮਦ ਨਾਲ ਜਹਾਨ ਨੂੰ ਰੋਸ਼ਨ ਕਰ ਦਿੰਦਾ ਹੈ।

ਬੇਦਾਰੀ ਅਸਤ, ਜ਼ਿੰਦਗਾਇ [1]ਸਾਹ਼ਿਬਾਨਿ ਸ਼ੌਕ਼॥
ਗੋਯਾ ਹ਼ਰਾਮ ਕਰਦਮ, ਅਜ਼ ਆਇੰਦਹ ਖ਼੍ਵਾਬਿ ਸੁਬਹ਼॥ ੫॥ ੧੭॥

ਪਾਠਭੇਦ : [1]ਆ਼ਰਿਫ਼ਾਨਿ

ਸੰਖੇਪ ਅਰਥ : ਜਗਿਆਸੂਆਂ ਦੀ ਜ਼ਿੰਦਗੀ ਨਿਤ ਦਾ ਜਗਰਾਤਾ ਹੈ।

ਗੋਯਾ! ਮੇਰੇ ਲਈ ਅਗੋਂ ਤੋਂ ਸਵੇਰ ਦੀ ਨੀਂਦ ਹਰਾਮ ਹੈ।

(ਕਲਗੀਧਰ ਜੀ ਦੇ ਕਿਰਪਾ ਭਰੇ ਨੇਤਰਾਂ ਦੀ ਮਹਿਮਾ)

ਗ਼ਜ਼ਲ ੧੮॥

ਮੇ-ਬੁਰਦ, ਦੀਨੋ ਦਿਲਮ ਰਾ[1], ਚਸ਼ਮਿ ਸ਼ੋਖ਼॥
ਮੇ-ਕਸ਼ਦ, ਅਜ਼ ਚਾਹਿ ਗ਼ਮ ਹਾ[2], ਚਸ਼ਮਿ ਸ਼ੋਖ਼॥ ੧॥

ਪਾਠਭੇਦ : [1]ਈਂ [2]ਗ਼ਮ, ਈਂ

ਸੰਖੇਪ ਅਰਥ : ਇਹ ਕਿਰਪਾ ਭਰੇ ਨੇਤਰ ਮੇਰਾ ਦੀਨ ਅਤੇ ਦਿਲ ਲੈ ਜਾਂਦੇ ਹਨ।

ਇਹ ਕਿਰਪਾ ਭਰੇ ਨੇਤਰ ਮੈਨੂੰ ਗ਼ਮਾਂ ਦੇ ਖੂਹ 'ਚੋਂ ਬਾਹਰ ਕੱਢਦੇ ਹਨ।

ਕਾਕੁਲਿ ਊ ਫ਼ਿਤਨਹ ਜ਼ਨ, ਈਂ ਦਰ ਆ਼ਲਮ ਅਸਤ॥
ਰੌਨਕਿ ਅਫ਼ਜ਼ਾਇ ਜਹਾਂ, ਈਂ ਚਸ਼ਮਿ ਸ਼ੋਖ਼॥ ੨॥

ਸੰਖੇਪ ਅਰਥ : ਉਸ ਦੇ ਕੇਸਾਂ ਦੀ ਲੰਮੀ ਲਿੱਟ ਇਸ ਜਗਤ 'ਚ ਫਸਾਦ ਪੈਦਾ ਕਰਨ ਵਾਲੀ ਹੈ।

ਪਰੰਤੂ ਉਸ ਦੀ ਕਿਰਪਾ ਭਰੀ ਅੱਖ, ਜਹਾਨ ਦੀ ਰੌਣਕ ਵਧਾਉਣ ਵਾਲੀ ਹੈ।

ਖ਼ਾਕਿ ਪਾਇ, ਰੌਸ਼ਨੀ-ਇ[1] ਦਿਲ ਬਵਦ॥
ਹਾਦੀਏ ਗਾਹਿ ਖ਼ੁਦਾ [2]ਈਂ, ਚਸ਼ਮੇ ਸ਼ੋਖ਼॥ ੩॥

ਪਾਠੰਤ੍ਰ : [1]ਦੋਸਤੀਏ [2]ਰਾ

ਸੰਖੇਪ ਅਰਥ : ਭਾਵੇਂ ਸੱਜਣ ਦੇ ਚਰਨਾਂ ਦੀ ਧੂੜ ਨਾਲ ਦਿਲ ਰੋਸ਼ਨ ਹੁੰਦਾ ਹੈ।

ਪਰ ਕਿਰਪਾ ਭਰੇ ਨੇਤਰ ਰੱਬ ਦਾ ਰਾਹ ਦੱਸਦੇ ਹਨ।

ਕੈ ਕੁਨਦ, ਸੂਇ ਗੁਲੋ ਨਰਗਿਸ, ਨਿਗਾਹ॥
ਹਰ ਕਿ ਦੀਦਹ, ਲੱਜ਼ਤਿ ਆਂ ਚਸ਼ਮਿ ਸ਼ੋਖ਼॥ ੪॥

ਸੰਖੇਪ ਅਰਥ : (ਅੰਨਵੇ) ਜਿਸ ਨੇ ਉਸ ਸ਼ੋਖ ਅੱਖ ਦਾ ਇਕ ਵਾਰ ਸਵਾਦ ਚੱਖ ਲਿਆ ਹੈ।

ਉਹ ਨਰਗਸ ਦੇ ਫੁਲ ਵੱਲ ਅੱਖ ਚੁੱਕ ਕੇ ਕਦ ਵੇਖਦਾ ਹੈ।

ਹਰ ਕਿਰਾ ਗੋਯਾ, ਗ਼ੁਬਾਰਿ ਦਿਲ ਬਸ਼ੁਸਤ[1]॥
[2]ਯਕ ਨਿਗਾਹੇ ਆਂ ਕਿ, ਦੀਦਹ ਆਂ ਚਸ਼ਮਿ ਸ਼ੋਖ਼॥੫॥੧੮॥

ਪਾਠਭੇਦ : [1]ਨਿਸ਼ਸਤ ੨. ਆਂ ਕਿ ਦੀਦਹ ਯਕ ਨਿਗਾਹੇ ਆਂ।

ਸੰਖੇਪ ਅਰਥ : (ਅੰਨਵੇ) ਜਿਸ ਕਿਸੇ ਨੇ ਉਸ ਕਿਰਪਾ ਭਰੇ ਨੇਤਰ ਵੱਲ ਇਕ ਨਜ਼ਰੇ ਵੀ ਵੇਖ ਲਿਆ।

ਉਸ ਦੇ ਦਿਲ ਦਾ ਭਰਮ ਦੂਰ ਹੋ ਗਿਆ।

(ਕਲਗੀਧਰ ਦੇ ਦਰਸ਼ਨ ਬਸੰਤ ਰੁੱਤ ਵਰਗੇ)

ਉਥਾਨਕਾ : ਜਦ ਦਮਦਮੇ ਤੇ ਮੁਲਤਾਨ ਗੁਰ ਦਰਸ਼ਨਾਂ ਦਾ ਸੁਨੇਹਾ ਗਿਆ ਤਾਂ ਗੁਰ-ਪੱਤਰ ਸੁਣ ਕੇ ਖੁਸ਼ੀ 'ਚ ਗ਼ਜ਼ਲ ਉਚਾਰੀ।

ਗ਼ਜ਼ਲ ੧੯॥

ਬਹੋਸ਼ ਬਾਸ਼, ਕਿ ਹੰਗਾਮਿ ਨੌਬਹਾਰ ਆਮਦ॥
ਬਹਾਰ ਆਮਦੋ, ਯਾਰ ਆਮਦੋ, ਕ਼ਰਾਰ ਆਮਦ॥ ੧॥

ਸੰਖੇਪ ਅਰਥ : ਹੋਸ਼ ਵਿਚ ਆ, ਕਿ ਨਵੀਂ ਬਹਾਰ ਦਾ ਸਮਾਂ ਆ ਗਿਆ ਹੈ, ਬਹਾਰ ਆ ਗਈ ਹੈ, ਯਾਰ ਆ ਗਿਆ ਹੈ ਅਤੇ ਦਿਲ ਨੂੰ ਸ਼ਾਂਤੀ ਆ ਗਈ ਹੈ।

ਦਰੂਨਿ ਮਰਦੁਮਕਿ ਚਸ਼ਮਮ, ਜ਼ਿ ਬਸਕਿ ਜਲਵਾਗਰੱਸਤ॥
ਬਹਰ ਤ਼ਰਫ਼ ਕਿ ਨਜ਼ਰ ਕੁਨਮ, ਰੂਇ ਯਾਰ ਆਮਦ॥ ੨॥

ਸੰਖੇਪ ਅਰਥ : ਅੱਖ ਦੀ ਪੁਤਲੀ ਵਿਚ ਉਸ ਦਾ ਜਲਵਾ ਇੰਨਾਂ ਸਮਾ ਚੁੱਕਾ ਹੈ, ਕਿ ਉਹ ਜਿੱਧਰ ਵੀ ਵੇਖਦੀ ਹੈ, ਮਿਤ੍ਰ ਪਿਆਰੇ ਦਾ ਹੀ ਮੁਖੜਾ ਦਿਸਦਾ ਹੈ।

ਬ-ਹਰ ਤ਼ਰਫ਼ ਕਿ ਰਵਦ[1], ਦੀਦਹ ਮੇ ਰਵਮ, ਚਿ ਕੁਨਮ॥
ਦਰੀਂ ਮੁਕ਼ਦਮਹ ਮਾਰਾ, ਚਿਹ ਇਖ਼ਤਿਆਰ ਆਮਦ॥ ੩॥

ਪਾਠੰਤ੍ਰ : [1]ਰਵੀ

ਸੰਖੇਪ ਅਰਥ : ਜਿਸ ਪਾਸੇ ਉਹ ਗੁਰਦੇਵ ਜਾਂਦਾ ਹੈ, ਮੇਰੀ ਅੱਖ ਵੀ ਉਧਰ ਜਾਂਦੀ ਹੈ। ਮੈਂ ਕੀ ਕਰਾਂ?

ਇਸ ਮੁਆਮਲੇ ਵਿਚ ਭਲਾ ਸਾਡੇ ਵਸ ਹੀ ਕੀ ਹੈ?

ਖ਼ਬਰ ਦਿਹੰਦ ਬ-ਯਾਰਾਨਿ ਮੁਦੱਈ, ਕਿ ਇਮਸ਼ਬ॥
ਅਨਲਹ਼ੱਕ਼ ਜ਼ਦਹ ਮਨਸੂਰ, ਸੂਇ ਦਾਰ ਆਮਦ॥ ੪॥

ਸੰਖੇਪ ਅਰਥ : ਦਾਅਵੇਦਾਰ ਦੋਸਤਾਂ ਪਾਸ ਖ਼ਬਰ ਦੇ ਦਿਉ ਕਿ ਅੱਜ ਰਾਤੀਂ। 'ਅਨਲਹੱਕ' (ਮੈਂ ਰੱਬ ਹੀ ਹਾਂ) ਕਹਿੰਦਾ ਹੋਇਆ ਮਨਸੂਰ ਸੂਲੀ ਵੱਲ ਜਾ ਰਿਹਾ ਹੈ। ਭਾਵ ਮੈਂ ਗੁਰਦੇਵ ਦੇ ਦਰਸ਼ਨਾਂ ਨੂੰ ਸ੍ਰੀ ਦਮਦਮੇ ਜਾ ਰਿਹਾ ਹਾਂ।

ਖ਼ਬਰ ਦਿਹੰਦ ਬ-ਗੁਲਹਾ, ਕਿ ਬਸ਼ੁਗੁਫ਼ਤੰਦ ਹਮਹ॥
ਅਜ਼ੀਂ ਨਵੇਦ, ਕਿ ਆਂ ਬੁਲਬੁਲਿ ਹਜ਼ਾਰ ਆਮਦ॥ ੫॥

ਸੰਖੇਪ ਅਰਥ : ਫੁਲਾਂ ਨੂੰ ਖ਼ਬਰ ਦੇ ਦਿਓ ਕਿ ਸਾਰੇ ਖਿੜ ਜਾਣ,ਭਾਵ ਕਈਆਂ ਨੂੰ ਸੁਨੇਹਾ ਦਿਉ, ਉਹ ਦਮਦਮੇ ਆ ਜਾਣ।

ਫੁੱਲਾਂ ਰੂਪ ਕਵੀਆਂ ਨੂੰ ਸੁਨੇਹਾ ਦੇ ਦਿਉ ਕਿ ਉਨ੍ਹਾਂ ਬੁਲਬਲੇ ਹਜ਼ਾਰੇ ਵਰਗਾ ਯਾਰ ਨੰਦਲਾਲ ਗੁਰਦੇਵ ਦੇ ਚਰਨਾਂ 'ਚ ਆ ਰਿਹਾ ਹੈ।

[1]ਖ਼ੁਦਾ ਬ-ਮਾਂਦ, ਜ਼ਿ ਗ਼ੈਰਤ ਜੁਦਾ, ਵ ਮਨ ਹੈਰਾਂ॥
ਹ਼ਦੀਸਿ ਸ਼ੌਕ਼ਿ-ਤੋ, ਅਜ਼ ਬਸ-ਕਿ, ਬੇ-ਸ਼ੁਮਾਰ ਆਮਦ॥ ੬॥

ਪਾਠੰਤ੍ਰ : [1]ਖ਼ੁਦਾਇ ਮਾਂਦ

ਸੰਖੇਪ ਅਰਥ : ਖੁਦਾ ਗ਼ੈਰਤ ਕਰਕੇ ਅੱਡ ਰਿਹਾ ਅਤੇ ਮੈਂ ਉਂਝ ਹੈਰਾਨ ਰਿਹਾ, ਤੇਰੇ ਸ਼ੌਕ ਦੀ ਕਹਾਣੀ ਦਾ ਕੋਈ ਅੰਤ ਨਹੀਂ।

ਖ਼ਿਆਲਿ ਹਲਕ਼ਾਇ ਜ਼ੁਲਫ਼ਿ ਤੋ, ਮੇ-ਕੁਨਦ ਗੋਯਾ॥
ਅਜ਼ੀਂ ਸਬੱਬ, ਕਿ ਦਿਲ ਅਜ਼ ਸ਼ੌਕ਼, ਬੇ-ਕ਼ਰਾਰ ਆਮਦ॥ ੭॥ ੧੯॥

ਸੰਖੇਪ ਅਰਥ : ਐ ਗੁਰਦੇਵ! ਏਥੇ ਮੁਲਤਾਨ ਵੀ ਗੋਯਾ ਤੇਰੀ ਜ਼ੁਲਫ ਦੇ ਕੁੰਡਲ ਦਾ ਧਿਆਨ ਧਰਦਾ ਰਿਹਾ ਹੈ।

ਇਸ ਲਈ ਕਿ ਸ਼ੌਕ ਦੇ ਕਾਰਨ ਦਿਲ ਭਟਕਦਾ ਪਿਆ ਹੈ।

(ਗੁਰਦੇਵ ਪੂਰਨ ਹਨ, ਸਿੱਖਾ ਤੂੰ ਅਧੂਰਾ ਹੈਂ)

ਉਥਾਨਕਾ : ਗੁਰਸਿੱਖਾਂ ਨਾਲ ਵਿਚਾਰ-ਗੋਸਟੀ ਕਰਦਿਆਂ, ਇਹ ਗ਼ਜ਼ਲ ਭਾਈ ਸਾਹਿਬ ਜੀ ਨੇ ਸ੍ਰੀ ਅਨੰਦਪੁਰ ਸਾਹਿਬ ਆਪਣੇ ਲੰਗਰ ਸ੍ਰੀ ਸ਼ਹੀਦੀ ਬਾਗ 'ਚ ਪੂਰੇ ਗੁਰਦੇਵ ਦੀ ਮਹਿਮਾ 'ਚ ਉਚਾਰੀ ਹੈ। ਸਿੱਖ ਨੂੰ ਆਸਿਕ ਅਤੇ ਗੁਰਦੇਵ ਨੂੰ ਪਿਆਰੀ ਮਾਸ਼ੂਕ ਬਣਾ ਕੇ ਅਲੰਕਾਰ ਜੋੜਿਆ ਹੈ।

ਗ਼ਜ਼ਲ ੨੦॥

ਤ਼ਬੀਬ ਆ਼ਸ਼ਿਕਿ ਬੇਦਰਦ ਰਾ, ਦਵਾ ਚਿ ਕੁਨਦ॥
ਤੁਰਾ ਕਿ ਪਾਏ ਬਵਦ ਲੰਗ, ਰਹਿਨੁਮਾ ਚਿ ਕੁਨਦ॥ ੧॥

ਸੰਖੇਪ ਅਰਥ : ਹੇ ਵੈਦ! ਕਠੋਰ ਚਿੱਤ ਆਸ਼ਿਕ ਨੂੰ ਦਵਾਈ ਕੀ ਕਰ ਸਕਦੀ ਹੈ।
ਜਦ ਤੇਰੀਆਂ ਹੀ ਲੱਤਾਂ ਲੰਙੀਆਂ ਹਨ, ਰਾਹ ਵਿਖਾਉਣ ਵਾਲਾ ਕੀ ਕਰ ਸਕਦਾ ਹੈ?

ਜਮਾਲਿ ਓ ਹਮਹ ਜਾ, ਬੇ-ਹਿ਼ਜਾਬ ਜਲਵਾਗਰ ਅਸਤ॥
ਕਿ ਤੁ ਦਰ ਹਿ਼ਜਾਬਿ ਖ਼ੁਦੀ, ਯਾਰਿ ਮਹਿ-ਲਿਕ਼ਾ[1] ਚਿ ਕੁਨਦ॥ ੨॥

ਪਾਠਂਤ੍ਰ : [1]ਖ਼ੁਸ਼-ਲਿਕ਼ਾ

ਸੰਖੇਪ ਅਰਥ : ਉਸ ਦਾ ਹਰ ਜਲਵਾ ਹਰ ਥਾਂ ਬਿਨਾ ਘੁੰਡ ਦੇ ਰੂਪਮਾਨ ਹੈ।
ਤੂੰ ਤਾਂ ਆਪ ਹਉਮੈ ਦੇ ਪਰਦੇ ਹੇਠ ਹੈਂ, ਚੰਨ ਵਰਗਾ ਸੋਹਣਾ ਭਲਾ ਕੀ ਕਰੇ?

ਤੁਰਾ ਕਿ, ਨੇਸਤ ਬਯਕ ਗੂਨਹ, ਖ਼ਾਤ਼ਿਰਿ ਮਜਮੂਅ਼॥
ਮੁਕ਼ਾਮਿ ਅਮਨੋ ਖ਼ੁਸ਼, ਗੋਸ਼ਾਇ ਫ਼ਜ਼ਾ[1], ਚਿ ਕੁਨਦ॥ ੩॥

ਪਾਠਂਤ੍ਰ : [1]ਸਰਾਂ

ਸੰਖੇਪ ਅਰਥ : ਤੈਨੂੰ ਜਿਸ ਨੂੰ ਕਿ ਰਤਾ ਵੀ ਦਿਲ ਦਾ ਟਿਕਾਓ ਪ੍ਰਾਪਤ ਨਹੀਂ।
ਉਸ ਲਈ ਕੋਈ ਸ਼ਾਂਤ-ਥਾਂ ਜਾਂ ਕਿਸੇ ਹਵੇਲੀ ਦੀ ਸੁੰਦਰ ਨੁੱਕਰ ਕੀ ਕਰ ਸਕਦੀ ਹੈ?

ਬਗ਼ੈਰਿ ਬਦਰਕ਼ਾਇ ਇਸ਼ਕ, ਕੈ ਰਸੀ ਬਾ ਦੋਸਤ[1]॥
[2]ਬਗ਼ੈਰ ਜਜ਼ਬਾਇ ਸ਼ੌਕ਼ਿ ਤੋ, ਰਹਿਨੁਮਾ ਚਿ ਕੁਨਦ॥ ੪॥

ਪਾਠਂਤ੍ਰ : [1]ਕੈ ਰਸੀਦਨ ਮੰਜ਼ਿਲਿ ਯਾਰ/ਕੈ ਰਸੀ ਬ ਮੰਜ਼ਿਲਿ ਯਾਰ।
[2]ਬਗ਼ੈਰ ਮੁਰਸ਼ਿਦ ਦੀਗਰ, ਬ ਤੋ ਰਹਿਨੁਮਾ ਚਿ ਕੁਨਦ।

ਸੰਖੇਪ ਅਰਥ : ਬਿਨਾਂ ਪ੍ਰੀਤ ਦੀ ਹਦਾਯਤ ਦੇਣ ਵਾਲੇ ਦੇ, ਤੂ ਭਲਾ ਕਿਵੇਂ ਸਜਣ ਦੀ ਦਰਗਾਹੇ ਪਹੁੰਚ ਸਕਦਾ ਹੈਂ?

ਤੇਰੇ ਸ਼ੌਕ ਦੇ ਜਜ਼ਬੇ ਤੋਂ ਬਿਨਾਂ ਭਲਾ ਰਾਹ ਵਿਖਾਉਣ ਵਾਲਾ ਕੀ ਕਰ ਸਕਦਾ ਹੈ?

ਚੁ ਸੁਰਮਾਇ ਦੀਦਹ[1] ਕੁਨੀ, ਖ਼ਾਕਿ[2] ਮੁਰਸ਼ਿਦ, ਐ ਗੋਯਾ॥
ਜਮਾਲਿ ਹੱਕ਼ ਨਿਗਰੀ, ਬਾ ਤੋ ਤੂਤੀਆ ਚਿ ਕੁਨਦ॥੫॥੨੦॥

ਪਾਠਭੇਦ : [1]ਚਸ਼ਮ [2]ਪ੍ਰੇਮ ਪਟਾਰੀ ਤੇ ਹੱਥਲਿਖਤ 'ਚ ਸੁਖ਼ਨ ਪਾਠ ਵੀ ਹੈ।

ਸੰਖੇਪ ਅਰਥ : ਹੇ ਗੋਯਾ! ਜਦ ਤੂੰ ਗੁਰੂ ਜੀ ਦੀ ਚਰਨਧੂੜ ਨੂੰ ਆਪਣੇ ਨੇਤ੍ਰਾਂ ਲਈ ਸੁਰਮਾ ਬਣਾ ਲਵੇਂਗਾ।

ਤਾਂ ਤੂੰ ਰੱਬ ਦਾ ਜਲਵਾ ਵੇਖ ਸਕੇਂਗਾ, ਤੇਰੇ ਲਈ (ਹੋਰ ਕੋਈ) ਸੁਰਮਾਂ ਕਿਸ ਕੰਮ?

(ਕਲਗੀਧਰ ਦੇ ਕੇਸਾਂ ਦੀ ਮਹਿਮਾ)

ਉਥਾਨਕਾ : ਬਾਬਾ ਸੁਮੇਰ ਸਿੰਘ ਜੀ ਪਟਨਾ ਸਾਹਿਬ ਵਾਲਿਆਂ ਨੇ ਲਿਖਿਆ ਹੈ ਕਿ ਇੱਕ ਦਿਨ ਕਲਗੀਧਰ ਜੀ ਨੂੰ ਅੰਮ੍ਰਿਤ ਵੇਲੇ ਕੰਘਾ ਕਰਦਿਆਂ ਵੇਖ ਉਸ ਸਮੇਂ ਦੀ ਮਹਿਮਾ ਨੂੰ ਭਾਈ ਸਾਹਿਬ ਜੀ ਨੇ ਕਲਮਬੰਦ ਕਰ ਏਹ ਗ਼ਜ਼ਲ ਉਚਾਰੀ ਹੈ।

ਯਥਾ : ਕਬਹੂੰ ਮਨ ਮੰਦਰ ਮਹਾਰਾਜਾ॥ ਕਰਤਿ ਕੇਸ ਕੰਘਾ ਸੁਖ ਸਾਜਾ॥
ਚੰਦ ਮਰੀਚਿ ਬਗੀਚਿ ਦਰੀਚੀ॥ਪ੍ਰਾਤ ਸਮੀਰ ਲਗਤ ਮਤਿ ਸੀਚੀ॥

ਗ਼ਜ਼ਲ ੨੧॥

ਸਬਾ, ਚੂੰ ਹਲਕ਼ਾਹਾਇ ਜ਼ੁਲਫ਼ਿ ਊ ਰਾ, ਸ਼ਾਨਹ ਮੇ ਸਾਜ਼ਦ॥
ਅਜਬ ਜ਼ੰਜੀਰ, ਅਜ਼ ਬਹਿਰਿ ਦਿਲਿ ਦੀਵਾਨਹ, ਮੇ ਸਾਜ਼ਦ॥ ੧॥

ਸੰਖੇਪ ਅਰਥ : ਚੜ੍ਹਦੇ ਦੀ ਪੌਣ ਜਦ ਉਸ ਦਿਆਂ ਲਿਟਾਂ ਦੇ ਘੁੰਗਰਾਂ ਦੀ ਕੰਘੀ ਕਰਦੀ ਹੈ

ਤਾਂ ਸਮਝੋ ਮੇਰੇ ਦੀਵਾਨੇ ਦਿਲ ਲਈ ਇਕ ਅਜੀਬ ਜ਼ਜੀਰ ਬਣਾਉਂਦੀ ਹੈ।

ਨ ਦਾਨਿਸਤਮ[1], ਅਜ਼ ਰੋਜ਼ਿ ਅਜ਼ਲ, ਈਂ ਨਕ਼ਸ਼ਿ ਆਦਮ ਰਾ[3]॥
ਕਿ ਨੱਕ਼ਾਸ਼, ਅਜ਼ ਬਰਾਏ ਮਾਂਦਨਿ[2] ਖ਼ੁਦ, ਖ਼ਾਨਾ ਮੇ ਸਾਜ਼ਦ॥ ੨॥

ਪਾਠਂਤ੍ਰ : [1]ਦਾਨਿਸਤੇਮ ੨. ਬੂਦਨੇ ੩. ਮਨ ਅਜ਼ ਰੋਜ਼ੇ ਅਜ਼ਲ ਈਂ ਨਕ਼ਸ਼ੇ ਆਦਮ ਰਾ ਨਾ ਦਾਨਿਸਤਮ॥

ਸੰਖੇਪ ਅਰਥ : ਆਦਿ ਸਮੇਂ ਤੋਂ ਹੀ ਅਸੀਂ ਮਨੁੱਖ ਦੇ ਇਸ ਢਾਂਚੇ ਨੂੰ ਨਹੀਂ ਸਮਝਿਆ ਕਿ ਰੱਬ ਇਹ ਆਪਣੇ ਰਹਿਣ ਲਈ ਇਹ ਘਰ ਬਣਾਇਆ ਹੈ।

ਦਿਲਿ ਆਸ਼ਿਕ਼, ਬ-ਅੰਦਕ ਫ਼ੁਰਸਤਿ, ਮਾਸ਼ੂਕ਼ ਮੇ ਗਰਦਦ॥
ਸਰਾ ਪਾ ਜਾਂ ਸ਼ਵਦ, ਹਰ ਕਸ ਕਿ, ਬਾ ਜਾਨਾਨਹ ਮੇ ਸਾਜ਼ਦ॥ ੩॥

ਸੰਖੇਪ ਅਰਥ : ਆਸ਼ਕ ਦਾ ਦਿਲ ਥੋੜ੍ਹੇ ਸਮੇਂ ਵਿੱਚ ਹੀ ਮਾਸ਼ੂਕ ਬਣ ਜਾਂਦਾ ਹੈ।
ਹਰ ਉਹ ਬੰਦਾ ਜੋ ਮਾਸ਼ੂਕ ਨਾਲ ਬਣਾਈ ਰੱਖਦਾ ਹੈ, ਆਪ ਸਿਰ ਤੋਂ ਪੈਰਾਂ ਤੱਕ ਜਾਨ ਬਣ ਜਾਂਦਾ ਹੈ।

ਮੁਗੋ ਅਜ਼ ਹ਼ਾਲਿ ਲੈਲਾ[1], ਬਾ-ਦਿਲਿ ਸ਼ੋਰੀਦਾਇ ਗੋਯਾ॥
ਕਿ ਸ਼ਰਹੇ ਕਿੱਸਾਇ ਮਜਨੂੰ, ਮਰਾ ਦੀਵਾਨਹ ਮੇ ਸਾਜ਼ਦ॥ ੪॥

ਪਾਠੰਤ੍ਰ : [1]ਲੈਲੀ

ਸੰਖੇਪ ਅਰਥ : ਐ ਗੋਯਾ! ਤੂੰ ਲੈਲਾ ਦਾ ਹਾਲ ਸਿਰ ਫਿਰੇ ਦਿਲ ਨੂੰ ਨਾ ਦਸੀਂ, ਕਿਉਂਕਿ ਮਜਨੂੰ ਦੀ ਵਿਥਿਆ ਮੇਰੇ ਜਿਹੇ ਦੀਵਾਨੇ ਨੂੰ ਹੀ ਰਾਸ ਆਉਂਦੀ ਹੈ।

ਬਰਾਏ ਗਿਰਦਾ-ਇ ਨਾਂ, ਗਿਰਦਿ ਹਰ ਦੂਨਾ, ਚਿ ਮੇ ਗਰਦੀ॥
ਤ਼ਮਅ਼ ਦੀਦੀ, ਕਿ ਆਮਦ ਰਾ, ਅਸੀਰਿ ਦਾਨਹ ਮੇ ਸਾਜ਼ਦ॥੫॥੨੧॥

ਉੱਚਾਰਣ : ਤ਼ਮਅ਼ ਨੂੰ ਤ਼ਮਾ ਵਾਂਗ ਦੱਬ ਕੇ ਬੋਲੋ

ਸੰਖੇਪ ਅਰਥ : ਰੋਟੀ ਦੇ ਟੁਕੜੇ ਲਈ, ਤੂੰ ਹਰ ਕਮੀਨੇ ਬੰਦੇ ਦੇ ਆਲੇ ਦੁਆਲੇ ਕਿਉਂ ਘੁੰਮਦਾ ਹੈ।
ਕੀ ਤੂੰ ਵੇਖਿਆ ਹੈ ਕਿ ਬਾਬੇ ਆਦਮ ਨੂੰ ਲੋਭ ਦੇ ਦਾਵੇ ਦਾ ਕੈਦੀ ਬਣਾ ਦਿੱਤਾ ਸੀ।

(ਸਭ ਕਲਗੀਧਰ ਅੱਗੇ ਸਿਜਦੇ ਕਰਦੇ ਪਏ ਹਨ)

ਉਥਾਨਕਾ : ਅਨੰਦਪੁਰ ਸਾਹਿਬ ਤਖ਼ਤ ਤੇ ਸਜੇ ਪਾਤਿਸ਼ਾਹ ਨੂੰ, ਸਿਜਦੇ ਹੁੰਦੇ ਵੇਖ ਕੇ, ਗੁਰਦੇਵ ਦੀ ਮਹਿਮਾ 'ਚ ਏਹ ਗ਼ਜ਼ਲ ਉਚਾਰੀ ਹੈ।

ਗ਼ਜ਼ਲ ੨੨॥

ਹਿਜ਼ਦਹ ਹਜ਼ਾਰ ਸਿਜਦਹ, ਬ-ਸੂਇ ਤੋ ਮੇ ਕੁਨੰਦ॥
ਹਰਦਮ ਤ਼ਵਾਫ਼ਿ, ਕਾਅ਼ਬਾ-ਇ ਕੂਇ ਤੋ, ਮੇ ਕੁਨੰਦ॥ ੧॥

ਸੰਖੇਪ ਅਰਥ : ਅਠਾਰਾਂ ਹਜ਼ਾਰ ਜੂਨਾਂ ਦੇ ਜੀਵ ਸਿਜਦੇ ਤੇਰੇ ਪਾਸੇ ਕਰਦੇ ਪਏ ਹਨ।
ਹਰ ਵਕਤ ਉਹ ਤੇਰੀ ਗਲੀ ਦੇ ਕਾਅਬੇ ਦੀ ਪਰਕਰਮਾਂ ਕਰਦੇ ਪਏ ਹਨ।

ਨੋਟ : ਇਸਲਾਮੀ ਗ੍ਰੰਥਾਂ 'ਚ ਅਠਾਰਾਂ ਹਜ਼ਾਰ ਜੂਨਾਂ ਮੰਨੀਆਂ ਹਨ, ਕੁਝ ਗ੍ਰੰਥਾਂ 'ਚ ਅਠਾਰਾਂ ਹਜ਼ਾਰ ਬਨਸਪਤੀ ਦਾ ਭਾਰ ਮੰਨਿਆ ਹੈ।

ਹਰ ਜਾ ਕਿ ਬਿਨਿਗਰੰਦ, ਜਮਾਲਿ ਤੋ ਬਿਨਿਗਰੰਦ॥
ਸਾਹ਼ਿਬਿ ਦਿਲਾਂ, ਨਜ਼ਾਰਾਇ ਰੂਇ ਤੋ, ਮੇ ਕੁਨੰਦ[2]॥ ੨॥

ਸੰਖੇਪ ਅਰਥ : ਜਿਥੇ ਵੀ ਉਹ ਵੇਖਦੇ ਹਨ, ਤੇਰਾ ਹੀ ਜਮਾਲ ਵੇਖਦੇ ਹਨ।
ਦਿਲਾਂ ਦੇ ਮਹਿਰਮ ਤੇਰੇ ਮੁਖੜੇ ਦਾ ਦੀਦਾਰ ਕਰਦੇ ਹਨ।

ਜਾਂ ਰਾ ਨਿਸਾਰਿ, ਕ਼ਾਮਤਿ[1] ਰਅ਼ਨਾ ਤੂ, ਕਰਦਹ-ਅੰਦ॥
ਦਿਲ-ਹਾਇ ਮੁਰਦਾ, ਜ਼ਿੰਦਾ ਜ਼ਿ ਬੂਇ ਤੋ, ਮੇ ਕੁਨੰਦ॥ ੩॥

ਪਾਠਭੇਦ : [1]ਕ਼ਿਆਮਤਿ

ਸੰਖੇਪ ਅਰਥ : ਉਨ੍ਹਾਂ ਆਪਣੀ ਜਾਨ ਤੇਰੇ ਸੁੰਦਰ ਕੱਦ ਤੋਂ ਵਾਰ ਦਿੱਤੀ ਹੈ।
ਉਹ ਮੁਰਦਾ ਦਿਲਾਂ ਨੂੰ ਤੇਰੀ ਸੁਗੰਧੀ ਨਾਲ ਸੁਰਜੀਤ ਕਰਦੇ ਹਨ।

ਆਈਨਾਇ, ਖ਼ੁਦਾਏ-ਨੁਮਾ ਹਸਤ, ਰੂਇ ਤੋ॥
ਦੀਦਾਰਿ ਹੱਕ਼, ਜ਼ਿ-[1]ਸ਼ੀਸ਼ਾ-ਇ ਰੂਇ ਤੋ ਮੇ ਕੁਨੰਦ॥ ੪॥

ਪਾਠੰਤ੍ਰ : [1]ਆਈਨਾ [2]ਬਾਗ਼ੋ ਇਰਮਤ ਕਾਬੁਲ, ਕੂਏ ਤੁ ਮੇ ਕੁੰਨੰਦ॥

ਸੰਖੇਪ ਅਰਥ : ਤੇਰਾ ਮੁੱਖੜਾ ਰੱਬ ਦਾ ਦਰਸ਼ਨ ਕਰਾਉਣ ਵਾਲਾ ਸ਼ੀਸ਼ਾ ਹੈ।
ਉਹ ਰੱਬ ਦਾ ਦੀਦਾਰ ਤੇਰੇ ਮੁੱਖੜੇ ਦੇ ਸ਼ੀਸ਼ੇ ਰਾਹੀਂ ਕਰਦੇ ਹਨ।

ਤੀਰਾ-ਦਿਲਾਂ, ਕਿ ਚਸ਼ਮ ਨ ਦਾਰੰਦ, ਮੁਤ਼ਲਕ਼ਨ ਅੰਦ॥
ਖ਼ੁਰਸ਼ੀਦ ਰਾ, ਮੁਕ਼ਾਬਿਲਿ ਰੂਇ ਤੋ, ਮੇ-ਕੁਨੰਦ[2]॥ ੫॥

ਸੰਖੇਪ ਅਰਥ : ਕਾਲੇ ਦਿਲਾਂ ਵਾਲੇ, ਜਿਨ੍ਹਾਂ ਦੀਆਂ ਅੱਖਾਂ ਨਹੀਂ, ਇਸ ਗੱਲ ਲਈ ਆਜ਼ਾਦ ਹੈ।
ਉਹ ਸੂਰਜ ਨੂੰ ਤੇਰੇ ਮੁੱਖੜੇ ਦੇ ਸਾਹਮਣੇ ਲਿਆ ਖੜ੍ਹਾ ਕਰਦੇ ਹਨ।

ਮਸਤਾਨਿ ਸ਼ੌਕ਼, ਗ਼ੁਲਗ਼ੁਲਹ ਦਾਰੰਦ, ਦਰ ਜਹਾਂ॥
ਸਦ ਜਾਂ ਫ਼ਿਦਾਇ, ਯੱਕ ਸਰਿ ਮੂਇ ਤੋ, ਮੇ ਕੁਨੰਦ॥ ੬॥

ਸੰਖੇਪ ਅਰਥ : ਤੇਰੇ ਸ਼ੌਕ ਵਿਚ ਮਸਤ ਆਸ਼ਕ ਜਹਾਨ ਨੂੰ ਰੌਲੇ ਨਾਲ ਭਰ ਦਿੰਦੇ ਹਨ।
ਉਹ ਸੈਂਕੜੇ ਜਾਨਾਂ ਤੇਰੇ ਵਾਲ ਦੀ ਇਕ ਤਾਰ ਤੋਂ ਕੁਰਬਾਨ ਕਰ ਦਿੰਦੇ ਹਨ।

ਦਰ ਪਰਦਾਇ ਜਮਾਲਿ ਤੋ, ਰੌਸ਼ਨ ਸ਼ੁਦਹ ਜਹਾਂ॥
ਦਰ ਹਰ ਤ਼ਰਫ਼, ਕਿ ਜ਼ਿਕਰਿ ਰੂਏ[1] ਤੋ, ਮੇ ਕੁਨੰਦ॥ ੭॥

ਪਾਠੰਤ੍ਰ : [1]ਬੂਏ

ਸੰਖੇਪ ਅਰਥ : ਜਦ ਤੇਰੇ ਮੁੱਖੜੇ ਦੀ ਚਰਚਾ ਹਰ ਪਾਸੇ ਛਿੜਦੀ ਹੈ
ਤਾਂ ਤੇਰੇ ਜਮਾਲ ਦੇ ਪਰਦੇ ਵਿਚ ਸਾਰਾ ਜਹਾਨ ਰੋਸ਼ਨ ਹੋ ਜਾਂਦਾ ਹੈ।

ਆਸ਼ੁਫ਼ਤਾਗਾਨਿ ਸ਼ੌਕ਼ਿ ਤੋ, ਗੋਯਾ ਸਿਫ਼ਤ ਮੁਦਾਮ॥
ਆਵਾਜ਼ਿ ਖ਼ੁਸ਼-ਕਲਾਮ, ਜ਼ਿ ਬੂਇ ਤੋ, ਮੇ ਕੁਨੰਦ॥ ੮॥੨੨॥

ਸੰਖੇਪ ਅਰਥ : ਤੇਰੇ ਪ੍ਰੇਮ ਦੇ ਮਤਵਾਲੇ ਗੋਯਾ ਵਾਂਗ ਸਦਾ ਆਪਣੀ ਆਵਾਜ਼ ਨੂੰ ਤੇਰੀ ਖੁਸ਼ਬੋ ਨਾਲ ਸੁਰੀਲੀ ਬਣਾ ਲੈਂਦੇ ਹਨ।

(ਕਲਗੀਧਰ ਜੀ ਦੀ ਸ਼ੋਭਾ)

ਉਥਾਨਕਾ : ਇਸ ਗ਼ਜ਼ਲ 'ਚ ਕਲਗੀਧਰ ਜੀ ਦੀ ਸ਼ੋਭਾ ਅਨੰਦਪੁਰ ਸਾਹਿਬ, ਕਲਗੀਧਰ ਜੀ ਦੇ ਸਾਹਮਣੇ ਉਚਾਰੀ ਹੈ।

ਗ਼ਜ਼ਲ ੨੩ ॥

ਐ ਗਰਦਸ਼ਿ ਚਸ਼ਮਿ ਤੋ, ਕਿ ਅੱਯਾਮ* ਨ ਦਾਰਦ॥
ਖ਼ੁਰਸ਼ੀਦਿ ਫ਼ਲਕ ਪੇਸ਼ਿ ਰੁਖ਼ਤ, ਨਾਮ ਨ ਦਾਰਦ॥ ੧॥

ਉੱਚਾਰਣ : *ਅੱਈਆਮ ਬੋਲੋ।

ਸੰਖੇਪ ਅਰਥ : ਐ,ਕਿ ਤੇਰੀ ਅੱਖਾਂ ਦਾ ਫੇਰਾ ਸਮਾਂ ਨਹੀਂ ਰੱਖਦਾ ਭਾਵ ਜਿੱਥੇ ਕਾਲ ਚੱਕਰ ਸਭ ਨੂੰ ਮਾਰਦਾ, ਉੱਥੇ ਤੇਰੇ ਨੇਤਰ ਦਾ ਚੱਕਰ ਸਦੈਵੀ ਅਨੰਦ ਮਾਣਦਾ ਹੈ। ਆਸਮਾਨ ਦਾ ਸੂਰਜ ਤੇਰੇ ਮੁੱਖੜੇ ਦੇ ਸਾਹਮਣੇ ਰਤਾ ਅਰਥ ਨਹੀ ਰੱਖਦਾ।

ਸੱਯਾਦਿ ਕ਼ਜ਼ਾ, ਅਜ਼ ਪਏ ਦਿਲ ਬੁਰਦਨਿ ਆ਼ਸ਼ਿਕ਼॥
[1]ਜੁਜ਼ ਹਲਕਾਇ ਜ਼ੁਲਫ਼ਿ ਤੋ, ਦਿਗਰ ਦਾਮ ਨ ਦਾਰਦ॥੨॥

ਪਾਠਭੇਦ : [1]ਚੂੰ

ਸੰਖੇਪ ਅਰਥ : ਮੌਤ ਦਾ ਸ਼ਿਕਾਰੀ ਆਸ਼ਕ ਦੇ ਦਿਲ ਨੂੰ ਫੜਨ ਲਈ ਤੇਰੀ ਜ਼ੁਲਫ ਦੇ ਫੰਧੇ ਵਰਗਾ ਹੋਰ ਕੋਈ ਜਾਲ ਨਹੀਂ ਰੱਖਦਾ।

ਈਂ ਉਮਰਿ ਗਿਰਾਂ ਮਾਇਆ, ਗ਼ਨੀਮਤ ਸ਼ੁਮਰ ਆਖ਼ਿਰ॥
ਮਾ ਸੁਬਹ ਨ ਦੀਦੇਮ, ਕਿ ਊ ਸ਼ਾਮ ਨ-ਦਾਰਦ॥ ੩॥

ਸੰਖੇਪ ਅਰਥ : ਇਹ ਬਹੁ-ਮੁੱਲੀ ਉਮਰ ਨੂੰ, ਅਖੀਰ, ਗ਼ਨੀਮਤ ਸਮਝ, ਅਸਾਂ ਕੋਈ ਅਜਿਹੀ ਸਵੇਰ ਨਹੀਂ ਵੇਖੀ, ਜਿਸ ਦੀ ਸ਼ਾਮ ਨਾ ਹੋਈ ਹੋਵੇ।

ਤਾ ਚੰਦ ਦਿਲਾਸਾ ਕੁਨਮ, ਈਂ ਖ਼ਾਤਿਰਿ ਖ਼ੁਦ ਰਾ॥
ਬੇ-ਦੀਦਨਿ ਰੂਇ ਤੋ, ਦਿਲ ਆਰਾਮ ਨ ਦਾਰਦ॥ ੪॥

ਸੰਖੇਪ ਅਰਥ : ਮੈਂ ਕਦ ਤਕ ਆਪਣੇ ਦਿਲ ਨੂੰ ਦਿਲਾਸਾ ਦਿਆਂ, ਤੇਰਾ ਮੁੱਖੜਾ ਵੇਖੇ ਬਿਨਾਂ ਦਿਲ ਨੂੰ ਚੈਨ ਨਹੀਂ ਆਉਂਦੀ।

ਈਂ ਚਸ਼ਮਿ ਗੌਹਰ-ਬਾਰ, ਕਿ ਦਰਿਯਾ ਸ਼ੁਦਹ ਗੋਇਆ॥
[1]ਬੇ-ਰੂਇ ਦਿਲ ਆਰਾਏ ਤੋ, ਆਰਾਮ ਨ-ਦਾਰਦ॥ ੫॥ ੨੩॥

ਪਾਠਭੇਦ : [1]ਪਏ ਰੂਏ

ਸੰਖੇਪ ਅਰਥ : ਇਸ ਮੋਤੀ ਵਸਾਉਣ ਵਾਲੀ ਅੱਖ ਨੂੰ, ਐ ਗੋਯਾ, ਜਿਹੜੀ ਕਿ ਸਮੁੰਦਰ ਬਣ ਗਈ ਹੈ,

ਦਿਲ ਨੂੰ ਆਰਾਮ ਪਹੁੰਚਾਉਣ ਵਾਲੇ ਤੇਰੇ ਮੁੱਖੜੇ ਬਿਨਾਂ ਆਰਾਮ ਨਹੀਂ।

(ਕਲਗੀਧਰ ਜੀ ਦੇ ਪਰਖਣ ਤੇ)

ਉਥਾਨਕਾ : ਇੱਕ ਵੇਰ ਗੁਰੂ ਕਲਗੀਧਰ ਜੀ ਭਾਈ ਸਾਹਿਬ ਦੀ ਪਰਖ ਕਰਨ ਵਾਸਤੇ, ਭਾਈ ਸਾਹਿਬ ਨਾਲ ਗੁਪਤ ਹੋ ਗਏ ਤਾਂ ਭਾਈ ਸਾਹਿਬ ਜੀ ਨੇ ਇਸ ਗ਼ਜ਼ਲ 'ਚ ਕਲਗੀਧਰ ਜੀ ਨਾਲ ਗੁਫ਼ਤ-ਗੂ ਕਰਨ ਲਈ ਤਰਲੇ-ਬਾਜ਼ੀ ਬਿਆਨ ਕੀਤੀ ਹੈ।

ਗ਼ਜ਼ਲ ੨੪ ॥

ਤਾ ਲਾਅ਼ਲਿ ਜਾਂ ਫ਼ਿਜ਼ਾਇ ਤੋ, ਗੋਯਾ ਨ ਮੇ-ਸ਼ਵਦ॥
ਦਰਮਾਨਿ ਦਰਦਿ ਮਾਸਤ, ਕਿ ਪੈਦਾ ਨ ਮੇ-ਸ਼ਵਦ॥ ੧ ॥

ਸੰਖੇਪ ਅਰਥ : ਜਦ ਤਕ ਤੇਰੇ ਜਾਨ ਵਧਾਉਣ ਵਾਲੇ ਲਾਲ ਹੋਠ ਬੋਲਦੇ ਨਹੀਂ, ਸਾਡੇ ਦਰਦਾਂ ਦੀ ਦਵਾ ਵੀ ਪੈਦਾ ਨਹੀਂ ਹੋ ਸਕਦੀ।

ਲਬਿ-ਤਿਸ਼ਨਹ ਰਾ, ਜ਼ਿ-ਆਬਿ ਲਬਤ, ਹਸਤ ਆਰਜ਼ੂ॥
ਤਸਕੀਨਿ ਮਾ, ਜ਼ਿ ਖ਼ਿਜ਼ਰੋ ਮਸੀਹ਼ਾ, ਨ ਮੇ-ਸ਼ਵਦ॥ ੨ ॥

ਸੰਖੇਪ ਅਰਥ : ਪਿਆਸੇ ਹੋਠ ਨੂੰ ਤੇਰੇ ਹੋਠਾਂ ਦੇ ਅੰਮ੍ਰਿਤ ਦੀ ਲਾਲਸਾ ਹੈ,ਭਾਵ ਤੇਰੇ ਨਾਲ ਗੁਫ਼ਤ-ਗੂ ਕਰਨ ਦੀ ਲਾਲਸਾ ਹੈ।

ਸਾਡੀ ਤਸੱਲੀ ਖਿਜ਼ਰ ਜਾਂ ਮਸੀਹਾ ਤੋਂ ਭੀ ਨਹੀਂ ਹੋ ਸਕਦੀ।

ਦਾਰੇਮ, ਦਰਦਿ ਦਿਲ, ਕਿ ਮਰਊਰਾ, ਇ਼ਲਾਜ ਨੇਸਤ॥
ਤਾ ਜਾਂ ਨ ਮੇ ਦਿਹੇਮ, ਮੁਦਾਵਾ, ਨ ਮੇ-ਸ਼ਵਦ॥ ੩ ॥

ਸੰਖੇਪ ਅਰਥ : ਸਾਨੂੰ ਅਜੇਹਾ ਦਿਲ ਦਾ ਦਰਦ ਲਗਾ ਹੋਇਆ ਹੈ ਕਿ ਜਿਸ ਦਾ ਕੋਈ ਇਲਾਜ ਨਹੀਂ।

ਜਦ ਤੱਕ ਅਸੀਂ ਜਾਨ ਨਹੀਂ ਦੇ ਦਿੰਦੇ ਆਰਾਮ ਨਹੀਂ ਹੋ ਸਕਦਾ।

ਗੁਫ਼ਤਮ, ਕਿ ਜਾਂ-ਦਿਹਮ[1], ਇਵਜ਼ਿ ਯੱਕ ਨਿਗਾਹਿ ਤੋ॥
ਗੁਫ਼ਤਾ ਮਿਆਨਿ ਮਾ ਓ ਤੋ, ਸੌਦਾ ਨ ਮੇ-ਸ਼ਵਦ॥ ੪ ॥

ਪਾਠੰਤ੍ਰ : [1]ਦਿਹੇਮ

ਸੰਖੇਪ ਅਰਥ : ਮੈਂ ਆਖਿਆ, ਤੇਰੀ ਇਕ ਨਿਗਾਹ ਬਦਲੇ ਅਸੀਂ ਜਾਨ ਹਾਜ਼ਰ ਕਰਦੇ ਹਾਂ।

ਉਸ ਆਖਿਆ, ਸਾਡੇ ਤੁਹਾਡੇ ਵਿਚਕਾਰ (ਅਜਿਹਾ) ਸੌਦਾ ਨਹੀਂ ਹੋ ਸਕਦਾ।

ਅੰਦਰ ਹਵਾਇ, ਜ਼ੁਲਫ਼ਿ ਗਿਰਹ-ਗੀਰ ਮਹਿਵਸ਼ਾਂ॥
ਮਨ ਮੇ-ਰਵਮ, ਗਿਰਹ ਜ਼ਿ ਦਿਲਮ, ਵਾ ਨ-ਮੇ ਸ਼ਵਦ॥ ੫ ॥

ਸੰਖੇਪ ਅਰਥ : ਚੰਨ ਵਰਗੇ ਸੋਹਣਿਆਂ ਦੀਆਂ ਗੰਢਾਂ ਲੱਗੀਆਂ ਜ਼ੁਲਫਾਂ ਦੀ ਲਾਲਸਾ ਵਿੱਚ।

ਮੈਂ ਜਾਂਦਾ ਤਾਂ ਹਾਂ, ਪਰ ਮੇਰੇ ਦਿਲ ਦੀ ਗੰਢ (ਤੇਰੇ ਬਾਝੋਂ) ਨਹੀਂ ਖੁਲ੍ਹਦੀ।

ਬਾ ਸਾਹਿਲਿ ਮੁਰਾਦ, ਕੁਜਾ ਆਸ਼ਨਾ ਸ਼ਵੇਮ[1]॥
ਤਾ ਚਸ਼ਮਿ ਮਾ, ਬ-ਯਾਦਿ ਤੋ, ਦਰਿਯਾ ਨ ਮੇ-ਸ਼ਵਦ॥ ੬ ॥

ਪਾਠਭੇਦ : [1]ਸ਼ਵਦ

ਸੰਖੇਪ ਅਰਥ : ਜਦ ਤੱਕ ਕਿ ਸਾਡੀ ਅੱਖ ਤੇਰੀ ਯਾਦ ਵਿੱਚ ਸਾਗਰ ਨਹੀਂ ਬਣ ਜਾਂਦੀ। ਅਸੀਂ ਮੁਰਾਦ ਦੀ ਕੰਧੀ ਤੋਂ ਵਾਕਫ ਨਹੀਂ ਹੋ ਸਕਦੇ।

ਗੋਯਾ, ਦਰ ਇੰਤਜ਼ਾਰਿ ਤੋ, ਚਸ਼ਮਮ ਸਫ਼ੈਦ ਸ਼ੁਦ॥
ਮਨ ਚਿ ਕੁਨਮ, ਕਿ ਬੇ ਤੋ, ਦਿਲਾਸਾ ਨ ਮੇ-ਸ਼ਵਦ॥ ੭ ॥ ੨੪ ॥

ਪਾਠਭੇਦ : [1]ਚੂੰ

ਸੰਖੇਪ ਅਰਥ : ਤੇਰੀ ਉਡੀਕ ਵਿੱਚ ਮੇਰੀਆਂ ਅੱਖਾਂ ਵੀ ਅੰਨ੍ਹੀਆਂ (ਚਿੱਟੀਆਂ) ਹੋ ਗਈਆਂ ਹਨ।

ਮੈਂ ਕੀ ਕਰਾਂ, ਕਿਉਂਕਿ ਤੇਰੇ ਬਿਨਾਂ ਮੇਰੀ ਢਾਰਸ ਨਹੀਂ ਹੋ ਸਕਦੀ।

(ਦਰਸ਼ਨਾਂ ਦੀ ਪਿਆਸ)

ਉਥਾਨਕਾ : ਇਹ ਗ਼ਜ਼ਲ ਮੁਲਤਾਨ 'ਚ ਕਲਗੀਧਰ ਜੀ ਦੇ ਦਰਸ਼ਨਾਂ ਦੀ ਪਿਆਸ ਰੱਖ ਕੇ ਉਚਾਰੀ ਗਈ ਹੈ।

ਗ਼ਜ਼ਲ ੨੫ ॥

ਚੂੰ, ਮਾਹਿ ਦੋ ਹਫ਼ਤਹ, ਰੂ ਨੁਮਾਈ, ਚਿ ਸ਼ਵਦ॥
ਇਮਸ਼ਬ ਮਹਿ-ਮਨ, ਅਗਰ ਬਿਆਈ, ਚਿ ਸ਼ਵਦ॥ ੧ ॥

ਸੰਖੇਪ ਅਰਥ : ਜੇਕਰ ਤੂੰ ਚੌਧਵੀਂ ਦਾ ਚੰਨ-ਮੁਖੜਾ ਵਿਖਾ ਦੇਵੇਂ ਤਾਂ ਕੀ ਹਰਜ ਹੈ? ਜੇਕਰ, ਮੇਰੇ ਚੰਨਾ! ਅੱਜ ਰਾਤ ਮੁੱਖ ਵਿਖਾ ਦੇਵੇਂ, ਤਾਂ ਭਲਾ ਕੀ ਹਰਜ ਏ?

ਈਂ ਜੁਮਲਹ ਜਹਾਂ, ਅਸੀਰਿ ਜ਼ੁਲਫ਼ਤ ਗਸ਼ਤਹ॥
ਯੱਕ [1]ਲਹ੍ਜ਼ਹ, ਅਗਰ ਗਿਰਹ ਕੁਸ਼ਾਈ, ਚਿ ਸ਼ਵਦ॥ ੨॥

ਪਾਠਭੇਦ : [1]ਲਖ਼ਤ

ਸੰਖੇਪ ਅਰਥ : ਇਹ ਸਾਰਾ ਜਹਾਨ ਤੇਰੀ ਜ਼ੁਲਫ ਦਾ ਕੈਦੀ ਹੋਇਆ ਹੈ।
ਇਕ ਛਿਨ ਲਈ ਜੇ ਕਰ ਤੂੰ ਇਸ ਦੀ ਗੰਢ ਖੋਲ੍ਹ ਦੇਵੇਂ ਤਾਂ ਕੀ ਹਰਜ ਏ?

ਆ਼ਲਮ ਹਮਹ ਗਸ਼ਤਹ ਅਸਤ, ਬੇ ਤੋ ਤਾਰੀਕ਼॥
ਖ਼ੁਰਸ਼ੀਦ ਸਿਫ਼ਤ, ਅਗਰ ਬਿਰਾਈ, ਚਿ ਸ਼ਵਦ॥ ੩॥

ਸੰਖੇਪ ਅਰਥ : ਸਾਰੀ ਦੁਨੀਆਂ ਤੇਰੇ ਬਿਨਾਂ ਅੰਨ੍ਹੇਰੀ ਹੋ ਗਈ ਹੈ।
ਸੂਰਜ ਵਾਂਗ ਜੇ ਕਰ ਤੂੰ ਨਿਕਲ ਆਵੇਂ, ਤਾਂ ਕੀ ਹਰਜ ਏ?

ਯੱਕ ਲਹ੍ਜ਼ਹ ਬਿਆ, ਓ ਦਰ ਦਰ ਚਸ਼ਮਮ, ਬਿ-ਨਸ਼ੀਂ॥
ਦਰ ਦੀਦਹ ਨਿਸ਼ਸਤਹ, ਦਿਲ-ਰੁਬਾਈ, ਚਿ ਸ਼ਵਦ॥ ੪॥

ਸੰਖੇਪ ਅਰਥ : ਇਕ ਛਿਨ ਲਈ ਆ ਅਤੇ ਮੇਰੀਆਂ ਦੋਹਾਂ ਅਖਾਂ ਵਿਚ ਆ ਕੇ ਬਹਿ ਜਾ,
ਹੇ ਦਿਲ ਲੈ ਜਾਣ ਵਾਲੇ, ਜੇ ਕਰ ਤੂੰ ਅੱਖਾਂ ਵਿਚ ਬਹਿ ਜਾਵੇਂ, ਤਾਂ ਕੀ ਹਰਜ ਏ?

ਈਂ ਹਿੰਦੂਏ, ਖ਼ਾਲਤ ਕਿ ਬਰੂਅ਼ਤ, ਸ਼ੈਦਾ ਅਸਤ॥
ਬਿ-ਫ਼ਰੋਸ਼ੀ, ਅਗਰ ਬ ਨਕ਼ਦਿ ਖ਼ੁਦਾਈ, ਚਿ ਸ਼ਵਦ॥ ੫॥

ਸੰਖੇਪ ਅਰਥ : ਇਸ ਤੇਰੇ ਕਾਲੇ ਤਿਲ (ਦੇ ਬੁੱਤ) ਨੂੰ, ਜਿਹੜਾ ਤੇਰੇ ਮੁੱਖੜੇ ਦਾ ਸ਼ੁਦਾਈ ਹੈ।
ਜੇ ਕਰ ਤੂੰ ਕੁਲ ਖੁਦਾਈ ਦੇ ਬਦਲੇ ਵੇਚ ਦੇਵੇਂ, ਤਾਂ ਕੀ ਹਰਜ ਏ?

ਦਰ ਦੀਦਹ ਤੂਈ, ਓ ਮਨ ਬਹਰ ਕੂ ਜੋਯਾਂ॥
ਅਜ਼ ਪਰਦਾਇ ਗ਼ੈਬ, ਰੂ-ਨਮਾਈ ਚਿ ਸ਼ਵਦ॥ ੬॥

ਸੰਖੇਪ ਅਰਥ : ਤੂੰ ਮੇਰੀਆਂ ਅੱਖਾਂ ਵਿੱਚ ਪਿਆ ਵੱਸਦਾ ਹੈਂ, ਫਿਰ ਮੈਂ ਕਿਸ ਨੂੰ ਢੂੰਡ ਰਿਹਾ ਹਾਂ।
ਅਦਿਖ ਦੇ ਪਰਦੇ ਵਿਚੋਂ ਜੇ ਕਰ ਆਪਣਾ ਮੁੱਖੜਾ ਵਿਖਾ ਦੇਵੇਂ, ਤਾਂ ਕੀ ਹਰਜ ਏ?

ਗੋਯਾਸਤ, ਬ ਹਰ ਤ਼ਰਫ਼ ਸੁਰਾਗ਼ਤ ਜੋਯਾਂ॥
ਗਰ ਗ਼ੁਮ-ਸ਼ੁਦਾ ਰਾ, ਰਹਿਨੁਮਾਈ ਚਿ ਸ਼ਵਦ॥ ੭॥

ਸੰਖੇਪ ਅਰਥ : ਗੋਯਾ, ਹਰ ਪਾਸੇ ਤੇਰੀ ਸੂਹ ਲੱਭ ਰਿਹਾ ਹੈ।
ਜੇਕਰ ਰਾਹ ਭੁਲੇ ਹੋਏ ਨੂੰ ਰਾਹ ਵਿਖਾ ਦੇਵੇਂ, ਤਾਂ ਕੀ ਹਰਜ ਏ?

(ਗੁਰਸਿੱਖਾਂ ਦੀ ਮਹਿਮਾ)

ਉਥਾਨਕਾ : ਚਾਰੇ ਪਾਸੇ ਮੁਲਤਾਨ 'ਚ ਜਦ ਕਲਗੀਧਰ ਜੀ ਦਾ ਝਲਕਾਰਾ ਵੱਜਾ ਤਾਂ ਭਾਈ ਸਾਹਿਬ ਜੀ ਨੇ ਅਨੰਦਪੁਰ 'ਚ ਰਹਿੰਦੇ ਸੇਵਾਦਾਰ ਗੁਰਸਿੱਖਾਂ ਨੂੰ ਯਾਦ ਕਰਦਿਆਂ ਏਹ ਗ਼ਜ਼ਲ ਉਚਾਰੀ ਹੈ ਅਤੇ ਗੁਰਸਿੱਖਾਂ ਦੇ ਕ਼ਦਮ ਆਦਿਕ ਧੰਨ ਕਹੇ ਹਨ।

ਗ਼ਜ਼ਲ ੨੯ ॥

ਕ਼ਦਮ ਆਂ ਬਿਹ, ਕਿ ਓ[1] ਰਾਹਿ ਖ਼ੁਦਾ, ਪੈਮੂਦਹ ਮੇ ਬਾਸ਼ਦ ॥
ਜ਼ਬਾਨੇ ਬਿਹ, ਕਿ ਦਰ ਜ਼ਿਕਰਿ ਖ਼ੁਦਾ, ਆਸੂਦਹ ਮੇ ਬਾਸ਼ਦ ॥ ੧ ॥

ਪਾਠੰਤ੍ਰ : [1]ਦਰ

ਸੰਖੇਪ ਅਰਥ : ਕਦਮ ਉਹ ਹੀ ਚੰਗਾ ਹੈ, ਜਿਹੜਾ ਰੱਬ ਦੇ ਰਾਹ ਤੇ ਚੁੱਕਿਆ ਜਾਵੇ, ਜੀਭਾ ਉਹ ਹੀ ਭਲੀ ਹੈ, ਜਿਹੜੀ ਰੱਬ ਦੇ ਸਿਮਰਨ ਵਿੱਚ ਸੁਖ ਜਾਣੇ।

ਬਹਰ ਸੂਇ, ਕਿ ਮੇ-ਬੀਨਮ ਬ ਚਸ਼ਮਮ, ਮਾਸਵਾ ਨਾਇਦ ॥
ਹਮੇਸ਼ਾ ਨਕ਼ਸ਼ਿ ਊ, ਦਰ ਦੀਦਾਇ ਮਾ, ਬੂਦਹ ਮੇ ਬਾਸ਼ਦ ॥ ੨ ॥

ਸੰਖੇਪ ਅਰਥ : ਜਿੱਧਰ ਵੀ ਮੈਂ ਵੇਖਦਾ ਹਾਂ, ਮੇਰੀਆਂ ਅੱਖਾਂ ਵਿੱਚ ਕੁਝ ਹੋਰ ਨਹੀਂ ਸਮਾਉਂਦਾ।

ਹਮੇਸ਼ਾ ਉਸ ਦੇ ਨਕਸ਼ ਹੀ ਸਾਡੀਆਂ ਅੱਖਾਂ ਵਿੰਚ ਸਮਾਏ ਰਹਿੰਦੇ ਹਨ।

ਜ਼ਿ ਫ਼ੈਜ਼ਿ ਮੁਰਸ਼ਿਦਿ ਕਾਮਿਲ, ਮਰਾ ਮਾਅ਼ਲੂਮ ਸ਼ੁਦ ਆਖ਼ਿਰ ॥
ਕਿ ਦਾਇਮ ਮਰਦੁਮਿ ਦੁਨਿਯਾ, ਬ-ਗ਼ਮ-ਆਲੂਦਹ ਮੇ ਬਾਸ਼ਦ ॥ ੩ ॥

ਸੰਖੇਪ ਅਰਥ : ਪੂਰੇ ਗੁਰੂ ਦੀ ਬਖਸ਼ਿਸ਼ ਨਾਲ ਅਖੀਰ ਮੈਨੂੰ ਇਹ ਗਿਆਨ ਹੋ ਗਿਆ। ਕਿ ਦੁਨੀਆਂ ਦੇ ਲੋਕ ਸਦਾ ਗ਼ਮ ਅਤੇ ਫਿਕਰ ਵਿੱਚ ਫਸੇ ਰਹਿੰਦੇ ਹਨ।

ਜ਼ਹੇ, ਸਾਹਿਬਿ ਦਿਲਿ, ਰੌਸ਼ਨ ਜ਼ਮੀਰਿ, ਆ਼ਰਿਫ਼ਿ ਕਾਮਿਲ ॥
ਕਿਹ ਬਰ ਦਰਗਾਹਿ ਹੱਕ਼, ਪੇਸ਼ਾਨੀਇ ਊ, ਸੂਦਹ ਮੇ ਬਾਸ਼ਦ ॥ ੪ ॥

ਸੰਖੇਪ ਅਰਥ : ਕਿੰਨਾਂ ਭਾਗਾਂ ਵਾਲਾ ਹੈ ਉਸ ਦਿਲ ਦਾ ਮਾਲਕ, ਜਿਸ ਦੀ ਆਤਮਾ ਰੋਸ਼ਨ ਹੈ ਅਤੇ ਜੋ ਪੂਰਾ ਗਿਆਨਵਾਨ ਹੈ।

ਅਤੇ ਜਿਸ ਦਾ ਮੱਥਾ ਰੱਬ ਦੀ ਦਰਗਾਹ ਤੇ ਨਿਵੰਦਾ ਹੋਵੇ।

ਬ-ਕੁਰਬਾਨੀ[1] ਸਰਿ ਕੂਇਸ਼ ਬ-ਗਿਰਦੋ ਦਮ ਮਜ਼ਨ ਗੋਯਾ ॥
ਇਸ਼ਾਰਤਹਾਇ ਚਸ਼ਮਿ ਊ, ਮਰਾ ਫ਼ਰਮੂਦਹ ਮੇ ਬਾਸ਼ਦ ॥ ੫ ॥ ੨੯ ॥

ਪਾਠਾਂਤ੍ਰ : [1]ਕੁਰਬਾਨੇ

ਸੰਖੇਪ ਅਰਥ : ਕੁਰਬਾਨੀ ਲਈ ਉਸ ਦੀ ਗਲੀ ਉਦਾਲੇ, ਐ ਗੋਯਾ, ਫਿਰਦਾ ਰਹੁ ਅਤੇ ਸ਼ੇਖੀ ਨਾ ਮਾਰ।

ਮੈਨੂੰ ਤਾਂ ਉਸ ਦੀਆਂ ਅੱਖਾਂ ਦੇ ਇਸ਼ਾਰੇ ਦਾ ਹੁਕਮ ਮਿਲਣਾ ਚਾਹੀਦਾ ਹੈ। ਏ ਹੀ ਰਮਜ਼ ਗੁਰਸਿੱਖਾਂ ਨੇ ਸਮਝਾਈ ਹੈ।

(ਗੁਰਸਿੱਖਾਂ ਦੀ ਮਹਿਮਾ)

ਉਥਾਨਕਾ : ਜ਼ੱਰੇ-ਜ਼ੱਰੇ 'ਚ ਸੁਆਮੀ ਜੀ ਦੇ ਦਰਸ਼ਨਾਂ ਬਾਅਦ ਮੁਲਤਾਨ 'ਚ ਪ੍ਰੇਮ ਰਸ ਅਵਸਥਾ ਵਿੱਚ ਮਗਨ ਹੋਏ ਕਲਗੀਧਰ ਜੀ ਦੇ ਪ੍ਰੇਮ-ਰੱਤੇ ਗੁਰਸਿੱਖਾਂ ਦੀ ਮਹਿਮਾ ਇਸ ਗ਼ਜ਼ਲ 'ਚ ਬਿਆਨ ਕਰਦੇ ਹਨ।

ਗ਼ਜ਼ਲ ੨੭॥

ਹਜ਼ਾਰ ਤਖ਼ਤਿ ਮੁਰੱਸਾ, ਫ਼ਿਤਾਦਹ ਦਰ ਰਾਹ ਅੰਦ[1]॥
ਕ਼ਲੰਦਰਾਨਿ ਤੋ, ਤਾਜੋ ਨਗੀਂ ਨ ਮੇ-ਖ਼੍ਵਾਹੰਦ॥ ੧॥

ਪਾਠਾਂਤ੍ਰ : [1]ਰਾਹੰਦ

ਸੰਖੇਪ ਅਰਥ : ਹਜ਼ਾਰਾਂ ਜੜਾਊ ਤਖ਼ਤ ਤੇਰੇ ਰਾਹ ਵਿਚ ਪਏ ਹਨ।

ਤੇਰੇ ਮਸਤਾਨਿਆ ਨੂੰ ਤਾਜ ਅਤੇ ਨਗੀਨਿਆਂ ਦੀ ਲੋੜ ਨਹੀਂ ਰੱਖਦੇ।

ਫ਼ਨਾਹ ਪਜ਼ੀਰ ਬਵਦ, ਹਰ ਚਿ ਹਸਤ ਦਰ ਆ਼ਲਮ॥
ਨ ਆ਼ਸ਼ਿਕਾਂ, ਕਿ ਅਜ਼ ਅਸਰਾਰਿ ਇਸ਼ਕ਼, ਆਗਾਹ ਅੰਦ॥ ੨॥

ਸੰਖੇਪ ਅਰਥ : ਦੁਨੀਆਂ ਅੰਦਰ ਹਰ ਚੀਜ਼ ਫ਼ਨਾਹ ਹੋ ਜਾਣ ਵਾਲੀ ਹੈ।

ਪਰ ਆਸ਼ਕ ਫ਼ਨਾਹ ਹੋਣ ਵਾਲੇ ਨਹੀਂ, ਕਿਉਂ ਜੋ ਉਹ ਪ੍ਰੀਤ ਦੇ ਭੇਤਾਂ ਤੋਂ ਜਾਣੂ ਹਨ।

ਤਮਾਮ ਚਸ਼ਮ ਤਵਾਂ ਸ਼ੁਦ ਪਏ ਨਜ਼ਾਰਾਇ ਊ[1]॥
ਹਜ਼ਾਰ ਸੀਨਹ ਜ਼ਿ ਸ਼ੌਦਾਏ ਹਿਜਰ, ਮੇ ਕਾਹੰਦ॥ ੩॥

ਪਾਠਾਂਤ੍ਰ : [1]ਨਜ਼ਾਰੇ ਊ

ਸੰਖੇਪ ਅਰਥ : (ਅੰਨਵੈ) ਸਾਰੀਆਂ ਅੱਖਾਂ ਉਸ ਦੀ ਗਲੀ ਦੇ ਦਰਸ਼ਨਾਂ ਲਈ ਤੀਬਰ ਹੋ ਗਈਆਂ।

ਹਜ਼ਾਰਾਂ ਚਿਤ ਉਸ ਦੇ ਬ੍ਰਿਹਾ ਦੇ ਫ਼ਿਕਰ ਵਿਚ ਨਿਘਰਦੇ ਜਾਂਦੇ ਹਨ।

ਤਮਾਮ ਦੌਲਤਿ ਦੁਨਿਯਾ, ਬ-ਯੱਕ ਨਿਗਾਹ ਬਖ਼ਸ਼ੰਦ॥
ਯਕੀਂ ਬਿਦਾਂ, ਕਿ ਗਦਾਯਾਨਿ ਕੂਇ ਓ ਸ਼ਾਹੰਦ[1]॥ ੪॥

ਪਾਠਂਤ੍ਰ : [1]ਯਕੀਂ ਬਿਦਾਂ, ਕਿ ਗਦਾਯਾਨਿ ਊ, ਸ਼ਾਹਨਸ਼ਾਹ ਅੰਦ॥

ਸੰਖੇਪ ਅਰਥ : ਯਕੀਨ ਰੱਖ! ਕਿ ਉਸ ਦੇ ਮੰਗਤੇ ਪਾਤਸ਼ਾਹਾਂ ਦੇ ਪਾਤਸ਼ਾਹ ਹਨ। ਕਿਉਂ ਜੋ ਸਾਰੀ ਦੁਨੀਆਂ ਦੀ ਦੌਲਤ ਉਹ ਇਕੋ ਨਜ਼ਰ ਨਾਲ ਬਖਸ਼ ਦਿੰਦੇ ਹਨ।

ਹਮੇਸ਼ਾਂ ਸੁਹਬਤਿ ਮਰਦਾਨਿ ਹੱਕ, ਤ਼ਲਬ ਗੋਯਾ॥
ਕਿ ਤ਼ਾਲਿਬਾਨਿ ਖ਼ੁਦਾ, ਵਾਸਿਲਾਨਿ ਅੱਲਾਹ ਅੰਦ॥ ੫ ॥ ੨੭॥

ਸੰਖੇਪ ਅਰਥ : ਐ ਗੋਯਾ! ਹਮੇਸ਼ਾ ਰੱਬ ਦੇ ਪਿਆਰਿਆਂ ਦੀ ਸੰਗਤ ਦੀ ਭਾਲ ਕਰ। ਕਿਉਂ ਜੋ ਰੱਬ ਦੇ ਢੂੰਡਾਊ,ਰੱਬ ਨਾਲ ਜੁੜੇ ਹੋਏ ਹਨ।

(ਦਰਸ਼ਨਾਂ ਦੀ ਤੜਫ)

ਉਥਾਨਕਾ : ਮੁਲਤਾਨ 'ਚ ਕਲਗੀਧਰ ਦੇ ਹੁਕਮ 'ਚ ਬੱਧੇ, ਘਰ ਦੇ ਕੰਮਾਂ 'ਚ ਮਸ਼ਰੂਫ ਭਾਈ ਸਾਹਿਬ ਜੀ ਨੇ ਵਿਛੋੜੇ-ਭਾਵ 'ਚ ਏਹ ਗ਼ਜ਼ਲ ਉਚਾਰੀ ਹੈ।

ਗ਼ਜ਼ਲ ੨੮॥

ਗਰ ਦਸਤਿ ਮਨ, ਹਮੇਸ਼ਹ ਪਏ ਕਾਰ, ਮੇ ਰਵਦ॥
ਮਨ ਚਿ ਕੁਨਮ, ਕਿ ਦਿਲ ਬਸੂਇ ਯਾਰ, ਮੇ ਰਵਦ॥ ੧॥

ਸੰਖੇਪ ਅਰਥ : ਭਾਵੇਂ ਮੇਰੇ ਹੱਥ ਸਦਾ ਕੰਮ ਵਿਚ ਰੁਝੇ ਹੁੰਦੇ ਹਨ
ਪਰ ਮੈਂ ਕੀ ਕਰਾਂ, ਮੇਰਾ ਦਿਲ ਤਾਂ ਯਾਰ ਵਲ ਦੌੜਦਾ ਹੈ।

ਆਵਾਜ਼ਿ ਲਨਤਰਾਨੀ, ਬ-ਹਰਦਮ ਬਗੋਸ਼ਿ ਦਿਲ॥
ਮੂਸਾ ਮਗਰ ਬਦੀਦਨਿ ਦੀਦਾਰ, ਮੇ-ਰਵਦ॥ ੨॥

ਸੰਖੇਪ ਅਰਥ : ਭਾਵੇ 'ਤੂੰ ਮੈਨੂੰ ਨਹੀਂ ਵੇਖ ਸਕਦਾ' ਦੀ ਆਵਾਜ਼ ਹਰ ਵੇਲੇ ਦਿਲ ਦੇ ਕੰਨਾਂ ਵਿੱਚ ਪੈਂਦੀ ਹੈ।
ਪਰ ਮੂਸਾ ਫੇਰ ਵੀ ਰੱਬ ਦਾ ਦੀਦਾਰ ਕਰਨ ਲਈ ਜਾ ਰਿਹਾ ਹੈ।

ਈਂ ਦੀਦਹ ਨੇਸਤ, ਆਂ ਕਿ ਅਜ਼ੋ ਅਸ਼ਕ ਮੇ-ਚਿਕਦ॥
ਜਾਮਿ ਮੁਹੱਬਤਅਸਤ, ਕਿ ਸਰਸ਼ਾਹ ਮੇ ਰਵਦ॥ ੩॥

ਸੰਖੇਪ ਅਰਥ : ਜਿਸ ਵਿਚੋਂ ਹੰਝੂ ਕਿਰਨ ਇਹ ਉਹ ਅੱਖ ਹੀ ਨਹੀਂ ਹੈ।
ਸਗੋਂ ਉਹ ਤਾਂ ਪ੍ਰੇਮ ਪਿਆਲਾ ਤਾਂ ਨਕਾ ਨੱਕ ਭਰਿਆ ਹੋਇਆ ਹੈ।

ਦਿਲਦਾਰ ਓ ਦਿਲ, ਜ਼ਿ ਬਸਕਿ ਯਕੇ ਅੰਦ ਦਰ[1] ਵਜੂਦ॥
ਜ਼ਾਂ ਦਿਲ ਹਮੇਸ਼ਹ, ਜਾਨਿਬਿ ਦਿਲਦਾਰ ਮੇ ਰਵਦ॥ ੪॥

ਪਾਠੰਤ੍ਰ : [1]ਅੰਦਰਿ

ਸੰਖੇਪ ਅਰਥ : ਦਿਲਦਾਰ ਅਤੇ ਦਿਲ ਵਜੂਦ ਵਿਚ ਇੰਨੇ ਇੱਕ ਮਿੱਕ ਹਨ।
ਕਿ ਜਿਸ ਕਾਰਣ ਦਿਲ ਹਮੇਸ਼ਾਂ ਦਿਲਦਾਰ ਵੱਲ ਦੌੜਦਾ ਰਹਿੰਦਾ ਹੈ।

ਦਰ ਹਰ ਦੋ ਕੌਨ, ਗਰਦਨਿ ਊ, ਸਰ-ਬੁਲੰਦ ਸ਼ੁਦ॥
ਮਨਸੂਰ ਵਾਰ, ਹਰ ਕਿ ਸੂਇ ਦਾਰ, ਮੇ ਰਵਦ॥ ੫॥

ਸੰਖੇਪ ਅਰਥ : ਦੋਹਾਂ ਜਹਾਨਾਂ ਵਿੱਚ ਉਸ ਦੀ ਧੌਣ ਫ਼ਖਰ ਨਾਲ ਉੱਚੀ ਹੋ ਜਾਂਦੀ ਹੈ।
ਜੋ ਭੀ ਮਨਸੂਰ ਵਾਂਗ ਸੂਲੀ ਵੱਲ ਨੂੰ ਦੌੜਦਾ ਹੈ।

ਗੋਯਾ ਜ਼ਿ ਜ਼ਾਤਿ[1] ਦੋਸਤ, ਹਕ਼ੀਕ਼ੀ ਹਯਾਤ ਯਾਫ਼ਤ॥
ਦੀਗਰ, ਚਿਰਾ ਬਕੂਚਾਇ ਖ਼ੁੰਮਾਰ, ਮੇ ਰਵਦ॥ ੬॥

ਪਾਠਭੇਦ : [1]ਯਾਦਿ

ਸੰਖੇਪ ਅਰਥ : ਗੋਯਾ ਨੇ ਸੱਜਣ ਦੀ ਯਾਦ ਵਿੱਚ ਅਸਲ ਜੀਵਨ ਪਾ ਲਿਆ ਹੈ,
ਹੁਣ ਉਹ ਸ਼ਰਾਬਖਾਨੇ ਦੀ ਗਲੀ ਵਿੱਚ ਕਿਉਂ ਜਾਵੇ।

(ਪ੍ਰੇਮ ਕਥਾ)

ਉਥਾਨਕਾ : ਪ੍ਰੇਮ ਭਰੇ ਮਨ ਰੂਪ ਸਮੁੰਦਰ ਚੋਂ ਇਹ ਗ਼ਜ਼ਲ ਤਰੰਗ ਰੂਪ ਹੋ ਕੇ ਉਛਲੀ ਹੈ। ਇਹ ਗ਼ਜ਼ਲ ਪ੍ਰੇਮ ਕਥਾ ਬਿਆਨ ਕਰਦਿਆਂ ਨੰਦਲਾਲ ਜੀ ਨੇ ਅਨੰਦਪੁਰ ਸਾਹਿਬ ਹੀ ਉਚਾਰੀ ਜਾਪਦੀ ਹੈ।

ਗ਼ਜ਼ਲ ੨੯॥

ਕੀਸਤ ਇਮਰੋਜ਼, ਕਿ ਸੌਦਾਇ ਨਿਗਾਰੇ ਦਾਰਦ॥
ਬਾਦਿਸ਼ਾਹ ਹਸਤ, ਦਰੀਂ ਦਹਿਰ, ਕਿ ਯਾਰੇ ਦਾਰਦ॥ ੧॥

ਸੰਖੇਪ ਅਰਥ : ਕੌਣ ਹੈ ਜਿਸ ਨੂੰ ਅੱਜ ਸੋਹਣੇ ਦਾ ਇਸ਼ਕ ਸਵਾਰ ਹੈ।
ਇਸ ਦੁਨੀਆਂ ਵਿੱਚ ਉਹ ਬਾਦਸ਼ਾਹ ਹੈ, ਜਿਸ ਦਾ ਕੋਈ ਯਾਰ ਹੈ।

ਦਾਨਮ, ਐ ਸ਼ੋਖ਼, ਕਿ ਖ਼ੂਨਿ ਦੋ ਜਹਾਂ ਖ਼੍ਵਾਹਦ ਰੇਖ਼ਤ॥
ਚਸ਼ਮਿ ਮਸਤਿ ਤੋ, ਇਮਰੋਜ਼ ਖ਼ੁਮਾਰੇ ਦਾਰਦ॥ ੨॥

ਸੰਖੇਪ ਅਰਥ : ਮੈਂ ਜਾਣਦਾ ਹਾਂ, ਐ ਸ਼ੋਖ ਮਾਸ਼ੂਕ! ਕਿ ਇਹ ਦੋਹਾਂ ਜਹਾਨਾਂ ਦਾ ਖ਼ੂਨ ਕਰੇਗਾ।
ਕਿਉਂ ਜੋ ਤੇਰੀ ਮਸਤ ਅੱਖ ਅੱਜ ਨਸ਼ੇ ਨਾਲ ਭਰੀ ਪਈ ਹੈ।

ਦਾਮਨਿ ਚਸ਼ਮਿ ਮਰਾ, ਖ਼ੂਨਿ ਜਿਗਰ, ਰੰਗੀਂ ਕਰਦ॥
ਦਿਲਿ ਦੀਵਾਨਾਇ ਮਾ, ਤੁਰਫ਼ਹ ਬਹਾਰੇ ਦਾਰਦ॥ ੩॥

ਸੰਖੇਪ ਅਰਥ : (ਅੰਨਵੈ) ਜਿਗਰ ਦੇ ਖ਼ੂਨ ਨੇ ਮੇਰੀ ਅੱਖ ਦੇ ਪੱਲੇ ਨੂੰ ਲਾਲ ਕਰ ਦਿੱਤਾ।

ਸਾਡੇ ਦੀਵਾਨੇ ਦਿਲ ਵਿੱਚ ਕੇਹੀ ਅਜਬ ਬਹਾਰ ਆਈ ਹੈ।

ਸਾਯਾਇ ਤੂਬਾ-ਏ-ਫ਼ਿਰਦੌਸ, ਨ ਖ਼ੁਾਹਦ ਹਰਗਿਜ਼॥
ਹਰਕਿ ਮਨਸੂਰ ਸਿਫ਼ਤ, ਸਾਯਾਇ ਦਾਰੇ ਦਾਰਦ॥ ੪॥

ਸੰਖੇਪ ਅਰਥ : ਜਿਸ ਨੂੰ ਮਨਜ਼ੂਰ ਵਾਂਗ ਸੂਲੀ ਦਾ ਪਰਛਾਵਾਂ ਪਰਾਪਤ ਹੈ।

ਉਸ ਨੂੰ ਨਾਂ ਤਾਂ ਸੁਰਗ ਦੇ ਬਿਰਛ ਤੂਬਾ ਦੀ ਛਾਂ ਦੀ ਅਤੇ ਨਾਂ ਹੀ ਸੁਰਗ ਦੀ ਲੋੜ ਹੈ।

ਰੂਇ ਗੁਲਗੂਨਿ ਖ਼ੁਦ, ਐ ਸ਼ਮਾਅ਼ ਬਰ ਅਫ਼ਰੋਜ਼ ਦਮੇ॥
ਦਿਲਿ ਪਰਵਾਨਾ ਓ ਬੁਲਬੁਲ, ਬ-ਤੋ ਕਾਰੇ ਦਾਰਦ॥ ੫॥

ਸੰਖੇਪ ਅਰਥ : ਐ ਦੀਵੇ! ਆਪਣਾ ਲਾਲ ਫੁਲਾਂ ਵਰਗਾ ਮੁੱਖੜਾ ਕੁਝ ਚਿਰ ਲਈ ਰੋਸ਼ਨ ਕਰ।

ਕਿਉਂ ਜੋ ਪਰਵਾਨੇ ਅਤੇ ਬੁਲਬੁਲ ਦੇ ਦਿਲ ਨੂੰ ਤੇਰੇ ਨਾਲ ਕੁਝ ਕੰਮ ਹੈ।

[੧]ਬ-ਹਰ ਦੀਵਾਨਹ, ਅਗਰ ਸਿਲਸਿਲਾ-ਹਾ, ਮੇ ਸਾਜ਼ੰਦ॥
ਦਿਲਿ ਗੋਯਾ ਬ-ਖ਼ਮਿ ਜ਼ੁਲਫ਼, ਕ਼ਰਾਰੇ ਦਾਰਦ॥ ੬॥ ੨੯॥

ਪਾਠਂਤ੍ਰ : [੧]ਗਰ ਚਿ ਯਾਰ ਹਮਹ

ਸੰਖੇਪ ਅਰਥ : ਭਾਵੇਂ ਹਰ ਦੀਵਾਨੇ ਲਈ ਸੰਗਲ ਬਣਾਉਂਦੇ ਹਨ।

ਪਰ ਗੋਯਾ ਦਾ ਦਿਲ ਤਾਂ ਜ਼ੁਲਫ ਦੇ ਫੰਧੇ ਨਾਲ ਠਹਿਰ ਜਾਂਦਾ ਹੈ।

(ਉੱਚ ਅਵਸਥਾ ਦਾ ਬਿਆਨ)

ਉਥਾਨਕਾ : ਨੰਦਲਾਲ ਜੀ ਨੂੰ ਕਿਸੇ ਨੇ ਤਾਅਨਾ ਮਾਰਿਆ ਕਿ ਬਾਦਿਸ਼ਾਹ ਦਾ ਦਰ ਛੱਡ ਏਥੇ ਆ ਕੇ ਕੀ ਖੱਟਿਆ ਤਾਂ ਨੰਦਲਾਲ ਜੀ ਨੇ ਇਸ ਗ਼ਜ਼ਲ 'ਚ ਗੁਰੂ ਸਾਹਿਬ ਦੇ ਚਰਨਾਂ ਦੀ ਮੌਜ ਚੋਂ ਮਿਲੇ ਇਠੜੇ ਫਲ ਦਾ ਬਿਆਨ ਕੀਤਾ ਹੈ।

ਗ਼ਜ਼ਲ ੩੦॥

ਕਸੇ ਬਹਾਲਿ ਗ਼ਰੀਬਾਨਿ ਬੇ-ਨਵਾ ਨ-ਰਸਦ॥
ਰਸੀਦਹਏਮ ਬਜਾਇ, ਕਿ ਬਾਦਿਸ਼ਾਹ ਨ ਰਸਦ॥ ੧॥

ਸੰਖੇਪ ਅਰਥ : ਕੋਈ ਵੀ ਗ਼ਰੀਬ ਪਰਦੇਸੀਆਂ ਦੇ ਹਾਲ ਦੀ ਸੁਨਵਾਈ ਨਹੀਂ ਕਰਦਾ।

ਅਸੀਂ ਉਥੇ ਪੁੱਜ ਚੁੱਕੇ ਹਾਂ, ਜਿਥੇ ਬਾਦਸ਼ਾਹ ਵੀ ਨਹੀਂ ਪੁੱਜ ਸਕਦਾ।

ਹਜ਼ਾਰ ਖ਼ੁਲਦਿ ਬਰੀਂ ਰਾ, ਬ-ਨੀਮ ਜੌ, ਨ-ਖ਼ਰੰਦ॥
ਅਜ਼ਾਂ ਕਿ ਹੇਚ ਬਿਦਾਂ, ਕੂਇ ਦਿਲਰੁਬਾ ਨ ਰਸਦ॥ ੨॥

ਸੰਖੇਪ ਅਰਥ : ਹਜ਼ਾਰਾਂ ਉਚੇ ਸੁਰਗਾਂ ਨੂੰ ਉਹ ਇਕ ਅੱਧੇ ਜੌਂ ਬਦਲੇ ਵੀ ਨਹੀਂ ਖਰੀਦਦੇ। ਕਿਉਂਕਿ ਇਨ੍ਹਾਂ ਵਿਚੋਂ ਕੋਈ ਭੀ ਸੁਰਗ ਉਸ ਪਿਆਰੇ ਦੀ ਗਲੀ ਤੱਕ ਨਹੀਂ ਪਹੁੰਚਦਾ।

ਤ਼ਬੀਬਿ ਇਸ਼ਕ਼, ਚੁਨੀਂ ਗੁਫ਼ਤਾ ਅਸਤ, ਮੇ-ਗੋਯੰਦ॥
ਬਹ਼ਾਲਿ ਦਰਦਿ ਗ਼ਰੀਬਾਂ, ਬਜੁਜ਼ ਖ਼ੁਦਾ, ਨ ਰਸਦ॥ ੩॥

ਸੰਖੇਪ ਅਰਥ : ਪ੍ਰੇਮ ਦੇ ਵੈਦ ਨੇ, ਕਹਿੰਦੇ ਹਨ, ਕੁਝ ਇਉਂ ਕਿਹਾ ਹੈ। ਕਿ ਪਰਦੇਸੀਆਂ ਦਾ ਦਰਦਨਾਕ ਹਾਲ ਸਿਵਾਏ ਰੱਬ ਦੇ ਕੋਈ ਨਹੀਂ ਸੁਣਦਾ।

ਬਰਾਇ ਰੌਸ਼ਨੀਇ ਚਸ਼ਮਿ ਦਿਲ, ਅਗਰ ਖ਼੍ਵਾਹੀ॥
ਬਖ਼ਾਕਿ ਦਰਗਾਹਿ ਓ, ਹੇਚ ਤੂਤੀਆ ਨ ਰਸਦ॥ ੪॥

ਸੰਖੇਪ ਅਰਥ : ਜੇ ਤੂੰ ਆਪਣੇ ਦਿਲ ਦੀ ਅੱਖ ਦੀ ਰੌਸ਼ਨੀ ਚਾਹੁੰਦਾ ਹੈਂ। ਤਾਂ ਵੇਖ, ਉਸ ਦੀ ਦਰਗਾਹ ਦੀ ਧੂੜ ਤਕ ਕੋਈ ਸ਼ਰਮਾ ਨਹੀਂ ਪੁੱਜ ਸਕਦਾ।

ਬਯਾਦਿ ਦੋਸਤ, ਤਵਾਂ ਉਮਰ ਰਾ, ਬਸਰ ਬੁਰਦਨ॥
ਕਿ ਦਰ ਬਰਾਬਰਿ-ਆਂ, ਹੇਚ ਕੀਮੀਆ ਨ ਰਸਦ॥ ੫॥

ਸੰਖੇਪ ਅਰਥ : ਮਿੱਤਰ ਦੀ ਯਾਦ ਵਿਚ ਉਮਰ ਕੱਟੀ ਜਾ ਰਹੀ ਹੈ। ਕਿਉਂ ਜੋ ਉਸ ਦੇ ਮੁਕਾਬਲੇ ਤੇ ਕੋਈ ਵੀ ਰਸਾਇਣ ਨਹੀਂ ਹੈ।

ਤਮਾਮ ਦੌਲਤਿ ਗੇਤੀ, ਫ਼ਿਦਾਇ ਖ਼ਾਕਿ ਦਰਸ਼॥
ਕਿ ਤਾ ਫ਼ਿਦਾਸ਼ ਨ ਗਰਦਦ, ਕਸੇ ਬਜਾ ਨ ਰਸਦ॥ ੬॥

ਸੰਖੇਪ ਅਰਥ :ਸਾਰੇ ਸੰਸਾਰ ਦੀ ਦੌਲਤ ਉਸ ਦੇ ਦਰ ਦੀ ਧੂੜ ਤੋਂ ਵਾਰ ਸੁੱਟਾਂ। ਕਿਉਂਕਿ ਜਦ ਤੱਕ ਉਸ ਤੋਂ ਕੁਰਬਾਨ ਨਹੀਂ ਹੁੰਦਾ, ਉਸ ਤੱਕ ਨਹੀਂ ਪੁੱਜਦਾ।

ਫ਼ਿਦਾਇ ਖ਼ਾਕਿ ਦਰਸ਼ ਮੇ ਸ਼ਵਦ, ਅਜ਼ਾਂ ਗੋਯਾ॥
ਕਿ ਹਰਕਿ ਖ਼ਾਕਿ ਨ ਗਰਦਦ, ਬ-ਮੁੱਦਆ ਨ ਰਸਦ॥ ੭॥ ੩੦॥

ਸੰਖੇਪ ਅਰਥ :ਗੋਯਾ ਉਸ ਦੇ ਦਰਵਾਜ਼ੇ ਦੀ ਖ਼ਾਕ ਤੋਂ ਵਾਰੀ ਜਾਂਦਾ ਹੈ। ਕਿਉਂਕਿ ਕਦ ਤੱਕ ਕੋਈ ਖ਼ਾਕ ਨਹੀਂ ਬਣਦਾ, ਆਪਣੇ ਮਨੋਰਥ ਨੂੰ ਨਹੀਂ ਪਾ ਸਕਦਾ।

(ਗੁਰ ਚਰਨਾਂ ਦੀ ਧੂੜ ਦੀ ਮਹਿਮਾ)

ਉਥਾਨਕਾ : ਕਿਸੇ ਪਾਮਰ ਪੁਰਖ ਨੇ ਤਾਅਨਾ ਮਾਰਿਆ ਕਿ ਨੰਦਲਾਲ! ਜੇਕਰ

ਆਗਰੇ ਤੂੰ ਵਿਦੇਸ਼ ਮੰਤਰੀ ਬਣਿਆ ਰਹਿੰਦਾ ਤਾਂ ਤੂੰ ਅੱਜ ਕਿਸੇ ਵਲਾਇਤ ਦਾ ਰਾਜਾ ਹੋਣਾ ਸੀ, ਏਥੇ ਅਨੰਦਪੁਰ ਧੂੜ ਭਖਦਾ ਫਿਰਦਾ ਹੈਂ, ਏਥੋਂ ਤੈਨੂੰ ਕੀ ਮਿਲਿਆ ਤਾਂ ਨੰਦਲਾਲ ਜੀ ਨੇ ਗੁਰ ਚਰਨ ਧੂੜ ਚੋਂ ਮਿਲਦੇ ਇਠੜੇ ਫਲਾਂ ਦਾ ਬਿਆਨ ਇਸ ਗ਼ਜ਼ਲ 'ਚ ਕੀਤਾ ਹੈ।

ਗ਼ਜ਼ਲ ੩੧॥

ਮੁਸ਼ਤਿ ਖ਼ਾਕਿ ਦਰਗਹਿ ਊ, ਕੀਮੀਆਗਰ ਮੇ ਕੁਨਦ॥
ਹਰ ਗਦਾ ਰਾ, ਬਾਦਿਸ਼ਾਹਿ ਹਫ਼ਤ-ਕਿਸ਼ਵਰ, ਮੇ ਕੁਨਦ॥ ੧॥

ਸੰਖੇਪ ਅਰਥ : (ਐ ਲੋਕੋ) ਉਸ ਦੀ ਦਰਗਾਹ ਦੀ ਮੁੱਠੀ ਭਰ ਖ਼ਾਕ ਰਸਾਇਣ ਬਣਾ ਦਿੰਦੀ ਹੈ।

ਹਰ ਮੰਗਤੇ ਨੂੰ ਸੱਤਾਂ ਵਲਾਇਤਾਂ ਦਾ ਬਾਦਿਸ਼ਾਹ ਬਣਾ ਦਿੰਦੀ ਹੈ।

ਖ਼ਾਕਿ ਦਰਗਹਿ ਤੋ, ਸਦ ਤਾਜ ਅਸਤ, ਬਹਿਰਿ ਫ਼ਰਕਿ ਮਨ॥
ਆਸੀਅਮ, ਗਰ ਦਿਲ ਹਵਾਏ, ਤਾਜੋ ਅਫ਼ਸਰ ਮੇ ਕੁਨਦ॥ ੨॥

ਸੰਖੇਪ ਅਰਥ : ਮੇਰੇ ਸਿਰ ਲਈ ਤੇਰੀ ਦਰਗਾਹ ਦੀ ਧੂੜ ਸੈਂਕੜੇ ਤਾਜਾਂ ਵਰਗੀ ਹੈ। ਮੈਂ ਗੁਨਹਿਗਾਰ ਹਾਂ, ਜੇ ਕਰ ਮੇਰਾ ਦਿਲ ਤੇਰੇ ਚਰਨਾਂ ਦੀ ਧੂੜ ਛੱਡ,ਫਿਰ ਵੀ ਤਾਜ ਅਤੇ ਤਖਤ ਦੀ ਲਾਲਸਾ ਕਰੇ।

ਕੀਮੀਆਗਰ, ਗਰ ਜ਼ਿ ਮਿਸ, ਸਾਜ਼ਦ ਤਿਲਾ, ਈਂ ਦੂਰ ਨੇਸਤ॥
ਤ਼ਾਲਿਬਿ ਹ਼ੱਕ਼ ਖ਼ਾਕਿ ਰਾ, ਖ਼ੁਰਸ਼ੀਦਿ ਅਨਵਰ, ਮੇ ਕੁਨਦ॥ ੩॥

ਸੰਖੇਪ ਅਰਥ : ਜੇਕਰ ਕੀਮਆਗਰ ਤਾਂਬੇ ਤੋਂ ਸੋਨਾ ਬਣਾ ਲੈਂਦਾ ਹੈ, ਅਸੰਭ ਨਹੀਂ ਕਿ ਕਿਉਂਕਿ ਰੱਬ ਦਾ ਬੰਦਾ ਮਿੱਟੀ ਨੂੰ ਨੂਰ ਭਰਿਆ ਸੂਰਜ ਬਣਾ ਲਵੇ।

ਸੁਹ਼ਬਤਿ ਆ਼ਰਿਫ਼ ਮੁਯੱਸਰ ਗਰ ਸ਼ਵਦ, ਈਂ ਅਜਬ ਦਾਂ॥
ਈਂ ਤਨਤ ਰਾ, ਤ਼ਾਲਿਬਿ ਹ਼ੱਕ਼, ਸ਼ੌਕ਼ਿ ਅਕਬਰ ਮੇ ਕੁਨਦ॥ ੪॥

ਸੰਖੇਪ ਅਰਥ : ਜੇਕਰ ਤੈਨੂੰ ਕਿਸੇ ਬ੍ਰਹਮ ਗਿਆਨੀ ਦੀ ਸੰਗਤ ਪ੍ਰਾਪਤ ਹੋਵੇ ਤਾਂ ਅਨੋਖਾ ਜਾਣ।

ਉਹ ਤੇਰੇ ਤਨ (ਮਨ) ਨੂੰ ਪ੍ਰਭੂ ਸ਼ੌਕ ਦਾ ਵੱਡਾ ਵਲਵਲਾ ਦੇਵੇਗਾ।

ਸ਼ਿਅਰਿ ਗੋਯਾ ਹਰ ਕਸੇ ਕੋ, ਬਸ਼ੁਨਵਦ ਅਜ਼ ਜਾਨੋ ਦਿਲ॥
ਕੈ ਦਿਲਸ਼ ਪੁਰਵਾ- ਏ ਲਾਅ਼ਲਿ [1]ਓ ਕਾਨਿ ਗੌਹਰ, ਮੇ ਕੁਨਦ॥ ੫॥੩੧॥

ਪਾਠੰਤ੍ਰ : [1]ਦੁਕਾਨਿ ਗੌਹਰ

ਸੰਖੇਪ ਅਰਥ : ਐ ਨੰਦਲਾਲ! ਕਲਗੀਧਰ ਦੇ ਉਚਾਰੇ ਸ਼ੇਅਰ ਦਸਮ ਬਾਣੀ ਨੂੰ ਵਾ : ਨੰਦਲਾਲ ਦੇ ਸ਼ੇਅਰਾਂ ਨੂੰ ਜਿਹੜਾ ਵੀ ਦਿਲ ਜਾਨ ਨਾਲ ਸੁਣਦਾ ਹੈ।

ਉਸ ਦਾ ਦਿਲ ਫੇਰ ਮੋਤੀਆਂ ਦੀ ਖਾਣ ਦੇ ਲਾਲਾਂ ਦੀ ਕਦ ਪਰਵਾਹ ਕਰਦਾ ਹੈ?

(ਮੁਖੜੇ ਦੀ ਮਹਿਮਾ)

ਉਥਾਨਕਾ : ਇੱਕ ਵੇਰ ਅਨੰਦਪੁਰ ਸਾਹਿਬ, ਦਸਮੇਸ਼ ਦੇ ਹਜ਼ੂਰ ਭਾਈ ਸਾਹਿਬ ਜੀ ਬੈਠੇ ਸਨ ਅਤੇ ਬੈਠਿਆਂ-ਬੈਠਿਆਂ ਹਜ਼ੂਰ ਦੇ ਮੁਖੜੇ ਵੱਲ ਦੇਖ, ਮੁਖੜੇ ਦੀ ਮਹਿਮਾ 'ਚ ਏਹ ਗ਼ਜ਼ਲ ਉਚਾਰੀ ਹੈ।

ਗ਼ਜ਼ਲ ੩੨ ॥

ਮਿਸਲਿ ਦਹਾਨਿ ਤੰਗਿ ਤੋ, ਤੁੰਗਿ ਸ਼ਕਰ ਨ ਬਾਸ਼ਦ॥
ਈਂ ਮਿਸਲ ਰਾ, ਕਿ ਗੁਫ਼ਤਮ, ਈਂ ਖ਼ੂਬਤਰ ਨ ਬਾਸ਼ਦ॥ ੧॥

ਸੰਖੇਪ ਅਰਥ : ਤੇਰੇ ਤੰਗ ਮੂੰਹ ਵਰਗੀ ਮਿੱਠੀ ਸ਼ੱਕਰ ਦੀ ਬੋਰੀ ਵੀ ਨਹੀਂ।

ਇਹ ਮਿਸਾਲ ਜੋ ਮੈਂ ਕਹੀ ਹੈ, ਇਹ ਵੀ ਤੇਰੇ ਮੁਖੜੇ ਦੀ ਸ਼ੋਭਾ ਲਈ ਬਹੁਤ ਚੰਗੀ ਨਹੀਂ ਹੈ।

ਬਾ-ਹਿਜਰ ਆਸ਼ਨਾ ਸ਼ੌ, ਗਰ ਤ਼ਾਲਿਬਿ ਵਿਸਾਲੀ॥
ਰਾਹ[੧] ਕੈ ਬਰੀਂ ਬਮੰਜ਼ਿਲ, ਤਾ ਰਾਹਿਬਰ ਨ ਬਾਸ਼ਦ॥ ੨॥

ਪਾਠੰਤ੍ਰ : [੧]ਰਹ

ਸੰਖੇਪ ਅਰਥ : ਜੇਕਰ ਤੂੰ ਉਸ ਦੇ ਮਿਲਾਪ ਦਾ ਤਾਲਬ ਹੈਂ, ਤਾਂ ਵਿਛੋੜੇ ਦਾ ਵਾਕਿਫ਼ ਬਣ।

ਜਦ ਤੱਕ ਰਾਹ ਵਖਾਉਣ ਵਾਲਾ ਨਾ ਹੋਵੇ, ਤੂੰ ਕਿਵੇਂ ਪੜਾਉ ਤੱਕ ਪੁਜੇਂਗਾ।

ਦਾਮਨਿ ਚਸ਼ਮ, ਮਗੁਜ਼ਾਰ ਅਜ਼ ਦਸਤ, ਹਮਚੂ ਮਿਜ਼ਗਾਂ॥
ਤਾਂ ਜੇਬਿ ਆਰਜ਼ੂਹਾ, ਪੁਰ ਅਜ਼ ਗੌਹਰ ਨ ਬਾਸ਼ਦ॥ ੩॥

ਸੰਖੇਪ ਅਰਥ : ਪਲਕਾਂ ਵਰਗੇ ਹੱਥਾਂ ਤੋਂ,ਅੱਖਾਂ ਦੇ ਪਲੂ ਨੂੰ,ਉਨ੍ਹਾਂ ਚਿਰ ਨਾ ਛਡਾ, ਜਦ ਤਕ ਕਿ ਤੇਰੀਆਂ ਆਸਾਂ ਦੀ ਜੇਬ ਮੋਤੀਆਂ ਨਾਲ ਨਾ ਭਰ ਜਾਵੇ।

ਸ਼ਾਖ਼ਿ ਉਮੀਦਿ ਆ਼ਸ਼ਿਕ਼, ਹਰਗਿਜ਼ ਸਮਰ ਨ ਗੀਰਦ॥
ਅਜ਼ ਅਸ਼ਕਿ ਆਬਿ ਮਿਜ਼ਗਾਂ, ਤਾਂ ਸਬਜ਼-ਤਰ ਨ ਬਾਸ਼ਦ॥ ੪॥

ਸੰਖੇਪ ਅਰਥ : ਆਸ਼ਕ ਦੀ ਆਸ ਦੀ ਟਹਿਣੀ ਕਦੀ ਵੀ ਫਲਦਾਰ ਨਹੀਂ ਹੁੰਦੀ, ਜਦ ਤਕ ਕਿ ਪਲਕਾਂ ਦੇ ਅੱਥਰੂਆਂ ਨਾਲ ਉਸ ਨੂੰ ਪਾਣੀ ਨਹੀਂ ਮਿਲਦਾ।

ਐ ਬੁਲਫ਼ਜ਼ੂਲ ਗੋਯਾ, ਅਜ਼ ਇਸ਼ਕਿ਼ ਓ ਮਜ਼ਨ ਦਮ॥
ਕੋ ਪਾ ਨਿਹਦ ਦਰੀਂ ਰਾਹ[1], ਆਂ ਰਾ ਕਿ ਸਰ ਨ ਬਾਸ਼ਦ॥੫॥੩॥

ਪਾਠਂਤ੍ਰ : [1]ਰਾਹ

ਸੰਖੇਪ ਅਰਥ : ਐ ਮੂਰਖ ਗੋਯਾ, ਉਸ ਦੇ ਪਿਆਰ ਦੀ ਡੀਂਗ ਨਾ ਮਾਰ, ਇਸ ਰਸਤੇ ਉਤੇ ਉਹੀ ਪੈਰ ਰੱਖ ਸਕਦਾ ਹੈ, ਜਿਸ ਦਾ ਸਿਰ ਨਾ ਹੋਵੇ।

(ਦਸਮੇਸ਼ ਹੋਲੀ)

ਉਥਾਨਕਾ : ਸ੍ਰੀ ਅਨੰਦਪੁਰ ਸਾਹਿਬ ਦਸਮੇਸ਼ ਜੀ ਨੇ ਜਦ ਹੋਲੀ (ਹੋਲਾ ਮਹੱਲਾ) ਮਨਾਇਆ ਤਾਂ ਮਹੱਲੇ ਚੜ੍ਹੇ ਗੁਰਦੇਵ ਪਾਤਿਸ਼ਾਹ ਦੇ ਰੂਹਾਨੀ-ਰੂਪ ਦਾ ਵਰਣਨ ਭਾਈ ਸਾਹਿਬ ਨੇ ਇਸ ਗ਼ਜ਼ਲ 'ਚ ਕੀਤਾ ਹੈ।

ਗ਼ਜ਼ਲ ੩੩॥

ਗੁਲਿ ਹੋਲੀ ਬਬਾਗਿ ਦਹਰ ਬੂ ਕਰਦ[1]॥
ਲਬਿ ਚੂੰ ਗ਼ੁੰਚਹ ਰਾ, ਫ਼ਰਖੰਦਹ ਖ਼ੂ ਕਰਦ॥ ੧॥

ਪਾਠਂਤ੍ਰ : [1]ਬਿ ਸ਼ਗੁਫ਼ਤਾ

ਸੰਖੇਪ ਅਰਥ : ਹੋਲੀ ਦੇ ਫੁਲਾਂ ਨੇ ਜ਼ਮਾਨੇ ਦੇ ਬਾਗ਼ ਨੂੰ ਮਹਿਕ ਨਾਲ ਭਰ ਦਿੱਤਾ। ਬੰਦ ਕਲੀ ਵਰਗੇ ਹੋਠਾਂ ਨੂੰ ਸੁਭਾਗੀ ਤਬੀਅਤ ਵਾਲਾ ਬਣਾ ਦਿੱਤਾ।

ਗੁਲਾਬੋ ਅੰਬਰੋ, ਮੁਸ਼ਕੋ ਅਬੀਰੋ॥
ਚੁ ਬਾਰਾਂ ਬਾਰਿਸ਼ੇ, ਅਜ਼ ਸੂ ਬ ਸੂ ਕਰਦ॥ ੨॥

ਸੰਖੇਪ ਅਰਥ : ਉਸ ਨੇ ਮੀਂਹ ਦੇ ਪਾਣੀ ਵਾਂਗ। ਗੁਲਾਬ, ਅੰਬਰ, ਮੁਸ਼ਕ ਤੇ ਅਬੀਰ ਨੂੰ ਸਾਰੀ ਪਾਸੀਂ ਖਲੇਰ ਦਿੱਤਾ।

ਜ਼ਹੇ ਪਿਚਕਾਰੀਏ, ਪਰ ਜ਼ਾਅਫ਼ਰਾਨੀ॥
ਕਿ ਹਰ ਬੇਰੰਗੋ ਰਾ, ਖ਼ੁਸ਼-ਰੰਗੋ ਰੂ[1] ਕਰਦ॥ ੩॥

ਪਾਠਂਤ੍ਰ : [1]ਬੂ

ਸੰਖੇਪ ਅਰਥ : ਕੇਸਰ ਭਰੀ ਪਿਚਕਾਰੀ ਦਾ ਕਿਆ ਕਹਿਣਾ ? ਗੁਰਦੇਵ ਨੇ ਪਿਚਕਾਰੀ ਚਲਾ ਕੇ ਹਰੇਕ ਬਦਰੰਗ ਚਿਹਰੇ ਨੂੰ ਖ਼ੁਸ਼ਰੰਗ ਚਿਹਰੇ ਵਾਲਾ ਕਰ ਦਿੱਤਾ।

ਗੁਲਾਲ ਅਫ਼ਸ਼ਾਨੀ, ਅਜ਼[1] ਦਸਤਿ ਮੁਬਾਰਿਕ॥
ਜ਼ਮੀਨੋ ਆਸਮਾਂ ਰਾ, ਸੁਰਖ਼ਰੂ ਕਰਦ॥ ੪॥

ਪਾਠੰਤ੍ਰ : ੧. ਅਫ਼ਸ਼ਾਨੀਏ

ਸੰਖੇਪ ਅਰਥ : ਉਸ ਦੇ ਮੁਬਾਰਕ ਹੱਥਾਂ ਦੇ ਗੁਲਾਲ ਛਿੜਕਣ ਨੇ।

ਧਰਤ ਅਸਮਾਨ ਨੂੰ ਲਾਲੋਂ ਲਾਲ ਕਰ ਦਿੱਤਾ।

ਦੋ ਆ਼ਲਮ ਗਸ਼ਤ ਰੰਗੀਂ, ਅਜ਼ ਤੁਫ਼ੈਲਸ਼॥
ਚੁ ਸ਼ਾਹਮ ਜਾਮਾ ਰੰਗੀਂ, ਦਰ ਗੁਲੂ ਕਰਦ॥ ੫॥

ਸੰਖੇਪ ਅਰਥ : ਉਸ ਦੀ ਕ੍ਰਿਪਾ ਦੁਆਰਾ ਦੋਵੇਂ ਦੁਨੀਆਂ ਰੰਗੀਨ ਹੋ ਗਈਆਂ।

ਉਸ ਨੇ ਸ਼ਾਹਾਂ ਵਾਂਗ ਮੇਰੇ ਗਲ ਵਿਚ ਰੰਗੀਨ ਕਪੜੇ ਪਵਾ ਦਿੱਤੇ ।

ਕਸੇ ਕੋ ਦੀਦਹ, ਦੀਦਾਰਿ ਮੁਕ਼ੱਦਸ॥
ਮੁਰਾਦਿ ਉ਼ਮਰ ਰਾ, ਹ਼ਾਸਿਲ ਨਿਕੋ ਕਰਦ।੬।

ਸੰਖੇਪ ਅਰਥ : ਜਿਸ ਕਿਸ ਨੇ ਵੀ ਉਸ ਪਾਤਿਸ਼ਾਹ ਦੇ ਮਹੱਲੇ ਦੇ ਪਵਿਤਰ ਦਰਸ਼ਨ ਕੀਤੇ।

ਉਸ ਨੇ ਸਮਝੋ ਉਮਰ ਦੀਆਂ ਸਾਰੀਆਂ ਮੁਰਾਦਾਂ ਹਾਸਿਲ ਕਰ ਲਈਆਂ।

ਸ਼ਵਦ ਕੁਰਬਾਨ, ਖ਼ਾਕਿ ਰਾਹਿ ਸੰਗਤ॥
ਦਿਲਿ ਗੋਯਾ, ਹਮੀਂ ਰਾ[੧] ਆਰਜ਼ੂ ਕਰਦ॥੭॥੩੩॥

ਪਾਠੰਤ੍ਰ : ਰਾ ਬਸ[੧]

ਸੰਖੇਪ ਅਰਥ : ਮਹੱਲੇ 'ਚ ਉਮੜੀ ਸੰਗਤ ਨੂੰ ਦੇਖ ਕੇ ਮੇਰਾ ਮਨ ਆਸਾ ਕਰਦਾ ਹੈ ਕਿ ਸੰਗਤ ਦੇ ਰਾਹਾਂ ਦੀ ਧੂੜ ਤੋਂ ਕੁਰਬਾਨ ਹੋ ਜਾਵੇ।

ਬਸ ਗੋਯਾ ਦੇ ਦਿਲ ਦੀ ਏਨੀ ਹੀ ਚਾਹ ਹੈ।

(ਠੋਡੀ ਦੀ ਮਹਿਮਾ)

ਉਥਾਨਕਾ : ਇਕ ਵੇਰ ਅਨੰਦਪੁਰ ਸਾਹਿਬ, ਕਲਗੀਧਰ ਜੀ ਦੇ ਬਚਨ ਸੁਣਦੇ-ਸੁਣਦੇ ਸਾਹਿਬ ਜੀ ਦੀ ਠੋਡੀ ਉੱਪਰ ਭਾਈ ਸਾਹਿਬ ਦੀ ਨਜ਼ਰ ਪਈ ਤਾਂ ਭਾਈ ਸਾਹਿਬ ਜੀ ਨੇ ਠੋਢੀ ਦੀ ਮਹਿਮਾ ਇਸ ਗ਼ਜ਼ਲ 'ਚ ਬਿਆਨ ਕੀਤੀ ਹੈ।

ਗ਼ਜ਼ਲ ੩੪

ਜ਼ਿਕਰਿ ਵਸਫ਼ਸ਼, ਬਰ ਜ਼ਬਾਂ, ਬਾਸ਼ਦ ਲਜ਼ੀਜ਼॥
ਨਾਮਿ ਊ ਅੰਦਰ ਜਹਾਂ, ਬਾਸ਼ਦ ਲਜ਼ੀਜ਼॥ ੧॥

ਸੰਖੇਪ ਅਰਥ : ਉਸ ਦੀ ਸਿਫਤ ਸਲਾਹ ਦਾ ਜ਼ਿਕਰ ਜੀਭ ਨੂੰ ਬੜਾ ਚੰਗਾ ਲੱਗਦਾ ਹੈ, ਉਸ ਦਾ ਨਾਮ ਮੂੰਹ ਵਿਚ ਆਇਆ ਕਿਆ ਸੁੰਦਰ ਸਵਾਦ ਦਿੰਦਾ ਹੈ?

ਐ[1] ਜ਼ਹੇ, ਸੇਬਿ ਜ਼ਨੁਖ਼ਦਾਨਿ ਸ਼ੁਮਾ॥
ਮੇਵਾ ਚੂੰ ਦਰ ਬੋਸਤਾਂ, ਬਾਸ਼ਦ ਲਜ਼ੀਜ਼॥ ੨॥

ਪਾਠਂਤ੍ਰ : [1]ਆਂ

ਸੰਖੇਪ ਅਰਥ : ਵਾਹ ਵਾਹ ! ਐ ਪਾਤਿਸ਼ਾਹ ਤੇਰੀ ਠੋਡੀ ਲਾਲ ਸੇਬ ਵਰਗੀ ਕਿਆ ਸੁੰਦਰ ਹੈ।

ਤੇਰੀ ਠੋਡੀ ਵੇਖ ਕੇ ਮੈਂ ਅੰਦਾਜ਼ਾ ਕੀਤਾ ਹੈ ਕਿ ਬਾਗ ਵਿੱਚ ਅਜੇਹਾ ਮਿੱਠਾ ਤੇ ਸੁਆਦਲਾ ਮੇਵਾ ਭਲਾ ਕਿੱਥੇ?

[1]ਚਸ਼ਮਿ ਮਾ ਰੌਸ਼ਨ, ਜ਼ਿ ਦੀਦਾਰਿ ਸ਼ੁਮਾਸਤ॥
ਜਾਂ ਨਿਸਾਰਸ਼ ਬਸਕਿ, ਆਂ ਬਾਸ਼ਦ ਲਜ਼ੀਜ਼॥ ੩॥

ਪਾਠਂਤ੍ਰ : [1]ਚਸ਼ਮਮ

ਸੰਖੇਪ ਅਰਥ : ਤੁਹਾਡੇ ਦੀਦਾਰ ਦੇ ਸਦਕੇ ਸਾਡੀ ਅੱਖ ਰੋਸ਼ਨ ਹੈ,

ਮੈਂ ਉਸ ਦੀਦਾਰ ਤੋਂ ਕੁਰਬਾਨ ਜਾਵਾਂ, ਉਹ ਕਿੰਨਾ ਸੁਆਦਲਾ ਹੈ।

ਸੁੰਬਲਿ ਜ਼ੁਲਫ਼ਿ ਤੋ, ਦਿਲ ਰਾ ਬੁਰਦਹ ਅਸਤ॥
ਆਂ ਲਬਿ ਲਾਅ੍ਲਿ ਤੋ, ਜ਼ਾਂ [1]ਬਾਸ਼ਦ ਲਜ਼ੀਜ਼॥ ੪॥

ਪਾਠਂਤ੍ਰ : [1]ਆਂ

ਸੰਖੇਪ ਅਰਥ : ਤੇਰੀ ਜ਼ੁਲਫ਼ ਦੇ ਕੰਡਲ ਨੇ ਸਾਡਾ ਦਿਲ ਉਡਾ ਲਿਆ ਹੈ,

ਤੇਰੇ ਲਾਲ ਹੋਂਠ ਇਸੇ ਕਾਰਨ ਸੁਆਦਲੇ ਹਨ।

ਲੱਜ਼ਤਿ ਗੋਯਾ, ਨ ਬਾਸ਼ਦ ਬਿਹ ਅਜ਼ੀਂ॥
ਹਮਚੁ ਸ਼ਿਅਰੇ ਤੋ, ਬ-ਹਿੰਦੋਸਤਾਂ ਲਜ਼ੀਜ਼॥੫॥੩੪॥

ਸੰਖੇਪ ਅਰਥ : ਐ ਕਲਗੀਧਰ ਗੋਯਾ ਕਹਿੰਦਾ ਹੈ ਕਿ ਤੇਰੇ ਸ਼ਿਅਰਾਂ ਦੇ ਸੁਆਦ ਤੋਂ ਚੰਗੇਰਾ ਹੋਰ ਕੋਈ ਸੁਆਦ ਨਹੀਂ ਹੋ ਸਕਦਾ।

ਤੇਰੇ ਸ਼ੇਅਰ (ਬਾਣੀ) ਦੁਨੀਆਂ ਚੋਂ ਹਿੰਦੁਸਤਾਨ ਵਰਗੀ ਸੁੰਦਰ ਤੇ ਮਿੱਠੀ ਹੈ।

ਨੋਟ : ਉਪਰੋਕਤ ਸ਼ੇਅਰ ਦਾ ਪਾਠ ਇੰਜ ਵੀ ਮਿਲਦਾ ਹੈ :

ਸ਼ੇਅਰਿ ਗੋਇਆ, ਬੇਸ਼ ਅਜ਼ ਸ਼ੀਰੋ ਸ਼ੱਕਰ॥
ਮੇਵਾ ਦਰ ਹਿੰਦੁਸਤਾਂ, ਬਾਸ਼ਦ ਲਜ਼ੀਜ਼॥

(ਗੁਰ ਸੰਗਤ ਮਹਿਮਾ)

ਉਥਾਨਕਾ : ਗੁਰਦੇਵ ਦੇ ਕੇਸਾਂ ਦੀ ਮਹਿਮਾ ਤੇ ਗੁਰ ਸੰਗਤ ਦੇ ਪ੍ਰਤਾਪ 'ਚ ਏਹ

ਗ਼ਜ਼ਲ ਉਚਾਰੀ ਹੈ।

ਗ਼ਜ਼ਲ ੩੫ ॥

ਆਰਿਫ਼ਾਂ ਰਾ, ਸੂਇ ਊ, ਬਾਸ਼ਦ ਲਜ਼ੀਜ਼॥
ਆਸ਼ਿਕਾਂ ਰਾ, ਕੂਏ ਊ, ਬਾਸ਼ਦ ਲਜ਼ੀਜ਼॥ ੧॥

ਸੰਖੇਪ ਅਰਥ : ਰੱਬੀ ਗਿਆਨਵਾਨਾਂ ਨੂੰ ਉਸੇ ਦਾ ਪਾਸਾ ਹੀ ਚੰਗਾ ਲੱਗਦਾ ਹੈ।
ਪ੍ਰੇਮੀਆਂ ਲਈ ਸੱਜਣ ਦੀ ਗਲੀ ਹੀ ਸੁਹਾਵਣੀ ਹੈ।

ਕਾਕੁਲਿ ਊ, ਦਿਲ-ਫ਼ਰੇਬਿ ਆਲਮਸਤ॥
[1]ਤ਼ਾਲਿਬਾਂ ਰਾ, ਮੂਏ ਊ, ਬਾਸ਼ਦ ਲਜ਼ੀਜ਼॥ ੨॥

ਪਾਠੰਤ੍ਰ : **[1]ਸੇਬਿ ਜ਼ਨੁਖ਼ਸ਼ ਰੂਏ ਓ ਬਾਸ਼ਦ ਲਜ਼ੀਜ਼**

ਸੰਖੇਪ ਅਰਥ : ਉਸ ਦੀਆਂ ਲਿੱਟਾਂ ਨੇ ਸਾਰੀ ਦੁਨੀਆਂ ਦੇ ਦਿਲ ਨੂੰ ਮੋਹ ਰੱਖਿਆ ਹੈ।
ਉਸ ਦੇ ਚਾਹੁਣ ਵਾਲਿਆਂ ਲਈ ਤਾਂ ਉਸ ਦੇ ਕੇਸ ਹੀ ਸੁਹਾਵਣੇ ਹਨ।

ਰੌਜ਼ਾਇ ਬਾਗ਼ਿ ਇਰਮ, ਕੁਰਬਾਂ ਕੁਨਮ॥
ਬਸਕਿ ਮਾਰਾ, ਕੂਇ ਊ, ਬਾਸ਼ਦ ਲਜ਼ੀਜ਼॥ ੩॥

ਸੰਖੇਪ ਅਰਥ : (ਅੰਨਵੈ) ਸਾਨੂੰ ਉਸ ਦੀ ਗਲੀ ਇੰਨੀ ਪਿਆਰੀ ਹੈ।
ਕਿ ਮੈਂ ਬਹਿਸ਼ਤ ਦੇ ਬਾਗ਼ ਨੂੰ ਉਸ ਤੋਂ ਕੁਰਬਾਨ ਕਰ ਦਿਆਂ।

ਜ਼ਿੰਦਹ ਮੇ ਗਰਦਮ, ਜ਼ਿ ਬੂਇ ਮਕ਼ੱਦਮਸ਼॥
ਬਸਕਿ ਮਾਰਾ, ਬੂਇ ਊ, ਬਾਸ਼ਦ ਲਜ਼ੀਜ਼॥ ੪॥

ਸੰਖੇਪ ਅਰਥ : ਉਸ ਦੇ ਭਾਗਾਂ ਭਰੇ ਆਉਣ ਦੀ ਸੁਗੰਧੀ ਨਾਲ ਮੈਂ ਸੁਰਜੀਤ ਹੋ ਜਾਂਦਾ ਹਾਂ।
ਇਸ ਲਈ ਸਾਨੂੰ ਉਸ ਦੀ ਸੁਗੰਧੀ ਬੜੀ ਸੁਆਦਲੀ ਲੱਗਦੀ ਹੈ।

ਜ਼ਿਕਰਿ ਯਾਦਿ ਹ਼ੱਕ਼, ਕਿ ਊ ਬਾਸ਼ਦ ਲਜ਼ੀਜ਼॥
ਅਜ਼ ਹਮਹ ਮੇਵਾ, ਕਿ ਊ ਬਾਸ਼ਦ ਲਜ਼ੀਜ਼॥ ੫॥

ਸੰਖੇਪ ਅਰਥ : ਰੱਬ ਦਾ ਜ਼ਿਕਰ ਜੋ ਉਸ ਨੂੰ ਸੁਹਾਵਣਾ ਹੈ।
ਸਾਰਿਆਂ ਮੇਵਿਆਂ ਤੋਂ ਉਸ ਨੂੰ ਰੱਬੀ ਨਾਮ ਚੰਗਾ ਲਗਦਾ ਹੈ।

ਨੋਟ : ਉਪਰੋਕਤ ਸ਼ੇਅਰ ਦਾ ਪਾਠ ਇੰਜ ਵੀ ਮਿਲਦਾ ਹੈ :

ਅਜ਼ ਹਮਹ ਮੇਵਾ, ਕਿ ਊ, ਬਾਸ਼ਦ ਲਜ਼ੀਜ਼॥
ਜ਼ਿਕਰੋ ਯਾਦੋ, ਰੂਏ ਊ, ਬਾਸ਼ਦ ਲਜ਼ੀਜ਼॥

ਆਬ ਬਖ਼ਸ਼ੇ, ਜੁਮਲਹ ਆ'ਲਮ, ਮੇ ਸ਼ਵੀ॥

ਗਰ ਤੁਰਾ ਅਬਰੂ ਏ ਊ, ਬਾਸ਼ਦ ਲਜ਼ੀਜ਼॥ ੬॥

ਸੰਖੇਪ ਅਰਥ : ਤੂੰ ਸਾਰੇ ਸੰਸਾਰ ਨੂੰ ਅੰਮ੍ਰਿਤ ਬਖਸ਼ਣ ਵਾਲਾ ਹੋ ਜਾਵੇਂਗਾ। ਜੇਕਰ ਤੈਨੂੰ ਉਸਦੇ ਭਰਵੱਟੇ (ਕ੍ਰਿਪਾ ਦ੍ਰਿਸ਼ਟੀ) ਮਿੱਠੀ ਲੱਗਣ ਲੱਗ ਜਾਵੇਗੀ।

ਲੱਜ਼ਤੇ ਗੋਇਆ, ਨ ਬਾਸ਼ਦ ਬਿਹ ਅਜ਼ੀਂ

ਹਮਚੂ ਖ਼ੂਏ ਸ਼ੇਅਰਿ ਊ, ਬਾਸ਼ਦ ਲਜ਼ੀਜ਼॥ ੭॥ ੩੫॥

ਸੰਖੇਪ ਅਰਥ : ਐ ਗੋਯਾ, ਇਸ ਸਵਾਦ ਤੋਂ ਹੋਰ ਸਵਾਦ ਉਤਮ ਨਹੀਂ ਹੈ। ਜਿੰਨੀ ਉਸ ਦੇ ਸ਼ੇਅਰਾਂ ਦੀ ਰਮਜ਼ ਮਿੱਠੀ ਹੈ।

(ਗੁਰ ਦਰਸ਼ਨ ਮਹਿਮਾ)

ਉਥਾਨਕਾ : ਮੁਲਤਾਨ ਤੋਂ ਆ ਕੇ, ਜਦ ਦਮਦਮੇ ਸਾਹਿਬ ਗੁਰਦੇਵ ਪਾਤਿਸ਼ਾਹ ਦੇ ਦਰਸ਼ਨ ਡਿੱਠੇ ਤਾਂ ਗੁਰ ਦਰਸ਼ਨ ਜ਼ਿੰਦਗੀ 'ਚ ਦੁਬਾਰਾ ਆਉਣ ਦੀ ਵਿਥਿਆ ਇਹ ਗ਼ਜ਼ਲ 'ਚ ਬਿਆਨ ਹੋਈ ਹੈ।

ਗ਼ਜ਼ਲ ੩੬

ਜ਼ਿ ਫ਼ੈਜ਼ਿ ਮਕ਼ਦਮਤ, ਐ ਅਬਰੂਇ ਫ਼ਸਲਿ ਬਹਾਰ॥

ਜਹਾਂ, ਚੂ ਬਾਗ਼ਿ ਇਰਮ ਪੁਰ ਸ਼ੁਦਾਸਤ, ਅਜ਼ ਗੁਲਜ਼ਾਰ॥ ੧॥

ਸੰਖੇਪ ਅਰਥ : ਐ ਬਹਾਰ ਦੀ ਫ਼ਸਲ ਦੇ ਭਰਵੱਟਿਓ! ਤੇਰੀ ਆਮਦ ਦੀ ਕ੍ਰਿਪਾ ਸਦਕਾ। ਜਹਾਨ ਗੁਲਜ਼ਾਰਾਂ ਨਾਲ ਬਹਿਸ਼ਤ ਦੇ ਬਾਗ ਵਾਂਙ ਭਰ ਗਿਆ ਹੈ।

ਤਬੱਸੁਮਿ ਤੋ ਜਹਾਂ ਰਾ, ਹਯਾਤ ਮੇ ਬਖ਼ਸ਼ਦੀ॥

ਕ਼ਰਾਰਿ ਦੀਦਾਇ ਸਾਹਿਬ-ਦਿਲਾਨਿ ਪੁਰ-ਇਸਰਾਰ[1]॥ ੨॥

ਪਾਠੰਤ੍ਰ : [1]ਅਸਰਾਰ

ਸੰਖੇਪ ਅਰਥ : ਤੇਰੀ ਮੁਸਕਾਨ ਜਹਾਨ ਨੂੰ ਜ਼ਿੰਦਗੀ ਬਖਸ਼ਦੀ ਹੈ। ਅਤੇ ਇਹ ਰਹੱਸਮਈ ਸੂਫ਼ੀਆਂ ਦੀਆਂ ਅੱਖਾਂ ਲਈ ਇਕ ਚੈਨ ਤੇ ਕਰਾਰ ਹੈ।

ਬਗ਼ੈਰ ਇਸ਼ਕਿ ਖ਼ੁਦਾ, ਹੇਚ ਇਸ਼ਕ ਕ਼ਾਇਮ ਨੇਸਤ॥

ਬਗ਼ੈਰ ਆਸ਼ਿਕ਼ਿ ਮੌਲਾ, ਹਮਾ [1]ਫ਼ਨਾਹ ਪਿੰਦਾਰ॥ ੩॥

ਪਾਠੰਤ੍ਰ : [1]ਫ਼ਨਾ

ਸੰਖੇਪ ਅਰਥ : ਰੱਬ ਦੇ ਪ੍ਰੇਮ ਤੋਂ ਬਿਨਾਂ ਹੋਰ ਕੋਈ ਪ੍ਰੇਮ ਪੱਕਾ ਨਹੀਂ ਹੈ।

ਬਿਨਾਂ ਰੱਬ ਦੇ ਪਿਆਰਿਆਂ ਦੇ ਤੂੰ ਸਭ ਕੁਝ ਨਾਸਵਾਨ ਸਮਝ।

ਬਹਰ ਤ਼ਰਫ਼ ਕਿ ਨਿਗਾਹੇ ਕੁਨੀ, ਰਵਾਂ ਬਖ਼ਸ਼ੀ॥
ਨਿਗਾਹਿ ਤੁਸਤ, ਕਿ ਦਰ ਹਰ ਤ਼ਰਫ਼ ਬਵਦ, ਜਾਂ ਬਾਰ॥੪॥

ਸੰਖੇਪ ਅਰਥ : ਐ ਪਾਤਿਸ਼ਾਹ! ਜਿਧਰ ਵੀ ਤੂੰ ਨਿਗਾਹ ਕਰਦਾ ਹੈਂ, ਤੂੰ ਨਵੀਂ ਰੂਹ ਬਖ਼ਸ਼ ਦੇਂਦਾ ਹੈਂ।

ਇਹ ਤੇਰੀ ਨਿਗਾਹ ਹੀ ਹੈ, ਜਿਹੜੀ ਹਰ ਪਾਸੇ ਜਾਨਾਂ ਦੀ ਬਰਖਾ ਕਰਦੀ ਹੈ।

ਖ਼ੁਦਾ, ਕਿ ਦਰ ਹਮਾ ਹ਼ਾਲਸਤ, ਹ਼ਾਜ਼ਿਰੋ ਨਾਜ਼ਿਰ॥
ਕੁਜਾਸਤ ਦੀਦਹ, ਕਿ ਬੀਨਦ ਬਹਰ ਤ਼ਰਫ਼ ਦੀਦਾਰ॥੫॥

ਸੰਖੇਪ ਅਰਥ : ਰੱਬ ਤਾਂ ਹਰ ਨਾਲ, ਹਰ ਥਾਂ,ਸਦਾ ਹਾਜ਼ਰ ਨਾਜ਼ਰ ਹੈ।

ਪਰੰਤੂ ਅਜਿਹੀ ਅੱਖ ਕਿੱਥੇ ਹੈ ਜਿਹੜੀ ਹਰ ਪਾਸੇ ਹੀ ਉਸ ਦਾ ਦੀਦਾਰ ਵੇਖ ਸੱਕੇ।

ਬਗ਼ੈਰ ਆ਼ਰਿਫ਼ਿ ਮੌਲਾ, ਕਸੇ ਨਜਾਤ ਨ-ਯਾਫ਼ਤ॥
ਅਜਲ ਜ਼ਮੀਨੋ ਜ਼ਮਾਂ ਰਾ ਗ੍ਰਿਫ਼ਤਹ ਦਰ ਮਿਨਕਾਰ॥੬॥

ਸੰਖੇਪ ਅਰਥ : ਬਿਨਾਂ ਰੱਬ ਦੇ ਜਾਨਣ ਵਾਲਿਆਂ ਦੇ ਕਿਸੇ ਹੋਰ ਨੂੰ ਮੁਕਤੀ ਨਹੀਂ ਮਿਲੀ।

ਮੌਤ ਨੇ ਤਾਂ ਜ਼ਮੀਨ ਆਸਮਾਨ ਨੂੰ ਆਪਣੀ ਚੁੰਜ ਵਿੱਚ ਫ਼ੜ ਰੱਖਿਆ ਹੈ।

ਹਮੇਸ਼ਾ ਜ਼ਿੰਦਹ ਬਵਦ, ਬੰਦਾਇ ਖ਼ੁਦਾ, ਗੋਯਾ॥
[1]ਕਿ ਗ਼ੈਰ ਬੰਦਗੀਸ਼[2], ਨੇਸਤ ਦਰ ਜਹਾਂ, ਆਸਾਰ॥੭॥

ਪਾਠਂਤ੍ਰ : [1]ਬਗ਼ੈਰ [2]ਬੰਦਗੀਅਸ਼

ਸੰਖੇਪ ਅਰਥ : ਐ ਗੋਯਾ, ਰੱਬ ਦਾ ਬੰਦਾ ਅਮਰ ਹੋ ਜਾਂਦਾ ਹੈ,

ਕਿਉਂ ਜੋ ਉਸਦੀ ਬੰਦਗੀ ਤੋਂ ਬਿਨਾਂ ਜਹਾਨ ਵਿੱਚ ਹੋਰ ਕਿਸੇ ਦਾ ਕੋਈ ਨਿਸ਼ਾਨ ਨਹੀਂ।

(ਸਫ਼ਲ ਜ਼ਿੰਦਗੀ)

ਉਥਾਨਕਾ : ਗੁਰਸਿੱਖ ਵਿਚਾਰ ਗੋਸ਼ਟੀ ਦੌਰਾਨ, ਸ੍ਰੈ ਗੁਜ਼ਰੀ ਚੰਗੀ ਉਮਰ ਦਾ ਬਿਆਨ ਇਸ ਗ਼ਜ਼ਲ 'ਚ ਕੀਤਾ ਹੈ।

ਗ਼ਜ਼ਲ ੩੭॥

ਮਨ ਅਜ਼ ਜਵਾਂ, ਕਿ ਪੀਰ ਸ਼ੁਦਮ, ਦਰ ਕਿਨਾਰਿ ਉਮਰ॥
ਐ, ਬਾ-ਤੋ ਖ਼ੁਸ਼ ਗੁਜ਼ਸ਼ਤ ਮਰਾ, ਦਰਿ ਕਿਨਾਰਿ ਉਮਰ॥੧॥

ਸੰਖੇਪ ਅਰਥ : ਮੈਂ ਉਮਰ ਦੀ ਗੋਦੀ ਵਿੱਚ ਜਵਾਨ ਤੋਂ ਬੁੱਢਾ ਹੋ ਗਿਆ ਹਾਂ।

ਐ ਪਾਤਿਸ਼ਾਹ, ਤੇਰੀ ਸੰਗਤ ਨਾਲ ਉਮਰ ਦੀ ਗੋਦ ਵਿੱਚ ਮੇਰੀ ਅਖ਼ੀਰਲੀ ਜ਼ਿੰਦਗੀ ਕਿੰਨੀ ਸੋਹਣੀ ਲੰਘੀ ਸੀ।

ਦਮਹਾਇ ਮਾਂਦਾ ਰਾ, ਤੋ ਚੁਨੀਂ ਮੁਗ਼ਤਨਮ ਸ਼ੁਮਾਰ॥
ਆਖ਼ਿਰ ਖ਼ਿਜ਼ਾਂ ਬਰ ਆਵੁਰਦ[1], ਈਂ ਨੌ ਬਹਾਰਿ ਉਮਰ॥੨॥

ਪਾਠੰਤ੍ਰ : [1]ਬਿ ਆਵੁਰਦ

ਸੰਖੇਪ ਅਰਥ : ਐ ਗੋਯਾ! ਬਾਕੀ ਰਹਿੰਦੇ ਸਵਾਸਾਂ ਨੂੰ ਤੂੰ ਇਸ ਤਰ੍ਹਾਂ ਸੁਭਾਗੇ ਸਮਝ। ਕਿਉਂਕਿ ਅਖੀਰ ਪੱਤਝੜ ਨੇ ਹੀ ਇਸ ਉਮਰ ਦੀ ਬਹਾਰ ਲਿਆਂਦੀ।

ਹਾਂ, ਮੁਗ਼ਤਨਮ ਸ਼ੁਮਾਰ ਦਮੇ ਰਾ, ਬ-ਜ਼ਿਕਰਿ ਹੱਕ॥
ਚੂੰ ਬਾਦ ਮੇ ਰਵਦ ਜ਼ਿ ਨਜ਼ਰ, ਦਰ ਸ਼ੁਮਾਰਿ ਉਮਰ॥੩॥

ਸੰਖੇਪ ਅਰਥ : ਹਾਂ, ਉਸ ਘੜੀ ਨੂੰ ਵੀ ਸੁਭਾਗਾ ਸਮਝ,ਜੋ ਰੱਬ ਦੀ ਯਾਦ ਵਿੱਚ ਗੁਜ਼ਰੇ ਕਿਉਂ ਜੋ ਉਮਰ ਦਾ ਹਿਸਾਬ ਲਾਉਣ ਲੱਗਿਆਂ ਇਹ ਨਜ਼ਰ ਤੋਂ ਹਵਾ ਵਾਂਗ ਲੰਘ ਜਾਂਦੀ ਹੈ।

ਬਾਸ਼ਦ ਰਵਾਂ ਚੁ ਕਾਫ਼ਿਲਾਇ ਮੌਜ ਪੈ-ਬ-ਪੈ॥
ਆਬੇ ਬਨੋਸ਼ ਯਕ ਨਫ਼ਸ, ਅਜ਼ ਜੂਇ ਬਾਰਿ ਉਮਰ॥੪॥

ਸੰਖੇਪ ਅਰਥ : ਹਰ ਵਕਤ ਲਹਿਰਾਂ ਦੇ ਕਾਫ਼ਲੇ ਵਾਂਞ (ਉਮਰ ਦੀ ਨਦੀ ਵਗਦੀ) ਰਹਿੰਦੀ ਹੈ,

(ਹੋ ਸਕੇ) ਤਾਂ ਤੂੰ ਇਸ ਉਮਰ ਦੀ ਨਦੀ 'ਚੋਂ ਪਲ ਭਰ ਲਈ ਪਾਣੀ ਦਾ ਘੁੱਟ ਪੀ ਲੈ।

ਸਦ ਕਾਰ ਕਰਦਾਈ, ਕਿ ਨਿਯਾਇਦ ਬਕਾਰਿ ਤੋ॥
ਗੋਯਾ ਬਕੁਨ, ਕਿ ਬਾਜ਼ ਬਿਆਇਦ, ਬਕਾਰਿ ਉਮਰ॥੫॥੩੭॥

ਸੰਖੇਪ ਅਰਥ : ਤੂੰ ਸੈਂਕੜੇ ਕੰਮ ਅਜਿਹੇ ਕੀਤੇ ਹਨ, ਜਿਹੜੇ ਤੇਰੇ ਕਿਸੇ ਕੰਮ ਨਹੀਂ ਆਉਣੇ।

ਗੋਯਾ, ਤੂੰ ਅਜਿਹੇ ਕੰਮ ਕਰ, ਜਿਹੜੇ ਫੇਰ ਵੀ ਤੇਰੇ ਕੰਮ ਆਉਣ।

(ਅਨੰਦਪੁਰ ਦੀ ਗਲੀ)

ਉਥਾਨਕਾ : ਇਸ ਗ਼ਜ਼ਲ 'ਚ ਭਾਈ ਨੰਦਲਾਲ ਜੀ ਨੇ ਅਨੰਦਪੁਰ ਸਾਹਿਬ ਦੀਆਂ ਗ਼ਲੀਆਂ ਦੀ ਮਹਿਮਾ ਬਿਆਨ ਕੀਤੀ ਹੈ।

ਗ਼ਜ਼ਲ ੩੮ ॥

ਮਾ ਕਿ ਦੀਦੇਮ ਸਰਿ ਕੂਇ ਤੋ, ਐ ਮਹਿਰਮਿ ਰਾਜ਼॥
ਵਜ਼ ਹਮਹ ਰੂਇ ਫ਼ਿਗੰਦੇਮ ਸਰਿ, [1]ਬਹਰਿ ਨਿਆਜ਼॥ ੧ ॥

ਪਾਠੰਤ੍ਰ : [1]ਖ਼ੁਦ ਬ ਨਿਆਜ਼

ਸੰਖੇਪ ਅਰਥ : ਸਭ ਭੇਤਾਂ ਦੇ ਜਾਣਨਹਾਰ, ਅਸਾਂ ਜਿਨ੍ਹਾਂ ਤੇਰੀ ਗਲੀ ਦਾ ਸਿਰਾ ਵੇਖਿਆ ਹੈ,

ਅਸਾਂ ਸਭ ਵਲੋਂ ਆਪਣ ਜ਼ਰੂਰਤ ਦਾ ਮੂੰਹ ਮੋੜ ਲਿਆ ਹੈ।

ਤਾ ਬਗਿਰਦਿ ਸਰਿ ਕੂਇ ਤੋ, ਬਿਗਰਦੀਦ ਦਿਲਮ[1]॥
ਰੋਜ਼ਾਇ ਖ਼ੁਲਦਿ ਬਰੀਂ ਰਾ, ਬਕੁਨਮ ਪਾ ਅੰਦਾਜ਼॥ ੨ ॥

ਪਾਠੰਤ੍ਰ : [1]ਗਰਦੀਦ-ਆਮ

ਸੰਖੇਪ ਅਰਥ : ਜਦ ਤੋਂ ਸਾਡਾ ਤੇਰੀ ਗਲੀ ਗਿਰਦੇ ਘੁੰਮਣਾ ਆਮ ਹੋਇਆ ਹੈ।

ਮੈਂ ਸਭ ਤੋਂ ਚੰਗੇ ਸੁਰਗ ਦੇ ਬਾਗ ਨੂੰ ਠੁਕਰਾ ਦਿੱਤਾ ਹੈ।

ਅਜ਼ ਖ਼ਮਿ ਕਾਕੁਲਿ ਮੁਸ਼ਕੀਂ, ਦਿਲੋ ਦੀਂ ਬੁਰਦ, ਅਜ਼ ਮਾ॥
ਹ਼ਾਸਿਲਿ ਉਮਰ ਹਮੀਂ ਬਵਦ[1], ਅਜ਼ੀਂ ਉਮਰਿ-ਦਰਾਜ਼॥ ੩ ॥

ਪਾਠਭੇਦ : [1]ਬੂਦ

ਸੰਖੇਪ ਅਰਥ : ਆਪਣੀ ਸੁਗੰਧਤ ਲਿੱਟ ਦੇ ਵਲ ਨਾਲ ਉਹ ਸਾਡਾ ਦਿਲ ਅਤੇ ਦੀਨ ਲੈ ਗਿਆ।

ਇਸ ਲੰਮੀ ਉਮਰ ਤੋਂ ਅਸੀਂ ਇਹੀ ਕੁਝ ਖੱਟਿਆ ਸੀ।

ਮੁਸਹਫ਼ਿ ਰੂਇ ਤੋ, ਹਾਫ਼ਿਜ਼ਿ ਹਮਹ ਰਾ, ਦਰ ਹਮਹ ਦਰ ਹ਼ਾਲ॥
ਖ਼ਮਿ ਅਬਰੂਇ ਤੋ, ਮਿਹ਼ਰਾਬਿ ਦਿਲ, ਅਹਲਿ ਨਮਾਜ਼॥ ੪ ॥

ਸੰਖੇਪ ਅਰਥ : ਸਾਰਿਆਂ ਨੂੰ ਸਦਾ ਹੀ ਤੇਰੇ ਮੁੱਖੜੇ ਦਾ ਕੁਰਾਨ ਜ਼ਬਾਨੀ ਯਾਦ ਹੈ।

ਨਮਾਜ਼ੀਆਂ ਦੇ ਦਿਲਾਂ ਲਈ ਤੇਰੇ ਭਰਵੱਟੇ ਦਾ ਖ਼ਮ ਮਹਿਰਾਬ ਹੈ।

ਦਿਲਿ ਮਨ, ਬੇ ਤੋ ਚੁਨਾਂਸਤ, ਚਿਹ ਗੋਇਮ ਗੋਯਾ॥
ਹਮਚੂ ਆਂ ਸ਼ਮਾਅ਼, ਕਿ ਦਾਇਮ ਬਵਦਸ਼ ਸੋਜ਼ੋ ਗੁਦਾਜ਼॥ ੫ ॥ ੩੮ ॥

ਸੰਖੇਪ ਅਰਥ : ਮੈਂ ਕੀ ਦਸਾਂ ਕਿ ਤੇਰੇ ਬਿਨਾ ਮੇਰੇ ਦਿਲ ਦੀ ਕੀ ਹਾਲਤ ਹੈ?

ਇਹ ਉਸ ਦੀਵੇ ਵਾਂਗ ਹੈ, ਕਿ ਜਿਸ ਨੂੰ ਹਮੇਸ਼ਾ ਸੜਨਾ ਅਤੇ ਪਿਘਲਣਾ ਪੈਂਦਾ ਹੈ।

(ਵਿਛੋੜਾ)

ਉਥਾਨਕਾ : ਭਾਈ ਸਾਹਿਬ ਜੀ ਨੇ ਮੁਲਤਾਨ 'ਚ ਗੁਰ ਚਰਨਾਂ ਦੇ ਵਿਛੋੜੇ ਵਿੱਚ ਇਹ ਗ਼ਜ਼ਲ ਉਚਾਰੀ ਹੈ।

ਗ਼ਜ਼ਲ ੩੯

ਜੁਮਲਹ ਆ਼ਲਮ ਬੇ ਤੋ, ਹੈਰਾਨਸਤੋ ਬਸ॥
ਸੀਨਹ ਅਜ਼ ਹਿਜਰਿ ਤੋ, ਬਿਰਿਯਾਨਸਤੋ ਬਸ॥੧॥

ਸੰਖੇਪ ਅਰਥ : ਤੇਰੇ ਬਿਨਾ ਸਾਰਾ ਜਹਾਨ ਹੈਰਾਨ ਹੋਇਆ ਪਿਆ ਹੈ।
ਤੇਰੇ ਵਿਛੋੜੇ ਕਾਰਨ ਸੀਨਾ ਕਬਾਬ ਹੋ ਚੁੱਕਾ ਹੈ।

ਤ਼ਾਲਿਬਿ ਮੌਲਾ, ਹਮੇਸ਼ਹ ਜ਼ਿੰਦਹ ਅਸਤ॥
ਬਰ ਜ਼ਬਾਨਸ਼, [1]ਜ਼ਿਕਰਿ ਸੁਬਹ਼ਾਨ ਅਸਤੋ ਬਸ॥੨॥

ਪਾਠਭੇਦ : [1]ਨਾਮਿ

ਸੰਖੇਪ ਅਰਥ : ਰੱਬ ਦਾ ਢੂੰਡਾਊ ਸਦਾ ਜ਼ਿੰਦਾ ਰਹਿੰਦਾ ਹੈ।
ਉਸ ਦੀ ਜੀਭਾ ਤੇ ਬਸ ਉਸ ਸਰਬ ਸ਼ਕਤੀਮਾਨ ਦਾ ਨਾਮ ਰਹਿੰਦਾ ਹੈ।

ਖ਼ਾਲਿ ਮੁਸ਼ਕੀਨਸ਼, ਦਿਲਿ ਆ਼ਲਮ ਰਬੂਦ॥
ਕੁਫ਼ਰਿ ਜ਼ੁਲਫ਼ਸ਼, ਦਾਮਿ ਈਮਾਨਸਤੋ ਬਸ॥ ੩॥

ਸੰਖੇਪ ਅਰਥ : ਉਸ ਦੇ ਸੁਗੰਧਤ ਕਾਲੇ ਤਿਲ ਨੇ ਦੁਨੀਆ ਦਾ ਦਿਲ ਲੁੱਟ ਲਿਆ।
ਉਸ ਦੀਆਂ ਜ਼ੁਫ਼ਾਂ ਦਾ ਕੁਫ਼ਰ ਈਮਾਨ ਲਈ ਬਸ ਇਕ ਜਾਲ ਹੈ।

ਜ਼ੂਦ ਬਨੁਮਾ, ਆਂ ਰੁਖ਼ਿ ਚੂੰ ਆਫ਼ਤਾਬ॥
ਈਂ ਇਲਾਜਿ, ਚਸ਼ਮਿ ਗਿਰੀਆਨਸਤੋ ਬਸ॥ ੪॥

ਸੰਖੇਪ ਅਰਥ : ਮੈਨੂੰ ਆਪਣਾ ਸੂਰਜ ਵਰਗਾ ਮੁੱਖੜਾ ਜਲਦੀ ਵਿਖਾ,
ਕਿਉਂ ਜੋ ਰੋ ਰਹੀ ਅੱਖ ਦਾ ਇਹੀ ਇਕ ਇਲਾਜ ਹੈ।

ਦਿਲ-ਨਿਸਾਰੇ, ਕ਼ਾਮਤਿ ਰਅ਼ਨਾਏ ਊ॥
ਜਾਂ ਫ਼ਿਦਾਏ, ਜਾਨਿ [1]ਜਾਨਾਂਨਸਤੋ ਬਸ॥ ੫॥

ਪਾਠੰਤ੍ਰ : [1]ਜਾਨਾਬਸਤੋ ਬਸ

ਸੰਖੇਪ ਅਰਥ : ਉਸ ਦੇ ਸੁੰਦਰ ਕੱਦ ਕਾਨ ਤੋਂ ਆਪਣਾ ਦਿਲ ਕੁਰਬਾਨ।
ਜਾਨ ਤਾਂ ਬੱਸ ਕੇਵਲ ਪਿਆਰੇ ਤੌਂ ਵਾਰਨ ਲਈ ਹੈ।

ਗਰ ਬਿ-ਪੁਰਸੀ ਹ਼ਾਲਿ ਗੋਯਾ, ਯੱਕ ਨਫ਼ਸ॥
ਈਂ ਇ਼ਲਾਜਿ, ਦਰਦਿ ਹਿਰਮਾਨਸਤੋ ਬਸ॥ ੬॥ ੩੯॥

ਸੰਖੇਪ ਅਰਥ : ਕਾਸ਼ ਤੂੰ ਗੋਯਾ ਦਾ ਹਾਲ ਪਲ ਭਰੀ ਲਈ ਪੁੱਛਦੋਂ।

ਏਹੀ ਤਾਂ ਬਸ ਇਕੋ ਦਰਦ-ਕੁੱਠੇ ਦਿਲ ਦਾ ਇਲਾਜ ਹੈ।

ਨੋਟ : ਉਪਰੋਕਤ ਸ਼ੇਅਰ ਦਾ ਪਾਠਭੇਦ ਇਸ ਪ੍ਰਕਾਰ ਵੀ ਹੈ :

ਗਰ ਬਿ ਪੁਰਸੀ, ਯਕ ਨਫ਼ਸ ਅਜ਼ ਹ਼ਾਲਿ ਮਨ॥
ਕੀਸਤ ਗੋਯਾ, ਅਜ਼ ਇ਼ਲਾਜੇ ਮਾਸਤ ਬਸ॥

(ਗੁਰਸਿੱਖੀ ਦਾ ਉਪਦੇਸ਼)

ਉਥਾਨਕਾ : ਇਸ ਗ਼ਜ਼ਲ 'ਚ ਭਾਈ ਸਾਹਿਬ ਨੇ ਉੱਤਮ ਬਕਤਾ ਬਣ, ਗੁਰਸਿੱਖੀ ਦਾ ਉਪਦੇਸ਼ ਅਨੰਦਪੁਰ ਸਾਹਿਬ ਗੁਰਸਿੱਖਾਂ ਨੂੰ ਦਿੱਤਾ ਹੈ।

ਗ਼ਜ਼ਲ ੪੦॥

ਮੁਦਾਮ ਬਾਦਹ-ਕਸ਼ੋ, ਸੂਫ਼ੀਏ ਸਫ਼ਾ ਮੇ ਬਾਸ਼॥
ਤਮਾਮ [1]ਜ਼ੁਹਦ ਸ਼ੌ, ਵ ਰਿੰਦਿ ਬੇਨਵਾ ਮੇ ਬਾਸ਼॥ ੧॥

ਪਾਠਭੇਦ : [1]ਜ਼ੁਦਹ

ਸੰਖੇਪ ਅਰਥ : ਹਮੇਸ਼ਾਂ ਤੂੰ ਨਾਮ 'ਚ ਨਸ਼ਈ, ਸੂਫ਼ੀ ਅਤੇ ਸਾਫ਼ ਰਹੁ।

ਤੂੰ ਸਾਰੇ ਦਾ ਸਾਰਾ ਬੰਦਗੀ ਸਰੂਪ ਹੋ ਜਾ, ਅਤੇ ਮਲੰਗ ਰਿੰਦ ਬਣ ਜਾ।

ਬਸੂਇ ਗ਼ੈਰ ਮਿਅਫ਼ਗਨ ਨਜ਼ਰ, ਕਿ ਬੇ-ਬਸਰੀਸਤ॥
ਤਮਾਮ ਚਸ਼ਮ ਸ਼ੌ, ਵ ਸੂਇ ਦੋਸਤ ਵਾ ਮੇ ਬਾਸ਼॥ ੨॥

ਸੰਖੇਪ ਅਰਥ : ਤੂੰ ਗ਼ੈਰ ਵੱਲ ਅੱਖ ਚੁੱਕ ਕੇ ਵੀ ਨਾ ਵੇਖ ਕਿਉਂਕਿ ਇਹ ਅੰਧਾਪਨ ਹੈ।

ਤੂੰ ਸਾਰੇ ਦਾ ਸਾਰਾ ਅੱਖ ਹੋ ਜਾ, ਅਤੇ ਸੱਜਣ ਵੱਲ ਇਸ ਨੂੰ ਖੋਲ੍ਹੀ ਰੱਖ।

ਬ-ਗਿਰਦਿ ਕ਼ਾਮਤਿ ਆਂ, ਸ਼ਾਹਿ ਦਿਲਰੁਬਾ ਮੇ ਗਰਦ॥
ਅਸੀਰਿ ਹਲਕ਼ਾਇ ਆਂ, ਜ਼ੁਲਫ਼ਿ ਮੁਸ਼ਕਿਸਾ, ਮੇ ਬਾਸ਼॥ ੩॥

ਸੰਖੇਪ ਅਰਥ : ਉਸ ਦਿਲਾਂ ਨੂੰ ਚੁਰਾ ਲੈਣ ਵਾਲੇ ਬਾਦਸ਼ਾਹ ਦੇ ਕੱਦ ਉਦਾਲੇ ਚੱਕਰ ਕੱਟ।

ਅਤੇ ਉਸ ਸੁਗੰਧਤ ਜ਼ੁਲਫ਼ ਦੇ ਫੰਧੇ ਦਾ ਕੈਦੀ ਬਣ ਜਾ।

ਨ ਗੋਇਮਤ, ਕਿ ਸੂਇ ਦੈਰ ਯਾ ਹਰਮ ਮੇ ਰੌ॥
ਬਹਰ ਤ਼ਰਫ਼ ਕਿ ਰਵੀ, ਜਾਨਿਬਿ ਖ਼ੁਦਾ ਮੇ ਬਾਸ਼॥ ੪॥

ਸੰਖੇਪ ਅਰਥ : ਤੈਨੂੰ ਇਹ ਨਹੀਂ ਕਹਿੰਦਾ ਕਿ ਤੂੰ ਮੰਦਰ ਜਾਂ ਕਾਅਬੇ ਵੱਲ ਜਾ।
ਮੈਂ ਤਾਂ ਕਹਿੰਦਾ ਹਾਂ ਕਿ ਜਿੱਧਰ ਵੀ ਤੂੰ ਜਾਵੇਂ, ਮੂੰਹ ਰੱਬ ਵੱਲ ਰੱਖ।

ਬਸੂਇ ਗ਼ੈਰ ਚੁ ਬੇਗਾਨਗਾਂ, ਚਿਹ ਮੇ ਗਰਦੀ॥
[1]ਦਮੇ ਜ਼ਿ ਹ਼ਾਲਿ ਦਿਲਿ ਖ਼ਸਤਹ ਆਸ਼ਨਾ ਮੇ ਬਾਸ਼॥ ੫॥

ਪਾਠਭੇਦ : [1]ਹਮੀ

ਸੰਖੇਪ ਅਰਥ : ਤੂੰ ਗ਼ੈਰਾ ਵੱਲ ਪਰਾਇਆਂ ਵਾਂਗ ਕਿਉਂ ਫਿਰਦਾ ਹੈਂ?
ਤੂੰ ਤਾਂ ਇੱਕ ਦਮ ਲਈ ਟੁੱਟੇ ਹੋਏ ਦਿਲ ਦੇ ਹਾਲ ਦਾ ਵਾਕਫ਼ਕਾਰ ਬਣ।

ਮੁਦਾਮ ਸ਼ਾਕਿਰੋ ਸ਼ਾਦਾਬ, ਚੂੰ ਦਿਲਿ ਗੋਯਾ॥
ਤਮਾਮ ਮੁਤ਼ਲਬੋ ਫ਼ਾਰਿਗ਼, ਜ਼ਿ ਮੁੱਦਆ਼ ਮੇ ਬਾਸ਼॥ ੬॥ ੪੦॥

ਸੰਖੇਪ ਅਰਥ : ਸਦਾ ਗੋਯਾ ਦੇ ਦਿਲ ਵਾਂਗ ਸੰਤੋਖੀ ਅਤੇ ਹਰਿਆ ਭਰਿਆ ਰਹੁ ਤੂੰ ਆਪਣੇ ਨਿਜੀ ਸਵਾਰਥਾਂ ਤੋਂ ਮੁਕਤ (ਢੂੰਡਾਊ) ਹੋ ਜਾ (ਇਸ ਤਰ੍ਹਾਂ ਤੂੰ ਅਸਲ ਮਨੋਰਥ ਨੂੰ ਪਾ ਲਵੇਂਗਾ)।

(ਸੂਰਜ ਚੰਦ ਕਿਉਂ ਘੁੰਮਦੇ ਹਨ)

ਉਥਾਨਕਾ : ਭਾਈ ਸਾਹਿਬ ਜੀ ਨੇ ਇਸ ਗ਼ਜ਼ਲ 'ਚ ਅਨੰਦਪੁਰ ਸਾਹਿਬ ਜਦ ਵਿਛੋੜੇ ਦਾ ਪ੍ਰਕਰਣ ਤੋਰਿਆ ਤਾਂ ਗੁਰਸਿੱਖਾਂ ਨੇ ਬੇਨਤੀ ਕੀਤੀ ਕਿ ਹੇ ਨੰਦਲਾਲ ਚੰਦ ਸੂਰਜ ਤੁਹਾਡੇ ਨਜ਼ਰੀਏ ਅਨੁਸਾਰ ਕਿਉਂ ਘੁੰਮਦੇ ਹਨ ਤਾਂ ਨੰਦਲਾਲ ਨੇ ਇਸ ਗ਼ਜ਼ਲ 'ਚ ਹੀ ਫ਼ਰਮਾਇਆ ਕਿ ਕਲਗੀਧਰ ਦੀਆਂ ਪ੍ਰਕਰਮਾ ਕਰਨ ਵਾਸਤੇ।

ਗ਼ਜ਼ਲ ੪੧॥

ਹਮਹ ਰਾ ਸੀਨਾਇ ਬਿਰੀਆਨਸਤੋ, ਬਿਰੀਆਨਸਤੋ ਬਿਰੀਆਨਸ਼॥
ਦੋ ਆ਼ਲਮ ਬਹਿਰਿ ਆਂ ਦੀਦਾਰ, ਹ਼ੈਰਾਂਨਸਤੋ ਹ਼ੈਰਾਨਸ਼॥ ੧॥

ਸੰਖੇਪ ਅਰਥ : ਸਾਰਿਆਂ ਦੇ ਸੀਨੇ ਲੂਹੇ ਪਏ ਹਨ, ਝੁਲਸੇ ਪਏ ਹਨ।
ਦੋਵੇਂ ਜਹਾਨ ਉਸ ਦੇ ਦੀਦਾਰ ਲਈ ਹੈਰਾਨ ਹਨ, ਪਰੇਸ਼ਾਨ ਹਨ।

ਜ਼ਿ ਖ਼ਾਕਿ ਕੂਇ ਤੋ, ਕਾਂ ਸੁਰਮਾਇ ਅਹਿਲਿ ਨਜ਼ਰ ਬਾਸ਼ਦ॥
ਨ ਮੇ-ਬਾਸ਼ਦ ਇ਼ਲਾਜੇ ਬਿਹ, ਬਰਾਇ ਚਸ਼ਮਿ ਗਿਰੀਆਨਸ਼॥ ੨॥

ਸੰਖੇਪ ਅਰਥ : ਤੇਰੀ ਗਲੀ ਦੀ ਧੂੜ ਨਾਲੋਂ, ਜਿਹੜੀ ਦਿੱਬ ਦ੍ਰਿਸ਼ਟੀ ਵਾਲੇ ਆਰਿਫ਼ਾ ਲਈ ਸੁਰਮਾ ਹੈ।
ਰੋਂਦੀ ਹੋਈ ਅੱਖ ਲਈ ਹੋਰ ਕੋਈ ਚੰਗੇਰਾ ਇਲਾਜ ਨਹੀਂ।

ਮਹੋ[1] ਖ਼ੁਰਸ਼ੀਦ, ਗਿਰਦਿ ਕੂਇ ਊ, ਗਿਰਦੰਦ ਰੋਜ਼ੋ ਸ਼ਬ॥
ਅਜਾਇਬ ਰੌਸ਼ਨੀ ਬਖ਼ਸ਼ਿ, ਦੋ-ਆ਼ਲਮ ਹਸਤ ਇਹ਼ਸਾਨਸ਼॥ ੩॥

ਪਾਠੰਤ੍ਰ : [1]ਮਹ ਓ

ਸੰਖੇਪ ਅਰਥ : ਚੰਨ ਸੂਰਜ ਰਾਤ ਦਿਨ ਉਸ ਦੀ ਗਲੀ ਦੀ ਪਰਕਰਮਾਂ ਕਰਦੇ ਰਾਤ ਦਿਨ ਘੁੰਮਦੇ ਰਹਿੰਦੇ ਹਨ।

ਉਸ ਦਾ ਇਹ ਅਹਿਸਾਨ ਹੈ ਕਿ ਇਹ ਦੋਹਾਂ ਜਹਾਨਾਂ ਨੂੰ ਰੋਸ਼ਨੀ ਬਖ਼ਸ਼ਣ ਯੋਗ ਬਣਾ ਦਿੰਦੇ ਹਨ।

ਬ-ਹਰ ਸੂਇ ਕਿ ਮੇ ਬੀਨਮ, ਜਮਾਲਸ਼ ਜਲਵਾਗਰ ਬਾਸ਼ਦ॥
ਜਹਾਂ ਆਸ਼ੁਫ਼ਤਾ ਓ ਸ਼ੈਦਾ, [1]ਮੁਦਾਮ ਅਜ਼ ਜ਼ੁਲਫ਼ਿ ਪੇਚਾਨਸ਼॥ ੪॥

ਪਾਠੰਤ੍ਰ : [1]ਬ ਦਾਮਿ ਜ਼ਿ ਹਲਕਹਾਇ ਰਿੰਦਾਨਸ਼

ਸੰਖੇਪ ਅਰਥ : ਜਿੱਧਰ ਵੀ ਮੈਂ ਵੇਖਦਾ ਹਾਂ, ਉਸ ਦੇ ਹੁਸਨ ਜਮਾਲ ਦਾ ਜਲਵਾ ਮਿਲਦਾ ਹੈ।

ਉਸ ਦੀ ਕੁੰਡਲਦਾਰ ਜ਼ੁਲਫ ਦੇ ਕਾਰਨ ਜਹਾਨ ਸਦਾ ਪਰੇਸ਼ਾਨ ਅਤੇ ਸ਼ੁਦਾਈ ਰਹਿੰਦਾ ਹੈ।

ਸ਼ੁਦਹ ਜੇਬਿ ਜ਼ਮੀਂ, ਪੁਰ ਲੂਲੂਇ ਲਾਲਹ, ਜ਼ਿ ਅਸ਼ਕਿ ਮਨ॥
ਜਹਾਂ ਬਿਗ੍ਰਿਫ਼ਤਹਅਮ ਗੋਯਾ, ਬ ਯਾਦਿ ਲਾਅ਼ਲਿ ਖ਼ੰਦਾਨਸ਼॥ ੫॥ ੪੧॥

ਸੰਖੇਪ ਅਰਥ : ਮੇਰੇ ਅਥਰੂਆਂ ਨਾਲ ਧਰਤ ਦਾ ਖੀਸਾ ਲਾਲ ਮੋਤੀਆਂ ਨਾਲ ਭਰ ਗਿਆ ਹੈ।

ਉਸ ਦੇ ਮੁਸਕਰਾਉਂਦੇ ਹੋਏ ਲਾਲ ਹੋਠਾਂ ਦੀ ਯਾਦ ਨਾਲ ਗੋਯਾ ਮੈਂ ਤਾਂ ਸਾਰਾ ਜਹਾਨ ਸਰ ਕਰ ਲਿਆ ਹੈ।

(ਗੁਰ ਬਚਨਾਂ ਦੀ ਮਹਿਮਾ)

ਉਥਾਨਕਾ : ਭਾਈ ਸਾਹਿਬ ਜੀ ਨੇ ਇਸ ਗ਼ਜ਼ਲ 'ਚ ਗੁਰ ਬਚਨ ਸੁਣਨ ਦਾ ਫਲ ਦਰਸਾਇਆ ਹੈ। ਇਹ ਗ਼ਜ਼ਲ ਅਨੰਦਪੁਰ ਸਾਹਿਬ ਗੁਰਸਿੱਖਾਂ ਨੂੰ ਗੁਰਦੇਵ ਪਾਤਿਸ਼ਾਹ ਨਾਲ ਸੰਬਾਦ ਕਰਦਿਆਂ ਦੇਖ ਕੇ ਉਚਾਰੀ ਹੈ।

ਗ਼ਜ਼ਲ ੪੨॥

ਹਰਕਸ ਸ਼ੁਨੀਦਹ ਅਸਤ, ਬ-ਦਿਲ[1] ਗੁਫ਼ਤਗੂਇ ਖ਼ਾਸ॥
ਅਜ਼ ਸਦ ਗ਼ਮਿ ਸ਼ਦੀਦ ਸ਼ੁਦਹ, ਜ਼ੂਦਤਰ ਖ਼ਲਾਸ॥ ੧॥

ਪਾਠਭੇਦ : ੧ਜ਼ਿ ਤੋ

ਸੰਖੇਪ ਅਰਥ : ਜਿਸ ਕਿਸੇ ਨੇ ਵੀ ਤੇਰੀ ਵਿਸ਼ੇਸ਼ ਗੱਲ ਦਿਲ ਲਾ ਕੇ ਸੁਣੀ ਹੈ। ਉਹ ਸੈਂਕੜੇ ਸਖ਼ਤ ਗ਼ਮਾਂ ਤੋਂ ਝੱਟ ਹੀ ਮੁਕਤ ਹੋ ਗਿਆ।

ਆਬਿ ਹਯਾਤਿ ਮਾ, ਸੁਖ਼ਨਿ ਪੀਰਿ ਕਾਮਿਲ ਅਸਤ॥
ਦਿਲਹਾਇ ਮੁਰਦਾ ਰਾ, ਬਕੁਨਦ ਜ਼ਿੰਦਹ ਓ ਖ਼ਲਾਸ॥ ੨ ॥

ਸੰਖੇਪ ਅਰਥ : ਪੂਰੇ ਅਤੇ ਕਾਮਿਲ ਸਤਿਗੁਰੂ ਦਾ ਸ਼ਬਦ ਸਾਡੇ ਲਈ ਅੰਮ੍ਰਿਤ ਹੈ। ਇਹ ਮੁਰਦਾ ਦਿਲਾਂ ਨੂੰ ਸੁਰਜੀਤ ਅਤੇ ਮੁਕਤ ਕਰ ਦਿੰਦਾ ਹੈ।

ਈਂ ਖ਼ੁਦ-ਨਮਾਈ-ਏ ਤੋ, ਖ਼ੁਦਾ ਹਸਤ ਦੂਰਤਰ॥
ਬੀਨੀ ਦਰੂਨਿ ਖ਼੍ਵੇਸ਼, ਸ਼ਵੀ ਅਜ਼ ਖ਼ੁਦੀ ਖ਼ਲਾਸ॥ ੩ ॥

ਸੰਖੇਪ ਅਰਥ : ਤੇਰੇ ਹਉਮੈ ਦੇ ਵਿਖਾਵੇ ਤੋਂ ਰੱਬ ਕੋਹਾਂ ਦੂਰ ਹੈ। ਜੇ ਤੂੰ ਆਪਣੇ ਅੰਦਰ ਝਾਤੀ ਮਾਰੇਂ ਤਾਂ ਹਉਮੈ ਤੋਂ ਮੁਕਤ ਹੋ ਜਾਵੇਂ।

ਚੂੰ ਸਾਲਿਕਾਨਿ ਖ਼ੁਦਾਏ ਰਾ, ਬ-ਕੁਨੀ ਤੂ ਖ਼ਿਦਮਤੇ॥
ਅਜ਼ ਕ਼ੈਦਿ ਗ਼ਮਿ ਜਹਾਂ, ਬ ਸ਼ਵਦ ਜਾਨਿ ਤੋ ਖ਼ਲਾਸ॥ ੪ ॥

ਸੰਖੇਪ ਅਰਥ : ਜਦ ਤੂੰ ਪ੍ਰਭੂ ਦੇ ਮਾਰਗ ਉੱਤੇ ਤੁਰਨ ਵਾਲਿਆਂ ਦੀ ਸੇਵਾ ਕਰੇਂਗਾ। (ਤਾਂ) ਦੁਨੀਆਂ ਦੇ ਗ਼ਮਾਂ ਦੀ ਕੈਦ ਤੋਂ ਤੇਰੀ ਜਾਨ ਦੀ ਖ਼ਲਾਸੀ ਹੋ ਜਾਵੇਗੀ।

ਗੋਯਾ ਤੋ ਦਸਤਿ ਖ਼ੁਦ ਰਾ, ਅਜ਼ੀਂ ਹਿਰਸ ਕੋਤਹ ਕੁਨ॥
ਤਾਂ ਅੰਦਰੂਨਿ ਖ਼ਾਨਾ, ਬ ਬੀਨੀ ਖ਼ੁਦਾਇ ਖ਼ਾਸ॥ ੫ ॥ ੪੨ ॥

ਸੰਖੇਪ ਅਰਥ : ਹੇ ਗੋਯਾ! ਤੂੰ ਆਪਣਾ ਹੱਥ ਹਿਰਸ ਅਤੇ ਲਾਲਚ ਤੋਂ ਖਿੱਚ ਲੈ। ਤਾਂ ਜੋ ਆਪਣੇ ਘਰ ਦੇ ਅੰਦਰ ਹੀ ਉਸ ਮਹਾਨ ਰੱਬ ਨੂੰ ਵੇਖ ਸਕੇਂ।

(ਪ੍ਰੀਤਮ ਦੇ ਦਰਸ਼ਨਾਂ ਦੀ ਖਿੱਚ)

ਉਥਾਨਕਾ : ਇੱਕ ਵੇਰ ਕਲਗੀਧਰ ਜੀ ਸ਼ਹੀਦੀ ਬਾਗ਼ ਵਿਖੇ ਸ਼ਹੀਦ ਗੰਜ ਨੂੰ ਸਿਜਦਾ ਕਰ ਕੇ, ਬਾਗ ਦੀ ਸੈਰ ਕੀਤੇ ਬਿਨਾਂ ਮੁੜਣ ਲੱਗੇ ਤਾਂ ਬਾਗ 'ਚ ਸਥਿਤ ਲੰਗਰ ਵਿਖੇ ਖੜੇ ਭਾਈ ਸਾਹਿਬ ਨੇ ਕਲਗੀਧਰ ਜੀ ਨੂੰ ਬਾਗ਼ ਦੀ ਸੈਰ ਅਤੇ ਲੰਗਰ 'ਚ ਚਰਣ ਪਾਉਣ ਦੀ ਬੇਨਤੀ ਇਸ ਗ਼ਜ਼ਲ 'ਚ ਕੀਤੀ ਹੈ।

ਗ਼ਜ਼ਲ ੪੩ ॥

ਬਿਆ ਚੂ ਸਰਵਿ ਖ਼ਿਰਾਮਾਂ, ਦਮੇ ਬ-ਸੈਰਿ ਰਿਆਜ਼॥
੧ਸੂਇ ਤੂ ਦੀਦਾਇ ਮਾ-ਰਾ ਨਿਗਾਹਿ ਗਸ਼ਤ ਬਿਆਜ਼॥ ੧ ॥

ਪਾਠਭੇਦ : [1]ਸੂਇ ਤੁ ਦੀਦਹਇ ਮਾ, ਜ਼ਾਂ ਕਿ ਬੇ ਤੁ ਗਸ਼ਤ ਬਿਆਜ਼॥

ਸਵਾਦਿ ਦੀਦਾ ਇ ਮਾ ਜ਼ਾਂ ਕਿ, ਬੇ ਤੋ, ਗਸ਼ਤ ਬਿਆਜ਼॥

ਨੋਟ : ਉਪਰੋਕਤ ਇੱਕ ਤੁਕ ਦੇ ਦੋ ਪਾਠਭੇਦ ਰੂਪ ਮਿਲਦੇ ਹਨ।

ਸੰਖੇਪ ਅਰਥ : ਆ, ਤੂੰ ਮਸਤ-ਚਾਲ ਸਰੂ ਵਾਂਗ, ਝੱਟ ਪਲ ਲਈ ਬਾਗ ਦੀ ਸੈਰ ਲਈ ਆ।

ਤੇਰੇ ਵੱਲ ਵੇਖਦੇ ਵੇਖਦੇ ਸਾਡੀਆਂ ਅੱਖਾਂ ਪੱਕ ਗਈਆਂ ਹਨ।

ਬਰਾਇ ਰੇਸ਼ਿ ਦਿਲਮ, ਖ਼ੰਦਾਇ ਤੋ ਮਰਹਮੋ ਬਸ॥
ਤਬੱਸੁਮਿ ਲਬਿ ਲਾਅ੍ਲਤ, ਦਵਾਏ ਹਰ [1]ਇਮਰਾਜ਼॥ ੨॥

ਪਾਠੰਤ੍ਰ : [1]ਅਮਰਾਜ਼

ਸੰਖੇਪ ਅਰਥ : ਮੇਰੇ ਦਿਲ ਦੇ ਜ਼ਖਮ ਲਈ ਤੇਰੀ ਇਕੋ ਮੁਸਕਾਨ ਮਰਹਮ ਦਾ ਕੰਮ ਦੇਂਦੀ ਹੈ।

ਤੇਰੇ ਹੋਠਾਂ ਦੀ ਮੁਸਕਾਨ ਸਾਰੀਆਂ ਬੀਮਾਰੀਆਂ ਦੀ ਦਵਾ ਹੈ।

ਨਿਗਾਹਿ ਕਰਦ, ਵਾ ਮਤ੍ਰਾਇ ਦਿਲਮ, ਬ-ਗ਼ਾਰਤ ਬੁਰਦ॥
ਬੁਰੀਦ ਜੇਬਿ ਦਿਲਮ ਰਾ, ਬ-ਗ਼ਮਜ਼ਹ ਚੂੰ ਮਿਕ੍ਰਾਜ਼॥ ੩॥

ਸੰਖੇਪ ਅਰਥ : ਉਸ ਨੇ ਮੇਰੇ ਵੱਲ ਇਕ ਨਿਗਾਹ ਕੀਤੀ, ਅਤੇ (ਨਾਲ ਹੀ) ਮੇਰੇ ਦਿਲ ਦੀ ਰਾਸ ਲੁੱਟ ਲਈ।

ਉਸ ਨੇ ਆਪਣੀ ਤਿਰਛੀ ਨਜ਼ਰ ਨਾਲ ਮੇਰੇ ਦਿਲ ਦੇ ਬੋਝੇ ਨੂੰ ਕੈਂਚੀ ਵਾਂਗ ਕੱਟ ਦਿੱਤਾ।

[1]ਜ਼ਿ ਫ਼ੈਜ਼ਿ ਮਕ੍ਦਮਤ, ਐ ਨੌ-ਬਹਾਰਿ ਗੁਲਸ਼ਨਿ ਹੁਸਨ॥
ਜਹਾਂ ਚੂੰ ਬਾਗ਼ਿ ਇਰਮ ਕਰਦਾਈ[2], ਐ ਜ਼ਹੇ ਫ਼ੱਯਾਜ਼॥ ੪॥

ਪਾਠੰਤ੍ਰ : [1]ਬਾ ੨. ਗਸ਼ਤਹ

ਸੰਖੇਪ ਅਰਥ : ਹੇ ਰੂਪ ਜਮਾਲ ਦੇ ਬਾਗ਼ ਦੀ ਨਵ-ਬਹਾਰ! ਆਪਣੀ ਆਮਦ ਦੀ ਬਖਸ਼ਿਸ਼ ਨਾਲ,

ਤੂੰ ਜਹਾਨ ਨੂੰ ਬਹਿਸ਼ਤ ਦੇ ਬਾਗ਼ ਵਰਗਾ ਬਣਾ ਦਿੱਤਾ ਹੈ, ਕਿਹਾ ਚੰਗਾ ਹੈ ਇਹ ਬਖ਼ਸ਼ਿਸ਼ਾਂ ਕਰਨ ਵਾਲਾ।

ਚਿਰਾ ਬਹ੍ਾਲਤਿ ਗੋਯਾ, ਨਜ਼ਰ ਨਮੇ ਫ਼ਗਨੀ[1]॥
ਜ਼ਿ[2] ਯਕ ਨਿਗਾਹਿ ਤੋ, ਹ੍ਾਸਿਲਿ ਮੁਰਾਦਿ ਅਹਲਿ ਅਗ਼ਰਾਜ਼॥ ੫॥ ੪੩॥

ਪਾਠੰਤ੍ਰ : [1]ਫ਼ਿਕਨੀ [2]ਕਿ

ਸੰਖੇਪ ਅਰਥ : ਤੂੰ ਗੋਯਾ ਦੀ ਮੰਦੀ ਹਾਲਤ ਵੱਲ ਕਿਉਂ ਨਹੀਂ ਇਕ ਨਜ਼ਰ ਕਰਦਾ?

ਕਿਉਂਕਿ ਗ਼ਰਜ਼-ਮੰਦ ਲੋਕਾਂ ਲਈ ਤੇਰੀ ਇਕੋ ਨਿਗਾਹ ਮੁਰਾਦਾਂ ਪੂਰੀਆਂ ਕਰਨ ਵਾਲੀ ਹੈ।

(ਦਰਸ਼ਨਾਂ ਦੀ ਤ਼ਲਬ)

ਉਥਾਨਕਾ : ਕਲਗੀਧਰ ਜੀ ਦੇ ਦਰਸ਼ਨਾਂ ਦੀ ਚਾਹਤ ਰੱਖ ਕੇ, ਭਾਈ ਨੰਦਲਾਲ ਜੀ ਨੇ ਇਹ ਗ਼ਜ਼ਲ ਮੁਲਤਾਨ 'ਚ ਉਚਾਰੀ ਪ੍ਰਤੀਤ ਹੁੰਦੀ ਹੈ।

ਗ਼ਜ਼ਲ ੪੪ ॥

ਬਸਕਿ ਮਾ ਰਾ ਹਸਤ ਬਾ ਤੋ, ਇਰਤਬਾਤ॥
ਅਜ਼ ਕ਼ਦੂਮਿ ਤੁਸਤ, ਦਰ ਆ਼ਲਮ ਨਿਸ਼ਾਤ॥ ੧॥

ਸੰਖੇਪ ਅਰਥ : (ਅੰਨਵੈ) ਸਾਡਾ ਤੇਰੇ ਨਾਲ ਵੱਡਾ ਸਾਕ ਸਬੰਧ ਹੈ,
ਤੇਰੀ ਆਮਦ ਕਰਕੇ ਸਾਰੀ ਦੁਨੀਆਂ ਵਿੱਚ ਖੁਸ਼ੀ ਹੀ ਖੁਸ਼ੀ ਹੈ।

ਫ਼ਰਸ਼ ਕਰਦਮ, ਦਰ ਕ਼ਦੂਮਿ ਰਾਹਿ ਤੋ॥
ਦੀਦਹ ਓ ਦਿਲ ਰਾ, ਕਿ ਬੂਦਾ ਦਰ-ਬਿਸਾਤ਼॥ ੨॥

ਸੰਖੇਪ ਅਰਥ : ਮੈਂ ਆਪਣੇ ਖਿੜੇ ਦਿਲ ਅਤੇ ਖੁਲ੍ਹੇ ਨੈਣਾਂ ਨੂੰ,
ਤੇਰੀ ਆਮਦ ਦੇ ਰਾਹ ਉਤੇ ਵਿਛਾ ਦਿੱਤਾ ਹੈ।

ਬਰ ਫ਼ਕੀਰਾਨਿ ਖ਼ੁਦਾ, ਰਹਮੇ ਬਕੁਨ॥
ਤਾਂ ਦਰੀਂ ਦੁਨੀਆ, ਬਿ-ਯਾਬੀ ਇੰਬਸਾਤ[1]॥ ੩॥

ਪਾਠੰਤ੍ਰ : [1]ਈਂ ਬਿਸਾਤ਼

ਸੰਖੇਪ ਅਰਥ : ਤੂੰ ਰੱਬ ਦੇ ਫ਼ਕੀਰਾਂ ਉਤੇ ਮਿਹਰ ਕਰ।
ਤਾਂ ਜੋ ਇਸ ਦੁਨੀਆਂ ਵਿੱਚ ਤੈਨੂੰ ਖੁਸ਼ੀ ਹਾਸਿਲ ਹੋਵੇ।

ਦਾਇਮਾ ਦਿਲ ਰਾ, ਬਸੂਇ ਹੱਕ਼ ਬਿਆਰ॥
ਤਾ ਬਾ ਆਸਾਨੀ ਬੁਗਜ਼ਰੀ, ਈਂ ਪੁਲ ਸਰਾਤ[1]॥ ੪॥

ਪਾਠੰਤ੍ਰ : [1]ਪੁਲ ਸਲਾਤ

ਸੰਖੇਪ ਅਰਥ : ਹਮੇਸ਼ਾਂ ਆਪਣੇ ਦਿਲ ਨੂੰ ਰੱਬ ਦੇ ਪਾਸੇ ਲਾ,
ਤਾਂ ਜੋ ਤੂੰ ਸਹਿਜੇ ਹੀ ਇਸ ਪੁਲ-ਸਰਾਤ (ਭਉਜਲ) ਤੋਂ ਲੰਘ ਜਾਵੇਂ।

ਨੇਸਤ ਆਸੂਦਹ ਕਸੇ, ਦਰ ਜ਼ੇਰਿ ਚਰਖ਼॥
ਬੁਗਜ਼ਰ, ਐ ਗੋਯਾ, ਅਜ਼ੀਂ ਕੁਹਨਾ ਰਬਾਤ਼॥ ੫॥ ੪੪॥

ਸੰਖੇਪ ਅਰਥ : ਕੋਈ ਵੀ ਇਸ ਆਸਮਾਨ ਦੇ ਹੇਠ ਸੌਖਾ ਅਤੇ ਖ਼ੁਸ਼ਹਾਲ ਨਹੀਂ,

ਹੇ ਗੋਯਾ, ਤੂੰ ਇਸ ਪੁਰਾਣੀ ਸਰਾਂ ਤੋਂ ਲੰਘ ਜਾ।

(ਪ੍ਰੀਤਮ ਤੋਂ ਵਿਛੁੜਣ ਦੀ ਤੜਪ)

ਉਥਾਨਕਾ : ਸ੍ਰੀ ਅਨੰਦਪੁਰ ਸਾਹਿਬ ਤੋਂ ਮੁਲਤਾਨ ਜਾਣ ਸਮੇਂ ਕਲਗੀਧਰ ਦੇ ਘਰ ਦੀ ਸਲਾਮਤੀ, ਖ਼ੁਦਾ ਦੇ ਦਰਬਾਰ ਤੋਂ ਇਸ ਗ਼ਜ਼ਲ 'ਚ ਮੰਗੀ ਹੈ।

ਗ਼ਜ਼ਲ ੪੫ ॥

ਬ-ਹਰ ਕੁਜਾ ਕਿ ਰਵੀ, ਜਾਨਿ ਮਨ, ਖ਼ੁਦਾ ਹਾਫ਼ਿਜ਼॥
[1]ਬ-ਬੁਰਦਾਈ ਦਿਲੋ ਈਮਾਨਿ ਮਨ, ਖ਼ੁਦਾ ਹਾਫ਼ਿਜ਼॥ ੧॥

ਪਾਠੰਤ੍ਰ : [1]ਬ ਬੁਰਦੀ/ਬ ਬੁਰਦ ਈਂ

ਸੰਖੇਪ ਅਰਥ : ਜਿਥੇ ਵੀ,ਮੇਰੀ ਜਾਨ! ਤੂੰ ਜਾਵੇਂ, ਤੇਰਾ ਰੱਬ ਰਾਖਾ ਹੋਵੇ,

ਤੂੰ ਮੇਰਾ ਦਿਲ ਅਤੇ ਈਮਾਨ ਲੈ ਲਿਆ ਹੈਂ, ਤੇਰਾ ਰੱਬ ਰਾਖਾ ਹੋਵੇ।

ਨੋਟ : ਸ਼ਹੀਦੀ ਬਾਗ 'ਚ ਖੜੇ ਸਾਹਿਬ ਦੇ ਆਖ਼ਰੀ ਦਰਸ਼ਨ ਅੱਗੇ ਸ਼ੇਅਰ 'ਚ ਮੰਗ ਰਹੇ ਹਨ।

ਬਿਆ ਕਿ ਬੁਲਬੁਲੋ [1]ਗੁਲ, ਹਰ ਦੋ ਇੰਤਜ਼ਾਰਿ ਤੋ ਅੰਦ॥
ਦਮੇ ਬਜਾਨਿਬਿ ਬੁਸਤਾਨਿ ਮਨ, ਖ਼ੁਦਾ ਹਾਫ਼ਿਜ਼॥ ੨॥

ਪਾਠੰਤ੍ਰ : [1]ਗੁਲਹਾ, ਦਰ

ਸੰਖੇਪ ਅਰਥ : ਬੁਲਬੁਲ ਅਤੇ ਫੁਲ ਦੋਵੇਂ ਹੀ ਤੇਰੀ ਉਡੀਕ ਵਿੱਚ ਹਨ,ਵਾ : ਗੁਰਸਿੱਖ ਰੂਪੀ ਫੁੱਲ ਅਤੇ ਗੁਰਸਿੱਖਾਂ ਨੂੰ ਵੇਖ ਕੇ ਖ਼ੁਸ਼ ਹੋਣ ਵਾਲਾ ਨੰਦਲਾਲ ਬੁਲਬੁਲ ਵਰਗਾ ਉਡੀਕ ਰਿਹਾ ਹੈ। ਵਾ: ਆਤਮਾ ਰੂਪ ਬੁਲਬੁਲ ਤੇ ਸ਼ੁਭ ਗੁਣਾਂ ਰੂਪ ਫੁੱਲ ਉਡੀਕ ਰਹੇ ਹਨ।

ਝੱਟ ਪਲ ਲਈ ਤੂੰ ਮੇਰੇ ਬਾਗ਼ (ਸ਼ਹੀਦੀ ਬਾਗ) ਵੱਲ ਆ। ਤੇਰਾ ਰੱਬ ਰਾਖਾ ਹੋਵੇ।

ਨਮਕ ਜ਼ਿ ਲਾਲਿ ਲਬਤ ਰੇਜ਼, ਬਰ ਦਿਲਿ ਰੇਸ਼ਮ॥
ਤਪੀਦ[1] ਜ਼ਿ ਸੀਨਾਇ ਬਿਰੀਆਨਿ ਮਨ, ਖ਼ੁਦਾ ਹਾਫ਼ਿਜ਼॥ ੩॥

ਪਾਠੰਤ੍ਰ : : [1]ਹਿਜ਼ਰਿ ਜ਼ਿ ਸੀਨਹ ਬਿਰੀਆਨਿ ਮਨ, ਖ਼ੁਦਾ ਹਾਫ਼ਿਜ਼॥

ਸੰਖੇਪ ਅਰਥ : ਆਪਣੇ ਲਾਲ ਹੋਠਾਂ ਤੋਂ ਅਨੰਦਪੁਰ ਤੋਂ ਮੁਲਤਾਨ ਜਾਨ ਦਾ ਹੁਕਮ ਦੇ ਕੇ ਮੇਰੇ ਜ਼ਖਮੀ ਦਿਲ ਉਤੇ ਲੂਣ ਛਿੜਕ।

ਅਤੇ ਮੇਰੇ ਕਬਾਬ ਹੋਏ ਸੀਨੇ ਨੂੰ ਸਾੜ। ਤੇਰਾ ਰੱਬ ਰਾਖਾ।

ਚਿ ਖ਼ੁਸ਼ ਬਵਦ, ਕਿ ਖ਼ਿਰਾਮਦ ਕ਼ੱਦਤ, ਚੁ ਸਰਵਿ ਬੁਲੰਦ॥
ਦਮੇ ਬਸੂਇ ਗੁਲਿਸਤਾਨਿ ਮਨ, ਖ਼ੁਦਾ ਹਾਫ਼ਿਜ਼॥ ੪॥

ਸੰਖੇਪ ਅਰਥ : ਕਿੰਨਾਂ ਚੰਗਾ ਹੋਵੇ, ਕਿ ਤੇਰਾ ਉਚੇ ਲੰਮੇ ਸਰੂ ਵਰਗਾ ਕੱਦ, ਮੇਰੇ ਬਾਗ਼ ਵੱਲ ਝੱਟ ਪਲ ਲਈ ਟਹਿਲਦਾ ਆਵੇ। ਤੇਰਾ ਰੱਬ ਰਾਖਾ ਹੋਵੇ।

ਬਿਆ ਬ-ਮਰਦੁਮਕਿ ਦੀਦਾ ਅਮ, ਕਿ ਖ਼ਾਨਾਇ ਤੁਸਤ॥
ਦਰੂਨਿ ਦੀਦਾਇ ਗਿਰਿਯਾਨਿ[1] ਮਨ, ਖ਼ੁਦਾ ਹਾਫ਼ਿਜ਼॥ ੫॥ ੪੫॥

ਪਾਠੰਤ੍ਰ : [1]ਗੋਯਾ ਇ ਮਨ

ਸੰਖੇਪ ਅਰਥ : ਆ, ਮੇਰੀਆਂ ਅੱਖਾਂ ਦੀ ਧੀਰੀ ਵਿੱਚ ਸਦਾ ਲਈ ਆ ਜਾ,ਭਾਵ ਸਦਾ ਲਈ ਮੇਰੇ ਹਾਜ਼ਿਰ ਨਾਜ਼ਿਰ ਹੋ ਜਾ।

ਕਿਉਂ ਜੋ ਤੇਰਾ ਘਰ ਮੇਰੀਆਂ ਰੋਂਦੀਆਂ ਅੱਖਾਂ ਵਿੱਚ ਹੈ। ਰੱਬ ਤੇਰਾ ਸਹਾਈ ਹੋਵੇ।

(ਰੋਂਦੀ ਸ਼ਮਾਅ਼)

ਉਥਾਨਕਾ : ਭਾਈ ਸਾਹਿਬ ਨੇ ਆਪਣੇ ਆਪ ਨੂੰ ਵਾ : ਗੁਰਸਿੱਖਾਂ ਨੂੰ ਸਮਾਂ ਦੱਸ ਕੇ,ਗੁਰੂ ਜੀ ਨੂੰ ਪ੍ਰਕਾਸ਼ ਦਾ ਮਾਰਤੰਡ ਅਥਵਾ ਚੰਦਰਮਾ ਵਰਣਨ ਕਰਦਿਆਂ ਹੋਇਆਂ, ਰੂਪਕ ਅਲੰਕਾਰ ਦੁਆਰਾ ਗੁਰ ਮਹਿਮਾ 'ਚ ਏਹ ਗ਼ਜ਼ਲ ਅਨੰਦਪੁਰ ਸਾਹਿਬ ਉਚਾਰੀ ਹੈ।

ਗ਼ਜ਼ਲ ੪੬॥

ਐ ਰੁਖ਼ਿ ਤੋ, ਰੌਨਕਿ ਬਾਜ਼ਾਰਿ ਸ਼ਮਾਅ਼॥
ਅਸ਼ਕਿ ਰੇਜ਼ਦ[1], ਚਸ਼ਮਿ ਗੌਹਰ-ਬਾਰਿ ਸ਼ਮਾਅ਼॥ ੧॥

ਪਾਠੰਤ੍ਰ : ਰੇਜ਼ੇ[1]

ਸੰਖੇਪ ਅਰਥ : ਐ, ਕਿ ਤੇਰਾ ਮੁਖੜਾ ਸ਼ਮ੍ਹਾਂ ਦਾ ਬਾਜ਼ਾਰ ਗੁਰਸਿੱਖਾਂ ਲਈ ਵੀ ਰੌਣਕ ਦਾ ਕਾਰਨ ਹੈ।

ਸ਼ਮ੍ਹਾਂ ਦੀ ਮੋਤੀ ਵਸਾਉਣ ਵਾਲੀ ਅੱਖ ਅਥਰੂ ਕੇਰ ਰਹੀ ਹੈ।

ਮਹਰਮਿ ਹ਼ਰਫ਼ਾਤਿ ਊਰਾ, ਗਸ਼ਤਹ ਅਸਤ॥
ਅਸ਼ਕ ਮੇ ਰੇਜ਼ਦ, ਦਿਲਿ ਅਫ਼ਗਾਰਿ ਸ਼ਮਾਅ਼॥ ੨॥

ਸੰਖੇਪ ਅਰਥ : ਉਸ ਦੀਆਂ ਰਮਜ਼ਾਂ ਤੋਂ ਉਹ ਭੇਤੀ ਹੋ ਗਈ ਹੈ।

ਉਸ ਸਮ੍ਹਾਂ ਦਾ ਜ਼ਖ਼ਮੀ ਹੋਇਆ ਕੁੱਠਾ ਦਿਲ ਪ੍ਰੀਤਮ ਦੇ ਵਿਛੋੜੇ 'ਚ ਅਥਰੂ ਸੁੱਟਦਾ ਪਿਆ ਹੈ।

ਹਰ ਕੁਜਾ, ਰੌਸ਼ਨ ਚਰਾਗ਼ੇ ਕਰਦਹ ਅੰਦ॥
ਯੱਕ ਗੁਲੇ ਬੂਦ ਅਸਤ, ਅਜ਼ ਗੁਲਜ਼ਾਰਿ ਸ਼ਮਾਅ॥ ੩ ॥

ਸੰਖੇਪ ਅਰਥ : ਜਿਥੇ ਵੀ ਉਨ੍ਹਾਂ ਕੋਈ ਦੀਵਾ ਬਾਲਿਆ ਹੈ।
ਮਾਨੋ ਉਹ ਸਮ੍ਹਾਂ ਦੀ ਗੁਲਜ਼ਾਰ ਦਾ ਇਕ ਫੁਲ ਹੈ।

ਤਾ-ਕਿਹ ਬਰ-ਅਫ਼ਰੋਖ਼ਤੀ, ਰੁਖ਼ਸਾਰਿ ਖ਼ੁਦ॥
ਮੇ ਸ਼ਵਦ ਕੁਰਬਾਨਿ ਤੋ, ਸਦ ਬਾਰੇ ਸ਼ਮਾਅ॥ ੪ ॥

ਸੰਖੇਪ ਅਰਥ : ਜਦ ਦਾ ਤੂੰ ਆਪਣੇ ਮੁੱਖੜੇ ਨੂੰ ਰੋਸ਼ਨ ਕੀਤਾ ਹੈ,
ਸ਼ਮਾਂ ਸੌ ਸੌ ਵਾਰ ਤੈਥੋਂ ਕੁਰਬਾਨ ਜਾ ਰਹੀ ਹੈ।

ਗਿਰਦਿ ਰੁਖ਼ਸਾਰਿ ਤੋ, ਅਜ਼ ਬਹਿਰਿ ਨਿਸਾਰ॥
ਜਾਂ ਬਰੇਜ਼ਦ, ਦੀਦਾਹਾਇ ਜ਼ਾਰਿ ਸ਼ਮਾਅ॥ ੫ ॥

ਸੰਖੇਪ ਅਰਥ : ਤੇਰੇ ਮੁੱਖੜੇ ਤੋਂ ਕੁਰਬਾਨ ਕਰਨ ਲਈ
ਸ਼ਮ੍ਹਾਂ ਦੀਆਂ ਰੋਂਦੀਆਂ ਅੱਖਾਂ ਆਪਣੀ ਜਾਨ ਕੇਰ ਰਹੀਆਂ ਹਨ।

ਬਸਕਿ ਇਮਸ਼ਬ ਨਾਮਦੀ[1], ਅਜ਼ ਇੰਤਜ਼ਾਰ॥
ਸੋਖ਼ਤ ਮਹਿਫ਼ਿਲ, ਚਸ਼ਮਿ ਆਤਿਸ਼ਬਾਰਿ ਸ਼ਮਾਅ॥ ੬ ॥

ਪਾਠੰਤ੍ਰ : [1]ਨਿਆਮਦੀ

ਸੰਖੇਪ ਅਰਥ : ਅੱਜ ਰਾਤ ਤੂੰ ਨਾ ਆਇਓਂ, ਤੇਰੀ ਭਾਰੀ ਉਡੀਕ ਵਿੱਚ
ਸ਼ਮ੍ਹਾਂ ਦੀ ਅੱਗ ਵਸਾਉਣ ਵਾਲੀ ਅੱਖ ਨੇ ਮਹਿਫ਼ਲ ਨੂੰ ਸਾੜ ਸੁੱਟਿਆ।

ਸੁਬਹ-ਦਮ ਗੋਯਾ, ਤਮਾਸ਼ਾਇ ਅਜੀਬ॥
ਜੁਮਲਹ ਆ਼ਲਮ ਖ਼ੁਫ਼ਤਾ ਓ, ਬੇਦਾਰਿ ਸ਼ਮਾਅ॥ ੭ ॥

ਸੰਖੇਪ ਅਰਥ : ਗੋਯਾ ਤੜਕੇ ਸਵੇਰ ਵੇਲੇ ਕਿੰਨਾ ਸੁੰਦਰ ਅਤੇ ਬਚਿਤ੍ਰ ਨਜ਼ਾਰਾ ਹੁੰਦਾ ਹੈ ਕਿ ਸਾਰਾ ਸੰਸਾਰ ਤਾਂ ਸੁੱਤਾ ਪਿਆ ਹੁੰਦਾ ਹੈ ਅਤੇ ਸ਼ਮ੍ਹਾਂ ਜਾਗ ਰਹੀ ਹੁੰਦੀ ਹੈ।

(ਸਾਕ਼ੀ ਨਾਮਹ)

ਉਥਾਨਕਾ : ਭਾਈ ਸਾਹਿਬ ਨੇ ਇਸ ਗ਼ਜ਼ਲ 'ਚ ਗੁਰਦੇਵ ਨੂੰ ਦੇਗ਼ੀਆ ਕਥਨ ਕਰ ਸ਼ਹੀਦੀ ਦੇਗਾਂ ਅਥਵਾ ਨਾਮ ਰੂਪ ਅੰਮ੍ਰਿਤ ਮਈ ਦੇਗਾਂ ਦੀ ਮੰਗ ਕੀਤੀ ਹੈ। ਇਹ ਗ਼ਜ਼ਲ ਗੁਰਦੇਵ ਜੀ ਨੂੰ ਸ਼ਹੀਦੀ ਬਾਗ਼, ਦੇਗਾਂ ਵਾਲੇ ਅਸਥਾਨ ਪਰ ਦੇਗਾਂ ਵਰਤਾਉਂਦਿਆਂ ਵੇਖ ਕੇ ਭਾਈ ਸਾਹਿਬ ਨੇ ਉੱਚਾਰਣ ਕਰੀ ਹੈ।

ਗ਼ਜ਼ਲ ੪੭ ॥

ਸਾਕ਼ੀਆ ਬਰਖ਼ੇਜ਼, ਵ ਹਾ-ਪੁਰ ਕੁਨ ਅੱਯਾਗ਼ ॥
[1]ਤਾ ਜ਼ਿ ਨੋਸ਼ਿ ਓ, ਕੁਨਮ ਰੰਗੀਂ ਦਮਾਗ਼ ॥ ੧ ॥

ਪਾਠੰਤ੍ਰ : [1]ਬਾਜ਼ ਨੋਸ਼ੇ ਆ ਕੁਨਮ ਰੰਗੀਂ ਦਮਾਗ਼

ਸੰਖੇਪ ਅਰਥ : ਹੇ ਸਾਕੀਏ ਗੁਰਦੇਵ ਉੱਠੋ ਅਤੇ ਪਿਆਲੇ ਨੂੰ ਪੁਰਹਾ ਭਰ ਦਿਉ। ਤਾਂ ਜੋ ਉਸ ਦੇ ਨਾਲ ਮੈਂ ਆਪਣਾ ਦਿਮਾਗ ਰੰਗੀ ਕਰ ਲਵਾਂ।

ਨੋਟ : ਅਰਥ ਵੇਲੇ ਹਾ - ਪੁਰ, ਪੁਰਹਾ ਅੰਨਵੈ ਹੋਵੇਗਾ।

ਹਲਕਾਇ ਜ਼ੁਲਫ਼ਤ ਦਿਲਮ-ਰਾ, ਬੁਰਦਾ ਅਸਤ[1] ॥
ਯਾਫ਼ਤਮ ਅਜ਼ ਪੇਚਿ ਤੋ, ਊਰਾ ਸੁਰਾਗ਼ ॥ ੨ ॥

ਪਾਠੰਤ੍ਰ : [1]ਬੂਦ

ਸੰਖੇਪ ਅਰਥ : ਤੇਰੀ ਜ਼ੁਲਫ ਦਾ ਫੰਦਾ ਮੇਰਾ ਦਿਲ ਫਸਾ ਕੇ ਲੈ ਗਿਆ ਸੀ, ਮੈਨੂੰ ਉਸ ਦੇ ਹਰ ਪੇਚ ਵਿਚੋਂ ਇਹੋ ਸੂਹ ਮਿਲੀ ਹੈ।

ਈਂ ਵਜੂਦੇ ਖ਼ਾਕੋ, ਆਬੋ ਆਤਿਸ਼ ਅਸਤ ॥
ਦਰ ਵਜੂਦੇ ਖ਼ੇਸ਼ਤਨ, ਹਰ ਚਾਰ ਬਾਗ਼ ॥ ੩ ॥

ਸੰਖੇਪ ਅਰਥ : ਇਹ ਮਨੁੱਖੀ ਸਰੀਰ ਖ਼ਾਕ, ਆਬ ਅਤੇ ਅੱਗ ਦਾ ਬਣਿਆ ਹੈ। ਆਪਣੇ ਅਸਲੀ ਤੱਤ ਅਨੁਸਾਰ, ਇਹ ਬਾਹਰਲੇ ਚਾਰੇ ਤੱਤ ਬਾਗ਼ ਦੀ ਨਿਆਈਂ ਪ੍ਰਫੁੱਲਤ ਹੈ।

ਅਜ਼ ਸ਼ੁਆਇ ਪਰਤਵਿ, ਦੀਦਾਰਿ ਪਾਕ ॥
ਸਦ ਹਜ਼ਾਰਾਂ, ਹਰ ਤ਼ਰਫ਼ ਰੌਸ਼ਨ ਚਰਾਗ਼ ॥ ੪ ॥

ਸੰਖੇਪ ਅਰਥ : ਪਾਕ ਦੀਦਾਰ ਦੀਆਂ ਨੂਰੀ ਕਿਰਨਾਂ ਤੋਂ, ਸੈਂਕੜੇ ਹਜ਼ਾਰਾਂ ਦੀਵੇ ਹਰ ਪਾਸੇ ਬਲ ਉਠੇ ਹਨ।

ਯਾਦਿ ਊ, ਕੁਨ ਯਾਦਿ ਊ, ਗੋਯਾ ਮੁਦਾਮ ॥
ਤਾਂ ਬਿਯਾਬੀ, ਅਜ਼ ਗ਼ਮਿ ਆ਼ਲਮ ਫ਼ਰਾਗ਼ ॥ ੫ ॥

ਸੰਖੇਪ ਅਰਥ : ਹੇ ਗੋਯਾ, ਤੂੰ ਸਦਾ ਉਸ ਦੀ ਯਾਦ, ਉਸ ਦਾ ਸਿਮਰਨ ਕਰ। ਤਾਂ ਜੋ ਤੂੰ ਦੁਨੀਆਂ ਦੇ ਗ਼ਮਾਂ ਤੋਂ ਆਜ਼ਾਦ ਹੋ ਜਾਵੇਂ।

(ਗੁਰਸਿੱਖੀ ਜੀਵਨ)

ਉਥਾਨਕਾ : ਇਸ ਗ਼ਜ਼ਲ 'ਚ ਭਾਈ ਸਾਹਿਬ ਨੇ ਗੁਰ-ਉਪਦੇਸ਼ ਕਲਮਬੰਦ ਕਰ, ਇਹ ਗ਼ਜ਼ਲ ਅਨੰਦਪੁਰ ਸਾਹਿਬ ਉਚਾਰੀ ਹੈ।

ਗ਼ਜ਼ਲ ੪੮ ॥

ਗਰ ਜ਼ਿ ਰਾਹਿ ਸ਼ੌਕ਼, ਸਾਜ਼ੀ ਸੀਨਹ ਸਾਫ਼ ॥
ਜ਼ੂਦ ਬੀਨੀ ਖ਼ੇਸ਼ਤਨ ਰਾ, ਬੇ ਗਜ਼ਾਫ਼[1] ॥ ੧ ॥

ਪਾਠੰਤ੍ਰ : [1]ਅਜ਼ ਲਿਤ਼ਾਫ਼

ਸੰਖੇਪ ਅਰਥ : ਜੇਕਰ ਤੂੰ ਸ਼ੌਕ ਨਾਲ ਆਪਣਾ ਮਨ ਸਾਫ ਕਰ ਲਵੇਂ, ਤਾਂ ਬਿਨਾਂ ਕਿਸੇ ਅਤਿਕਥਨੀ ਦੇ ਤੂੰ ਛੇਤੀ ਆਪਣਾ ਆਪ ਪਾ ਲਵੇਂਗਾ।

ਅਜ਼ ਖ਼ੁਦੀਅਤ[1], ਦੂਰ ਗਸ਼ਤਾ, ਚੂੰ ਖ਼ੁਦਾ ॥
ਦੂਰ ਕੁਨ ਖ਼ੁਦ-ਬੀਨੀ, ਓ ਬੀਂ ਬੇ-ਗ਼ਿਲਾਫ਼ ॥ ੨ ॥

ਪਾਠੰਤ੍ਰ : [1]ਖ਼ੁਦੀ ਤੋ

ਸੰਖੇਪ ਅਰਥ : ਹਉਮੈ ਕਰਕੇ ਜਦ ਕਿ ਤੂੰ ਰੱਬ ਤੋਂ ਦੂਰ ਹੋ ਗਿਆ ਹੈਂ, ਮਨਮਤਿ ਨੂੰ ਦੂਰ ਕਰ ਦੇ, ਅਤੇ ਰੱਬ ਨੂੰ ਜ਼ਾਹਰਾ ਵੇਖ ਲੋ।

ਆ਼ਸ਼ਿਕਾਂ ਦਾਰੰਦ, ਚੂੰ ਇਸ਼ਕ਼ਸ਼[1] ਮੁਦਾਮ ॥
ਦਮ ਮਜ਼ਨ ਦਰ ਪੇਸ਼ਿ ਸ਼ਾਂ, ਐ ਮਰਦਿ ਲਾਫ਼[2] ॥ ੩ ॥

ਪਾਠੰਤ੍ਰ : [1]ਇਸ਼ਕ਼ਿ ੨. ਦਮ ਮਜ਼ਨ ਬੇਹੂਦਹ ਬਾਸ਼ਦ ਇਨਸਾਫ਼ ॥

ਸੰਖੇਪ ਅਰਥ : ਪ੍ਰੇਮ-ਮੱਤੇ ਤਾਂ ਸਦਾ ਹੀ ਪ੍ਰੇਮ ਦੇ ਕੁੱਠੇ ਹੁੰਦੇ ਹਨ, ਓ ਡੀਗਾਂ ਮਾਰਨ ਵਾਲੇ, ਉਨ੍ਹਾਂ ਸਾਹਮਣੇ ਡੀਂਗ ਨਾ ਮਾਰੀਂ।

ਬੁਗੁਜ਼ਰ, ਅਜ਼ ਲੱਜ਼ਤਿ, ਈਂ ਖ਼ਮਸਾ ਹ਼ਵਾਸ ॥
ਤਾਂ ਬਿਯਾਬੀ ਲੱਜ਼ਤੇ, ਜ਼ਾਂ ਜਾਮਿ ਸਾਫ਼ ॥ ੪ ॥

ਸੰਖੇਪ ਅਰਥ : ਇਨ੍ਹਾਂ ਪੰਜਾਂ ਇੰਦ੍ਰੀਆਂ ਦੇ ਭੋਗ ਸੁਆਦ ਨੂੰ ਛੱਡ, ਤਾਂ ਜੋ ਤੈਨੂੰ ਸਾਫ ਪਿਆਲੇ ਦਾ ਸੁਆਦ ਆ ਸਕੇ।

ਗਰ ਬਿਜੋਈ ਰਾਹਿ ਮੁਰਸ਼ਿਦ[1] ਰਾ, ਮੁਦਾਮ ॥
ਤਾ ਸ਼ਵੀ ਗੋਯਾ ਮੁਬੱਰਾ[2], ਅਜ਼ ਖ਼ਿਲਾਫ਼ ॥ ੫ ॥ ੪੮ ॥

ਪਾਠੰਤ੍ਰ : [1]ਖ਼ੂਬਾਂ

ਉੱਚਾਰਣ : [2]ਮੁਬ੍ਰਾ ਵਾਂਗ ਬੋਲੋ, ਪਾਠਭੇਦ ਮੁਬਰਰਾ ਵੀ ਹੈ।

ਸੰਖੇਪ ਅਰਥ : ਗੋਯਾ ਨੂੰ ਸਦਾ ਪੂਰੇ ਸਤਿਗੁਰ ਦੀ ਰਾਹ ਢੂੰਡਦਾ ਰਹੁ,
ਤਾ ਜੋ ਸੰਸਾਰ ਦੀ ਦੁਬਿਧਾ ਤੋਂ ਮੁਕਤ ਹੋ ਜਾਵੇਂ।

(ਵਿਛੋੜੇ ਦਾ ਇਜ਼ਹਾਰ)

ਉਥਾਨਕਾ : ਮੁਲਤਾਨ ਤੋਂ ਜਦ ਸ੍ਰੀ ਦਮਦਮੇ ਪਹੁੰਚੇ ਤਾਂ ਭਾਈ ਸਾਹਿਬ ਨੂੰ ਭਾਈ ਮਨੀ ਸਿੰਘ, ਬਾਬਾ ਦੀਪ ਸਿੰਘ ਜੀ ਨੇ ਪੁੱਛਿਆ ਕਿ ਮੁਲਤਾਨ ਕੈਸੇ ਦਿਨ ਗੁਜ਼ਰਦੇ ਸਨ। ਜਦ ਸਿੰਘ ਨੇ ਤੁਹਾਨੂੰ ਦਮਦਮਾ ਸਾਹਿਬ ਆਉਣ ਦਾ ਗੁਰਦੇਵ ਵੱਲੋਂ ਸੁਨੇਹਾ ਦਿੱਤਾ ਤਾਂ ਤੁਹਾਨੂੰ ਕੈਸਾ ਮਹਿਸੂਸ ਹੋਇਆ ਤਾਂ ਭਾਈ ਸਾਹਿਬ ਨੇ ਇਹ ਗ਼ਜ਼ਲ ਉਚਾਰੀ ਸੀ।

ਗ਼ਜ਼ਲ ੪੯ ॥

ਰਬੂਦ ਮਕ਼ਦਮਿ ਵਸਲਸ਼, ਜ਼ਿ ਮਨ, ਇਨਾਨਿ[1] ਫ਼ਿਰਾਕ॥
ਦਿਹੇਮ ਤਾ ਬੁਕੁਜਾ, ਸ਼ਰਹਾ ਦਾਸਤਾਨਿ ਫ਼ਿਰਾਕ਼॥ ੧॥

ਪਾਠਂਤ੍ਰ : [1]ਵਸਲੇ ਮਰਾ ਇਨਾਨਿ

ਸੰਖੇਪ ਅਰਥ : ਉਸ ਦੇ ਮਿਲਾਪ ਦੀ ਆਮਦ ਦੇ ਕਾਰਨ ਮੇਰੇ ਹੱਥੋਂ ਬ੍ਰਿਹਾ ਦੀ ਵਾਗ ਡੋਰ ਛੁੱਟ ਗਈ,
ਕਿਥੋਂ ਕੁ ਤੱਕ ਇਹ ਬ੍ਰਿਹਾ ਦੀ ਵਿਥਿਆ ਸੁਣਾਉਂਦੇ ਰਹੀਏ?

ਨਬੂਦ ਗ਼ੈਰਿ ਤੋ, ਦਰ ਹਰ ਦੋ ਚਸ਼ਮੋ ਅਬਰੂਅਮ[1]॥
ਨ ਯਾਫ਼ਤੇਮ ਦਰਾਂ ਜਾ[2], ਦਿਗਰ ਨਿਸ਼ਾਨਿ ਫ਼ਿਰਾਕ਼॥ ੨॥

ਪਾਠਂਤ੍ਰ : [1]ਅਬਰੂਏਮ, [2]ਹਰਾਂ ਜਾ

ਸੰਖੇਪ ਅਰਥ : ਤੇਰੇ ਬਿਨਾਂ ਮੇਰੇ ਦੋਹਾਂ ਨੇਤਰਾਂ ਅਤੇ ਭਰਵੱਟਿਆਂ ਵਿੱਚ ਹੋਰ ਕੋਈ ਨਹੀਂ ਸੀ,
ਉਨ੍ਹਾਂ ਵਿੱਚ ਇਸੇ ਲਈ ਹੁਣ ਸਾਨੂੰ ਬਿਰਹਾ ਦਾ ਕੋਈ ਨਿਸ਼ਾਨ ਨਹੀਂ ਲੱਭਦਾ।

[1]ਹਨੂਜ਼ ਹਿਜ਼ਰ ਨਿਆਲੂਦਾ ਬੂਦ, ਵਸਲਿ ਤੁਰਾ॥
ਸ਼ੁਨੀਦਾਅਮ ਸੁਖ਼ਨਿ ਵਸਲ, ਅਜ਼ ਜ਼ਬਾਨਿ ਫ਼ਿਰਾਕ਼॥ ੩॥

ਪਾਠਂਤ੍ਰ : ਨਖ਼ੁਸਤ ਹਿਜ਼ਰ ਜ਼ਿ ਪਰਹੇਜ਼ ਬੂਦ, ਵਸਲ ਤੁਰਾ॥

ਸੰਖੇਪ ਅਰਥ : ਹਾਲੀ ਵਿਛੋੜੇ ਨੇ ਤੇਰੇ ਮਿਲਾਪ ਨੂੰ ਨਹੀਂ ਸੀ ਛੋਹਿਆ।
ਅਸਾਂ ਵਿਛੋੜੇ ਦੀ ਜ਼ਬਾਨੀ ਮਿਲਾਪ ਦੀਆਂ ਗੱਲਾਂ ਸੁਣੀਆਂ ਹਨ।

ਚੁਨਾਂ ਜ਼ਿ ਹਿਜ਼ਰਤੁ, ਆਤਿਸ਼ ਫ਼ਿਤਾਦਹ ਦਰ ਦਿਲਿ ਮਨ॥
ਕਿ ਬਰਕਿ ਨਾਲਾਇ ਮਨ, ਸੋਖ਼ਤ ਖ਼ਾਨਮਾਨਿ ਫ਼ਿਰਾਕ਼॥ ੪॥

ਸੰਖੇਪ ਅਰਥ : ਤੇਰੇ ਵਿਛੋੜੇ ਨਾਲ ਮੇਰੇ ਦਿਲ ਨੂੰ ਅਜਿਹੀ ਅੱਗ ਲੱਗੀ।
ਕਿ ਮੇਰੇ ਵਾਵੇਲੇ ਦੀ ਬਿਜਲੀ ਨੇ ਵਿਛੋੜੇ ਦਾ ਘਰ ਸਾੜ ਫੂਕ ਦਿੱਤਾ।

ਚਿ ਕਰਦਹ-ਅਸਤ ਫ਼ਿਰਾਕ਼ਿ ਤੋ, ਬਰਸਰਿ ਗੋਯਾ॥
ਕਿ ਦਰ ਸ਼ੁਮਾਰ ਨਿਆਇਦ ਮਰਾ, ਬਿਆਨਿ ਫ਼ਿਰਾਕ਼॥ ੫॥ ੪੯॥

ਸੰਖੇਪ ਅਰਥ : ਤੇਰੇ ਵਿਛੋੜੇ ਨੇ ਗੋਯਾ ਨਾਲ ਕੀ ਕੁਝ ਕੀਤਾ?
ਇਹ ਵਿਥਿਆ (ਇਤਨੀ ਲੰਬੀ ਹੈ ਕਿ) ਕਿਸੇ ਹਿਸਾਬ ਕਿਤਾਬ ਵਿੱਚ ਨਹੀਂ ਆਉਂਦੀ।

(ਸੀਸ ਤਲੀ ਉੱਤੇ)

ਉਥਾਨਕਾ : ਸ੍ਰੀ ਅਨੰਦਪੁਰ ਸਾਹਿਬ ਸੈਂਕੜੇ ਬਾਬਾ ਦੀਪ ਸਿੰਘ ਵਰਗੇ ਸਿੱਖ ਗੁਰੂ ਤੋਂ ਕੁਰਬਾਨ ਹੋਣ ਵਾਸਤੇ, ਸੀਸ ਤਲੀ ਤੇ ਟਿਕਾਏ ਵੇਖ ਕੇ, ਭਾਈ ਸਾਹਿਬ ਨੇ ਇਹ ਗ਼ਜ਼ਲ ਉਚਾਰੀ ਹੈ।

ਗ਼ਜ਼ਲ ੫੦॥

ਬੁਸ਼ਨੌ ਅਜ਼ ਮਨ ਹਰਫ਼, ਅਜ਼ ਰਫ਼ਤਾਰਿ ਇਸ਼ਕ਼॥
ਤਾਂ ਬਿ-ਯਾਬੀ ਲੱਜ਼ਤ, ਅਜ਼ ਗੁਫ਼ਤਾਰਿ ਇਸ਼ਕ਼॥ ੧॥

ਸੰਖੇਪ ਅਰਥ : ਮੇਰੇ ਪਾਸੋਂ ਪ੍ਰੇਮ ਦੀ ਚਾਲ ਦੀ ਗੱਲ ਸੁਣ।
ਤਾਂ ਜੋ ਤੈਨੂੰ ਪ੍ਰੇਮ ਦੀ ਗੱਲ ਬਾਤ ਦਾ ਸੁਆਦ ਆ ਸਕੇ।

ਇਸ਼ਕ਼ਿ ਮੌਲਾ ਹਰ ਕਿਰਾ, ਮਿਸਮਾਰ ਕਰਦ॥
ਮੁਗ਼ਤਨਮ ਦਾਨਦ, ਸਰਿ ਦਰਕਾਰਿ[1] ਇਸ਼ਕ਼॥ ੨॥

ਪਾਠਭੇਦ : [1]ਸਰੂਰਿ ਕਾਰਿ

ਸੰਖੇਪ ਅਰਥ : ਰੱਬ ਦੇ ਪਿਆਰ ਨੇ ਹਰ ਕਿਸੇ ਨੂੰ ਢਾਹ ਦਿੱਤਾ।
ਉਹ ਪ੍ਰੇਮ ਦੇ ਮਾਮਲੇ ਦੀ ਖ਼ੁਸ਼ੀ ਨੂੰ ਗ਼ਨੀਮਤ ਸਮਝਦਾ ਹੈ।

ਆਂ ਜ਼ਹੇ ਦਮ ਕੋ, ਬਯਾਦਸ਼ ਬੁਗਜ਼ਰਦ॥
ਸਰ ਹਮਾਂ ਖ਼ੁਸ਼, ਕੋ ਰਵਦ, ਦਰਕਾਰਿ ਇਸ਼ਕ਼॥ ੩॥

ਸੰਖੇਪ ਅਰਥ : ਉਹੋ ਦਮ ਸੁਭਾਗਾ,ਜੋ ਉਸ ਦੀ ਯਾਦ ਵਿੱਚ ਗੁਜ਼ਰੇ।
ਉਹ ਸਿਰ ਕਰਮਾਂ ਵਾਲਾ ਹੈ ਜੋ ਪ੍ਰੇਮ ਦੇ ਰਹੇ ਲੱਗ ਜਾਵੇ।

ਸਦ ਹਜ਼ਾਰਾਂ [1]ਸਰ ਬ-ਕਫ਼, ਦਰ ਰਾਹਿ ਊ॥
ਈਸਤਾਦਹ ਤੱਕੀਅਹ, ਬਰ ਦੀਵਾਰਿ ਇਸ਼ਕ਼॥ ੪॥

ਪਾਠੰਤ੍ਰ : [1]ਜਾਂ

ਸੰਖੇਪ ਅਰਥ : ਹਜ਼ਾਰਾਂ ਹੀ ਪ੍ਰੇਮੀ ਤਲੀ ਤੇ ਜਾਨ ਰੱਖੀ ਉਸ ਦੇ ਰਾਹ ਉਤੇ।
ਪ੍ਰੀਤ ਦੀ ਕੰਧ ਨਾਲ ਢਾਸਣਾਂ ਲਾਈ ਖੜੇ ਹਨ।

ਹਰ ਕਿ ਸ਼ੁਦ ਦਰ ਰਾਹਿ ਮੌਲਾ, ਬੇ-ਅਦਬ॥
ਹਮਚੂ ਮਨਸੂਰਸ਼ ਸਾਜ਼ਦ, ਬਰ ਦਾਰਿ ਇਸ਼ਕ਼॥ ੫॥

ਸੰਖੇਪ ਅਰਥ : ਜਿਸ ਨੇ ਵੀ ਰੱਬ ਦੇ ਰਾਹ ਉਤੇ ਚਲਦਿਆਂ ਸੰਸਾਰ ਦੀ ਬੇਅਦਬੀ ਕੀਤੀ।
ਮਨਸੂਰ ਵਾਂਗ ਉਸ ਨੂੰ ਪ੍ਰੇਮੀ ਦੀ ਸੂਲੀ ਹੀ ਠੀਕ ਫਬਦੀ ਹੈ।

ਐ[1] ਜ਼ਹੇ ਦਿਲ, ਕੋ ਜ਼ਿ ਇਸ਼ਕ਼ਿ ਹੱਕ਼, ਪੁਰਸਤ॥
ਖ਼ਮ ਸ਼ੁਦਾ ਪੁਸ਼ਤਿ ਫ਼ਲਕ, ਅਜ਼ ਬਾਰਿ ਇਸ਼ਕ਼॥ ੬॥

ਪਾਠਭੇਦ : [1]ਆਂ

ਸੰਖੇਪ ਅਰਥ : ਸੁਭਾਗਾ ਹੈ ਦਿਲ, ਜੋ ਰੱਬ ਦੀ ਪ੍ਰੇਮ ਨਾਲ ਭਰਿਆ ਪਿਆ ਹੈ।
ਪ੍ਰੇਮ ਦੇ ਭਾਰ ਨਾਲ ਹੀ ਆਸਮਾਨ ਦੀ ਪਿੱਠ ਝੁਕ ਗਈ ਹੈ।

ਜ਼ਿੰਦਾ ਮਾਨੀ ਦਾਇਮਾ, ਐ ਨੇਕਿ ਖ਼ੂ॥
ਬਸ਼ੁਨਵੀ ਗਰ ਜ਼ਮਜ਼ਮਾ, ਅਜ਼ ਤਾਰਿ ਇਸ਼ਕ਼॥ ੭॥

ਸੰਖੇਪ ਅਰਥ : ਜੇਕਰ ਤੂੰ ਪਰੇਮ ਦੀ ਸਿਤਾਰ 'ਚੋਂ ਨਿਕਲੇ ਰਾਗ ਸੁਣ ਲਵੇਂ,
ਤਾਂ ਨੇਕ ਸੁਭਾਉ ਵਾਲੇ ਬੰਦੇ, ਤੂੰ ਸਦਾ ਲਈ ਅਮਰ ਹੋ ਜਾਵੇਂ।

ਬਾਦਿਸ਼ਾਹਾਂ, ਸਲਤ਼ਨਤ਼ ਬੁਗਜ਼ਾਸ਼ਤੰਦ॥
ਤਾਂ ਸ਼ਵੰਦ, ਆਂ ਮਹ਼ਿਰਮ ਅਜ਼ ਰਫ਼ਤਾਰਿ[1] ਇਸ਼ਕ਼॥ ੮॥

ਪਾਠੰਤ੍ਰ : [1]ਮਹ਼ਰਮਿ ਅਸਰਾਰਿ ਇਸ਼ਕ਼

ਸੰਖੇਪ ਅਰਥ : ਬਾਦਿਸ਼ਾਹਾਂ ਨੇ ਰਾਜ ਛੱਡ ਦਿੱਤੇ,
ਤਾਂ ਜੋ ਪ੍ਰੇਮ ਦੇ ਭੇਤਾਂ ਤੋਂ ਵਾਕਿਫ਼ ਹੋ ਸਕਣ।

ਮਰਹਮੇ ਜੁਜ਼ ਬੰਦਗੀ, ਦੀਗਰ ਨ ਦੀਦ॥
ਹਮਚੂ ਗੋਯਾ, ਹਰ ਕਿ ਸ਼ੁਦ ਬੀਮਾਰਿ ਇਸ਼ਕ਼॥ ੯॥ ੫੦॥

ਸੰਖੇਪ ਅਰਥ : ਗੋਯਾ ਵਾਂਗ ਜਿਸ ਨੂੰ ਵੀ ਪ੍ਰੇਮ ਦੀ ਬਿਮਾਰੀ ਲੱਗੀ।

ਰੱਬ ਦੀ ਬੰਦਗੀ ਬਿਨਾਂ ਉਸ ਨੇ ਹੋਰ ਕੋਈ ਮਲੂਮ ਨਹੀਂ ਵੇਖੀ।

(ਜ਼ਿੰਦਗੀ ਦਾ ਮਕ਼ਸਦ)

ਉਥਾਨਕਾ : ਭਾਈ ਸਾਹਿਬ ਜੀ ਨੇ ਇਸ ਗ਼ਜ਼ਲ 'ਚ ਜ਼ਿੰਦਗੀ ਜੀਣ ਦਾ ਮਨੋਰਥ ਕਥਨ ਕੀਤਾ ਹੈ। ਗੁਰਸਿੱਖ ਵੱਲੋਂ ਸਵਾਲ ਕਰਨ ਤੇ, ਇਹ ਗ਼ਜ਼ਲ ਅਨੰਦਪੁਰ ਸਾਹਿਬ ਉਚਾਰ ਕੇ ਉੱਤਰ ਦਿੱਤਾ ਹੈ।

ਗ਼ਜ਼ਲ ੫੧ ॥

[1]ਜ਼ਾਂ ਆਫ਼ਰੀਦਹ ਅਸਤ ਮਰਾ, ਆਂ ਖ਼ੁਦਾਇ ਪਾਕ॥
ਜੁਜ਼ ਹਰਫ਼ਿ ਹੱਕ਼, ਕਿ ਗ਼ੈਰ ਨਿਆਇਦ, ਜ਼ਿ ਜਿਸਮਿ ਖ਼ਾਕ[2] ॥ ੧ ॥

ਪਾਠੰਤ੍ਰ : [1]ਤਾਂ [2]ਜੁਜ਼ ਹਰਫ਼ਿ ਨਾਮਿ ਹਕ਼, ਕਿ ਨਿਯਾਯਦ, ਜ਼ਿ ਜਿਸਮਿ ਖ਼ਾਕ॥

ਸੰਖੇਪ ਅਰਥ : ਉਸ ਪਾਕ ਪਰਵਰਦਗਾਰ ਨੇ ਮੈਨੂੰ ਇਸ ਲਈ ਪੈਦਾ ਕੀਤਾ ਹੈ, ਕਿ ਮਿੱਟੀ ਦੇ ਇਸ ਸਰੀਰ ਵਿਚੋਂ ਰੱਬ ਦੇ ਬਿਨਾ ਹੋਰ ਕੁਝ ਨਾ ਨਿਕਲੇ।

ਦਰ ਹਿਜ਼ਰਿ ਤੁਸਤ, ਜਾਨੋ ਦਿਲਿ ਆਸ਼ਿਕਾਂ ਚੁਨੀਂ॥
ਚੂੰ ਲਾਲਹ ਦਾਗ਼ ਬਰ ਜਿਗਰੋ, ਸੀਨਹ ਚਾਕ ਚਾਕ॥ ੨ ॥

ਸੰਖੇਪ ਅਰਥ : ਤੇਰੀ ਜੁਦਾਈ ਵਿਚ ਪ੍ਰੀਤਵਾਨਾਂ ਦੇ ਜਾਨ ਅਤੇ ਦਿਲ ਦੀ ਇਹ ਹਾਲਤ ਹੈ।

ਕਿ ਪੋਸਤ ਦੇ ਫੁੱਲ ਵਾਂਗ ਉਨ੍ਹਾਂ ਦਾ ਜਿਗਰ ਦਾਗ਼ਦਾਰ ਹੈ ਅਤੇ ਸੀਨਾ ਲੀਰੋ ਲੀਰ।

ਈਂ ਗ਼ਫ਼ਲਤ ਅਸਤ ਮਰਗੁ, ਕਿ ਬੇ-ਯਾਦਿ ਹੱਕ਼ ਬਵਦ॥
ਚੂੰ ਸਾਇਆਇ ਤੋ ਹਸਤ, ਨ ਦਾਰੇਮ ਹੀਚ ਬਾਕ॥ ੩ ॥

ਸੰਖੇਪ ਅਰਥ : ਰੱਬ ਦੀ ਯਾਦ ਤੋਂ ਬਿਨਾਂ ਸਮੇਂ ਨੂੰ ਮੌਤ ਕਿਹਾ ਗਿਆ ਹੈ। ਜਦ ਤਕ ਸਾਨੂੰ ਤੇਰੀ ਛਤਰ ਛਾਇਆ ਨਸੀਬ ਹੈ, ਸਾਨੂੰ ਕੋਈ ਡਰ ਨਹੀਂ।

[1]ਤਖ਼ਤੋ ਨਗੀਂ ਗੁਜ਼ਾਸ਼ਤਹ ਸ਼ਾਹਾਂ, ਜ਼ਿ ਬਹਿਰਿ ਤੋ॥
ਬੁਕੁਸ਼ਾ ਜ਼ਿ ਰੁਖ਼ ਨਕ਼ਾਬ, ਕਿ ਆਲਮ ਸ਼ੁਦਾ ਹਿਲਾਕ॥ ੪ ॥

ਪਾਠੰਤ੍ਰ : [1]ਤਾਜੋ

ਸੰਖੇਪ ਅਰਥ : ਤੇਰੀ ਖ਼ਾਤਰ ਬਾਦਸ਼ਾਹਾਂ ਨੇ ਤਖ਼ਤ ਅਤੇ ਤਾਜ ਛੱਡ ਦਿੱਤੇ। ਮੁਖੜੇ ਤੋਂ ਬੁਰਕਾ ਚੁੱਕ ਕਿਉਂਕਿ ਸਾਰਾ ਜਗ ਮਰਿਆ ਪਿਆ ਹੈ।

ਐ ਖ਼ਾਕਿ ਦਰਗਹਿ ਤੋ, ਸ਼ਿਫ਼ਾ-ਬਖ਼ਸ਼ਿ ਆਲਮ ਅਸਤ॥
ਰਹਿਮੇ ਬੁਕੁਨ ਬਹਾਲਿ, ਗ਼ਰੀਬਾਨਿ ਦਰਦਨਾਕ॥ ੫ ॥

ਸੰਖੇਪ ਅਰਥ : ਐ ਕਿ ਤੇਰੀ ਦਰਗਾਹ ਦੀ ਧੂੜ ਸੰਸਾਰ ਨੂੰ ਤੰਦਰੁਸਤੀ ਬਖ਼ਸ਼ਣ ਵਾਲੀ ਹੈ।

ਤੂੰ ਦਰਦ ਦੇ ਮਾਰੇ ਪਰਦੇਸੀਆਂ ਦੇ ਹਾਲ ਉਤੇ ਤਰਸ ਖਾ।

ਦੁਨੀਆ ਅਸਤ ਕਾਂ ਖ਼ਰਾਬ ਕੁਨ, ਹਰ ਦੋ ਆਲਮ ਅਸਤ॥
ਦਾਰਾ ਬਖ਼ਾਕ ਰਫ਼ਤਾ, ਓ ਕ਼ਾਰੂੰ ਸ਼ੁਦਾ ਹਲਾਕ॥ ੬॥

ਸੰਖੇਪ ਅਰਥ : ਇਹ ਦੁਨੀਆਂ ਹੀ ਹੈ, ਜੋ ਦੋਹਾਂ ਜਹਾਨਾਂ ਨੂੰ ਬਰਬਾਦ ਕਰ ਦਿੰਦੀ ਹੈ, ਦਾਰਾ ਵੀ ਮਿੱਟੀ ਵਿਚ ਰਲ ਗਿਆ ਅਤੇ ਕਾਰੂੰ ਵੀ ਮਾਰਿਆ ਗਿਆ।

ਚਸ਼ਮਮ ਹਮੇਸ਼ਾ ਬੇ ਤੋ, [1]ਗੁਹਰਬਾਰ ਮੇ ਸ਼ਵਦ॥
ਗੋਯਾ ਮਿਸਾਲਿ ਦਾਨਾ, ਕਿ ਅਜ਼ ਖ਼ੋਸ਼ਾ-ਹਾਇ ਤਾਕ[2]॥ ੭॥ ੫੧॥

ਪਾਠਭੇਦ : [1]ਗੌਹਰਬਾਰ [2]ਖ਼ੋਸਾਹਾ ਬ ਖ਼ਾਕ

ਸੰਖੇਪ ਅਰਥ : ਤੇਰੇ ਬਿਨਾਂ ਮੇਰੀ ਅੱਖ ਹਮੇਸ਼ਾਂ ਇਉਂ ਮੋਤੀ ਕੇਰਦੀ ਰਹਿੰਦੀ ਹੈ। ਜਿਵੇਂ ਅੰਗੂਰਾਂ ਦੇ ਗੁੱਛਿਆਂ ਵਿਚੋਂ ਦਾਣੇ ਡਿੱਗਦੇ ਰਹਿੰਦੇ ਹਨ।

(ਸਤਿਗੁਰਾਂ ਦੀ ਮਹਿਮਾ)

ਉਥਾਨਕਾ : ਇਸ ਗ਼ਜ਼ਲ 'ਚ ਗੁਰਦੇਵ ਮਹਿਮਾ ਬਿਆਨ ਕੀਤੀ ਹੈ। ਤਖ਼ਤਾਂ ਤਾਜ਼ਾਂ ਦੇ ਮਾਲਿਕ, ਕਲਮ ਦੇ ਧਨੀ, ਤਲਵਾਰ ਦੇ ਧਨੀ ਦੀ ਕਮਾਲਤਾ ਵਰਣਨ ਕੀਤੀ ਹੈ।

ਗ਼ਜ਼ਲ ੫੨॥

ਐ ਕਮਾਲਿ ਤੋ, ਕਮਾਲਸਤੋ, ਕਮਾਲਤੋ, ਕਮਾਲ॥
ਐ ਜਮਾਲਿ ਤੋ, ਜਮਾਲਸਤੋ, ਜਮਾਲਸਤੋ, ਜਮਾਲ॥ ੧॥

ਸੰਖੇਪ ਅਰਥ : (ਹੇ ਦਸਮੇਸ਼ ਗੁਰੂ !) ਤੇਰੀ ਪੂਰਨਤਾ ਕਮਾਲ ਹੈ।

ਤੇਰੀ ਮੋਹਣੀ ਸੁੰਦਰਤਾ ਅਦੁੱਤੀ ਹੈ, ਅਜੋੜ ਹੈ, ਅਦਭੁਤ ਹੈ।

ਬੇ ਤੋ, ਯਕ ਦਮੋ ਨਫ਼ਸ, ਹਸ੍ਤ ਮਰਾ, ਹਮ ਚੂ ਸਾਲ॥
ਈਂ ਵਬਾਲ ਅਸਤੋ, ਵਬਾਲ ਅਸਤੋ, ਵਬਾਲ ਅਸਤੋ, ਵਬਾਲ॥ ੨॥

ਪਾਠੰਤ੍ਰ : ਬੇ ਤੁ ਯਕ ਦਮ ਮਰਾ, ਕਿ ਮੇ ਗੁਜ਼ਰਦ ਸਦ ਸਾਲ ਹਸਤ॥

ਸੰਖੇਪ ਅਰਥ : ਤੇਰੇ ਤੋਂ ਬਿਨਾਂ ਇਕ ਪਲ ਤੇ ਇਕ ਸਾਹ ਵੀ ਸਾਡੇ ਲਈ ਸਾਲ (ਯੁੱਗ) ਦੇ ਬਰਾਬਰ ਹੈ। ਇਹ ਵਿਛੋੜਾ ਸਾਡੇ ਲਈ ਕਿੰਨਾ ਦੁੱਖ ਭਰਿਆ, ਕਿੰਨਾਂ ਅਸਹਿ, ਕਿੰਨਾ ਕਲੇਸ਼-ਮਈ ਅਤੇ ਕਿੰਨਾਂ ਭਿਆਨਕ ਹੈ।

ਐ ਕਿ: ਨਜ਼ਦੀਕ-ਤਰ, ਅਜ਼ ਸ਼ਾਹ ਰਗ, ਵ ਆਲਮ ਹੈਰਾਂਅ॥
ਯਾਰਿ ਮਾ, +ਈਂ ਚਿ: ਖ਼ਿਆਲਸਤੋ, ਖ਼ਿਆਲਸਤੋ, ਖ਼ਿਆਲ॥ ੩॥

ਪਾਠੰਤ੍ਰ : ਬਾ

ਸੰਖੇਪ ਅਰਥ : ਹੇ ਸਤਿਗੁਰੂ, ਤੂੰ ਸ਼ਾਹ ਰਗ ਤੋਂ ਵੀ ਨੇੜੇ ਹੈਂ ਅਤੇ ਸੰਸਾਰ ਚਕ੍ਰਿਤ ਹੈ। ਹੇ ਸਾਡੇ ਪ੍ਰਿਯ ਮਿੱਤਰ, ਇਹ ਤੇਰਾ ਕੀ ਚੋਜ ਹੈ, ਚਮਤਕਾਰ ਹੈ। (ਸਾਡੀ ਸਮਝ ਤੋਂ ਪਰ੍ਹੇ ਹੈ)।

ਮਨ ਨ ਦਾਨਮ, ਕਿ: ਕੁਦਾਮਮ, ਕਿ ਕੁਦਾਮ॥
ਬੰਦਾ-ਇ ਓ ਅਮ[1], ਵ ਓ ਹਾਫ਼ਿਜ਼ਿ ਮਨ, ਦਰ ਹਮਹ ਹ਼ਾਲ॥੪॥

ਪਾਠਭੇਦ : [1]ਓ ਏਮ

ਸੰਖੇਪ ਅਰਥ : ਮੈਂ ਨਹੀਂ ਜਾਣਦਾ ਕਿ ਮੈਂ ਕੌਣ ਹਾਂ, ਮੇਰੀ ਹਸਤੀ ਕੀ ਹੈ ਤੇ ਕਿਥੋਂ ਆਇਆ ਹਾਂ—(ਭਾਵ, ਮੈਨੂੰ ਮੇਰੀ ਅਸਲੀਅਤ ਦੀ ਕੁਝ ਖ਼ਬਰ ਨਹੀਂ)। (ਮੈਨੂੰ ਏਨਾ ਪਤਾ ਹੈ ਕਿ) ਅਸੀਂ ਓਸ ਦੇ ਬੰਦੇ ਹਾਂ ਤੇ ਹਰ ਹਾਲ ਵਿਚ ਸਾਡਾ ਰਾਖਾ ਹੈ।

ਦਿਲਿ ਮਨ ਫ਼ਾਰਿਗ਼, ਵ ਦਰ ਕੂਏ ਤੋ, ਪਰਵਾਜ਼ ਕੁਨਦ॥
ਗਰ ਜ਼ਿ ਰਾਹਿ ਕਰਮਿ ਖ਼ੇਸ਼, ਬ-ਬਖ਼ਸ਼ੀ ਪਰੋ ਬਾਲ॥ ੫॥

ਸੰਖੇਪ ਅਰਥ : ਹੇ ਸਤਿਗੁਰੂ, ਜੇ ਤੂੰ ਆਪਣੀ ਬਖ਼ਸ਼ਸ਼ ਦੁਆਰਾ ਸਾਨੂੰ ਖੰਭ ਦੇ ਦੇਵੇਂ, ਅਰਥਾਤ, ਸਮਰਥਾ ਦੇਵੇਂ ਤਾਂ ਸਾਡਾ ਦਿਲ ਸੁਤੰਤਰ ਹੋ ਕੇ ਤੇਰੀ ਗਲੀ ਵਿਚ (ਹੀ ਮੁੜ ਮੁੜ ਕੇ) ਉਡਾਰੀਆਂ ਮਾਰੇ। (ਭਾਵ, ਉਨ੍ਹਾਂ ਪਰਾਂ ਨਾਲ ਤੇਰੇ ਦਰ 'ਤੇ ਪੁੱਜਣ ਦਾ ਹੀ ਹਲਾ ਕਰੇ)।

ਸਾਹ਼ਿਬਿ ਹ਼ਾਲ, ਬ-ਜੁਜ਼ ਹ਼ਰਫ਼ਿ ਖ਼ੁਦਾ, ਨ ਜ਼ਨਦ॥
ਗ਼ੈਰਿ ਜ਼ਿਕਰਸ਼, ਹਮਹ ਆਵਾਜ਼ ਬਵਦ, ਕ਼ੀਲੋ ਮਕ਼ਾਲ॥ ੬॥

ਪਾਠੰਤ੍ਰ : [1]ਦਮ ਨ ਜ਼ਨਦ

ਸੰਖੇਪ ਅਰਥ : ਪ੍ਰਭੂ-ਭਗਤ ਸਿਵਾਏ ਵਾਹਿਗੁਰੂ ਦੇ ਜ਼ਿਕਰ ਦੇ ਹੋਰ ਗੱਲ ਬਾਤ ਨਹੀਂ ਕਰਦਾ, ਕਿਉਂਕਿ ਸਿਵਾਏ ਉਸ ਦੇ ਜ਼ਿਕਰ (ਜਾਪ, ਸਿਮਰਨ) ਦੇ ਉਸ ਲਈ ਕੁਝ ਵੀ ਬੋਲਣਾ ਬੇਅਰਥ ਹੈ, ਝਖਣਾ ਝਾਖ ਹੈ।

ਮੁਰਿਸ਼ਦਿ ਕਾਮਿਲਿ ਮਾ, ਬੰਦਗੀਅਤ ਫ਼ਰਮਾਇਦ॥
ਐ ਜ਼ਹੇ, ਫ਼ਾਲਿ ਮੁਬਾਰਿਕ, ਕਿ: ਕੁਨਦ ਸਾਹ਼ਿਬਿ ਹ਼ਾਲ॥ ੭॥

ਸੰਖੇਪ ਅਰਥ : ਸਾਡਾ ਪੂਰਨ ਗੁਰੂ ਸਾਨੂੰ (ਹੇ ਪ੍ਰਭੂ !) ਤੇਰੀ ਬੰਦਗੀ ਕਰਨ ਲਈ ਆਗਿਆ ਕਰਦਾ ਹੈ। ਵਾਹ, ਸਾਡੇ ਚੰਗੇ ਭਾਗ ਕਿ ਸਾਨੂੰ (ਪੂਰਨ ਗੁਰੂ ਨੇ) ਬ੍ਰਹਮ ਗਿਆਨੀ (ਆਤਮ-ਦਰਸ਼ੀ, ਪਾਰਦਰਸ਼ੀ) ਬਣਾ ਦਿੱਤਾ ਹੈ।

ਹਰ ਕਿ: ਗੋਇਦ ਤੂ ਚਿ: ਬਾਸ਼ੀ, ਵ ਚਿ: ਗੋਇਦ ਜੁਜ਼ਿ ਤੋ॥
ਗਸ਼ਤ ਹੈਰਾਂ ਹਮਹ, ਆ਼ਲਮ ਹਮਹ, ਦਰ ਐਨਿ ਜਮਾਲ॥ ੮॥

ਸੰਖੇਪ ਅਰਥ : ਹਰ ਕੋਈ ਇਹ ਕਹਿੰਦਾ ਹੈ ਕਿ ਹੇ ਪ੍ਰਭੂ, ਤੂੰ ਕੀ ਹੈਂ? ਪਰੰਤੂ ਉਹ ਆਖੇ ਵੀ ਕੀ? ਜਦ ਕਿ ਉਹ ਤੇਰਾ ਇਕ ਹਿੱਸਾ ਹੈ (ਤੇਰਾ ਕੀਤਾ ਹੋਇਆ ਤੇ ਤੇਰੀ ਅੰਸ਼ ਹੈ)। ਸਾਰੀ ਦੁਨੀਆਂ ਤੇਰੀ ਅਦਭੁਤ ਸੁੰਦਰਤਾ ਦੇ ਜਲਵੇ ਨੂੰ ਵੇਖ ਕੇ ਚਕ੍ਰਿਤ ਰਹਿ ਗਈ ਹੈ (ਤੇਰੀ ਸੁੰਦਰਤਾ ਦਾ ਪ੍ਰਭਾਵ ਹੋਸ਼ ਗੁੰਮ ਕਰਨ ਵਾਲਾ ਹੈ)

(ਹਾਜ਼ਿਰ ਨਾਜ਼ਿਰ ਖ਼ੁਦਾ)

ਉਥਾਨਕਾ : "ਸਭੈ ਘਟਿ ਰਾਮ ਬੋਲੈ" ਦੀ ਫ਼ਾਰਸੀ 'ਚ ਵਿਆਖਿਆ ਕਰਨ ਲਈ ਜਦ ਸਿੰਘਾਂ ਨੇ ਬੇਨਤੀ ਕੀਤੀ ਤਾਂ ਭਾਈ ਸਾਹਿਬ ਨੇ ਇਹ ਗ਼ਜ਼ਲ ਅਨੰਦਪੁਰ ਸਾਹਿਬ ਉੱਚਾਰਣ ਕੀਤੀ ਸੀ।

ਗ਼ਜ਼ਲ ੫੩॥

ਚੂੰ ਖ਼ੁਦਾ ਹਾਜ਼ਿਰ ਅਸਤ, ਦਰ ਹਮਹ ਹ਼ਾਲ॥
ਤੂ ਚਿਰਾ ਮੇ ਜ਼ਨੀ, ਦਿਗਰ ਪਰੋ ਬਾਲ॥ ੧॥

ਸੰਖੇਪ ਅਰਥ : ਜਦ ਰੱਬ ਹਰ ਹਾਲਤ ਵਿਚ ਹਾਜ਼ਰ ਨਾਜ਼ਰ ਹੈ।
ਤਾਂ ਤੂੰ ਹੋਰ ਕਿਉਂ ਹੱਥ ਪੈਰ ਪਿਆ ਮਾਰਦਾ ਫਿਰਦਾ ਹੈਂ?

ਹ਼ਮਦਿ ਹ਼ੱਕ਼ ਗੋ, ਦਿਗਰ ਮਗੋ ਐ ਜਾਂ॥
ਸਾਹ਼ਿਬਿ ਕ਼ਾਲ[1] ਬਾਸ਼, ਵ ਬੰਦਾਇ ਹ਼ਾਲ॥ ੨॥

ਪਾਠੰਤ੍ਰ : [1]ਕੌਲਿ

ਸੰਖੇਪ ਅਰਥ : ਰੱਬ ਦੀ ਸਿਫ਼ਤ ਸਨਾ ਕਰ, ਐ ਮੇਰੀ ਜਾਨ ! ਹੋਰ ਕੁਝ ਨ ਕਹੁ।
ਨਾਮ ਜੱਪਣ ਵਾਲਾ ਬੰਦਾ ਬਣ ਜਾ, ਉਸ ਦੇ ਹਾਲ ਦਾ ਮਹਿਰਮ ਬਣ ਜਾ।

ਗ਼ੈਰ ਯਾਦਿ ਖ਼ੁਦਾ, ਦਮੇ ਕਿ ਗੁਜ਼ਸ਼ਤ॥
ਈਂ ਜ਼ਵਾਲ ਅਸਤ, ਪੇਸ਼ਿ ਅਹਿਲਿ ਕਮਾਲ॥ ੩॥

ਸੰਖੇਪ ਅਰਥ : ਰੱਬ ਦੀ ਯਾਦ ਤੋਂ ਛੁੱਟ ਜਿਹੜਾ ਦਮ ਵੀ ਗੁਜ਼ਾਰਿਆ।
ਕਾਮਲ ਲੋਕਾਂ ਦੀਆਂ ਨਜ਼ਰਾਂ ਵਿਚ ਉਹ ਬਰਬਾਦ ਗਿਆ।

ਮਾਸਿਵਾ ਨੇਸਤ, ਹਰ ਕੁਜਾ ਬੀਨੀ[1]॥
ਤੋ ਚਿਰਾ ਗ਼ਾਫ਼ਿਲੀ, ਦਰ ਐ਼ਨਿ ਵਸਾਲ॥ ੪॥

ਪਾਠੰਤ੍ਰ : ਹਰ ਕਿ ਮੇ ਨਿਗਰੀ[1]

ਸੰਖੇਪ ਅਰਥ : ਜਿੱਥੇ ਵੀ ਤੂੰ ਵੇਖੇਂ, ਉਸ ਤੋਂ ਬਿਨਾਂ ਹੋਰ ਕੋਈ ਨਹੀਂ।
ਐਨ ਮਿਲਾਪ ਵਿਚ ਤੂੰ ਕਿਉਂ ਗਾਫ਼ਲ ਹੁੰਦਾ ਹੈਂ?

ਗ਼ੈਰ ਹਰਫ਼ਿ ਖ਼ੁਦਾ, ਮਗੋ ਗੋਯਾ॥
ਕਿ ਦਿਗਰ ਪੋਚ ਹਸਤ, ਕ਼ੀਲੋ[1] ਮਕ਼ਾਲ॥੫॥੫੩॥

ਪਾਠੰਤ੍ਰ : [1]ਕ਼ਾਲੋ

ਸੰਖੇਪ ਅਰਥ : ਐ ਗੋਯਾ ਗੁਰੂ ਵਾ : ਖ਼ੁਦਾ ਦੀ ਚਰਚਾ ਤੋਂ ਬਿਨਾਂ ਹੋਰ ਨ ਬੋਲ। ਕਿਉਂਕਿ ਹੋਰ ਸਭ ਗਲਬਾਤ ਫ਼ਜ਼ੂਲ ਹੈ।

(ਰੱਬੀ ਬੰਦਾ ਰੱਬ ਰੂਪ)

ਉਥਾਨਕਾ : ਗੁਰਦੇਵ ਚਰਨਾਂ 'ਚ ਰਹਿ ਕੇ ਭਾਈ ਸਾਹਿਬ ਨੇ ਜੋ ਉੱਚ - ਅਵਸਥਾ ਪਾਈ, ਓਹ ਇਸ ਗ਼ਜ਼ਲ 'ਚ ਸ੍ਰੀ ਅਨੰਦਪੁਰ ਸਾਹਿਬ ਉਚਾਰੀ ਹੈ।

ਗ਼ਜ਼ਲ ੫੪॥

ਮਾ ਕਿ ਖ਼ੁਦ, ਹਰ ਬੰਦਾਇ ਹ਼ੱਕ਼ ਰਾ, ਖ਼ੁਦਾ ਫ਼ਹਮੀਦਹ ਏਮ॥
ਖ਼ੇਸ਼ਤਨ ਰਾ, ਬੰਦਾਇ ਈਂ ਬੰਦਾਹਾ, ਫ਼ਹਮੀਦਹ ਏਮ॥ ੧॥

ਸੰਖੇਪ ਅਰਥ : ਅਸਾਂ ਹਰ ਰੱਬ ਦੇ ਬੰਦੇ ਨੂੰ ਰੱਬ ਹੀ ਸਮਝਿਆ ਹੈ।
ਅਤੇ ਆਪਣੇ ਆਪ ਨੂੰ ਅਸਾਂ ਇਨ੍ਹਾਂ ਬੰਦਿਆਂ ਦਾ ਬੰਦਾ ਸਮਝਿਆ ਹੈ।

ਮਰਦੁਮਾਨਿ ਚਸ਼ਮਿ ਮਾ ਰਾ, ਇਹਤਿਆਜਿ ਸੁਰਮਾ ਨੇਸਤ॥
ਬਸਕਿ ਖ਼ਾਕਿ ਰਾਹਿ [1]ਮਰਦੁਮ, ਤੂਤੀਆ ਫ਼ਹਮੀਦਹ-ਏਮ॥ ੨॥

ਪਾਠੰਤ੍ਰ : [1]ਮੁਰਸ਼ਿਦ

ਸੰਖੇਪ ਅਰਥ : ਸਾਡੀਆਂ ਅੱਖਾਂ ਦੀਆਂ ਪੁਤਲੀਆਂ ਨੂੰ ਸੁਰਮੇਂ ਦੀ ਕੋਈ ਲੋੜ ਨਹੀਂ।
ਕਿਉਂ ਜੋ ਅਸਾਂ ਰੱਬ ਦੇ ਬੰਦਿਆਂ ਦੇ ਰਾਹ ਦੀ ਧੂੜ ਨੂੰ ਹੀ ਸੁਰਮਾ ਸਮਝਿਆ ਹੈ।

ਹਰ ਨਫ਼ਸ ਸਰ ਬਰ ਜ਼ਮੀਂ, ਦਾਰੇਮ ਅਜ਼ ਬਹਿਰਿ ਸਜੂਦ॥
ਮਾ[1] ਕਿ ਰੂਇ ਯਾਰਿ ਖ਼ੁਦ, ਨੂਰਿ ਖ਼ੁਦਾ ਫ਼ਹਮੀਦਾਏਮ॥ ੩॥

ਪਾਠੰਤ੍ਰ : [1]ਜ਼ਾਂ

ਸੰਖੇਪ ਅਰਥ : ਹਰ ਘੜੀ ਅਸਾਂ ਆਪਣਾ ਸਿਰ ਸਿਜਦੇ ਲਈ ਧਰਤ ਉਤੇ ਰੱਖਦੇ ਹਾਂ।
ਕਿਉਂ ਜੋ ਅਸਾਂ ਆਪਣੇ ਯਾਰ ਦੇ ਮੁਖੜੇ ਨੂੰ ਰੱਬ ਦਾ ਨੂਰ ਸਮਝਿਆ ਹੈ।

ਬਾਦਿਸ਼ਾਹਾਂ ਰਾ, ਫ਼ਕੀਰਾਂ ਬਾਦਿਸ਼ਾਹੀ ਦਾਦਹ ਅੰਦ॥
ਜ਼ਾਂ ਗਦਾਇ ਕੂਇ ਊਰਾ, ਬਾਦਿਸ਼ਾਹ ਫ਼ਹਮੀਦਹ-ਏਮ॥ ੪॥

ਸੰਖੇਪ ਅਰਥ : ਫ਼ਕੀਰਾਂ ਨੇ ਬਾਦਸ਼ਾਹਾਂ ਨੂੰ ਬਾਦਸ਼ਾਹੀ ਬਖ਼ਸ਼ੀ ਹੈ।
ਇਸ ਲਈ ਉਸ ਦੀ ਗਲੀ ਦੇ ਫ਼ਕੀਰ ਨੂੰ ਅਸੀਂ ਬਾਦਿਸ਼ਾਹ ਸਮਝ ਲਿਆ ਹੈ।

ਮਾ ਨਮੇ ਖ਼੍ਵਾਹੇਮ, ਮੁਲਕੋ ਮਾਲ ਰਾ, ਗੋਯਾ ਅਜ਼ਾਂ॥
ਸਾਇਆਇ ਜ਼ੁਲਫ਼ਿ ਤੁਰਾ, ਬਾਲਿ ਹੁਮਾ ਫ਼ਹਮੀਦਾ ਏਮ॥ ੫॥ ੫੪॥

ਸੰਖੇਪ ਅਰਥ : ਸਾਨੂੰ ! ਐ ਗੋਯਾ, ਮੁਲਕ ਅਤੇ ਮਾਲ ਦੀ ਕੋਈ ਚਾਹ ਨਹੀਂ।
ਇਸ ਲਈ ਕਿ ਅਸਾਂ ਤੇਰੀ ਜ਼ੁਲਫ਼ ਦੇ ਸਾਯੇ ਨੂੰ ਹੁਮਾ ਦਾ ਪਰ ਸਮਝ ਲਿਆ ਹੈ।

(ਗੁਰਦੇਵ ਦੀ ਗਲੀ)

ਉਥਾਨਕਾ : ਗੁਰਦੇਵ ਪਾਤਿਸ਼ਾਹ ਦੇ ਮਹੱਲਾਂ ਵੱਲ ਜਾਂਦੀ ਗਲੀ 'ਚ ਅਨੰਦਪੁਰ ਸਾਹਿਬ ਵਿਖੇ ਭਾਈ ਸਾਹਿਬ ਜੀ ਨੇ ਭਿਖਾਰੀ, ਰਾਜ-ਭਾਗ ਵੰਡਦੇ ਵੇਖੇ, ਜੋ ਸੰਸਾਰੀ ਮੋਹ-ਮਾਯਾ ਤੋਂ ਨਿਰਇੱਛਤ, ਗੁਰਦੇਵ ਦੇ ਚਰਨਾਂ ਦੇ ਭੌਰੇ ਬਣੀ ਜੀਵਨ ਗੁਜ਼ਾਰ ਰਹੇ ਸਨ ਤਾਂ ਉਨ੍ਹਾਂ ਮੰਗਤਿਆਂ ਨੂੰ ਵੇਖ ਇਹ ਗ਼ਜ਼ਲ ਉਚਾਰੀ।

ਗ਼ਜ਼ਲ ੫੫॥

ਦਰੂਨਿ ਮਰਦੁਮਕਿ ਦੀਦਹ, ਦਿਲਰੁਬਾ ਦੀਦਮ॥
ਬਹਰ ਤੁਰਫ਼ ਕਿ ਨਜ਼ਰ ਕਰਦਮ, ਆਸ਼ਨਾ ਦੀਦਮ॥ ੧॥

ਸੰਖੇਪ ਅਰਥ : ਮੈਂ ਆਪਣੀ ਅੱਖ ਦੀ ਪੁਤਲੀ ਵਿਚ ਉਸ ਦਿਲ ਹਰਨ ਵਾਲੇ ਨੂੰ ਵੇਖਿਆ ਹੈ।
ਜਿੱਧਰ ਵੀ ਮੈਂ ਨਿਗਾਹ ਦੌੜਾਈ, ਮੈਂ ਆਪਣਾ ਸੱਜਣ ਹੀ ਵੇਖਿਆ ਹੈ।

ਬਗਿਰਦਿ ਕਾਅ਼ਬਾ ਓ ਬੁੱਤਖ਼ਾਨਾ, ਹਰ ਦੋ ਗਰਦੀਦਮ॥
ਦਿਗਰ ਨ ਯਾਫ਼ਤਮ ਆਂ ਜਾ, ਹਮੀਂ ਤੁਰਾ ਦੀਦਮ॥ ੨॥

ਸੰਖੇਪ ਅਰਥ : ਮੈਂ ਕਾਅਬੇ ਅਤੇ ਮੰਦਰ ਦੋਹਾਂ ਥਾਵਾਂ ਦੀ ਪਰਕਰਮਾਂ ਕੀਤੀ ਹੈ।
ਮੈਨੂੰ ਤਾਂ ਹਰ ਥਾਂ ਤੇਰੇ ਬਿਨਾਂ ਹੋਰ ਕੋਈ ਨਹੀਂ ਦਿਸਿਆ।

ਬਹਰ ਕੁਜਾ ਕਿ ਨਜ਼ਰ ਕਰਦਮ, ਅਜ਼ ਰਾਹਿ ਤਹਕ਼ੀਕ਼॥
ਵਲੇ, ਬਖ਼ਾਨਾਇ ਦਿਲਿ, ਖ਼ਾਨਾ-ਇ ਖ਼ੁਦਾ ਦੀਦਮ॥ ੩॥

ਸੰਖੇਪ ਅਰਥ : ਜਿੱਥੇ ਵੀ ਮੈਂ ਨਿਸਚੇ ਵਜੋਂ ਨਜ਼ਰ ਕੀਤੀ।
ਆਪਣੇ ਦਿਲ ਦੇ ਘਰ ਅੰਦਰ ਰੱਬ ਹੀ ਰੱਬ ਨੂੰ ਵੇਖਿਆ ਹੈ।

[1]ਗਦਾਈ ਏ ਦਰਿ ਕੂਇ ਤੋ, ਬਿਹਜ਼ਿ ਸੁਲਤ਼ਾਨੀ ਅਸਤ॥
ਖ਼ਿਲਾਫ਼ਤਿ ਦੋ ਜਹਾਂ, ਤਰਕਿ ਮੁੱਦਆ ਦੀਦਮ॥ ੪॥

ਪਾਠੰਤ੍ਰ : [1]ਗਦਾਏ ਕਰਦਨੇ ਕੂਇ ਤੋ

ਸੰਖੇਪ ਅਰਥ : ਤੇਰੀ ਗਲੀ ਵਿਚ ਮੰਗਣ ਦਾ ਕੰਮ ਬਾਦਸ਼ਾਹੀ ਨਾਲੋਂ ਚੰਗੇਰਾ ਹੈ। ਮੈਂ ਦੋਹਾਂ ਜਹਾਨਾਂ ਦੀ ਨਾਇਬੀ ਨਿਜੀ ਸਵਾਰਥ ਨੂੰ ਛੱਡਣ ਵਿਚ ਵੇਖੀ ਹੈ।

ਮਰਾ ਜ਼ਿ ਰੋਜ਼ਿ ਅਜ਼ਲ, ਆਮਦ ਈਂ ਨਿਦਾ ਗੋਯਾ॥
ਕਿ ਇੰਤਹਾਇ ਜਹਾਂ ਰਾ, ਦਰ ਇਬਤਦਹ ਦੀਦਮ॥ ੫॥ ੫੫॥

ਸੰਖੇਪ ਅਰਥ : ਮੇਰੇ ਕੰਨੀ, ਗੋਯਾ, ਪਹਿਲੇ ਦਿਨ ਤੋਂ ਹੀ ਇਹ ਅਵਾਜ਼ ਪਈ। ਕਿ ਜਹਾਨ ਦੇ ਅੰਤ ਨੂੰ ਮੈਂ ਇਸ ਦੇ ਆਦਿ ਵਿਚ ਹੀ ਵੇਖ ਲਿਆ ਹੈ।

(ਗੁਰਦੇਵ ਮਹਿਮਾ)

ਉਥਾਨਕਾ : ਇਸ ਗ਼ਜ਼ਲ 'ਚ ਗੁਰਦੇਵ ਮਹਿਮਾ, ਨਰਗਿਸ ਦੇ ਫੁੱਲ ਨਾਲ ਰੂਪ ਅਲੰਕਾਰ ਬਣਾ ਕੇ ਸ੍ਰੀ ਅਨੰਦਪੁਰ ਸਾਹਿਬ ਵਿਖੇ ਕੀਤੀ ਜਦ ਸਾਹਿਬ ਜੀ ਨਰਗਿਸ ਦੇ ਫੁੱਲ ਵੱਲ, ਖੜ੍ਹੇ ਹੋ ਕੇ ਵੇਖ ਰਹੇ ਸਨ।

ਗ਼ਜ਼ਲ ੫੬॥

ਅਜ਼ ਦੋਸਤ, ਗ਼ੈਰਿ ਦੋਸਤ, ਤਮੱਨਾ ਨ ਮੇ-ਕੁਨੇਮ॥
[1]ਮਾ ਬਹਿਰਿ ਦਰਦਿ ਖ੍ਰੇਸ਼, ਮਦਾਵਾ ਨ ਮੇ-ਕੁਨੇਮ॥ ੧॥

ਸੰਖੇਪ ਅਰਥ : ਮਿੱਤਰ ਪਿਆਰੇ ਤੋਂ ਅਸੀਂ ਸਿਵਾ ਉਸ ਦੇ ਹੋਰ ਕੋਈ ਚਾਹ ਨਹੀਂ ਰੱਖਦੇ। ਅਸੀ ਆਪਣੇ ਸਿਰ ਦਰਦ ਦਾ ਕੋਈ ਇਲਾਜ ਨਹੀਂ ਕਰਦੇ।

ਬੀਮਾਰ ਨਰਗਿਸੇਮ, ਕਿ ਨਰਗਿਸ ਗ਼ੁਲਾਮਿ ਊਸਤ॥
ਮਾ ਆਰਜ਼ੂਇ ਖ਼ਿਜ਼ਰੋ ਮਸੀਹਾ, ਨ ਮੇ-ਕੁਨੇਮ॥ ੨॥

ਸੰਖੇਪ ਅਰਥ : ਅਸੀਂ ਉਸ ਨਰਗਸੀ ਸੱਜਣ ਦੇ ਹੱਥੋਂ ਬੀਮਾਰ ਹਾਂ, ਜਿਸ ਦਾ ਨਰਗਸ ਫੁੱਲ ਵੀ ਗੁਲਾਮ ਹੈ।

ਅਸੀਂ ਖ਼ਿਜ਼ਰ ਅਤੇ ਮਸੀਹਾ ਦੀ ਚਾਹ ਨਹੀਂ ਰੱਖਦੇ।

[1]ਹਰ ਜਾ ਕਿ ਦੀਦਾ ਏਮ, ਜਮਾਲਿ ਤੋ ਦੀਦਾ-ਏਮ॥
ਮਾ ਜੁਜ਼ ਜਮਾਲਿ ਦੋਸਤ, ਤਮਾਸ਼ਾ ਨ ਮੇ-ਕੁਨੇਮ॥ ੩॥

ਪਾਠੰਤ੍ਰ : [1]ਦਰ

ਸੰਖੇਪ ਅਰਥ : ਜਿੱਥੇ ਵੀ ਵੇਖਿਆ, ਤੇਰਾ ਜਲਾਲ ਹੀ ਵੇਖਿਆ ਹੈ।
ਅਸੀਂ ਦੋਸਤ ਦੇ ਜਮਾਲ ਤੋਂ ਛੁੱਟ ਹੋਰ ਕੋਈ ਤਮਾਸ਼ਾ ਨਹੀਂ ਵੇਖਦੇ।

ਮਾ[1] ਯਾਰ ਹਮਦਮੇਮ, ਨ ਬੀਨੇਮ ਗ਼ੈਰਿ ਊ॥
ਮਾ ਚਸ਼ਮਿ ਖ਼ੁਦ, ਬਰੂਇ ਕਸੇ ਵਾ ਨ ਮੇ ਕੁਨੇਮ॥ ੪॥

ਪਾਠਭੇਦ : [1]ਬਾ

ਸੰਖੇਪ ਅਰਥ : ਆਪਣੇ ਸੱਜਣ ਦੇ ਨਾਲ ਹੁੰਦਿਆਂ, ਅਸੀਂ ਹੋਰ ਕਿਸੇ ਨੂੰ ਨਹੀਂ ਵੇਖਦੇ ਅਸਾਂ,
ਅਸੀਂ ਕਿਸੇ ਹੋਰ ਦੇ ਸਾਹਮਣੇ ਅੱਖ ਵੀ ਨਹੀਂ ਪੁੱਟਦੇ।

ਪਰਵਾਨਹ-ਵਾਰ, ਗਿਰਦਿ ਰੁਖ਼ਿ ਸ਼ਮਅ, ਜਾਂ ਦਿਹੇਮ॥
ਚੂੰ ਇੰਦਲੀਬ ਬੇਹੂਦਾ, ਗ਼ੋਗ਼ਾ ਨ ਮੇ-ਕੁਨੇਮ॥ ੫॥

ਸੰਖੇਪ ਅਰਥ : ਅਸੀਂ ਭੰਬਟ ਵਾਂਗ ਦੀਵੇ ਦੇ ਚਿਹਰੇ ਤੋਂ ਆਪਣੀ ਜਾਨ ਵਾਰ ਦਿੰਦੇ ਹਾਂ।
ਪਰ ਬੁਲਬੁਲ ਵਾਂਗ ਐਵੇਂ ਫ਼ਜ਼ੂਲ ਕੂਕਾਂ ਨਹੀਂ ਮਾਰਦੇ।

ਗੋਯਾ [1]ਖ਼ਮੋਸ਼ ਬਾਸ਼, ਕਿ ਸੌਦਾਇ ਇਸ਼ਕਿ ਯਾਰ॥
ਤਾਂ ਈਂ ਸਰਸਤ, ਅਜ਼ ਸਰਿ-ਖ਼ੁਦ, ਵਾ ਨ ਮੇ ਕੁਨੇਮ॥੬॥੫੬॥

ਪਾਠਂਤ੍ਰ : [1]ਬਾ ਹੋਸ਼

ਸੰਖੇਪ ਅਰਥ : ਗੋਯਾ, ਚੁੱਪ ਰਹੁ, ਕਿ ਸੱਜਣ ਦੇ ਪ੍ਰੇਮ ਦੇ ਸੌਦੇ ਨੂੰ।
ਜਦ ਤਕ ਭੀ ਸਾਡਾ ਸਿਰ ਕਾਇਮ ਹੈ, ਆਪਣੇ ਸਿਰੋਂ ਨਹੀਂ ਕੱਢਾਂਗੇ।

(ਗੁਰਦੇਵ ਮਹਿਮਾ)

ਉਥਾਨਕਾ : ਜਦ ਆਗਰੇ ਤੋਂ ਬਹਾਦਰ ਸ਼ਾਹ ਦੇ ਅਹਿਲਕਾਰ,ਭਾਈ ਸਾਹਿਬ ਦੇ ਮਿੱਤਰ, ਭਾਈ ਸਾਹਿਬ ਨੂੰ ਮਿਲਣ ਸ੍ਰੀ ਅਨੰਦਪੁਰ ਸਾਹਿਬ ਆਏ ਤਾਂ ਉਨ੍ਹਾਂ ਨੂੰ ਭਾਈ ਸਾਹਿਬ ਨੇ ਇਸ ਗ਼ਜ਼ਲ ਰਾਹੀਂ ਸੁਣਾਈ ਹੈ। ਗੁਰਦੇਵ ਪਿਤਾ ਦੀ ਮਹਿਮਾ ਅਤੇ ਸ੍ਵੈ ਅਵਸਥਾ ਸੁਣਾਈ ਹੈ।

ਗ਼ਜ਼ਲ ੫੭॥

ਮਾ ਬ-ਯਾਦਿ ਹੱਕ਼, ਹਮੇਸ਼ਹ ਜ਼ਿੰਦਹ-ਏਮ॥
ਦਾਇਮ, ਅਜ਼ ਇਹਸਾਨਿ ਊ, ਸ਼ਰਮਿੰਦਹ-ਏਮ॥ ੧॥

ਸੰਖੇਪ ਅਰਥ : ਅਸੀਂ ਰੱਬ ਦੀ ਯਾਦ ਵਿਚ ਸਦਾ ਜ਼ਿੰਦਾ ਰਹਿੰਦੇ ਹਾਂ।
ਅਸੀਂ ਸਦਾ ਹੀ ਉਸ ਦੇ ਇਹਿਸਾਨ ਕਾਰਣ ਸ਼ਰਮਸਾਰ ਹਾਂ।

ਖ਼ੁਦ-ਨੁਮਾ ਰਾ ਬੰਦਗੀ, ਮਨਜ਼ੂਰ ਨੇਸਤ॥
ਓ ਹਮੇਸ਼ਾ ਸਾਹਿਬੋ, ਮਾ ਬੰਦਾ-ਏਮ॥ ੨॥

ਪਾਠੰਤ੍ਰ : **ਖ਼ੁਦ ਨੁਮਾਈ ਦਰ ਲਿਬਾਸੇ, ਬੰਦਗੀ ਮਨਜ਼ੂਰ ਨੇਸਤ॥**
ਓ ਹਮੇਸ਼ਹ ਸਾਹਿਬ ਅਸਤੋ, ਮਾ ਹਮੇਸ਼ਹ ਬੰਦਹਏਮ॥

ਸੰਖੇਪ ਅਰਥ : ਆਪਾਂ ਵਿਖਾਉਣ ਵਾਲੇ ਨੂੰ ਭਜਨ ਬੰਦਗੀ ਮਨਜ਼ੂਰ ਨਹੀਂ ਹੁੰਦੀ। ਉਹ ਰੱਬ ਤਾਂ ਸਦਾ ਮਾਲਕ ਹੈ ਅਤੇ ਅਸੀਂ ਉਸ ਦੇ ਬੰਦੇ ਹਾਂ।

ਦਰ ਵਜੂਦਿ ਖ਼ਾਕੀਆਂ, ਪਾਕੀ ਅਜ਼ੋਸਤ॥
ਮਾ ਖ਼ੁਦਾਇ ਪਾਕ ਰਾ, ਬੀਨਿੰਦਹ-ਏਮ॥ ੩॥

ਪਾਠੰਤ੍ਰ : ਈਂ ਬੰਦਗੀ ਬੀਨਿੰਦਹ-ਏਮ

ਸੰਖੇਪ ਅਰਥ : ਮਿੱਟੀ ਦੇ ਪੁਤਲਿਆਂ ਵਿਚ ਉਸੇ ਦੀ ਪਵਿੱਤਰਤਾ ਹੈ। ਅਸਾਂ ਤਾਂ ਪਾਕ ਪਰਵਰਦਗਾਰ ਨੂੰ ਵੇਖ ਲਿਆ ਹੈ।

ਮਾ ਬਪਾਇ ਸ਼ਾਹਿ, ਸਰ [1]ਅਫ਼ਗੰਦਹ-ਏਮ॥
ਅਜ਼ ਦੋ ਆ'ਲਮ ਦਸਤ ਰਾ, [2]ਅਫ਼ਸ਼ਾਂਦਹ-ਏਮ॥ ੪॥

ਪਾਠੰਤ੍ਰ : [1]ਅਫ਼ਕੰਦਹ ਏਮ [2]ਅਫ਼ਸ਼ੰਦਹ ਏਮ

ਸੰਖੇਪ ਅਰਥ : ਅਸਾਂ ਤਾਂ ਉਸ ਬਾਦਸ਼ਾਹ ਦੇ ਚਰਨਾਂ 'ਤੇ ਆਪਣਾ ਸਿਰ ਰੱਖ ਦਿੱਤਾ ਹੈ। ਅਤੇ ਦੋਹਾਂ ਜਹਾਨਾਂ ਲੋਕ ਪਰਲੋਕ ਤੋਂ ਆਪਣੇ ਹੱਥ ਧੋ ਲਏ ਹਨ।

ਨੇਸਤ ਦਰ ਹਰ ਚਸ਼ਮ, ਗ਼ੈਰਿ ਅਜ਼ ਨੂਰਿ ਊ॥
ਸੁਹਬਤਿ ਮਰਦਾਨਿ ਹੱਕ਼, ਜੋਇੰਦਹ-ਏਮ॥ ੫॥

ਸੰਖੇਪ ਅਰਥ : ਹਰ ਇਕ ਅੱਖ ਵਿਚ ਉਸ ਦੇ ਨੂਰ ਤੋਂ ਬਿਨਾਂ ਹੋਰ ਕੁਝ ਵੀ ਨਹੀਂ। ਇਸੇ ਲਈ ਅਸਾਂ ਰੱਬ ਦੇ ਬੰਦਿਆਂ ਦੀ ਸੰਗਤ ਢੂੰਡੀ ਹੈ।

ਮਾ ਚੁ ਜ਼ੱਰਾਇ ਖ਼ਾਕਿ, ਪਾਇ ਓ ਸ਼ੁਦੇਮ॥
ਤਾ ਬਦਾਮਨਿ ਦਸਤਿ ਖ਼ੁਦ, [1]ਅਫ਼ਗੰਦਾ ਏਮ॥ ੬॥

ਪਾਠਭੇਦ : [1]ਅਫ਼ਕੰਦਹ

ਸੰਖੇਪ ਅਰਥ : (ਅੰਨਵੈ) ਜਦ ਤੋਂ ਅਸਾਂ ਉਸ ਦਾ ਪੱਲਾ ਫੜਿਆ ਹੈ। ਅਸੀਂ ਉਸ ਦੇ ਚਰਨਾਂ ਦੀ ਧੂੜ ਦਾ ਕਿਣਕਾ ਹੋ ਗਏ ਹਾਂ।

ਕੀਸਤ ਗੋਯਾ, ਜ਼ਾਕਿਰਿ ਨਾਮਿ ਖ਼ੁਦਾ॥
ਹਮਚੂ ਖ਼ੁਰਸ਼ੀਦਿ ਜਹਾਂ, ਰਖ਼ਸ਼ਿੰਦਹ ਏਮ[1] ॥੭॥੫੭॥

ਪਾਠੰਤ੍ਰ : [1]ਮਾ ਬੰਦਹਏਮ

ਸੰਖੇਪ ਅਰਥ : ਗੋਯਾ ਕੌਣ ਹੈ, ਰੱਬ ਦਾ ਨਾਮ-ਲੇਵਾ।
ਅਸੀਂ ਤਾਂ ਜਹਾਨ ਦੇ ਸੂਰਜ ਵਾਂਗ ਚਮਕੇ ਹਾਂ।

(ਪ੍ਰੇਮ ਦੀ ਅਵਧੀ)

ਉਥਾਨਕਾ : ਪ੍ਰੇਮੀਆਂ ਨੇ ਇਕੱਠੇ ਹੋ ਕੇ, ਭਾਈ ਸਾਹਿਬ ਤੋਂ ਪ੍ਰੇਮ ਦੀ ਅਵਧੀ ਬਾਰੇ ਪੁੱਛਿਆ ਤਾਂ ਭਾਈ ਸਾਹਿਬ ਨੇ ਪ੍ਰੇਮ ਦੀ ਅਵਧੀ ਇਸ ਗ਼ਜ਼ਲ 'ਚ ਉਚਾਰੀ ਹੈ।

ਗ਼ਜ਼ਲ ੫੮॥

ਮਾ ਬੰਦਾਇ ਇਸ਼ਕ਼ੇਮ, ਖ਼ੁਦਾ ਰਾ ਨ-ਸ਼ਨਾਸੇਮ॥
ਦੁਸ਼ਨਾਮ ਨ ਦਾਨੇਮ, ਦੁਆ ਰਾ ਨ ਸ਼ਨਾਸੇਮ॥ ੧॥

ਸੰਖੇਪ ਅਰਥ : ਅਸੀਂ ਤਾਂ ਪ੍ਰੀਤ ਦੇ ਬੰਦੇ ਹਾਂ, ਰੱਬ ਨੂੰ ਵੀ ਨਹੀਂ ਸਿਆਣਦੇ।
ਗਾਲ੍ਹਾਂ ਨਹੀਂ ਜਾਣਦੇ, ਅਸੀਸਾਂ ਨਹੀਂ ਪਛਾਣਦੇ।

ਆਸ਼ੁਫ਼ਤਾਇ ਆਨੇਮ, ਕਿ ਅਸ਼ੁਫ਼ਤਾਇ ਮਾਸਤ॥
ਮਾ ਸ਼ਾਹਿ ਨ ਦਾਨੇਮ, ਗਦਾ ਰਾ ਨ ਸ਼ਨਾਸੇਮ॥ ੨॥

ਸੰਖੇਪ ਅਰਥ : ਅਸੀਂ ਉਸ ਪਿਆਰ ਦੇ ਦੀਵਾਨੇ ਹਾਂ ਜੋ ਸਾਡਾ ਮਤਵਾਲਾ ਹੈ
ਅਸੀਂ ਬਾਦਿਸ਼ਾਹ ਨੂੰ ਨਹੀਂ ਜਾਣਦੇ, ਫ਼ਕੀਰ ਨੂੰ ਨਹੀਂ ਸਿਆਣਦੇ।

ਚੁ ਗ਼ੈਰਿ ਤੋ, ਕਸ ਨੇਸਤ, ਬਤਹਕ਼ੀਕ਼ ਦਰੀਂ ਜਾ[1]॥
ਈਂ ਤਫ਼ੱਰਕਾ-ਇ, ਮਾ ਓ ਸ਼ੁਮਾ ਰਾ, ਨ-ਸ਼ਨਾਸੇਮ॥ ੩॥

ਪਾਠੰਤ੍ਰ : [1]ਵ ਤਨਕ਼ੀਰ

ਸੰਖੇਪ ਅਰਥ : ਸੱਚੀ ਗੱਲ ਤਾਂ ਇਹ ਹੈ ਕਿ ਤੇਰੇ ਬਿਨਾਂ ਇਥੇ ਹੋਰ ਕੋਈ ਨਹੀਂ।
ਸਾਨੂੰ ਤਾਂ ਮੇਰ ਤੇਰ ਦਾ ਫ਼ਰਕ ਸਮਝ ਨਹੀਂ ਆਉਂਦਾ।

ਸਰ ਪਾ ਸ਼ੁਦਾ, ਪਾ ਸਰ ਸ਼ੁਦਾ, ਦਰ ਰਾਹਿ ਮੁਹੱਬਤ॥
ਗੋਏਮ, ਵ ਲੇਕਿਨ, ਸਰੋ ਪਾ ਰਾ ਨ-ਸ਼ਨਾਸੇਮ॥ ੪॥

ਸੰਖੇਪ ਅਰਥ : ਪ੍ਰੀਤ ਦੇ ਮਾਰਗ ਉਤੇ ਸਿਰ ਪੈਰ ਬਣ ਗਿਆ ਅਤੇ ਪੈਰ ਸਿਰ ਬਣ ਗਏ।
ਇਹ ਕਹਿੰਦਾ ਤਾਂ ਹਾਂ, ਪਰ ਅਸੀਂ ਸਿਰ ਤੇ ਪੈਰ ਨੂੰ ਨਹੀਂ ਪਹਿਚਾਣਦੇ।

ਮਾ ਨੀਜ਼ ਚੁ ਗੋਯਾ, ਜ਼ਿ ਅਜ਼ਲ ਮਸਤ ਅਲਮਸਤੇਮ॥
ਈਂ ਕ਼ਾਇਦਾਇ ਜ਼ੁਹਦੋ ਰਿਆ ਰਾ, ਨਾ ਸ਼ਨਾਸੇਮ॥੫॥੫੮॥

ਸੰਖੇਪ ਅਰਥ : ਅਸੀਂ ਵੀ, ਗੋਯਾ ਵਾਂਗ, ਆਦਿ ਦਿਨ ਤੋਂ ਹੀ ਮਸਤ ਹਾਂ। ਭਜਨ ਬੰਦਗੀ ਅਤੇ ਪਾਖੰਡ ਦੇ ਅਸੂਲਾਂ ਦਾ ਸਾਨੂੰ ਕੁਝ ਪਤਾ ਨਹੀਂ।

(ਪ੍ਰੇਮ ਦਾ ਇਜ਼ਹਾਰ)

ਉਥਾਨਕਾ : ਗੁਰਦੇਵ ਪਾਤਿਸ਼ਾਹ ਦੇ ਸਨਮੁਖ ਬੈਠ ਕੇ ਭਾਈ ਸਾਹਿਬ ਨੇ ਆਪਣੇ ਦਿਲੀ ਪ੍ਰੇਮ ਦਾ ਇਜ਼ਹਾਰ ਗੁਰਦੇਵ ਦੇ ਹਜ਼ੂਰ ਇਸ ਗ਼ਜ਼ਲ 'ਚ ਸ੍ਰੀ ਅਨੰਦਪੁਰ ਸਾਹਿਬ ਵਿਖੇ ਕੀਤਾ ਹੈ।

ਗ਼ਜ਼ਲ ੫੯॥

ਹਰਗਾਹ ਨਜ਼ਰ, ਬਜਾਨਿਬਿ ਦਿਲਦਾਰ, ਮੇ ਕੁਨੇਮ॥
ਦਰਿਯਾਏ ਹਰ ਦੋ ਚਸ਼ਮ[੧], ਗੁਹਰਬਾਰ ਮੇ ਕੁਨੇਮ॥ ੧॥

ਪਾਠੰਤ੍ਰ : [੧]ਅਸ਼ਕ ਹਰ ਦੋ

ਸੰਖੇਪ ਅਰਥ : ਜਦ ਵੀ ਅਸੀਂ ਪਿਆਰੇ ਵੱਲ ਨਜ਼ਰ ਚੁੱਕ ਕੇ ਵੇਖਦੇ ਹਾਂ। ਤਾਂ ਮੋਤੀ ਵਰ੍ਹਾਉਣ ਵਾਲੀਆਂ ਦੋਹਾਂ ਅੱਖਾਂ ਦੇ ਦਰਿਆ ਵਗਾ ਦਿੰਦੇ ਹਾਂ।

ਹਰ ਜਾ ਕਿ ਦੀਦਾਏਮ, ਰੁਖ਼ਿ ਯਾਰ ਦੀਦਾਏਮ॥
ਮਾ ਕੈ ਨਜ਼ਰ, ਬਜਾਨਿਬਿ ਅਗ਼ਿਯਾਰ ਮੇ ਕੁਨੇਮ॥ ੨॥

ਸੰਖੇਪ ਅਰਥ : ਜਿੱਥੇ ਵੀ ਅਸਾਂ ਵੇਖਿਆ ਹੈ, ਸੱਜਣ ਦਾ ਮੁਖੜਾ ਹੀ ਵੇਖਿਆ ਹੈ। ਅਸੀਂ ਕਦੋਂ ਪਰਾਇਆਂ ਵੱਲ ਵੇਖਣ ਵਾਲੇ ਹਾਂ?

ਜ਼ਾਹਿਦ ਮਰਾ, ਜ਼ਿ ਦੀਦਨਿ ਖ਼ੂਬਾਂ, ਮਨਾ[੧] ਮਕੁਨ॥
ਮਾ ਖ਼ੁਦ ਨਜ਼ਰ, ਬਸੂਇ ਰੁਖ਼ਿ ਯਾਰ, ਮੇ ਕੁਨੇਮ॥ ੩॥

ਪਾਠੰਤ੍ਰ : [੧]ਮਨਹ/ਮਨੈ

ਸੰਖੇਪ ਅਰਥ : ਹੇ ਭਜਨੀਕ ਮਹਾਤਮਾ, ਮੈਨੂੰ ਸੋਹਣਿਆਂ ਨੂੰ ਵੇਖਣ ਤੋਂ ਨਾ ਰੋਕ, ਅਸੀਂ ਤਾਂ ਆਪਣੀ ਨਜ਼ਰ ਸੱਜਣ ਦੇ ਮੁਖੜੇ ਵੱਲ ਲਾਈ ਬੈਠੇ ਹਾਂ।

[੧]ਮਾ ਜੁਜ਼ ਹ਼ਦੀਸਿ ਇ਼ਸ਼ਕਿ਼ ਤੋ, ਹ਼ਰਫ਼ੇ ਨ ਖ਼ਾਂਦਾ-ਏਮ॥
ਦਰ ਰਾਹਿ ਇ਼ਸ਼ਕ਼, ਈਂ ਹਮਹ ਤਕਰਾਰ, ਮੇ ਕੁਨੇਮ॥ ੪॥

ਪਾਠੰਤ੍ਰ : [੧]ਮਾ ਜੁਜ਼ ਹ਼ਦੀਸਿ ਰੂਇ ਤੋ,ਕ਼ੂਤੇ ਨਾ ਖ਼ੁਰਦਾਏਮ॥

ਸੰਖੇਪ ਅਰਥ : ਅਸਾਂ ਤੇਰੇ ਮੁਖੜੇ ਦੀ ਕਥਾ ਤੋਂ ਛੁੱਟ ਹੋਰ ਕੋਈ ਖ਼ੁਰਾਕ ਨਹੀਂ ਖਾਧੀ, ਪ੍ਰੇਮ ਦੇ ਰਾਹ ਉਤੇ ਇਸੇ ਨੂੰ ਬਾਰ-ਬਾਰ ਦੁਹਰਾਂਦੇ ਹਾਂ।

[1]ਗੋਯਾ ਜ਼ਿ ਚਸ਼ਮਿ ਯਾਰ, ਕਿ ਮਖ਼ਮੂਰ ਗਸ਼ਤਾਏਮ॥
[2]ਕੈ ਖ਼੍ਵਾਹਿਸ਼, ਸ਼ਰਾਬਿ ਪੁਰ-ਅਸਰਾਰ, ਮੇ ਕੁਨੇਮ॥੫॥੫੯॥

ਪਾਠਂਤ੍ਰ : **[1]ਗੋਯਾ ਨਿਗਾਹਿ ਯਾਰ, ਕਿ ਮਖ਼ਮੂਰ ਗਸ਼ਤਹਏਮ [2]ਕੈ ਮੈ ਰੰਗੀ**

ਸੰਖੇਪ ਅਰਥ : ਗੋਯਾ, ਅਸੀਂ ਪਿਆਰੇ ਦੀ ਤਕਣੀ ਨਾਲ ਹੀ ਮਸਤ ਹੋ ਗਏ ਹਾਂ। ਅਸੀਂ ਭਲਾ ਫਿਰ ਕਿਉਂ ਭੇਤ ਭਰੀ ਸ਼ਰਾਬ ਦੀ ਚਾਹ ਰੱਖੀਏ।

(ਬੰਦ ਬੰਦ 'ਚ ਤੂੰ ਵਸਦਾ)

ਉਥਾਨਕਾ : ਭਾਈ ਸਾਹਿਬ ਨੇ ਸ੍ਵੈ ਅਵਸਥਾ ਦਾ ਜ਼ਿਕਰ ਕਰਦਿਆਂ ਹੋਇਆਂ ਸ੍ਰੀ ਅਨੰਦਪੁਰ ਸਾਹਿਬ ਵਿਖੇ ਇਹ ਗ਼ਜ਼ਲ ਉਚਾਰੀ ਹੈ ਅਤੇ ਗ਼ਜ਼ਲ 'ਚ ਅੰਕਿਤ, ''ਮੇਰੇ ਬੰਦ 'ਚ ਗੁਰਦੇਵ ਵਸਦਾ'' ਤੋਂ ਪ੍ਰੇਰਨਾ ਲੈ ਕੇ ਭਾਈ ਮਨੀ ਸਿੰਘ ਜੀ ਵਰਗਿਆਂ ਮਹਾਂਪੁਰਖਾਂ ਨੇ ਬੰਦ ਬੰਦ ਕਟਵਾ ਕੇ ਸਿੱਖੀ ਸਿਦਕ ਨਾਲ ਤੋੜ ਨਿਭਾਈ ਹੈ।

ਗ਼ਜ਼ਲ ੬੦॥

ਨਮੇ ਗੁੰਜਦ ਬਚਸ਼ਮਮ, ਗ਼ੈਰਿ ਸ਼ਾਹਿ, ਖ਼ੁਦ-ਪਸੰਦਿ ਮਨ॥
ਬਚਸ਼ਮਮ ਖ਼ੁਸ਼ ਨਿਸ਼ਸਤਹ, ਆਂ ਕ਼ਾਮਤਿ ਬਖ਼ਤਿ ਬੁਲੰਦਿ ਮਨ॥੧॥

ਸੰਖੇਪ ਅਰਥ : ਮੇਰੀਆਂ ਅੱਖਾਂ ਵਿਚ ਮੇਰੇ ਖੁਦ-ਪਸੰਦ ਬਾਦਸ਼ਾਹ ਤੋਂ ਬਿਨਾਂ ਹੋਰ ਕੋਈ ਨਹੀਂ ਸਮਝਾਉਂਦਾ।
ਮੇਰੀਆਂ ਅੱਖਾਂ ਨੂੰ ਉਸ ਦਾ ਵਡ-ਭਾਗੀ ਬੈਠਾ ਕੱਦ ਠੀਕ ਜੱਚ ਗਿਆ ਹੈ।

ਤਮਾਮੀ ਮੁਰਦਾਹਾ ਰਾ, ਅਜ਼ ਤਬੱਸਮ, ਜ਼ਿੰਦਹ ਮੇ ਸਾਜ਼ਦ॥
ਚੂੰ ਰੇਜ਼ਦ ਆਬਿ ਹੈਵਾਂ, ਅਜ਼ [1]ਦਹਾਨਿ ਗ਼ੁੰਚਹ-ਖ਼ੁੰਦਿ-ਮਨ॥੨॥

ਪਾਠਭੇਦ : [1]ਦਹਾ ਆਂ

ਸੰਖੇਪ ਅਰਥ : ਉਹ ਆਪਣੇ ਕਲੀ ਵਰਗੇ ਤੰਗ ਮੂੰਹ ਤੋਂ ਅੰਮ੍ਰਿਤ ਵਰ੍ਹਾਉਂਦਾ ਹੈ। ਤਾਂ ਮਾਨੋਂ ਸਾਰੇ ਮੁਰਦਿਆਂ ਨੂੰ ਉਹ ਆਪਣੀ ਮੁਸ਼ਕਾਨ ਨਾਲ ਜੀਉਂਦਾ ਕਰ ਦੇਂਦਾ ਹੈ।

ਬਰਾਇ ਦੀਦਨਿ ਊ, ਦੀਦਾਅਮ ਸ਼ੁਦ ਚਸ਼ਮਾਇ ਕੌਸਰ॥
ਬਿਆ ਜਾਨਾਂ ਕਿ ਕੁਰਬਾਨਿ ਤੋ, ਜਾਨਿ ਦਰਦ-ਮੰਦਿ ਮਨ॥੩॥

ਸੰਖੇਪ ਅਰਥ : ਤੇਰੇ ਦੀਦਾਰ ਲਈ ਮੇਰੀਆਂ ਅੱਖਾਂ ਚਸ਼ਮੇ ਦਾ ਸ੍ਰੋਤ ਬਣ ਗਈਆਂ। ਆ ਮੇਰੇ ਜਾਨੀ, ਕਿ ਮੇਰੀ ਦਰਦ-ਭਰੀ ਜਾਨ ਤੈਥੋਂ ਕੁਰਬਾਨ।

ਅਗਰ ਬੀਨੀ ਦਰੂਨਿ ਮਨ, ਬਗ਼ੈਰ ਅਜ਼ ਖ਼ੁਦ [1]ਕੁਜਾ ਯਾਬੀ॥
ਕਿ ਗ਼ੈਰ ਅਜ਼ ਜ਼ਿਕਰਿ ਤੋ, ਨਬੂਦ[2] ਦਰੂਨਿ ਬੰਦ ਬੰਦਿ ਮਨ॥ ੪॥

ਪਾਠੰਤ੍ਰ : [1]ਨਮੇ [2]ਨ ਬਵਦ

ਸੰਖੇਪ ਅਰਥ : ਜੇਕਰ ਤੂੰ ਕਿਧਰੇ ਮੇਰੇ ਅੰਦਰਲੇ ਵਿਚ ਝਾਤ ਮਾਰੇਂ ਤਾਂ ਤੈਨੂੰ ਆਪਣੇ ਬਿਨਾਂ ਉਸ ਵਿਚ ਹੋਰ ਕੁਝ ਨਹੀਂ ਨਜ਼ਰ ਆਏਗਾ।

ਕਿਉਂ ਜੋ ਮੇਰੇ ਤਾਂ ਬੰਦ ਬੰਦ ਵਿਚ ਤੇਰੇ ਬਿਨਾਂ ਹੋਰ ਕਿਸੇ ਦਾ ਜ਼ਿਕਰ ਤਕ ਨਹੀਂ।

ਮਨਮ ਯਕ ਮੁਸ਼ਤਿ ਗਿਲ, ਗੋਯਾ ਦਰੂਨਮ ਨੂਰਿ ਓ ਲਾਮਅ॥
ਬਗਰਦਿਸ਼ ਦਾਇਮਾ ਗਰਦਦ, ਦਿਲਿ ਪੁਰ ਹੋਸ਼ਮੰਦਿ ਮਨ॥ ੫॥ ੬੦॥

ਸੰਖੇਪ ਅਰਥ : ਗੋਯਾ ! ਮੈਂ ਤਾਂ ਮਿੱਟੀ ਦੀ ਇਕ ਮੁੱਠ ਹਾਂ, ਮੇਰਾ ਅੰਦਰ ਉਸ ਦੇ ਨੂਰ ਦੀਆਂ ਕਿਰਨਾਂ ਨਾਲ ਭਰਿਆ ਪਿਆ ਹੈ।

ਇਸੇ ਲਈ ਮੇਰਾ ਹੋਸ਼ਮੰਦ ਦਿਲ ਉਸ ਦੇ ਉਦਾਲੇ ਸਦਾ ਘੁੰਮਦਾ ਰਹਿੰਦਾ ਹੈ।

(ਕਿਰਪਾ ਭਰੀ ਦ੍ਰਿਸ਼ਟੀ)

ਉਥਾਨਕਾ : ਭਾਈ ਸਾਹਿਬ ਨੇ ਜਦ ਸ੍ਰੀ ਦਮਦਮੇ ਸਾਹਿਬ ਗੁਰੂ ਕੇ ਦਰਸ਼ਨ ਕੀਤੇ ਤਾਂ ਗੁਰਦੇਵ ਪਾਤਿਸ਼ਾਹ ਦੀ ਕਿਰਪਾ ਭਰੀ ਦ੍ਰਿਸ਼ਟੀ ਨੂੰ ਪ੍ਰਾਪਤ ਕਰ, ਕਿਰਪਾ ਭਰੀ ਦ੍ਰਿਸ਼ਟੀ ਦੀ ਮਹਿਮਾ ਇਸ ਗ਼ਜ਼ਲ 'ਚ ਬਿਆਨ ਕੀਤੀ ਹੈ।

ਗ਼ਜ਼ਲ ੬੧॥

ਗਿਰੀਆਂ ਸ਼ੁਦਹ ਇੰਦਲੀਬ, ਅਜ਼ ਨਿਗਾਹਿ ਤੋ॥
ਬ-ਸ਼ਹ਼ਿਰਾ ਰਫ਼ਤਹ ਆਹੂ, ਅਜ਼ ਨਿਗਾਹਿ ਤੋ॥ ੧॥

ਪਾਠੰਤ੍ਰ : ਆਂ ਅਜ਼

ਸੰਖੇਪ ਅਰਥ : ਬੁਲਬੁਲ ਤੇਰੀ ਨਿਗਾਹ ਨੂੰ ਦੇਖ ਕੇ ਰੋਣ ਲੱਗੀ। ਨਿਗਾਹ ਦੀ ਦਿਬ-ਦ੍ਰਿਸ਼ਟਤਾ ਤੇ ਖ਼ੂਬਸੂਰਤੀ ਨੂੰ ਝਲ ਨਹੀਂ ਸਕੀ ਤੇ ਇਸ ਵਿਸਮਾਦਤ ਮਸਤੀ ਵਿੱਚ ਫੁੱਲ ਨੂੰ ਭੁੱਲ ਗਈ।

ਹਿਰਨ ਤੇਰੀ ਮਸਤ ਨਿਗਾਹ ਨੂੰ ਵੇਖ ਕੇ (ਤੇ ਹਾਰ ਮੰਨ ਕੇ) ਉਜਾੜ ਵੱਲ ਦੌੜ ਗਿਆ।

ਕ਼ੁਮਰੀ ਕੂ ਕੂ ਕੁਨਦ, ਵ ਬੁਲਬੁਲ ਨਾਲਹ[1]॥
ਲਾਲਹ ਦਿਲਿ ਦਾਗ਼ ਸ਼ੁਦਹ, ਅਜ਼ ਨਿਗਾਹਿ ਤੋ॥ ੨॥

ਪਾਠਭੇਦ : [1]ਕੁੰਨੇ ਨਾਲਾਂ

ਸੰਖੇਪ ਅਰਥ : ਘੁੱਘੀ ਤੇਰ ਨਿਗਾਹ ਨੂੰ ਵੇਖ ਕੇ ਰਾਗ ਅਲਾਪ ਰਹੀ ਹੈ, ਬੁਲਬੁਲ ਕੁਰਲਾ ਰਹੀ ਹੈ

ਅਤੇ ਪੋਸਤ ਦੇ ਫੁੱਲ ਦਾ ਦਿਲ ਜ਼ਖ਼ਮੀ ਹੋ ਗਿਆ ਹੈ। ਭਾਵ, ਸਾਰੀ ਕੁਦਰਤ ਤੇਰੀ ਅਗੰਮੀ ਸੁੰਦਰਤਾ ਤੋਂ ਪ੍ਰਭਾਵ ਹੈ।

ਸੋਸਨ ਚੂ ਜਾਮਹ ਕਰਦ ਮੁਸ਼ਕੀਨ, ਵ ਸੁੰਬਲ॥
ਅਜ਼ ਜ਼ੁਲਫ਼ਤਿ ਪਰੇਸ਼ਾਂ, ਅਜ਼ ਨਿਗਾਹਿ ਤੋ॥ ੩॥

ਸੰਖੇਪ ਅਰਥ : ਤੇਰੀ ਨਿਗਾਹ ਨੂੰ ਵੇਖ ਕੇ ਸੋਸਨ ਵਰਗੇ ਚਿੱਟੇ ਫੁੱਲ ਨੇ ਆਪਣੀ ਪੋਸ਼ਾਕ ਕਾਲੀ ਕਰ ਲਈ

ਅਤੇ ਤੇਰੀ ਜ਼ੁਲਫ਼ ਨੂੰ ਵੇਖ ਕੇ ਸੁੰਬਲ ਘਾਹ ਬਹੁਤ ਪ੍ਰੇਸ਼ਾਨ (ਘਬਰਾਇਆ ਹੋਇਆ) ਹੈ (ਤੇਰੇ ਕੇਸ ਸੁੰਬਲ ਘਾਹ ਨਾਲੋਂ ਵਧੇਰੇ ਸੁੰਦਰ ਹਨ)।

ਹਰਕਸ ਕਿ ਬ-ਦੀਦ[1], ਨਰਗਿਸ ਦੀਦਹ ਤੁਰਾ॥
ਹਮਚੂ ਬੁਲਬੁਲ ਸ਼ੁਦਹ [2]ਨਾਲਾਂ ਅਜ਼ ਨਿਗਾਹਿ ਤੋ॥ ੪॥

ਪਾਠੰਤ੍ਰ : [1]ਬ ਦੀਦਨਿ, [2]ਹੈਰਾਂ

ਸੰਖੇਪ ਅਰਥ : ਜਿਸ ਕਿਸੇ ਨੇ ਤੇਰੀ ਨਰਗਿਸ ਵਰਗੀ ਅੱਖ ਨੂੰ ਵੇਖਿਆ,

ਉਹ ਇਸ ਨਿਗਾਹ ਦੇ ਪ੍ਰਭਾਵ ਹੇਠ ਬੁਲਬੁਲ ਵਾਂਗ ਕੂਕਣ ਕੁਰਲਾਣ ਲੱਗ ਪਿਆ।

ਕੈ ਕੁਨਦ 'ਗੋਇਆ', ਹਵਾਏ ਖ਼੍ਵਾਬਿ ਖ਼ੁਰਦ॥
ਹਰ ਕਿ: ਖ਼ੁਰਦਹ ਜ਼ੁੱਰਾ ਮਸ੍ਤ, ਅਜ਼ ਨਿਗਾਹਿ ਤੋ॥ ੫॥ ੬੧॥

ਸੰਖੇਪ ਅਰਥ : ਐ 'ਗੋਇਆ', ਜਿਸ ਕਿਸੇ ਨੇ ਤੇਰੀ ਮਸਤ ਨਿਗਾਹ ਦਾ (ਮਸਤੀ ਭਰਿਆ ਘੁੱਟ ਭਰਿਆ ਹੈ,

ਉਹ ਕਦ ਖਾਣ-ਪੀਣ, ਸੌ (ਜ਼ਿੰਦਗੀ ਦੇ ਅਲਪ ਸੁਖਾਂ) ਦੀ ਲਾਲਸਾ ਕਰਦਾ ਹੈ (ਨਹੀਂ ਕਰਦਾ)।

(ਗੁਰਦੇਵ ਮਿਲਾਪ ਬਿਨੈ)

ਉਥਾਨਕਾ : ਸ੍ਰੀ ਦਮਦਮੇ ਸਾਹਿਬ ਗੁਰਦੇਵ ਦਾ ਦਰਸ਼ਨ - ਮਿਲਾਪ ਕਰਨ ਉਪਰੰਤ ਭਾਈ ਸਾਹਿਬ ਨੇ ਪ੍ਰੇਮ ਭਰੇ ਲਫ਼ਜ਼ਾਂ 'ਚ ਬਿਨੈ ਰੂਪ ਇਹ ਗ਼ਜ਼ਲ ਉਚਾਰੀ ਹੈ।

ਗ਼ਜ਼ਲ ੬੨॥

ਸਾਕ਼ੀ, ਮਰਾ ਤੋ, ਜ਼ੱਰਾ-ਇ ਜਾਂ ਇਸ਼ਤਿਆਕ਼, ਦਿਹ॥
ਤਾਂ ਰੂਏ ਤੋ ਬਿਬੀਨਮ, ਦੂਰੀ ਫ਼ਿਰਾਕ਼ ਦਿਹ॥ ੧॥

ਪਾਠਭੇਦ : ਸਾਕ਼ੀਆ ਵੀ ਹੈ

ਸੰਖੇਪ ਅਰਥ : ਹੇ ਸਾਕੀ (ਮੁਰਸ਼ਿਦ), ਮੈਨੂੰ ਰੂਹ (ਜਾਨ) ਨੂੰ ਵਧਾਉਣ ਵਾਲਾ ਇਕ ਘੁੱਟ (ਰੂਹਾਨੀ ਸ਼ਹੀਦੀ ਦੇਗ ਦਾ ਦੇ)

ਤਾਂ ਜੁ ਤੇਰੇ ਮੁਖ ਨੂੰ ਵੇਖ ਸਕਾਂ ਅਤੇ ਵਿਛੋੜਾ ਦੂਰ ਹੋ ਜਾਵੇ।

ਦਰ ਹਰ ਤ਼ਰਫ਼ ਬਿਬੀਨਮ, ਚੂੰ ਰੁਖ਼ਿ ਤੁਰਾ ਮੁਦਾਮ॥
ਤਾਂ ਦਿਲ ਮਰਾ ਖ਼ਲਾਸੀ, ਅਜ਼ ਇਫ਼ਤਰਾਕ਼ ਦਿਹ॥ ੨॥

ਸੰਖੇਪ ਅਰਥ : ਜਦ ਮੈਂ ਹਰ ਪਾਸੇ ਹਰ ਵੇਲੇ ਤੇਰਾ ਹੀ ਮੁੱਖ ਵੇਖਦਾ ਹਾਂ

ਤਾਂ ਤੂੰ ਮੈਨੂੰ ਆਪਣੀ ਜੁਦਾਈ ਅਥਵਾ ਵੱਖਰੇ-ਪਨ ਦੇ ਅਹਿਸਾਸ ਤੋਂ ਪੂਰਨ ਰਿਹਾਈ ਦੇ ਦੇ (ਤੇ ਫਿਰ ਕਦੀ ਵਿਜੋਗ ਨਾ ਵਿਆਪੇ)।

ਚੂ ਬੇ ਤੋ ਨੇਸ੍ਤ, ਚੂੰ ਬੀਨੇਮ ਬ-ਹਰ ਕੁਜਾਸ੍ਤ॥
ਤਾਂ ਦੀਦਹ ਓ ਦਿਲਿ ਮਰਾ, ਤੋ ਇੱਤਫ਼ਾਕ਼ ਦਿਹ॥ ੩॥

ਸੰਖੇਪ ਅਰਥ : ਜਦ ਤੇਰੇ ਤੋਂ ਬਗੈਰ ਕੁਝ ਵੀ ਮੌਜੂਦ ਨਹੀਂ ਅਤੇ ਜਦ ਅਸੀਂ ਤੈਨੂੰ ਹਰ ਪਾਸੇ ਵੇਖਦੇ ਹਾਂ

ਤਾਂ ਫਿਰ ਮੇਰੀਆਂ ਅੱਖਾਂ ਤੇ ਦਿਲ ਨੂੰ ਏਕਤਾ ਦੀ ਸਾਂਝ ਬਖ਼ਸ਼ ਦੇ।

ਚੂੰ ਸਾਫ਼ ਗ਼ਸ੍ਤ ਆਈਨਾ-ਇ ਦਿਲ, ਅਜ਼ ਸਵਾਦਿ ਗ਼ਮ॥
[1]ਤਾਂ ਵਸਲਿ ਖ਼ੁਦ-ਨੁਮਾਈ, ਰਹਾਈ ਜ਼ਿ ਬਾਕ ਦਿਹ॥ ੪॥

ਪਾਠਭੇਦ : [1]ਬਾ

ਸੰਖੇਪ ਅਰਥ : ਜਦ ਦਿਲ ਦਾ ਸ਼ੀਸ਼ਾ ਗ਼ਮ ਦੀ ਕਾਲਖ ਤੋਂ ਸਾਫ਼ ਹੋ ਗਿਆ

(ਤਦ) ਆਪਣਾ ਵਸਲ (ਮਿਲਾਪ) ਸਾਨੂੰ ਬਖ਼ਸ਼ ਦੇ ਤੇ ਡਰ ਤੋਂ ਛੁਟਕਾਰਾ ਕਰ ਦੇ।

'ਗੋਇਆ' ਬ-ਹਰ ਕੁਜਾ, ਕਿ ਬ-ਬੀਨਮ ਜਮਾਲਿ ਤੋ॥
ਤਾਂ ਦਿਲਿ ਮਰਾ ਖ਼ਲਾਸੀਏ, ਅਜ਼ ਦਰਦਨਾਕ ਦਿਹ॥ ੫॥ ੬੨॥

ਸੰਖੇਪ ਅਰਥ : ਹੇ 'ਗੋਇਆ', ਜਦ ਮੈਂ ਹਰ ਪਾਸੇ ਤੇਰਾ ਹੀ ਜਮਾਲ (ਸੁੰਦਰਤਾ) ਵੇਖਦਾ ਹਾਂ।

ਤੂੰ ਮੇਰੇ ਦਿਲ ਨੂੰ ਭਿਆਨਕ ਦੁੱਖਾਂ ਤੋਂ ਬਚਾਅ ਲੈ।

(ਗੁਰੂ ਚਰਨਾਂ 'ਚ ਖ਼ੁਦ ਨੂੰ ਉਪਦੇਸ਼)

ਉਥਾਨਕਾ : ਸ੍ਰੀ ਦਮਦਮੇ ਸਾਹਿਬ ਭਾਈ ਸਾਹਿਬ ਨੇ ਓੜਕ ਗੁਰ-ਚਰਨਾਂ 'ਚ ਆਪਣੇ ਆਪ ਨੂੰ ਉਪਦੇਸ਼ ਇਸ ਗ਼ਜ਼ਲ 'ਚ ਬਿਆਨ ਕੀਤਾ ਹੈ।

ਗ਼ਜ਼ਲ ੬੩ ॥

ਬੇਵਫ਼ਾ ਨੇਸਤ ਕਸੇ, ਗਰ ਤੂੰ ਵਫ਼ਾਦਾਰ ਸ਼ਵੀ ॥
ਵਕ਼ਤ ਆਨਸਤ[੧] ਕਿ ਬਰ[੨] ਵਕਤ ਖ਼ਬਰਦਾਰ ਸ਼ਵੀ ॥ ੧ ॥

ਪਾਠੰਤ੍ਰ : [੧]ਆਂਸਤ [੨]ਹਰ

ਸੰਖੇਪ ਅਰਥ : ਨੰਦਲਾਲਾ ਜੇਕਰ ਤੂੰ ਵਫ਼ਾਦਾਰ ਹੋ ਜਾਵੇਂ ਤਾਂ ਹੋਰ ਕੋਈ ਵੀ ਬੇਵਫ਼ਾ ਨਹੀਂ।

ਸਮਾਂ ਉਹ ਹੈ ਕਿ ਤੂੰ ਸਮੇਂ ਸਿਰ ਹੁਸ਼ਿਆਰ ਹੋ ਜਾਵੇਂ।

ਜਾਂ ਅਗਰ ਹਸਤ, ਨਿਸਾਰਿ ਕ਼ਦਮਿ ਜਾਨਾਂ ਕੁਨ ॥
ਦਿਲ ਬ-ਦਿਲਦਾਰ ਬਿਦਿਹ, ਤ਼ਾਂ ਕਿ ਤੋ ਦਿਲਦਾਰ ਸ਼ਵੀ ॥ ੨ ॥

ਸੰਖੇਪ ਅਰਥ : ਜੇਕਰ ਤੇਰੇ ਕੋਲ ਜਾਨ ਹੈ, ਤਾਂ ਪਿਆਰੇ ਦੇ ਕਦਮਾਂ ਤੋਂ ਵਾਰ ਦੇ।

ਆਪਣਾ ਦਿਲ ਦਿਲਦਾਰ ਨੂੰ ਦੇ ਦੇ, ਤਾਂ ਜੋ ਤੂੰ ਆਪ ਦਿਲਦਾਰ ਹੋ ਜਾਵੇਂ।

ਮੰਜ਼ਿਲਿ ਇਸ਼ਕ਼ਿ ਦਰਾਜ਼ ਅਸਤ, ਬ-ਪਾ ਨ ਤਵਾਂ ਰਫ਼ਤ ॥
ਸਰ ਕ਼ਦਮ ਸਾਜ਼, ਤਾ ਦਰ ਰਹਿ, ਆਂ ਯਾਰ ਸ਼ਵੀ ॥ ੩ ॥

ਸੰਖੇਪ ਅਰਥ : ਪ੍ਰੀਤ ਦਾ ਪੈਂਡਾ ਬੜਾ ਲੰਮਾ ਹੈ, ਪੈਰਾਂ ਨਾਲ ਨਹੀਂ ਤੁਰਿਆ ਜਾਣਾ।

ਆਪਣੇ ਸਿਰ ਨੂੰ ਪੈਰ ਬਣਾ ਲੈ ਤਾਂ ਜੋ ਉਸ ਪਿਆਰੇ ਦੇ ਰਾਹ 'ਤੇ ਟੁਰ ਸਕੇਂ।

ਗੁਫ਼ਤਗੂਇ ਹਮਹ ਕਸ, [੧]ਦਰ ਇਦਰਾਕਿ ਖ਼ੁਦ ਅਸਤ ॥
ਲਬ ਫ਼ਰੋਬੰਦ, ਕਿ ਤਾ ਮਹ੍ਰਮਿ ਇਸਰਾਰ ਸ਼ਵੀ ॥ ੪ ॥

ਪਾਠਭੇਦ : [੧]ਦਰ ਖ਼ੁਦਿ ਇਦਰਾਕ

ਸੰਖੇਪ ਅਰਥ : ਸਾਰੇ ਲੋਕਾਂ ਦੀ ਗੱਲ ਬਾਤ ਆਪਣੀ ਸੂਝ ਬੂਝ ਅਨੁਸਾਰ ਹੈ।

ਤੂੰ ਆਪਣੇ ਹੋਠ ਮੀਟੀ ਰੱਖ ਤਾਂ ਜੋ ਉਸ ਦੇ ਭੇਤਾਂ ਤੋਂ ਜਾਣੂ ਹੋ ਸਕੇਂ।

ਮੇ ਫ਼ਰੋਸ਼ਦ ਦਿਲਿ ਦੀਵਾਨਾਇ ਖ਼ੁਦ ਰਾ, ਗੋਯਾ ॥
ਬ-ਉਮੀਦਿ ਕਰਮਿ ਆਂ, ਕਿ ਖ਼ਰੀਦਾਰ ਸ਼ਵੀ ॥ ੫ ॥ ੬੩ ॥

ਸੰਖੇਪ ਅਰਥ : ਗੋਯਾ, ਆਪਣਾ ਦੀਵਾਨਾ ਦਿਲ ਉਸ ਮਿਹਰ ਦੀ ਆਸ ਉੱਪਰ ਵੇਚਦਾ ਹੈ।

ਕਿ ਤੂੰ ਮਿਹਰ ਕਰ ਸ਼ਾਇਦ ਤੂੰ ਖ਼ਰੀਦਾਰ ਬਣ ਜਾਵੇਂ।

ਰੁਬਾਈਯਾਤ

ਉਥਾਨਕਾ :- ਜਦ ਭਾਈ ਨੰਦਲਾਲ ਜੀ ਮੁਲਤਾਨ ਤੋਂ ਸ੍ਰੀ ਦਮਦਮੇ ਸਾਹਿਬ ਪਹੁੰਚੇ ਤਾਂ ਨੰਦਲਾਲ ਜੀ ਨੇ ਗ਼ਜ਼ਲਾਂ ਦਾ ਸੰਗ੍ਰਹਿ "ਗ਼ਜ਼ਲਾਤ ਨਾਮਹ" ਕਲਗੀਧਰ ਜੀ ਦੇ ਚਰਨਾਂ 'ਚ ਹਾਜ਼ਿਰ ਕੀਤਾ ਅਤੇ ਉਪਰੋਕਤ ਤਿੰਨ ਗ਼ਜ਼ਲਾਂ ਉਚਾਰੀਆਂ ਤਾਂ ਕਲਗੀਧਰ ਜੀ ਨੇ ਨੰਦਲਾਲ ਜੀ ਦੀ ਭੇਟ ਸਵੀਕਾਰ ਕਰਕੇ ਅੱਗੋਂ ਇਕ ਰੁਬਾਈ ਉੱਚਾਰਣ ਕੀਤੀ, ਜੋ ਪਟਨੇ ਵਾਲੇ ਦਸਮ ਸਰੂਪ 'ਚ ਦਰਜ਼ ਹੈ ਅਤੇ ਨਾਲ ਹੀ ਨੰਦਲਾਲ ਜੀ ਨੂੰ ਗ਼ਜ਼ਲਾਤ ਨਾਮਹ ਦੇ ਭੋਗ ਉੱਪਰ ਰੁਬਾਈਆਂ ਲਿਖਣ ਦਾ ਹੁਕਮ ਕੀਤਾ। ਜੋ ਕਲਗੀਧਰ ਜੀ ਨੇ ਰੁਬਾਈ ਉੱਚਾਰਣ ਕੀਤੀ, ਸੋ ਇਸ ਪ੍ਰਕਾਰ ਹੈ :-

ੴ ਸ੍ਰੀ ਵਾਹਿਗੁਰੂ ਜੀ ਕੇ ਫਤੇ॥

ਰੁਬਾਈ ਪਾਤਿਸ਼ਾਹੀ ੧੦॥ਤ੍ਵ ਪ੍ਰਸਾਦਿ॥

ਅਰਥ : ਗ਼ਜ਼ਲ ਵਾਂਗ ਰੁਬਾਈ ਵੀ ਇੱਕ ਫ਼ਾਰਸੀ ਬੋਲੀ ਦਾ ਛੰਦ ਹੈ ਉਸ 'ਚ ਕਲਗੀਧਰ ਜੀ ਖ਼ੁਦਾ ਦੀ ਕਿਰਪਾ ਨਾਲ ਉਚਾਰਦੇ ਹਨ।

ਗਰ ਆਸ਼ਨਾਏ ਮਾ ਸ਼ਵੀ, ਅਜ਼ ਦੀਗਰਾ ਬਿਗਾਨਾ ਸ਼ਉ॥

ਸੰਖੇਪ ਅਰਥ : ਗਰ=ਜੇਕਰ ਤੂੰ ਮਾ=ਸਾਡਾ ਆਸ਼ਨਾ=ਜਾਣਕਾਰ ਸ਼ਵੀ=ਹੋਣਾ ਚਾਹੁੰਦਾ ਹੈਂ ਤਾਂ ਦੀਗਰਾ=ਦੂਜਿਆਂ ਅਜ਼=ਵੱਲੋਂ ਬਿਗਾਨਾ ਸ਼ਉ=ਹੋ ਜਾ।

ਗਰ ਮੁਬਤਲਾਏ ਮਾ ਸ਼ਵੀ, ਅਜ਼ ਖ਼੍ਵੇਸ਼ਤਨ ਦਿਵਾਨਾ ਸ਼ਉ॥

ਗਰ=ਜੇਕਰ ਤੂੰ ਮਾ=ਸਾਡੇ ਮੁਬਤਲਾ=ਕਾਬੂ ਸ਼ਵੀ=ਹੋਣਾ ਚਾਹੁੰਦਾ ਹੈ ਤਾਂ ਤੂ ਖ਼੍ਵੇਸ਼ਤਨ=ਆਪਣੇ ਆਪ ਅਜ਼=ਤੋਂ ਦਿਵਾਨਾ ਮਸਤਾਨਾ ਸ਼ਉ=ਹੋ ਜਾ।

ਇਸ਼ਕ਼ਿ ਮਾ ਤੇਗ਼ਸਤ, ਕ਼ਤਲ ਮੇ-ਬੁਰਦ, ਸਰਿ, ਆ਼ਸ਼ਿਕ਼ਾ॥

ਮਾ=ਸਾਡਾ ਇਸ਼ਕ਼ ਤੇਗ਼ ਦੀ ਨਿਆਈ ਹੈ ਜੋ ਆਸ਼ਿਕਾਂ=ਪ੍ਰੇਮੀਆਂ ਦਾ ਸਿਰ ਕਤਲ ਕਰ ਕੇ ਲੁੱਟ ਬੁਰਦ=ਲੈਂਦਾ ਹੈ।

ਗਰ ਤਮੰਨਾ ਸਰ ਕੁਨੀ, ਅਜ਼ ਇਸ਼ਕ਼ਿ ਮਾ, ਬਿਗਾਨਾ ਸ਼ਉ॥ ੧॥

ਗਰ=ਜੇਕਰ ਤੂੰ ਆਪਣਾ ਸਿਰ ਰੱਖਣ ਦੀ ਤਮੰਨਾ ਕੁਨੀ=ਕਰਦਾ ਹੈਂ ਤਾਂ ਤੂੰ ਸਾਡੇ ਇਸ਼ਕ ਤੋਂ ਬਿਗਾਨਾ ਸ਼ਉ=ਹੋ ਜਾ।

ਰੁਬਾਈਆਤਿ ਗੋਯਾ॥

ਹਰ ਕਸ ਜ਼ਿ ਸ਼ੌਕ਼ਿ ਤੋ, ਕ਼ਦਮ ਅਜ਼ ਸਰ ਸਾਖ਼ਤ॥
ਬਰ ਨਹੁ ਤ਼ਬਕ਼ਿ ਚਰਖ਼, ਅ਼ਲਮ ਸਰ ਅਫ਼ਰਾਖ਼ਤ॥

ਸ਼ੁਦ ਆਮਦਨਸ਼ ਮੁਬਾਰਿਕੋ, ਰਫ਼ਤਨ ਹਮ॥
ਗੋਯਾ ਆਂ ਕਸ, ਕਿ ਰਾਹਿ ਹੱਕ਼ ਰਾ, ਬਿਸ਼ਨਾਖ਼ਤ॥ ੧॥

ਸੰਖੇਪ ਅਰਥ : ਤੇਰੇ ਸ਼ੌਕ ਕਾਰਣ ਹਰ ਇਕ, ਸਿਰ ਸਿਰ ਨੂੰ ਪੈਰ ਬਣਾ ਤੁਰਿਆ।
ਅਤੇ ਉਸ ਨੇ ਨੌਵਾਂ ਅਸਮਾਨਾਂ ਤੇ ਆਪਣਾ ਝੰਡਾ ਗੱਡ ਲਿਆ।
ਉਸ ਦਾ ਆਉਣਾ ਵੀ ਮੁਬਾਰਕ ਹੋਇਆ ਤੇ ਜਾਣਾ ਵੀ ਸੁਭਾਗਾ।
ਗੋਯਾ, ਜਿਸ ਨੇ ਰੱਬ ਦਾ ਰਾਹ ਪਹਿਚਾਣ ਲਿਆ।

ਕੋਰ ਅਸਤ, ਹਰਾਂ ਦੀਦਾ[1], ਕਿ ਹੱਕ਼ ਰਾ, ਨ-ਸ਼ਨਾਖ਼ਤ॥
ਈਂ ਉਮਰਿ ਗਿਰਾਂ ਮਾਯਾ, ਬ-ਗ਼ਫ਼ਲਤ ਦਰਬਾਖ਼ਤ[2]॥
ਊ ਗਿਰੀਆਂ ਕੂਨਾਂ ਆਮਦਹ, [3]ਬ-ਹਸਰਤ ਮੁਰਦ॥
ਅਫ਼ਸੋਸ, ਦਰੀਂ ਆਮਦੋ, ਖ਼ੁਦ ਕਾਰਿ ਨ ਸਾਖ਼ਤ॥ ੨॥

ਪਾਠੰਤ੍ਰ : ੧. ਚਸ਼ਮ ੨. ਪਰਦਾਖ਼ਤ ੩. ਬ ਹੈਰਤ ਬੁਰਦ

ਸੰਖੇਪ ਅਰਥ : ਹਰ ਉਹ ਅੱਖ ਜਿਸ ਨੇ ਰੱਬ ਨੂੰ ਨਾ ਪਛਾਣਿਆਂ, ਮਾਨੋ ਅੰਨ੍ਹੀ ਹੈ।
ਉਸ ਨੇ ਇਸ ਕੀਮਤੀ ਆਯੂ ਨੂੰ ਅਣਗਹਿਲੀ ਵਿਚ ਹੀ ਗਵਾ ਦਿੱਤਾ।
ਉਹ ਰੋਂਦਾ ਹੋਇਆ ਆਇਆ ਅਤੇ ਸੱਧਰਾਂ ਨਾਲ ਮਰ ਗਿਆ।
ਅਫ਼ਸੋਸ, ਕਿ ਉਸ ਨੇ ਇਸ ਆਉਣ ਜਾਣ ਵਿਚ ਆਪਣਾ ਕੁਝ ਨਾ ਸਵਾਰਿਆ।

ਈਂ ਚਸ਼ਮਿ ਤੋ, ਖ਼ਾਨਾਦਾਰਿ ਆਂ, ਜਾਨਾਨਸਤ[1]॥
ਈਂ ਤਖ਼ਤਿ ਵਜੂਦਿ, ਮਸਨਦਿ ਸੁਲਤ਼ਾਨਸਤ॥
ਹਰ ਬੁਲਹਵਸੇ, ਬਸੂਇ ਊ ਰਾਹ ਨ ਬੁਰਦ॥
[2]ਕੀਂ ਰਾਹ ਤਅੱਲਕ਼ਿ, ਬਾ ਸਰੇ[3] ਮਰਦਾਨਸਤ॥ ੩॥

ਪਾਠੰਤ੍ਰ : ੧. ਖ਼ਾਨਹੇ ਦਰਦ ਮੰਦਾਨਸ਼ ੨. ਕੀਂ ੩. ਮੰਜ਼ਿਲਿ

ਸੰਖੇਪ ਅਰਥ : ਇਹ ਤੇਰੀ ਅੱਖ ਪਿਆਰੇ ਸੱਜਣ ਦਾ ਘਰ ਹੈ।
ਇਹ ਹਸਤੀ ਦਾ ਤਖ਼ਤ ਸੱਚੇ ਪਾਤਸ਼ਾਹ ਦਾ ਸਿੰਘਾਸਨ ਹੈ।
ਬਾਪ ਨੂੰ ਵੇਚਣ ਵਾਲਾ ਹਰ ਬੰਦਾ ਉਸ ਰੱਬ ਤਕ ਨਹੀਂ ਪੁੱਜ ਸਕਦਾ।
ਕਿਉਂਕਿ ਇਸ ਰਾਹ ਦਾ ਸਬੰਧ ਰੱਬੀ ਸੂਰਿਆਂ ਦੇ ਸਿਰਾਂ ਨਾਲ ਹੈ।

ਹਰ ਦਿਲ ਕਿ ਬਰਾਹਿ ਰਾਸਤ[1], ਜਾਨਾਂ ਸ਼ੁਦਾ ਅਸਤ॥
ਤਹਕ਼ੀਕ਼ ਬਿਦਾਂ, ਕਿ ਐਨਿ ਜਾਨਾਂ ਸ਼ੁਦਾ ਅਸਤ॥
ਯਕ ਜ਼ੱਰਾ ਜ਼ਿ ਫ਼ੈਜ਼ਿ ਰਹ਼ਮਤਸ਼, ਖ਼ਾਲੀ ਨੇਸਤ॥
ਨੱਕ਼ਾਸ਼ ਦਰੂਨਿ ਨਕ਼ਸ਼, ਪਿਨਹਾਂ ਸ਼ੁਦਾ ਅਸਤ॥ ੪॥

ਪਾਠਭੇਦ : ੧. ਦੋਸਤ

ਸੰਖੇਪ ਅਰਥ : ਹਰ ਉਹ ਦਿਲ ਜਿਹੜਾ ਸਿੱਧਾ ਹੀ ਪ੍ਰੀਤਵਾਨ ਬਣ ਗਿਆ।
ਯਕੀਨ ਜਾਣੋ, ਕਿ ਉਹ ਬਿਲਕੁਲ ਪ੍ਰੀਤਮ ਦਾ ਹੀ ਰੂਪ ਬਣ ਗਿਆ।
ਇਕ ਜ਼ੱਰਾ ਵੀ ਉਸ ਦੀ ਰਹਿਮਤ ਅਤੇ ਬਖ਼ਸ਼ਿਸ਼ ਤੋਂ ਖ਼ਾਲੀ ਨਹੀਂ।
ਚਿੱਤ੍ਰਕਾਰ ਆਪਣੇ ਚਿਤਰਾਂ ਦੇ ਰੰਗਾਂ ਵਿਚ ਹੀ ਲੁਕਿਆ ਹੋਇਆ ਹੈ।

ਈਂ ਆਮਦੋ ਰਫ਼ਤ, ਜੁਜ਼ ਦਮੇ, ਬੇਸ਼ ਨਬੂਦ॥
ਹਰ ਜਾ ਕਿ ਨਜ਼ਰ ਕੁਨੇਮ, ਬਜੁਜ਼ ਖ਼ੇਸ਼, ਨਬੂਦ॥
[1]ਮਾ ਜਾਨਿਬਿ ਗ਼ੈਰਿ, ਚੁ ਨਿਗਾਹਿ ਫ਼ਿਗਨਮ[2]॥
ਚੂੰ ਗ਼ੈਰਿ ਤੋ, ਹੇਚ ਕਸ, ਪਸੋ ਪੇਸ਼, ਨਬੂਦ॥ ੫॥

ਪਾਠੰਤ੍ਰ : ੧. ਮਨ ੨. ਬ ਕੁਨੇਮ

ਸੰਖੇਪ ਅਰਥ : ਇਹ ਆਉਣਾ ਜਾਣਾ ਇਕ ਦਮ ਭਰ ਤੋਂ ਵਧ ਨਹੀਂ ਹੁੰਦਾ।
ਜਿੱਥੇ ਵੀ ਅਸੀਂ ਨਿਗਾਹ ਦੌੜਾਂਦੇ ਹਾਂ, ਸਿਵਾਇ ਆਪਣੇ ਦੇ ਹੋਰ ਕੋਈ ਨਹੀਂ ਹੁੰਦਾ।
ਅਸੀਂ ਕਿਸੇ ਦੂਜੇ ਵੱਲ ਕਿਵੇਂ ਨਜ਼ਰ ਪੁੱਟ ਕੇ ਵੇਖ ਸਕਦੇ ਹਾਂ।
ਕਿਉਂ ਜੋ ਤੇਰੇ ਬਿਨਾਂ ਸਾਡੇ ਅੱਗੇ ਪਿੱਛੇ ਕੋਈ ਵੀ ਨਹੀਂ ਹੁੰਦਾ।

ਹਰ ਬੰਦਹ ਕਿ, ਤ਼ਾਲਿਬਿ ਮੌਲਾ ਬਾਸ਼ਦ॥
ਦਰ ਹਰ ਦੋ ਜਹਾਂ, ਰੁਤਬਾ-ਅਸ਼ ਔਲਾ ਬਾਸ਼ਦ॥
ਗੋਯਾ ਦੋ ਜਹਾਂ ਗ਼ਾ [1]ਬ ਜੌਂਏ ਨ ਸਿਤਾਨਦ॥
ਮਜਨੂ ਏ ਤੋ ਕੈ ਆ਼ਸ਼ਿਕ਼ੇ ਲੈਲਾ ਬਾਸ਼ਦ॥ ੬॥

ਪਾਠੰਤ੍ਰ : ੧ ਬ ਜਵੇ

ਸੰਖੇਪ ਅਰਥ : ਹਰ ਉਸ ਬੰਦੇ ਦਾ, ਜਿਹੜਾ ਰੱਬ ਦਾ ਤਾਲਿਬ ਹੁੰਦਾ ਹੈ।
ਦੋਹਾਂ ਜਹਾਨਾਂ ਵਿਚ ਉਸ ਦਾ ਮਰਤਬਾ ਸਭ ਤੋਂ ਉਚੇਰਾ ਹੁੰਦਾ ਹੈ।
ਗੋਯਾ ਦੋਹਾਂ ਜਹਾਨਾਂ ਨੂੰ ਉਹ ਇਕ ਜੌਂ ਦੇ ਬਦਲੇ ਲੈ ਲੈਂਦੇ ਹਨ।
ਤੇਰਾ ਮਜਨੂੰ ਕਦੋਂ ਲੈਲਾ ਦਾ ਪ੍ਰੇਮੀ ਬਣਦਾ ਹੈ।

ਉਥਾਨਕਾ : ਰੁਬਾਈਆਂ ਉਚਾਰਦੇ ਭਾਈ ਸਾਹਿਬ ਨੂੰ ਕਲਗੀਧਰ ਜੀ ਨੇ ਪੁੱਛਿਆ ਕਿ ਜੇਕਰ ਜਿਸਮਾਨੀ ਅੱਖਾਂ ਨਾਲ ਰੱਬ ਦੇਖਣਾ ਹੋਵੇ ਤਾਂ ਕੀ ਕਰੇ? ਤਾਂ ਉੱਤਰ ਰੂਪ 'ਚ ਇਹ ਰੁਬਾਈ ਉਚਾਰੀ ਹੈ।

ਦਰ ਦਹਰ ਕਿ ਮਰਦਾਨਿ ਖ਼ੁਦਾ, ਆਮਦਹ ਅੰਦ॥
ਬਰ ਗ਼ੁਮ-ਸ਼ੁਦਗਾਂ, ਰਹਨੁਮਾ, ਆਮਦਾ-ਅੰਦ॥

ਗੋਯਾ ਅਗਰ ਈਂ ਚਸ਼ਮਿ ਤੋ, ਮੁਸ਼ਤਾਕਿ ਖ਼ੁਦਾਸਤ[1]॥
ਮਰਦਾਨਿ ਖ਼ੁਦਾ, ਖ਼ੁਦਾ-ਨੁਮਾ, ਆਮਦਹ ਅੰਦ॥ ੭॥

ਪਾਠਭੇਦ : ੧. ਮਸ਼ਤਾਕਿ ਅਸਤ॥

ਸੰਖੇਪ ਅਰਥ : ਸੰਸਾਰ ਵਿਚ ਜਦ ਖ਼ੁਦਾ ਦੇ ਭਗਤ ਆਉਂਦੇ ਹਨ।
ਉਹ ਭੁੱਲੜਾਂ ਨੂੰ ਰਾਹ ਦੱਸਣ ਆਉਂਦੇ ਹਨ।
ਗੋਯਾ ! ਜੇਕਰ ਤੇਰੀ ਇਹ ਅੱਖ ਰੱਬ ਦੀ ਤਾਂਘ ਵਾਲੀ ਹੋਵੇ।
(ਤਾਂ ਸਮਝ) ਕਿ ਰੱਬ ਦੇ ਭਗਤ ਰੱਬ ਨੂੰ ਵਿਖਾਉਣ ਲਈ ਆਉਂਦੇ ਹਨ।

ਦਰ ਮਜ਼ਹਬਿ ਮਾ, ਗ਼ੈਰ-ਪਰਸਤੀ ਨ ਕੁਨੰਦ॥
ਸਰ ਤਾ ਬਕ਼ਦਮ ਬਾ-ਹੋਸ਼[1], ਵ ਮਸਤੀ ਨ ਕੁਨੰਦ॥
ਗ਼ਾਫ਼ਿਲ ਨ ਸ਼ਵੰਦ ਯਕ ਦਮ, ਅਜ਼ ਯਾਦਿ ਖ਼ੁਦਾ॥
ਦੀਗਰ ਸੁਖ਼ਨ, ਅਜ਼ ਬੁਲੰਦੋ ਪਸਤੀ ਨ ਕੁਨੰਦ॥ ੮॥

ਪਾਠੰਤ੍ਰ : ੧. ਬੇਹੋਸ਼

ਸੰਖੇਪ ਅਰਥ : ਸਾਡੇ ਧਰਮ ਵਿਚ ਗ਼ੈਰਾਂ ਦੀ ਪੂਜਾ ਨਹੀਂ ਕਰਦੇ।
ਉਹ ਇਕ ਹੋਸ਼ ਵਿਚ ਰਹਿੰਦੇ ਹਨ ਅਤੇ ਮਸਤੀ ਨਹੀਂ ਕਰਦੇ।
ਉਹ ਇਕ ਦਮ ਲਈ ਵੀ ਰੱਬ ਦੀ ਯਾਦ ਤੋਂ ਗ਼ਾਫ਼ਲ ਨਹੀਂ ਰਹਿੰਦੇ।
ਨਾਲੇ ਉਹ ਉਚਾਈ ਨਿਚਾਈ ਦੀਆਂ ਗੱਲਾਂ ਨਹੀਂ ਕਰਦੇ।

ਯੱਕ ਜ਼ੱਰਹ, ਅਗਰ ਸ਼ੌਕ਼ਿ ਇਲਾਹੀ ਬਾਸ਼ਦ॥
ਬਿਹਤਰ ਜ਼ਿ[1], ਹਜ਼ਾਰ ਬਾਦਿਸ਼ਾਹੀ ਬਾਸ਼ਦ॥
ਗੋਯਾਸਤ, ਗ਼ੁਲਾਮਿ ਮੁਰਸ਼ਿਦਿ ਖ਼੍ਵੇਸ਼॥
ਈਂ ਖ਼ਤ, ਨ ਮੁਹ਼ਤਾਜਿ ਗਵਾਹੀ ਬਾਸ਼ਦ॥ ੯॥

ਪਾਠੰਤ੍ਰ : ੧. ਕਿ

ਸੰਖੇਪ ਅਰਥ : ਜੇਕਰ ਰੱਤਾ ਭਰ ਵੀ ਰੱਬ ਦਾ ਸ਼ੌਕ ਹੋਵੇ ਤਾਂ।
ਉਹ ਹਜ਼ਾਰਾਂ ਪਾਤਸ਼ਾਹੀਆਂ ਨਾਲੋਂ ਚੰਗੇਰਾ ਹੈ।
ਗੋਯਾ ! ਆਪਣੇ ਸਤਿ ਗੁਰੂ ਦਾ ਬੰਦਾ ਹੈ।
ਇਸ ਲਿਖਤ ਲਈ ਕਿਸੇ ਗਵਾਹੀ ਦੀ ਲੋੜ ਨਹੀਂ।

ਹਰਕਸ ਕਿ ਬ-ਜਹਾਂ, ਨਸ਼ਵੋ ਨੁਮਾ ਮੇ ਖ਼੍ਵਾਹਦ॥
ਅਸਪੋ ਸ਼ੁਤਰੋ, ਫ਼ੀਲੋ ਤਿਲਾ ਮੇ ਖ਼੍ਵਾਹਦ॥

ਹਰਕਸ ਜ਼ਿ ਬਰਾਇ ਖ਼੍ਵੇਸ਼, ਚੀਜ਼ੇ ਮੇ ਖ਼੍ਵਾਹਦ॥
ਗੋਯਾ ਜ਼ਿ[1] ਖ਼ੁਦਾ, ਯਾਦਿ ਖ਼ੁਦਾ ਮੇ ਖ਼ਾਹਦ॥ ੧੦॥

ਪਾਠਭੇਦ : ੧. ਕਿ

ਸੰਖੇਪ ਅਰਥ : ਹਰ ਮਨੁੱਖ ਇਸ ਜਹਾਨ ਵਿਚ ਵਧਣਾ ਫੁਲਣਾ ਚਾਹੁੰਦਾ ਹੈ।
ਉਹ ਘੋੜੇ, ਊਠ, ਹਾਥੀ ਅਤੇ ਸੋਨਾ ਲੋਚਦਾ ਹੈ।
ਹਰ ਆਦਮੀ ਆਪਣੇ ਲਈ ਕੁਝ ਨਾ ਕੁਝ ਲੋਚਦਾ ਹੈ।
ਪਰੰਤੂ ਗੋਯਾ ਤਾਂ ਰੱਬ ਪਾਸੋਂ ਕੇਵਲ ਰੱਬ ਦੀ ਯਾਦ ਹੀ ਲੋਚਦਾ ਹੈ।

ਪੁਰ ਗਸ਼ਤਹ ਜ਼ਿ ਸਰ ਤਾ ਕ਼ਦਮ, ਨੂਰ-ਉਲ-ਨੂਰ॥
ਆਈਨਾ, ਕਿ ਦਰ ਵੈ ਨ ਬਵਦ, ਹੇਚ ਕਸੂਰ॥
ਤਹਕ਼ੀਕ਼ ਬਿਦਾਂ, ਜ਼ਿ ਗ਼ਾਫ਼ਿਲਾਂ ਦੂਰ ਬਵਦ॥
ਓ ਦਰ ਦਿਲਿ [1]ਆਰਿਫ਼ਾਂ, ਕਰਦਹ ਜ਼ਹੂਰ॥ ੧੧॥

ਪਾਠੰਤ੍ਰ : ੧. ਆਕ਼ਿਲਾਂ, ਖ਼ੁਦ

ਸੰਖੇਪ ਅਰਥ : ਸਿਰ ਤੋਂ ਪੈਰਾਂ ਤਕ ਉਹ ਨੂਰ ਨਾਲ ਭਰ ਗਿਆ।
ਉਹ ਸ਼ੀਸ਼ਾ ਜਿਸ ਵਿਚ ਕੋਈ ਤ੍ਰੇੜ ਨਹੀਂ।
ਯਕੀਨ ਜਾਣ, ਕਿ ਉਹ ਅਣਗਹਿਲਾਂ ਤੋਂ ਦੂਰ ਰਹਿੰਦਾ ਹੈ।
ਉਹ ਤਾਂ ਆਰਫ਼ ਦੇ ਦਿਲ ਵਿਚ ਪ੍ਰਗਟ ਹੁੰਦਾ ਹੈ।

ਈਂ ਉਮਰਿ ਗਿਰਾਂ-ਮਾਯਾ, ਕਿ ਬਰਬਾਦ ਸ਼ਵਦ॥
ਈਂ ਖ਼ਾਨਾ-ਇ ਵੀਰਾਂ, ਬ-ਚਿਹ ਆਬਾਦ ਸ਼ਵਦ॥
ਤਾ ਮੁਰਸ਼ਿਦਿ ਕਾਮਿਲ ਨ ਦਿਹਦ, ਦਸਤ ਬਾ-ਹਮ॥
ਗੋਯਾ, ਦਿਲਿ ਗ਼ਮਗੀਨਿ ਤੋ, ਚੂੰ ਸ਼ਾਦ [1]ਸ਼ਵਦ॥ ੧੨॥

ਪਾਠਭੇਦ : ੧. ਬਵਦ

ਸੰਖੇਪ ਅਰਥ : ਇਹ ਬਹੁ-ਮੁਲੀ ਉਮਰ ਜਿਹੜੀ ਜ਼ਾਇਆ ਹੋ ਜਾਂਦੀ ਹੈ।
ਇਹ ਉਜਾੜ ਘਰ ਕਿਵੇਂ ਆਬਾਦ ਹੋ ਸਕਦਾ ਹੈ?
ਜਦ ਤਕ ਪੂਰਾ ਸਤਿਗੁਰੂ ਸਹਾਇਤਾ ਨਹੀਂ ਕਰਦਾ।
ਗੋਯਾ ! ਤੇਰਾ ਗ਼ਮਾਂ-ਭਰਿਆ ਦਿਲ ਕਿਵੇਂ ਪ੍ਰਸੰਨ ਹੋ ਸਕਦਾ ਹੈ।

ਨੋਟ :- ਹੇਠਲੀ ਰੁਬਾਈ ਮੂਲ ਫ਼ਾਰਸੀ ਅੱਖਰਾਂ ਵਾਲੀ ਗਿ: ਮਹਾਂ ਸਿੰਘ ਦੀ ਪੋਥੀ 'ਚ ਅਬਿਆਤਾਂ 'ਚ ਲਿਖੀ ਹੈ।

ਦਿਲਿ ਜ਼ਾਲਿਮ, ਬ-ਕ਼ਸਦਿ ਕੁਸ਼ਤਨਿ ਮਾਸਤ॥
ਦਿਲਿ ਮਜ਼ਲੂਮਿ ਮਨ, ਬਸੂਇ ਖ਼ੁਦਾਸਤ॥
ਓ ਦਰੀਂ ਫ਼ਿਕਰ ਕਿ ਬਮਾ ਚਿਹ ਕੁਨਦ॥
ਮਾ ਦਰੀਂ ਫ਼ਿਕਰ, ਕਿ ਖ਼ੁਦਾ ਚਿਹ ਕੁਨਦ॥ ੧੩॥

ਸੰਖੇਪ ਅਰਥ : ਜ਼ਾਲਮ ਦਾ ਦਿਲ ਸਾਨੂੰ ਮਾਰਨ ਦਾ ਇਰਾਦਾ ਰੱਖਦਾ ਹੈ।
ਮੇਰਾ ਮਜ਼ਲੂਮ ਦਿਲ ਰੱਬ ਵੱਲ ਆਸ ਲਾਈ ਬੈਠਾ ਹੈ।
ਉਹ ਇਸ ਫ਼ਿਕਰ ਵਿਚ ਹੈ, ਕਿ ਸਾਡੇ ਨਾਲ ਕੀ ਕਰੇ?
ਅਸੀਂ ਇਸ ਚਿੰਤਾ ਵਿਚ ਹਾਂ, ਕਿ ਰੱਬ ਕੀ ਕਰਦਾ ਹੈ?

ਦਰ ਹ਼ਾਸਿਲਿ ਉਮਰ, ਆਂ ਚਿਹ ਮਾ ਯਾਫ਼ਤਹ ਏਮ॥
ਦਰ ਹਰ ਦੋ-ਜਹਾਂ, ਯਾਦਿ ਖ਼ੁਦਾ ਯਾਫ਼ਤਹ ਏਮ॥
ਈਂ ਹਸਤੀ-ਇ ਖ਼੍ਵੇਸ਼[1], ਬਲਾ ਬਵਦ[2] ਅ਼ਜ਼ੀਮ॥
ਅਜ਼ ਖ਼੍ਵੇਸ਼ ਗੁਜ਼ੱਸ਼ਤੇਮ, ਖ਼ੁਦਾ ਯਾਫ਼ਤਹ ਏਮ॥ ੧੪॥

ਪਾਠੰਤ੍ਰ : ੧. ਖ਼੍ਵੇਸ਼ਤਨ ੨. ਬੂਦ

ਸੰਖੇਪ ਅਰਥ : ਜੋ ਕੁਝ ਅਸਾਂ ਉਮਰ ਦਾ ਫਲ ਪ੍ਰਾਪਤ ਕੀਤਾ ਹੈ।
ਦੋਹਾਂ ਜਹਾਨਾਂ ਵਿਚ ਅਸਾਂ ਖੁਦਾ ਦੀ ਯਾਦ ਹਾਸਲ ਕੀਤੀ ਹੈ।
ਇਹ ਸਾਡੀ ਹਸਤੀ ਤਾਂ ਇਕ ਵੱਡੀ ਬਲਾ ਸੀ।
ਜਦ ਅਸੀਂ ਆਪਣੇ ਆਪੇ ਤੋਂ ਗੁਜ਼ਰ ਗਏ, ਅਸਾਂ ਰੱਬ ਨੂੰ ਪਾ ਲਿਆ।

ਅਜ਼ ਖ਼ਾਕਿ ਦਰਿ ਤੋ[1], ਤੂਤ਼ੀਆ ਯਾਫ਼ਤਾਏਮ॥
ਕਜ਼ ਦੌਲਤਿ ਆਂ, ਨਸ਼ਵੋ ਨੁਮਾ ਯਾਫ਼ਤਾ-ਏਮ॥
ਮਾ ਸਿਜਦਾ ਬ-ਰੂਇ ਗ਼ੈਰਿ ਦੀਗਰ, ਨ-ਕੁਨੇਮ॥
ਦਰ ਖ਼ਾਨਾਇ ਦਿਲ, ਨਕ਼ਸ਼ਿ ਖ਼ੁਦਾ ਯਾਫ਼ਤਾ ਏਮ॥ ੧੫॥

ਪਾਠੰਤ੍ਰ : ੧. ਦਰਤ

ਸੰਖੇਪ ਅਰਥ : ਤੇਰੇ ਦਰਵਾਜ਼ੇ ਦੀ ਧੂੜ ਤੋਂ ਸਾਨੂੰ ਸੁਰਮਾ ਪ੍ਰਾਪਤ ਹੋਇਆ ਹੈ।
ਜਿਸ ਦੀ ਬਦੌਲਤ ਅਸੀਂ ਵਧੇ ਫੁਲੇ ਹਾਂ।
ਅਸੀਂ ਕਦੀ ਗ਼ੈਰ ਅੱਗੇ ਮੱਥਾ ਨਹੀਂ ਟੇਕਦੇ।
ਸਾਨੂੰ ਤਾਂ ਆਪਣੇ ਦਿਲ ਦੇ ਘਰ ਵਿਚ ਹੀ ਰੱਬ ਦੇ ਨਿਸ਼ਾਨ ਮਿਲ ਗਏ ਹਨ।

ਗੋਯਾ ਖ਼ਬਰ, ਅਜ਼ ਯਾਦਿ ਖ਼ੁਦਾ, ਯਾਫ਼ਤਾ ਏਮ॥
[1]ਈਂ ਜਾਮਿ ਲਬਾ-ਲਬ, ਅਜ਼ ਕੁਜਾ ਯਾਫ਼ਤਾ ਏਮ॥
ਜੁਜ਼ ਤ਼ਾਲਿਬਿ ਹ਼ੱਕ਼, ਨਸੀਬਿ ਹਰ ਕਸ, ਨ ਬਵਦ॥
[2]ਈਂ ਦੌਲਤਿ ਨਾਯਾਬ, ਕਿ ਮਾ ਯਾਫ਼ਤਾ ਏਮ॥ ੧੬॥

ਪਾਠੰਤ੍ਰ : ੧. ਈਂ ਆਬਿ ਲਬਾ ਲਬ ੨. ਕੀਂ

ਸੰਖੇਪ ਅਰਥ : ਗੋਯਾ ! ਸਾਨੂੰ ਰੱਬ ਦੀ ਯਾਦ ਤੋਂ ਉਸ ਦੀ ਸੋ ਮਿਲੀ ਹੈ।
ਇਹ ਨਕੋ ਨੱਕ ਭਰਿਆ ਪਿਆਲਾ ਭਲਾ ਸਾਨੂੰ ਕਿਥੋਂ ਪ੍ਰਾਪਤ ਹੋਇਆ?
ਸਿਵਾਇ ਰੱਬ ਦੇ ਤਾਲਬ ਦੇ ਹਰ ਕਿਸੇ ਦੀ ਕਿਸਮਤ ਵਿਚ
ਇਹ ਦੁਰਲਭ ਦੌਲਤ ਨਹੀਂ ਹੁੰਦੀ, ਜਿਹੜੀ ਕਿ ਸਾਨੂੰ ਪ੍ਰਾਪਤ ਹੋਈ ਹੈ।

ਗੋਯਾ, ਤਾ ਕੈ, ਦਰੀਂ ਸਰਾਏ ਮਾਦੂਮ॥
ਗਾਹੇ ਲਾਜ਼ਿਮ ਸ਼ਵੀ, ਵ ਗਾਹੇ ਮਲਜ਼ੂਮ॥
ਤਾ ਕੈ ਚੂ ਸਗਾਂ, ਬਰ ਉਸਤਖ਼ਾਂ ਜੰਗ ਕੁਨੀ॥
ਦੁਨੀਆ ਮਾਅ਼ਲੂਮ, ਵ ਅਹਲਿ ਦੁਨੀਆ ਮਾਅ਼ਲੂਮ॥੧੭॥

ਸੰਖੇਪ ਅਰਥ : ਗੋਯਾ ਤੂੰ ਕਦ ਤਕ ਇਸ ਨਾਸ਼ਮਾਨ ਸੰਸਾਰ ਵਿਚ ਰਹੇਂਗਾ?
ਜਿਹੜਾ ਕਦੀ ਜ਼ਰੂਰੀ ਹੋ ਜਾਂਦਾ ਹੈ ਅਤੇ ਕਦੀ ਨਿਰਧਾਰਤ।
ਕਦ ਤਕ ਤੂੰ ਕੁੱਤਿਆਂ ਵਾਂਗ ਹੱਡੀਆਂ ਉਪਰ ਲੜਦੇ ਰਹੇਂਗਾ?
ਸਾਨੂੰ ਦੁਨੀਆਂ ਦਾ ਵੀ ਪਤਾ ਹੈ ਅਤੇ ਦੁਨੀਆਂਦਾਰਾਂ ਦਾ ਵੀ।

ਗੋਯਾ, ਅਗਰ ਆਂ ਜਮਾਲ ਦੀਦਨ ਦਾਰੀ॥
ਅਜ਼ ਖ਼ੁਦ, ਹਵਸਿ ਮੈਲ, ਰਮੀਦਨ ਦਾਰੀ॥
ਜ਼ੀਂ ਦੀਦਾ ਮਬੀਂ, ਕਿ ਹਿਜਾਬਸਤ ਤੁਰਾ॥
ਬੇ-ਦੀਦਹ ਬਿਬੀਂ, ਹਰਾਂ ਚਿਹ ਦੀਦਨ ਦਾਰੀ॥ ੧੮॥

ਸੰਖੇਪ ਅਰਥ : ਜੇਕਰ ਤੂੰ ਉਸ ਦੇ ਜਲਵੇ ਨੂੰ ਵੇਖਣਾ ਚਾਹੁੰਦਾ ਹੈਂ?
ਜੇਕਰ ਤੂੰ ਆਪਣੀ ਹਿਰਸ ਹਵਸ ਤੋਂ ਭੱਜਣ ਦੀ ਇੱਛਾ ਰੱਖਦਾ ਹੈਂ?
ਇਨ੍ਹਾਂ ਜ਼ਾਹਰਾਂ ਅੱਖਾਂ ਨਾਲ ਨਾ ਵੇਖ,ਕਿਉਂਕਿ ਇਹ ਤਾਂ ਤੇਰੇ ਲਈ ਰੁਕਾਵਟ ਹਨ।
ਤੂੰ ਬਿਨਾਂ ਅੱਖਾਂ ਦੇ ਵੇਖ, ਜੋ ਕੁਝ ਵੀ ਤੂੰ ਵੇਖਣਾ ਚਾਹੁੰਦਾ ਹੈਂ।

ਮੌਜੂਦ ਖ਼ੁਦਾਸਤ, ਤੂ ਕਿਰਾ ਮੇ ਜੋਈ॥
ਮਕ਼ਸੂਦਿ ਖ਼ੁਦਾਸਤ, ਤੂ ਕੁਜਾ ਮੇ ਪੋਈ[1]॥

ਈਂ ਹਰ ਦੋ ਜਹਾਂ, ਨਿਸ਼ਾਨਿ ਦੌਲਤਿ ਤੁਸਤ॥
ਯਾਅ੍ਨੀ ਸੁਖ਼ਨ, ਅਜ਼ ਜ਼ਬਾਨਿ ਹੱਕ੍, ਮੇ ਗੋਈ॥ ੧੯॥

ਪਾਠੰਤ੍ਰ : ੧. ਜੋਈ

ਸੰਖੇਪ ਅਰਥ : ਰੱਬ ਤਾਂ ਹਰ ਥਾਂ ਮੌਜੂਦ ਹੈ, ਤੂੰ ਕਿਸ ਨੂੰ ਢੂੰਡਦਾ ਹੈਂ? ਰੱਬ ਦਾ ਮੇਲ ਤਾਂ ਤੇਰ ਮਨੋਰਥ ਹੈ, ਤੂੰ ਕਿਧਰ ਭਟਕਦਾ ਪਿਆ ਹੈਂ? ਇਹ ਦੋਵੇਂ ਜਹਾਨ ਤੇਰੀ ਮਾਲਕੀ ਦੇ ਚਿੰਨ੍ਹ ਹਨ। ਅਰਥਾਤ ਤੂੰ ਆਪਣੇ ਬੋਲ ਰੱਬ ਦੀ ਜ਼ਬਾਨ ਰਾਹੀਂ ਹੀ ਬੋਲਦਾ ਹੈਂ।

ਅਬਿਆਤਿ ਗੋਯਾ (ਫੁਟਕਲ ਬੈਂਤ)

ਨੋਟ : ਰੁਬਾਈ ਵਾਂਗ ਅਬਿਆਤ ਵੀ ਫ਼ਾਰਸੀ ਦੇ ਇਕ ਛੰਦ ਦਾ ਨਾਮ ਹੈ, ਦੋ ਤੁਕਾਂ ਦੀ ਅਬਿਆਤ ਹੁੰਦੀ ਹੈ।

ਮਬਰ ਐ ਬਾਦ, ਖ਼ਾਕਮ ਅਜ਼ ਦਰਿ ਦੋਸਤ॥
ਦੁਸ਼ਮਨਮ ਸਰ ਜ਼ੱਨਦ[1], ਕਿ ਹਰ ਜਾਈਸਤ॥ ੧॥

ਪਾਠੰਤ੍ਰ : ੧. ਸਰ ਜ਼ਨਸ਼ ਕੁਨਦ

ਸੰਖੇਪ ਅਰਥ : ਐ ਹਵਾ ! ਮੇਰੀ ਸੱਜਣ ਦੇ ਦਰਵਾਜ਼ੇ ਤੋਂ ਨਾ ਉੜਾਈਂ, ਨਹੀਂ ਤਾਂ ਵੈਰੀ ਭੰਡੀ ਕਰੇਗਾ ਕਿ ਇਹ ਤਾਂ ਹਰ ਥਾਂਈ ਹੈ।

ਨੇਸਤ ਗ਼ੈਰ ਅਜ਼ ਆਂ ਸਨਮ, ਦਰ ਪਰਦਾਇ ਦੈਰੋ ਹਰਮ॥
ਕੈ ਸ਼ਵਦ ਆਤਿਸ਼ਿ ਦੋ ਰੰਗ, ਅਜ਼ ਇਖ਼ਤਲਾਫ਼ਿ ਸੰਗ ਹਾ॥ ੨॥

ਸੰਖੇਪ ਅਰਥ : ਉਸ ਪਿਆਰੇ ਤੋਂ ਬਿਨਾਂ ਕਾਅਬੇ ਅਤੇ ਬੁਤਖ਼ਾਨੇ ਵਿਚ ਹੋਰ ਕੋਈ ਨਹੀਂ ਹੈ। ਪੱਥਰਾਂ ਦੇ ਭੇਤ ਕਾਰਣ ਅੱਗ ਦੋ ਰੰਗੀ ਕਿਵੇਂ ਹੋ ਸਕਦੀ ਹੈ?

ਆਸਮਾਂ ਸਿਜਦਾ ਕੁਨਦ, ਪੇਸ਼ਿ [1]ਜ਼ਮੀਂ, ਕਿ ਬਰ ਓ[1]॥
ਯੱਕ ਦੋ [1]ਕਸ, ਅਜ਼ ਪੈ ਜ਼ਿਕਰਿ[2] ਖ਼ੁਦਾ, ਬਿਨਸ਼ੀਨੰਦ॥ ੩॥

ਪਾਠਭੇਦ : ੧. ਬਰੋ ੨. ਨਫ਼ਸ਼ ੩. ਕਾਰਿ ਖ਼ੁਦਾ

ਸੰਖੇਪ ਅਰਥ : ਆਸਮਾਨ ਧਰਤ ਦੇ ਸਾਹਮਣੇ ਇਸ ਲਈ ਮੱਥਾ ਟੇਕਦਾ ਹੈ। ਕਿ ਰੱਬ ਦੇ ਭਗਤ ਇਸ ਉਪਰ ਇਕ ਦੋ ਪਲ ਲਈ ਰੱਬ ਦਾ ਸਿਮਰਨ ਕਰਨ ਲਈ ਬੈਠਦੇ ਹਨ।

ਬ-ਜ਼ੇਰਿ ਸਾਇਆਇ ਤੂਬਾ, ਮੁਰਾਦਹਾ ਯਾਬੀ॥
ਬ-ਜ਼ੇਰਿ ਸਾਇਆ ਮਰਦਾਨਿ ਹੱਕ਼, ਖ਼ੁਦਾ ਯਾਬੀ॥ ੪॥

ਸੰਖੇਪ ਅਰਥ : ਕਲਪ ਬ੍ਰਿਛ ਦੀ ਛਾਵੇਂ ਤਾਂ ਤੈਨੂੰ ਦਿਲ ਦੀਆਂ ਮੁਰਾਦਾਂ ਮਿਲਦੀਆਂ ਹਨ।

ਪਰ ਰੱਬ ਦੇ ਬੰਦਿਆਂ ਦੀ ਛਾਂ ਹੇਠ ਤੂੰ ਰੱਬ ਨੂੰ ਪ੍ਰਾਪਤ ਕਰ ਲਵੇਂਗਾ।

ਮਿਹਰ ਕੀਂ ਬਰ ਹਰ ਕਿ ਸਾਜ਼ੀ, ਸਾਫ਼ੀਏ ਦਿਲ ਕੰਮ ਕੁਨਦ॥
ਗਰ ਮੁਰਾਦੇ ਖ਼੍ਵੇਸ਼ ਖ਼੍ਵਾਹੀ, ਅਜ਼ ਗਿਜ਼ਾਲਤ ਦੂਰਿ ਦਾਰ॥

ਸੰਖੇਪ ਅਰਥ : ਜਿਨ੍ਹਾਂ ਪਰ ਖ਼ੁਦਾ ਨੇ ਆਪਣੀ ਮਿਹਰ ਕੀਤੀ ਹੈ, ਉਹ ਖ਼ੁਦਾ ਨੇ ਸਾਫ਼ ਦਿਲ ਘੱਟ ਹੀ ਪੈਦਾ ਕੀਤੇ ਹਨ।

ਜੇਕਰ ਤੂੰ ਆਪਣੇ ਦਿਲ ਦੀ ਮੁਰਾਦ ਪੂਰੀ ਕਰਨੀ ਹੈ ਤਾਂ ਇਸ ਗਿਜ਼ਾਲਤ ਭਰੀ ਦੁਨੀਆਂ ਤੋਂ ਦੂਰ ਕਿਨਾਰਾ ਕਰ।

ਨੋਟ :- ਇਹ ਸਭ ਤੋਂ ਹੇਠਲੀ ਬੈਂਤ ਲਿਖਤੀ ਖਰੜੇ 'ਚੋਂ ਮਿਲੀ ਹੈ।

ਖ਼ਤਮ ਸ਼ੁਦ ਦੀਵਾਨੇ ਗੋਯਾ

☬

ਜੋਤਿ ਬਿਗਾਸ

ਉਥਾਨਕਾ : ਜਦ ਭਾਈ ਸਾਹਿਬ ਜੀ ਗੁਰੂ ਕਲਗੀਧਰ ਜੀ ਦੀ ਆਗਿਆ ਅਨੁਸਾਰ ਸ੍ਰੀ ਅਨੰਦਪੁਰ ਸਾਹਿਬ ਤੋਂ ਮੁਲਤਾਨ ਚਲੇ ਗਏ ਤਾਂ ਉੱਥੇ ਜਾ ਕੇ ਆਪ ਜੀ ਨੇ ਗੁਰੂ ਘਰ ਦਾ ਡਾਢਾ ਪ੍ਰਚਾਰ-ਪ੍ਰਸਾਰ ਕੀਤਾ। ਇੱਕ ਵੇਰ ਗੁਰੂ ਨਾਨਕ ਨਾਮ ਲੇਵਾ ਸੰਗਤਾਂ ਨੇ ਭਾਈ ਸਾਹਿਬ ਜੀ ਨੂੰ ਬੇਨਤੀ ਕੀਤੀ ਕਿ ਗੁਰੂ ਨਾਨਕ ਦੇਵ ਜੀ ਦੀ ਅਗੰਮੀ ਜੋਤੀ ਜਿਵੇਂ ਦਸਮ ਪਾਤਿਸ਼ਾਹ ਤੱਕ ਖਿੜੀ ਉਨ੍ਹਾਂ ਪਾਤਿਸ਼ਾਹੀਆਂ ਦੀ ਨਾਮ-ਮਾਲਾ ਸੁਣਾਉ ਤਾਂ ਭਾਈ ਸਾਹਿਬ ਜੀ ਨੇ ਫ਼ਾਰਸੀ ਬੋਲੀ 'ਚ ਕ਼ੁਰਾਨ 'ਚ ਲਿਖੇ ਖ਼ੁਦਾਈ ਵਿਸ਼ੇਸ਼ਨ ਸਮੇਤ ਗੁਰਾਂ ਦੀ ਨਾਮ-ਮਾਲਾ ਸੁਣਾਈ ਅਤੇ ਗੁਰਾਂ ਦੀ ਭਾਰੀ ਮਹਿਮਾ ਕੀਤੀ। ਇਸ ਮਹਿਮਾ ਦਾ ਨਾਮ ਆਪ ਜੀ ਨੇ ਜੋਤਿ ਬਿਗਾਸ ਰੱਖਿਆ ਅਤੇ ਇਸ ਰਚਨਾ ਨੂੰ ਸੰਪੂਰਨਤਾ ਦਾ ਟਿਕਾ ਸ੍ਰੀ ਦਮਦਮਾ ਸਾਹਿਬ ਗੁਰ-ਚਰਨਾਂ 'ਚ ਦਿੱਤਾ। ਅੱਜ ਤੱਕ ਦੇ ਜੋਤਿ ਬਿਗਾਸ ਦੇ ਛਪੇ-ਅਣਛਪੇ ਜਿੰਨੇ ਵੀ ਖਰੜੇ ਦਾਸ ਨੂੰ ਮਿਲੇ, ਉਨ੍ਹਾਂ ਸਭ ਨਾਲ ਮੇਲ ਕੇ ਦਾਸ ਨੇ ਮੂਲ ਪਾਠ ਦੀ ਸੁਧਾਈ ਕਰ ਦਿੱਤੀ ਹੈ।

ੴ ਸਤਿਗੁਰੂ ਪ੍ਰਸਾਦਿ ॥
ਵਾਹਿਗੁਰੂ ਜੀਉ ਸੱਤ ॥

ਜੋਤਿ ਬਿਗਾਸ ॥

ਗੁਰੂ ਨਾਨਕ ਆਮਦ, ਨਰਾਇਨ ਸਰੂਪ ॥
ਹਮਾਨਾ ਨਿਰੰਜਨ, ਨਿਰੰਕਾਰ ਰੂਪ ॥ ੧ ॥

ਸੰਖੇਪ ਅਰਥ : ਗੁਰੂ ਨਾਨਕ ਨਰਾਇਣ ਦਾ ਸਰੂਪ ਹੈ।
ਨਿਰਸੰਦੇਹ ਉਹ ਨਿਰੰਜਨ ਅਤੇ ਨਿਰੰਕਾਰ ਦਾ ਰੂਪ ਹੈ।

ਹੱਕ਼ਸ਼ ਆਫ਼ਰੀਦਾ, ਜ਼ਿ ਨੂਰਿ ਕਰਮ ॥
ਅਜ਼ੋ ਆ਼ਲਮੇ ਰਾ, ਫ਼ੱਯੂਜ਼ਿ[1] ਅ਼ਤ਼ਮ[2] ॥ ੨ ॥

ਉੱਚਾਰਣ :- [1]ਫ਼ੱਈਊਜ਼ ਬੋਲੋ।

ਸੰਖੇਪ ਅਰਥ : ਰੱਬ ਨੇ ਉਸ ਨੂੰ ਆਪਣੀ ਬਖ਼ਸ਼ਿਸ਼ ਦੇ ਨੂਰ ਤੋਂ ਉਤਪੰਨ ਕੀਤਾ ਹੈ।

ਸਾਰਾ ਸੰਸਾਰ ਵਡੇਰੀਆਂ ਬਖ਼ਸ਼ਿਸ਼ਾਂ ਉਸ ਤੋਂ ਪ੍ਰਾਪਤ ਕਰਦਾ ਹੈ।

ਹੱਕ਼ਸ਼ ਬਰ-ਗੁਜ਼ੀਦਹ, ਜ਼ਿ ਹਰ ਬਰ-ਗੁਜ਼ੀਂ॥
ਨਿਸ਼ਾਂਦਸ਼ ਜ਼ਿ ਹਰ, ਬਰ-ਤਰੀਂ ਬਰ-ਤਰੀਂ॥ ੩॥

ਸੰਖੇਪ ਅਰਥ : ਰੱਬ ਨੇ ਉਸ ਨੂੰ ਹਰ ਚੁਣੇ ਹੋਏ ਤੋਂ ਉਚੇਰਾ ਚੁਣਿਆ ਹੈ।
ਰੱਬ ਨੇ ਉਸ ਨੂੰ ਹਰ ਉਚੇਰੇ ਅਸਥਾਨ ਤੋਂ ਉਚੇਰਾ ਬਿਠਾਇਆ ਹੈ।

ਹੱਕ਼ਸ਼ ਗੁਫ਼ਤ ਖ਼ੁਦ, ਮੁਰਸ਼ਿਦੁਲ-ਆ਼ਲਮੀਨ॥
ਨਜਾਤੁਲਵਰਾ, ਰਹ਼ਮਤੁਲ ਮੁਜ਼ਨਬੀਨ॥ ੪॥

ਸੰਖੇਪ ਅਰਥ : ਰੱਬ ਨੇ ਆਪ ਉਸ ਨੂੰ ਦੋਹਾਂ ਜਹਾਨਾਂ ਦਾ ਮੁਰਸ਼ਿਦ (ਸਤਿਗੁਰ) ਕਰਾਰ ਦਿੱਤਾ।

ਬੇਸ਼ੱਕ ਗੁਰੂ ਨਾਨਕ ਪਰਲੋਕ ਦੀ ਮੁਕਤੀ ਅਤੇ ਬਖ਼ਸ਼ਿਸ਼ਾਂ ਦੀ ਰਹਿਮਤ ਹੈ।

ਸ਼ਹਿਨਸ਼ਾਹਿ - ਦਾਰੈਨ, ਕਰਦਸ਼ ਖ਼ਿਤ਼ਾਬ॥
ਅਜ਼ੋ ਤਾਲਿਬਾਂ ਰਾ, ਕਰਾਮਤ ਨਸਾਬ॥ ੫॥

ਸੰਖੇਪ ਅਰਥ : ਰੱਬ ਨੇ ਉਸ ਨੂੰ ਲੋਕ ਪਰਲੋਕ ਦਾ ਸ਼ਹਿਨਸ਼ਾਹ ਕਹਿ ਕੇ ਸੰਬੋਧਨ ਕੀਤਾ।
ਉਸ ਤੋਂ (ਗੁਰੂ ਤੋਂ) ਜਾਚਕਾਂ ਨੂੰ ਬਜ਼ੁਰਗੀ ਦਾ ਸੋਮਾ ਮਿਲਦਾ ਹੈ।

ਹੱਕ਼ਸ਼[1] ਆਰਾਸਤ ਖ਼ੁਦ, ਤਖ਼ਤਗਾਹਸ਼ ਬੁਲੰਦ॥
ਜ਼ਿ ਹਰ ਫ਼ੱਰੁਖ਼ੇ, ਸਾਖ਼ਤਸ਼ ਅ਼ਰਜ਼ਮੰਦ॥ ੬॥

ਪਾਠਭੇਦ : ਹੱਕ਼[1]

ਸੰਖੇਪ ਅਰਥ : ਰੱਬ ਨੇ ਆਪ ਉਸ (ਗੁਰੂ) ਦੇ ਉਚੇ ਸਿੰਘਾਸਨ ਨੂੰ ਸਜਾਇਆ।
ਰੱਬ ਨੇ ਉਸ ਨੂੰ ਹਰ ਨੇਕੀ ਨਾਲ ਵਡਿਆਇਆ।

ਹਮਹ ਖ਼ਾਸਗਾਂ ਰਾ, ਬਪਾਇਸ਼ ਫ਼ਗੰਦ॥
ਮੁਜ਼ੱਫ਼ਰ ਲਵਾ ਆਮਦਹ, ਦੇਵ ਬੰਦ॥ ੭॥

ਸੰਖੇਪ ਅਰਥ : ਰੱਬ ਨੇ ਸਾਰੇ ਖ਼ਾਸ ਅਤੇ ਪਰਵਾਨਤ ਨਿਕਟਵਰਤੀਆਂ ਨੂੰ ਉਸ ਦੇ ਚਰਨਾਂ ਨਾਲ ਲਾਇਆ।

ਉਸ ਦਾ ਫ਼ਤਿਹ ਦੇ ਚਿੰਨ੍ਹ ਵਾਲਾ ਝੰਡਾ ਅਸਮਾਨ ਨਾਲ ਗੱਲਾਂ ਕਰਦਾ ਹੈ।

ਸਰੀਰਿ ਸ਼ਹਿਨਸ਼ਾਹੀਇ ਦਾਇਮਾਂ॥
ਕੁਲਾਹਿ ਸਰ, ਅਫ਼ਰਾਜ਼ੀਇ ਜਾਵਿਦਾਂ॥ ੮॥

ਸੰਖੇਪ ਅਰਥ : ਉਸ ਦੀ ਪਾਤਸ਼ਾਹੀ ਦਾ ਤਖ਼ਤ ਸਦਾ ਸਥਿਰ ਰਹਿਣ ਵਾਲਾ ਹੈ।
ਉਸ ਦੀ ਉਚੇਰੀ ਸ਼ਾਨ ਦਾ ਤਾਜ ਸਦਾ ਕਾਇਮ ਰਹਿਣ ਵਾਲਾ ਹੈ।

ਹੱਕ਼ਸ਼ ਦਾਦ, ਅਜ਼ ਗ਼ਾਇਤਿ ਮੁਕੱਰਮਤ॥
ਅਜ਼ੋ ਜ਼ੇਬ ਹਰ ਸ਼ਹਿਰੋ, ਹਰ ਮੁਮਲਿਕਤ॥ ੯॥

ਸੰਖੇਪ ਅਰਥ : ਰੱਬ ਨੇ ਉਸ ਨੂੰ ਵੱਡੀ ਵਡਿਆਈ ਅਤੇ ਸਖ਼ਾਵਤ ਬਖ਼ਸ਼ੀ ਹੈ।
ਉਸ ਦੇ ਕਾਰਣ ਹਰ ਨਗਰ ਅਤੇ ਦੇਸ਼ ਸ਼ੋਭਨੀਕ ਹੈ।

ਜ਼ਿ ਪੇਸ਼ੀਨੀਆਂ, ਪੇਸ਼ਤਰ ਆਮਦਹ॥
ਬ-ਕ਼ਦਰ ਅਜ਼, ਹਮਹ ਬੇਸ਼ਤਰ ਆਮਦਹ॥ ੧੦॥

ਸੰਖੇਪ ਅਰਥ : ਉਹ (ਗੁਰੂ ਨਾਨਕ) ਆਪਣੇ ਪਹਿਲੇ ਹੋ ਗੁਜ਼ਰੇ ਅਵਤਾਰਾਂ ਤੋਂ ਵੀ ਪਹਿਲਾਂ ਦਾ ਹੈ।
ਗੁਰੂ ਨਾਨਕ ਕਦਰ ਕੀਮਤ ਤੋਂ ਸਭ ਨਾਲੋਂ ਵਡਮੁੱਲਾ ਹੈ।

ਹਜ਼ਾਰਾਂ ਬ੍ਰਹਮਾਂ ਸਨਾਖ਼੍ਵਾਨਿ ਊ॥
ਜ਼ਿ ਹਰ, ਬਰ-ਤਰੀਂ ਬਰ-ਤਰੀਂ, ਸ਼ਾਨਿ ਊ॥ ੧੧॥

ਸੰਖੇਪ ਅਰਥ : ਹਜ਼ਾਰਾਂ ਬ੍ਰਹਮਾ ਗੁਰੂ ਨਾਨਕ ਦੀ ਉਸਤਤਿ ਕਰਦੇ ਹਨ।
ਸਾਰੇ ਵਡਿੱਕਿਆਂ ਦੀ ਸ਼ਾਨ ਨਾਲੋਂ ਗੁਰੂ ਨਾਨਕ ਦੀ ਸ਼ਾਨ ਵਡੇਰੀ ਹੈ।

ਹਜ਼ਾਰ ਈਸ਼ਰੋ ਇੰਦਰ, ਦਰ ਪਾਇ ਊ॥
ਜ਼ਿ ਹਰ, ਬਰ-ਤਰੀਂ ਬਰ-ਤਰੀਂ, ਜਾਇ ਊ॥ ੧੨॥

ਸੰਖੇਪ ਅਰਥ : ਹਜ਼ਾਰਾਂ ਈਸ਼ਰ ਅਤੇ ਇੰਦਰ ਗੁਰੂ ਨਾਨਕ ਦੇ ਚਰਨਾਂ ਵਿਚ ਹਨ।
ਸਾਰੇ ਵਡਿੱਕਿਆਂ ਨਾਲੋਂ ਗੁਰੂ ਨਾਨਕ ਦਾ ਅਸਥਾਨ ਉਚੇਰਾ ਹੈ।

ਹਜ਼ਾਰਾਂ ਚੂੰ ਧਰੂ, ਹਜ਼ਾਰਾਂ ਚੂੰ ਬਿਸ਼ਨ॥
ਬਸੇ ਰਾਮ ਰਾਜਾ, ਬਸੇ ਕਾਨ੍ਹ ਕ੍ਰਿਸ਼ਨ[1]॥ ੧੩॥

ਪਾਠਭੇਦ : [1]ਕਿਸਨ

ਸੰਖੇਪ ਅਰਥ : ਹਜ਼ਾਰਾਂ ਧਰੂ ਵਰਗੇ ਅਤੇ ਹਜ਼ਾਰਾਂ ਬਿਸ਼ਨ ਵਰਗੇ ਅਤੇ ਇਸੇ ਤਰ੍ਹਾਂ ਅਨੇਕਾਂ ਰਾਮ ਰਾਜੇ ਅਤੇ ਅਨੇਕਾਂ ਕਾਹਨ ਕ੍ਰਿਸ਼ਨ,

ਹਜ਼ਾਰਾਂ ਚੂੰ ਦੇਵੀ, ਚੂੰ ਗੋਰਖ ਹਜ਼ਾਰ॥
ਕਿ ਪੇਸ਼ਿ ਕ਼ਦਮਹਾਇ-ਊ, ਜਾਂ-ਨਿਸਾਰ[1]॥ ੧੪॥

ਪਾਠਭੇਦ : [1]ਸਿਪਾਰ

ਸੰਖੇਪ ਅਰਥ : ਹਜ਼ਾਰਾਂ ਦੇਵੀ ਦੇਵਤਿਆਂ ਅਤੇ ਹਜ਼ਾਰਾਂ ਗੋਰਖਾਂ ਵਰਗੇ
ਗੁਰੂ ਨਾਨਕ ਦੇ ਚਰਨਾਂ ਤੋਂ ਆਪਣੀ ਜਾਨ ਵਾਰਦੇ ਹਨ।

ਹਜ਼ਾਰਾਂ ਸਿਪਹਿਰੋ, ਹਜ਼ਾਰਾਂ ਸਮਾ॥
ਹਜ਼ਾਰਾਂ ਜ਼ਮੀਨੋ, ਹਜ਼ਾਰਾਂ ਸਰਾ॥ ੧੫॥
ਹਜ਼ਾਰਾਂ ਚੂੰ ਕੁਰਸੀ, ਹਜ਼ਾਰਾਂ ਚੂੰ ਅ਼ਰਸ਼॥
ਬਪਾਇਸ਼ [1]ਦਿਲੋ ਜਾਂ ਖ਼ੁਦ, ਕਰਦਹ ਫ਼ਰਸ਼॥ ੧੬॥

ਪਾਠਭੇਦ : [1]ਸਰੋ

ਸੰਖੇਪ ਅਰਥ : ਹਜ਼ਾਰਾਂ ਆਸਮਾਨ ਅਤੇ ਹਜ਼ਾਰਾਂ ਅਕਾਸ਼, ਹਜ਼ਾਰਾਂ ਧਰਤ ਅਤੇ ਹਜ਼ਾਰਾਂ ਪਤਾਲ ਅਤੇ

ਹਜ਼ਾਰਾਂ ਗਗਨਾਂ ਦੀ ਕੁਰਸੀ ਅਤੇ ਹਜ਼ਾਰਾਂ ਤਖ਼ਤ, ਗੁਰੂ ਨਾਨਕ ਦੇ ਚਰਨਾਂ ਵਿਚ ਆਪਣੇ ਦਿਲ-ਜਾਨ ਨੂੰ (ਅੱਖਾਂ ਵਾਂਗ) ਵਛਾਉਂਦੇ ਹਨ।

ਹਜ਼ਾਰਾਂ ਚੂੰ ਨਾਸੂਤੋ, ਮਲਕੂਤ ਹਮ॥
ਹਜ਼ਾਰਾਂ ਚੂੰ ਜਬਰੂਤੋ, ਲਾਹੂਤ ਹਮ॥ ੧੭॥
ਹਜ਼ਾਰਾਂ ਮਕੀਨੋ, ਹਜ਼ਾਰਾਂ ਮਕਾਂ॥
ਹਜ਼ਾਰਾਂ ਜ਼ਮੀਨੋ, ਹਜ਼ਾਰਾਂ ਜ਼ਮਾਂ॥ ੧੮॥
ਹੱਕ਼ ਅਫ਼ਰੀਂਦਾ, ਦਰ ਪਾਇ ਊ, ਬੰਦਾ ਵਾਰ॥
ਜ਼ਹੇ, ਫ਼ਜ਼ਲੋ ਬਖ਼ਸ਼ਾਇਸ਼ੇ ਕਿਰਦਗਾਰ॥ ੧੯॥

ਸੰਖੇਪ ਅਰਥ : ਹਜ਼ਾਰਾਂ ਇਨ੍ਹਾਂ ਲੋਕਾਂ ਅਤੇ ਹਜ਼ਾਰਾਂ ਦੇਵ ਲੋਕਾਂ ਨੂੰ,
ਹਜ਼ਾਰਾਂ ਰੱਬ ਦੇ ਰੂਪ ਦੇ ਦੇਸ਼ਾਂ ਅਤੇ ਹਜ਼ਾਰਾਂ ਸੱਚਖੰਡਾਂ,
ਅਥਵਾ ਹਜ਼ਾਰਾਂ ਵਾਸੀਆਂ ਅਤੇ ਹਜ਼ਾਰਾਂ ਵਾਸਿਆਂ ਨੂੰ,
ਅਤੇ ਹਜ਼ਾਰਾਂ ਜ਼ਮੀਨਾਂ ਅਤੇ ਹਜ਼ਾਰਾਂ ਜ਼ਮਾਨਿਆਂ ਨੂੰ,
ਰੱਬ ਨੇ ਗੁਰੂ ਨਾਨਕ ਦੇ ਚਰਨਾਂ ਵਿਚ ਸੇਵਕਾਂ ਵਾਂਗ ਸੁੱਟ ਦਿੱਤਾ ਹੈ,
ਵਾਰੇ ਵਾਰੇ ਜਾਈਏ ਰੱਬ ਦੀ ਅਜੇਹੀ ਮਿਹਰ ਅਤੇ ਬਖ਼ਸ਼ਿਸ਼ ਤੋਂ।

ਮੁਨੱਵਰ ਅਜ਼ੋ, ਹਰ ਦੋ ਆ਼ਲਮ, ਬਹੱਕ਼॥
ਹੱਕ਼ਸ਼ ਦਾਦ, ਬਰ ਜੁਮਲਾ, ਮੁਕ਼ਬੂਲ ਸਬਕ਼॥ ੨੦॥

ਸੰਖੇਪ ਅਰਥ : ਦੋਵੇਂ ਜਹਾਨ ਗੁਰੂ ਨਾਨਕ ਸਦਕਾ ਰੌਸ਼ਨ ਹਨ।
ਰੱਬ ਨੇ ਉਸ ਨੂੰ ਸਾਰੇ ਪਤਵੰਤਿਆਂ ਨਾਲੋਂ ਵਡੇਰਾ ਬਣਾਇਆ ਹੈ।

ਨੋਟ :- ਮੇਘਰਾਜ ਜੀ ਦੇ ਟੀਕੇ 'ਚ ਏਹ ਸ਼ੇਅਰ ਨਹੀਂ ਹੈ, ਪਰ ਪ੍ਰਸੰਗਕ ਲਾਵੰਤਾ ਅਨੁਸਾਰ ਏਥੇ ਦਰੁਸਤ ਹੈ।

ਹਜ਼ਾਰਾਂ ਚੁ ਆਦਮ, ਹਜ਼ਾਰਾਂ ਹੱਵਾ॥
ਹਜ਼ਾਰਾਂ ਮਲਾਇਕ, ਬਪਾਇਸ਼ ਫ਼ਿਦਾ॥ ੨੧॥

ਸੰਖੇਪ ਅਰਥ : ਹਜ਼ਾਰਾਂ ਆਦਮ ਅਤੇ ਹਜ਼ਾਰਾਂ ਹੱਵਾਂ
ਅਥਵਾ ਹਜ਼ਾਰਾਂ ਦੇਵੀ ਦੇਵਤੇ ਗੁਰੂ ਨਾਨਕ ਦੇ ਚਰਨਾਂ ਤੋਂ ਬਲਿਹਾਰੀ ਜਾਂਦੇ ਹਨ।

ਹਜ਼ਾਰਾਂ ਸ਼ਹਿਨਸ਼ਾਹ, ਪੇਸ਼ਸ਼ ਗ਼ੁਲਾਮ॥
ਹਜ਼ਾਰਾਂ ਖ਼ੁਰੋ ਮਾਹਸ਼, ਅੰਦਰ ਸਲਾਮ॥ ੨੨॥

ਸੰਖੇਪ ਅਰਥ : ਹਜ਼ਾਰਾਂ ਸ਼ਹਿਨਸ਼ਾਹ ਗੁਰੂ ਨਾਨਕ ਦੇ ਹਜ਼ੂਰੀ ਗ਼ੁਲਾਮ ਹਨ,
ਹਜ਼ਾਰਾਂ ਸੂਰਜ ਚੰਦਰਮਾ ਗੁਰੂ ਨਾਨਕ ਨੂੰ ਨਿਉਂ ਨਿਉਂ ਸਲਾਮਾਂ ਕਰਦੇ ਹਨ।

(ਗੁਰਦੇਵ ਨਾਮ ਮਾਲਾ)

ਹਮੂ ਨਾਨਕ ਅਸਤੋ, ਹਮੂ ਅੰਗਦ ਅਸਤ॥
ਹਮੂ ਅਮਰਦਾਸ, ਅਫ਼ਜ਼ਲੋ ਅਮਜਦ[1] ਅਸਤ॥ ੨੩॥

ਪਾਠਭੇਦ : [1]ਅਲਾਮਜਦ

ਸੰਖੇਪ ਅਰਥ : ਨਾਨਕ ਵੀ ਉਹੀ ਹੈ ਅਤੇ ਅੰਗਦ ਵੀ ਉਹੀ ਹੈ,
ਬਖ਼ਸ਼ਿਸ਼ ਅਤੇ ਵੱਡੀ ਵਡਿਆਈ ਦਾ ਮਾਲਕ ਅਮਰਦਾਸ ਵੀ ਉਹੀ ਹੈ।

ਹਮੂ ਰਾਮਦਾਸੋ, ਹਮੂ ਅਰਜੁਨ ਅਸਤ॥
ਹਮੂ ਹਰਗੋਬਿੰਦ, ਅਕਰਮੋ ਅਹ਼ਸਨ[1] ਅਸਤ॥ ੨੪॥

ਪਾਠਭੇਦ : [1]ਅਲਾਹ਼ਸਨ

ਸੰਖੇਪ ਅਰਥ : ਉਹੀ ਰਾਮ ਦਾਸ ਅਤੇ ਉਹੀ ਅਰਜੁਨ ਹੈ,
ਸਭ ਤੋਂ ਵੱਡਾ ਅਤੇ ਚੰਗੇਰਾ ਹਰਿਗੋਬਿੰਦ ਵੀ ਉਹੀ ਹੈ।

ਹਮੂ ਅਸਤ, ਹਰਿਰਾਇ ਕਰਤਾ ਗੁਰੂ॥
ਬਦੋ ਆਸ਼ਕਾਰਾ, ਹਮਹ ਪੁਸ਼ਤੋ ਰੂ॥ ੨੫॥

ਸੰਖੇਪ ਅਰਥ : ਉਹੀ ਹਰਿਰਾਇ ਕਰਤਾ ਗੁਰੂ ਹੈ, ਜਿਸ ਨੂੰ
ਹਰ ਸ਼ੈ ਦੀ ਸਿੱਧ ਪੁੱਠ ਸਾਫ਼ ਪ੍ਰਗਟ ਹੋ ਜਾਂਦੀ ਹੈ।

ਹਮੂ ਹਰਿਕ੍ਰਿਸ਼ਨ ਆਮਦਹ ਸਰ-ਬੁਲੰਦ॥
ਅਜ਼ੋ ਹ਼ਾਸਿਲ ਉਮੀਦਿ, ਹਰ ਮੁਸਤਮੰਦ॥ ੨੬॥

ਸੰਖੇਪ ਅਰਥ : ਉਹੀ ਸਿਰ-ਕੱਢ ਹਰਿਕਿਸ਼ਨ ਹੈ,
ਜਿਸ ਤੋਂ ਹਰ ਹਾਜਤਮੰਦ ਦੀ ਮੁਰਾਦ ਪੂਰੀ ਹੁੰਦੀ ਹੈ।

ਹਮੂ [1]ਅਸਤ, ਤੇਗ਼ਿ ਬਹਾਦਰ ਗੁਰੂ ॥
ਕਿ ਗੋਬਿੰਦ ਸਿੰਘ ਆਮਦ, ਅਜ਼ ਨੂਰਿ ਊ ॥ ੨੭ ॥

ਪਾਠਭੇਦ :- [1]ਹਸਤ।

ਸੰਖੇਪ ਅਰਥ : ਉਹੀ ਗੁਰੂ ਤੇਗ਼ ਬਹਾਦਰ ਹੈ।
ਜਿਸ ਦੇ ਨੂਰ ਤੋਂ ਗੋਬਿੰਦ ਸਿੰਘ ਪ੍ਰਗਟ ਹੋਇਆ ਹੈ।

ਹਮੂ ਗੁਰੂ ਗੋਬਿੰਦ ਸਿੰਘ, ਹਮੂ ਨਾਨਕ ਅਸਤ ॥
ਹਮਹ[1] ਸ਼ਬਦਿ ਊ, ਜੌਹਰੋ ਮਾਨਿਕ ਅਸਤ ॥ ੨੮ ॥

ਪਾਠਭੇਦ :- [1]ਹਮੂ ਰਤਨ ਜੌਹਰ, ਹਮੂ ਮਾਨਿਕ ਅਸਤ ॥

ਸੰਖੇਪ ਅਰਥ : ਉਹੀ ਗੁਰੂ ਗੋਬਿੰਦ ਸਿੰਘ ਹੈ ਅਤੇ ਉਹੀ ਨਾਨਕ ਗੁਰੂ ਹੈ,
ਉਹੀ ਗੁਰੂ ਗ੍ਰੰਥ ਸਾਹਿਬ ਦੇ ਸਾਰੇ ਸ਼ਬਦਾਂ ਦਾ ਰੂਪ ਹੈ, ਜੋ ਸ਼ਬਦ ਜੌਹਰਾਂ ਤੇ ਮਾਨਿਕਾਂ ਤੋਂ ਉੱਤਮ ਹੈ।

ਚਿ ਜੌਹਰ, ਚੁਨਾਂ ਜੌਹਰਿ ਹੱਕ਼ ਜਲਾ[1] ॥
ਚਿ ਮਾਨਿਕ, ਚੁਨਾਂ ਮਾਨਿਕਿ ਹੱਕ਼ ਜ਼ਿਆ ॥ ੨੯ ॥

ਪਾਠਭੇਦ :- [1]ਨੁਮਾ।

ਸੰਖੇਪ ਅਰਥ : ਉਸਦਾ ਸ਼ਬਦ ਜੌਹਰ ਹੈ, ਜਿਸ ਨੂੰ ਸੱਚ ਦੀ ਪਾਨ ਦਿੱਤੀ ਗਈ ਹੈ,
ਉਸ ਦਾ ਸ਼ਬਦ ਮਾਣਕ ਹੈ, ਜਿਸ ਨੂੰ ਸੱਚ ਦੀ ਚਮਕ ਬਖ਼ਸ਼ੀ ਗਈ ਹੈ।

ਜ਼ਿ ਹਰ ਕ਼ਾਲਿ ਕ਼ੁਦਸ, ਆਮਦਾ ਕ਼ੁਦਸਤਰ ॥
ਜ਼ਿ ਹਰ ਰੁਬਅ਼ ਸੁਦਸ, ਆਮਦਾ ਸੁਬਸਤਰ ॥ ੩੦ ॥

ਸੰਖੇਪ ਅਰਥ : ਉਹ ਹਰ ਪਵਿੱਤ੍ਰ ਬਚਨ ਤੋਂ ਵੀ ਵਧੇਰੇ ਪਵਿੱਤ੍ਰ ਹੈ,
ਉਹ ਚਾਰ ਖਾਣੀਆਂ ਅਤੇ ਛੇ ਦਰਸ਼ਨਾਂ ਨਾਲੋਂ ਵੀ ਵਧੇਰੇ ਉਚੇਰੇ ਹੈ।

ਪਜ਼ੀਰਾਇ ਫ਼ਰਮਾਨਿ - ਊ, ਸ਼ਸ਼ ਜਿਹਤ ॥
ਮੁਨੱਵਰ ਅਜ਼ੋ, ਦਾਇਮਾ ਸਲਤ਼ਨਤ ॥ ੩੧ ॥

ਸੰਖੇਪ ਅਰਥ : ਛੇਇ ਪਾਸੇ ਹੀ ਉਸ ਦੀ ਆਗਿਆ ਦੇ ਪਾਲਣ ਕਰਨ ਵਾਲੇ ਹਨ,
ਸਾਰੀ ਪਾਤਸ਼ਾਹੀ ਉਸ ਦੇ ਕਾਰਣ ਸਦਾ ਰੌਸ਼ਨ ਰਹਿੰਦੀ ਹੈ।

ਬ-ਹਰ ਦੋ ਜਹਾਂ, ਕੋਸਿ ਸ਼ਾਹੀਇ ਊ ॥
ਜ਼ਹੇ ਫ਼ੌਰ-ਗੀਹਾਂ, ਖ਼ੁਦਾਈਇ ਊ ॥ ੩੨ ॥

ਸੰਖੇਪ ਅਰਥ : ਉਸ ਦੀ ਬਾਦਸ਼ਾਹੀ ਦਾ ਨਗਾਰਾ ਦੋਹਾਂ ਜਹਾਨਾਂ ਵਿਚ ਵਜਦਾ ਹੈ,
ਉਸ ਦੀ ਖ਼ੁਦਾਈ ਦੁਨੀਆਂ ਦੀ ਸ਼ਾਨ ਹੈ।

ਬੁਲੰਦ ਅਖ਼ਤਰਸ਼, ਹਰ ਦੋ ਆਲਮ ਫ਼ਰੋਜ਼॥
ਕਜ਼ੋ ਆਮਦਹ, ਦੁਸ਼ਮਨਾਨਸ਼ ਬਸੋਜ਼॥ ੩੩॥

ਸੰਖੇਪ ਅਰਥ : ਉਸ ਦਾ ਉੱਚਾ ਸਿਤਾਰਾ ਦੋਹਾਂ ਦੁਨੀਆਂ ਨੂੰ ਰੌਸ਼ਨ ਕਰਦਾ ਹੈ, ਉਸ ਦਾ ਉੱਚਾ ਸਿਤਾਰਾ ਦੁਸ਼ਮਨਾਂ ਨੂੰ ਸਾੜ ਦਿੰਦਾ ਹੈ।

ਜ਼ਿ ਮਾਹੀ ਜ਼ਮੀਂ ਤਾ, ਸਰਿ ਲਾ-ਮਕਾਂ॥
ਹਮਹ ਫ਼ਿਦਵੀਇ, ਨਾਮਿ ਪਾਕਸ਼ ਬਜਾਂ॥ ੩੪॥

ਸੰਖੇਪ ਅਰਥ : ਧਰਤ ਹੇਠਲੀ ਮੱਛੀ ਤੋਂ ਲੈ ਕੇ ਉਚੇਰੇ ਅਨੰਤ ਦੀ ਸੀਮਾ ਤੱਕ ਸਾਰੀ ਲੋਕਾਈ ਉਸ ਦੇ ਪਵਿੱਤਰ ਨਾਮ ਦੀ ਦਿਲ ਜਾਨ ਤੋਂ ਸੇਵਕ ਹੈ।

ਮਲੂਕੋ ਮਲਕ, ਤ਼ਾਅ਼ਤ ਅੰਦੇਸ਼ਿ ਊ॥
ਜ਼ਿ ਹਰ ਕੇਸ਼, ਫ਼ਰਖ਼ੰਦਾ-ਤਰ ਕੇਸ਼ਿ ਊ॥ ੩੫॥

ਸੰਖੇਪ ਅਰਥ : ਬਾਦਸ਼ਾਹ ਅਤੇ ਦੇਵਤੇ ਉਸ ਦੀ ਬੰਦਗੀ ਵਿਚ ਸਿਮਰਣ ਕਰਦੇ ਹਨ, ਉਸ ਦਾ ਧਰਮ ਹਰ ਧਰਮ ਨਾਲੋਂ ਵਧੇਰੇ ਵਡਭਾਗੀ ਅਤੇ ਨੇਕ ਹੈ।

ਚਿ ਕ਼ੈਸਰ, ਚਿ ਖ਼ਾਕਾਂ, ਹਜ਼ਾਰਾਂ ਹਜ਼ਾਰ॥
ਚਿ ਕਿਸਰਾ, ਚਿ ਕਾਊਸ; ਬੇਸ਼ ਅਜ਼ ਸ਼ੁਮਾਰ॥ ੩੬॥
ਚਿ [1]ਫ਼ੌਰੋ, ਚਿ ਫ਼ਗ਼ਫ਼ੂਰਿ ਵਾਲਾ-ਗਾਹ[2]॥

ਪਾਠਭੇਦ : [1]ਫ਼ੂਰੋ [2]ਵਾਲਾ ਕੁਲਾਹ

ਬਪਾਇਸ਼, ਹਮਹ [1]ਬੰਦਾ-ਇ, ਖ਼ਾਕਿ ਰਾਹ॥ ੩੭॥
ਹਮਹ ਫ਼ਿਦਵੀ ਓ ਬੰਦਾ-ਇ, ਪਾਇ ਊ॥

ਪਾਠੰਤ੍ਰ : [1]ਆਮਦਹ [2]ਹਮ ਬੰਦਾਇ ਫ਼ਿਦਵੀ ਪਾਇ ਊ॥

ਪਜ਼ੀਰਿੰਦਾਇ ਹ਼ੁਕਮਿ, ਆਲਾਇ ਊ॥ ੩੮॥
ਚਿ ਸੁਲਤ਼ਾਨਿ ਈਰਾਂ, ਚਿ ਖ਼ਾਨਿ ਖ਼ੁਤਨ॥
ਚਿ ਦਾਰਾਇ ਤੂਰਾਂ, ਚਿ ਸ਼ਾਹਿ ਯਮਨ॥ ੩੯॥
ਚਿ ਕ਼ੁੰਤ਼ਾਲਿ ਰੂਸੋ, ਚਿ ਸੁਲਤ਼ਾਨਿ ਹਿੰਦ॥
ਚਿ ਹ਼ੁੱਕਾਮਿ ਦੱਕਨ, ਚਿ ਰਾਇ ਖ਼ੁਜੰਦ॥ ੪੦॥

ਸੰਖੇਪ ਅਰਥ : ਕੀ ਲੱਖਾਂ ਕੈਸਰ ਤੇ ਕੀ ਲੱਖਾਂ ਖਾਕਾਨ (ਮੰਗੋਲ ਦੇ ਬਾਦਸ਼ਾਹ) ਕੀ ਅਣਗਿਣਤ ਕਿਸਰਾ (ਨੌਸ਼ੀਰਵਾਂ) ਤੇ ਕੀ ਬੇਸ਼ੁਮਾਰ ਕਾਊਸ (ਈਰਾਨ ਦਾ ਬਾਦਸ਼ਾਹ) ਤੇ ਕੀ ਫ਼ੈਰੋਂ (ਮਿਸਰ ਦੇ ਬਾਦਸ਼ਾਹ) ਤੇ ਕੀ ਉਚੇ ਮਰਤਬਿਆਂ ਵਾਲੇ ਫ਼ਗ਼ਫ਼ੂਰ (ਚੀਨ ਦੇ ਬਾਦਸ਼ਾਹ),

ਇਹ ਸਾਰੇ ਉਸ ਦੇ ਚਰਨਾਂ ਦੀ ਧੂੜ ਹਨ।

ਇਹ ਸਾਰੇ ਉਸ ਦੇ ਚਰਨਾਂ ਦੇ ਸੇਵਕ ਅਤੇ ਗ਼ੁਲਾਮ ਹਨ।

ਇਹ ਸਾਰੇ ਉਸ ਦੇ ਦੈਵੀ ਹੁਕਮਾਂ ਦੀ ਪਾਲਣਾ ਕਰਨ ਵਾਲੇ ਹਨ।

ਕੀ ਈਰਾਨ ਦਾ ਸੁਲਤਾਨ ਤੇ ਕੀ ਖ਼ੁਤਨ ਦਾ ਖ਼ਾਨ ਅਤੇ

ਕੀ ਤੂਰਾਨ ਦਾ ਦਾਰਾ ਅਤੇ ਕੀ ਯਮਨ ਦਾ ਬਾਦਸ਼ਾਹ,

ਕੀ ਰੂਸ ਦਾ ਜ਼ਾਰ ਅਤੇ ਕੀ ਹਿੰਦੁਸਤਾਨ ਦਾ ਸੁਲਤਾਨ,

ਕੀ ਦੱਖਣ ਦੇ ਹਾਕਮ ਤੇ ਕੀ ਵਡਭਾਗੇ ਰਾਓ—

ਜ਼ਿ ਮਸ਼ਰਿਕ਼ ਬ-ਮਗ਼ਰਿਬ, ਹਮਹ ਸਰਵਰਾਂ॥
ਪਜ਼ੀਰਾਇ, ਫ਼ਰਮਾਨਿ ਕ਼ੁਦਸਸ਼ ਬਜਾਂ॥ ੪੧॥

ਪੂਰਬ ਤੋਂ ਲੈ ਕੇ ਪੱਛਮ ਤੱਕ ਦੇ ਸਰਦਾਰ ਅਤੇ ਬਾਦਸ਼ਾਹ ਉਸ ਦੇ ਪਵਿੱਤ੍ਰ

ਹੁਕਮਾਂ ਦੀ ਜਾਨ ਨਾਲ ਪਾਲਣਾ ਕਰਦੇ ਹਨ।

ਹਜ਼ਾਰਾਂ ਕਿਊਮਰਸੋ, ਜਮਸ਼ੇਦੋ [1]ਜ਼ਾਰ॥
ਕਮਰ ਬਸਤਹ, ਦਰ ਖ਼ਿਦਮਤਸ਼, ਬੰਦਹ ਵਾਰ॥੪੨॥

ਪਾਠਭੇਦ : [1]ਹਜ਼ਾਰ

ਸੰਖੇਪ ਅਰਥ : ਹਜ਼ਾਰਾਂ ਕਿਊਮਰਸ ਅਤੇ ਜਮਸ਼ੇਦ (ਪੁਰਾਤਨ ਈਰਾਨ ਦੇ ਬਾਦਸ਼ਾਹ) ਅਤੇ ਜ਼ਾਰ (ਰੂਸ ਦੇ ਬਾਦਸ਼ਾਹ)

ਉਸ ਦੀ ਸੇਵਾ ਵਿਚ ਤਿਆਰ-ਬਰ-ਤਿਆਰ ਗ਼ੁਲਾਮਾਂ ਵਾਂਗ ਖਲੋਤੇ ਹਨ।

ਹਜ਼ਾਰਾਂ ਚੂੰ ਰੁਸਤਮ, ਹਜ਼ਾਰਾਂ ਚੂੰ ਸਾਮ॥
ਹਜ਼ਾਰਾਂ ਚੂੰ ਅਸਫ਼ੰਦਯਾਰਸ਼, ਗ਼ੁਲਾਮ॥ ੪੩॥

ਪਾਠਭੇਦ :- ਸਭ ਥਾਂਵਾਂ ਤੇ ਚੂੰ ਦੀ ਜਗ੍ਹਾ ਚੁ ਵੀ ਆਉਂਦਾ ਹੈ।

ਸੰਖੇਪ ਅਰਥ : ਹਜ਼ਾਰਾਂ ਰੁਸਤਮ ਵਰਗੇ ਅਤੇ ਹਜ਼ਾਰਾਂ ਸਾਮ (ਰੁਸਤਮ ਦਾ ਬਾਬਾ) ਅਤੇ ਹਜ਼ਾਰਾਂ ਅਸੰਫ਼ੰਦ-ਯਾਰ (ਗਸਤਾਸਪ ਦਾ ਪੁੱਤਰ, ਜਿਸ ਨੂੰ ਰੁਸਤਮ ਨੇ ਤੀਰ ਨਾਲ ਅੰਨ੍ਹਿਆ ਕਰ ਕੇ ਮਾਰ ਦਿੱਤਾ ਸੀ) ਵਰਗੇ ਉਸ ਦੇ ਗ਼ੁਲਾਮ ਹਨ।

ਹਜ਼ਾਰਾਂ ਚੂੰ ਜਮਨਹ, ਹਜ਼ਾਰਾਂ ਚੂੰ ਗੰਗ॥
ਬਪਾ ਅੰਦਰਸ਼, ਸਰ ਨਿਹਾਦਾ, ਜ਼ਿ ਨੰਗ॥ ੪੪॥

ਸੰਖੇਪ ਅਰਥ : ਹਜ਼ਾਰਾਂ ਜਮੁਨਾ ਅਤੇ ਹਜ਼ਾਰਾਂ ਗੰਗਾ ਵਰਗੇ ਦਰਿਆ

ਸਤਿਕਾਰ ਨਾਲ ਉਸ ਦੇ ਚਰਨਾਂ ਵਿਚ ਸੀਸ ਨਿਵਾਉਂਦੇ ਹਨ।

ਚਿਹ ਇੰਦਰ-ਆਦਿਕਾਨੋ, ਚਿਹ ਬ੍ਰਹਮ-ਆਦਿਕਾਂ॥
ਚਿਹ ਰਾਮ-ਆਦਿਕਾਨੋ, ਚਿਹ ਕ੍ਰਿਸ਼ਨ-ਆਦਿਕਾਂ॥ ੪੫॥

ਸੰਖੇਪ ਅਰਥ : ਕੀ ਇੰਦਰਾਦਿਕ ਅਤੇ ਕੀ ਬ੍ਰਹਮਾਦਿਕ,
ਕੀ ਰਾਮਾਦਿਕ ਅਤੇ ਕੀ ਕ੍ਰਿਸ਼ਨਾਦਿਕ—

ਜ਼ਬਾਨਿ ਹਮਹ, ਕ਼ਾਸਿਰ ਅਜ਼ ਵਸਫ਼ਿ ਊ॥
ਹਮਹ ਖ਼੍ਵਾਸਤਗਾਰਿੰਦਾਇ, ਲੁਤ਼ਫ਼ਿ ਊ॥ ੪੬॥

ਸੰਖੇਪ ਅਰਥ : ਸਾਰੇ ਹੀ ਆਪਣੀ ਜ਼ਬਾਨ ਨਾਲ ਉਸ ਦੀ ਉਸਤਤ ਕਰਨ ਤੋਂ ਅਸਮਰਥ ਹਨ,
ਅਤੇ ਸਾਰੇ ਹੀ ਉਸ ਦੀ ਮਿਹਰ ਅਤੇ ਬਖ਼ਸ਼ਿਸ਼ ਦੇ ਜਾਚਕ ਹਨ।

ਬ-ਹਰ ਦੀਪੋ, ਹਰ ਸੂਇ, ਕੋਸਸ਼ ਬੁਲੰਦ॥
ਬ-ਹਰ [1]ਮਮਲਿਕਤ, ਨਾਮਿ-ਊ ਅਰਜਮੰਦ॥ ੪੭॥

ਉੱਚਾਰਣ :- [1]ਮੁਮ-ਲਿਕਤ ਬੋਲੋ।

ਸੰਖੇਪ ਅਰਥ : ਹਰ ਦੀਪ ਵਿਚ ਅਤੇ ਹਰ ਦਸ਼ਾ ਵੱਲ ਉਸਦਾ ਡੰਕਾ ਵੱਜ ਰਿਹਾ ਹੈ,
ਹਰ ਦੇਸ਼ ਅਤੇ ਰਾਜ ਵਿਚ ਉਸ ਦਾ ਨਾਮ ਸਤਿਕਾਰਿਆ ਜਾਂਦਾ ਹੈ।

ਬ-ਹਰ ਖੰਡੋ ਬ੍ਰਹਿਮੰਡ, ਅਜ਼ੋ ਦਾਸਤਾਂ॥
ਪਜ਼ੀਰਾਇ ਹੁਕਮਸ਼, ਹਮਹ ਰਾਸਤਾਂ॥ ੪੮॥

ਸੰਖੇਪ ਅਰਥ : ਹਰ ਖੰਡ ਅਤੇ ਬ੍ਰਹਿਮੰਡ ਵਿਚ ਉਸ ਦੀਆਂ ਗੱਲਾਂ ਹੁੰਦੀਆਂ ਹਨ,
ਸਾਰੇ ਸੱਚ ਦੇ ਉਪਾਸ਼ਕ ਉਸ ਦੀ ਆਗਿਆ ਦਾ ਪਾਲਣ ਕਰਦੇ ਹਨ।

ਸਰਾ ਤਾ ਸਮਾ, ਜੁਮਲਾ ਫ਼ਰਮਾਂ-ਬਰਸ਼॥
ਜ਼ਿ ਮਹਿਤਾਬੋ ਮਾਹੀ, ਹਮਹ ਚਾਕਰਸ਼॥ ੪੯॥

ਸੰਖੇਪ ਅਰਥ : ਪਾਤਾਲ ਤੋਂ ਲੈ ਕੇ ਸੱਤਵੇਂ ਆਸਮਾਨ ਤੱਕ ਸਾਰੇ ਉਸ ਦੇ ਹੁਕਮ ਨੂੰ ਮੰਨਣ ਵਾਲੇ ਹਨ,
ਚੰਦਰਮਾਂ ਤੋਂ ਲੈ ਕੇ ਧਰਤੀ ਦੇ ਹੇਠਲੀ ਮੱਛੀ ਤੱਕ ਸਾਰੇ ਹੀ ਉਸ ਦੇ ਸੇਵਕ ਅਤੇ ਚਾਕਰ ਹਨ।

ਕਰਮਹਾ ਵ ਅਫ਼ਜ਼ਾਲਿ ਊ, ਬੇ ਹਿਸਾ॥
ਕਰਾਮਾਤੋ ਇਜਾਜ਼ਿ, ਊ ਕਿਬਰੀਆ॥ ੫੦॥

ਸੰਖੇਪ ਅਰਥ : ਉਸ ਦੀਆਂ ਬਖ਼ਸ਼ਿਸ਼ਾਂ ਅਤੇ ਮਿਹਰਾਂ ਬੇਸ਼ੁਮਾਰ ਹਨ।

ਉਸ ਦੀ ਕਰਾਮਾਤ ਅਤੇ ਉਸ ਦੇ ਚੋਜ ਦੈਵੀ ਹਨ।

ਜ਼ਬਾਂ-ਹਾ, ਬ-ਤੌਸੀਫ਼ਿ ਊ, ਗੁੰਗੋ ਲਾਲ॥
ਸੁਖ਼ਨ ਰਾ, ਬ-ਵਸਫ਼ਸ਼, ਚਿ ਹੱਦੋ ਮਜਾਲ॥ ੫੧॥

ਸੰਖੇਪ ਅਰਥ : ਉਸ ਦੀ ਸਿਫ਼ਤ ਉਸਤਤਿ ਕਰਨ ਤੋਂ ਜੀਭਾਂ ਗੂੰਗੀਆਂ ਹਨ,ਭਾਵੇਂ ਨੰਦਲਾਲ ਦੀ ਸੌ ਜ਼ਬਾਨ ਹੋਵੇ।

ਉਸਦੀ ਸਿਫ਼ਤ ਦੀ ਗੱਲ ਕਰਨ ਦੀ ਨਾ ਕੋਈ ਹੱਦ ਹੈ ਅਤੇ ਨਾ ਹੀ ਕਿਸੇ ਨੂੰ ਮਜਾਲ।

[1]ਕਰੀਮੁਲ-ਸਜਾਇਆ, ਜਮੀਲੁਲ ਖ਼ਸਾਲ॥
ਅਜ਼ੀਮੁਲ-ਅ਼ਤ਼ਾਇਆ, ਸ਼ਮੂਮੁਲ ਨਵਾਲ॥ ੫੨॥

ਪਾਠਭੇਦ : [1]ਕਰੀਮਿ ਊ

ਸੰਖੇਪ ਅਰਥ : ਉਹ ਸੁਭਾਉ ਕਰਕੇ ਸਖ਼ੀ ਹੈ, ਸੁਹੱਪਣ ਉਸ ਦੀ ਖ਼ਸਲਤ ਵਿਚ ਹੈ। ਉਹ ਸਖਾਵਤਾਂ ਕਰਕੇ ਜਾਣਿਆ ਜਾਂਦਾ ਹੈ, ਉਹ ਸੁਗ਼ਾਤਾਂ ਕਰਕੇ ਯਾਦ ਰਹਿੰਦਾ ਹੈ।

ਸ਼ਫ਼ੀਉਲ-ਵਰਾਇਆ, ਜ਼ਮਾਨੁਲ-ਵਰਾ॥
ਮਹ਼ੀਤੁਲ-ਸਖ਼ਾਇਆ, ਜ਼ਕਾ-ਉਲ-ਹਦਾ॥ ੫੩॥

ਉੱਚਾਰਣ :- ਹਦਾ ਪੋਲਾ ਬੋਲੋ, ਹਦਾਇਤ ਦਾ ਅਰਥ ਹੈ।

ਸੰਖੇਪ ਅਰਥ : ਉਹ ਸਾਰੀ ਖ਼ਲਕਤ ਦੇ ਗੁਨਾਹਾਂ ਦੀ ਮੁਆਫ਼ੀ ਚਾਹੁਣ ਵਾਲਾ ਹੈ। ਉਹ ਸਾਰੀ ਲੋਕਾਈ ਦਾ ਜ਼ਾਮਨ ਹੈ।

ਉਹ ਸੂਰਮਤਾਈ ਦਾ ਸਮੁੰਦਰ ਹੈ, ਉਹ ਹਦਾਇਤਾਂ ਦਾ ਸੂਰਜ ਹੈ।

ਨਜਾਤੁਲ-ਅਵਾਮੋ, ਅਮਾਨੁਲ-ਅਨਾਮ॥
ਜਲਾ ਯਾਫ਼ਤਾ ਜ਼ੋ, ਗ਼ਮਾਮਿ ਜ਼ਲਾਮ॥ ੫੪॥

ਸੰਖੇਪ ਅਰਥ : ਉਹ ਆਮ ਜਨਤਾ ਦਾ ਮੁਕਤੀ ਦਾਤਾ ਹੈ ਅਤੇ ਉਹ ਸਾਰੇ ਲੋਕਾਂ ਲਈ ਅਮਾਨਤ ਹੈ।

ਉਸ ਦੀ ਛੋਹ ਸਦਕਾ ਕਾਲੇ ਬੱਦਲ ਚਮਕ ਉਠਦੇ ਹਨ।

ਵਫ਼ੂਰੁਲ ਅ਼ਤ਼ਾ, ਓ ਅ਼ਮੀਮੁਲ ਨਿਅ਼ਮ॥
ਕਸੀਰੁਲ ਫ਼ੁਯੂਜ਼ੋ, ਕਫ਼ੀਉਲ ਕਰਮ॥ ੫੫॥

ਸੰਖੇਪ ਅਰਥ : ਉਹ ਬਖ਼ਸ਼ਿਸ਼ਾਂ ਦਾ ਅਤਿਅੰਤ ਹੈ ਅਤੇ ਨਿਆਮਤਾਂ ਦਾ ਵੱਡਾ ਸਮੂਹ ਹੈ। ਉਹ ਫ਼ੈਜ਼ਾਂ ਦੀ ਬਹੁਤਾਤ ਹੈ ਅਤੇ ਸਖ਼ਾਵਤ ਦੀ ਉਥੇ ਬਸ ਹੈ।

ਫ਼ਰਾਜ਼ਿੰਦਾਇ ਰਾਇਤਿ, ਅ਼ਦਲੋ ਦਾਦ॥
ਫ਼ਰੋਜ਼ਿੰਦਾਇ, ਦੀਦਾਇ ਇਅ਼ਤਕਾਦ॥ ੫੬॥

ਸੰਖੇਪ ਅਰਥ : ਉਹ ਅਕਲ ਇਨਸਾਫ਼ ਦੇ ਝੰਡੇ ਨੂੰ ਝੁਲਾਉਣ ਵਾਲਾ ਹੈ, ਉਹ ਵਿਸ਼ਵਾਸ ਦੇ ਨੇਤ੍ਰਾਂ ਨੂੰ ਚਮਕਾਉਣ ਵਾਲਾ ਹੈ।

ਅਜ਼ੀਮੁਲ-ਮਨਾਜ਼ਿਲ, ਰਫ਼ੀਅ-ਉਲ-ਮਕਾਂ॥
ਕਰੀਮੁਲ-ਸ਼ਮਾਇਲ, ਮਨੀਅ-ਉਲ-ਨਿਸ਼ਾਂ॥ ੫੭॥

ਸੰਖੇਪ ਅਰਥ : ਉਹ ਉਚੇ ਮਹਿਲਾਂ ਵਾਲਾ ਹੈ, ਉੱਚੀਆਂ ਹਵੇਲੀਆਂ ਵਾਲਾ ਹੈ, ਉਹ ਆਦਤਾਂ ਦਾ ਸਖ਼ੀ ਹੈ, ਉਹ ਨੈਣ-ਨਕਸ਼ਾਂ ਦਾ ਸਾਊ ਹੈ।

ਮੁਕੱਦਸ ਜਨਾਬੋ, ਮੁਅੱਲਾ ਖ਼ਿਤਾਬ॥
ਗਦਾਇਸ਼ ਹਜ਼ਾਰਾਂ, ਮਹੋ ਆਫ਼ਤਾਬ॥ ੫੮॥

ਸੰਖੇਪ ਅਰਥ : ਪਵਿੱਤਰ ਹੈ ਉਸ ਦੀ ਦਰਗਾਹ ਅਤੇ ਉਚੇਰਾ ਹੈ ਉਸ ਦਾ ਖ਼ਿਤਾਬ। ਹਜ਼ਾਰਾਂ ਚੰਨ ਸੂਰਜ ਉਸ ਦੇ ਮੰਗਤੇ ਹਨ।

ਮਅਾਲੀ ਮਦਾਰਿਜ, ਅਵਾਲੀ ਪਨਾਹ॥
ਅਲੀਮਿ ਰਮੂਜ਼ਿ, ਸਫ਼ੇਦੋ ਸਿਆਹ॥ ੫੯॥

ਸੰਖੇਪ ਅਰਥ : ਉਸ ਦੇ ਦਰਜੇ ਉਚੇ ਹਨ ਅਤੇ ਉਹ ਵੱਡੀ ਓਟ ਹੈ, ਚੰਗੇ ਅਤੇ ਭੈੜੇ ਭੇਦਾਂ ਨੂੰ ਜਾਨਣ ਵਾਲਾ ਹੈ।

ਤਕੱਦੁਸ ਮਦਾਰਿਜ, ਫ਼ਖ਼ੀਮੁਲ ਨਵਾਲ॥
ਤਅਾਲਾ ਮਰਾਤਿਬ, ਅਮੀਮੁਲ ਫ਼ਜ਼ਾਲ॥ ੬੦॥

ਸੰਖੇਪ ਅਰਥ : ਵੱਖ-ਵੱਖ ਖੰਡਾਂ ਨੂੰ ਪਵਿੱਤਰ ਕਰਨ ਵਾਲਾ ਅਤੇ ਬਖ਼ਸ਼ਿਸ਼ਾਂ ਦਾ ਦਾਤਾ, ਮਰਤਬਿਆਂ ਨੂੰ ਉੱਚਿਆਂ ਕਰਨ ਵਾਲਾ ਅਤੇ ਫ਼ਜ਼ਲਾਂ ਦਾ ਸਮੂਹ ਹੈ।

ਮੁਅੱਜ਼ਮ ਸ਼ਰਾਇਫ਼, ਸਤੂਦਾ ਖ਼ਸਾਲ॥
ਮੁਕੱਰਮ ਖ਼ਸਾਇਲ, ਮੁਨੱਵਰ ਜਮਾਲ॥ ੬੧॥

ਸੰਖੇਪ ਅਰਥ : ਸ਼ਰਾਫ਼ਤਾਂ ਵਿਚ ਵਡੇਰਾ, ਖ਼ਸਲਤਾਂ ਵਿਚ ਸਭਨਾਂ ਵੱਲੋਂ ਸ਼ਲਾਘਾਯੋਗ, ਨੇਕ ਆਦਤਾਂ ਕਰਕੇ ਸਤਿਕਾਰਯੋਗ ਅਤੇ ਰੂਪ ਵਿਚ ਸ਼ੋਭਨੀਕ।

ਜਮਾਲਸ਼ ਹਮਹ, ਕੁੱਰਾਇ ਜ਼ੁਲਜਲਾਲ॥
ਸ਼ੁਕੋਹਸ਼ ਹਮਹ, ਅਜ਼ਮਤਿ ਲਾ-ਜ਼ਵਾਲ॥ ੬੨॥

ਸੰਖੇਪ ਅਰਥ : ਉਸ ਦਾ ਹੁਸਨ ਜਮਾਲ ਰੱਬ ਦੇ ਜਾਹ ਜਲਾਲ ਦਾ ਘੇਰਾ ਹੈ। ਉਸ ਦੀ ਸ਼ਾਨ ਸ਼ੌਕਤ ਸਦੀਵੀ ਅਤੇ ਅਬਿਨਾਸ਼ੀ ਵਡਿਆਈ ਹੈ।

ਜਮੀਲੁਲ ਸਫ਼ਾਤੋ, ਜਜ਼ੀਲੁਲ ਸਨਾ॥
ਕਫ਼ੀਲੁਲ ਜਰਾਇਮ, ਵਕ਼ੀਲੁਲ ਵਰਾ॥ ੬੩॥

ਸੰਖੇਪ ਅਰਥ : ਉਹ ਸਿਫ਼ਤਾਂ ਕਰਕੇ ਸੁੰਦਰ ਹੈ, ਸਿਫ਼ਤਾਂ ਵਿਚ ਸੰਪੂਰਨ ਹੈ।

ਉਹ ਗੁਨਾਹਾਂ ਦਾ ਜਾਮਾ (ਬਖ਼ਸ਼ਣ ਵਾਲਾ) ਹੈ ਅਤੇ ਜਗਤ ਦਾ ਪੱਖ ਪੂਰਨ ਵਾਲਾ ਹੈ।

ਕਰੀਮੁਲ ਮਨਸ਼, ਮਾਲਿਕਿ ਫੈਜ਼ੋ ਜੂਦ॥
ਹਮਹ ਕ਼ੁਦਸੀਆਂ, ਪੇਸ਼ਿ ਊ ਦਰ ਸਜੂਦ॥ ੬੪॥

ਸੰਖੇਪ ਅਰਥ : ਤਬੀਅਤ ਕਰਕੇ ਉਹ ਸਖ਼ੀ ਹੈ, ਉਹ ਬਖ਼ਸ਼ਿਸ਼ ਅਤੇ ਸਖ਼ਾਵਤ ਦਾ ਮਾਲਕ ਹੈ।

ਸਾਰੇ ਫ਼ਰਿਸ਼ਤੇ ਉਸ ਦੇ ਸਾਮ੍ਹਣੇ ਸੀਸ ਝੁਕਾਉਂਦੇ ਹਨ।

ਖ਼ੁਦਾਵੰਦਿ ਅਰਜ਼ੋ, ਸਮਾਵਾਤੋ ਅ਼ਰਸ਼॥
ਮੁਨੱਵਰ ਕੁਨਿ, ਜ਼ੁਲਮਤ ਆਬਾਦਿ ਫ਼ਰਸ਼॥ ੬੫॥

ਸੰਖੇਪ ਅਰਥ : ਉਹ ਧਰਤ, ਅਕਾਸ਼ ਅਤੇ ਅਰਸ਼ਾਂ ਦਾ ਮਾਲਕ ਹੈ।

ਉਹ ਧਰਤ ਦੇ ਅਨ੍ਹੇਰੇ ਵੇਹੜੇ ਨੂੰ ਰੌਸ਼ਨ ਕਰਨ ਵਾਲਾ ਹੈ।

ਜ਼ੂਏ ਮਜਦੋ, ਤਖ਼ਸੀਸੋ[1] ਤਫ਼ਖ਼ੀਰ ਹਾ॥
ਖ਼ੁਦਾਵੰਦਿ ਤਮਜੀਦੋ ਤੌਕੀਰ ਹਾ॥ ੬੬॥

ਪਾਠੰਤ੍ਰ : [1]ਤਮਹੀਦੋ

ਸੰਖੇਪ ਅਰਥ : ਉਹ ਅਸਲੋਂ ਸਾਊਪੁਣੇ ਅਤੇ ਬਜ਼ੁਰਗੀ ਦੀ ਰੌਸ਼ਨੀ ਹੈ।

ਉਹ ਵਕਾਰ ਅਤੇ ਵਡਿਆਈ ਦਾ ਮਾਲਕ ਹੈ।

ਵਲੀ-ਉਲ-ਤਫ਼ਾਜ਼ੀਲੋ, ਤਕਰੀਮ ਹਾ॥
ਅ਼ਮੀਮੁਲ ਤਕਾਰੀਮੋ, ਤਨਈਮ ਹਾ॥ ੬੭॥

ਸੰਖੇਪ ਅਰਥ : ਉਹ ਫ਼ਜ਼ੀਲਤਾਂ ਅਤੇ ਵਡਿਆਈਆਂ ਦਾ ਵਲੀ ਹੈ।

ਉਹ ਬਖ਼ਸ਼ਿਸ਼ਾਂ ਅਤੇ ਨਿਆਮਤਾਂ ਦਾ ਸਮੂਹ ਹੈ।

ਵਫ਼ੂਰੁਲ ਤਜਾਜ਼ੀਲੋ, ਇਜਲਾਲ ਹਾ॥
ਕਸੀਰੁਲ ਤਕਾਮੀਲੋ, ਇਕਮਾਲ ਹਾ॥ ੬੮॥

ਸੰਖੇਪ ਅਰਥ : ਉਹ ਸਖ਼ਾਵਤਾਂ ਅਤੇ ਦਾਨਾਈਆਂ ਦਾ ਅਤਿਅੰਤ ਹੈ।

ਉਹ ਕਾਮਲਾਂ ਅਤੇ ਨਿਪੁੰਨ ਵਿਅਕਤੀਆਂ ਦੀ ਬਹੁਤਾਤ ਹੈ।

ਅ਼ਮੀਮੁਲ ਅ਼ਤ਼ੀਯਾਤ, ਕ਼ਾਮਿਲ ਅੱਯਾਰ॥
ਪਜ਼ੀਰਿੰਦਾਇ ਇ਼ਜਜ਼ਿ, ਹਰ ਖ਼ਾਕਸਾਰ॥ ੬੯॥

ਸੰਖੇਪ ਅਰਥ : ਉਹ ਭੇਟਾਂ ਅਤੇ ਸੁਗਾਤਾਂ ਦਾ ਸਮੂਹ ਅਤੇ ਕਾਮਲ ਸਰਾਫ਼ ਹੈ।
ਉਹ ਨਿਮਾਣਿਆਂ ਦੀ ਆਜਜ਼ੀ ਪਰਵਾਨ ਕਰ ਲੈਣ ਵਾਲਾ ਹੈ।

ਮੁਫ਼ਖ਼ੱਰੁਲ ਨਬਾਇਲ, ਜਜ਼ੀਲੁਲ ਜਮੀਲ॥
ਕਸੀਰੁਲ ਫ਼ਜ਼ਾਇਲ, ਜਲੀਲੁਲ ਨਬੀਲ॥ ੭੦॥

ਸੰਖੇਪ ਅਰਥ : ਉਹ ਬਜ਼ੁਰਗਾਂ ਅਤੇ ਬਾਦਸ਼ਾਹਾਂ ਦਾ ਫ਼ਖ਼ਰ ਅਤੇ ਸਾਊਆਂ ਦਾ ਸਰਦਾਰ ਹੈ।
ਉਹ ਫ਼ਜ਼ੀਲਤਾਂ ਦੀ ਬਹੁਤਾਤ ਅਤੇ ਸੁਘੜ ਸੁਜਾਨ ਪੁਰਖਾਂ ਦਾ ਪ੍ਰਤੀਨਿਧ ਹੈ।

ਨੋਟ:- ਏਥੋਂ ਫੇਰ ਫ਼ਾਰਸੀ ਲਫ਼ਜ਼ ਚਲ ਪੈਂਦੇ ਹਨ।

ਜ਼ਿ ਨੂਰਸ਼, ਜਹਾਂ [1]ਯਾਫ਼ਤਹ, ਜ਼ੇਬੋ ਫ਼ਰ॥
ਜ਼ਿ ਫ਼ੈਜ਼ਸ਼, ਮਕੀਨੋ ਮਕਾਂ, ਬਹਿਰਾਵਰ॥ ੭੧॥

ਪਾਠਭੇਦ :- [1]ਯਾਫ਼ਤਹ।

ਸੰਖੇਪ ਅਰਥ : ਉਸ ਦੇ ਨੂਰ ਤੋਂ ਦੁਨੀਆਂ ਨੇ ਸੁੰਦਰਤਾ, ਸੁਹੱਪਣ ਅਤੇ ਸ਼ਾਨ ਪ੍ਰਾਪਤ ਕੀਤੀ ਹੈ।
ਉਸਦੀ ਬਖ਼ਸ਼ਿਸ਼ ਤੋਂ ਇਸ ਸੰਸਾਰ ਅਤੇ ਸੰਸਾਰ ਵਾਸੀਆਂ ਨੇ ਲਾਭ ਪ੍ਰਾਪਤ ਕੀਤਾ ਹੈ।

ਬ-ਦਸਤਸ਼ ਫ਼ਰੋਜ਼ਾਂ, ਦੋ ਗੌਹਰ, ਚੂੰ ਮਿਹਰ॥
ਯਕੇ ਜਾਇ ਫਜ਼ਲੋ, ਦਿਗਰ ਜਾਇ ਕ਼ਹਰ॥ ੭੨॥

ਸੰਖੇਪ ਅਰਥ : ਉਸ ਦੇ ਹੱਥ ਵਿਚ ਦੋ ਮੋਤੀ ਸੂਰਜ ਵਤ ਚਮਕਦੇ ਹਨ।
ਇਕ ਮਿਹਰਾਂ ਵਾਲਾ ਹੈ ਅਤੇ ਦੂਜਾ ਕਹਿਰ ਅਤੇ ਗ਼ਜ਼ਬ ਦਾ ਨਿਸ਼ਾਨ ਹੈ।

ਬ ਅੱਵਲ ਜਹਾਂ ਰਾ, ਸ਼ੁਦਾ ਹੱਕ਼ ਨੁਮਾ॥
ਬ ਸਾਨੀ, ਹਮਹ ਜ਼ੁਲਮੋ ਜ਼ੁਲਮਤ, ਜ਼ਦਾ॥ ੭੩॥

ਸੰਖੇਪ ਅਰਥ : ਪਹਿਲੇ ਕਾਰਣ ਇਹ ਜਹਾਨ ਸੱਚ ਦਾ ਪਰਦਰਸ਼ਕ ਹੈ।
ਅਤੇ ਦੂਜਾ ਸਾਰੇ ਅੰਨ੍ਹੇਰੇ ਅਤੇ ਜ਼ੁਲਮ ਨੂੰ ਨਾਸ਼ ਕਰਨ ਹਾਰਾ ਹੈ।

ਹਮਹ ਜ਼ੁਲਮਤੋ ਜ਼ੁਲਮ ਰਾ, ਸਾਖ਼ਤ ਦੂਰ॥
ਜਹਾਂ ਦਰ ਜਹਾਂ, ਜ਼ੋ ਰਿਯਾਹੋ [1]ਸਰੂਰ॥ ੭੪॥

ਪਾਠਭੇਦ : [1]ਨੂਰਹਾ ਓ ਸਰੂਰ

ਸੰਖੇਪ ਅਰਥ : ਉਸ ਨੇ ਸਾਰੇ ਅੰਨ੍ਹੇਰੇ ਅਤੇ ਜ਼ੁਲਮ ਨੂੰ ਦੂਰ ਕਰ ਦਿੱਤਾ।
ਉਸ ਸਦਕਾ ਸਾਰੀ ਦੁਨੀਆਂ ਸੁਗੰਧੀ ਅਤੇ ਸਰੂਰ ਨਾਲ ਭਰ ਜਾਂਦੀ ਹੈ।

[1]ਲਕ਼ਾਇਸ਼ ਮੁਨੱਵਰ, ਜ਼ਿ ਨੂਰਿ ਅਜ਼ਲ॥
ਵਜੂਦਸ਼, ਬ-ਅਨਵਾਰਿ ਹੱਕ਼, ਲਮ-ਯਜ਼ਲ॥ ੭੫॥

ਪਾਠਭੇਦ :- [1]ਨਿਕਾਬਸ਼।

ਸੰਖੇਪ ਅਰਥ : ਉਸ ਦਾ ਮੁਖੜਾ ਅਜ਼ਲੀ ਨੂਰ ਨਾਲ ਰੌਸ਼ਨ ਹੈ। ਉਸ ਦਾ ਵਜੂਦ ਰੱਬ ਦੇ ਨੂਰ ਸਦਕਾ ਅਬਿਨਾਸ਼ੀ ਹੈ।

ਚਿਹ ਅਅ਼ਲਾ ਚਿਹ ਅਦਨਾ, ਹਮਹ ਬਰ ਦਰਸ਼॥
ਸਰ ਅਫ਼ਗੰਦਾ, ਓ ਬੰਦਾ ਓ ਚਾਕਰਸ਼॥ ੭੬॥

ਸੰਖੇਪ ਅਰਥ : ਕੀ ਵੱਡੇ ਅਤੇ ਕੀ ਛੋਟੇ, ਸਾਰੇ ਹੀ ਉਸ ਦੇ ਦਰ ਤੇ ਸਿਰ ਨਿਵਾਈ ਗ਼ੁਲਾਮ ਅਤੇ ਨੌਕਰ ਹਨ।

ਚਿ ਸੁਲਤ਼ਾਂ ਚਿ ਦਰਵੇਸ਼, ਅਜ਼ੋ ਬਹਿਰਾਮੰਦ॥
ਚਿ ਉਲਵੀ ਚਿ ਸਿਫ਼ਲੀ, ਅਜ਼ੋ ਸਰਬੁਲੰਦ॥ ੭੭॥

ਸੰਖੇਪ ਅਰਥ : ਕੀ ਬਾਦਸ਼ਾਹ ਅਤੇ ਕੀ ਦਰਵੇਸ਼, ਸਾਰੇ ਉਸ ਤੋਂ ਲਾਭ ਪ੍ਰਾਪਤ ਕਰਦੇ ਹਨ।

ਕੀ ਅਰਸ਼ੀ ਅਤੇ ਕੀ ਫਰਸ਼ੀ ਜੀਵ, ਸਾਰੇ ਉਸਦੇ ਸਦਕਾ ਸਤਿਕਾਰ ਪਾਉਂਦੇ ਹਨ।

ਚਿਹ ਪੀਰੋ ਚਿਹ ਬਰਨਾ, ਅਜ਼ੋ ਕਾਮਯਾਬ॥
ਚਿਹ ਦਾਨਾ, ਚਿਹ ਨਾਦਾਂ, ਅਜ਼ੋ ਪੁਰ ਸਵਾਬ॥ ੭੮॥

ਸੰਖੇਪ ਅਰਥ : ਕੀ ਬੁੱਢੇ ਅਤੇ ਕੀ ਨੱਢੇ, ਸਾਰੇ ਉਸ ਤੋਂ ਕਾਮਨਾ ਪੂਰੀ ਕਰਦੇ ਹਨ, ਕੀ ਸਿਆਣੇ ਅਤੇ ਕੀ ਅਣਜਾਣ, ਸਾਰੇ ਉਸਦੇ ਸਦਕਾ ਪੁੰਨ ਹਾਸਲ ਕਰਦੇ ਹਨ।

(ਕਲਯੁਗ 'ਚ ਸਤਯੁਗ)

ਬ-ਕਲਜੁਗ, ਚੁਨਾਂ ਸਤਿਜੁਗ, ਆਵੁਰਦ ਬਾਜ਼॥
ਕਿ ਖ਼ੁਰਦੋ ਬਜ਼ੁਰਗ, ਆਮਦਹ ਰਾਸਤ-ਬਾਜ਼॥ ੭੯॥

ਸੰਖੇਪ ਅਰਥ : ਕਲਜੁਗ ਵਿਚ ਉਸਨੇ ਫਿਰ ਸਤਿਜੁਗ ਇਸ ਤਰ੍ਹਾਂ ਲੈ ਆਂਦਾ ਹੈ, ਕਿ ਛੋਟੇ ਵੱਡੇ ਸਾਰੇ ਹੀ ਸੱਚ ਦੇ ਉਪਾਸ਼ਕ ਬਣ ਗਏ ਹਨ।

ਹਮਹ ਕਿਜ਼ਬੋ ਨਰਾਸਤੀ, ਗਸ਼ਤ ਦੂਰ॥
ਸ਼ਬਿ ਤੀਰਹ ਰਖ਼ਸ਼ਾਂ, ਸ਼ੁਦਹ ਹਮਚੂ ਨੂਰ॥ ੮੦॥

ਸੰਖੇਪ ਅਰਥ : ਸਾਰਾ ਝੂਠ ਅਤੇ ਕੂੜ ਦੂਰ ਹੋ ਗਿਆ ਹੈ। ਕਾਲੀ ਬੋਲੀ ਰਾਤ ਨੂਰੋ ਨੂਰ ਹੋ ਕੇ ਚਮਕ ਉੱਠੀ ਹੈ।

ਜ਼ਿ [1]ਦੈਵੋ ਜ਼ਿ ਦਾਨਵ, ਜਹਾਂ ਕਰਦ ਪਾਕ॥
ਹਮਹ ਜ਼ੁਲਮੋ ਜ਼ੁਲਮਤ, ਜ਼ਦੂਦਾ ਜ਼ਿ ਖ਼ਾਕ॥ ੮੧॥

ਪਾਠਭੇਦ :- [1]ਦੈਵੋ ਦੀ ਥਾਂ ਦੈਤੋ ਪਾਠ ਵੀ ਹੈ, ਪਰ ਪ੍ਰਕਰਣ ਅਨੁਸਾਰ ਅਸ਼ੁੱਧ ਜਾਪਦਾ ਹੈ।

ਸੰਖੇਪ ਅਰਥ : ਉਸ ਨੇ ਜਹਾਨ ਨੂੰ ਦੇਵਾਂ ਅਤੇ ਦੈਂਤਾਂ ਤੋਂ ਪਾਕ ਕਰ ਦਿੱਤਾ। ਉਸ ਨੇ ਇਸ ਧਰਤੀ ਤੋਂ ਸਾਰਾ ਅੰਨ੍ਹੇਰਾ ਅਤੇ ਜ਼ੁਲਮ ਧੋ ਦਿੱਤਾ ਹੈ।

ਅਜ਼ੋ ਰੌਸ਼ਨ ਆਮਦ, ਸ਼ਬਿ ਆ਼ਲਮੇ॥
ਨਮਾਂਦਾ ਬ-ਗੇਤੀ, ਅਜ਼ੋ ਜ਼ਾਲਿਮੇ॥ ੮੨॥

ਸੰਖੇਪ ਅਰਥ : ਉਸ ਦੇ ਸਦਕਾ ਸੰਸਾਰ ਦੀ ਰਾਤ ਰੌਸ਼ਨ ਹੋ ਗਈ ਹੈ। ਉਸ ਦੇ ਕਾਰਨ ਸੰਸਾਰ ਵਿਚ ਕੋਈ ਜ਼ਾਲਮ ਨਹੀਂ ਰਿਹਾ।

ਜ਼ਮਾਨੇ ਬਰ ਆਰਾਸਤ, ਅਜ਼ [1]ਰਾ-ਓ ਹੋਸ਼॥
ਅਜ਼ੋ ਦੇਗ਼ਿ ਹਰ ਦਾਨਿਸ਼, ਆਮਦ ਬਜੋਸ਼॥ ੮੩॥

ਪਾਠਭੇਦ : [1]ਵਿਅਕਾਰਣ ਅਨੁਸਾਰ ਰਾਇ-ਓ ਪਾਠ ਵੀ ਹੈ, ਪਰ ਲਵੰਤਾ ਟੁਟਦੀ ਹੈ।

ਸੰਖੇਪ ਅਰਥ : ਉਸ ਦੀ ਰਾਏ ਅਤੇ ਸਮਝ ਨਾਲ ਇਕ ਦੁਨੀਆਂ ਸਜ ਗਈ ਹੈ। ਉਸ ਦੇ ਸਦਕਾ ਹੀ ਹਰ ਅਕਲ ਦੀ ਦੇਗ ਉਬਾਲਾ ਖਾਂਦੀ ਹੈ।

ਹਮਹ ਦੀਦਾ ਆਮਦ, ਤਨਿ ਕੁ਼ਦੀਸ ਊ॥
ਹੁਵੈਦਾ ਬ-ਚਸ਼ਮਸ਼, ਹਮਹ ਪੁਸ਼ਤੋ ਰੂ॥ ੮੪॥

ਸੰਖੇਪ ਅਰਥ : ਉਸ ਦਾ ਪਾਕ ਤਨ ਸਾਰਾ ਅੱਖਾਂ ਹੀ ਅੱਖਾਂ ਹੈ। ਉਸ ਦੀਆਂ ਅੱਖਾਂ ਸਾਮ੍ਹਣੇ ਸਾਰਾ ਅੱਗਾ ਪਿੱਛਾ ਪ੍ਰਤੱਖ ਦਿਸਦਾ ਹੈ।

ਹਮਹ ਰਾਜ਼ਿ ਆ਼ਲਮ, ਬਰੋ ਆਸ਼ਕਾਰ॥
ਹਮਹ ਚੋਬਿ ਖ਼ੁਸ਼ਕ, ਅਜ਼ ਦਮਸ਼ ਬਾਰਦਾਰ॥ ੮੫॥

ਸੰਖੇਪ ਅਰਥ : ਸਾਰੀ ਦੁਨੀਆਂ ਦਾ ਭੇਤ ਉਸ ਤੇ ਜ਼ਾਹਰ ਹੈ। ਉਸ ਦੇ ਦਮ ਨਾਲ ਸੁੱਕੀ ਲੱਕੜ ਵੀ ਫਲ ਦੇਣ ਲੱਗ ਪੈਂਦੀ ਹੈ।

ਚਿਹ ਅੰਜੁਮ, ਚਿਹ ਅਫ਼ਲਾਕ਼, ਮਹ਼ਕੂਮਿ ਊ॥
ਚਿਹ ਬਾਲਾ [1]ਓ ਚਿਹ ਪਸਤ, ਮਨਜ਼ੂਮਿ ਊ॥ ੮੬॥

ਪਾਠਭੇਦ : [1]ਚਿਹ ਪਸਤ ਅਸਤ

ਸੰਖੇਪ ਅਰਥ : ਕੀ ਤਾਰੇ ਅਤ ਅਸਮਾਨ, ਸਾਰੇ ਹੀ ਉਸ ਦੀ ਪਰਜਾ ਹਨ। ਕੀ ਵੱਡੇ ਅਤੇ ਕੀ ਛੋਟੇ, ਸਾਰੇ ਹੀ ਉਸ ਦੇ ਪ੍ਰਬੰਧ ਵਿਚ ਹਨ।

ਚਿਹ ਖ਼ਾਕੋ, ਚਿ ਆਤਿਸ਼, ਚਿਹ ਬਾਦੋ, ਚਿ ਆਬ॥
ਚਿਹ ਖੁਰਸ਼ੀਦਿ ਰਖ਼ਸ਼ਿੰਦਾ, ਓ ਮਾਹਤਾਬ॥ ੮੭॥

ਸੰਖੇਪ ਅਰਥ : ਕੀ ਮਿੱਟੀ ਅਤੇ ਕੀ ਅੱਗ, ਕੀ ਹਵਾ ਅਤੇ ਕੀ ਪਾਣੀ,
ਕੀ ਚਮਕਦਾ ਹੋਇਆ ਸੂਰਜ ਅਤੇ ਕੀ ਚਾਨਣੀ ਭਰਿਆ ਚੰਦਰਮਾ।

ਚਿਹ ਅ਼ਰਸ਼ੋ ਚਿਹ ਕੁਰਸੀ, ਹਮਹ ਬੰਦਹ-ਅਸ਼॥
ਬਖ਼ਿਦਮਤ-ਗੁਜ਼ਾਰੀ, ਸਰ ਅਫ਼ਗੰਦਹ-ਅਸ਼॥ ੮੮॥

ਸੰਖੇਪ ਅਰਥ : ਕੀ ਅਰਸ਼ ਅਤੇ ਕੀ ਕੁਰਸ਼, ਸਾਰੇ ਹੀ ਉਸ ਦੇ ਗ਼ੁਲਾਮ ਹਨ,
ਇਹ ਸਾਰੇ ਹੀ ਉਸ ਦੀ ਚਾਕਰੀ ਲਈ ਸਿਰ ਨਿਵਾਈ ਖੜ੍ਹੇ ਹਨ।

ਸਿਹਗਾਨਾ ਮਵਾਲੀਦੋ, ਅਸ਼ਰਾ ਹ਼ਵਾਸ॥
ਬ-ਤ਼ਾਅ਼ਤ-ਗੁਜ਼ਾਰੀਸ਼, ਦਾਰੰਦ ਪਾਸ॥ ੮੯॥

ਸੰਖੇਪ ਅਰਥ : ਸਿਹ=ਤਿੰਨੇ ਗਾਨਾ=ਸਾਰੇ ਹੀ ਅੰਡਜ, ਜੇਰਜ, ਸੇਤਜ ਅਤੇ ਦਸੇ ਹਵਾਸ (ਇੰਦਰੇ)
ਉਸ ਦੀ ਬੰਦਗੀ ਦਾ ਲਿਹਾਜ਼ ਕਰਦੇ ਹਨ।

ਸਤੂਨਿ ਖ਼ਿਰਦ, ਯਾਫ਼ਤ ਤਸ਼ਈਦ ਅਜ਼ੋ॥
ਬਿਨਾਇ ਸਖ਼ਾ, ਰਾਸਤ ਤ਼ੌਕੀਦ ਅਜ਼ੋ॥ ੯੦॥

ਸੰਖੇਪ ਅਰਥ : ਅਕਲ ਦੇ ਥੰਮ੍ਹ ਨੇ ਉਸ ਤੋਂ ਪਕਿਆਈ ਹਾਸਲ ਕੀਤੀ,
ਬਖ਼ਸ਼ਿਸ਼ ਦੀ ਨੀਂਹ ਉਸ ਦੇ ਕਾਰਣ ਪੱਕੀ ਅਤੇ ਮਜ਼ਬੂਤ ਹੋਈ।

[1]ਮੁਸ਼ਈਯੱਦ ਅਜ਼ੋ, ਰਾਸਤੀ ਰਾ ਅਸਾਸ॥
ਜ਼ਿ ਨੂਰਸ਼, ਜਹਾਂ ਯਾਫ਼ਤਾ ਇਕ਼ਤਬਾਸ॥ ੯੧॥

ਉੱਚਾਰਣ : [1]ਮੁਸ਼ਈ-ਯੱਦ ਬੋਲੋ।

ਸੰਖੇਪ ਅਰਥ : ਸੱਚਾਈ ਦੀ ਬੁਨਿਆਦ ਉਸ ਦੇ ਸਦਕਾ ਹੀ ਪਕੇਰੀ ਹੈ,
ਇਸ ਜਹਾਨ ਨੇ ਉਸ ਦੇ ਨੂਰ ਤੋਂ ਹੀ ਰੌਸ਼ਨੀ ਪਾਈ ਹੈ।

ਜਮਾਲਿ ਹ਼ਕ਼ੀਕ਼ਤ਼, ਬਰ ਆਰਾਸਤਹ॥
ਜ਼ਿ ਜ਼ੁਲਮਤ ਜਹਾਂ, ਜੁਮਲਹ ਪਰਦਾਖ਼ਤਹ॥ ੯੨॥

ਸੰਖੇਪ ਅਰਥ : ਹਕੀਕਤ ਦੇ ਸਜੇ ਸਜਾਏ ਹੁਸਨ ਜਮਾਲ ਨੇ
ਜਹਾਨ ਤੋਂ ਅੰਨ੍ਹੇਰੀ ਨੂੰ ਸਾਫ਼ ਅਤੇ ਪਾਕ ਕਰ ਦਿੱਤਾ।

ਰੁਖ਼ਿ ਅ਼ਦਲੋ ਇਨਸਾਫ਼, ਅਫ਼ਰੋਖ਼ਤਹ॥
ਦਿਲਿ, ਜਬਰੋ ਬੇਦਾਦ ਰਾ, ਸੋਖ਼ਤਹ॥ ੯੩॥

ਸੰਖੇਪ ਅਰਥ : ਨਿਆਇ ਅਤੇ ਇਨਸਾਫ਼ ਦਾ ਮੁਖੜਾ ਚਮਕ ਪਿਆ।
ਜ਼ੁਲਮ ਅਤੇ ਵਧੀਕੀ ਦਾ ਦਿਲ ਸੜ ਕੇ ਸੁਆਹ ਹੋ ਗਿਆ।

ਬਿਨਾਇ ਸਿਤਮ ਰਾ, ਬਰ-ਅੰਦਾਖ਼ਤਾ॥
ਸਰਿ [1]ਮਾਦਲਤ ਰਾ, ਬਰ-ਅਫ਼ਰਾਖ਼ਤਾ॥ ੯੪॥

ਪਾਠਭੇਦ : [1]ਮਾਅ਼ਦਲਤ।

ਸੰਖੇਪ ਅਰਥ : ਜ਼ੁਲਮ ਦੀ ਬੁਨਿਆਦ ਪੁੱਟ ਦਿੱਤੀ ਗਈ।
ਇਨਸਾਫ਼ ਦਾ ਸਿਰ ਉਚੇਰਾ ਹੋਇਆ।

ਰਿਯਾਹੀਨਿ, ਫ਼ਜ਼ਲੋ ਅ਼ਤ਼ਾ ਰਾ, ਸਹ਼ਾਬ॥
ਸਮਾਇ; ਕਰਾਮਾਤ ਰਾ, ਆਫ਼ਤਾਬ॥ ੯੫॥

ਪਾਠਭੇਦ : ਗਿਆਹੀਨਿ ਬੋਲੋ।

ਸੰਖੇਪ ਅਰਥ : ਫ਼ਜ਼ਲ ਅਤੇ ਬਖ਼ਸ਼ਿਸ਼ ਦੀਆਂ ਵੇਲਾਂ ਲਈ ਉਹ ਵਰ੍ਹਦਾ ਬੱਦਲ ਹੈ।
ਕਰਾਮਾਤ ਅਤੇ ਸਖੀਪਨ ਦੇ ਆਸਮਾਨ ਦਾ ਉਹ ਸੂਰਜ ਹੈ।

ਬਸਾਤੀਨਿ, ਫ਼ੈਜ਼ੋ ਸਖ਼ਾ ਰਾ, ਗ਼ਮਾਮ॥
ਜਹਾਨਿ, ਅ਼ਤ਼ੀਯਾਤ ਰਾ, ਇੰਤਜ਼ਾਮ॥ ੯੬॥

ਸੰਖੇਪ ਅਰਥ : ਬਖ਼ਸ਼ਿਸ਼ ਅਤੇ ਸਖ਼ਾਵਤ ਦੇ ਬਾਗ਼ਾਂ ਲਈ ਉਹ ਘਨਘੋਰ ਘਟਾ ਹੈ।
ਸੁਗਾਤਾਂ ਅਤੇ ਭੇਟਾਂ ਦੇ ਸੰਸਾਰ ਲਈ ਉਹ ਇਕ ਪ੍ਰਬੰਧ ਹੈ।

ਮੁਹ਼ੀਤ਼ਿ [1]ਫ਼ੱਯੂਜ਼ਾਤੋ, ਬਹ਼ਰਿ ਫ਼ਜ਼ਾਲ॥
ਸਹ਼ਾਬਿ ਇ਼ਨਾਯਾਤੋ, ਅਬਰਿ ਨਵਾਲ॥ ੯੭॥

ਉੱਚਾਰਣ:- [1]ਫ਼ਈ-ਊਜ਼ਾਤੋ ਬੋਲੋ।

ਸੰਖੇਪ ਅਰਥ : ਉਹ ਬਖ਼ਸ਼ਿਸ਼ਾਂ ਦਾ ਸਮੁੰਦਰ ਅਤੇ ਮਿਹਰਾਂ ਦਾ ਸਾਗਰ ਹੈ।
ਉਹ ਬਖ਼ਸ਼ਿਸ਼ਾਂ ਦਾ ਬੱਦਲ ਅਤੇ ਸਖ਼ਾਵਤਾਂ ਦਾ ਮੀਂਹ ਹੈ।

ਜਹਾਂ ਖ਼ੁੱਰਮੋ ਆ਼ਲਮ, ਆਬਾਦ ਅਜ਼ੋ॥
ਰੱਯਤ ਖ਼ੁਸ਼ੋ, ਮੁਮਲਿਕਤ ਸ਼ਾਦ ਅਜ਼ੋ॥ ੯੮॥

ਸੰਖੇਪ ਅਰਥ : ਇਹ ਦੁਨੀਆਂ ਉਸ ਦੇ ਕਾਰਣ ਖ਼ੁਸ਼ ਹੈ ਅਤੇ ਸੰਸਾਰ ਆਬਾਦ ਹੈ।
ਇਹ ਪਰਜਾ ਉਸ ਸਦਕਾ ਪ੍ਰਸੰਨ ਹੈ ਅਤੇ ਦੇਸ਼ ਸੁਖੀ ਹੈ।

ਪਜ਼ੀਰਾਇ ਹੁਕਮਸ਼, ਬ-ਨੇਕ ਅਖ਼ਤਰੀ॥
ਹਮਹ ਆ਼ਲਮ, ਅਜ਼ ਸ਼ਹਿਰੀ ਓ ਲਸ਼ਕਰੀ॥ ੯੯॥

ਸੰਖੇਪ ਅਰਥ : (ਅੰਨਵੈ) ਇਕ ਸ਼ਹਿਰੀ ਤੋਂ ਲੈ ਕੇ ਫੌਜ ਤਕ, ਸਾਰਾ ਸੰਸਾਰ ਹੀ

ਉਸ ਨੇਕ ਸਿਤਾਰੇ ਵਾਲੇ ਦੇ ਹੁਕਮ ਨੂੰ ਮੰਨਣ ਵਾਲਾ ਹੈ।

ਜਹਾਨੇ, ਜ਼ਿ ਫੈਜ਼ਸ਼; ਹਮ ਆਗ਼ੋਸ਼ਿ ਕਾਮ॥
ਦੋ ਆਲਮ, ਅਜ਼ੋ ੧ਯਾਫ਼ਤ, ਨਸਕੋ ਨਿਜ਼ਾਮ॥੧੦੦॥

ਸੰਖੇਪ ਅਰਥ : ਉਸ ਦੇ ਮਿਹਰ ਸਦਕਾ ਇਸ ਜਹਾਨ ਦੀ ਕਾਮਨਾ ਪੂਰੀ ਹੁੰਦੀ ਹੈ, ਦੋਵੇਂ ਜਹਾਨ ਉਸ ਸਦਕਾ ਕਿਸੇ ਪ੍ਰਬੰਧ ਅਤੇ ਨਿਯਮ ਵਿਚ ਹਨ।

ਹੱਕ਼ਸ਼ ਦਾਦ ਮਿਫ਼ਤਾਹਿ, ਹਰ ਮੁਸ਼ਕਿਲੇ॥
ਨਿਸ਼ਾਂਦਸ਼ ਜ਼ਬਰਦਸਤ, ਹਰ ਮੁਕ਼ਬਿਲੇ॥ ੧੦੧॥

ਸੰਖੇਪ ਅਰਥ : ਰੱਬ ਨੇ ਉਸ ਨੂੰ ਹਰ ਮੁਸ਼ਕਲ ਦੀ ਕੁੰਜੀ ਬਖ਼ਸ਼ੀ ਹੈ, ਉਸ ਦੇ ਹਰ ਮਨਜ਼ੂਰ ਪੁਰਖ ਨੇ ਵੱਡੇ ਜਾਬਰ ਨੂੰ ਬਿਠਾ ਦਿੱਤਾ।

ਸ਼ਹਿਨਸ਼ਾਹਿ, ਅਕ਼ਲੀਮਿ ਤਜਲੀਲ ਰਾ॥
ਖ਼ੁਦਾਵੰਦਿ; ਦੀਵਾਨਿ ਤਜਜ਼ੀਲ ਰਾ॥ ੧੦੨॥

ਸੰਖੇਪ ਅਰਥ : ਉਹ ਜਾਹ ਜਲਾਲ ਦੇ ਰਾਜ ਦਾ ਬਾਦਸ਼ਾਹ ਹੈ, ਉਹ ਬਜ਼ੁਰਗੀ ਦੇ ਦੀਵਾਨ ਦਾ ਮਾਲਕ ਹੈ।

ਗੁਹਰ ਤਾਜਿ, ਇ਼ਜਾਜ਼ੋ ਤੌਕੀਰ ਰਾ॥
ਜ਼ਿਆ-ਬਖ਼ਸ਼, ਅਸਫ਼ਾ ਓ ਤਨਵੀਰ ਰਾ॥ ੧੦੩॥

ਨੋਟ :- ਜ਼ਿਆ ਦਾ ਅਰਥ ਰੌਸ਼ਨੀ ਅਤੇ ਜ਼ਿਆਂ ਦਾ ਅਰਥ ਨੁਕਸਾਨ ਹੈ।

ਸੰਖੇਪ ਅਰਥ : ਉਹ ਕਰਾਮਾਤ ਅਤੇ ਵਕਾਰ ਦੇ ਤੇਜ ਦਾ ਮੋਤੀ ਹੈ, ਉਹ ਰੌਸ਼ਨੀ ਅਤੇ ਪਵਿੱਤਰਤਾ ਨੂੰ ਰੌਸ਼ਨੀ ਬਖ਼ਸ਼ਣ ਵਾਲਾ ਹੈ।

ਜਿਲਾ ਲੂਲੂਇ ਇ਼ੱਜ਼ੋ, ਤਾਅ਼ਜ਼ੀਮ ਰਾ॥
ਸਨੀ ਨਈਯਰਿ, ਫ਼ੱਖ਼ਰੋ ਤਫ਼ਖ਼ੀਮ ਰਾ॥ ੧੦੪॥

ਸੰਖੇਪ ਅਰਥ : ਉਹ ਇੱਜ਼ਤ ਅਤੇ ਸਤਿਕਾਰ ਦੇ ਮੋਤੀਆਂ ਦੀ ਚਮਕ ਹੈ, ਉਹ ਬਜ਼ੁਰਗੀ ਅਤੇ ਮਾਨ ਦੇ ਸੂਰਜ ਦੀ ਰੌਸ਼ਨੀ ਹੈ।

ਰੁਖ਼ਿ ਇ਼ੱਜ਼ਤੋ ਜਾਹ ਰਾ, ਇੰਜਲਾ॥
ਲਵਾਇ ਤਬਾਜੀਲ ਰਾ, ਇਅ਼ਤਲਾ॥ ੧੦੫॥

ਸੰਖੇਪ ਅਰਥ : ਉਹ ਇੱਜ਼ਤ ਸਤਿਕਾਰ ਅਤੇ ਮਰਤਬੇ ਦੇ ਮੁਖੜੇ ਨੂੰ ਰੌਣਕ ਬਖ਼ਸ਼ਣ ਵਾਲਾ ਹੈ।

ਉਹ ਮਾਨ ਅਤੇ ਬਜ਼ੁਰਗੀ ਦੇ ਝੰਡੇ ਨੂੰ ਉੱਚਾ ਕਰਨ ਵਾਲਾ ਹੈ।

ਮੁਹੀਤਿ ਸਖ਼ਾ ਓ, ਕਰਮ ਰਾ, ਗੁਹਰ॥
ਸਿਪਹਿਰਿ ਸਖ਼ਾ, ਓ ਅ਼ਤ਼ਾ ਰਾ, ਕ਼ਮਰ॥ ੧੦੬॥

ਸੰਖੇਪ ਅਰਥ : ਉਹ ਬਖ਼ਸ਼ਿਸ਼ ਅਤੇ ਸਖ਼ਾਵਤ ਦੇ ਸਮੁੰਦਰ ਦਾ ਮੋਤੀ ਹੈ,
ਉਹ ਭੇਟਾਂ ਅਤੇ ਬਖ਼ਸ਼ਿਸ਼ਾਂ ਦੇ ਅਸਮਾਨ ਦਾ ਚੰਦਰਮਾ ਹੈ।

ਜਹਾਂਬਾਨਿ ਮੁਲਕਿ, ਫ਼ਜ਼ਾਲੋ ਕਰਾਮ॥
ਮੁਹਿੰਮਾਤਿ ਦਾਰੈਨ ਰਾ, ਇੰਤਜ਼ਾਮ॥ ੧੦੭॥

ਸੰਖੇਪ ਅਰਥ : ਉਹ ਮਿਹਰ ਅਤੇ ਕਰਮ ਦੇ ਮੁਲਕ ਦਾ ਨਿਗਾਹਬਾਨ ਹੈ,
ਉਹ ਦੋਹਾਂ ਜਹਾਨਾਂ ਦੇ ਕੰਮਾਂ ਦਾ ਪ੍ਰਬੰਧ-ਕਰਤਾ ਹੈ।

ਮਿਸੇ ਸ਼ਖ਼ਸਿ ਆਫ਼ਾਕ ਰਾ, ਕੀਮੀਆ॥
ਰੁਖ਼ਿ ਮਿਹਰੋ ਇਨਸਾਫ਼ ਰਾ, ਇੰਜਲਾ॥ ੧੦੮॥

ਸੰਖੇਪ ਅਰਥ : ਆਸਮਾਨਾਂ ਦੀ ਜ਼ਾਤ ਦੇ ਤਾਂਬੇ ਲਈ ਉਹ (ਸੋਨਾ ਬਣਾਉਣ ਵਾਲੀ) ਰਸਾਇਣ ਹੈ।
ਉਹ ਇਨਸਾਫ਼ ਅਤੇ ਮੁਹੱਬਤ ਦੇ ਮੁਖੜੇ ਦੀ ਰੌਣਕ ਹੈ।

ਕ਼ਬਾ ਕ਼ਾਮਤਿ, ਦੌਲਤੋ ਕ਼ਦਰ ਰਾ॥
ਬਸਰ, ਦੀਦਾਇ ਅ਼ਜ਼ਮਤੋ ਸਦਰ ਰਾ॥ ੧੦੯॥

ਸੰਖੇਪ ਅਰਥ : ਉਹ ਇੱਜ਼ਤ ਅਤੇ ਧਨ ਦੌਲਤ ਦੇ ਕੱਦ ਲਈ ਚੋਗ਼ਾ ਹੈ,
ਉਹ ਹੁਕਮ ਅਤੇ ਵਡਿਆਈ ਦੀਆਂ ਅੱਖਾਂ ਦਾ ਸਿਰਾ ਹੈ।

ਰਿਆਜ਼ਿ ਜਿਨਾਂ ਰਾ, ਨਸੀਮਿ ਸਹ਼ਰ॥
ਦ਼ਰਖ਼ਤਿ ਕ਼ਰਨ ਰਾ, ਨੌ ਆਈਨਿ ਸਮਰ॥ ੧੧੦॥

ਉੱਚਾਰਣ :- ਸਹ਼ਿਰ ਨ ਬੋਲੋ, ਕਿਉਂਕਿ ਜੇਕਰ ਸਹ਼ਿਰ ਬੋਲੀਏ ਤਾਂ ਜਾਦੂ ਟੂਣੇ ਦਾ ਅਰਥ ਬਣਦਾ ਹੈ।

ਸੰਖੇਪ ਅਰਥ : ਉਹ ਸੁਰਗ ਦੇ ਬਾਗ ਲਈ ਸੁਗੰਧ ਸ਼ਮੀਰ ਹੈ,
ਉਹ ਸਖ਼ਾਵਤ ਦੇ ਬਿਰਛ ਦਾ ਨਵਾਂ ਫਲ ਹੈ।

ਤ਼ਿਰਾਜ਼ਿ ਆਸਤੀਨੋ, ਮਾਹੋ ਸਾਲ ਰਾ॥
ਫ਼ਲਕ਼, [1]ਰਿਫ਼ਅ਼ਤਿ ਓੁੱਜ਼ੋ ਇਕ਼ਬਾਲ ਰਾ॥ ੧੧੧॥

ਪਾਠਭੇਦ : [1]ਕਫ਼ਅ਼ਤਿ।

ਸੰਖੇਪ ਅਰਥ : ਉਹ ਸਾਲਾਂ ਅਤੇ ਮਹੀਨਿਆਂ ਦੇ ਕਫ਼ਾਂ ਦੀ ਕੋਰ ਹੈ।

ਉਹ ਇੱਜ਼ਤ ਅਤੇ ਸ਼ਾਨ ਸ਼ੌਕਤ ਦੀ ਉਚਿਆਈ ਦਾ ਆਸਮਾਨ ਹੈ।

ਦਲੇਰੋ ਤਨੋਮੰਦੋ, ਫ਼ੇਰੋਜ਼ ਜੰਗ॥
ਗੁਲਿ ਅਦਲੋ, ਇਨਸਾਫ਼ ਰਾ, ਬੂ ਓ ਰੰਗ॥ ੧੧੨॥

ਸੰਖੇਪ ਅਰਥ : ਉਹ ਦਲੇਰ, ਤਾਕਤਵਰ ਅਤੇ ਵਿਜਈ ਜੋਧਾ ਹੈ।
ਉਹ ਅਦਲ ਇਨਸਾਫ਼ ਦੇ ਫੁੱਲ ਦੀ ਸੁਗੰਧੀ ਅਤੇ ਖ਼ੁਸ਼ਬੋ ਹੈ।

ਜਹਾਨਿ ਸਖ਼ਾ, ਆ਼ਲਮਿ ਮੁਕੱਰਮਤ॥
ਮਹ੍ਹੀਤਿ ਅ਼ਤਾ, ਕੁਲਜ਼ਮਿ ਆ਼ਤਫ਼ਤ॥ ੧੧੩॥

ਸੰਖੇਪ ਅਰਥ : ਉਹ ਸਖ਼ਾਵਤ ਦਾ ਜਹਾਨ ਅਤੇ ਬਖ਼ਸ਼ਿਸ਼ ਦੀ ਦੁਨੀਆਂ ਹੈ।
ਉਹ ਬਖ਼ਸ਼ਿਸ਼ਾਂ ਦਾ ਸਮੁੰਦਰ ਹੈ, ਮੇਹਰਬਾਨੀਆਂ ਦਾ ਡੂੰਘਾ ਸਾਗਰ ਹੈ।

ਸਿਪਹਰਿ ਅ਼ੱਲਾ, ਸਾਹ੍ਹਿਬਿ ਇਜਤਬਾ॥
ਸਿਹਾਬਿ ਕਰਮ, ਆਫ਼ਤਾਬਿ ਹਦਾ॥ ੧੧੪॥

ਸੰਖੇਪ ਅਰਥ : ਉਹ ਉਚਿਆਈ ਦਾ ਆਸਮਾਨ ਅਤੇ ਚੁਣਿਆਂ ਹੋਇਆਂ ਦਾ ਸਰਦਾਰ ਹੈ।
ਉਹ ਬਖ਼ਸ਼ਿਸ਼ ਦਾ ਬੱਦਲ ਅਤੇ ਸਿੱਖਿਆ ਦਾ ਸੂਰਜ ਹੈ।

ਫ਼ਰੋਗ਼ਿ ਜਬੀਨਿ, ਰਸੂਖ਼ੋ ਸਦਾਦ॥
ਜਮਾਲਿ ਰੁਖ਼ਿ, ਅ਼ਦਲੋ ਇਨਸਾਫ਼ ਦਾਦ॥ ੧੧੫॥

ਸੰਖੇਪ ਅਰਥ : ਉਹ ਸੱਚੀ ਬੋਲ-ਚਾਲ ਦੇ ਮੱਥੇ ਦੀ ਚਮਕ ਹੈ।
ਉਹ ਅਦਲ ਇਨਸਾਫ਼ ਦੇ ਮੁਖੜੇ ਦੀ ਰੌਣਕ ਹੈ।

ਚਰਾਗ਼ਿ ਸ਼ਬਿਸਤਾਨਿ, ਮਜਦੋ ਬਹਾ॥
ਬਹਾਰਿ ਗੁਲਿਸਿਤਾਨਿ, ਇੱਜ਼ੋ ਅ਼ੱਲਾ॥ ੧੧੬॥

ਸੰਖੇਪ ਅਰਥ : ਉਹ ਵਡੇਰੀ ਅਤੇ ਕੀਮਤੀ ਸੰਜੋਗੀ ਰਾਤ ਦਾ ਚਮਕਦਾ ਦੀਵਾ ਹੈ।
ਉਹ ਉਚਿਆਈ ਅਤੇ ਮਾਨ ਆਬਰੂ ਦੇ ਬਾਗ਼ ਦੀ ਬਹਾਰ ਹੈ।

ਨਗੀਂ ਖ਼ਾਤਮਿ, ਨਿਸਫ਼ਤੋ ਅ਼ਦਲ ਰਾ॥
ਸਮਰਿ ਸ਼ਜਰਾਇ, ਰਹ੍ਹਮਤੋ ਫਜ਼ਲ ਰਾ॥ ੧੧੭॥

ਸੰਖੇਪ ਅਰਥ : ਉਹ ਇਨਸਾਫ਼ ਅਤੇ ਨਿਆਇ ਦੀ ਅੰਗੂਠੀ ਦਾ ਨਗੀਨਾ ਇਕਰਾਮ ਹੈ।
ਉਹ ਰਹਿਮਤ ਅਤੇ ਫ਼ਜ਼ਲ ਦੇ ਬਿਰਛ ਦਾ ਫਲ ਹੈ।

ਗੁਹਰਿ ਮਾਅ਼ਦਨਿ, ਫ਼ਜ਼ਲੋ ਇਕਰਾਮ ਰਾ॥
ਜ਼ਿਆ ਬਖ਼ਸ਼ਿ, ਇਹ੍ਹਸਾਨੋ, ਇਨਆ਼ਮ ਰਾ॥ ੧੧੮॥

ਸੰਖੇਪ ਅਰਥ : ਉਹ ਕਰਮ ਅਤੇ ਬਖ਼ਸ਼ਿਸ਼ ਦੀ ਖਾਣ ਦਾ ਮੋਤੀ ਹੈ।

ਉਹ ਨਿਆਮਤਾਂ ਅਤੇ ਅਹਿਸਾਨਾਂ ਨੂੰ ਬਖ਼ਸ਼ਣ ਵਾਲੀ ਰੋਸ਼ਨੀ ਹੈ।

ਤਰਾਵਤ ਰਿਯਾਹੀਨਿ, ਤੌਹੀਦ ਰਾ॥

ਨਜ਼ਾਰਤ ਬੁਸਾਤੀਨਿ, ਤਜਰੀਦ ਰਾ॥ ੧੧੯॥

ਸੰਖੇਪ ਅਰਥ : ਉਹ ਇਕ-ਰੱਬ ਦੀਆਂ ਵੇਲਾਂ ਦੀ ਤਰਾਵਤ ਹੈ।

ਉਹ ਇਕ ਉਂਅਕਾਰ ਦੇ ਬਾਗ਼ਾਂ ਦੀ ਸੁਗੰਧੀ ਹੈ।

ਬ-ਰਜ਼ਮ ਅੰਦਰੂੰ, ਨੱਰਾਇ ਸ਼ੇਰਿ ਦਮਾਂ॥

ਬ-ਬਜ਼ਮ ਅੰਦਰੂੰ, ਅਬਰਿ ਗੁਹਰ ਫ਼ਿਸ਼ਾਂ॥ ੧੨੦॥

ਸੰਖੇਪ ਅਰਥ : ਜੰਗ ਦੇ ਮੈਦਾਨ ਵਿਚ ਉਹ ਚੰਘਾੜਦਾ ਹੋਇਆ ਬੱਬਰ ਸ਼ੇਰ ਹੈ।

ਮਹਿਫ਼ਲ ਵਿਚ ਉਹ ਮੋਤੀ ਵਰਸਾਉਣ ਵਾਲਾ ਬੱਦਲ ਹੈ।

ਬ-ਮੈਦਾਨਿ ਜੰਗ, ਆਵਰੀ ਸ਼ਹਿਸਵਾਰ॥

ਬ-ਜੌਲਾਨਿ, ਖ਼ਸਮ ਅਫ਼ਗਨੀ ਨਾਮਦਾਰ॥ ੧੨੧॥

ਸੰਖੇਪ ਅਰਥ : ਜੰਗਾਂ ਜੁੱਧਾਂ ਦੇ ਮੈਦਾਨ ਵਿਚ ਉਹ ਸ਼ਾਹਸਵਾਰ ਹੈ।

ਉਹ ਸ਼ਤਰੂਆਂ ਨੂੰ ਡੇਗਣ ਵਾਲੀ ਦੌੜ ਲਈ ਪ੍ਰਸਿੱਧ ਹੈ।

ਬ ਬਹ੍ਰਿ, ਤਹਾਰੁਬ ਦਮਿੰਦਹ, ਨਿਹੰਗ॥

ਦਿਲਿ ਖ਼ਸਮ ਦੋਜ਼ਾਂ, ਬ-ਤੀਰੋ ਖ਼ਦੰਗ॥ ੧੨੨॥

ਸੰਖੇਪ ਅਰਥ : ਉਹ ਜੰਗਾਂ ਦੇ ਸਮੁੰਦਰ ਦਾ ਫੁੰਕਾਰਦਾ ਹੋਇਆ ਮਗਰਮੱਛ ਹੈ।

ਉਹ ਆਪਣੇ ਤੀਰਾਂ ਤੁਫੰਗਾਂ ਨਾਲ ਦੁਸ਼ਮਨ ਦੇ ਦਿਲ ਨੂੰ ਪਰੋ ਦੇਣ ਵਾਲਾ ਹੈ।

ਫ਼ਿਰੋਜ਼ਿੰਦਾ ਮਿਹਰੇ, ਬ ਐਵਾਨਿ ਬਜ਼ਮ॥

ਦਮਾਂ [1]ਅਜ਼ਦਹਾਇ, ਬ-ਮੈਦਾਨਿ ਰਜ਼ਮ॥ ੧੨੩॥

ਉੱਚਾਰਣ :- [1]ਅਜ਼ਦ-ਹਾ-ਇ ਬੋਲੋ।

ਸੰਖੇਪ ਅਰਥ : ਉਹ ਮਹਿਫ਼ਲ ਦੇ ਮਹਿਲਾਂ ਦੇ ਚਮਕਦਾ ਸੂਰਜ ਹੈ।

ਉਹ ਜੰਗ ਦੇ ਮੈਦਾਨ ਦਾ ਸ਼ੂਕਦਾ ਨਾਗ ਹੈ।

ਹਮਾਯੂੰ ਹੁਮਾ, ਔਜਿ ਤਕਮੀਲ ਰਾ॥

ਦਰਖ਼ਸ਼ਿੰਦਹ ਮਹਿ, ਔਜਿ ਤਫ਼ਜ਼ੀਲ ਰਾ॥ ੧੨੪॥

ਸੰਖੇਪ ਅਰਥ : ਨਿਪੁੰਨਤਾ ਦੀ ਉਚਿਆਈ ਦਾ ਉਹ ਮੁਬਾਰਕ ਹੁਮਾ ਹੈ।

ਵਡਿਆਈ ਦੀ ਬੁਲੰਦੀ ਦਾ ਉਹ ਚਮਕਦਾ ਚੰਦਰਮਾ ਹੈ।

ਗੁਲ ਆਰਾਇ, ਬਾਗ਼ਿ ਜਹਾਂ ਪਰਵਰੀ॥

ਫ਼ਰੋਗ਼ਿ, ਦਿਲੋ ਦੀਦਾਇ, ਸਰਵਰੀ॥ ੧੨੫॥

ਸੰਖੇਪ ਅਰਥ : ਉਹ ਜਹਾਨ ਦੀ ਪ੍ਰਿਤਪਾਲਣਾ ਦੇ ਬਾਗ਼ ਦੇ ਫੁੱਲਾਂ ਨੂੰ ਸਜਾਉਣ ਵਾਲਾ ਹੈ।

ਉਹ ਸਰਦਾਰੀ ਦੇ ਦਿਲ ਅਤੇ ਨੇਤਰਾਂ ਦੀ ਰੋਸ਼ਨੀ ਹੈ।

ਨੇ ਆਈਨ, ਗੁਲਿ ਗੁਲਸ਼ਨਿ ਫ਼ੱਰੋ ਜ਼ੇਬ॥
ਬੁਲੰਦ ਅਜ਼ ਸ਼ੁਮਾਰਿ, ਫ਼ਰਾਜ਼ੋ ਨਸ਼ੇਬ॥ ੧੨੬॥

ਸੰਖੇਪ ਅਰਥ : ਕੋਈ ਕਾਨੂੰਨ ਨਹੀਂ, ਇਸ ਗੱਲ 'ਚ ਭਾਵ ਕੋਈ ਸ਼ੱਕ ਨਹੀਂ ਹੈ ਕਿ ਸ਼ਾਨ ਸ਼ੌਕਤ ਅਤੇ ਸਜਾਵਟ ਦੇ ਬਾਗ਼ ਦਾ ਉਹ ਤਾਜ਼ਾ ਫੁੱਲ ਹੈ।

ਜਹਾਂਬਾਨਿ ਮੁਲਕਿ, ਦਵਾਮੋ ਅਬਦ॥
ਬ-ਇਲਮੁਲ ਯਕੀਂ, ਦਰ ਦੋ ਆਲਮ ਅਹਦ॥੧੨੭॥

ਸੰਖੇਪ ਅਰਥ : ਉਹ ਸਦੀਵੀ ਮੁਲਕ ਅਤੇ ਅਮਰ ਦੇਸ਼ ਦਾ ਨਿਗਾਹਬਾਨ ਹੈ। ਗਿਆਨ ਦੇ ਵਿਸ਼ਵਾਸ ਰਾਹੀਂ ਉਹ ਦੋਹਾਂ ਜਹਾਨਾਂ ਵਿਚ ਇਕੋ ਇਕ ਵਿਅਕਤੀ ਹੈ।

ਹਮਹ ਔਲੀਆ, ਓ ਹਮਹ ਅੰਬੀਆ॥
ਹਮਹ ਅਸਫ਼ੀਆ, ਓ ਹਮਾ ਅਤਕ਼ੀਆ॥ ੧੨੮॥

ਸੰਖੇਪ ਅਰਥ : ਸਾਰੇ ਵਲੀਆਂ ਅਤੇ ਸਾਰੇ ਨਬੀਆਂ ਨੇ।

ਸਾਰੇ ਸੂਫ਼ੀਆਂ ਅਤੇ ਸਾਰੇ ਪਰਹੇਜ਼ਗਾਰਾਂ ਨੇ।

ਬਖ਼ਾਕਿ ਦਰਸ਼, ਸਰ ਨਿਹਾਦਹ ਬ-ਇੱਜਜ਼॥
ਬਪਾ ਅੰਦਰਸ਼, ਅਫ਼ਤਾਦਹ ਬ-ਇੱਜ਼ਜ਼॥ ੧੨੯॥

ਸੰਖੇਪ ਅਰਥ : ਉਸ ਦੇ ਦਰਵਾਜ਼ੇ ਦੀ ਖ਼ਾਕ ਅਤੇ ਨਿਮਰਤਾ ਸਹਿਤ ਸਿਰ ਝੁਕਾ ਰੱਖਿਆ ਹੈ।

ਉਹ ਸਨਿਮਰ ਉਸ ਦੇ ਚਰਨਾਂ ਵਿਚ ਡਿੱਗੇ ਹੋਏ ਹਨ।

ਚਿ ਔਤਾਦ ਹਾ, ਓ ਚਿ ਅਬਦਾਲ ਹਾ॥
ਚਿ ਅਕ਼ਤਾਬ, ਫ਼ਰਖ਼ੰਦਹ ਇਕ਼ਬਾਲ ਹਾ॥ ੧੩੦॥

ਸੰਖੇਪ ਅਰਥ : ਕੀ ਬਜ਼ੁਰਗ ਅਤੇ ਕੀ ਅਬਦਾਲ ਮਸਤ ਕਲੰਦਰ।

ਕੀ ਕੁਤਬ ਅਤੇ ਕੀ ਨੇਕ ਸ਼ਗਨਾਂ ਵਾਲੇ ਪਰਵਾਣ ਪਿਆਰੇ।

ਚਿ ਸਿੱਧੋ, ਚਿ ਨਾਥੋ, ਚਿ ਗ਼ੌਸੋ, ਚਿ ਪੀਰ॥
ਚਿ ਸੁਰਜਨ, ਚਿ ਮੁਨਿਜਨ, ਚਿ ਸ਼ਾਹ, ਚਿ ਫ਼ਕ਼ੀਰ॥੧੩੧॥

ਸੰਖੇਪ ਅਰਥ : ਕੀ ਸਿੱਧ ਅਤੇ ਕੀ ਨਾਥ, ਕੀ ਗ਼ੌਸ ਅਤੇ ਕੀ ਪੀਰ।

ਕੀ ਸੁਰਜਨ, ਮੁਨਜਨ ਅਤੇ ਕੀ ਬਾਦਸ਼ਾਹ ਅਤੇ ਕੀ ਫ਼ਕੀਰ।

ਹਮਹ ਬੰਦਾ, ਓ ਫ਼ਿਦਵੀਇ ਨਾਮਿ ਊ॥
ਹਮਹ ਖ਼੍ਵਾਸਤਗਾਰਿੰਦਾਇ, ਕਾਮਿ ਊ॥ ੧੩੨॥

ਸੰਖੇਪ ਅਰਥ : ਸਾਰੇ ਹੀ ਉਸ ਦੇ ਨਾਮ ਦੇ ਗ਼ੁਲਾਮ ਅਤੇ ਸੇਵਕ ਹਨ। ਸਾਰੇ ਹੀ ਉਸ ਦੀ ਕਾਮਨਾ ਦੀ ਚੇਸ਼ਟਾ ਕਰਨ ਵਾਲੇ ਹਨ।

ਕਜ਼ਾ ਓ ਕ਼ਦਰ, ਹਰ ਦੋ ਦਰ ਤ਼ਾਇ੍ਤਸ਼[1]॥
ਸਿ-ਪਹਿਰੋ ਜ਼ਮੀਂ ਹਰ ਦੋ ਦਰ ਖ਼ਿਦਮਤਸ਼॥੧੩੩॥

ਪਾਠਭੇਦ : [1]ਤ਼ਾਅ਼ਤਸ਼।

ਸੰਖੇਪ ਅਰਥ : ਹੋਣੀ ਅਤੇ ਪ੍ਰਕ੍ਰਿਤੀ ਦੋਵੇਂ ਉਸ ਦੀ ਤਾਬਿਆ ਹਨ। ਆਸਮਾਨ ਅਤੇ ਧਰਤ ਦੋਵੇਂ ਉਸ ਦੀ ਸੇਵਾ ਵਿਚ ਹਨ।

ਖ਼ੁੱਰੋ ਮਾਹ, ਹਰ ਦੋ ਗਦਾਇ ਦਰਸ਼॥
ਬੱਰੋ ਬਹ਼ਿਰ, ਹਰ ਦੋ ਸ਼ਨਾ ਗੁਸਤਰਸ਼॥ ੧੩੪॥

ਸੰਖੇਪ ਅਰਥ : ਸੂਰਜ ਚੰਨ ਦੋਵੇਂ ਉਸ ਦੇ ਦਵਾਰੇ ਦੇ ਮੰਗਤੇ ਹਨ। ਜਲ ਥਲ ਦੋਵੇਂ ਹੀ ਉਸ ਦੀ ਸਿਫ਼ਤ ਸਨਾ ਦਾ ਪਰਸਾਰ ਕਰਨ ਵਾਲੇ ਹਨ।

ਤਵਾਲੀ ਤਫ਼ੱਜ਼ੁਲ, ਤਵਾਤੁਰ ਕਰਮ॥
ਤਵਾਫ਼ੁਰ ਤਰਾਹੁਮ, ਤਕਾਸੁਰ ਨਿਅ਼ਮ॥ ੧੩੫॥

ਨੋਟ : ਤਰਵਾ-ਤਰ, ਤਵਾ-ਤਰ, ਤਵਾਤੁਰ ਤਿੰਨਾਂ ਦਾ ਅਰਥ ਲਗਾਤਾਰ ਬਣਦਾ ਹੈ।

ਸੰਖੇਪ ਅਰਥ : ਉਹ ਮਿਹਰਾਂ ਅਤੇ ਬਖ਼ਸ਼ਿਸ਼ਾਂ ਪਿੱਛੇ ਜਾਣ ਵਾਲਾ ਹੈ, ਉਹ ਰਹਿਮਤਾਂ ਦੀ ਬਹੁਤਾਤ ਹੈ ਅਤੇ ਨਿਆਮਤਾਂ ਦਾ ਅਤਿਅੰਤ ਹੈ।

ਮਕ਼ਾਲਸ਼ ਰਿਆਹੁਲ, ਅਜਮ ਵਲ-ਅ਼ਰਬ॥
ਜ਼ਿ ਨੂਰਸ਼ ਫ਼ਰੋਜ਼ਾਂ, ਸ਼ਰਕੁਲ ਗ਼ਰਬ॥ ੧੩੬॥

ਸੰਖੇਪ ਅਰਥ : ਉਸ ਦੇ ਬੋਲ ਅਰਬ ਅਤੇ ਈਰਾਨ ਲਈ ਸੁਗੰਧ ਸ਼ਮੀਰ ਹਨ। ਉਸ ਦੇ ਨੂਰ ਤੋਂ ਪੂਰਬ ਅਤੇ ਪੱਛਮ ਰੋਸ਼ਨ ਹਨ।

ਹਰ ਆਂ ਕਸ ਕਿ, ਅਜ਼ ਰਹਿ ਸਿਦਕ਼ ਇਅ਼ਤਕਾਦ॥
ਬਪਾਇ ਹਮਾਯੂਨਿ ਊ, ਸਰ ਨਿਹਾਦ॥ ੧੩੭॥

ਸੰਖੇਪ ਅਰਥ : ਹਰ ਉਸ ਪੁਰਸ਼ ਨੇ ਜਿਸ ਨੇ ਸੱਚੇ ਦਿਲ ਅਤੇ ਵਿਸ਼ਵਾਸ ਨਾਲ ਉਸ ਦੇ ਮੁਬਾਰਕ ਚਰਨਾਂ ਵਿਚ ਆਪਣਾ ਸਿਰ ਰੱਖ ਦਿੱਤਾ।

ਸਰ ਅਫ਼ਰਾਖ਼ਤਸ਼ ਹੱਕ਼, ਜ਼ਿ ਹਰ ਸਰਬੁਲੰਦ॥
ਅਗਰ ਸਰ-ਨਿਗੂੰ ਬਖ਼ਤੋ, ਅਖ਼ਤਰ ਨਜ਼ੰਦ॥੧੩੮॥

ਸੰਖੇਪ ਅਰਥ : ਰੱਬ ਨੇ ਉਸ ਨੂੰ ਹਰ ਉਚੇ ਪੁਰਸ਼ ਤੋਂ ਵੀ ਉਚੇਰਾ ਮਾਣ ਬਖ਼ਸ਼ਿਆ। ਭਾਵੇਂ ਉਸ ਦੀ ਤਕਦੀਰ ਮਾੜੀ ਸੀ ਅਤੇ ਉਸ ਦਾ ਸਿਤਾਰਾ ਕਮਜ਼ੋਰ ਸੀ।

ਹਰ ਆਂ ਕਸ ਕਿ, ਊ ਖ਼ਾਂਦ ਨਾਮਸ਼ ਬਸਿਦਕ਼॥
ਰਵਾ ਸ਼ੁਦ, ਹਰ ਉਮੀਦੋ ਕਾਮਸ਼ ਬਸਿਦਕ਼॥ ੧੩੯॥

ਸੰਖੇਪ ਅਰਥ : ਹਰ ਉਸ ਬੰਦੇ ਨੇ ਜਿਸ ਨੇ ਉਸ ਦਾ ਨਾਮ ਸੱਚੇ ਦਿਲੋਂ ਲਿਆ। ਨਿਰਸੰਦੇਹ ਉਸ ਦੀ ਹਰ ਮੁਰਾਦ ਅਤੇ ਕਾਮਨਾ ਪੂਰੀ ਹੋ ਗਈ।

ਹਰ ਆਂ ਕਸ ਕਿ, ਊ ਨਾਮਿ ਊਰਾ ਸ਼ਨੀਦ॥
ਜ਼ਿ ਪਾਦਾਸ਼ਿ, ਹਰ ਮਾਅਸੀਅਤ ਵਾ ਰਹੀਦ॥ ੧੪੦॥

ਸੰਖੇਪ ਅਰਥ : ਹਰ ਉਸ ਬੰਦੇ ਨੇ ਜਿਸ ਨੇ ਉਸ ਦਾ ਪਵਿੱਤਰ ਨਾਮ ਸੁਣਿਆ। ਉਹ ਹਰ ਗੁਨਾਹ ਦੀ ਸਜ਼ਾ ਤੋਂ ਮੁਕਤ ਹੋ ਗਿਆ।

ਹਰ ਆਂ ਕਸ ਕਿ, ਦੀਦਾਰਿ ਪਾਕਸ਼ ਬਦੀਦ॥
ਬਚਸ਼ਮ ਅੰਦਰਸ਼, ਨੂਰਿ ਹੱਕ਼ ਸ਼ੁਦ ਪਦੀਦ॥ ੧੪੧॥

ਸੰਖੇਪ ਅਰਥ : ਹਰ ਉਸ ਬੰਦੇ ਨੇ ਜਿਸ ਨੇ ਉਸ ਦੇ ਪਵਿੱਤਰ ਦਰਸ਼ਨ ਕੀਤੇ। ਉਸ ਦੇ ਨੇਤਰਾਂ ਵਿਚ ਰੱਬ ਦਾ ਨੂਰ ਜਗਮਗਾ ਉਠਿਆ।

ਹਰ ਆਂ ਕਸ ਕਿ, ਊ ਗਸ਼ਤ ਮਨਜ਼ੂਰਿ ਊ॥
ਬ-ਵਸਲਿ ਖ਼ੁਦਸ਼, ਹੱਕ਼ ਫ਼ਜ਼ੂਦ ਆਬਰੂ॥ ੧੪੨॥

ਸੰਖੇਪ ਅਰਥ : ਜੋ ਕੋਈ ਵੀ ਉਸ ਦੀਆਂ ਨਜ਼ਰਾਂ ਨੂੰ ਭਾ ਗਿਆ। ਰੱਬ ਨੇ ਆਪਣੇ ਮਿਲਾਪ ਨਾਲ ਉਸ ਦਾ ਮਾਨ ਸਤਿਕਾਰ ਵਧਾ ਦਿੱਤਾ।

ਤੁਫ਼ੈਲਸ਼ ਹਮਹ, ਮੁਜਰਿਮਾਂ ਰਾ ਨਜਾਤ॥
ਜ਼ਿ ਪਾ-ਸੂਇ ਊ, ਮੁਰਦਗਾਂ ਰਾ ਹਯਾਤ॥ ੧੪੩॥

ਸੰਖੇਪ ਅਰਥ : ਉਸਦੀ ਮਿਹਰ ਸਦਕਾ ਸਾਰੇ ਗੁਨਾਹਗਾਰਾਂ ਨੂੰ ਮੁਕਤੀ ਪ੍ਰਾਪਤ ਹੋ ਗਈ। ਉਸ ਦੇ ਚਰਨ ਧੋਣ ਕਰਕੇ ਮੁਰਦੇ ਵੀ ਜੀ ਪੈਂਦੇ ਹਨ।

ਚਿ ਹੈਵਾਂ ਮੁਕ਼ਾਬਿਲ, ਬ ਪਾ ਸ਼ੂਇ ਊ॥
ਕਿ ਆਂ ਨੀਜ਼ ਸ਼ੁਦ, ਬੰਦਾਇ ਕੂਇ ਊ॥ ੧੪੪॥

ਸੰਖੇਪ ਅਰਥ : ਉਸ ਦੇ ਚਰਨ ਧੋਣ ਦੇ ਸਾਹਮਦੇ ਅੰਮ੍ਰਿਤ ਕੀ ਚੀਜ਼ ਹੈ। ਕਿਉਂ ਜੋ ਉਹ ਵੀ ਉਸ ਦੀ ਗਲੀ ਦਾ ਗ਼ੁਲਾਮ ਹੋ ਜਾਂਦਾ ਹੈ।

ਜ਼ਿ ਹੈਵਾਂ ਅਗਰ, ਮੁਰਦਾ ਗਿਲ-ਹਾ ਜ਼ੀਅੰਦ॥
ਅਜ਼ੀਂ ਆਬ ਜਾਂਹਾ, ੳ ਦਿਲਹਾ ਜ਼ੀਅੰਦ॥ ੧੪੫॥

ਸੰਖੇਪ ਅਰਥ : ਜੇਕਰ ਆਬਿ-ਹਯਾਤ ਤੋਂ ਮੁਰਦਾ ਮਿੱਟੀ ਵਿਚ ਜਾਨ ਪੈ ਜਾਂਦੀ ਹੈ।
ਤਾਂ ਇਸ ਅੰਮ੍ਰਿਤ ਤੋਂ ਜਾਨ ਅਤੇ ਦਿਲ ਸੁਰਜੀਤ ਹੋ ਜਾਂਦੇ ਹਨ।

ਜਲਾਲਿ ਮਕ਼ਾਲਸ਼, ਚੁਨਾਂ ਆਮਦਹ॥
ਕਿ ਸਦ ਆਬਿ-ਹੈਵਾਂ, ਦਰਾਂ ਆਮਦਹ॥ ੧੪੬॥

ਸੰਖੇਪ ਅਰਥ : ਉਸ ਦੇ ਬੋਲਾਂ ਦਾ ਰੂਪ ਕੁਝ ਇਹੋ ਜਿਹਾ ਹੈ।
ਕਿ ਉਸ ਵਿਚ ਸੈਂਕੜੇ ਆਬਿ-ਹਯਾਤ ਸਮਾ ਜਾਂਦੇ ਹਨ।

ਜਹਾਂ ਦਰ ਜਹਾਂ, ਮੁਰਦਾ ਰਾ ਜ਼ਿੰਦਾ ਕਰਦ॥
ਹਜ਼ਾਰਾਂ, ਦਿਲਿ ਜ਼ਿੰਦਾ ਰਾ, ਬੰਦਾ ਕਰਦ॥ ੧੪੭॥

ਸੰਖੇਪ ਅਰਥ : ਕਈਆਂ ਮੁਰਦਿਆਂ ਦੀਆਂ ਦੁਨੀਆਂ ਨੂੰ ਉਸ ਨੇ ਸੁਰਜੀਤ ਕਰ ਦਿੱਤਾ।
ਹਜ਼ਾਰਾਂ ਜ਼ਿੰਦਾ ਦਿਲਾਂ ਨੂੰ ਉਸ ਨੇ ਆਪਣਾ ਬੰਦਾ ਬਣਾ ਲਿਆ।

ਚਿ ਗੰਗਾ ਮੁਕ਼ਾਬਿਲ, ਬ ਅੰਮ੍ਰਿਤਸਰਸ਼॥
ਕਿ ਹਰ ਹਸ਼ਤੋ ਸ਼ਸਤ, ਆਮਦਹ ਚਾਕਰਸ਼॥ ੧੪੮॥

ਸੰਖੇਪ ਅਰਥ : ਉਸ ਅੰਮ੍ਰਿਤ ਸਰੋਵਰ (ਅੰਮ੍ਰਿਤਸਰ) ਦੇ ਮੁਕਾਬਲੇ ਤੇ ਗੰਗਾ ਕੀ ਹੈ।
ਕਿਉਂ ਜੋ ਅਠਸਠ ਤੀਰਥਾਂ 'ਚੋਂ ਹਰ ਇਕ ਉਸ ਦਾ ਚਾਕਰ ਹੈ।

ਵਜੂਦਸ਼ ਬਹੱਕ਼, ਪਾਇਦਾਰੋ ਮੁਦਾਮ॥
ਦਿਲਸ਼ ਰੌਸ਼ਨ, ਅਜ਼ ਨੂਰਿ ਹੱਕ਼ੁਲ-ਕਰਾਮ॥ ੧੪੯॥

ਸੰਖੇਪ ਅਰਥ : ਉਸ ਦਾ ਵਜੂਦ ਸੱਚ ਸਦਕਾ ਸਦੀਵੀ ਅਤੇ ਅਮਰ ਹੈ।
ਰੱਬ ਦੀ ਬਖ਼ਸ਼ਿਸ਼ ਦੇ ਨੂਰ ਸਦਕਾ ਉਸ ਦਾ ਦਿਲ ਸਦਾ ਰੌਸ਼ਨ ਹੈ।

ਬਹੱਕ਼ ਦਾਨੀ, ਅਜ਼ ਜੁਮਲਹ ਵਾਲਾ ਨਜ਼ਰ॥
ਬਹੱਕ਼ ਬੀਨੀ, ਅਜ਼ ਜੁਮਲਾ, ਰੌਸ਼ਨ ਬਸਰ॥ ੧੫੦॥

ਉੱਚਾਰਣ :- ਬਸਰ ਇਕੱਠਾ ਬੋਲੋ ਕਿਉਂਕਿ ਬਸਰ ਦਾ ਅਰਥ ਅੱਖ ਬਣਦਾ ਹੈ ਅਤੇ ਬ-ਸਰ ਦਾ ਅਰਥ ਸਿਰ ਉੱਪਰ ਬਣਾ ਹੈ।

ਸੰਖੇਪ ਅਰਥ : ਸੱਚ ਦੇ ਜਾਣਨ ਵਿਚ ਉਸਦੀ ਸਭ ਨਾਲੋਂ ਉਚੇਰੀ ਦਿਬ-ਦ੍ਰਿਸ਼ਟੀ ਹੈ।
ਸੱਚ ਦੇ ਵੇਖਣ ਵਿਚ ਉਹ ਸਭ ਨਾਲੋਂ ਰੌਸ਼ਨ ਨਿਗਾਹ ਰੱਖਦਾ ਹੈ।

ਬ-ਆਗਾਹੀ ਅਜ਼, ਜੁਮਲਾ ਆਗਾਹਤਰ॥
ਦਰ ਅਕ਼ਲੀਮ ਦਾਨਿਸ਼, ਸ਼ਹਿਨਸ਼ਾਹ ਤਰ॥ ੧੫੧॥

ਸੰਖੇਪ ਅਰਥ : ਸੱਚ ਦੇ ਗਿਆਨ ਤੋਂ ਉਹ ਸਭਨਾਂ ਨਾਲੋਂ ਵਧੇਰੇ ਵਾਕਫ਼ਕਾਰ ਹੈ।
ਅਕਲ ਅਤੇ ਸੂਝ ਦਾ ਉਹ ਸ਼ਹਿਨਸ਼ਾਹ ਹੈ।

ਜਬੀਨਿ ਮਤੀਨਸ਼; ਫ਼ਰੋਜ਼ਿੰਦਹ ਨੂਰ॥
ਜ਼ਮੀਰਿ ਮੁਨੀਰਸ਼, ਦਰਖ਼ਸ਼ਿੰਦਹ ਹੂਰ॥ ੧੫੨॥

ਸੰਖੇਪ ਅਰਥ : ਉਸ ਦਾ ਫੌਲਾਦੀ ਮੱਥਾ ਰੱਬੀ ਨੂਰ ਨਾਲ ਚਮਕਦਾ ਹੈ,
ਉਸ ਦੀ ਨੂਰਾਨੀ ਆਤਮਾ ਇਕ ਚਮਕਦਾ ਸੂਰਜ ਹੈ।

ਬ-ਫ਼ਜ਼ਲੋ ਤਰਾਹੁਮ, ਸਰਾਸਰ ਫਜ਼ਾਲ॥
ਬ-ਜ਼ੇਬੋ ਤਜ਼ੱਈਯੁਨ, ਸਰਾਪਾ ਜਮਾਲ॥ ੧੫੩॥

ਸੰਖੇਪ ਅਰਥ : ਰਹਿਮ ਕਰਮ ਵਿਚ ਉਹ ਸਰਾਸਰ ਬਖ਼ਸ਼ਿੰਦਾ ਹੈ,
ਸੁਹਜ ਸ਼ਿੰਗਾਰ ਵਿਚ ਉਹ ਸਿਰ ਤੋਂ ਪੈਰ ਤਕ ਹੁਸਨ ਹੀ ਹੁਸਨ ਹੈ।

ਬ-ਹਿੰਮਤ, ਬੁਲੰਦੀ ਬੁਲੰਦ, ਅਜ਼ ਹਮਾ॥
ਬ-ਇਕ਼ਬਾਲ ਫ਼ੈਰੋਜ਼ਮੰਦ, ਅਜ਼ ਹਮਾ॥ ੧੫੪॥

ਸੰਖੇਪ ਅਰਥ : ਹੌਸਲੇ ਵਿਚ ਉਹ ਸਭ ਨਾਲੋਂ ਉਚੇਰੇ ਹੌਸਲੇ ਦਾ ਮਾਲਕ ਹੈ,
ਇਕਬਾਲ, ਮਰਤਬੇ ਵਿਚ ਉਹ ਸਭ ਨਾਲੋਂ ਵਧੇਰੇ ਸੁਭਾਗਾ ਹੈ।

ਅਗਰਚਿ, ਬ-ਤਸਖ਼ੀਰਿ ਹਰ ਦੋ ਜਹਾਂ॥
ਨਿਆਜ਼ਸ਼ ਨ ਬਾਸ਼ਦ, ਬ ਤੇਗ਼ੋ ਸਿਨਾਂ॥ ੧੫੫॥
ਵਲੇ ਜੌਹਰਿ ਤੇਗ, ਅਫ਼ੋਰਖ਼ਤਾ॥
ਜ਼ਿ ਬਰਕ਼ਸ਼, ਦਿਲਿ ਦੁਸ਼ਮਨਾਂ ਸੋਖ਼ਤਹ॥ ੧੫੬॥

ਸੰਖੇਪ ਅਰਥ : ਭਾਵੇਂ ਦੋਹਾਂ ਜਹਾਨਾਂ ਦੀ ਫ਼ਤਹਿ ਲਈ ਉਸ ਨੂੰ
ਤਲਵਾਰਾਂ ਅਤੇ ਭਾਲੇ ਦੀ ਲੋੜ ਨਹੀਂ,
ਪਰ ਉਸ ਦੀ ਤਲਵਾਰ ਦਾ ਜੌਹਰ ਜਦ ਰੌਸ਼ਨ ਹੁੰਦਾ ਹੈ
ਤਾਂ ਉਸ ਦੀ ਬਿਜਲੀ ਨਾਲ ਦੁਸ਼ਮਨਾਂ ਦਾ ਦਿਲ ਬਲ ਉਠਦਾ ਹੈ।

ਜ਼ਿ ਜ਼ੋਪੀਨਿ-ਊ, ਪੀਲ ਰਾ, ਖ਼ੂੰ ਜਿਗਰ॥
ਜ਼ਿ ਤੀਰਸ਼, ਜਿਗਰ ਸੋਖ਼ਤਹ ਸ਼ੇਰਿ ਨਰ॥ ੧੫੭॥

ਸੰਖੇਪ ਅਰਥ : ਉਸ ਦੇ ਨੇਜ਼ੇ ਤੋਂ ਹਾਥੀ ਦੇ ਜਿਗਰ ਦਾ ਖ਼ੂਨ ਹੋ ਜਾਂਦਾ ਹੈ,
ਉਸ ਦੇ ਤੀਰ ਤੋਂ ਬੱਬਰ ਸ਼ੇਰ ਦਾ ਜਿਗਰ ਵੀ ਸੜ ਜਾਂਦਾ ਹੈ।

ਕਮੰਦਸ਼ ਦਦੋ, ਦਾਮ ਦਰ, ਬੰਦ ਕਰਦ॥
ਸਿਨਾਨਸ਼ ਜ਼ਿ ਦੇਵਾਂ, ਬਰ ਆਵੁਰਦ ਗਰਦ॥ ੧੫੮॥

ਸੰਖੇਪ ਅਰਥ : ਉਸ ਦੀ ਕਮੰਦ ਨੇ ਜਾਨਵਰਾਂ ਅਤੇ ਦਰਿੰਦਿਆਂ ਨੂੰ ਆਪਣੇ ਫੰਦੇ ਵਿਚ ਫਸਾ ਲਿਆ ਹੈ।

ਉਸ ਦੇ ਭਾਲੇ ਨੇ ਦੈਂਤਾਂ ਦੀ ਧੂੜ ਉੜਾ ਦਿੱਤੀ ਹੈ।

ਚੁਨਾਂ ਨਾਵਕਸ਼, ਹ਼ਲਕ਼ਾ ਦਰ ਕੋਹ ਕਰਦ॥

ਕਿ ਅਰਜੁਨ, ਨ ਕਰਦਾ, ਬਰੋਜ਼ਿ ਨਬੁੱਰਦ॥ ੧੫੯॥

ਸੰਖੇਪ ਅਰਥ : ਉਸ ਦੇ ਤਿੱਖੇ ਤੀਰ ਨੇ ਪਹਾੜ ਦੇ ਦਾਇਰੇ ਨੂੰ ਇਸ ਤਰ੍ਹਾਂ ਵਿੰਨ੍ਹ ਦਿੱਤਾ।

ਕਿ ਅਰਜਨ ਵੀ ਜੰਗ ਦੇ ਦਿਨ ਅਜਿਹਾ ਨਹੀਂ ਸੀ ਕਰ ਸਕਿਆ।

ਚਿ ਅਰਜੁਨ ਚਿ ਭੀਮੋ, ਚਿ ਰੁਸਤਮ ਚਿ ਸਾਮ॥

ਚਿ ਅਸਫ਼ੰਦਯਾਰੋ, ਚਿ ਲਛਮਨ ਚਿ ਰਾਮ॥ ੧੬੦॥

ਸੰਖੇਪ ਅਰਥ : ਅਰਜੁਨ ਜਾਂ ਭੀਮ ਅਤੇ ਰੁਸਤਮ ਜਾਂ ਸਾਮ ਕੀ ਹਨ?

ਅਸਫ਼ੰਦਯਾਰ ਜਾਂ ਰਾਮ ਅਤੇ ਲਛਮਣ ਕੀ ਹਨ?

ਹਜ਼ਾਰਾਂ ਮਹੇਸ਼ੋ, ਹਜ਼ਾਰਾਂ ਗਨੇਸ਼॥

ਬਪਾਇਸ਼ ਨਿਹਾਦਹ, ਸਰਿ ਇੱਜਜ਼ਿ ਖ਼੍ਵੇਸ਼॥ ੧੬੧॥

ਸੰਖੇਪ ਅਰਥ : ਹਜ਼ਾਰਾਂ ਮਹੇਸ਼ ਅਤੇ ਹਜ਼ਾਰਾਂ ਗਣੇਸ਼

ਨਿਮਰਤਾ ਨਾਲ ਆਪਣੇ ਸੀਸ ਉਸ ਦੇ ਚਰਨਾਂ 'ਤੇ ਝੁਕਾਉਂਦੇ ਹਨ।

ਹਮਾ ਬੰਦਹਿ ਊ, ਸ਼ਾਹਿ ਫ਼ੀਰੋਜ਼-ਜੰਗ॥

ਦੋ ਆ਼ਲਮ, ਅਜ਼ੋ ਯਾਫ਼ਤਹ ਬੂ ਓ ਰੰਗ॥ ੧੬੨॥

ਸੰਖੇਪ ਅਰਥ : ਉਸ ਜੰਗ ਦੇ ਵਿਜੱਈ ਬਾਦਸ਼ਾਹ ਦੇ ਸਾਰੇ ਹੀ ਗੁਲਾਮ ਹਨ, ਦੋਹਾਂ ਜਹਾਨਾਂ ਨੇ ਉਸ ਦੇ ਹੱਥੋਂ ਰੌਣਕ ਪ੍ਰਾਪਤ ਕੀਤੀ ਹੈ।

ਹਜ਼ਾਰਾਂ ਅ਼ਲੀ, ਓ ਹਜ਼ਾਰਾਂ ਵਲੀ॥

ਬਪਾਇਸ਼ ਨਿਹਾਦਹ, ਸਰਿ ਸਰਵਰੀ॥ ੧੬੩॥

ਸੰਖੇਪ ਅਰਥ : ਹਜ਼ਾਰਾਂ ਅਲੀ ਅਤੇ ਹਜ਼ਾਰਾਂ ਹੀ ਵਲੀ,

ਆਪਣੀ ਸਰਦਾਰੀ ਦਾ ਸਿਰ ਉਸ ਦੇ ਕਦਮਾਂ ਵਿਚ ਰੱਖਦੇ ਹਨ।

ਚੂੰ ਤੀਰਸ਼, ਜਹਦ ਅਜ਼ ਕਮਾਂ, ਤੇਜ਼ਤਰ॥

ਹਮਹ ਦੁਸ਼ਮਨਾਂ ਰਾ, ਸ਼ਿਗਾਫ਼ਦ ਜਿਗਰ॥ ੧੬੪॥

ਸੰਖੇਪ ਅਰਥ : ਜਦ ਉਸ ਦਾ ਤੀਰ ਕਮਾਨ ਵਿਚੋਂ ਤੇਜ਼ੀ ਨਾਲ ਛੁੱਟਦਾ ਹੈ, ਤਾਂ ਸਾਰੇ ਦੁਸ਼ਮਨਾਂ ਦੇ ਜਿਗਰ ਚੀਰ ਦਿੰਦਾ ਹੈ।

ਖ਼ਦੰਗਸ਼ ਚੁਨਾਂ, ਸੰਗਿ ਖ਼ਾਰਹ ਦੱਰਦ॥

ਕਿ ਸ਼ਮਸ਼ੀਰਿ ਹਿੰਦੀ, ਗਿਆਹ ਰਾ ਬੱਰਦ॥ ੧੬੫॥

ਸੰਖੇਪ ਅਰਥ : ਉਸ ਦਾ ਤੀਰ ਸਖ਼ਤ ਪੱਥਰ ਨੂੰ ਇਸ ਤਰ੍ਹਾਂ ਕੱਟ ਦਿੰਦਾ ਹੈ, ਜਿਵੇਂ ਹਿੰਦੀ ਤਲਵਾਰ ਘਾਹ ਨੂੰ ਕੱਟ ਦਿੰਦੀ ਹੈ।

ਚਿ ਸੰਗੋ, ਚਿ ਆਹਨ, ਬਰਿ ਤੀਰਿ ਊ॥
ਚਿ ਫ਼ਰਜ਼ਾਨਗਾਂ, ਪੇਸ਼ਿ ਤਦਬੀਰਿ ਊ॥ ੧੬੬॥

ਸੰਖੇਪ ਅਰਥ : ਉਸ ਦੇ ਤੀਰ ਦੇ ਸਾਹਮਣੇ ਪੱਥਰ ਜਾਂ ਲੋਹਾ ਕੀ ਹਨ? ਉਸਦੀ ਵਿਉਤਬੰਦੀ ਦੇ ਸਾਹਮਣੇ ਅਕਲਮੰਦਾਂ ਦੀ ਅਕਲ ਵੀ ਕੰਮ ਨਹੀਂ ਕਰਦੀ।

ਅ਼ਮੂਦਸ਼ ਚੂੰ, ਬਰ ਫ਼ਰਕ਼ਿ ਪੀਲਾਂ ਰਸਦ॥
ਅਗਰ ਕੋਹ ਬਾਸ਼ਦ, ਬਖ਼ਾਕ ਅਫ਼ਗਨਦ॥ ੧੬੭॥

ਸੰਖੇਪ ਅਰਥ : ਜਿਸ ਵਕਤ ਉਸ ਦਾ ਗੁਰਜ ਹਾਥੀਆਂ ਦੇ ਸਿਰ 'ਤੇ ਪੈਂਦਾ ਹੈ, ਤਾਂ ਚਾਹੇ ਪਹਾੜ ਵੀ ਕਿਉਂ ਨਾ ਹੋਵੇ, ਉਹ ਮਿੱਟੀ ਨਾਲ ਮਿਲ ਜਾਂਦਾ ਹੈ।

ਸਨਾਇਸ਼, ਜ਼ਿ ਨਕ਼ਦਿ ਹ਼ਸਾਇਰ ਬਿਰੂੰ॥
ਉਲੂਅਸ਼ ਜ਼ਿ ਫ਼ਹ਼ਮਿ, ਮਲਾਇਕ ਫ਼ਜ਼ੂੰ॥ ੧੬੮॥

ਸੰਖੇਪ ਅਰਥ : ਉਸ ਦੀ ਸਿਫ਼ਤ ਸਨਾ ਕਿਸੇ ਘੇਰੇ ਵਿਚ ਨਹੀਂ ਆਉਂਦੀ, ਉਸ ਦੀ ਉਚਿਆਈ ਫ਼ਰਿਸ਼ਤਿਆਂ ਦੀ ਸਮਝ ਤੋਂ ਬਾਹਰ ਹੈ।

ਅਜ਼ਾਂ ਬਰਤਰੀਂਤਰ, ਕਿ ਆਇਦ ਗ਼ਮਾਂ॥
ਅਜ਼ਾਂ ਬਰਤਰੀਂਤਰ, ਕਿ ਗੋਇਦ ਜ਼ਬਾਂ॥ ੧੬੯॥

ਸੰਖੇਪ ਅਰਥ : ਉਹ ਸਾਡੀ ਸਮਝ ਜਾਂ ਅਕਲ ਤੋਂ ਬਹੁਤ ਉਚੇਰਾ ਹੈ, ਉਸ ਦੀ ਵਡਿਆਈ ਸਾਡੀ ਜੇਭਾ ਦੇ ਕਥਨ ਤੋਂ ਬਾਹਰ ਹੈ।

ਵਜੂਦਸ਼, ਸਤੂੰ ਸਕ਼ਫ਼ਿ ਤਹਿਕ਼ੀਕ਼ ਰਾ॥
ਰੁਖ਼ਸ਼ ਰੌਸ਼ਨ, ਅਜ਼ ਰਹ਼ਮਤਿ ਕਿਬਰੀਆ॥ ੧੭੦॥

ਸੰਖੇਪ ਅਰਥ : ਉਸ ਦਾ ਵਜੂਦ ਰੱਬ ਦੀ ਤਲਾਸ਼ ਦੀ ਛੱਤ ਦਾ ਥੰਮ੍ਹ ਹੈ, ਉਸ ਦਾ ਮੁਖੜਾ ਰੱਬ ਦੀ ਰਹਿਮਤ ਸਦਕਾ ਸਦਾ ਰੌਸ਼ਨ ਹੈ।

ਦਿਲਸ਼ ਮਿਹਰਿ ਰਖ਼ਸ਼ਾਂ, ਜ਼ਿ [1]ਅਨਵਾਰਿ ਹ਼ੱਕ਼॥
ਬਸਿਦਕ਼ ਅਜ਼, ਹਮਹ ਸਾਦਿਕਾਨਸ਼ ਸਬਕ਼॥ ੧੭੧॥

ਪਾਠਭੇਦ : [1]ਅਤ਼ਵਾਰਿ।

ਸੰਖੇਪ ਅਰਥ : ਉਸ ਦਾ ਦਿਲ ਰੱਬ ਦੇ ਨੂਰ ਨਾਲ ਚਮਕਦਾ ਪਿਆ ਸੂਰਜ ਹੈ, ਭਰੋਸੇ ਵਿਚ ਉਹ ਸਾਰੇ ਸਿਦਕਵਾਨਾਂ ਸਚਿਆਰਿਆਂ ਨਾਲੋਂ ਅਗੇਰੇ ਹੈ।

ਅਜ਼ਾਂ ਬਰਤਰ ਆਮਦ, ਕਿਹ ਦਾਨਦ ਕਸੇ॥
ਅਜ਼ਾਂ ਬਰਗੁਜ਼ੀਦਹ, ਕਿਹ ਖ਼੍ਵਾਨਦ ਕਸੇ॥ ੧੭੨॥

ਸੰਖੇਪ ਅਰਥ : ਉਹ ਉਸ ਪਦਵੀ ਨਾਲੋਂ ਵਧ ਕੇ ਹੈ ਜਿਸ ਨੂੰ ਕਿ ਕੋਈ ਜਾਣ ਸਕੇ,
ਉਹ ਕਿਸੇ ਬਿਆਨ ਕਰਨ ਨਾਲੋਂ ਵੱਧ ਸਤਿਕਾਰਯੋਗ ਹੈ।

ਜਹਾਂ ਦਰ ਜਹਾਂ, ਮੁਕੱਰਮਤ ਜ਼ਾਤਿ-ਊ॥
ਜ਼ਿ ਹੱਦ ਬਰਤਰ ਆਮਦ, ਕਮਾਲਾਤਿ ਊ॥ ੧੭੩॥

ਸੰਖੇਪ ਅਰਥ : ਉਸ ਦੀ ਜ਼ਾਤ ਦੀ ਬਖ਼ਸ਼ਿਸ਼ ਨਾਲ ਸੰਸਾਰ ਭਰਿਆ ਪਿਆ ਹੈ,
ਉਸ ਦੇ ਕਮਾਲ ਕਿਸੇ ਵੀ ਹੱਦ ਬੰਨੇ ਵਿਚ ਨਹੀਂ ਆ ਸਕਦੇ।

ਚੂ ਤੌਸੀਫ਼ਸ਼ ਆਮਦ, ਫ਼ਜ਼ੂੰ ਅਜ਼ ਹਿਸਾਬ॥
ਕੁਜਾ ਗੁੰਜਦ ਅੰਦਰ, ਹਿਜਾਬਿ ਕਿਤਾਬ॥ ੧੭੪॥

ਸੰਖੇਪ ਅਰਥ : ਜਦ ਉਸ ਦੀ ਸਿਫ਼ਤ ਸਨਾ ਹਿਸਾਬੋਂ ਬਾਹਰ ਹੈ,
ਤਾਂ ਉਹ ਇਸ ਕਿਤਾਬ ਦੇ ਪਰਦੇ ਵਿਚ ਕਿਵੇਂ ਸਮਾ ਸਕਦੀ ਹੈ?

ਸਰਿ ਲਾਲ ਬਾਦਾ, ਬਪਾਇਸ਼ ਫ਼ਿਦਾ॥
ਅਜ਼ੋ ਬਾਦ, ਜਾਨੋ ਦਿਲਸ਼ ਰਾ ਨਵਾ॥ ੧੭੫॥

ਸੰਖੇਪ ਅਰਥ : ਰੱਬ ਕਰੇ, (ਨੰਦ) ਲਾਲ ਦਾ ਸਿਰ ਉਸ ਵਾਹਿਗੁਰੂ ਦੇ ਨਾਮ ਤੋਂ ਕੁਰਬਾਨ ਹੋ ਜਾਵੇ,
ਰੱਬ ਕਰੇ, (ਨੰਦ ਲਾਲ ਦੇ) ਦਿਲ ਅਤੇ ਜਾਨ ਉਸ ਦੀ ਭੇਟਾ ਹੋ ਜਾਣ।

ਤਮਾਮ ਸ਼ੁਦ ਜੋਤਿ ਬਿਗਾਸ, ਮਿਨ-ਤਸ਼ਨੀਫ਼ ਭਾਈ ਨੰਦ ਲਾਲ ਗੋਯਾ॥

ਭਾਈ ਨੰਦ ਲਾਲ ਗੋਯਾ ਰਚਿਤ ਜੋਤਿ ਬਿਗਾਸ ਸਮਾਪਤ ਹੋਇਆ।

☬

ਜੋਤਿ ਬਿਗਾਸ (ਪੰਜਾਬੀ)

ਉਥਾਨਕਾ : ਭਾਈ ਸਾਹਿਬ ਜੀ ਨੇ ਜਦ ਫ਼ਾਰਸੀ ਅ਼ਰਬੀ ਦੇ ਗਹਿਰੇ ਤੋਂ ਗਹਿਰੇ ਲਫ਼ਜ਼ਾਂ ਭਰਪੂਰ ਰਚਨਾ ਜੋਤਿ ਬਿਗਾਸ ਦਾ ਸ੍ਰੀ ਦਮਦਮੇ ਸਾਹਿਬ ਵਿਖੇ ਭੋਗ ਪਾਇਆ ਤਾਂ ਜੋਤਿ ਬਿਗਾਸ 'ਚ ਸ਼ਾਮਿਲ ''ਗੁਰ ਅਸਤੋਤ੍ਰ'' ਦੇਖ, ਗੁਰਸਿੱਖਾਂ ਨੇ ਬੇਨਤੀ ਕੀਤੀ ਕਿ ਭਾਈ ਸਾਹਿਬ ਜੀ ਅਸ਼ੀ ਫ਼ਾਰਸੀ-ਅ਼ਰਬੀ ਦੇ ਗੁੱਝੇ ਲਫ਼ਜ਼ਾਂ ਤੋਂ ਨਾ-ਵਾਕਿਫ ਹਾਂ, ਕਿਰਪਾ ਕਰਕੇ ਸਾਨੂੰ ਰਹਿਤਨਾਮੇ-ਤਨਖਾਹ ਨਾਮੇ ਵਾਂਗ ਜੋਤਿ ਬਿਗਾਸ 'ਚ ਫਰਜ਼ ਗੁਰ-ਮਹਿਮਾ ਅਤੇ ਗੁਰ-ਅਸਤੋਤ੍ਰ ਬ੍ਰਿਜ ਬੋਲੇ 'ਚ ਸੁਣਾ ਕੇ ਨਿਹਾਲ-ਕ੍ਰਿਤਾਰਥ ਕਰੋ ਤਾਂ ਭਾਈ ਸਾਹਿਬ ਜੀ ਨੇ ਇਹ ਰਚਨਾ ਸ੍ਰੀ ਦਮਦਮਾ ਸਾਹਿਬ ਉੱਚਾਰਣ ਕੀਤੀ ਹੈ।

ੴ ਸਤਿਗੁਰ ਪ੍ਰਸਾਦਿ ॥

ਸ੍ਰੀ ਵਾਹਿਗੁਰੂ ਜੀ ਕੀ ਫਤੇ ॥

ਅਥ ਜੋਤਿ ਬਿਗਾਸ ਲਿਖਿਅਤੇ ॥

ਵਾਹੁ ਵਾਹੁ ਗੁਰ ਪਤਿਤ ਉਧਾਰਨੰ ॥
ਵਾਹੁ ਵਾਹੁ ਗੁਰ ਸੰਤ ਉਬਾਰਨੰ ॥ ੧ ॥
ਵਾਹੁ ਵਾਹੁ ਗੁਰ ਪਾਰ ਉਤਾਰਨੰ ॥
ਵਾਹੁ ਵਾਹੁ ਗੁਰ ਅਗਮ ਅਪਾਰਨੰ ॥ ੨ ॥
ਵਾਹੁ ਵਾਹੁ ਗੁਰ ਹਰਿ ਆਧਾਰਨੰ ॥
ਵਾਹੁ ਵਾਹੁ ਗੁਰ ਅਪਰ ਆਧਾਰਨੰ ॥ ੩ ॥
ਵਾਹੁ ਵਾਹੁ ਗੁਰ ਅਸੁਰ ਸੰਘਾਰਨੰ ॥
ਵਾਹੁ ਵਾਹੁ ਗੁਰ ਦੈਤ ਪਿਛਾਰਨੰ ॥ ੪ ॥
ਵਾਹੁ ਵਾਹੁ ਗੁਰ ਦੁਸਟ ਬਿਦਾਰਨੰ ॥
ਵਾਹੁ ਵਾਹੁ ਗੁਰ ਕਰੁਣਾਧਾਰਨੰ ॥ ੫ ॥
ਵਾਹੁ ਵਾਹੁ ਗੁਰ ਆਦਿ ਜੁਗਾਦਨੰ ॥
ਵਾਹੁ ਵਾਹੁ ਗੁਰ ਅਗੰਮ ਅਗਾਧਨੰ ॥ ੬ ॥

ਵਾਹੁ ਵਾਹੁ ਗੁਰ ਸੱਚ ਆਰਾਧਨੰ॥
ਵਾਹੁ ਵਾਹੁ ਗੁਰ ਪੂਰਨ ਸਾਧਨੰ॥ ੭॥
ਵਾਹੁ ਵਾਹੁ ਗੁਰ ਤਖਤ ਨਿਵਾਸਨੰ॥
ਵਾਹੁ ਵਾਹੁ ਗੁਰ ਨਿਹਚਲ ਆਸਨੰ॥ ੮॥
ਵਾਹੁ ਵਾਹੁ [1]ਗੁਰ ਭੈ ਬਿਨਾਸਨੰ॥
ਵਾਹੁ ਵਾਹੁ ਗੁਰ ਸੱਚੀ ਰਾਸਨੰ॥ ੯॥

ਪਾਠਭੇਦ : [1]ਗੁਰ ਅਭੈ ਅਬਿਨਾਸਨੰ

ਵਾਹੁ ਵਾਹੁ ਗੁਰ ਮੁਕਤਿ ਸਾਧਾਰਨੰ॥
ਵਾਹੁ ਵਾਹੁ ਗੁਰ ਸੰਗਤ ਤਾਰਨੰ॥ ੧੦॥
ਵਾਹੁ ਵਾਹੁ [1]ਗੁਰ ਇੱਛ ਪੁਜਾਵਨੰ॥
ਵਾਹੁ ਵਾਹੁ ਗੁਰ ਨਾਮ ਜਪਾਵਨੰ॥ ੧੧॥
ਵਾਹੁ ਵਾਹੁ ਗੁਰ ਧਰਮ ਦ੍ਰਿੜ੍ਹਾਵਨੰ॥
ਵਾਹੁ ਵਾਹੁ ਗੁਰ ਪਤਿਤਾਂ ਪਾਵਨੰ॥ ੧੨॥
ਵਾਹੁ ਵਾਹੁ ਗੁਰ ਨਾਇਕ ਸੱਚ ਗੰਧਨੰ॥
ਵਾਹੁ ਵਾਹੁ ਗੁਰ ਅਛੱਲ ਅਗੰਧਨੰ॥ ੧੩॥
ਵਾਹੁ ਵਾਹੁ ਗੁਰ ਰੂਪ ਨਿਰੰਜਨੰ॥
ਵਾਹੁ ਵਾਹੁ ਗੁਰ ਭ੍ਰਮ ਭੈ ਭੰਜਨੰ॥ ੧੪॥
ਵਾਹੁ ਵਾਹੁ ਗੁਰ ਅਛੱਲ ਅਛੇਦਨੰ॥
ਵਾਹੁ ਵਾਹੁ ਗੁਰ ਪੂਰਨ ਵੇਦਨੰ॥ ੧੫॥
ਵਾਹੁ ਵਾਹੁ ਗੁਰ ਕੰਟਕ ਛੇਦਨੰ॥
ਵਾਹੁ ਵਾਹੁ ਗੁਰ ਅਲੱਖ ਅਭੇਦਨੰ॥ ੧੬॥
ਵਾਹੁ ਵਾਹੁ ਗੁਰ ਅਚਿੰਤ ਦਿਆਲਨੰ॥
ਵਾਹੁ ਵਾਹੁ ਗੁਰ ਸਦਾ ਕਿਰਪਾਲਨੰ॥ ੧੭॥
ਵਾਹੁ ਵਾਹੁ ਗੁਰ ਸਰਬ ਪ੍ਰਤਿਪਾਲਨੰ॥
ਵਾਹੁ ਵਾਹੁ ਗੁਰ ਪੁਰਖੁ ਅਕਾਲਨੰ॥ ੧੮॥
ਵਾਹੁ ਵਾਹੁ ਗੁਰ ਨੌ ਨਿੱਧ ਦੇਵਨੰ
ਵਾਹੁ ਵਾਹੁ ਗੁਰ ਸਦਾ ਸਦੈਵਨੰ॥ ੧੯॥

ਵਾਹੁ ਵਾਹੁ ਗੁਰ ਏਕੋ ਸੇਵਨੰ॥
ਵਾਹੁ ਵਾਹੁ ਗੁਰ ਅਲੱਖ ਅਭੇਵਨੰ॥ ੨੦॥
ਵਾਹੁ ਵਾਹੁ ਗੁਰ ਸੱਚ ਰਚੇਸ੍ਵਰੰ॥
ਵਾਹੁ ਵਾਹੁ ਗੁਰ ਮੁਕਤ ਮੁਕਤੇਸ੍ਵਰੰ॥ ੨੧॥
ਵਾਹੁ ਵਾਹੁ ਗੁਰ ਪੂਰਨ ਈਸ੍ਵਰੰ॥
ਵਾਹੁ ਵਾਹੁ ਗੁਰ ਸੁੱਚ ਸੁਚੀਸ੍ਵਰੰ॥ ੨੨॥
ਵਾਹੁ ਵਾਹ ਗੁਰ ਘਟਿ ਘਟਿ ਬਿਆਪਨੰ॥
ਵਾਹੁ ਵਾਹੁ ਗੁਰ ਨਾਥ ਅਨਾਥਨੰ॥ ੨੩॥
ਵਾਹੁ ਵਾਹੁ ਗੁਰ ਥਾਪ ਅਥਾਪਨੰ॥
ਵਾਹੁ ਵਾਹੁ ਗੁਰ ਹਰਿ ਹਰਿ ਜਾਪਨੰ॥ ੨੪॥
ਵਾਹੁ ਵਾਹੁ ਗੁਰ ਸਮਰਥ ਪੂਰਨੰ॥
ਵਾਹੁ ਵਾਹੁ ਗੁਰ ਸੱਚਾ ਸੂਰਨੰ॥ ੨੫॥
ਵਾਹੁ ਵਾਹੁ ਗੁਰ ਕਬੂ ਨਾ ਝੂਰਨੰ॥
ਵਾਹੁ ਵਾਹੁ ਗੁਰ ਕਲਾ ਸੰਪੂਰਨੰ॥ ੨੬॥
ਨਾਨਕ ਸੋ ਅੰਗਦ ਗੁਰ ਦੇਵਨੰ॥
ਸੋ ਅਮਰ ਦਾਸ ਹਰਿ ਸੇਵਨੰ॥ ੨੭॥
ਸੋ ਰਾਮਦਾਸ ਸੋ ਅਰਜਨੰ॥
ਸੋ ਹਰਿਗੋਬਿੰਦ ਹਰਿ ਪਰਸਨੰ॥ ੨੮॥
ਸੋ ਕਰਤਾ ਹਰਿਰਾਇ ਦਾਤਾਰਨੰ॥
ਸੋ ਹਰਿਕ੍ਰਿਸਨ ਅਗੰਮ ਅਪਾਰਨੰ॥ ੨੯॥
ਸੋ ਤੇਗ਼ ਬਹਾਦੁਰ ਸਤਿ ਸਰੂਪਨੰ॥
ਸੋ ਗੁਰੂ ਗੋਬਿੰਦ ਸਿੰਘ ਹਰਿ ਕਾ ਰੂਪਨੰ॥ ੩੦॥
ਸਭ ਏਕੋ ਏਕੋ ਏਕਨੰ॥
ਨਹੀਂ ਭੇਦ ਨਾ ਕਛੂ ਭੀ ਪੇਖਨੰ॥ ੩੧॥
ਅਨਿਕ ਬ੍ਰਹਮਾ ਬਿਸ਼ਨ ਮਹੇਸ਼ਨੰ॥
ਅਨਿਕ ਦੇਵੀ ਦੁਰਗਾ ਵੈਸ਼ਨੰ॥ ੩੨॥
ਅਨਿਕ ਰਾਮ ਕਿਸ਼ਨ ਅਵਤਾਰਨੰ॥

ਅਨਿਕ ਨਰਸਿੰਘ ਹਰਨਾਕਸ ਮਾਰਨੰ॥ ੩੩॥
ਅਨਿਕ ਧ੍ਰੂਹ ਪ੍ਰਹਿਲਾਦਨੰ॥
ਅਨਿਕ ਗੋਰਖ ਸਿੱਧ ਸਾਧਨੰ॥ ੩੪॥
ਅਨਿਕ ਅਕਾਸ ਪਾਤਾਲਨੰ॥
ਅਨਿਕ ਇੰਦਰ ਧ੍ਰਮਰਾਇ ਜਮਕਾਲਨੰ॥ ੩੫॥
ਅਨਿਕ ਸਿੱਧ ਨਾਥ ਤਪੀਸੁਰੰ॥
ਅਨਿਕ ਜੋਗੀ ਜੋਗ ਜੋਗੀਸੁਰ॥ ੩੬॥
ਅਨਿਕ ਅਨਹਦ ਧੁਨਿ ਨਾਦਨੰ॥
ਅਨਿਕ ਬੈਕੁੰਠ ਸੁਖ ਸਮਾਧਨੰ॥ ੩੭॥
ਅਨਿਕ ਖਾਣੀ ਬਾਣੀ ਬ੍ਰਹਿਮੰਡਨੰ॥
ਅਨਿਕ ਦੀਪ ਲੋਅ ਨਵ ਖੰਡਨੰ॥ ੩੮॥
ਅਨਿਕ ਸੂਰ ਅਰੁ ਬੀਰਨੰ॥
ਅਨਿਕ ਪੈਗੰਬਰ ਅਰੁ ਪੀਰਨੰ॥ ੩੯॥
ਅਨਿਕ ਤੇਤੀਸ ਕਰੋੜਨੰ॥
ਅਨਿਕ ਚੰਦ ਅਰੁ ਸੂਰਨੰ॥ ੪੦॥
ਸਭਿ ਦੀਨ ਗੁਰੂ ਘਰ ਵਾਰਨੰ॥
ਸਭਿਨ ਸਿਰ ਗੁਰ ਅਵਤਾਰਨੰ॥ ੪੧॥
ਜਨੁ ਲਾਲ ਦਾਸਨਿ ਦਾਸਨੰ॥
ਸਰਨ ਆਇਓ ਸਤਿਗੁਰ ਪਾਸਨੰ॥ ੪੨॥
ਸਦਕਾ ਸਰਬੱਤ ਸਾਧੁਸੰਗਤੰ॥
ਸਤਿਗੁਰ ਤੇ ਹਰਿਨਾਮ ਮੰਗਤੰ॥ ੪੩॥

ਵਾਹਿਗੁਰੂ ਜੀ ਸਤਿ।

ਜੋਤਿ ਬਿਗਾਸ ਸੰਪੂਰਣ ਹੋਇਆ ਬਿਰਚਿਤੰ ਮੁਨਸ਼ੀ ਨੰਦ ਲਾਲ ਜੀ ਮੁਲਤਾਨੀ।

ਭੁੱਲ ਚੁੱਕ ਬਖ਼ਸ਼ਣੀ ਸਦਕਾ ਸਰਬਤ ਸਤਿ ਸੰਗਤਿ ਜਿਊ ਕਾ ਬਿਰਦ ਆਪਣੇ ਕੀ ਪੈਜ ਰੱਖਣੀ। ਸਰਬਤ ਸਤਿ ਸੰਗਤਿ ਸਦਕਾ ਨਿਹਾਲ ਕਰਨਾ।

ਵਾਹੁ ਵਾਹੁ ਵਾਹੁ।

☬

ਰਹਿਤ ਨਾਮਹ

ਉਥਾਨਕਾ : ਜਦ ਗੁਰੂ ਕਲਗੀਧਰ ਜੀ ਸਤਲੁਜ ਦੇ ਕਿਨਾਰੇ ਉੱਪਰ ਬਿਭੌਰ ਸਾਹਿਬ ਵਾਲੇ ਅਸਥਾਨ ਪਰ ੧੩ ਮਹੀਨੇ ਬਿਰਾਜੇ, ਉੱਥੇ ਗੁਰਦੇਵ ਪਾਤਿਸ਼ਾਹ ਜੀ ਦੇ ਚਰਨਾ 'ਚ ਨੰਦਲਾਲ ਜੀ ਨੇ ੧੭੫੨ ਬਿਕਰਮੀ 'ਚ ਕੁਝ ਸਵਾਲ ਰੱਖੇ ਤਾਂ ਗੁਰਦੇਵ ਪਾਤਿਸ਼ਾਹ ਜੋ ਉੱਤਰ ਦਿੱਤਾ, ਨੰਦਲਾਲ ਜੀ ਨੇ ਉਹ ਰਹਿਤਨਾਮੇ ਦੇ ਸਿਰਲੇਖ ਹੇਠ ਦਰਜ ਕਰ ਲਿਆ। ਇਸ ਰਚਨਾ 'ਚ ਸਿੱਖ ਦੀ ਨਿਤ ਦੀ ਮਰਿਆਦਾ ਅਤੇ ਗੁਰੂ ਦੇ ਤਿੰਨ ਸਰੂਪਾਂ ਦਾ ਜ਼ਿਕਰ ਬਾ ਖ਼ੂਬੀ ਢੰਗ ਨਾਲ ਕੀਤਾ ਹੈ। ਗੁਰ ਸ਼ਬਦ, ਗੁਰਬਾਣੀ ਨੂੰ ਗੁਰੂ ਦਾ ਅਭਿੰਨ, ਅਦੁਤੀ ਸਰੂਪ ਦਰਸਾਇਆ ਹੈ। ਇਸ ਰਚਨਾ ਦਾ ਮੂਲ ਪਾਠ ਹੱਥ ਲਿਖਤ ਨੁਖਸਿਆ ਅਤੇ ਬਾਬਾ ਸੁਮੇਰ ਸਿੰਘ ਜੀ ਪਟਨਾ ਸਾਹਿਬ ਵਾਲਿਆਂ ਦੇ ਹੱਥ ਲਿਖਤ ਟੀਕੇ ਨਾਲ ਦਰੁਸਤ ਕਰ ਦਿੱਤਾ ਹੈ।

ੴ ਸਤਿਗੁਰ ਪ੍ਰਸਾਦਿ॥

ਸ੍ਰੀ ਵਾਹਿਗੁਰੂ ਜੀ ਕੀ ਫਤੇ॥

ਅਥ ਰਹਿਤਨਾਮਹ ਲਿਖਯਤੇ॥

ਸ੍ਰੀ ਗੁਰੂਵਾਚ॥

ਚੌਪਈ॥

ਗੁਰਸਿਖ ਰਹਿਤ, ਸੁਨਹੁ ਮੇਰੇ ਮੀਤ॥
ਉਠਿ ਪ੍ਰਭਾਤਿ, ਕਰੇ ਹਿਤੁ ਚੀਤ॥
ਵਾਹਿਗੁਰੂ, ਪੁਨ ਮੰਤ੍ਰ ਸੁ ਜਾਪ॥
ਕਰਿ ਇਸਨਾਨ, ਪੜ੍ਹੇ ਜਪੁ ਜਾਪ॥ ੧॥
ਦਰਸਨ ਕਰੈ, ਮੇਰਾ ਪੁਨ ਆਇ॥
ਅਦਬ ਸਿਉਂ ਬੈਠ, ਰਹਹਿ ਚਿਤੁ ਲਾਇ॥

ਤੀਨ ਪਹਿਰ, ਜਬਿ ਬੀਤੇ ਜਾਨਿ॥
ਕਥਾ ਸੁਨੈ, ਗੁਰ ਹਿਤੁ ਚਿਤੁ ਲਾਨਿ॥ ੨॥
ਸੰਧਿਆ ਸਮੈ, ਸੁਨੈ ਰਹਿਰਾਸਿ॥
ਕੀਰਤਨ ਕਥਾ ਸੁਨੈ ਹਰਿ ਜਾਸੁ॥
ਇਨ ਮੇਂ, ਨੇਮ ਜੁ ਏਕ ਕਰਾਇ॥
ਸੋ ਸਿਖੁ ਅਮਰਪੁਰੀ ਮਹਿ ਜਾਇ॥ ੩॥
ਪਾਂਚ ਨੇਮ ਪੁਰਿ, ਸਿੱਖੁ ਜੋ ਧਾਰੈ॥
ਇਕੀਸ ਕੁਲ, ਕੁਟੰਬ ਕਉ ਤਾਰੈ॥
ਤਾਰੇ ਕੁਟੰਬ, ਮੁਕਤਿ ਸੋ ਹੋਇ॥
ਜਨਮ ਮਰਨ, ਨਹਿ ਪਾਵੈ ਸੋਇ॥ ੪॥

ਨੰਦਲਾਲੁਵਾਚ

ਦੋਹਰਾ

ਤੁਮ ਜੁ ਕਹਾ ਗੁਰਦੇਵ ਜੀ, ਦਰਸਨ ਕਰਿ ਮੋਹਿ ਆਇ॥
ਲਖੀਏ ਤੁਮਰਾ ਦਰਸ ਕਹਾਂ, ਕਰਹੁੰ ਮੋਹਿ ਸਮਝਾਇ॥ ੫॥

ਸ੍ਰੀ ਗੁਰੂਵਾਚ॥ ਦੋਹਰਾ॥

ਤੀਨ ਰੂਪ ਹੈ ਮੋਹਿ ਕੇ, ਸੁਨਹੁ ਨੰਦ ਚਿਤੁ ਲਾਇ॥
ਨਿਰਗੁਣ ਸਰਗੁਣ ਗੁਰਸਬਦ, ਕਰਹੂੰ ਤੋਹਿ ਸਮਝਾਇ॥ ੬॥

ਚੌਪਈ

ਏਕ ਰੂਪ, ਤਿਹੁ ਗੁਣ ਤੇ ਪਰੇ॥
ਨੇਤਿ ਨੇਤਿ, ਜਿਹ ਨਿਗਮ ਉਚਰੇ॥
ਘਟਿ ਘਟਿ ਬਿਆਪਕ, ਅੰਤਰਜਾਮੀ॥
ਪੂਰਿ ਰਹਿਓ, ਜਿਉਂ ਜਲ ਘਟ ਭਾਨੀ॥ ੭॥
ਦੂਸਰ ਰੂਪ, ਗ੍ਰੰਥ ਜੀ ਜਾਨਹੁ॥
ਆਪਨ ਅੰਗ, ਮੇਰੇ ਕਰ ਮਾਨਹੁ॥
ਰੋਮ ਰੋਮ ਅੱਛਰ, ਸੋ ਲਹਹੁ॥
ਬਾਤ ਜਥਾਰਥ, ਤੁਮ ਸੋਂ ਕਹਹੁ॥ ੮॥
ਜੋ ਸਿੱਖ, ਗੁਰ ਦਰਸਨ ਕੀ ਚਾਹਿ॥

ਦਰਸਨ ਕਰੈ, ਗ੍ਰੰਥ ਜੀ ਆਹਿ॥
ਪ੍ਰਭਾਤਿ ਸਮੈ, ਕਰਿਕੈ ਇਸਨਾਨ॥
ਤੀਨ ਪ੍ਰਦੱਛਣਾ, ਕਰੈ ਸੁਜਾਨ॥ ੯॥

ਦੋਹਰਾ

ਹਾਥ ਜੋੜ ਕਰ ਅਦਬ ਸੋਂ, ਬੈਠੇ ਮੋਹਿ ਹਜ਼ੂਰ॥
ਸੀਸ ਟੇਕਿ ਗੁਰ ਗ੍ਰੰਥ ਜੀ, ਬਚਨ ਸੁਣੇ ਸੋ ਹਜ਼ੂਰ॥ ੧੦॥॥

ਚੌਪਈ

ਸਬਦ ਸੁਨੈ ਗੁਰਿ, ਹਿਤ ਚਿਤੁ ਲਾਇ॥
ਗਿਆਨ ਸਬਦ ਗੁਰਿ, ਸੁਨੈ ਸੁਨਾਇ
ਜੋ ਮਮ ਸਾਥ, ਚਹੇ ਕਰਿ ਬਾਤ॥
ਗ੍ਰੰਥ ਜੀ ਪੜ੍ਹੈ, ਬਿਚਾਰੈ ਸਾਥ॥ ੧੧॥
ਜੋ ਮੁਝ ਬਚਨ, ਸੁਨਨ ਕੀ ਚਾਇ॥
ਗ੍ਰੰਥ ਵਿਚਾਰ, ਸੁਨਹੁ ਚਿੱਤੁ ਲਾਇ॥
ਮੇਰਾ ਰੂਪ, ਗ੍ਰੰਥ ਜੀ ਜਾਨੁ॥
ਇਸ ਮੇਂ, ਭੇਦਨ ਰੰਚਕ ਮਾਨ॥ ੧੨॥
ਤੀਸਰ ਰੂਪ, ਸਿੱਖ ਹੈ ਮੋਰ॥
ਗੁਰਬਾਣੀ ਰਤਿ, ਜਿਹ ਨਿਸਿ ਭੋਰ॥
ਵਿਸਾਹੁ ਪ੍ਰੀਤਿ, ਗੁਰ ਸਬਦ ਜੁ ਧਰੈ॥
ਗੁਰ ਕਾ ਦਰਸਨ, ਨਿਤਿ ਉਠਿ ਕਰੈ॥ ੧੩॥
ਗਿਆਨ ਸ਼ਬਦ ਗੁਰਿ, ਸੁਣੇ ਸੁਣਾਇ॥
ਜਪੁਜੀ ਜਾਪੁ, ਪੜ੍ਹੇ ਚਿੱਤੁ ਲਾਇ॥
ਗੁਰਦੁਆਰ ਕਾ, ਦਰਸਨ ਕਰੈ॥
ਪਰ-ਦਾਰਾ ਕਾ, ਤਿਆਗ ਜੋ ਕਰੈ॥ ੧੪॥
ਗੁਰਸਿਖ ਸੇਵ, ਕਰੇ ਚਿਤੁ ਲਾਇ॥
ਆਪਾ ਮਨ ਕਾ, ਸਗਲ ਮਿਟਾਇ॥
ਇਨ ਕਰਮਨ ਮਹਿ, ਜੋ ਪਰਧਾਨ॥
ਸੋ ਸਿਖੁ, ਰੂਪ ਮੇਰਾ ਪਹਿਚਾਨ॥ ੧੫॥

ਦੋਹਰਾ

ਐਸੇ ਗੁਰਸਿਖ ਮਾਨ ਹੈ, ਸੇਵਾ ਕਰੇ ਜੋ ਕੋਇ॥

ਤਨ ਮਨ ਧਨ ਪੁੰਨ ਅਰਪਿ ਕੈ, ਸੋ ਮੁਝ ਸੇਵਾ ਹੋਇ॥ ੧੬॥
ਐਸੇ ਗੁਰਸਿਖ ਸੇਵ ਕੀ, ਮੋਹਿ ਪਹੁੰਚੈ ਆਇ॥
ਸੁਣਹੁ ਨੰਦ ਚਿਤੁ ਦੇਇ ਕਰਿ, ਮੁਕਤਿ ਬੈਕੁੰਠੈ ਜਾਇ॥ ੧੭॥

ਨੰਦ ਲਾਲੁ ਵਾਚ

ਨਿਰਗੁਣ ਸਰਗੁਣ ਗੁਰਸਬਦ, ਕਹੇ ਰੂਪ ਤੁਮ ਤੀਨ॥
ਨਿਰਗੁਣ ਰੂਪ ਨਹੀਂ ਦੇਖੀਐ, ਸਰਗੁਣ ਸਿੱਖ ਅਧੀਨ॥ ੧੮॥

ਚੌਪਈ

ਤੁਮਰਾ, ਨਿਰਗੁਣ ਰੂਪ ਅਪਾਰਾ॥
ਸੋ ਕਿਮ ਦੇਖੈਂ, ਦੀਨਦਿਆਰਾ॥
ਜਗਤਗੁਰੂ, ਤੁਮ ਕਹੋ ਸਵਾਮੀ॥
ਘਟਿ ਘਟਿ ਵਾਸੀ, ਅੰਤਰ ਜਾਮੀ॥ ੧੯॥

ਸ੍ਰੀ ਗੁਰੂ ਵਾਚ॥ ਚੌਪਈ॥

ਸੁਨਹੁ ਸਿਖ, ਭਾਈ ਨੰਦ ਲਾਲ॥
ਤੁਮਹਿ, ਸੁਣ ਹਮਾਰੇ ਬਚਨ ਰਸਾਲ॥
ਗੁਰਸਿਖ ਸਰਗੁਣ ਰੂਪ ਸੁਜਾਨ॥
ਪ੍ਰਿਥਮ ਸੇਵ, ਗੁਰ ਹਿਤੁ ਚਿਤੁ ਕਾਨ॥ ੨੦॥
ਗੁਰਸਿਖ ਸੇਵ, ਸਬਦ ਜੋ ਗਹਹੁ॥
ਸਬਦ ਸਰੂਪ ਸੋਂ, ਇਹ ਬਿਧਿ ਲਹਹੁ॥ ੩੪॥
ਸਬਦ ਸਰੂਪ, ਵਾਕ ਜੋ ਧਾਰੇ॥
ਤਿਸ ਤੇ ਲਖੀਏ, ਅਪਰ ਅਪਾਰੇ॥ ੨੧॥
ਤੇ ਮੈਂ ਗੋਸ਼ਟਿ, ਕਹੀ ਸੋ ਭਾਈ॥
ਪੜ੍ਹੈ ਸੁਨੈ, ਜੋ ਹਿਤੁ ਚਿਤੁ ਲਾਈ॥
ਤਿਸ ਕੀ ਮਹਿਮਾ, ਕਹਹੁ ਬਖਾਨ॥
ਜੋਤੀ ਜੋਤਿ, ਮਿਲੈ ਮੋਹਿ ਆਨ॥ ੨੨॥
ਸੰਮਤ ਸਤ੍ਰਹ, ਸਹਸ ਸੁ ਬਾਵਨ॥
ਮੱਘਰ ਸੁਦੀ ਨੌਮੀ, ਸੁਖਦਾਵਨ॥
ਸੁਰਗੁਰ ਵਾਰ, ਸਤੱਦਰੂ ਤੀਰ॥
ਬਚਨ ਕਹੇ, ਨੰਦਲਾਲ ਸੋ ਬੀਰ॥ ੨੩॥

ਦੋਹਰਾ

ਵਾਹਿਗੁਰੂ ਗੁਰ ਜਾਪਈ ਵਾਹਿਗੁਰੂ ਕਰਿ ਧਿਆਨ॥
ਮੁਕਤਿ ਲਾਭ ਸੋ ਹੋਇ ਹੈਂ, ਗੁਰਸਿਖ ਰਿਦਿ ਮਹਿ ਮਾਨ॥ ੨੪॥

ਇਤਿਸ੍ਰੀ ਰਹਿਤਨਾਮਹ ਸੰਪੂਰਣੰ॥

ਤਨਖਾਹ ਨਾਮਹ

ਭੂਮਿਕਾ : ਇਕ ਵਾਰ ਭਾਈ ਸਾਹਿਬ ਨੇ ਗੁਰੂ ਕਲਗੀਧਰ ਦੇ ਪਾਸੋਂ ਅਕਾਲ ਸਿੱਖ ਫ਼ੌਜ ਦੀ ਰਹਿਤ-ਬਹਿਤ 'ਚ ਕੋਈ ਢਿੱਲ ਆਉਣ ਤੇ ਧਰਮ-ਦੰਡ (ਤਨਖਾਹ) ਬਾਬਤ ਪੁੱਛਿਆ ਤਾਂ ਸਤਿਗੁਰਾਂ ਨੇ ਜੋ ਧਰਮ-ਦੰਡ ਦੱਸੇ ਭਾਈ ਸਾਹਿਬ ਨੇ ਇਸ ਰਚਨਾ 'ਚ ਕਲਮ-ਬੰਦ ਕੀਤੇ ਹਨ। ਇਹ ਰਚਨਾ ਭਾਈ ਸਾਹਿਬ ਜੀ ਨੇ ਸ੍ਰੀ ਅਨੰਦਪੁਰ ਸਾਹਿਬ ਕਲਮਬੰਦ ਕੀਤੀ ਹੈ। ਨਾਮ "ਤਨਖਾਹ ਨਾਮਹ" ਹੈ। ਸ੍ਰੀ ਸਰਬਲੋਹ ਬੁੰਗਾ ਨੰਗਲੀ 'ਚ ਸੁਭਾਇਮਾਨ ਹੱਕ-ਲਿਖਤ "ਤਨਖਾਹ ਨਾਮੇ" ਦੀ ਪੋਥੀ ਤੋਂ ਸੁਧਾਈ ਕਰ ਕੇ ਮੂਲ-ਧਾਰ ਸੋਧ ਦਿੱਤਾ ਹੈ।

ੴ ਸਤਿਗੁਰਪ੍ਰਸਾਦਿ॥

ਸ੍ਰੀ ਵਾਹਿਗੁਰੂ ਜੀ ਕੀ ਫ਼ਤੇ॥

ਅਥ ਤਨਖ਼ਾਹ ਨਾਮਹ ਲਿਖਜਤੇ॥

ਪ੍ਰਸ਼ਨ ਕਰਨਾ ਨੰਦਲਾਲ ਕਾ
ਵਾਕਿ ਸ੍ਰੀ ਗੁਰੂ ਗੋਬਿੰਦ ਸਿੰਘ ਜੀ ਕੇ॥

ਦੋਹਰਾ

ਪ੍ਰਸਨ ਕੀਓ ਨੰਦਲਾਲ, ਗੁਰ ਬਤਾਇਯੈ ਮੋਹਿ॥
ਕਵਨ ਕਰਮ ਇਨਿ ਜੋਗ ਹੈਂ, ਕਵਨ ਕਰਮ ਇਨਿ ਸੋਹਿ॥ ੧॥

ਸ੍ਰੀ ਗੁਰੋਵਾਚ॥ ਦੋਹਰਾ

ਨੰਦਲਾਲ ਤੁਮ ਬਚਨ ਸੁਨਿ, ਸਿਖ ਕਰਮ ਹੈ ਏਹਿ॥
ਨਾਮੁ ਦਾਨੁ ਇਸਨਾਨੁ ਬਿਨੁ, ਕਰੈ ਨ ਅਨਿ ਸਿਉਂ ਨੇਹਿ॥ ੨॥

ਚੌਪਈ

ਪ੍ਰਾਤਕਾਲ, ਸਤਿਸੰਗ ਨ ਜਾਵੈ॥ ਤਨਖਾਹਦਾਰ, ਵਹੁ ਵਡਾ ਕਹਾਵੈ॥
ਸਤਿਸੰਗ ਜਾਇ ਕੈ, ਚਿਤਿ ਡੁਲਾਵੈ॥ ਈਹਾਂ ਊਹਾਂ, ਠਉਰਿ ਨ ਪਾਵੈ॥ ੩॥
ਹਰਿਜਸੁ ਸੁਨਤੇ, ਬਾਤ ਚਲਾਵੈ॥ ਕਹੈ ਗੁੋਬਿੰਦ, ਵਹਿ ਜਮਪੁਰਿ ਜਾਵੈ॥
ਨਿਰਧਨ ਦੇਖਿ, ਨ ਪਾਸਿ ਬਹਾਵੈ॥ ਸੋ ਤਨਖਾਹੀ, ਵਡਾ ਕਹਾਵੈ॥ ੪॥
ਸਬਦੁ ਗਿਆਨੁ ਬਿਨੁ, ਕਰੈ ਜੋ ਬਾਤ॥ ਤਾਂ ਕੈ ਕਛੂ ਨ ਆਵੈ ਹਾਥ॥
ਸਬਦ ਭੋਗ, ਨ ਨਿਵਾਵੈ ਸੀਸ॥ ਤਾਂ ਕੋ ਮਿਲੈ, ਨ ਪਰਮ ਜਗਦੀਸ॥ ੫॥

ਦੋਹਰਾ

ਜੋ ਪ੍ਰਸਾਦਿ ਕੋ ਬਾਂਟਿਈ, ਕੌਂਟਿਆ ਹੈ ਮਨ ਮੈਂ ਧਾਰੈ ਲੋਭ॥
ਕਿਸੈ ਥੋੜਾ ਕਿਸੈ ਅਗਲਾ, ਸਦਾ ਰਹੈ ਤਿਸੁ ਖੋਭ॥ ੬॥

ਚੌਪਈ

ਕੜਾਹ ਪ੍ਰਸਾਦਿ ਕੀ, ਬਿਧਿ ਸੁਨਿ ਲੀਜੈ॥
ਤੀਨ ਭਾਂਤ ਕੋ, ਸਮਸਰ ਕੀਜੈ॥ ੭॥
ਲੇਪਨ ਆਗੈ, ਬਹੁਕਰ ਦੀਜੈ॥
ਮਾਂਜਣ ਕਰਿ, ਭਾਂਜਨ ਧੋਵੀਜੈ॥
ਕਰਿ ਇਸਨਾਨ, ਪਵਿਤ੍ਰ ਹੋਇ ਬਹੈ॥
ਵਾਹਿਗੁਰੂ ਬਿਨੁ, ਅਵਰੁ ਨ ਕਹੈ॥
ਨਵਤਨ ਕੁੰਭ, ਪੂਰ ਜਲ ਲੇਹਿ
ਗੋਬਿੰਦ ਫਲ ਸਭ, ਤਿਸ ਕਉ ਦੇਹਿ॥ ੮॥
ਕਰਿ ਤਿਆਰ, ਚੌਕੀ ਪਰਿ ਧਰੈ॥
ਚਾਰ ਓਰ, ਬਹਿ ਕੀਰਤਨ ਕਰੈ॥
ਸੁਨਿ ਨੰਦਲਾਲ, ਬਾਤ ਹੈ ਏਹਿ॥
ਜਿਸ ਪਰ, ਅਪੁਨੀ ਕ੍ਰਿਪਾ ਕਰੇਹਿ॥ ੯॥

ਦੋਹਰਾ

ਮੁਹਰ ਤੁਰਕ ਕੀ ਸਿਰ ਧਰੈ, ਲੋਹ ਲਗਾਵੈ ਚਰਨ॥
ਕਹੈ ਗੋਬਿੰਦ, ਲਾਲ ਜੀ, ਫਿਰਿ ਫਿਰਿ ਹੋਇ ਤਿਸੁ ਮਰਨ॥ ੧੦॥

ਚੌਪਈ

ਲਗੇ ਦੀਵਾਨ ਸੁਣਿ, ਮੂਲਿ ਨ ਜਾਵੈ॥
ਰਹਿਤ ਬਿਨਾ, ਪ੍ਰਸਾਦਿ ਵਰਤਾਵੈ॥
ਸੂਹਾ ਪਹਰ, ਲਏ ਨਸਵਾਰ॥
ਕਹੈ ਗੋਬਿੰਦ, ਜਮ ਕਰੇ ਖਵਾਰ॥ ੧੧॥
ਮਾਈ ਭੈਣ, ਜੁ ਆਵੈ ਸੰਗਤਿ॥
ਦ੍ਰਿਸ੍ਰਿ ਬੁਰੀ, ਦੇਖੈ ਤਿਸੁ ਪੰਗਤਿ॥
ਸਿਖੁ ਹੋਇ, ਮਨਿ ਕਰੈ ਕਰੋਧ॥
ਕੰਨਿਆ ਮੂਲ, ਨ ਦੇਵੈ ਸੋਧਿ॥ ੧੨॥
ਧੀਅ ਭੈਣ ਕਾ, ਪੈਸਾ ਖਾਇ॥
ਹੈ ਗੋਬਿੰਦ, ਧੱਕੇ ਜਮ ਖਾਇ॥
ਸਿਖੁ ਹੋਇ, ਬਿਨੁ ਲੋਹ ਜੁ ਫਿਰੈ॥
ਆਵਤ ਜਾਵਤੁ, ਜਨਮੈ ਮਰੈ॥ ੧੩॥
ਮਾਲ ਅਤਿਥਿ ਕਾ, ਬਲੁ ਕਰਿ ਛਲੈ॥
ਜਪੁ ਤਪੁ ਤਾਂ ਕੋ, ਸਭ ਨਹਿ ਫਲੈ॥
ਤੁਰਕ ਦੇਖਿ, ਸਿਰ ਤੇ ਹਥ ਧਰੈ॥
ਸੋ ਤਨਖਾਹੀ, ਅਧਿਕ ਹੈ ਨਰੈ॥ ੧੪॥

ਸੋਰਠਾ

ਕੰਘਾ ਦੋਨੋਂ ਵਕਤ, ਪਾਗ ਚਨੈ ਕਰਿ ਬਾਂਧਈ॥
ਦਾਤਨ ਨੀਤ ਕਰੇਇ, ਨ ਦੁਖ ਪਾਵੈ ਲਾਲ ਜੀ॥ ੧੫॥

ਦੋਹਰਾ

ਦਸਵੰਧ ਗੁਰੂ ਨਹਿ ਦੇਵਈ, ਝੂਠ ਬੋਲੁ ਜੋ ਖਾਹਿ॥
ਕਹੈ ਗੁਬਿੰਦ ਸੁਨਿ ਲਾਲ ਜੀ, ਤਿਸ ਕਾ ਕਛੁ ਨ ਬਿਸਾਹਿ॥ ੧੬॥

ਚੌਪਈ॥

ਠੰਡੇ ਪਾਣੀ, ਜੋ ਨਹੀਂ ਨ੍ਾਵੈ॥
ਬਿਨੁ ਜਪੁ ਪੜੈ, ਪ੍ਰਸਾਦਿ ਜੋ ਪਾਵੈ॥
ਬਿਨੁ ਰਹਿਰਾਸਿ, ਸਮਾਂ ਜੋ ਖੋਵੈ॥

ਕੀਰਤਨ ਬਿਨੁ, ਰੈਨਿ ਜੁ ਸੋਵੈ॥ ੧੭॥
ਚੁਗਲੀ ਕਰਿ, ਜੋ ਕਾਜ ਬਿਗਾਰੈ॥
ਧ੍ਰਿਗ ਤਿਸੁ ਜਨਮੁ, ਜੁ ਧਰਮ ਬਿਸਾਰੈ॥
ਕਰੈ ਬਚਨ, ਜੁ ਪਾਲੈ ਨਾਹੀ॥
ਕਹੈ ਗੋਬਿੰਦ, ਤਿਸ ਠੌਰਿ ਕਤ ਨਾਹੀ॥ ੧੮॥
ਲੈ ਤੁਰਕਨ ਤੇ, ਮਾਸ ਜੁ ਖਾਵੈ॥
ਬਿਨੁ ਗੁਰ ਬਚਨੀ, ਗੀਤ ਜੁ ਗਾਵੈ॥
ਤ੍ਰਿਯਾ ਰਾਗ, ਸੁਨੈ ਚਿਤੁ ਲਾਇ॥
ਲਾਲ ਸੁਨੋ, ਸੋ ਜਮਪੁਰਿ ਜਾਇ॥ ੧੯॥

ਦੋਹਰਾ॥

ਸਾਧ ਕਹਾਵੈ ਰਹਿਤ ਬਿਨੁ, ਅਰੁ ਚੀਨੈ ਨਾਹੀ ਰੂਪ॥
ਕਪਟ ਕਰਨ ਤੇ ਲਾਲ ਜੀ, ਭਲੀ ਬਨੈ ਤਿਸੁ ਚੂਪ॥ ੨੦॥

ਚੌਪਈ

ਬਿਨੁ ਅਰਦਾਸਿ, ਜੋ ਕਾਮ ਸਿਧਾਵੈ॥
ਭੇਟ ਕੀਏ ਬਿਨੁ, ਕਛੁ ਮੁਖ ਪਾਵੈ॥
ਤਿਆਗੀ ਵਸਤੁ, ਗ੍ਰਹਿਣ ਜੋ ਕਰੇਇ॥
ਬਿਨ ਤ੍ਰਿਯ ਅਪੁਨੀ, ਸੇਜ ਰਮੇਇ॥ ੨੧॥
ਅਤਿਥਿ ਦੇਖਿ, ਜੋ ਦੇਇ ਨ ਦਾਨ॥
ਸੋ ਨਹੀ ਪਾਵੈ, ਦਰਗਹਿ ਮਾਨ॥
ਕੀਰਤਨ ਕਥਾ ਸਿਉ, ਮਨ ਨਹਿ ਲਾਵੈ॥
ਸੰਤਸੰਗਿ ਕਉ, ਬੁਰਾ ਅਲਾਵੈ॥ ੨੨॥
ਨਿੰਦਾ ਜੂਆ, ਹਿਰੈ ਜੁ ਮਾਲ॥
ਮਹਾਂ ਦੁਖਾਵੈ, ਤਿਸ ਕੋ ਕਾਲ॥
ਗੁਰ ਕੀ ਨਿੰਦਾ, ਸੁਨੈ ਨ ਕਾਨ॥
ਭੇਟਨ ਕਰੈ, ਸੰਗਿ ਕਿਰਪਾਨ॥ ੨੩॥

ਦੋਹਰਾ

ਗੋਲਕ ਰਾਖੈ ਨਾਹਿ ਜੋ, ਛਲ ਕਾ ਕਰੈ ਵਪਾਰ॥

ਸੁਨੋ ਨੰਦ ਗੁਬਿੰਦ ਕਹੈ, ਭੋਗੇ ਨਰਕ ਹਜਾਰ॥ ੨੪॥

ਚੌਪਈ

ਫੂਕ ਮਾਰ, ਦੀਪਕ ਬਿਸਮਾਵੈ॥
ਜੂਠੈ ਪਾਣੀ, ਅਗਨਿ ਬੁਝਾਵੈ॥
ਵਾਹਿਗੁਰੂ ਬਿਨੁ ਕਹੈ ਜੁ ਖਾਵੈ॥
ਵੇਸ੍ਵਾ-ਦੁਆਰੈ, ਸਿੱਖ ਜੋ ਜਾਵੈ॥ ੨੫॥
ਪਰਇਸਤ੍ਰੀ ਸਿਉਂ ਨੇਹੁ ਲਗਾਵੈ॥
ਕਹੈ ਗੋਬਿੰਦ, ਵਹੁ ਸਿਖੁ ਨ ਭਾਵੈ॥
ਗੁਰਤਲਪੀ, ਕਪਟੀ ਹੈ ਜੋਇ॥
ਬਡ ਤਨਖਾਹੀ, ਜਾਨੋ ਸੋਇ॥ ੨੬॥
ਗੁਰ ਕੋ ਛਾਡਿ, ਅਵਰੁ ਸਿਉਂ ਮਾਂਗੈ॥
ਰਾਤ੍ਰੀ ਸੋਇ, ਤੇੜ ਹੋਇ ਨਾਂਗੈ॥
ਨਗਨ ਹੋਇ, ਭੋਗ ਜੋ ਕਰੈ॥
ਨਗਨ ਹੋਇ, ਜਲ ਮੱਜਨੁ ਕਰੈ॥ ੨੭॥

ਦੋਹਰਾ

ਨਗਨ ਹੋਇ ਬਾਹਰ ਫਿਰੈ, ਨਗਨ ਸੀਸ ਜੋ ਖਾਇ॥
ਨਗਨ ਪ੍ਰਸਾਦਿ ਜੋ ਬਾਂਟਈ, ਤਨਖਾਹੀ ਬਡੋ ਕਹਾਇ॥ ੨੮॥

ਚੌਪਈ

ਖਾਲਸਾ ਸੋ, ਜੁ ਨਿੰਦਾ ਤਿਆਗੈ॥
ਖਾਲਸਾ ਸੋ, ਜੁ ਲੜੈ ਹੋਹਿ ਆਗੈ॥
ਖਾਲਸਾ ਸੋ, ਜੁ ਦੇਵੈ ਦਾਨਾ॥
ਖਾਲਸਾ ਸੋ, ਜੁ ਮਾਰੈ ਖਾਨਾ॥ ੨੯॥
ਖਾਲਸਾ ਸੋ, ਜੁ ਪੰਚਾ ਕਉ ਮਾਰੈ॥
ਖਾਲਸਾ ਸੋ, ਜੁ ਕਰਮਾਂ ਕੋ ਸਾੜੈ॥
ਖਾਲਸਾ ਸੋ ਜੁ ਮਾਨ ਤਿਆਗੈ॥
ਖਾਲਸਾ ਸੋ, ਜੁ ਅਨਦਿਨੁ ਜਾਗੈ॥ ੩੦॥
ਖਾਲਸਾ ਸੋ, ਪਰਦ੍ਰਿਸਟਿ ਕਉ ਤਿਆਗੈ॥

ਖਾਲਸਾ ਸੋ, ਨਾਮੁ ਰਤਿ ਲਾਗੈ॥
ਖਾਲਸਾ ਸੋ, ਗੁਰਬਾਣੀ, ਹਿਤੁ ਲਾਵੈ॥
ਖਾਲਸਾ ਸੋ, ਸਾਰ ਮੁਹਿ ਖਾਵੈ॥ ੩੧॥

ਦੋਹਰਾ

ਖਲਕ ਖਾਲਿਕ ਕੀ ਜਾਣਿ ਕੈ, ਖਲਕ ਦੁਖਾਵੈ ਨਾਹਿ॥
ਖ਼ਲਕ ਦੂਖੈ ਜਬਿ ਲਾਲ ਜੀ, ਖਾਲਿਕ ਕੋਪੈ ਤਾਹਿ॥ ੩੨॥

ਚੌਪਈ

ਖਾਲਸਾ ਸੋ, ਜੁ ਨ੍ਰਿਧਨ ਕਉ ਪਾਲੈ॥
ਖਾਲਸਾ ਸੋ, ਜੁ ਦੁਸ੍ਰ ਕੋ ਗਾਲੈ॥
ਖਾਲਸਾ ਸੋ, ਜੁ ਨਾਮੁ ਜਪੁ ਕਰੈ॥
ਖਾਲਸਾ ਸੋ, ਜੁ ਮਲੇਛ ਪਰ ਚੜ੍ਹੈ॥ ੩੩॥
ਖਾਲਸਾ ਸੋ, ਜੁ ਨਾਮੁ ਸਿਉ ਜੋੜੈ॥
ਖਾਲਸਾ ਸੋ, ਜੁ ਬੰਧਨ ਕੋ ਤੋੜੈ॥
ਖਾਲਸਾ ਸੋ, ਜੁ ਚੜ੍ਹੈ ਤੁਰੰਗ॥
ਖਾਲਸਾ ਸੋ, ਜੁ ਕਰੈ ਨਿਤ ਜੰਗ॥ ੩੪॥
ਖਾਲਸਾ ਸੋ, ਜੁ ਸਸਤ੍ਰ ਕਉ ਧਾਰੈ॥
ਖਾਲਸਾ ਸੋ, ਜੁ ਦੁਸਟ ਕੋ ਮਾਰੈ॥
ਖਾਲਸਾ ਸੋ, ਜੁ ਧਰਮ ਕੋ ਪਾਲੈ॥
ਖਾਲਸਾ ਸੋ, ਸੀਸ ਛਤ੍ਰ ਦੇ ਨਾਲੈ॥ ੩੫॥

ਦੋਹਰਾ

ਦੋਹੀ ਫਿਰੈ ਅਕਾਲ ਕੀ, ਨਿੰਦਕ ਟਿਕੇ ਨ ਕੋਇ॥
ਬਨ ਪਰਬਤ ਸਭ ਭਜੈਂਗੇ, ਤਰੈਂ ਜਗਤ ਮੈਂ ਸੋਇ॥ ੩੬॥

ਚੌਪਈ

ਸੁਨਹੁ ਨੰਦਲਾਲ, ਇਹੁ ਸਾਜੁ॥
ਪ੍ਰਗਟਿ ਕਰੂੰਗਾ, ਅਪਨਾ ਰਾਜ॥
ਚਾਰ ਵਰਨ, ਇਕ ਵਰਨ ਕਰਾਊਂ॥
ਵਾਹਿਗੁਰੂ ਕਾ, ਜਾਪ ਜਪਾਊਂ॥ ੩੭॥
ਚੜਹੇ ਤੁਰੰਗ, ਉਡਾਵੈਂ ਬਾਜ॥

ਤੁਰਕ ਦੇਖਿ ਕੈ, ਜਾਵੈਂ ਭਾਜ॥
ਸਵਾ ਲਾਖ ਸੇ, ਏਕ ਲੜਾਊਂ॥
ਚੜਹਿ ਸਿੰਘ, ਤਿਸੁ ਮੁਕਤ ਕਰਾਊਂ॥੩੮॥
ਝੂਲਨ ਨੇਜੇ, ਹਸਤੀ ਸਾਜੇ॥
ਦੁਆਰਿ ਦੁਆਰਿ ਪਰਿ, ਨਉਬਤ ਬਾਜੇ॥
ਸਵਾ ਲਾਖ, ਜਬ ਧੁਖੇ ਪਲੀਤਾ॥
ਤਬੈ ਖਾਲਸਾ, ਉਦੇ ਅਸ੍ਤ ਲੌ ਜੀਤਾ॥੩੯॥

ਦੋਹਰਾ

ਰਾਜ ਕਰੇਗਾ ਖਾਲਸਾ, ਆਕੀ ਰਹੈ ਨ ਕੋਇ॥
ਖੁਆਰ ਹੋਇ ਸਭ ਮਿਲੈਂਗੇ, ਬਚੇ ਸਰਨਿ ਜੁ ਹੋਇ॥ ੪੦॥

ਬਚਨ ਹੈ ਸ੍ਰੀ ਗੁਰੂ ਜੀ ਕਾ, ਕਿ ਜੋ ਕੋਈ ਸਿਖ ਦਾ ਬੇਟਾ ਹੋਇ, ਅਰੁ ਮੋਨਾ ਹੋਇ ਜਾਵੇ, ਤਿਸ ਕੀ ਜੜ੍ਹ ਸੁੱਕੀ, ਔਰ ਜੋ ਮੋਨਾ ਸਿਖ ਹੋਇ ਜਾਵੇ, ਤਾਂ ਤਿਸ ਕੀ ਜੜ੍ਹ ਹਰੀ।

ਇਤਿ ਸ੍ਰੀ ਤਨਖਾਹਨਾਮਹ ਸੰਪੂਰਨੰ॥

☬

ਦਸਤੂਰੁਲ ਇਨਸ਼ਾ

ਭੂਮਿਕਾ :— ਦਸਤੂਰ=ਵਜ਼ੀਰ, ਦੀਵਾਨ ਨੰਦਲਾਲ ਜੀ ਨੂੰ ਜੋ ਵੱਖ-ਵੱਖ ਥਾਂਵਾਂ ਤੋਂ ਇਨਸ਼ਾ=ਲੇਖ, ਚਿੱਠੀਆਂ ਪ੍ਰਾਪਤ ਹੋਈਆਂ, ਉਨ੍ਹਾਂ ਚਿੱਠੀਆਂ ਦੇ ਸੰਗ੍ਰਹਿ ਨੂੰ "ਦਸਤੂਰੁਲ ਇਨਸ਼ਾ" ਕਹਿੰਦੇ ਹਨ। ਭਾਈ ਸਾਹਿਬ ਜੀ ਵਜ਼ੀਰ ਕਰਦੇ-ਕਰਦੇ ਲੋਕਾਂ ਦੀਆਂ ਚਿੱਠੀਆਂ ਪੜ੍ਹ ਕੇ ਉੱਤਰ ਦਿੰਦੇ, ਉਹ ਸਭ ਮਸਲਾ ਇਸ ਰਚਨਾ 'ਚ ਦਰਜ ਹੈ। ਇਹ ਵਡ-ਅਕਾਰੀ ਰਚਨਾ ਨੇ ਲਾਲਾ ਪਰਮਾਨੰਦ ਜੀ ਨੇ ਭਾਈ ਨੰਦਲਾਲ ਜੀ ਦੇ ਖ਼ਾਨਦਾਨ ਪਾਸ ਵੇਖੀ ਸੀ। ਪਰ ਹੁਣ ਇਹ ਦੁਰਲਭ ਹੈ। ਡਾਕਟਰ ਗੰਡਾ ਸਿੰਘ ਜੀ ਨੂੰ ਭਾਈ ਭਗਵੰਤ ਹਰੀ ਜੀ ਤੋਂ ਜਿਨ੍ਹਾਂ ਕੁ ਹਿੱਸਾ ਇਸ ਰਚਨਾ ਦਾ ਪ੍ਰਾਪਤ ਹੋਇਆ। ਉਹ ਹੂ-ਬ-ਹੂ ਏਥੇ ਛਾਪ ਰਹੇ ਹਾਂ :—

ਦਸਤੂਰੁਲ ਇਨਸ਼ਾ

ਸਾਹਿਤ ਰਚਨਾ ਦਾ ਨਮੂਨਾ

...ਇਸ ਸਰਕਾਰ ਉੱਤੇ ਭਰੋਸਾ ਕਰਨਾ ਉਚਿਤ ਨਹੀਂ। ਹਜ਼ੂਰੀ ਪੇਸ਼ਕਾਰ ਮਹਿਤਾ ਪ੍ਰਾਣ ਨਾਥ ਨਾਲ, ਜਿਸ ਨੇ ਧੰਨਵਾਦ-ਪੱਤਰ ਲਿਖਿਆ ਸੀ, ਬੇਸਲੂਕੀ ਕਰਨਾ ਠੀਕ ਨਹੀਂ। ਮੁਨਸ਼ੀਆਂ ਨੇ ਪਰਵਾਨੇ ਦੇ ਹਰ ਇਕ ਵਾਕ ਵਿਚ ਅਲਕਾਬ ਲਿਖਿਆ ਸੀ ਪਰ ਹਜ਼ੂਰ ਨਵਾਬ ਸਾਹਿਬ ਨੇ ਆਪਣੇ ਕਰ-ਕਮਲਾਂ ਨਾਲ ਇਸ ਉਤੇ ਲਕੀਰ ਫੇਰ ਦਿੱਤੀ। ਇਸ ਲਈ ਮੁਨਸ਼ੀਆਂ ਦਾ ਕੋਈ ਦੋਸ਼ ਨਹੀਂ। ਮਹਿਤਾ ਵੱਲੂ ਮੱਲ ਨੂੰ ਪੁਸ਼ਾਕਾ ਪਰਦਾਨ ਕਰਨ ਦਾ ਹੁਕਮ ਹੋਇਆ ਹੈ। ਪਰ ਇਸ ਸਰਕਾਰ ਵਲੋਂ ਪੁਸ਼ਾਕੇ ਦੀ ਬਖ਼ਸ਼ਿਸ਼ ਵੀ ਹਾਥੀ ਦੀ ਬਖ਼ਸ਼ਿਸ਼ ਤੋਂ ਘੱਟ ਨਹੀਂ। ਫਿਰ ਵੀ ਪੂਰਾ ਯਤਨ ਕੀਤਾ ਜਾਵੇਗਾ। ਬਹੁਤ ਸਾਰੇ ਲੋਕ ਫ਼ੌਜਦਾਰੀ ਨਿਆਬਤ ਦਾ ਠੇਕਾ ਲੈਣ ਦੀ ਕੋਸ਼ਿਸ਼ ਵਿਚ ਹਨ। ਇਸ ਲਈ ਕਾਮਗਾਰ (ਸਥਾਨਿਕ ਹਾਕਮ) ਹਾਲਾਤ ਦਾ ਪੂਰਾ ਪਤਾ ਕਰ ਕੇ ਲਿਖੇ ਕਿ ਜੇ ਠੇਕੇ ਦੀ ਪਰਵਾਨਗੀ ਦੇ ਦਿੱਤੀ ਜਾਵੇ ਤਾਂ ਕਿੰਨੀ ਰਕਮ ਕਬੂਲ ਕੀਤੀ ਜਾਵੇ। ਜੇ ਹਜ਼ੂਰ ਦੀ ਮਰਜ਼ੀ ਇਕ ਮੁਠ ਠੇਕਾ ਦੇਣ ਦੀ ਹੋਵੇ ਅਤੇ ਜੇ ਕਾਮਗਾਰ (ਸਥਾਨਿਕ ਹਾਕਮ) ਵੀ ਰਜ਼ਾਮੰਦ ਹੋਵੇ ਤਾਂ ਅਜਿਹਾ ਹੀ ਕਰ ਲਿਆ ਜਾਵੇ।...ਜਮਾਦੀ-ਉ-ਸਾਨੀ ਦੀ ਲਿਖੀ ਚਿੱਠੀ ਭੇਜ ਕੇ ਉਸ ਵਿਚ ਪੁੱਛੀਆਂ ਗੱਲਾਂ ਦਾ ਉੱਤਰ ਵੀ ਵਿਸਥਾਰ ਪੂਰਵਕ ਦਿੱਤਾ ਜਾਵੇ। ਸਨ ਸਦਰ ਦੀ ੨੩

ਜਮਾਦੀ-ਉਲ-ਅੱਵਲ ਦੀ ਖ਼ੁਸ਼ੀ ਭਰੀ ਚਿੱਠੀ ਨੇ ਬਹੁਤ ਹੁਲਾਸ ਦਿੱਤਾ। ਆਸ ਹੈ ਕਿ ਫ਼ੌਜਦਾਰੀ ਨਾਇਬ ਦੇ ਕਰਤਵਾਂ ਦੀ ਪਾਲਣਾ ਕਰ ਕੇ ਕੁਲ ਹਾਲ ਵਿਸਥਾਰ ਨਾਲ ਲਿਖੋਗੇ। ਪਿਛਲੀਆਂ ਦਰਖ਼ਾਸਤਾਂ ਬਾਰੇ ਹਜ਼ੂਰ ਵਲੋਂ ਜਾਰੀ ਕੀਤਾ ਗਿਆ ਹੁਕਮ ਮਿਲਿਆ। ਸਿਹ-ਬੰਦੀ (ਮਾਮਲਾ ਇਕੱਠ ਕਰਨ ਲਈ ਨਿਯੁਕਤ ਕੀਤਾ ਸਿਪਾਹੀ-ਪਿਆਦਾ) ਦਾ ਹਾਲ ਪੂਰੀ ਤਰ੍ਹਾਂ ਅਤੇ ਵਿਸਥਾਰ ਨਾਲ ਲਿਖਣਾ, ਤਾਂ ਜੋ ਮਾਮਲੇ ਦੀ ਵਸੂਲੀ ਬਾਰੇ ਪੂਰੀ ਪੂਰੀ ਜਾਣਕਾਰੀ ਹੋ ਜਾਵੇ। ਅਮੀਰ ਬਾਕਰ ਅਲੀ ਖ਼ਾਂ ਦੀ ਜਾਗੀਰ ਦੇ ਪ੍ਰਬੰਧਕ ਪਾਸੋਂ ਰਜ਼ਾਨਾਮਾ ਲੈ ਕੇ ਭੇਜਣ ਦੀ ਖੇਚਲ ਕਰਨਾ ਤਾਂ ਜੋ ਖਾਨ ਸਾਹਿਬ ਦੇ ਦਿਲ ਨੂੰ ਧਰਵਾਸ ਹੋਵੇ। ਇਸ ਤੋਂ ਪਹਿਲਾਂ ਰਾਇਜ਼ਾਦਾ ਫ਼ਤਿਹ ਚੰਦ ਦੇ ਸਲਾਹ ਮਸ਼ਵਰੇ ਨਾਲ ਲਿਖਿਆ ਸੀ ਕਿ ਦਰਬਾਰ ਦੇ ਹਾਲਾਤ ਦੀ ਵੇਖ ਭਾਲ ਲਈ ਮਹਿਤਾ ਵੱਲੂ ਮੱਲ ਦੀ ਇੱਛਿਆ ਅਨੁਸਾਰ ਉਸ ਦੇ ਮਦਦਗਾਰ ਵਾਸਤੇ ਪੰਦਰਾਂ ਰੁਪਏ ਮਹੀਨਾ ਮੁਕੱਰਰ ਕੀਤਾ ਜਾਵੇ। ਜੇ ਉਸ ਨੂੰ ਲੋੜ ਪਵੇ ਤਾਂ ਉਸ ਦਾ ਮਦਦਗਾਰ ਆਪ ਦਰਬਾਰ ਵਿਚ ਹਾਜ਼ਰ ਹੋਵੇ। ਦੂਜੇ ਧੜੇ ਦਾ, ਜਿਹੜਾ ਹਰ ਵੇਲੇ ਦਰਬਾਰ ਵਿਚ ਆਉਂਦਾ ਜਾਂਦਾ ਹੈ, ਚੰਗੀ ਤਰ੍ਹਾਂ ਧਿਆਨ ਰੱਖਿਆ ਜਾਵੇ ਅਤੇ ਅਜਿਹਾ ਕਰ ਕੇ ਛੇਤੀ ਪਤਾ ਦੇਣਾ ਤਾਂ ਜੋ ਉਨ੍ਹਾਂ ਦੇ ਦਿਲ ਨੂੰ ਹੌਸਲਾ ਹੋਵੇ। ਮਹਿਤਾ ਅਜਾਇਬ ਸਿੰਘ ਅਤੇ ਮਹਿਤਾ ਗੁਲਾਬ ਰਾਏ ਵਕੀਲ ਦੀਆਂ ਚਿੱਠੀਆਂ ਮਿਲੀਆਂ। ਅਜੇ ਵਰਤਮਾਨ ਸਮੇਂ ਦਾ ਧਿਆਨ ਹੀ ਰੱਖਿਆ ਜਾਵੇ। ਇਸ ਤੋਂ ਪਿਛੋਂ ਜੋ ਹੋਵੇਗਾ ਉਹ ਕਾਮਗਾਰ (ਸਥਾਨਿਕ ਹਾਕਮ) ਨੂੰ ਦੱਸ ਦਿੱਤਾ ਜਾਵੇਗਾ। ਮੁਜ਼ਾਰਿਆਂ ਨੂੰ ਤਕਾਵੀਆਂ ਦੇਣ ਬਾਰੇ ਫੈਸਲਾ ਕਰ ਦਿੱਤਾ ਗਿਆ ਹੈ। ਮਲਕ ਚੂਹੜ ਮੱਲ ਦੀਨਾ ਬੇਗ ਨੂੰ ਨਾਲ ਲੈ ਕੇ ਸੌ ਕੋਹ ਤੋਂ ਚਲਕੇ ਮੁਲਤਾਨ ਆ ਗਿਆ ਹੈ। ਉਪਰੋਕਤ ਮਿਰਜ਼ਾ ਸਲਾਮ ਭੇਜਦਾ ਹੈ। ਮਹਿਤਾ ਰਾਮਜੀ ਨਿਸ਼ਾਵਨ ਵੀ ਮਾਲ ਅਸਬਾਬ ਲੁਟਾ ਕੇ ਆ ਗਿਆ ਹੈ। ਇਕ ਦਸਤਾ ਮੁਹਰਦਾਰ ਅਤੇ ਤਿੰਨ ਦਸਤੇ ਦੀਨਾ-ਪੂਰੀ ਦਫ਼ਤਰੀ ਕਾਗਜ਼ ਭੇਜੇ ਜਾ ਰਹੇ ਹਨ। ਮਿਲਣ ਤੇ ਪਤਾ ਦੇਣਾ।

* * *

੧੮ ਜਮਾਦੀ-ਉਲ-ਅੱਵਲ ਦਾ ਲਿਖਿਆ ਇਕ ਪੱਤਰ, ਭੱਖਰ ਸਰਕਾਰ ਦੀ ਫ਼ੌਜੀ ਸੇਵਾ ਦੀ ਸਨਦ ਅਤੇ ਕੁਝ ਹੋਰ ਚਿੱਠੀਆਂ ਖਾਸ ਹਰਕਾਰੇ ਦੇ ਹੱਥ ਤੁਰਤ ਭੇਜ ਦਿੱਤੀਆਂ ਹਨ। ਹੁਲਾਸ ਭਰਪੂਰ ਚਿੱਠੀਆਂ ਵਿਚੋਂ ਮਿਤੀ ੨,੪ ਅਤੇ ੧੭ ਦੀਆਂ ਚਿੱਠੀਆਂ, ਇਕ ਥੈਲੀ, ਕਈ ਬਿਨੈ ਪੱਤਰ, ਇਸੇ ਮਹੀਨੇ ਦੀ ਮਿਤੀ ੩,੧੮,੨੦ ਤੇ ੨੬ ਦੀਆਂ ਲਿਖਤਾਂ ਆਦਿ ਸਭ ਮਿਲ ਗਈਆਂ ਹਨ। ਪੜ੍ਹ ਕੇ ਬਹੁਤ ਪ੍ਰਸੰਨਤਾ ਹੋਈ। ਬਰਖ਼ੁਰਦਾਰ, ਅੱਖੀਆਂ ਦਾ ਤਾਰਾ ਮੀਆਂ ਮੁਹੰਮਦ ਸਈਦ ਮੁਚਲਕਾ ਭਰਨ, ਜ਼ਮਾਨਤ ਦੇਣ ਅਤੇ ਬਕਾਇਆ ਤਨਖ਼ਾਹ ਲੈਣ ਲਈ ੧੯ ਨੂੰ ਲਸ਼ਕਰ ਵਿਚ ਆ ਗਿਆ ਹੈ। ਪਹਿਲਾਂ ਪੁੱਜੀਆਂ ਅਰਜ਼ੀਆਂ ਤੇ ਜੋ ਹੁਕਮ ਹੋਇਆ ਸੀ ਉਹ ਇਨ੍ਹਾਂ ਪੱਤਰਾਂ ਉਤੇ ਫਿਰ ਇਕੱਠਾ ਲਿਖ ਦਿੱਤਾ

ਜਾਂਦਾ ਹੈ। ਮੁਨਸ਼ੀ ਨੂੰ ਹੁਕਮ ਦੇ ਦਿੱਤਾ ਹੈ ਤਾਂ ਜੋ ਪਰਵਾਨਾ ਤਿਆਰ ਕਰੇ। ਇਹ ਤਾਂ ਆਪ ਜੀ ਨੂੰ ਪਤਾ ਹੀ ਹੈ ਕਿ ਦਰਬਾਰ ਵਿਚ ਇਕ ਦਿਨ ਦੇ ਕੰਮ ਨੂੰ ਦਸ ਦਿਨ ਲੱਗ ਜਾਂਦੇ ਹਨ। ਇਨ੍ਹਾਂ ਦਿਨਾਂ ਵਿਚ ਉਪਰੋਕਤ ਬਰਖ਼ੁਰਦਾਰ ਨੂੰ ਘਰ ਦੇ ਕੰਮਾਂ ਲਈ ਸ਼ਹਿਰ ਵਿਚ ਸੱਦਿਆ ਗਿਆ ਹੈ। ਪਿਆਰ ਦੇ ਜਾਚਕ ਵੱਲੂ ਮੱਲ ਨੂੰ ਉੱਤਰ ਦੇਣ ਲਈ ਨਿਯਤ ਕਰ ਦਿੱਤਾ ਹੈ। ਰੱਬ ਚਾਹੇ ਤਾਂ ਅੱਜ ਜਾਂ ਕੱਲ੍ਹ, ਜਿਸ ਵੇਲੇ ਉੱਤਰ ਤਿਆਰ ਹੋਇਆ, ਖਾਸ ਹਰਕਾਰੇ ਰਾਹੀਂ ਉਸ ਕਾਮਗਾਰ (ਸਥਾਨਿਕ ਹਾਕਮ) ਨੂੰ ਭੇਜ ਦਿੱਤਾ ਜਾਵੇਗਾ। ਦੋ ਸੌ ਰੁਪੈ ਦੀ ਹੁੰਡੀ ਪੁਰਦਿਲ ਖ਼ਾਨ ਨੂੰ ਭੇਜੀ ਜਾਵੇਗੀ। ਰਕਮ ਵਸੂਲਣ ਤੋਂ ਪਹਿਲਾਂ ਅਗਲੀ ਰਕਮ ਦਾ ਹਿਸਾਬ ਕਿਤਾਬ (ਜਮ੍ਹਾਂ ਖਰਚ) ਭੇਜਿਆ ਜਾਵੇ। ਖੇਤੀ ਦੀ ਹਾਲਤ ਵੀ ਲਿਖ ਰਿਹਾ ਹਾਂ। ਖ਼ਰਬੂਜ਼ੇ ਦੋ ਵਿਘੇ, ਤਰਬੂਜ਼ ਅੱਧਾ ਵਿਘਾ ਅਤੇ ਇੰਨੇ ਹੀ ਬੈਂਗਣ ਹਨ। ਕੁਲ ਤਿੰਨ ਵਿਘੇ ਬਿਜਾਈ ਹੋਈ ਹੈ। ਥਾਂ ਥਾਂ ਤੇ ਬਹੁਤ ਸਾਰੀਆਂ ਜਗੀਰਾਂ ਵੰਡੀਆਂ ਗਈਆਂ ਹਨ। ਇਹ ਵੰਡ ਅਜਿਹੀ ਸੁਚੱਜੀ ਸੀ ਕਿ ਕਿਸੇ ਨੇ ਵੀ ਅਰਜ਼ੀ ਪੱਤਰ ਸ਼ਕਾਇਤ ਵਜੋਂ ਨਹੀਂ ਕੀਤਾ। ਅੱਖੀਆਂ ਦੇ ਤਾਰੇ, ਸਪੁੱਤਰ, ਮੁਹੰਮਦ ਸਈਦ ਨੂੰ ਪੱਕੀ ਕੀਤੀ ਗਈ ਕਿ ਉਹ ਧਿਆਨ ਰੱਖੇ ਤਾਂ ਜੋ ਜਾਗੀਰਦਾਰਾਂ ਵਿਚੋਂ ਕਿਸੇ ਨੂੰ ਵੀ ਹਜ਼ੂਰ ਦੇ ਦਰਬਾਰ ਵਿਚ ਗਿਲਾ ਕਰਨ ਦੀ ਲੋੜ ਨ ਪਵੇ। ਸਰਕਾਰ ਵਲੋਂ ਇਸ ਬਾਰੇ ਹਾਕਮ ਦੇ ਨਾਓਂ ਪਰਵਾਨਾ ਵੀ ਜਾਰੀ ਕਰ ਦਿੱਤਾ ਜਾਵੇਗਾ। ਅਜਿਹੀ ਹਾਲਤ ਵਿਚ ਹਰ ਇਕ ਦਾ ਧਿਆਨ ਰੱਖਣਾ ਉਚਿਤ ਹੈ, ਵਿਸ਼ੇਸ਼ ਕਰ ਕੇ ਉੱਚ-ਪਦਵੀ ਦੇ ਮਾਲਕ ਖ਼ਾਨ ਪੀਰ ਬਾਕਰ ਖ਼ਾਂ ਜੀ ਉਤੇ ਬਖ਼ਸ਼ਿਸ਼ ਹੋਣੀ ਚਾਹੀਦੀ ਹੈ। ਉਹ ਧੰਨਵਾਦ ਪੱਤਰ ਲਿਖੇਗਾ ਅਤੇ ਖ਼ਾਨ ਸਾਹਿਬ ਦੇ ਦਿਲ ਵਿਚ ਜੋ ਨਰਾਜ਼ਗੀ ਦੀ ਮੈਲ ਹੈ ਅਤੇ ਜਿਸ ਬਾਰੇ ਉਸ ਨੇ ਕਦੀ ਮੂੰਹੋਂ ਕੋਈ ਗੱਲ ਨਹੀਂ ਕੀਤੀ, ਦੂਰ ਹੋ ਜਾਵੇਗੀ। ਹਜ਼ੂਰ ਦੀਆਂ ਚਿੱਠੀਆਂ ਮਹਿਤਾ ਆਸਾ ਨੰਦ ਰਾਹੀਂ ਭੇਜੀਆਂ ਜਾ ਰਹੀਆਂ ਹਨ। ਅਲਵਰ ਦੇ ਜਾਗੀਰਦਾਰ ਮੁਹਿਬ ਨੇ ਫ਼ਰਿਆਦ ਕੀਤੀ ਹੈ ਕਿ ਬਰਖੁਰਦਾਰ ਨੇ ਪਰਗਨੇ ਦੇ ਸਾਰੇ ਪਿੰਡ ਉਜਾੜ ਦਿੱਤੇ ਹਨ। ਉਸ ਦੀ ਅਰਜ਼ੀ ਰਾਮਜੀ ਨੇ ਬਰਖ਼ੁਰਦਾਰ ਨੂੰ ਵਿਖਾ ਦਿੱਤੀ ਹੈ। ਜੋ ਮੁਨਾਸਬ ਸਮਝੋ ਆਗਿਆ ਦਿਓ। ਉਸ ਅਰਜ਼ੀ ਦੀ ਨਕਲ ਹਵਾਲੇ ਲਈ ਨਾਲ ਹੈ, ਰਾਮਜੀ ਦਾਸ ਦੇ ਸਪੁਰਦ ਕਰ ਦਿੱਤੀ ਹੈ। ਸਾਹਿਬਜ਼ਾਦੇ ਨੂੰ ਸਖ਼ਤੀ ਤੋਂ ਕੰਮ ਨਹੀਂ ਲੈਣਾ ਚਾਹੀਦਾ, ਤਾਂ ਜੋ ਕਿਸੇ ਦਾ ਦਿਲ ਨਾ ਦੁਖੇ। ਜਨਾਬ ਨਾਵਬ ਸਾਹਿਬ ਦੀ ਸੇਵਾ ਵਿਚ ਲਿਖ ਦਿੱਤਾ ਜਾਵੇ ਕਿ ਦੀਨਾਰਪੁਰੀ ਆੁਰਾਂ ਨੂੰ ਨਿਯਤ ਕੀਤੀ ਰਕਮ ਵਿਸਾਖ ਦੇ ਮਹੀਨੇ ਵਿਚ ਭੇਜ ਦਿੱਤੀ ਜਾਵੇਗੀ। ਉਨ੍ਹਾਂ ਨਾਲ ਇਕਰਾਰ ਵੀ ਇਹ ਹੀ ਸੀ। ਫਿਦਾਤੁਲਾ ਖਾਂ ਦੀ ਜਾਗੀਰ ਦੀ ਜ਼ਬਤੀ ਬਾਰੇ, ਜਿਸ ਬਾਰੇ ਅਰਜ਼ੀ ਵਿਚ ਜ਼ਿਕਰ ਸੀ, ਇਹ ਹੈ ਕਿ ਅਰਜ਼ੀ ਦੇਣ ਸਮੇਂ ਉਪਰੋਕਤ ਖ਼ਾਨ ਸਾਹਿਬ ਹਜ਼ੂਰ ਦੇ ਸਾਹਮਣੇ ਹਾਜ਼ਰ ਸਨ। ਖ਼ਾਨ ਸਾਹਿਬ ਨੂੰ ਸੂਚਨਾ ਦੇਣ ਤੋਂ ਪਹਿਲਾਂ ਇਹ ਗੱਲ ਦੱਸ ਦੇਣਾ, ਮਿੱਤਰਤਾ ਹੋਣ ਕਰਕੇ ਹਜ਼ੂਰ ਨੂੰ ਪਸੰਦ ਆਇਆ। ਮਿੱਤਰਾਂ ਦੇ ਮੁਕੱਦਮੇ ਬਾਰੇ ਉਨ੍ਹਾਂ ਨੂੰ

ਲਿਖ ਦੇਣਾ ਹੀ ਯੋਗ ਹੈ। ਇਸ ਬਾਰੇ ਹਜ਼ੂਰ ਪਾਸ ਦੋ ਤਿੰਨ ਦਿਨਾਂ ਤਕ ਬੇਨਤੀ ਕੀਤੀ ਜਾਵੇਗੀ ਤਾਂ ਜੋ ਆਪ ਜੀ ਨੂੰ ਪਰੇਸ਼ਾਨੀ ਨਾ ਹੋਵੇ। ਮੁਕੱਦਮਾ ਚੂੰਕਿ ਫ਼ੌਜਦਾਰੀ ਹੈ, ਮਿੱਤਰਾਂ ਅਤੇ ਪ੍ਰੇਮੀਆਂ ਨੂੰ ਮੁਕੱਦਮੇ ਦੇ ਸੁਆਲਾਂ ਤੇ ਜੁਆਬਾਂ ਦੇ ਸਿੱਟਿਆਂ ਬਾਰੇ ਦੱਸ ਦਿੱਤਾ ਜਾਵੇ। ਚੰਗਾ ਹੋਵੇ ਜੇ ੧੮ ਰੁਪਏ ਮਹੀਨਾ ਪਿਆਰੇ ਵੱਲੂ ਮੱਲ ਅਤੇ ਉਸ ਦੇ ਸਹਾਇਕ ਲਈ ਨਿਯਤ ਹੋ ਜਾਣ ਅਤੇ ਉਸ ਨੂੰ ਸੂਚਨਾ ਦੇ ਦਿੱਤੀ ਜਾਵੇ ਕਿ ਆਪਣੇ ਦਰਮਾਂਹੇ ਵਿਚੋਂ ਹੀ ਸਹਾਇਤ ਨਿਯੁਕਤ ਕਰ ਕੇ ਪੂਰੀ ਤਸੱਲੀ ਨਾਲ ਸਪੁਰਦ ਕੀਤੇ ਕੰਮਾਂ ਦੀ ਵਕਾਲਤ ਕਰੇ। ਜੇ ਕਦੀ ਕੋਈ ਅਤਿ ਜ਼ਰੂਰੀ ਕੰਮ ਪੈ ਜਾਏ ਤਾਂ ਉਸ ਦੀ ਗੈਰ-ਹਾਜ਼ਰੀ ਵਿਚ ਉਸ ਦੀ ਸਹਾਇਤਾ ਦਾ ਕੰਮ ਕਰੇ। ਵੱਲੂ ਮੱਲ ਨੂੰ ਆਗਿਆ ਕੀਤੀ ਜਾਵੇ ਕਿ ਬਰਖ਼ੁਰਦਾਰ ਦੀ ਹਰ ਗੱਲ ਨੂੰ ਮੰਨ ਲਿਆ ਕਰੇ। ਰਾਏ ਹੀਰਾ ਲਾਲ ਜੀ, ਕੁਤਬ ਖ਼ਾਂ ਜੀ, ਹਮਾਇਤਲਾ ਬੇਗ ਮੁਖੀ ਜੀਵਨੀ-ਲੇਖਕ, ਜੋ ਹਜ਼ੂਰ ਦੇ ਨਿਕਟੀ ਹਨ ਅਤੇ ਜਿਨ੍ਹਾਂ ਤੇ ਉਨ੍ਹਾਂ ਦੀ ਮਿਹਰ ਦੀ ਨਜ਼ਰ ਹੈ, ਇਨ੍ਹਾਂ ਸਾਰਿਆਂ ਨੂੰ ਯੋਗ ਨਕਦ ਇਨਾਮ ਦਿੱਤੇ ਜਾਣ, ਤਾਂ ਜੋ ਉਸ ਨਾਲ ਜਿਨਸ ਖਰੀਦ ਸਕਣ। ਦਫ਼ਤਰ ਦੇ ਹਰ ਇਕ ਮੁਹੱਰਰ ਨੂੰ ਦਸ ਦਸ ਰੁਪੈ ਇਨਾਮ ਵਜੋਂ ਦਿੱਤੇ ਜਾਣ ਕਿਉਂ ਜੋ ਉਨ੍ਹਾਂ ਦਾ ਧਿਆਨ ਕਿਸੇ ਨਾ ਕਿਸੇ ਹੋਰ ਚੀਜ਼ ਵੱਲ ਹੁੰਦਾ ਹੈ। ਕਰਨਾ ਤਾਂ ਤੁਸਾਂ ਵੀ ਇਹ ਹੀ ਸੀ ਭਾਵੇਂ ਮੈਂ ਨਾ ਲਿਖਦਾ। ਬਰਖੁਰਦਾਰ ਨੂੰ ਲਿਖ ਦਿੱਤਾ ਜਾਵੇਗਾ ਪਰ ਉਹ ਮੰਨਣ ਨਹੀਂ ਲੱਗਾ। ਫਿਰ ਵੀ ਉਸ ਨੂੰ ਚਿੱਠੀ ਲਿਖ ਰਿਹਾ ਹਾਂ। ਇਹ ਉਸ ਨੂੰ ਦੇਣਾ।

☆ ☆ ☆

ਪਿਆਰੇ ਬਰਖੁਰਦਾਰ ਵਲੋਂ ਉੱਤਰ ਆਉਣ ਵਿਚ ਕਈ ਦਿਨ ਲੰਘ ਗਏ ਹਨ। ਪਿਆਰੇ ਦੁਲਾਰੇ, ਅੱਖੀਆਂ ਦੇ ਤਾਰੇ, ਸਰਕਾਰੀ ਸੈਨਾ ਵਿਚ ਹੋਣ ਕਰਕੇ ਇੰਨੀ ਦੇਰ ਨਹੀਂ ਹੋਣੀ ਚਾਹੀਦੀ। ਪਿੱਛੇ ਤੁਸਾਂ ਇਕ ਮੰਗ ਕੀਤੀ ਸੀ ਕਿਉਂ ਜੋ ਫੌਜਦਾਰ ਦੀ ਤਨਖਾਹ ਇਕ ਮਹੀਨੇ ਦੀ ਬਕਾਇਆ ਰਹਿ ਗਈ ਸੀ। ਇਸ ਲਈ ਇਸ ਵੱਲ ਧਿਆਨ ਨਾ ਦੇ ਸਕਿਆ।

☆ ☆ ☆

ਦਾਵੇਦਾਰਾਂ ਦੀ ਤਲਬੀ ਦਾ ਪਰਵਾਨਾ ਨਵੇਂ ਸਿਰੋਂ ਜਾਰੀ ਕਰਨ ਲਈ ਭੇਜਿਆ ਗਿਆ ਹੈ। ਲੋੜੀਂਦਾ ਵੇਰਵਾ ਪਿਛਲੇ ਪਾਸੇ ਲਿਖਣ ਦੀ ਲੋੜ ਹੈ। ਮੁਹੰਮਦ ਖ਼ਾਂ ਦੀ ਮੌਤ ਦੀ ਖ਼ਬਰ ਅਜੇ ਤਕ ਨਹੀਂ ਸੁਣੀ। ਪਤਾ ਲੱਗਣ ਤੇ ਲਿਖਿਆ ਜਾਵੇਗਾ। ਜ਼ਮੀਨ ਦਾ ਅਸ਼ਟਾਮ ਬਰਖੁਰਦਾਰ ਨੇ ਲਿਖ ਕੇ ਜੀਵਾਂ ਮੱਲ ਦੇ ਨੌਕਰ ਨੂੰ ਭਿਜਵਾ ਦਿੱਤਾ ਹੈ। ਮਲਕ ਛੋਟਾ ਮੱਲ ਪੀਰ ਕਾਕੂਨ ਦੇ ਯਾਤ੍ਰੀਆਂ ਨਾਲ ਮੁਲਤਾਨ ਵੱਲ ਆ ਰਿਹਾ ਸੀ ਕਿ ਰਾਹ ਵਿਚ ਡਾਕੂਆਂ ਨੇ ਲੁੱਟ ਲਿਆ। ਲਗਭਗ ੫ ਲੱਖ ਦੀ ਨਕਦੀ ਅਤੇ ਜਿਣਸ ਲੁੱਟ ਕੇ ਲੈ ਗਏ। ਉਪਰੋਕਤ ਮਲਕ ਨੇ ਮੋਤੀ ਰਾਮ ਨੂੰ ਲਿਖਿਆ ਹੈ। ਰਾਹ ਦੇ ਸੁਰਖਿਅਤ ਹੋਣ ਪਰ ਫਿਰ ਮੁਲਤਾਨ ਆਵੇਗਾ। ਬਰਖੁਰਦਾਰ ਮਹਿਤਾ ਗੋਪਾਲ ਸਿੰਘ ਹਜ਼ੂਰੀ ਪੇਸ਼ਕਾਰ ਨੂੰ ਮਿਲੇਗਾ।

ਇਸ ਲਈ ਧਿਆਨ ਰੱਖਣਾ ਕਿ ਕੋਈ ਗੱਲ ਅਜਿਹੀ ਨਾ ਹੋਵੇ ਕਿ ਜਿਸ ਕਰਕੇ ਉਸ ਦਾ ਦਿਲ ਦੁਖੀ ਹੋਵੇ ਅਤੇ ਹਜ਼ੂਰ ਨੂੰ ਲਿਖਣਾ ਪਵੇ। ਜੇ ਉਸ ਦਾ ਦਿਲ ਦੁਖੀ ਹੋਇਆ ਤਾਂ ਰਾਮਜੀ ਵੀ ਚਿੰਤਾਤੁਰ ਹੋਵੇਗਾ। ਇਸ ਤੋਂ ਪਹਿਲਾਂ ਇਕ ਪੱਤਰ, ਜਿਸ ਵਿਚ ਸ਼ਾਹੀ ਦਰਬਾਰ ਦਾ ਪੂਰਾ ਪੂਰਾ ਹਾਲ ਲਿਖਿਆ ਹੋਇਆ ਸੀ ਅਤੇ ਬੇਸਮਝ ਧਨਾਢਾਂ ਦੀ ਨਾ-ਕਦਰਦਾਨੀ ਬਾਰੇ ਵਿਸਥਾਰ ਪੂਰਬਕ ਵੇਰਵਾ ਸੀ, ਭੇਜਿਆ ਗਿਆ ਹੈ। ਆਸ ਹੈ ਸਿਆਣੇ ਅਤੇ ਸੂਝਵਾਨ ਇਸ਼ਾਰਾ ਸਮਝਣ ਵਾਲਿਆਂ ਨੇ ਅਕਲ ਕੀਤੀ ਹੋਵੇਗੀ ਅਤੇ ਦੋਵੇਂ ਧਿਰਾਂ ਦਿਲੋਂ ਕੁਝ ਨੇੜੇ ਹੋ ਗਈਆਂ ਹੋਣਗੀਆਂ। ਮਿਹਰਬਾਨ ਜੀ ! ਜੇ ਫੌਜੀਆਂ ਦੇ ਹਾਲਾਤ ਵਰਨਣ ਕੀਤੇ ਜਾਣ ਤਾਂ ਲਿਖਤਾਂ ਦੇ ਢੇਰ ਲੱਗ ਜਾਣ। ਨਾਉਂ ਮਾਤਰ ਹੀ ਟੁੱਟੀ ਜੀਭ ਵਾਲੀ ਕਲਮ ਨਾਲ ਕਾਗਜ਼ ਦੇ ਪੁਰਜ਼ੇ ਤੇ ਲਿਖੇ ਹਨ। ਸਰਬ ਸ਼ਕਤੀਮਾਨ ਪਰਮਾਤਮਾ ਦਾ ਸ਼ੁਕਰ ਹੈ ਕਿ ਜਿਸ ਨੇ ਆਪਣੀ ਮਿਹਰ ਅਤੇ ਕਿਰਪਾ ਨਾਲ ਲਸ਼ਕਰ ਵਿਚੋਂ, ਕਿ ਕਿਆਮਤ ਜਿਸ ਦਾ ਨਮੂਨਾ ਹੈ, ਕਿਸੇ ਇਕ ਨੂੰ ਵੀ ਰਹਿਣ ਦਿੱਤਾ ਹੈ। ਕਿਉਂ ਜੋ ਹਰ ਕੰਮ ਦਾ ਕਰਨਹਾਰ ਤਾਂ ਉਹ ਆਪ ਸਿਰਜਣਹਾਰ ਹੀ ਹੈ, ਇਸ ਲਈ ਜਿਥੇ ਦਾਨਾ ਪਾਣੀ ਹੋਵੇ ਆਦਮੀ ਉਥੇ ਜ਼ਰੂਰ ਪੁੱਜ ਜਾਂਦਾ ਹੈ। ਜੇ ਪਿਆਰੇ ਮਿੱਤਰ ਦਾ ਇਥੇ ਕੁਝ ਰਲਿਆ ਹੈ ਤਾਂ, ਬਿਨਾਂ ਇਸ ਗੱਲ ਦੇ ਕਿ ਇਥੋਂ ਕੁਝ ਹਾਲ ਲਿਖਿਆ ਜਾਵੇ, ਉਹ ਆ ਹੀ ਜਾਵੇਗਾ। ਪਰ ਦਾਸ ਬਹੁਤ ਹੀ ਸੱਚੇ ਦਿਲ ਅਤੇ ਦਿਲੀ ਪਿਆਰ ਨਾਲ ਲਿਖਦਾ ਹੈ ਕਿ ਆਉਣਾ ਬਿਲਕੁਲ ਸੰਭਵ ਨਹੀਂ। ਫੌਜੀ ਨੌਕਰੀ ਤੇ ਨਿਰਭਰ ਹੋਣ ਨਾਲੋਂ ਭੁੱਖ ਨਾਲ ਜਾਨ ਦੇਣਾ ਵਧੇਰੇ ਚੰਗਾ ਹੈ। ਤੁਸੀਂ ਇਸ ਗੱਲ ਨੂੰ ਤਾਂ ਚੰਗੀ ਤਰ੍ਹਾਂ ਜਾਣਦੇ ਹੋ। ਕੁਝ ਲਿਖਣ ਤੇ ਉਪਦੇਸ਼ ਦੇਣ ਦੀ ਕੋਈ ਲੋੜ ਨਹੀਂ। ਆਸ ਹੈ ਖ਼ੁਸ਼ੀਆਂ ਦੇਣ ਵਾਲੇ ਮਿਲਾਪ ਤਕ ਚਿੱਠੀਆਂ ਲਿਖਦੇ ਰਿਹਾ ਕਰੋਗੇ ਅਤੇ ਨਿਰਾਸ ਨਾ ਕਰੋਗੇ।

✡ ✡ ✡

ਬਰਖੁਰਦਾਰ, ਤੇਰਾ ਤੀਰ ਅਤੇ ਕਮਾਨ ਸਲਾਮਤ ਰਹੇ ! ਜ਼ਬਾਨੀ ਸੁਨੇਹਾ ਜੋ ਪਿਛੇ ਭੇਜਿਆ ਸੀ ਮਿਲ ਗਿਆ ਹੈ। ਚਾਰ ਟਨਕੇ (ਇਕ ਸਿੱਕੇ ਦਾ ਨਾਉਂ) ਕਮਾਨ ਨੂੰ ਚਿੱਲਾ ਬੰਨ੍ਹਣ ਵਾਲੇ ਨੂੰ ਆਪਣੇ ਕੋਲੋਂ ਦਿੱਤੇ ਅਤੇ ਤਿੰਨ ਟਨਕੇ ਦਾ ਜ਼ਾਮਿਲ (ਹੁੱਕੇ ਦੀਆਂ ਦੋ ਨੜੀਆਂ ਨੂੰ ਜੋੜਨ ਵਾਲੀ ਲੱਕੜ) ਮੁੱਲ ਲਿਆ, ਸਤ ਟਨਕੇ ਫਿਰ ਮੋੜ ਦੇਣਗੇ। ਬਰਖੁਰਦਾਰ ਦੇ ਨਾਉਂ ਦੀ ਇਕ ਚਿੱਠੀ ਅਤੇ ਦੋ ਰੁਪਏ ਦਾ ਨਜ਼ਰਾਨਾ ਫਲਾਨੇ ਆਦਮੀ ਦੇ ਹੱਥ ਭੇਜਿਆ ਜਾਵੇਗਾ। ਉਹ ਮਿਲਣ ਤੇ ਪਤਾ ਦੇਣਾ।

ਕੀ ਮਹਿਤਾ ਸਾਹਿਬ ਅਤੇ ਕੀ ਬਰਖ਼ੁਰਦਾਰ ਫਲਾਨੇ ਫਲਾਨੇ, ਸਭ ਬਰਖ਼ੁਰਦਾਰ ਦੀ ਭਲਾਈ ਲੋੜਦੇ ਹਨ। ਵੈਰੀ ਤਾਂ ਸਵਾਰਥ ਜਾਂ ਵਿਰੋਧਤਾ ਜਾਂ ਖਰਲਾਂ ਦੇ ਵਡਿੱਕਿਆਂ ਦੀ ਬਦਸਲੂਕੀ ਦੇ ਕਾਰਣ ਸਰਕਾਰੀ ਮਾਮਲੇ ਦੀ ਉਗ੍ਰਾਹੀ ਵਿਚ ਠੀਕ ਤਰ੍ਹਾਂ ਕੰਮ ਨਹੀਂ ਕਰ ਰਹੇ। ਪਰ ਮਿੱਤਰ ਅਤੇ ਸਨੇਹੀ, ਕੀ ਘਰ ਤੇ ਕੀ ਬਾਹਰ ਦੇ, ਸਭ ਥਾਵਾਂ 'ਤੇ ਪੂਰਾ

ਪੂਰਾ ਤਾਣ ਲਾ ਰਹੇ ਹਨ। ਮਹਿਤਾ ਜੀ ਨੂੰ ਚਿੱਠੀ ਭਿਜਵਾਉਣੀ ਉਚਿੱਤ ਹੈ। ਆਗਿਆ ਪੱਤਰ ਫਲਾਣੇ ਦੇ ਘਰ ਜਿਥੇ ਕਿ ਫਲਾਣੇ ਬੈਠੇ ਸਨ ਪਹੁੰਚਾ ਦਿੱਤਾ ਹੈ। ਅਗਲੇ ਦਿਨ ਫਲਾਣਾ ਮਹਿਤਾ ਮੇਰੇ ਪਾਸ ਘਰ ਆਇਆ, ਆਗਿਆ ਪੱਤਰ ਬਾਰੇ ਹਰ ਗੱਲ ਦਾ ਭੇਦ ਖੋਲ੍ਹਿਆ ਅਤੇ ਦਾਸ ਅਤੇ ਬਰਖ਼ੁਰਦਾਰ ਬਾਰੇ ਉਸ ਘਰ ਵਿਚ ਕੀਤੀ ਨਿੰਦਿਆ ਦਾ ਮੰਡਨ ਕੀਤਾ। ਉਥੇ ਹੋਏ ਸਵਾਲ ਤੇ ਉਨ੍ਹਾਂ ਦੇ ਜਆਬ, ਜੋ ਫਲਾਣੇ ਮਹਿਤੇ ਦੇ ਪੱਤਰ ਤੋਂ ਆਪ ਨੂੰ ਪਤਾ ਲੱਗ ਜਾਣਗੇ, ਵੇਰਵੇ ਸਹਿਤ ਮੈਨੂੰ ਦੱਸੇ ਅਤੇ ਖ਼ਿਮਾਂ ਮੰਗੀ। ਖੈਰ, ਸਭ ਪ੍ਰਬੰਧਕ, ਸਰਦਾਰ ਅਤੇ ਵਿਦਵਾਨ ਧੰਨਵਾਦ ਕਰਦੇ ਹਨ। ਸਤਿਗੁਰੂ ਦਿਆਲ ਪਰ ਭਰੋਸੇ ਯਕੀਨ ਅਤੇ ਵਿਸ਼ਵਾਸ ਦੀ ਪਕਿਆਈ ਅਤੇ ਦ੍ਰਿੜ੍ਹਤਾ ਮੰਨੀ ਪ੍ਰਮੰਨੀ ਅਤੇ ਪ੍ਰਤੱਖ ਹੈ। ਇਸ ਲਈ ਬਰਖ਼ੁਰਦਾਰ ਲਈ, ਲੋਕ ਪ੍ਰਲੋਕ ਦੇ ਸਭ ਖਟਕਿਆਂ ਅਤੇ ਖ਼ਤਰਿਆਂ ਤੋਂ ਬਚਾਉ ਦੀ ਓਟ ਅਤੇ ਓਹਲਾ, ਉਨ੍ਹਾਂ ਦੀ ਸ਼ਰਨ ਹੀ ਹੈ। ਖਰਲਾਂ ਪਾਸੋਂ ਸਰਕਾਰੀ ਕੰਮਾਂ ਲਈ ਮਾਮਲੇ ਦੀ ਮੰਗ ਕਰਨੀ ਲੁੜੀਂਦੀ ਹੈ, ਸੈਂਕੜਿਆਂ ਬਖ਼ਸ਼ਿਸ਼ਾਂ, ਜਿਨ੍ਹਾਂ ਦਾ ਨਾਂ ਲੈਣ ਦੀ ਲੋੜ ਨਹੀਂ, ਤੋਂ ਨਾਬਰ ਹੋ ਗਿਆ ਹੈ। ਸਤਿਗੁਰੂ ਸਦਾ ਬਰਖ਼ੁਰਦਾਰ ਦੇ ਅੰਗ ਸੰਗ ਸਹਾਈ ਹੋਵੇ ਅਤੇ ਵੱਡੀ ਉਮਰ ਕਰੇ।

ਪਾਕ ਅਤੇ ਪਵਿੱਤਰ ਪਰਮਾਤਮਾ ਮਹਿਤਾ ਚੇਤਨ ਦਾਸ ਜੀ ਕਾਮਗਾਰ ਨੂੰ, ਜੋ ਰਾਜ ਦੀ ਨੀਂਹ, ਅੱਖੀਆਂ ਦੀ ਜੋਤ, ਪ੍ਰਾਨਾਂ ਤੋਂ ਪਿਆਰਾ, ਨੇਕ ਬਖ਼ਤ ਅਤੇ ਵਡਭਾਗੀ ਹੈ, ਵੱਡੀ ਆਯੂ ਪ੍ਰਦਾਨ ਕਰੇ, ਉਸ ਦੇ ਰਾਜਸੀ ਕੰਮ ਨੂੰ ਸਦੀਵਤਾ ਬਖ਼ਸ਼ੇ, ਹੋਣੀਆਂ ਅਤੇ ਭਾਵੀਆਂ ਤੋਂ ਸੁਰੱਖਿਅਤ ਰੱਖੇ। ਉਸ ਦੀਆਂ ਲੋਕ ਅਤੇ ਪ੍ਰਲੋਕ ਸਬੰਧੀ ਆਸਾਂ ਅਤੇ ਮੁਰਾਦਾਂ ਪੂਰੀਆਂ ਕਰੇ। ਉਹ ਭਗਵਾਨ ਬਰਖ਼ੁਰਦਾਰ ਦੇ ਮੁੱਖ ਤੇ ਅਸ਼ਾਂਤੀਅਤੇ ਮਨ ਉਤੇ ਕਲੇਸ਼ ਅਤੇ ਦੁੱਖ ਦੀ ਮੈਲ ਨਾ ਲਿਆਵੇ। ਅਨੰਦਦਾਇਕ ਦਰਸ਼ਨਾਂ ਦੀ ਇੱਛਿਆ ਦਿਨ ਦੂਣੀ ਅਤੇ ਰਾਤ ਚੌਣੀ ਹੋਵੇ ਜੋ ਰਾਜ ਦੀ ਨੇਕ ਬਖ਼ਤੀ ਦੇ ਰੰਗ ਵਿਚ ਰੰਗੀ ਹੋਈ ਹੈ। ਆਪ ਵਲੋਂ ਨੇਕ ਬਖਤੀ ਅਤੇ ਧਨ ਦੌਲਤ ਦੇ ਦੋ ਗੁਲਦਸਤਿਆਂ, ਅਰਥਾਤ ਦੋ ਪੱਤਰਾਂ, ਦੇ ਨਾਲ ਛੇ ਰੁਪਏ ਤੇ ਇਕ ਥਾਨ ਵੀ ਮਿਲਿਆ ਜੋ ਕਿਸੇ ਸ਼ੁਭ ਘੜੀ ਹਜ਼ੂਰ ਦੀ ਸੇਵਾ ਵਿਚ ਹਾਜ਼ਰ ਹੋਣ ਬਾਰੇ ਹੈ। ਇਨ੍ਹਾਂ ਨੇ ਮੇਰੇ ਰੀਝਾਂ ਅਤੇ ਸਧਰਾਂ ਭਰੇ ਦਿਮਾਗ਼ ਨੂੰ ਸੁਗੰਧਤ ਕੀਤਾ ਹੈ, ਪੜ੍ਹ ਕੇ ਹੱਦੋਂ ਵੱਧ ਖ਼ੁਸ਼ੀ ਤੇ ਪ੍ਰਸੰਨਤਾ ਹੋਈ ਹੈ।

ਸਾਨੂੰ ਖ਼ੁਸ਼ ਕੀਤਾ ਈ ਸਮਿਆ, ਤੂੰ ਭੀ ਮੌਜਾਂ ਮਾਣ ਵੇ।

ਆਪ ਜੀ ਦੀ ਸੁਗੰਧੀ-ਪਰਸਾਰਨੀ ਕਲਮ ਨੇ ਜੋ ਸੁਭਾਵਕ ਭੈ ਪ੍ਰਗਟ ਕੀਤਾ ਹੈ, ਬਰਖ਼ੁਰਦਾਰ ! ਉਸ ਦੇ ਸਬੰਧ ਵਿਚ ਇਹ ਹੈ ਕਿ ਕਾਮਗਾਰ (ਸਥਾਨਿਕ ਹਾਕਮ) ਦੀ ਨੇਕ ਨੀਅਤੀ ਤੇ ਅਸੀਂ ਇੰਨੇ ਪਰਸੰਨ ਨਹੀਂ। ਜੇ ਉਹ—ਰੱਬ ਨਾ ਕਰੇ—ਸਾਹਮਣੇ ਬੇਅਦਬੀ ਦੀ ਗੱਲ ਕਰੇ ਜਾਂ ਗੁਸਤਾਖ਼ੀ ਨਾਲ ਪੇਸ਼ ਆਵੇ ਅਤੇ ਤੁਹਾਡੇ ਨਿਰਲੇਪ ਮਨ ਤੇ ਮੈਲ ਦੀ ਤਹਿ ਬੈਠ ਜਾਏ ਤਾਂ ਤੁਰੰਤ ਆਗਿਆ ਕਰਕੇ ਉਸ ਨੂੰ ਬੁਲਵਾ ਲਵੋ। ਦੂਜੀ ਗੱਲ ਇਹ ਹੈ

ਕਿ ਪਤਵੰਤਾ ਭਰਾ, ਜੋ ਪ੍ਰਾਣਾਂ ਤੋਂ ਵੀ ਪਿਆਰਾ ਹੈ, ਕਿਸੇ ਗੱਲ ਕਰਕੇ ਰੰਜ ਹੋ ਜਾਵੇ ਤਾਂ ਅਜਿਹੇ ਸਮੇਂ ਅਤਿ ਦਿਆਲਤਾ ਨਾਲ ਮਿਹਰ ਭਰਿਆ, ਦੋਸਤੀ ਦਾ ਹੱਥ ਅੱਗੇ ਵਧਾਉਣਾ। ਪਰਮਾਤਮਾ ਛੇਤੀ ਹੀ ਆਪਣੀ ਰਹਿਮਤ ਦੇ ਦਰਵਾਜ਼ੇ ਖੋਲ੍ਹ ਕੇ ਸਾਨੂੰ ਅਤੇ ਤੁਹਾਨੂੰ ਅੰਦਰਲੀ ਅਤੇ ਬਾਹਰਲੀ ਸ਼ਾਂਤੀ ਬਖਸ਼ੇ। ਕੰਮ ਵੇਲੇ ਸਿਰ ਹੀ ਨੇਪਰੇ ਚੜ੍ਹ ਗਿਆ ਹੈ। ਵਕਤ ਆਉਣ ਤੇ ਅੱਖੀਆਂ ਆਪਣੇ ਆਪ ਖੁਲ੍ਹ ਜਾਣਗੀਆਂ। ਸ੍ਰੀ ਗੰਗਾ ਜੀ ਥੋੜ੍ਹਾ ਜਿੰਨਾ ਕੇਸਰ ਈਰਾਨ ਤੋਂ ਲਿਆਏ ਸਨ, ਅੱਧਾ ਆਪ ਲਈ ਸੰਭਾਲ ਰੱਖਿਆ ਸੀ ਅਤੇ ਅੱਧਾ ਮਿੱਤਰਾਂ ਯਾਰਾਂ ਵਿਚ ਵੰਡ ਦਿੱਤਾ ਸੀ। ਇਹ ਵੱਖੋ ਵੱਖ ਭੇਜਿਆ ਗਿਆ ਸੀ। ਪੁੱਜਣ ਤੇ ਪਤਾ ਦੇਣਾ। ਬਜ਼ੁਰਗ ਭਾਈ ਸਾਹਿਬ ਗੁਰਮੁਖ ਪੁਰਸ਼ ਭਾਈ ਗੁਰਬਖਸ਼ ਸਿੰਘ ਜੀ ਬਰਖ਼ੁਰਦਾਰ ਦੀ ਸੇਵਾ ਤੇ ਬਹੁਤ ਪਰਸੰਨ ਹੋਏ ਹਨ ਅਤੇ ਧੰਨਵਾਦ ਕਰਦੇ ਹਨ।

ਪ੍ਰਤੱਖ ਅਤੇ ਅਪ੍ਰਤੱਖ ਦੇ ਜਾਨਣਹਾਰ ਭਾਈ ਸਾਹਿਬ ਭਾਈ ਠਾਕਰ ਦਾਸ ਜੀ ਵੀ ਉਪਰੋਕਤ ਵਿਚਾਰ ਨਾਲ ਸਹਿਮਤ ਹਨ। ਲੋਕ ਪ੍ਰਲੋਕ ਦੀਆਂ ਖ਼ੁਸ਼ੀਆਂ ਮਾਣੋ। ਬਰਖ਼ੁਰਦਾਰ ਕਾਮਗਾਰ ਨੇ ਇਕ ਘੋੜਾ ਖ਼ਰੀਦਿਆ ਹੈ—ਇਹ ਖ਼ੁਸ਼ਖ਼ਬਰੀ ਸੁਣ ਕੇ ਬਹੁਤ ਹੀ ਪ੍ਰਸੰਨਤਾ ਹੋਈ। ਇਹ ਘੋੜਾ ਉਸ ਨੂੰ ਮੁਬਾਰਕ ਹੋਵੇ ਅਤੇ ਰੱਬ ਹੋ ਘੋੜੇ, ਹਾਥੀ ਅਤੇ ਪਾਲਕੀਆਂ ਬਖਸ਼ੇ।

ਇਸ ਫੁਲਵਾੜੀ ਵਿਚ ਪੱਤਝੜ ਅਤੇ ਬਸੰਤ ਨੇ ਗਲਵਕੜੀ ਪਾਈ ਹੋਈ ਹੈ।

ਇਕ ਪਾਸੇ ਜੇ ਸ਼ਰਾਬ ਦਾ ਦੌਰ ਚਲ ਰਿਹਾ ਹੈ ਤਾਂ ਦੂਜੇ ਪਾਸੇ ਕਿਸੇ ਦੀ ਅਰਥੀ ਨਿਕਲ ਰਹੀ ਹੈ।

ਭਾਵੇਂ ਫਲਾਣੇ ਮਹਿਤੇ ਦੇ ਅਕਾਲ ਚਲਾਣੇ ਦੀ ਦੁਰਘਟਨਾ ਦੇ ਵਾਪਰਨ ਦੇ ਕਾਰਣ ਵਡ-ਮੁੱਲੇ ਦਿਲ ਦੇ ਪਤਰੇ ਉਤੇ ਦੁੱਖਾਂ ਅਤੇ ਕਲੇਸ਼ਾਂ ਦੀ ਮੈਲ ਲੱਗ ਗਈ ਹੈ ਅਤੇ ਇਸ ਕਾਰਣ ਉਹ ਅੱਜ ਕਲ੍ਹ ਬਹੁਤ ਚਿੰਤਾਤੁਰ ਅਤੇ ਉਦਾਸ ਹਨ, ਪਰ ਸੱਚ ਨੂੰ ਪਛਾਣਨ ਵਾਲੇ ਸਿਆਣੇ, ਰੱਬ ਨੂੰ ਪੁੱਜੇ ਗਿਆਨੀ, ਮਨੁੱਖ ਦੀ ਥੋੜ੍ਹੀ ਜਿਹੀ ਆਯੂ, ਸੰਸਾਰ ਦੀ ਨਾਸ਼ਮਾਨਤਾ ਅਤੇ ਮਨੁੱਖ ਦੀ ਝਟਪਟਾ ਅਤੇ ਬਦਲਦੇ ਸੰਸਾਰ ਦੀ ਅਵਸਥਾ ਨੂੰ ਜਾਣਦੇ ਹਨ। ਇਸ ਲਈ ਆਸ ਹੈ ਦੂਰ-ਦਰਸ਼ੀ ਸੁਭਾ ਦੀ ਸੁਚੱਜਤਾ ਅਤੇ ਨਿਪੁੰਨਤਾ ਨਾਲ ਭਾਣਾ ਮਿੱਠਾ ਕਰਕੇ ਮੰਨਦਿਆ ਹੋਇਆਂ ਉਹ ਸਬਰ ਅਤੇ ਸ਼ਾਂਤੀ ਦਾ ਪੱਲਾ ਫੜਨਗੇ।

ਇਸ ਝੂਠੇ (ਭਾਵ ਲੇਖਕ) ਨੂੰ ਰੱਬ ਬਖਸ਼ੇ। ਰੱਬ ਤੋਂ ਵਿਛੜੇ ਦੀ ਕੀ ਮਜਾਲ ਹੈ ਕਿ ਸਮੇਂ ਦੇ ਅਫ਼ਲਾਤੂਨ, ਸੰਸਾਰ ਦੇ ਗਿਆਤਾ, ਦੂਰ ਦਰਸ਼ੀ ਦੀ ਸੇਵਾ ਵਿਚ ਹਾਜ਼ਰ ਹੋ ਕੇ ਗੱਲ ਕਰਨ ਦਾ ਸਾਹਸ ਕਰੇ, ਜਾਂ ਸਰਬ-ਗਿਆਤਾ ਦੇ ਦਰਬਾਰ ਵਿਚ ਲੋਕ ਪ੍ਰਲੋਕ ਸਬੰਧੀ ਕੁਝ ਬੋਲ ਸਕੇ ਜਾਂ ਉਪਦੇਸ਼ ਕਰੇ। ਪ੍ਰੰਤੂ ਪ੍ਰਤੱਖ ਅਤੇ ਦ੍ਰਿਸ਼ਟਮਾਨ ਵਸਤੂਆਂ ਨਾਲ ਸਬੰਧ ਕਾਇਮ ਕਰਨ ਅਤੇ ਅਦਿੱਖ ਅਤੇ ਅਪ੍ਰਤੱਖ ਨੂੰ ਵਿਸਾਰ ਦੇਣ ਵਿਚ ਸਿਆਣਪ ਨਹੀਂ। ਇਸ

ਲਈ ਉਪਰੋਕਤ ਸ਼ਬਦ ਲਿਖੇ ਹਨ।

ਉੱਚਾ ਅਤੇ ਸੁੱਚਾ ਰੱਬ ਉਨ੍ਹਾਂ ਦੀ ਆਤਮਾ ਨੂੰ ਸ਼ਾਂਤੀ ਬਖ਼ਸ਼ੇ ਅਤੇ ਆਪ ਜੀ ਨੂੰ ਫਿਰ ਕਦੀ ਅਜਿਹਾ ਦੁੱਖ ਨਾ ਪਾਵੇ। ਸੁਰਗਵਾਸੀ ਖ਼ਾਨ ਸਾਹਿਬ ਦੀ ਦਿਲ-ਚੀਰਵੀਂ ਅਤੇ ਜਾਨ ਵਿਨ੍ਹਵੀਂ ਦੁਰ-ਘਟਨਾ ਨੇ, ਜਿਸ ਨਾਲ ਮਿੱਤਰਾਂ ਅਤੇ ਸੱਜਨਾਂ ਦੇ ਦਿਲਾਂ ਉੱਤੇ ਅਸਫਲਤਾ ਦੇ ਦਾਗ ਪੈ ਗਏ ਹਨ, ਇਸ ਨਾਸ਼ਮਾਨ ਸੰਸਾਰ ਤੋਂ ਉਪਰਾਮ ਕਰ ਦਿੱਤਾ ਹੈ। ਮਨੁੱਖੀ ਸੁਭਾ ਅਤੇ ਪੰਜ ਭੂਤਕ ਸਰੀਰ ਇਸ ਦੁਰਘਟਨਾ ਕਾਰਣ ਇੰਨਾ ਤਪਿਆ ਹੈ ਕਿ ਵਰਨਣ ਦੀ ਸਮਰਥਾ ਤੋਂ ਬਾਹਰ ਹੈ। ਹਾਏ ! ਦੁੱਖਾਂ ਰੂਪੀ ਨਹਿਰ ਦੇ ਕੰਢੇ ਦਾ ਸਰੂ ਮੌਤ ਦੇ ਤੂਫ਼ਾਨੀ ਝੱਖੜ ਨੇ ਭੰਨ ਤੋੜ ਛੱਡਿਆ। ਲੇਖ ਸੜ ਗਏ ਕਿ ਵਡਿਆਈ ਅਤੇ ਆਨ ਸ਼ਾਨ ਦੀ ਫੁਲਵਾੜੀ ਦਾ ਬੂਟਾ ਅਤੇ ਉਸ ਦੇ ਫਲ ਪੱਤੇ ਮੌਤ ਦੀ ਪੱਤਝੜ ਨੇ ਕੇਰ ਕੇਰ ਕੇ ਖੇਰੂੰ ਖੇਰੂੰ ਕਰ ਦਿੱਤੇ। ਭਾਵੇਂ ਇਸ ਜਾਨ-ਵਿਲੂੰਧਰਨੀ, ਸੋਗੀ ਦੁਰਘਟਨਾ ਦਾ ਦੁੱਖ ਅਤੇ ਦਰਦ ਉੱਚੀ ਅਤੇ ਵੱਡੀ ਕੁਲ ਦੇ ਵਿਅਕਤੀਆਂ ਨੂੰ ਵਿਸ਼ੇਸ਼ ਕਰਕੇ ਹੈ ਪਰ ਆਤਮਿਕ ਏਕਤਾ ਦੇ ਕਾਰਣ ਮਿੱਤਰਾਂ ਅਤੇ ਦੋਸਤਾਂ ਦੀਆਂ ਅੱਖਾਂ ਵਿਚ ਸੰਸਾਰ ਕਾਲਾ ਸਿਆਹ ਹੋ ਗਿਆ ਹੈ। ਹਾਈਂ ਬਲ ਬਲ ਉਠਦੀਆਂ ਹਨ। ਪਰ ਕੀਤਾ ਕੀ ਜਾ ਸਕਦਾ ਹੈ। ਇਸ ਬੇ-ਇਲਾਜ ਬੀਮਾਰੀ ਦਾ ਦਾਰੂ ਕੇਵਲ ਰੱਬੀ ਰਜ਼ਾ ਵਿਚ ਰਾਜ਼ੀ ਰਹਿਣਾ ਅਤੇ ਭਾਣਾ ਮਿੱਠਾ ਕਰਕੇ ਮੰਨਣਾ ਹੀ ਹੈ।

ਅਜਿਹੀ ਹਾਲਤ ਵਿਚ ਸਿਆਣੇ ਅਤੇ ਸੂਝਵਾਨ ਇਹ ਹੀ ਯੋਗ ਸਮਝਦੇ ਹਨ ਕਿ ਭਾਵੀ ਸਾਹਮਣੇ ਸਿਰ ਨੀਵਾਂ ਕਰ ਕੇ ਉਸ ਪਵਿੱਤਰ ਲੋਕ (ਪ੍ਰਲੋਕ) ਦੇ ਜੇਤੂ ਯਾਤ੍ਰੀ ਦੀ ਆਤਮਾ ਨੂੰ ਰਿਵਾਜ ਅਨੁਸਾਰ ਫ਼ਾਤਿਹਾ ਪੜ੍ਹ ਕੇ ਪਛਾਣ ਲਈਏ ਅਤੇ ਰੋਣਾ ਧੋਣਾ, ਜੋ ਪੀੜਤਾਂ ਲਈ ਜ਼ਰੂਰੀ ਹੀ ਹੁੰਦਾ ਹੈ, ਬੰਦ ਕਰ ਦਈਏ। ਸਭ ਸਬੰਧੀ ਅਤੇ ਸਨੇਹੀ ਆਪਣੇ ਦਿਲਾਂ ਨੂੰ ਹੌਸਲੇ, ਢਾਰਸ ਅਤੇ ਧੀਰਜ ਦੇ ਕੇ ਸਪੂਰਣ ਕਰ ਦੇਣ।

ਸ਼ਾਹੀ ਦਰਬਾਰ ਵਿਚ ਹਰ ਪੱਖੋਂ, ਜਿਸ ਗੱਲ ਵਿਚ ਉਨ੍ਹਾਂ ਦੀ ਭਲਾਈ ਹੋਵੇਗੀ, ਉਹ ਹੀ ਕੀਤੀ ਜਾਵੇਗੀ। ਜੇ ਰੱਬ ਨੂੰ ਮਨਜ਼ੂਰ ਹੋਇਆ ਤਾਂ ਸੁਰਗਬਾਸੀ ਦੌਲਤ ਖ਼ਾਨ ਦੇ ਸਪੁੱਤਰ ਦਾ ਮਾਨ ਸਤਿਕਾਰ ਵਧੇਗਾ, ਪਿਆਰੇ ਮਿੱਤਰ ਅਤੇ ਸਨੇਹੀ ਪ੍ਰਸੰਨ ਹੋਣਗੇ।

* * *

ਖ਼ਾਨ ਸਾਹਿਬ ਨਾਲ ਵਾਪਰੀ ਦਿਲ ਚੀਰਵੀਂ ਦੁਰਘਟਨਾ ਦੇ ਕਾਰਣ—ਰੱਬ ਉਸ ਦੀ ਆਤਮਾ ਨੂੰ ਬਖ਼ਸ਼ ਲਵੇ—ਹਜ਼ੂਰ ਦਾ ਦਿਲ ਬਹੁਤ ਹੀ ਦੁਖੀ ਹੋਇਆ ਪਰ ਸੂਝਵਾਨਾਂ ਦੀ ਦ੍ਰਿਸ਼ਟੀ ਵਿਚ ਇਸ ਸੰਸਾਰ ਦੀ ਦ੍ਰਿਸ਼ਟੀਮਾਨ ਪ੍ਰਕ੍ਰਿਤੀ ਕੇਵਲ ਨਿਸ਼ਾਨ ਅਤੇ ਖ਼ਿਆਲ ਮਾਤਰ ਹੀ ਹੈ ਅਤੇ ਗਿਆਨਵਾਨ ਅਤੇ ਰੱਬ-ਪੂਜ ਮਹਾਂਪੁਰਖ ਸਮਝਦੇ ਹਨ ਕਿ ਸਦੀਵੀ ਜੀਵਨ ਅਤੇ ਸਥਿਰਤਾ ਤਾਂ ਕੇਵਲ ਅਕਾਲ ਪੁਰਖ ਦੀ ਹੀ ਹੈ, ਸੰਸਾਰੀ ਵਸਤਾਂ ਸ਼ੀਸ਼ੇ ਦੇ

ਪ੍ਰਤਿਬਿੰਬ ਵਾਂਗ ਸਦੀਵਤਾ ਅਤੇ ਸਥਿਰਤਾ ਤੋਂ ਵਾਂਝੀਆਂ ਹਨ। ਆਸ ਹੈ ਪਾਰਦਰਸ਼ੀ ਸੂਝ ਦੀ ਅਗਵਾਈ ਨਾਲ ਰੱਬੀ ਰਜ਼ਾ ਵਿਚ ਰਾਜ਼ੀ ਰਹਿ ਕੇ ਅਤੇ ਭਾਣਾ ਮਿੱਠਾ ਮੰਨ ਕੇ ਉਸ ਮਾਲਕ ਦੀ ਆਗਿਆ ਅੱਗੇ ਸਿਰ ਨਿਵਾਇਆ ਹੋਵੇਗਾ। ਸਿਰਜਣਹਾਰ ਨੇ ਕਿੰਨਾ ਦਿਲ-ਚੀਰਵਾਂ ਸਦਮਾ, ਕਸ਼ਟ, ਦੁੱਖ ਦਰਦ ਅਤੇ ਕਲੇਸ਼ ਪਿਆਰੇ ਮਿੱਤਰਾਂ ਨੂੰ ਦਿੱਤਾ ਹੈ। ਪਰ ਰੱਬ ਦੇ ਹੁਕਮ ਨੂੰ ਟਾਲਿਆ ਨਹੀਂ ਜਾ ਸਕਦਾ।

ਉੱਚ ਪਦਵੀ ਦੇ ਮਾਲਕ ਨਵਾਬ ਸਾਹਿਬ, ਇਨ੍ਹਾਂ ਥੋੜ੍ਹਿਆਂ ਦਿਨਾਂ ਵਿਚ, ਜਦੋਂ ਕਿ ਸਮੇਂ ਦੇ ਮਿੱਤਰਾਂ ਦੀ ਕਿਰਤ ਅਤੇ ਕਿੱਤੇ ਦੀ ਜਾਣਕਾਰੀ ਸਭ ਨੂੰ ਹੈ, ਸਵਰਗ-ਸਮਾਨ ਭਾਰਤ ਵਿਚੋਂ ਵੱਡੀ ਸ਼ਾਨ ਵਾਲੇ ਨਵਾਬ ਸਾਹਿਬ ਦੀ—ਰੱਬ ਉਸ ਉਤੇ ਮਿਹਰ ਕਰੇ—ਕਦਰਦਾਨੀ ਅਤੇ ਇਨਸਾਫ਼ ਦਾ ਚਰਚਾ ਹਰ ਛੋਟੇ ਵੱਡੇ ਦੇ ਮੂੰਹ ਤੇ ਹੈ। ਹੁਣ ਜਦੋਂ ਕਿ ਖ਼ਾਨ ਸਾਹਿਬ ਪ੍ਰਲੋਕ ਸਿਧਾਰ ਗਏ ਹਨ, ਅਜਿਹਾ ਬਜ਼ੁਰਗ ਜਿਸ ਪਾਸੋਂ ਕਿਰਪਾਲਤਾ ਅਤੇ ਮਿਹਰ ਦੀ ਆਸ ਹੋ ਸਕੇ ਅਤੇ ਜਿਸ ਨੂੰ ਨੇਕ ਬਦ ਦੀ ਪਛਾਣ ਹੋ ਸਕੇ ਸਾਡੇ ਵਿਚ ਨਹੀਂ ਰਹੇ। ਆਸ ਹੈ ਕਿ ਰੱਬੀ ਜ਼ਾਤ ਦੀ ਉੱਚੀ ਦਰਗਾਹ ਵਿਚ ਉਸ ਦੀ ਸੋਭਾ ਅਤੇ ਮਾਨ ਤਾਨ ਵਧੇਗਾ।

✡ ✡ ✡

ਅਕਲਾਂ ਦੇ ਕੋਟ, ਖਿਮਾਂ ਦੇ ਸਮੁੰਦਰ ਨਵਾਬ ਸਾਹਿਬ ਦੀ ਜਾਨ-ਕੱਢੂ ਦੁੱਖ ਭਰੀ ਦਰਘਟਨਾ ਕਾਰਣ ਪਏ ਤੜਫਾਟ ਬਾਰੇ ਕੀ ਲਿਖਾਂ। ਇਸ ਘਟਨਾ ਨੇ ਇਕ ਸੰਸਾਰ ਨੂੰ ਗ਼ਮਾਂ ਦੇ ਭਾਰ ਥੱਲੇ ਦੱਬ ਦਿੱਤਾ ਹੈ। ਗੱਲ ਵਿਚ ਗਲੇਡੂ ਨਹੀਂ ਮੁੱਕਦੇ ਅਤੇ ਅੱਖਾਂ ਦੇ ਅੱਥਰੂ ਨਹੀਂ ਸੁੱਕਦੇ। ਕਿੰਨੇ ਦੁੱਖ ਦੀ ਗੱਲ ਹੈ ਕਿ ਰਾਜ ਪਾਟ ਦੀ ਫੁਲਵਾੜੀ ਦੀ ਨਹਰ ਦਾ ਸਰੂ ਜੜ੍ਹ ਤੋਂ ਉਖੜ ਕੇ ਡਿੱਗ ਪਿਆ ਅਤੇ ਠਾਠ ਬਾਠ ਦੇ ਬਾਗ ਦਾ ਸਿਰਕੱਢਵਾਂ ਬੂਟਾ ਜ਼ਮੀਨ 'ਤੇ ਆ ਡਿੱਗਾ ਹੈ।

ਸੰਸਾਰ ਵਿਚ ਅਜਿਹਾ ਕੋਈ ਬੂਟਾ ਹੈ ਨਹੀਂ
ਮੌਤ ਨੇ ਜਿਸ ਨੂੰ ਮੂੰਹ ਭਾਰ ਸੁੱਟਿਆ ਨਹੀਂ।

ਸਦੀਵੀ ਜੀਵਨ ਤਾਂ ਕੇਵਲ ਰੱਬੀ ਜ਼ਾਤ ਨੂੰ ਹੀ ਪ੍ਰਾਪਤ ਹੈ। ਬਾਕੀ ਹਰ ਚੀਜ਼ ਨਾਸ਼ਮਾਨ ਹੈ।

ਜੋ ਆਇਆ ਸੋ ਚਲੀ ਸੀਭ ਕੋ ਆਈ ਵਾਰੀਐ।

ਸੋ ਇਸ ਲਾ-ਇਲਾਜ ਰੋਗ ਦਾ ਦਾਰੂ ਸਵਾਏ ਰੱਬੀ ਰਜ਼ਾ ਵਿਚ ਰਹਿਣ ਦੇ ਅਤੇ ਉਸ ਦਾ ਭਾਣਾ ਮਿੱਠਾ ਕਰਕੇ ਮੰਨਣ ਦੇ ਹੋਰ ਕੁਝ ਨਹੀਂ। ਰੱਬ ਦਾ ਸ਼ੁਕਰ ਹੈ ਕਿ ਇਸ ਚੜ੍ਹਦੀ ਕਲਾ ਵੱਲ ਜਾਣ ਵਾਲੇ ਖ਼ਾਨਦਾਨ ਦੀ ਨੀਂਹ ਨੇਕ ਅਤੇ ਪ੍ਰਸਿੱਧ ਪੁੱਤਰ ਦੇ ਵਜੂਦ ਨਾਲ ਸਥਿਰ, ਪੱਕੀ ਅਤੇ ਮਜ਼ਬੂਤ ਹੈ। ਸੰਸਾਰ ਭਰ ਵਿਚ ਤਰਥੱਲੀ ਮਚਾ ਦੇਣ ਵਾਲੇ ਭੁਚਾਲ

ਆਉਣ ਤੇ ਵੀ ਰਹਿਮਤਾਂ ਦਾ ਸੋਮਾ ਇਸ ਰਾਜ ਦੀ ਨੀਂਹ ਦਾ ਕੋਈ ਪੱਥਰ ਵੀ ਨਹੀਂ ਹਿਲਣ ਦੇਵੇਗਾ। ਹੁਣ ਤਾਂ ਇਹ ਹੀ ਯੋਗ ਹੈ ਕਿ ਜਗਤ-ਪਤੀ ਅਤੇ ਰਾਜ ਭਾਗ ਦੇ ਮਾਲਕ ਦੀ ਦੀਰਘ ਆਯੂ ਲਈ ਅਰਦਾਸ ਕੀਤੀ ਜਾਵੇ ਅਤੇ ਪ੍ਰਲੋਕ ਸਿਧਾਰੇ ਜੇਤੂ ਦੀ ਆਤਮਾ ਤੇ ਫ਼ਾਤਿਹਾ ਪੜ੍ਹਿਆ ਜਾਵੇ। ਤਕਦੀਰ ਨਾਲ ਤਾਂ ਲੜਾਈ ਕੀਤੀ ਨਹੀਂ ਜਾ ਸਕਦੀ। ਉਸ ਦੀ ਆਗਿਆ ਨੂੰ ਕੋਈ ਮੁੜ ਨਹੀਂ ਸਕਦਾ।

* * *

ਫਲਾਣੇ ਦੇ ਦੁੱਖ ਭਰੇ ਅਕਾਲ ਚਲਾਣੇ ਦੀ ਖ਼ਬਰ ਸੁਣ ਕੇ—ਰੱਬ ਉਸ 'ਤੇ ਮਿਹਰ ਕਰੇ—ਦਿਲ ਬਹੁਤ ਦੁਖੀ ਤੇ ਪੀੜਤ ਹੋਇਆ। ਪਰ ਇਸ ਸੰਸਾਰ ਵਿਚ ਕਿਸੇ ਨੂੰ ਵੀ ਆਪਣੀ ਮਰਜ਼ੀ ਅਨੁਸਾਰ ਰਹਿਣ ਦੀ ਆਗਿਆ ਨਹੀਂ ਅਤੇ ਸਦੀਵੀ ਜੀਵਨ ਕੇਵਲ ਅਕਾਲ ਪੁਰਖ ਦਾ ਹੀ ਹੈ। ਅਜਿਹੀਆਂ ਹੋਣੀਆਂ ਅਤੇ ਭਾਵੀਆਂ ਅਤੇ ਦੁੱਖਾਂ ਅਤੇ ਕਸ਼ਟਾਂ ਨੂੰ ਮਿੱਠਾ ਕਰਕੇ ਮੰਨਣ ਤੋਂ ਬਗੈਰ ਹੋਰ ਕੋਈ ਚਾਰਾ ਨਹੀਂ। ਇਸ ਪੀੜ ਦਾ ਹੋਰ ਕੋਈ ਦਾਰੂ ਨਹੀਂ। ਪੂਰੀ ਸ਼ਾਨ ਅਤੇ ਮਾਨ ਵਾਲਾ ਰੱਬ ਸਰਦਾਰੀ ਅਤੇ ਵਡਿਆਈ ਵਾਲੀ ਕੁੱਲ ਨੂੰ ਪ੍ਰਾਕ੍ਰਿਤਕ ਆਗੂ ਪਰਦਾਨ ਕਰੇ। ਮੁੱਖ ਮੰਤਰੀ ਦੇ ਅਕਾਲ ਚਲਾਣੇ ਦੀ ਦੁੱਖ-ਭਰੀ ਖ਼ਬਰ ਸੁਣ ਕੇ ਦੋਸਤਾਂ ਮਿੱਤਰਾਂ ਦੇ ਦਿਲ ਅਤਿ ਦੁਖੀ, ਦਿਲਗੀਰ ਅਤੇ ਚਿੰਤਾਤੁਰ ਹੋਏ। ਸਨੇਹੀਆਂ ਦੇ ਮਨਾਂ ਵਿਚ ਇੰਨੀ ਉਦਾਸੀ, ਚਿੰਤਾ, ਸੋਗ ਅਤੇ ਦਿਲ-ਗੀਰੀ ਆਈ ਕਿ ਕਲਮ ਲਿਖਣ ਤੋਂ ਅਤੇ ਜ਼ਬਾਨ ਦੱਸਣ ਤੋਂ ਅਸਮਰਥ ਹੈ।

ਭਾਵੇਂ ਇਸ ਪੀੜਾ-ਵਧਾਊ ਸੋਗ ਦਾ ਦੁੱਖ ਇਸ ਵੱਡੀ ਸ਼ਾਨ ਅਤੇ ਮਾਨ ਵਾਲੀ ਕੁਲ ਦੇ ਬੰਦਿਆਂ ਨੂੰ ਵਧੇਰੇ ਹੈ ਪਰ ਵੱਡੇ ਭਾਗਾਂ ਵਾਲੇ, ਨਿਪੁੰਨਤਾ ਦੇ ਸਵਾਮੀ ਇਸ ਦਿਸ਼ਟਮਾਨ ਸੰਸਾਰ ਵਿਚ ਕਦੇ ਕਦਾਈਂ ਹੀ ਜਨਮ ਲੈ ਕੇ ਰਾਜ ਦੀ ਸ਼ਾਨ ਅਤੇ ਮਾਨ ਵਿਚ ਬ੍ਰਿਧੀ ਕਰਦੇ ਹਨ। ਨਿਪੁੰਨ ਅਤੇ ਪਰਬੀਨ ਮੰਤਰੀ ਚਿਰ ਕਾਲ ਪਿਛੋਂ ਸਰਦਾਰੀ ਦਾ ਜਾਮਾ ਪਹਿਰ ਕੇ ਸੰਸਾਰੀ ਜੀਵਾਂ ਦਾ ਭਲਾ ਕਰਨ ਆਏ। ਇਸ ਵਾਪਰੀ ਦੁਰਘਟਨਾ ਦਾ ਸ਼ੋਕ ਹਰ ਮਨੁੱਖ ਮਾਤਰ ਨੂੰ ਹੈ। ਮਨੁੱਖੀ ਜਾਮੇ ਦੇ ਮਾਂਗਵੇ ਅਤੇ ਸੰਸਾਰ ਦੇ ਨਾਸ਼ਵੰਤ ਹੋਣ ਦੇ ਕਾਰਣ ਵਿਸ਼ਵਾਸ ਹੈ ਕਿ ਵੱਡੀ ਕੁਲ ਦੇ ਸਿਰਮੌਰ ਸਿਰਜਣਹਾਰ ਵਾਹਿਗੁਰੂ ਦੀ ਰਜ਼ਾ ਵਿਚ ਰਾਜ਼ੀ ਰਹਿਣਗੇ। ਰਾਜ ਦਰਬਾਰ ਦੇ ਅਧਿਕਾਰੀ, ਸਰਦਾਰੀ ਦੇ ਸੁਆਮੀ ਦੀ ਵੱਡੀ ਉਮਰ ਲਈ ਪ੍ਰਾਰਥਨਾ ਹੈ। ਆਸ ਹੈ ਉਸ ਦੇ ਭਤੀਜਿਆਂ ਦੀ ਦੀਰਘ ਆਯੂ ਲਈ ਅਰਦਾਸ ਕਰਕੇ ਉਸ ਆਤਮਕ ਮੰਡਲ (ਪ੍ਰਲੋਕ) ਦੇ ਯਾਤ੍ਰੂ ਦੀ ਜੇਤੂ ਆਤਮਾ ਲਈ ਫ਼ਾਤਿਹਾ ਪੜ੍ਹੋਗੇ ਅਤੇ ਚਿੰਤਾ ਨੂੰ ਤਿਆਗ ਦਿਉਗੇ। ਇਸ ਲਾ-ਇਲਾਜ ਦੁੱਖ ਦਾ ਦਾਰੂ ਕੇਵਲ ਰਜ਼ਾ ਵਿਚ ਰਾਜ਼ੀ ਰਹਿਣਾ ਹੀ ਹੈ।

ਵਲੀਆਂ ਤੇ ਅਵਤਾਰਾਂ ਦੀ ਸੰਜੀਵਨੀ ਰਜ਼ਾ ਵਿਚ ਰਾਜ਼ੀ ਰਹਿਣਾ ਹੀ ਹੈ।

ਅਣ-ਭਾਉਂਦੀਆਂ ਘਟਨਾਵਾਂ ਦੇ ਵਾਪਰਨ ਕਾਰਣ ਮਨ ਨੂੰ ਦੁੱਖ ਅਤੇ ਕਲੇਸ਼ ਹੋਇਆ ਹੈ। ਸਮੇਂ ਦੇ ਗੇੜ ਦਾ ਦ੍ਰਿਸ਼, ਖ਼ਾਸ ਕਰਕੇ ਉਸ ਸਮੇਂ ਜਦੋਂ ਕਿ ਜ਼ਮਾਨਾ ਚੁਹਲ ਅਤੇ ਨਖ਼ਰੇ ਵਿਖਾ ਕੇ ਸਾਹਸ, ਹੌਂਸਲੇ ਅਤੇ ਜੇਰੇ ਦੀ ਪਰਖ ਕਰਨ ਲੱਗ ਪਵੇ, ਕਿਸੇ ਸੰਸਾਰੀ ਜੀਵ ਨੂੰ ਚੰਗਾ ਨਹੀਂ ਲੱਗਦਾ, ਪਰ ਰੱਬੀ ਖੇਡ ਦੇ ਅੰਤਰਜਾਮੀਆਂ ਨੂੰ ਇਸ ਬਗੀਚੇ ਦੇ ਫੁੱਲ ਅਤੇ ਕੰਡੇ, ਇਸ ਬਾਗ ਦੀ ਪੱਤਝੜ ਅਤੇ ਬਸੰਤ, ਇਕ ਮਿੱਕ, ਇਕ ਸੁਰ ਅਤੇ ਇਕ ਜੋਤ ਦੋ ਮੂਰਤੀ ਦਿਸਦੇ ਹਨ। ਉਹ ਡੂੰਘੀ ਨੀਝ ਨਾਲ ਮਨੁੱਖੀ ਅਸਲੇ ਅਤੇ ਉਸ ਦੇ ਅੰਤ ਵੱਲ ਝਾਤੀ ਮਾਰਦੇ ਹਨ। ਜੋ ਚੀਜ਼ ਓਪਰੀ ਨਜ਼ਰ ਨਾਲ ਕੋਝੀ ਅਤੇ ਕਰੂਪ ਦਿਸਦੀ ਹੈ ਉਹ ਅੰਦਰਲੀ ਅੱਖ ਨਾਲ ਵੇਖਿਆ ਸੁਹਣੀ, ਸਰੂਪ, ਸੁੰਦਰ ਅਤੇ ਖੇੜਾ ਦੇਣ ਵਾਲੀ ਲੱਗਦੀ ਹੈ।

ਜੋ ਸ਼ਰਾਬ ਸੁਆਦ ਵਿਚ ਕੌੜੀ ਹੈ,

ਉਹ ਗੁਣਾਂ ਕਰਕੇ ਮਿੱਠੇ ਅਤੇ ਤਰ ਹਲਵੇ ਨਾਲੋਂ ਚੰਗੀ ਹੈ

✡ ✡ ✡

ਪਿਆਰ ਭਰੀ ਅਸ਼ੀਰਵਾਦ ਦੇਣ, ਹੁਲਾਸ ਭਰਪੂਰ ਮਿਲਾਪ ਦੀ ਇਛਿਆ ਦੇ ਪ੍ਰਗਟਾਵੇ ਉਪਰੰਤ ਆਪ ਜੀ ਦੇ ਮਿਹਰਾਂ-ਭਰੇ ਮਨ ਦੇ ਹਜ਼ੂਰ ਬੇਨਤੀ ਹੈ ਕਿ ਪਿਆਰ ਭਰਿਆ ਪੱਤਰ ਜਿਸ ਵਿਚ ਨਵਾਬ ਸਾਹਿਬ ਦੀ ਦੁੱਖ ਭਰੀ ਮ੍ਰਿਤੂ ਦਾ ਜ਼ਿਕਰ ਸੀ, ਮਿਲਿਆ। ਕੀ ਲਿਖੀਏ ! ਪੂਜ ਯੋਗ ਮਾਤਾ ਜੀ ਅਤੇ ਪਿਆਰੇ ਭਤਰੀਏ ਦਾ ਦਿਲ ਇਸ ਅਕਾਲ ਚਲਾਣੇ ਕਰਕੇ ਬਹੁਤ ਹੀ ਦੁਖੀ ਅਤੇ ਚਿੰਤਾਤੁਰ ਹੋਇਆ ਹੈ। ਇਸ ਦਿਲ-ਵਿੰਨ੍ਹਵੀਂ ਘਟਨਾ ਨੇ ਕਿੰਨਾ ਰੰਜ ਅਤੇ ਕਲੇਸ਼ ਦਿੱਤਾ ਹੈ !

ਕਿੰਨਾ ਚਿਰ ਹੋਰ ਕਿਸਮਤ ਦੇ ਚੱਕਰ ਮੈਨੂੰ ਦੁਖੀ ਕਰਦੇ ਰਹਿਣਗੇ।

ਅਜੇ ਇਕ ਜ਼ਖ਼ਮ ਭਰਿਆ ਨਹੀਂ ਸੀ ਕਿ ਇਕ ਹੋਰ ਆ ਲੱਗਾ।

ਅਜਿਹੇ ਸਮੇਂ ਸਬਰ ਵੀ ਰੱਬ ਦੀ ਹੀ ਦੇਣ ਹੈ ਅਤੇ ਸੋਗ ਦੀ ਸੱਟ ਦਾ ਇਸ ਤੋਂ ਛੁੱਟ ਹੋਰ ਕੋਈ ਇਲਾਜ ਵੀ ਨਹੀਂ।

ਪਿਆਰੇ ਵੀਰ ਜੀ ਦਾ ਪੱਤਰ ਆਇਆ ਹੈ। ਬੜੇ ਹੀ ਪਿਆਰ ਅਤੇ ਦਰਦ ਨਾਲ ਸਾਡੇ ਦੁਖੀ ਅਤੇ ਰੰਜ ਭਰੇ ਦਿਲਾਂ ਤੇ ਹੌਂਸਲੇ ਦੀ ਮਰਹਮ ਪੱਟੀ ਕਰਕੇ ਦਿਲਦਾਰੀ ਕੀਤੀ ਹੈ। ਪਰਸਪਰ ਪਿਆਰ ਦੀ ਸਾਂਝ ਕਰਕੇ ਉਨ੍ਹਾਂ ਨੇ ਇਹ ਪੱਤਰ ਲਿਖਿਆ ਸੀ। ਆਪਸ ਵਿਚ ਦੇ ਸੱਚੇ ਪਿਆਰ ਹੋਣ ਕਰਕੇ ਸੱਜਣਾਂ ਮਿੱਤਰਾਂ ਅਤੇ ਦੋਸਤਾਂ ਦੇ ਦਿਲਾਂ ਨੂੰ ਭੀ ਬਹੁਤ ਹੀ ਦੁੱਖ ਹੋਇਆ। ਇਸ ਦੁਰਘਟਨਾ ਕਾਰਣ ਭਾਵੇਂ ਸੀਨਾ ਸੜ ਗਿਆ ਹੈ ਅਤੇ ਜਾਨ ਚਿੰਤਾਤੁਰ ਹੈ, ਪਰ ਸਦੀਵਤਾ ਅਤੇ ਸਥਿਰਤਾ ਚੂੰਕਿ ਕੇਵਲ ਅਕਾਲ ਪੁਰਖ ਦੀ ਜ਼ਾਤ ਨੂੰ ਹੀ

ਪ੍ਰਾਪਤ ਹੈ, ਇਸ ਲਈ ਸੰਸਾਰੀ ਜੀਵ ਨੇ ਇਸ ਥੋੜ੍ਹ-ਚਿਰੀ ਸੰਸਾਰ ਤੋਂ ਚਲੇ ਹੀ ਜਾਣਾ ਹੈ ਇਸ ਲਈ ਸਬਰ ਕਰਨ ਅਤੇ ਰੱਬ ਦੀ ਰਜ਼ਾ ਵਿਚ ਰਾਜ਼ੀ ਰਹਿਣ ਤੋਂ ਛੁਟ ਹੋਰ ਕੋਈ ਦਾਰੂ ਜਾਂ ਚਾਰਾ ਨਹੀਂ।

ਮਹਾਨ ਰੱਬ ਉਸ ਆਤਮਕ ਮੰਡਲ (ਪ੍ਰਲੋਕ) ਦੇ ਯਾਤਰੀ ਉਤੇ ਆਪਣੀ ਰਹਿਮਤ ਦੀ ਵਰਖਾ ਕਰੇਗਾ ਅਤੇ ਸਾਨੂੰ ਸਭ ਨੂੰ ਭਾਣਾ ਮੰਨਣ ਦਾ ਬਲ ਬਖ਼ਸ਼ੇਗਾ।

ਹੇ ਕ੍ਰਿਪਾਲੂ, ਹੇ ਦਿਆਲੂ, ਹੇ ਰਹਿਮਤਾਂ ਦੇ ਮਾਲਕ... ਤੇਰੇ ਨਾਉਂ ਅਣਗਿਣਤ ਹਨ। ਤੇਰੀ ਰਹਿਮਤ ਹਰ ਛੋਟੇ ਵੱਡੇ ਉਤੇ ਹੈ। ਤੇਰਾ ਨਾਮ ਹਰ ਮਨੁੱਖ ਮਾਤਰ ਦੀ ਜ਼ਬਾਨ 'ਤੇ ਹੈ। ਤੇਰੀਆਂ ਬਖ਼ਸ਼ਿਸ਼ਾਂ ਹਰ ਕੰਗਲੇ ਨੂੰ ਮਾਣ ਦਿੰਦੀਆਂ ਹਨ। ਹਜ਼ਾਰਾਂ ਜਲਵੇ ਅਤੇ ਲੱਖਾਂ ਦ੍ਰਿਸ਼ ਦਿਸਦੇ ਹਨ ਪਰ ਹਰ ਇਕ ਵਿਚ ਕੇਵਲ ਤੇਰੀ ਹੀ ਜੋਤ ਹੈ। ਵਡਭਾਗੀਆਂ ਲਈ ਤੂੰ ਇਕੋ ਇਕ ਦਾਤਾ ਹੈਂ। ਬਦਬਖ਼ਤਾਂ ਨੂੰ ਤੇਰੀ ਜ਼ਾਤ ਤੋਂ ਇਨਕਾਰ ਹੈ। ਚੌਹਾਂ ਵੇਦਾਂ ਦਾ ਤੱਤ ਤੇਰਾ ਨਾਮ ਹੀ ਹੈ। ਕੀ ਅਰਬੀ ਅਤੇ ਕੀ ਈਰਾਨੀ, ਸਭ ਤੇਰੇ ਦਾਸ ਹਨ। ਕੀ ਖਾਸ ਬੰਦੇ ਅਤੇ ਕੀ ਫ਼ਕੀਰ ਲੋਕ, ਕੀ ਸਿਆਣੇ ਅਤੇ ਕੀ ਪੰਡਤ ਜਾਂ ਗਿਆਨੀ, ਸਭ ਵਿਦਵਾਨਾਂ ਦੀ ਸੋਚ ਦਾ ਤੱਤ ਤੇਰਾ ਨਾਮ ਹੀ ਹੈ। ਤੇਰੀ ਬਖ਼ਸ਼ਿਸ਼ ਹਰ ਚੀਜ਼ ਤੋਂ ਉੱਚੀ ਹੈ। ਭਾਰਤਵਾਸੀ, ਈਰਾਨੀ, ਅਰਬੀ, ਸਭ ਤੇਰੇ ਅਦਵੈਤਵਾਦ ਵਿਚ ਵਿਸ਼ਵਾਸ ਰੱਖਦੇ ਹਨ। ਸਭ ਤੇਰੀ ਖੋਜ ਵਿਚ ਲੱਗੇ ਹੋਏ ਹਨ। ਕੋਈ ਤੇਰੀ ਉਪਮਾ ਦੇ ਗੀਤ ਗਾਉਂਦਾ ਹੈ ਅਤੇ ਕੋਈ ਤੇਰਾ ਨਾਮ ਜਪਦਾ ਹੈ। ਹਿੰਦੁਸਤਾਨੀ ਅਤੇ ਅਰਬੀ ਭਾਸ਼ਾ ਵਿਚ ਤੇਰੇ ਹਜ਼ਾਰਾਂ ਹੀ ਨਾਉਂ ਹਨ।

ਹਰ ਨਾਉ ਦੇ ਅੱਖਰਾਂ ਅਤੇ ਅਰਥਾਂ ਦਾ ਪਰਸਪਰ ਸੁਮੇਲ ਹੈ। ਤੇਰੀ ਉੱਚੀ ਜ਼ਾਤ ਇਨ੍ਹਾਂ ਸਭ ਨਾਵਾਂ ਤੋਂ ਉੱਚੀ ਹੈ। ਹਰ ਰੋਜ਼ ਹਜ਼ਾਰਾਂ ਜੀਭਾਂ ਵਾਲਾ ਨਾਗ, ਜੋ ਨਿਤ ਨਵੇਂ ਨਾਉਂ ਨਾਲ ਤੇਰਾ ਨਾਮ ਜਪਦਾ ਹੈ, ਅਜੇ ਹਜ਼ਾਰਾਂ ਵਿਚੋਂ ਕੇਵਲ ਇਕ ਵੀ ਅਤੇ ਅਥਾਹ ਵਿਚ ਨਾਉਂ ਮਾਤਰ ਵੀ, ਨਹੀਂ ਜਾਣਦਾ। ਤੇਰੀ ਕੁਦਰਤ ਦਾ ਜਸ ਹਜ਼ਾਰ ਜੀਭਾਂ ਵਾਲੇ ਲੱਖਾਂ ਨਾਗ ਕਰ ਰਹੇ ਹਨ। ਤੇਰਾ ਟਿਕਾਣਾ ਬੇ-ਟਿਕਾਣਾ ਅਤੇ ਤੇਰੀ ਨਿਸ਼ਾਨੀ ਬੇ-ਨਿਸ਼ਾਨ ਹੈ। ਤੇਰੀ ਮਿਹਰ ਅਪਰਾਧੀਆਂ ਲਈ ਸ਼ਰਨ ਹੈ, ਤੇਰਾ ਨਾਮ ਉਨ੍ਹਾਂ ਦੀ ਆਸ ਹੈ। ਤੇਰੀ ਜ਼ਾਤ ਅਦਿੱਖ ਹੈ। ਤੇਰੀਆਂ ਸਿਫ਼ਤਾਂ ਅਕਹਿ ਹਨ। ਫਰਿਸ਼ਤੇ ਅਤੇ ਮਨੁੱਖ ਮਾਤਰ ਸਭ ਤੇਰੀ ਭਾਲ ਵਿਚ ਹਨ। ਸੂਝਵਾਨ ਗਿਆਨੀ ਅਤੇ ਵਿਦਵਾਨ ਤੇਰੀ ਖੋਜ ਵਿਚ ਹਨ। ਤੈਥੋਂ ਆਕੀ ਸਦਾ ਦੁਖੀ ਹਨ। ਤੇਰੇ ਢੂੰਡਾਊ ਸਦਾ ਸੁਖੀ, ਤੇਰੇ ਉਪਾਸ਼ਕ ਤੇਰੀ ਦਰਗਾਹ ਵਿਚ ਕਬੂਲ। ਤੇਰਾ ਨਾਮ ਜੱਪਣ ਵਾਲੇ ਸਦਾ ਹੀ ਪਰਸੰਨ। ਤੇਰੀਆਂ ਸਿਫ਼ਤਾਂ ਸਭ ਤੋਂ ਉੱਚੀਆਂ। ਤੇਰੇ ਇਛਿਆਵਾਨ ਸਰਦਾਰੀਆਂ ਮਾਣਦੇ ਹਨ। ਤੂੰ ਆਕੀਆਂ ਨੂੰ ਮਾਰੂ ਦੁੱਖ ਅਤੇ ਨਿਮਾਣਿਆਂ ਨੂੰ ਮਾਨ ਦਿੰਦਾ ਹੈਂ। ਤੇਰੀ ਆਕੀ ਚਿੰਤਾਤੁਰ ਅਤੇ ਤੇਰੇ ਦੀਨ ਤੇਰੀ ਮਿਹਰ ਦਾ ਸਦਕਾ ਸ਼ਾਨ ਮਾਨ ਵਾਲੇ ਹਨ।

ਆਕਾਸ਼ ਵੀ ਤੇਰਾ ਨਾਮ ਜੱਪਣ ਵਾਲਿਆਂ ਦਾ ਸੇਵਕ ਹੈ।

ਫਰਿਸ਼ਤੇ ਤੇਰੀ ਸਿਫਤ ਸਨਾ ਕਰਨ ਵਾਲਿਆਂ ਦੇ ਨੌਕਰ ਹਨ।

ਤੇਰਾ ਜਾਪ ਹਰ ਸ਼ੈ ਤੋਂ ਉੱਚਾ ਹੈ।

ਤੇਰੀ ਸਿਫਤ ਸਭ ਤੋਂ ਵੱਡੀ ਹੈ।

ਤੇਰੇ ਜਾਪ ਨਾਲੋਂ ਰਿਧੀਆਂ ਸਿਧੀਆਂ ਨੀਵੀਆਂ ਹਨ।

ਤੇਰੀ ਭਗਤੀ ਨਾਲ ਸ਼ਾਨ ਅਤੇ ਮਾਣ ਮਿਲਦੇ ਹਨ।

ਕੀ ਪੰਛੀ ਵਾਂਗ ਲਾ-ਮਕਾਨ ਤੱਕ ਦੀ ਉਡਾਰੀ,

ਕੀ ਫਰਿਸ਼ਤੇ ਅਤੇ ਕੀ ਅਰਸ਼ ਨੂੰ ਨੀਵਾਂ ਕਰਨਾ,

ਕੀ ਪ੍ਰਿਥਵੀ ਨੂੰ ਆਕਾਸ਼ ਤਕ ਲੈ ਜਾਣਾ

ਅਤੇ ਆਕਾਸ਼ ਨੂੰ ਪ੍ਰਿਥਵੀ ਤੇ ਲਿਆ ਮਾਰਨਾ,

ਇਹ ਸਭ ਗੱਲਾਂ ਕੁਝ ਵੀ ਨਹੀਂ ਹਨ। ਇਨ੍ਹਾਂ ਤੋਂ ਫ਼ਕੀਰੀ ਉੱਚੀ ਹੈ।

ਇਨ੍ਹਾਂ ਵਿਚੋਂ ਕੋਈ ਚੀਜ਼ ਵੀ ਪਸੰਦ ਨਹੀਂ। ਕੇਵਲ ਤੇਰਾ ਜਾਪ ਹੀ ਪਸੰਦ ਹੈ।

ਤੇਰਾ ਜਾਪ ਕੁਰਾਹੀਆਂ ਲਈ ਰਾਹ ਦਰਸਾਊ ਹੈ।

ਤੇਰਾ ਨਾਮ ਅਗਿਆਨੀਆਂ ਦਾ ਆਗੂ ਹੈ।

ਤੇਰਾ ਪਵਿੱਤਰ ਨਾਉਂ ਹੀ ਸੱਚ ਹੈ,

ਹਜ਼ਾਰਾਂ ਜਪੀਆਂ ਲਈ ਇਕੋ ਸਬਕ ਹੈ।

ਬਹਿਸ਼ਤ ਕੁਝ ਵੀ ਨਹੀਂ, ਹੂਰਾਂ (ਅਪੱਛਰਾਂ) ਕੁਝ ਵੀ ਨਹੀਂ।

ਸੁਰਗ ਲੋਕ ਭੀ ਕੁਝ ਨਹੀਂ।

ਮੁਰਦਿਆਂ ਨੂੰ ਜਿਵਾਲਣਾ ਕੀ ਹੈ?

ਅਤੇ ਸਮੁੰਦਰ ਵਿਚ ਤਿਰਹਾਏ ਰੱਖਣਾ, ਇਹ ਸਭ ਗੱਲਾਂ ਕੁਝ ਭੀ ਨਹੀਂ।

(ਹੇ ਅਕਾਲ ਪੁਰਖ ਵਾਹਿਗੁਰੂ) ਆਪਣੀ ਵਡਿਆਈ ਦੀ ਰਹਿਮਤ ਨਾਲ, ਸੱਚ ਨੂੰ ਧਾਰਣ ਕਰਨ ਵਾਲੇ ਫ਼ਕੀਰਾਂ ਦੀ ਸੱਚਾਈ, ਪਵਿੱਤਰ ਜੀਭ ਨਾਲ ਤੇਰਾ ਜਾਪ ਕਰਨ ਵਾਲੇ, ਸ੍ਰਛਤਾ ਭਰੇ ਨੇਕ ਪੁਰਖਾਂ, ਸੱਚ ਨੂੰ ਪਛਾਣ ਕੇ ਮਸਤੀ ਵਿਚ ਆਏ ਸੰਤਾਂ, ਤੇਰੀ ਜ਼ਾਤ ਵਿਚ ਭਰੋਸਾ ਰੱਖਣ ਵਾਲੇ ਸਚਿਆਰਿਆਂ, ਨਿਰਲੇਪ ਅਤੇ ਨਿਰਵੈਰ ਖੋਜੀਆਂ ਅਤੇ ਸੱਚੇ ਮਾਰਗ ਉਤੇ ਚਲਣ ਵਾਲਿਆਂ ਦੇ ਸਦਕੇ ਸਾਨੂੰ ਸਭ ਨੂੰ ਆਪਣੇ ਚਰਨੀਂ ਲਾ ਲੈ। ਸਾਡੇ ਮਨਾਂ ਨੂੰ ਜਪ ਤਪ ਦੇ ਪ੍ਰਕਾਸ਼ ਨਾਲ ਨਿਰਮਲ ਕਰ ਦੇ। ਕਾਮ ਕਰੋਧ ਦੇ ਵੱਸ ਵਿਚ ਨਾ ਪਾ। ਸਾਡੇ ਮਨਾਂ ਨੂੰ ਆਪਣੇ ਚਰਨਾਂ ਵਿਚ ਥਾਉਂ ਦੇ। ਸਾਨੂੰ ਆਪਣਾ ਸਿਰ ਮੱਥਾ ਪਵਿੱਤਰ-ਆਤਮਾਵਾਂ ਦੇ ਚਰਨਾਂ ਵਿਚ ਰੱਖਣ ਦੀ ਸਮਰਥਾ ਬਖ਼ਸ਼। ਸਾਡੇ ਮਨਾਂ ਦੀ ਮੈਲ ਧੋ ਦੇ ਅਤੇ ਸਾਡੀ ਪ੍ਰਾਰਥਨਾ ਪਰਵਾਨ ਕਰ।

ਸਾਡੀ ਸਾਰੀ ਉਮਰ ਗੁਨਾਹਾਂ ਵਿਚ ਹੀ ਲੰਘ ਗਈ ਹੈ।

ਅਸਾਂ ਤੇਰੀ ਆਗਿਆ ਨਹੀਂ ਮੰਨੀ।

ਅਸੀਂ ਆਪਣੇ ਕੁਕਰਮਾਂ ਕਰਕੇ ਸ਼ਰਮਿੰਦੇ ਹਾਂ।

ਸਾਡੇ ਆਪਣੇ ਬਚਨਾਂ ਕਰਕੇ ਸਾਡਾ ਮੂੰਹ ਕਾਲਾ ਹੈ।

ਜੇ ਤੇਰੀ ਰਹਿਮਤ ਸਾਡੀ ਸਹਾਇਤਾ ਨਾ ਕਰੇਗੀ,

ਤਾਂ ਇਸ ਔਕੜ ਵਿਚ ਹੋਰ ਕੌਣ ਸਾਨੂੰ ਬਖ਼ਸ਼ੇਗਾ।

ਪਾਪੀ ਲੋਕ ਤੇਰੀ ਰਹਿਮਤ ਦੀ ਸ਼ਰਨ ਆਉਂਦੇ ਹਨ।

ਤੂੰ ਚੰਗਿਆਂ ਵੱਲ ਵੀ ਮਿਹਰ ਦੀ ਇਕ ਨਜ਼ਰ ਭਰ ਕੇ ਵੇਖ।

ਸਾਡੀ (ਅਮਲਾਂ ਦੀ) ਕਾਲਖ ਤੇਰੀ ਰਹਿਮਤ ਨਾਲ ਸਫ਼ੈਦੀ ਵਿਚ ਬਦਲ ਜਾਏਗੀ।

ਸਭ ਤੇਰੀ ਮਿਹਰ ਅਤੇ ਰਹਿਮਤ ਦੇ ਜਾਚਕ ਅਤੇ ਆਸਵੰਦ ਹਨ।

ਪੋਥੀ 'ਦਸਤੂਰੁਲ-ਇਨਸ਼ਾ' ਸਮਾਪਤ ਹੋਈ ਲਿਖਿਤ ਮੁਨਸ਼ੀ ਨੰਦ ਲਾਲ 'ਗੋਯਾ' ਮੁਲਤਾਨੀ।

☬

ਅਰਜ਼ੁਲ ਅਲਫ਼ਾਜ਼

ਭੂਮਿਕਾ : ਇਹ ਰਚਨਾ ਭਾਈ ਸਾਹਿਬ ਜੀ ਨੇ ਮੌਲਵੀਆਂ ਨੂੰ ਗੁਰੂ ਘਰ ਦੀ ਮਹਿਮਾ ਦਰਸਾਉਣ ਹਿਤ ਉਚਾਰੀ ਹੈ। ਇਸ ਰਚਨਾ 'ਚ ਅਲਫ਼ਾਜ਼ = ਲਫ਼ਜ਼ਾਂ ਦੇ ਰੂਪ ਅਤੇ ਸਾਹਿਬ ਜੀ ਦੀ ਮਹਿਮਾ ਤੇ ਸਾਹਿਬ ਦੇ ਚਰਨਾਂ 'ਚ ਪ੍ਰੇਮ-ਭਰੀਆਂ ਅਰਜ਼ਾਂ ਸ਼ਾਮਿਲ ਹਨ। ਇਹ ਰਚਨਾ ਵਿਸ਼ਾਲ ਹੋਣ ਤੇ ਕੁਝ ਕੁ ਸ਼ੇਅਰ ਡਾਕਟਰ ਭਾਈ ਗੰਡਾ ਸਿੰਘ ਜੀ ਵਾਂਗ ਏਥੇ ਦਰਜ ਕੀਤੇ ਹਨ।

ੴ ਸਤਿਗੁਰ ਪ੍ਰਸਾਦਿ॥

ਵਾਹਗੁਰੂ ਜੀਉ ਸੱਤਿ

ਅਰਜ਼ੁਲ-ਅਲਫ਼ਾਜ਼

(ਵਿਚੋਂ ਕੁਝ ਆਰੰਭਕ ਅਤੇ ਅੰਤਮ ਬੰਦ)

ਹਜ਼ਾਰਾਂ ਸਤਾਇਸ਼, ਹਜ਼ਾਰਾਂ ਸਿਪਾਸ॥
ਬਦਰਗਾਹਿ ਦਾਦਾਰਿ ਪਾਕ, ਅਜ਼ ਹਰਾਸ॥ ੧॥
ਕਿ ਅਲਫਾਜ਼, ਈਂ ਇਤਮਾਮ ਯਾਫ਼ਤ॥
ਜ਼ਿ ਰੂਇ ਮਆਨੀ, ਚੂ ਖ਼ੁਰਸ਼ੀਦ ਤਾਫ਼ਤ॥ ੨॥

ਸੰਖੇਪ ਅਰਥ : ਹਜ਼ਾਰਾਂ ਜਸ ਅਤੇ ਹਜ਼ਾਰਾਂ ਸ਼ੁਕਰ ਹਨ।
ਉਸ ਪਾਕ ਪਵਿੱਤ੍ਰ ਅਤੇ ਨਿਰਭੈ ਮੁਨਸਿਫ ਦੀ ਦਰਗਾਹ ਦੇ,
ਜਿਸ ਨੇ ਇਸ 'ਅਰਜ਼ੁਲ-ਅਲਫ਼ਾਜ਼' ਨੂੰ ਸੰਪੂਰਨ ਕੀਤਾ
ਅਤੇ ਭਾਵਾਂ ਨਾਲ ਇਸ ਦੇ ਮੁਖੜੇ ਨੂੰ ਸੂਰਜ ਵਤ ਚਮਕਾ ਦਿੱਤਾ।

ਜ਼ਿ ਹਰ ਲਫ਼ਜ਼ ਸ਼ੁਦ, ਚੰਦ ਮਾਅਨੀ ਪਦੀਦ॥
ਜ਼ਿ ਕੁਤਬਿ ਲੁਗਾਤਿ ਕਦੀਮੋ ਜਦੀਦ॥ ੩॥

ਜ਼ੁਆਬਤ, ਕਿ ਦਰ ਇਲਮ ਸ਼ੁਦ, ਮੁੰਤਸ਼ਿਰ॥
ਜ਼ਿ ਦਾਨਿਸ਼, ਪਜ਼ੋਹਾਨਿ ਵਾਲਾ ਨਜ਼ਰ॥ ੪॥

ਸੰਖੇਪ ਅਰਥ : ਹਰ ਸ਼ਬਦ ਦੇ ਅਨੇਕਾਂ ਅਰਥ ਉਤਪੰਨ ਹੋਏ,
ਜਿਹੜੇ ਪੁਰਾਣੇ ਅਤੇ ਨਵੇਂ ਕੋਸ਼ਾਂ ਵਿਚ ਮਿਲਦੇ ਹਨ।
ਇਹ ਅਜੇਹੇ ਜ਼ਾਬਤੇ ਹਨ ਜਿਨ੍ਹਾਂ ਦਾ ਪਰਸਾਰ
ਦਿਬ ਦ੍ਰਿਸ਼ਟੀ ਵਾਲੇ ਵਿਦਵਾਨਾਂ ਦੇ ਮੂੰਹੋਂ ਹੋਇਆ।

ਚਿ ਅਕਸਾਮਿ ਕਾਫ਼, ਵਾ ਚਿ ਅਸਨਾਫ਼ਿ ਯਾ॥
ਚਿਹ ਅਲਫ਼ਾਜ਼ਿ ਜਾਰਹ, ਚਿਹ ਇਸਮਾਇ ਤਾ॥ ੫॥

ਸੰਖੇਪ ਅਰਥ : 'ਕਾਫ਼' ਦੀਆਂ ਕਿਹੜੀਆਂ ਕਿਸਮਾਂ ਹਨ, 'ਯੇ' ਕਿੰਨੀ ਪ੍ਰਕਾਰ ਦੀ ਹੁੰਦੀ ਹੈ?
ਜਾਂ 'ਹਰਫ਼ਿ-ਜਾਰ' ਕਿਹੜੇ ਹਨ ਅਤੇ 'ਤੇ' ਦੇ ਨਾਉਂ ਕਿਹੜੇ ਹਨ?

ਦਰੋ ਮੰਦਰਜ, ਅਜ਼ ਸਰਿ ਹੋਸ਼ੋ ਰਾਇ॥
ਇਲਾਹੀ ਰਿਆਜ਼ੀ, ਓ ਤ਼ਬਈ ਨੁਮਾ॥ ੬॥

ਸੰਖੇਪ ਅਰਥ : ਇਸ (ਪੁਸਤਕ) ਵਿਚ ਸਾਵਧਾਨੀ ਨਾਲ ਦੈਵੀ, ਹਿਸਾਬੀ ਅਤੇ ਭੌਤਕੀ ਅਰਥਾਂ ਵਾਲੇ ਸ਼ਬਦ ਦਰਜ ਕੀਤੇ ਹਨ।

ਚਿ ਸ਼ਸ਼ ਕਿਸਮ ਇ਼ਲਮ, ਓ ਹਿਕਮਤ ਦੋ ਕਿਸਮ॥
ਕਿ ਜ਼ਾਂ ਹਰ ਦੋ ਸ਼ੁਦ, ਹਰ ਯਕੇ ਰਾ ਸਿਹ ਇਸਮ॥ ੭॥

ਸੰਖੇਪ ਅਰਥ : 'ਇਲਮ' ਦੀਆਂ ਕਿਹੜੀਆਂ ਛੇ ਕਿਸਮਾਂ ਹਨ ਤੇ 'ਹਿਕਮਤ' ਦੀਆਂ ਕਿਹੜੀਆਂ ਦੋ?
ਫਿਰ ਉਨ੍ਹਾਂ ਦੋਵਾਂ ਵਿਚੋਂ ਹਰ ਇਕ ਦੇ ਤਿੰਨ ਤਿੰਨ ਨਾਉਂ ਹੋ ਗਏ।

ਕਨੂੰ ਜਮਅ਼ਾ ਅਲਫ਼ਾਜ਼ ਵਾ ਜਮਅ਼ਾ-ਉਲ-ਜਮਅ਼ਾ॥
ਜ਼ਿ ਬਹਿਰਿ ਇਜ਼ਾਫ਼ਤ ਤਹੀ ਅਜ਼ ਤਮਅ਼ਾ॥ ੮॥

ਸੰਖੇਪ ਅਰਥ : ਹੁਣ ਲਫ਼ਜ਼ਾਂ ਦੇ ਬਹੁ-ਵਚਨ ਅਤੇ ਬਹੁਵਚਨੀ ਬਹੁਵਚਨ (ਤਾਂ ਬਥੇਰੇ ਹਨ),
ਇਸ ਪੁਸਤਕ ਦੇ ਆਰੰਭ ਕਰਨ ਲਈ ਇਹ ਤਮਅਾ ਤੋਂ ਖ਼ਾਲੀ ਹਨ।

ਬਿਆਂ ਗਰ ਸ਼ਵਦ ਈਂ ਚਿ ਕਾਰਿ ਨਿਕੋਸਤ॥
ਕਿ ਹਰ ਕਾਰੋ ਤੌਫ਼ੀਕ਼ ਹਰ ਕਾਰ ਜ਼ੋਸਤ॥ ੯॥

ਸੰਖੇਪ ਅਰਥ : ਅਜਿਹਾ ਵਰਣਨ ਜੇ ਕੀਤਾ ਜਾਵੇ ਤਾਂ ਇਹ ਨੇਕ ਕੰਮ ਹੈ, ਕਿਉਂਕਿ ਹਰ ਕੰਮ ਅਤੇ ਹਰ ਕੰਮ ਦੀ ਮਦਦ ਉਸ ਅਕਾਲ ਪੁਰਖ ਵਲੋਂ ਹੀ ਹੈ।

ਹਮਾਂ ਬਿਹ ਕਿ, ਆਗ਼ਾਜ਼ਸ਼ ਅਜ਼ ਆਫ਼ਰੀਂ॥
ਸ਼ਵਦ, ਬਰ ਖ਼ੁਦਾਇ ਜਹਾਂ, ਆਫ਼ਰੀਂ॥ ੧੦॥

ਸੰਖੇਪ ਅਰਥ : ਇਸ ਲਈ ਚੰਗਾ ਏਹੀ ਹੈ ਕਿ ਇਸ ਪੁਸਤਕ ਦਾ ਆਰੰਭ ਸ੍ਰਿਸ਼ਟੀ ਦੇ ਰਚਣਹਾਰੇ ਰੱਬ ਦੇ ਸ਼ੁਕਰ ਨਾਲ ਕੀਤਾ ਜਾਵੇ।

ਸਿਪਾਸਿ ਖ਼ੁਦਾਇ, ਕਰੀਮੁਲ ਰਹੀਮ॥
ਕਿ ਜ਼ਾਤਿਸ਼ ਕਦੀਮ ਅਸਤ, ਨਾਮਸ਼ ਅਜ਼ੀਮ॥ ੧੧॥

ਸੰਖੇਪ ਅਰਥ : ਸ਼ੁਕਰ ਹੈ ਉਸ ਰੱਬ ਦਾ ਜਿਹੜਾ ਦਿਆਲੂ ਹੈ, ਕ੍ਰਿਪਾਲੂ ਹੈ। ਸ਼ੁਕਰ ਹੈ ਉਸ ਰੱਬ ਦਾ ਜੋ ਅਤਿ ਪ੍ਰਾਚੀਨ ਹੈ ਅਤੇ ਜਿਸ ਦਾ ਨਾਮ ਉੱਚਾ ਹੈ।

ਹੂਅਲ-ਵਾਹਿਦੋ, ਅਕ਼ਦਸੋ ਜ਼ੁਲਜਲਾਲ॥
ਅਮੀਮੁਲ ਫ਼ਜ਼ਾਲੋ, ਸ਼ਮੂਲੁਲ-ਨਵਾਲ॥ ੧੨॥

ਸੰਖੇਪ ਅਰਥ : ਸ਼ੁਕਰ ਹੈ ਉਸ ਰੱਬ ਦਾ ਜਿਹੜਾ ਇਕੋ ਇਕ ਹੈ, ਪਵਿੱਤ੍ਰ ਹੈ, ਜਲਾਲ ਵਾਲਾ ਹੈ।

ਸ਼ੁਕਰ ਹੈ ਉਸ ਰੱਬ ਦਾ ਜਿਹੜਾ ਆਮ ਬਖ਼ਸ਼ਿਸ਼ਾਂ ਕਰਨ ਵਾਲਾ ਅਤੇ ਨਿਆਮਤਾਂ ਦੇਣ ਵਾਲਾ ਹੈ।

ਪਨਾਹਿ ਹਮਾ, ਕ਼ਾਦਿਰਿ ਕਿਰਦਗਾਰ॥
ਬਾਬਿ ਫ਼ਰੀਕੈਨ ਪਰਵਰਦਿਗਾਹ॥ ੧੩॥

ਸੰਖੇਪ ਅਰਥ : ਉਹ ਕਰਤਾ ਕਾਦਰ ਕਰੀਮ ਸਭ ਦੀ ਪਨਾਹ ਹੈ। ਉਹ ਪਰਵਰਦਗਾਰ ਦੋਹਾਂ ਧਿਰਾਂ ਦਾ ਦਰਵਾਜ਼ਾ ਹੈ।

ਮੁਅ਼ੱਜ਼ੁਲ-ਇਜ਼ੋ, ਅ਼ਜ਼ੀਜ਼ੁਲ ਅਲੀਮ॥
ਤਆ਼ਲਾ ਤਕ਼ੱਦਸ, ਕਦੀਰੁਲੀ-ਹਲੀਮ॥ ੧੪॥

ਸੰਖੇਪ ਅਰਥ : ਉਹ ਇੱਜ਼ਤਾਂ ਅਤੇ ਸਤਿਕਾਰਾਂ ਯੋਗ ਅਤੇ ਪ੍ਰਿਯ-ਸਿਆਣਾ ਹੈ। ਉਹ ਪਵਿੱਤ੍ਰਤਾ ਵਿਚ ਉੱਚਾ ਅਤੇ ਨਿਮਰਤਾ ਸਹਿਤ ਸ਼ਕਤੀਸ਼ਾਲੀ ਹੈ।

ਖ਼ੁਦਾਵੰਦਿ ਰੱਜ਼ਾਕ਼ ਰੋਜ਼ੀ ਰਸਾਂ॥
ਪਦੀਦ ਆਵਰੋ, ਅੰਜਮੋ ਆਸਮਾਂ॥ ੧੫॥

ਸੰਖੇਪ ਅਰਥ : ਉਹ ਰਿਜ਼ਕਾਂ ਦਾ ਮਾਲਕ ਅਤੇ ਰਿਜ਼ਕਾਂ ਦਾ ਦਾਤਾ ਹੈ।

ਉਸ ਨੇ ਤਾਰੇ ਅਤੇ ਆਸਮਾਨ ਜ਼ਾਹਰ (ਪੈਦਾ) ਕੀਤੇ ਹਨ।

ਵਹੀਦੁਲ-ਅਹ਼ਦ ਲਾ-ਸ਼ਰੀਕੁਲ ਸਮਦ॥
ਅਮੀਮੁਲ-ਕਰਮ, ਲਮ-ਯਲਦ ਮੁਨਫ਼ਰਦ॥ ੧੬॥

ਸੰਖੇਪ ਅਰਥ : ਉਹ ਇੱਕੋ ਇਕ ਹੈ, ਉਸ ਦਾ ਕੋਈ ਸ਼ਰੀਕ ਨਹੀਂ ਹੈ। ਉਹ ਕਿਸੇ ਦਾ ਮੁਥਾਜ ਨਹੀਂ ਹੈ।

ਉਹ ਸਖ਼ਾਵਤ ਵਿਚ ਵੱਡਾ ਹੈ, ਉਸ ਦੇ ਨਾਲ ਦਾ ਹੋਰ ਕੋਈ ਨਹੀਂ।

* * *

ਬਿਨਾ ਹੂ, ਜਾਵੀਦ ਵਲਕ਼ਾਯਮਾ॥
ਵਾ ਹੂ ਮੁਸਤਦਾਮੋ, ਹੂਅਲ-ਦਾਇਮਾ॥ ੧੩੨੮॥

ਸੰਖੇਪ ਅਰਥ : ਉਹ ਸਦਾ ਕਾਇਮ ਰਹਿਣ ਵਾਲਾ ਅਤੇ ਅਮਰ ਹੈ,

ਉਹ ਹਮੇਸ਼ਾ ਸਥਿਰ ਰਹਿਣ ਵਾਲਾ ਅਤੇ ਅਬਿਨਾਸ਼ੀ ਹੈ।

ਹੂ ਅਲ-ਕ਼ਾਲੋ ਅਲਹਾਲੋ ਅਲਬਾਲਨਾ॥
ਹੂ ਅਫ਼ਰਾਹੋ ਅਫ਼ਰਾਸੋ ਇਕ਼ਬਾਲਨਾ॥ ੧੩੨੯॥

ਸੰਖੇਪ ਅਰਥ : ਉਹ ਕਥਨੀ, ਹਾਲਤਾਂ ਅਤੇ ਦਿਲਾਂ ਦਾ ਮਾਲਕ ਹੈ।

ਉਹ ਖ਼ੁਸ਼ੀਆਂ, ਅਕਲਾਂ ਅਤੇ ਇੱਜ਼ਤਾਂ ਦਾ ਮਾਲਕ ਹੈ।

ਹੂ ਅਲ ਸਲਤ਼ਨਤੋ, ਹੂ, ਤਰਵੀਹਨਾ॥
ਹੂ ਅਲ-ਬਤਨਾ ਓ ਹੂ ਤਫ਼ਰੀਹਨਾ॥ ੧੩੩੦॥

ਸੰਖੇਪ ਅਰਥ : ਉਹ ਪਾਤਸ਼ਾਹੀ ਅਤੇ ਖ਼ੁਸ਼ਹਾਲੀ ਦਾ ਮਾਲਕ ਹੈ।

ਉਹ ਖ਼ੁਸ਼ੀ ਅਤੇ ਮਨੋਰੰਜਨ ਦਾ ਮਾਲਕ ਹੈ।

ਹੂ ਅਲ-ਫ਼ਰਦੀਅਤੋ, ਹੂ ਤਕਸੀਰਨਾ॥
ਹੂ ਅਲ-ਤਨਕੀਹੋ, ਹੂ ਤਨਵੀਰਨਾ॥ ੧੩੩੧॥

ਸੰਖੇਪ ਅਰਥ : ਉਹ ਏਕ ਵੀ ਹੈ ਅਤੇ ਅਨੇਕ ਵੀ।

ਉਹ ਖੋਜ ਦਾ ਵੀ ਮਾਲਕ ਹੈ ਅਤੇ ਨੂਰ ਦਾ ਵੀ।

ਹੂ ਅਲ-ਹਰਫ਼ਨਾ, ਓ ਹੂ ਤਫ਼ਸੀਰਨਾ॥
ਹੂ ਅਲ ਤਸਮੀਅ, ਵਾ ਹੂ ਤਬਸੀਰਨਾ॥ ੧੩੩੨॥

ਸੰਖੇਪ ਅਰਥ : ਉਹ ਅੱਖਰਾਂ ਦਾ ਵੀ ਮਾਲਕ ਹੈ ਅਤੇ ਵਿਸਥਾਰ ਦਾ ਵੀ।

ਉਹ ਨਾਵਾਂ ਦਾ ਵੀ ਮਾਲਕ ਹੈ ਅਤੇ ਅੱਖਾਂ ਦੀ ਰੌਸ਼ਨੀ ਦਾ ਵੀ।

ਹੂ ਅਲ-ਫ਼ੇਅਲਨਾ, ਕੌਲਨਾ ਕੀਲਨਾ॥
ਹੂ ਅਲ-ਜਮਾਲਨਾ, ਵਾ ਹੂ ਤਫ਼ਸੀਲਨਾ॥੧੩੩੩॥

ਸੰਖੇਪ ਅਰਥ : ਉਹ ਕਰਨੀ, ਕਥਨੀ ਅਤੇ ਕਹਿਣੀ ਦਾ ਵੀ ਮਾਲਕ ਹੈ। ਉਹ ਸੰਖੇਪ ਦਾ ਵੀ ਅਤੇ ਵਿਸਥਾਰ ਦਾ ਵੀ ਮਾਲਕ ਹੈ।

ਬਿਨਾ ਮਨਾ ਅਰਬਾਅ ਮੰਦਾਰਜ ਅਤ਼ਾ॥
ਸਮਾਨੋ ਅਸ਼ਰ, ਅਨਾ ਤਮਲੀਕਨਾ॥ ੧੩੩੪॥

ਸੰਖੇਪ ਅਰਥ : ਉਹ ਚਾਰੇ ਦਰਜੇ ਬਖ਼ਸ਼ਣ ਵਾਲਾ ਹੈ। ਉਹ ਅਠਾਰਾਂ ਮਿਲਖਾਂ ਦਾ ਮਾਲਕ ਹੈ।

ਹੂ, ਅਲ-ਇਸਤਦਾਮਤ ਹੂ, ਅਸਬਾਤਨਾ॥
ਹੂ ਅਲ-ਜਾ ਉ ਦਾਨੀਅਤ, ਅਲ-ਜ਼ਾਤਨਾ॥੧੩੩੫॥

ਸੰਖੇਪ ਅਰਥ : ਉਹ ਸਦਾ ਕਾਇਮ ਅਤੇ ਸਾਬਤ ਰਹਿਣ ਵਾਲਾ ਹੈ। ਉਹ ਅਮਰ ਜ਼ਾਤ ਦਾ ਮਾਲਕ ਹੈ।

ਹੂ, ਅਲ-ਇਅਤਕਾਫ਼ੋ ਹੂ, ਅਲ-ਮਸ਼ੀਨਾ॥
ਅਨਾ ਅਜ਼ਮੋ ਅਲ-ਸ਼ਹਮੋ, ਅਲ-ਨਕੀਨਾ॥ ੧੩੩੬॥

ਸੰਖੇਪ ਅਰਥ : ਉਹ ਭਗਤੀ ਅਤੇ ਅਰਦਾਸ ਦਾ ਮਾਲਕ ਹੈ। ਉਹ ਚਰਬੀ, ਹੱਡੀਆਂ ਅਤੇ ਭੇਜੇ ਦਾ ਮਾਲਕ ਹੈ।

ਬਿਨਾ ਓ ਹੂ ਰਜ਼ਾਕ੍ਰੋ ਮੁਤਲਿਕ ਵਕੀਲ॥
ਬਿਨਾ ਓ ਹੂ ਫ਼ੀ ਕੁੱਲ ਅਮਰਿ ਕਫ਼ੀਲ॥ ੧੩੩੭॥

ਸੰਖੇਪ ਅਰਥ : ਉਹ ਰੋਜ਼ੀ ਦੇਣ ਵਾਲਾ ਅਤੇ ਇਕੋ ਇਕ ਵਕੀਲ ਹੈ। ਉਹ ਸਾਰੇ ਕੰਮਾਂ ਦਾ ਜ਼ਾਮਨ ਹੈ।

ਹੂ ਅਲ-ਵਾਹਿਬੁਲ, ਨਿਅ਼ਮ ਬਾ ਅਲ-ਅਨਨਾ॥
ਹੂ ਅਲ-ਮੁਫ਼ਜ਼ਲ, ਅਲ-ਇ਼ਲਮ ਬਅਲ-ਅਨਨਾ॥੧੩੩੮॥

ਸੰਖੇਪ ਅਰਥ : ਉਹ ਨਿਆਮਤਾਂ ਅਤੇ ਬਖ਼ਸ਼ਿਸ਼ਾਂ ਦੇਣ ਵਾਲਾ ਹੈ। ਉਹ ਵਡਿਆਈਆਂ ਅਤੇ ਨੇਕੀਆਂ ਬਖ਼ਸ਼ਣ ਵਾਲਾ ਹੈ।

ਹੂ ਅਲ-ਤਕਵੀਅਤੋ, ਹੂ ਅਲ-ਸਫ਼ਾਨਾ॥
ਹੂ ਅਲ ਕੁੱਲ, ਤਹਿਜ਼ੀਬੋ ਤਨਜ਼ੀਹਨਾ॥ ੧੩੩੯॥

ਸੰਖੇਪ ਅਰਥ : ਉਹ ਸ਼ਕਤੀ ਅਤੇ ਸਫ਼ਾਈ ਦੇਣ ਵਾਲਾ ਹੈ। ਉਹ ਸਬ ਸਦਾਚਾਰ ਅਤੇ ਪਵਿੱਤ੍ਰਤਾ ਦੇਣ ਵਾਲਾ ਹੈ।

ਹੂ ਅਲ-ਮਸ਼ਰਬਤੋ, ਹੂ ਮਾਕੀਲਨਾ॥
ਹੂ ਅਲ-ਹੁਸਨਨਾ, ਵਾ ਹੂ ਤਜਮੀਲਨਾ॥ ੧੩੪੦॥

ਸੰਖੇਪ ਅਰਥ : ਉਹ ਖਾਣ ਪੀਣ ਦੀਆਂ ਵਸਤੂਆਂ ਦੇਣ ਵਾਲਾ ਹੈ। ਉਹ ਸੁੰਦਰਤਾ ਅਤੇ ਰੂਪ ਦਾ ਮਾਲਕ ਹੈ।

ਹੂ ਅਲ-ਫ਼ੌਕੀਅਤੋ, ਹੂ ਤਰਜੀਹਨਾ॥
ਹੂ ਅਲ-ਕੁੱਲ ਤੌਸੀਅ, ਓ ਤਫ਼ਸੀਹਨਾ॥ ੧੩੪੧॥

ਸੰਖੇਪ ਅਰਥ : ਉਹ ਸਰਦਾਰੀ ਅਤੇ ਵਡਿਆਈ ਦਾ ਮਾਲਕ ਹੈ। ਉਹ ਵਿਸਥਾਰ ਅਤੇ ਪਸਾਰ ਦਾ ਮਾਲਕ ਹੈ।

ਹੂ ਅਲ-ਮੁਫ਼ੱਜ਼ਲੋ, ਹੂ ਫ਼ੱਯਾਜ਼ਨਾ॥
ਹੂ ਅਲ-ਹਾਜ਼ਿਕੁਲ, ਕੁੱਲ ਅਮਰਾਜ਼ਾਨਾ॥ ੧੩੪੨॥

ਸੰਖੇਪ ਅਰਥ : ਉਹ ਬਖ਼ਸ਼ਿਸ਼ ਅਤੇ ਸਖਾਵਤ ਦਾ ਮਾਲਕ ਹੈ। ਉਹ ਸਾਰੇ ਰੋਗਾਂ ਦਾ ਹਕੀਮ ਹੈ।

ਹੂ ਅਲ-ਕਸ਼ਕਾ, ਓ ਧਰਮੋ ਜੁੱਨਾਰਨਾ॥
ਅਜ਼ੋ ਹਮਰਹ ਭਗਤਾਨਿ ਦਸ ਅਵਤਾਰਨਾ॥ ੧੩੪੩॥

ਸੰਖੇਪ ਅਰਥ : ਉਹ ਟਿੱਕਾ ਲਾਉਣ ਵਾਲਾ, ਧਰਮ ਅਤੇ ਜਨੇਊ ਦਾ ਮਾਲਕ ਹੈ। ਉਹ ਦਸਾਂ ਅਵਤਾਰਾਂ ਦੇ ਭਗਤਾਂ ਦਾ ਸਾਥੀ ਹੈ।

ਹੂ ਅਲ-ਰਾਮ, ਗੋਬਿੰਦੋ ਗੋਪਾਲਨਾ॥
ਅਕਾਲੋ ਖ਼ੁਦਾਵੰਦ ਫ਼ੱਜ਼ਾਲਨਾ॥ ੧੩੪੪॥

ਸੰਖੇਪ ਅਰਥ : ਉਹ ਰਾਮ ਹੈ, ਗੋਪਾਲ ਹੈ ਅਤੇ ਗੋਬਿੰਦ ਹੈ। ਉਹ ਅਕਾਲ ਪੁਰਖ ਹੈ ਅਤੇ ਵਡਿਆਈਆਂ ਅਤੇ ਬਖ਼ਸ਼ਿਸ਼ਾਂ ਦਾ ਮਾਲਕ ਹੈ।

ਹੂ ਅਲ-ਸਤਿਗੁਰੂ, ਵਲ-ਨਿਰੰਕਾਰਨਾ॥
ਹੂ ਅਲ-ਸਾਧ ਸੰਗਤ, ਹੂ ਅਲ ਯਾਰਨਾ॥ ੧੩੪੫॥

ਸੰਖੇਪ ਅਰਥ : ਉਹ ਸਤਿਗੁਰੂ ਹੈ, ਉਹ ਨਿਰੰਕਾਰ ਹੈ। ਉਹ ਸਾਧ ਸੰਗਤ ਦਾ ਮਿੱਤ੍ਰ ਅਤੇ ਯਾਰ ਹੈ।

ਸਰਿ ਲਾਲ, ਬਾਦਾ ਬਪਾਇਸ਼ ਫ਼ਿਦਾ॥
ਅਜ਼ੋ ਬਾਦ ਜਾਨੋ, ਦਿਲਸ਼ ਰਾ ਨਵਾ॥ ੧੩੪੬॥

ਸੰਖੇਪ ਅਰਥ : ਰੱਬ ਕਰੇ ! ਨੰਦ ਲਾਲ ਦਾ ਸੀਸ ਸਦਾ ਉਸ ਦੇ ਚਰਨਾਂ ਤੋਂ ਵਾਰੀ ਜਾਵੇ। ਰੱਬ ਕਰੇ ! ਉਸ ਨੂੰ ਸਦਾ ਜਾਨ ਅਤੇ ਦਿਲ ਦਾ ਸਰਮਾਇਆ ਮਿਲਦਾ ਰਹੇ।

ਤਮਾਮ ਸ਼ੁਦ ਕਿਤਾਬ ਅਰਜ਼ੁਲ-ਅਲਫ਼ਾਜ਼ ਮਿਨ ਤਸਨੀਫ਼ ਮੁਨਸ਼ੀ ਨੰਦ ਲਾਲ ਗੋਯਾ ਮੁਲਤਾਨੀ।

ਸੰਪੂਰਨ ਹੋਈ ਪੁਸਤਕ ਅਰਜ਼ੁਲ-ਅਲਫ਼ਾਜ਼ ਕ੍ਰਿਤ ਮੁਨਸ਼ੀ ਨੰਦ ਲਾਲ ਗੋਯਾ ਮੁਲਤਾਨੀ।

☬

ਤੌਸੀਫ਼ੋ ਸਨਾ

ਭੂਮਿਕਾ :—ਭਾਈ ਸਾਹਿਬ ਜੀ ਨੇ ਜਿਵੇਂ ਫ਼ਾਰਸੀ ਕਵਿਤਾ 'ਚ ਰੱਬ ਅਤੇ ਕਲਗੀਧਰ ਜੀ ਦੀ ਮਹਾਨ ਉਸਤਤੀ ਕੀਤੀ ਹੈ। ਉਂਜ ਹੀ ਆਪ ਜੀ ਵਾਰਤਿਕ ਇਕ ਪੈਗ਼ਾਮ ਲਿਖਿਆ, ਜਿਸਨੂੰ ਤੌਸੀਫ਼ੋ ਸਨਾ ਕਹਿੰਦੇ ਹਨ। ਜਿਸ ਦਾ ਭਾਵ ਹੈ ਕਿ (ਤੌਸੀਫ਼+ਓ+ਸਨਾ) ਕਲਗੀਧਰ ਦੀ ਤੌਸੀਫ਼=ਉਸਤਤਿ ਓ=ਅਤੇ ਸਨ=ਵਡਿਆਈ, ਮਹਿਮਾ) ਇਹ ਕਲਗੀਧਰ ਜੀ ਦੀ ਮਹਿਮਾ ਦਾ ਅਥਾਹ ਸਮੁੰਦਰ ਹੈ। ਵਿਸਥਾਰ ਦੇ ਭੈ ਕਰਕੇ ਡਾਕਟਰ ਗੰਡਾ ਸਿੰਘ ਵਾਂਗ ਵਾਰਤਿਕ ਮੂਲ ਦਾ ਅਨੁਵਾਦ ਅਤੇ ਖ਼ਾਤਿਮਾ ਦੇ ਸ਼ੇਅਰ ਏਥੇ ਛਾਪ ਰਹੇ ਹਾਂ। ਅੱਗੇ ਫਿਰ ਵੱਖਰੇ-ਵੱਖਰੇ ਪੁਸਤਕਾਂ ਦੇ ਟੀਕਿਆਂ 'ਚ ਵਾਰਤਿਕ ਮੂਲ ਅਰਥਾਂ ਸਮੇਤ ਛਾਪਾਂਗੇ।

ੴ ਸਤਿਗੁਰ ਪ੍ਰਸਾਦਿ ॥

ਤੌਸੀਫ਼ੋ-ਸਨਾ ਓ ਖ਼ਾਤਿਮਾ ॥

ਵਾਹਿਗੁਰੂ ਹਾਜ਼ਰ ਨਾਜ਼ਰ ਜੀਉ ਸੱਤ ॥

ਪੂਰਨ ਸਤਿਗੁਰੂ ਦੀ ਸਿਫ਼ਤ ਸ਼ਲਾਘਾ ਅਤੇ ਸਰਬ-ਵਿਆਪੀ ਮੁਰਸ਼ਦ ਦੀ ਵਡਿਆਈ ਦਾ ਉੱਚਾ ਮਰਤਬਾ ਅਜੇਹਾ ਹੈ ਕਿ ਜਿਹੜਾ ੴ ਦੀ ਏਕਤਾ ਦੇ ਸਿਮਰਨ ਅਤੇ ਵਿੱਦਿਆ ਅਤੇ ਵਿਸ਼ਵਾਸ ਦੀ ਦੁਨੀਆਂ ਦਾ ਆਗੂ ਹੈ। ਉਸ ਦੀ ਪਵਿੱਤਰਤਾ ਇਸ ਹੱਦ ਤਕ ਹੈ ਕਿ ਜੇਕਰ ਪਾਤਾਲ ਤੋਂ ਲੈ ਕੇ ਅਨੰਤ ਦੇ ਮੈਦਾਨਾਂ ਤੱਕ, ਜਿਸ ਦੇ ਸਾਗਰਾਂ ਵਰਗੇ ਘੇਰੇ ਵਿਚਲੇ ਕੋਹਾਂ ਅਤੇ ਮੀਲਾਂ, ਲੰਬਾਈਆਂ ਅਤੇ ਚੌੜਾਈਆਂ ਅਤੇ ਸਮੁੰਦਰਾਂ ਦੀਆਂ ਡੂੰਘਾਈਆਂ, ਉਚਿਆਈਆਂ ਅਤੇ ਨਿਮਾਣਾ, ਛਤਾਂ ਦੇ ਪੜਾਉ ਅਤੇ ਮੰਜ਼ਲਾਂ ਦੇ ਸ਼ੁਮਾਰ, ਜਿਹੜੇ ਸਾਫ਼ ਅਕਲਾਂ ਵਾਲੇ ਹਿਸਾਬਦਾਨ ਅਤੇ ਫ਼ਰਿਸ਼ਤਿਆਂ ਵਰਗੀ ਸਮਝ ਵਾਲੇ ਹਿਸਾਬ-ਦਾਨਾਂ ਦੇ ਹਿਸਾਬ ਸ਼ੁਮਾਰ ਤੋਂ ਬਾਹਰ ਹਨ, ਇਕ ਕਤਰੇ ਵਾਂਗ ਤੁੱਛ ਅਤੇ ਜ਼ੱਰੇ ਵਾਂਗ ਛੋਟੇ ਦਿਸਦੇ ਹਨ। ਇਹ ਕੇਵਲ ਰੇਤ ਦੇ ਕਿਣਕੇ ਜਾਪਦੇ ਹਨ। ਉਨ੍ਹਾਂ ਵਿਚੋਂ ਹਰ ਕਿਣਕਾ ਬ੍ਰਹਮਾ ਹੋ ਜਾਂਦਾ ਹੈ ਅਤੇ ਹਰ ਬ੍ਰਹਮਾ ਦੇ ਗੁਣਾਂ ਦੇ ਚਾਨਣ ਦੇ ਹੀਰੇ ਅਤੇ ਸਿਫ਼ਤਾਂ ਅਤੇ ਕਮਾਲ ਦੇ ਚਮਕਦੇ ਮੋਤੀ, ਜਿਹੜੇ ਬਜ਼ੁਰਗੀ ਅਤੇ ਉੱਚਤਾ ਦੀ ਖਾਣ ਵਿਚੋਂ ਅਤੇ ਬਖ਼ਸ਼ਿਸ਼ਾਂ ਵਡਿਆਈਆਂ ਦੇ ਸਾਗਰ ਵਿਚੋਂ ਕੱਢੇ ਹੁੰਦੇ ਹਨ, ਅਠਾਰਾਂ ਪੁਰਾਨਾਂ, ਨੌਂ ਵਿਆਕਰਣਾਂ ਅਤੇ ਬਖ਼ਸ਼ਿਸ਼ਾਂ ਵਡਿਆਈਆਂ ਦੇ ਸਾਗਰ ਵਿਚੋਂ ਕੱਢੇ ਹੁੰਦੇ ਹਨ, ਅਠਾਰਾਂ

ਪੁਰਾਣਾਂ, ਨੌਂ ਵਿਆਕਰਣ ਅਤੇ ਚਹੁੰ ਵੇਦਾਂ ਦੇ ਅੱਖਰਾਂ ਅਤੇ ਸ਼ਬਦਾਂ ਤੋਂ ਕਿਧਰੇ ਵਧੇਰੇ ਹਨ। ਉਨ੍ਹਾਂ ਨੂੰ ਉਸ (ਗਿਆਨ) ਪੁਸਤਕ ਦਾ ਇਕ ਅੱਖਰ ਵੀ ਯਾਦ ਨਹੀਂ ਹੋ ਸਕਦਾ ਅਤੇ ਉਸ ਸੂਰਜ ਦੀ ਇਕ ਕਿਰਨ ਵੀ ਪ੍ਰਾਪਤ ਨਹੀਂ ਹੁੰਦੀ ਜੋ ਠਾਠਾਂ ਮਾਰਦੇ ਸਮੁੰਦਰ ਨੂੰ ਕਤਰਾ ਕਤਰਾ ਕਰਕੇ ਵਿਖਾ ਦੇਂਦੇ ਹਨ ਜਿਹੜਾ ਕਿ ਲੋਕ ਤੋਂ ਲੈ ਕੇ ਪਰਲੋਕ ਤਕ ਨੂੰ ਆਪਣੀ ਇਕੋ ਲਹਿਰ ਵਿਚ ਛੁਪਾ ਲੈਂਦਾ ਹੈ, ਉਹ ਇਸ ਤਰ੍ਹਾਂ ਇਸ ਸਮੁੰਦਰ ਦੇ ਹਰ ਕਤਰੇ ਨੂੰ ਨਖੇੜਦੇ ਹਨ ਕਿ ਉਸ ਦੀ ਜੁਜ਼ ਤੋਂ ਹੋਰ ਛੋਟੀ ਜੁਜ਼ ਨਹੀਂ ਬਣ ਸਕਦੀ। ਜੇਕਰ ਅਠਾਰਾਂ ਹਜ਼ਾਰ ਦੁਨੀਆਂ ਵਾਲੀ ਸਾਰੀ ਤ੍ਰੈਲੋਕੀ ਦਾ ਇਕ ਕਤਰਾ ਵੀ ਹੋ ਜਾਵੇ ਅਤੇ ਇਸ ਤ੍ਰੈਭਵਨ ਸੰਸਾਰ ਦਾ ਹਰ ਬੰਦਾ ਹਿੰਦੀ, ਫ਼ਾਰਸੀ ਜਾਂ ਦੂਜੀਆਂ ਵਿਸ਼ਾਲ ਵਿਦਿਅਕ ਪੁਸਤਕਾਂ ਦਾ ਆਪਣੇ ਅਨੁਮਾਨ ਅਨੁਸਾਰ ਅਧਿਐਨ ਕਰ ਲਵੇ, ਜਿਹੜੀਆਂ ਉਸ ਸੱਚੇ ਰੱਬ ਦੀ ਸਿਫ਼ਤ ਸਲਾਹ ਵਿਚ ਜਾਂ ਉਸ ਦੀ ਵਡਿਆਈ ਅਤੇ ਬਜ਼ੁਰਗੀ ਨਾਲ ਸ਼ਿੰਗਾਰੀਆਂ ਹੋਈਆਂ ਹਨ, ਤਾਂ ਵੀ ਸਤਿਗੁਰੂ ਦੀ ਸਿਫ਼ਤ ਦੇ ਉਸ ਗਰੰਥ ਦੀ ਇਕ ਸਤਰ ਨਹੀਂ ਲਿਖ ਸਕਦਾ ਅਤੇ ਉਸ ਦੇ ਮੀਂਹ ਦੀ ਇਕ ਬੂੰਦ ਵੀ ਮੁੱਠੀ ਵਿਚ ਨਹੀਂ ਲੈ ਸਕਦਾ।

ਜਦ ਉਸ ਦੀ ਸਿਫ਼ਤ ਸਲਾਹ ਕਰਨ ਵਾਲਾ ਰੱਬ ਦਾ ਰੂਪ ਹੋ ਜਾਂਦਾ ਹੈ,
ਤਾਂ ਉਸ ਦੀਆਂ ਸਿਫਤਾਂ ਫਰਿਸ਼ਤਿਆਂ ਤੋਂ ਵੀ ਵੱਧ ਜਾਂਦੀਆਂ ਹਨ।
ਉਸ ਦੀਆਂ ਖ਼ੂਬੀਆਂ ਬਿਆਨ ਕਰਨ ਤੋਂ ਦੋਵੇਂ ਜਹਾਨ ਆਤਰ ਹਨ।
ਉਸ ਦੀ ਸਿਫ਼ਤ ਦੇ ਸਾਹਮਣੇ ਆਤਮਾ ਦਾ ਵੇਹੜਾ ਵੀ ਸੌੜਾ ਹੈ।

ਉਹ ਸ਼ਰਧਾ ਅਤੇ ਵਿਸ਼ਵਾਸ ਵਾਲੇ ਗੁਰਮੁਖਾਂ ਦੀ ਪਰਵਰਿਸ਼ ਕਰਨ ਵਾਲਾ ਅਤੇ ਖ਼ੁਸ਼ਕਿਸਮਤੀ ਅਤੇ ਦੌਲਤ ਦੇ ਦਰਵਾਜ਼ੇ ਖੋਲ੍ਹਣ ਵਾਲਾ ਹੈ। ਉਹ ਬਖ਼ਸ਼ਿਸ਼ ਅਤੇ ਈਮਾਨ ਦੇ ਮੀਂਹ ਨੂੰ ਵਰ੍ਹਾਉਣ ਵਾਲਾ ਹੈ ਅਤੇ ਉਸ ਦੀ ਅਮਰ ਦੌਲਤ ਦਾ ਸੂਰਜ ਚਮਕੌਣ ਵਾਲਾ ਹੈ। ਉਹ ਦਿਲ ਦੇ ਸਾਫ਼ ਮੁਰੀਦਾਂ ਦੀ ਮੈਲ ਨੂੰ ਧੋਣ ਵਾਲਾ ਅਤੇ ਬੇਲਾਗ ਸ਼ਰਧਾਲੂਆਂ ਦੇ ਨੂਰ ਨੂੰ ਵਧਾਉਣ ਵਾਲਾ ਹੈ। ਉਹ ਰੂਹਾਨੀ ਲੋਕਾਂ ਦਾ ਮਾਲ ਮਤਾਅ ਅਤੇ ਫਰਿਸ਼ਤਿਆਂ ਦਾ ਪੂਜ ਹੈ। ਉਹ ਸੰਸਾਰੀ ਬੰਦਿਆਂ ਦੇ ਰੈਣ-ਬਸੇਰੇ ਨੂੰ ਰੌਸ਼ਨ ਕਰਨ ਵਾਲਾ ਅਤੇ ਆਦਮੀਆਂ ਦੇ ਦਿਲ ਦਿਮਾਗ਼ ਦੇ ਗੁਬਾਰ ਦੇ ਅੰਨ੍ਹੇਰੇ ਨੂੰ ਸਾੜ ਦੇਣ ਵਾਲਾ ਹੈ।

☆ ☆ ☆

ਭੂਮਿਕਾ :— ਤੌਸੀਫ਼ੋ ਸਨਾ ਵਾਰਤਿਕ ਪੁਸਤਕ ਦੇ ਖ਼ਾਤਿਮਾ=ਭੋਗ ਉੱਪਰ ਨੰਦਲਾਲ ਜੀ ਨੇ ਕੁਝ ਸ਼ੇਅਰ ਲਿਖੇ ਹਨ, ਜਿਨ੍ਹਾਂ: ਸ਼ੇਅਰਾਂ ਨੂੰ ਖ਼ਾਤਿਮਾ ਕਹਿੰਦੇ ਹਨ। ਏਨ੍ਹਾਂ ਸ਼ੇਅਰਾਂ 'ਚ ਵੀ ਪਹਿਲੀਆਂ ਰਚਨਾਵਾਂ ਵਾਂਗ ਕਲਗੀਧਰ ਜੀ ਅਤੇ ਖ਼ਾਲਸੇ ਦੀ ਮਹਿਮਾ ਹੈ। ਗੁਰਸਿੱਖਾਂ ਦੀ ਏਨ੍ਹਾਂ ਸ਼ੇਅਰਾਂ ਉੱਪਰ ਐਸੀ ਸ਼ਰਧਾ ਹੈ ਕਿ ਜੋ ਏਨ੍ਹਾਂ ਸ਼ੇਅਰਾਂ ਦਾ ਪਾਠ ਕਰਦਾ ਜਾਂ ਸੁਣਦਾ ਹੈ, ਉਸ ਨੂੰ ਵੇਖ ਕੇ ਸਭ ਦਾ ਖ਼ਾਤਿਮਾ=ਅੰਤ ਕਾਰਨ ਵਾਲੇ ਜਮਦੂਤ ਦੂਰੋਂ ਹੀ ਭੱਜ ਜਾਂਦੇ ਹਨ।

ਖ਼ਾਤਿਮਾ ॥

ਹਮਹ ਫ਼ਲਕ, ਬੰਦਾਇ ਸੰਗਤਾਨਸ਼ ਰਾ ॥
ਹਮਾ ਮਲਕ, ਬੰਦਾਇ ਖ਼ਾਲਿਸਾਨਸ਼ ਰਾ ॥ ੧ ॥

ਸੰਖੇਪ ਅਰਥ : ਅਸਮਾਨ ਵੀ ਉਸ ਸਤਿਗੁਰੂ ਦੀਆਂ ਸੰਗਤਾਂ ਦਾ ਗ਼ੁਲਾਮ ਹੈ। ਦੇਵੀ ਦੇਵਤੇ ਵੀ ਉਸ ਦੇ ਖਾਲਸੇ ਦੇ ਸੇਵਕ ਹਨ।

ਲਾਮਕਾਂ ਗੋਸ਼ਾ, ਅਜ਼ ਜ਼ਮੀਰਿ ਸ਼ਾਂ ॥
ਖ਼ੁਲਦ ਰਾ ਤੋਸ਼ਾ, ਅਜ਼ ਖ਼ਮੀਰਿ ਸ਼ਾਂ ॥ ੨ ॥

ਸੰਖੇਪ ਅਰਥ : ਉਸ ਦੀਆਂ ਸੰਗਤਾਂ ਦਾ ਹਿਰਦਾ ਅਨੰਤ ਦਾ ਕੋਨਾ (ਅੰਤ) ਹੈ। ਉਸ ਦੀਆਂ ਸੰਗਤਾਂ ਦੀ ਮਿੱਟੀ ਸਵਰਗ ਦਾ ਤੋਸਾ ਹੈ।

ਮਲਿਕੁਲ-ਮੌਤ ਰਾ, ਹਰਾਸ ਅਜ਼ ਸ਼ਾਂ ॥
ਕੁਰਸੀ ਊ ਅਰਸ਼ ਰਾ, ਅਸਾਸ ਅਜ਼ ਸ਼ਾਂ ॥ ੩ ॥

ਸੰਖੇਪ ਅਰਥ : ਜਮਦੂਤ ਉਨ੍ਹਾਂ (ਸੰਗਤਾਂ) ਤੋਂ ਭੈ ਖਾਂਦਾ ਹੈ। ਉਨ੍ਹਾਂ ਕਰਕੇ ਅਰਸ਼ ਕੁਰਸ ਦੀਆਂ ਨੀਹਾਂ ਪੱਕੀਆਂ ਹਨ।

ਬਹ੍ਰੋ ਬਰ, ਹਰ ਦੋ ਰਾ ਨਵਾ ਅਜ਼ ਸ਼ਾਂ ॥
ਮਿਹਰੋ ਮਹ, ਹਰ ਦੋ ਰਾ, ਜ਼ਿਆ ਅਜ਼ ਸ਼ਾਂ ॥ ੪ ॥

ਸੰਖੇਪ ਅਰਥ : ਉਨ੍ਹਾਂ ਕਰਕੇ ਜਲ ਥਲ ਨੂੰ ਸਾਜ਼ ਸਾਮਾਨ ਪ੍ਰਾਪਤ ਹੈ। ਉਨ੍ਹਾਂ ਕਰਕੇ ਹੀ ਸੂਰਜ ਚੰਨ ਨੂੰ ਰੌਸ਼ਨੀ ਹੈ।

ਸਦ ਹਜ਼ਾਰਾਂ, ਬਹ੍ਰਿ ਇਲਮੋ ਹਿਲਮ ॥
ਅਜ਼ ਮੁਹ੍ਰੀਤ਼ ਜ਼ਮੀਰਿ ਸ਼ਾਂ, ਯਕ ਨਮ ॥ ੫ ॥

ਸੰਖੇਪ ਅਰਥ : ਗਿਆਨ ਅਤੇ ਨਿਮਰਤਾ ਦੇ ਲੱਖਾਂ ਸਮੁੰਦਰ ਉਨ੍ਹਾਂ ਦੇ ਦਿਲ-ਦਰਿਆ ਤੋਂ ਇਕੋ ਨੁਕਤਾ ਲੈਣ ਵਾਲੇ ਹਨ।

ਅਸਮਾਨੋ ਜ਼ਮੀਂ, ਬਪਾ ਅਜ਼ ਸ਼ਾਂ ॥
ਤਹ੍ਤ ਤਾ ਫ਼ੌਕ਼ ਰਾ, ਬਕਾ ਅਜ਼ ਸ਼ਾਂ ॥ ੬ ॥

ਸੰਖੇਪ ਅਰਥ : ਧਰਤ ਆਕਾਸ਼ ਉਨ੍ਹਾਂ ਸਦਕਾ ਕਾਇਮ ਹਨ। ਪਾਤਾਲ ਤੋਂ ਅਸਮਾਨ ਤਕ (ਦੇ ਜੀਵ) ਉਨ੍ਹਾਂ ਸਦਕਾ ਜੀਊਂ ਰਹੇ ਹਨ।

ਤੁਹਰਿ ਗੰਗ, ਅਜ਼ ਗ਼ੁਬਾਰਿ ਪਾਇ ਸ਼ਾਂ ॥
ਸ਼ਸਤੋ ਹਸ਼ਤ, ਅਜ਼ ਨਮ ਹਵਾਇ ਸ਼ਾਂ ॥ ੭ ॥

ਸੰਖੇਪ ਅਰਥ : ਗੰਗਾ ਦੀ ਪਵਿੱਤ੍ਰਤਾ ਉਨ੍ਹਾਂ ਦੀ ਚਰਨ-ਧੂੜ ਸਦਕਾ ਹੈ। ਅਠਾਹਟ ਤੀਰਥ ਉਨ੍ਹਾਂ ਦੇ ਬੋਲਾਂ ਤੋਂ ਪ੍ਰਾਪਤ ਕੀਤੇ ਨੁਕਤਿਆਂ ਸਦਕਾ ਯਾਤਰਾ ਯੋਗ ਹਨ।

ਅਸ਼ਰ ਅਜ਼ ਬਹਿਰਿ, ਪਾਸਬਾਨੀਇ ਸ਼ਾਂ॥
ਰੁੱਬਆ਼ ਸਰਗਰਮ, ਵਸਫ਼ਖ਼ਾਨੀਇ ਸ਼ਾਂ॥ ੮॥

ਸੰਖੇਪ ਅਰਥ : ਦਸ ਅਵਤਾਰ ਉਨ੍ਹਾਂ ਦੀ ਰੱਖਿਆ ਕਰਨ ਲਈ ਹਨ। ਚਾਰੇ ਵੇਦ ਉਨ੍ਹਾਂ ਦੇ ਗੁਣ ਗਾਉਣ ਵਿਚ ਰੁਝੇ ਹੋਏ ਹਨ।

ਸੁਲਸ, ਦਰ ਮਦਹ਼ਤ, ਸਫ਼ਾਇ ਸ਼ਾਂ॥
ਸੁਦਸ ਰਾ, ਹਮ ਸਰਿ ਸਨਾਇ ਸ਼ਾਂ॥ ੯॥

ਸੰਖੇਪ ਅਰਥ : ਤਿੰਨੇ ਬ੍ਰਹਮਾ, ਬਿਸ਼ਨ, ਮਹੇਸ਼, ਉਨ੍ਹਾਂ ਦਾ ਜਸ ਗਾਉਂਦੇ ਹਨ। ਛੇ ਸ਼ਾਸਤਰ ਭੀ ਉਨ੍ਹਾਂ ਦੀ ਤਾਰੀਫ਼ ਵਿਚ ਜੁਟੇ ਹੋਏ ਹਨ।

ਤਿੱਸਆ਼ ਉਲਵੀ, ਬ-ਮਦਹਿ਼ ਸ਼ਾਂ ਸਰਗਰਮ॥
ਚਾਰੋ-ਹਸ਼ਤਾਦ ਰਾ, ਅਜ਼ ਸ਼ਾਂ ਆਜ਼ਰਮ॥ ੧੦॥

ਸੰਖੇਪ ਅਰਥ : ਨੌਂ ਨਾਥ ਉਨ੍ਹਾਂ ਦੀ ਸਿਫ਼ਤ ਕਰ ਰਹੇ ਹਨ। ਚੁਰਾਸੀ ਸਿੱਧ ਉਨ੍ਹਾਂ ਤੋਂ ਵਡਿਆਈ ਪ੍ਰਾਪਤ ਕਰਦੇ ਹਨ।

ਅਸ਼ਰੋ ਦੋ, ਕਿੱਸਾ-ਖ਼ਾਨਿ ਵਸਫ਼ਿ ਸ਼ਾਂ॥
ਚਹਾਰ ਦਹਾ ਰਾ, ਨਵਾ ਅਜ਼ ਲੁਤ਼ਫ਼ਿ ਸਾਂ॥ ੧੧॥

ਸੰਖੇਪ ਅਰਥ : ਬਾਰ੍ਹਾਂ ਧਰਮ ਉਨ੍ਹਾਂ ਦੀ ਸਿਫ਼ਤ ਸਲਾਹ ਕਰਦੇ ਹਨ। ਸੰਸਾਰ ਦੇ ਚੌਦਾਂ ਖੰਡਾਂ ਨੂੰ ਉਨ੍ਹਾਂ ਦੀ ਕ੍ਰਿਪਾ ਕਰਕੇ ਤੋਸਾ ਮਿਲਦਾ ਹੈ।

ਬੀਸਤੋ ਹਫ਼ਹਮ, ਗਦਾਇ ਸ਼ਾਂ॥
ਅਰਬਈਨ ਨੀਜ਼, ਅਜ਼ ਬਰਾਇ ਸ਼ਾਂ॥ ੧੨॥

ਸੰਖੇਪ ਅਰਥ : ਸਤਾਈ ਨਛੱਤਰ ਉਨ੍ਹਾਂ ਦੇ ਦਵਾਰੇ ਦੇ ਮਾਂਗਤ ਹਨ। ਚਾਲੀ ਜੋਗ ਵੀ ਉਨ੍ਹਾਂ ਲਈ ਹੀ ਰਾਖਵੇਂ ਹਨ।

ਹਿਜ਼ਦਹ ਊ ਖ਼ਮਸੋ, ਸਬਆ ਕੁਦਸੀਆ॥
ਹਮ ਸ਼ਰਾਕੀਆ, ਹਮ ਗ਼ਰੂਬੀਆਂ॥ ੧੩॥
ਹਮ ਜਨੂਬੀਆ, ਹਮ ਸ਼ਿਮਾਲੀਆ॥
ਹਮ ਸਰਾਈਆ, ਹਮ ਸਮਾਈਆ॥ ੧੪॥
ਹਮ ਜ਼ਿ, ਨਾਸੂਤੀਆਂ ਸਫ਼ਲੀਆ॥
ਹਮ ਜ਼ਿ, ਮਲਕੂਤੀਆਂ ਉਲਵੀਆ॥ ੧੫॥
ਹਮ ਜ਼ਿ, ਜਬਰੂਤੀਆਂ ਜਬਰੀਆ॥
ਹਮ ਜ਼ਿ, ਲਾਹੂਤੀਆਂ ਨਵਰੀਆ॥ ੧੬॥

ਹਮ ਜ਼ਿ, ਹਾਹੂਤੀਆਂ ਮਰਜ਼ੀਆ॥
ਹਮ ਜ਼ਿ, ਰੂਹ੍ਹਾਨੀਆਂ ਰੂਹ੍ਹੀਆ॥ ੧੭॥
ਕਿੱਸਾ ਖ਼੍ਵਾਨਾਨਿ ਮਦਹਿ ਸ਼ਾਂ ਜੁਮਲਹ॥
ਜੁੱਗਾ ਖ਼੍ਵਾਰਾਨਿ ਕ਼ਦਹਿ ਸ਼ਾਂ ਜੁਮਲਹ॥ ੧੮॥

ਸੰਖੇਪ ਅਰਥ : ਅਠਾਰਾਂ ਪਵਿੱਤ੍ਰ ਪੁਰਾਣ, ਪੰਜੇ ਪੀਰ, ਸੱਤੇ ਰਿਸ਼ੀ, ਪੂਰਬ ਅਤੇ ਪੱਛਮ ਦੇ ਸਾਰੇ ਲੋਕ, ਦੱਖਣੀ ਅਤੇ ਉਤਰੀ ਵਸਨੀਕ, ਧਰਤ ਅਤੇ ਆਕਾਸ਼ ਦੇ ਵਾਸੀ, ਮਾਤ-ਲੋਕ ਅਤੇ ਪਾਤਾਲ ਦੇ ਰਹਿਣ ਵਾਲੇ, ਉੱਚੇ ਅਸਮਾਨਾਂ ਦੇ ਦੇਵੀ ਦੇਵਤੇ, ਮਾਤ-ਲੋਕ ਦੇ ਨਾਸ਼ਵਾਨ ਲੋਕ ਅਤੇ ਬ੍ਰਹਮ-ਲੋਕ ਦੇ ਨੂਰਾਨੀ ਦੇਵਤੇ, ਪਰਵਾਨਤ ਪਤਵੰਤੇ ਅਤੇ ਭਗਤ ਲੋਕ—ਇਹ ਸਾਰੇ ਦੇ ਸਾਰੇ (ਸਤਿਗੁਰੂ ਦੀਆਂ ਸੰਗਤਾਂ ਦੇ) ਸੋਹਲੇ ਗਾਉਣ ਵਾਲੇ ਹਨ ਅਤੇ ਉਨ੍ਹਾਂ ਦੇ ਅੰਮ੍ਰਿਤ-ਭਰੇ ਪਿਆਲੇ 'ਚੋਂ ਘੁੱਟ ਭਰਨ ਵਾਲੇ ਹਨ।

ਸਤਿਗੁਰ ਪਾਕ, ਯਾਰੋ ਯਾਵਰਿ ਸ਼ਾਂ॥
ਦਸਤਿ ਫ਼ਜ਼ਲਸ਼, ਹਮੇਸ਼ਾਂ ਬਰ ਸਰਿ ਸ਼ਾਂ॥ ੧੯॥

ਸੰਖੇਪ ਅਰਥ : ਸਤਿਗੁਰੂ ਉਨ੍ਹਾਂ (ਸੰਗਤਾਂ) ਦਾ ਮਿੱਤ੍ਰ ਅਤੇ ਸਹਾਈ ਹੈ।
ਸਤਿਗੁਰੂ ਦੀ ਵਡਿਆਈ ਦਾ ਹੱਥ ਹਮੇਸ਼ਾਂ ਉਨ੍ਹਾਂ ਦੇ ਸਿਰ 'ਤੇ ਹੈ।

ਪਾਇ ਸਤਿਗੁਰ, ਮੁਦਾਮ ਦਰ ਦਿਲਿ ਸ਼ਾਂ॥
ਮੰਜ਼ਿਲਿ ਪਾਇਦਾਰ, ਮੰਜ਼ਿਲਿ ਸ਼ਾਂ॥ ੨੦॥

ਸੰਖੇਪ ਅਰਥ : ਸਤਿਗੁਰੂ ਦੇ ਚਰਨ ਸਦਾ ਉਨ੍ਹਾਂ ਦੇ ਦਿਲ ਵਿਚ ਵੱਸਦੇ ਹਨ।
ਉਨ੍ਹਾਂ ਦਾ ਟਿਕਾਣਾ ਸਦਾ ਸਥਿਰ ਰਹਿਣ ਵਾਲਾ ਹੈ।

ਲਾਲ ਰਾ ਸਰ, ਬ-ਪਾਇ ਸ਼ਾਂ ਸਾਦਾ॥
ਸਰ ਖ਼ੁਸ਼ ਅੰਦਰ, ਸਨਾਇ ਸ਼ਾਂ ਬਾਦਾ॥ ੨੧॥

ਸੰਖੇਪ ਅਰਥ : ਵਾਹਿਗੁਰੂ ਕਰੇ, ਨੰਦ ਲਾਲ ਦਾ ਸਿਰ ਸਦਾ ਉਨ੍ਹਾਂ ਦੇ ਚਰਨਾਂ 'ਤੇ ਢੱਠਦਾ ਰਹੇ।
ਵਾਹਿਗੁਰੂ ਕਰੇ, ਨੰਦ ਲਾਲ ਸਦਾ ਉਨ੍ਹਾਂ ਦੇ ਗੁਣ ਗਾ-ਗਾ ਕੇ ਆਨੰਦ ਪ੍ਰਾਪਤ ਕਰਦਾ ਰਹੇ।

ਤਮਾਮ ਸ਼ੁਦ ਕਿਤਾਬਿ ਤੌਸੀਫ਼ੋ-ਸਨਾ ਊ ਖ਼ਾਤਿਮਾ ਮੁਸੰਨਿਫ਼ਾ ਮੁਨਸ਼ੀ ਨੰਦ ਲਾਲ ਗੋਯਾ ਮੁਲਤਾਨੀ।

ਸਮਾਪਤ ਹੋਈ ਪੁਸਤਕ ਤੌਸੀਫ਼ੋ ਸਨਾ
(ਅਤੇ ਖ਼ਾਤਿਮਾ) ਰਚਿਤ ਮੁਨਸ਼ੀ ਨੰਦ ਲਾਲ ਗੋਯਾ ਮੁਲਤਾਨੀ।

ਗੰਜ ਨਾਮਹ

ਉਥਾਨਕਾ : ਭਾਈ ਸਾਹਿਬ ਜੀ ਸ਼ਹੀਦੀ ਬਾਗ ਸ੍ਰੀ ਅਨੰਦਪੁਰ ਸਾਹਿਬ 'ਚ ਬਰਤਨਾ ਦੀ ਸੇਵਾ ਕਰਦੇ ਸਮੇਂ ਗੁਰੂ ਗੋਬਿੰਦ ਸਿੰਘ ਜੀ ਦੀ ਮਹਿਮਾ ਫ਼ਾਰਸੀ 'ਚ ਗਾਇਆ ਕਰਦੇ ਸਨ ਤਾਂ ਫ਼ਾਰਸੀ ਕਵਿਤਾ ਦੀ ਚੰਗੀ ਮੁਹਾਰਤ ਵੇਖ ਕੇ ਸਿਆਣੇ ਸਿੰਘਾਂ ਨੇ ਭਾਈ ਸਾਹਿਬ ਜੀ ਨੂੰ ਦਸਾਂ ਗੁਰਾਂ ਦੇ ਨਾਮਾ ਦੇ ਅਰਥ ਤੇ ਮਹਿਮਾ ਫ਼ਾਰਸੀ 'ਚ ਕਲਮਬੰਦ ਕਰਨ ਲਈ ਬੇਨਤੀ ਕੀਤੀ ਤਾਂ ਭਾਈ ਨੰਦਲਾਲ ਜੀ ਨੇ ਇਹ ਰਚਨਾ ਅਨੰਦਪੁਰ ਸਾਹਿਬ ਵਿਖੇ ਉਚਾਰੀ ਹੈ।

ੴ ਸਤਿਗੁਰ ਪ੍ਰਸਾਦਿ॥

ਵਾਹਿਗੁਰੂ ਜੀਉ ਸੱਤਿ॥

ਗੰਜ ਨਾਮਹ

ਗੰਜ ਦਾ ਅਰਥ "ਖਜਾਨਾ" ਹੈ ਅਤੇ ਨਾਮਹ ਦਾ ਅਰਥ "ਲੇਖ" ਹੈ ਦਸਾਂ ਪਾਤਿਸ਼ਾਹੀਆਂ ਦੇ ਨਾਵਾਂ ਦਾ ਖਜਾਨਾ ਰੂਪ ਲੇਖ॥

ੳ) ਗੁਰ ਗੋਬਿੰਦ ਗੋਪਾਲ ਗੁਰ, ਗੁਰ ਪੂਰਨ ਨਾਰਾਇਣਹ॥

ਅ) ਗੁਰ ਦਇਆਲ ਸਮਰਥ ਗੁਰ, ਗੁਰ ਨਾਨਕ ਪਤਿਤ ਉਦਾਰਣਹ॥

ਸੰਖੇਪ ਅਰਥ : ੳ) ਗੁਰੂ ਹੀ ਗੋਬਿੰਦ ਰੂਪ ਹਨ ਗੁਰੂ ਹੀ ਗੋਪਾਲ ਰੂਪ ਹਨ। ਗੁਰੂ ਪੂਰਨ ਨਾਰਾਇਣ ਸਰੂਪ ਹਨ।

ਅ) ਗੁਰੂ ਹੀ ਦਇਆਲ ਰੂਪ ਹਨ ਗੁਰੂ ਹੀ ਸਮਰੱਥ ਹਨ। ਸ੍ਰੀ ਗੁਰੂ ਅਰਜਨ ਦੇਵ ਜੀ ਕਹਿੰਦੇ ਹਨ ਕਿ ਗੁਰੂ ਨਾਨਕ ਦੇਵ ਜੀ ਹੀ ਪਾਪੀਆਂ ਦਾ ਉਧਾਰ ਕਰਨ ਵਾਲੇ ਹਨ।

ੳ) ਦਿਲੋ ਜਾਨਮ; ਬ-ਹਰ ਸਬਾਹੋ ਮਸਾ॥

ਅ) ਸਰੋ ਫ਼ਰਕ਼ਮ; ਜ਼ਿ ਰੂਏ ਸਿਦਕ਼ੋ ਸਫ਼ਾ॥੧॥

ਅਰਥ ੳ) ਦਿਲ ਤੇ ਮੇਰੀ ਜਾਨ,ਹਰੇਕ ਸਵੇਰ ਤੇ ਸ਼ਾਮ ਨੂੰ;

ਅ) ਸਿਰ ਤੇ ਮੇਰੇ ਸਿਰ ਦੀ ਚੋਟੀ, ਸੱਚੇ ਤੇ ਪਵਿੱਤਰ ਚਿਹਰੇ ਤੋਂ।

ੳ) ਬਾਦ, ਬਰ ਮੁਰਸ਼ਿਦੇ; ਤ਼ਰੀਕ਼ੇ ਨਿਸਾਰ॥

ਅ) ਅਜ਼ ਸਰੇ ਇਜਜ਼; ਸਦ ਹਜ਼ਾਰਾਂ ਬਾਰ॥

(**ਉਚਾਰਣ** = ਇੱਜਜ਼ ਬੋਲੋ)

ਸੰਖੇਪ ਅਰਥ : ੳ) ਕੁਰਬਾਨ ਹੋਵੇ; (ਪਰ ਕੁਰਬਾਨ ਹੋਵੇ ਕਿਸਦੇ ਚਿਹਰੇ ਤੋਂ?) ਮੇਰੇ ਗੁਰੂ ਦੇ ਚਿਹਰੇ ਤੋਂ ਢੰਗ ਨਾਲ ਕੁਰਬਾਨ ਹੋਵੇ।

ਅ) (ਕਿਹੜੇ ਢੰਗ ਨਾਲ ਕੁਰਬਾਨ ਹੋਵੇ। ਮੇਰਾ ਸਿਰ ਤੇ ਮੇਰੇ ਸਿਰ ਦੀ ਚੋਟੀ ਆਦਿਕ, ਨਿਮਰਤਾ ਦੇ ਨਾਲ, ਮੇਰੇ ਗੁਰੂ ਦੇ ਚਿਹਰੇ ਤੋਂ, ਸੈਂਕੜੇ ਵਾਰੀ ਹਜ਼ਾਰਾਂ ਵਾਰੀ।

ੳ) ਕਿਹ, ਜ਼ਿ ਇਨਸਾਂ; ਮਲਕ ਨਮੂ-ਦਸਤ ਓ[1]॥

ਅ) ਇੱਜ਼ਤੇ ਖ਼ਾਕੀਆਂ, ਫ਼ਜ਼ੂ-ਦਸਤ ਓ[2]॥੩॥

ਪਾਠੰਤ੍ਰ : [1]ਨਮੂਦਸਤੋ [2]ਫ਼ਜ਼ੂਦਸਤੋ।

ਉਚਾਰਣ = ਇਨਸਾਂ ਦੀ ਬਿੰਦੀ ਵਿੱਚੋਂ ਨੰਨਾ ਕੱਢ ਕਰਕੇ,ਇਨ-ਸਾਂ ਲੰਮਕਾ ਕੇ ਬੋਲੋ। ਨਮੂਦਸਤ ਫ਼ਜ਼ੂਦਸਤ ਇਕੱਠਾ ਬੋਲੋ ਲਮਕਾਉਣਾ ਨਹੀਂ ਹੈ।

ਸੰਖੇਪ ਅਰਥ : ੳ) (ਗੁਰੂ ਗੋਬਿੰਦ ਸਿੰਘ ਜੀ ਦੇ ਚਿਹਰੇ ਤੋਂ ਮੇਰਾ ਸਿਰ ਅਤੇ ਮੇਰੀ ਜਾਨ ਕਿਉਂ ਕੁਰਬਾਨ ਹੋਵੇ?) ਕਿਉਂਕਿ ਗੁਰੂ ਗੋਬਿੰਦ ਸਿੰਘ ਜੀ ਨੇ ਅੰਮ੍ਰਿਤ ਦੀ ਦਾਤ ਬਖ਼ਸ਼ਿਸ਼ ਕਰਕੇ; ਹਰੇਕ ਆਮ ਵਿਅਕਤੀ ਨੂੰ ਆਦਮੀ ਤੋਂ ਦੇਵਤਾ ਜ਼ਾਹਿਰ (ਪ੍ਰਗਟ) ਹੀ ਬਣਾਇਆ ਹੈ।

ਅ) ਅਤੇ ਉਨ੍ਹਾਂ ਨੇ ਮਿੱਟੀ ਵਾਲਿਆਂ (ਭਾਵ) ਮਿੱਟੀ ਵਿੱਚ ਰੁਲਣ ਵਾਲੇ ਹੇਠਲੇ ਵਰਗਾਂ ਦੇ ਗ਼ਰੀਬ ਲੋਕਾਂ ਨੂੰ ਵੱਡੀ ਇਜ਼ਤ ਬਖ਼ਸ਼ੀ (ਭਾਵ) ਵੱਡੀ ਬਾਦਿਸ਼ਾਹੀ ਦਿੱਤੀ ਹੈ।

ੳ) ਖ਼ਾਸ-ਗਾਂ ਜੁਮਲਹ, ਖ਼ਾਕਿ-ਪਾਏ ਓ॥

ਅ) ਹਮਹ ਮਲਕੂਤੀਆ, ਫ਼ਿਦਾਏ ਓ॥੪॥

ਸੰਖੇਪ ਅਰਥ : ੳ) ਸਾਰੇ ਖ਼ਾਸ ਲੋਕ, ਉਨ੍ਹਾਂ ਦੇ ਚਰਨਾਂ ਦੀ ਧੂੜੀ ਹਨ।

ਅ) ਅਤੇ ਸਾਰੇ ਦੇਵਤੇ ਉਨ੍ਹਾਂ ਤੋਂ ਕੁਰਬਾਨ ਹਨ ਇਸ ਲਈ ਮੇਰੀ ਜਾਨ ਉਨ੍ਹਾਂ ਦੇ ਚਿਹਰੇ ਤੋਂ ਕੁਰਬਾਨ ਹੋਵੇ।

ੳ) ਗਰ, ਫ਼ਰੋਜ਼ਦ ਹਜ਼ਾਰ; ਮਿਹਰੋ ਮਾਹ॥

ਅ) ਆ਼ਲਮੇ ਦਾਂ ਜੁਜ਼ ਓ; ਤਮਾਮ ਸਿਆਹ॥੫॥

ਸੰਖੇਪ ਅਰਥ : ੳ) (ਜਿਸ ਗੁਰੂ ਦੇ ਚਿਹਰੇ ਤੋਂ ਮੇਰਾ ਸਿਰ ਕੁਰਬਾਨ ਹੈ) ਜੇਕਰ ਹਜ਼ਾਰਾਂ ਸੂਰਜ ਤੇ ਚੰਦਰਮਾ ਵੀ ਚਾਨਣ ਕਰਨ।

ਅ) (ਤਾਂ ਵੀ) ਸਾਰੇ ਜਹਾਨ ਨੂੰ, ਉਸ (ਗੁਰੂ) ਦੇ ਬਿਨਾਂ ਹਨ੍ਹੇਰੇ ਵਿੱਚ ਹੀ ਜਾਣੋ।

ੳ) ਮੁਰਸ਼ਿਦੇ, ਪਾਕਿ-ਨੂਰੇ; ਹੱਕ ਆਮਦ॥

ਅ) ਜ਼ਾਂ ਸਬਬ, ਦਰ ਦਿਲਮ; ਸਬਕ਼ ਆਮਦ॥੬॥

ਉਚਾਰਣ = ਹੱਕ਼ ਅਤੇ ਸਬੱਬ ਬੋਲੋ।

ਸੰਖੇਪ ਅਰਥ : ੳ) ਗੁਰੂ (ਗੋਬਿੰਦ ਸਿੰਘ ਜੀ ਸੰਸਾਰ ਨੂੰ ਰੋਸ਼ਨ ਕਰਨ ਵਾਲੀ) ਪਵਿੱਤਰ ਰੋਸ਼ਨੀ ਹੈ ਅਤੇ ਇਹ ਰੋਸ਼ਨੀ ਸੱਚੇ ਰੱਬ (ਅਕਾਲ ਪੁਰਖ) ਤੋਂ (ਪ੍ਰਗਟ ਰੂਪ ਵਿੱਚ) ਆਈ ਹੈ।

ਅ) ਅਤੇ ਉਨ੍ਹਾਂ (ਗੁਰੂ ਗੋਬਿੰਦ ਸਿੰਘ ਜੀ) ਦੇ ਕਾਰਨ ਮੇਰੇ ਦਿਲ ਵਿੱਚ (ਭਾਣਾ ਮੰਨਣ ਅਤੇ ਝੂਠੇ ਬਾਦਸ਼ਾਹਾਂ ਦਾ ਭੈ ਨਹੀਂ ਮੰਨਣ ਅਤੇ ਗ਼ਰੀਬਾਂ ਨੂੰ ਭੈ ਨਹੀਂ ਦੇਣ ਦੀ) ਐਸੀ ਮਹਾਨ ਸਿੱਖਿਆ ਆਈ ਹੈ।)

ੳ) ਆਂ ਕਸਾਨੇ ਕਜ਼ੋ; ਨ ਯਾਦ ਆਰੰਦ॥

ਅ) ਸਮਰ-ਹਏ, ਜਾਨੋ ਦਿਲ; ਬ-ਬਾਦ ਆਰੰਦ[1]॥੭॥

ਪਾਠੰਤ੍ਰ : [1]ਬ ਬਾਦਾਰੰਗ।

ਸੰਖੇਪ ਅਰਥ : ੳ) ਉਹ ਲੋਕ ਜੋ ਗੁਰੂ ਗੋਬਿੰਦ ਸਿੰਘ ਜੀ ਨੂੰ ਚੇਤੇ ਨਹੀਂ ਕਰਦੇ।

ਅ) ਉਹ ਲੋਕ ਆਪਣੀ ਜਾਨ ਤੇ ਦਿਲ (ਦੇ ਨਾਲ ਪ੍ਰਾਪਤ ਹੋਣ ਵਾਲਾ) ਬਹੁਤਾ ਵੱਡਾ ਫਲ ਬਰਬਾਦ ਕਰ ਲੈਂਦੇ ਹਨ।

ੳ) ਮਜ਼ਰਏ ਪੁਰ; ਸਮਰ ਬ - ਅਰਜ਼ਾਨੀ॥

ਅ) ਚੂੰ ਬ-ਬੀਨਦ; ਜ਼ਿ ਦੂਰ ਸੈਰਾਨੀ॥੮॥

(**ਉਚਾਰਣ** = ਮਜ਼ ਰਏ ਇਕੱਠਾ ਬੋਲੋ)

ਸੰਖੇਪ ਅਰਥ : ੳ) ਜਿਵੇਂ ਕੋਈ ਖੇਤੀ, ਬਹੁਤ ਜ਼ਿਆਦਾ ਫਲਾਂ ਦੇ ਨਾਲ ਭਰੀ ਹੋਵੇ।

ਅ) ਅਤੇ ਖੇਤਾਂ ਦੀ ਸੈਰ ਕਰਨ ਵਾਲਾ, ਜਦ ਉਸ ਖੇਤੀ ਨੂੰ ਦੂਰ ਤੋਂ ਦੇਖਦਾ ਹੈ।

ੳ) 'ਇਨ-ਬਸਾਤ਼' ਆਇਦਸ਼, ਅਜ਼ਾਂ ਦੀਦਨ॥

ਅ) ਬਰ ਸ਼ਤਾਬਦ; ਜ਼ਿ ਬਹਿਰੇ ਬਰ ਚੀਦਨ॥੯॥

(**ਉਚਾਰਣ** = ਇਨ-ਬਸਾਤ਼ ਇਕੱਠਾ ਬੋਲੋ)

ਸੰਖੇਪ ਅਰਥ : ੳ) ਤਾਂ ਉਸ ਸੈਰ ਕਰਨ ਵਾਲੇ ਨੂੰ ਖ਼ੁਸ਼ੀ ਹੁੰਦੀ ਹੈ। ਉਸ ਹਰੀ ਭਰੀ ਖੇਤੀ ਨੂੰ ਵੇਖਣ ਤੋਂ।

ਅ) ਫਿਰ ਉਹ ਸੈਰਾਨੀ ਉਸ ਹਰੀ ਭਰੀ ਖੇਤੀ ਦੇ ਉੱਪਰੋਂ ਫਲ ਚੁਣਨ ਵਾਸਤੇ; ਉਸ ਹਰੀ ਭਰੀ ਖੇਤੀ ਵੱਲ ਦੌੜਦਾ ਹੈ।

ੳ) ਲੇਕ ਹਾਸਿਲ ਨਿਆਰਦ, ਅਜ਼ ਵੈ ਬਾਰ॥

ਅ) ਬਾਜ਼, ਗਰਦਦ ਗੁਰਸਨਾ, ਖ਼੍ਵਾਰੋ ਨਜ਼ਾਰ॥੧੦॥

(**ਉਚਾਰਣ** = ਗੁਰੱਸਨਾ ਬੋਲੋ। ਅੰਗਰੇਜ਼ੀ ਭਾਸ਼ਾ ਵਿੱਚ ਜਿਵੇਂ ਕਈ ਅੱਖਰ ਸਾਈਲੈਂਟ ਹੁੰਦੇ ਹਨ ਉਂਝ ਹੀ ਫ਼ਾਰਸੀ ਦੇ ਅਨੁਸਾਰ ਖ਼੍ਵਾਰੋ ਦਾ ਵਾਵਾ ਅੱਖਰ ਸਾਈਲੈਂਟ ਕਰਕੇ ਖ਼ਾਰੋ ਬੋਲਿਆ ਜਾਵੇਗਾ ਅਤੇ ਗਰਦਦ ਪੋਲਾ ਬੋਲੋ)

ਸੰਖੇਪ ਅਰਥ : ੳ) ਲੇਕਿਨ ਜਦ ਉਸ ਸੈਰਾਨੀ ਨੂੰ, ਉਸ ਖੇਤੀ ਦਾ ਫਲ ਪ੍ਰਾਪਤ ਨਹੀਂ ਹੁੰਦਾ।

ਅ) ਤਾਂ ਫਿਰ ਉਹ ਖੇਤੀ ਤੋਂ ਮੁੜਦਾ ਹੈ। ਭੁੱਖਾ, ਖ਼ੁਆਰ ਤੇ ਕਮਜ਼ੋਰ ਹੋ ਕੇ (ਵਾ)=ਨਿਮਾਣਾ ਹੋ ਕੇ॥

ੳ) ਗ਼ੈਰ ਸਤਿਗੁਰ; [1]ਹਮਹ ਬਦਾਂ ਮਾਨਦ॥

ਅ) ਕਾਂ ਚੁਨਾਂ; [2]ਜ਼ਰ-ਇ-ਬਾਰਵਰ ਦਾਨਦ॥੧੧॥

ਪਾਠੰਤ੍ਰ : [1]ਹਮਾਂ [2]ਜ਼ਿਰਾਅ।

ਸੰਖੇਪ ਅਰਥ : ੳ) ਸਤਿਗੁਰਾਂ ਤੋਂ ਬਿਨਾਂ ਸਾਰਿਆਂ ਦੀ (ਦਸ਼ਾ) ਐਸੀ ਹੋ ਕੇ ਰਹਿ ਜਾਂਦੀ ਹੈ।

ਅ) ਜਿਵੇਂ ਉਹ ਜੋ (ਸੈਲਾਨੀ) ਫਲ ਵਾਲੀ ਖੇਤੀ ਨੂੰ ਜਾਣਦਾ ਤੇ ਹੈ (ਪਰ ਫਲ ਤੋਂ ਬਿਨਾਂ ਪਰੇਸ਼ਾਨ ਹੁੰਦਾ ਹੈ।)

ਸਲਤ਼ਨਤੇ ਅੱਵਲ

(**ਉਚਾਰਣ** = ਸਲ-ਤ਼-ਨਤੇ ਪੋਲਾ ਤੇ ਇਕੱਠਾ ਬੋਲੋ)

ਸੰਖੇਪ ਅਰਥ : ਭਾਈ ਸਾਹਿਬ ਜੀ ਹੁਣ ਅੱਵਲ=ਪਹਿਲੀ ਸਲਤ਼ਨਤੇ=ਪਾਤਿਸ਼ਾਹੀ ਗੁਰੂ ਨਾਨਕ ਦੇਵ ਜੀ ਦੀ ਉਸਤਤੀ ਕਰਦੇ ਹਨ।

ੳ) ਸਲਤ਼ਨਤੇ ਅਵੱਲਸ਼ ਫ਼ਰੋਗੇ, "ਅਨਵਾਰੇ-ਹ਼ੱਕ-ਉਲ-ਸੁਬਹ਼ਾਂ",

ਅ) ਵ ਲਾਮਿਆ਼, "ਅਫ਼ਰੋਜ਼ਿ-ਇ਼ਲਮੇ", ਹ਼ੱਕੋ਼ ਈਕ਼ਾਂ॥

ਸੰਖੇਪ ਅਰਥ : ੳ) (ਸੂਰਜ ਵਾਂਗ) ਪ੍ਰਕਾਸ਼ਮਾਨ ਪਹਿਲੀ ਪਾਤਿਸ਼ਾਹੀ ਗੁਰੂ ਨਾਨਕ ਦੇਵ ਜੀ, ਆਪਣੇ ਪਿਆਰਿਆਂ ਨੂੰ ਅਵਸਥਾ ਰੂਪ ਸਵੇਰ ਵਿੱਚ, ਸਚਾਈ ਦੀ ਰੋਸ਼ਨੀ ਬਖ਼ਸ਼ਣ ਵਾਲੇ ਹਨ।

ਅ) ਅਤੇ ਜੋ ਇੱਕ ਸੱਚੇ ਗੁਰੂ ਨਾਨਕ ਦੇਵ ਜੀ ਹਨ (ਉਹ ਆਪਣੇ ਪਿਆਰਿਆਂ

ਨੂੰ) ਗਿਆਨ ਦੀ ਰੋਸ਼ਨੀ ਦੇ ਕਰਕੇ ਰੋਸ਼ਨ ਕਰਨ ਵਾਲੇ ਹਨ।

ੲ) ਅ਼ਲਮ-ਫ਼ਰਾਜ਼ੇ, ਦਵਾਮ ਆਗਾਹੀ,

ਸ) ਵ ਜ਼ੁਲਮਤ ਬਰ-ਅੰਦਾਜ਼ੇ[1]; ਜ਼ਲਾਲਤੋ ਗੁਮਰਾਹੀ॥

ਪਾਠੰਤ੍ਰ : [1]ਬਰੰਦਾਜ਼ੇ।

ਸੰਖੇਪ ਅਰਥ : ੲ) (ਜਿਸ ਗਿਆਨ ਦੀ ਰੋਸ਼ਨੀ ਨੂੰ, ਗੁਰੂ ਨਾਨਕ ਦੇਵ ਜੀ ਰੋਸ਼ਨ ਕਰਦੇ ਹਨ) ਉਹ ਗਿਆਨ ਦੀ ਰੋਸ਼ਨੀ ਹਮੇਸ਼ਾ ਹੀ, (ਰੱਬ ਦੀ) ਜਾਣਕਾਰੀ ਦਾ ਝੰਡਾ, ਉੱਚਾ ਕਰਨ ਵਾਲੀ ਹੈ। **(ਭਾਵ)** ਰੱਬ ਦਾ ਰਸਤਾ ਦੱਸਣ ਵਾਲੀ ਹੈ।

ਸ) ਅਤੇ (ਗਿਆਨ ਦੀ ਰੋਸ਼ਨੀ), ਪ੍ਰਮਾਰਥ ਵੱਲੋਂ ਇਸ ਲੋਕ ਦੀ ਗੁਮਰਾਹੀ ਅਤੇ ਪ੍ਰਲੋਕ ਵੱਲੋਂ ਸ੍ਰੇਸ਼ਟ ਰਸਤੇ ਦੀ ਗੁਮਰਾਹੀ ਦਾ, ਹਨੇਰਾ ਦੂਰ ਕਰਨ ਵਾਲੀ ਹੈ।

ਹ) ਸਰਾ ਤਾ ਲਾ-ਮਕਾਨ, ਗ਼ਾਸ਼ੀਆ ਬਰ ਦੋਸ਼ੇ ਫ਼ਰ-ਮਾਨਸ਼;

ਕ) ਵ ਅਜ਼ ਲਾਹੂਤ ਤਾ ਨਾਸੂਤ; ਖ਼ਾਕਿ-ਨਸ਼ੀਂ ਆਸ-ਤਾਨਸ਼॥

ਉਚਾਰਣ = ਸਰਾਂ ਬੋਲੋ ਅਤੇ ਲਾ-ਹੂਤ ਅਤੇ ਨਾ-ਸੂਤ ਇਕੱਠਾ ਬੋਲੋ)

ਸੰਖੇਪ ਅਰਥ : ਹ) ਇਸ ਸੰਸਾਰੀ ਘਰ ਤੋਂ ਲੈ ਕਰਕੇ, ਉਸ ਅੱਲ੍ਹਾ ਦੇ ਘਰ ਸਚਖੰਡ ਤੱਕ, ਉਸ ਸਰਵੇ-ਸਰਵ ਰਮੇ ਹੋਏ ਖ਼ੁਦਾ ਦੇ ਹੁਕਮ ਦਾ ਜ਼ੀਨ ਪੋਸ਼ (ਸੰਜੋਅ) ਗੁਰੂ ਨਾਨਕ ਦੇਵ ਜੀ ਨੇ ਆਪਣੇ ਮੋਢਿਆਂ ਤੇ ਪਹਿਨਿਆ ਹੋਇਆ ਹੈ।

ਕ) ਅਤੇ ਇਸ ਕਰਕੇ ਇਸ ਦੁਨੀਆਂ ਤੋਂ ਲੈ ਕੇ ਉਸ ਦੁਨੀਆਂ ਤੱਕ ਦੇ ਜਿੰਨੇ ਵੀ ਜੜ੍ਹ ਚੇਤਨ ਜੀਵ ਹਨ ਉਹ ਸਾਰੇ ਹੀ ਗੁਰੂ ਨਾਨਕ ਦੇਵ ਜੀ (ਦੇ ਘਰ) ਦੀਆਂ ਦਹਿਲੀਜ਼ਾਂ ਦੀ ਧੂੜੀ ਵਿੱਚ ਬੈਠਣ ਵਾਲੇ ਹਨ।

ਖ) ਵਾਸਿਫ਼ਸ਼ ਖ਼ੁਦ, ਹੱਕ਼ੁਲ-ਮੁਤਅ਼ਾਲ;

ਗ) ਵ ਤ਼ਾਲਿਬਸ਼ ਖ਼ੁਦ; ਜ਼ਾਤੇ ਲਾ-ਯਜ਼ਾਲ॥

(ਉਚਾਰਣ = ਹ਼ੱਕ਼ੁਲ-ਮੁੱਤਅ਼ਾਲ ਬੋਲੋ ਅਤੇ ਵਾ-ਸਿਫ਼ਸ਼ ਤੇ ਤ਼ਾਲਿਬਸ਼ ਇਕੱਠਾ ਬੋਲੋ)

ਸੰਖੇਪ ਅਰਥ : ਖ) ਭਾਈ ਸਾਹਿਬ ਕਹਿੰਦੇ ਹਨ ਗੁਰੂ ਨਾਨਕ ਦੇਵ ਜੀ ਆਪ ਹੀ ਖ਼ੁਦਾ ਦੀ ਸਿਫ਼ਤ ਕਰਨ ਵਾਲੇ ਹਨ ਅਤੇ ਆਪ ਹੀ, ਸਭ ਤੋਂ ਉਚੇ ਖ਼ੁਦਾ ਦਾ ਸਰੂਪ ਹਨ॥

ਗ) ਅਤੇ ਆਪ ਹੀ ਖ਼ੁਦਾ ਦੀ ਇੱਛਾ ਰੱਖਣ ਵਾਲੇ ਤੇ ਆਪ ਹੀ ਆਪਣੀ ਜ਼ਾਤ ਵਿੱਚ ਇੱਕ ਹਨ ਅਤੇ ਸਦਾ ਰਹਿਣ ਵਾਲੇ ਹਨ।

ਘ) ਕਲਾਮੇ ਹਰ, ਰੁਬਅ਼ ਵ ਸੁਦਸੇ ਕੁਦਸੀ; ਅਜ਼ ਤੌਸੀਫ਼ਸ਼ ਕਾਸਿਰ;

ਙ) ਵ ਲਿਵਾਇ ਨੂਰ ਆਮਾਇਸ਼; ਬਰ ਹਰ ਦੋ ਆ਼ਲਮ ਨਾਸਿਰ॥

(ਉਚਾਰਣ = ਸੁ-ਦਸੇ ਇਕੱਠਾ ਅਤੇ ਰੁੱਬਅ਼ ਨੂੰ ਰੁੱਬਾ ਬੋਲੋ ਕਿਉਂਕਿ ਅ਼ਰਬੀ ਫ਼ਾਰਸੀ ਵਿੱਚ ਕੰਨੇ ਦੀ ਜਗ੍ਹਾ ਤੇ "ਅ਼" ਲਿਖਿਆ ਜਾਂਦਾ ਹੈ।

ਸੰਖੇਪ ਅਰਥ : ਘ) ਚਾਰ ਵੇਦਾਂ ਅਤੇ ਛੇ ਸ਼ਾਸਤ੍ਰਾਂ ਵਿੱਚੋਂ ਹਰੇਕ ਦੀ ਬਾਣੀ (ਜੋ ਪਵਿੱਤਰ ਮੰਨੀ ਜਾਂਦੀ ਹੈ) ਉਹ ਚਾਰ ਵੇਦ ਤੇ ਛੇ ਸ਼ਾਸਤ੍ਰ ਗੁਰੂ ਨਾਨਕ ਦੇਵ ਜੀ ਦੀ ਉਸਤਤ ਕਰਨ ਤੋਂ ਅਸਮਰੱਥ ਹਨ। (ਕਿਉਂਕਿ ਗੁਰੂ ਨਾਨਕ ਦੇਵ ਜੀ ਦੀ ਮਹਿਮਾ ਅਪਰੰ ਅਪਾਰ ਹੈ।)

ਙ) ਅਤੇ ਨੂਰ ਨਾਲ ਭਰਿਆ, ਗੁਰੂ ਨਾਨਕ ਦੇਵ ਜੀ ਦਾ ਵਿਜਈ ਝੰਡਾ, ਦੋ ਜਹਾਨਾਂ ਦੀ ਮਦਦ ਵਾਸਤੇ, ਦੋ ਜਹਾਨਾਂ ਉੱਪਰ ਝੂਲ ਰਿਹਾ ਹੈ।

ਚ) ਮਸ਼ਅ਼ਲੇ ਇਰਸ਼ਾਦਸ਼, ਏਜ਼ਦੀ ਲਮਅ਼ਾਤ;

ਛ) ਵ ਪੇਸ਼ੇ ਨੂਰਸ਼, ਸਦ ਹਜ਼ਾਰਾ ਮਾਹੋ ਖ਼ੁਰਸ਼ੀਦ; ਗ਼ਰਕੇ ਜ਼ੁਲਮਾਤ॥

(ਉਚਾਰਣ = ਮਸ਼-ਅ਼ਲੇ ਇਕੱਠਾ ਬੋਲੋ ਅਤੇ ਲੱਮ-ਅ਼ਾਤ ਇਕੱਠਾ ਬੋਲੋ)

ਸੰਖੇਪ ਅਰਥ : ਚ) ਗੁਰੂ ਨਾਨਕ ਦੇਵ ਜੀ ਦੇ (ਪਵਿੱਤਰ ਹੁਕਮਾਂ ਵਾ-ਬਚਨਾਂ ਦੇ ਦੀਵੇ ਦੀ ਰੋਸ਼ਨੀ, ਵਾਹਿਗੁਰੂ ਆਪ ਕਰਦਾ ਹੈ।

ਛ) ਗੁਰੂ ਨਾਨਕ ਦੇਵ ਜੀ ਦੇ; ਨੂਰ ਦੇ ਸਾਹਮਣੇ ਸੌ ਹਜ਼ਾਰਾਂ (ਲੱਖਾਂ) ਚੰਦਰਮੇ ਤੇ ਸੂਰਜ, ਹਨੇਰੇ ਵਿੱਚ ਡੁੱਬੇ ਹੋਏ ਹਨ।

ਜ) ਦਰ ਇਰਸ਼ਾਦ, ਵ ਹਦਾਇਤ; ਬ-ਆ਼ਲਮੀਆਂ ਕਫ਼ਾ[1];

ਝ) ਦਰ ਜ਼ਮਾਨ, ਵ ਸ਼ਫ਼ਾਅ਼ਤੇ; ਹਰ ਦੋ ਜਹਾਂ ਰਾ[2] ਊਫ਼ਾ॥

ਪਾਠੰਤ੍ਰ : [1]ਕਫ਼ੀ, [2]ਔਫ਼ਾ।

(ਉਚਾਰਣ = ਸ਼ਫ਼ਾ-ਅ਼ਤੇ ਇਕੱਠਾ ਬੋਲੋ)

ਸੰਖੇਪ ਅਰਥ : ਜ) ਗੁਰੂ ਨਾਨਕ ਦੇਵ ਜੀ ਸੰਸਾਰੀਆਂ ਨੂੰ; ਆਗਿਆ ਦੇਣ ਵਿਚ ਵਾ-ਹੁਕਮ ਦੇਣ ਵਿੱਚ ਅਤੇ ਹਦਾਇਤ ਦੇਣ ਵਿੱਚ ਵਾ-ਪ੍ਰਮਾਰਥ ਦਾ ਰਸਤਾ ਦਿਖਾਉਣ ਵਿੱਚ

ਝ) (ਅੰਨਵੈ ਅਰਥ) ਦੁਨੀਆਂ ਵਿੱਚੋਂ ਸਭ ਤੋਂ ਕਫ਼ਾ=ਉਚੇ ਹਨ। ਖ਼ੁਦਾ ਦੇ ਪਾਸ, ਦੋਹਾਂ ਜਹਾਨਾਂ (ਵਿੱਚੋਂ, ਸੱਚੇ ਲੋਕਾਂ ਦੀ) ਪੂਰੇ ਤੌਰ 'ਤੇ ਸ਼ਿਫ਼ਾਰਸ਼ ਕਰਨ ਵਾਲੇ ਹਨ (ਅਤੇ ਹਾਮੀ ਭਰਨ ਵਾਲੇ ਹਨ।)

ਞ) ਖ਼ਿਤ਼ਾਬੇ ਹੱਕੁਸ਼; "ਮੁਰਸ਼ਿ-ਦੁਲ-ਆ਼ਲਮੀਨ",

ਟ) ਵ ਜ਼ਾਤਿ ਬਰ ਹ਼ਕ਼ਸ਼; "ਰਹ਼ਮ-ਤੁਲ-ਮੁਜ਼ਨਬੀਨ" ॥

(**ਉਚਾਰਣ** = ਰਹ਼ਿਮ-ਤੁਲ ਨ ਬੋਲੋ)

ਸੰਖੇਪ ਅਰਥ : ਞ) ਗੁਰੂ ਨਾਨਕ ਦੇਵ ਜੀ ਨੂੰ ਖ਼ੁਦਾ ਦੁਆਰਾ ਇਹ ਖ਼ਿਤਾਬ ਦਿੱਤਾ ਗਿਆ ਹੈ ਕਿ ਤੂੰ ਦੋਹਾਂ ਜਹਾਨਾਂ ਦਾ ਗੁਰੂ ਹੈਂ।

ਟ) ਤੇਰੀ ਹਸਤੀ (ਜਗਤ ਵਿੱਚ) ਉੱਚੀ ਅਤੇ ਸੱਚੀ ਅਥਵਾ=ਸੁੱਚੀ ਹੈ ਅਤੇ ਤੂੰ ਗੁਨਹਗਾਰਾਂ ਦੇ ਉੱਪਰ ਕਿਰਪਾ ਕਰਨ ਵਾਲਾ ਹੈਂ।

ਠ) **ਖ਼ਾਸਨੇ ਹ਼ਜ਼ਰਤੇ ਕਿਬਰੀਆ, ਖ਼ਾਕਿ-ਬੋਸਿ ਅਕ਼ਦਾਮਸ਼;**

ਡ) **ਵਾ ਪਾਕਾਨਿ-ਮਲਾਇ ਅਅ਼ਲਾ; ਹ਼ਲਕ਼ਹ ਬ-ਗੋਸ਼ ਵ ਗ਼ੁਲਾਮਸ਼ ॥**

(**ਉਚਾਰਣ** = ਅਅ਼ਲਾ ਨੂੰ ਗੂੜ੍ਹਾ ਕਰਕੇ ਆਲਾ ਬੋਲੋ)

ਸੰਖੇਪ ਅਰਥ : ਠ) (ਇਸ ਕਰਕੇ) ਵਾਹਿਗੁਰੂ ਦੀ ਕਚਹਿਰੀ ਦੇ ਖ਼ਾਸ ਲੋਕ (ਭਾਵ) ਦੇਵਤੇ, ਗੁਰੂ ਨਾਨਕ ਦੇਵ ਜੀ ਦੇ ਚਰਨਾਂ ਦੀ ਧੂੜੀ, ਅੱਗੇ ਵਧ ਕੇ (ਭਾਵ) ਇਕ ਦੂਸਰੇ ਤੋਂ ਅੱਗੇ ਹੋ ਕੇ, ਚੁੰਮਣ ਵਾਲੇ ਹਨ ਵਾ=ਚੁੰਮਦੇ ਹਨ।

ਡ) ਅਤੇ ਪਵਿੱਤਰ ਵੱਡੇ ਦੇਵਤੇ ਗੁਰੂ ਨਾਨਕ ਦੇਵ ਜੀ ਦੇ ਹੁਕਮਾਂ ਦੀਆਂ ਵਾਲੀਆਂ, ਆਪਣੇ ਕੰਨਾਂ ਵਿੱਚ ਪਾ ਕੇ; ਗੁਰੂ ਨਾਨਕ ਦੇਵ ਜੀ ਦੇ ਦਾਸ ਬਣੀ ਬੈਠੇ ਹਨ।

ਢ) **ਦੋ "ਨੂਨਿ- ਨਾਮਿ - ਪਾਕਸ਼", ਨਈਮ ਵ ਨਸੀਰ;**

ਣ) **ਵ ਅਲਿਫ਼ੇ ਮਿਆਨਾ ਅਹ਼ਦ, ਵ ਕਾਫ਼ੇ ਆਖ਼ਿਰੀਨ ਕਬੀਰ**[1] ॥

ਪਾਠਭੇਦ : [1]ਆਖ਼ਿਰੀਨ ਰਾ ਆਖ਼ਿਰੀਂ ਕਬੀਰ।

(**ਉਚਾਰਣ** = ਅਹਿਦ ਨ ਬੋਲੋ)

ਸੰਖੇਪ ਅਰਥ : ਢ) ਗੁਰੂ ਨਾਨਕ ਦੇਵ ਜੀ ਦੇ ਪਵਿੱਤਰ ਨਾਮ ਦੇ ਦੋ ਨੰਨੇ ਹਨ। ਪਹਿਲਾ ਨੰਨਾ ਨਈਮ ਦਾ ਸੂਚਕ ਹੈ ਅਤੇ ਉਪਦੇਸ਼ ਦਿੰਦਾ ਹੈ ਕਿ ਗੁਰੂ ਜੀ ਦੀ ਇਨਾਮ ਦੇਣ ਵਾਲੇ ਹਨ ਵਾ=ਦਾਤਾ ਦੇਣ ਵਾਲੇ ਹਨ ਅਤੇ ਦੂਸਰਾ ਨੰਨਾ ਨਸੀਰ ਦਾ ਸੂਚਕ ਹੈ ਅਤੇ ਉਪਦੇਸ਼ ਦਿੰਦਾ ਹੈ ਕਿ ਗੁਰੂ ਜੀ ਆਪਣੇ ਪਿਆਰਿਆਂ ਦੀ; ਲੋਕ ਪ੍ਰਲੋਕ ਵਿੱਚ ਮਦਦ ਕਰਨ ਵਾਲੇ, ਆਪਣੇ ਪਿਆਰਿਆਂ ਦੇ ਮਦਦਗਾਰ ਹਨ।

ਣ) ਅਤੇ ਦੋ ਨੰਨਿਆਂ ਦੇ ਵਿੱਚ ਜੋ ਕੰਨਾ ਹੈ ਉਹ ਇਹ ਉਪਦੇਸ਼ ਦਿੰਦਾ ਹੈ ਕਿ ਗੁਰੂ ਨਾਨਕ ਦੇਵ ਜੀ ਇੱਕ ਹਨ। (ਕਈ ਵਿਦਵਾਨ ਅਹੱਦ

ਪਾਠ ਕਰਕੇ ਹੱਦ ਬੰਨੇ ਤੋਂ ਰਹਿਤ ਅਰਥ ਵੀ ਕਰਦੇ ਹਨ। ਪਰ ਫ਼ਾਰਸੀ ਅਨੁਸਾਰ ਅਹ਼ਦ ਪਾਠ ਅਤੇ ਅਰਥ="ਇੱਕ", ਬਿਲਕੁਲ ਸ਼ੁੱਧ ਹੈ) ਅਤੇ ਆਖ਼ਿਰੀ ਕੱਕਾ ਇਹ ਉਪਦੇਸ਼ ਦਿੰਦਾ ਹੈ ਕਿ ਗੁਰੂ ਨਾਨਕ ਦੇਵ ਜੀ ਕਬੀਰ=ਵੱਡੇ ਹਨ।

ੲ) ਫ਼ਕ਼ਰਸ਼; ਸਰਫ਼ਰਾਜ਼ੇ ਫ਼ਕ਼ਰੇ ਕਾਮਿਲ;

ਸ) ਮੁਕੱਰਮਤਸ਼; ਬਰ ਹਰ ਦੋ ਆ਼ਲਮ ਸ਼ਾਮਿਲ॥੧੨॥

(**ਉਚਾਰਨਣ** = ਮੁਕਰਰਮ-ਤਸ਼ ਵਾਂਗ ਬੋਲੇ ਅਤੇ ਫ਼ੱਕ਼ਰਸ਼ ਤੇ ਫ਼ੱਕ਼ਰੇ ਬੋਲੋ ਅਤੇ ਫ਼ਾਰਸੀ ਦੇ ਕਈ ਵਿਦਵਾਨ ਫ਼ਕਰਸ਼ ਤੇ ਫ਼ਕ਼ਰੇ ਦਾ ਉਚਾਰਨ ਪੋਲਾ ਵੀ ਕਰ ਲੈਂਦੇ ਹਨ।

ਸੰਖੇਪ ਅਰਥ : ੲ) ਉਨ੍ਹਾਂ ਦੀ ਫ਼ਕੀਰੀ; ਉੱਚੀ ਕੋਟੀ ਦੀ ਫ਼ਕੀਰੀ ਦਾ ਵੀ; ਸਿਰ ਉਠਾਨ ਵਾਲੀ ਹੈ ਵਾ=ਸਿਰ ਉੱਚਾ ਕਰਨ ਵਾਲੀ ਹੈ।

ਸ) ਉਨ੍ਹਾਂ ਦੇ ਕੋਲੋਂ ਇੱਜ਼ਤ ਪਾਉਣ ਵਾਲਿਆਂ ਦੀ; ਦੋਹਾਂ ਜਹਾਨਾਂ ਉੱਪਰ (ਮਹਿਮਾ) ਛਾਈ ਹੋਈ ਹੈ।

ਵਾਹਿਗੁਰੂ ਜੀਉ ਸਤ

ਅਰਥ=ਅਕਾਲ ਪੁਰਖ ਜੀ ਸੱਚੇ ਹਨ।

ੳ) ਨਾਮੇ ੳ ਸ਼ਾਹੇ; ਨਾਨਕ ਹੱਕ਼ ਕੇਸ਼॥

ਅ) ਕਿ ਨਿਆਯਦ; ਹਮ-ਚੁਨੂੰ[1] ਦਿਗਰ ਦਰਵੇਸ਼॥੧੩॥

ਪਾਠਂਤ੍ਰ : [1]ਚੁਨੂੰ।

(**ਉਚਾਰਨ** = ਨਿਆਇਦ ਬੋਲੋ)

ਸੰਖੇਪ ਅਰਥ : ੳ) ਉਸ ਪਾਤਸ਼ਾਹ ਦਾ ਨਾਮ ਨਾਨਕ ਹੈ ਅਤੇ ਸਚਾਈ ਦੇ ਧਰਮ ਨੂੰ ਧਾਰਨੰ ਵਾਲਾ ਹੈ।

ਅ) ਉਨ੍ਹਾਂ ਵਰਗਾ ਦੂਸਰਾ ਫ਼ਕ਼ੀਰ ਹੋਰ ਕੋਈ ਵੀ; ਧਰਤੀ 'ਤੇ ਨਹੀਂ ਆਇਆ ਹੈ।

ੳ) ਫ਼ਕ਼ਰੇ ੳ, ਫ਼ਕ਼ਰ ਰਾ; ਸਰ-ਫ਼ਰਾਜ਼ੀ॥

ਅ) ਪੇਸ਼ੇ ੳ; ਕਾਰੇ ਜੁਮਲਹ; ਜਾਂ-ਬਾਜ਼ੀ॥੧੪॥

(**ਉਚਾਰਨ** = ਫ਼ੱਕ਼ਰੇ ਅਤੇ ਫ਼ੱਕ਼ਰ ਬੋਲੋ)

ਸੰਖੇਪ ਅਰਥ : ੳ) ਉਨ੍ਹਾਂ ਦੀ ਫ਼ਕ਼ੀਰੀ, ਫ਼ਕ਼ੀਰੀ ਦਾ ਸਿਰ ਉਠਾ ਦੇਣ ਵਾਲੀ ਹੈ।

ਅ) ਉਨ੍ਹਾਂ ਦੇ ਅੱਗੇ ਸੰਸਾਰ ਦੇ ਸਾਰੇ ਕੰਮ ਸ਼ੋਭਦੇ ਹਨ (**ਭਾਵ**) ਉਹ ਸੰਸਾਰ

ਦੇ ਸਾਰੇ ਕੰਮ ਕਰਨ ਵਿੱਚ ਸਮਰੱਥ ਹਨ। ਮੈਂ ਆਪਣੀ ਜਾਨ ਦੀ ਬਾਜ਼ੀ ਉਨ੍ਹਾਂ ਦੇ ਅੱਗੇ ਕੁਰਬਾਨ ਕਰਦਾ ਹਾਂ (**ਭਾਵ**)=ਆਪਣੀ ਜਾਨ ਨੂੰ ਮੌਤ ਦਾ ਖੇਲ ਬਣਾ ਕੇ ਉਨ੍ਹਾਂ ਦੇ ਅੱਗੇ ਕੁਰਬਾਨ ਕਰਦਾ ਹਾਂ।

ੳ) ਤ਼ਾਲਿਬੇ ਖ਼ਾਕੇ ਓ; ਚਿਹ ਖ਼ਾਸੋ ਚਿਹ ਆ਼ਮ॥

ਅ) ਚਿਹ ਮਲਾਇਕ; ਚਿਹ ਹ਼ਾਜ਼ਿਰਾਨੇ ਤਮਾਮ॥੧੫॥

ਸੰਖੇਪ ਅਰਥ : ੳ) ਉਨ੍ਹਾਂ ਦੇ ਚਰਨਾਂ ਦੀ ਧੂੜੀ ਨੂੰ ਚੁੰਮਣਾ ਚਾਹੁੰਦੇ ਹਨ। ਕੀ ਖ਼ਾਸ ਹਨ ਅਤੇ ਕੀ ਆਮ ਹਨ।

ਅ) ਕੀ ਹਨ ਦੇਵਤੇ (ਭਾਵ) ਅਦ੍ਰਿਸ਼ਟ ਪਵਿੱਤ੍ਰ ਰੂਹਾਂ ਅਤੇ ਕੀ ਹਨ ਸਾਰੇ ਪ੍ਰਤੱਖ ਲੋਕ। (ਸਾਰੇ ਹੀ ਸਤਿਗੁਰਾਂ ਦੇ ਚਰਨਾਂ ਦੀ ਧੂੜੀ ਨੂੰ ਚੁੰਮਣਾ ਚਾਹੁੰਦੇ ਹਨ)

ੳ) ਹ਼ੱਕ਼ ਚੋ ਖ਼ੁਦ ਵਾਸਿਫ਼ਸ਼; ਚਿਹ ਗੋਯਮ ਮਨ॥

ਅ) ਦਰ ਰਹੇ ਵਸਫ਼ੇ ਓ; ਚਿਹ ਪੋਯਮ ਮਨ॥੧੬॥

(**ਉਚਾਰਣ** = ਗੋਇਮ ਬੋਲੋ ਅਤੇ ਫ਼ਾਰਸੀ ਚਿਹ ਦਾ ਹਾਹਾ ਸਾਈਲੈਂਟ ਕਰਕੇ 'ਚ' ਵੀ ਪੜ੍ਹ ਲੈਂਦੇ ਹਨ।

ਸੰਖੇਪ ਅਰਥ : ੳ) ਜਿਸ ਦੀ ਸਿਫ਼ਤ ਆਪ ਖ਼ੁਦਾ ਕਰਨ ਵਾਲਾ ਹੋਵੇ ਉਨ੍ਹਾਂ ਦੀ ਤਾਰੀਫ਼ (ਸਿਫ਼ਤ) ਮੈਂ ਕੀ ਕਹਾਂ।

ਅ) ਉਨ੍ਹਾਂ ਦੀ ਉਸਤਤ ਕਰਨ ਦੇ ਰਸਤੇ ਵਿੱਚ ਮੈਂ ਕੀ ਦੌੜਾਂ?

ੳ) ਸਦ ਹਜ਼ਾਰਾਂ ਮੁਰੀਦਸ਼; ਅਜ਼ ਮਲਕੂਤ॥

ਅ) ਸਦ ਹਜ਼ਾਰਾਂ ਮੁਰੀਦਸ਼; ਅਜ਼ ਨਾਸੂਤ॥੧੭॥

ਸੰਖੇਪ ਅਰਥ : ੳ) ਦੇਵਤਿਆਂ ਵਾ=ਅਦ੍ਰਿਸ਼ਟ ਪਵਿੱਤਰ ਰੂਹਾਂ ਵਿੱਚੋਂ, ਲੱਖਾਂ ਹੀ ਉਨ੍ਹਾਂ ਦੇ ਚੇਲੇ ਹਨ।

ਅ) ਅਤੇ ਸਰੀਰ ਧਾਰੀਆਂ ਵਿੱਚੋਂ; ਲੱਖਾਂ ਹੀ ਉਨ੍ਹਾਂ ਦੇ ਚੇਲੇ ਹਨ।

ੳ) ਹਮਹ ਜਬਰੂਤੀਆਂ; ਫ਼ਿਦਾਏ ਓ॥

ਅ) ਹਮਹ ਲਾਹੂਤੀਆਂ; ਬ-ਪਾਏ ਓ॥੧੮॥

(**ਉਚਾਰਣ** = ਜਬ-ਰੂਤੀਆਂ ਲਾ-ਹੂਤੀਆਂ ਇਕੱਠਾ ਹੀ ਬੋਲੋ)

ਸੰਖੇਪ ਅਰਥ : ੳ) ਸਾਰੇ ਉਸ ਦੁਨੀਆਂ ਵਾਲੇ ਦੇਵਤੇ, ਉਨ੍ਹਾਂ ਤੋਂ ਕੁਰਬਾਨ ਹਨ।

ਅ) ਸਾਰੇ ਇਸ ਦੁਨੀਆਂ ਵਾਲੇ ਇਨਸਾਨ; ਉਨ੍ਹਾਂ ਦੇ ਚਰਨਾਂ ਵਿੱਚ ਹਨ।

ੳ) ਹਮਹ ਨਾਸੂਤੀਆਂ; ਮਲਾਇਕਿ ਜ਼ੋ॥

ਅ) **ਜਲਵਹਅਸ਼ ਦਾਂ; ਬ-ਤਹ਼ਤੋ ਫ਼ੌਕ਼ ਨਿਕੋ ॥੧੯॥**

ਪਾਠੰਤ੍ਰ : ੧ੳ।

(**ਉਚਾਰਣ** = ਤਹਿਤੋ ਨ ਬੋਲੋ ਪੋਲਾ ਜਿਹਾ ਤਹ਼ਤੋ ਬੋਲੋ)

ਸੰਖੇਪ ਅਰਥ : ੳ) ਸਾਰੇ ਸੰਸਾਰੀ ਲੋਕ; ਉਨ੍ਹਾਂ ਦੇ ਨਾਲ ਲੱਗਣ ਕਰਕੇ ਦੇਵਤੇ ਬਣ ਗਏ ਹਨ।

ਅ) ਅਤੇ ਹੇਠਾਂ ਤੇ ਉੱਪਰ ਵੀ (ਭਾਵ) ਲੋਕ ਪ੍ਰਲੋਕ ਵਿੱਚ ਵੀ, ਉਸੇ ਗੁਰੂ ਨਾਨਕ ਦੇਵ ਜੀ ਦਾਸੋਹਣਾ ਪ੍ਰਕਾਸ਼ ਜਾਣੋ।

ੳ) **ਜਾ-ਨਸ਼ੀਨਾਨੇ ਓ; ਅਜ਼ੋ ਫ਼ਾਇਕ਼ ॥**

ਅ) **ਫ਼ਿਕਰੋ ਤੌਸੀਫ਼; ਜ਼ਾਤ ਰਾ ਲਾਇਕ਼ ॥੨੦॥**

ਸੰਖੇਪ ਅਰਥ : ੳ) ਉਨ੍ਹਾਂ ਦੇ ਉਤਰਾਧਿਕਾਰੀ (ਭਾਵ) ਗੁਰੂ ਅੰਗਦ ਦੇਵ ਜੀ (ਉਨ੍ਹਾਂ ਦੀ ਸਿੱਖਿਆ ਲੈ ਕੇ) ਉਨ੍ਹਾਂ ਤੋਂ ਵੀ ਚੰਗੇ ਹੋ ਗਏ।

ਅ) (ਇਸ ਕਰਕੇ) ਉਨ੍ਹਾਂ ਦੀ ਹਸਤੀ, ਉਸਤਤੀ ਅਤੇ ਸਿਮਰਨ ਕਰਨ-ਕਰਵਾਉਣ ਦੇ ਯੋਗ ਹੈ।

ੳ) **ਅਬਦਿ-ਅਬਾਦ; ਕ਼ਦਰੋ ਜਾਹੋ ਨਿਸ਼ਾਂ ॥**

ਅ) **ਬਰ ਫ਼ਰਾਜ਼ਦ; ਜ਼ਿ ਯਕ ਦਿਗਰ ਸੁਬਹ਼ਾਂ ॥**

(**ਉਚਾਰਣ** = ਨਿਸ਼ਾਂ ਲੰਮਕਾ ਕੇ ਬੋਲੋ ਅਤੇ ਸੁਬਹ਼ਾਂ ਪਹਿਲੇ ਅਰਥ ਵਿੰਚ ਇਕੱਠਾ ਤੇ ਦੂਸਰੇ ਵਿੱਚ ਲੰਮਕਾ ਕੇ ਬੋਲੋ)

ਸੰਖੇਪ ਅਰਥ : ੳ) ਹਮੇਸ਼ਾ ਪਰਮੇਸ਼ੁਰ, ਗੁਰੂ ਨਾਨਕ ਦੇਵ ਜੀ ਦੀ ਕ਼ਦਰ ਅਤੇ ਪਦਵੀ ਦੇ ਨਿਸ਼ਾਨ ਨੂੰ।

ਅ) **ਪਹਿਲਾ ਅਰਥ**=ਉੱਚਾ ਉਠਾਉਂਦਾ ਹੈ। ਹਰੇਕ ਸਵੇਰ ਇੱਕ ਦੂਜੇ ਤੋਂ।

ਦੂਸਰਾ ਅਰਥ=ਉੱਚਾ ਉਠਾਉਂਦਾ ਹੈ ਚੰਗੇ ਤਰੀਕੇ ਨਾਲ, ਇੱਕ ਦੂਜੇ ਤੋਂ।

ੳ) **ਮੁਰਸ਼ਿ-ਦੁਲ-ਆ਼ਲਮੀਂ; ਸ਼ੁਦਸ਼ ਚੋ ਖ਼ਿਤ਼ਾਬ ॥**

ਅ) **ਅਜ਼ ਅ਼ਨਾ-ਯਾਤੇ; ਹ਼ਜ਼ਰਤੇ ਵੱਹਾਬ ॥੨੨॥**

(**ਉਚਾਰਣ** = ਸ਼ੁਦਸ਼ ਪੋਲਾ ਬੋਲੋ)

ਸੰਖੇਪ ਅਰਥ : ੳ) ਜਦ ਗੁਰੂ ਨਾਨਕ ਦੇਵ ਜੀ ਦਾ ਖ਼ਿਤਾਬ ਦੋ ਜਹਾਨਾਂ ਦਾ ਗੁਰੂ ਹੋਇਆ।

ਅ) ਸਭ ਨੂੰ ਰੋਜ਼ੀ ਦੇਣ ਵਾਲੇ, ਵਾਹਿਗੁਰੂ ਕੀ ਕ੍ਰਿਪਾਲਤਾ ਨਾਲ।

ੳ) **ਗੁਫ਼ਤ, ਮਨ ਬੰਦਾ; ਓ ਗ਼ੁਲਾਮੇ ਤੁਅਮ ॥**

ਅ) **ਖ਼ਾਕੇ ਅਕ਼ਦਾਮੇ; ਖ਼ਾਸੋ ਆ਼ਮੇ ਤੁਅਮ ॥੨੩॥**

(ਉਚਾਰਣ = ਤੁਅੱਮ ਬੋਲੋ ਅਤੇ ਅਕ਼-ਦਾਮੇ ਇਕੱਠਾ ਬੋਲੋ)

ਸੰਖੇਪ ਅਰਥ : ੳ) (ਗੁਰੂ ਨਾਨਕ ਸਾਹਿਬ ਜੀ ਨੇ ਵਾਹਿਗੁਰੂ ਅੱਗੇ ਬੇਨਤੀ ਨਾਲ) ਕਿਹਾ, ਹੇ ਅਕਾਲ ਪੁਰਖ ਜੀ ! ਮੈਂ ਤੇਰਾ ਬੰਦਾ ਅਤੇ ਤੇਰਾ ਦਾਸ ਹਾਂ।

ਅ) ਤੇਰੇ ਖ਼ਾਸ ਅਤੇ ਆਮ (ਦਾਸਾਂ) ਦੇ ਚਰਨਾਂ ਦੀ ਧੂੜੀ ਨੂੰ ਮੈਂ ਅੱਗੇ ਵੱਧ ਕੇ ਲੈਂਦਾ ਹਾਂ।

ੳ) ਬਾਜ਼, ਚੂੰ ਹਮ-ਚੁਨੀਂ; ਖ਼ਿਤ਼ਾਬ ਆਮਦ॥

ਅ) ਮੁਤਵਾ-ਤਰ ਚੁਨੀਂ; ਜਵਾਬ ਆਮਦ॥੨੪॥

ਸੰਖੇਪ ਅਰਥ : ੳ) ਫਿਰ ਵੀ (ਵਾਹਿਗੁਰੂ ਵੱਲੋਂ) ਉਸੇ ਤਰ੍ਹਾਂ ਦਾ (ਕਿ ਤੂੰ ਦੋਹਾਂ ਜਹਾਨਾਂ ਦਾ ਗੁਰੂ ਹੈਂ) ਹੀ ਖ਼ਿਤਾਬ ਆਇਆ॥

ਅ) ਅਤੇ (ਗੁਰੂ ਨਾਨਕ ਦੇਵ ਜੀ ਦੇ ਨਾਂਹ ਕਰਨ ਤੇ ਵੀ ਅਕਾਲ ਪੁਰਖ ਵੱਲੋਂ) ਲਗਾਤਾਰ ਅਜੇਹਾ ਹੀ ਉੱਤਰ ਆਇਆ।

ੳ) ਕਿ ਮਨਮ ਦਰ ਤੋ; ਗ਼ੈਰੇ ਤੋ ਕਸ ਨੇਸਤ॥

ਅ) ਹਰ ਚਿਹ ਖ਼੍ਵਾਹਮ ਕੁਨਮ; ਹਮਹ ਅ਼ਦਲੇਸਤ॥੨੫॥

(ਉਚਾਰਣ = ਖ਼੍ਵਾਹਮ ਦਾ ਵਾਵਾ ਸਾਈਲੈਂਟ ਕਰਕੇ ਖ਼ਾਹਮ ਬੋਲੋ)

ਸੰਖੇਪ ਅਰਥ : ੳ) (ਉੱਤਰ ਆਇਆ) ਕਿ ਤੇਰੇ ਵਿੱਚ ਮੈਂ ਹਾਂ; ਹੋਰ ਕੋਈ ਦੂਸਰਾ ਤੇਰੇ ਵਿੱਚ ਨਹੀਂ ਹੈ।

ਅ) ਜੋ ਕੁਝ ਮੈਂ ਚਾਹਾਂ; ਉਹੀ ਮੈਂ ਕਰਦਾ ਹਾਂ ਅਤੇ ਉਹ ਸਭ ਨਿਆਂ (ਠੀਕ) ਹੈ।

ੳ) ਰਾਹੇ ਜ਼ਿਕਰਮ; ਬ-ਆ਼ਲਮੇ ਬੁ-ਨੁਮਾ॥

ਅ) ਬ-ਹਮਹ ਸ਼ੌ ਜ਼ਿ; ਵਸਫ਼ੇ ਮਨ ਗੋਯਾ॥੨੬॥

ਸੰਖੇਪ ਅਰਥ : ੳ) ਮੇਰੇ ਜ਼ਿਕਰ (ਸਿਮਰਨ) ਦਾ (ਤੂੰ) ਰਸਤਾ ਜਗਤ ਨੂੰ ਵਿਖਾ।

ਅ) ਮੇਰੀ ਸਿਫ਼ਤ ਸਲਾਹ ਕਹਿਣ (ਸੁਨਾਉਣ) ਵਾਲਾ ਸ਼ੌ=ਤੂੰ ਹੋ ਜਾ।

ੳ) ਦਰ ਹਮਹ ਜਾ; ਪਨਾਹੋ ਯਾਰੇ ਤੁਅਮ॥

ਅ) ਯਾਵਰੀ ਬਖ਼ਸ਼ੋ; ਖ਼੍ਵਾਸਤਗਾਰੇ ਤੁਅਮ॥੨੭॥

(ਉਚਾਰਣ = ਖ਼੍ਵਾਸਤਗਾਰੇ ਦਾ ਵਾਵਾ ਸਾਈਲੈਂਟ ਕਰਕੇ ਖ਼ਾਸਤਗਾਰੇ ਬੋਲੋ)

ਸੰਖੇਪ ਅਰਥ : ੳ) ਮੈਂ ਸਭ ਥਾਵਾਂ ਵਿੱਚ (ਤੈਨੂੰ) ਆਸਰਾ ਦੇਣ ਵਾਲਾ; ਤੇਰਾ ਦੋਸਤ ਹਾਂ।

ਅ) ਤੈਨੂੰ ਮਦਦ ਦੇਣ ਵਾਲਾ ਅਤੇ ਤੈਨੂੰ ਚਾਹੁਣ ਵਾਲਾ ਹਾਂ।

ੳ) ਹਰ ਕਿ, ਨਾਮੇ ਤੋ; ਬਰ-ਤਰੀਂ ਦਾਨਦ॥

ਅ) ਅਜ਼ ਦਿਲੋ ਜਾਂ; ਬ-ਵਸਫ਼ੇ ਮਨ ਖ਼੍ਵਾਨਦ॥੨੮॥

(**ਉਚਾਰਣ** = ਖ਼੍ਵਾਨਦ ਦਾ ਵਾਵਾ ਸਾਈਲੈਂਟ ਕਰਕੇ ਖ਼ਾਨਦ ਬੋਲੋ)

ਸੰਖੇਪ ਅਰਥ : ੳ) ਹਰੇਕ ਜੋ ਕੋਈ ਵੀ, ਤੇਰੇ ਨਾਮ ਨੂੰ ਉੱਚਾ ਕਰਕੇ ਜਾਣੇਗਾ,

ਅ) (ਤੇਰਾ ਨਾਮ ਉੱਚਾ ਜਾਣ ਕੇ), ਦਿਲ ਤੇ ਜਾਨ ਤੋਂ; ਉਹ ਮੇਰੀ ਸਿਫ਼ਤ ਹੀ ਪੁਕਾਰੇਗਾ।

ੳ) ਮਨ ੳ ਰਾ, ਜ਼ਾਤੇ ਖ਼ੁਦ; ਨੁਮਾਯਮ ਬਾਜ਼॥

ਅ) ਅ੍ਹਿਦੇ ਮਨ ਸਖ਼ਤਗੀਰ; ਬਰਕੁਨ ਸਾਜ਼॥੨੯॥

ਪਾਠੰਤ੍ਰ : ੳਰਾ ਦੀ ਥਾਂ ਵਰਾ ਵੀ ਹੈ, ਪਰ ੳਰਾ ਵਧੀਕ ਦਰੁਸਤ ਹੈ।

(**ਉਚਾਰਣ** = ਨੁਮਾਇਮ ਬੋਲੋ)

ਸੰਖੇਪ ਅਰਥ : ੳ) ਇਸ ਤਰ੍ਹਾਂ ਜੋ ਮੇਰੀ ਸਿਫ਼ਤ ਪੁਕਾਰੇਗਾ) ਫਿਰ ਮੈਂ (ਉਸ) ਅੱਗੇ ਆਪਣਾ ਪ੍ਰਕਾਸ਼ ਵਿਖਾਵਾਂਗਾ।

ਅ) ਤੂੰ ਮੇਰੇ ਪੱਕੇ ਵਾਦੇ ਨੂੰ ਅੰਗੀਕਾਰ ਕਰਕੇ, (ਨਾਮ ਜਪਾਉਣ ਦੇ ਮਿਸ਼ਨ ਦਾ ਪ੍ਰਚਾਰ ਕਰਨ ਵਾਸਤੇ ਤੇਜ਼ੀ ਨਾਲ) ਬਿਜਲੀ ਵਾਂਗ ਤਿਆਰ ਹੋ ਜਾ।

ੳ) ਗਿਰਦੇ ਆ੍ਲਮ ਬਰ; ਆਂ ੳ ਹਾਦੀ ਸ਼ੌ॥

ਅ) ਕਿ ਜਹਾਂ, ਗ਼ੈਰੇ ਮਨ; ਨਿ-ਯਰਜ਼ਦ ਜੌ॥੩੦॥

(**ਉਚਾਰਣ** = ਨਿ-ਅਰਜ਼ਦ ਬੋਲੋ)

ਸੰਖੇਪ ਅਰਥ : ੳ) ਅਤੇ ਉਸ (ਮੇਰੇ ਪ੍ਰਚਾਰ ਦੇ ਮਿਸ਼ਨ ਨੂੰ ਜਗਤ ਉੱਪਰ ਕ਼ਾਇਮ ਕਰਨ ਵਾਸਤੇ) ਹਰ ਤ਼ਰਫ਼ੋਂ ਦੁਨੀਆਂ ਉੱਪਰ ਰਹਿਬਰ ਹੋ ਜਾ (ਭਾਵ) ਸਾਰੀ ਦੁਨੀਆਂ ਦਾ ਗੁਰੂ ਹੋ ਜਾ।

ਅ) ਅਤੇ ਜੋ ਇਹ ਜਗਤ ਹੈ। ਇਹ ਮੇਰੇ ਬਿਨਾਂ ਜੌਂ ਦੇ ਦਾਣੇ ਵਾਂਗ ਲਾਇਕ਼ ਨਹੀਂ।

ੳ) ਦਰ ਹਕ਼ੀਕ਼ਤ; ਮਨਮ ਚੋ ਰਾਹਨੁਮਾ॥

ਅ) ਤੂੰ ਜਹਾਂ ਰਾ; ਬ-ਪਾਏ ਖ਼ੁਦ ਪੈਮਾ॥੩੧॥

ਸੰਖੇਪ ਅਰਥ : ੳ) ਜਦ ਕਿ ਅਸਲ ਵਿੱਚ (ਦੁਨੀਆਂ ਨੂੰ ਪ੍ਰਮਾਰਥ ਦਾ) ਰਸਤਾ ਦਿਖਾਉਣ ਵਾਲਾ ਮੈਂ ਹਾਂ।

ਅ) (ਤਾਂ ਤੈਨੂੰ ਕਿਸ ਗੱਲ ਦੀ ਚਿੰਤਾ ਹੈ) ਬੱਸ ਤੂੰ ਤਾਂ ਜਹਾਨ ਨੂੰ ਆਪਣੇ

ਚਰਨਾਂ ਨਾਲ ਮਿਣਨਾ ਕਰ।

ੳ) ਹਰ-ਕਿਰਾ ਖ਼੍ਵਾਹਮੋ; ਸ਼ਵਮ ਹਾਦੀ॥

ਅ) ਅਜ਼ ਤੋ, "ਦਰ-ਦਿਲ-ਦਰ", ਆਰਮਸ਼ ਸ਼ਾਦੀ॥ ੩੨॥

(**ਉਚਾਰਣ** = ਖ਼੍ਵਾਹਮੋ ਦਾ ਵਾਵਾ ਸਾਈਲੈਂਟ ਕਰਕੇ ਖ਼ਾਹਮੋ ਅਤੇ ਕਿਰਾ ਇਕੱਠਾ ਬੋਲੋ)

ਸੰਖੇਪ ਅਰਥ : ੳ) ਹਰੇਕ ਜਿਸ ਕਿਸੇ ਨੂੰ ਮੈਂ (ਅੱਛੀ) ਹਦਾਇਤ ਕਰਨੀ ਚਾਹਵਾਂ ਉਹ ਹਦਾਇਤ ਮੇਰੇ ਦੁਆਰਾ ਹੀ ਹੋਵੇਗੀ।

ਅ) ਪਰ ਤੇਰੇ ਰਾਹੀਂ ਮੈਂ ਉਸ ਦੇ ਦਿਲ ਵਿੱਚ ਖ਼ੁਸ਼ੀ ਲਿਆਵਾਂਗਾ (ਜਿਸ ਨੂੰ ਮੈਂ ਹਦਾਇਤ ਕਰਨੀ ਚਾਹਾਂ॥)

ੳ) ਵਾਂ-ਕਿ, ਗੁਮਰਾਹ ਸਾਜ਼ਮਸ਼; ਜ਼ਿ ਗ਼ਜ਼ਬ॥

ਅ) ਨ ਰਸਦ, ਅਜ਼ ਹਦਾਇਤੇ ਤੋ; ਬ ਰਬ॥ ੩੩॥

(**ਉਚਾਰਣ** = ਰੱਬ ਬੋਲੋ)

ਸੰਖੇਪ ਅਰਥ : ੳ) ਹੋਰ ਕੀ ! ਜਿਸ ਨੂੰ ਮੈਂ ਗੁੱਸੇ ਨਾਲ ਨੇਕੀ ਦੇ ਰਸਤੇ ਤੋਂ ਭੁੱਲਾ ਹੋਇਆ ਬਣਾ ਦੇਵਾਂ।

ਅ) ਉਹ ਤੇਰੀ ਸਿੱਖਿਆ ਨਾਲ ਵੀ ਰੱਬ ਤੱਕ (ਭਾਵ) ਮੇਰੇ ਤੱਕ ਨਹੀਂ ਪਹੁੰਚ ਪਾਵੇਗਾ।

ੳ) ਸ਼ੁਦਹ ਗੁਮਰਾਹ; ਆ਼ਲਮੇ ਬੇ-ਮਨ॥

ਅ) ਸਾਹ਼ਿਰਾਂ ਗਸ਼ਤਹ-ਅੰਦ; ਜਾਦੂਏ ਮਨ॥ ੩੪॥

ਸੰਖੇਪ ਅਰਥ : ੳ) ਜਹਾਨ ਮੇਰੇ ਬਿਨਾਂ ਗੁਮਰਾਹ ਹੋ ਰਿਹਾ ਹੈ।

ਅ) ਮੇਰਾ ਜਾਦੂ ਵਾ=ਮੇਰੀ ਸ਼ਕਤੀ ਵਰਤਣ ਵਾਲੇ ਸਿਧ ਆਦਿਕ ਜਾਦੂਗਰ ਹੋ ਗਏ ਹਨ।

ੳ) ਮੁਰਦਗਾਂ ਰਾ; ਕੁਨੰਦਿ ਜ਼ਿੰਦਾ ਹਮੇ॥

ਅ) ਜ਼ਿੰਦਗਾਂ ਰਾ; ਬ-ਜਾਂ ਕੁਸ਼ੰਦਹ ਹਮੇ॥ ੩੫॥

ਸੰਖੇਪ ਅਰਥ : ੳ) ਉਹ ਸਾਰੇ (ਜਾਦੂਗਰ ਸਿੱਧ ਆਦਿਕ) ਮੁਰਦਿਆਂ ਨੂੰ ਜੀਉਂਦੇ ਭੀ ਕਰ ਦਿੰਦੇ ਹਨ।

ਅ) ਅਤੇ ਸਾਰੇ (ਜਾਦੂਗਰ) ਜੀਉਂਦਿਆਂ ਨੂੰ ਜਾਨੋਂ ਮਾਰ ਵੀ ਦਿੰਦੇ ਹਨ।

ੳ) ਆਤਿਸ਼ੇ ਰਾ, ਕੁਨੰਦਿ ਆਬੀਵਸ਼॥

ਅ) ਬਰ ਸਰੇ ਆਬ; ਬਰ-ਜ਼ਨੰਦ ਆਤਿਸ਼॥ ੩੬॥

ਸੰਖੇਪ ਅਰਥ : ੳ) ਅਤੇ ਉਹ (ਜਾਦੂਗਰ) ਅੱਗ ਨੂੰ ਪਾਣੀ (ਵਾਂਗ) ਕਰ ਦਿੰਦੇ ਹਨ।

ਅ) ਅਤੇ ਉਹ ਪਾਣੀ ਦੇ ਸਿਰ ਉੱਤੇ ਅੱਗ ਸੁੱਟ ਦਿੰਦੇ ਹਨ (ਭਾਵ) ਅੱਗ ਲਾ ਦਿੰਦੇ ਹਨ।

ੳ) ਹਰ-ਚਿਹ ਖ਼੍ਵਾਹੰਦ; ਮੇ-ਕੁਨੰਦ ਹਮਾਂ॥

ਅ) ਜੁਮਲਹ ਜਾਦੂ ਫ਼ਨਾ-ਅੰਦ; ਬਰ ਸਮਾਂ॥ ੩੭॥

(ਉਚਾਰਣ = ਖ਼੍ਵਾਹੰਦ ਦਾ ਵਾਵਾ ਸਾਈਲੈਂਟ ਕਰਕੇ ਖ਼ਾਹੰਦ ਬੋਲੋ)

ਸੰਖੇਪ ਅਰਥ : ੳ) ਉਹ ਸਾਰੇ (ਜਾਦੂਗਰ) ਜੋ ਕੁਝ ਚਾਹੁੰਦੇ ਹਨ। ਉਹ ਜਾਦੂ ਦੇ ਨਾਲ ਕਰਦੇ ਹਨ।

ਅ) **ਪਹਿਲਾ ਅਰਥ**=ਸਾਰੇ ਜਾਦੂ ਦੇ ਹੁਨਰ ਵਾਲੇ ਜਾਦੂਗਰ (ਜਾਦੂ ਦੇ ਨਾਲ) ਅਸਮਾਨ ਉੱਪਰ (ਅਥਵਾ) ਅਸਮਾਨ ਵਿੱਚ ਵੀ ਖੜ੍ਹੇ ਹੋ ਜਾਂਦੇ ਹਨ। (ਇਸ ਤਰ੍ਹਾਂ ਉਹ ਜਾਦੂਗਰ ਜੋ ਚਾਹੁੰਦੇ ਹਨ ਉਹ ਕਰਦੇ ਹਨ)

ੳ) ਰਾਹੇ ਸ਼ਾਂ ਰਾ; ਨੁਮਾ ਬ-ਸੂਏ ਮਨ॥

ਅ) ਕਿ ਪਜ਼ੀਰੰਦ; ਗੁਫ਼ਤ-ਗੂਏ ਮਨ॥ ੩੮॥

ਸੰਖੇਪ ਅਰਥ : ੳ) ਉਨ੍ਹਾਂ (ਜਾਦੂਗਰਾਂ ਅਤੇ ਜਾਦੂਗਰਾਂ ਦੇ ਫ਼ਰੇਬਾਂ ਵਿੱਚ ਫਸਣ ਵਾਲੇ ਆਮ ਲੋਕਾਂ ਨੂੰ, ਅਥਵਾ=ਸਿੱਧਾਂ ਆਦਿਕਾਂ) ਨੂੰ ਮੇਰੇ ਵੱਲ ਰਸਤਾ ਦਿਖਾ।

ਅ) ਤਾਂ ਕਿ ਉਹ ਮੇਰਾ ਸਿਮਰਨ ਗ੍ਰਹਿਣ ਕਰਨ (ਅਤੇ ਮੇਰੇ ਵਚਨਾਂ ਉੱਪਰ (ਜਾਂ) ਮੇਰੇ ਉਪਦੇਸ਼ ਉੱਪਰ ਤੁਰਨ।)

ੳ) ਗ਼ੈਰ ਜ਼ਿਕਰਮ; ਬ-ਜਾ ਦੂਏ ਨ ਰਵੰਦ॥

ਅ) ਜੁਜ਼ ਦਰੇ ਮਨ; ਬ-ਜਾਨਿਬੇ ਨ ਰਵੰਦ॥ ੩੯॥

ਸੰਖੇਪ ਅਰਥ : ੳ) ਬਗ਼ੈਰ ਮੇਰੇ ਸਿਮਰਨ ਦੇ, (ਉਹ ਆਮ ਲੋਕ ਹੋਰ) ਦੂਸਰੀ ਜਗ੍ਹਾ (ਦੇ ਉੱਪਰ ਜਾਦੂ ਵਾਸਤੇ) ਨਾ ਜਾਣਾ ਕਰਨ।

ਅ) ਬਿਨਾਂ ਮੇਰੇ ਦਰਵਾਜ਼ੇ ਦੇ, ਕਿਸੇ ਹੋਰ ਤਰਫ਼ ਨਾ ਜਾਣਾ ਕਰਨ।

ੳ) ਕਿ ਜ਼ਿ ਦੋਜ਼ਖ਼; ਸ਼ਵੰਦ ਰੁਸਤਹ ਹਮੇ॥

ਅ) ਵਰਨਹ [1]ਅਫ਼ਤੰਦ; ਦਸਤ ਬਸਤਹ ਹਮੇ॥ ੪੦॥

ਪਾਠਾਂਤ੍ਰ : [1]ਉਫ਼ਤੰਦ

ਸੰਖੇਪ ਅਰਥ : ੳ) ਤਾਂ ਕਿ ਸਾਰੇ ਲੋਕ ਨਰਕਾਂ ਤੋਂ ਛੁੱਟਦੇ ਹੋ ਸਕਣ ਅਥਵਾ=ਛੁੱਟ ਜਾਣ।

ਅ) ਨਹੀਂ ਤਾਂ ਸਾਰੇ ਲੋਕ ਹੱਥ ਬੰਨ੍ਹ ਕਰਕੇ (ਨਰਕਾਂ ਵਿੱਚ) ਪੈਣਗੇ।

ੳ) ਕ਼ਾਫ਼ ਤਾ ਕ਼ਾਫ਼; ਆ਼ਲਮ ਜੁਮਲਹ॥

ਅ) ਦਅ੍ਵਤ ਆਮੋਜ਼; ਜ਼ਾਲਿਮੇ ਜੁਮਲਹ ॥ ੪੧ ॥

(**ਉਚਾਰਣ** = ਦਅ੍ਵਤ ਨੂੰ ਦਾ-ਵਤ ਇਕੱਠਾ ਅਤੇ ਗਾੜ੍ਹਾ ਕਰਕੇ ਬੋਲੋ)

ਸੰਖੇਪ ਅਰਥ : ੳ) ਸ਼ੁਰੂ ਤੋਂ ਅਖ਼ੀਰ ਤੱਕ ਸਾਰੇ ਸੰਸਾਰ ਨੂੰ।

ਅ) ਦੌੜ ਕਰਕੇ ਮੇਰੀ ਯਾਦ ਸਿਖਾਲ। ਕਿਉਂਕਿ ਸਾਰੇ (ਸੰਸਾਰ ਦੇ ਲੋਕ) ਜ਼ੁਲਮ ਕਰਨ ਵਾਲੇ ਹੋ ਚੁੱਕੇ ਹਨ।

ੳ) ਰੰਜੋ ਫ਼ਰਹਤ; ਜ਼ਿ ਮਨ, ਨਮੇ ਦਾਨੰਦ ॥

ਅ) ਹਮਹ ਅਜ਼; ਗ਼ੈਰੇ ਮਨ, ਪਰੇਸ਼ਾਨੰਦ ॥ ੪੨ ॥

ਸੰਖੇਪ ਅਰਥ : ੳ) (ਉਹ ਸੰਸਾਰੀ ਲੋਕ) ਦੁੱਖ ਅਤੇ ਸੁਖ ਮੇਰੇ ਵਲੋਂ ਨਹੀਂ ਜਾਣਦੇ।

ਅ) ਅਤੇ ਸਾਰੇ (ਸੰਸਾਰੀ ਲੋਕ) ਦੂਸਰਿਆਂ (ਜਾਦੂਗਰਾਂ) ਦੇ ਨਾਲ ਲੱਗ ਕਰਕੇ ਮੇਰੇ ਤੋਂ ਬਿਨਾਂ ਪਰੇਸ਼ਾਨ ਹਨ।

ੳ) ਅੰਜੁਮਨ ਮੇ-ਕੁਨੰਦ; ਵ ਅਜ਼ ਅੰਜੁਮ ॥

ਅ) ਬਰ ਸ਼ੁਮਾਰੰਦ; ਰੋਜ਼ੇ ਸ਼ਾਦੀ ੳ ਗ਼ਮ ॥ ੪੩ ॥

ਸੰਖੇਪ ਅਰਥ : ੳ) (ਅਤੇ ਸਾਰੇ ਸੰਸਾਰੀ ਲੋਕ ਇਕੱਠੇ ਹੋ ਕੇ) ਸਭਾ ਕਰਦੇ ਹਨ ਅਤੇ ਤਾਰਿਆਂ ਦੀ (ਚਾਲ) ਤੋਂ;

ਅ) ਖ਼ੁਸ਼ੀ ਤੇ ਗ਼ਮੀ ਦੇ ਦਿਨ ਗਿਣਦੇ ਹਨ।

ੳ) ਬਰ ਨਿਗਾਰੰਦ; ਨਹ੍ਸੋ ਸਅ੍ਦ ਹਮੇ ॥

ਅ) ਬਾਜ਼ ਗੋਇਅੰਦ; ਕ਼ਿਬਲੋ ਬਾਅ੍ਦ ਹਮੇ ॥ ੪੪ ॥

(**ਉਚਾਰਣ** = ਸਾਦ ਅਤੇ ਬਾਦ ਗੂੜ੍ਹੇ ਕਰਕੇ ਬੋਲੋ)

ਸੰਖੇਪ ਅਰਥ : ੳ) ਉੱਪਰ ਤਾਰਿਆਂ ਵੱਲ ਦੇਖਦੇ ਹਨ ਅਤੇ ਸਾਰੇ ਚੰਗੇ ਮਾੜੇ ਹਿਸਾਬ ਲਾਉਂਦੇ ਹਨ।

ਅ) ਫਿਰ (ਉਹ) ਕਹਿੰਦੇ ਹਨ ਕਿ ਭੂਤਕਾਲ ਵਿੱਚ ਇੰਝ ਹੋਇਆ, ਅੱਗੇ ਭਵਿੱਖਤ ਕਾਲ ਵਿੱਚ ਇੰਝ ਹੋਵੇਗਾ। (ਇਸ ਤਰ੍ਹਾਂ ਉਹ ਸਾਰੇ ਹਿਸਾਬ ਲਗਾਉਂਦੇ ਹਨ।)

ੳ) ਨੇਸਤ ਸ਼ਾਂ ਰਾ; ਬ-ਜ਼ਿਕਰ ਇਸਤਿਕ੍-ਲਾਲ ॥

ਅ) ਕ਼ਾਲ ਦਾਨੰਦ; ਜੁਮਲ-ਗਾਂ ਬੇਹ੍ਹਾਲ ॥ ੪੫ ॥

ਸੰਖੇਪ ਅਰਥ : ੳ) ਉਨ੍ਹਾਂ (ਸੰਸਾਰੀਆਂ) ਨੂੰ (ਮੇਰੇ) ਸਿਮਰਨ ਉੱਪਰ ਦ੍ਰਿੜ੍ਹਤਾ ਨਹੀਂ ਹੈ।

ਅ) ਉਹ ਕਥਨੀ ਕਰਨੀ ਜਾਣਦੇ ਹਨ (ਪਰ) ਸਾਰੇ (ਕਰਨੀ ਵੱਲੋਂ) ਬੇਹ੍ਹਾਲ ਹਨ।

ੳ) ਰਹਨੁਮਾ ਜੁਮਲਹ ਰਾ; ਸੂਏ ਫ਼ਿਕਰਮ॥

ਅ) ਕਿ ਨ ਦਾਰੰਦ ਦੋਸਤ; ਜੁਜ਼ ਜ਼ਿਕਰਮ॥੪੬॥

ਸੰਖੇਪ ਅਰਥ : ੳ) (ਅਕਾਲ ਪੁਰਖ ਗੁਰੂ ਨਾਨਕ ਦੇਵ ਜੀ ਨੂੰ ਕਹਿਣ ਲੱਗੇ) ਤੁਸੀਂ ਸਾਰਿਆਂ (ਸੰਸਾਰੀਆਂ) ਨੂੰ ਮੇਰੇ ਸਿਮਰਨ ਵੱਲ ਦਾ ਰਸਤਾ ਦਿਖਾਉਣਾ ਕਰੋ।

ਅ) (ਅਤੇ ਸੰਸਾਰੀਆਂ ਨੂੰ ਕਹੋ) ਜੋ ਮੇਰੀ ਯਾਦ ਹੈ। ਉਸ ਦੇ ਬਿਨਾਂ; ਹੋਰ ਕਿਸੇ ਨੂੰ ਮਿੱਤਰ ਨ ਜਾਨਣ (ਅਥਵਾ) ਬਣਾਉਣ।

ੳ) ਤਾਂ ਹਮਹ ਕਾਰੇ; ਸ਼ਾਂ ਨਿਕੋ ਸਾਜ਼ਮ॥

ਅ) ਖ਼ਾਤਿਰੇ ਸ਼ਾਂ; ਜ਼ਿ ਨੂਰ ਬ-ਤਰਾਜ਼ਮ॥੪੭॥

ਸੰਖੇਪ ਅਰਥ : ੳ) ਤਾਂ ਮੈਂ ਉਨ੍ਹਾਂ ਦਾ ਸਾਰਾ ਕੰਮ ਚੰਗਾ ਬਣਾ ਦਿਆਂਗਾ।

ਅ) ਤੇ ਉਨ੍ਹਾਂ ਦਾ ਦਿਲ; ਮੈਂ ਨੂਰ ਨਾਲ ਸਵਾਰ ਦਿਆਂਗਾ।

ੳ) ਮਨ ਤੁਰਾ ਆਫ਼ਰੀਦਮ; ਅਜ਼ ਪਏ ਆਂ॥

ਅ) ਕਿ ਸ਼ਵੀ ਰਹਨੁਮਾ; ਬ-ਜੁਮਲਹ ਜਹਾਂ॥੪੮॥

ਸੰਖੇਪ ਅਰਥ : ੳ) ਮੈਂ ਤੈਨੂੰ ਪੈਦਾ ਕੀਤਾ ਹੈ ਇਸ ਮਤਲਬ ਦੇ ਨਾਲ।

ਅ) ਕਿ ਤੂੰ ਸਾਰੇ ਜਹਾਨ ਨੂੰ, ਰਸਤਾ ਦੱਸਣ ਵਾਲਾ ਆਗੂ ਹੋਵੇਂ।

ੳ) ਹੁੱਬੇ ਗ਼ੈਰ; ਅਜ਼ ਜ਼ਮੀਰੇ ਸ਼ਾਂ, ਬੁ-ਕੁਸ਼ਾਇ॥

ਅ) ਹਮ ਗੁਨਾਂ[1] ਰਾ; ਤੂ ਰਾਹੇ ਰਾਸਤ ਨੁਮਾਇ॥੪੯॥

ਪਾਠਂਤ੍ਰ : [1]ਹਮਗਿਨਾਂ।

ਸੰਖੇਪ ਅਰਥ : ੳ) ਬੇਗਾਨਿਆਂ ਦੇ ਮੋਹ (ਦਾ ਭੇਦ) ਉਨ੍ਹਾਂ ਦੇ ਦਿਲ ਵਿੱਚੋਂ ਖੋਲ੍ਹ ਦੇ (ਤੇ ਸੰਸਾਰੀਆਂ ਨੂੰ ਦੱਸ ਦੇ ਕਿ ਬੇਗਾਨਿਆਂ ਦਾ ਮੋਹ ਸਦਾ ਦੁਖਦਾਈ ਹੁੰਦਾ ਹੈ।)

ਅ) ਅਤੇ ਸਾਰਿਆਂ ਨੂੰ; ਤੂੰ ਆਪਣੇ ਵਰਗਾ ਸਿੱਧਾ ਰਸਤਾ ਦਿਖਾ।

ੳ) ਸ਼ਾਹ ਗੁਫ਼ਤਾ; ਚਿਹ ਲਾਇਕ਼ ਆਨਮ॥

ਅ) ਕਿ ਦਿਲੇ; ਜੁਮਲਹ ਬਾਜ਼ ਗਰ-ਦਾਨਮ॥੫੦ ॥

ਸੰਖੇਪ ਅਰਥ : ੳ) ਮੇਰੇ ਪਾਤਿਸ਼ਾਹ (ਗੁਰੂ ਨਾਨਕ ਦੇਵ ਜੀ ਨੇ) ਅਕਾਲ ਪੁਰਖ ਅੱਗੇ (ਦੁਬਾਰਾ) ਬੇਨਤੀ ਕੀਤੀ ਕਿ ਹੇ ਪ੍ਰਭੂ ਜੀ ! ਮੈਂ ਕਿਸ ਲਾਇਕ ਹਾਂ।

ਅ) ਕਿ ਜੋ ਫਿਰ; ਸਾਰਿਆਂ ਦੇ ਦਿਲ (ਪੁੱਠੇ ਪਾਸੇ ਤੋਂ ਸਿੱਧੇ ਪਾਸੇ); ਮੈਂ ਫੇਰ ਦਿਆਂ।

ੳ) ਮਨ ਕੁਜਾ; ੳ ਚੁਨੀਂ ਕਮਾਲ ਕੁਜਾ॥

ਅ) ਮਨ ਚਿਹ ੳ ਛੱਰੇ; ਜ਼ੂਲ-ਜਲਾਲ ਕੁਜਾ॥੫੧॥

(ਉਚਾਰਣ = ਕੁਜਾ ਪੋਲਾ ਬੋਲੋ)

ਸੰਖੇਪ ਅਰਥ : ੳ) ਮੈਂ ਕਿੱਥੇ ਤੇ ਅਜਿਹੇ ਪੂਰੇ ਤੁਸੀਂ ਕਿੱਥੇ।

ਅ) ਮੈਂ ਕੀ ਚੀਜ਼ ਹਾਂ ਅਤੇ ਦਬਦਬੇ ਵਾਲੇ ਖ਼ੁਦਾ ਤੁਸੀਂ ਕਿੱਥੇ ਹੋ।

ੳ) ਲੇਕ-ਹੁਕਮਤ ਕਸ਼ਮ; ਬ-ਜਾਨੋ ਦਿਲ॥

ਅ) ਨ ਸ਼ਵਮ ਯਕ ਜ਼ਮਾਂ; ਅਜ਼ੋ ਗ਼ਾਫ਼ਿਲ॥੫੨॥

ਸੰਖੇਪ ਅਰਥ : ੳ) ਪਰੰਤੂ ਤੁਹਾਡਾ ਹੁਕਮ, ਮੈਂ ਦਿਲ ਤੇ ਜਾਨ ਨਾਲ ਮੰਨਾਂਗਾ।

ਅ) ਅਤੇ (ਜੋ ਆਪ ਜੀ ਹੁਕਮ ਦੇਵੇਗੋ) ਮੈਂ ਇੱਕ ਪਲ ਵੀ, ਉਸ ਹੁਕਮ ਤੋਂ ਬੇਪਰਵਾਹ ਨਹੀਂ ਹੋਵਾਂਗਾ।

ੳ) ਹਾਦੀ ੳ ਰਹਨੁਮਾਏ; ਜੁਮਲਹ ਤੁਈ॥

ਅ) ਰਾਹ-ਬਰੋ ਦਿਲ ਗਰਾਏ; ਜੁਮਲਹ ਤੁਈ॥੫੩॥

ਸੰਖੇਪ ਅਰਥ : ੳ) ਹੇ ਵਾਹਿਗੁਰੂ ! ਆਗੂ ਤੇ ਰਸਤਾ ਵਿਖਾਉਣ ਵਾਲਾ ਸਾਰਿਆਂ ਦਾ ਤੂੰ ਹੀ ਹੈਂ।

ਅ) ਪ੍ਰਮਾਰਥ ਦੇ ਰਸਤੇ ਉੱਪਰ ਚੱਲੋ, ਐਸਾ ਦੱਸਣ ਵਾਲਾ ਅਤੇ (ਭਾਵਨਾ ਵਾਲਿਆਂ ਦੇ) ਦਿਲਾਂ ਨੂੰ ਕ਼ਬੂਲ ਕ਼ਰਨ ਵਾਲਾ ਸਾਰਿਆਂ ਦਾ ਤੂੰ ਹੀ ਹੈਂ।

ਦੂਸਰਾ ਅਰਥ=ਪ੍ਰਮਾਰਥ ਦੇ ਰਸਤੇ ਉੱਪਰ ਚੱਲੋ, ਐਸਾ ਦੱਸਣ ਵਾਲਾ ਅਤੇ (ਨਿਸ਼ਰਧਕਾਂ ਦੇ) ਦਿਲਾਂ ਨੂੰ ਸਿੱਧੇ ਪਾਸੇ ਫੇਰਨ ਵਾਲਾ ਵਾ=ਮੋੜਨ ਵਾਲਾ ਸਾਰਿਆਂ ਦਾ ਤੂੰ ਹੀ ਹੈਂ।

ਸਲਤ਼ਨਤੇ ਦੋਇਮ

ਸੰਖੇਪ ਅਰਥ : ਹੁਣ ਭਾਈ ਸਾਹਿਬ ਦੂਸਰੀ ਪਾਤਸ਼ਾਹੀ ਦਾ ਜਸ ਕਰਦੇ ਹਨ।

ੳ) ਸਲਤ਼ਨਤੇ ਦੋਇਮਸ਼, ਅੱਵਲ ਮੁਰੀਦੇ ਸਾਜਿਦ;

ਅ) ਵ ਆਖ਼ਿਰ, ਮੁਰਸ਼ਿਦੇ ਮਸਜੂਦਸ਼॥

ਸੰਖੇਪ ਅਰਥ : ੳ) ਦੂਜੇ ਪਾਤਸ਼ਾਹ, ਉਸ (ਪਹਿਲੇ ਪਾਤਿਸ਼ਾਹ ਗੁਰੂ ਨਾਨਕ ਦੇਵ ਜੀ) ਦੇ ਪਹਿਲਾਂ ਸਿਜਦਾ ਕਰਨ ਵਾਲੇ ਸਿੱਖ ਹੋਏ।

ਅ) ਅੰਤ ਨੂੰ ਉਹੀ (ਗੁਰੂ ਅੰਗਦ ਦੇਵ ਜੀ; ਗੁਰੂ ਨਾਨਕ ਦੇਵ ਜੀ ਤੋਂ) ਸਿਜਦਾ ਕਰਵਾਉਂਦ ਵਾਲੇ (ਗੁਰੂ ਨਾਨਕ ਦੇਵ ਜੀ ਦੇ) ਗੁਰੂ ਹੋ ਗਏ।

ੳ) ਵ ਫ਼ਰੋਗੇ, ਆਂ ਮਸ਼ਅ਼ਲੇ ਹੱਕੋ ਈਕ਼ਾਂ;

ਅ) ਰੋਜ਼ ਅਫ਼ਜ਼ੂੰ, ਅਜ਼ ਵਜੂਦਸ਼॥

ਸੰਖੇਪ ਅਰਥ : ੳ) ਉਸ ਇੱਕ ਸਚਾਈ ਦੀ ਮਸ਼ਾਲ (ਗੁਰੂ ਨਾਨਕ ਦੇਵ ਜੀ ਦਾ) ਚਾਨਣਾ।

ਅ) ਉਨ੍ਹਾਂ (ਗੁਰੂ ਅੰਗਦ ਦੇਵ ਜੀ) ਦੇ ਵਜੂਦ ਤੋਂ ਦਿਨੋ ਦਿਨ ਵਧਦਾ ਗਿਆ।

ੳ) ਦਰ-ਮਅ਼ਨੀ ਯਕੇ, ਵ ਦਰ ਸੂਰਤ ਦੋ;

ਅ) ਮਸ਼ਅ਼ਲੇ ਜਾਂ ਅਫ਼ਰੋਜ਼॥

(**ਉਚਾਰਣ** = ਮਸ਼-ਅ਼ਲੇ ਬੋਲੋ ਅਤੇ ਦਰ-ਮਅ਼ਨੀ ਨੂੰ ਗਾੜ੍ਹਾ ਕਰਕੇ ਦਰਮਾਨੀ ਬੋਲੋ)

ਸੰਖੇਪ ਅਰਥ : ੳ) ਅਸਲ ਵਿੱਚ ਇੱਕ ਹੈ ਪਰ ਪ੍ਰਤੱਖ ਵਿੱਚ ਦੋ ਮੂਰਤਾਂ ਹਨ।

ਅ) (ਮੇਰੀ) ਜਾਨ ਨੂੰ ਰੋਸ਼ਨ ਕਰਨ ਵਾਲੀਆਂ (ਇਹ ਦੋ) ਮਸ਼ਾਲਾਂ ਹਨ।

ੳ) ਵ ਦਰ ਹ਼ਕ਼ੀਕ਼ਤ ਅਹ਼ਦ, ਵ ਬ-ਜ਼ਾਹਿਰ ਦੋ;

ਅ) ਸ਼ੁਅ਼ਲਾਏ "ਮਾ-ਸਵਾ-ਅਲਹ਼ੱਕ਼" ਸੋਜ਼॥

ਪਾਠੰਤ੍ਰ : ਮਾ ਸਿਵਾ ਪਾਠ ਵੀ ਕਰਦੇ ਹਨ

(**ਉਚਾਰਣ** = ਸ਼ੁਅ਼-ਲਾਏ ਇਕੱਠਾ ਬੋਲੋ ਅਤੇ ਮਾ-ਸਵਾਲ-ਹ਼ੱਕ਼ ਇਕੱਠਾ ਹੀ ਬੋਲੋ)

ਸੰਖੇਪ ਅਰਥ : ੳ) ਅਤੇ ਅਸਲ ਵਿੱਚ ਇੱਕ ਹੀ ਜੋਤ ਹੈ ਪਰ ਪ੍ਰਗਟ ਵਿੱਚ ਦੋ ਜੋਤਾਂ ਹਨ।

ਅ) (ਅੰਨਵੈ ਅਰਥ) :- ਇਹ (ਮਾ)=ਜੋ ਗੁਰੂ ਨਾਨਕ ਦੇਵ ਜੀ ਤੇ ਗੁਰੂ ਅੰਗਦ ਦੇਵ ਜੀ ਦੀ ਇੱਕ ਜੋਤ ਹੈ। ਇਹ ਰੱਬ ਤੋਂ ਬਿਨਾਂ ਸਭ ਕੁਝ ਸਾੜ ਦੇਣ ਵਾਲੀ ਹੈ।

ੳ) "ਮਤ੍ਰਅ਼ਏ" ਖ਼ਾਸਾਨੇ, ਬਾਰਗਾਹੇ ਅਹ਼ਦੀਯਤ;

ਅ) ਵ ਮਸਦੂਏ ਮੁਕ਼ਬਿਲਾਨੇ; ਹ਼ਜ਼ਰਤੇ ਸਮਦੀਯਤ॥

(**ਉਚਾਰਣ** = ਮਤ੍ਰਾਏ ਬੋਲੋ ਅਤੇ ਮੁਕ਼-ਬਿਲਾਨੇ ਇਕੱਠਾ ਹੀ ਬੋਲੋ)

ਸੰਖੇਪ ਅਰਥ : ੳ) (ਨਾਮ ਰੂਪ) ਦੌਲਤ ਪ੍ਰਾਪਤ ਕਰਕੇ, ਖ਼ੁਦਾ ਦੇ ਦਰਬਾਰ ਵਿੱਚ ਜੋ ਖ਼ਾਸ ਲੋਕ ਹੋਏ ਹਨ। (ਗੁਰੂ ਅੰਗਦ ਦੇਵ ਜੀ ਉਨ੍ਹਾਂ ਤੋਂ ਸਿਜਦਾ ਕਰਵਾਉਣ ਵਾਲੇ ਹੋਏ ਹਨ)

ਅ) (ਏਥੇ ਹੀ ਬਸ ਨਹੀਂ) ਜਿਹੜੇ ਖ਼ੁਦਾ ਦੇ ਦਰਬਾਰ ਵਿੱਚ ਖ਼ਾਸ ਲੋਕ ਹੋਏ ਹਨ ਅਤੇ (ਅੱਗੇ ਉਨ੍ਹਾਂ ਦੇ ਦਰਬਾਰ ਵਿੱਚ ਵੀ ਜਿਹੜੇ ਖ਼ਾਸ ਲੋਕ ਹੋਏ ਹਨ। ਗੁਰੂ ਅੰਗਦ ਦੇਵ ਜੀ, ਉਨ੍ਹਾਂ ਤੋਂ ਵੀ) ਸਿਜਦਾ ਕਰਵਾਉਣ ਵਾਲੇ ਹੋਏ ਹਨ।

ੳ) ਮੌਸੂਫ਼ੇ ਏਜ਼ਦੇ-ਮੁਤਆ਼ਲ;

ਅ) ਵ ਬਰਗੁਜ਼ੀਦ-ਹਏ, ਦਰਗਾਹੇ ਜ਼ੁਲ-ਜਲਾਲ॥

(**ਉਚਾਰਣ** = ਮੁੱਤਆ਼ਲ ਬੋਲੋ)

ਸੰਖੇਪ ਅਰਥ : ੳ) (ਗੁਰੂ ਅੰਗਦ ਦੇਵ ਜੀ) ਵੱਡੇ ਰੱਬ ਦੁਆਰਾ ਸਲਾਹੇ ਹੋਏ ਹਨ।

ਅ) ਅਤੇ (ਗੁਰੂ ਅੰਗਦ ਦੇਵ ਜੀ) ਰੱਬ ਦੇ ਦਰਬਾਰ ਦੇ (ਖ਼ਾਸ ਲੋਕਾਂ ਵਿੱਚੋਂ, ਸਭ ਤੋਂ ਖ਼ਾਸ) ਚੁਣੇ ਹੋਏ ਹਨ। (ਭਾਵ) ਚੁਣੇ ਗਏ ਹਨ।

ੳ) ਅੱਵਲੀਨ ਅਲਿਫ਼ੇ ਨਾਮੇ ਪਾਕਸ਼, ਅਹਾਤਾ-ਗੀਰੇ ਫ਼ੈਜ਼ੋ ਫ਼ੁਜ਼ਲਾ;

ਅ) ਬਰ-ਅੰਦਕ ਵ ਕਸੀਰ, ਵ ਹਰ ਅਮੀਰ ਵ ਫ਼ਕ਼ੀਰ॥

ਸੰਖੇਪ ਅਰਥ : ੳ) ਉਨ੍ਹਾਂ ਦੇ (ਗੁਰੂ ਅੰਗਦ ਦੇਵ ਜੀ ਦੇ) ਪਵਿੱਤਰ ਨਾਮ ਦਾ ਪਹਿਲਾ ਐੜਾ ਅੱਖਰ ਇਹ ਉਪਦੇਸ਼ ਦਿੰਦਾ ਹੈ ਕਿ ਗੁਰੂ ਜੀ ਕ੍ਰਿਪਾਲਤਾਵਾਂ ਅਤੇ ਮਿਹਰਾਂ ਦੇ ਘੇਰੇ ਵਿੱਚ ਘੇਰ ਲੈਣ ਵਾਲੇ ਹਨ।

ਅ) (ਕਿਸ ਨੂੰ ਘੇਰ ਲੈਣ ਵਾਲੇ ਹਨ?) ਹਰੇਕ ਥੋੜ੍ਹੇ ਅਤੇ ਹਰੇਕ ਬਹੁਤੇ ਨੂੰ ਅਤੇ ਹਰੇਕ ਅਮੀਰ ਤੇ ਹਰੇਕ ਗ਼ਰੀਬ ਨੂੰ।

ੳ) ਵ ਸ਼ਮੀਮੇ ਨੂਨੇ; ਹਕ਼ੀਕ਼ਤ ਮਸ਼ਹੂਨਸ਼;

ਅ) ਨਵਾਜ਼ਿੰਦਹਏ, ਹਰ ਨਕ਼ੀਰੋ ਕ਼ਿਤ਼ਮੀਰ; ਵ ਅਦਨਾ ਵ ਕਬੀਰ॥

ਸੰਖੇਪ ਅਰਥ : ੳ) (ਗੁਰੂ ਅੰਗਦ ਦੇਵ ਜੀ ਦੇ ਪਵਿੱਤਰ ਨਾਮ ਦੀ ਟਿੱਪੀ ਚੰਗੀ ਸਚਾਈ ਦੀ ਖ਼ੁਸ਼ਬੂ ਵਾਲੀ ਹੈ ਅਤੇ ਲੋਕ ਪ੍ਰਲੋਕ ਵਿੱਚ ਰੱਖਿਆ ਕਰਨ ਵਾਲੀ ਹੈ।

ਅ) ਅਤੇ ਗੁਰੂ ਅੰਗਦ ਦੇਵ ਜੀ ਨਕ਼ੀਰੋ=ਖ਼ਜੂਰ ਦੀ ਗਿਟਕ ਦੇ ਪਿਛਲੇ ਪਾਸੇ ਦੇ ਡੂੰਘ ਜਿੱਡੇ ਛੋਟਿਆਂ ਨੂੰ (ਬਖ਼ਸ਼ ਦੇਣ ਵਾਲੇ ਹਨ। ਨਹੀਂ ਨਹੀਂ ਗੁਰੂ ਅੰਗਦ ਦੇਵ ਜੀ ਗਿਟਕ ਦੇ ਡੂੰਘ ਤੋਂ ਵੀ ਛੋਟਿਆਂ ਕ਼ਿਤ਼ਮੀਰ=ਉਸ ਗਿਟਕ ਦੇ ਅੰਕਰ ਬ੍ਰੀਕ ਧਾਗੇ ਜਿੱਡੇ ਛੋਟਿਆਂ ਕਮਜ਼ੋਰਾਂ ਨੂੰ ਵੀ ਬਖ਼ਸ਼ ਦੇਣ ਵਾਲੇ ਹਨ (ਭਾਵ)= ਬਹੁਤਿਆਂ ਕਮਜ਼ੋਰਾਂ ਨੂੰ ਵੀ ਬਖ਼ਸ਼ ਦੇਣ ਵਾਲੇ ਹਨ) ਅਤੇ ਹਰੇਕ ਛੋਟੇ ਵੱਡੇ ਨੂੰ ਗੁਰੂ ਅੰਗਦ ਦੇਵ ਜੀ ਬਖ਼ਸ਼ ਲੈਣ ਵਾਲੇ ਹਨ।

ੳ) ਕਾਫ਼ੇ ਫ਼ਾਰਸੀਅਸ਼, ਕਾਮਰਾਨੇ, ਈਵਾਨੇ ਅਜ਼ਲ[1];

ਅ) ਵ ਗੀਹਾਨੇ ਖ਼ਦੀਵੇ; ਲਮ-ਯਜ਼ਲ।

ਪਾਠੰਤ੍ਰ : [1]ਗਾਮਜ਼ਨਿ ਦੀਵਾਨੇ ਅਜ਼ਲ

(**ਉਚਾਰਣ** = ਲਮ-ਯਜ਼ਲ ਯੱਈਆ ਪੂਰਾ ਬੋਲੋ)

ਸੰਖੇਪ ਅਰਥ : ੳ) ਗੁਰੂ ਅੰਗਦ ਦੇਵ ਜੀ ਦੇ ਪਵਿੱਤਰ ਨਾਮ ਦਾ ਕਾਫ਼=ਕੱਕਾ (ਭਾਵ) ਗੱਗਾ ਅੱਖਰ ਇਹ ਉਪਦੇਸ਼ ਬਖ਼ਸ਼ਦਾ ਹੈ ਕਿ :- ਗੁਰੂ ਅੰਗਦ ਦੇਵ ਜੀ ਦਾ ਸੱਚਾ ਦਰਬਾਰ ਸਦਾ ਰਹਿਣ ਵਾਲਾ ਹੈ ਜੇਕਰ ਉਸ ਸੱਚੇ ਦਰਬਾਰ ਵਿੱਚ ਕੋਈ ਭਾਵਨਾ ਨਾਲ ਚੱਲ ਕੇ ਆਵੇ ਤਾਂ ਸਤਿਗੁਰੂ ਜੀ ਉਸ ਨੂੰ ਕਾਮਯਾਬੀ ਬਖ਼ਸ਼ ਦਿੰਦੇ ਹਨ।

ਅ) ਅਤੇ ਗੱਗਾ ਅੱਖਰ ਇਹ ਵੀ ਉਪਦੇਸ਼ ਬਖ਼ਸ਼ਦਾ ਹੈ ਕਿ ਗੁਰੂ ਅੰਗਦ ਦੇਵ ਜੀ ਸਦਾ ਰਹਿਣ ਵਾਲੇ ਬਾਦਸ਼ਾਹਾਂ ਦੇ ਬਾਦਸ਼ਾਹ ਹਨ।

ੳ) ਦਾਲੇ ਆਖ਼ਿਰਸ਼, ਦਵਾਏ ਦਰਦੋ ਅਲਮ;

ਅ) ਵ ਬਰਤਰ, ਅਜ਼ ਬੇਸ਼ੋ ਕਮ ॥ ੫੪ ॥

ਸੰਖੇਪ ਅਰਥ : ੳ) ਉਨ੍ਹਾਂ ਦੇ ਪਵਿੱਤਰ ਨਾਮ ਦਾ ਆਖ਼ਿਰੀ ਦੱਦਾ ਅੱਖਰ ਇਹ ਉਪਦੇਸ਼ ਦਿੰਦਾ ਹੈ ਕਿ ਗੁਰੂ ਜੀ ਦਰਦਾਂ ਅਤੇ ਦੁੱਖਾਂ ਦੀ ਦਵਾਈ ਹਨ।

ਅ) ਅਤੇ (ਐਸੀ ਦਵਾਈ ਹਨ ਜੋ ਦਵਾਈ; ਸਭ ਦਵਾਈਆਂ ਤੋਂ) ਉੱਚੀ ਹੈ। ਜੋ ਹਰੇਕ) ਵੱਧ ਘੱਟ (ਰੋਗ ਦੇ ਉੱਪਰ ਅਸਰ ਕਰਨ ਵਾਲੀ ਹੈ)

ਵਾਹਿਗੁਰੂ ਜੀਉ ਸਤ

ਸੰਖੇਪ ਅਰਥ : ਅਕਾਲ ਪੁਰਖ ਸੱਚੇ ਹਨ।

ੳ) ਗੁਰੂ ਅੰਗਦ ਆਂ; ਮੁਰਸ਼ਿ-ਦੁਲ ਆ਼ਲਮੀਂ ॥

ਅ) ਜ਼ਿ ਫ਼ਜ਼ਲੇ ਅਹ਼ਦ; ਰਹ਼ਮ-ਤੁਲ ਮੁਜ਼-ਨਬੀਂ ॥ ੫੫ ॥

ਸੰਖੇਪ ਅਰਥ : ੳ) ਗੁਰੂ ਅੰਗਦ ਦੇਵ ਜੀ ਸੰਸਾਰੀਆਂ ਦੇ ਗੁਰੂ ਹਨ।

ਅ) ਅਤੇ ਰੱਬ ਦੀ ਮਿਹਰ ਨਾਲ ਪਾਪੀਆਂ ਦੇ ਉੱਪਰ ਕਿਰਪਾ ਕਰਨ ਵਾਲੇ ਹਨ।

ੳ) ਦੋ ਆ਼ਲਮ ਚਿਹ; ਬਾਸ਼ਦ ਹਜ਼ਾਰਾਂ ਜਹਾਂ ॥

ਅ) ਤੁਫ਼ੈਲੇ ਕਰਮ-ਹਾਏ; ਓ ਕਾਮਰਾਂ ॥ ੫੬ ॥

ਸੰਖੇਪ ਅਰਥ : ੳ) ਦੋ ਜਹਾਨ ਕੀ ਚੀਜ਼ ਹਨ ਹਜ਼ਾਰਾਂ ਜਹਾਨ ਹੋ ਗਏ ਹਨ।

ਅ) ਉਨ੍ਹਾਂ ਦੇ ਪਾਸੋਂ ਕਿਰਪਾਵਾਂ ਅਤੇ ਬਹੁਤੀਆਂ ਬਖ਼ਸ਼ਿਸ਼ਾਂ ਅਤੇ ਕਾਮਯਾਬੀਆਂ ਲੈਣ ਦੇ ਹੱਕਦਾਰ।

ੳ) ਵਜੂਦਸ਼ ਹਮਹ; ਫ਼ਜ਼ਲੋ ਫ਼ੈਜ਼ੇ ਕਰੀਮ ॥

ਅ) ਜ਼ਿ ਹ਼ੱਕ਼ ਆਮਦੋ; ਹਮ ਬ-ਹ਼ੱਕ਼ ਮੁਸਤ ਕ਼ੀਮ ॥ ੫੭ ॥

ਸੰਖੇਪ ਅਰਥ : ੳ) ਉਨ੍ਹਾਂ ਦਾ ਸਾਰਾ ਵਜੂਦ, ਬਖ਼ਸ਼ਣਹਾਰ ਰੱਬ ਦੀ ਕਿਰਪਾ ਤੇ ਮਿਹਰ

(ਤੋਂ ਬਣਿਆ) ਹੈ।

ਅ) ਗੁਰੂ ਅੰਗਦ ਦੇਵ ਜੀ ਵਾਹਿਗੁਰੂ ਤੋਂ (ਧਰਤੀ ਉੱਪਰ ਪ੍ਰਗਟ ਰੂਪ ਵਿੱਚ) ਆਏ ਹਨ ਅਤੇ ਵਾਹਿਗੁਰੂ ਦੇ ਸਾਰੇ (ਹੁਕਮਾਂ ਉੱਪਰ) ਸਿੱਧੇ ਹੋ ਕਰਕੇ ਚਲਦੇ ਹਨ।

ੳ) ਹਮਹ ਆਸ਼ਕਾਰੋ; ਨਿਹਾਂ ਜ਼ਾਹਿਰਸ਼॥

ਅ) ਬਤੂਨੋ ਅ਼ਯਾਂ; ਜੁਮਲ-ਗੀ ਬਾਹਿਰਸ਼॥ ੫੮॥

(**ਉਚਾਰਣ** = ਅ਼ੱਇਆਂ ਬੋਲੋ)

ਸੰਖੇਪ ਅਰਥ : ੳ) ਸਭ ਪ੍ਰਗਟ (ਦੁਨੀਆਂ ਵਾਲੇ) ਅਤੇ ਗੁਪਤ (ਦੇਵਤੇ) ਉਨ੍ਹਾਂ ਨੂੰ ਪ੍ਰਤੱਖ ਹਨ।

ਅ) ਸਾਰੇ ਛਪੇ ਹੋਏ ਭੇਦ ਅਤੇ ਖੁਲ੍ਹੇ ਹੋਏ ਭੇਦ ਉਨ੍ਹਾਂ ਦੇ ਵਾਸਤੇ ਪ੍ਰਤੱਖ ਹੀ ਹਨ।

ੳ) ਚੋ ਵੱਸਾਫ਼ੇ ਓ, ਜ਼ਾਤੇ ਹੱਕ਼ ਆਮਦਹ॥

ਅ) ਸਿਫ਼ਾਯਸ਼ ਜ਼ਿ; ਕ਼ੁਦਸੇ ਵਰਕ਼ ਆਮਦਹ॥ ੫੯॥

(**ਉਚਾਰਣ** = ਕ਼ੁਦ-ਸੇ ਇਕੱਠਾ ਬੋਲੋ)

ਸੰਖੇਪ ਅਰਥ : ੳ) ਜਦ ਰੱਬ ਦੀ ਜ਼ਾਤੀ ਗੁਰਬਾਣੀ ਉਨ੍ਹਾਂ ਦੀ ਸਿਫ਼ਤ ਕਰਨ ਵਾਲੀ ਹੋ ਕੇ ਧਰਤੀ 'ਤੇ ਆਈ ਹੈ।

ਅ) (ਭਾਵ) ਰੱਬ ਦੁਆਰਾ ਗੁਰੂ ਅੰਗਦ ਸਾਹਿਬ ਦੀ ਪਵਿੱਤਰ ਉਸਤਤ; (ਜਦ) ਵਰਕਿਆਂ 'ਤੇ ਲਿਖੀ ਹੋਈ (ਵਾ)=ਗੁਰਬਾਣੀ ਰੂਪ ਹੋ ਕੇ ਕਰਕੇ ਧਰਤੀ 'ਤੇ ਆਈ ਹੈ।

ੳ) ਜ਼ਿ ਵਸਫ਼ਸ਼; ਜ਼ਬਾਨੋ ਦੋ ਆ਼ਲਮ ਕਸੀਰ॥

ਅ) ਬਵਦ ਤੰਗ; ਪੇਸ਼ਸ਼ ਫ਼ਜ਼ਾਏ ਜ਼ਮੀਰ॥ ੬੦॥

ਸੰਖੇਪ ਅਰਥ : ੳ) (ਤਾਂ ਹੀ) ਉਨ੍ਹਾਂ ਦੀ ਸਿਫ਼ਤ; ਦੋਹਾਂ ਜਹਾਨਾਂ ਦੀਆਂ ਜੀਭਾਂ ਤੋਂ ਕਿਤੇ ਵੱਧ ਹੈ

ਅ) (ਮਨੁੱਖੀ) ਦਿਲ ਦਾ ਮੈਦਾਨ ਉਨ੍ਹਾਂ ਦੀ (ਉਸਤਤ) ਦੇ ਸਾਹਮਣੇ (ਤਾਂ ਹੀ) ਤੰਗ ਹੁੰਦਾ ਹੈ।

ੳ) ਹਮਾ ਬਿਹ, ਕਿ ਖ਼੍ਵਾਹੇਮ; ਅਜ਼ ਫ਼ਜ਼ਲੇ ਊ॥

ਅ) ਜ਼ਿ ਅਲਤ਼ਾਫ਼ੇ ਅਕਰਾਮ; ਹੱਕ਼ [1]ਬਜ਼ਲੇ ਊ॥ ੬੧॥

ਪਾਠਂਤ੍ਰ : [1]ਅਦਲੇ

(**ਉਚਾਰਣ** = ਖ਼੍ਵਾਹੇਮ ਦਾ ਵਾਵਾ ਸਾਈਲੈਂਟ ਕਰਕੇ ਖ਼ਾਹੇਮ ਬੋਲੋ ਅਤੇ ਅੱਲ-ਤ਼ਾਫ਼ੇ ਇਕੱਠਾ ਬੋਲੋ)

ਸੰਖੇਪ ਅਰਥ : ੳ) (ਇਸ ਲਈ) ਬਹੁਤ ਚੰਗਾ ਇਹ ਹੈ ਕਿ ਮੈਂ ਚਾਹ ਕਰਕੇ ਉਨ੍ਹਾਂ ਤੋਂ ਕਿਰਪਾ ਪ੍ਰਾਪਤ ਕਰਾਂ।

ਅ) ਅਤੇ ਉਨ੍ਹਾਂ ਤੋਂ ਮਿਹਰਬਾਨੀਆਂ ਇੱਜ਼ਤਾਂ ਅਤੇ ਰੱਬੀ ਬਖ਼ਸ਼ਿਸ਼ਾਂ ਪ੍ਰਾਪਤ ਕਰਾਂ।

ੳ) ਸਰੇ ਮਾ; ਬ-ਪਾਯਸ਼ ਬਵਦ, ਬਰ ਦਵਾਮ॥

ਅ) ਨਿਸਾਰਸ਼; ਦਿਲੋ ਜਾਨੇ ਮਾ, ਮੁਸਤ-ਦਾਮ॥੬੨॥

ਸੰਖੇਪ ਅਰਥ : ੳ) ਅਤੇ (ਮੈਂ ਚਾਹੁੰਦਾ ਹਾਂ) ਕਿ ਮੇਰਾ ਸਿਰ ਉਨ੍ਹਾਂ ਦੇ ਚਰਨਾਂ ਉੱਪਰ ਸਦਾ (ਕੁਰਬਾਨ) ਹੋਵੇ।

ਅ) ਅਤੇ ਮੇਰੀ ਜਾਨ ਤੇ ਦਿਲ; ਉਨ੍ਹਾਂ ਤੋਂ ਸਦਾ ਹੀ ਕੁਰਬਾਨ ਹੋਵੇ।

ਸਲਤ਼ਨਤੇ ਸੋਇਮ

ਸੰਖੇਪ ਅਰਥ : ਹੁਣ ਭਾਈ ਸਾਹਿਬ ਜੀ, ਤੀਸਰੀ ਪਾਤਿਸ਼ਾਹੀ ਗੁਰੂ ਅਮਰਦਾਸ ਜੀ ਦੀ ਉਸਤਤ ਕਰਦੇ ਹਨ

ੳ) ਸਲਤ਼ਨਤੇ ਸੋਇਮਸ਼, ਸੁਲਤ਼ਾਨੇ ਮੁਮਾਲਿਕੇ ਹ਼ੱਕ਼-ਪਰਵਰੀ;

ਅ) ਵ ਮੁਹ਼ੀਤ਼ੇ ਆ਼ਲਮੇ, ਕਰਾਮਾਤ ਗੁਸ-ਤਰੀ॥

ਸੰਖੇਪ ਅਰਥ : ੳ) ਗੁਰੂ ਨਾਨਕ ਦੇਵ ਜੀ ਦੀ ਤੀਸਰੀ ਪਾਤਿਸ਼ਾਹੀ, ਗੁਰੂ ਅਮਰਦਾਸ ਜੀ ਦੇ ਪਾਸ, ਸਚਾਈ ਨੂੰ ਪਾਲਣ ਵਾਲੀ, ਸਾਰੇ ਦੇਸ਼ਾਂ ਦੀ ਬਾਦਿਸ਼ਾਹੀ ਹੈ।

ਅ) ਅਤੇ ਸਾਰੀ ਦੁਨੀਆਂ ਨੂੰ ਆਪਣੀ ਸ਼ਕਤੀ ਵਿਖਾਅ ਕੇ ਘੇਰਿਆ ਹੋਇਆ ਹੈ।

ੳ) ਮਲਕੁਲ-ਮੌਤੇ, ਗ਼ਾਲਿਬ ਮਗ਼ਲੂਬਸ਼;

ਅ) ਵ ਸੁਲਤ਼ਾਨੇ ਮਲਕੂਤ, ਮੁਹ਼ਾਸਿਬ ਮਹ਼ਸੂਬਸ਼॥

ਸੰਖੇਪ ਅਰਥ : ੳ) ਭਾਰੀ ਮੌਤ ਦਾ ਦੇਵਤਾ ਵੀ, ਉਨ੍ਹਾਂ ਦੇ ਅੱਗੇ ਹੌਲਾ ਹੈ ਅਥਵਾ=ਹਾਰਿਆ ਹੋਇਆ ਹੈ।

ਅ) ਅਤੇ ਗੁਰੂ ਅਮਰਦਾਸ ਜੀ ਦੇਵਤਿਆਂ ਦੇ ਬਾਦਸ਼ਾਹ ਇੰਦਰ ਦਾ ਵੀ ਹਿਸਾਬ ਗਿਨਣ ਵਾਲੇ ਹਨ।

ੳ) ਪੈਰਾਯਹ ਫ਼ਰੋਗੇ ਆਂ, ਹਰ-ਦੋ ਮਸ਼ਅ਼ਲੇ ਹ਼ੱਕ਼;

ਅ) ਹ਼ੱਕ਼ ਵ ਇਬ-ਤਿ-ਸਾਮੇ, ਹਰ ਗ਼ੁੰਚਹਏ ਬਸਤਹ ਵਰਕ਼॥

(**ਉਚਾਰਣ** = ਪੈਰਾਇਅਹ ਅਤੇ ਇਬ-ਤਿ-ਸਾਮੇ ਇਕੱਠਾ ਬੋਲੋ)

ਸੰਖੇਪ ਅਰਥ : ੳ) (ਗੁਰੂ ਅਮਰਦਾਸ ਜੀ ਦੀ ਮੂਰਤੀ) ਉਨ੍ਹਾਂ ਦੋਹਾਂ (ਗੁਰੂ ਨਾਨਕ ਦੇਵ ਤੇ ਗੁਰੂ ਅੰਗਦ ਦੇਵ ਜੀ) ਦੀ ਸਚਾਈ ਦੀਆਂ ਮਸ਼ਾਲਾਂ ਦੀ ਸਜਾਵਟ ਨੂੰ; ਰੋਸ਼ਨ ਕਰਨ ਵਾਲੀ ਹੈ।

ਅ) ਗੁਰੂ ਅਮਰਦਾਸ ਜੀ ਦੀ (ਮੁਸਕ੍ਰਾਹਟ) ਹਰੇਕ ਪੱਧਤਿਆਂ ਵਿੱਚ ਬੰਧੀ ਕਲੀ ਨੂੰ (ਵਾ)=ਬੰਦ ਪੰਖੜੀਆਂ ਵਾਲੀਆਂ ਕਲੀਆਂ ਨੂੰ ਖਿੜਾਉਣ ਵਾਲੀ ਹੈ।

ੳ) ਨਖ਼ੁਸਤੀਂ ਅਲਿਫ਼ੇ, ਨਾਮੇ ਕ਼ੁਦਸੀ-ਅਸ਼;

ਆਰਾਮ ਬਖ਼ਸ਼ੇ, ਹਰ ਆਵਾਰਹ;

ਅ) ਵ ਮੀਮੇ ਫ਼ੱਰੁਖ਼ ਤਨ-ਜ਼ੀਮਸ਼; ਮੁਸਤ-ਮਆ਼ਨੇ, ਹਰ ਬੇਚਾਰਹ॥

(**ਉਚਾਰਣ** = ਨਖ਼ੁੱਸਤੀਂ ਅਤੇ ਮੁਸਤ-ਮਆ਼ਨੇ ਨੂੰ ਐੜਾ ਦੱਬ ਕੇ ਮੁਸਤ-ਮਾਨੇ ਬੋਲੋ)

ਸੰਖੇਪ ਅਰਥ : ੳ) ਉਨ੍ਹਾਂ ਦੇ ਪਵਿੱਤਰ ਨਾਮ ਦਾ ਪਹਿਲਾ ਐੜਾ; ਇਹ ਉਪਦੇਸ਼ ਦਿੰਦਾ ਹੈ ਕਿ ਗੁਰੂ ਜੀ ਹਰੇਕ ਨਿਥਾਵੇਂ ਨੂੰ ਅਰਾਮ ਦੇਣ ਵਾਲੇ ਹਨ। (ਅਥਵਾ)=ਟਿਕਾਉ (ਜਾਂ) ਇੱਜ਼ਤ ਦੇਣ ਵਾਲੇ ਹਨ।

ਅ) ਉਨ੍ਹਾਂ ਦੇ ਮੁਬਾਰਿਕ ਨਾਮ ਦਾ ਪ੍ਰਬੰਧ ਕਰਨ ਵਾਲਾ ਮੰਮਾ (ਅਥਵਾ)=ਪਵਿੱਤਰ ਨਾਮ ਦਾ ਇਕੱਠ ਕਰਵਾਉਣ ਵਾਲਾ ਮੰਮਾ ਇਹ ਉਪਦੇਸ਼ ਦਿੰਦਾ ਹੈ ਕਿ ਗੁਰੂ ਅਮਰਦਾਸ ਜੀ ਹਰੇਕ ਨਿਮਾਣੇ ਨੂੰ ਕਾਮਯਾਬੀ ਦੇਣ ਵਾਲੇ ਹਨ।

ੳ) ਗਾਏ ਮੈਮਨਤ, ਆਰਾਇਸ਼ ਰਿਆਜ਼ੇ-ਜਾਵੀਦ;

ਅ) ਵ ਦਾਲੇ, ਸਆ਼ਦਤ ਇਸ਼ਤਮਾਲਸ਼;

ਦਸਤਗੀਰੇ ਹਰ ਨਾ ਉਮੀਦ॥

(**ਉਚਾਰਣ** = ਮੈ-ਮਨਤ ਇਕੱਠਾ ਬੋਲੋ)

ਸੰਖੇਪ ਅਰਥ : ੳ) ਅਤੇ ਉਨ੍ਹਾਂ ਦੇ ਪਵਿੱਤਰ ਨਾਮ ਦਾ ਗਾਗਾ ਅੱਖਰ ਇਹ ਉਪਦੇਸ਼ ਦਿੰਦਾ ਹੈ ਕਿ ਗੁਰੂ ਅਮਰਦਾਸ ਜੀ ਦੀ ਸਜਾਵਟ ਹਮੇਸ਼ਾ ਰਹਿਣ ਵਾਲੇ ਬਾਗ਼ ਵਰਗੀ ਹੈ।

ਅ) ਅਤੇ ਉਨ੍ਹਾਂ ਦੇ ਨਾਮ ਦਦਾ ਅੱਖਰ ਇਹ ਉਪਦੇਸ ਦਿੰਦਾ ਹੈ ਕਿ ਗੁਰੂ ਅਮਰਦਾਸ ਜੀ ਨੇਕ ਭਗਤੀ ਇਸਤੇਮਾਲ ਕਰਨ ਦਾ ਉਪਦੇਸ਼ ਦਿੰਦੇ ਹਨ ਅਤੇ ਹਰੇਕ ਨ ਉਮੀਦ ਵਾਲੇ ਪੁਰਖ ਦਾ ਹੱਥ ਪਕੜਨ ਦਾ ਉਪਦੇਸ਼ ਦਿੰਦੇ ਹਨ।

ੳ) ਅਲਿਫ਼ੇ ਸਾਨੀਅਸ਼; ਅਮਾਨੇ ਹਰ, ਮੁਜਰਿਮ ਵ ਸਿਆਹਕਾਰ;

ਅ) ਵ ਸੀਨੇ ਆਖ਼ਿਰੀਨਸ਼; ਸਾਯਹਏ ਕਿਰਦਗਾਰ॥ ੬੩॥

(**ਉਚਾਰਣ** = ਸਾਇਅਹ-ਏ ਬੋਲੋ)

ਸੰਖੇਪ ਅਰਥ : ੳ) ਉਨ੍ਹਾਂ ਦੇ (ਪਵਿੱਤਰ) ਨਾਮ ਦਾ ਦੂਸਰਾ ਅਲਫ਼ ਅਥਵਾ=ਕੰਨਾ ਇਹ ਉਪਦੇਸ਼ ਦਿੰਦਾ ਹੈ ਕਿ ਸਤਿਗੁਰੂ ਅਮਰਦਾਸ ਜੀ ਹਰੇਕ ਪਾਪੀਆਂ ਤੇ ਬੁਰਿਆਂ ਨੂੰ ਸ਼ਰਣ ਦੇਣ ਵਾਲੇ ਹਨ। (ਅਤੇ ਸ਼ਰਨ ਆਇਆਂ ਦੀ ਰੱਖਿਆ ਕਰਨ ਵਾਲੇ ਹਨ।)

ਅ) ਉਨ੍ਹਾਂ ਦੇ ਨਾਮ ਦਾ ਆਖ਼ਿਰੀ ਸੱਸਾ, ਇਹ ਉਪਦੇਸ਼ ਦਿੰਦਾ ਹੈ ਕਿ ਗੁਰੂ ਅਮਰਦਾਸ ਜੀ ਰੱਬ ਦੀ ਛਾਇਆ ਹਨ।

ਵਾਹਿਗੁਰੂ ਜੀਉ ਸਤ

ਸੰਖੇਪ ਅਰਥ : ਅਕਾਲ ਪੁਰਖ ਜੀ ਸੱਚੇ ਹਨ।

ੳ) ਗੁਰੂ ਅਮਰਦਾਸ; ਆਂ ਗਰਾਮੀ-ਨਿਜ਼ਾਦ।

ਅ) ਜ਼ਿ ਅਫ਼ਜ਼ਾਲੇ ਹੱਕ਼; ਹਸਤੀਅਸ਼ ਰਾ ਮਵਾਦ॥ ੬੪॥

ਸੰਖੇਪ ਅਰਥ : ੳ) ਗੁਰੂ ਅਮਰਦਾਸ ਜੀ ਉਸ (ਗੁਰੂ ਨਾਨਕ ਦੇਵ ਜੀ ਦੇ) ਬਜ਼ੁਰਗ ਘਰਾਣੇ (ਅਥਵਾ) ਵੱਡੇ ਪਰਿਵਾਰ ਦੇ ਵਾਰਿਸ ਹਨ

ਅ) ਉਨ੍ਹਾਂ ਦੀ ਹਸਤੀ (ਸਰੀਰ) ਦਾ ਅਸਲ ਰੂਪ, ਰੱਬ ਦੀਆਂ ਮਿਹਰਾਂ ਤੋਂ ਬਣਿਆ ਹੈ।

ੳ) ਜ਼ਿ ਵਸਫ਼ੋ ਸਨਾਏ; ਹਮਹ ਬਰਤਰੀਂ॥

ਅ) ਬ-ਸਦਰੇ ਹਕ਼ੀਕ਼ਤ, ਮੁਰੱਬਅ਼-ਨਸ਼ੀਂ॥ ੬੫॥

(**ਉਚਾਰਣ** = ਮੁਰੱਬਾ ਬੋਲੋ ਅਤੇ ਫ਼ਾਰਸੀ ਦੇ ਕਈ ਵਿਦਵਾਨ ਮੁਰੱਬਅ਼ ਵੀ ਬੋਲ ਦਿੰਦੇ ਹਨ)

ਸੰਖੇਪ ਅਰਥ : ੳ) ਉਹ ਸਿਫ਼ਤ ਅਤੇ ਸ਼ਲਾਘਾ ਵਿੱਚ ਸਭ ਤੋਂ ਵੱਡੇ ਹਨ।

ਅ) ਸਚਿਆਈ ਦੇ (ਤਖ਼ਤ ਉੱਪਰ) ਚੌਂਕੜੀ ਮਾਰ ਕੇ ਬੈਠਣ ਵਾਲੇ (ਸਚਾਈ ਦੇ) ਪ੍ਰਧਾਨ ਹਨ।

ੳ) ਜਹਾਂ ਰੌਸ਼ਨ; ਅਜ਼ ਨੂਰੇ ਇਰਸ਼ਾਦੇ ਊ॥

ਅ) ਜ਼ਮੀਨੋ ਜ਼ਮਾਂ, ਗੁਲਸ਼ਨ ਅਜ਼ ਦਾਦੇ ਊ॥ ੬੬॥

ਸੰਖੇਪ ਅਰਥ : ੳ) ਜਹਾਨ ਉਨ੍ਹਾਂ ਦੇ ਬਚਨਾਂ ਦੇ ਨੂਰ ਤੋਂ ਰੌਸ਼ਨ ਹੈ।

ਅ) ਗੁਰੂ ਅਮਰਦਾਸ ਜੀ ਨੇ ਜ਼ਮੀਨ ਅਤੇ ਅਸਮਾਨ ਰੂਪ ਬਾਗ ਨੂੰ (ਹਰਿਆਵਲਤਾ ਦੇ ਨਾਲ ਖਿੜਾਅ) ਦਿੱਤਾ ਹੋਇਆ ਹੈ।

ੳ) ਦੋ ਆ'ਲਮ ਗ਼ੁਲਾਮਸ਼; ਚਿਹ ਹਜ਼ਦਹ ਹਜ਼ਾਰ॥

ਅ) ਫ਼ਜ਼ਾਲੋ ਕਰਾਮਸ਼; ਫ਼ਜ਼ੂੰ ਅਜ਼ ਸ਼ੁਮਾਰ॥੬੭॥

ਸੰਖੇਪ ਅਰਥ : ੳ) ਅਠਾਰਾਂ ਹਜ਼ਾਰ (ਇਸ ਜਹਾਨ ਦੀਆਂ ਜੂਨਾਂ) ਉਨ੍ਹਾਂ ਦੇ ਅੱਗੇ ਕੀ ਹਨ।

ਅ) ਉਨ੍ਹਾਂ ਦੀਆਂ ਵਡਿਆਈਆਂ ਅਤੇ ਮਿਹਰਬਾਨੀਆਂ ਗਿਣਤੀ ਤੋਂ ਵੀ ਵੱਡੀਆਂ ਹਨ (ਭਾਵ) ਅਣਗਿਣਤ ਹਨ।

ਸਲਤ਼ਨਤੇ ਚਹਾਰਮ

ਹੁਣ ਭਾਈ ਸਾਹਿਬ ਜੀ ਚੌਥੀ ਪਾਤਿਸ਼ਾਹੀ ਗੁਰੂ ਰਾਮਦਾਸ ਜੀ ਦੀ ਉਸਤਤ ਕਰਦੇ ਹਨ।

ੳ) ਸਲਤ਼ਨਤੇ ਚਹਾਰਮਸ਼, ਅਜ਼ ਹਰ ਚਹਾਰ ਰੁਤਬਹ; ਕੁਦਸੀ ਵਾਲਾ-ਤਰ;

ਅ) ਵ ਮੁਕ਼ਬਿਲਾਨੇ, ਖ਼ਾਲਸੇ ਦਰਗਾਹੇ ਸਮ-ਦੀਅਤ;
ਦਰ ਖ਼ਿਦਮਤਸ਼ ਬਸਤਰ ਕਮਰ॥

(ਉਚਾਰਣ = ਰੁੱਤਬਹ ਬੋਲੋ ਅਤੇ ਮੁਕ਼-ਬਿਲਾਨੇ ਸਮ-ਦੀਅਤ ਖ਼ਿਦਮਤੱਸ਼ ਇਕੱਠੇ ਬੋਲੋ)

ਸੰਖੇਪ ਅਰਥ : ੳ) ਉਨ੍ਹਾਂ (ਗੁਰੂ ਨਾਨਕ ਦੇਵ ਜੀ) ਦੀ ਚੌਥੀ ਪਾਤਿਸ਼ਾਹੀ, ਚਾਰੇ ਪਵਿੱਤ੍ਰਤਾ ਦੇ ਰੁਤਬਿਆਂ ਸ਼ਰੀਅਤ, ਤਰੀਕ਼ਤ, ਹਕ਼ੀਕ਼ਤ, ਮਾਰਫ਼ਤ ਤੋਂ, ਬਹੁਤ ਉੱਚੀ ਹੈ।

ਅ) ਅਤੇ ਰੱਬ ਦੀ ਖ਼ਾਸ ਦਰਗਾਹ ਦੇ ਕ਼ਬੂਲ ਹੋਏ ਲੋਕ, ਉਨ੍ਹਾਂ ਦੀ ਸੇਵਾ ਵਿੱਚ ਲੱਕ ਬੰਨ੍ਹ ਕਰਕੇ ਖੜ੍ਹੇ ਹਨ।

ੳ) ਹਰ ਸ਼ਕ਼ੀ ਵ ਜ਼ਲੀਲ, ਕਿ ਅਜ਼ ਬਾਰਗਾਹਸ਼ ਪਨਾਹ ਜੁਸਤ;

ਅ) ਅਜ਼ ਮਿਆਮਨੇ ਅਫ਼ਜ਼ਾਲਸ਼,
ਬਰ ਮਸਨਦੇ ਕ਼ਬੂਲੋ, ਇੱਜ਼ਤ ਬ-ਨਿਸ਼ਸਤ॥

(ਉਚਾਰਣ = ਸ਼ਕ਼ੀ ਪੋਲਾ ਬੋਲੋ ਅਤੇ ਮਿਆ-ਮਨੋ ਇਕੱਠਾ ਤੇ ਪੋਲਾ ਬੋਲੋ)

ਸੰਖੇਪ ਅਰਥ : ੳ) ਹਰੇਕ ਨਿਭਾਗੇ ਤੇ ਕਮੀਨੇ ਜਿਸ ਨੇ ਵੀ ਗੁਰੂ ਰਾਮਦਾਸ ਜੀ ਦੇ ਦਰਬਾਰ ਦੀ ਸ਼ਰਣ ਲੱਭੀ (ਵਾ)=ਸ਼ਰਣ ਲੱਭਣ ਦੀ (ਕੋਸ਼ਿਸ਼ ਕੀਤੀ)।

ਅ) (ਗੁਰੂ ਰਾਮਦਾਸ ਜੀ ਨੇ) ਉਸ ਸ਼ਰਨ ਲੱਭਣ ਵਾਲੇ ਨੂੰ ਮਿਹਰਬਾਨੀ ਦੇ ਇਨਾਮ ਨਾਲ (ਨਿਵਾਜ਼ ਦਿੱਤਾ) ਅਤੇ ਗੁਰੂ ਨਾਨਕ ਦੇਵ ਜੀ ਦੀ ਸੰਗਤ ਵਿੱਚ ਪ੍ਰਵਾਨ ਕਰ ਲਿਆ ਤੇ ਸਤਿਗੁਰੂ ਗੁਰੂ ਨਾਨਕ ਦੇਵ ਜੀ

ਦੀ ਸਸਸੰਗਤ ਵਿੱਚ ਇੱਜ਼ਤ ਨਾਲ ਬੈਠ ਲਿਆ।

ੳ) ਵ ਹਰ ਆ਼ਸੀਏ ਤਬਾਹਕਾਰ, ਕਿ ਨਾਮੇ ਫ਼ੁਰੁਖ਼ਸ਼ ਬਰ ਜ਼ਬਾਂ ਰਾਂਦ;

ਅ) ਗਰਦੇ ਮਅ਼-ਸੀਅਤ ਵ ਜੁਰਮ, ਕਿਹ ਦਾਸ਼ਤ;

ਅਜ਼ ਦਾਮਨੇ ਵਜੂਦ, ਬਰ ਅਫ਼ਸਾਂਦ॥

(**ਉਚਾਰਣ** = ਮਾ-ਸੀਅਤ ਬੋਲੋ)

ਸੰਖੇਪ ਅਰਥ : ੳ) ਹਰੇਕ ਜਿਸ ਪਾਪੀ ਤੇ ਤਬਾਹਕਾਰ ਨੇ, ਉਨ੍ਹਾਂ ਦਾ ਪਵਿੱਤਰ ਨਾਮ ਆਪਣੀ ਰਸਨਾ ਉੱਪਰ ਚਲਾਇਆ (ਭਾਵ) ਜ਼ਬਾਨ ਨਾਲ ਜਪਿਆ।

ਅ) (ਅਤੇ ਉਹ ਪਾਪੀ ਅਤੇ ਤਬਾਹਕਾਰ; ਆਪਣੇ) ਸਰੀਰ ਦੇ ਪੱਲਿਆਂ ਨਾਲ; ਜੋ ਪਾਪਾਂ ਅਤੇ ਅਪਰਾਧਾਂ ਦੀ ਧੂੜ ਰੱਖਦਾ ਸੀ (ਉਸ ਦੀ ਉਹ ਧੂੜ, ਨਾਮ ਜਪਣ ਦੇ ਨਾਲ) ਸਰੀਰ ਦੇ ਪੱਲਿਆਂ ਤੋਂ ਝੜ ਗਈ।

ੳ) ਰਾਏ, ਕਰਾਮਤ ਇੰਤਹਾਇਸ਼, ਰੂਹ਼ੇ ਹਰ ਜਿਸਮ;

ਅ) ਅਲਿਫ਼ੇ ਬਾਦੀ, ਅਅ਼ਲਾ-ਤਰ; ਅਜ਼ ਹਰ-ਇਸਮ॥

(**ਉਚਾਰਣ** = ਅਅ਼ਲਾ-ਤਰ ਨੂੰ ਆਲਾ-ਤਰ ਗੂੜ੍ਹਾ ਕਰਕੇ ਬੋਲੋ)

ਸੰਖੇਪ ਅਰਥ : ੳ) ਸਤਿਗੁਰੂ ਗੁਰੂ ਰਾਮਦਾਸ ਜੀ ਦੇ ਪਵਿੱਤ੍ਰ ਨਾਮ ਦਾ ਪਹਿਲਾ ਰਾਰਾ ਅੱਖਰ ਇਹ ਉਪਦੇਸ਼ ਦਿੰਦਾ ਹੈ ਕਿ ਗੁਰੂ ਰਾਮਦਾਸ ਜੀ ਅਨੰਦ ਸ਼ਕਤੀਆਂ ਵਾਲੇ ਹਰੇਕ ਸਰੀਰ ਦੀ ਰੂਹ਼ (ਅਥਵਾ) ਆਤਮਾ ਹਨ।

ਅ) ਗੁਰੂ ਰਾਮਦਾਸ ਜੀ ਦੇ ਨਾਮ ਦਾ ਪਹਿਲਾ ਕੰਨਾ ਇਹ ਉਪਦੇਸ਼ ਦਿੰਦਾ ਹੈ ਕਿ ਗੁਰੂ ਰਾਮਦਾਸ ਜੀ ਦਾ ਨਾਮ, ਸਾਰੀਆਂ ਵਸਤੂਆਂ (ਵਾ)=ਪੁਰਸ਼ਾਂ ਦੇ ਨਾਵਾਂ ਨਾਲੋਂ ਬਹੁਤ ਉੱਚਾ ਹੈ।

ੳ) ਮੀਮੇ ਸਰਾਪਾ ਤਕਰੀਮਸ਼; ਮਹ਼ਬੂਬੇ ਸੁਬਹ਼ਾਨੁਲ-ਅ਼ਜ਼ੀਮ;

ਅ) ਵ ਦਾਲੇ ਬਾ-ਅਲਿਫ਼ਸ਼, ਦਾਇਮਾ ਬਾਹ਼ੱਕ਼ ਮੁਕ਼ੀਮ॥

(**ਉਚਾਰਣ** = ਸਰਾਪਾ ਇਕੱਠਾ ਅਤੇ ਸੁਬ-ਹ਼ਾ-ਨੁਲ ਅ਼ਜ਼ੀਮ ਬੋਲੋ)

ਸੰਖੇਪ ਅਰਥ : ੳ) ਗੁਰੂ ਰਾਮਦਾਸ ਜੀ ਦੇ ਪਵਿੱਤਰ ਨਾਮ ਦਾ ਮੰਮਾ ਅੱਖਰ ਇਹ ਉਪਦੇਸ਼ ਦਿੰਦਾ ਹੈ ਕਿ ਗੁਰੂ ਰਾਮਦਾਸ ਜੀ ਸਿਰ ਤੋਂ ਲੈ ਕੇ ਪੈਰਾਂ ਤੱਕ ਵੱਡੀ ਪਵਿੱਤ੍ਰਤਾ ਸਹਿਤ ਅਤੇ ਸਭ ਦੇ ਹਰਮਨ ਪਿਆਰੇ ਹਨ ਇਸ ਕਰਕੇ ਸਰੇ ਸਿੱਖ, ਗੁਰੂ ਰਾਮਦਾਸ ਜੀ ਦੀ ਇੱਜ਼ਤ ਕਰਦੇ ਹਨ।

ਅ) ਗੁਰੂ ਰਾਮਦਾਸ ਜੀ ਦੇ (ਪਵਿੱਤਰ) ਨਾਮ ਦਾ ਕੰਨਾ ਅਤੇ ਕੰਨੇ ਦੇ ਨਾਲ ਮਿਲਿਆ ਹੋਇਆ ਦੱਦਾ ਅੱਖਰ ਇਹ ਉਪਦੇਸ਼ ਦਿੰਦਾ ਹੈ ਕਿ

ਗੁਰੂ ਰਾਮਦਾਸ ਜੀ; ਸਦਾ ਰੱਬ ਦੇ ਨਾਲ, ਰੱਬ ਦੇ ਘਰ ਵਿੱਚ ਰਹਿਣ ਵਾਲੇ ਹਨ।

ੳ) ਸੀਨੇ ਆਖਿਰੀਨਸ਼, ਸਰ-ਅਫ਼ਰਾਜ਼ੇ ਹਰ ਬੇ-ਕਸ;

ਅ) ਵ ਬ-ਦਸਤ ਗੀਰੀਏ ਆ਼ਜਿਜ਼ਾਂ; ਹਰ ਦੋ ਆ਼ਲਮ ਰਾ ਬਸ॥੬੮॥

(**ਉਚਾਰਣ** = ਆਖ਼ਿ-ਰੀਨਸ਼ ਖ਼ੱਖ਼ੇ ਦੀ ਸਿਹਾਰੀ ਬੋਲ ਕੇ ਇਕੱਠਾ ਬੋਲੋ)

ਸੰਖੇਪ ਅਰਥ : ੳ) ਗੁਰੂ ਰਾਮਦਾਸ ਜੀ ਦੇ ਪਵਿੱਤਰ ਨਾਮ ਦਾ ਆਖ਼ਿਰੀ ਸੱਸਾ ਅੱਖਰ ਇਹ ਉਪਦੇਸ਼ ਦਿੰਦਾ ਹੈ ਕਿ ਗੁਰੂ ਰਾਮਦਾਸ ਜੀ ਹਰੇਕ ਮਜ਼ਬੂਰ ਦਾ ਸਿਰ ਉੱਚਾ ਕਰਨ ਵਾਲੇ ਹਨ।

ਅ) ਅਤੇ ਦੋਹਾਂ ਜਹਾਨਾਂ ਦੇ ਕਮਜ਼ੋਰਾਂ ਦਾ ਹੱਥ ਪਕੜਨ ਵਾਲੇ ਅਥਵਾ=ਮਦਦ ਕਰਨ ਵਾਲੇ ਦੋਹਾਂ ਜਹਾਨਾਂ ਵਿੱਚੋਂ ਵੱਡੇ ਹਨ।

ਵਾਹਿਗੁਰੂ ਜੀਉ ਸਤਿ

ਸੰਖੇਪ ਅਰਥ= ਅਕਾਲ ਪੁਰਖ ਜੀ ਸੱਚੇ ਹਨ

ੳ) ਗੁਰੂ ਰਾਮਦਾਸ ਆਂ, ਮੜਾਅ਼ ਉਲ ਵਰਾ॥

ਅ) ਜਹਾ-ਬਾਨੇ ਅਕ਼ਲੀਮੇ; ਸਿਦਕ਼ੋ ਸਫ਼ਾ॥੬੯॥

ਸੰਖੇਪ ਅਰਥ : ੳ) ਗੁਰੂ ਰਾਮਦਾਸ ਜੀ ਸੰਸਾਰ ਨੂੰ ਮਾਇਆ, ਸੰਪੱਤੀ ਦੇਣ ਵਾਲੇ (ਸੰਸਾਰ ਦੇ ਸਰਦਾਰ) ਹਨ।

ਅ) ਗੁਰੂ ਜੀ ਸੰਸਾਰ ਨੂੰ ਸਿਦਕ਼ ਅਤੇ ਸਫ਼ਾਈ ਦੇਣ ਵਾਲੇ ਸੰਸਾਰ ਦੇ ਬਾਦਸ਼ਾਹ ਹਨ।

ੳ) ਹਮਅਜ਼ ਸਲਤ਼ਨਤ; ਹਮਜ਼ਿ ਫ਼ਕ਼ਰਸ਼ ਨਿਸ਼ਾਂ॥

ਅ) ਗਿਰਾਂ ਮਾਯਾ-ਤਰ; ਅਫ਼ਸਰੇ ਸਰਵਰਾਂ[1]॥੭੦॥

ਪਾਠਂਤ੍ਰ : [1]ਅਫ਼ਸਰਾਂ।

(**ਉਚਾਰਣ** = ਹਮਜ਼ ਅਤੇ ਹਮਜ਼ਿ ਇਕੱਠੇ ਬੋਲੋ ਅਤੇ ਫ਼ੱਕ਼ਰਸ਼ ਬੋਲੋ)

ਸੰਖੇਪ ਅਰਥ : ੳ) ਬਾਦਿਸ਼ਾਹੀ ਅਤੇ ਫ਼ਕੀਰੀ (ਦੋਹਾਂ) ਦੀਆਂ ਨਿਸ਼ਾਨੀਆਂ ਗੁਰੂ ਰਾਮਦਾਸ ਜੀ ਦੇ ਵਿੱਚ ਪ੍ਰਗਟ ਹਨ।

ਅ) ਗੁਰੂ ਜੀ ਕੀਮਤੀ ਤੇ ਉੱਚੀ ਮਾਇਆ ਦੇ ਸਰਦਾਰਾਂ ਦੇ ਸਰਦਾਰ ਹਨ।

ੳ) ਜ਼ਿ ਤੌਸੀਫ਼ੇ ਓ; ਸੁਲਸ ਕ਼ਾਸਿਰ ਜ਼ਬਾਂ॥

ਅ) ਅਜ਼ੋ ਰੁਬਅ਼ ਹਮ ਸੁਦਸ; ਗੌਹਰ ਫ਼ਿਸ਼ਾਂ॥੭੧॥

(**ਉਚਾਰਣ** = ਰੁੱਬਾ ਬੋਲੋ)

ਸੰਖੇਪ ਅਰਥ : ੳ) ਉਨ੍ਹਾਂ ਦੀ ਸਿਫ਼ਤ ਕਰਨ ਤੋਂ; ਤਿੰਨ ਤਰ੍ਹਾਂ ਦੀ ਪੈਦਾਇਸ਼ ਦੀ ਜ਼ਬਾਨ ਅਸਮਰੱਥ ਹੈ।

ਅ) ਉਨ੍ਹਾਂ ਤੋਂ ਚਾਰ ਵੇਦ ਅਤੇ ਛੇ ਸਾਸਤ੍ਰ ਸਾਰੇ ਹੀ ਮੋਤੀ ਵਾਰਨ ਵਾਲੇ ਹਨ।

ਚੋ ਹੱਕ ਬਰ-ਗੁਜ਼ੀਦਸ਼; ਜ਼ਿ ਖ਼ਾਸਾਨੇ ਖ਼੍ਵੇਸ ॥

ਸਰ ਅਫ਼ਰਾਖ਼ਤਸ਼; ਹਮਜ਼ਿ ਪਾਕਾਨੇ ਖ਼੍ਵੇਸ਼ ॥ ੭੨ ॥

(**ਉਚਾਰਣ** = ਅਫ਼-ਰਾਖ਼ਤੱਸ਼ ਅਤੇ ਹਮਜ਼ਿ ਇਕੱਠਾ ਬੋਲੋ ਅਤੇ ਖ਼੍ਵੇਸ਼ ਦਾ ਵਾਵਾ ਸਾਈਲੈਂਟ ਕਰਕੇ ਖ਼ੇਸ਼ ਬੋਲੋ।

ਸੰਖੇਪ ਅਰਥ : ੳ) ਜਦ ਰੱਬ ਨੇ ਉਨ੍ਹਾਂ ਨੂੰ ਆਪਣੇ ਖ਼ਾਸ ਲੋਕਾਂ ਵਿੱਚੋਂ (ਸਭ ਦਾ ਗੁਰੂ) ਚੁਣਿਆ ਹੈ।

ਅ) ਅਤੇ ਜਦ ਰੱਬ ਨੇ ਆਪਣੇ ਪਵਿੱਤਰ (ਦਾਸਾਂ) ਤੋਂ ਭੀ ਉਨ੍ਹਾਂ ਦਾ ਸਿਰ ਉੱਚਾ ਕੀਤਾ ਹੈ।

ੳ) ਹਮਹ ਸਾਜਿਦਸ਼ ਦਾਂ; ਬ-ਸਿਦਕ਼ੇ ਜ਼ਮੀਰ ॥

ਅ) ਚਿਰ ਅਅ਼ਲਾ ਚਿਹ ਅਦਨਾ; ਚਿਹ ਸ਼ਾਹੋ ਫ਼ਕ਼ੀਰ ॥ ੭੩ ॥

(**ਉਚਾਰਣ** = ਆਲਾ ਇਕੱਠਾ ਤੇ ਪੋਲਾ ਬੋਲੋ)

ਸੰਖੇਪ ਅਰਥ : ੳ) ਤਾਂ ਉਹੀ ਸਾਰੇ ਸੱਚੇ ਦਿਲ ਨਾਲ; ਉਨ੍ਹਾਂ ਨੂੰ ਸਿਜਦਾ ਕਰਨ ਵਾਲੇ ਹੋ ਗਏ ਜਾਣੇ ਜਾਂਦੇ ਹਨ।

ਅ) ਕੀ ਵੱਡੇ ਤੇ ਕੀ ਛੋਟੇ, ਕੀ ਬਾਦਸ਼ਾਹ ਤੇ ਕੀ ਗ਼ਰੀਬ ॥ (ਸਾਰੇ ਹੀ ਉਨ੍ਹਾਂ ਨੂੰ ਸਿਜਦਾ ਕਰਨ ਵਾਲੇ ਹੋ ਗਏ ਹਨ।

ਸਲਤ਼ਨਤੇ ਪੰਜਮ

ਸੰਖੇਪ ਅਰਥ : ਹੁਣ ਭਾਈ ਸਾਹਿਬ ਜੀ ਪੰਜਵੀਂ ਪਾਤਿਸ਼ਾਹੀ ਗੁਰੂ ਅਰਜਨ ਦੇਵ ਜੀ ਦੀ ਉਸਤਤ ਕਰਦੇ ਹਨ।

ੳ) ਸਲਤ਼ਨਤ ਪੰਜਮਸ਼ ਹੁਲੀਆ, ਆਰਾਏ ਸ਼ਵਾਰਿਕ਼ੇ;

ਅ) ਆਂ ਹਰ ਚਹਾਰ ਮਸ਼ਅ਼ਲੇ, ਹੱਕ਼ ਅਨਵਾਰ ॥

ਸੰਖੇਪ ਅਰਥ : ੳ) ਉਸ ਰੱਬ ਦੀ ਪੰਜਵੀਂ ਪਾਤਿਸ਼ਾਹੀ ਦਾ ਸਰੂਪ, ਪ੍ਰਕਾਸ਼ ਨੂੰ ਸਜਾਉਣ ਵਾਲਾ ਹੈ।

ਅ) (ਪ੍ਰਸ਼ਨ=ਪੰਜਵੀਂ ਪਾਤਿਸ਼ਾਹੀ ਦਾ ਸਰੂਪ ਕਿਸ ਦੇ ਪ੍ਰਕਾਸ਼ ਨੂੰ ਸਜਾਉਣ ਵਾਲਾ ਹੈ? ਉੱਤਰ=ਉਨ੍ਹਾਂ ਚਾਰ ਮਸ਼ਾਲਾਂ ਦੇ ਪ੍ਰਕਾਸ਼ ਨੂੰ, ਜੋ ਮਸ਼ਾਲਾਂ ਰੱਬੀ ਨੂਰ ਵਾਲੀਆਂ ਹਨ।

ੳ) ਵ ਅਜ਼ ਰੁਤਬਹ; ਹਰ ਪੰਜ ਕੁਦਸੀ;

ਅ) ਵਾਲਾ ਮੰਨਜ਼ਿਲ, ਵ ਬਲੰਦ ਇਕ਼ਤ-ਦਾਰ॥

ਸੰਖੇਪ ਅਰਥ : ੳ) ਅਤੇ ਪਦਵੀ ਦੇ ਲਿਹਾਜ਼ ਦੇ ਨਾਲ ਪੰਜ ਪਵਿੱਤਰ ਪਾਤਿਸ਼ਾਹੀਆਂ

ਅ) ਵੱਡੀ ਮੰਜ਼ਿਲ 'ਤੇ ਪਹੁੰਚਣ ਵਾਲੀਆਂ (ਜਾਂ) ਪਵਿੱਤਰ ਜਗ੍ਹਾ 'ਤੇ ਠਹਿਰਣ ਵਾਲੀਆਂ ਹਨ ਅਤੇ ਉੱਚੀ ਵਡਿਆਈ ਵਾਲੀਆਂ ਹਨ।

ੳ) ਹ਼ਕ਼ ਸ਼ਿਕੋਹ, ਵ ਹ਼ਕ਼ੀਕ਼ਤ ਪਰਵਰ;

ਅ) ਅਅ਼ਲਾ ਅ਼ਜ਼ਮਤ, ਫ਼ੈਜ਼ ਗੁਸਤਰ॥

(**ਉਚਾਰਣ** = ਅਅ਼ਲਾ ਨੂੰ ਗੂੜ੍ਹਾ ਕਰਕੇ ਆਲਾ ਬੋਲੋ)

ਸੰਖੇਪ ਅਰਥ : ੳ) ਪੰਜਵੇਂ ਸਤਿਗੁਰੂ ਸਚਾਈ ਦੇ ਦਬਦਬੇ ਵਾਲੇ ਹਨ ਅਤੇ ਸਚਿਆਈ ਨੂੰ ਪਾਲਣ ਵਾਲੇ ਅਥਵਾ=ਮੰਨਣ ਵਾਲੇ ਹਨ।

ਅ) ਪੰਜਵੀਂ ਪਾਤਿਸ਼ਾਹੀ ਉੱਚੀ ਸ਼ਕਤੀ ਅਥਵਾ=ਵਡਿਆਈ ਵਾਲੀ ਅਤੇ ਮਿਹਰਾਂ ਦੇ ਤਾਈਂ ਖਿਲਾਰਨ ਵਾਲੀ ਹੈ।

ੳ) ਮਕ਼ਬੂਲੇ, ਹ਼ਜ਼ਰਤੇ ਕਿਬਰੀਯਾ;

ਅ) ਵ ਮਤ਼ਲੂਬੇ, ਬਾਰਗਾਹੇ ਬੇ-ਹਮਤਾ॥

ਸੰਖੇਪ ਅਰਥ : ੳ) ਪੰਜਵੀਂ ਪਾਤਿਸ਼ਾਹੀ ਰੱਬ ਦੀ ਦਰਗਾਹ ਵਿੱਚ ਪ੍ਰਵਾਣ ਹੋਈ ਹੈ।

ਅ) ਅਤੇ ਪੰਜਵੀਂ ਪਾਤਿਸ਼ਾਹੀ, ਬੇ-ਮਿਸਾਲ ਰੱਬੀ ਦਰਗਾਹ ਦੇ ਵਿੱਚ; ਚਾਹੀ ਗਈ ਹੈ।

ੳ) ੳ ਦਰ ਹ਼ੱਕ਼, ਵ ਹ਼ੱਕ਼ ਦਰ ਜ਼ਾਤਸ਼;

ਅ) ਵ ਅਫ਼ਜ਼ੂੰ-ਤਰ, ਅਜ਼ ਬਿਆਂ ਹਰ ਜ਼ਬਾਂ ਸਿਫ਼ਾਤਸ਼॥

ਸੰਖੇਪ ਅਰਥ : ੳ) ਓਹ ਰੱਬ ਦੇ ਵਿੱਚ ਅਤੇ ਰੱਬ ਉਨ੍ਹਾਂ ਦੀ ਹਸਤੀ ਵਿੱਚ ਹੈ।

ਅ) ਉਨ੍ਹਾਂ ਦੀਆਂ ਸਿਫ਼ਤਾਂ, ਹਰੇਕ ਜ਼ਬਾਨ ਦੇ ਬਿਆਨ ਕਰਨ ਤੋਂ (ਅਥਵਾ) ਬਚਨਾਂ ਦੁਆਰਾ ਕਥਨ ਕਰਨ ਤੋਂ ਬਹੁਤ ਹੀ ਜ਼ਿਆਦਾ ਹਨ।

ੳ) ਖ਼ਾਸਾਨ ਖ਼ਾਕੇ ਰਾਹਸ਼;

ਅ) ਵ ਕੁਦਸੀਆਂ, ਦਰ ਜ਼ਿੱਲੇ ਪਨਾਹਸ਼॥

ਸੰਖੇਪ ਅਰਥ : ੳ) (ਦੁਨੀਆਂ ਦੇ ਲੋਕ ਅਤੇ) ਰੱਬ ਦੇ ਖ਼ਾਸ ਲੋਕ, (ਦੋਵੇਂ ਹੀ) ਉਨ੍ਹਾਂ ਦੇ ਰਸਤੇ ਦੀ ਧੂੜ ਹਨ।

ਅ) ਪਹਿਲਾ ਅਰਥ=ਅਤੇ ਪਵਿੱਤਰ ਲੋਕ ਅਥਵਾ=ਦੇਵਤੇ ਆਦਿਕ ਵੀ ਉਨ੍ਹਾਂ ਦੀ ਸ਼ਰਨ ਦੀ ਛਾਂ ਹੇਠ ਹਨ।

ਦੂਸਰਾ ਅਰਥ=ਅਤੇ ਪਵਿੱਤਰ ਲੋਕ ਅਥਵਾ=ਦੇਵਤੇ ਆਦਿਕ ਵੀ ਉਨ੍ਹਾਂ ਦੀ ਸ਼ਰਨ ਦੀ ਛਾਂ ਹੇਠ ਹਨ।

ੳ) ਅਲਿਫ਼ੇ ਨਾਮੇ, ਅਹ੍ਦੀਯਤ ਇੰਤਿਜ਼ਾਮਸ਼;

ਅ) ਇਆ-ਨਤ ਬਖ਼ਸ਼ੇ, ਹਰ ਨਾ-ਉਮੀਦ ਵ ਰਾਂਦਹ॥

(**ਉਚਾਰਣ** = ਇਆ-ਨਤ ਐੜਾ ਦੱਬ ਕੇ ਇਕੱਠਾ ਬੋਲੋ)

ਸੰਖੇਪ ਅਰਥ : ੳ) ਗੁਰੂ ਅਰਜਨ ਦੇਵ ਜੀ ਦੇ ਪਵਿੱਤਰ ਨਾਮ ਦਾ, (ਸੰਸਾਰ ਨੂੰ) ਇੱਕ ਲੜੀ ਵਿੱਚ ਪਰੋਈ ਰੱਖਣ ਵਾਲਾ, ਰੱਬ ਦੀ ਏਕਤਾ ਨੂੰ ਦਰਸਾਉਣ ਵਾਲਾ; (ਪਹਿਲਾ) ਐੜਾ ਅੱਖਰ ਇਹ ਉਪਦੇਸ਼ ਦਿੰਦਾ ਹੈ।

ਅ) ਕਿ ਗੁਰੂ ਅਰਜਨ ਦੇਵ ਜੀ, ਹਰੇਕ ਬੇ-ਉਮੀਦ ਲੋਕਾਂ ਨੂੰ ਅਤੇ ਜਹਾਨ ਵਿੱਚੋਂ ਭੱਜੇ ਹੋਏ ਲੋਕਾਂ ਨੂੰ, (ਅਥਵਾ)=ਜਹਾਨ ਵਿੱਚੋਂ ਕੱਢੇ ਹੋਏ ਲੋਕਾਂ ਨੂੰ, ਮਦਦ ਬਖ਼ਸ਼ਣ ਵਾਲੇ ਹਨ।

ੳ) ਵਾ ਰਾਏ, ਰਾਹ੍ਤ ਅਫ਼ਜ਼ਾਇਸ਼;

ਰਫ਼ੀਕ੍ਰੇ ਹਰ ਜ਼ਲੀਲ, ਵ ਦਰਮਾਂਦਹ॥

ਸੰਖੇਪ ਅਰਥ : ੳ) ਅਤੇ ਗੁਰੂ ਅਰਜਨ ਦੇਵ ਜੀ ਦੇ ਨਾਮ ਦਾ ਪਵਿੱਤਰ ਰਾਰਾ ਅੱਖਰ ਇਹ ਉਪਦੇਸ਼ ਦਿੰਦਾ ਹੈ ਕਿ ਗੁਰੂ ਅਰਜਨ ਦੇਵ ਜੀ ਆਪਣੇ ਪਿਆਰਿਆਂ ਦੇ ਅਰਾਮ ਨੂੰ ਵਧਾਉਣ ਵਾਲੇ ਹਨ। (ਭਾਵ)=ਆਪਣੇ ਪਿਆਰਿਆਂ ਨੂੰ ਸਦੀਵੀਂ ਟਿਕਾਅ ਬਖ਼ਸ਼ਣ ਵਾਲੇ ਹਨ।

ਅ) ਗੁਰੂ ਅਰਜਨ ਦੇਵ ਜੀ ਹਰੇਕ ਨਿਮਾਣੇ ਅਤੇ ਨਿਥਾਵੇ ਦੇ ਸਾਥੀ ਹਨ।

ੳ) ਜੀਮੇ ਹੱਕ੍ਰ ਨਸੀਮਸ਼; ਜਾਂ ਫ਼ਜ਼ਾਇੰਦਹਏ ਇਰਾਦਤ ਗਜ਼ੀਨਾਂ॥

ਅ) ਵ ਨੂਨੇ ਫ਼ੈਜ਼ ਮਕ੍ਰ-ਰੂਨਸ਼;

ਨਵਾਜ਼ਿੰਦਹਏ ਅ੍ਰਕੀਦਤ ਆਈਨਾਂ॥ ੭੪॥

ਸੰਖੇਪ ਅਰਥ : ੳ) ਗੁਰੂ ਅਰਜਨ ਦੇਵ ਜੀ ਦੇ ਪਵਿੱਤਰ ਨਾਮ ਦਾ ਰੱਬੀ ਖ਼ੁਸ਼ਬੂ ਵਾਲਾ ਜੱਜਾ ਅੱਖਰ ਇਹ ਉਪਦੇਸ਼ ਦਿੰਦਾ ਹੈ ਕਿ ਗੁਰੂ ਅਰਜਨ ਦੇਵ ਜੀ ਸਿੱਖਾਂ ਦੀ ਉੱਤਮ ਜ਼ਿੰਦਗੀ ਨੂੰ ਵਧਾਉਣ ਵਾਲੇ ਮਾਨਯੋਗ ਹਨ (ਅਥਵਾ)=ਸਤਿਕਾਰਯੋਗ ਹਨ।

ਅ) ਗੁਰੂ ਅਰਜਨ ਦੇਵ ਜੀ ਦੇ (ਪਵਿੱਤਰ) ਨਾਮ ਦਾ, ਕਿਰਪਾ ਦੇ ਨਾਲ ਮਿਲਿਆ ਹੋਇਆ ਨੰਨਾ ਅੱਖਰ ਇਹ ਉਪਦੇਸ਼ ਦਿੰਦਾ ਹੈ ਕਿ ਰੱਬ ਨੂੰ ਬਹੁਤ ਜ਼ਿਆਦਾ ਮੰਨਣ ਵਾਲੇ ਜਿਹੜੇ ਸਿੱਖ ਹਨ ਗੁਰੂ ਅਰਜਨ ਦੇਵ ਜੀ ਉਨ੍ਹਾਂ ਨੂੰ ਨਿਵਾਜਨ ਵਾਲੇ ਹਨ।

ਵਾਹਿਗੁਰੂ ਜੀਉ ਸੱਤਿ

ਅਰਥ=ਅਕਾਲ ਪੁਰਖ ਜੀ ਸੱਚੇ ਹਨ।

ੳ) ਗੁਰੂ ਅਰਜਨ, ਆਂ ਜੁਮਲਾ ਜੂਦੋ ਫ਼ਜ਼ਾਲ॥

ਅ) ਹਕ਼ੀਕ਼ਤ ਪਯੋਹਿੰਦ-ਹਏ; ਹੱਕ਼ੇ ਜਮਾਲ॥੭੫॥

(**ਉਚਾਰਣ** = ਪਿਓਹਿੰਦ-ਹਏ ਬੋਲੋ)

ਸੰਖੇਪ ਅਰਥ : ੳ) ਗੁਰੂ ਅਰਜਨ ਦੇਵ ਜੀ ਸਾਰੀਆਂ ਮਿਹਰਾਂ ਤੇ ਬਖ਼ਸ਼ਿਸ਼ਾਂ ਦਾ ਸਰੂਪ ਹਨ।

ਅ) ਗੁਰੂ ਅਰਜਨ ਦੇਵ ਜੀ, ਰੱਬ ਦੀ ਖ਼ੂਬਸੂਰਤੀ ਵਾਲੀ ਸਚਾਈ ਨੂੰ ਲੱਭਣ ਵਾਲੇ ਹਨ।

ੳ) ਵਜੂਦਸ਼ ਹਮਹ, ਰਹ਼ਮਤੇ ਏਜ਼ਦੀ[1]॥

ਅ) ਸਅ਼ਾਦਤ, ਫ਼ਜ਼ਾਇੰਦ ਹਏ ਸਰਮਦੀ॥੭੬॥

ਪਾਠੰਤ੍ਰ : [1]ਈਜ਼ਦੀ।

(**ਉਚਾਰਣ** = ਸ-ਅ਼ਾਦਤ ਐੜਾ ਦੱਬ ਕੇ ਇਕੱਠਾ ਬੋਲੋ ਅਤੇ ਸਰ-ਮਦੀ ਪੋਲਾ ਤੇ ਇਕੱਠਾ ਬੋਲੋ)

ਸੰਖੇਪ ਅਰਥ : ੳ) ਉਨ੍ਹਾਂ ਦਾ ਸਾਰਾ ਹੀ ਵਜੂਦ, ਰੱਬੀ ਕਿਰਪਾ ਤੋਂ ਬਣਿਆ ਹੈ।

ਅ) ਹਮੇਸ਼ਾ ਵਾਸਤੇ ਗੁਰੂ ਅਰਜਨ ਦੇਵ ਜੀ ਨੇਕ ਭਗਤੀ ਨੂੰ ਵਧਾਉਣ ਵਾਲੇ ਹਨ।

ੳ) ਮੁਰੀਦਸ਼ ਦੋ ਆ਼ਲਮ ਚਿਹ, ਬਲ ਸਦ ਹਜ਼ਾਰ॥

ਅ) ਹਮਹ ਅਜ਼ ਕਰਮ-ਹਾਏ ਓ, ਜੁੱਰਆ਼ ਖ਼੍ਵਾਰ॥੭੭॥

(**ਉਚਾਰਣ** = ਖ਼੍ਵਾਰ ਦਾ ਵਾਵਾ ਸਾਈਲੈਂਟ ਕਰਕੇ ਖ਼ਾਰ ਬੋਲੋ)

ਸੰਖੇਪ ਅਰਥ : ੳ) ਦੋ ਜਹਾਨ ਕੀ, ਸਗੋਂ ਲੱਖਾਂ (ਜਹਾਨ) ਉਨ੍ਹਾਂ ਦੇ ਚੇਲੇ ਹਨ।

ਅ) ਸਾਰੇ ਉਨ੍ਹਾਂ ਤੋਂ ਬਖ਼ਸ਼ਿਸ਼ਾਂ ਰੂਪ ਘੁੱਟ ਚਾਹੁਣ ਵਾਲੇ (ਅਥਵਾ) ਘੁੱਟ ਪੀਣ ਵਾਲੇ ਹਨ।

ੳ) ਅਜ਼ੋ ਨਜ਼ਮ, ਕ਼ਾਲੇ ਹੱਕ਼ ਅੰਦੇਸ਼ਹ ਗ॥

ਅ) ਬਦੋ ਨਸਕ਼, ਇ਼ਲਮੇ ਯਕ਼ੀਂ ਪੇਸ਼ਹ ਗ॥੭੮॥

ਸੰਖੇਪ ਅਰਥ : ੳ) ਰੱਬੀ ਵਿਚਾਰ ਵਾਲੀ ਬਾਣੀ ਦਾ, ਉਨ੍ਹਾਂ ਤੋਂ ਹੀ ਪ੍ਰਬੰਧ ਹੋਇਆ ਹੈ।

ਅ) ਰੱਬੀ ਗਿਆਨ ਅਤੇ ਸਿਦਕ਼ ਭਰੋਸੇ ਦੇ ਕੰਮਕਾਜ ਦਾ ਪ੍ਰਬੰਧ ਵੀ; ਉਨ੍ਹਾਂ ਤੋਂ ਹੀ ਹੋਇਆ ਹੈ।

ੳ) ਜਿਲਾਏ ਮਕ਼ਾਲੇ ਹੱਕ਼; ਆਮਦ ਅਜ਼ੋ॥

ਅ) ਫ਼ਰੋਗ਼ੇ ਜਮਾਲੇ ਹੱਕ਼; ਆਮਦ ਅਜ਼ੋ॥ ੭੯॥

ਸੰਖੇਪ ਅਰਥ : **ੳ)** ਰੱਬੀ ਕਲਾਮ ਦਾ ਚਾਨਣਾ ਵੀ, ਉਨ੍ਹਾਂ ਤੋਂ ਹੀ ਆਇਆ ਹੈ।

ਅ) ਸਚਾਈ ਦੀ ਖ਼ੂਬਸੂਰਤ ਰੋਸ਼ਨੀ ਵੀ ਉਨ੍ਹਾਂ ਤੋਂ ਹੀ ਆਈ ਹੈ।

ਸਲਤ੍ਰਨਤੇ ਸ਼ਸ਼ਮ

ਅਰਥ = ਹੁਣ ਭਾਈ ਸਾਹਿਬ ਜੀ ਛੇਵੀਂ ਪਾਤਿਸ਼ਾਹੀ ਦੀ ਉਸਤਤ ਕਥਨ ਕਰਦੇ ਹਨ।

ੳ) ਸਲਤ੍ਰਨਤੇ ਸ਼ਸ਼ਮਸ਼, ਜਲਵਹ ਆਰਾਏ ਏਜ਼ਦੀ ਸ਼ਵਾਰਿਕ;

ਅ) ਵ ਇੰਤਸ਼ਾਰ ਅਫ਼ਜ਼ਾਏ, ਕ਼ੁਦਸੀ ਬਵਾਰਿਕ਼॥

ਸੰਖੇਪ ਅਰਥ : ੳ) ਗੁਰੂ ਨਾਂਨਕ ਦੇਵ ਜੀ ਦੀ ਛੇਵੀਂ ਪਾਤਿਸ਼ਾਹੀ ਰੱਬੀ ਰੌਸ਼ਨੀਆਂ ਦੀ ਚਮਕ ਨੂੰ ਸਜਾਉਣ ਵਾਲੀ ਹੈ (ਅਥਵਾ)=ਦਿਖਾਉਣ ਵਾਲੀ ਹੈ।

ਅ) ਅਤੇ ਪਵਿੱਤਰ ਬਿਜਲੀ ਵਰਗੇ ਨੂਰ ਨੂੰ ਵੱਧ ਤੋਂ ਵੱਧ ਖਿਲਾਰਣ ਵਾਲੀ ਹੈ।

ੳ) ਸ਼ਾਰਿਕ਼ ਹਏ ਰਹ਼ਮਤਸ਼, ਆ਼ਲਮੀਆਂ ਅਫ਼ਰੋਜ਼;

ਅ) ਵ ਬਾਰਿਕ਼ ਹਏ ਅ਼ਜ਼ਮਤਸ਼, ਜ਼ੁਲਮਤੀਆਂ ਸੋਜ਼॥

(ਉਚਾਰਣ = ਰਹ਼-ਮਤੱਸ਼ ਅਤੇ ਅ਼ਜ਼-ਮਤੱਸ਼ ਬੋਲੋ)

ਸੰਖੇਪ ਅਰਥ : ੳ) ਉਨ੍ਹਾਂ ਦੀ ਕਿਰਪਾ ਦਾ ਹਮਕਾਰਾ; ਸੰਸਾਰੀਆਂ ਨੂੰ ਰੋਸ਼ਨ ਕਰਨ ਵਾਲਾ ਹੈ।

ਅ) ਅਤੇ ਉਨ੍ਹਾਂ ਦੀ ਸ਼ਕਤੀ ਦਾ ਬਿਜਲੀ ਵਰਗਾ ਤੇਜ਼ ਚਮਕਾਰਾ, ਹਨੇਰੇ ਵਾਲਿਆਂ ਅਗਿਆਨੀਆਂ ਦਾ, ਅਗਿਆਨ ਰੂਪ ਹਨੇਰਾ ਸਾੜ ਦੇਣ ਵਾਲਾ ਹੈ।

ੳ) ਤੇਗ਼ਸ਼ ਦੁਸ਼ਮਨ ਅਫ਼ਗਨ,

ਅ) ਵ ਤੀਰਸ਼ ਖ਼ਾਰਾ ਸ਼ਿਕਨ॥

ਸੰਖੇਪ ਅਰਥ : ੳ) ਉਨ੍ਹਾਂ ਦੀ ਤਲਵਾਰ ਵੈਰੀਆਂ ਨੂੰ ਮਾਰਨ ਵਾਲੀ ਹੈ।

ਅ) ਅਤੇ ਉਨ੍ਹਾਂ ਦੇ ਤੀਰ ਪੱਥਰਾਂ ਨੂੰ (ਅਥਵਾ)=ਚੰਗੀ ਤਰ੍ਹਾਂ ਵੈਰੀਆਂ ਨੂੰ ਤੋੜਨ ਵਾਲ਼ੇ ਹਨ।

ੳ) ਇਅ਼ਜਾਜ਼ੇ ਪਾਕਸ਼, ਮਿਨੁੱਲ-ਸ਼ਮਸ[1] ਅਜ਼ ਹਰ;

ਅ) ਵ ਮੰਨਜ਼ਿਲੇ ਉਲੀ-ਆਇਸ਼, ਅਜ਼ ਹਰ ਉਲਵੀ ਬਰਤਰ॥

ਪਾਠਭੇਦ : [1]ਮਿਨਸ਼ੱਮਸ।

(ਉਚਾਰਣ = ਇਅ-ਜਾਜ਼ੇ ਐੜਾ ਦੱਬ ਕਰਕੇ ਬੋਲੋ)

ਸੰਖੇਪ ਅਰਥ : ੳ) ਉਨ੍ਹਾਂ ਦੀ ਪਵਿੱਤਰ ਵਡਿਆਈ ਹਰੇਕ ਸੂਰਜ ਤੋਂ ਵੀ (ਵਧੀਕ ਰੋਸ਼ਨ ਹੈ।)

ਅ) ਅਤੇ ਉਨ੍ਹਾਂ ਦਾ ਉੱਚਾ ਮਰਤਬਾ (ਅਥਵਾ) ਦਰਜਾ, ਹਰੇਕ ਉੱਚੇ ਦਰਜੇ ਤੋਂ ਵੀ ਉੱਚਾ ਹੈ।

ੳ) ਜ਼ੇਬੇ ਹਰ, ਪੰਜ ਮਸ਼ਅ਼ਲੇ ਜਹਾਂ ਆਰਾਇ;

ਅ) ਵ ਜ਼ੀਨਤੇ ਅੰਜੁਮਨੇ, ਇਰਸ਼ਾਦ ਵ ਹੁਦਾ॥

ਉਚਾਰਣ = ਹੁਦਾ ਪੋਲਾ ਜਿਹਾ ਬੋਲੋ)

ਸੰਖੇਪ ਅਰਥ : ੳ) ਜਹਾਨ ਨੂੰ ਸਜਾਉਣ ਵਾਲੀਆਂ ਪੰਜ ਮਸਾਲਾਂ (ਪੰਜ ਗੁਰੂ ਸਾਹਿਬਾਨਾਂ) ਵਿੱਚੋਂ

ਅ) (ਅੰਨਵੈ ਅਰਥ) ਗੁਰੂ ਹਰਿਗੋਬਿੰਦ ਸਾਹਿਬ ਜੀ (ਜ਼ੇਬੇ)=ਖ਼ੂਬਸੂਰਤੀ ਕਰਕੇ ਅਤੇ (ਇਰਸ਼ਾਦ)=ਬਚਨਾਂ ਕਰਕੇ ਅਤੇ (ਹੁਦਾ) ਸਿੱਖਿਆ ਕਰਕੇ, ਸੰਗਤ ਦੀ ਸੁੰਦਰਤਾ ਹਨ।

ੳ) ਹਾਏ ਨਾਮੇ, ਹੱਵੀਯਤ ਇਰ-ਤਸਾਮਸ਼, ਹਾਦੀਏ ਕੌਨੈਨ;

ਅ) ਵ ਰਾਏ, ਰਹ਼ਮਤ ਇਕ਼-ਤਜ਼ਾਇਸ਼; ਰੌਸ਼ਨੀਏ ਹਰ ਐ਼ਨ॥

(ਉਚਾਰਣ = ਹੱਵੀਅਤ ਬੋਲੋ)

ਸੰਖੇਪ ਅਰਥ : ੳ) ਗੁਰੂ ਹਰਿਗੋਬਿੰਦ ਸਿੰਘ ਜੀ ਦੇ ਪਵਿੱਤਰ ਨਾਮ ਦਾ ਹਾਹਾ ਅੱਖਰ ਇਹ ਉਪਦੇਸ਼ ਦਿੰਦਾ ਹੈ ਕਿ ਗੁਰੂ ਹਰਿਗੋਬਿੰਦ ਸਾਹਿਬ ਜੀ ਅਸਲੀਅਤ ਵਿੱਚ ਠੱਪਾ ਮਾਰ ਕਰਕੇ (ਅਥਵਾ) ਤਸੱਲੀ ਨਾਲ ਸਾਰੀ ਦੁਨੀਆਂ ਨੂੰ ਸੱਚ ਦਾ ਰਸਤਾ ਦਿਖਾਉਣ ਵਾਲੇ ਹਨ।

ਅ) ਅਤੇ ਰਾਰਾ ਅੱਖਰ ਇਹ ਉਪਦੇਸ਼ ਦਿੰਦਾ ਹੈ ਗੁਰੂ ਹਰਿਗੋਬਿੰਦ ਸਾਹਿਬ ਜੀ ਮਿਹਰਬਾਨੀ ਨੂੰ ਚਾਹੁਣ ਵਾਲੇ, ਹਰੇਕ ਆਦਮੀ ਦੀਆਂ ਅੱਖਾਂ ਵਿੱਚ, ਰੋਸ਼ਨੀ ਕਰਨ ਵਾਲੇ ਹਨ।

ੳ) ਕਾਫ਼ੇ ਫ਼ਾਰਸੀਅਸ਼, ਗੌਹਰੇ ਹੱਕ਼ ਜਿਲਾ;

ਅ) ਵ ਵਾਓ; ਬਾਦੀ ਵਿਰਦੁਲਮਾ, ਜਾਂ ਫ਼ਿਜਾ॥

(ਉਚਾਰਣ = ਵਿਰਦੁੱਲ-ਮਾ ਬੋਲੋ ਅਤੇ ਜਿਲਾ ਪੋਲਾ ਬੋਲੋ)

ਸੰਖੇਪ ਅਰਥ : ੳ) ਉਨ੍ਹਾਂ ਦੇ ਨਾਮ ਦਾ ਫ਼ਾਰਸੀ ਦਾ ਕੱਕਾ ਅਤੇ ਅ਼ਰਬੀ ਦਾ ਗੱਗਾ ਇਹ ਉਪਦੇਸ਼ ਦਿੰਦਾ ਹੈ ਕਿ ਗੁਰੂ ਹਰਿਗੋਬਿੰਦ ਜੀ ਸਚਾਈ ਦੇ ਵੱਡੇ ਮੋਤੀ ਹਨ।

ਅ) ਅਤੇ ਗੁਰੂ ਜੀ ਦੇ ਪਵਿੱਤਰ ਨਾਮ ਦੇ (ਗੱਗੇ ਅੱਖਰ ਉੱਪਰ ਲੱਗਾ ਹੋਇਆ) ਹੋੜਾ ਇਹ ਉਪਦੇਸ਼ ਦਿੰਦਾ ਹੈ ਕਿ ਗੁਰੂ ਹਰਿਗੋਬਿੰਦ ਸਾਹਿਬ ਜੀ ਦਾ ਪਵਿੱਤਰ ਨਾਮ, ਜੋ ਹਵਾ ਵਾਂਗ ਤੇਜ਼ੀ ਦੇ ਨਾਲ ਆਪਣੀ ਜ਼ੁਬਾਨ ਉੱਪਰ ਜਪਦੇ ਹਨ ਉਹ ਆਪਣੀ ਜਾਨ ਨੂੰ ਵਧਾ ਲੈਂਦੇ ਹਨ।

ੳ) ਬਾਏ ਅਬਦ, ਜ਼ਿਆਇਸ਼ ਬਾਕ਼ੀ ਬਿਲ-ਹੱਕ਼;

ਅ) ਵ ਸ਼ਮੀਮੇ, ਨੂਨੇ ਫ਼ੱਰੁਖ਼ ਮਜ਼-ਮੂਨਸ਼, ਨਿਅ਼ਮੇ ਜਾਵਿ-ਦਾਨੀ ਨਸਕ਼॥

(**ਉਚਾਰਣ** = ਨਿਅ਼ਮੇ ਪੋਲਾ ਅਤੇ ਐੜਾ ਦੱਬ ਕੇ ਬੋਲੋ)

ਸੰਖੇਪ ਅਰਥ : ੳ) ਗੁਰੂ ਜੀ ਦੇ ਪਵਿੱਤਰ ਨਾਮ ਦਾ ਬੱਬਾ ਅੱਖਰ, ਹਮੇਸ਼ਾ ਇਹ ਉਪਦੇਸ਼ ਦਿੰਦਾ ਹੈ ਕਿ ਰੱਬ (ਅਥਵਾ) ਗੁਰੂ ਹਰਿਗੋਬਿੰਦ ਸਾਹਿਬ ਜੀ ਦੀ ਰੋਸ਼ਨੀ, ਹਰੇਕ ਦੇ ਦਿਲ ਵਿੱਚ ਸਦਾ ਰਹਿਣ ਵਾਲਾ ਹੈ।

ਅ) (ਅੰਨਵੈ ਅਰਥ)=ਅਤੇ ਉਨ੍ਹਾਂ ਦੇ ਨਾਮ ਦਾ ਜੋ ਮੁਬਾਰਿਕ ਵਿਸ਼ਾ ਹੈ ਉਸ ਵਿਸ਼ੇ ਦੀ ਜੋ ਪਵਿੱਤਰ ਟਿੱਪੀ ਹੈ। ਉਹ ਟਿੱਪੀ ਇਹ ਉਪਦੇਸ਼ ਦਿੰਦੀ ਹੈ ਕਿ ਗੁਰੂ ਜੀ (ਸ਼ੁਭ ਗੁਣਾਂ ਦੀ) ਖ਼ੁਸ਼ਬੂ ਦਾ, (ਤੇ ਨੇਕੀ ਦੇ ਮਾਰਗ ਦਾ), ਸਦਾ ਕਾਨੂੰਨ ਬਣਾਉਣ ਵਾਲੇ ਅਤੇ ਪ੍ਰਬੰਧ ਕਰਨ ਵਾਲੇ ਹਨ।

ੳ) ਦਾਲੇ ਆਖ਼ਿਰਸ਼, ਦਾਨਾਏ ਬਾਤ਼ਿਨ ਵ ਜ਼ਾਹਿਰ;

ਅ) ਵ ਅਸਰਾਰੇ ਗ਼ੈਬ, ਵ ਸ਼ਹੂਦ ਬਰ ਦਿਲਸ਼ ਬਾਹਿਰ॥ ੮੦॥

ਸੰਖੇਪ ਅਰਥ : ੳ) ਉਨ੍ਹਾਂ ਦੇ ਨਾਮ ਦਾ ਆਖ਼ੀਰਲਾ ਦੱਦਾ ਅੱਖਰ ਇਹ ਉਪਦੇਸ਼ ਦਿੰਦਾ ਹੈ ਕਿ ਗੁਰੂ ਜੀ ਜਾਨਣ ਵਾਲੇ ਹਨ ਦਿਲਾਂ ਦੇ ਪ੍ਰਗਟ ਅਤੇ

ਅ) ਗੁਪਤ ਭੇਦਾਂ ਨੂੰ ਅਤੇ (ਸਾਰੀ ਕ਼ਾਇਨਾਤ ਦੇ ਗੁਪਤ ਤੇ) ਪ੍ਰਗਟ ਭੇਦ, ਗੁਰੂ ਜੀ ਦੇ ਦਿਲ ਉੱਪਰ ਖੁੱਲ੍ਹੇ ਹੋਏ ਹਨ।

ਵਾਹਿਗੁਰੂ ਜੀਉ ਸੱਤ

ਅਰਥ=ਅਕਾਲ ਪੁਰਖ ਜੀ ਦਾ ਨਾਮ ਸੱਚਾ ਹੈ।

ੳ) ਗੁਰੂ ਹਰਿਗੋਬਿੰਦ ਆਂ, ਸਰਾਪਾ ਕਰਮ॥

ਅ) ਕਿ ਮਕ਼ਬੂਲ ਸ਼ੁਦ; ਜ਼ੋ ਸ਼ਕ਼ੀ ੳ ਦਜ਼ਮ॥ ੮੧॥

(**ਉਚਾਰਣ** = ਸ਼ਕ਼ੀ ਪੋਲਾ ਬੋਲੋ)

ਸੰਖੇਪ ਅਰਥ : ੳ) ਉਹ ਗੁਰੂ ਹਰਿਗੋਬਿੰਦ ਸਾਹਿਬ ਜੀ ਸਿਰ ਤੋਂ ਪੈਰਾਂ ਤੱਕ ਬਖ਼ਸ਼ਿਸ਼ਾਂ

ਕਰਨ ਵਾਲੇ ਹਨ।

ਅ) ਉਨ੍ਹਾਂ ਦੇ ਰਾਹੀਂ, ਜੋ ਵੱਡੇ-ਵੱਡੇ ਪਾਪੀ ਅਤੇ ਨਿਭਾਗੇ ਲੋਕ ਸਨ ਉਹ (ਰੱਬ ਦੀ ਦਰਗਾਹ) ਵਿੱਚ ਕਬੂਲ ਹੋ ਗਏ।

ੳ) ਫ਼ਜ਼ਾਲੋ ਕਰਾਮਸ਼, ਫ਼ਜ਼ੂੰ ਅਜ਼ ਹਿਸਾ ॥

ਅ) ਸ਼ਿਕੋਹਸ਼ ਹਮਹ, ਫ਼ੱਰਹਾਏ ਕਿਬਰੀਯਾ ॥ ੮੨ ॥

(**ਉਚਾਰਣ** = ਹਿੱਸਾ ਬੋਲੋ)

ਸੰਖੇਪ ਅਰਥ : ੳ) ਦੁਨੀਆਂ ਉੱਪਰ ਉਨ੍ਹਾਂ ਦੀਆਂ ਮਿਹਰਾਂ ਤੇ ਬਖ਼ਸ਼ਿਸ਼ਾਂ ਗਿਣਤੀ ਤੋਂ ਵੀ ਵੱਧ ਹਨ (ਭਾਵ) ਬੇਹਿਸਾਬ ਹਨ।

ਅ) ਸਾਰੀ ਦੁਨੀਆਂ ਉੱਪਰ ਉਨ੍ਹਾਂ ਦਾ ਰੋਬ ਵੀ ਹੈ ਅਤੇ ਸਾਰੀ ਦੁਨੀਆਂ ਉੱਪਰ ਉਨ੍ਹਾਂ ਦੀ (ਬੇਸ਼ੁਮਾਰ ਖ਼ੁਸ਼ੀ) ਵੀ ਹੈ।

ੳ) ਵਜੂਦਸ਼ ਸਰਾਪਾ, ਕਰਮ-ਹਾਏ ਹੱਕ਼ ॥

ਅ) ਜ਼ਿ ਖ਼੍ਵਾਸ਼ਾਂ, ਰਬਾਇੰਦਹ ਗੋਏ ਸਬਕ਼ ॥ ੮੩ ॥

(**ਉਚਾਰਣ** = ਖ਼੍ਵਾਸਾਂ ਦਾ ਵਾਵਾ ਸਾਈਲੈਂਟ ਕਰਕੇ ਖ਼ਾਸਾਂ ਬੋਲੋ)

ਸੰਖੇਪ ਅਰਥ : ੳ) ਉਨ੍ਹਾਂ ਦਾ ਵਜੂਦ ਸਿਰ ਤੋਂ ਪੈਰਾਂ ਤੀਕਰ ਰੱਬੀ ਬਖ਼ਸ਼ਿਸ਼ਾਂ ਦਾ ਹੈ।

ਅ) ਗੁਰੂ ਹਰਿਗੋਬਿੰਦ ਸਾਹਿਬ ਜੀ ਸਾਰੇ ਰੱਬ ਦੇ ਖ਼ਾਸ ਲੋਕਾਂ ਤੋਂ, ਰੱਬ ਦੀ ਨੇੜਤਾ ਰੂਪ ਗੇਂਦ ਨੂੰ, ਜਿੱਤ ਲੈਣ ਵਾਲੇ ਹਨ।

ੳ) ਹਮਅਜ਼ ਫ਼ਕ਼ਰੋ, ਹਮ ਸਲਤ਼ਨਤ ਨਾਮਵਰ ॥

ਅ) ਬ-ਫ਼ਰਮਾਨੇ ਊ, ਜੁਮਲਾ ਜ਼ੇਰੋ ਜ਼ਬਰ ॥ ੮੪ ॥

(**ਉਚਾਰਣ** = ਹਮਜ਼ ਬੋਲੋ ਅਤੇ ਫ਼ੱਕ਼ਰੋ ਬੋਲੋ)

ਸੰਖੇਪ ਅਰਥ : ੳ) ਗ਼ਰੀਬੀ ਤੋਂ ਵੀ ਅਤੇ ਬਾਦਿਸ਼ਾਹੀ ਤੋਂ ਵੀ ਪ੍ਰਸਿੱਧ ਹਨ।

ਅ) ਹੇਠਲੇ ਤੇ ਉਪਰਲੇ ਸਾਰੇ ਹੀ ਉਨ੍ਹਾਂ ਦੇ ਹੁਕਮ ਹੇਠ ਹਨ।

ੳ) ਦੁ ਆ਼ਲਮ; ਮੁਨਵਰ ਜ਼ਿ ਅਨਵਾਰੇ ਊ ॥

ਅ) ਹਮਹ ਤਿਸ਼ਨਹਏ; ਫ਼ੈਜ਼ੇ ਦੀਦਾਰੇ ਊ ॥ ੮੫ ॥

(**ਉਚਾਰਣ** = ਮੁਨ-ਵਰ ਇਕੱਠਾ ਅਤੇ ਪੋਲਾ ਬੋਲੋ)

ਸੰਖੇਪ ਅਰਥ : ੳ) ਉਨ੍ਹਾਂ ਦੇ ਨੂਰ ਤੋਂ; ਦੋ ਜਹਾਨ ਪ੍ਰਕਾਸ਼ਮਾਨ ਹਨ।

ਅ) ਤੇ ਸਾਰੇ ਹੀ ਉਨ੍ਹਾਂ ਦੇ ਦਰਸ਼ਨਾਂ ਅਤੇ ਮਿਹਰਾਂ ਦੇ ਤਿਹਾਏ ਹਨ।

ਸਲਤ਼ਨਤੇ ਹਫ਼ਤਮ

ਹੁਣ ਭਾਈ ਸਾਹਿਬ ਜੀ ਸੱਤਵੀਂ ਪਾਤਿਸ਼ਾਹੀ ਦੀ ਉਸਤਤ ਕਰਦੇ ਹਨ।

ੳ) ਸਲਤ਼ਨਤੇ ਹਫ਼ਤ-ਮਸ਼, ਅਜ਼ ਹਫ਼ਤ ਵ ਨੁਹੁ ਬਰ-ਤਰੀਂ;

ਅ) ਵ ਸਦ ਹਜ਼ਾਰਾਂ, ਸਬਾ ਵ ਤਿਸਅ਼ ਖ਼ਾਕਿ-ਨਸ਼ੀਂ॥

(**ਉਚਾਰਣ** = ਤਿੱਸਾ ਬੋਲੋ ਅਤੇ ਕਈ ਫ਼ਾਰਸੀ ਦੇ ਵਿਦਵਾਨ ਤਿੱਸਅ਼ ਵੀ ਬੋਲ ਦਿੰਦੇ ਹਨ)

ਸੰਖੇਪ ਅਰਥ : ੳ) ਗੁਰੂ ਨਾਨਕ ਦੇਵ ਜੀ ਦੀ ਸੱਤਵੀਂ ਪਾਤਿਸ਼ਾਹੀ, ਸੱਤ ਜ਼ਮੀਨਾਂ ਅਤੇ ਨੌਂ ਅਸਮਾਨਾਂ ਤੋਂ ਵੀ ਬਹੁਤ ਉੱਚੀ ਹੈ।

ਅ) ਅਤੇ ਸੈਂਕੜੇ ਹਜ਼ਾਰਾਂ ਅਥਵਾ=ਲੱਖਾਂ ਹੀ ਸੱਤ ਜ਼ਮੀਨਾਂ ਤੇ ਨੌਂ ਅਕਾਸ਼ ਉਨ੍ਹਾਂ ਦੀ ਧੂੜੀ ਵਿੱਚ ਬੈਠਣ ਵਾਲੇ ਹਨ।

ੳ) ਉਲਵੀ-ਆਨੇ ਕੁ਼ਦਸੀ, ਬਸਤਰ ਕਮਰ ਬਰ-ਦਰਸ਼;

ਅ) ਵ ਕੁ਼ਦਸੀ-ਆਨੇ ਉਲਵੀ, ਚਾਕਰੇ ਫ਼ਰਮਾਂ-ਬਰਸ਼॥

ਸੰਖੇਪ ਅਰਥ : ੳ) ਪਵਿੱਤ੍ਰ ਉੱਚੇ ਲੋਕ; ਉਨ੍ਹਾਂ ਦੇ ਦਰਵਾਜ਼ੇ 'ਤੇ ਲੱਕ ਬੰਨ੍ਹ ਕਰਕੇ ਖੜ੍ਹੇ ਹਨ।

ਅ) ਉੱਚੇ ਪਵਿੱਤ੍ਰ ਲੋਕ, ਉਨ੍ਹਾਂ ਦੇ ਨੌਕਰ ਅਤੇ ਉਨ੍ਹਾਂ ਦਾ ਹੁਕਮ ਮੰਨਣ ਵਾਲੇ ਹਨ।

ੳ) ਅਜ਼ ਹਮ ਗੁਸਲਿ, ਕਮੰਦੇ ਮਰਗ ਵ ਹਲਾਕ;

ਅ) ਵ ਮਲਕੁਲ-ਮੌਤੇ ਸਹਮ-ਨਾਕ ਅਜ਼ ਅ਼ਜ਼ਮਤਸ਼ ਸੀਨਹ ਚਾਕ॥

ਸੰਖੇਪ ਅਰਥ : ੳ) ਉਨ੍ਹਾਂ ਤੋਂ; ਮੌਤ ਅਤੇ ਬਰਬਾਦੀ ਦਾ ਕਮੰਦ (ਫਾਹਾ) ਭੀ ਟੁੱਟ ਜਾਂਦਾ ਹੈ।

ਅ) ਅਤੇ ਉਨ੍ਹਾਂ ਦੀ ਵਡਿਆਈ ਤੋਂ ਡਰਾਉਣੇ ਧਰਮਰਾਜ ਦਾ ਸੀਨਾ ਵੀ ਫਟ ਜਾਂਦਾ ਹੈ।

ੳ) ਤਖ਼ਤ-ਨਸ਼ੀਨੇ, ਸਲਤ਼ਨਤੇ ਬੇਜ਼ਵਾਲ;

ਅ) ਵ ਮਕ਼ਬੂਲੇ ਦਰਗਾਹੇ, ਵਾਹਿ-ਬੁਲ-ਮੁਤਅ਼ਾਲ॥

(**ਉਚਾਰਣ** = ਵਾਹਿ-ਬੁੱਲ-ਮੁੱਤਅ਼ਾਲ ਬੋਲੋ)

ਸੰਖੇਪ ਅਰਥ : ੳ) ਗੁਰੂ ਹਰਿ ਰਾਇ ਸਾਹਿਬ ਜੀ ਅਟੱਲ ਪਤਿਸ਼ਾਹੀ ਦੇ ਤਖ਼ਤ 'ਤੇ ਬੈਠਣ ਵਾਲੇ ਹਨ।

ਅ) (ਅੰਨਵੈ ਅਰਥ) ਤੇ ਸਾਰਿਆਂ ਨੂੰ ਉੱਚਾ ਦਾਨ ਦੇਣ ਵਾਲੇ, ਰੱਬੀ ਦਰਗਾਹ ਦੇ ਕਬੂਲੇ ਹੋਏ ਹਨ।

ੳ) ਮੁਨਇ਼ਮੁਲਫ਼ਜ਼ਾਲ, ਖ਼ੁਦ ਤ਼ਾਲਿਬਸ਼;

ਅ) ਵ ਬਰ ਕ਼ਦਰ ਵ ਕੁ਼ਦਰਤ, ਦਸਤਗਾਹ ਗ਼ਾਲਿਬਸ਼॥

(**ਉਚਾਰਣ** = ਮੁਨ-ਇ-ਮੁੱਲ-ਫ਼ਜ਼ਾਲ ਬੋਲੋ)

ਸੰਖੇਪ ਅਰਥ : ੳ) ਸੱਤਵੇਂ ਪਾਤਸ਼ਾਹ ਆਪਣੇ ਦਾਸਾਂ ਨੂੰ ਮਿਹਰਬਾਨੀਆਂ ਦੇਣ ਵਾਲੇ ਹਨ ਇਸ ਕਰਕੇ ਆਪ ਰੱਬ ਵੀ ਗੁਰੂ ਹਰਿਰਾਇ ਸਾਹਿਬ ਜੀ ਨੂੰ ਚਾਹੁਣ ਵਾਲਾ ਹੈ।

ਅ) ਅਤੇ ਸਾਰਿਆਂ ਮਰਤਬਿਆਂ ਅਤੇ ਕੁਦਰਤ ਦੇ ਉੱਪਰ ਉਨ੍ਹਾਂ ਦੇ ਹੱਥਾਂ ਦੀ ਭਾਰੀ ਤਾਕਤ ਹੈ।

ੳ) ਅਜ਼ ਨਾਮੇ ਫ਼ੱਰੁਖ਼ਸ਼ ਕਾਫ਼ੇ ਤਾਜ਼ੀ, ਕਰਾਮਤੇ ਕੱਰੂਬੀਆਂ;

ਅ) ਵ ਰਾਏ ਹ਼ਕ਼ ਗਰਾਇਸ਼, ਰਿਆਹ਼ੇ ਕੁੱਦੂਸੀਆਂ॥

ਸੰਖੇਪ ਅਰਥ : ੳ) ਅਤੇ ਉਨ੍ਹਾਂ ਦੇ ਮੁਬਾਰਿਕ ਨਾਮ ਵਿੱਚੋਂ ਅ਼ਰਬੀ ਦਾ ਕਾਫ਼ (ਅਤੇ ਪੰਜਾਬੀ ਦਾ ਕੱਕਾ ਅੱਖਰ) ਇਹ ਉਪਦੇਸ਼ ਦਿੰਦਾ ਹੈ ਕਿ ਸਤਿਗੁਰੂ ਜੀ ਦੇਵਤਿਆਂ ਨੂੰ ਵੀ ਵਡਿਆਈ ਦੇਣ ਵਾਲੇ ਹਨ।

ਅ) ਅਤੇ ਉਨ੍ਹਾਂ ਦੇ ਨਾਮ ਦਾ ਪਵਿੱਤਰ ਰਾਰਾ ਅੱਖਰ ਇਹ ਉਪਦੇਸ਼ ਦਿੰਦਾ ਹੈ ਕਿ ਸਤਿਗੁਰ ਜੀ ਸਚਾਈ ਨੂੰ ਕਬੂਲ ਕਰਨ ਵਾਲੇ ਹਨ। (ਅਥਵਾ)=ਸੱਚੇ ਬੰਦਿਆਂ ਨੂੰ ਕ਼ਬੂਲ ਕਰਨ ਵਾਲੇ ਹਨ। ਅਤੇ ਪਵਿੱਤਰ ਲੋਕਾਂ ਨੂੰ ਸ਼ੁਭ ਗੁਣਾਂ ਦੀ ਖ਼ੁਸ਼ਬੂ ਦੇਣ ਵਾਲੇ ਹਨ।

ੳ) ਤਾਏ ਬਾ-ਅਲਿਫ਼ੇ ਓ, ਤਾਬ ਦੇਹ ਪੰਜਹਏ,

ਤਹਮ-ਤਨਾਂਨੇ ਫ਼ਲਕ ਜ਼ੋਰ;

ਅ) ਵ ਹਾਏ ਬਾ-ਰਾਇਸ਼, ਹਜ਼ੀਮਤ ਅਫ਼ਗਨੇ,

ਫ਼ਲਕ ਹੈਬ-ਤਾਨੇ ਸਲਹ-ਸ਼ੋਰ॥

ਸੰਖੇਪ ਅਰਥ : ੳ) ਉਨ੍ਹਾਂ ਦੇ ਨਾਮ ਦਾ ਤੱਤਾ ਅਤੇ ਤੱਤੇ ਨਾਲ ਮਿਲਿਆ ਹੋਇਆ ਕੰਨਾ, ਇਹ ਉਪਦੇਸ਼ ਦਿੰਦਾ ਹੈ ਕਿ ਗੁਰੂ ਹਰਿਰਾਇ ਸਾਹਿਬ ਜੀ ਅਸਮਾਨੀ ਜ਼ੋਰ ਵਾਲੇ ਸੂਰਮਿਆਂ ਦੇ ਹੱਥਾਂ ਨੂੰ ਇ਼ਲਾਹੀ ਤਾਕਤ ਦੇਣ ਵਾਲੇ ਹਨ। **(ਇੱਥੋਂ ਤੱਕ ਕਰਤਾ ਦਾ ਅਰਥ ਆਇਆ ਹੈ)**

ਅ) ਉਨ੍ਹਾਂ ਦੇ ਨਾਮ ਦਾ ਹਾਹਾ ਅਤੇ ਹਾਹੇ ਨਾਲ ਮਿਲਿਆ ਰਾਰਾ ਅੱਖਰ ਇਹ ਉਪਦੇਸ਼ ਦਿੰਦਾ ਹੈ ਕਿ ਗੁਰੂ ਜੀ ਅਸਮਾਨ ਜਿੱਡੇ ਭਿਅੰਕਰ ਅਤੇ ਸ਼ਸਤ੍ਰਾਂ ਦੀ ਅਵਾਜ਼ ਕਰਨ ਵਾਲੇ (ਅਥਵਾ)=ਭਾਰੀ ਜੰਗ ਕਰਨ ਵਾਲੇ ਬਹਾਦਰਾਂ ਨੂੰ ਹਾਰ ਦੇ ਕੇ ਪਟਕਾਉਣ ਵਾਲੇ ਹਨ (ਭਾਵ)=ਮਾਰਨ ਵਾਲੇ ਹਨ।

(ਇਥੋਂ ਤੱਕ ਹਰਿ ਦਾ ਅਰਥ ਹਨ)

ੳ) ਰਾਏ ਬਾ-ਅਲਿਫ਼ਸ਼ ਰਾ, ਉਸ਼ਰ ਬਰ-ਗੁਜ਼ੀਂ ਰਾਮ;

ਅ) ਵ ਯਾਏ ਆਖ਼ਿਰਸ਼, ਯਾਵਰੇ ਖ਼ਾਸੋ ਆਮ ॥ ੮੬ ॥

ਸੰਖੇਪ ਅਰਥ : ੳ) ਉਨ੍ਹਾਂ ਦੇ ਨਾਮ ਦਾ ਰਾਰਾ ਅਤੇ ਰਾਰੇ ਨਾਲ ਮਿਲਿਆ ਹੋਇਆ ਕੰਨਾ ਇਹ ਉਪਦੇਸ਼ ਦਿੰਦਾ ਹੈ ਕਿ (ਸਤਿਗੁਰੂ ਹਰਿ ਰਾਇ ਸਾਹਿਬ ਜੀ) ਆਗਿਆਕਾਰੀ ਭਗਤਾਂ ਦੀ ਪਰਜਾ ਤੋਂ ਨਮਸਕਾਰਾਂ ਰੂਪ ਟੈਕਸ ਲੈਂਦੇ ਹਨ (ਅਥਵਾ)=ਅੰਗੀਕਾਰ ਕਰਦੇ ਹਨ।

ਅ) ਉਨ੍ਹਾਂ ਦੇ ਨਾਮ ਦੀ ਆਖ਼ਿਰੀ, ਫ਼ਾਰਸੀ ਦੀ ਯੇ (ਅਤੇ ਪੰਜਾਬੀ ਦੀ ਏ) ਇਹ ਉਪਦੇਸ਼ ਦਿੰਦੀ ਹੈ ਕਿ ਗੁਰੂ ਜੀ ਹਰੇਕ ਆਮ ਖ਼ਾਸ ਦੇ ਸਹਾਇਕ ਹਨ।

ਵਾਹਿਗੁਰੂ ਜੀਉ ਸੱਤਿ

ਅਰਥ = ਅਕਾਲ ਪੁਰਖ ਜੀ ਦਾ ਨਾਮ ਸੱਚਾ ਹੈ।

ੳ) ਹੱਕ਼ ਪਰਵਰ ਹੱਕ਼ ਕੇਸ਼, ਗੁਰੂ ਕਰਤਾ ਹਰਿਰਾਇ ॥

ਅ) ਸੁਲਤ਼ਾਨ ਹਮ ਦਰਵੇਸ਼, ਗੁਰੂ ਕਰਤਾ ਹਰਿਰਾਇ ॥ ੮੭ ॥

ਸੰਖੇਪ ਅਰਥ : ੳ) ਗੁਰੂ ਕਰਤਾ ਹਰਿਰਾਇ ਜੀ ਸਚਾਈ ਨੂੰ ਪਾਲਣ ਵਾਲੇ ਅਤੇ ਸਚਾਈ ਦੇ ਧਰਮ ਨੂੰ ਧਾਰਨ ਵਾਲੇ ਹਨ।

ਅ) ਗੁਰੂ ਕਰਤਾ ਹਰਿਰਾਇ ਸਾਹਿਬ ਜੀ ਬਾਦਸ਼ਾਹ ਵੀ ਹਨ ਅਤੇ ਫ਼ਕ਼ੀਰ ਵੀ ਹਨ।

ੳ) ਫ਼ੱਯਾਜ਼ੁਦ-ਦਾਰੈਨ; ਗੁਰੂ ਕਰਤਾ ਹਰਿਰਾਇ ॥

ਅ) ਸਰਵਰੇ ਕੌਨੈਨ; ਗੁਰੂ ਕਰਤਾ ਹਰਿਰਾਇ ॥ ੮੮ ॥

(**ਉਚਾਰਣ** = ਫ਼ੱਈ-ਆ-ਜ਼ੁਦ+ਦਾਰੈਨ ਬੋਲੋ)

ਸੰਖੇਪ ਅਰਥ : ੳ) ਗੁਰੂ ਕਰਤਾ ਹਰਿਰਾਇ ਸਾਹਿਬ ਜੀ ਦੋਹਾਂ ਜਹਾਨਾਂ ਨੂੰ ਦਾਨ ਦੇਣ ਵਾਲੇ ਦਾਨੀ ਹਨ।

ਅ) ਗੁਰੂ ਕਰਤਾ ਹਰਿਰਾਇ ਸਾਹਿਬ ਜੀ ਦੋ ਜਹਾਨਾਂ ਦੇ ਮਾਲਿਕ ਹਨ।

ੳ) ਹੱਕ਼ ਵਾਸਿਫ਼ੇ ਇਕਰਾਮ; ਗੁਰੂ ਕਰਤਾ ਹਰਿਰਾਇ ॥

ਅ) ਖ਼ਾਸਾਨੇ ਹਮਾ ਬਰ ਕਾਮ, ਗੁਰੂ ਕਰਤਾ ਹਰਿਰਾਇ ॥ ੮੯ ॥

ਸੰਖੇਪ ਅਰਥ : ੳ) ਸਚਾਈ ਦੀ ਉਸਤਤ ਕਰਨ ਵਾਲਿਆਂ ਨੂੰ ਸਤਿਗੁਰੂ ਜੀ ਇੱਜ਼ਤ ਬਖ਼ਸ਼ਦੇ ਹਨ।

ਅ) ਸਾਰੇ ਖ਼ਾਸ ਲੋਕ ਗੁਰੂ ਕਰਤਾ ਹਰਿਰਾਇ ਜੀ ਤੋਂ ਮੁਰਾਦਾਂ ਮੰਗਣ ਵਾਲੇ ਹਨ (ਅਤੇ ਗੁਰੂ ਜੀ ਉਨ੍ਹਾਂ ਦੀਆਂ ਲੋੜਾਂ ਨੂੰ ਪੂਰੀਆਂ ਕਰਨ ਵਾਲੇ ਹਨ।)

ੳ) ਗਰਦਨ ਜ਼ਨੇ ਸਰਕਸ਼ਾਂ; ਗੁਰੂ ਕਰਤਾ ਹਰਿਰਾਇ ॥

ਅ) ਯਾਰੇ ਮੁਤਜ਼ੱਰਆਂ[1]; ਗੁਰੂ ਕਰਤਾ ਹਰਿਰਾਇ ॥ ੯੦ ॥

(**ਉਚਾਰਣ** = ਮੁੱਤਜ਼ੱਰਆ ਇਕੱਠਾ ਬੋਲੋ)

ਪਾਠਭੇਦ : [1]ਮੁੱਤਜ਼ੱਰ ਆਂ।

ਸੰਖੇਪ ਅਰਥ : ੳ) ਗੁਰੂ ਕਰਤਾ ਹਰਿਰਾਇ ਸਾਹਿਬ ਜੀ ਸ਼ਰਾਰਤੀਆਂ ਦੀਆਂ ਧੌਣਾਂ ਕੱਟਣ ਵਾਲੇ ਹਨ।

ਅ) ਗੁਰੂ ਕਰਤਾ ਹਰਿਰਾਇ ਸਾਹਿਬ ਜੀ ਕਮਜ਼ੋਰ ਲੋਕਾਂ ਦੇ ਦੋਸਤ ਹਨ।

ੳ) ਸ਼ਾਹਨ-ਸ਼ਹੇ ਹੱਕ਼ ਨਸਕ਼; ਗੁਰੂ ਕਰਤਾ ਹਰਿਰਾਇ ॥

ਅ) ਫ਼ਰਮਾਂ ਦਿਹੇ, ਨੁਹ ਤ਼ਬਕ਼; ਗੁਰੂ ਕਰਤਾ ਹਰਿਰਾਇ ॥ ੯੧ ॥

(**ਉਚਾਰਣ** = ਫ਼ਰ-ਮਾਂ ਲੰਮਕਾ ਕੇ ਬੋਲੋ)

ਸੰਖੇਪ ਅਰਥ : ੳ) ਗੁਰੂ ਕਰਤਾ ਹਰਿਰਾਇ ਜੀ ਸਚਾਈ ਦੇ ਪ੍ਰਬੰਧ ਨੂੰ ਚਲਾਉਣ ਵਿੱਚ ਬਾਦਸ਼ਾਹਾਂ ਦੇ ਬਾਦਸ਼ਾਹ ਹਨ।

ਅ) ਗੁਰੂ ਕਰਤਾ ਹਰਿਰਾਇ ਜੀ ਨੌਂ ਅਕਾਸ਼ਾਂ ਦੀਆਂ ਪਰਤਾਂ ਨੂੰ ਹੁਕਮ ਦੇਣ ਵਾਲੇ ਹਨ।

ਸਲਤ਼ਨਤੇ ਹਸ਼ਤਮ

ਸੰਖੇਪ ਅਰਥ = ਭਾਈ ਸਾਹਿਬ ਜੀ ਕਹਿੰਦੇ ਹਨ ਕਿ ਹੁਣ ਅਸੀਂ ਅੱਠਵੀਂ ਪਾਤਿਸ਼ਾਹੀ ਗੁਰੂ ਹਰਿਕ੍ਰਿਸ਼ਨ ਜੀ ਦਾ ਜਸ ਕਹਿੰਦੇ ਹਾਂ।

ੳ) ਸਲਤ਼ਨਤੇ ਹਸ਼ਤ-ਮਸ਼, ਤਾਜੇ ਮਅ਼ਸੂਮਾਨੇ ਮਕ਼ਬੂਲ;

ਅ) ਵ ਮਤ਼ਆਏ, ਮੁਕ਼-ਬਿਲਾਨੇ ਮੌਸੂਲ ॥

(**ਉਚਾਰਣ** = ਮ-ਸੂ-ਮਾਨੇ ਲੰਮਕਾ ਕੇ ਬੋਲੋ ਅਤੇ ਮਤ਼ਾਏ ਬੋਲੋ)

ਸੰਖੇਪ ਅਰਥ : ੳ) ਗੁਰੂ ਨਾਨਕ ਦੇਵ ਜੀ ਦੀ ਅੱਠਵੀਂ ਪਾਤਿਸ਼ਾਹੀ (ਗੁਰੂ ਹਰਿਕ੍ਰਿਸ਼ਨ ਸਾਹਿਬ ਜੀ) ਰੱਬੀ ਦਰਗਾਹ ਵਿੱਚ ਕ਼ਬੂਲ ਹੋਏ ਬੇਗੁਨਾਹਾਂ (ਪਵਿੱਤ੍ਰ ਪੁਰਸ਼ਾਂ) ਦੇ ਤਾਜ ਹਨ (ਭਾਵ)=ਬਾਦਸ਼ਾਹ ਹਨ।

ਅ) ਅਤੇ ਗੁਰੂ ਹਰਿਕ੍ਰਿਸ਼ਨ ਜੀ ਰੱਬੀ ਦਰਗਾਹ ਦੇ ਵਿੱਚ ਕ਼ਬੂਲੇ ਹੋਏ ਅਤੇ ਰੱਬੀ ਦਰਗਾਹ ਨੂੰ ਮਿਲੇ ਹੋਏ ਲੋਕਾਂ ਦੀ ਦੌਲਤ ਹਨ।

ੳ) ਇਅ੍-ਜਾਜ਼ੇ ਕੁ੍ਦਸੀ-ਅਸ਼, ਸ਼ੁਹਰਾ ਆਫ਼ਾਕ੍;

ਅ) ਵ ਅਨਵਾਰੇ, ਵਜੂਦੇ ਪਾਕਸ਼; ਹੱਕ੍ ਇਸ਼ਰਾਕ੍[1] ॥

ਪਾਠਭੇਦ : [1]ਅਸ਼ਰਾਕ੍।

ਸੰਖੇਪ ਅਰਥ : ੳ) ਉਨ੍ਹਾਂ ਦੀ ਪਵਿੱਤਰ ਵਡਿਆਈ ਪੂਰੀ ਦੁਨੀਆਂ 'ਤੇ ਮਸ਼ਹੂਰ ਹੈ।

ਅ) ਰੱਬੀ ਚਾਨਣਾ ਉਨ੍ਹਾਂ ਦੀ ਪਵਿੱਤਰ ਹੋਂਦ ਦਾ ਨੂਰ ਹੈ।

ੳ) ਖ਼ਾਸਾਂ ਕੁਰਬਾਨਸ਼,

ਅ) ਵ ਪਾਕਾਂ, ਸਰ ਬਰ ਆਸਤਾਨਸ਼ ॥

ਸੰਖੇਪ ਅਰਥ : ੳ) (ਰੱਬੀ ਦਰਗਾਹ ਦੇ) ਖ਼ਾਸ ਲੋਕ ਉਨ੍ਹਾਂ ਤੋਂ ਕੁਰਬਾਨ ਹਨ।

ਅ) ਅਤੇ ਪਵਿੱਤ੍ਰ ਲੋਕਾਂ ਨੇ ਵੀ, ਉਨ੍ਹਾਂ ਦੇ ਦਰਵਾਜ਼ੇ ਉੱਪਰ ਸਿਰ ਰੱਖੇ ਹੋਏ ਹਨ।

ੳ) ਵਾਸਿਫ਼ੇ ਔਸਾਫ਼ੇ ਜਜ਼ਾਇ-ਲਸ਼; ਹਜ਼ਾਰਾਂ ਹਜ਼ਾਰ,

ਸੁਲਸ ਵ ਸੁਦਸ ਬਰ-ਗਜ਼ੀਂ;

ਅ) ਵ ਰੇਜ਼ਾ ਚੀਨਿ, ਮਾਇਦਹਾਏ ਅ੍ਲਤ੍ਾਫ਼ੇ[1] ਜਲਾਇ-ਅਸ਼;

ਬੇਸ਼ ਅਜ਼ ਸ਼ੁਮਾਰ, ਤਿਸਅ੍ ਵ ਅ੍ਸ਼ਰੇ ਹਕ੍-ਨਗੀਂ ॥

ਪਾਠੰਤ੍ਰ : [1]ਇਲਤ੍ਾਫ਼ੇ।

ਸੰਖੇਪ ਅਰਥ : ੳ) ਉਨ੍ਹਾਂ ਦੀਆਂ ਚੰਗੀਆਂ (ਅਥਵਾ)=ਉੱਚੀਆਂ ਸਿਫ਼ਤਾਂ ਦੀ ਤਾਰੀਫ਼ ਕਰਨ ਵਾਲੇ ਲੱਖਾਂ ਹੀ ਤਿੰਨਾਂ ਦੇਵਤਿਆਂ, (ਵਾ)=ਤਿੰਨਾਂ ਲੋਕਾਂ ਅਤੇ ਛੇ ਸ਼ਾਸਤਰਾਂ, (ਵਾ)=ਛੇ ਦਿਸ਼ਾਵਾਂ ਨੇ ਉਨ੍ਹਾਂ ਨੂੰ ਚੁਣਿਆ ਹੋਇਆ ਹੈ (ਭਾਵ)=ਪਸੰਦ ਕੀਤਾ ਹੋਇਆ ਹੈ।

ਅ) (ਅੰਨਵੈ ਅਰਥ) ਅਤੇ ਨੌਂ ਨਾਥ, (ਵਾ) ਨੌਂ ਗ੍ਰਿਹ ਅਤੇ ਦਸ ਅਵਤਾਰ (ਇਹ ਸਾਰੇ) ਸਚਾਈ ਦੇ ਨਗੀਨੇ, ਗੁਰੂ ਹਰਿਕ੍ਰਿਸ਼ਨ ਸਾਹਿਬ ਜੀ ਦੀਆਂ ਬਹੁਤੀਆਂ ਮਿਹਰਬਾਨੀਆਂ ਰੂਪ ਦਸਤਰਖਾਨ ਤੋਂ, ਮਿਹਰਾਂ ਰੂਪ ਭੋਰੇ ਚੁਣਨ ਵਾਲੇ, ਬੇਗਿਣਤ ਹੀ ਹਨ।

ੳ) ਹਾਏ ਨਾਮੇ ਫ਼ੱਰੁਖ਼ ਫ਼ਰਜਾਮਸ਼;

ਹਜ਼ੀਮਤ ਅਫ਼ਗਨੇ, ਦੇਵੇ ਆ੍ਲਮਗੀਰ;

ਅ) ਵ ਰਾਏ, ਰਾਸਤੀ ਨੁਮਾਇਸ਼;

ਸਦਰ ਨਸ਼ੀਨੇ ਜਾਵਿਦਾਨੀ ਸਰੀਰ ॥

ਸੰਖੇਪ ਅਰਥ : ੳ) ਉਨ੍ਹਾਂ ਦੇ ਬਹੁਤੇ ਪਵਿੱਤਰ ਨਾਮ ਦਾ ਹਾਹਾ ਅੱਖਰ ਇਹ ਉਪਦੇਸ਼

ਦਿੰਦਾ ਹੈ ਕਿ ਗੁਰੂ ਸਾਹਿਬ ਜੀ ਦੁਨੀਆਂ ਨੂੰ ਫੜਨ ਵਾਲੇ ਦੇਵੇ=ਧਰਮਰਾਜੇ ਨੂੰ ਹਾਰ ਦੇ ਕੇ ਪਟਕਾਉਣ ਵਾਲੇ ਹਨ।

ਅ) ਉਨ੍ਹਾਂ ਦੇ (ਪਵਿੱਤਰ) ਨਾਮ ਦਾ ਗਾਗਾ ਅੱਖਰ ਇਹ ਉਪਦੇਸ਼ ਦਿੰਦਾ ਹੈ ਕਿ ਸਤਿਗੁਰੂ ਜੀ (ਸਭ ਨੂੰ) ਸਚਾਈ ਦਾ ਰਸਤਾ ਵਿਖਾਉਣ ਵਾਲੇ ਹਨ ਅਤੇ ਹਮੇਸ਼ਾ ਸਭ ਤੋਂ ਵੱਡੇ (ਅਟੱਲ) ਤਖ਼ਤ 'ਤੇ ਬੈਠਣ ਵਾਲੇ ਹਨ।

ੳ) ਕਾਫ਼ੇ ਤਾਜ਼ੀਏ ਆਂ ਕੁਸ਼ਾਇੰਦਹਏ ਅਬ-ਵਾਬੇ ਕਰਮ;

ਅ) ਵ ਸ਼ੀਨੇ ਸ਼ੌਕਤ ਤਜ਼ਮੀਨਸ਼; ਸਰ ਅਫ਼ਗਨੇ ਦੇਵਾਨੇ ਦੱਯਮ॥

(**ਉਚਾਰਣ** = ਦੱਈਅਮ ਬੋਲੋ)

ਸੰਖੇਪ ਅਰਥ : ੳ) ਉਨ੍ਹਾਂ ਦੇ (ਪਵਿੱਤਰ ਨਾਮ ਦਾ ਅ਼ਰਬੀ ਭਾਸ਼ਾ ਦਾ ਕਾਫ਼ (ਅਤੇ ਪੰਜਾਬੀ ਭਾਸ਼ਾ ਦਾ ਕੱਕਾ ਅੱਖਰ) ਇਹ ਉਪਦੇਸ਼ ਦਿੰਦਾ ਹੈ ਕਿ ਸਤਿਗੁਰੂ ਜੀ (ਸਾਰਿਆਂ ਵਾਸਤੇ) ਮਿਹਰਾਂ ਦੇ ਦਰਵਾਜ਼ੇ ਨੂੰ ਖੋਲ੍ਹਣ ਵਾਲੇ ਹਨ।

ਅ) ਅਤੇ ਉਨ੍ਹਾਂ ਦੇ ਨਾਮ ਦਾ, ਸਿੱਖਾਂ ਦਾ ਰੋਬ ਵਧਾਉਣ ਵਾਲਾ ਸੱਸਾ ਅੱਖਰ ਇਹ ਉਪਦੇਸ਼ ਦਿੰਦਾ ਹੈ ਕਿ ਸਤਿਗੁਰੂ ਜੀ ਭੂਤ ਪ੍ਰੇਤ ਸ਼ੈਤਾਨਾਂ ਦਾ ਸਿਰ ਹਮੇਸ਼ਾ ਪਟਕਾਉਣ ਵਾਲੇ (ਅਥਵਾ)=ਤੋੜਨ ਵਾਲੇ ਹਨ।

ੳ) ਨੂਨੇ ਆਖ਼ਿਰਸ਼, ਨੁਜ਼-ਹੁਤ ਅਫ਼ਜ਼ਾਏ ਹਰ ਦਿਲੋ ਜਾਨਾ;

ਅ) ਵ ਨਦੀਮੇ; ਖ਼ਾਸ ਨਿਅ਼-ਮੁਲ-ਸੁਬਹ੍ਹਾਂ॥ ੯੨॥

(**ਉਚਾਰਣ** = ਨੁਜ਼-ਹੁਤ ਇਕੱਠਾ ਬੋਲੋ ਅਤੇ ਨਿਅ਼-ਮੁਲ ਵੀ ਇਕੱਠਾ ਬੋਲੋ)

ਸੰਖੇਪ ਅਰਥ : ੳ) ਉਨ੍ਹਾਂ ਦੇ (ਪਵਿੱਤਰ) ਨਾਮ ਦਾ ਆਖ਼ਿਰੀ ਨੰਨਾ ਅੱਖਰ ਇਹ ਉਪਦੇਸ਼ ਦਿੰਦਾ ਹੈ ਕਿ ਸਤਿਗੁਰੂ ਜੀ ਹਰੇਕ ਦਿਲ ਤੇ ਜਾਨ ਦੀ ਖ਼ੂਬਸੂਰਤੀ ਨੂੰ ਵਧਾਉਣ ਵਾਲੇ ਹਨ।

ਅ) ਅਤੇ ਬਖ਼ਸ਼ਿਸ਼ਾਂ (ਦੇਣ ਵਾਲੇ) ਰੱਬ ਦੇ ਖ਼ਾਸ ਵਜ਼ੀਰ ਹਨ।

ਵਾਹਿਗੁਰੂ ਜੀਉ ਸੱਤਿ

ਅਰਥ = ਅਕਾਲ ਪੁਰਖ ਜੀ ਸੱਚੇ ਹਨ।

ੳ) ਗੁਰੂ ਹਰਕ੍ਰਿਸ਼ਨ; ਆਂ ਹਮਹ[1] ਫ਼ਜ਼ਲੋ ਜੂਦ॥

ਅ) ਹ੍ਕ਼ਸ਼, ਅਜ਼ ਹਮਹ[1]; ਖ਼ਾਸ-ਗਾਂ ਬਰ-ਸਤੂਦ॥ ੯੩॥

ਪਾਠਾਂਤ੍ਰ : [1]ਹਮਾਂ।

ਸੰਖੇਪ ਅਰਥ : ੳ) ਗੁਰੂ ਹਰਕ੍ਰਿਸ਼ਨ ਜੀ ਮਿਹਰਬਾਨੀ ਅਤੇ ਕਿਰਪਾ ਦੇ ਸਮੂਹ ਹਨ।

(ਭਾਵ)=ਪੁੰਜ ਹਨ।

ਅ) ਉਨ੍ਹਾਂ ਨੂੰ ਰੱਬ ਨੇ ਆਪਣੇ ਸਾਰੇ ਖ਼ਾਸ ਲੋਕਾਂ ਤੋਂ ਸਲਵਾਹਿਆ ਹੋਇਆ ਹੈ।

ੳ) ਮਿਆਨੇ ਹੱਕ਼ ਵ ਓ; ਫ਼ਸਾਲ-ਉਲ-ਵਰੱਕ਼॥

ਅ) ਵਜੂਦਸ਼ ਹਮਹ; ਫ਼ਜ਼ਲੋ ਅਫ਼ਜ਼ਾਲੇ ਹੱਕ਼॥੯੪॥

(**ਉਚਾਰਣ** = ਅਫ਼-ਜ਼ਾਲੇ ਇਕੱਠਾ ਬੋਲੋ)

ਸੰਖੇਪ ਅਰਥ : ੳ) ਉਨ੍ਹਾਂ ਦੇ ਅਤੇ ਰੱਬ ਦੇ ਵਿਚਾਲੇ ਫ਼ਰਕ ਕੇਵਲ ਵਰਕੇ ਮਾਤਰ ਦਾ ਹੀ ਹੈ।

ਅ) ਉਨ੍ਹਾਂ ਦਾ ਸਾਰਾ ਵਜੂਦ ਰੱਬ ਦੀਆਂ ਮਿਹਰਬਾਨੀਆਂ ਤੇ ਮਿਹਰਾਂ ਦਾ ਬਣਿਆ ਹੋਇਆ ਹੈ। (ਇਸ ਤਰ੍ਹਾਂ ਰੱਬ ਤੇ ਉਨ੍ਹਾਂ ਵਿੱਚ ਕੋਈ ਫ਼ਰਕ ਨਹੀਂ ਹੈ)

ੳ) ਹਮਹ ਸਾਇਲੇ; ਲੁਤ਼ਫ਼ੇ ਹ਼ਕ਼ ਬਰ-ਦਰਸ਼॥

ਅ) ਜ਼ਮੀਨੋ ਜ਼ਮਾਂ; ਜੁਮਲਹ ਫ਼ਰਮਾਂ-ਬਰਸ਼॥੯੫॥

(**ਉਚਾਰਣ** = ਜ਼-ਮਾਂ ਅਤੇ (ਫ਼ਰ-ਮਾਂ-ਬਰਸ਼) ਲੰਮਕਾ ਕੇ ਬੋਲੋ)

ਸੰਖੇਪ ਅਰਥ : ੳ) ਉਨ੍ਹਾਂ ਦੇ ਦਰਵਾਜ਼ੇ ਉਪਰ ਸਾਰੇ ਰੱਬੀ ਮਿਹਰਬਾਨੀਆਂ ਦੇ ਜਾਚਿਕ ਹਨ।

ਅ) ਅਤੇ ਜ਼ਮੀਨ ਤੇ ਅਸਮਾਨ (ਆਦਿਕ); ਸਾਰੇ ਹੀ ਉਨ੍ਹਾਂ ਦੇ ਹੁਕਮ ਨੂੰ ਮੰਨਣ ਵਾਲੇ ਹਨ।

ੳ) ਤੁਫ਼ੈਲਸ਼, ਦੁ ਆ਼ਲਮ; ਬਵਦ ਕਾਮਯਾਬ॥

ਅ) ਅਜ਼ੋ ਗਸ਼ਤਹ, ਹਰ ਜ਼ੱਰ-ਰਹ; ਖ਼ੁਰਸ਼ੀਦੇ ਤਾਬ॥੯੬॥

ਸੰਖੇਪ ਅਰਥ : ੳ) ਉਨ੍ਹਾਂ ਦੀ ਮਿਹਰਬਾਨੀ ਨਾਲ ਦੋਨੋਂ ਜਹਾਨ ਕਾਮਯਾਬ ਹੋ ਗਏ ਹਨ।

ਅ) ਅਤੇ ਉਨ੍ਹਾਂ ਦੀ ਮਿਹਰਬਾਨੀ ਤੋਂ ਹਰੇਕ ਜ਼ੱਰਰਾ ਸੂਰਜ ਵਾਂਗ ਪ੍ਰਕਾਸ਼ਮਾਨ ਹੋ ਗਿਆ ਹੈ।

ੳ) ਹਮਹ [1]ਆ਼ਸੀਆਂ ਰਾ; ਕਫ਼ ਇਸਮਤਸ਼[2]॥

ਅ) ਸਰਾ ਤਾ ਸਮਾ; ਜੁਮਲਹ ਫ਼ਰਮਾਂ-ਬਰਸ਼॥੯੭॥

ਪਾਠੰਤ੍ਰ : [1]ਖ਼ਾਸਗਾਂ [2]ਅਸਮਤਸ਼।

(**ਉਚਾਰਣ** = ਇਸਮਤੱਸ਼ ਬੋਲੋ)

ਸੰਖੇਪ ਅਰਥ : ੳ) ਉਨ੍ਹਾਂ ਦੀ ਆਬਰੂ, ਸਾਰੇ ਪਾਪੀਆਂ (ਦੇ ਪਾਪਾਂ) ਨੂੰ, ਰੋਕਣ ਵਾਲੀ ਹੈ (ਭਾਵ)=ਨਾਸ ਕਰਨ ਵਾਲੀ ਹੈ।

ਅ) ਪਤਾਲ ਤੋਂ ਅਕਾਸ਼ ਤੱਕ; ਸਾਰੇ ਹੀ ਉਨ੍ਹਾਂ ਦੇ ਹੁਕਮ ਹੇਠ ਹਨ।

ਸਲਤ਼ਨਤੇ ਨਹੁਮ

ਅਰਥ = ਹੁਣ ਭਾਈ ਸਾਹਿਬ ਜੀ ਨਹੁਮ=ਨਾਵੀਂ ਪਾਤਿਸ਼ਾਹੀ ਦੀ ਉਸਤਤ ਕਰਦੇ ਹਨ।

ੳ) ਸਲਤ਼ਨਤੇ ਨਹੁਮਸ਼, ਨੌ ਆਈਨਿ-ਤਰ;

ਅ) ਵ ਸਰਵਰੇ ਸਰਵ-ਗਾਨੇ, ਹੱਕ਼ ਪਰਵਰ॥

(**ਉਚਾਰਣ** = ਨਹੁ-ਮੱਸ ਇਕੱਠਾ ਅਤੇ ਆ-ਈਨਿ-ਤਰ ਇਕੱਠਾ ਬੋਲੋ)

ਸੰਖੇਪ ਅਰਥ : ੳ) ਉਨ੍ਹਾਂ ਦੀ ਨਾਵੀਂ ਪਾਤਿਸ਼ਾਹੀ (ਭਾਵ)=ਗੁਰੂ ਨਾਨਕ ਦੇਵ ਜੀ ਦੀ ਨਾਵੀਂ ਪਾਤਿਸ਼ਾਹੀ ਬਹੁਤੇ ਨਵੀਨ ਢੰਗ ਵਾਲੀ ਹੈ।

ਅ) ਅਤੇ (ਨਾਵੇਂ ਪਾਤਿਸ਼ਾਹ ਗੁਰੂ ਤੇਗ਼ ਬਹਾਦਰ ਸਾਹਿਬ ਜੀ) ਸਚਾਈ ਨੂੰ ਪਾਲਣ ਵਾਲੇ ਸਰਦਾਰਾਂ ਦੇ ਸਰਦਾਰ ਹਨ।

ੳ) ਸੁਲਤ਼ਾਨੁਲ; ਦੁਨੀਆ-ਵਲ-ਆਖ਼ਿਰਤ;

ਅ) ਵ ਤਖ਼ਤ-ਆਰਾਏ; ਇਅ਼ਜਾਜ਼-ਵਲ-ਮੁਫ਼ਾ-ਖ਼ਿਰਤ॥

(**ਉਚਾਰਣ** = ਸੁਲਤ਼ਨੁੱਲ ਅਤੇ ਮੁਫ਼ਾ-ਖ਼ਿਰਤ ਲੰਮਕਾ ਕੇ ਬੋਲੋ)

ਸੰਖੇਪ ਅਰਥ : ੳ) ਨਾਵੇਂ ਪਾਤਸ਼ਾਹ ਗੁਰੂ ਤੇਗ਼ ਬਹਾਦਰ ਸਾਹਿਬ ਜੀ ਇਸ ਦੁਨੀਆਂ (ਮਾਤਲੋਕ) ਅਤੇ ਉਸ ਦੁਨੀਆਂ (ਪ੍ਰਲੋਕ) ਦੇ ਬਾਦਸ਼ਾਹ ਹਨ।

ਅ) ਅਤੇ (ਗੁਰੂ ਤੇਗ਼ ਬਹਾਦਰ ਸਾਹਿਬ ਜੀ) ਮਿਹਰਬਾਨੀਆਂ ਤੇ ਵਡਿਆਈਆਂ ਦਾ ਤਖ਼ਤ ਸਜਾਉਣ ਵਾਲੇ ਹਨ।

ੳ) ਬਾਵਜੂਦ, ਕ਼ਦਰੇ ਕ਼ੁਦਰਤੇ ਵਾਲਾ;

ਅ) ਸਰ ਨਿਹਾਦਹਏ, ਤਸਲੀਮ ਵ ਰਜ਼ਾ॥

ਸੰਖੇਪ ਅਰਥ : ੳ) ਵੱਡੇ ਮਰਤਬੇ ਅਤੇ ਮਹਾਨ ਤਾਕਤ ਦੇ ਹੁੰਦਿਆਂ ਸੁੰਦਿਆਂ ਵੀ; ਇਸ (ਵੱਡੇ ਮਰਤਬੇ ਅਤੇ ਮਹਾਨ ਤਾਕਤ) ਤੋਂ ਇਲਾਵਾ,

ਅ) ਰੱਬ ਦੀ ਰਜ਼ਾ ਅੱਗੇ ਸਿਰ ਨਿਹਾਦ-ਹਏ=ਨਿਵਾਉਣਾ ਅਤੇ ਰੱਬ ਦੀ ਰਜ਼ਾ ਨੂੰ ਮੰਨ ਲੈਣਾ ਉਨ੍ਹਾਂ ਦਾ ਨਿਹਾਦ-ਹਏ=ਸੁਭਾਵ ਹੈ।

ਦੂਸਰਾ ਅਰਥ=ਰੱਬ ਦੀ ਰਜ਼ਾ ਅੱਗੇ ਨਿਹਾਦ-ਹਏ=ਖ਼ਾਨਦਾਨੀ ਤੌਰ 'ਤੇ ਸਿਰ (ਝੁਕਾ ਕੇ) ਰੱਬੀ ਹੁਕਮ ਨੂੰ ਮੰਨ ਲੈਣਾ ਉਨ੍ਹਾਂ ਦਾ ਨਿਹਾਦ-ਹਏ=ਸੁਭਾਵ ਹੈ।

ੳ) ਵ ਪਿਨਹਾਂ-ਸਾਜ਼ੇ; ਅ਼ਜ਼ਮਤ ਵ ਅਜਲਾਲੇ ਕ਼ੁਬਰਾ;

ਅ) ਅਜ਼ਮਾਇਸ਼ ਗਰੇ; ਇਰਾਦਤ ਗੁਜ਼ੀਨਾਨੇ ਬਾ-ਸਫ਼ਾ॥

(**ਉਚਾਰਣ** = ਕ਼ੁਬਰਾ ਪੋਲਾ ਬੋਲੋ)

ਸੰਖੇਪ ਅਰਥ : ੳ) ਅਤੇ ਆਪਣੀ ਵੱਡੀ ਸ਼ਕਤੀ ਅਤੇ ਵੱਡੇ ਰੋਬ, ਦਬਦਬੇ ਨੂੰ ਛੁਪਾ ਕਰਕੇ ਰੱਖਣ ਵਾਲੇ ਹਨ।

ਅ) ਅਤੇ ਗੁਰੂ ਜੀ ਉਨ੍ਹਾਂ ਗੁਰਸਿੱਖਾਂ ਦੀ ਪਰਖ ਕਰਨ ਵਾਲੇ ਹਨ। ਜਿਹੜੇ ਸਿੱਖ ਮਾਨ ਸਨਮਾਨ ਵਾਲੇ ਅਤੇ ਰੱਬ ਦੇ ਹੁਕਮ ਨੂੰ ਮੰਨਣ ਵਾਲੇ ਅਤੇ ਸਫ਼ਾਈ ਰੱਖਣ ਵਾਲੇ ਹਨ।

ੳ) ਵ ਜਾਂ ਪਰਵਰ, ਅ਼ਕ਼ੀਦਤ-ਆਈਨਾਨੇ ਬੇਰਿਯਾ;

ਅ) ਜਬਰੂਤੀਆਂ ਮਤ਼ਾਅ਼; ਲਾ-ਹੂਤੀਆਂ ਇਰ-ਤਿਫ਼ਾਅ਼॥

(ਉਚਾਰਣ = ਬੇ-ਰਿਆ ਬੋਲੋ ਅਤੇ ਆਈ-ਨਾਨੇ ਇਕੱਠਾ ਬੋਲੋ)

ਸੰਖੇਪ ਅਰਥ : ੳ) ਅਤੇ (ਇਸ ਤਰ੍ਹਾਂ) ਗੁਰੂ ਜੀ ਧੋਖੇ ਤੋਂ ਰਹਿਤ ਸ਼ਰਧਾ ਰੱਖਣ ਵਾਲਿਆਂ ਗੁਰਸਿੱਖਾਂ ਦੀ ਜਾਨ ਨੂੰ ਪਾਲਣ ਵਾਲੇ ਹਨ।

ਅ) ਗੁਰੂ ਜੀ ਦੇਵਤਿਆਂ ਦੀ ਪੂੰਜੀ ਜਮ੍ਹਾਂ ਕਰਨ ਵਾਲੇ; ਦੇਵਤਿਆਂ ਦੇ ਵੱਡੇ ਸਰਦਾਰ ਹਨ। (ਅਥਵਾ)=ਗੁਰੂ ਜੀ ਦੇਵਤਿਆਂ ਦੀ ਨਾਮ ਰੂਪੀ ਪੂੰਜੀ ਜਮ੍ਹਾਂ ਕਰਨ ਵਾਲੇ ਵੱਡੇ ਸਰਦਾਰ ਹਨ ਅਤੇ ਰੱਬ ਵਾਲਿਆਂ ਵਾ:- ਰੱਬ ਦੇ ਪਿਆਰਿਆਂ ਨੂੰ ਉੱਚਾ ਚੁੱਕਣ ਵਾਲੇ ਹਨ।

ੳ) ਕ਼ਾਇਮ ਬਿਲ-ਜ਼ਾਤੇ, ਹੱਕ਼ੁਲ ਕ਼ਦੀਮ;

ਅ) ਵਾ ਦਾਇਮ ਨਦੀਮੇ, ਸੁਬਹ਼ਾਨੁਲ ਅ਼ਜ਼ੀਮ॥

ਸੰਖੇਪ ਅਰਥ : ੳ) ਜਗਤ ਵਿੱਚ ਸਭ ਤੋਂ ਪਹਿਲਾਂ, ਜੋ ਰੱਬ ਆਪਣੀ ਜ਼ਾਤ ਨਾਲ ਕ਼ਾਇਮ ਹੈ।

ਅ) ਉਸ ਪਵਿੱਤਰ ਤੇ ਮਹਾਨ ਰੱਬ ਦੇ ਹਮੇਸ਼ਾ ਹੀ ਸਾਥੀ (ਅਥਵਾ)=ਸਲਾਹਕਾਰ (ਵਜ਼ੀਰ) ਹਨ ਗੁਰੂ ਤੇਗ਼ ਬਹਾਦਰ ਸਾਹਿਬ ਜੀ।

ੳ) ਅਫ਼ਸਰੇ ਬਰ ਗੁਜ਼ੀਦ-ਗਾਨੇ ਖ਼ਾਸ;

ਅ) ਵ ਤਾਜੇ ਹੱਕ਼ ਪਰਵਰਾਨੇ, ਹ਼ਕ਼ੀਕ਼ਤ ਇਖ਼-ਤਸਾਸ॥

ਸੰਖੇਪ ਅਰਥ : ੳ) ਗੁਰੂ ਤੇਗ਼ ਬਹਾਦਰ ਸਾਹਿਬ ਜੀ ਰੱਬ ਨੂੰ ਚਾਹੁਣ ਵਾਲੇ ਬ੍ਰਹਮ ਗਿਆਨੀਆਂ ਦੇ ਵੀ ਸਰਦਾਰ ਹਨ।

ਅ) ਗੁਰੂ ਤੇਗ਼ ਬਹਾਦਰ ਸਾਹਿਬ ਜੀ ਸਚਾਈ ਨੂੰ ਪਾਲਣ ਵਾਲਿਆਂ ਅਤੇ ਸਚਾਈ ਨੂੰ ਖ਼ਾਸ ਤੌਰ 'ਤੇ ਮੰਨਣ ਵਾਲਿਆਂ ਦੇ ਸਰਦਾਰ ਹਨ।

ੳ) ਤਾਏ ਨਾਮੇ, ਮੈਮਨਤ ਇਲਤਿਯਾਮਸ਼, ਤਜ਼ਈਨੇ ਤਵੱਕੁਲ ਵ ਤਸਲੀਮ;

ਅ) ਵ ਯਾਏ ਫ਼ਾਰਸੀਅਸ਼; ਯਕ਼ੀਨੇ ਕਾਮਿਲੁਲ ਅ਼ਜ਼ੀਮ॥

(ਉਚਾਰਣ = ਇਲ-ਤਿਆਮਸ਼ ਬੋਲੋ ਅਤੇ ਤਜ਼-ਈਨੇ ਇਕੱਠਾ ਹੀ ਬੋਲੋ)

ਸੰਖੇਪ ਅਰਥ : ੳ) ਗੁਰੂ ਤੇਗ਼ ਬਹਾਦਰ ਸਾਹਿਬ ਜੀ ਦੇ (ਪਵਿੱਤਰ) ਨਾਮ ਦਾ ਮਿਹਰਬਾਨੀ ਨਾਲ ਭਰਿਆ ਹੋਇਆ ਤੱਤਾ ਅੱਖਰ ਇਹ ਉਪਦੇਸ਼ ਦਿੰਦਾ ਹੈ ਕਿ ਗੁਰੂ ਤੇਗ਼ ਬਹਾਦਰ ਸਾਹਿਬ ਜੀ ਰੱਬੀ ਭਰੋਸੇ ਅਤੇ ਰੱਬੀ ਭਾਣੇ ਨੂੰ ਸਜਾਉਣ ਵਾਲੇ (ਵਾ)=ਮੰਨਣ ਵਾਲੇ ਹਨ।

ਅ) ਗੁਰੂ ਜੀ ਦੇ (ਪਵਿੱਤਰ) ਨਾਮ ਦੀ ਫ਼ਾਰਸੀ ਦੀ ਯੇ ਅਤੇ ਪੰਜਾਬੀ ਦੀ ਏ (ਅਥਵਾ)=ਲਾਂਵ ਇਹ ਉਪਦੇਸ਼ ਦਿੰਦੀ ਹੈ ਕਿ ਗੁਰੂ ਜੀ ਗੁਰਸਿੱਖਾਂ ਦੇ ਹਿਰਦੇ ਵਿੰਚ ਪੂਰਾ ਅਤੇ ਵੱਡਾ ਯਕੀਨ ਨਿਸਚਾ ਬੰਨਣ ਵਾਲੇ ਹਨ।

ੳ) ਕਾਫ਼ੇ ਮੁਬਾਰਿਕੇ ਅ਼ਜਮੀਅਸ਼; ਕਰੀਮੁਲ ਨਫ਼ਸੇ ਸਰਾਪਾ ਹਿ਼ਲਮ;

ਅ) ਵਾ ਬਾਏ ਬਾ-ਹਾਇਸ਼, ਬਜ਼ਮ ਆਰਾਏ, ਹਦਾਇਤ ਵ ਇ਼ਲਮ॥੯੯॥

(ਉਚਾਰਣ = ਬਜ਼ਮ ਇਕੱਠਾ ਅਤੇ ਨਫ਼ਸੇ ਛੇਤੀ ਨਾਲ ਬੋਲੋ)

ਸੰਖੇਪ ਅਰਥ : ੳ) ਗੁਰੂ ਜੀ ਦੇ ਪਵਿੱਤਰ ਨਾਮ ਦਾ ਫ਼ਾਰਸੀ ਦਾ ਕੱਕਾ ਅੱਖਰ ਅਤੇ ਅ਼ਰਬੀ ਦਾ ਗੱਗਾ ਅੱਖਰ ਇਹ ਉਪਦੇਸ਼ ਦਿੰਦਾ ਹੈ ਕਿ ਗੁਰੂ ਜੀ ਦੀ ਜ਼ਾਤ; ਮਿਹਰਬਾਨੀ ਦੇ ਨਾਲ ਲਬਾ ਲਬ ਭਰੀ ਹੋਈ ਹੈ ਅਤੇ ਗੁਰੂ ਜੀ ਸਿਰ ਤੋਂ ਪੈਰਾਂ ਤੱਕ ਪੂਰੇ ਸ਼ਹਿਨਸ਼ੀਲਤਾ ਦੇ (ਖ਼ਜ਼ਾਨੇ) ਹਨ।

ਅ) ਗੁਰੂ ਤੇਗ਼ ਬਹਾਦਰ ਸਾਹਿਬ ਜੀ ਦੇ ਪਵਿੱਤਰ ਨਾਮ ਦਾ ਬੱਬਾ ਅੱਖਰ ਅਤੇ ਬੱਬੇ ਅੱਖਰ ਨਾਲ ਮਿਲਿਆ ਹੋਇਆ ਹਾਹਾ ਅੱਖਰ ਇਹ ਉਪਦੇਸ਼ ਦਿੰਦਾ ਹੈ ਕਿ ਗੁਰੂ ਜੀ ਰੱਬੀ ਗਿਆਨ ਅਤੇ ਵੈਰਾਗਮਈ ਸਿੱਖਿਆ ਦੀ ਸਭਾ ਨੂੰ ਸਜਾਉਣ ਵਾਲੇ ਹਨ।

ੳ) ਅਲਿਫ਼ੇ ਹ਼ੱਕ਼ ਮੁਅੱਲਿ-ਫ਼ਸ਼[1]; ਆਰਾਇਸ਼ੇ ਹ਼ੱਕ਼ ਈਕ਼ਾਨ॥

ਅ) ਵ ਦਾਲੇ ਏਜ਼ਦੀ ਜਮਾਲਸ਼, ਦਾਵਰੇ ਕੌਨ ਵ ਮਕਾਂ॥

ਪਾਠਭੇਦ : [1]ਮਵਾਲਫ਼ਸ਼।

ਸੰਖੇਪ ਅਰਥ : ੳ) ਉਨ੍ਹਾਂ ਦੇ ਪਵਿੱਤਰ ਨਾਦ ਦਾ; ਰੱਬੀ ਕਿਰਪਾ ਵਾਲਾ ਕੰਨਾ; ਇਹ ਉਪਦੇਸ਼ ਦਿੰਦਾ ਹੈ ਕਿ ਗੁਰੂ ਤੇਗ਼ ਬਹਾਦਰ ਜੀ ਰੱਬੀ ਨਿਸ਼ਚਾ ਸਜਾਉਣ ਵਾਲੇ (ਅਥਵਾ) ਰੱਖਣ ਵਾਲੇ ਹਨ ਅਤੇ ਸਿੱਖਾਂ ਨੂੰ ਵੀ ਰੱਬੀ ਨਿਸ਼ਚਾ ਰੱਖਣ ਦਾ ਉਪਦੇਸ਼ ਦਿੰਦੇ ਹਨ।

ਅ) ਗੁਰੂ ਜੀ ਦੇ ਨਾਮ ਦਾ, ਰੱਬੀ ਦਰਸ਼ਨ ਕਰਵਾਉਣ ਵਾਲਾ ਦੱਦਾ ਅੱਖਰ ਇਹ ਉਪਦੇਸ਼ ਦਿੰਦਾ ਹੈ ਕਿ ਗੁਰੂ ਤੇਗ਼ ਬਹਾਦਰ ਜੀ ਦੋਹਾਂ ਜਹਾਨਾਂ ਦੀ ਪਾਲਣਾ ਕਰਨ ਵਾਲੇ ਰੱਬ ਹਨ।

ੳ) ਰਾਏ ਆਖ਼ਿਰਸ਼, ਰਮਜ਼ ਸ਼ਨਾਸੇ ਰਾਹੇ ਤ਼ਰੀਕ਼ਤ;

ਅ) ਵ ਹੱਕ਼ ਅਸਾਸੇ, ਵਾਲਾ ਹਕ਼ੀਕ਼ਤ॥੯੮॥

ਸੰਖੇਪ ਅਰਥ : ੳ) ਗੁਰੂ ਜੀ ਦੇ ਪਵਿੱਤਰ ਨਾਮ ਦਾ ਆਖ਼ਿਰੀ ਰਾਰਾ ਅੱਖਰ ਇਹ ਉਪਦੇਸ਼ ਦਿੰਦਾ ਹੈ ਕਿ ਗੁਰੂ ਜੀ ਸੂਫ਼ੀਆਂ ਦੇ ਰਸਤੇ ਦੇ ਗੁਪਤ ਭੇਦਾਂ ਨੂੰ ਪਾਛਨਣ ਵਾਲੇ ਹਨ।

ਅ) ਅਤੇ ਗੁਰੂ ਤੇਗ਼ ਬਹਾਦਰ ਸਾਹਿਬ ਜੀ ਉੱਚੀ ਸਚਾਈ ਦੀ ਸੱਚੀ ਨੀਂਹ ਰੱਖਣ ਵਾਲੇ ਹਨ।

ਵਾਹਿਗੁਰੂ ਜੀਉ ਸੱਤਿ

ਅਰਥ=ਅਕਾਲ ਪੁਰਖ ਜੀ ਸਦਾ ਸੱਚੇ ਹਨ।

ੳ) ਗੁਰੂ ਤੇਗ਼ ਬਹਾਦਰ, ਆਂ ਸਰਾਪਾ ਅਫ਼ਜ਼ਾਲ॥

ਅ) ਜ਼ੀਨਤ ਆਰਾਏ, ਮਹਫ਼ਿਲੇ ਜਾਹੋ-ਜਲਾਲ॥੯੯॥

ਸੰਖੇਪ ਅਰਥ : ੳ) ਗੁਰੂ ਤੇਗ਼ ਬਹਾਦਰ ਸਾਹਿਬ ਜੀ ਸਿਰ ਤੋਂ ਲੈ ਕੇ ਪੈਰਾਂ ਤੱਕ (ਰੱਬੀ) ਕਿਰਪਾ ਦੇ (ਪੁੰਜ) ਹਨ।

ਅ) ਗੁਰੂ ਤੇਗ਼ ਬਹਾਦਰ ਸਾਹਿਬ ਜੀ ਰੱਬੀ ਦਬਦਬੇ ਵਾਲੀ ਸਭਾ ਨੂੰ ਸਜਾਉਣ ਵਾਲੇ ਹਨ।

ਦੂਸਰਾ ਅਰਥ=ਗੁਰੂ ਤੇਗ਼ ਬਹਾਦਰ ਸਾਹਿਬ ਜੀ ਰੱਬੀ ਦਬਦਬੇ ਵਾਲੀ ਸਭਾ ਦੀ ਜ਼ੀਨਤ=ਸਜਾਵਟ ਨੂੰ ਆਰਾਏ=ਸਜਾਉਣ ਵਾਲੇ ਹਨ।

ੳ) ਅਨਵਾਰੇ ਹੱਕ਼, ਅਜ਼ ਵਜੂਦੇ ਪਾਕਸ਼ ਰੌਸ਼ਨ॥

ਅ) ਹਰ ਦੋ ਆ਼ਲਮ, ਜ਼ਿ ਫ਼ੈਜ਼ੇ ਫ਼ਜ਼ਲਸ਼ ਰੌਸ਼ਨ॥੧੦੦॥

ਸੰਖੇਪ ਅਰਥ : ੳ) ਰੱਬੀ ਨੂਰ, ਉਨ੍ਹਾਂ ਦੇ ਪਵਿੱਤਰ ਵਜੂਦ ਤੋਂ ਰੌਸ਼ਨ ਹੈ।

ਅ) ਦੋਵੇਂ ਜਹਾਨ ਉਨ੍ਹਾਂ ਦੀਆਂ ਮਿਹਰਬਾਨੀਆਂ ਅਤੇ ਕ੍ਰਿਪਾਲਤਾਵਾਂ ਨਾਲ ਰੌਸ਼ਨ ਹਨ।

ੳ) ਹਕ਼ ਅਜ਼ ਹਮਹ; ਬਰ-ਗੁਜ਼ੀਦ-ਗਾਂ ਬੁ-ਗੁਜ਼ੀਦਸ਼॥

ਅ) ਤਸਲੀਮੋ ਰਜ਼ਾਇ ; ਨਿਕੋ ਸੰਜੀਦਸ਼॥੧੦੧॥

ਸੰਖੇਪ ਅਰਥ : ੳ) ਰੱਬ ਨੇ (ਆਪਣੇ ਦਰਬਾਰ ਵਿੱਚ ਸਮੁੱਚੇ) ਚੁਣਿਆਂ ਹੋਇਆਂ (ਖ਼ਾਸ ਲੋਕਾਂ ਵਿੱਚੋਂ) ਗੁਰੂ ਤੇਗ਼ ਬਹਾਦਰ ਜੀ ਨੂੰ ਚੁਣਿਆ ਹੈ।

ਅ) ਅਤੇ ਗੁਰੂ ਦਿਆਂ ਸਿੱਖਾਂ ਨੇ ਸਹਿਣਸ਼ੀਲਤਾਅਤੇ ਭਾਣਾ ਮੰਨਣ ਵਿੱਚ ਗੁਰੂ ਤੇਗ਼ ਬਹਾਦਰ ਜੀ ਨੂੰ (ਸਭ ਤੋਂ) ਉੱਤਮ ਮੰਨਿਆ ਹੈ।

ੳ) ਬਰ ਹਰ ਮੁਕ਼ਬਿਲੇ; ਕ਼ਬੂਲੇ ਖ਼ੁਦ ਅਫ਼-ਜ਼ੂਦਸ਼॥

ਅ) ਮਸ-ਜੂਦੁਲ ਆਲਮੀਨ; ਜ਼ਿ ਫ਼ਜ਼ਲੇ ਖ਼ੁਦ ਫ਼ਰਮੂਦਸ਼॥੧੦੨॥

ਸੰਖੇਪ ਅਰਥ : ੳ) (ਰੱਬ ਨੇ) ਆਪਣੇ (ਦਰਬਾਰ ਵਿੱਚ) ਹਰੇਕ ਕ਼ਬੂਲ ਹੋਏ (ਪ੍ਰਵਾਣ ਹੋਏ) ਪੁਰਖ ਤੋਂ ਉਨ੍ਹਾਂ ਨੂੰ ਵੱਡਾ ਕਰਕੇ ਕ਼ਬੂਲ ਕੀਤਾ ਹੈ।

ਅ) ਅਤੇ ਰੱਬ ਨੇ ਆਪਣੀ ਕ੍ਰਿਪਾਲਤਾ ਦੇ ਨਾਲ ਉਨ੍ਹਾਂ ਨੂੰ ਦੋਹਾਂ ਜਹਾਨਾਂ ਦਾ ਮਸਜੂਦ ਫ਼ਰਮਾਇਆ ਹੈ।

ੳ) ਦਸਤੇ ਹਮ-ਗਾਂ, ਬ-ਜ਼ੈਲੇ ਅਫ਼ਜ਼ਾਲੇ-ਊ॥

ਅ) ਬਰਤਰ ਅਨਵਾਰੇ ਇਲਮ, ਹੱਕ਼ ਕ਼ਾਲੇ ਊ॥੧੦੩॥

ਸੰਖੇਪ ਅਰਥ : ੳ) ਉਨ੍ਹਾਂ ਦੇ ਕਿਰਪਾ ਰੂਪ ਪੱਲੇ ਦੇ ਨਾਲ ਸਭ ਲੋਕਾਂ ਦਾ ਹੱਥ ਹੈ।

ਦੂਸਰਾ ਪਾਠ ਅਰਥ=ਗੁਰੂ ਤੇਗ਼ ਬਹਾਦਰ ਜੀ ਸਿੱਖਾਂ ਦੀ ਮਾੜੀ ਕਿਸਮਤ ਨਾਸ ਕਰਕੇ, ਗੁਰਸਿੱਖਾਂ ਦੇ ਜੀਵਨ ਵਿਚ, ਇਕ਼ਬਾਲੇ=ਚੰਗੀ ਕਿਸਮਤ ਦਾ ਪ੍ਰਕਾਸ਼ ਕਰ ਦਿੰਦੇ ਹਨ ਇਸ ਲਈ ਉਨ੍ਹਾਂ ਦੇ ਚੋਲੇ ਦਾ ਪੱਲਾ ਸਾਰਿਆਂ ਨੇ ਆਪਣੇ ਹੱਥ ਵਿੱਚ ਫੜਿਆ ਹੈ।

ਅ) ਉਨ੍ਹਾਂ ਦੀ (ਵੈਰਾਗਮਈ) ਰੱਬੀ ਬਾਣੀ ਸਾਰੀਆਂ ਵਿੱਦਿਆਵਾਂ ਦੇ ਨੂਰ ਤੋਂ ਬਹੁਤ ਉੱਚੀ ਹੈ।

ਸਲਤਨਤੇ ਦਹੁਮ

(**ਉਚਾਰਣ** = ਦਹੁਮ ਪੋਲਾ ਹੀ ਬੋਲੋ)

ਸੰਖੇਪ ਅਰਥ : ਭਾਈ ਸਾਹਿਬ ਜੀ ਕਹਿੰਦੇ ਹਨ ਕਿ ਹੁਣ ਮੈਂ ਦਸਵੇਂ ਪਾਤਸ਼ਾਹ ਦੀ ਉਸਤਤ ਕਹਿੰਦਾ ਹਾਂ।

ੳ) ਸਲਤ਼ਨਤੇ ਦਹੁਮਸ਼, ਦਸਤ ਪੇਚੇ ਦੇਵਾਨੇ ਦੋਰਗੀਰ;

ਅ) ਵ ਜ਼ੇਬੋ ਆਰਾਇਸ਼ੇ, ਜਾਵਿਦਾਨੀ ਸਰੀਰ॥

ਸੰਖੇਪ ਅਰਥ : ੳ) ਗੁਰੂ ਨਾਨਕ ਜੀ ਦੀ ਦਸਵੀਂ ਪਾਤਿਸ਼ਾਹੀ, ਸ਼ੈਤਾਨਾਂ ਨੂੰ ਪਕੜ ਕਰਕੇ ਉਨ੍ਹਾਂ ਦੇ ਹੱਥ ਮਰੋੜਨ ਵਾਲੀ ਹੈ।

ਅ) ਦਸਵੀਂ ਪਾਤਿਸ਼ਾਹੀ, ਹਮੇਸ਼ਾਂ ਅਟੱਲ ਤਖ਼ਤ ਨੂੰ ਸਜਾਵਟ ਦੇ ਨਾਲ ਸਜਾਉਣ ਵਾਲੀ ਹੈ।

ੳ) ਜਲਵਹ ਆਰਾਏ, ਆਂ ਨੁਹ ਮਸ਼ਅਲੇ, ਹੱਕ਼ ਫ਼ਰੋਗ;

ਅ) ਵ ਜ਼ੁਲਮਤ-ਜ਼ਦਾਏ ਸ਼ਬੇ, ਕਿਜ਼ਬ ਵ ਦਰੋਗ॥

ਸੰਖੇਪ ਅਰਥ : ੳ) ਦਸਵੀਂ ਪਾਤਿਸ਼ਾਹੀ ਸਚਾਈ ਨੂੰ ਰੋਸ਼ਨ ਕਰਨ ਵਾਲੀਆਂ; ਉਨ੍ਹਾਂ ਨੌਂ

ਮਿਸਾਲਾਂ (ਨੌਂ ਪਾਤਿਸ਼ਾਹੀਆਂ) ਦੇ ਨੂਰ ਨੂੰ ਚਮਕਾਉਣ ਵਾਲੀ ਹੈ। (ਜਿਹੜੀਆ ਨੌਂ ਮਸ਼ਾਲਾਂ ਨੇ, ਹਮੇਸ਼ਾਂ ਇਸ ਦੁਨੀਆਂ ਦੇ ਭਲੇ ਵਾਸਤੇ, ਇਸ ਦੁਨੀਆਂ ਦੇ ਉੱਪਰ, ਰੱਬੀ ਗੁਰਬਾਣੀ ਦਾ ਪ੍ਰਚਾਰ ਕੀਤਾ ਹੈ।)

ਅ) ਜਿਹੜੇ ਬਹੁਤੇ ਝੂਠ (ਅਤੇ ਅਗਿਆਨ ਰੂਪ) ਅੰਧੇਰੀ ਰਾਤ ਵਿੱਚ ਪਏ ਹੋਏ ਹਨ (ਦਸਵੀਂ ਪਾਤਿਸ਼ਾਹੀ ਉਨ੍ਹਾਂ ਨੂੰ ਅੰਧੇਰੀ ਅਗਿਆਨ ਦੀ ਰਾਤ ਵਿੱਚੋਂ ਕੱਢਣ ਵਾਲੀ ਹੈ।)

ੳ) ਸੁਲਤ਼ਾਨਉਲ, ਅੱਵਲ ਵਲ ਆਖ਼ਿਰ;

ਅ) ਵ ਬਾਸਿਰ ਉਲ, ਬਾਤ਼ਿਨ ਵੱਲ ਜ਼ਾਹਿਰ॥

ਸੰਖੇਪ ਅਰਥ : ੳ) ਗੁਰੂ ਗੋਬਿੰਦ ਸਿੰਘ ਜੀ ਮੁੱਢ ਤੋਂ ਲੈ ਕੇ ਅੰਤ ਤੱਕ ਜਗਤ ਦੇ ਪਾਤਿਸ਼ਾਹ ਹਨ।

ਅ) ਅਤੇ ਗੁਰੂ ਗੋਬਿੰਦ ਸਿੰਘ ਜੀ ਸੰਸਾਰ ਦੇ ਗੁਪਤ ਅਤੇ ਪ੍ਰਗਟ ਭੇਦ, ਪ੍ਰਗਟ ਕਰਨ ਵਾਲੇ ਹਨ।

ੳ) ਮੁਸ਼-ਤਹਿਰ ਸਾਜ਼ੇ, ਕੁਦਸੀ ਇਅ਼-ਜਾਜ਼;

ਅ) ਵ ਅਜ਼ ਹਰ ਤ਼ਾਅ਼ਤ, ਵ ਖ਼ਿਦਮਤ ਬੇ-ਨਿਆਜ਼॥

(**ਉਚਾਰਣ** = ਤ਼ਾ-ਅ਼ਤ ਇਕੱਠਾ ਬੋਲੋ)

ਸੰਖੇਪ ਅਰਥ : ੳ) ਗੁਰੂ ਗੋਬਿੰਦ ਸਿੰਘ ਜੀ (ਰੱਬੀ) ਪਵਿੱਤਰ ਵਡਿਆਈਆਂ ਨੂੰ ਬਨਾਉਣ ਵਾਲੇ ਅਤੇ ਮਸ਼ਹੂਰ ਕਰਨ ਵਾਲੇ ਹਨ।

ਅ) ਅਤੇ ਗੁਰੂ ਗੋਬਿੰਦ ਸਿੰਘ ਜੀ ਹਰੇਕ ਕਿਸੇ ਦੀ ਤਾਬਿਆਦਾਰੀ ਅਤੇ ਸੇਵਾ ਤੋਂ ਬੇਮੁਥਾਜ ਹਨ।

ੳ) ਸ਼ੇਰਾਨੇ ਅਫ਼ਵਾਜ਼ੇ, ਮਨਸੂਰਹ ਅਸ਼, ਯੱਕਾ-ਤਾਜ਼;

ਅ) ਵ ਲਿਵਾਇ ਆ਼ਲਮ ਕੁਸ਼ਾਇਸ਼, ਨੁਸਰਤ-ਤ਼ਰਾਜ਼॥

ਸੰਖੇਪ ਅਰਥ : ੳ) ਉਨ੍ਹਾਂ ਦੀਆਂ ਫ਼ੌਜਾਂ ਦੇ ਸਿੰਘ ਇਕੱਲੇ-ਇਕੱਲੇ ਜੂਝਣ ਵਾਲੇ ਹਨ ਅਤੇ ਜੰਗ ਦੇ ਮੈਦਾਨ ਵਿੱਚ ਕਾਮਯਾਬੀ ਨੂੰ ਪ੍ਰਾਪਤ ਕਰਨ ਵਾਲੇ ਹਨ।

ਅ) ਅਤੇ ਉਨ੍ਹਾਂ ਦਾ ਗ਼ਰੀਬਾਂ ਦੀ ਮਦਦ ਕਰਨ ਵਾਲਾ ਝੰਡਾ ਸਾਰੇ ਜਹਾਨ 'ਤੇ ਝੁੱਲ ਰਿਹਾ ਹੈ।

ੳ) ਕਾਫ਼ੇ ਫ਼ਾਰਸੀ, ਅਜ਼ ਨਾਮੇ ਹੱਕ਼ ਇਖ਼-ਤਿਤਾਮਸ਼, ਗੇਤੀ ਸਿਤਾਂ;

ਅ) ਵ ਵਾਉ ਬਾਦੀ, ਵਾਸਿਤ਼ਾਏ ਕ਼ਿਆ਼ਮੇ ਜ਼ਮੀਨੋ ਜ਼ਮਾਂ॥

ਸੰਖੇਪ ਅਰਥ : ੳ) ਉਨ੍ਹਾਂ ਦੇ ਨਾਮ ਦਾ, ਸਚਾਈ ਦਾ ਅੰਤ ਜਾਨਣ ਵਾਲਾ, ਫ਼ਾਰਸੀ ਦਾ ਕੱਕਾ ਅਤੇ ਅ਼ਰਬੀ ਦਾ ਗੱਗਾ ਅੱਖਰ ਇਹ ਉਪਦੇਸ਼ ਦਿੰਦਾ ਹੈ ਕਿ ਸਤਿਗੁਰੂ ਗੁਰੂ ਗੋਬਿੰਦ ਸਿੰਘ ਜੀ ਸਾਰੀ ਦੁਨੀਆਂ ਦੇ ਉੱਪਰ ਕਬਜ਼ਾ ਕਰ ਲੈਣ ਵਾਲੇ ਹਨ।

ਅ) ਉਨ੍ਹਾਂ ਦੇ ਨਾਮ ਦਾ ਪਵਿੱਤਰ ਖ਼ੁਸ਼ਬੂ ਵਾਲਾ ਹੋੜਾ ਇਹ ਉਪਦੇਸ਼ ਦਿੰਦਾ ਹੈ ਕਿ ਖ਼ੁਦਾ ਵੱਲੋਂ ਗੁਰੂ ਗੋਬਿੰਦ ਸਿੰਘ ਜੀ ਰਾਹੀਂ, ਧਰਤੀ ਅਤੇ ਅਕਾਸ਼ ਕਾਇਮ ਹੋਏ ਹਨ।

ੳ) ਬਾਏ ਅਬਦ ਬਕ਼ਾਇਸ਼, ਬਖ਼ਸ਼ਿੰਦਹਏ ਪਨਾਹਿੰਦ-ਗਾਂ;

ਅ) ਵ ਸ਼ਮੀਮੇ, ਨੂਨੇ ਹੁਮਾਯੂਨਸ਼; ਨਵਾਜ਼ਿੰਦਹਏ ਪ੍ਰਿਸਤੰਦ-ਗਾਂ॥

(**ਉਚਾਰਣ** = ਹੁਮਾ-ਯੂਨੱਸ਼ ਦਾ ਯੱਈਆ ਪੂਰਾ ਬੋਲੋ)

ਸੰਖੇਪ ਅਰਥ : ੳ) ਉਨ੍ਹਾਂ ਦੇ ਨਾਮ ਦੀ ਸਦਾ ਬਾਕੀ ਰਹਿਣ ਵਾਲੀ "ਬਿ" (ਅਥਵਾ)=ਨਾ ਘਟਣ ਵਾਲੀ (ਭਾਵ)=ਸਦਾ ਹੀ ਵਧਣ ਵਾਲੀ "ਬਿ" ਇਹ ਉਪਦੇਸ਼ ਦਿੰਦੀ ਹੈ ਕਿ ਗੁਰੂ ਜੀ ਸ਼ਰਨ ਵਿੱਚ ਆਏ ਹੋਏ ਸ਼ਰਨਾਗਤਾਂ ਨੂੰ ਸ਼ਰਣ ਬਖ਼ਸ਼ਣ ਵਾਲੇ ਹਨ।

ਅ) ਉਨ੍ਹਾਂ ਦੇ ਨਾਮ ਦੀ ਖ਼ੁਸ਼ਬੂਦਾਰ ਅਤੇ ਮੁਬਾਰਿਕ ਟਿੱਪੀ ਇਹ ਉਪਦੇਸ਼ ਦਿੰਦੀ ਹੈ ਕਿ ਗੁਰੂ ਗੋਬਿੰਦ ਸਿੰਘ ਜੀ, (ਇੱਕ ਅਕਾਲ ਪੁਰਖ ਨੂੰ) ਪੂਜਨ ਵਾਲੇ ਗੁਰਸਿੱਖਾਂ (ਦੇ ਉੱਪਰ ਬਖ਼ਸ਼ਿਸ਼ਾਂ ਕਰਕੇ, ਗੁਰਸਿੱਖ ਨੂੰ) ਬਖ਼ਸ਼ਣ ਵਾਲੇ ਹਨ।

ੳ) ਦਾਲੇ ਸਰਾਪਾ, ਅਜ਼ਮਤ ਵ ਇਜਲਾਲਸ਼[1], ਦਾਮ ਗੁਸਲੇ ਮਰਗ;

ਅ) ਵ ਸੀਨੇ, ਸਰਾਪਾ ਵਾਲਾ ਤਮਕੀਨਸ਼;

ਸਰਮਾਇਆਏ, ਹਰ ਸਾਜ਼ ਵ ਬਰਗ॥

ਪਾਠਭੇਦ : [1]ਜਲਾਲਸ਼।

ਸੰਖੇਪ ਅਰਥ : ੳ) ਉਨ੍ਹਾਂ ਦੇ ਨਾਮ ਦਾ ਸਿਰ ਤੋਂ ਲੈ ਕੇ ਪੈਰਾਂ ਤੱਕ ਵਡਿਆਈ ਅਤੇ ਦਬਦਬੇ ਨਾਲ ਭਰਿਆ ਦੱਦਾ ਅੱਖਰ ਇਹ ਉਪਦੇਸ਼ ਦਿੰਦਾ ਹੈ ਕਿ ਗੁਰੂ ਗੋਬਿੰਦ ਸਿੰਘ ਜੀ ਸਿੱਖਾਂ ਦੀ ਮੌਤ ਦੀ ਫਾਹੀ ਨੂੰ ਤੋੜਨ ਵਾਲੇ ਹਨ।

ਅ) ਉਨ੍ਹਾਂ ਦੇ ਨਾਮ ਦਾ ਸਿਰ ਤੋਂ ਲੈ ਕੇ ਪੈਰਾਂ ਤੱਕ ਵੱਡੀ ਬਜ਼ੁਰਗੀ ਨਾਲ ਭਰਿਆ ਸੱਸਾ (ਅਤੇ ਸੱਸੇ ਦੀ ਸਿਹਾਰੀ) ਇਹ ਉਪਦੇਸ਼ ਦਿੰਦੀ ਹੈ ਕਿ ਗੁਰੂ ਜੀ ਹਰੇਕ ਸਾਜ਼ੋ ਸਮਾਨ (ਅਥਵਾ) : ਦੁਨੀਆਂ ਦੀ ਪੂੰਜੀ ਹਨ।

ੳ) ਬੂਏ ਨੂਨੇ, ਦਾਇਮਾ ਨਦੀਮੇ ਸੁਬਹਾਨੀ;

ਅ) ਵ ਸਾਨੀ, ਕਾਫ਼ੇ ਅ਼ਜਮੀਜਸ਼ ਜਾਂ-ਗੁਜ਼ਾਏ;

ਬਾਦੀਆ ਪੈਮਾਯਾਂਨੇ ਬੇਫ਼ਰਮਾਨੀ॥

(**ਉਚਾਰਣ** = ਪੈਮਾਇ-ਆਂਨੇ ਬੋਲੋ)

ਸੰਖੇਪ ਅਰਥ : ੳ) ਉਨ੍ਹਾਂ ਦੇ ਨਾਮ ਦੀ ਖ਼ੁਸ਼ਬੂਦਾਰ ਟਿੱਪੀ ਇਹ ਉਪਦੇਸ਼ ਦਿੰਦੀ ਹੈ ਕਿ ਗੁਰੂ ਗੋਬਿੰਦ ਸਿੰਘ ਜੀ ਹਮੇਸ਼ਾ ਰੱਬ ਦੇ ਸਾਥੀ (ਅਥਵਾ)=ਵਜ਼ੀਰ ਹਨ।

ਅ) ਅਤੇ ਉਨ੍ਹਾਂ ਦੇ ਨਾਮ ਵਿੰਚ ਫ਼ਾਰਸੀ ਦਾ ਦੂਸਰਾ ਕੱਕਾ ਅਤੇ ਅ਼ਰਬੀ ਦਾ ਗੱਗਾ ਇਹ ਉਪਦੇਸ਼ ਦਿੰਦਾ ਹੈ ਕਿ ਗੁਰੂ ਗੋਬਿੰਦ ਸਿੰਘ ਜੀ ਉਨ੍ਹਾਂ ਬੇਫ਼ਰਮਾਨੀਆਂ ਦੀ ਜਾਨ ਕੱਢ ਲੈਂਦੇ ਹਨ ਜਿਹੜੇ ਲੋਕ ਪ੍ਰਭੂ ਦੇ ਹੁਕਮ ਤੋਂ ਬਿਨਾਂ, ਦਲੀਲਾਂ (ਵਾ) :- ਸੰਕਲਪਾਂ ਵਿਕਲਪਾਂ ਰੂਪ ਜੰਗਲ ਨੂੰ ਮਿਣਦੇ ਰਹਿੰਦੇ ਹਨ।

ੳ) ਹਾਏ ਆਖ਼ਿਰੀਨ ਬਾਦੀ; ਹਾਦੀ-ਉਲ ਕੌਨੈਨੇ ਬਰ ਹ਼ੱਕ਼॥

ਅ)[1] **ਵ ਕੌਸੇ, ਹਦਾਯਤ ਵ ਇਰਸ਼ਾਦਸ਼; ਬਰ ਨੁਹ ਤਬਕ਼॥**

ਪਾਠਭੇਦ : ਸ਼ੱਨਿ ਹਦਾਇਤ ਵ ਇਰਸ਼ਾਦਸ਼।

(**ਉਚਾਰਣ** = ਹਦਾਇਤ ਬੋਲੋ)

ਸੰਖੇਪ ਅਰਥ : ੳ) ਉਨ੍ਹਾਂ ਦੇ ਨਾਮ ਦਾ ਆਖ਼ਿਰੀ ਖ਼ੁਸ਼ਬੂਦਾਰ ਹਾਹਾ ਇਹ ਉਪਦੇਸ਼ ਦਿੰਦਾ ਹੈ ਕਿ ਗੁਰੂ ਜੀ ਦੋਹਾਂ ਜਹਾਨਾਂ ਨੂੰ ਸੱਚ ਦਾ ਰਸਤਾ ਦਿਖਾਉਣ ਵਾਲੇ ਹਨ।

ੳ) ਸਦ ਹਜ਼ਾਰਾਂ; ਸੁਲਸ ਵ ਸੁਦਸ, ਖ਼ਿਦਮਤ-ਗੁਜ਼ੀਂ;

ਅ) ਵ ਸੁਦਸ ਹਜ਼ਾਰਾਂ; ਰੁਅ਼ਬ ਵ ਤਿਸਅ਼, ਖ਼ਾਕਿ-ਨਸ਼ੀਂ॥

ਸੰਖੇਪ ਅਰਥ : ੳ) ਲੱਖਾਂ ਹੀ ਤਿੰਨ ਦੇਵਤੇ ਅਤੇ ਛੇ ਸ਼ਾਸਤ੍ਰ ਉਨ੍ਹਾਂ ਦੀ ਸੇਵਾ ਨੂੰ ਪਸੰਦ ਕਰਨ ਵਾਲੇ ਹਨ।

ਅ) ਅਤੇ ਲੱਖਾਂ ਹੀ ਚਾਰ ਵੇਦ ਅਤੇ ਨੌਂ ਅਸਮਾਨ (ਵਾ)=ਨੌਂ ਖੰਡ ਉਨ੍ਹਾਂ ਦੀ ਚਰਨ ਧੂੜੀ ਵਿੱਚ ਬੈਠਣ ਵਾਲੇ ਹਨ।

ੳ) ਸਦ ਹਜ਼ਾਰਾਂ, ਅ਼ਸ਼ਰ ਵ ਸੁਲਸ, ਵ ਸਲਾਸੂਨ;

ਸਤਾਇੰਦਹਏ ਬਾਰਗਾਹਸ਼;

ਅ) ਸਦ ਹਜ਼ਾਰਾਂ, ਈਸ਼ਰ ਵ ਬ੍ਰਹਮਾਂ, ਵ ਅ਼ਰਸ਼ ਵ ਕੁਰਸੀ;

ਖ਼੍ਵਾਹਿੰਦਹਏ ਪਨਾਹਸ਼॥

ਸੰਖੇਪ ਅਰਥ : ੳ) ਲੱਖਾਂ ਹੀ ਦਸ ਅਵਤਾਰ ਅਤੇ ਤਿੰਨ ਦੇਵਤੇ ਤੇ ਤੀਹ ਰੋਜ਼ੇ ਰੱਖਣ ਵਾਲੇ (ਪੱਕੇ ਮੁਸਲਮਾਨ) ਉਨ੍ਹਾਂ ਦੇ ਦਰਬਾਰ ਨੂੰ ਸਲਾਹੁਣ ਵਾਲੇ ਹਨ।

ਅ) ਲੱਖਾਂ ਹੀ ਈਸ਼ਰ ਅਤੇ ਬ੍ਰਹਮਾਂ ਤੇ ਅ਼ਰਸ਼ ਦੇ ਵਾਸੀ ਅਤੇ ਕੁਰਸ ਦੇ ਵਾਸੀ ਉਨ੍ਹਾਂ ਦੀ ਪਨਾਹ, ਸ਼ਰਣ ਨੂੰ ਚਾਹੁਣ ਵਾਲੇ ਹਨ।

ੳ) ਵ ਸਦ ਹਜ਼ਾਰਾਂ, ਆਸਮਾਨ ਵ ਜ਼ਮੀਨ;

ਹ਼ਲਕ਼ਹ ਬ-ਗੋਸ਼ੇ ਆਂ-ਨਸਤ;

ਅ) ਵ ਸਦ ਹਜ਼ਾਰਾਂ, ਆਫ਼ਤਾਬ ਵ ਮਾਹ;

ਖ਼ਿਲਅ਼ਤ ਪੋਸ਼ੇ ਆਂ-ਨਸਤ॥

(**ਉਚਾਰਣ** = ਖ਼ਿਲ-ਅ਼ਤ ਇਕੱਠਾ ਬੋਲੋ)

ਸੰਖੇਪ ਅਰਥ : ੳ) ਲੱਖਾਂ ਹੀ ਅਸਮਾਨ ਤੇ ਜ਼ਮੀਨਾਂ; ਉਨ੍ਹਾਂ ਦੇ ਕੰਨਾਂ ਦੇ ਕੁੰਡਲ (ਭਾਵ) ਦਾਸ ਹਨ।

ਅ) ਅਤੇ ਲੱਖਾਂ ਹੀ ਸੂਰਜ ਤੇ ਚੰਦਰਮੇ ਉਨ੍ਹਾਂ ਤੋਂ ਸਿਰੋਪਾਉ ਪਵਾਉਣ ਵਾਲੇ (ਅਥਵਾ)=ਪ੍ਰਾਪਤ ਕਰਨ ਵਾਲੇ ਹਨ।

ੳ) ਸਦ ਹਜ਼ਾਰਾਂ, ਅ਼ਰਸ਼ ਵ ਕੁਰਸੀ;

ਦਾਗ਼ਦਾਰ ਵ ਗ਼ੁਲਾਮੇ ਨਾਮਸ਼;

ਅ) ਵ ਸਦ ਹਜ਼ਾਰਾਂ, ਰਾਮ ਵ ਰਾਜਾ;

ਵ ਕਾਨ੍ਹ ਵ ਕ੍ਰਿਸ਼ਨ, ਖ਼ਾਕਿ ਬੋਸੇ ਅਕ਼-ਦਾਮਸ਼॥

ਸੰਖੇਪ ਅਰਥ : ੳ) ਲੱਖਾਂ ਹੀ ਅ਼ਰਸ਼ ਅਤੇ ਕੁਰਸ ਦੇ ਵਾਸੀ; ਉਨ੍ਹਾਂ ਦੇ ਨਾਉਂ ਦੇ ਦਾਗ਼ੇ ਹੋਏ, ਉਨ੍ਹਾਂ ਦੇ ਦਾਸ ਹਨ।

ਅ) ਅਤੇ ਲੱਖਾਂ ਹੀ ਸ੍ਰੀ ਰਾਮ ਚੰਦਰ ਜੀ, ਸ੍ਰੀ ਕ੍ਰਿਸ਼ਨ ਜੀ ਤੇ ਹੋਰ ਬੇਅੰਤ ਚੱਕਰਵਰਤੀ ਰਾਜੇ, ਅੱਗੇ ਵੱਧ ਕਰਕੇ, ਉਨ੍ਹਾਂ ਦੇ ਚਰਨਾਂ ਦੀ ਧੂੜੀ ਨੂੰ, ਚੁੰਮਣ ਵਾਲੇ ਹਨ।

ੳ) ਸਦ ਹਜ਼ਾਰਾਂ; ਮੁਕ਼ਬਿਲੇ ਖ਼ਾਸੇ ਹ਼ਮਦੀਯਤ, ਸਤਾਇਸ਼-ਗਰਸ਼;

ਅ) ਵ ਸਦ ਹਜ਼ਾਰਾਂ, ਨਦੀਮ ਬਾਰਗਾਹੇ ਅਹ਼ਦੀਯਤ;

ਚਾਕਰੇ ਫ਼ਰਮਾਂ-ਬਰਸ਼॥

ਸੰਖੇਪ ਅਰਥ : ੳ) ਲੱਖਾਂ ਕ਼ਬੂਲ ਹੋਏ ਖ਼ਾਸ ਲੋਕ; ਅੱਲ੍ਹਾ ਦੀ ਤਾਰੀਫ਼ ਕਰਨ ਵਾਲੇ; ਉਨ੍ਹਾਂ ਦੀ ਸਿਫ਼ਤ-ਸਲਾਹ ਕਰਨ ਵਾਲੇ ਹਨ।

ਅ) ਅਤੇ ਰੱਬੀ ਦਰਗਾਹ ਦੇ ਲੱਖਾਂ ਸਾਥੀ (ਅਥਵਾ)=ਮੁਸਾਹਿਬ, ਉਨ੍ਹਾਂ

ਦੇ ਹੁਕਮ ਨੂੰ ਮੰਨਣ ਵਾਲੇ ਚਾਕਰ ਹਨ।

ੳ) ਵ ਸਦ ਹਜ਼ਾਰਾਂ, ਇੰਦਰ ਵ ਮਾਰੇ; ਹਜ਼ਾਰ ਜ਼ਬਾਨਸ਼[1] ॥

ਅ) ਸਦ ਹਜ਼ਾਰਾਂ, ਈਸ਼ਰ ਵ ਬ੍ਰਹਮਾਂ; ਅ਼ਕ਼ੀਦਤ ਪਜ਼ੋਹਸ਼ ॥

ਪਾਠਭੇਦ : [1]ਜ਼ਬਾਂ ਤੌਸੀਫ਼ ਗੋਇਸ਼।

ਸੰਖੇਪ ਅਰਥ : ੳ) ਲੱਖਾਂ ਹੀ ਇੰਦਰ ਤੇ ਹਜ਼ਾਰਾਂ ਜ਼ਬਾਨਾਂ ਵਾਲੇ ਸੱਪ (ਸ਼ੇਸ਼ਨਾਗ) ਵੀ; ਉਨ੍ਹਾਂ ਦੀ ਸਿਫ਼ਤ ਕਰਨ ਵਾਲੇ ਹਨ।

ਅ) ਲੱਖਾਂ ਹੀ ਈਸ਼ਵਰ (ਸ਼ਿਵ) ਤੇ ਬ੍ਰਹਮਾਂ; ਉਨ੍ਹਾਂ 'ਤੇ ਸ਼ਰਧਾ ਰੱਖਣ ਵਾਲੇ ਹੈ।

ੳ) ਵ ਸਦ ਹਜ਼ਾਰਾਂ, ਉੱਮੈ ਕ਼ੁਦਸੀ; ਦਰ ਖ਼ਿਦਮਤਸ਼ ॥

ਅ) ਵ ਸਦ ਹਜ਼ਾਰਾਂ, ਕ਼ਦਰ ਵ ਕ਼ੁਦਰਤ; ਪਜ਼ੀਰਸ਼-ਗਰੇ ਤ਼ਾਅ਼ਤਸ਼ ॥

(**ਉਚਾਰਣ** = ਖ਼ਿਦਮਤੱਸ਼ ਅਤੇ ਤ਼ਾ-ਅ਼ਤੱਸ਼ ਇਕੱਠਾ ਬੋਲੋ)

ਸੰਖੇਪ ਅਰਥ : ੳ) ਲੱਖਾਂ ਹੀ ਪਵਿੱਤ੍ਰ ਦੇਵੀਆਂ; ਉਨ੍ਹਾਂ ਦੀ ਟਹਿਲ ਵਿੱਚ ਹਨ।

ਅ) ਲੱਖਾਂ ਹੀ ਮਰਤਬਿਆਂ ਵਾਲੇ ਅਤੇ ਤਾਕਤਾਂ ਵਾਲੇ, ਉਨ੍ਹਾਂ ਦੀ ਬੰਦਗੀ ਨੂੰ ਕ਼ਬੂਲ ਕਰਨ ਵਾਲੇ ਹਨ।

ਵਾਹਿਗੁਰੂ ਜੀਉ ਸੱਤਿ

ਅਰਥ=ਅਕਾਲ ਪੁਰਖ ਜੀ (ਦਾ ਨਾਮ) ਸੱਚਾ ਹੈ।

ੳ) ਨਾਸਿਰੋ ਮਨਸੂਰ; ਗੁਰ ਗੋਬਿੰਦ ਸਿੰਘ ॥

ਅ) ਏਜ਼ਦੀ ਮਨਜ਼ੂਰ; ਗੁਰ ਗੋਬਿੰਦ ਸਿੰਘ ॥ ੧੦੫ ॥

ਸੰਖੇਪ ਅਰਥ : ੳ) ਮਦਦ ਕਰਨ ਵਾਲੇ ਵੀ ਅਤੇ ਮਦਦ ਕਰਵਾਉਣ ਵਾਲੇ ਵੀ, ਆਪ ਹੀ ਹਨ ਗੁਰੂ ਗੋਬਿੰਦ ਸਿੰਘ ਜੀ।

ਅ) ਰੱਬ ਵੱਲੋਂ ਪ੍ਰਮਾਣਨੀਕ ਹਨ ਗੁਰੂ ਗੋਬਿੰਦ ਸਿੰਘ।

ੳ) ਹ਼ੱਕ਼ ਰਾ ਗੰਜੂਰ; ਗੁਰ ਗੋਬਿੰਦ ਸਿੰਘ ॥

ਅ) ਜੁਮਲਹ ਫ਼ੈਜ਼ੇ ਨੂਰ; ਗੁਰ ਗੋਬਿੰਦ ਸਿੰਘ ॥ ੧੦੬ ॥

ਸੰਖੇਪ ਅਰਥ : ੳ) ਰੱਬ ਦੇ ਖ਼ਜ਼ਾਨਚੀ ਹਨ ਗੁਰੂ ਗੋਬਿੰਦ ਸਿੰਘ ਜੀ।

ਅ) ਤਮਾਮ ਮਿਹਰਾਂ ਦੇ ਨੂਰ ਹਨ ਗੁਰੂ ਗੋਬਿੰਦ ਸਿੰਘ ਜੀ।

ੳ) ਹ਼ੱਕ਼ ਹ਼ੱਕ਼ ਆਗਾਹ; ਗੁਰ ਗੋਬਿੰਦ ਸਿੰਘ ॥

ਅ) ਸ਼ਾਹੇ ਸ਼ਾਹਨਸ਼ਾਹ; ਗੁਰ ਗੋਬਿੰਦ ਸਿੰਘ ॥ ੧੦੭ ॥

ਸੰਖੇਪ ਅਰਥ : ੳ) ਸੱਚੇ ਰੱਬ ਨੂੰ ਜਾਨਣ ਵਾਲੇ ਹਨ ਗੁਰੂ ਗੋਬਿੰਦ ਸਿੰਘ ਜੀ।

ਅ) ਬਾਦਸ਼ਾਹਾਂ ਦੇ ਬਾਦਸ਼ਾਹ ਹਨ ਗੁਰੂ ਗੋਬਿੰਦ ਸਿੰਘ ਜੀ।

ੳ) ਬਰ ਦੋ ਆਲਮ ਸ਼ਾਹ; ਗੁਰ ਗੋਬਿੰਦ ਸਿੰਘ॥

ਅ) ਖ਼ਸਮ ਰਾ ਜਾਂ-ਕਾਹ; ਗੁਰ ਗੋਬਿੰਦ ਸਿੰਘ॥੧੦੮॥

ਸੰਖੇਪ ਅਰਥ : ੳ) ਦੋਹਾਂ ਜਹਾਨਾਂ ਉੱਪਰ ਬਾਦਸ਼ਾਹ ਹਨ ਗੁਰੂ ਗੋਬਿੰਦ ਸਿੰਘ ਜੀ।

ਅ) ਦੁਸ਼ਮਨਾਂ ਦੀ ਜਾਨ ਨੂੰ ਘਟਾਉਣ ਵਾਲੇ ਹਨ ਗੁਰੂ ਗੋਬਿੰਦ ਸਿੰਘ ਜੀ।

ੳ) ਫ਼ਾਇ-ਜ਼ੁਲ-ਅਨਵਾਰ; ਗੁਰ ਗੋਬਿੰਦ ਸਿੰਘ॥

ਅ) ਕਾਸ਼ਿਫ਼ ਉਲ ਅਸਰਾਰ; ਗੁਰ ਗੋਬਿੰਦ ਸਿੰਘ ਜੀ॥੧੦੯॥

(**ਉਚਾਰਣ** = ਕਾਸ਼ਿ-ਫ਼ੁੱਲ ਅਸਰਾਰ ਬੋਲੋ)

ਸੰਖੇਪ ਅਰਥ : ੳ) ਕਿਰਪਾ ਕਰਨ ਵਾਲੇ ਨੂਰ ਹਨ ਗੁਰੂ ਗੋਬਿੰਦ ਸਿੰਘ ਜੀ।

ਅ) ਗੁਪਤ ਭੇਤਾਂ ਨੂੰ ਖੋਲ੍ਹਣ ਵਾਲੇ ਹਨ ਗੁਰੂ ਗੋਬਿੰਦ ਸਿੰਘ ਜੀ।

ਤੌਸੀਫ਼ ਗੋਯਸ਼

(**ਉਚਾਰਣ** = ਗੋਇਸ਼ ਬੋਲੋ)

ਸੰਖੇਪ ਅਰਥ : ੳ) ਭਾਈ ਨੰਦਲਾਲ ਜੀ ਕਲਗੀਧਰ ਜੀ ਦੀ ਉਸਤਤ ਕਹਿੰਦੇ ਹਨ (ਅਰਥਾਤ)=ਕਰਦੇ ਹਨ।

ੳ) ਆਲਮ-ਉਲ-ਅਸਤਾਰ; ਗੁਰ ਗੋਬਿੰਦ ਸਿੰਘ।

ਅ) ਅਬਰੇ ਰਹ਼ਮਤ ਬਾਰ; ਗੁਰ ਗੋਬਿੰਦ ਸਿੰਘ॥੧੧੦॥

ਉਚਾਰਣ = ਆਲ-ਮੁੱਲ-ਅਸਤਾਰ ਬੋਲੋ)

ਸੰਖੇਪ ਅਰਥ : ੳ) ਸੰਸਾਰ ਦੀਆਂ ਗੁਪਤ ਗੱਲਾਂ ਨੂੰ ਜਾਨਣ ਵਾਲੇ ਹਨ ਗੁਰੂ ਗੋਬਿੰਦ ਸਿੰਘ ਜੀ।

ਅ) ਮਿਹਰਬਾਨੀਆਂ ਦੇ ਬੱਦਲਾਂ ਤੋਂ, ਮਿਹਰਬਾਨੀਆਂ ਵਰਸਾਉਣ ਵਾਲੇ ਹਨ ਗੁਰੂ ਗੋਬਿੰਦ ਸਿੰਘ ਜੀ।

ੳ) ਮੁਕ਼ਬਿਲੋ ਮਕ਼ਬੂਲ; ਗੁਰ ਗੋਬਿੰਦ ਸਿੰਘ॥

ਅ) ਵਾਸਿਲੋ ਮੌਸੂਲ; ਗੁਰ ਗੋਬਿੰਦ ਸਿੰਘ॥੧੧੧॥

ਸੰਖੇਪ ਅਰਥ : ੳ) ਕਬੂਲ ਹੋਣ ਵਾਲਾ ਅਤੇ ਕਬੂਲ ਹੋਏ ਆਪ ਹੀ ਹਨ ਗੁਰੂ ਗੋਬਿੰਦ ਸਿੰਘ ਜੀ।

ਅ) ਰੱਬ ਤੱਕ ਪਹੁੰਚਣ ਵਾਲੇ ਅਤੇ ਰੱਬ ਤੱਕ ਪਹੁੰਚੇ ਹੋਏ ਆਪ ਹੀ ਹਨ ਗੁਰੂ ਗੋਬਿੰਦ ਸਿੰਘ।

ੳ) ਜਾਂ ਫ਼ਰੋਜ਼ੇ ਦਹਰ; ਗੁਰ ਗੋਬਿੰਦ ਸਿੰਘ॥

ਅ) ਫ਼ੈਜ਼ੇ ਹੱਕ਼ ਰਾ ਬਹਰ; ਗੁਰ ਗੋਬਿੰਦ ਸਿੰਘ॥੧੧੨॥

ਸੰਖੇਪ ਅਰਥ : ੳ) ਦੁਨੀਆਂ ਵਿੱਚ ਸਾਰੇ ਲੋਕਾਂ ਦੀ ਜਾਨ ਨੂੰ ਰੋਸ਼ਨ ਕਰਨ ਵਾਲੇ ਹਨ ਗੁਰੂ ਗੋਬਿੰਦ ਸਿੰਘ ਜੀ।

ਅ) ਸਚਾਈ ਅਤੇ ਕਿਰਪਾ ਦੇ ਸਮੁੰਦਰ ਹਨ (ਅਥਵਾ)=ਰੱਬੀ ਫ਼ੈਜ਼ ਦੇ ਸਮੁੰਦਰ ਹਨ ਗੁਰੂ ਗੋਬਿੰਦ ਸਿੰਘ ਜੀ।

ੳ) ਹੱਕ਼ ਰਾ ਮਹਬੂਬ; ਗੁਰ ਗੋਬਿੰਦ ਸਿੰਘ॥

ਅ) ਤ਼ਾਲਿਬੋ ਮਤ਼ਲੂਬ; ਗੁਰ ਗੋਬਿੰਦ ਸਿੰਘ॥੧੧੩॥

ਸੰਖੇਪ ਅਰਥ : ੳ) ਰੱਬ ਦੇ ਪਿਆਰੇ ਹਨ ਗੁਰੂ ਗੋਬਿੰਦ ਸਿੰਘ ਜੀ।

ਅ) (ਰੱਬ ਨੂੰ) ਚਾਹੁਣ ਵਾਲੇ ਅਤੇ (ਰੱਬ ਦੇ ਪਿਆਰਿਆਂ ਦੇ) ਚਾਹੇ ਗਏ (ਆਪ ਹੀ) ਹਨ ਗੁਰੂ ਗੋਬਿੰਦ ਸਿੰਘ ਜੀ।

ੳ) ਤੇਗ਼ ਰਾ ਫ਼ੱਤਾਹ; ਗੁਰ ਗੋਬਿੰਦ ਸਿੰਘ॥

ਅ) ਜਾਨੋ ਦਿਲ ਰਾ ਰਾਹ; ਗੁਰ ਗੋਬਿੰਦ ਸਿੰਘ॥੧੧੪॥

ਸੰਖੇਪ ਅਰਥ : ੳ) ਤਲਵਾਰ ਨੂੰ ਜੰਗ ਦੇ ਮੈਦਾਨ ਵਿੱਚ ਲਹਿਰਾਉਣ ਵਾਲੇ ਵਿਜਈ ਜੋਧੇ ਹਨ ਗੁਰੂ ਗੋਬਿੰਦ ਸਿੰਘ ਜੀ।

ਅ) ਜਾਨ ਤੇ ਦਿਲ ਨੂੰ ਨੇਕੀ ਦਾ ਰਸਤ ਦਿਖਾਉਣ ਵਾਲੇ ਹਨ ਗੁਰੂ ਗੋਬਿੰਦ ਸਿੰਘ ਜੀ।

ੳ) ਸਾਹ਼ਿਬੇ ਅਕਲੀਲ; ਗੁਰ ਗੋਬਿੰਦ ਸਿੰਘ॥

ਅ) ਜ਼ਿੱਲੇ ਹੱਕ਼ ਤਜ਼-ਲੀਲ; ਗੁਰ ਗੋਬਿੰਦ ਸਿੰਘ ਜੀ॥੧੧੫॥

(**ਉਚਾਰਣ** = ਤਜ਼-ਲੀਲ ਇਕੱਠਾ ਬੋਲੋ)

ਸੰਖੇਪ ਅਰਥ : ੳ) ਸਾਰਿਆਂ ਤਾਜਾਂ ਦੇ ਮਾਲਿਕ ਹਨ।

ਅ) ਰੱਬ ਦੀ ਛਾਂ ਛਾਉਣ ਵਾਲੇ ਹਨ।

ੳ) [1]ਖ਼ਾਜ਼ਨੇ ਹਰ ਗੰਜ; ਗੁਰ ਗੋਬਿੰਦ ਸਿੰਘ॥

ਅ) ਮਰ-ਹਮੇ[2] ਹਰ ਰੰਜ; ਗੁਰ ਗੋਬਿੰਦ ਸਿੰਘ॥੧੧੬॥

ਪਾਠਭੇਦ : [1]ਖ਼ਾਜ਼ਾਨੇ [2]ਬ ਰਹਮੇ।

(**ਉਚਾਰਣ** = ਮਰ-ਹਮੇ ਇਕੱਠਾ ਬੋਲੋ)

ਸੰਖੇਪ ਅਰਥ : ੳ) ਖ਼ਜ਼ਾਨਗੀ ਹਨ ਹਰੇਕ ਖ਼ਜ਼ਾਨੇ ਨੇ ਗੁਰੂ ਗੋਬਿੰਦ ਸਿੰਘ ਜੀ।

ਅ) ਮਲ੍ਹਮ ਹਨ ਹਰੇਕ ਪੀੜ ਦੀ ਗੁਰੂ ਗੋਬਿੰਦ ਸਿੰਘ ਜੀ।

ੳ) ਦਾਵਰੇ ਆਫ਼ਾਕ਼; ਗੁਰ ਗੋਬਿੰਦ ਸਿੰਘ॥

ਅ) ਦਰ ਦੋ ਆ਼ਲਮ ਤ਼ਾਕ਼, ਗੁਰ ਗੋਬਿੰਦ ਸਿੰਘ॥੧੧੭॥

ਸੰਖੇਪ ਅਰਥ : ੳ) ਜ਼ਮੀਨ ਅਤੇ ਆਸਮਾਨ (ਭਾਵ)=ਸਾਰੀ ਦੁਨੀਆਂ ਦੇ ਬਾਦਸ਼ਾਹ ਹਨ ਗੁਰੂ ਗੋਬਿੰਦ ਸਿੰਘ ਜੀ।

ਅ) ਦੋਹਾਂ ਜਹਾਨਾਂ ਵਿੱਚ ਇੱਕ ਅਦੁੱਤੀ ਹਨ ਗੁਰੂ ਗੋਬਿੰਦ ਸਿੰਘ ਜੀ।

ੳ) ਹ਼ੱਕ਼ ਖ਼ੁਦ ਵੱਸਾਫ਼ੇ, ਗੁਰ ਗੋਬਿੰਦ ਸਿੰਘ॥

ਅ) ਬਰ-ਤਰੀਂ ਔਸਾਫ਼ੇ; ਗੁਰ ਗੋਬਿੰਦ ਸਿੰਘ॥੧੧੮॥

ਸੰਖੇਪ ਅਰਥ : ੳ) ਰੱਬ ਆਪ ਸਿਫ਼ਤ ਕਰਨ ਵਾਲਾ ਹੈ ਗੁਰੂ ਗੋਬਿੰਦ ਸਿੰਘ ਜੀ ਦੀ।

ਅ) ਅਤੇ ਉੱਚੀਆਂ ਸਿਫ਼ਤਾਂ ਹਨ ਗੁਰੂ ਗੋਬਿੰਦ ਸਿੰਘ ਜੀ ਦੀਆਂ।

ੳ) ਖ਼ਾਸ-ਗਾਂ ਦਰ ਪਾਏ; ਗੁਰ ਗੋਬਿੰਦ ਸਿੰਘ॥

ਅ) ਕੁ਼ਦਸੀਆਂ ਬਾ-ਰਾਏ; ਗੁਰ ਗੋਬਿੰਦ ਸਿੰਘ॥੧੧੯॥

ਸੰਖੇਪ ਅਰਥ : ੳ) (ਰੱਬੀ ਦਰਗਾਹ ਦੇ) ਖ਼ਾਸ ਲੋਕ ਗੁਰੂ ਗੋਬਿੰਦ ਸਿੰਘ ਜੀ ਦੇ ਚਰਨਾਂ ਵਿੱਚ ਹਨ।

ਅ) (ਰੱਬੀ ਦਰਗਾਹ ਦੇ) ਪਵਿੱਤ੍ਰ ਲੋਕਾਂ ਦੇ ਨਾਲ ਸਲਾਹ ਹੈ ਗੁਰੂ ਗੋਬਿੰਦ ਸਿੰਘ ਜੀ ਦੀ।

ੳ) ਮੁਕ਼ਬਿਲਾਂ ਮੱਦਾਹ਼; ਗੁਰ ਗੋਬਿੰਦ ਸਿੰਘ॥

ਅ) ਜਾਨੋ ਦਿਲ ਰਾ ਰਾਹ; ਗੁਰ ਗੋਬਿੰਦ ਸਿੰਘ॥੧੨੦॥

(**ਉਚਾਰਣ** = ਮੁਕ਼-ਬਿਲਾਂ ਇਕੱਠਾ ਬੋਲੋ)

ਸੰਖੇਪ ਅਰਥ : ੳ) ਕ਼ਬੂਲ ਹੋਏ ਲੋਕ ਸਲਾਹੁਣੇ ਵਾਲੇ ਹਨ ਗੁਰੂ ਗੋਬਿੰਦ ਸਿੰਘ ਜੀ ਨੂੰ।

ਅ) ਦਿਲ ਤੇ ਜਾਨ ਨੂੰ ਨੇਕੀ ਦਾ ਰਸਤਾ ਦਿਖਾਉਣ ਵਾਲੇ ਹਨ ਗੁਰੂ ਗੋਬਿੰਦ ਸਿੰਘ ਜੀ।

ੳ) ਲਾ-ਮਕਾਂ ਪਾ-ਬੋਸਿ, ਗੁਰ ਗੋਬਿੰਦ ਸਿੰਘ॥

ਅ) ਬਰ ਦੋ ਆ਼ਲਮ ਕੋਸਿ; ਗੁਰ ਗੋਬਿੰਦ ਸਿੰਘ॥੧੨੧॥

ਸੰਖੇਪ ਅਰਥ : ੳ) ਰੱਬ ਵੀ ਪੈਰ ਚੁੰਮਦਾ ਹੈ ਗੁਰੂ ਗੋਬਿੰਦ ਸਿੰਘ ਜੀ ਦੇ।

ਅ) ਦੋਹਾਂ ਜਹਾਨਾਂ ਉੱਪਰ ਨਗਾਰਾ ਵੱਜਦਾ ਹੈ ਗੁਰੂ ਗੋਬਿੰਦ ਸਿੰਘ ਜੀ ਦਾ।

ੳ) ਸੁਲਸ ਹਮ ਮਹ਼ਕੂਮਿ, ਗੁਰ ਗੋਬਿੰਦ ਸਿੰਘ॥

ਅ) ਰੁਬਅ਼ ਹਮ ਮਖ਼ਤੂਮਿ, ਗੁਰ ਗੋਬਿੰਦ ਸਿੰਘ॥੧੨੨॥

(ਉਚਾਰਣ = ਰੁੱਬਾ ਬੋਲੋ ਅਤੇ ਫ਼ਾਰਸੀ ਦੇ ਕਈ ਵਿਦਵਾਨ ਰੁੱਬਅ਼ ਵੀ ਉਚਾਰਨ ਕਰ ਲੈਂਦੇ ਹਨ।)

ਸੰਖੇਪ ਅਰਥ : ੳ) ਤਿੰਨ ਦੇਵਤੇ ਵੀ ਤਾਬਿਆਦਾਰ ਹਨ ਗੁਰੂ ਗੋਬਿੰਦ ਸਿੰਘ ਜੀ ਦੇ।

ਅ) ਚਾਰ ਵੇਦਾਂ ਉੱਪਰ ਵੀ ਮੋਹਰ ਹੈ ਗੁਰੂ ਗੋਬਿੰਦ ਸਿੰਘ ਜੀ ਦੀ।

ੳ) ਸੁਦਸ ਹ਼ਲਕ਼ਹ ਬ-ਗੋਸ਼ਿ; ਗੁਰ ਗੋਬਿੰਦ ਸਿੰਘ॥

ਅ) ਦੁਸ਼ਮਨ ਅਫ਼ਗਨ ਜੋਸ਼ਿ; ਗੁਰ ਗੋਬਿੰਦ ਸਿੰਘ॥੧੨੩॥

ਸੰਖੇਪ ਅਰਥ : ੳ) ਛੇ ਸਾਸਤ੍ਰ ਗੁਰੂ ਗੋਬਿੰਦ ਸਿੰਘ ਜੀ ਦੇ ਕੰਨਾਂ ਦੇ ਕੁੰਡਲ ਹਨ।

ਅ) ਗੁਰੂ ਗੋਬਿੰਦ ਸਿੰਘ ਜੀ ਦਾ ਜੋਸ਼ (ਅਥਵਾ)=ਬੀਰ ਰਸ ਦੁਸ਼ਮਨਾਂ ਨੂੰ ਗਿਰੌਣ ਵਾਲਾ ਹੈ।

ੳ) ਖ਼ਾਲਿਸੋ ਬੇ-ਕੀਨਹ; ਗੁਰ ਗੋਬਿੰਦ ਸਿੰਘ॥

ਅ) ਹ਼ੱਕ਼ ਹ਼ੱਕ਼ ਆਈਨਹ; ਗੁਰ ਗੋਬਿੰਦ ਸਿੰਘ॥੧੨੪॥

ਸੰਖੇਪ ਅਰਥ : ੳ) ਗੁਰੂ ਗੋਬਿੰਦ ਸਿੰਘ ਜੀ ਕਪਟ ਤੋਂ ਰਹਿਤ ਹਨ। ਐਸਾ ਸਤਿਗੁਰਾਂ ਦਾ ਸ਼ੁੱਧ ਸਰੂਪ ਹੈ।

ਅ) ਗੁਰੂ ਗੋਬਿੰਦ ਸਿੰਘ ਜੀ ਸੱਚੇ ਰੱਬ ਦਾ ਸ਼ੀਸ਼ਾ ਹਨ।

ਹ਼ੱਕ਼ ਹ਼ੱਕ਼ ਅੰਦੇਸ਼; ਗੁਰ ਗੋਬਿੰਦ ਸਿੰਘ॥

ਅ) ਬਾਦਿਸ਼ਾਹ ਦਰਵੇਸ਼; ਗੁਰ ਗੋਬਿੰਦ ਸਿੰਘ॥੧੨੫॥

ਸੰਖੇਪ ਅਰਥ : ੳ) ਸੱਚੇ ਰੱਬ ਦਾ ਚਿੰਤਨ ਕਰਨ ਵਾਲੇ ਹਨ ਗੁਰੂ ਗੋਬਿੰਦ ਸਿੰਘ ਜੀ।

ਅ) ਬਾਦਸ਼ਾਹ ਵੀ ਹਨ ਤੇ ਫ਼ਕੀਰ ਵੀ ਹਨ ਗੁਰੂ ਗੋਬਿੰਦ ਸਿੰਘ ਜੀ।

ੳ) ਮੁਕੱਰਮ - ਉਲ - ਫ਼ਜ਼ਾਲ, ਗੁਰ ਗੋਬਿੰਦ ਸਿੰਘ॥

ਅ) ਮੁਨਇ਼ਮ - ਉਲ - ਮੁਤਆ਼ਲ, ਗੁਰ ਗੋਬਿੰਦ ਸਿੰਘ॥੧੨੬॥

(ਉਚਾਰਣ = ਮੁਕੱਰ-ਮੁੱਲ-ਫ਼ੱਜ਼ਾਲ ਅਤੇ ਮੁਨ-ਇ-ਮੁੱਲ-ਮੁੱਤਆ਼ਲ ਬੋਲੋ)

ਸੰਖੇਪ ਅਰਥ : ੳ) ਗੁਰਸਿੱਖਾਂ ਦੇ ਪਾਸੋਂ ਇੱਜ਼ਤ ਪਾਉਣ ਵਾਲੇ ਹਨ ਗੁਰੂ ਗੋਬਿੰਦ ਸਿੰਘ ਜੀ ਅਤੇ ਗੁਰਸਿੱਖਾਂ ਤੇ ਕਿਰਪਾ ਕਰਨ ਵਾਲੇ ਹਨ।

ਅ) ਗੁਰਸਿੱਖਾਂ ਨੂੰ ਉਚਾ ਇ਼ਨਾਮ ਦੇਣ ਵਾਲੇ ਹਨ ਗੁਰੂ ਗੋਬਿੰਦ ਸਿੰਘ ਜੀ।

ੳ) ਕਾਰਿਮ-ਅਲ-ਕੱਰਾਮ; ਗੁਰ ਗੋਬਿੰਦ ਸਿੰਘ॥

ਅ) ਰਾਹ਼ਿਮ- ਉਲ - ਰੱਹ਼ਾਮ; ਗੁਰ ਗੋਬਿੰਦ ਸਿੰਘ॥੧੨੭॥

(ਉਚਾਰਣ = ਕਾਰਿ+ਮੁੱਲ-ਕੱਰਾਮ ਅਤੇ ਰਾਹਿ਼-ਮੁੱਲ-ਰੱਹ਼ਾਮ ਬੋਲੋ)

ਸੰਖੇਪ ਅਰਥ : ੳ) ਮਿਹਰ ਕਰਨ ਵਾਲਿਆਂ ਦਾਤਿਆਂ ਦੇ ਉੱਪਰ ਮਿਹਰ ਕਰਨ ਵਾਲੇ ਦਾਤੇ ਹਨ ਗੁਰੂ ਗੋਬਿੰਦ ਸਿੰਘ ਜੀ।

ਅ) (ਜਗਤ ਦੇ ਉੱਪਰ) ਕਿਰਪਾ ਕਰਨ ਵਾਲਿਆਂ (ਬਾਬਾ ਬੁੱਢਾ ਜੀ ਆਦਿਕ ਗੁਰਸਿੱਖਾਂ) ਦੇ ਉੱਪਰ ਕਿਰਪਾ ਕਰਨ ਵਾਲੇ ਹਨ ਗੁਰੂ ਗੋਬਿੰਦ ਸਿੰਘ ਜੀ।

ੳ) ਨਾਇ਼ਮ-ਅਲ-ਮੁਨਆ਼ਮ; ਗੁਰ ਗੋਬਿੰਦ ਸਿੰਘ॥

ਅ) ਫ਼ਾਹਿਮਉਲ-ਫ਼ੱਹਾਮ; ਗੁਰ ਗੋਬਿੰਦ ਸਿੰਘ॥੧੨੮॥

ਉਚਾਰਣ = ਨਾ-ਇ਼-ਮੁੱਲ-ਮੁੱਨਆ਼ਮ ਅਤੇ ਫਾਹਿ-ਮੁੱਲ-ਫ਼ੱਹਾਮ ਬੋਲੋ)

ਸੰਖੇਪ ਅਰਥ : ੳ) ਗੁਰਸਿੱਖਾਂ ਨੂੰ ਵੱਡੀਆਂ ਬਖ਼ਸ਼ਿਸ਼ਾਂ ਦਾ ਇਨਾਮ ਦੇਣ ਵਾਲੇ ਹਨ ਗੁਰੂ ਗੋਬਿੰਦ ਸਿੰਘ ਜੀ।

ਅ) ਸਮਝਣ ਵਾਲਿਆਂ ਵਿੱਚੋਂ ਸਮਝਦਾਰ (ਅਥਵਾ)-ਸਿਆਣਿਆਂ ਵਿੱਚੋਂ ਸਿਆਣੇ ਹਨ ਗੁਰੂ ਗੋਬਿੰਦ ਸਿੰਘ।

ੳ) ਦਾਇਮੋ ਪਾਇੰਦਹ; ਗੁਰ ਗੋਬਿੰਦ ਸਿੰਘ॥

ਅ) ਫ਼ੱਰੁਖ਼ੋ ਫ਼ਰਖ਼ੰਦਹ; ਗੁਰ ਗੋਬਿੰਦ ਸਿੰਘ॥੧੨੯॥

ਸੰਖੇਪ ਅਰਥ : ੳ) ਸਦਾ ਰਹਿਣ ਵਾਲੇ ਹਨ ਗੁਰੂ ਗੋਬਿੰਦ ਸਿੰਘ।

ਅ) ਸੁੰਦਰ ਅਤੇ ਪਵਿੱਤਰ ਹਨ ਗੁਰੂ ਗੋਬਿੰਦ ਸਿੰਘ।

ੳ) ਫ਼ੈਜ਼ੇ ਸੁਬਹ਼ਾਂ ਜ਼ਾਤੇ; ਗੁਰ ਗੋਬਿੰਦ ਸਿੰਘ॥

ਅ) ਨੂਰੇ ਹ਼ੱਕ਼ ਲਮਆ਼ਤੇ; ਗੁਰ ਗੋਬਿੰਦ ਸਿੰਘ॥੧੩੦॥

(**ਉਚਾਰਣ** = ਲੱਮਆ਼ਤੇ ਬੋਲੋ)

ਸੰਖੇਪ ਅਰਥ : ੳ) ਰੱਬੀ ਕਿਰਪਾ ਵਾਲੀ ਹਸਤੀ ਹੈ ਗੁਰੂ ਗੋਬਿੰਦ ਸਿੰਘ ਜੀ ਦੀ।

ਅ) ਰੱਬ ਦੇ ਚਮਕਾਰੇ ਵਾਲਾ ਨੂਰ ਹੈ ਗੁਰੂ ਗੋਬਿੰਦ ਸਿੰਘ ਜੀ ਦਾ।

ੳ) ਸਾਮਿਆ਼ਨੇ ਨਾਮ; ਗੁਰ ਗੋਬਿੰਦ ਸਿੰਘ॥

ਅ) ਹ਼ੱਕ਼ ਬੀਂ ਜ਼ਿ ਇ਼ਨਆ਼ਮ; ਗੁਰ ਗੋਬਿੰਦ ਸਿੰਘ॥੧੩੧॥

(**ਉਚਾਰਣ** = ਸਾਮਿ-ਆ਼ਨੇ ਅਤੇ ਇੱਨਆ਼ਮ ਐੜਾ ਦੱਬ ਕੇ ਇਕੱਠਾ ਇ਼ਨਾਮ ਵਾਂਗ ਬੋਲੋ)

ਸੰਖੇਪ ਅਰਥ : ੳ) ਰੱਬ ਦਾ ਨਾਮ ਸੁਣਨ ਵਾਲੇ ਹਨ ਗੁਰੂ ਗੋਬਿੰਦ ਸਿੰਘ ਜੀ।

ਅ) ਗੁਰੂ ਗੋਬਿੰਦ ਸਿੰਘ ਜੀ ਦੀ ਬਖ਼ਸ਼ਿਸ਼ ਦੇ ਨਾਲ, (ਕਈ ਜਗਿਆਸੂ) ਰੱਬ ਨੂੰ ਵੇਖਣ ਵਾਲੇ ਹੋ ਗਏ।

ੳ) ਵਾਸਿਫ਼ਾਨੇ ਜ਼ਾਤਿ; ਗੁਰ ਗੋਬਿੰਦ ਸਿੰਘ॥

ਅ) ਵਸਲ ਅਜ਼ ਬਰਕਾਤਿ; ਗੁਰ ਗੋਬਿੰਦ ਸਿੰਘ॥੧੩੨॥

(**ਉਚਾਰਣ** = ਵਾਸਿਫ਼ਾਨੇ ਇਕੱਠਾ ਬੋਲੋ)

ਸੰਖੇਪ ਅਰਥ : ੳ) ਗੁਰੂ ਗੋਬਿੰਦ ਸਿੰਘ ਜੀ ਦੀ ਹਸਤੀ ਦੀ, ਉਸਤਤ ਕਰਨ ਵਾਲੇ, ਕਈ ਜਗਿਆਸੂ;

ਅ) ਗੁਰੂ ਗੋਬਿੰਦ ਸਿੰਘ ਜੀ ਤੋਂ ਬਰਕਤਾਂ ਪ੍ਰਾਪਤ ਕਰਦੇ ਹਨ।

ੳ) ਰਾਕ੍ਰਿਮਾਨੇ ਵਸਫ਼ਿ; ਗੁਰ ਗੋਬਿੰਦ ਸਿੰਘ॥

ਅ) ਨਾਮਵਰ ਅਜ਼ ਲੁਤ਼ਫ਼ਿ; ਗੁਰ ਗੋਬਿੰਦ ਸਿੰਘ॥੧੩੩॥

(**ਉਚਾਰਣ** = ਰਾਕ੍ਰਿ-ਮਾਨੇ ਇਕੱਠਾ ਅਤੇ ਲੁੱਤ਼ਫ਼ਿ ਬੋਲੋ)

ਸੰਖੇਪ ਅਰਥ : ੳ) ਪਹਿਲਾ ਅਰਥ=ਗੁਰੂ ਗੋਬਿੰਦ ਸਿੰਘ ਜੀ ਦੀ ਉਸਤਤ ਲਿਖਣ ਵਾਲੇ ਕਈ ਲਿਖਾਰੀ (ਕੰਕਨ, ਭਾਈ ਜੈਤਾ, ਟਹਿਕਣ)-ਆਦਿਕ,

ਅ) ਗੁਰੂ ਗੋਬਿੰਦ ਸਿੰਘ ਜੀ ਦੀ ਕ੍ਰਿਪਾਲਤਾ ਨਾਲ ਪ੍ਰਸਿੱਧ ਹੋ ਗਏ।

ਦੂਸਰਾ ਅਰਥ=(ੳ) ਭਾਈ ਨੰਦਲਾਲ ਜੀ ਕਹਿੰਦੇ ਹਨ ਕਿ ਮੈਂ ਗੁਰੂ ਗੋਬਿੰਦ ਸਿੰਘ ਜੀ ਦੀ ਉਸਤਤ ਲਿਖਣ ਵਾਲਾ

ਅ) ਗੁਰੂ ਜੀ ਦੀ ਕ੍ਰਿਪਾਲਤਾ ਨਾਲ "ਜਗਤ ਪ੍ਰਸਿੱਧ" ਹੋ ਗਿਆ।

ਤੀਸਰਾ ਅਰਥ=(ੳ) ਗੁਰੂ ਗੋਬਿੰਦ ਸਿੰਘ ਜੀ ਰੱਬ ਦੀ ਉਸਤਤ ਲਿਖਣ ਵਾਲੇ ਵੱਡੇ ਲਿਖਾਰੀ ਹਨ।

ਅ) ਅਤੇ ਗੁਰੂ ਗੋਬਿੰਦ ਸਿੰਘ ਜੀ ਦੀ ਕ੍ਰਿਪਾਲਤਾ ਦੇ ਨਾਲ, ਗੁਰੂ ਜੀ ਦੇ ੫੨ ਕਵੀ ਵੀ "ਜਗਤ ਪ੍ਰਸਿੱਧ" ਹੋ ਗਏ।

ੳ) ਨਾਜ਼ਿਰਾਨੇ ਰੂਇ; ਗੁਰ ਗੋਬਿੰਦ ਸਿੰਘ॥

ਅ) ਮਸਤੇ ਹੱਕ਼ ਦਰ ਕੂਇ; ਗੁਰ ਗੋਬਿੰਦ ਸਿੰਘ॥੧੩੪॥

ਸੰਖੇਪ ਅਰਥ : ੳ) ਪਹਿਲਾ ਅਰਥ=ਕਈ ਜਗਿਆਸੂ ਗੁਰੂ ਗੋਬਿੰਦ ਸਿੰਘ ਜੀ ਦੇ ਚਿਹਰੇ ਦਾ ਦਰਸ਼ਨ ਕਰਨ ਵਾਲੇ ਹਨ।

ਅ) ਕਈ ਜਗਿਆਸੂ ਗੁਰੂ ਗੋਬਿੰਦ ਸਿੰਘ ਜੀ ਦੀ ਗਲੀ ਵਿੱਚ, ਰੱਬ ਦੀ ਪ੍ਰਾਪਤੀ ਕਰਕੇ, ਆਤਮ ਅਨੰਦ ਵਿੱਚ ਮਸਤ ਹੋ ਗਏ ਹਨ।

ਦੂਸਰਾ ਅਰਥ=(ੳ) ਮੈਂ ਗੁਰੂ ਗੋਬਿੰਦ ਸਿੰਘ ਜੀ ਦੇ ਚਿਹਰੇ ਦਾ ਦਰਸ਼ਨ ਕਰਨ ਵਾਲਾ ਹਾਂ।

ਅ) ਮੈਂ ਗੁਰੂ ਗੋਬਿੰਦ ਸਿੰਘ ਜੀ ਦੀ ਗਲੀ ਵਿੱਚ, ਰੱਬ ਦੀ ਪ੍ਰਾਪਤੀ ਕਰਕੇ, ਆਤਮ ਅਨੰਦ ਵਿੱਚ ਮਸਤ ਹੋ ਗਿਆ ਹਾਂ।

ੳ) ਖ਼ਾਕਿ - ਬੋਸੇ ਪਾਏ; ਗੁਰ ਗੋਬਿੰਦ ਸਿੰਘ॥

ਅ) ਮੁਕ਼ਬਿਲ ਅਜ਼ ਆਲਾਏ; ਗੁਰ ਗੋਬਿੰਦ ਸਿੰਘ॥੧੩੫॥

ਸੰਖੇਪ ਅਰਥ : ੳ) ਕਈ ਜਗਿਆਸੂ ਗੁਰੂ ਗੋਬਿੰਦ ਸਿੰਘ ਜੀ ਦੇ ਚਰਨਾਂ ਦੀ ਧੂੜੀ ਨੂੰ ਚੁੰਬਨ ਵਾਲੇ ਹਨ।

ਅ) ਕਈ ਜਗਿਆਸੂ ਗੁਰੂ ਗੋਬਿੰਦ ਸਿੰਘ ਜੀ ਦੀਆਂ ਵਡਿਆਈਆਂ ਪ੍ਰਾਪਤ ਕਰਨ ਤੋਂ ਰੱਬੀ ਦਰਗਾਹ ਵਿੱਚ ਕ਼ਬੂਲ ਹੋ ਗਏ ਹਨ।

ੳ) ਕ਼ਾਦਿਰੇ ਹਰ ਕਾਰ; ਗੁਰੂ ਗੋਬਿੰਦ ਸਿੰਘ॥

ਅ) ਬੇ-ਕਸਾਂ ਰਾ ਯਾਰ; ਗੁਰੂ ਗੋਬਿੰਦ ਸਿੰਘ॥੧੩੬॥

ਸੰਖੇਪ ਅਰਥ : ੳ) ਹਰੇਕ ਕੰਮ ਦੇ ਕਰਤਾਰ ਹਨ ਗੁਰੂ ਗੋਬਿੰਦ ਸਿੰਘ ਜੀ।

ਅ) ਕਮਜ਼ੋਰਾਂ (ਅਥਵਾ)=ਨਿਤਾਣਿਆਂ ਦੇ ਸਹਾਇਕ ਹਨ ਗੁਰੂ ਗੋਬਿੰਦ ਸਿੰਘ ਜੀ।

ੳ) ਸਾਜਿਦੋ ਮਸਜੂਦ; ਗੁਰ ਗੋਬਿੰਦ ਸਿੰਘ॥

ਅ) ਜੁਮਲਹ ਫ਼ੈਜ਼ੋ ਜੂਦ; ਗੁਰ ਗੋਬਿੰਦ ਸਿੰਘ॥੧੩੭॥

ਸੰਖੇਪ ਅਰਥ : ੳ) (ਰੱਬ ਅੱਗੇ) ਸਿਜਦਾ ਕਰਨ ਵਾਲੇ ਅਤੇ (ਸ੍ਰਿਸ਼ਟੀ ਤੋਂ) ਸਿਜਦਾ ਕਰਵਾਉਣ ਵਾਲੇ ਆਪ ਹੀ ਹਨ ਗੁਰੂ ਗੋਬਿੰਦ ਸਿੰਘ ਜੀ।

ਅ) ਸਾਰੀਆਂ ਕਿਰਪਾਵਾਂ ਤੇ ਬਖ਼ਸ਼ਿਸ਼ਾਂ ਦੇ (ਪੁੰਜ) ਹਨ ਗੁਰੂ ਗੋਬਿੰਦ ਸਿੰਘ ਜੀ।

ੳ) ਸਰਵਰਾਂ ਰਾ ਤਾਜ; ਗੁਰ ਗੋਬਿੰਦ ਸਿੰਘ॥

ਅ) ਬਰ-ਤਰੀਂ ਮਿਅ਼-ਰਾਜ; ਗੁਰ ਗੋਬਿੰਦ ਸਿੰਘ॥੧੩੮॥

(**ਉਚਾਰਣ** = ਮਿਅ਼-ਰਾਜ ਐੜਾ ਦੱਬ ਕੇ ਇਕੱਠਾ ਬੋਲੋ)

ਸੰਖੇਪ ਅਰਥ : ੳ) ਸਰਦਾਰਾਂ ਦੇ ਸਰਦਾਰ ਹਨ ਗੁਰੂ ਗੋਬਿੰਦ ਸਿੰਘ ਜੀ।

ਅ) ਅਤੇ ਬਹੁਤ ਜ਼ਿਆਦਾ ਉਪਰ ਚੜ੍ਹਨ ਵਾਲੇ ਹਨ।

ੳ) ਅ਼ਸ਼ਰ ਕ਼ੁਦਸੀ ਰਾਮਿ; ਗੁਰ ਗੋਬਿੰਦ ਸਿੰਘ॥

ਅ) ਵਾਸਿਫ਼ੇ ਇਕਰਾਮਿ[1]; ਗੁਰ ਗੋਬਿੰਦ ਸਿੰਘ॥੧੩੯॥

ਪਾਠੰਤ੍ਰ : [1]ਅਕਰਾਮਿ

ਸੰਖੇਪ ਅਰਥ : ੳ) ਅਕੂਲ ਅ਼ਸ਼ਰਾ ਗੁਰੂ ਗੋਬਿੰਦ ਸਿੰਘ ਜੀ ਦੇ ਕਾਬੂ ਵਿੱਚ ਹਨ। (ਅਥਵਾ)=ਤਾਬਿਆਦਾਰ ਹਨ।

ਅ) ਅਕੂਲ ਅ਼ਸ਼ਰਾ ਵੀ ਗੁਰੂ ਗੋਬਿੰਦ ਸਿੰਘ ਜੀ ਦੀ ਉਸਤਤ ਕਰਕੇ, ਗੁਰੂ ਜੀ ਨੂੰ, ਇੱਜ਼ਤ ਦੇਣ ਵਾਲੇ ਹਨ

ੳ) ਉੱਮਿ ਕੁਦਸ ਬ-ਕਾਰਿ; ਗੁਰ ਗੋਬਿੰਦ ਸਿੰਘ॥

(ਅ) ਗ਼ਾਜ਼ੀਆਂ ਬਰਦਾਰਿ; ਗੁਰ ਗੋਬਿੰਦ ਸਿੰਘ॥੧੪੦॥

ਸੰਖੇਪ ਅਰਥ : ੳ) ਪਵਿੱਤ੍ਰ ਮਾਈਆਂ (ਦੇਵੀਆਂ) ਗੁਰੂ ਗੋਬਿੰਦ ਸਿੰਘ ਜੀ ਦੇ ਕੰਮ ਕਰਨ ਵਾਲੀਆਂ ਹਨ ਅਥਵਾ=ਹੁਕਮ ਵਿੱਚ ਹਨ।

ਅ) ਸੇਵਾਵਾਂ ਕਰਨ ਵਾਲੇ ਬਹੁਤ ਸਾਰੇ ਨੌਕਰਾਂ ਨੂੰ (ਪ੍ਰੇਮ ਦੇ ਨਾਲ ਆਪਣੀ ਸ਼ਰਨ ਵਿੱਚ) ਰੱਖਣ ਵਾਲੇ ਹਨ ਗੁਰੂ ਗੋਬਿੰਦ ਸਿੰਘ ਜੀ।

ੳ) ਕ਼ਦਰੋ ਕੁਦਰਤ ਪੇਸ਼ਿ, ਗੁਰ ਗੋਬਿੰਦ ਸਿੰਘ॥

ਅ) ਇਨ-ਕ਼ਿਯਾਦ ਅੰਦੇਸ਼ਿ; ਗੁਰ ਗੋਬਿੰਦ ਸਿੰਘ॥੧੪੧॥

(**ਉਚਾਰਣ** = ਇਨ-ਕ਼ਿਆਦ ਬੋਲੋ)

ਸੰਖੇਪ ਅਰਥ : ੳ) ਸਾਰੇ ਮਰਤਬੇ ਅਤੇ ਸਾਰੀਆਂ ਤਾਕਤਾਂ ਗੁਰੂ ਗੋਬਿੰਦ ਸਿੰਘ ਜੀ ਦੇ ਸਾਹਮਣੇ (ਹੱਥ ਜੋੜੀ ਖੜ੍ਹੀਆਂ) ਹਨ।

ਅ) ਸਾਰੇ ਲੋਕ ਗੁਰੂ ਗੋਬਿੰਦ ਸਿੰਘ ਜੀ ਦਾ ਹੁਕਮ ਮੰਨਣ ਵਾਲੇ ਅਤੇ ਚਿੰਤਨ ਕਰਨ ਵਾਲੇ ਹਨ।

ੳ) ਤਿੱਸਅ਼ ਉਲਵੀ ਖ਼ਾਕਿ, ਗੁਰ ਗੋਬਿੰਦ ਸਿੰਘ॥

ਅ) ਚਾਕਰੇ ਚਾਲਾਕ; ਗੁਰ ਗੋਬਿੰਦ ਸਿੰਘ॥੧੪੨॥

ਸੰਖੇਪ ਅਰਥ : ੳ) ਨੌਂ ਖੰਡ ਅਤੇ ਸਾਰੇ ਦੇਵਤੇ ਗੁਰੂ ਗੋਬਿੰਦ ਸਿੰਘ ਜੀ ਦੀ ਚਰਨ ਧੂੜੀ ਹਨ।

ਅ) ਸਾਰੇ ਦੇਵਤੇ ਗੁਰੂ ਗੋਬਿੰਦ ਸਿੰਘ ਜੀ ਦੇ ਸਿਆਣੇ ਸੇਵਕ ਹਨ।

ੳ) ਤਖ਼ਤ ਬਾਲਾ ਜ਼ੇਰਿ; ਗੁਰ ਗੋਬਿੰਦ ਸਿੰਘ॥

ਅ) ਲਾ-ਮਕਾਨ ਸੈਰਿ; ਗੁਰ ਗੋਬਿੰਦ ਸਿੰਘ॥੧੪੩॥

ਸੰਖੇਪ ਅਰਥ : ੳ) ਸਾਰੇ ਉੱਪਰ ਵਾਲੇ ਨੌਂ ਅਕਾਸ਼ ਅਤੇ ਹੇਠਾਂ ਵਾਲੇ ਪਤਾਲ ਆਦਿਕ, ਗੁਰੂ ਗੋਬਿੰਦ ਸਿੰਘ ਜੀ ਦੇ ਬੈਠਣ ਵਾਸਤੇ ਤਖ਼ਤ ਹਨ।

ਅ) ਰੱਬੀ ਦਰਗਾਹ ਦੀ ਸੈਰ ਕਰਨ ਵਾਲੇ ਹਨ ਗੁਰੂ ਗੋਬਿੰਦ ਸਿੰਘ ਜੀ।

ੳ) ਬਰਤਰ ਅਜ਼ ਹਰ ਕ਼ਦਰ; ਗੁਰ ਗੋਬਿੰਦ ਸਿੰਘ॥

ਅ) ਜਾਵਿਦਾਨੀ ਸਦਰ; ਗੁਰ ਗੋਬਿੰਦ ਸਿੰਘ॥੧੪੪॥

ਸੰਖੇਪ ਅਰਥ : ੳ) ਹਰੇਕ ਮਰਤਬੇ ਤੋਂ ਬਹੁਤ ਉਚੇ ਹਨ ਗੁਰੂ ਗੋਬਿੰਦ ਸਿੰਘ ਜੀ।

ਅ) ਲੋਕ ਪ੍ਰਲੋਕ ਵਿੱਚ ਸਦਾ ਹੀ ਪ੍ਰਧਾਨ ਹਨ ਗੁਰੂ ਗੋਬਿੰਦ ਸਿੰਘ ਜੀ।

ੳ) ਆ਼ਲਮੇ ਰੌਸ਼ਨ ਜ਼ਿ; ਗੁਰ ਗੋਬਿੰਦ ਸਿੰਘ॥

ਅ) ਜਾਨੋ ਦਿਲ ਗੁਲਸ਼ਨ ਜ਼ਿ, ਗੁਰ ਗੋਬਿੰਦ ਸਿੰਘ॥੧੪੫॥

ਸੰਖੇਪ ਅਰਥ : ੳ) ਜਹਾਨ ਰੌਸ਼ਨ ਹੈ ਗੁਰੂ ਗੋਬਿੰਦ ਸਿੰਘ ਜੀ ਤੋਂ।

ਅ) ਹਰੇਕ ਜਾਨ ਤੇ ਦਿਲ ਦੀ ਫੁਲਵਾੜੀ (ਖਿੜੀ ਹੈ) ਗੁਰੂ ਗੋਬਿੰਦ ਸਿੰਘ ਜੀ (ਦੇ ਦਰਸ਼ਨਾਂ) ਤੋਂ।

ੳ) ਰੋਜ਼ ਅਫ਼ਜ਼ੂੰ ਜਾਹ; ਗੁਰ ਗੋਬਿੰਦ ਸਿੰਘ॥

ਅ) ਜ਼ੇਬੇ ਤਖ਼ਤੋ ਗਾਹ; ਗੁਰ ਗੋਬਿੰਦ ਸਿੰਘ॥੧੪੬॥

ਸੰਖੇਪ ਅਰਥ : ੳ) ਹਰ ਰੋਜ਼ ਮਰਤਬਾ ਵਧਣ ਵਾਲਾ ਹੈ ਗੁਰੂ ਗੋਬਿੰਦ ਸਿੰਘ ਜੀ ਦਾ।

ਅ) ਹਰੇਕ ਜਗ੍ਹਾ ਦੇ ਹਰੇਕ ਤਖ਼ਤ ਨੂੰ ਸਜਾਉਣ ਵਾਲੇ ਹਨ ਗੁਰੂ ਗੋਬਿੰਦ ਸਿੰਘ ਜੀ।

ੳ) ਮੁਰਸ਼ਿਦਉਲ ਦਾਰੈਨ; ਗੁਰ ਗੋਬਿੰਦ ਸਿੰਘ॥

ਅ) ਬੀਨਿਸ਼ੇ ਹਰ ਐ਼ਨ; ਗੁਰ ਗੋਬਿੰਦ ਸਿੰਘ॥੧੪੭॥

(**ਉਚਾਰਣ** = ਮੁਰਸ਼ਿ-ਦੁੱਲ-ਦਾਰੈਨ ਬੋਲੋ)

ਸੰਖੇਪ ਅਰਥ : ੳ) ਦੋਹਾਂ ਜਹਾਨਾਂ ਦੇ ਗੁਰੂ ਹਨ ਗੁਰੂ ਗੋਬਿੰਦ ਸਿੰਘ ਜੀ।

ਅ) ਹਰ ਅੱਖ ਦੀ ਨਜ਼ਰ ਹਨ ਗੁਰੂ ਗੋਬਿੰਦ ਸਿੰਘ ਜੀ।

ੳ) ਜੁਮਲਹ ਦਰ ਫ਼ਰਮਾਨੇ; ਗੁਰ ਗੋਬਿੰਦ ਸਿੰਘ।

ਅ) ਬਰ-ਤਰਾਮਦ ਸ਼ਾਨੇ; ਗੁਰ ਗੋਬਿੰਦ ਸਿੰਘ॥੧੪੮॥

(**ਉਚਾਰਣ** = ਬਰ-ਤਰਾਮਦ ਇਕੱਠਾ ਬੋਲੋ)

ਸੰਖੇਪ ਅਰਥ : ੳ) ਸਾਰੇ ਗੁਰੂ ਗੋਬਿੰਦ ਸਿੰਘ ਜੀ ਦੀ ਆਗਿਆ ਵਿੱਚ ਹਨ।

ਅ) ਗੁਰੂ ਗੋਬਿੰਦ ਸਿੰਘ ਜੀ ਦੀ ਸ਼ਾਨ (ਦਰਗਾਹ ਵਿੱਚੋਂ) ਸਭ ਤੋਂ ਉੱਚੀ (ਜਗਤ ਵਿੱਚ ਆਈ) ਹੈ।

ੳ) ਹਰ ਦੋ ਆ਼ਲਮ ਖ਼ੈਲਿ; ਗੁਰ ਗੋਬਿੰਦ ਸਿੰਘ॥

ਅ) ਜੁਮਲਾ ਅੰਦਰ ਜ਼ੈਲਿ; ਗੁਰ ਗੋਬਿੰਦ ਸਿੰਘ॥੧੪੯॥

ਸੰਖੇਪ ਅਰਥ : ੳ) ਦੋਵੇਂ ਜਹਾਨ ਸੈਨਾ ਹਨ ਗੁਰੂ ਗੋਬਿੰਦ ਸਿੰਘ ਜੀ ਦੀ।

ਅ) ਸਾਰੇ ਗੁਰੂ ਗੋਬਿੰਦ ਸਿੰਘ ਜੀ ਦੇ ਪੱਲੇ ਦੀ ਸ਼ਰਨ ਵਿੱਚ ਹਨ।

ੳ) [1]ਵਾਹਿਬ-ਉਲ-ਵੱਹਾਬ; ਗੁਰ ਗੋਬਿੰਦ ਸਿੰਘ॥

ਅ) ਫ਼ਾਤਿਹੇ ਹਰ ਬਾਬ; ਗੁਰ ਗੋਬਿੰਦ ਸਿੰਘ॥੧੫੦॥

ਪਾਠਂਤ੍ਰ : [1]ਵਾਹਿਬੋ ਵੱਹਾਬ।

(ਉਚਾਰਣ = ਵਾਹਿ-ਬੁੱਲ-ਵੱਹਾਬ ਬੋਲੋ)

ਸੰਖੇਪ ਅਰਥ : ੳ) ਦਾਤਿਆਂ ਦੇ ਦਾਤੇ ਹਨ ਗੁਰੂ ਗੋਬਿੰਦ ਸਿੰਘ।

ਅ) ਹਰੇਕ ਦਰਵਾਜ਼ੇ ਨੂੰ ਖੋਲ੍ਹਣ ਵਾਲੇ ਹਨ।

ੳ) ਸ਼ਾਮਿਲ-ਉਲ-ਅਸ਼ਫ਼ਾਕ਼; ਗੁਰ ਗੋਬਿੰਦ ਸਿੰਘ॥

ਅ) ਕਾਮਿਲ-ਉਲ-ਅਖ਼ਲਾਕ਼; ਗੁਰ ਗੋਬਿੰਦ ਸਿੰਘ॥੧੫੧॥

(ਉਚਾਰਣ = ਸ਼ਾਮਿ-ਲੁੱਲ-ਅਸ਼ਫ਼ਾਕ਼ ਅਤੇ ਕਾਮਿ-ਲੁੱਲ-ਅਖ਼ਲਾਕ਼ ਬੋਲੋ)

ਸੰਖੇਪ ਅਰਥ : ੳ) ਬਖ਼ਸ਼ਿਸ਼ਾਂ ਨਾਲ ਮਿਲੇ ਹੋਏ ਹਨ (ਅਥਵਾ)=ਬਖ਼ਸ਼ਿਸ਼ਾਂ ਨਾਲ ਭਰਪੂਰ ਹਨ ਗੁਰੂ ਗੋਬਿੰਦ ਸਿੰਘ ਜੀ।

ਅ) ਸ਼ੁਭ ਅਚਾਰ ਵਿੱਚ ਪੂਰੇ ਹਨ ਗੁਰੂ ਗੋਬਿੰਦ ਸਿੰਘ ਜੀ।

ੳ) ਰੂਹ਼ ਦਰ ਹਰ ਜਿਸਮ; ਗੁਰ ਗੋਬਿੰਦ ਸਿੰਘ॥

ਅ) ਨੂਰ ਦਰ ਹਰ ਚਸ਼ਮ; ਗੁਰ ਗੋਬਿੰਦ ਸਿੰਘ॥੧੫੨॥

ਸੰਖੇਪ ਅਰਥ : ੳ) ਹਰੇਕ ਸਰੀਰ ਦੇ ਵਿੱਚ ਆਤਮਾ ਸਰੂਪ ਹਨ ਗੁਰੂ ਗੋਬਿੰਦ ਸਿੰਘ ਜੀ।

ਅ) ਹਰੇਕ ਅੱਖ ਦੇ ਵਿੱਚ ਪ੍ਰਕਾਸ਼ ਸਰੂਪ ਹਨ ਗੁਰੂ ਗੋਬਿੰਦ ਸਿੰਘ ਜੀ।

ੳ) ਜੁਮਲਹ ਰੋਜ਼ੀ ਖ਼੍ਵਾਰੇ; ਗੁਰ ਗੋਬਿੰਦ ਸਿੰਘ॥

ਅ) ਫ਼ੈਜ਼ੇ ਹ਼ੱਕ਼ ਅਮਤ਼ਾਰੇ; ਗੁਰ ਗੋਬਿੰਦ ਸਿੰਘ॥੧੫੩॥

(ਉਚਾਰਣ = ਖ਼੍ਵਾਰੇ ਦਾ ਵਾਵਾ ਸਾਈਲੈਂਟ ਕਰਕੇ ਖ਼ਾਰੇ ਬੋਲੋ)

ਸੰਖੇਪ ਅਰਥ : ੳ) ਸਾਰਿਆਂ ਨੂੰ ਖਾਣ ਵਾਸਤੇ ਰੋਜ਼ੀ ਰੋਟੀ ਦੇਣ ਵਾਲੇ ਹਨ ਗੁਰੂ ਗੋਬਿੰਦ ਸਿੰਘ ਜੀ।

ਅ) ਰੱਬੀ ਕਿਰਪਾ ਦੀ ਵਰਖਾ ਕਰਨ ਵਾਲੇ ਹਨ ਗੁਰੂ ਗੋਬਿੰਦ ਸਿੰਘ ਜੀ।

ੳ) ਬਿਸਤੋ ਹਫ਼ਤ ਗਦਾਏ; ਗੁਰ ਗੋਬਿੰਦ ਸਿੰਘ॥

ਅ) ਖ਼ਾਕਿ-ਰੋਬ ਸਰਾਂਏ; ਗੁਰ ਗੋਬਿੰਦ ਸਿੰਘ॥੧੫੪॥

(ਉਚਾਰਣ = ਖ਼ਾਕਿ-ਰੋਬ ਇਕੱਠਾ ਬੋਲੋ)

ਸੰਖੇਪ ਅਰਥ : ੳ) ਸਤਾਈ ਸਿੰਮ੍ਰਤੀਆਂ (ਅਥਵਾ) ਸਤਾਈ ਨਛੱਤਰ ਮੰਗਤੇ ਹਨ ਗੁਰੂ ਗੋਬਿੰਦ ਸਿੰਘ ਜੀ ਦੇ।

ਅ) ਅਤੇ ਸਤਾਈ ਨਛੱਤਰ ਆਦਿਕ ਗੁਰੂ ਗੋਬਿੰਦ ਸਿੰਘ ਜੀ ਦੇ ਮੰਦਰ ਅੱਗੇ ਝਾੜੂ ਦੇਣ ਵਾਲੇ ਹਨ।

ੳ) ਖ਼ੁਮਸ ਵਸਫ਼ਿ-ਪੈਰਾਏ; ਗੁਰ ਗੋਬਿੰਦ ਸਿੰਘ॥

ਅ) ਹਫ਼ਤ ਹਮ ਸ਼ੈਦਾਏ; ਗੁਰ ਗੋਬਿੰਦ ਸਿੰਘ॥੧੫੫॥

ਸੰਖੇਪ ਅਰਥ : ੳ) ਪੰਜ ਤੱਤ (ਵਾ)=ਪੰਜ ਪ੍ਰਾਣ (ਅਥਵਾ)=ਪੰਜ ਕੋਸ਼; ਉਸਤਤੀ ਗਾਉਣ ਵਾਲੇ ਹਨ ਗੁਰੂ ਗੋਬਿੰਦ ਸਿੰਘ ਜੀ ਦੀ।

ਅ) ਸੱਤ ਦੀਪ, ਸੱਤ ਸਮੁੰਦਰ ਭੀ ਆਸ਼ਿਕ ਹਨ ਗੁਰੂ ਗੋਬਿੰਦ ਸਿੰਘ ਜੀ ਦੇ।

ੳ) ਬਰ ਦੋ ਆਲਮ ਦਸਤ; ਗੁਰ ਗੋਬਿੰਦ ਸਿੰਘ॥

ਅ) ਜੁਮਲਹ ਉਲਵੀ ਪਸਤ; ਗੁਰ ਗੋਬਿੰਦ ਸਿੰਘ॥੧੫੬॥

ਸੰਖੇਪ ਅਰਥ : ੳ) ਦੋਹਾਂ ਜਹਾਨਾਂ ਉੱਪਰ ਹੱਥ ਹੈ ਗੁਰੂ ਗੋਬਿੰਦ ਸਿੰਘ ਜੀ ਦਾ।

ਅ) ਸਾਰੇ (ਉਚੇ) ਦੇਵਤੇ ਵੀ ਨੀਵੇਂ ਹਨ ਗੁਰੂ ਗੋਬਿੰਦ ਸਿੰਘ ਜੀ ਦੇ ਅੱਗੇ।

ੳ) ਲਾਲ ਸਗੋ ਗ਼ੁਲਾਮੇ; ਗੁਰ ਗੋਬਿੰਦ ਸਿੰਘ॥

ਅ) ਦਾਗ਼ਦਾਰੇ ਨਾਮੇ; ਗੁਰ ਗੋਬਿੰਦ ਸਿੰਘ॥੧੫੭॥

ਸੰਖੇਪ ਅਰਥ : ੳ) ਨੰਦ ਲਾਲ ਤੁਹਾਡਾ ਸੇਵਕ ਅਤੇ ਕੁੱਤਾ ਹੈ ਹੇ ਗੁਰੂ ਗੋਬਿੰਦ ਸਿੰਘ ਜੀ।

ਅ) ਹੇ ਗੁਰੂ ਗੋਬਿੰਦ ਸਿੰਘ ਜੀ ਮੈਂ ਤੁਹਾਡੇ ਨਾਮ ਦੇ ਨਿਸ਼ਾਨ ਵਾਲਾ (ਭਾਵ) ਤੁਹਾਡਾ ਨਾਮ ਧਾਰੀਕ ਹਾਂ।

ੳ) ਕਮਤਰੀਂ ਜ਼ਿ ਸਗਾਂਨੇ; ਗੁਰ ਗੋਬਿੰਦ ਸਿੰਘ॥

ਅ) ਰੇਜ਼ਰ ਚੀਨੇ ਖ਼੍ਵਾਨੇ, ਗੁਰ ਗੋਬਿੰਦ ਸਿੰਘ॥੧੫੮॥

(**ਉਚਾਰਣ** = ਖ਼੍ਵਾਨੇ ਦਾ ਵਾਵਾ ਸਾਈਲੈਂਟ ਕਰਕੇ ਖ਼ਾਨੇ ਬੋਲੋ)

ਸੰਖੇਪ ਅਰਥ : ੳ) ਨਹੀਂ ਨਹੀਂ ! ਗੁਰੂ ਗੋਬਿੰਦ ਸਿੰਘ ਜੀ ਦੇ ਕੁੱਤਿਆਂ ਤੋਂ (ਵੀ ਨੰਦ ਲਾਲ) ਬਹੁਤ ਹੀ ਨੀਵਾਂ ਹੈ।

ਅ) ਕਿਉਂ ਕਿ ਕੁੱਤੇ ਤੇ ਗੁਰੂ ਗੋਬਿੰਦ ਸਿੰਘ ਜੀ ਦੇ ਹੱਥ ਨਾਲ ਚੁਣੇ ਹੋਏ ਪ੍ਰਸ਼ਾਦੇ ਦੇ ਟੁੱਕੜੇ ਖਾਣ ਵਾਲੇ ਹਨ।

ੳ) ਸਾਇਲ ਅਜ਼ ਇਨਆਮੇ; ਗੁਰ ਗੋਬਿੰਦ ਸਿੰਘ॥

ਅ) ਖ਼ਾਕਿ-ਪਾਕ ਅਕ਼ਦਾਮੇ; ਗੁਰ ਗੋਬਿੰਦ ਸਿੰਘ॥੧੫੯॥

(**ਉਚਾਰਣ** = ਇੱਨਆਮੇ ਐੜਾ ਦੱਬ ਕਰਕੇ ਇਕੱਠਾ ਬੋਲੋ)

ਸੰਖੇਪ ਅਰਥ : ੳ) ਭਾਈ ਸਾਹਿਬ ਕਹਿੰਦੇ ਹਨ ਕਿ ਇਹ (ਨੰਦ ਲਾਲ) ਗੁਰੂ ਗੋਬਿੰਦ

ਸਿੰਘ ਜੀ ਤੋਂ ਇੱਕ ਇਨਾਮ ਦਾ ਜਾਚਿਕ ਹੈ।

ਅ) (ਕਿਹੜਾ ਇਨਾਮ?) ਗੁਰੂ ਗੋਬਿੰਦ ਸਿੰਘ ਜੀ ਦੇ ਪਵਿੱਤ੍ਰ ਚਰਨਾਂ ਤੋਂ ਅੱਗੇ ਵੱਧ ਕੇ ਧੂੜੀ ਗ੍ਰਹਿਣ ਕਰਨ ਦਾ ਇਨਾਮ।

ੳ) ਬਾਦ ਜਾਨਸ਼ ਫ਼ਿਦਾਏ; ਗੁਰ ਗੋਬਿੰਦ ਸਿੰਘ॥

ਅ) ਫ਼ਰਕ਼ੇ ਓ ਬਰ ਪਾਏ; ਗੁਰ ਗੋਬਿੰਦ ਸਿੰਘ॥੧੬੦॥

ਸੰਖੇਪ ਅਰਥ : ੳ) (ਹੇ ਵਾਹਿਗੁਰੂ) ਇਸ (ਨੰਦ ਲਾਲ) ਦੀ ਜਾਨ ਗੁਰੂ ਗੋਬਿੰਦ ਸਿੰਘ ਜੀ ਤੋਂ ਕੁਰਬਾਨ ਹੋਵੇ

ਅ) ਨੰਦਲਾਲ ਦੀ ਏਹੀ ਬੇਨਤੀ ਹੈ ਕਿ ਨੰਦਲਾਲ ਦਾ ਸਿਰ ਸਦਾ ਗੁਰੂ ਗੋਬਿੰਦ ਸਿੰਘ ਜੀ ਦੇ ਚਰਨਾਂ ਉੱਪਰ ਰਹੇ।

ਤਮਾਮ ਸ਼ੁਦ ਗੰਜ ਨਾਮਹ॥

ਅਰਥ=ਗੰਜ ਨਾਮਹ ਗ੍ਰੰਥ ਪੂਰਾ ਹੋਇਆ

ਨੋਟ :- ਫ਼ਰਕ਼ਮ ਆਦਿ ਅਤੇ ਫ਼ਰਕ਼ੇ ਓ ਅਖੀਰ ਪਰ ਏਹ ਉਪਕ੍ਰਮ ਅਤੇ ਉਪਸੰਹਾਰ ਹੈ।

☬

ਸਫ਼ਾ ਨਾਮਹ

ਉਥਾਨਕਾ :- ਗੁਰੂ ਕਲਗੀਧਰ ਜੀ ਦੀ ਫ਼ੈਜ਼ਿ-ਸੰਗਤ 'ਚ ਰਹਿੰਦਿਆਂ ਭਾਈ ਨੰਦਲਾਲ ਜੀ ਨੂੰ ਇਕ ਵਾਰ ਗੁਰਸਿੱਖਾਂ ਨੇ ਪੁੱਛਿਆ ਕਿ ਆਪਸੀ ਰਾਜਸੀ-ਕਵੀ ਦੇ ਨਾਲ-ਨਾਲ ਰਾਜਸੀ ਜੰਗੀ ਜਰਨੈਲ ਵੀ ਰਹੇ ਹੋ। ਆਪ ਜੀ ਭੱਖਰ ਫੌਜ ਦੇ ਫੌਜਦਾਰ, ਜੰਗੀ ਜਰਨੈਲ ਬਣ ਕੇ ਵੱਡੇ ਜੰਗ ਜਿੱਤੇ ਹਨ। ਇਸ ਤਰ੍ਹਾਂ ਆਪ ਜੀ ਜੰਗੀ ਦਾਅ ਪੇਚਾਂ ਦੀ ਜੰਗੀ ਮੁਹਾਰਤ ਰੱਖਦੇ ਹੋਵੋਗੇ। ਆਪ ਜੀ ਨੂੰ ਆਪਣੀਆਂ ਫ਼ਾਰਸੀ ਰਚਨਾਵਾਂ ਵਾਂਗ ਸੁਖੈਨ ਬੋਲੀ 'ਚ ਜੰਗੀ ਦਾਅ-ਪੇਚਾਂ ਦਾ ਵੀ ਕੋਈ ਨਾ ਕੋਈ ਉਪਦੇਸ਼ ਦਿਉ ਤਾਂ ਭਾਈ ਸਾਹਿਬ ਜੀ ਨੇ ਇਹ ਜੰਗੀ "ਸਫ਼ਾ ਨਾਮਹ" ਉਚਾਰਿਆ ਹੈ।

ਆਪ ਜੀ "ਦਸਤੂਰੁਲ-ਇਨਸ਼ਾ" ਰਚਨਾ ਤੋਂ ਪਤਾ ਲੱਗਦਾ ਹੈ ਕਿ ਦਰ੍ਹਾ ਸੁਲਤਾਨ ਸਰਵਰ ਦੇ ਆਲੇ ਦੁਆਲੇ ਪਹਾੜੀਆਂ ਵਿੱਚ ਸ਼ਾਹੂ ਨਾਮ ਦੇ ਇਕ ਡਾਕੂ ਨੇ 7000 ਫ਼ੌਜ ਇਕੱਠੀ ਕੀਤੀ ਸੀ ਅਤੇ ਲੋਗਾਂ ਨੂੰ ਬਹੁਤ ਤੰਗ ਕਰਦਾ ਸੀ। ਉਸ ਨੂੰ ਸੋਧਣ ਲਈ ਮੁਲਤਾਨ ਦੇ ਹਾਕਿਮ ਵੱਸਾਫ਼ ਖ਼ਾਨ ਦੀ ਅਗਵਾਈ 'ਚ ਆਪ ਜੀ ਜੰਗ ਨੂੰ ਚੜ੍ਹੇ ਅਤੇ ਥੋੜ੍ਹਾ ਮੁਠਭੇੜ ਜੰਗ ਤੋਂ ਬਾਅਦ ਹੀ ਆਪ ਜੀ ਨੇ ਸ਼ਾਹੂ ਨੂੰ ਗ੍ਰਿਫ਼ਤਾਰ ਕਰ ਲਿਆ। 3000 ਧਾੜਵੀ ਲੁਟੇਰੇ ਮਾਰ ਦਿੱਤੇ ਅਤੇ 4000 ਲੁਟੇਰਿਆਂ ਨੂੰ ਕੈਦੀ ਬਣਾ ਲਿਆ। ਇਸ ਯੁੱਧ ਤੋਂ ਬਾਅਦ ਭਾਈ ਸਾਹਿਬ ਜੀ ਦੀ ਧਾਂਕ ਚਾਰੇ ਪਾਸੇ ਫੈਲ ਗਈ ਅਤੇ ਸਾਰੇ ਜੰਗੀ ਜਰਨੈਲ ਆਪ ਜੀ ਦੀ ਜਰਨੈਲੀ ਪਰ ਕਾਇਲ ਹੋ ਗਏ।

ਇਸ ਤਰ੍ਹਾਂ ਭਾਈ ਸਾਹਿਬ ਜੀ ਦਾ ਯੁੱਧ-ਮਈ ਜੀਵਨ ਵੀ "ਦਸਤੂਰੁਲ ਇਨਸ਼ਾ" 'ਚੋਂ ਮਿਲਦਾ ਹੈ। ਭਾਈ ਸਾਹਿਬ ਜੀ ਦੀ ਯੁੱਧ-ਮਈ ਰਚਨਾ "ਸਫ਼ਾ ਨਾਮਹ" ਨਿਹੰਗ ਸਿੰਘਾਂ ਦੇ ਖ਼ਾਲਸਾ ਨਿਤਨੇਮ 'ਚ ਸ਼ਾਮਿਲ ਮਿਲਦੀ ਹੈ, ਜੋ ਰਚਨਾ ਹਰੇਕ ਨਿਹੰਗ ਸਿੰਘ ਨਿਤਨੇਮ 'ਚ ਪੜ੍ਹਦਾ ਹੈ। ਸੋ ਅਤੀ ਲੋਕਪ੍ਰਿਯ ਭਾਈ ਸਾਹਿਬ ਜੀ ਦੀ ਏਹ ਰਚਨਾ ਨੂੰ ਅਸੀਂ ਏਥੇ ਛਾਪਣ ਦਾ ਯਤਨ ਕਰ ਰਹੇ ਹਾਂ।

ੴ ਸ੍ਰੀ ਵਾਹਿਗੁਰੂ ਜੀ ਫ਼ਤੇ॥

ਸਫ਼ਾ ਨਾਮਹ ਨੰਦਲਾਲ ਕਾ॥

ਸਫ਼ਾ ਕੈ ਫ਼ਰਜ਼ੰਦ ਕੋ, ਇਉਂ ਹੈ ਲਾਜ਼ਿਮਾਂ॥

ਸੰਖੇਪ ਅਰਥ :- ਸਫ਼ਾ=ਕੁਹਾੜਾ ਪਾਵ ਕੁਹਾੜਾ ਆਦਿਕ ਸ਼ਸਤ੍ਰਾਂ ਦੇ **ਫ਼ਰਜ਼ੰਦ**=

ਪੁੱਤਰਾਂ ਨੂੰ ਭਾਵ ਸ਼ਸਤ੍ਰਾਂ ਨੂੰ ਪਿਉ ਸਮਾਨ ਪੂਜਣ ਵਾਲੇ ਸਸਤ੍ਰ-ਧਾਰੀਆਂ ਨੂੰ ਇਉਂ **ਲਾਜ਼ਿਮਾਂ**=ਜ਼ਰੂਰੀ ਹੈ।

ਵਾ :- **ਸਫ਼ਾ**=ਕੁਹਾੜਾਧਾਰੀ ਪਰਸਰਾਮ ਦੇ ਪੁੱਤਰਾਂ ਭਾਵ ਬ੍ਰਹਮਣਾਂ ਨੂੰ ਇਉਂ ਲਾਜ਼ਿਮਾ ਜ਼ਰੂਰੀ ਹੈ ਕਿ ਉਹ ਵੀ ਸਸਤ੍ਰਧਾਰੀ ਸੂਰਮੇ ਸਜਣ।

ਆਪਨ ਕੋ; ਬੀਹ ਬਿਸਵੇ ਕਰਿ ਰਖਨਾ॥

ਸੰਖੇਪ ਅਰਥ :-ਆਪਣੇ ਆਪ **ਕੋ**=ਨੂੰ **ਬੀਹ ਬਿਸਵੇ**=ਤਿਆਰ-ਬਰ-ਤਿਆਰ **ਕਰਿ**=ਕਰਕੇ ਰੱਖਣਾ ਕਰਨ। ਭਾਵ ਇਹ ਹੈ ਕਿ ਬੀਹ ਬਿਸਵੇ ਜਿਵੇਂ ਗਿਣਤੀ ਦਾ ਓੜਕ ਮੰਨਿਆ ਹੈ ਤਿਵੇਂ ਵੀ ਬੀਹ ਬਿਸਵੇ ਵਾਂਗ ਸੰਪੂਰਨ ਤਿਆਰ-ਬਰ-ਤਿਆਰ ਰਹਿਣਾ।

ਅਗਰ ਤੁਯੰ ਪਰੀ ਚੁ ਬਾਸ਼ਦ, ਤਿਸੇ ਉਠਾ ਕਰਿ ਪਲਕ ਨ ਦਿਖਨਾ॥

ਸੰਖੇਪ ਅਰਥ :- **ਅਗਰ**=ਜੇਕਰ **ਤੁਯੰ**=ਤੈਨੂੰ **ਪਰੀ**=ਪਰੀਆਂ **ਚੁ**=ਵਰਗੀ ਇਸਤਰੀ ਕਾਮ ਭਾਵ ਰੱਖ ਕੇ ਇਸ਼ਾਰੇ ਵੀ ਕਰਦੀ **ਬਾਸ਼ਦ**=ਹੋਵੇ, ਤਾਂ ਵੀ ਆਪਣੇ ਨੇਤਰਾਂ ਦੀ ਪਲਕ ਉਠਾ ਕਰਕੇ ਉਸ ਵੱਲ ਨਹੀਂ ਦੇਖਣਾ।

ਲੰਗੋਟ ਕਾਛਾ ਕੋਂਸ ਕਰਿ; ਬਗਸ ਨਾਂਗੇ ਕਰਨਾ॥

ਸੰਖੇਪ ਅਰਥ :- ਪਹਿਲਾਂ ਲੰਗੋਟ ਅਤੇ ਫਿਰ ਉਸ ਦੇ ਉੱਪਰ **ਕਾਛਾ**=ਕਛਹਿਰਾ ਕਸ ਕੇ ਬੰਨ੍ਹ ਕਰਕੇ, ਫਿਰ **ਬਗਸ**=ਮੋਢੇ ਨੰਗੇ ਕਰਨੇ।

ਭਾਵ :- ਭਾਵ ਇਹ ਹੈ ਕਿ ਪੁਰਾਤਨ ਸੂਰਮੇ ਘੋੜਸ੍ਵਾਰ ਕਛਹਿਰੇ ਦੇ ਹੇਠਾਂ ਲੰਗੋਟ ਸਜਾਉਂਦੇ ਸਨ ਅਤੇ ਕਛਹਿਰਾ ਬਦਲਣ ਸਮੇਂ ਮੋਢੇ ਚੋਲੇ, ਚਾਦਰੇ ਆਦਿਕ ਨਾਲ ਢੱਕ ਕੇ ਤਿਆਰ-ਬਰ-ਤਿਆਰ ਦਾ ਸਬੂਤ ਦਿੰਦੇ ਸਨ। ਅੱਜ ਵੀ ਨਿਹੰਗ ਸਿੰਘਾਂ 'ਚ ਐਸੀ ਮਰਿਆਦਾ ਪ੍ਰਚੱਲਿਤ ਹੈ।

ਆਪਨ ਕੋ ਬਖਤ੍ਰ, ਤੁਰੰਗ ਕੋ ਪਾਖਰ, ਸੁਰੰਗ ਕੇ ਮੁਖ ਪਰਿ, ਬਨਾ ਕਰਿ ਕਸਨਾ॥

ਸੰਖੇਪ ਅਰਥ :- ਆਪਣੇ ਆਪ ਨੂੰ **ਬਖ਼ਤ੍ਰ**=ਸੰਜੋਅ ਤੇ **ਤੁਰੰਗ**=ਘੋੜੇ ਨੂੰ **ਪਾਖਰ**=ਕਾਠੀ ਅਤੇ **ਸੁਰੰਗ**=ਘੋੜੇ ਕੇ ਮੁਖ ਉੱਪਰ ਬਨਾ ਕਰਿ=ਚੰਗੀ ਤਰ੍ਹਾਂ ਕਰਕੇ ਕਾਜਾ, ਨੁਕਤਾ ਕੱਸਨਾ ਅਤੇ ਫਿਰ ਘੋੜ ਸਵਾਰੀ ਕਰਨੀ ਹੈ।

ਅਣੀ ਬਣੇ; ਤੋ ਕਮੀ ਨ ਕਰਨਾ॥

ਸੰਖੇਪ ਅਰਥ :- **ਅਣੀ**=ਫੌਜ ਦਾ ਮੁਕਾਬਲਾ ਜੇਕਰ **ਬਣੇ ਤੋ**=ਤਾਂ ਫਿਰ ਜੰਗ ਕਰਨ 'ਚ ਕਿਸੇ ਪ੍ਰਕਾਰ ਦੀ ਕਮੀ ਨਹੀਂ ਕਰਨੀ

ਹੋਇ ਹਰੋਰ[1], ਆਗੇ ਹੋਇ ਲਰਨਾ॥

ਪਾਠੰਤ੍ਰ : [1]ਅਰੋਰ।

ਸੰਖੇਪ ਅਰਥ :- ਹਰੋਰ=(ਹਰ+ੳਰ) ਹਰੇਕ ਤਰਫ਼ ਹੋ ਕੇ ਜੰਗ ਭੂਮੀ 'ਚ ਅੱਗੇ ਹੋ ਕੇ ਲੜਨਾ ਹੈ ਵਾ :- **ਹਰੋਰ**=ਹੋਰ ਕੀ, ਜੰਗ ਬਣੇ ਤਾਂ ਅੱਗੇ ਹੋ ਕੇ ਹੀ ਲਰਨਾ ਹੈ।

ਵਾ : ਅਰ+ੳਰ=ਵੈਰੀ ਦੀ ਤੜਫ਼ ਅੱਗੇ ਹੋ ਕੇ ਲਰਨਾ ਹੈ।

☬

ਨਿਸ਼ਾਨਿ ਸਿੱਖੀ ਰਹਿਤ

ਉਥਾਨਕਾ :- ਜਦ ਕਲਗੀਧਰ ਜੀ ਨੇ 1699 ਈ. 'ਚ ਅੰਮ੍ਰਿਤ ਛਕਾਇਆ ਤਾਂ ਪਿਆਰੇ ਦਯਾ ਸਿੰਘ ਜੀ ਨੇ ਅੰਮ੍ਰਿਤ ਛਕਣ ਉਪਰੰਤ ਕਲਗੀਧਰ ਜੀ ਤੋਂ ਖ਼ਾਲਸੇ ਦੀ ਮਰਿਆਦਾ ਪੁੱਛੀ ਤਾਂ ਗੁਰਾਂ ਨੇ "**ਨਿਸ਼ਾਨਿ ਸਿੱਖੀ ਰਹਿਤ**" ਉੱਚਾਰਣ ਕੀਤੀ ਸੀ। ਫਿਰ ਜਦ ਭਾਈ ਨੰਦਲਾਲ ਜੀ ਨੇ ਅੰਮ੍ਰਿਤਪਾਨ ਕੀਤਾ ਤਾਂ ਕਲਗੀਧਰ ਜੀ ਨੇ ਸਿੱਖੀ ਰਹਿਤ ਦਾ ਉਪਦੇਸ਼ "ਨਿਸ਼ਾਨਿ ਸਿੱਖੀ ਰਹਿਤ" ਉਚਾਰ ਕੇ ਦਿੱਤਾ। ਭਾਈ ਸਾਹਿਬ ਜੀ ਨੇ ਗੁਰਾਂ ਦਾ ਉਪਦੇਸ਼ ਕਲਮਬੰਦ ਕਰ ਲਿਆ। ਨਿਸ਼ਾਨਿ ਸਿੱਖੀ ਰਹਿਤ ਦੀ ਇਹ ਰਚਨਾ ਫ਼ਾਰਸੀ ਬੋਲੀ 'ਚ ਕਲਮਬੰਦ ਹੈ। ਕਲਗੀਧਰ ਜੀ ਨੇ ਉੱਚਾਰਣ ਅਤੇ ਭਾਈ ਨੰਦਲਾਲ ਜੀ ਦੇ ਕਲਮਬੰਦ ਕਰਨ ਤੇ ਗਿਆਨੀ ਸੰਤ ਸਿੰਘ ਜੀ ਮਸਕੀਨ ਨੇ ਇਸ ਰਚਨਾ ਨੂੰ ਭਾਈ ਨੰਦਲਾਲ ਜੀ ਦੀ ਰਚਨਾ ਵੀ ਮੰਨਿਆ ਹੈ, ਪਰੰਤੂ ਇਹ ਰਚਨਾ ਕਲਗੀਧਰ ਜੀ ਦੀ ਹੈ। ਪੰਥ ਪ੍ਰਸਿੱਧ ਹੋਣ ਤੇ ਅਸੀਂ ਏਥੇ ਛਾਪੀ ਹੈ।

ੴ ਵਾਹਿਗੁਰੂ ਜੀ ਕੀ ਫ਼ਤਹ॥

ਨਿਸ਼ਾਨੇ ਸਿੱਖੀ ਰਹਿਤ॥ ਸ੍ਰੀ ਮੁਖਵਾਕ ਪਾਤਿਸ਼ਾਹੀ ੧੦॥

ਨਿਸ਼ਾਨੇ ਸਿੱਖੀ, ਪੰਜ ਹਰਫ਼ ਅਸਤ ਕਾਫ਼॥

ਸੰਖੇਪ ਅਰਥ :- ਸਿੱਖੀ ਦੇ ਨਿਸ਼ਾਨ ਪੰਜ **ਕਾਫ਼**=ਕੱਕੇ **ਹਰਫ਼**=ਅੱਖਰ **ਅਸਤ**=ਹੈਨ॥

ਹਰਗਿਜ਼ ਨ ਬਾਸ਼ਦ; ਅਜ਼ੀਂ ਪੰਜ ਮੁਆਫ਼॥ ੧॥

ਸੰਖੇਪ ਅਰਥ :- ਹਰਗਿਜ਼=ਕਦੇ ਵੀ **ਅਜ਼+ਈਂ**=ਏਨ੍ਹਾਂ ਪੰਜਾਂ ਕਕਾਰਾਂ ਤੋਂ ਵਿਹੂਣਾ **ਮੁਆਫ਼ ਨ**=ਨਹੀਂ **ਬਾਸ਼ਦ**=ਹੋਵੇਗਾ॥

ਕੜਾ ਕਾਰਦੋ, ਕੱਛ ਕੰਘੇ ਬਿਦਾਂ॥

ਸੰਖੇਪ ਅਰਥ :- ਕੱਕੇ ਅੱਖਰ ਤੋਂ ਕੜਾ, **ਕਾਰਦ**=ਕਰਦ **ਓ**=ਅਤੇ ਕਛਹਿਰਾ ਤੇ ਕੰਘਾ **ਦਾਂ**=ਜਾਨੋ॥

ਬਿਲਾ ਕੇਸ ਹੇਚ ਅਸਤ, ਜੁਮਲੇ ਨਿਸ਼ਾਂ॥ ੨॥

ਸੰਖੇਪ ਅਰਥ :- ਏਨ੍ਹਾਂ ਚਾਰ ਕਕਾਰਾਂ ਦੇ ਹੁੰਦਿਆਂ ਸੁੰਦਿਆਂ ਵੀ ਕੇਸਾਂ ਤੋਂ **ਬਿਲਾ**=ਬਿਨਾਂ ਇਹ **ਜੁਮਲੇ**=ਸਾਰੇ ਸਿੱਖੀ ਦੇ **ਨਿਸ਼ਾਂ**=ਨਿਸ਼ਾਨ **ਹੇਚ**=ਬਿਅਰਥ ਹੀ **ਅਸਤ**=ਹੈਨ॥

ਹਰਫ਼ ਹਾਇਕਾਤ ਅਸਤ, ਅਜ਼ੀਂ ਪੰਜ ਕਾਫ਼॥

ਸੰਖੇਪ ਅਰਥ :- ਅਜ਼+ਈਂ=ਏਨ੍ਹਾਂ ਪੰਜ **ਕਾਫ਼**=ਕੱਕਿਆਂ ਵਾਂਗ ਪੰਜ **ਹਾਇਕਾਤ**=ਹਾਹੇ **ਹਰਫ਼**=ਅੱਖਰ ਵੀ ਅਸਤ=ਹੈਨ॥

ਬਿਨਾਨੰਦ ਬਾਵਰ; ਨ ਗੋਯਮ ਖ਼ਿਲਾਫ਼॥ ੩॥

ਸੰਖੇਪ ਅਰਥ :- ਜੋ **ਗੋਯਮ**=ਮੈਂ ਕਿਹਾ ਹੈ, ਇਸ ਨੂੰ ਪਰਮਾਤਮਾ ਦੇ ਵਿਧਾਨ ਤੋਂ ਖ਼ਿਲਾਫ਼ ਨ **ਬਿਦਾਨੰਦ**=ਜਾਨੋ। ਐ ਖ਼ਾਲਸਾ ਜੀ ਮੈਂ ਅਕਾਸ਼-ਬਾਣੀ ਰਾਹੀਂ ਸਭ **ਬਾਵਰ**=ਨਿਰਨਾ ਕਰਕੇ ਕਿਹਾ ਹੈ।

ਹੁੱਕਾ ਹਜਾਮਤ, ਹਲਾਲੋ ਹਰਾਮ॥

ਹਾਹੇ ਅੱਖ ਤੋਂ ਹੁੱਕਾ, **ਹਜਾਮਤ**=ਕੇਸ ਕੱਟਣੇ **ਹਲਾਲ**=ਕੁੱਠਾ ਮਾਸ ਖਾਣਾ **ਓ**=ਅਤੇ ਹਰਾਮ=ਪਰ-ਇਸਤ੍ਰੀ, ਪਰ-ਪੁਰਬ ਭੋਗਣਾ

ਬਾ-ਰੀਸ਼ੇ ਹਿਨਾ ਕਰਦ, ਰੂ ਸਜਾਹ ਫ਼ਾਮ॥ ੪॥ ੧॥

ਅਤੇ ਪੰਜਵਾਂ ਹਾਹਾ **ਰੂ**=ਮੁਖੜੇ ਦੇ **ਰੀਸ਼ੇ**=ਕੇਸਾਂ ਨੂੰ **ਹਿਨਾ**=ਮਹਿੰਦੀ **ਬਾ**=ਨਾਲ **ਸਜਾਹ**=ਕਾਲਾ ਫ਼ਾਮ=ਕਰਨਾ।

ਇੰਜ ਪੰਜ ਕੱਕੇ ਧਾਰਨ ਕਰਨੇ ਅਤੇ ਪੰਜ ਹਾਹਿਆਂ ਦਾ ਤਿਆਰੀ ਪੂਰਨ ਖ਼ਾਲਸਾ ਹੈ।

☬